டான் பிரவுன்

டான் பிரவுன் உலகின் மிக அதிகமாக விற்பனையாகும் நூல்களின் ஆசிரியர்களில் ஒருவர். ஏஞ்சல்ஸ் & டெமோன்ஸ் நூலில் ஹார்வர்ட் குறியீட்டியலாளர் ராபர்ட் லேங்டனை முதன்முதலாக இந்த உலகிற்கு அறிமுகப்படுத்தினார். அப்போதிருந்து மேலும் நான்கு லேங்டனின் சாகச நூல்கள் அதிக விற்பனையைக் கைப்பற்றியுள்ளன: *டா வின்சி கோட், தி லாஸ்ட் சிம்பல், இன்ஃபர்னோ* மற்றும் மிக சமீபத்தில் *ஆரிஜின்*. மேலும் அதிகமாக விற்பனையாகும் இவருடைய மற்ற இரண்டு நூல்கள்: *டிஜிட்டல் ஃபோர்ட்ரெஸ்* மற்றும் *டிசப்ஷன் பாயிண்ட்*. இவர் தனது மனைவியுடன் நியூ இங்கிலாந்தில் வசிக்கிறார்.

தேவதைகளும் சாத்தான்களும்

டான் பிரவுன்

தமிழில்

க. சுப்பிரமணியன்

இரா. செந்தில்

எதிர்
வெளியீடு

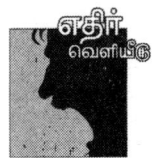

தேவதைகளும் சாத்தான்களும்
டான் பிரவுன்
தமிழில்: க. சுப்பிரமணியன் / இரா. செந்தில்

முதல் பதிப்பு: ஜூலை 2022

எதிர் வெளியீடு,
96, நியூ ஸ்கீம் ரோடு, பொள்ளாச்சி – 642 002
தொலைபேசி: 04259 – 226012, 99425 11302

விலை: ரூ. 750

Angels & Demons
Dan Brown

Translated by K. Subramanian / R. Senthil
First Edition: July 2022

Published by
Ethir Veliyeedu, 96, New Scheme Road. Pollachi – 2
email: ethirveliyedu@gmail.com
www.ethirveliyedu.in

ISBN: 978-93-90811-01-4
Cover Design: Vijayan
Printed at Jothy Enterprises, Chennai.

Copyright © Dan Brown
This edition was published by arrangement with
SANFORD J. GREENBURGER ASSOCIATES, INC., USA.

All rights reserved. No part of this book may be reprinted or reproduced or utilised in any form or by any electronic, mechanical or other means, now known or hereafter invented, including Photocopying and recording, or in any information storage or retrieval system, without permission in writing from the Publisher.

பிளித்திக்கு...

நிஜம்:

உலகின் மிகப்பெரிய அறிவியல் ஆராய்ச்சி நிலையமான, சுவிட்சர்லாந்தின் செர்ன் *Conseil Europeen pour la Recherche Nucleaire (CERN)* - எதிர்க்கருவின் முதலாவது துகளை உருவாக்குவதில் சமீபத்தில்தான் வெற்றிபெற்றிருந்தது. எதிர்க்கரு என்பதும் பௌதீக கருக்களைப் போன்றதுதான், ஆனால், அது சாதாரண கருக்களில் காணப்படுகின்றவற்றுக்கு எதிராக மின்னேற்றம் பெறக்கூடிய துகள்களால் ஆனது.

மனிதனுக்குத் தெரியவந்திருப்பதிலேயே மிகவும் சக்திவாய்ந்த ஆற்றல் மூலாதாரம் எதிர்க்கருதான். இது 100 சதவிகித திறனுடன் ஆற்றலை வெளிப்படுத்தக்கூடியது (அணுப்பிளவு 1.5 சதவிகித திறனுள்ளது.) எதிர்க்கரு எந்தவித மாசுபாட்டையோ அல்லது கதிரியக்கத்தையோ வெளிப்படுத்துவதில்லை, அதன் ஒரு துளியே ஒருநாள் முழுவதும் நியூயார்க் நகரம் முழுமைக்கும் மின்சாரத்தை அளிக்கப் போதுமானது.

எனினும் அதில் ஒரு சிக்கல் இருக்கிறது...

எதிர்க்கரு மிகவும் நிலையற்றது. அதனுடன் தொடர்புக்கு வருகின்ற எதனுடன் அது தீப்பற்றிக்கொள்ளும்... காற்றிலும்கூட. ஒரே ஒரு கிராம் எதிர்க்கருவில் 20-கிலோ டன் நியூக்ளியர் வெடிகுண்டிற்கு உண்டான ஆற்றல் இருக்கிறது - இது ஹிரோஷிமாவில் போடப்பட்ட அணுகுண்டின் அளவுக்கு சமமானது.

சமீபத்திய நாட்கள்வரை, இந்த எதிர்க்கரு மிகச்சிறிய அளவுக்கே உருவாக்கப்பட்டது (ஒரு நேரத்தில் சில அணுக்கள் மட்டுமே). ஆனால் செர்ன், தன்னுடைய புது ஆண்டிபுரோட்டான் டீஸலரேட்டரில் இந்தத் தடையை உடைத்துள்ளது - மேம்பட்ட

எதிர்க்கரு உற்பத்தி நிலையமான இது, பெரும் அளவில் எதிர்க்கருவை உருவாக்கும் உத்திரவாதமளித்தது.

ஒரே ஒரு கேள்விதான் பயமுறுத்துகிறது: மிதமிஞ்சிய அளவுக்கு நிலைத்தன்மையற்ற இந்தக் கருப்பொருள் உலகைக் காப்பாற்றுமா, அல்லது இதுவரை இல்லாத அளவில் அதி பயங்கரமான ஆயுதத்தை உருவாக்க இது பயன்படுத்தப்படுமா?

ஆசிரியர் குறிப்பு

ரோமில் உள்ள கலைப்படைப்புகள், கல்லறைகள், சுரங்கங்கள் மற்றும் கட்டடங்கள் பற்றிய விவரங்கள் எல்லாமே முற்றிலும் உண்மை (அவை இருக்கின்ற இடங்களும்கூட). அவற்றை இன்றும்கூட காணமுடியும்.

இல்லுமினாட்டி சகோதர அமைப்பும் உண்மையே.

Modern Rome

Santa Maria del Popolo
Tiber River
Piazza Cavour
Via Crescenzio
Spanish Steps
Via Condotti
Via della Scrofa
Via del Corso
Via Due Macelli
Via Sistina
Vatican City
Castel Sant' Angelo
Via Zanardelli
Hotel Bernini
St. Peter's Basilica
Via del Tritone
Piazza Barberini
Santa Maria della Vittoria
Bridge of Angels
Via della Conciliazione
Quirinale
Via dei Coronari
Pantheon
Trevi Fountain
Via del Quirinale
Piazza Navona
Piazza della Rotunda
Via Nazionale
Corso Vittorio Emanuelle
Piazza Venezia
St. Agnes in Agony
Arenula
Tiberina Island
Coliseum
Hospital Tiberina

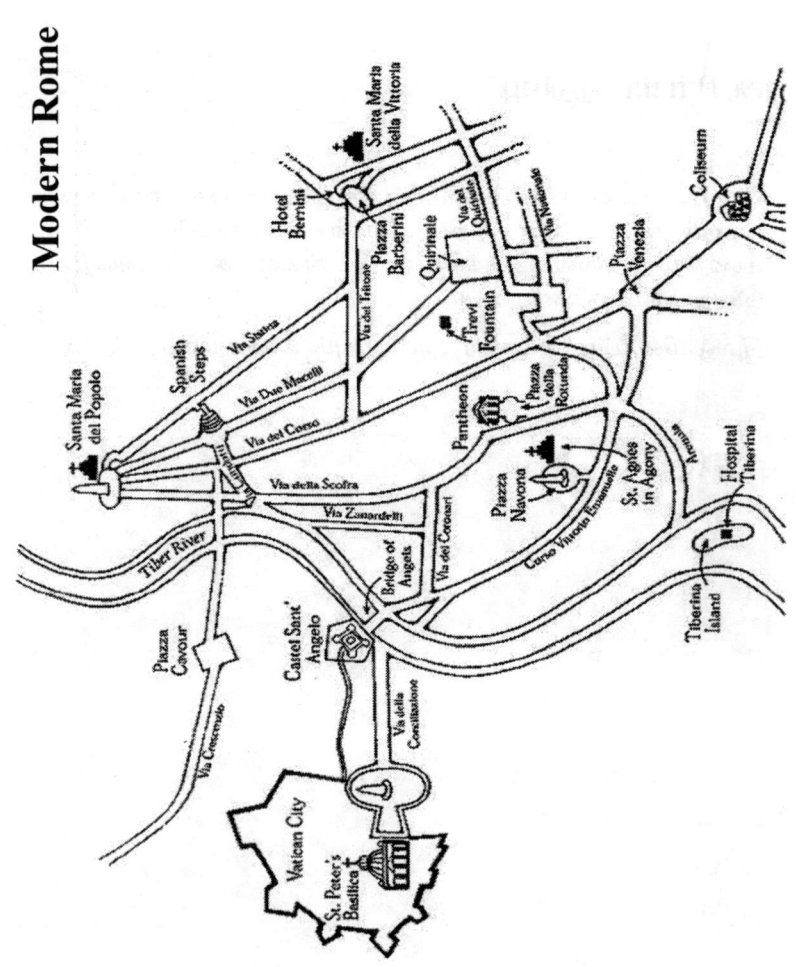

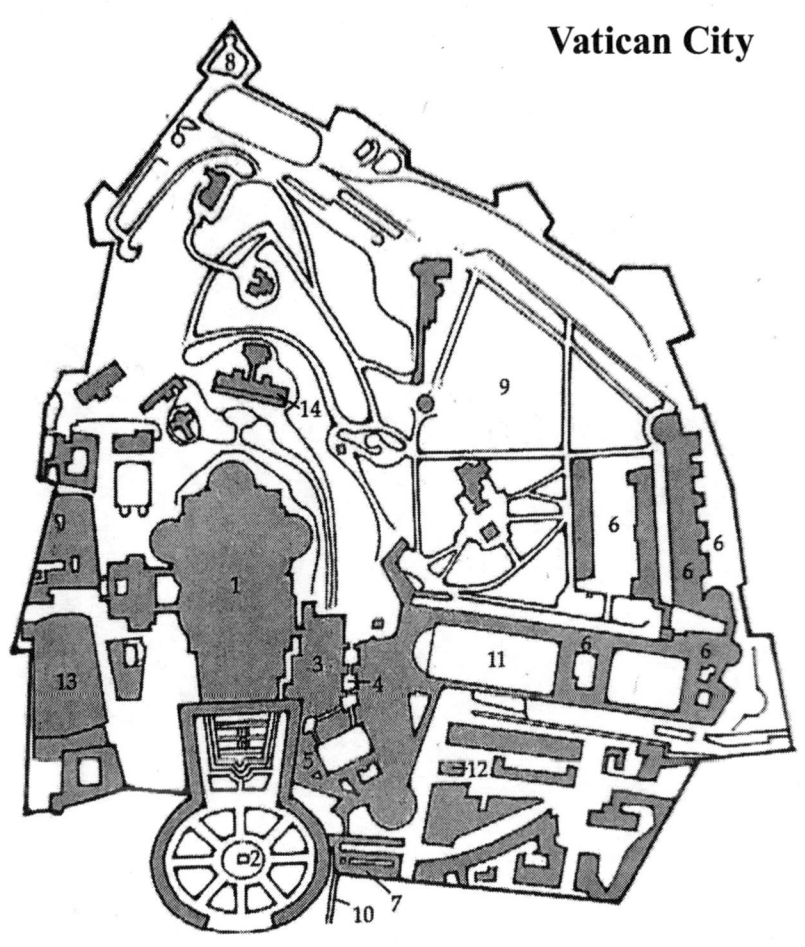

Vatican City

1 St Peter's Basilica	6 Vatican Museums	10 The *Passetto*
2 St Peter's Square	7 Office of the Swiss Guard	11 Courtyard of the Belvedere
3 Sistine Chapel	8 Heliport	12 Central Post Office
4 Borgia Courtyard	9 Gardens	13 Papal Audience Hall
5 Office of the Pope		14 Government Palace

முன்னதாக

இயற்பியலாளர் லியனார்டோ வெத்ரா சதை கருகும் வாடையை உணர்ந்தார், அது தன்னுடையதுதான் என்பதும் அவருக்குத் தெரியும். தனக்கு மேலாகத் தெளிவின்றி நீளும் கருத்த உருவத்தை அவர் நிமிர்ந்து உற்றுப்பார்த்தார். "உனக்கு என்ன வேண்டும்!"

"பாஸ்வேர்ட்," என்றது கரகரத்த அந்தக் குரல்.

"என்னிடம்தான்... அது இல்லையே-"

அத்துமீறி உள்ளே நுழைந்தவன் வெண்ணிறத்திலான வெப்பமான பொருளை வெத்ராவின் மார்பில் வைத்து மறுபடியும் அழுத்தி, திருகினான். சதை கருகும் 'ஹிஸ்' என்ற ஒலி எழுந்தது.

வெத்ரா வேதனையில் கதறினார். "என்னிடம் பாஸ்வேர்ட் எதுவும் இல்லை!" மயக்கநிலையில் மூழ்கிக்கொண்டிருப்பதை அவரால் உணர முடிந்தது. அந்த உருவமோ முறைத்துப் பார்த்தது. "அதை நினைத்துத்தான் கவலைப்படுகிறேன்."

வெத்ரா தன் உணர்வுகளைத் தக்கவைக்கப் போராடினார், ஆனால் இருள் நெருங்கிக்கொண்டிருந்தது. தன்னைத் தாக்கியவனுடைய காரியம் நிறைவேறப்போவதில்லை என்பது மட்டுமே அவருக்கிருந்த ஒரே ஆறுதல். இருப்பினும், ஒருகணம் கழித்து, ஒரு கத்தியை உருவிய அந்த உருவம் அதனை வெத்ராவின் முகத்திற்கு நேராகக் கொண்டுவந்தது. அந்தக் கத்தி மேலே தொங்கியது. கவனமாக. அறுவைச் சிகிச்சை செய்வதுபோல்.

"ஆண்டவர் மீதுள்ள அன்பினால்!" வெத்ரா அலறினார். ஆனால், அப்போது ரொம்பவே தாமதமாகியிருந்தது.

1

கிஸா பிரமிடின் படிக்கட்டுகளின் மிக உயரத்திலிருந்து ஒரு இளம்பெண் சிரித்தபடியே அவரை அழைத்தாள். "சீக்கிரம், ராபர்ட்! தெரியும், நான் ஒரு இளைஞனைத்தான் திருமணம் செய்திருக்க வேண்டும்!" அவள் சிரிப்பு மாயாஜாலமாய் இருந்தது.

அவர் மேலே ஏறப் போராடினார், ஆனால் அவருடைய கால்கள் மரத்துப் போயிருந்தன. "பொறு," அவர் கெஞ்சினார். "ப்ளீஸ்..."

மேலே ஏறிக்கொண்டிருக்கும்போது அவருடைய பார்வை மங்கத் தொடங்கியது. இடிப்பதுபோன்ற ஓசை அவர் காதுகளில் கேட்டது. *நான் அவளை எட்டியாக வேண்டும்!* ஆனால் அவர் மறுபடியும் மேலே பார்த்தபோது, அந்தப் பெண் காணாமல் போயிருந்தாள். அவளுடைய இடத்தில் சொத்தைப் பற்களுடன் ஒரு கிழவன்தான் நின்றிருந்தான். கீழ்நோக்கி உற்றுப்பார்த்த அவன் தனிமையின் வெளிப்பாடாக தன் உதடுகளை வெறுமையாகச் சுழித்தான். பிறகு, அந்தப் பாலைவனம் முழுவதும் எதிரொலிக்கும் வகையில் வேதனைக் குரல் எழுப்பினான்.

கொடுங்கனவொன்றின் தொடக்கத்தில் ராபர்ட் லேங்டன் விழித்துக்கொண்டார். அவரது படுக்கைக்கு அருகாமையில் இருந்த போன் ரீங்காரமிட்டது. திகைப்புற்ற நிலையிலேயே அதன் ரிஸீவரை எடுத்தார்.

"ஹலோ?"

"நான் ராபர்ட் லேங்டனுடன் பேசவேண்டும்," என்றது ஒருவன் குரல்.

தன் வெற்றுப்படுக்கையில் எழுந்து உட்கார்ந்த லேங்டன் மனதை தெளிவுபடுத்திக்கொள்ள முயன்றார். "நான்தான்... ராபர்ட் லேங்டன்." அவர் தன் டிஜிட்டல் கடிகாரத்தை ஓரப்பார்வை பார்த்தார். அப்போது காலை மணி 5:18.

"நான் உங்களை உடனடியாகப் பார்த்தாக வேண்டும்."

"பேசுவது யார்?"

"என் பெயர் மேக்ஸிமிலியன் கோஹ்லர். நான் ஒரு பிரிநிலை துகள் இயற்பியலாளர்."

"என்ன?" லேங்டனால் கவனம் செலுத்த முடியவில்லை. "நீங்கள் சரியான லேங்டனிடம்தான் பேசிக்கொண்டிருக்கிறீர்களா?"

"நீங்கள் ஹார்வார்ட் பல்கலையில் மத உருவவியல் பேராசிரியர். நீங்கள் சின்னவியல் பற்றி மூன்று புத்தகங்கள் எழுதியிருக்கிறீர்கள், தவிரவும்-"

"இப்போது என்ன நேரமாகிறதென்று உங்களுக்குத் தெரியுமா?"

"மன்னிக்கவேண்டும். நீங்கள் பார்த்தாகவேண்டிய ஒன்று என்னிடம் இருக்கிறது. அதை என்னால் போனில் விவரிக்க முடியாது."

ஒரு நன்கறிந்த முனகல் லேங்டனின் உதடுகளிலிருந்து பிரிந்தது. இது இதற்கு முன்பும் நடந்திருக்கிறது. மத சின்னவியல் பற்றி புத்தகங்கள் எழுதுவதன் ஆபத்துக்களுள் ஒன்று, கடவுளிடம் இருந்து கிடைத்தத் தங்களுடைய சமீபத்திய அறிகுறியை உறுதிப்படுத்தச் சொல்லி நச்சரிக்கும் மதவெறியர்களிடம் இருந்து வருகின்ற அழைப்புகள்தான். கடந்தமாதம் ஆக்லஹோமாவில் இருந்து, ஒரு ஆடையவிழ்ப்பு நடன அழகி லேங்டனுக்கு அவருடைய வாழ்க்கையிலேயே மிகச்சிறந்த பாலுறவை அளிப்பதாக உறுதியளித்திருந்தாள், அதற்கு அவள் தன்னுடைய படுக்கைகளில் மாயாதீதமாக தோன்றியிருந்த சிலுவை வடிவத்தின் உண்மைத்தன்மையை உத்திரவாதப்படுத்த அங்கு வந்து சரிபார்க்க வேண்டும் எனக் கேட்டிருந்தாள். லேங்டன் அதனை, துல்ஸா மூடாக்கு என்றார்.

"என்னுடைய எண் உங்களுக்கு எப்படிக் கிடைத்தது?" அந்த நேரத்திலும் லேங்டன் தன்மையுடன் நடந்துகொள்ள முயன்றார்.

"உலகளாவிய வலைத்தளத்தில் கிடைத்தது. உங்கள் புத்தகத்தின் வலைப்பக்கத்தில்."

லேங்டன் புருவங்களை நெரித்தார். தன்னுடைய புத்தகத்தின் வலைத்தளத்தில் தன் வீட்டின் தொலைபேசி எண் சேர்க்கப்படவில்லை என்பது அவருக்கு மிக நிச்சயமாகத் தெரியும். இந்த மனிதன் தெளிவாகப் பொய் சொல்கிறான்.

"நான் உங்களைப் பார்க்கவேண்டும்," அழைத்தவன் வற்புறுத்தினான். "நான் உங்களுக்கு வேண்டிய பணம் தருகிறேன்."

இப்போது லேங்டன் கோபமானார். "மன்னிக்க வேண்டும், ஆனால் நான் உண்மையில்-"

"நீங்கள் உடனே கிளம்பினால், இங்கே வந்துசேர-"

"நான் எங்கேயும் வரப்போவதில்லை! இப்போது காலை ஐந்து மணி!" லேங்டன் போனை வைத்துவிட்டு, அப்படியே படுக்கையில் விழுந்தார். கண்களை மூடி அவர் மறுபடியும் உறக்கத்தில் ஆழ்ந்துவிட முயன்றார். அதில் பலனில்லை. அந்தக் கனவு அவர் மனதில் பளிச்சிட்டுக் கொண்டிருந்தது. தயங்கியபடியே, தன்னுடைய மேலாடையை உடுத்திக்கொண்டு கீழே வந்தார்.

தன்னுடைய தனிமையான மாசசூசெட்ஸ் விக்டோரியன் வீட்டிற்குள் வெறுங்காலுடன் நடந்துத்திரிந்த ராபர்ட் லேங்டன் தன்னுடைய வழக்கமான தூக்கமின்மை மருந்தை எடுத்துக்கொண்டார் - ஒரு கோப்பைக் கொதிக்கும் நெஸ்ட்லே குயிக். ஏப்ரல் மாத நிலவு குவிமாட ஜன்னல்களின் ஊடாக வடிந்து கீழைத்தேய கம்பளங்களில் விளையாடிக்கொண்டிருந்தது. அவருடைய இடம் பார்ப்பதற்கு ஒரு வீடு என்பதைக் காட்டிலும் மானுடவியல் அருங்காட்சியகத்தைப் போன்றுதான் இருக்கிறது என அவருடைய நண்பர்கள் லேங்டனை எப்போதுமே கிண்டல் செய்வார்கள். அவருடைய அலமாரிகள் முழுக்க உலகம் முழுவதிலும் இருந்து வந்த மத கலைப்பொருள்களால் நிரம்பியிருந்தது- கானாவைச் சேர்ந்த *அகுவாபா* பொம்மை, ஸ்பெயினைச் சேர்ந்த தங்கச் சிலுவை, ஈஜியனைச் சேர்ந்த சைக்ளாடிக் சிலை, அத்துடன் நிரந்தர இளமையுள்ள ஒரு இளம் போர்வீரன் அணிந்த, போர்னோவைச் சேர்ந்த, ஒரு அரிதான, *தாயத்து*.

லேங்டன் தன்னுடைய பித்தளையாலான மகரிஷி உலோகப் பேழையின் மீது அமர்ந்து சாக்லேட்டின் வெம்மையை அனுபவித்துக் கொண்டிருக்கையில், அந்தக் குவிமாட ஜன்னல் அவருடைய பிரதிபலிப்பைக் காட்டியது. அந்தப் பிம்பம் சிதறியும் வெளிறியும்... ஒரு ஆவியுருவைப் போலத் தெரிந்தது. ஒரு வயதாகிக்கொண்டிருக்கும் ஆவி, அவர் நினைத்தார். அவருடைய இளமை பொருந்திய ஜீவன் ஒரு அழிவுபடும் கூட்டில் வாழ்ந்துகொண்டிருப்பதை அது குரூரமாக நினைவுபடுத்தியது.

காவிய நோக்கில் மிகவும் அழகானவர் இல்லையென்றாலும், நாற்பத்து ஐந்து வயது லேங்டன் அவருடைய பெண் சகபணியாளர்கள் குறிப்பிடுவதுபோல் ஒரு அறிவாழமிக்க தோற்றமும்- அடர்த்தியான பழுப்புநிற தலைமுடியில் அலையலையாக சாம்பல் நிறம், ஆராயும் நீலக் கண்கள், கட்டிப்போடும் வகையிலான ஆழ்ந்த குரல், மற்றும் ஒரு உறுதியான விளையாட்டு வீரனுக்கே உரிய வலுவான, கவலையற்ற புன்னகை கொண்டவர். மேல்நிலைப்பள்ளி மற்றும் கல்லூரியில் கரணமடிக்கும் நீச்சல் வீரரான லேங்டனுக்கு இப்போதும் ஒரு நீச்சல் வீரனுக்குரிய உடல்வாகு இருந்தது. தான் கவனத்துடன் பராமரித்த ஒரு நேர்த்தியான, ஆறடி உடல்வாகுடன் தினமும் பல்கலைக்கழக நீச்சல்குளத்தில் ஐம்பதுமுறை நீந்தக்கூடியவர்.

லேங்டனின் நண்பர்கள் அவரை, நூற்றாண்டுகளுக்கு நடுவில் மாட்டிக்கொண்ட, சற்றே புதிரானவராகப் பார்த்தனர். வார இறுதிகளில் நீலநிற ஜீன்ஸ் அணிந்து திரிவதையும், மாணவர்களுடன் கம்ப்யூட்டர் கிராபிக்ஸ் அல்லது மத வரலாறு பற்றி விவாதிப்பதையும் காணலாம்; மற்ற நேரங்களில் அவர் ஹாரீஸ் ட்வீட் மற்றும் பெய்ஸ்லி வெஸ்ட் அணிந்தபடி காணப்படுவார், விரிவுரையாற்றுவதற்கு அழைக்கப்பட்ட அருங்காட்சிய திறப்புவிழாக்களில் உயர்தர கலை பத்திரிகை பக்கங்களுக்கு அதே உடையில் அவர் புகைப்படங்கள் எடுத்துக்கொள்வார்.

ஒரு கண்டிப்பான ஆசிரியர் மற்றும் தீவிர ஒழுக்கவியலாளராக இருந்தபோதிலும் "நல்லவிதமான வேடிக்கைகளில் தன்னை இழக்கக்கூடியவர்" என்று போற்றப்பட்டதுடன், அத்தகைய விஷயங்களை வரவேற்று முதல்முதலாக ஆரத் தழுவிக்கொண்டவரும் லேங்டன்தான். தொற்றிக்கொள்ளும்

உற்சாகத்துடன் அவர் பொழுதுபோக்குகளை விரும்பியது, மாணவர்களிடத்தில் அவருக்கு ஒரு சகோதரத்துவ ஏற்பை பெற்றுத்தந்தது. பல்கலைக்கழக வளாகத்தில், வாட்டர்போலோ போட்டிகளில் மொத்த எதிரணியினரையும் பின்னுக்குத் தள்ளும் திறமையாலும் நீச்சல்குளத்தில் பாயும் அவரது அசாதாரணத் திறமையாலும் அவர் டால்பின் என அழைக்கப்பட்டார்.

லேங்டன் தனிமையில் உட்கார்ந்தபடி, சத்தமில்லாமல் இருளினூடாக உற்றுப் பார்த்துக்கொண்டிருந்தபோது அவருடைய வீட்டின் அமைதி மற்றுமொருமுறை குலைந்து போனது, இம்முறை அதற்கு ஃபேக்ஸ் மெஷினின் சத்தம் காரணம். எரிச்சலடையக்கூட முடியாத அளவுக்கு மிகவும் சோர்ந்துபோயிருந்த லேங்டன் வலுவில் சோர்வான சிரிப்பை வெளிப்படுத்தினார்.

கடவுளின் மக்கள், தங்களுடைய மெஸய்யாவுக்காக இரண்டாயிரம் வருடங்களாக காத்திருந்தாலும், நரகத்தைப்போல் இன்னமும் பிடிவாதமாகத்தான் இருக்கிறார்கள் என்று நினைத்துக்கொண்டார்.

சோர்வுடனே, தன்னுடைய வெற்றுக் கோப்பையைச் சமையலறைக்குச் சென்று திரும்ப வைத்த அவர், பின்பு மெதுவாக தன்னுடைய ஓக் மர மேசைக்குத் திரும்பினார். வந்திருந்த ஃபேக்ஸ் டிரேயில் கிடந்தது. பெருமூச்சு விட்டபடியே, அந்தக் காகிதத்தை வெளியே எடுத்த அவர் அதை படித்துப் பார்த்தார்.

சட்டென்று, ஒரு குமட்டல் உணர்வு அவரைத் தாக்கியது.

அந்தப் பக்கத்தில் இருந்த பிம்பம் ஒரு மனிதப் பிரேதம். அந்த உடல் ஆடை களையப்பட்டு நிர்வாணமாய் இருந்தது, அதன் தலை திருகப்பட்டு முற்றிலும் பின்பக்கம் திருப்பி வைக்கப்பட்டிருந்தது. இறந்தவரின் மார்பில் ஒரு பயங்கரமான தீக்காயம் இருந்தது. அந்த மனிதன் முத்திரையிடப்பட்டிருக்கிறான்... அதில் ஒரே ஒரு வார்த்தைதான் பதிப்பிக்கப்பட்டிருந்தது. அது லேங்டனுக்கு நன்கு தெரிந்த வார்த்தைதான். மிக நன்றாகத் தெரியும். அந்த அலங்கார எழுத்துக்களை அவர் நம்பமுடியாமல் உற்றுப் பார்த்தார்.

Illuminati

"இல்லுமினாட்டி," அவருடைய நாக்கு குழறியது, இதயம் படபடத்தது. வாய்ப்பே இல்லை...

மிக மெதுவாக, தான் கண்ணால் கண்டவற்றால் அச்சமுற்றிருந்த லேங்டன் அந்த ஃபேக்ஸ் செய்தியை 180 டிகிரி கோணத்திற்குத் திருப்பினார். அந்த வார்த்தையை தலைகீழாகப் பார்த்தார்.

சட்டென்று அவருக்கு மூச்சுமுட்டியது. அது ஏதோ அவர் ஒரு டிரக்கால் மோதப்பட்டதைப் போலிருந்தது. தன் கண்களைத் தானே நம்பமுடியாமல் அவர் அந்த ஃபேக்ஸ் செய்தியை மறுபடியும் திருப்பினார், அந்த முத்திரையை வலது பக்கத்தில் இருந்து மேல்நோக்கியும் பின்பு கீழ்நோக்கியும் படித்தார்.

"இல்லுமினாட்டி," அவர் முனகினார்.

அதிர்ச்சியுற்ற லேங்டன் நாற்காலியில் அப்படியே சரிந்தார். ஒருகணம் அடியோடு குழம்பிப்போய் உட்கார்ந்திருந்தார். மெதுவாக, அவருடைய கண்கள் ஃபேக்ஸ் மெஷினின் மினுமினுக்கும் சிவப்பு ஒளியால் ஈர்க்கப்பட்டது. இந்த ஃபேக்ஸை அனுப்பியவர் இன்னமும் இணைப்பில் காத்திருக்கிறார்... பேசுவதற்காக காத்திருக்கிறார். அந்த மினுங்கும் ஒளியை லேங்டன் நீண்ட நேரத்திற்குப் பார்த்துக் கொண்டிருந்தார்.

பிறகு, நடுங்கியபடியே, அதன் ரிஸீவரை எடுத்தார்.

2

கடைசியாக லேங்டன் சென்று அந்த இணைப்பில் பதில் சொன்னபோது அந்த மனிதனின் குரல் சொன்னது, "இப்போதாவது உங்கள் கவனத்தை ஈர்த்துவிட்டேனா?"

"யெஸ், சார், ரொம்ப நன்றாகச் செய்துவிட்டீர்கள். கொஞ்சம் உங்களைப் பற்றி விளக்கம் அளிக்கிறீர்களா?"

"நான்தான் ஏற்கனவே சொல்ல முயற்சித்தேனே." அந்தக் குரல் உறுதியானதாக, கண்டிப்புடன், இயந்திரகதியில் இருந்தது. "நான் ஒரு இயற்பியலாளர். ஒரு ஆராய்ச்சி நிலையத்தை நடத்தி

வருகிறேன். எங்களுடைய இடத்தில் ஒரு கொலை நடந்துள்ளது. அந்த உடலை நீங்களே பார்த்திருப்பீர்கள்."

"என்னை எப்படி கண்டுபிடித்தீர்கள்?" லேங்டனால் சரியாக கவனம் செலுத்த முடியவில்லை. ஃபேக்ஸில் இருந்த பிம்பத்தினால் அவர் மனம் வேகமெடுத்திருந்தது.

"நான்தான் சொன்னேனே. உலகளாவிய வலைத்தளம். உங்கள் புத்தகத்திற்கான வலைப்பக்கம். **இல்லுமினாட்டியின் கலை.**"

லேங்டன் தன் எண்ணங்களை ஒன்றிணைக்க முயன்றார். அவருடைய புத்தகம் வழக்கமான இலக்கிய வட்டாரங்களில் அறியப்படாத ஒன்று, ஆனால் ஆன்லைனில் பெரிதும் பின்தொடர்வை அது உருவாக்கிக் கொண்டிருந்தது. இருந்தாலும், அந்த அழைப்பாளர் சொல்வது இப்போதும் அர்த்தமில்லாமலேயே இருந்தது. "அந்தப் பக்கத்தில் தொடர்புகொள்வதற்கான தகவல் எதுவும் கிடையாது," லேங்டன் அழுத்தம் திருத்தமாகக் கூறினார். "என்னால் அதை உறுதியாகச் சொல்லமுடியும்."

"இங்குள்ள ஆய்வகத்தில், வலைத்தளத்தில் இருந்து பயனர் தகவலை கறந்துவிடக்கூடிய திறமையுள்ளவர்கள் என்னிடம் இருக்கிறார்கள்."

லேங்டன் சந்தேகப்பட்டார். "உங்களுடைய ஆய்வகத்திற்கு வலைத்தளத்தைப் பற்றி நிறையவே தெரியும் போலிருக்கிறது."

"ஆமாம்," அந்த ஆள் திருப்பித் தாக்கினான். "அதை **கண்டுபிடித்ததே** நாங்கள்தான்."

அந்த ஆளுடைய குரலில் இருந்த ஏதோ ஒன்று அவர் ஜோக்கடிக்கவில்லை என்பதைச் சொன்னது.

"நான் உங்களைப் பார்க்கவேண்டும்," அழைத்தவர் வலியுறுத்தினார். "இது நாம் தொலைபேசியில் பேசிக் கொள்ளக்கூடிய விஷயமல்ல. என்னுடைய ஆய்வகம் பாஸ்டனிலிருந்து ஒருமணிநேர விமானப் பயண தூரத்தில்தான் இருக்கிறது."

தன் படிப்பறையின் மங்கலான ஒளியில் நின்றிருந்த லேங்டன் தன் கையில் இருந்த ஃபேக்ஸ் செய்தியை ஆராய்ந்து கொண்டிருந்தார். அந்த நூற்றாண்டின் மிகச்சிறந்த கல்வெட்டு கண்டுபிடிப்பு என்பதைக் குறிப்பதாயிருந்த அந்தப் பிம்பம்,

அவருடைய ஒரு தசாப்த ஆராய்ச்சியைப் பின்னுக்குத் தள்ளிவிட்டு அந்த ஒரே குறியீட்டில் உறுதிப்படுவதாய் அமைந்திருந்தது.

"இது அவசரம்," அந்தக் குரல் நெருக்கடி கொடுத்தது.

லேங்டனின் கண்கள் அந்த முத்திரையில் பதிந்திருந்தன. *இல்லுமினாட்டி*, அவர் அதை திரும்பத் திரும்பப் படித்தார். அவருடைய வேலை எப்போதுமே புதைபடிமங்களின் குறியீட்டு சமானத்தை அடிப்படையாகக் கொண்டே அமைந்திருக்கும்- புராதன ஆவணங்கள் மற்றும் வரலாற்று வாய்வழிச் செய்திகள்- ஆனால், அவருக்கு முன்னால் இருப்பதோ இந்தப் பிம்பமோ இன்றைச் சேர்ந்தது. நிகழ்காலம். ஒரு புதைபடிவ ஆய்வாளர் உயிருள்ள டைனோசருடன் தனக்கு முன்னால் வந்து நிற்பதைப் போல் உணர்ந்தார்.

"உங்களுக்கான விமானத்தை அனுப்பும் உரிமையை நானே எடுத்துக்கொள்கிறேன்," அந்தக் குரல் சொன்னது. "இன்னும் இருபது நிமிடங்களில் அது பாஸ்டனில் இருக்கும்."

லேங்டனால் தன் வாய் உலர்ந்துபோவதை உணரமுடிந்தது. ஒரு மணிநேர விமானப் பயணம்...

"என்னுடைய தன்னிச்சையான செயல்பாட்டை மன்னித்து விடுங்கள்," என்றது அந்தக் குரல். "எனக்கு நீங்கள் இங்கே வந்தாக வேண்டும்."

லேங்டன் மறுபடியும் அந்த ஃபேக்ஸைப் பார்த்தார் - ஒரு புராதனக் கட்டுக்கதை கறுப்பு வெள்ளை நிறத்தில் உறுதிப்பட்டது. அதன் உள்ளர்த்தங்கள் அச்சுறுத்தின. குவிமாட ஜன்னலினூடாக அவர் வெறுமனே உற்றுப் பார்த்தார். அவருடைய கொல்லைப்புறத்தில் இருக்கும் பிர்ச் மரங்களினூடாக விடியலுக்கான முதல் அறிகுறி தென்பட்டது, ஆனால் அந்தக் காட்சி இந்தக் காலையில், ஏதோ ஒருவகையில் வேறுவிதமாகத் தோன்றியது. பயமும் பரவசமும் கலந்த ஒரு விநோதக்கலவை அவர் மீது கவிந்தது, தனக்கு வேறு வழியில்லை என்பதை லேங்டன் உணர்ந்தார்.

"நீங்கள் ஜெயித்துவிட்டீர்கள்," என்றார் அவர். "விமானத்தை எங்கே பார்க்கலாம் என்று சொல்லுங்கள்."

3

ஆயிரக்கணக்கான மைல்களுக்கு அப்பால், இரண்டுபேர் சந்தித்துக்கொண்டனர். அந்த அறை இருண்டு போயிருந்தது. மத்தியகாலம். கருங்கல்.

"வணக்கம்," பொறுப்பிலிருந்தவன் கேட்டான். அவன் பார்வையில் இருந்து விலகி நிழலில் அமர்ந்திருந்தான். "வெற்றி கிடைத்ததா?"

"ஆமாம்," கருத்த உருவம் பதில் சொன்னது. "மிக நன்றாக." கற்சுவர்களைப் போல் அவனுடைய வார்த்தைகள் இறுகிப்போயிருந்தன.

"யார் பொறுப்பு என்பதில் எந்தச் சந்தேகமும் இல்லைதானே?"

"இல்லை."

"பிரமாதம். நான் கேட்டது உன்னிடம் இருக்கிறதா?"

அந்தக் கொலைகாரனின் கண்கள் எண்ணெய்போல் கறுப்பாகப் பளிச்சிட்டன. ஒரு கனமான எலக்ட்ரானிக் சாதனத்தை எடுத்த அவன் அதனை மேசைமீது வைத்தான். நிழலில் அமர்ந்திருந்தவன் மகிழ்ச்சியடைந்தான். "நீ சிறப்பாகச் செய்திருக்கிறாய்."

"சகோதரத்துவத்திற்குச் சேவையாற்றுவது பெருமை," என்றான் கொலைகாரன்.

"இரண்டாவது பகுதி விரைவில் தொடங்கப்போகிறது. கொஞ்சம் ஓய்வெடுத்துக்கொள். இன்றிரவு நாம் இந்த உலகை மாற்றுவோம்."

4

ராபர்ட் லேங்டனின் ஸாப் 900எஸ் கார் கல்லஹன் சுரங்கத்தில் இருந்து சீறிப்பாய்ந்து, லோகன் விமான நிலையத்திற்குச் செல்லும் வழிக்கு அருகாமையில் உள்ள பாஸ்டன் துறைமுகத்தின் கிழக்குப் பக்கத்தில் தோன்றியது. தன்னுடைய

திசைகளைச் சரிபார்த்த லேங்டன் ஏவியேஷன் சாலையைக் கண்டுபிடித்துப் பழைய ஈஸ்டர்ன் ஏர்லைன்ஸ் கட்டடத்திற்கு இடதுபக்கம் திருப்பினார். அந்த இடைநிலைச் சாலையில் முன்னூறு கஜதூரம் தாண்டியதும் இருளில் ஒரு விமான நிறுத்துமிடம் தோன்றியது. பெரிய எழுத்தில் "4" என்ற எண் தீட்டப்பட்டிருந்தது. நிறுத்துமிடத்திற்கு ஓரம்கட்டிய அவர் காரில் இருந்து இறங்கினார்.

நீலநிற விமானி உடையில் இருந்த வட்ட முகமுடைய ஒருவன் அந்தக் கட்டடத்திற்குப் பின்னால் இருந்து தோன்றினான். "ராபர்ட் லேங்டன்தானே?" என்றான் அவன். அவனுடைய குரல் நட்பாயிருந்தது. அவனுடையப் பேச்சு வழக்கை லேங்டனால் இனம் காண முடியவில்லை.

"நான்தான்," என்ற லேங்டன் தன் காரைப் பூட்டினார்.

"சரியான நேரம்," என்றான் அவன், "நான் இப்போதுதான் தரையிறங்கினேன். என் பின்னால் வாருங்கள், ப்ளீஸ்."

அவர்கள் அந்தக் கட்டடத்தைச் சுற்றிவந்தபோது, லேங்டன் பதற்றத்தை உணர்ந்தார். அவருக்கு ரகசியமான தொலைபேசி அழைப்புகளுடனோ, அந்நியர்களுடன் ரகசியமான சந்திப்போ பழக்கமில்லாத ஒன்று. என்ன எதிர்பார்ப்பதென்று தெரியாத நிலையில் அவர் தன்னுடைய வழக்கமான வகுப்பறை ஆடையையே அணிந்து வந்திருந்தார் - ஒரு சினோஸ் பேண்ட், டர்டில்நெக் டி-ஷர்ட் மற்றும் ஹாரீஸ் ட்வீட் சூட் ஜாக்கெட். அவர்கள் நடந்து செல்கையில், தன் ஜாக்கெட் பையில் இருக்கும் ஃபேக்ஸ் பற்றி நினைத்துக்கொண்டார், அப்போதும்கூட அந்தப் பிம்பம் சித்திரித்துக் காட்டியுள்ளதை அவரால் நம்ப முடியவில்லை.

அந்தப் பைலட் லேங்டனின் கவலையைப் புரிந்துகொண்டவன் போல் தெரிந்தான். "பறப்பது உங்களுக்கொன்றும் பிரச்சினையில்லையே சார்?"

"இல்லவே இல்லை," என்றார் லேங்டன். *முத்திரையிட்ட பிணங்கள்தான் எனக்குப் பிரச்சினை. பறப்பதை நான் சமாளித்துவிடுவேன்.*

அந்த நிறுத்துமிடத்தின் இறுதிவரை அந்த ஆள் லேங்டனை கூட்டிச்சென்றான். ஓடுதளத்திற்குள் அதன் மூலையை அவர்கள் சுற்றி வந்தனர்.

சாய்வுப்பாதையில் நிறுத்தி வைக்கப்பட்டிருந்த அந்த விமானத்திற்கு இடைவெளி விட்டு, தான் வந்துகொண்டிருந்த வழியில் லேங்டன் அப்படியே நிலைத்து நின்றார். "நாம் இதில்தானா பயணம் செய்யப்போகிறோம்?"

அவன் அசட்டுச் சிரிப்பு சிரித்தான். "பிடித்திருக்கிறதா?"

லேங்டன் சற்று அதிக நேரத்திற்கு உற்றுப் பார்த்தார். "பிடித்திருக்கிறதாவா? என்ன இழவு இது?"

அவர்களுக்கு முன்பிருந்த விமானம் பிரமாண்டமாயிருந்தது. அதன் உச்சி மழுங்கடிக்கப்பட்டு, முற்றிலும் சமதளமாக்கப் பட்டிருப்பதைத் தவிர்த்து அதைப் பார்க்க ஒரு விண்வெளி ஓடத்தைப் போன்றே இருந்தது. ஓடுதளத்தில் நிறுத்திவைக்கப்பட்டிருந்த அது ஒரு பிரமாண்ட ஆப்பை போல் தெரிந்தது. தான் கனவுதான் கண்டுகொண்டிருக்கிறோம் என்பதே லேங்டனின் முதலாவது எண்ணமாக இருந்தது. அந்த வாகனம் ஒரு பூயிக் கார் காற்றில் பறப்பதைப் போலிருந்தது. விமானத்தின் பின்பகுதியில் வெறுமனே கட்டை குட்டையாக துடுப்பைப் போன்று இரண்டு காணப்பட்டதே தவிர, இறக்கைகள் இல்லாததைப் போன்றே தெரிந்தது. விமானத்தின் மீதமிருந்த பகுதியெல்லாம் உடல்பாகம்தான் - முன்னால் இருந்து, பின்னால் வரை ஏறக்குறைய 200 அடிகள்- ஜன்னல்கள் கிடையாது, உடல்பகுதி மட்டும்தான்.

"இருநூற்றி ஐம்பதாயிரம் கிலோக்களுக்கும் முழுமையாக எரிபொருள் நிரப்பப்பட்டது," தன் புதிய குழந்தையைப் பற்றி ஒரு தகப்பன் பெருமைப் பேசுவதைப்போல் சொன்னான் பைலட். "நீர்ம ஹைட்ரஜனில் ஓடக்கூடியது. இதன் கூடு சிலிகான் கார்பைட் ஃபைபர்களால் அச்சில் வார்க்கப்பட்ட டைட்டானியம். உந்துவிசை/எடை விகிதம் 20:1; பெரும்பாலான ஜெட்டுகள் 7:1 என்ற விகிதத்தில்தான் செல்கின்றன. இயக்குநர் உங்களை மிக முக்கியமான விஷயத்திற்காக மிக அவசரமாக சந்திக்க வேண்டியிருக்கிறது போலும். வழக்கமாக அவர் இந்தப் பெரிய பையனை அனுப்பிவைப்பதில்லை."

"இது பறக்குமா?" என்றார் லேங்டன்.

பைலட் சிரித்துக்கொண்டான். "ஓ, பறக்குமே." அவன் சாய்வுத்தளத்தை கடந்து விமானத்தை நோக்கி அழைத்துச் சென்றான். "ஒருமாதிரி திடுக்கிட வைப்பதுபோல்

தெரிகிறதல்லவா, எனக்குத் தெரியும், ஆனால் இதற்கு நீங்கள் பழகிக்கொள்வது நல்லது. இன்னும் ஐந்து வருடங்களில் நீங்கள் பார்க்கப்போவதெல்லாம் இந்த அதிவேக பொது போக்குவரத்துக்களைத்தான். இவற்றில் ஒன்றை முதல்முறையாக சொந்தமாக வைத்திருப்பதில் எங்களுடைய ஆய்வகமும் ஒன்று."

அது ஒரு நாசமாய்ப்போன ஆய்வகமாகத்தான் இருக்கும், லேங்டன் நினைத்துக்கொண்டார்.

"இது போயிங் எக்ஸ்-33-யின் மூலமாதிரி," என்று தொடர்ந்தான் பைலட், "ஆனால் இன்னும் வேறுவகைப்பட்ட ஒரு டஸன் இருக்கிறது- நேஷனல் ஏரோ ஸ்பேஸ் பிளேன், ரஷ்யர்களிடம் ஸ்க்ராம்ஜெட் இருக்கிறது, பிரிட்டிஷிடம் ஹெச்ஓடிஓஎல் இருக்கிறது. இங்கிருப்பதுதான் எதிர்காலம், பொதுத்துறைக்குக் கொண்டுசெல்ல இன்னும் கொஞ்சம் காலம் தேவைப்படுகிறது. வழக்கமான ஜெட்டுகளுக்கு நீங்கள் முத்தமிட்டு விடைகொடுத்துவிடலாம்."

லேங்டன் அந்த விமானத்தை எச்சரிக்கையுடனே நிமிர்ந்து பார்த்தார். "எனக்கு வழக்கமான ஜெட்டே போதுமென்று நினைக்கிறேன்."

பைலட் நடைவழி படிக்கட்டைச் சுட்டிக்காட்டினான். "இந்தப் பக்கம் போகலாம் மிஸ்டர் லேங்டன். பார்த்து நடந்து வாருங்கள்."

சில நிமிடங்களுக்குப் பின்னர், லேங்டன் ஒரு காலியான கேபினுக்குள் உட்கார்ந்திருந்தார். அவரை முன்வரிசையில் உட்காரவைத்த பைலட் விமானத்தின் முன் கேபினுக்குள் சென்று மறைந்தான்.

அந்த கேபினும்கூட, ஆச்சரியப்படும் வகையில் ஒரு அகன்ற-உடலமைப்புக் கொண்ட வர்த்தக விமானத்தைப் போன்றே காணப்பட்டது. அதில் ஜன்னல்கள் இல்லை என்பது மட்டுமே ஒரே விதிவிலக்கு, அதுவே லேங்டனை அசௌகரியப்படுத்தவும் செய்தது. அவர் தன் வாழ்நாள் முழுவதும் மூடிய அறை குறித்த மெல்லிய பயத்திற்கு உள்ளாகி வந்திருக்கிறார்- குழந்தைப்பருவ சம்பவமொன்றின் நினைவில் இருந்து அவரால் முழுக்க வெளியே வரவே முடியவில்லை.

மூடிய வெளிகளுக்கு உண்டான லேங்டனின் வெறுப்பு அவரை சோர்வடையச் செய்ததில்லை, ஆனால், எப்போதுமே

அவரை விரக்தியடைய வைத்திருக்கிறது. அது நூதனமான வழிகளில் தன்னை வெளிப்படுத்திக்கொண்டது. மூடிய அறை விளையாட்டுக்களான ராக்குட்பால் அல்லது ஸ்குவாஷ் போன்றவற்றை அவர் தவிர்த்தார், சிக்கனமான ஆசிரியர் வீட்டுவசதி குடியிருப்பு அவருக்குத் தயாராக இருந்தபோதிலும் காற்றோட்டமான, உயர் கூரையமைப்புக் கொண்ட விக்டோரியன் வீட்டிற்காகத் தன்னுடைய சிறிதளவு சொத்தையும் அவர் மகிழ்ச்சியோடு விட்டுக்கொடுத்தார். ஒரு இளைஞன் அருங்காட்சியகங்களின் பரந்துவிரிந்த வெளிகளின் மீதான தன்னுடைய காதலினால் துள்ளிக்குதிப்பது போன்றதுதானோ, கலை உலகின் மீதான தன்னுடைய ஈர்ப்பு என்று அடிக்கடி சந்தேகப்பட்டிருக்கிறார்.

அவருக்குக் கீழே உயிர்ப்பெற்று உறுமிய என்ஜின்கள் உடல்பகுதியினூடாக ஆழ்ந்த அதிர்வை ஏற்படுத்தின. கஷ்டப்பட்டு எச்சிலை விழுங்கி லேங்டன் காத்திருந்தார். விமானம் ஊர்ந்துபோவதை அவரால் உணர முடிந்தது. தலைக்கு மேலாக நாட்டுப்புற இசை மெலிதாக கேட்டது. அவருக்குப் பக்கத்துச் சுவரில் இருந்த தொலைபேசி இருமுறை ஒலித்தது. லேங்டன் அதன் ரிஸீவரை எடுத்தார்.

"ஹலோ?"

"வசதியாக இருக்கிறதா, மிஃஸ்டர்.லேங்டன்?"

"இல்லவே இல்லை."

"கொஞ்சம் பொறுங்கள். ஒருமணிநேரத்தில் நாம் அங்கு போய்விடலாம்."

"சரியாக எங்குதான் இருக்கிறது?" என்று கேட்ட லேங்டன், தான் எங்கே போய்க்கொண்டிருக்கிறோம் என்பதைத் தெரிந்துகொள்ளாமலே இருப்பதை உணர்ந்தார்.

"ஜெனீவா," என்ற பைலட், என்ஜின்களைத் துரிதப்படுத்தினான். "ஆய்வகம் ஜெனீவாவில் இருக்கிறது."

"ஜெனீவா," என்று திருப்பிச் சொன்ன லேங்டன் சற்று நல்லபடியாக உணர்ந்தார். "வடக்கு நியூயார்க். உண்மையில் அங்கே செனேகா ஏரிக்கு அருகில் எனக்குக் குடும்பம் இருந்தது. ஜெனீவாவில் இயற்பியல் ஆய்வகம் இருப்பது எனக்குத் தெரியாது."

பைலட் சிரித்தான். *"நியூயார்க் ஜெனீவா இல்லை, மிஸ்டர். லேங்டன். சுவிட்சர்லாந்து ஜெனீவா."*

அந்த வார்த்தைப் பதிவாவதற்கு நீண்டநேரம் ஆனது. *"சுவிட்சர்லாந்தா?"* என்ற லேங்டன் தன் இதயத்துடிப்பு துரிதமானதை உணர்ந்தார். "ஆய்வகத்திற்குச் செல்ல ஒருமணிநேரம்தான் ஆகும் என்று நீங்கள் சொன்னதாக நினைத்தேன்!"

"ஆமாம், மிஸ்டர். லேங்டன்." பைலட் கெக்கலித்தான். "இந்த விமானம் மேக் ஃபிஃப்டீன் வேகத்தில் செல்லும்."

5

ஒரு பரபரப்பான ஐரோப்பிய தெருவில், கூட்டத்தினூடாக அந்தக் கொலைகாரன் வளைந்து நெளிந்து சென்றான். அவன் ஒரு வலிமைவாய்ந்த மனிதன். கறுநிறமும் ஆற்றலும் மிக்கவன். ஏமாற்றிவிடக்கூடிய அளவுக்கு விரைவானவன். அவனுடைய தசைகள் இன்னமும்கூட தன்னுடைய சந்திப்புக் குறித்த சிலிர்ப்பால் இறுக்கத்தை உணர்ந்தபடியே இருந்தன.

நன்றாகத்தான் போய்க்கொண்டிருந்தது, அவன் தனக்குத்தானே சொல்லிக் கொண்டான். அவனுடைய எசமானர் தன்னுடைய முகத்தைக் காட்டியதே இல்லை என்றாலும்கூட, அவர் முன்னிலையில் இருந்ததே கௌரவம் என்று உணர்ந்தான். அவனுடைய எசமானர் அவனுடன் முதல்முறையாக தொடர்புகொண்டதில் இருந்து இப்போதுவரை பதினைந்து நாட்கள்தான் ஆகிறதா? அந்த அழைப்பின் ஒவ்வொரு வார்த்தையும் அந்தக் கொலைகாரனுக்கு இன்னமும் ஞாபகம் இருந்தது...

"என் பெயர் ஜானஸ்," என்றார் அழைத்தவர். *"நாம் ஒருவகையில் உறவினர்கள். நமக்குப் பொதுவான எதிரி ஒருவர் இருக்கிறார். உன்னுடைய திறமை வாடகைக்குக் கிடைக்கும் என கேள்விப்பட்டேன்."*

"அது நீங்கள் யாருக்காகச் செய்கிறீர்கள் என்பதைப் பொறுத்தது," என்று பதிலளித்தான் கொலைகாரன்.

அழைத்தவர் அவனிடம் கூறினார்.

"இது உன்னுடைய ஜோக்கடிக்கும் எண்ணமா?"

"நீ எங்களுடையப் பெயரைக் கேள்விப்பட்டிருப்பாய் என நினைக்கிறேன்," அழைத்தவர் பதிலளித்தார்.

"ஆமாம். சகோதரத்துவம்தான் பெயர்பெற்ற ஒன்றாயிற்றே."

"ஆனாலும் என்னுடைய நேர்மையை நீ சந்தேகப்படுகிறாய்."

"சகோதரத்துவ அமைப்பு தூசோடு தூசாக மறைந்துவிட்டது என்று எல்லோருக்கும் தெரியுமே."

"கபட நாடகம். யாருமே பயப்படாத ஒருவன்தான் மிக ஆபத்தான எதிரி."

கொலைகாரன் சந்தேகப்பட்டான். "சகோதரத்துவம் நீடித்திருக்கிறதா?"

"முன்னெப்போதைக் காட்டிலும் மிக ஆழத்தில். நீ பார்க்கின்ற எல்லாவற்றிலும் எங்களுடைய வேர்கள் ஊடுருவியிருக்கும்... எங்களுடைய மிக நித்தியமான எதிரியின் புனிதக் கோட்டைக்குள்ளும்கூட."

"வாய்ப்பே இல்லை. அவர்களைத் தாக்க முடியாது."

"நாங்கள் சென்றடையும் தொலைவு அதிகம்."

"யாராலும் அந்தளவுக்கு எட்ட முடியாது."

"சீக்கிரத்திலேயே நீ நம்புவாய். சகோதரத்துவத்தின் சக்தியினுடைய மறுக்கவியலாத நிரூபணம் ஏற்கனவே வெளிப்பட்டுவிட்டது. ஒரே செயலில் துரோகம் மற்றும் நிரூபணம்."

"நீங்கள் என்ன செய்திருக்கிறீர்கள்?"

அழைத்தவர் அவனிடம் சொன்னார்.

கொலைகாரனின் கண்கள் விரிந்தன. "சாத்தியமில்லாத காரியம்."

அடுத்தநாள், உலகம் முழுவதிலும் இருந்த செய்தித்தாள்கள் அதே தலைப்புச் செய்தியைச் சுமந்து வந்திருந்தன. அந்தக் கொலைகாரன் நம்பிக்கைக் கொண்டான்.

இப்போது, பதினைந்து நாட்களுக்குப் பின்னர், கொலைகாரனுடைய நம்பிக்கையானது, சந்தேகமின்றி உறுதிப்பட்டது. *சகோதரத்துவம் நீடித்திருக்கும் என்று நினைத்தான். இன்றிரவு அவர்கள் தங்களுடைய சக்தியைக் காட்ட வெளிப்படுவார்கள்.*

அவன் தெருக்களில் சென்றுகொண்டிருக்கும்போது, அவனுடைய கருத்தக் கண்கள் தீக்குறி உணர்ந்து மினுங்கின. பூமியில் இருப்பதிலேயே மிகுந்த ரகசியமானதும் அச்சமூட்டக்கூடியதுமான அமைப்புக்களுள் ஒன்று அவனுடைய சேவை கேட்டு அழைத்திருக்கிறது. *அவர்கள் அறிவார்ந்த முறையில் தேர்வு செய்யப்பட்டவர்கள்*, என்று அவன் நினைத்துக்கொண்டான். ரகசியத்தன்மைக்கு உண்டான அவனது பெருமதிப்பு அவனுடைய மரணாபத்து விளைவிக்கும் குணவியல்பினால் மட்டுமே விஞ்சியிருந்தது.

இதுவரையில், அவன் அவர்களுக்குச் சிறப்பான சேவையாற்றியிருக்கிறான். கொலைசெய்து, சம்பந்தப்பட்ட பொருளை ஜானஸ் கேட்டுக்கொண்டபடி ஒப்படைத்திருக்கிறான். இப்போது, அந்தப் பொருளை வைக்கவேண்டிய இடத்தை உறுதிப்படுத்துதல் என்பது ஜானஸ் தன் அதிகாரத்தைப் பயன்படுத்துவதைப் பொறுத்துதான் இருக்கிறது.

வைக்கவேண்டிய இடம்...

இத்தகைய திகைக்க வைக்கும் வேலையை ஜானஸ் எப்படி செய்துமுடிப்பார் என்று கொலைகாரன் வியந்தான். அந்த மனிதருக்கு நிச்சயமாக உள்ளுக்குள் தொடர்புகள் இருக்கவேண்டும். சகோதரவமைப்பின் அதிகார எல்லை வரம்பற்றுத் தெரிந்தது.

ஜானஸ், கொலைகாரன் நினைத்துக்கொண்டான். *நிச்சயம், அது ஒரு மறைமுகப் பெயர்தான்.* அது ரோமானிய இரட்டைமுகக் கடவுளை குறிப்பிடுவதாக இருக்கலாமோ... அல்லது சனி கிரகத்தின் நிலவைக் குறிக்கிறதோ? என்றும் வியந்தான். அவ்வகையில் இது எந்த வித்தியாசத்தையும் உருவாக்கிவிடாது. ஜானஸ் ஆழங்காணமுடியாத அதிகாரத்தை அனுபவித்துக்

கொண்டிருந்தார். அதை சந்தேகத்திற்கு இடமில்லாத வகையில் நிரூபித்தும் இருக்கிறார்.

நடந்துகொண்டிருக்கும்போதே தன்னுடைய முன்னோர்கள் அவனை மேலிருந்து பார்த்து புன்னகைப்பதுபோல் கற்பனை செய்துகொண்டான் அந்தக் கொலைகாரன். இன்று அவன் அவர்களுடைய போரில்தான் சண்டை செய்யப் போகிறான், அவர்கள் பதினொன்றாம் நூற்றாண்டுக்கும் முன்பாக, பல யுகங்களுக்கு சண்டையிட்டிருந்த அதே எதிரியுடன் அவன் சண்டை செய்யப் போகிறான்... அச்சமயத்தில்தான் எதிரியின் சிலுவைப் போர்ப் படைகள் முதல்முறையாக அவனுடைய நிலத்தைச் சூறையாடின, அவனுடைய மக்களை வன்புணர்வு செய்து கொலை செய்தன, அவர்களைத் தூய்மையற்றவர்களாக அறிவித்து, அவர்களுடைய ஆலயங்களையும் கடவுளர்களையும் தரைமட்டமாக்கின.

அவனுடைய முன்னோர் தங்களைப் பாதுகாத்துக்கொள்ள ஒரு சிறிய, ஆபத்தான ராணுவத்தை உருவாக்கி வைத்திருந்தனர். அந்த ராணுவம் அந்த நிலப்பரப்பு முழுவதிலும் பாதுகாவலர்களாக புகழ்பெற்றிருந்தது - நாட்டுப்புறப் பகுதிகளில் சுற்றித் திரியும்போது அவர்கள் தங்கள் கண்களுக்குத் தட்டுப்படுகின்ற எதிரிகளைக் கண்டுபிடித்துக் கொல்லும் திறன் பெற்றவர்கள். தங்களுடைய கொடூர கொலைகளுக்கு மட்டுமல்லாமல், போதைப்பொருளில் தங்களை மூழ்கடித்துக்கொண்டு தங்களுடைய கொலைகளை கொண்டாடுவதற்காகவும் பிரபலமாகியிருந்தனர். அவர்கள் தேர்ந்தெடுத்த கடுமையான போதைமருந்தை ஹாஷிஷ் என்றழைத்தனர்.

அவர்களுடைய புகழ் பரவியபோது, இந்த ஆபத்தான ஆட்கள் - *ஹஸாஸின்* - என ஒரே பெயரிட்டு அழைக்கப்பட்டனர், நேரடியாக இதற்கு *ஹாஷிஷை* பின்பற்றுகிறவர்கள் என்று அர்த்தம். ஹஸாஸின் என்ற இந்தப் பெயர், ஏறக்குறைய பூமியில் உள்ள எல்லா மொழிகளிலும் மரணம் என்பதற்கு மறுபெயராகிவிட்டது. இந்த வார்த்தை இன்னமும், நவீன ஆங்கிலத்தில்கூட புழக்கத்தில் உள்ளது... ஆனால் கொலைசெய்யும் கலையைப் போன்றே, அந்த வார்த்தையும் பரிணாம வளர்ச்சியுற்றிருக்கிறது.

இப்போது அது *அஸாஸின்* என்று உச்சரிக்கப்படுகிறது.

6

சூரியவெளிச்சம் விழுந்த ஓடுபாதைக்குள் அவநம்பிக்கையுடனும், சற்றே வான்வழிப் பயண ஒவ்வாமையுடனும் ராபர்ட் லேங்டன் இறங்கியபோது அறுபத்தி-நான்கு நிமிடங்கள் கடந்துவிட்டன. நறுக்கென்று ஒரு தென்றல் காற்று அவருடைய ட்வீட் ஜாக்கெட்டின் முற்பகுதியை விசிறிவிட்டுச் சென்றது. திறந்தவெளி அருமையாய் இருந்தது. சுற்றிலும் பனிபோர்த்திய மலைகளை நோக்கி உயரும் செழிப்பான புல்வெளியை அவர் ஓரக்கண்ணால் பார்த்தார்.

நான் கனவு காண்கிறேன், அவர் தனக்குத்தானே சொல்லிக் கொண்டார். *எந்த நேரத்திலும் நான் விழித்துக்கொள்ளலாம்.*

"சுவிட்சர்லாந்திற்கு வரவேற்கிறோம்," என அவர்களுக்குப் பின்னால் சுற்றிக்கொண்டிருந்த எக்ஸ்-33-இன் உறைநிலை-எரிபொருள் ஹெச்டிஎம் என்ஜின்களின் உறுமலையும் தாண்டி கத்தினார் பைலட்.

லேங்டன் கடிகாரத்தைப் பார்த்தார். அது காலை 7:07 மணி காட்டியது.

"நீங்கள் ஆறு கால மண்டலங்களைக் கடந்து வந்திருக்கிறீர்கள்," என்றார் பைலட். "இப்போது இங்கே கிட்டத்தட்ட மதியம் 1 மணி ஆகப்போகிறது."

லேங்டன் தன் கடிகாரத்தை மாற்றியமைத்தார்.

"எப்படி உணர்கிறீர்கள்?"

அவர் தன் வயிற்றைத் தடவிக்கொண்டார். "தெர்மாக்கோலை விழுங்கிக்கொண்டிருப்பதுபோல் இருக்கிறது."

பைலட் ஆமோதித்தார். "உயர நோய்மை. நாம் அறுபதாயிரம் அடி உயரத்தில் இருந்தோம். அவ்வளவு உயரத்தில் உங்கள் எடை முப்பது சதவிகிதம் லேசாகிவிடும். அதிர்ஷ்டவசமாக, நாம் தாவிக்குதிக்கும் பயணம் செய்திருக்கிறோம். டோக்கியோவுக்கு போக வேண்டியிருந்தால் நான் இன்னமும் நூறு மைல் வேகத்தை அதிகப்படுத்தியிருக்க வேண்டியிருக்கும். அப்போது உங்களுக்கு உள்ளுக்குள் இருப்பவை எல்லாம் உருண்டுகொண்டிருக்கும்."

லேங்டன் வெறுமையாக ஆமோதித்துவிட்டு, தன் அதிர்ஷ்டத்தை நினைத்துக் கொண்டார். எல்லாவற்றையும் வைத்துப் பார்க்கும்போது, இந்தப் பயணம் இயல்பாக இருந்தது என்றே சொல்லலாம். புறப்படும்போது இருந்த எலும்பை-நொறுக்கும் துரிதப்படுத்தலை விட்டுவிட்டால், இந்த விமானத்தின் சலனம் ஒன்றும் மோசமில்லை- அவ்வப்போது சிறு காற்றுத்தடைகள், மேலேறும்போது சில அழுத்த மாறுபாடுகள் அவ்வளவுதான். ஆனால், விண்வெளிக்குள் மனதை உறையச்செய்யும் மணிக்கு 11,000 மைல்கள் வேகத்தில் வீசியெறியப்படும் வேகத்தோடு ஒப்பிட்டால் இதெல்லாம் ஒன்றுமேயில்லை.

எக்ஸ்-33-ஐ பராமரித்துக்கொள்ளப் போதுமான தொழில்நுட்ப நிபுணர்கள் ஓடுதளத்தில் விரைந்தார்கள். கட்டுப்பாட்டு அறைக்குப் பின்னால் இருந்த கார் நிறுத்துமிடத்தில் இருந்த ஒரு கறுப்பு பியூஜியாட் செடான் காருக்கு அந்தப் பைலட் லேங்டனைப் பத்திரமாகக் கூட்டிச் சென்றார். சிலகணம் கழித்து, அந்தச் சமவெளித் தளம் முழுவதும் நீண்டிருந்த சாலையில் அவர்கள் வேகமாகச் சென்றுகொண்டிருந்தனர். தொலைதூரத்தில் கட்டடங்களின் தொகுப்பு மங்கலாகத் தெரிந்தது. வெளியில், புல்நிறைந்த சமவெளிகள் தெளிவற்றுப் போயின.

அந்தப் பைலட் வேகமானியின் முள்ளை மணிக்கு 170 கிலோமீட்டர் -100 மைல் - என்று விரட்டியதை நம்பமுடியாமல் பார்த்துக் கொண்டிருந்தார் லேங்டன். *இந்த ஆளுக்கும் வேகத்துக்கும் என்னதான் பிரச்சினை?* லேங்டனுக்குத் தெரியவில்லை.

"ஆய்வகத்திற்கு இன்னும் ஐந்து கிலோமீட்டர்தான் உள்ளது," என்றார் பைலட். "உங்களை இரண்டே நிமிடத்தில் அங்கே சேர்த்துவிடுவேன்."

லேங்டன் வீணாக சீட்பெல்ட்டை தேடிப்பார்த்தார். *ஏன் அதை மூன்று நிமிடமாக்கி நாம் அங்கே உயிருடன் சென்றடையக்கூடாது?*

அந்தக் கார் வேகமெடுத்தது.

"உங்களுக்கு ரெபா பிடிக்குமா?" என்று கேட்ட பைலட், டெக்கில் ஒரு கேசட்டை சொருகினார். ஒரு பெண் பாடத் தொடங்கினார். "இது வெறும் தனிமையின் பயம்தான்..."

இங்கே எந்த பயமும் இல்லை, என வெறுமையாக நினைத்துக் கொண்டார் லேங்டன். அருங்காட்சியகத் தரமுள்ள கலைப்பொருள்களை அவர் சேமித்து வைத்திருப்பது ஒரு வெறுமையான வீட்டை நிரப்பி வைப்பதற்கான அவருடைய வெளிப்படையான முயற்சிதான் என்று அவருடைய பெண் சகாக்கள் அவரை எப்போதுமே கேலி செய்வதுண்டு, ஒரு பெண் இருந்தால் மட்டுமே ஒரு வீட்டிற்குப் பெரும் நன்மை வந்துசேரும் என்பதே அவர்களுடைய வாதம். இதைக்கேட்டு லேங்டன் எப்போதுமே சிரித்துவிடுவார், தன் வாழ்வில் ஏற்கனவே மூன்று காதல்கள் வந்துவிட்டதை அவர்களுக்கு நினைவுபடுத்துவார் - சின்னவியல், வாட்டர்போலோ, மற்றும் திருமணமாகாத நிலை - கடைசியாக குறிப்பிட்ட விஷயம் உலகம் முழுவதும் பயணம் செய்வதற்கான சுதந்திரத்தையும், இஷ்டம்போல் தூங்கி எழுவதையும், பிராந்தி மற்றும் ஒரு நல்ல புத்தகத்துடன் வீட்டில் அமைதியான இரவுகளை அனுபவிப்பதையும் அவருக்குக் கொடுத்திருக்கிறது.

“நாங்கள் ஒரு சிறு நகரத்தைப் போன்றவர்கள்,” என்ற பைலட், லேங்டனைப் பகல் கனவில் இருந்து எழுப்பினார். “அது வெறும் ஆய்வகம் மட்டுமல்ல. எங்களிடம் சூப்பர்மார்க்கெட்டுகள், மருத்துவமனை, ஒரு சினிமா தியேட்டர்கூட இருக்கிறது.”

லேங்டன் வெறுமனே தலையசைத்துவிட்டுத் தங்களுக்கு முன்னால் பரந்து விரியும் கட்டடங்களை நோக்கினார்.

“உண்மையில்,” என்றார் பைலட், “பூமியில் உள்ளதிலேயே மிகப்பெரிய இயந்திரம் எங்களிடம்தான் இருக்கிறது.”

“நிஜமாகவா?” லேங்டன் அந்த நாட்டுப்புறப் பகுதியை ஆராய்ந்தார்.

“அதை அங்கேயெல்லாம் பார்க்கமுடியாது, சார்.” பைலட் புன்னகைத்தார். “அது பூமிக்கு ஆறு அடுக்குகளுக்குக் கீழே புதைக்கப்பட்டிருக்கிறது.”

லேங்டனுக்குக் கேட்பதற்கெல்லாம் நேரமில்லை. எந்த அறிவிப்பும் இல்லாமல் அந்தப் பைலட் பிரேக் அடித்தார். அந்தக் கார் வேலியமைக்கப்பட்ட காவல் மையத்திற்கு வெளிப்புறமாக சறுக்கிச்சென்று நின்றது.

தங்களுக்கு முன்பிருந்த அறிவிப்பு பலகையைப் படித்தார் லேங்டன். செக்யூரிட்டி. நிறுத்தவும். சட்டென்று ஏற்பட்ட திகில் உணர்வை அடுத்து, தான் எங்கே இருக்கிறோம் என்பதை அவர் உணர்ந்தார். "அய்யோ! என்னுடைய பாஸ்போர்ட்டை நான் கொண்டுவரவில்லையே!"

"பாஸ்போர்ட்டுகள் தேவையற்றவை," ஓட்டுநர் உறுதியளித்தார். "ஸ்விஸ் அரசாங்கத்துடன் நாங்கள் ஒரு நிலையான ஏற்பாட்டைச் செய்துகொண்டிருக்கிறோம்."

அந்த டிரைவர் பாதுகாவலரிடம் ஒரு அடையாள அட்டையைக் கொடுத்தபோது, லேங்டன் அதை வாயடைத்துப்போய் பார்த்தார். பாதுகாவலர் அதை ஒரு மின்னணு அங்கீகார சாதனத்தில் நுழைத்தார். அந்த இயந்திரம் பச்சை நிறத்தில் பளிச்சிட்டது.

"பயணியின் பெயர்?"

"ராபர்ட் லேங்டன்," என்றார் ஓட்டுநர்.

"யாருடைய விருந்தினர்?"

"இயக்குநர்."

பாதுகாவலர் தன் புருவத்தை வளைத்துப் பார்த்தார். பின்னால் திரும்பிய அவர் கம்ப்யூட்டர் பிரிண்டரைப் பார்த்து, தன்னுடைய கம்ப்யூட்டரில் இருந்த விவரத்தைச் சரிபார்த்தார். பின்னர் ஜன்னலுக்குத் திரும்பிய அவர், "தங்கும் காலகட்டத்தை அனுபவியுங்கள், மிஸ்டர். லேங்டன்," என்றார்.

அந்தக் கார் மறுபடியும் வேகமெடுத்தது, மற்றொரு 200 கஜம் கடந்த பிறகு அந்த மையத்தின் முக்கிய நுழைவாயில் வந்தது. அவர்களுக்கு முன்பாக ஒரு செவ்வக வடிவிலான, அதிநவீன கண்ணாடி மற்றும் எஃகினால் ஆன கட்டடம் நீண்டிருந்தது. அந்தக் கட்டடத்தின் திகைக்க வைக்கும் அளவிலான புலப்படும்படியான வடிவமைப்பைக் கண்டு லேங்டன் வியந்தார். கட்டடக் கலையின் மீது அவருக்கு எப்போதுமே பெரும் பிணைப்பு இருந்து வந்திருக்கிறது.

"கண்ணாடி தேவாலயம்," என்றார் பாதுகாவலர்.

"தேவாலயமா?"

“அதெல்லாம் இல்லை. இங்கே எங்களுக்கு இல்லாத ஒரு விஷயம் தேவாலயம் மட்டும்தான். இங்கே பௌதீகம்தான் மதம். நீங்கள் விரும்பினால் ஆண்டவரின் பெயரை வீணாக பயன்படுத்திக் கொள்ளலாம்,” என்று சிரித்தார், “குவார்க்ஸ் அல்லது மெஸோன்களைப் பற்றி மட்டும் அவதூறாகப் பேசிவிடாதீர்கள்.”

ஓட்டுநர் அந்தக் காரை திருப்பி அந்தக் கண்ணாடி கட்டடத்திற்கு முன்பாக நிறுத்தியபோது, லேங்டன் திகைப்புடனே உட்கார்ந்திருந்தார். *குவார்க்ஸ், மெஸோன்கள்? எல்லைக் கட்டுப்பாடு இல்லாதது? மேக் 15 ஜெட்ஸ்? யார் இவர்கள்?–* கட்டடத்தின் முன்பு பெயர் பொறிக்கப்பட்டிருந்த கிரானைட் பலகையில் அதற்கான விடை இருந்தது.

(CERN) – செர்ன்
ஐரோப்பியக் கவுன்சில்
அணு ஆராய்ச்சி

“அணு ஆராய்ச்சியா?” என்று கேட்ட லேங்டன், தன்னுடைய கேள்வி சரியானதுதான் என்பதை நிச்சயமாக உணர்ந்தார்.

ஓட்டுநர் பதில் சொல்லவில்லை. அவர் முன்னால் குனிந்து, காரின் கேஸட் பிளேயரை சரிசெய்வதில் மும்முரமாக இருந்தார். “இதுதான் நீங்கள் வரவேண்டிய இடம். அதன் நுழைவாயிலில் இயக்குநர் உங்களைச் சந்திப்பார்.”

சக்கர நாற்காலியில் ஒருவர் அந்தக் கட்டடத்தில் இருந்து வெளியே வருவதை லேங்டன் கவனித்தார். அவர் தன்னுடைய அறுபதுகளின் தொடக்கத்தில் இருந்தார். மெலிந்து வழுக்கைத் தலையுடன் காணப்பட்ட அவருடைய தாடைகள் இறுகியிருந்தன. அவர் அணிந்திருந்த ஆய்வக மேல்கோட்டும், காலணிகளும் சக்கர நாற்காலியின் கால்வைக்கும் இடத்தில் உறுதியாக நீட்டிக்கொண்டிருந்தன. தொலைவில் இருந்தபடியேகூட அவருடைய கண்கள் உயிர்ப்பற்றுத்தான் தெரிந்தன- இரண்டு சாம்பல் கற்களைப்போல்.

“இவர்தானா?” என்றார் லேங்டன்.

ஓட்டுநர் நிமிர்ந்து பார்த்தான். “நல்லது, நான் சொல்கிறேன்.” அதேதான்” அப்படியே லேங்டனிடம் திரும்பி கள்ளத்தனமாக புன்னகைத்தான். “அவரே தான்.”

எதை எதிர்பார்ப்பது என்று தெரியாத நிலையிலேயே லேங்டன் காரில் இருந்து இறங்கினார்.

சக்கர நாற்காலியில் இருந்தவர் லேங்டனை நோக்கி விரைந்து வந்து, ஈரமான கையைக் கொடுத்தார். "மிஸ்டர்.லேங்டன்? நாம்தான் போனில் பேசினோம். என் பெயர் மேக்ஸிமிலியன் கோஹ்லர்."

7

செர்ன் நிர்வாக இயக்குநரான மேக்ஸிமிலியன் கோஹ்லர், தன்னுடைய முதுகுக்குப் பின்னால் König - அதாவது அரசன் என்று அறியப்படுகிறவர். ஒரு சக்கர நாற்காலி சிம்மாசனத்தில் இருந்தபடி, தன்னுடைய ஆட்சிப் பிரதேசத்தை ஆண்டுவருகின்ற அவருக்கு அந்தப் பட்டம் மரியாதையாலன்றி பெரிதும் அச்சத்தால் வாய்த்தது. சிலருக்கே அவரைப் பற்றித் தனிப்பட்ட முறையில் தெரியும் என்றாலும், அவர் எப்படி முடமாகிப் போனார் என்ற பயங்கரமான கதை செர்னில் சொல்லப்பட்டு வந்தது, அத்துடன் அவருடைய கசப்புணர்ச்சி குறித்து குறைசொல்லக்கூடிய வகையில் சிலர் இருந்தனரேயன்றி... தூய்மையான அறிவியலுக்கான அவருடைய அர்ப்பணிப்பைக் குறைசொல்ல யாருமே இல்லை.

கோஹ்லருடன் சில கணங்கள் மட்டுமே இருந்த லேங்டனால் அந்த மனிதர் சற்று இடைவெளியை பேணக்கூடியவர் என்பதை உணர்ந்துகொள்ள முடிந்தது. முக்கிய நுழைவாயிலை நோக்கி, கோஹ்லரின் எலக்ட்ரானிக் சக்கர நாற்காலி வேகமாகச் செல்லும்போது தான் ஒரு நடையோட்டம் செல்கிறோம் என்பதை லேங்டன் கண்டார். அப்படியொரு சக்கர நாற்காலியை லேங்டன் இதற்குமுன் பார்த்ததில்லை - பல இணைப்புகளைக் கொண்ட போன், பேஜிங் அமைப்பு, கணினித் திரை, ஒரு சிறிய, பொருத்தவும் அகற்றவும்கூடிய வீடியோ கேமரா ஆகியவற்றுடன் அது ஒரு மின்னணுசாதன தொகுதியைப் போன்றே இருந்தது. அரசன் கோஹ்லரின் நடமாடும் கட்டளை மையம்.

செர்னின் விசாலமான பிரதான முகப்பறைக்குள் ஒரு இயந்திரக் கதவின் வழியாக லேங்டன் பின்தொடர்ந்தார்.

கண்ணாடி தேவாலயம் போன்றிருந்த அதை, மேல்நோக்கிப் பார்த்து வியந்தார் லேங்டன்.

தலைக்கு மேலே, நீலச்சாயல் கொண்ட கண்ணாடிக் கூரை பிற்பகல் சூரிய ஒளியில் பளிச்சிட்டது, வெட்டவெளியில் வடிவவியல் உருவங்களாகக் கதிர்களை வெளியிட்டபடி அந்த அறைக்குக் கம்பீரமான தோற்றத்தைக் கொடுத்துக் கொண்டிருந்தது. கோண நிழல்கள் வெண்ணிற ஓட்டுச் சுவர்களின் குறுக்கேயும், பளிங்குத் தரைகளின் மீதும் ரத்த நாளங்களைப்போல் விழுந்துகிடந்தன. காற்று சுத்தமாகவும், மாசுபடாமலும் இருந்தது. சில அறிவியலாளர்கள் விறைப்பாக நடந்து சென்றனர், அவர்களுடைய காலடிச் சத்தங்கள் அந்த வெளிமுழுவதிலும் எதிரொலித்தன.

“இப்படி வாருங்கள், மிஸ்டர். லேங்டன்.” அவருடைய குரல் ஏறக்குறைய கம்ப்யூட்டர் குரலைப் போன்றே இருந்தது. அவருடைய பேச்சுவழக்கு, அவருடைய கண்டிப்பான அம்சங்களைப் போன்றே கடினமாகவும் துல்லியமாகவும் இருந்தது. கோஹ்லர் லேசாக இருமியபோது, கைக்குட்டையால் வாயைத் துடைத்துக்கொண்டே தன்னுடைய உறைந்துபோன சாம்பல்நிறக் கண்களை லேங்டன் மீது பதித்திருந்தார். “தயவுசெய்து, சீக்கிரம் வாருங்கள்.” அவருடைய சக்கர நாற்காலி அந்த டைல்ஸ் தரையில் தாவிச் செல்வதுபோல் தெரிந்தது.

நடுக்கூடத்தில் இருந்து பிரிந்துசெல்லும் எண்ணமுடியாத முகப்புக்கூடங்கள் போல் தோன்றியவற்றை லேங்டன் வேகமாகப் பின்தொடர்ந்தார். ஒவ்வொரு கூடமும் பரபரப்பாக செயலிலிருந்தது. கோஹ்லரை உற்றுப் பார்த்த அறிவியலாளர்கள், அவருக்குத் துணையாகச் செல்லும் லேங்டன் யாராக இருக்கும் என்பதுபோல் ஆச்சரியப்பட்டு பார்ப்பதுபோல் பார்த்தனர்.

“நான் ஒப்புக்கொள்ள வெட்கப்படுகிறேன்தான்,” லேங்டனே முன்வந்து உரையாட முயற்சி செய்தார், “நான் செர்ன் பற்றி கேள்விப்பட்டதே இல்லை.”

“அதில் ஆச்சரியப்பட எதுவுமில்லை,” என்ற கோஹ்லரின் பதில் கடுமையான தீவிரம் கொண்டிருப்பதைப்போல் ஒலித்தது. “பெரும்பாலான அமெரிக்கர்கள் அறிவியல் ஆராய்ச்சியில்

ஐரோப்பாதான் தலைமை என்று பார்ப்பதில்லை. அவர்கள் எங்களை ஒரு விசித்திரமான ஷாப்பிங் ஊராகத்தான் பார்க்கிறார்கள் - ஐன்ஸ்டைன், கலீலியோ மற்றும் நியூட்டன் போன்றவர்களுடைய தேசங்களைக் கருத்தில்கொண்டால் அது ஒரு விசித்திரமான எண்ணம்தான்."

லேங்டனுக்கு இதற்கு எப்படி பதில் சொல்வதென்று தெரியவில்லை. தன்னுடைய பையில் இருந்து அவர் ஃபேக்ஸ் செய்தியை உருவி எடுத்தார். "இந்தப் புகைப்படத்தில் இருப்பவர், உங்களுக்கு -"

கோஹ்லர் கையசைத்து அவர் பேச்சை நிறுத்தினார். "ப்ளீஸ். இங்கு வேண்டாம். இப்போது அவரிடம்தான் உங்களைக் கூட்டிச்செல்கிறேன்." அவர் தன் கைகளை நீட்டினார். "அதை நானே வைத்துக்கொள்ளலாம் என நினைக்கிறேன்."

லேங்டன் அந்த ஃபேக்ஸ் செய்தியைக் கொடுத்துவிட்டு அமைதியாக நடந்தார்.

சட்டென்று இடதுபக்கம் திரும்பிய கோஹ்லர், விருதுகளாலும் பாராட்டுப் பத்திரங்களாலும் அலங்கரிக்கப்பட்ட ஒரு அகலமான நடைவழிக்குள் நுழைந்தார். ஒரு குறிப்பிட்ட பெரிய பட்டயம் நுழைவாயிலை ஆக்கிரமித்திருந்தது. அவர்கள் கடந்து செல்லும்போதே அந்த வெண்கல செதுக்கலைப் படித்துப்பார்க்க லேங்டன் தன் நடையைத் தாமதப்படுத்தினார்.

ஏஆர்எஸ் எலக்ட்ரானிகா விருது
டிஜிட்டல் யுகத்தில் உருவாக்கிய கலாச்சார புதுமைக்காக
டிம் பெர்னர்ஸ் லீ மற்றும் செர்னுக்கு அளிக்கப்படுகிறது
உலகளாவிய வலைத்தளத்தின் புத்துருவாக்கத்திற்காக

சரிதான், எனக்குத்தான் தெரியாமல் போய்விட்டதோ, என்று நினைத்துக்கொண்டே அந்த உரையைப் படித்தார் லேங்டன். இந்த ஆள் கிண்டலுக்கெல்லாம் சொல்லவில்லை. வலைத்தளம் என்பது ஒரு அமெரிக்க கண்டுபிடிப்பு என்றே லேங்டன் நினைத்திருந்தார். மீண்டும் ஒருமுறை அவருடைய அறிவானது, அவருடைய சொந்த புத்தகத்திற்கான வலைத்தளத்தோடும், அவருடைய பழைய மெகின்தோஷில் லூவர் மியூசியம்

அல்லது எல் பிராடோவை அவ்வப்போது ஆன்லைனில் தேடியதுடனும் நின்றுபோயிருக்கிறது.

"வலைத்தளம்," என்ற கோஹ்லர் மறுபடியும் இருமிவிட்டு வாயைத் துடைத்துக் கொண்டார், "இங்குதான் அலுவலகத்திற்குள் இயங்கும் தளங்களை இணைப்பதற்காகத் தொடங்கப்பட்டது. இது இங்கே பல்வேறு துறைகளிலும் இருக்கின்ற அறிவியலாளர்கள் தங்களுடைய தினசரி கண்டுபிடிப்புகளை ஒருவரோடு ஒருவர் பகிர்ந்துகொள்வதற்கு உதவியாய் இருந்தது. ஆமாம், இந்த மொத்த உலகமே வலைத்தளம் ஒரு அமெரிக்கத் தொழில்நுட்பம் என்ற நினைப்பில்தான் இருக்கிறது."

லேங்டன் கூடத்தை நோக்கி கீழே இறங்கினார். "அந்தத் தவறை ஏன் சரிசெய்யவில்லை?"

கோஹ்லர் தோள்களைக் குலுக்கினார், அதில் அவர் ஆர்வம் காட்டவில்லை எனத் தெரிந்தது. "ஒரு சிறு தொழில்நுட்பத்தைப் பற்றி அற்பமான புரிதல் அது. கம்ப்யூட்டர்களை உலகளவில் இணைப்பதைவிடவும் செர்ன் மிகவும் மேம்பட்ட கண்டுபிடிப்புகளை நிகழ்த்தியிருக்கிறது. எங்களுடைய அறிவியலாளர்கள் ஏறக்குறைய தினமும் அற்புதங்களைச் செய்துவருகிறார்கள்."

கோஹ்லரை, லேங்டன் புரியாமல் பார்த்தார். "*அற்புதங்களா?*" ஹார்வார்டின் ஃபேர்சைல்டு சயின்ஸ் பில்டிங்கில் எங்குமே "அற்புதம்" என்ற வார்த்தைக்கு இடமில்லை. அற்புதங்கள் என்பவை தெய்வீகப் பள்ளியுடனே விடப்பட்டு விட்டது.

"நீங்கள் சந்தேகப்படுவதுபோல் தெரிகிறதே," என்றார் கோஹ்லர். "நீங்கள் ஒரு மதம்சார் சின்னவியலாளர் என்றுதான் நினைத்தேன். உங்களுக்கு அற்புதங்களில் நம்பிக்கை இல்லையா?"

"அற்புதங்களில் எனக்கு எந்தத் தீர்மானமுமில்லை," என்றார் லேங்டன். குறிப்பாக அவை அறிவியல் ஆய்வகங்களில் நடக்கும்போது.

"அற்புதம் என்பது வேண்டுமானால் தவறான வார்த்தையாக இருக்கலாம். நான் சற்று உங்கள் மொழியில் பேச முயற்சி செய்தேன்."

"என்னுடைய மொழியா?" லேங்டனுக்குச் சற்றே அசௌகரியமாகிப்போனது. "உங்களை ஏமாற்றத்திற்கு

உள்ளாக்கவெல்லாம் இல்லை சார், நான் மதம்சார் *சின்னவியல்* ஆராய்ச்சி செய்கிறேன் -ஒரு கல்வியாளராக, சாமியாராக அல்ல."

கோஹ்லர் சட்டென்று நிதானித்துவிட்டுத் திரும்பினார், அவருடைய பார்வை சற்று இதமாகிப் போயிருந்தது. "உண்மைதான். எவ்வளவு எளிதாகச் சொல்லிவிட்டீர்கள். புற்றுநோயின் அறிகுறிகளை ஆராய்ச்சி செய்ய ஒருவருக்கு புற்றுநோயே வரவேண்டிய தேவையில்லை."

இப்படி ஒன்று சொல்லப்பட்டு லேங்டன் இதுவரை கேட்டதில்லை.

அவர்கள் நடைக்கூடத்தில் கீழே இறங்கும்போது, கோஹ்லர் ஆமோதிப்பதுபோல் தலையசைத்தார். "நான் உங்களை சந்தேகப்பட்டேன்தான், இனி சரியாகப் புரிந்துகொள்வேன் மிஸ்டர்.லேங்டன்."

லேங்டனுக்கு அதுவுமே சந்தேகமாகத்தான் இருந்தது.

இருவரும் விரைந்து செல்கையில், மேல்பக்கம் ஒரு ஆழ்ந்த உறுமலை லேங்டன் கேட்டார். ஒவ்வொரு அடிக்கும் அந்தச் சத்தம் அதிகரித்தபடியே சென்றது, சுவர்களினூடாக எதிரொலித்துக் கொண்டிருந்தது. அது, அவர்களுக்கு முன்னால் இருந்த நடைக்கூடத்தின் இறுதி முனையில் இருந்து வருவதுபோல் தோன்றியது.

"என்ன அது?" லேங்டன் கடைசியாகக் கேட்டேவிட்டார், கொஞ்சம் கத்தியே கேட்கவேண்டியிருந்தது. ஏதோ ஒரு குமுறும் எரிமலையை நெருங்கிக் கொண்டிருப்பதைப்போல் உணர்ந்தார் அவர்.

"ஃப்ரீ ஃபால் டியூப்," என்றார் கோஹ்லர், அவருடைய உள்ளடங்கிய குரல் அதிக சிரமமின்றி காற்றில் ஊடுருவியது. அவர் அதற்கு வேறு எந்த விளக்கமும் தரவில்லை.

லேங்டனும் கேட்கவில்லை. அவர் சோர்ந்துபோயிருந்தார், மேக்ஸிமிலன் கோஹ்லருக்கும்கூட விருந்தோம்பல் விருதுகள் வாங்குவதில் ஏதும் ஆர்வமில்லைபோல் தெரிந்தது. தான் ஏன் அங்கிருக்கிறோம் என்பதை லேங்டன் தனக்குத்தானே நினைவுபடுத்திக் கொண்டார். *இல்லுமினாட்டி.* இந்தப் பிரமாண்டமான ஆய்வகத்தில் எங்கோதான் அந்த உடல் இருக்கிறது என்று அனுமானித்துக் கொண்டார்... சின்னத்தால்

முத்திரையிடப்பட்ட ஒரு உடலைப் பார்க்கத்தான் அவர் 3,000 மைல்கள் பறந்து வந்திருக்கிறார்.

அவர்கள் அந்தக் கூடத்தின் முனையை நெருங்கியபோது, உறுமல் சத்தம் ஏறக்குறைய காதடைக்கச் செய்து, லேங்டனின் தசைகள் முழுவதிலும் அதிர்ந்துகொண்டிருந்தது. அவர்கள் ஒரு வளைவைச் சுற்றிவந்தபோது, வலதுபுறத்தில் ஒரு காட்சிக்கூடம் தோன்றியது. நான்கு கெட்டியான தளங்கள் கொண்ட நுழைவாயில்கள் ஒரு வளைவான சுவரில் நீர்மூழ்கிக் கப்பல்களின் சாளரங்கள் இருப்பதைப் போல் அமைக்கப்பட்டிருந்தன. அங்கு நின்ற லேங்டன் அந்த ஓட்டைகள் ஒன்றின் வழியாக உள்ளே பார்த்தார்.

பேராசிரியர் லேங்டன் தன் வாழ்நாளில் சில விசித்திரமான விஷயங்களைப் பார்த்திருக்கிறார், ஆனால், இது விசித்திரத்திலும் விசித்திரமானது. அவர் சிலமுறை கண்களைச் சிமிட்டிக் கொண்டார், தனக்கு மனப்பிராந்திதான் ஏற்பட்டிருக்கிறதோ என்று வியப்புற்றார். அவர் ஒரு பிரமாண்டமான வட்ட அறைக்குள் உற்றுநோக்கினார். அந்த அறைக்குள் மக்கள் ஏதோ எடையே இல்லாதவர்களைப்போல மிதந்து கொண்டிருந்தார்கள். அவர்கள் மூன்றுபேர் இருந்தனர். அதில் ஒருவர் கையசைத்தபடியே அந்தரத்தில் கரணமடித்துக் கொண்டிருந்தார்.

அய்யோ, நான் மந்திரவாதிகள் உலகில் இருக்கிறேனா, என்று நினைத்துக் கொண்டார் அவர்.

அந்த அறையின் தரைத்தளம் ஒரு பிரமாண்டமான அறுகோண கம்பிப்பின்னல் போன்ற வலையால் பின்னப்பட்ட தகடுகளால் ஆனது. அந்தத் தகடுகளுக்குக் கீழே ஒரு மிகப்பெரிய மங்கலான உலோக இறக்கை காணப்பட்டது.

"ஃப்ரீ ஃபால் டியூப்," என்றபடி கோஹ்லர் அவருக்காக நின்றார். "உள்ளரங்க ஸ்கைடைவிங். மன அழுத்தம் குறைப்பதற்காக. இது ஒரு செங்குத்தான காற்றுச் சுரங்கம்."

லேங்டன் அதை அதிசயித்துப் பார்த்தார். குதிப்பவர்களில் ஒருவரான ஒரு பருத்த பெண்மணி ஜன்னலை நோக்கி விரைந்து வந்தார். அவள் காற்று ஓட்டங்களால் தூக்கிவீசப்பட்டாலும் பற்களைக் காட்டி இளித்தபடியே லேங்டனை நோக்கி கட்டைவிரலைக் காட்டி சைகை காட்டினாள். லேங்டன் லேசாக

சிரித்துவிட்டு, அதே செய்கையைத் திருப்பிக் காட்டினார், அது ஆண்மை விறைப்புத்தன்மைக்கான புராதன பாலிக் குறியீடு என்பது அவளுக்குத் தெரியுமா என வியந்துகொண்டார்.

அந்த பருத்த பெண்மணிதான் ஒரு மினியேச்சர் பாராசூட் என்று தோன்றக்கூடிய ஒன்றை அணிந்திருக்கும் ஒரே ஒருவர் என்பதை லேங்டன் கவனித்தார். அதனுடைய துணியானது ஒரு பொம்மையைப் போல் அவளுக்கு மேலே இழுத்துக்கொண்டிருந்தது. "அவருடைய அந்த சிறிய சூட் எதற்காக?" லேங்டன் கோஹ்லரிடம் கேட்டார். "அது ஒரு கஜத்திற்கும் அதிகமான விட்டத்தைத் தாண்டியிருக்காது போலிருக்கிறதே."

"உராய்வு விசை," என்றார் கோஹ்லர். "அந்த ஃபேன் அவளைத் தூக்குமளவுக்கு அவளுடைய ஏரோடைனமிக்ஸை குறைத்துவிடுகிறது." அவர் மறுபடியும் நடைக்கூடத்திலிருந்து கிளம்பத் தொடங்கினார். "ஒரு சதுர கஜ அளவுக்கான இழுவிசை அந்த உடல் கீழே விழுவதை ஏறக்குறைய இருபது சதம் குறைத்துவிடுகிறது."

லேங்டன் வெறுமனே தலையாட்டினார்.

இந்தத் தகவல் அன்றைய பின்னிரவில், அங்கிருந்து நூற்றுக்கணக்கான மைல்கள் தொலைவிலுள்ள நாட்டில் அவருடைய உயிரைக் காப்பாற்றப் போவது அவருக்குத் தெரியாது.

8

கோஹ்லரும் லேங்டனும் செர்னின் பிரதான கட்டடத்தின் பின்பக்கத்திலிருந்து பிரகாசிக்கும் ஸ்விஸ் சூரிய ஒளிக்குள் நுழைந்தபோது, தான் வீட்டிற்கு வந்துவிட்டதைப் போல் உணர்ந்தார் லேங்டன். அவருக்கு முன்னால் இருந்த காட்சி ஒரு ஐவி லீக் விளையாட்டரங்கு காட்சியைப் போன்றே இருந்தது.

ஒரு புல்வெளிச் சரிவு அடுக்கடுக்காக பரந்த சமவெளியை நோக்கி கீழ்நோக்கிச் சென்றது, அங்கே செங்கலாலான

துயில்கூடங்கள் மற்றும் நடைபாதைகளையொட்டி நாற்கரவடிவத்தில் சுகர் மேப்பிள் மரங்களால் எல்லையிடப்பட்டிருந்தது. ஆராய்ச்சியாளர்களைப் போல் காணப்பட்டவர்கள் கட்டடங்களுக்கு உள்ளேயும் வெளியேயும் புத்தகக் குவியல்களுடன் போய் வந்துகொண்டிருந்தனர். கல்வித்துறை சூழலுக்கு முக்கியத்துவம் அளிப்பதைப் போல், நீளமான முடிவைத்திருந்த இரண்டு ஹிப்பிகள் துயில்கூட ஜன்னலில் இருந்து அலறிக்கொண்டிருந்த மேஹ்லரின் நான்காவது சிம்பொனியை ரசித்தபடியே முன்னும் பின்னுமாக ஃபிரிஸ்பியை வீசி ஆடிக் கொண்டிருந்தனர்.

"இவையெல்லாம் இங்கே தங்கியிருப்பவர்களுடைய உறைவிடங்கள்" என கட்டடங்களை நோக்கிச் செல்லும் பாதையில் தன்னுடைய சக்கர நாற்காலியை துரிதப்படுத்திக்கொண்டே சொன்னார் கோஹ்லர். "இங்கே மூவாயிரத்திற்கும் மேற்பட்ட இயற்பியலாளர்கள் இருக்கிறார்கள். உலகின் துகள் இயற்பியலாளர்களில் பாதிக்கும் மேற்பட்டவர்களைச் செர்ன் மட்டுமே வேலைக்கு அமர்த்தியிருக்கிறது - பூமியில் இருப்பதிலேயே பிரமாதமான மூளை கொண்டவர்கள் - ஜெர்மானியர், ஜப்பானியர், இத்தாலியர், டச்சுக்காரர் என யார் வேண்டுமானாலும் இருக்கலாம். எங்களுடைய இயற்பியலாளர்கள் ஐந்நூறுக்கும் மேற்பட்ட பல்கலைக்கழகங்கள் மற்றும் அறுபது தேசங்களைச் சேர்ந்தவர்கள்."

லேங்டன் ஆச்சரியப்பட்டார். "எல்லோரும் எப்படித் தொடர்புகொள்வார்கள்?"

"ஆங்கிலத்தில்தான். அதுதானே உலகளாவிய அறிவியல் மொழி."

கணிதம்தான் உலகளாவிய அறிவியல் மொழி என்றே லேங்டன் எப்போதும் கருதிவந்திருக்கிறார், ஆனால் அவருக்கு வாதம் செய்யுமளவுக்குத் தெம்பில்லை. அவர் கடமையுணர்வுடன் கோஹ்லரை அந்தப் பாதையில் பின்தொடர்ந்து சென்றுகொண்டிருந்தார்.

அடிப்பகுதிக்குப் பாதிதூரம் இருக்கும்போது, அவர்களுக்கு அருகே ஒரு இளைஞன் நடையோட்டம் போய்க்கொண்டிருந்தான்.

அவனுடைய டி-ஷர்ட்டில் ஒரு செய்தி குறிப்பிடப்பட்டிருந்தது: *GUT இல்லையென்றால், புகழும் இல்லை!*

லேங்டன் அவனைப் புதிராகப் பார்த்தார். “*GUT?*”

“பொது ஒருங்கிணைவுக் கொள்கை *(General Unified Theory.)*” கோஹ்லர் வேடிக்கையாகச் சொன்னார். “எல்லாவற்றையும் பற்றிய கோட்பாடு.”

“அப்படியா,” என்றார் லேங்டன் பார்க்காமலேயே.

“உங்களுக்குத் துகள் இயற்பியல் பற்றித் தெரியுமா, மிஸ்டர். லேங்டன்?”

லேங்டன் உடலைக் குலுக்கினார். “எனக்குப் பொது இயற்பியல்தான் தெரியும் - பொருள்கள் கீழ்நோக்கிதான் விழும் என்பது போன்றவை.” பல வருட அவருடைய ஸ்கை-டைவிங் அனுபவம் ஈர்ப்புவிசை துரிதமாக்கலின் அற்புத சக்திக்கு உண்டான பெரும் மரியாதையை அவரிடத்தில் உருவாக்கியிருந்தது. “துகள் இயற்பியல் என்பது அணுக்களைப் பற்றிய ஆய்வுதானே?”

கோஹ்லர் தலையை அசைத்தார். “நாங்கள் ஈடுபட்டிருக்கின்றவற்றோடு ஒப்பிட்டுப் பார்த்தால் அணுக்கள் என்பவை கிரகங்களைப்போல் தெரியும். எங்களுடைய ஆர்வமெல்லாம் அணுவின் உட்கரு பற்றியதுதான் -அணுவில் பத்தாயிரத்தில் ஒரு பங்கு அளவுள்ளது.” அவர் மறுபடியும் இருமினார், நோயுற்றவர் போல் தெரிந்தார். “செர்னில் உள்ள ஆண்களும் பெண்களும், காலம் தொடங்கியதில் இருந்து மனிதன் கேட்டுவருகின்ற ஒரே கேள்விகளுக்குத்தான் பதிலைத் தேடிக் கொண்டிருக்கிறார்கள். நாம் எங்கிருந்து வந்தோம்? நாம் எதனால் ஆக்கப்பட்டிருக்கிறோம்?”

“இந்தப் பதில்கள் எல்லாம் இயற்பியல் ஆய்வகத்திலா இருக்கின்றன?”

“நீங்கள் ஆச்சரியப்படுவது போல் தெரிகிறது.”

“ஆமாம். இந்தக் கேள்விகள் ஆன்மிகம் சார்ந்ததுபோல் தெரிகிறதே.”

“மிஸ்டர். லேங்டன், எல்லாக் கேள்விகளுமே ஒரு காலத்தில் ஆன்மிகம் சார்ந்துதான் இருந்தன. காலம் தொடங்கியது முதலே

அறிவியலால் புரிந்துகொள்ள முடியாத இடைவெளிகளை நிரப்பத்தான் ஆன்மீகமும் மதமும் அழைக்கப்பட்டன. சூரியன் உதிப்பதும் அஸ்தமிப்பதும் ஒருகாலத்தில் கிரேக்கக் கடவுள் ஹீலியஸின் பற்றியெரியும் ரதத்திற்கு உரியவையாகப் பார்க்கப்பட்டன. பூகம்பங்களும் ஆழிப் பேரலைகளும் கிரேக்கக் கடவுள் போஸிடானின் சீற்றமாகப் பார்க்கப்பட்டன. இந்தக் கடவுளர்கள் தவறான வழிபாட்டுக்குரியவை என்பதை இப்போது அறிவியல் நிரூபித்திருக்கிறது. அறிவியல் இப்போது மனிதனின் அனைத்துக் கேள்விகளுக்கும் விடை வைத்திருக்கிறது. சீக்கிரத்திலேயே எல்லாக் கடவுளர்களும் தவறான வழிபாட்டுக்குரியவர்கள் என்பது நிரூபிக்கப்படும். ஒருசில கேள்விகள் மட்டும்தான் எஞ்சி நிற்கின்றன, அவையும்கூட உள்மனதால் மட்டுமே புரிந்துகொள்ளக்கூடியவை. நாம் எங்கிருந்து வந்தோம்? இங்கே என்ன செய்துகொண்டிருக்கிறோம்? உயிர் மற்றும் இந்த பிரபஞ்சத்தின் அர்த்தம் என்ன?”

லேங்டன் வியந்துபோனார். “இந்தக் கேள்விகளுக்குப் பதில் சொல்லத்தான் செர்ன் முயற்சிக்கிறதா?”

“திருத்தம். நாங்கள் பதில் சொல்லிக்கொண்டிருப்பதே இந்தக் கேள்விகளுக்குத்தான்.”

குடியிருப்புத் தொகுப்புகளின் ஊடாகச் சென்று கொண்டிருக்கும்போது இருவருமே அமைதியாகியிருந்தனர். அவர் நடந்து போகும்போது, ஒரு ஃப்ரிஸ்பீ அவர்கள் தலைக்கு மேலாக பறந்துசென்று, நேராக அவர்களுக்கு முன்னால் மோதி நின்றது. அதைப் புறம்தள்ளிய கோஹ்லர் தொடர்ந்து போய்க்கொண்டிருந்தார்.

சதுக்கத்தில் இருந்து ஒரு குரல் கேட்டது. “அதைக் கொஞ்சம் எடுத்துக் கொடுங்கள்!”

லேங்டன் அந்தத் திசையை நோக்கினார். காலேஜ் பாரிஸ் ஸ்வெட்ஷர்ட்டில் இருந்த ஒரு வயதான வெண்தலை கொண்ட ஆள் அவரை நோக்கி கையசைத்தார். ஃப்ரிஸ்பியை எடுத்த லேங்டன் அதை நிபுணத்துவத்தோடு திருப்பி வீசினார். அந்த வயதானவர் அதை ஒரே விரலில் வாங்கிக்கொண்டதுடன் அதை சிலமுறை துள்ளிக் குதிக்கவிட்டு தன் தோள்பக்கத்தின் மேலாக தன் விளையாட்டுத் தோழனிடம் விட்டெறிந்தார். லேங்டனைப் பார்த்து “நன்றி!” என்றார்.

“வாழ்த்துகள்,” என்று கோஹ்லர் சொன்னபோதுதான் லேங்டன் கவனத்தைத் திருப்பினார். “நீங்கள் இப்போது விளையாடியது நோபல் பரிசு பெற்ற ஜியார்ஜஸ் சர்பாக் உடன், மல்டிவயர் புரபோர்ஷனல் சேம்பரைக் கண்டுபிடித்தவர்.”

லேங்டன் தலையாட்டினார். *என் அதிர்ஷ்ட நாள்.*

தாங்கள் வந்துசேர வேண்டிய இடத்திற்கு வருவதற்கு லேங்டனுக்கும் கோஹ்லருக்கும் மூன்று நிமிடத்திற்கு மேல் ஆகியிருந்தது - ஒரு பெரிய, நன்றாகப் பராமரிக்கப்பட்ட துயில்கூடம் ஆஸ்பென் புதருக்கு மத்தியில் அமைந்திருந்தது. மற்ற துயில்கூடங்களை ஒப்பிடும்போது இந்தக் கட்டமைப்பு சொகுசானதாகத் தோன்றியது. முன்னால் செதுக்கி வைக்கப்பட்டிருந்த கல் குறியீடு *பில்டிங் சி* எனக் குறிப்பிட்டது.

கற்பனாபூர்வமான பெயர்தான், லேங்டன் நினைத்துக்கொண்டார்.

என்னதான் வெற்றுப் பெயர் என்றாலும், பழமையான, உறுதியான கட்டடக் கலை பாணியிலான பில்டிங் சி லேங்டனைக் கவர்ந்தது. அசு செங்கல் முகப்பு, அலங்காரமான கைப்பிடி, செதுக்கப்பட்ட வரிவரியான வேலிகளால் சூழப்பட்ட சுற்றுவளைவைக் கொண்டிருந்தது. அவர்கள் இருவரும் நுழைவாயிலை நோக்கி கற்பாதையில் மேலே ஏறியபோது, ஒரு ஜோடி பளிங்குத் தூணால் ஆன நுழைவாயிலைக் கடந்தனர். அவற்றில் ஒன்றில் யாரோ ஒருவர் ஒரு குறிப்பு எழுதி ஒட்டியிருந்தார்.

இது அயோனிக் தூண்

இயற்பியலாளர் சுவர் சித்திரமா? என்று குதூகலித்த லேங்டன் அந்தத் தூணைப் பார்த்துவிட்டு தனக்குள் நமட்டுச் சிரிப்பு சிரித்துக் கொண்டார். “பிரமாதமான இயற்பியலாளர்கள்கூட தவறு செய்வார்கள் என்பதைப் பார்க்கும்போது ஆறுதலாக இருக்கிறது.”

கோஹ்லர் திரும்பிப் பார்த்தார். “என்ன சொல்கிறீர்கள்?”

“அந்தக் குறிப்பை யார் எழுதியிருந்தாலும் அது தவறு. இந்தத் தூண் அயோனிக் அல்ல. அயோனிக் தூண்கள் சீரான அகலத்தில் இருக்கும். இது குறுகிப்போயுள்ளது. இது டோரிக்-கிரேக்க இணை. இது சாதாரணமாகச் செய்யும் தவறுதான்.”

கோஹ்லர் சிரிக்கவில்லை. "இதை எழுதியவர் வேடிக்கையாகச் செய்திருக்கிறார், மிஸ்டர். லேங்டன். அயோனிக் என்றால் அயன்களைக் கொண்டிருப்பது என அர்த்தமாகும் - மின்னேற்றம் செய்யப்பட்ட துகள்கள். பெரும்பாலான பொருள்களில் அவை இருக்கின்றன."

லேங்டன் அந்தத் தூணை திரும்பிப் பார்த்து முனகிக்கொண்டார்.

பில்டிங் சி-யின் மேல்தளத்தில் மின்தூக்கியில் இருந்து இறங்கியதில் இருந்து, லேங்டன் இன்னமும் தன்னை ஒரு முட்டாளாகவே உணர வேண்டியிருந்தது. உயர்தரமாக அமைக்கப்பட்டிருந்த நடைக்கூடத்தில் அவர் கோஹ்லரை பின்தொடர்ந்து சென்றார். அதனுடைய அலங்கரிப்பு எதிர்பாராத ஒன்றாக இருந்தது - ஒரு செர்ரி சாய்விருக்கை, பளிங்கு பூச்சாடி மற்றும் சுருள்சுருளான மரவேலைப்பாடுகளுடன் ஒரு பாரம்பரிய காலனிய பிரெஞ்சு வடிவமைப்பு.

"எங்களுடைய ஆயுட்கால அறிவியலாளர்களை நாங்கள் சௌகரியமாக வைத்துக்கொள்ள விரும்புகிறோம்," என்று விளக்கினார் கோஹ்லர்.

நன்றாகவே தெரிகிறது, என லேங்டன் நினைத்துக் கொண்டார். "அப்படியென்றால் ஃபேக்ஸில் வந்த மனிதர் இங்குதான் வாழ்ந்திருக்கிறாரா? உங்களுடைய மேல்நிலை ஊழியர்களுள் ஒருவரா?"

"ஆமாம்," என்றார் கோஹ்லர். "இன்று காலை என்னுடனான சந்திப்பிற்கு அவர் வரவில்லை, அவருடைய பேஜரிலும் பதில் சொல்லவில்லை. அவரைப் பார்க்க நானே இங்கு வந்தேன், அப்போதுதான் அவர் தன்னுடைய அறையில் இறந்துகிடப்பதைக் கண்டேன்."

தான் ஒரு இறந்த உடலைப் பார்க்கப் போகிறோம் என்பதை நினைத்தபோது லேங்டனுக்குச் சட்டென்று சில்லிட்ட உணர்வு தோன்றியது. குறிப்பாக அவருடைய வயிறு எப்போதுமே உறுதியாக இருந்ததில்லை. ஆசிரியர் தன்னுடைய வகுப்பறையில் லியோனார்டோ டாவின்சி மனித வடிவம் குறித்த தன்னுடைய மேதைமையைப் பிணங்களைத் தோண்டியெடுத்து, அவற்றின் தசைப்பகுதிகளைத் தனித்தனியாக வெட்டிப் பிரித்துப் பார்த்து கற்றுக்கொண்டதாக கூறியபோது, ஒரு கலைத்துறை மாணவராக இருந்த லேங்டன் கண்டுகொண்ட பலவீனம் இது..

அந்த நடைக்கூடத்தின் இறுதி முனை வரைக்கும் கோஹ்லரே அழைத்துச்சென்றார். அங்கே ஒரு ஒற்றைக்கதவிருந்தது. "இதுதான் கூரையறை, அப்படியும் சொல்லலாம்," என்ற கோஹ்லர், தன்னுடைய நெற்றியில் துளிர்த்திருந்த வியர்வையைத் தட்டிவிட்டார்.

அவர்களுக்கு முன்பிருந்த தனி ஓக் மரக் கதவை லேங்டன் பார்வையிட்டார். அதிலிருந்த பெயர்ப்பலகையில் எழுதியிருந்த பெயர்:

லியனார்டோ வெத்ரா

"லியனார்டோ வெத்ராவுக்கு அடுத்த வாரத்துடன் ஐம்பத்து எட்டு வயது முடிந்திருக்கும்" என்றார் கோஹ்லர், "நம் காலத்தின் மிகத் திறமையான அறிவியலாளர்களுள் அவரும் ஒருவர். அவருடைய இறப்பு அறிவியலுக்கு ஏற்பட்ட ஆழமான இழப்பு."

ஒருகணம் கோஹ்லரின் கடினப்பட்டிருக்கும் முகத்தில் உணர்ச்சியை உணர்ந்ததாக நினைத்தார் லேங்டன். ஆனால் அது வந்த வேகத்திலேயே போய்விட்டது. தன்னுடைய பைக்குள் கைவிட்ட கோஹ்லர் ஒரு பெரிய சாவிக்கொத்தைத் துழாவினார்.

சட்டென்று ஒரு விசித்திரமான எண்ணம் லேங்டனுக்குத் தோன்றியது. இந்தக் கட்டடம் தனித்து விடப்பட்டதுபோல் தெரிகிறது. "எல்லோரும் எங்கே?" என்றார் அவர். அவர்கள் கொலை சம்பவ இடத்திற்கு நுழையவிருந்ததை வைத்துப் பார்த்தால் அங்கு எந்த ஆளரவமும் இல்லாமல் இருப்பதை அவர் எதிர்பார்த்திருக்கவில்லை.

"குடியிருப்புவாசிகள் தங்களுடைய ஆய்வகங்களில் இருக்கிறார்கள்," என்ற கோஹ்லர் சாவியைக் கண்டுபிடித்தார்.

"நான் சொன்னது *போலீஸ்,*" லேங்டன் தெளிவுபடுத்தினார். "அவர்கள் முன்னமே போய்விட்டார்களா?"

கோஹ்லர் அமைதியானார், அவருடைய சாவி பாதி பூட்டிற்குள் சென்றிருந்தது. "போலீஸா?"

லேங்டன் இயக்குநரின் கண்களை நோக்கினார். "போலீஸ். நீங்கள் எனக்கு ஒரு கொலை சம்பவ ஃபேக்ஸ் அனுப்பினீர்கள். நீங்கள் *அவசியம்* போலீஸை கூப்பிட்டிருக்க வேண்டுமே."

“நிச்சயமாக நான் அப்படிச் செய்யவே இல்லை.”

“என்ன?”

கோஹ்லரின் பழுப்புக் கண்கள் கூர்மையடைந்தன. “இது ஒரு சிக்கலான சூழ்நிலை, மிஸ்டர்.லேங்டன்.”

லேங்டன் அச்ச அலையொன்றை உணர்ந்தார். “ஆனால்... நிச்சயமாக யாருக்காவது இதுபற்றி தெரிந்திருக்குமே!”

“ஆமாம். லியானார்டோவின் வளர்ப்பு மகள். அவரும்கூட இங்கே செர்னில்தான் பௌதீகவியலாளராக இருக்கிறார். அவரும் அவருடையத் தந்தையும்தான் ஆய்வகத்தைப் பகிர்ந்துகொள்கிறார்கள். மிஸ்.வெத்ரா கள ஆராய்ச்சி செய்வதற்காக இந்த வாரம் வெளியே சென்றுவிட்டார். அவருடைய தந்தையின் மரணம் குறித்து நான் அவருக்குத் தெரிவித்துவிட்டேன், நாம் பேசிக்கொண்டிருக்கும்போது அவர் வந்துகொண்டிருப்பார்.”

“ஆனால், ஒரு மனிதர் கொலைசெய்ய -”

“ஒரு வழக்கமான விசாரணை,” என்ற கோஹ்லரின் குரல் உறுதிப்பட்டிருந்தது, “நடைபெறும். இருந்தாலும், அந்த விசாரணையின்போது வெத்ராவின் ஆய்வகம் பரிசோதிக்கப்படும், அது அவரும் அவருடைய மகளும் மிகவும் தனிப்பட்ட முறையில் வைத்திருக்கும் இடம். அதனால், மிஸ்.வெத்ரா வரும்வரையில் அதற்காகக் காத்திருக்கலாம். குறைந்தபட்சம் அந்தளவுக்கான சலுகைக்காவது நான் அவருக்கு கடமைப்பட்டிருப்பதாக நினைக்கிறேன்.”

கோஹ்லர் சாவியைத் திருப்பினார்.

அந்தக் கதவு சுழன்று திரும்புகையில், ஒரு சில்லிட்ட காற்று வெடிப்பு அந்த அறையிலிருந்து ‘ஹிஸ்’ என ஒலியெழுப்பிக்கொண்டு உள்ளே நுழைந்து லேங்டனின் முகத்தில் அறைந்தது. அவர் திடுக்கிட்டுப் பின்வாங்கினார். அந்த வேற்றுலகின் நுழைவாயிலை அவர் உற்று நோக்கினார். அவருக்கு முன்பிருந்த குடியிருப்பிடம் ஒரு கெட்டியான, வெண்ணிற பனிமூட்டத்தில் மூழ்கிப்போயிருந்தது. அந்தப் பனிமூட்டம் மரச்சாமான்களைச் சுற்றிலும் புகையாகச் சுழன்றுகொண்டு மங்கலான ஒளியால் அந்த அறையைப் போர்த்தியிருந்தது.

"இதென்ன...?" லேங்டனுக்குத் திக்கியது.

"ஃப்ரெயோன் கூலிங் சிஸ்டம்," என்றார் கோஹ்லர். "உடலைக் கெடாமல் பாதுகாப்பதற்காக இந்த அறையைக் குளிர்ச்சியாக வைத்திருக்கிறது."

அந்தக் குளிரினால் லேங்டன் தன்னுடைய டிவீட் ஜாக்கெட்டின் பட்டனைப் போட்டுக்கொண்டார். *நான் மந்திர உலகில்தான் இருக்கிறேன், என்னுடைய மாயாஜால காலணிகளைத்தான் மறந்து வந்துவிட்டேன்,* என நினைத்துக்கொண்டார்.

9

லேங்டனுக்கு முன்பிருந்த அந்த இறந்த உடல் அச்சுறுத்தக்கூடியதாய் இருந்தது. காலம் சென்ற லியனார்டோ வெத்ரா மல்லாந்த நிலையில் நிர்வாணமாகக் காணப்பட்டார், அவருடைய தோல் நீலம் பாரித்திருந்தது. அவருடைய கழுத்து எலும்புகள் முறிக்கப்பட்டிருந்த இடத்தில் நீட்டிக் கொண்டிருந்தன, அவருடைய தலை முழுவதுமாகவே பின்பக்கம் திருப்பி, தவறான பக்கத்தைப் பார்க்கும்படி வைக்கப்பட்டிருந்தது. அவருடைய முகம் பார்க்கமுடியாதபடி, தரையுடன் பொருந்திக் காணப்பட்டது. அந்த ஆள் அவருடைய தேங்கி உறைந்துபோன சிறுநீரில் கிடந்தார், அவருடைய சுருங்கிய ஆணுறுப்பைச் சுற்றிலுமிருந்த முடிக்கற்றையில் திவலைகளாகப் பனி உறைந்து போயிருந்தது.

ஒரு குமட்டலுடன் போராடிக்கொண்டே லேங்டன் தன்னுடைய கண்களைப் பலியானவரின் மார்பில் நிறுத்தினார். அந்தச் சமச்சீர் தன்மையுடனான காயங்களை லேங்டன் முன்னதாகவே ஃபேக்ஸில் நெருக்கமாகப் பார்த்திருந்தபோதிலும், நிஜத்தில் பார்க்கும்போது, அந்த தீக்காயம் முடிவேயில்லாமல் அச்சுறுத்துவதாகத் தோன்றியது. வெந்து, உப்பிப் போயிருந்த சதை சரியான அளவில் விலகிப்போயிருந்தது... அந்தச் சின்னம் குறையில்லாமல் உருவாக்கப்பட்டிருந்தது.

தன்னுடைய உடலை இப்போது உலுக்கிக் கொண்டிருக்கின்ற கடும் குளிர் ஏர் கண்டிஷனிங்கால் ஏற்பட்டதா அல்லது தான் இப்போது பார்த்துக் கொண்டிருப்பதன் முக்கியத்துவத்தினால் ஏற்பட்டுள்ள முழுமையான வியப்பினாலா என்று லேங்டனுக்கே தெரியவில்லை.

Illuminati

அந்த உடலைச் சுற்றிவரும்போது, அவருடைய இதயம் வேகமாக படபடத்தது, அந்த வார்த்தையைத் தலைகீழாகப் படித்துப் பார்த்த அவர், அதன் ஒரே சீரான மேதமையை மறுபடியும் உறுதிப்படுத்திக் கொண்டார். அவர் அந்தச் சின்னத்தை உற்றுப் பார்த்திருந்ததைக் காட்டிலும் இப்போது மிகவும் குறைவாகத்தான் அதைப்பற்றி புரிந்துகொள்ள முடியுமோ என்று தோன்றியது.

"மிஸ்டர்.லேங்டன்?"

லேங்டன் அதைக் காதில் வாங்கவில்லை. அவர் வேறொரு உலகத்தில் இருந்தார்... அவருடைய உலகில், அவருடைய மூலாதாரத்தில், வரலாறு, புராணீகம், மற்றும் நிஜம் ஆகியவை மோதிக்கொண்டு, அவருடைய புலன்களைப் பெருக்கெடுக்கச் செய்கின்ற உலகில் இருந்தார். சக்கரங்கள் இயங்கத்தொடங்கிவிட்டன.

"மிஸ்டர். லேங்டன்?" கோஹ்லரின் கண்கள் எதிர்பார்ப்புடன் ஆராய்ந்தன.

லேங்டன் ஏறெடுத்தும் பார்க்கவில்லை. அவருடைய மனநிலை தீவிரப்பட்டிருந்தது, அவர் முழுக் கவனம் செலுத்தினார். "உங்களுக்கு ஏற்கனவே எந்தளவுக்குத் தெரியும்?"

"உங்களுடைய வலைப்பக்கத்தில் படிக்க நேரம் இருந்த அளவுக்குத் தெரியும். இல்லுமினாட்டி என்றால் 'அறிவொளி பெற்றவர்கள்' என்று அர்த்தம். இது பழங்கால சகோதரத்துவ அமைப்பொன்றின் பெயர்."

லேங்டன் ஆமோதித்தார். "இந்தப் பெயரை நீங்கள் இதற்கு முன்பு கேள்விப்பட்டிருக்கிறீர்களா?"

“மிஸ்டர். வெத்ரா மீது முத்திரையிடப்படும் வரையில் கேள்விப்பட்டதில்லை.”

“அப்படியென்றால் நீங்கள் வலைத்தளத்தில் தேடியிருக்கிறீர்கள் அப்படித்தானே?”

“ஆமாம்.”

“அந்த வார்த்தை நூற்றுக்கணக்கான பரிந்துரைகளைக் காட்டியிருக்கும், சந்தேகமே இல்லை.”

“ஆயிரக்கணக்கில்,” என்றார் கோஹ்லர். “இருந்தாலும், உங்களுடையது ஹார்வர்டு, ஒரு மரியாதைக்குரிய பதிப்பகமான, ஆக்ஸ்போர்டு, அத்துடன் அத்துடன் தொடர்புடைய வெளியீடுகளின் பட்டியலின் குறிப்புகளைக் கொண்டிருந்தது. தன்னுடைய மூலாதாரம் அளவுக்குத்தான் தகவல் மதிப்புமிக்கது என்ற முடிவுக்குத்தான் ஒரு அறிவியலாளராக நான் வரவேண்டி இருந்தது. உங்களுடைய சான்றுகள்தான் நம்பத்தகுந்தவையாக இருந்தன.”

லேங்டனின் கண்கள் இன்னமும் அந்த உடலின் மீதே நிலைகுத்தியிருந்தன.

கோஹ்லர் அதற்கு மேல் எதுவும் சொல்லவில்லை. அவர்கள் முன்பிருந்த காட்சியின்மீது லேங்டன் சற்றே வெளிச்சம் ஏற்படுத்துவாரென காத்துக்கொண்டு, வெறுமனே பார்த்துக்கொண்டிருந்தார் அவர்.

லேங்டன் நிமிர்ந்து, அந்த உறைநிலையில் இருந்த குடியிருப்பிடத்தை நோட்டமிட்டார். “நாம் இந்த விஷயத்தை கொஞ்சம் வெதுவெதுப்பான இடத்தில் ஆலோசிக்கலாம் என்று நினைக்கிறேன்?”

“இந்த அறையே நல்லதுதான்,” கோஹ்லர் இந்தக் குளிர்ச்சியைக் கண்டுகொள்ளவில்லை போல் தெரிந்தது. “நாம் இங்கேயே பேசுவோம்.”

லேங்டன் புருவத்தை நெரித்தார். இல்லுமினாட்டி வரலாறு எந்த வகையிலும் எளிதானதல்ல. ***இதை விளக்க முயற்சிப்பதற்குள்ளே நான் உறைந்துபோய் இறந்துவிடுவேன்.*** அவர் மறுபடியும் அந்த முத்திரையைப் பார்த்து, மீண்டும் வியப்புணர்வை அடைந்தார்.

நவீன சின்னவியலில் இல்லுமினாட்டியின் இலச்சினை குறித்த விவரங்கள் புகழ்பெற்றவை என்றாலும், எந்த ஆய்வாளரும் அதனை உண்மையிலேயே பார்த்ததில்லை. புராதன ஆவணங்கள் இந்தச் சின்னத்தை ஒரு **ஆம்பிகிராம்** என்று குறிப்பிடுகின்றன - *ambi* என்றால் **இரண்டும்** என பொருள்படும்- என்பதுடன் அது இரண்டு பக்கத்தில் இருந்துமே பொருளுள்ளதெனக் குறிக்கிறது. சின்னவியலில் - ஸ்வஸ்திக், யின் யாங், யூத நட்சத்திரங்கள், சிலுவைகள் போன்று - ஆம்பிகிராம் என்பது சாதாரணமானதுதான் என்றாலும் ஒரு வார்த்தையை ஆம்பிகிராமில் செதுக்குவது என்று கருதுவது முற்றிலும் சாத்தியமில்லாத ஒன்றாகும். நவீன சின்னவியலாளர்கள் "Illuminati" என்ற வார்த்தையை ஒரு முற்றிலும் சமச்சீரான தன்மையில் வார்த்தெடுக்க பல வருடங்களுக்கு முயற்சி செய்து, மிக மோசமான முறையில் தோற்றுப் போனார்கள். பெரும்பாலான ஆய்வாளர்கள் இந்தச் சின்னத்தின் இருப்பே ஒரு புராணீகமானதுதான் என இப்போது தீர்மானித்துவிட்டனர்.

"அப்படியென்றால் இல்லுமினாட்டி என்போர் யார்?" வற்புறுத்தினார் கோஹ்லர்.

ஆம், லேங்டன் நினைத்துக்கொண்டார், **உண்மையிலேயே யார்?** அவர் தன் கதையைத்தொடங்கினார்.

"வரலாறு தொடங்கியதில் இருந்தே," லேங்டன் விளக்கினார், "அறிவியலுக்கும் மதத்திற்கும் இடையில் ஒரு நீண்ட பிளவு இருந்துகொண்டுதான் இருக்கிறது. கோபர்நிகஸ் போன்ற வெளிப்படையாகப் பேசும் அறிவியலாளர்கள் -"

"கொலை செய்யப்பட்டனர்," கோஹ்லர் குறுக்கிட்டார். "அறிவியல் உண்மைகளை வெளிக்கொண்டு வந்தமைக்காகத் தேவாலயத்தால் கொல்லப்பட்டனர். மதம் எப்போதுமே அறிவியலைத் துன்புறுத்தித்தான் வந்திருக்கிறது."

"ஆமாம். ஆனால் 1500-களில், ரோமில் இருந்த ஒரு குழுவினர் தேவாலயத்திற்கு எதிராகப் போராடினர். இத்தாலியின் மிகவும் அறிவொளி பெற்றவர்களுள் சிலர் - பௌதீகவாதிகள், கணிதவியலாளர்கள், வானியல் ஆராய்ச்சியாளர்கள்- தேவாலயத்தின் தவறான போதனைகள் பற்றிய தங்களுடைய கவலைகளைப் பகிர்ந்துகொள்வதற்காக ரகசியமாக சந்திக்கத்

தொடங்கினர். 'உண்மை' என்பதற்கான தேவாலயத்தின் ஏகபோகமானது, உலகம் முழுவதிலும் உள்ள கல்விப்புலன் அறிவொளிக்கு அச்சுறுத்தலாக விளங்குவதாகப் பயந்தனர். அவர்கள் உலகின் முதலாவது அறிவியல் சிந்தனைக் கூடத்தை உருவாக்கி, தங்களை 'அறிவொளி பெற்றவர்கள்' என அழைத்துக் கொண்டனர்."

"இல்லுமினாட்டி."

"ஆமாம்," என்றார் லேங்டன். "ஐரோப்பாவின் மிகவும் கற்றறிந்த மூளைகள்... அறிவியல் உண்மைக்கான தேடலுக்கென்று தங்களை அர்ப்பணித்துக் கொண்டவர்கள்."

கோஹ்லரால் எதுவும் பேச முடியவில்லை.

"நிச்சயமாக, இந்த இல்லுமினாட்டிகள் கத்தோலிக்க திருச்சபையால் இரக்கமின்றி வேட்டையாடப்பட்டனர். உச்சபட்ச ரகசியமான சடங்குகளின் வழியாக மட்டுமே அறிவியலாளர்களால் உயிர் பிழைக்க முடிந்தது. கல்வியாளர் ரகசிய உலகம் வழியாகவே சொற்கள் பரவின, இல்லுமினாட்டி சகோதரவமைப்பு ஐரோப்பா முழுவதிலும் இருந்த கல்வியாளர்களைச் சேர்த்துக்கொண்டு வளர்ச்சி பெற்றது. ரோமிலுள்ள *சர்ச் ஆஃப் இல்லுமினேஷன்* எனப்பட்ட அதியுயர் ரகசிய இடத்தில் இந்த அறிவியலாளர்கள் தொடர்ந்து சந்தித்துக்கொண்டனர்."

கோஹ்லர் இருமியபடியே தன்னுடைய நாற்காலியில் நகர்ந்தார்.

"இந்த இல்லுமினாட்டியில் பலரும்," லேங்டன் தொடர்ந்தார், "திருச்சபையின் கொடுங்கோன்மையை வன்முறை கொண்டு எதிர்த்துப் போராட விரும்பினர், ஆனால் அவர்களுடைய மிகவும் மரியாதைக்குரிய உறுப்பினர் அவர்களை அதற்கு எதிராகத் தூண்டினார். அவர் ஒரு அமைதி விரும்பி, அத்துடன் வரலாற்றின் மிகவும் புகழ்பெற்ற அறிவியலாளர்களுள் ஒருவர்."

கோஹ்லர் நிச்சயமாக அந்தப் பெயரை அடையாளம் கண்டுகொள்வார் என லேங்டன் நினைத்தார். அறிவியலாளர் அல்லாதவர்களுக்குக்கூட அந்தத் துரதிர்ஷ்டவசமான வானியல் அறிஞர் பரிச்சயமானவர்தான். சூரியன்தான் சூரிய மண்டலத்தின் மையமே தவிர, பூமி அல்ல என்று அறிவித்தமைக்காகத் திருச்சபையால் கைது செய்யப்பட்டு, ஏறக்குறைய கொலை செய்யப்படவிருந்தவர் அவர். அவர் கொடுத்தத் தரவுகள்

மறுக்கவியலாதவையாக இருந்தபோதிலும், கடவுள் தன்னுடைய பிரபஞ்சத்தின் மையத்தை விடுத்து, வேறு ஏதோ ஒரு இடத்தில்தான் மனிதகுலத்தை வைத்திருக்கிறார் என்ற கருத்தை முன்வைத்தமைக்காகக் கடுமையாகத் தண்டிக்கப்பட்டார்.

"அவர் பெயர் கலீலியோ கலிலி," என்றார் லேங்டன்.

கோஹ்லர் நிமிர்ந்து பார்த்தார். "கலீலியோவா?"

"ஆமாம். கலீலியோவும் இல்லுமினாட்டியைச் சேர்ந்த ஒருவர். அத்துடன் ஒரு அர்ப்பணிப்புள்ள கத்தோலிக்கரும்கூட. அறிவியல் ஒருபோதும் கடவுளின் இருப்பை மறுக்காது, பதிலாக அதை வலுப்படுத்தவே செய்யும் என்று கூறி, அறிவியல் மீதான தேவாலயத்தின் நிலைப்பாட்டை சாந்தப்படுத்த முயன்றார். சுழலும் கிரகங்களைத் தன்னுடைய தொலைநோக்கியால் பார்த்துக் கொண்டிருந்தபோது, கோளங்களின் இசையில் தன்னால் கடவுளின் குரலைக் கேட்கமுடிந்தது என்றும் அவர் ஒருமுறை எழுதியுள்ளார். அவர் அறிவியலும் மதமும் எதிரிகள் அல்ல, மாறாக *கூட்டாளிகள்தான்* என்ற நிலைப்பாட்டைப் கொண்டிருந்தார்- அவை ஒரே கதையைச் சொல்லுகின்ற இரண்டு வெவ்வேறு மொழிகள், ஒரே சீரான சமநிலைக் கொண்ட கதை... சொர்க்கம் மற்றும் நரகம், இரவு மற்றும் பகல், வெப்பம் மற்றும் குளிர்ச்சி, கடவுள் மற்றும் சாத்தான். அறிவியல் மற்றும் மதம் ஆகிய இரண்டுமே கடவுளின் ஒத்திசைவில் குதூகலிக்கின்றன... அது, முடிவேயில்லாத ஒளிக்கும் இருளுக்குமான போட்டி." லேங்டன் சற்று இடைவெளி விட்டு, கதகதப்பாக இருக்க தன் கால்களைத் தரையில் உதறிக்கொண்டார்.

கோஹ்லர் வெறுமனே தன் சக்கரநாற்காலியில் அமர்ந்து உற்றுப் பார்த்திருந்தார்.

"துரதிர்ஷ்டவசமாக, அறிவியல் மற்றும் மதம் ஆகியவற்றின் ஒருங்கிணைப்பைத் தேவாலயம் விரும்பவில்லை" என்றார் லேங்டன்.

"நிச்சயமாக விரும்பாது," கோஹ்லர் குறுக்கிட்டார். "மனிதன் மதத்தின் மூலமாக மட்டும்தான் கடவுளைப் புரிந்துகொள்ளமுடியும் என்ற அதனுடைய உரிமைகோரலை அந்த இணைவு செல்லாமல் ஆக்கிவிடும். அதனால், தேவாலயம் கலீலியோவை மதத்துவேஷி என்று விசாரணை செய்து, குற்றவாளி என்றதுடன் அவரை நிரந்தர வீட்டுச் சிறையிலும்

வைத்துவிட்டது. அந்த அறிவியல் வரலாறு பற்றி எனக்கு நன்றாகவே தெரியும் மிஸ்டர். லேங்டன். ஆனால் இதெல்லாம் பல நூற்றாண்டுகளுக்கு முன்பு நடந்தவை. லியனார்டோ வெத்ராவுக்கும் அதற்கும் என்ன சம்பந்தம்?"

அது மில்லியன் டாலர் கேள்வி. லேங்டன் விஷயத்திற்கு வந்தார். "கலீலியோவின் கைது இல்லுமினாட்டியைக் கொந்தளிக்க வைத்தது. தவறுகள் நடந்தன, இதனையடுத்து தாங்கள் பிடித்து விசாரித்த நான்கு பேரினுடைய அடையாளங்களைத் தேவாலயம் கண்டுகொண்டது. ஆனால் அந்த நான்கு அறிவியலாளர்களும், கடும் சித்திரவதை செய்யப்பட்டபோதிலும்கூட, எதையும் சொல்லவில்லை."

"சித்திரவதையா?"

லேங்டன் தலையாட்டினார். "அவர்கள் மீது உயிருடன் முத்திரை பதிக்கப்பட்டது. மார்பில். சிலுவையின் சின்னம்."

கோஹ்லரின் கண்கள் விரிந்தன, அவர் வெத்ராவின் உடலை அசௌகரியமாகப் பார்த்தார்.

"பிறகு அந்த அறிவியலாளர்கள் கொடூரமாகக் கொல்லப்பட்டனர், அவர்களுடைய இறந்த உடல்கள் இல்லுமினாட்டியில் சேர நினைக்கும் மற்றவர்களுக்கான எச்சரிக்கையாக ரோமின் தெருக்களில் வீசியெறியப்பட்டன. திருச்சபை, தங்களை நெருங்கிவிட்டதை அறிந்த மீதமிருந்த இல்லுமினாட்டிகள் இத்தாலிக்குத் தப்பிச் சென்றனர்."

லேங்டன் தான் சொல்ல வந்த விஷயத்திற்காகச் சற்று இடைவெளி விட்டார். அவர் கோஹ்லரின் உறைந்துபோன கண்களை நேர்கொண்டுப் பார்த்தார். "இல்லுமினாட்டி மிகவும் ரகசிய இடத்திற்குச் சென்றுவிட்டது, மாந்திரீகவாதிகள், ரசவாதிகள், இறைவழிபாட்டாளர்கள், இஸ்லாமியர்கள், யூதர்கள் என கத்தோலிக்க சுத்தப்படுத்தலில் இருந்து தப்பிவந்த பிற அகதிக்குழுக்களோடு அவர்கள் ஒன்றுகலக்கத் தொடங்கினர். வருடங்கள் செல்லச்செல்ல இல்லுமினாட்டி புதிய உறுப்பினர்களைத் தனக்குள் சேர்த்துக்கொள்ளத் தொடங்கியது. ஒரு புதிய இல்லுமினாட்டி உருவானது. ஒரு இருண்ட இல்லுமினாட்டி. மிகவும் ஆழமான, கிறிஸ்துவத்திற்கு எதிரான இல்லுமினாட்டி. அவர்கள் மிக சக்திவாய்ந்தவர்களாக வளர்ந்தனர், மர்மமான சடங்குகள், உயிர்ப்போனாலும்

வெளியேவராத ரகசியத்தன்மையை ஏற்படுத்தினர், அத்துடன், ஒருநாள் மீண்டெழுந்து கத்தோலிக்கத் திருச்சபை மீது பழிதீர்க்கப்போவதாகச் சபதம் எடுத்துக்கொண்டனர். ஒருகட்டத்தில் திருச்சபையானது பூமியில் உள்ளதிலேயே மிகவும் ஆபத்தான, கிறிஸ்துவத்திற்கு எதிரான சக்தி என்று அவர்களைக் கருதும் அளவுக்கு அவர்களுடைய அதிகாரம் வளர்ந்துவிட்டது. வாடிகன் இந்தச் சகோதரவமைப்பை **ஷைத்தான்** என பிரகடனப்படுத்தியது."

"ஷைத்தானா?"

"அது இஸ்லாமிய வார்த்தை. அப்படியென்றால் 'எதிரி... இறைவனின் எதிரி. இந்தப் பெயருக்காகத் திருச்சபையானது, இஸ்லாத்தைத் தேர்ந்தெடுக்கக் காரணம், அதனை அவர்கள் அசுத்தமான மொழி என்று கருதியதால்தான்." லேங்டன் தயங்கினார். "*ஷைத்தான்* என்பதுதான் ஆங்கில *சாத்தான்* என்பதற்கான வேர்ச்சொல்."

கோஹ்லரின் முகத்தில் ஒரு சங்கடம் கடந்துசென்றது.

லேங்டனின் குரல் கடுமையானது. "மிஸ்டர். கோஹ்லர், இந்த முத்திரை இந்த மனிதருடைய மார்பில் எப்படித் தோன்றியிருக்கும் என்று எனக்குத் தெரியாது... ஏன் என்றும் தெரியாது... ஆனால் உலகின் மிகப் பழமையானதும், மிகவும் சக்திவாய்ந்த சாத்தானிய வழிபாடுமாகிய, நீண்டகாலத்திற்கு முன்பே தொலைந்துபோய்விட்ட மரபைத் தேடிக்கொண்டிருக்கிறீர்கள்."

10

அந்தச் சந்து குறுகலாகவும் ஆளரவமற்றும் இருந்தது. கொலையாளி விரைந்து அடியெடுத்துவைக்க, அவனுடைய கறுத்த கண்களில் எதிர்பார்ப்பு நிரம்பியிருந்தது. அவன் தான் வரவேண்டிய இடத்திற்கு வந்தவுடன், ஜானஸின் வார்த்தைகள் அவன் மனதில் எதிரொலித்தன. *இரண்டாம் பகுதி சீக்கிரத்திலேயே தொடங்கப்போகிறது. கொஞ்சம் ஓய்வெடுத்துக்கொள்.*

அந்த கொலையாளி புன்முறுவல் புரிந்தான். அவன் இரவு முழுவதும் விழித்தே இருக்கவேண்டியிருந்தது, ஆனாலும் தூக்கம் என்பது அவன் மனதில் கடைசி விஷயமாகத்தான் இருந்தது. பலவீனமானவர்களுக்குத்தான் தூக்கமெல்லாம். தன்னுடைய முன்னோர்களைப் போல் அவனும் ஒரு போர்வீரன், அவனுடைய மக்கள் போர்த் துவங்கியதும் ஒருமுறைகூட உறங்குவதில்லை. இந்தச் சண்டை மிக நிச்சயமாக தொடங்கிவிட்டது, முதல் ரத்தம் சிந்தும் கௌரவம் அவனுக்குத் தரப்பட்டிருக்கிறது. வேலைக்குத் திரும்பச் செல்லும் முன்னர் இப்போது அவனுடையப் புகழைக் கொண்டாட இரண்டுமணி நேரமே இருந்தது.

உறக்கமா? ரிலாக்ஸ் செய்வதற்கு அதைவிட மிகச்சிறந்த வழிகள் இருக்கின்றன...

இன்பத்தை நாடும் பசி என்பது அவனுடைய முன்னோர்களால் அவனிடத்தில் உருவாக்கப்பட்ட ஒன்று. அவனுடைய முன்னோர்கள் ஹாஷிஷில் மூழ்கிக் கிடந்தனர், ஆனால் அவன் ஒரு வேறுவகையான ஈர்ப்பிற்கு முன்னுரிமையளித்தான். அவன் தன்னுடைய உடலில் பெருமை கொண்டான் - ஒரு நன்கு இணக்கிவைக்கப்பட்ட, ஆபத்தான இயந்திரம், அதனால் அவனுடைய பாரம்பரியம் எப்படிப்பட்டதாய் இருந்தபோதும், அவன் போதைமருந்துகளால் அதை மாசுபடுத்த விரும்பவில்லை. அவன் போதைமருந்துகளைக் காட்டிலும் மிகவும் ஊட்டமான அடிமைத்தனத்தால் உருவாக்கப்பட்டிருந்தான்... ரொம்பவே ஆரோக்கியமான மற்றும் திருப்திகரமான வெகுமதி.

நன்கு தெரிந்த ஒரு எதிர்பார்ப்பு அவனுக்குள் வளர்ந்துகொண்டிருக்க, அந்தக் கொலையாளி அந்தச் சந்தில் வேகமாகச் சென்றுகொண்டிருந்தான். கதவு என்று சொல்லமுடியாத ஒரு கதவிற்கு முன்பாக வந்த அவன் அழைப்புமணியை அடித்தான். பார்ப்பதற்கான ஒரு இடைவெளி திறக்கப்பட்டு இரண்டு பழுப்புநிறக் கண்கள் அவனை மதிப்பிடுவதுபோல் ஆய்வு செய்தன. பிறகு அந்தக் கதவு முழுவதுமாகத் திறந்தது.

“வருக,” என்றாள் நன்றாக உடையணிந்த ஒரு பெண். விளக்கின் ஒளி மங்கிப்போயிருந்த நேர்த்தியான அறைக்குள் அவனை துரிதப்படுத்தினாள். காற்றில் விலைமதிப்புமிக்க வாசனைத் திரவியங்கள் கலந்திருந்தன. “நீ எப்பொழுது தயாரானாலும் சரி.”

அவள் அவனிடம் ஒரு புகைப்படப் புத்தகத்தைக் கொடுத்தாள். "உன் தேர்வை நீ செய்தவுடன் என்னைக் கூப்பிடு." பிறகு அவள் மறைந்துவிட்டாள்.

கொலையாளி புன்னகைத்தான்.

அவன் மெத்து மெத்தென்று இருக்கும் ஆசனத்தில் அமர்ந்து அந்த போட்டோ ஆல்பத்தைத் தன் மடியில் வைத்துக்கொண்டபோது, சரீர பசி தூண்டப்படுவதை உணர்ந்தான். அவனுடைய மக்கள் கிறிஸ்துமஸ் கொண்டாடுவதில்லை என்றாலும், குவிந்திருக்கும் கிறிஸ்துமஸ் பரிசுக் குவியலுக்கு முன்னால் அமர்ந்திருக்கின்ற ஒரு கிறிஸ்துவக் குழந்தை அவற்றினுள்ளே இருக்கும் அற்புதங்களைப் பற்றித் தெரிந்துகொள்வதைப் போல் இருப்பதாக, அவன் கற்பனை செய்துகொண்டான். அவன் ஆல்பத்தைப் பிரித்து புகைப்படங்களை ஆராய்ந்தான். ஒரு வாழ்நாளுக்கான பாலியல் கற்பனைகள் அவனைத் திரும்பி உற்றுப் பார்த்தன.

மரிஸ்ஸா. ஒரு இத்தாலிய தேவதை. ஃபயரி. ஒரு இளம் சோபியா லோரன்.

சச்சிகோ. ஒரு ஜப்பானிய கெய்ஷா நடனக்காரி. நெகிழ்வானவள். திறமைசாலி என்பதில் சந்தேகமில்லை.

கனாரா. கண்ணைவிட்டு அகலாத காட்சி. சதைப்பற்றுமிக்கவள். பரவசமூட்டக்கூடிவள்.

அவன் அந்த மொத்த ஆல்பத்தையும் இருமுறை ஆராய்ந்துவிட்டு வேண்டியதைத் தேர்வுசெய்தான். தனக்கு அருகில் இருந்த மேசையில் ஒரு பட்டனை அழுத்தினான். ஒரு நிமிடம் கழித்து அவனை வரவேற்ற பெண் மறுபடியும் தோன்றினாள். அவன் தான் தேர்ந்தெடுத்ததைக் குறிப்பிட்டான். அவள் புன்னகைத்தாள். "என் பின்னால் வா."

பண விஷயங்களைக் கவனித்த பின்னர், அந்தப் பெண் தொலைபேசியில் கிசுகிசுப்பாய்ப் பேசினாள். சில நிமிடங்கள் காத்திருந்த அவள், பிறகு அவனை ஒரு பளிங்குச் சுழல் படிக்கட்டில் வழிநடத்தி ஆடம்பரமான நடைக்கூடத்திற்கு அழைத்துச் சென்றாள். "கடைசியிலிருக்கும் அந்தப் பொன்னிறக் கதவு," என்றாள் அவள். "உன் ரசனை விலையுயர்ந்தது."

ஆமாம், அவன் நினைத்துக்கொண்டான். நான் ரசனையில் கைதேர்ந்தவன்.

நீண்டகாலம் இரைக்காகக் காத்திருக்கும் ஒரு கருஞ்சிறுத்தையைப் போல் அந்தக் கொலையாளி நடைக்கூடத்தில் எட்டி காலடி வைத்தான். அவன் கதவுவழியை அடைந்தவுடன் தனக்குள் புன்னகைத்துக் கொண்டான். ஏற்கனவே சற்று திறக்கப்பட்டிருந்த கதவு... அதனைத் தள்ள கதவு சத்தமில்லாமல் அகலத் திறந்தது.

அவன் தன்னுடைய தேர்வைப் பார்த்தபோது, தான் நன்றாகத்தான் தேர்வு செய்திருக்கிறோம் என்பதை அறிந்தான். அவன் கேட்டுக்கொண்டபடி மிகச்சரியாக அவள்... நிர்வாணமாக, மல்லாந்து, கைகள் கெட்டியான வெல்வெட் கயிறுகளால் படுக்கைக் கம்பத்துடன் சேர்த்துக் கட்டப்பட்ட நிலையில் காணப்பட்டாள்.

அவன் அறையைக் கடந்துசென்று, ஒரு கருத்த விரலை அவளது பொன்னிற அடிவயிற்றில் ஓடவிட்டான். *நேற்றிரவு கொலை செய்தேன்,* அவன் நினைத்துக்கொண்டான். *நீதான் என் வெகுமதி.*

11

“சாத்தானியமா?” கோஹ்லர் தன்னுடைய வாயைத் துடைத்துக்கொண்டு அசௌகரியத்துடன் தன் இடத்தை மாற்றிக்கொண்டார். “இது சாத்தானிய வழிபாட்டின் சின்னமா?”

கதகதப்பாக வைத்துக்கொள்ள லேங்டன் அந்த உறைந்துபோன அறையைச் சுற்றிச் சுற்றி வந்தார். “இல்லுமினாட்டிகள் சாத்தானியர்களாக இருந்தனர். ஆனால், அது தற்போதைய அர்த்தத்தில் அல்ல.”

பெரும்பாலான மக்கள் சாத்தானிய வழிபாட்டாளர்களைத் தீமையை - வழிபடுகின்ற குரூரர்கள் என்றே பார்க்கிறார்கள், ஆனால், சாத்தானியர்கள் வரலாற்றுரீதியாகத் தேவாலயத்தை எதிர்த்து நின்ற கற்றறிந்தவர்களாகத்தான் இருந்திருக்கின்றனர். **ஷைத்தான்.** சாத்தானிய இருள்- மாந்திரீக விலங்கு பலியிடல்களைப் பற்றிய வதந்திகள் மற்றும் ஐந்துமுனை நட்சத்திர சடங்கு ஆகியவை, தங்களுடைய எதிரிகளுக்கு

எதிராகத் தேவாலயம் மேற்கொண்ட அவதூறு பிரச்சாரத்தினால் பரப்பிவிடப்பட்ட பொய்களே ஆகும். காலப்போக்கில், இல்லுமினாட்டியை மிஞ்ச விரும்பிய தேவாலயத்துக்கு எதிரானவர்கள், இந்தப் பொய்களை நம்பத் தொடங்கி அவற்றிற்கேற்ப நடந்துகொண்டனர். இவ்வகையில்தான், நவீன சாத்தானியம் பிறந்தது. கோஹ்லர் திடீரென்று முணுமுணுத்தார். "இதெல்லாம் புராதன வரலாறு. இந்த முத்திரை இங்கே எப்படி வந்தது என்பதைத்தான் நான் தெரிந்துகொள்ள விரும்புகிறேன்."

லேங்டன் ஆழமாக மூச்சு விட்டுக்கொண்டார். "இந்த முத்திரையேகூட, சீர்மையின் மீது கலீலியோவுக்கு இருந்த பாசத்திற்கு அர்ப்பணிப்பாக, ஒரு அநாமதேய பதினாறாம்-நூற்றாண்டு இல்லுமினாட்டி ஓவியரால் உருவாக்கப்பட்டதுதான்- ஒருவகை புனித இல்லுமினாட்டி சின்னம். சகோதரவமைப்பு இந்த வடிவமைப்பை ரகசியமாகவே வைத்திருந்தது, தங்களை வெளிப்படுத்திக் கொள்ளும் அளவுக்கு அதிகாரத்தை அடைந்து, தங்களுடைய இறுதி இலக்கை அடைந்த பின்னர்தான் அதை வெளிப்படுத்துவது என்று அவர்கள் திட்டமிட்டிருப்பதாகச் சொல்லப்பட்டது."

கோஹ்லர் நிம்மதியில்லாமலே காணப்பட்டார். "அப்படியென்றால் இந்த முத்திரை இல்லுமினாட்டி சகோதரவமைப்பு வெளியே வரத் தொடங்கிவிட்டது என்பதைக் குறிப்பிடுகிறதா?"

லேங்டன் புருவத்தை நெரித்தார். "அதற்கெல்லாம் சாத்தியமே இருக்காது. இல்லுமினாட்டி வரலாற்றில் நான் இன்னமும் விளக்காத ஒரு அத்தியாயம் இருக்கிறது."

கோஹ்லர் குரல் தீவிரமடைந்தது. "எனக்கு விளக்கமாகச் சொல்லுங்கள்."

லேங்டன் தன்னுடைய உள்ளங்கைகளை ஒன்றாகத் தேய்த்துக் கொண்டார், இல்லுமினாட்டி பற்றி அவர் படித்திருந்த அல்லது எழுதியிருந்த நூற்றுக்கணக்கான ஆவணங்களை மனதுக்குள் வகைபிரித்து வைத்துக்கொண்டார். "உயிர் தப்பியவர்களே இல்லுமினாட்டி ஆனார்கள்," என அவர் விளக்கினார். "அவர்கள் ரோமை விட்டு தப்பிச் சென்றபோது, மறுபடியும் ஒன்றுகூடுவதற்குப் பாதுகாப்பான இடத்தைத் தேடியபடியே ஐரோப்பா முழுவதும் பயணம் செய்தனர். அவர்கள் மற்றொரு

ரகசிய சமூகத்தால் பாதுகாக்கப்பட்டனர்... அவர்கள்தான் ஃப்ரீமேஸன்ஸ் எனப்படுகின்ற பணக்கார பவேரியன் நாட்டு கல்தச்சர் சகோதரவமைப்பு.”

கோஹ்லர் திடுக்கிட்டு காணப்பட்டார். “மேசன்களா?”

லேங்டன் ஆமோதித்தார், கோஹ்லர் அந்தக் குழுவைப் பற்றி கேள்விப்பட்டிருப்பது லேங்டனை ஆச்சரியப்படுத்தவில்லை. மேஸன்ஸ் (கொற்றர்) சகோதரவமைப்பிற்குத் தற்போது உலகம் முழுவதிலும் ஐந்து மில்லியன் உறுப்பினர்கள் உள்ளனர், அவர்களில் பாதி பேர் அமெரிக்காவில் வாழ்கின்றனர், ஒரு மில்லியனுக்கும் மேற்பட்டோர் ஐரோப்பாவில் வாழ்கிறார்கள்.

“மேஸன்கள் நிச்சயமாக சாத்தானியர்கள் அல்ல,” என்றார். சந்தேகம் தொனிப்பதாய் இருந்தது அவரது பிரகடனம்.

“நிச்சயமாக இல்லை. இந்த மேஸன்கள் தங்களுடைய இரக்க குணத்திற்கே பலியாகிப் போனார்கள். 1700-களில் தப்பிவந்த அறிவியலாளர்களுக்கு அடைக்கலம் கொடுத்த பின்னர், இந்த மேஸன்கள் தங்களை அறியாமலேயே இல்லுமினாட்டிக்கான முன்வரிசை ஆகிப்போனார்கள். இல்லுமினாட்டி தங்களுக்குள்ளேயே வளர்ச்சியுற்று, படிப்படியாகத் தங்குமிடங்களுக்குள்ளான அதிகார நிலைகளையும் தனதாக்கிக் கொண்டது. அவர்கள் சத்தமில்லாமல் தங்களுடைய அறிவியல்பூர்வ சகோதரவமைப்பை மேஸன்களுக்குள்ளேயே ஆழமாகப் பதியச் செய்தனர் - இது ஒரு ரகசிய அமைப்பிற்குள்ளே இருந்த ரகசிய அமைப்பு. பிறகு தங்களுடைய செல்வாக்கைப் பரவச் செய்ய, மெஸோனிய தங்குமிடங்களுக்கு உலகளவில் இருந்த தொடர்பைப் பயன்படுத்திக்கொண்டனர் இல்லுமினாட்டிகள்.”

தொடர்ந்து பேசுவதற்கு முன்னர் சில்லிட்ட காற்றை உள்ளே இழுத்து மூச்சுவிட்டார் லேங்டன். “கத்தோலிக்கத்தை அழித்தொழித்தல் என்பதே இல்லுமினாட்டியின் மைய உடன்படிக்கை. தேவாலயம் உமிழ்ந்து வைத்துள்ள மூடநம்பிக்கை கோட்பாடுதான் மனிதகுலத்தின் மாபெரும் எதிரி என்பதே சகோதரவமைப்பின் நிலைப்பாடு. மதமானது இறைபக்தி எனும் புராணீகத்தை முழுமுற்றான உண்மை என்று உயர்த்திப் பிடிப்பதைத் தொடர்ந்து செய்யுமானால், அறிவியல்பூர்வ வளர்ச்சி அப்படியே நின்றுவிடும், அறிவில்லாத

புனிதப் போர்கள் எனும் அறியாமை நிரம்பிய எதிர்காலத்தில் வாழுமாறு மனிதகுலம் சபிக்கப்பட்டுவிடும் என அவர்கள் அஞ்சினர்."

"இன்று நாம் பார்ப்பதைப் போன்று."

லேங்டன் முகம்சுளித்தார். கோஹ்லர் சொல்வதும் சரிதான். புனிதப் போர்கள் இன்னும் தலைப்புச் செய்திகளில் இடம்பிடிக்கின்றன. *என்னுடைய கடவுள் உன்னுடைய கடவுளைவிட சிறந்தவர்.* உண்மையான நம்பிக்கையாளர்கள் மற்றும் அதிகப்படியான எண்ணிக்கை ஆகியவற்றிற்கு இடையில் எப்போதுமே ஒரு நெருக்கமான உறவு இருந்துகொண்டே இருப்பது போல்தான் தோன்றுகிறது.

"சொல்லுங்கள்," என்றார் கோஹ்லர்.

லேங்டன் தன்னுடைய சிந்தனையை ஒருங்கே திரட்டிக்கொண்டு தொடர்ந்தார். "ஐரோப்பாவில் மிகவும் சக்திவாய்ந்ததாக வளர்ச்சியுற்ற இல்லுமினாட்டி அமெரிக்கா மீது தன் பார்வையைப் பதித்தது, வளர்ந்துகொண்டிருந்த அரசாங்கமான அதன் தலைவர்களில் பலரும் மேஸன்களாவர்- ஜார்ஜ் வாஷிங்டன், பெஞ்ஜமின் பிராங்க்ளின் - நேர்மையான, இறைபக்தி கொண்ட அவர்கள் மேஸன்களில் இல்லுமினாட்டியின் வலுவான இடத்தைப் பற்றி அறியாமலேயே இருந்திருக்கின்றனர். இந்த ஊடுருவலை அனுகூலமாகப் பயன்படுத்திக்கொண்ட இல்லுமினாட்டி வங்கிகள், பல்கலைக்கழகங்கள் மற்றும் தங்களுடைய இறுதித் தேடலுக்கு நிதியளிக்கக்கூடிய தொழில்துறை ஆகியவற்றை நிறுவினர்." லேங்டன் சற்று இடைவெளி விட்டார். "அது ஒற்றை ஒருங்கிணைந்த உலக அரசு - ஒருவகையான மதச்சார்பற்ற புதிய உலக ஒழுங்கை நிறுவுதல்."

கோஹ்லர் அதனால் பாதிக்கப்படவில்லை.

"ஒரு புதிய உலக ஒழுங்கு," திரும்பச் சொன்னார் லேங்டன், "அறிவியல் அறிவொளியை அடிப்படையாகக் கொண்டது. இதை அவர்கள் தங்களுடைய லூசிபெரியன் கோட்பாடு என்று அழைத்தனர். லூசிபர் என்பது தீமையைக் குறிப்பது என தேவாலயம் கூறியது, ஆனால் லூசிபர் என்பதே நேரடியான லத்தீன் அர்த்தத்தில் இருந்து எடுக்கப்பட்டது

என சகோதரவமைப்பு வலியுறுத்தியது - *அதாவது நெருப்பைக் கொணர்பவர். அல்லது விளக்கேற்றி.*"

கோஹ்லர் பெருமூச்சு விட்டார், அவருடைய குரல் சட்டென்று மனப்பூர்வமானதாக மாறியது. "மிஸ்டர். லேங்டன், தயவுசெய்து உட்காருங்கள்."

பனிப்படலம்-மூடிய நாற்காலியில் லேங்டன் தற்காலிமாக உட்கார்ந்து கொண்டார்.

கோஹ்லர் தன்னுடைய சக்கர நாற்காலியில் நெருங்கி வந்தார். "நீங்கள் என்னிடம் சொன்ன எல்லாவற்றையும் நான் புரிந்துகொண்டேனா என எனக்கே உறுதியாகத் தெரியவில்லை, ஆனால் எனக்கு இது மட்டும் புரிகிறது. லியனார்டோ வெத்ரா, செர்னின் மகத்தான சொத்துக்களுள் ஒருவர். அவர் எனக்கு நண்பரும்கூட. இல்லுமினாட்டியைக் கண்டுபிடிக்க எனக்கு உங்கள் உதவ வேண்டும்."

இதற்கு எப்படி பதில் சொல்வதென்று லேங்டனுக்குத் தெரியவில்லை. "இல்லுமினாட்டியைக் கண்டுபிடிப்பதா?" *அவர் கிண்டல்தானே செய்கிறார்?* "சொல்வதற்கு வருந்துகிறேன் சார், அது முற்றிலும் சாத்தியமில்லாத ஒன்று."

கோஹ்லரின் புருவம் சுருங்கிப்போனது. "என்ன சொல்கிறீர்கள்? உங்களால் முடியாதா-"

"மிஸ்டர். கோஹ்லர்." லேங்டன் தன்னுடைய விருந்துபசரிப்பாளரை நோக்கிக் குனிந்தார், தான் சொல்லப்போவதை வைத்து, அவரை எப்படி விளங்கிக்கொள்ளச் செய்வதென்று அவருக்கே நிச்சயமாகத் தெரியவில்லை. "நான் என் கதையை முடிக்கவில்லை. இங்கே பதிக்கப்பட்டுள்ள முத்திரை இல்லுமினாட்டியால்தான் பதிக்கப்பட்டது என்பதற்கு நிச்சயமாக வாய்ப்பே இல்லை. அரை நூற்றாண்டிற்கும் மேலாக அவர்கள் இருப்பதற்கான எத்தகைய ஆதாரமும் இல்லை, அத்துடன் இல்லுமினாட்டி பல வருடங்களாகவே செயல்பாட்டில் இல்லை என்பதைப் பெரும்பாலான அறிஞர்கள் ஒப்புக்கொள்கின்றனர்."

அந்த வார்த்தைகள் அமைதியை உருவாக்கின. அந்தப் பனிமூட்டத்தின் ஊடே அதிர்ச்சிக்கும் கோபத்திற்கும் நடுவில் கோஹ்லர் எங்கோ வெறித்துப் பார்த்துக்

கொண்டிருந்தார். "இந்தக் குழுவின் பெயர் இந்த ஆள் மீது சூடு போடப்பட்டிருக்கும்போது, அவர்கள் அழிந்துவிட்டார்கள் என்று எப்படி சொல்கிறீர்கள்!"

காலை முழுவதும் இந்தக் கேள்வியை லேங்டன் தனக்குத்தானே கேட்டுக் கொண்டிருந்தார். இல்லுமினாட்டியின் ஆம்பிகிராம் தோன்றியிருப்பது அதிர்ச்சிகரமானது. உலகம் முழுவதிலும் உள்ள சின்னவியலாளர்கள் திகைத்துப் போவார்கள். ஆனாலும்கூட, அந்த முத்திரை மறுபடியும் தோன்றியிருப்பது நிச்சயம் இல்லுமினாட்டி பற்றிய எதையும் நிரூபித்திடாது என்பதை லேங்டனிடத்தில் இருந்த சிந்தனையாளனால் புரிந்துகொள்ள முடிந்தது.

"இலச்சினைகள்," என்றார் லேங்டன், "எந்த வகையிலும் அவற்றின் அசல் படைப்பாளர்கள் இருக்கிறார்கள் என்பதை உறுதிப்படுத்தாது."

"இதற்கு என்னதான் அர்த்தம்?"

"அப்படியென்றால், இல்லுமினாட்டி போன்று அமைப்பு முறையாக்கப்பட்ட தத்துவங்கள் இல்லாமல் போய்விடும்போது, அவற்றின் சின்னங்கள் எஞ்சியிருக்கும்... வேறு ஏதேனும் குழுக்கள் அவற்றை கைக்கொள்வதற்காக இருந்துகொண்டிருக்கும். இதற்குப் பெயர் உடைமை மாற்றம். சின்னவியலில் இது மிகவும் சாதாரணம். நாஜிக்கள் இந்துக்களிடமிருந்து ஸ்வஸ்திகா சின்னத்தைப் பெற்றார்கள், கிறிஸ்துவர்கள் எகிப்தியர்களிடமிருந்து சிலுவை வடிவத்தைப் பெற்றார்கள், பிறகு –"

"இன்று காலை," என கோஹ்லர் எதிர்த்துக் கேட்டார், "நான் 'இல்லுமினாட்டி' என்ற வார்த்தையை கம்ப்யூட்டரில் டைப் செய்தபோது அதற்கு நிகழ்காலத்தில் உள்ள ஆயிரக்கணக்கான குறிப்பீடுகள் கிடைத்தன. உண்மையிலேயே இந்தக் குழு இன்னமும் செயல்பட்டுக் கொண்டிருக்கிறது என நிறைய பேர் நம்புகிறார்கள்."

"சதித்திட்ட ஆர்வக்கோளாறுகள்," என்று பதிலளித்தார் லேங்டன். நவீன வெகுஜன கலாச்சாரத்தில் சுற்றிவருகின்ற சதித்திட்ட கோட்பாடுகளின் பெரும் படையெடுப்பால் அவர் எப்போதுமே எரிச்சல் அடைந்திருக்கிறார். உலகின் இறுதிநாள் குறித்த தலைப்புச் செய்திகளுக்கு மீடியா ஏங்கிக் கிடக்கிறது,

மற்றொரு பக்கம் சுயமாகப் பிரகடனப்படுத்திக் கொள்ளும் "வழிபாட்டு நிபுணர்கள்" இப்போதும்கூட இல்லுமினாட்டி இருக்கின்றது, சிறப்பாக செயல்படுகிறது, அத்துடன் தங்களுடைய புதிய உலக ஒழுங்கை அமைத்துக் கொண்டிருக்கிறது என்பது போன்ற கட்டுக்கதைகளை இந்தப் புத்தாயிரம் ஆண்டில் மிகைப்படுத்திக்கூறி காசாக்கிக் கொண்டிருக்கிறார்கள். சமீபத்தில், நியூயார்க் டைம்ஸ் பத்திரிகை எண்ணிறந்த புகழ்பெற்ற மனிதர்களுடன் அச்சுறுத்தக்கூடிய மசோனிய தொடர்புகள் பற்றிய செய்தியை வெளியிட்டது - இவர்களில் சர் ஆர்தர் கானன் டோயில், கெண்ட் பிரபு, பீட்டர் செல்லர்ஸ், இர்விங் பெர்லின், இளவரசர் பிலிப், லூயி ஆம்ஸ்ட்ராங், மற்றும் நவீனகாலத்து தொழில்துறை முதலாளிகள் மற்றும் வங்கித் தொழில் ஜாம்பவான்கள் ஆகியோரும் அடங்குவர்.

கோஹ்லர் கோபத்துடன் வெத்ராவின் உடலை சுட்டிக்காட்டினார். "இந்த ஆதாரத்தை வைத்துப் பார்க்கும்போது, அந்தச் சதித்திட்ட ஆர்வக்கோளாறுகள் உண்மையாக இருக்குமென்றே எனக்கு சொல்லத் தோன்றுகிறது."

"இது எப்படி தோன்றியிருக்கும் என என்னால் உணர முடிகிறது," லேங்டன் தன்னால் முடிந்த அளவுக்குத் தந்திரத்துடன் கூறினார். "இன்னும்கூட காரணார்த்தமான விளக்கம் என்னவென்றால், *வேறு சில அமைப்புகள்* இல்லுமினாட்டி முத்திரையைத் தங்களுடைய கட்டுப்பாட்டில் எடுத்துக்கொண்டு, அதனைத் தங்களுடைய நோக்கங்களுக்காகப் பயன்படுத்திக் கொண்டிருக்கிறார்கள் என்பதுதான்."

"என்ன நோக்கங்கள்? இந்தக் கொலை எதை நிரூபிப்பதற்காக?"

நல்ல கேள்வி, லேங்டன் நினைத்துக் கொண்டார். 400 வருடங்களுக்குப் பிறகு யார் வேண்டுமானாலும் இல்லுமினாட்டி முத்திரையை கையில் எடுத்திருக்கலாம் என்பதைக் கற்பனை செய்வதில் அவருக்குமே பிரச்சினை இருக்கத்தான் செய்தது. "இல்லுமினாட்டி இன்றும்கூட செயல்பாட்டில் இருக்கிறார்கள் என்றால்கூட, ஏறக்குறைய அப்படியெல்லாம் இல்லை என என்னால் உறுதியாகச் சொல்ல முடிந்தாலும்கூட, லியனார்டோ வெத்ராவின் மரணத்துடன் அவர்கள் சம்பந்தப்பட்டிருக்க வாய்ப்பே இல்லை என்றுதான் என்னால் சொல்ல முடியும்."

"இல்லையா?"

"ஆமாம், கிடையாதுதான். கிறிஸ்துவத்தை அழிப்பதில் இல்லுமினாட்டி நம்பிக்கை வைத்திருக்கலாம், ஆனால் அவர்கள் அரசியல் மற்றும் நிதி வகையில்தான் தங்களுடைய அதிகாரத்தை வைத்திருந்தார்களே தவிர, தீவிரவாத செயல்கள் வழியாக அல்ல. மேலும், இல்லுமினாட்டிகள், யாரை எதிரியாகப் பார்க்கவேண்டுமென்பதில் கடுமையான ஒழுக்க விதிமுறைகளைக் கொண்டவர்கள். அவர்கள் அறிவியலாளர்களைத் தங்களுடைய உயர்ந்த ஸ்தானத்தில் வைத்திருப்பவர்கள். லியனார்டோ வெத்ரா போன்று ஒரு சக அறிவியலாளரை அவர்கள் கொலைசெய்திருக்க வாய்ப்பே இல்லை."

கோஹ்லர் உறைந்துபோனார். "ஒருவேளை லியனார்டோ வெத்ரா ஒரு சாதாரண அறிவியலாளர் என்பதைத் தவிர்த்து பிறவற்றை நாங்கள் உங்களிடம் குறிப்பிடத் தவறியிருக்கலாம்."

லேங்டன் பொறுமையாகப் பெருமூச்சுவிட்டார். "மிஸ்டர். கோஹ்லர், லியனார்டோ வெத்ரா பல வகைகளிலும் திறமைசாலி என்பதை நான் உறுதியாக நம்புகிறேன், ஆனால் உண்மை என்னவென்றால்-"

எந்தவித எச்சரிக்கையும் இல்லாமல், தன்னுடைய சக்கர நாற்காலியில் சுழன்று திரும்பிச் சுழலும் மூடுபனி எழும்படி அந்த அறையிலிருந்து வெளியேறி கீழேயிருக்கும் கூடத்துக்கு நழுவிக்கொண்டிருந்தார்.

அடக்கடவுளே, லேங்டன் முனகினார். அவரைப் பின்தொடர்ந்து சென்றார். கூடத்தின் கடைசியில் இருந்த ஒரு சிறிய அறையின் முனையில் கோஹ்லர் அவருக்காகக் காத்திருந்தார்.

"இதுதான் லியனார்டோவின் படிப்பறை," என்ற கோஹ்லர் தள்ளித்திறக்கும் கதவைச் சுட்டிக்காட்டினார். "ஒருவேளை இதைப் பார்த்தால் நீங்கள் வேறுவிதமாகப் புரிந்துகொள்வீர்கள் என நினைக்கிறேன்." ஒரு சங்கடமான உறுமலுடன் கோஹ்லர் வலிந்து இழுக்கவே அந்தக் கதவு திறந்தது.

அந்தப் படிப்பறையை உற்றுநோக்கிய லேங்டன் உடனடியாகத் தன்னுடைய தோல் நமைச்சல் எடுப்பதை உணர்ந்தார். *அய்யோ கடவுளே,* என தனக்குத்தானே சொல்லிக்கொண்டார்.

12

மற்றொரு நாட்டில், ஏகப்பட்ட வீடியோ மானிட்டர்களுக்கு முன்னால் ஒரு இளம் காவலாளி பொறுமையுடன் அமர்ந்திருந்தான். தனக்கு முன்னால் பளிச்சிடும் படங்களை அவன் பார்த்துக் கொண்டிருந்தான்- பரந்துவிரிந்திருக்கும் அந்த வளாகத்தைக் கண்காணிக்கும் நூற்றுக்கணக்கான கம்பியில்லா வீடியோ கேமராக்களில் இருந்து, நேரடிக் காட்சிகள் ஒளிபரப்பாகிக் கொண்டிருந்தன. அந்தப் படங்கள் ஒரு முடிவில்லாத ஊர்வலமாகச் சென்றுகொண்டிருந்தன.

ஒரு அலங்கார நடைக்கூடம்.

ஒரு தனி அலுவலகம்.

ஒரு தொழிற்சாலை அளவுள்ள சமையல்கூடம்.

அந்தப் படங்கள் நகர்ந்துகொண்டே இருக்கையில், அந்தக் காவலாளி ஒரு பகல்கனவுடன் போராடிக் கொண்டிருந்தான். அவனுடைய வேலைநேரம் முடிவுக்கு வந்துகொண்டிருந்தது, ஆனாலும் அவன் கண்காணித்தபடியே இருந்தான். சேவை என்பது ஒரு கௌரவம். என்றாவது ஒருநாள் அவனுக்கு உச்சபட்ச வெகுமதி வழங்கப்படும். அவனுடைய சிந்தனை போய்க் கொண்டிருக்கும்போதே, அவனுக்கு முன்னாலிருந்த ஒரு பிம்பம் எச்சரிக்கை உணர்வை ஏற்படுத்தியது. திடீரென அவனுடைய கை தன்னிச்சையான அதிர்வுடன் கட்டுப்பாட்டுப் பலகையில் இருந்த ஒரு பட்டனை அழுத்தியது. அவனுக்கு முன்பிருந்த படம் அப்படியே உறைந்தது.

அவனுடைய நரம்புகள் கூசின, நெருங்கிச் சென்று பார்ப்பதற்காக அவன் திரையை நோக்கி குனிந்தான். அந்த மானிட்டர் ரீடிங்கில் அந்தப் படம் கேமரா எண் 86-இல் இருந்து வந்திருப்பதாகச் சொன்னது - அந்தக் கேமரா நடைக்கூடத்தை நோக்கித்தான் இருந்திருக்க வேண்டும்.

ஆனால், அவனுக்கு முன்பிருந்த அந்தப் படம் நிச்சயமாக நடைக்கூடம் அல்ல.

13

லேங்டன் ஒன்றும் புரியாமலே தனக்கு முன்பிருந்த படிப்பறையை வெறித்துப் பார்த்தார். "இது என்ன இடம்?" தன்னுடைய முகத்தில் வரவேற்கும்படியான இதமான காற்று அடித்தபோதிலும், அவர் நடுக்கத்துடன் அந்த அறைக்குள் காலடி எடுத்து வைத்தார்.

லேங்டனுக்குப் பின்னால் உள்ளே நுழைந்த கோஹ்லர் எதுவும் சொல்லவில்லை.

லேங்டன் அந்த அறையை ஆராய்ந்தார், ஆனால் அது எதற்கானது என்ற ஒரு சிறு யோசனைகூட அவருக்கு பிடிபடவில்லை. அவர் இதுவரை பார்த்ததிலேயே மிகவும் விசித்திரமான கலைப்பொருட்களின் கலவை அங்கே காணப்பட்டது. தொலைவிலே இருந்த சுவரின் அலங்காரத்தில் ஆதிக்கம் செலுத்தியது ஒரு மிகப்பெரிய மரச் சிலுவை, அதை பதிநான்காம் நூற்றாண்டு சிலுவை என்பார் லேங்டன். அந்த சிலுவை வடிவத்திற்கு மேலே சுற்றிவரும் உலோகத்தாலான கிரகங்கள் கூரையில் இருந்து தொங்கிக்கொண்டிருந்தன. அதற்கு இடது பக்கத்தில் கன்னி மேரியின் ஒரு தைல வண்ண ஓவியம் இருந்தது, அதன் பக்கத்திலேயே லேமினேஷன் செய்யப்பட்ட மூலக்கூறு அட்டவணை வைக்கப்பட்டிருந்தது. மற்றொரு பக்கம், இரண்டு கூடுதலான வெண்கல சிலுவைகள் ஆல்பர்ட் ஐன்ஸ்டைன் போஸ்டரைத் தாங்கியிருந்தன, அதில் அவருடைய புகழ்பெற்ற மேற்கோள் எழுதப்பட்டிருந்தது, ***கடவுள் இந்தப் பிரபஞ்சத்துடன் பகடை ஆடுவதில்லை.***

லேங்டன் அறைக்குள் நுழைந்து, பெரும் வியப்புடன் சுற்றிலும் பார்த்தார். தோல் உறையிட்ட ஒரு பைபிள் வெத்ராவின் மேஜையில் காணப்பட, பைபிளுக்கு அருகில் அணுவைப் பற்றிய ஒரு பிளாஸ்டிக் போயர் மாடலும், மைக்கேலாஞ்சலோ வரைந்த மோசஸ் படத்தின் நகலும் காணப்பட்டது.

பரவலான கோட்பாடுகள் இணைப்பு, என நினைத்துக் கொண்டார் லேங்டன். அந்தக் கதகதப்பு நன்றாக இருந்தது, ஆனால், அந்த அலங்காரத்தைப் பற்றிய ஏதோ ஒன்று அவருடைய உடல் முழுவதிலும் ஒரு புதுவகை சில்லிடலை அனுப்பிவைத்தது.

இரண்டு தத்துவ ஜாம்பவான்கள் மோதிக்கொள்வதைப் பார்ப்பதுபோல் உணர்ந்தார் அவர்... அது ஒரு தீர்க்கவே முடியாத எதிரெதிர் சக்திகளின் தெளிவில்லாத காட்சி. புத்தக அலமாரியில் இருந்த புத்தகங்களின் தலைப்புகளை அவர் ஆராய்ந்தார்:

கடவுள் துகள்
பௌதீகத்தின் தாவோ
கடவுள்: ஆதாரம்

புத்தகங்கள் முடிவில் ஒரு மேற்கோள் செதுக்கப்பட்டிருந்தது:

உண்மையான அறிவியல் ஒவ்வொரு கதவுக்கும் பின்னால்
காத்திருக்கும் கடவுளைக் கண்டுகொள்ளும்.
– ஏழாம் போப் பியஸ்

"லியனார்டோ ஒரு கத்தோலிக்க மதகுரு," என்றார் கோஹ்லர்.

லேங்டன் திரும்பிப் பார்த்தார். "மதகுருவா? அவர் ஒரு இயற்பியலாளர் என்று நீங்கள் சொன்னதாக நினைத்தேன்."

"அவர் இரண்டும்தான். அறிவியலும் மதமும் கலந்த மனிதர்கள் ஒன்றும் வரலாற்றில் இதற்கு முன்பு இல்லாமல் இல்லை. லியனார்டோவும் அவர்களில் ஒருவர். அவர் இயற்பியலை 'கடவுளின் இயற்கை விதி' என்றே கருதினார். நம்மைச் சுற்றியுள்ள எல்லாவற்றிலுமே கடவுளின் கையெழுத்தை இயற்கை ஒழுங்கில் பார்க்கமுடியும் என்பார். சந்தேகப்படும வெகுமக்களுக்குக் கடவுள் இருப்பதை அறிவியல் மூலமாக நிரூபிக்க முடியும் என அவர் நம்பினார். அவர் தன்னை ஒரு இறையியல்-இயற்பியல்வாதியாகக் கருதிக்கொண்டவர்."

இறையியல்–இயற்பியலா? அது கொஞ்சமும் சாத்தியமேயில்லாத முரண்தொடை போல் இருப்பதாக லேங்டனுக்குத் தோன்றியது.

"துகள் பௌதீகத் துறையானது பிற்காலத்தில் சில அதிர்ச்சிகரமான கண்டுபிடிப்புகளைச் செய்திருக்கிறது - அவை முற்றிலும் ஆன்மீக அர்த்தம் கொண்ட கண்டுபிடிப்புகள். அவற்றில் பலவற்றுக்கும் லியனார்டோவே பொறுப்பாவார்" என்றார் கோஹ்லர்,

லேங்டன் செர்ன் இயக்குநரை ஆராய்ந்தார், இன்னமும்கூட அந்தக் கடுங்குழப்பமான சுற்றுப்புறத்தைப் புரிந்துகொள்ள முயற்சித்துக் கொண்டிருந்தார். "ஆன்மிகமும் பௌதீகமுமா?"

மதம்சார் வரலாற்றை ஆராய்வதற்கு லேங்டன் தன் வாழ்நாள் முழுவதையும் செலவிட்டிருக்கிறார், திரும்பத் திரும்ப தோன்றுகின்ற ஒரு விஷயம் இருக்குமானால், உலகம் தோன்றிய நாளில் இருந்தே அறிவியலும் மதமும் எண்ணெயும் தண்ணீரையும் போன்றவை என்பதுதான் அது... முதன்மை விரோதிகள்... கலக்கவே முடியாதவை.

"துகள் அறிவியல் துறையில் முன்னிலை வகிப்பவர்களில் வெத்ராவும் ஒருவர்," என்றார் கோஹ்லர். "அவர் அறிவியலையும் மதத்தையும் இணைக்கத் தொடங்கினார்... மிகவும் எதிர்பாராத முறைகளில் அவை ஒன்றுக்கொன்று பூர்த்தி செய்துகொள்கின்றன என்பதைக் காட்டியிருக்கிறார். அந்தத் துறையை அவர் புதிய பௌதீகம் என்று அழைத்தார்." அலமாரியில் இருந்து ஒரு புத்தகத்தை எடுத்த கோஹ்லர் அதை லேங்டனிடம் கொடுத்தார்.

லேங்டன் அதன் அட்டையைப் பார்த்தார். *கடவுள், அற்புதங்கள், மற்றும் புதிய பௌதீகம் - லியனார்டோ வெத்ரா.*

"இந்தத் துறை சிறியதுதான்," என்றார் கோஹ்லர், "ஆனால், சில பழைய கேள்விகளுக்கு அது புத்தம்புது பதில்களைக் கொடுத்திருக்கிறது- அவை இந்த பிரபஞ்சத்தின் தோற்றம் மற்றும் நம்மைப் பிணைத்து வைத்திருக்கின்ற சக்திகள் குறித்த கேள்விகள். தன்னுடைய ஆராய்ச்சி மில்லியன்கணக்கான மக்களை ரொம்பவும் ஆன்மீக வாழ்க்கை முறைக்கு மாற்றும் என லியனார்டோ நம்பினார். நம் எல்லோரையும் ஒன்றிணைக்கின்ற ஒரு ஆற்றல் சக்தியினுடைய இருப்பை அவர் வகைப்பாட்டுரீதியில் கடந்த வருடம் நிரூபித்திருக்கிறார். உண்மையில் அவர் நாம் அனைவருமே உடல்ரீதியாக இணைக்கப்பட்டிருக்கிறோம் என்பதைத்தான் நிரூபித்திருக்கிறார்... அதாவது உங்கள் உடலில் உள்ள மூலக்கூறுகள் என்னுடைய உடலில் உள்ள மூலக்கூறுகளுடன் பின்னிப் பிணைந்திருக்கின்றன... அதாவது நம் எல்லோருக்குள்ளும் ஒரே ஒரு ஒற்றை சக்திதான் இயங்கிக் கொண்டிருக்கிறது."

லேங்டன் எதுவும் புரியாதவரைப் போல் உணர்ந்தார். *கடவுளின் சக்தி நம் அனைவரையும் இணைக்கிறது.* "துகள்கள் ஒன்றுக்கொன்று தொடர்புகொண்டவை என்பதைத்தான் உண்மையில் மிஸ்டர். வெத்ரா நிரூபித்துக் காட்டினாரா?"

“முடிவான ஆதாரம். *சயின்டிபிக் அமெரிக்கன்* பத்திரிகையில் வெளிவந்துள்ள ஒரு சமீபத்திய கட்டுரை புதிய பௌதீகத்தை மதத்தைக் காட்டிலும் கடவுளுக்கான நிச்சயமான பாதை என்று புகழ்ந்திருக்கிறது.”

அந்தக் கருத்து வேண்டிய விளைவை ஏற்படுத்தியது. லேங்டன் சட்டென்று மதத்திற்கு எதிரான இல்லுமினாட்டி பற்றி சிந்திக்கத் தொடங்கிவிட்டதை உணர்ந்தார். தயக்கத்துடனே, ஒரு தற்காலிகமான அறிவார்த்த கொள்கையைச் சாத்தியமில்லாத ஒன்றிற்குள் அனுமதிக்க தனக்குத்தானே அனுமதி அளித்தார். இல்லுமினாட்டி இன்னமும் செயல்பாட்டில் இருக்கிறார்கள் என்றால், இந்த மதம்சார் செய்தியை வெகுமக்களிடம் கொண்டுசேர்ப்பதில் இருந்து தடுப்பதற்காக அவர்கள் லியனார்டோவைக் கொன்றிருப்பார்களோ? லேங்டன் அந்தச் சிந்தனையை உதறித் தள்ளினார். *முட்டாள்தனம்! இல்லுமினாட்டி ஒரு பழம் வரலாறு! கல்வியாளர்கள் எல்லோருக்குமே அது தெரியும்!*

“அறிவியல் உலகில் வெத்ராவுக்கு நிறைய எதிரிகள் உண்டு,” என்று தொடர்ந்தார் கோஹ்லர். “பல அறிவியல் தூய்மைவாதிகள் அவரைக் கண்டித்திருக்கிறார்கள். செர்னில்கூட அது நடந்திருக்கிறது. மதக் கொள்கைகளுக்கு ஆதரவாகப் பகுப்பாய்வு பௌதீகத்தைப் பயன்படுத்துவதை அவர்கள் அறிவியலுக்கு எதிரான துரோகமாக நினைக்கிறார்கள்.”

“ஆனால், இன்றுள்ள அறிவியலாளர்கள் தேவாலயத்துக்கு எதிராக அத்தனை எதிர்ப்புடன் இல்லையே?”

கோஹ்லர் வெறுப்புடன் உறுமினார். “நாங்கள் எதற்காகச் செய்யவேண்டும்? தேவாலயம் அறிவியலாளர்களைக் கழுமரத்தில் ஏற்றாமல் வேண்டுமானால் இருக்கலாம், ஆனால், சிந்தித்துப் பார்த்தீர்கள் என்றால் அவர்கள் அறிவியல் மீது தங்களுடைய ஆளுகையை அவிழ்த்துவிட்டிருப்பதைப் பார்க்கலாம், உங்கள் நாட்டில் உள்ள பாதி பள்ளிக்கூடங்களில் பரிணாம வளர்ச்சிப் பற்றி கற்றுத்தர ஏன் அனுமதிக்கவில்லை என உங்களை நீங்களே கேட்டுப்பாருங்கள். உலகில் அறிவியல் முன்னேற்றத்திற்கு எதிராக அமெரிக்க கிறிஸ்துவக் கூட்டு, மிகுந்த செல்வாக்குச் செலுத்துவது ஏன் என்று உங்களை நீங்களே கேட்டுக்கொள்ளுங்கள். அறிவியல் மற்றும் மதத்திற்கு இடையிலான சண்டை இன்னமும் நடந்துகொண்டுதான் இருக்கிறது மிஸ்டர். லேங்டன். அது, போர்க்களங்களில் இருந்து

படிப்பறைகளுக்கு இடம் மாறியிருக்கிறது, ஆனால், இன்னமும் நடந்துகொண்டுதான் இருக்கிறது."

கோஹ்லர் சொல்வது சரிதான் என்பதை லேங்டன் உணர்ந்துகொண்டார். ஒரு வாரத்திற்கு முன்புதான், உயிரியல் கட்டடத்திற்குள் நுழைந்த ஹார்வார்டு தெய்வீகவியல் பள்ளி, பட்டப்படிப்பு பாடத்திட்டத்தில் மரபணுப் பொறியியல் பாடம் இடம்பெற்றிருப்பதற்கு எதிராகப் போராட்டம் நடத்தியிருந்தது. உயிரியல் துறையின் தலைவரும், புகழ்பெற்ற பறவையியல் நிபுணருமான ரிச்சர்ட் ஆரோனியன், தன்னுடைய அலுவலக ஜன்னலில் இருந்து, ஒரு மிகப்பெரிய பேனரைத் தொங்கவிட்டு தன்னுடைய பாடத்திட்டத்தைப் பாதுகாக்க வேண்டியிருந்தது. அந்தப் பேனரில் கிறிஸ்துவ "மீன்" நான்கு சின்னக் கால்களைக் கொண்டு மேம்படுத்தப்பட்டிருந்தது - இது ஆப்பிரிக்க லங்பிஷ் உலர் நிலத்திலும் வாழ பரிணாம வளர்ச்சியடைந்து மாறியதற்கு மரியாதை செலுத்துவதாகும் என ஆரோனியன் கூறினார். அந்த மீனுக்குக் கீழே, "ஜீசஸ்" என்ற வார்த்தைக்குப் பதிலாக, "டார்வின்!" என்று பிரகடனம் செய்யப்பட்டிருந்தது.

ஒரு கூர்மையான பீப் ஒலி காற்றைக் கிழித்தது, லேங்டன் என்னவென்று பார்த்தார். கோஹ்லர் தன்னுடைய சக்கரநாற்காலியில் எலக்ட்ரானிக் பொருட்கள் வரிசையாக அடுக்கி வைக்கப்பட்டிருந்த இடத்திற்குச் சென்றிருந்தார். அவர் ஒரு பீப் ஒலியெழுப்பும் கருவியை அதனுடைய பிடிமானத்தில் இருந்து நழுவவிட்டு வந்திருக்கும் செய்தியைப் படித்தார்.

"நல்லது. இது லியனார்டோவின் மகள். மிஸ். வெத்ரா இப்போது ஹெலிபேடிற்கு வந்து சேர்ந்துவிட்டார். நாம் அங்கேயே சென்று அவரைச் சந்திக்கலாம். அவர் இங்கு வந்து, தன்னுடைய அப்பாவை இந்த நிலையில் பார்க்காமல் இருப்பதுதான் நல்லதென்று நினைக்கிறேன்."

லேங்டன் ஒப்புக்கொண்டார். இது எந்தக் குழந்தையும் அடையக்கூடாத அதிர்ச்சி.

"நான் மிஸ். வெத்ராவிடம் அவரும் அவருடைய அப்பாவும் ஈடுபட்டிருந்த திட்டம் குறித்த விளக்கங்களைக் கேட்கிறேன்... அது, அவர் கொலை செய்யப்பட்டதற்கான காரணத்தை விளக்க வாய்ப்பிருக்கிறது."

“வெத்ரா செய்துவந்த *வேலைதான்* அவர் கொல்லப்பட்டதற்குக் காரணம் என நினைக்கிறீர்களா?”

“முழுக்கவே வாய்ப்பிருக்கிறது. ஏதோ திருப்புமுனை ஏற்படுத்தக்கூடிய ஒன்றில் வேலை செய்துகொண்டிருப்பதாக லியனார்டோ என்னிடம் சொல்லியிருக்கிறார். என்னிடம் அவ்வளவுதான் சொன்னார். அந்தத் திட்டம் குறித்து அவர் மிகுந்த ரகசியம் காத்தார். அவருக்கு ஒரு தனி ஆய்வகம் இருந்தது, அவருடைய திறமையின் மகத்துவம் காரணமாக நானே அதை ஒரு ஒதுக்குப்புறமான இடமாக அமைத்துக் கொடுத்திருந்தேன். பின்னாளில் அவருடைய ஆராய்ச்சிக்கு மிகப்பெரும் அளவில் மின்சாரம் தேவைப்பட்டது, ஆனால், நான் அவரை எந்தக் கேள்வியும் கேட்டதில்லை.” படிப்பறைக் கதவை நோக்கி கோஹ்லர் திரும்பினார். “இருந்தாலும், இந்த ஃபிளாட்டை விட்டுச் செல்வதற்கு முன்னர் நீங்கள் தெரிந்துகொள்ள வேண்டிய இன்னுமோர் விஷயம் இருக்கிறது.”

அதைக் கேட்க விரும்புகிறோமா என்று லேங்டனுக்கே உறுதியாகத் தெரியவில்லை.

“வெத்ராவைக் கொன்றவன் அவரிடமிருந்து ஒரு பொருளைத் திருடியிருக்கிறான்.”

“ஒரு பொருளா?”

“என பின்னால் வாருங்கள்.”

அந்த இயக்குநர் தன்னுடைய சக்கரநாற்காலியைப் பின்னால் நகர்த்தி, பனிமூட்டம் சூழ்ந்த அறைக்குள் சென்றார். எதை எதிர்பார்ப்பது என்று தெரியாமலேயே லேங்டன் அவரைப் பின்தொடர்ந்தார். வெத்ராவின் உடலுக்குச் சில அங்குலங்கள் நகர்ந்த கோஹ்லர் அப்படியே நின்றார். லேங்டனையும் தன்னுடன் சேர்ந்துகொள்ள அழைத்தார். தயக்கத்துடனே லேங்டனும் நெருங்கி வந்தார், இறந்தவரின் உறைந்துபோன சிறுநீரின் நாற்றத்தில் அவருடைய பித்தநீர் அவர் தொண்டைவரை வந்துவிட்டது.

“அவருடைய முகத்தைப் பாருங்கள்,” என்றார் கோஹ்லர்

முகத்தைப் பார்ப்பதா? லேங்டன் நெற்றியைக் குறுக்கினார். *நீங்கள் ஏதோ திருடப்பட்டிருக்கிறது என்று சொன்னதாகத்தானே நான் நினைத்தேன்.*

தயக்கத்துடன் மண்டியிட்டு குனிந்தார் லேங்டன். வெத்ராவின் முகத்தை அவர் பார்க்க முயன்றார், ஆனால் அவருடைய தலை 180 டிகிரி கோணத்தில் முதுகுப்பக்கம் திருப்பி வைக்கப்பட்டிருந்தது, முகம் அப்படியே தரைவிரிப்பில் வைத்து அழுத்தப்பட்டிருந்தது.

தன்னுடைய இயலாமையுடன் போராடியபடியே கீழே இறங்கிய கோஹ்லர், வெத்ராவின் உறைந்துபோன தலையைக் கவனமாகத் திருப்பினார். சத்தமாக விரிசல் விட்டபடி, வேதனையில் உருக்குலைந்து போயிருந்த அந்தப் பிணத்தின் முகம் காட்சிக்குத் திரும்பியது. கோஹ்லர் ஒருகணம் அப்படியே பிடித்திருந்தார்.

"அடப்பாவமே!" என்று கத்திய லேங்டன் திகிலில் பின்னோக்கிச் சென்று தடுமாறினார். வெத்ராவின் முகம் ரத்தத்தால் நிரம்பியிருந்தது. ஒரே ஒரு பழுப்புநிற கண் உயிரற்றுப்போய் அவரைத் திரும்பிப் பார்த்திருந்தது. மற்றொரு கண்குழி சிதைக்கப்பட்டு காலியாய் இருந்தது. "அவருடைய *கண்ணைத் திருடியிருக்கிறார்கள்?*"

14

பில்டிங் சி-இல் இருந்து திறந்தவெளிக்கு வந்த லேங்டன், வெத்ராவின் வசிப்பிடத்திலிருந்து வெளியே வந்தமைக்காக நன்றியுணர்வுடன் இருந்தார். அவருடைய மனதில் பளிச்சிட்ட வெறுமையான கண்குழியின் பிம்பத்தைக் கலைந்துபோகச் செய்ய சூரியன் உதவி செய்தது.

"இப்படி வாருங்கள், ப்ளீஸ்," என்ற கோஹ்லர் சட்டென்று சரிவுப் பாதைக்குத் திரும்பினார். அந்த மின்சார சக்கரநாற்காலி சிரமமில்லாமல் துரிதமடைவதுபோல் தெரிந்தது. "மிஸ். வெத்ரா எந்த நேரத்தில் வேண்டுமானாலும் வந்துவிடலாம்."

லேங்டன் அவருக்கு இணையாகச் செல்ல விரைந்தார்.

"ஆக," என்றார் கோஹ்லர். "நீங்கள் இன்னமும் இல்லுமினாட்டி சம்பந்தப்பட்டிருப்பதைச் சந்தேகப்படுகிறீர்களா?"

இதற்கு மேலும் என்ன நினைப்பதென்று லேங்டனுக்குத் தெரியவில்லை. வெத்ராவின் மதம்சார் தொடர்புகள் நிச்சயமாகப் பிரச்சினைக்குரியதுதான், ஆனாலும்கூட தான் இதுவரை ஆராய்ந்துள்ள கல்வித்துறை ஆதாரங்கள் அனைத்தையும் அவரால் கைவிட முடியும் என்றும் தோன்றவில்லை. அதுபோக, அந்தக் கண் வேறு...

"இன்னமும் அப்படித்தான் நினைக்கிறேன்," என்று உத்தேசித்திருந்ததைக் காட்டிலும் மிகுந்த தீவிரத்துடன் சொன்னார் லேங்டன், "இந்தக் கொலைக்கு இல்லுமினாட்டி காரணம் அல்ல. தொலைந்துபோன கண்தான் அதற்கான ஆதாரம்."

"என்ன?"

"தற்போக்கான உறுப்பழிப்பு," என்று விளக்கினார் லேங்டன், "அது நிச்சயமாக... இல்லுமினாட்டியுடையது அல்ல. ஆங்காங்கே தீவிரவாத செயல்களில் ஈடுபடுகின்ற மதவெறியர்களின் அனுபவமின்மை காரணமாகவே திட்டமிடாத முகச்சிதைவு போன்றவை நடக்கின்றன என்கின்றனர் வழிபாட்டு நிபுணர்கள்- ஆனால், இல்லுமினாட்டிகள் எப்போதுமே ஆராய்ந்து செயல்படுகிறவர்கள்."

"ஆராய்ந்து செயல்படுவதா? ஒருவருடைய கருவிழியை அறுவைச் சிகிச்சை செய்து நீக்குவது ஆராய்ந்து செயல்படுவதில்லையா?"

"இதில் தெளிவான செய்தி எதுவுமில்லை. இது எத்தகைய உயர்வான நோக்கத்திற்கும் உதவி செய்யப்போவதில்லை."

கோஹ்லரின் சக்கர நாற்காலி மேட்டின் உச்சியில் சற்று அப்படியே நின்றுவிட்டது. அவர் திரும்பினார். "மிஸ்டர். லேங்டன், என்னை நம்புங்கள், அந்தக் காணாமல் போன கண் உண்மையிலேயே உயர்வான ஒரு நோக்கத்திற்கானதுதான்... மிக மிக உயர் நோக்கத்திற்கானது."

அந்த இருவரும் மேடான புல்வெளியைக் கடக்கும்போது, மேற்குப் பகுதியில் இருந்து ஹெலிகாப்டர் இறக்கைகள் அடித்துக்கொள்ளும் சத்தம் கேட்டது. திறந்துகிடந்த பள்ளத்தாக்கைச் சுற்றிக்கொண்டு, அவர்களை நோக்கி ஒரு ஹெலிகாப்டர் தோன்றியது. அது ஒருபக்கமாகச் சரிந்து, பின்னர் புல்வெளியில் வரையப்பட்டிருக்கும் ஹெலிபேட் மேலாக மெதுவாக வட்டமிட்டது.

லேங்டன் கலக்கத்துடன் அதைப் பார்த்தார், அவருடைய மனம் அந்த இறக்கைகளைப் போன்றே சுழன்றுகொண்டிருந்தது, ஒரு இரவு முழுவதுமான தூக்கம் தன்னுடைய தற்போதைய பிடிமானமற்ற நிலையைத் தெளிவுபடுத்திடுமா என்று வியந்தார். எனினும், அவருக்கு அதில் சந்தேகம்தான்.

முட்டுக்கட்டைகள் தரையைத் தொட்டதும், ஒரு பைலட் வெளியே குதித்து துணைக்கருவிகளை வெளியே எடுத்துப்போடத் தொடங்கினான். அதில் ஏகப்பட்ட பொருள்கள் இருந்தன- தோள்பைகள், வினைல் பைகள், ஸ்கூபா டேங்குகள், மற்றும் உயர்-தொழில்நுட்ப நீர்மூழ்கும் சாதனத்தைப் போல் தோன்றும் பெட்டிகள்.

லேங்டன் குழம்பிப் போனார். "அதுதான் மிஸ். வெத்ராவின் துணைக்கருவிகளா?" என்று என்ஜின்களின் உறுமல்களுக்கிடையே கோஹ்லரை நோக்கிக் கத்தினார்.

கோஹ்லர் அதை ஆமோதித்து தலையாட்டி திரும்பக் கத்தினார், "அவள் பலேரிய கடலில் உயிரியல் ஆராய்ச்சி செய்துகொண்டிருக்கிறாள்."

"அவள் ஒரு *இயற்பியலாளர்* என்று சொன்னீர்களே!"

"ஆமாம். அவள் ஒரு உயிர் பின்னல் இயற்பியலாளர். உயிர் அமைப்புகளிடையே ஒன்றுக்கொன்று உள்ள தொடர்பு குறித்து அவர் ஆராய்ச்சி செய்கிறார். துகள் இயற்பியலில் தன்னுடைய அப்பாவின் வேலையோடு அவருடைய வேலை நெருங்கிய தொடர்பு கொண்டது. சமீபத்தில், டூனா மீன் கூட்டத்தை ஆராய்ந்தறிய அணுவகையில் ஏககாலத்தில் படம்பிடிக்கும் கேமராக்களைப் பயன்படுத்தி, ஐன்ஸ்டைனின் அடிப்படைக் கோட்பாடுகளுள் ஒன்றை தவறு என நிரூபித்திருக்கிறார்."

தன்னுடைய விருந்துபசரிப்பாளரின் முகத்தில் புன்னகைக்கான பிரதிபலிப்பு ஏதாவது இருக்கிறதா என்று லேங்டன் தேடிப்பார்த்தார். *ஐன்ஸ்டைனும் டூனா மீனுமா? அந்த எக்ஸ்-33* விண்கல விமானம் தன்னைத் தவறுதலாக ஏதாவது ஒரு கிரகத்தில் இறக்கி விட்டுவிட்டதோ என்று அவர் சந்தேகிக்கத் தொடங்கினார்.

கொஞ்ச நேரத்திற்குப் பின்னர், விட்டோரியா வெத்ரா ஹெலிகாப்டரில் இருந்து வெளியே வந்தாள். இன்றைய தினம்

ஆச்சரியங்களுக்கு முடிவேயில்லாத நாளாக இருக்கப்போகிறது என்பதை லேங்டன் உணர்ந்தார். காக்கி அரைக்கால் சட்டை, கைவைக்காத மேலாடையுடன் ஹெலிகாப்டரில் இருந்து இறங்கிய விட்டோரியா வெத்ரா, லேங்டன் எதிர்பார்த்ததுபோல் புத்தகப்புழு பௌதீகவியலாளர் போன்று இல்லை. சுறுசுறுப்பாகவும் நேர்த்தியாகவும் காணப்பட்ட அவள் உயரமாகவும் செஸ்ட்நெட் மரத்தைப் போன்ற தோல்நிறமும் கொண்டிருந்தாள், அவளுடைய கறுத்த கேசம் இறக்கைகளின் காற்றில் சுழன்றது. அவளுடைய முகம் சந்தேகமேயில்லாமல் இத்தாலியர் என்பதைக் காட்டியது- ரொம்பவும் அழகில்லை என்றாலும், இருபது கஜம் தொலைவில் இருந்து பார்த்தாலும் உணர்ச்சியைக் கிளறக்கூடிய உடற்கூறுகளைக் கொண்டிருந்தாள். காற்றோட்டம் அவளுடைய உடலை அடித்தபடியிருக்க, அவளுடைய ஆடைகள் உடலோடு நெருக்கிப்பிடித்து அவளுடைய இடையையும் சிறிய மார்புகளையும் அழுத்தமாகக் காட்டியது.

“மிஸ்.வெத்ரா அற்புதமான உடல் வலிமை கொண்ட பெண்,” என்ற கோஹ்லர், லேங்டன் கவர்ந்திழுக்கப்பட்டதை உணர்ந்தவர்போல் காணப்பட்டார். “சமயங்களில் ஆபத்தான சூழியல் அமைப்புகள் குறித்து ஆராய அவர் பல மாதங்களைச் செலவிட்டிருக்கிறார். அவர் ஒரு சமரசமில்லாத சைவ உணவாளி, செர்னில் இருப்பவர்களுக்கு அவள்தான் ஹட யோகா குரு.”

ஹட யோகாவா? லேங்டன் வியப்படைந்தார். பழங்கால புத்தக் கலையான தியான நீட்சி, ஒரு கத்தோலிக்க மதகுருவின் பௌதீகவியலாளர் மகளுக்கு வாய்த்த விசித்திரமான திறமையாகத்தான் தோன்றியது.

விட்டோரியா நெருங்கி வருவதை லேங்டன் கவனித்தார். அவள் அழுதபடிதான் இருந்திருக்க வேண்டும், அவளுடைய ஆழ்ந்த கறுத்த கண்கள் உணர்ச்சிகளால் நிரம்பியிருப்பதை லேங்டனால் புறம்தள்ள முடியவில்லை. இருந்தும், அவள் அவர்களை நோக்கி தீர்க்கமாக வந்துகொண்டிருந்தாள். அவளுடைய கைகால்கள் வலுவாகவும் நேர்த்தியாகவும் இருந்தன, சூரிய ஒளியில் நீண்டநேரம் கிடந்திருக்கும் மத்திய தரைக்கடல் சதையின் ஆரோக்கியமான ஒளியால் பிரகாசித்துக் கொண்டிருந்தன.

"விட்டோரியா," அவள் நெருங்கி வருகையில் கோஹ்லர், "என்னுடைய ஆழ்ந்த அனுதாபங்கள். இது அறிவியலுக்கும்... இங்கே செர்னில் உள்ள நம் அனைவருக்குமே பயங்கரமான இழப்பு."

விட்டோரியா நன்றிப்பெருக்குடன் ஆமோதித்தாள். அவள் பேசும்போது, குரல் மென்மைப்பட்டிருந்தது - தொண்டையில் இருந்து பேசக்கூடிய ஆங்கிலம். "யார் காரணமென்று இன்னமும் உங்களுக்குத் தெரியவில்லையா?"

"நாங்கள் அதுபற்றித்தான் ஆராய்ந்து கொண்டிருக்கிறோம்."

அவள் லேங்டன் பக்கம் திரும்பி மெலிந்த கையை நீட்டினாள். "என் பெயர் விட்டோரியா வெத்ரா. நீங்கள் இண்டர்போலை சேர்ந்தவர் என்று நினைக்கிறேன்?"

லேங்டன் அவள் கையைக் குலுக்கினார், அவளுடைய களங்கமற்ற பார்வையின் ஆழத்தால் ஒருகணம் தன்னையே மறந்துபோனார். "ராபர்ட் லேங்டன்." அதற்கு மேல் என்ன சொல்வதென்று அவருக்கே தெரியவில்லை.

"மிஸ்டர். லேங்டன் அதிகாரிகளுள் ஒருவர் அல்ல," கோஹ்லர் விளக்கினார். "அவர் அமெரிக்காவில் இருந்து வந்துள்ள ஒரு நிபுணர். இந்தச் சூழ்நிலைக்கு யார் காரணம் என்பதைக் கண்டுபிடிக்க நமக்கு உதவி செய்ய வந்திருக்கிறார்."

விட்டோரியா சந்தேகத்துடன் பார்த்தாள். "அப்படியென்றால் போலீஸ்?"

கோஹ்லர் பெருமூச்சுவிட்டாரே தவிர எதுவும் சொல்லவில்லை.

"அவர் உடல் எங்கே இருக்கிறது?"

"பாதுகாப்பில் வைத்திருக்கிறோம்."

அந்தப் பச்சைப் பொய் லேங்டனை ஆச்சரியப்படுத்தியது.

"நான் அவரைப் பார்க்க வேண்டும்," என்றாள் விட்டோரியா.

"விட்டோரியா," கோஹ்லர் வலியுறுத்தினார். "உன்னுடைய அப்பா கொடூரமாகக் கொல்லப்பட்டிருக்கிறார். அவர் எப்படி இருந்தாரோ அப்படியே அவரை நினைவில் வைத்துக்கொள்வதுதான் நல்லது."

விட்டோரியா பேசத் தொடங்கியபோது, அவள் பேச்சு தடைப்பட்டது.

"ஹே, விட்டோரியா!" தொலைதூரத்தில் இருந்து குரல்கள் கேட்டன. "வரவேற்கிறோம்!"

அவள் திரும்பிப் பார்த்தாள். ஒரு அறிவியலாளர் குழு மகிழ்ச்சியாக கையசைத்தபடியே ஹெலிபேடிற்கு அருகே கடந்து சென்றது.

"வேறு ஏதாவது ஐன்ஸ்டைன் கோட்பாட்டை தவறு என நிரூபித்தாயா?" என்று ஒருவர் கத்தினார்.

மற்றொருவர் சொன்னார், "உன் அப்பா அவசியம் சந்தோஷப்படுவார்!"

கடந்து செல்கையில் அந்த மனிதர்களுக்குச் சங்கடமாகக் கையசைத்தாள். பிறகு கோஹ்லர் பக்கம் திரும்பிய அவள் முகத்தில் குழப்ப ரேகைகள் காணப்பட்டன. "இன்னமும் யாருக்குமே தெரியாதா?"

"விவேகம்தான் முக்கியம் என முடிவெடுத்தேன்."

"என் அப்பா கொலைசெய்யப்பட்டார் என்று நீங்கள் பணியாளர்களிடம் சொல்லவில்லையா?" அவளுடைய புதிரான தொனியில் இப்போது கோபமும் கலந்திருந்தது.

கோஹ்லரின் தொனி சட்டென்று கடினப்பட்டது. "ஒருவேளை நீ மறந்திருக்கலாம் மிஸ். வெத்ரா, உன்னுடைய அப்பாவின் கொலையைப் பற்றி நான் தெரிவித்த உடனேயே செர்னைப் பற்றிய விசாரணைதான் நடந்திருக்கும். அவரது ஆய்வகத்தை முற்று முழுவதுமாக ஆய்வுசெய்வது உட்பட. நான் எப்போதுமே உன் அப்பாவின் அந்தரங்கத்தை மதிப்பதற்கு முயற்சித்திருக்கிறேன். உங்களுடைய தற்போதைய திட்டப்பணி குறித்து உன்னுடைய அப்பா என்னிடம் இரண்டே விஷயங்களைத்தான் சொல்லியிருக்கிறார். ஒன்று, அடுத்த பத்தாண்டுகளில் ஒப்பந்தங்களுக்கு உரிமம் அளிப்பதால் செர்னிற்கு மில்லியன்கணக்கில் பணம் கிடைக்க வாய்ப்புள்ளது. இரண்டாவது, இது இன்னமும் ஒரு ஆபத்தான தொழில்நுட்பம்தான் என்பதால் பொதுமக்களிடத்தில் வெளிப்படுத்தும் அளவுக்கு இது தயாராகவில்லை. இந்த இரண்டு கூற்றுக்களையும் வைத்துப் பார்க்கையில், அந்நியர்கள் உள்ளே வந்து அவருடைய ஆய்வகத்தை ஆராய்ந்து,

அவருடைய வேலைகளைத்ஹ் திருடிவிடவோ அல்லது அப்படிச் செய்யும்போது செத்துப்போய், அதற்குச் சென்னை காரணமாக்கிவிடாமலோ இருக்கவேண்டுமென்றே நான் நினைத்திருக்கிறேன். தெளிவாகச் சொல்லிவிட்டேனா?”

விட்டோரியா, எதுவும் சொல்லாமல் உற்றுப் பார்த்தாள். அவளுக்குள்ளே கோஹ்லர் சொல்வதில் உள்ள நியாயமும், ஒரு தயக்கமான மரியாதையும் தெரிவதை லேங்டன் உணர்ந்தார்.

“அதிகாரிகளுக்கு எதையும் சொல்வதற்கு முன்னர், நீங்கள் இருவரும் என்ன செய்துகொண்டிருந்தீர்கள் என்பதை நான் தெரிந்துகொள்ள வேண்டும். எங்களை நீ இப்போது ஆய்வகத்திற்கு அழைத்துச்செல்ல வேண்டும்” என்றார் கோஹ்லர்,

“ஆய்வகத்திற்கு எந்தத் தொடர்பும் இல்லை,” என்றாள் விட்டோரியா. “என் அப்பாவும், நானும் என்ன செய்தோம் என்பது பற்றி யாருக்கும் தெரியாது. இந்தப் பரிசோதனைக்கும் என் அப்பாவின் கொலைக்கும் தொடர்பிருக்க வாய்ப்பில்லை.”

கோஹ்லர் இருமியபடியே சிரமப்பட்டு மூச்சுவிட்டார். “ஆதாரங்கள் வேறுமாதிரியாகச் சொல்கின்றன.”

“ஆதாரமா? என்ன ஆதாரம்?”

லேங்டனுக்கும் அந்த விஷயம் ஆச்சரியமாகத்தான் இருந்தது. கோஹ்லர் மறுபடியும் தன்னுடைய வாயைத் தட்டிக்கொண்டார். “நீ என்னை நம்பித்தான் ஆகவேண்டும்.”

விட்டோரியாவின் எரிச்சலான பார்வையை வைத்துப் பார்க்கையில், அவள் நம்பவில்லை என்றே தெரிந்தது.

15

லேங்டனின் வினோதமான வருகை தொடங்கிய மையக்கூடத்திற்குள் விட்டோரியாவும் கோஹ்லரும் சென்று கொண்டிருந்தபோது லேங்டன் அவர்களுக்குப் பின்னால் சத்தமில்லாமல் நடந்து சென்றார். விட்டோரியாவின் கால்கள்

திரவத் தன்மையுடன் சென்றன - ஒரு ஒலிம்பிக் நீச்சல் வீரருக்கே உரிய திறன் என்பதை லேங்டனால் கண்டுகொள்ள முடிந்தது, இது நெகிழ்வுத் திறனாலும், கட்டுப்பாடான யோகாவினாலும் வந்திருக்கும் என்பதில் சந்தேகமில்லை. அவள் தனது துக்கத்தை எந்தவிதத்திலாவது குறைக்க முயல்வதுபோல், மெதுவாகவும், நிதானமாகவும் சுவாசிப்பதை அவரால் கேட்க முடிந்தது.

லேங்டன் அவளிடம் ஏதாவது பேசி, தன் அனுதாபத்தை வெளிப்படுத்த விரும்பினார். எதிர்பாராதவிதமாகப் பெற்றோரை இழப்பதால் ஏற்படும் திடீர் வெறுமையை அவரும் அனுபவித்திருக்கிறார். மழையும், அரையிருளுமாக இருந்த அந்த இறுதிச்சடங்கு அவருக்கு நினைவிருக்கிறது. அவருடைய பன்னிரண்டாவது பிறந்தநாளுக்கு இரண்டு நாட்களுக்குப் பின்னர். அவருடைய வீட்டில் அலுவலகத்தைச் சேர்ந்த, சாம்பல்நிற கோட்டு அணிந்தவர்களால் நிரம்பியிருந்தது, அவருடைய கையைப் பிடித்துக் குலுக்கும்போது அவர்கள் வலுவாக அழுத்தினார்கள். கார்டியாக் மற்றும் ஸ்ட்ரெஸ் போன்ற வார்த்தைகளை அவர்கள் முணுமுணுத்துக் கொண்டிருந்தனர். தன்னுடைய கணவரின் கையைப் பிடித்துக்கொண்டிருந்தபடிதான் பங்குச் சந்தை நிலவரங்களைத் தெரிந்துகொள்ள முடிந்தது என அவருடைய அம்மா கண்ணீருடன் வேடிக்கையாகச் சொல்லிக்கொண்டிருந்தார். அவருடைய நாடித்துடிப்பே அவளது தனிப்பட்ட பங்குச்சந்தை நிலவரங்களை உணர்த்தும் டிக்கர் டேப்பாக இருந்திருந்தது.

ஒருமுறை, லேங்டனுடைய அப்பா உயிருடன் இருக்கும்போது, அவருடைய அப்பாவிடம் "இப்படி ஓடிக்கொண்டே இருப்பதைக் குறைத்துக்கொள்ளுங்கள்" என்று அவருடைய அம்மா கெஞ்சுவதைக் கேட்டார். அந்த வருடம், கிறிஸ்துமசிற்கு கண்ணாடியில் உருவாக்கப்பட்ட ரோஜாவை லேங்டன் தன் அப்பாவிற்கு வாங்கிக்கொடுத்தார். லேங்டன் பார்த்ததிலேயே அதுதான் அழகான பொருள்... அதன் வழியாக ஊடுருவும் சூரிய ஒளி, சுவரில் வானவில் வண்ணங்களை வீசியது. "இது அழகாயிருக்கிறது," என்று அதைப் பிரிக்கும்போதே சொன்ன அவருடைய அப்பா, லேங்டனை நெற்றியில் முத்தமிட்டார். "இதற்கு ஒரு பாதுகாப்பான இடத்தைக் கண்டுபிடிப்போம். பிறகு அவருடைய அப்பா, படுக்கையறையின் இருளான மூலையில் இருந்த உயரமான தூசடைந்த அலமாரியில் அந்த ரோஜாவைக் கவனத்துடன் வைத்தார். சில நாட்களுக்குப்

பின்னர், ஒரு முக்காலியை வைத்துக்கொண்டு அந்த ரோஜாவை எடுத்த லேங்டன், அதனை மறுபடியும் கடைக்கே கொண்டு சென்றுவிட்டார். அவருடைய அப்பா அது காணாமல் போனதைக் கவனிக்கவே இல்லை."

மின்தூக்கியின் பிங் ஒலி லேங்டனை நிகழ்காலத்திற்குக் கூட்டிவந்தது. விட்டோரியாவும் கோஹ்லரும் அவருக்கு முன்னால் அதில் ஏறியிருந்தனர். திறந்த கதவுகளுக்கு வெளியே லேங்டன் தயங்கி நின்றார்.

"ஏதாவது பிரச்சினையா?" கோஹ்லரின் குரலில் அக்கறையைவிட பொறுமையின்மை தெரிந்தது.

"அப்படியெல்லாம் இல்லை," என்ற லேங்டன் அந்த அடைசலான பெட்டிக்குள் செல்ல தன்னைக் கட்டாயப்படுத்தினார். மிகவும் அவசியம் எனும்போது மட்டுமே அவர் மின்தூக்கிகளைப் பயன்படுத்துவார். படிக்கட்டுகளின் திறந்தவெளிகளையே அவர் விரும்பினார்.

"டாக்டர். வெத்ராவின் ஆய்வகம் நிலத்தடியில் இருக்கிறது," என்றார் கோஹ்லர்.

பிரமாதம், என்று நினைத்துக்கொண்டார் லேங்டன், இடைவெளியைக் கடந்து, உள்ளே காலடி எடுத்து வைக்கும்போது, அந்த சூழல் தண்டின் ஆழத்திலிருந்து சில்லிட்டு வரும் காற்றை அவரால் உணர முடிந்தது. கதவுகள் மூடின, அந்த வண்டி கீழே போகத் தொடங்கியது.

"ஆறு தளங்கள்," என்று ஒரு பகுப்பாய்வுப் பொறியைப்போல் வெறுமையாகச் சொன்னார் கோஹ்லர்.

தங்களுக்குக் கீழே இருக்கும் வெறுமையான இரும்புத் தண்டின் இருளை லேங்டன் கற்பனை செய்து பார்த்தார். தளங்கள் மாறும்போது காட்டப்படுகின்ற எண்களை உற்றுப் பார்த்துக்கொண்டு அந்தக் கற்பனையைத் தடுத்துவைத்திட முயற்சித்தார். விசித்திரம் என்னவென்றால், அந்த மின்தூக்கி இரண்டே நிறுத்தங்களை மட்டும்தான் காட்டியது. தரைத்தளம் மற்றும் LHC.

"LHC என்பது எதைக் குறிக்கிறது?" என்ற லேங்டன், குரலில் பதட்டம் வெளித்தெரியாமலிருக்க முயற்சித்தார்.

“லார்ஜ் ஹாட்ரன் கொலைடர்,” என்றார் கோஹ்லர். “அது ஒரு துகள் துரிதமாக்கி.”

துகள் துரிதமாக்கியா? லேங்டனுக்கு அந்தத் தொழில்நுட்ப வார்த்தை குறித்தெல்லாம் அவ்வளவாகத் தெரியாது. கேம்பிரிட்ஜில் டன்ஸ்டர் ஹவுஸில் சக பணியாளர்கள் சிலருடன் டின்னர் சாப்பிட்டபோதுதான் அதைப்பற்றி முதல்முறை கேள்விப்பட்டார். அவர்களுடைய பௌதீகவியலாளர் நண்பரான பாப் பிரௌனெல் அன்றிரவு கடும் கோபத்துடன் டின்னருக்கு வந்திருந்தார்.

“வேசிமகன்கள் அதை ரத்து செய்துவிட்டார்கள்!” பிரௌனெல் சாபமிட்டார்.

“எதை ரத்து செய்துவிட்டார்கள்?” என்றனர் சுற்றியிருந்தவர்கள்.

“SSC!”

“என்ன?”

“சூப்பர் கண்டக்டிங் சூப்பர் கொலைடர்!”

யாரோ ஒருவர் தோளைக் குலுக்கினார். “ஹார்வார்ட் அப்படி ஒன்றை கட்டிக்கொண்டிருப்பது எனக்குத் தெரியாதே.”

“ஹார்வார்ட் அல்ல!” அவன் விளக்கினான். “அமெரிக்கா! அதுதான் உலகின் மிகவும் சக்திவாய்ந்த துகள் துரிதப்படுத்தியாக இருக்கப்போகிறது! இந்த நூற்றாண்டின் மிக முக்கியமான அறிவியல் திட்டங்களுள் ஒன்று! அதில் இரண்டு ***பில்லியன்*** டாலர்களைக் கொட்டிவிட்டார்கள், ஆனால் செனட் அந்தத் திட்டத்தைக் கைவிடச் சொல்லிவிட்டது! நாசமாய்ப்போன பைபிள்-பெல்ட் லாபியிஸ்ட்டுகள்!”

பிரௌனெல் கடைசியாக அமைதியானபோது, துகள் துரிதமாக்கி என்பது ஒரு பெரிய, வட்டவடிவ குழாய் என்றும், அதன் வழியாக துணையணு துகள்கள் துரிதப்படுத்தப்படும் என்று விளக்கினான். துகள்களை “உந்தித்” தள்ளுவதற்காக அந்தக் குழாயில் இருக்கும் காந்தங்கள் அதிவிரைவாக அடுத்தடுத்து அணைக்கவும் இயக்கவும் செய்யப்படும், இது ஏறக்குறைய அவை அசாதாரணமான வேகங்களை எட்டும்வரையில் செய்யப்படும். முழுவதுமாகத் துரிதப்படுத்தப்பட்ட துகள்கள் அந்தக் குழாயை ஒரு நொடிக்கு 1,80,000 மைல்கள் என்ற வேகத்தில் சுற்றிவரும்.

“ஆனால், அது ஏறக்குறைய ஒளியின் வேகமாயிற்றே,” என்ற வியந்தார் பேராசிரியர்களுள் ஒருவர்.

“சரியாகச் சொன்னீர்கள்,” என்றான் பிரெளனெல். மேலும் அவன் விளக்கினான், குழாயைச் சுற்றிவரும் இரண்டு துகள்களை எதிர்த் திசைகளில் துரிதமாக்கி, அவற்றை மோதச்செய்வதன் மூலம், அறிவியலாளர்கள் அந்தத் துகள்களை அவற்றின் உள்ளடங்கிய பாகங்களுக்குள் சிதறச்செய்து, இயற்கையின் மிக அடிப்படையான பாகங்களுடைய கணநேரத் தோற்றத்தைப் பெறுவார்கள். “துகள் துரிதமாக்கிகள்,” என்றான் பிரெளனெல், “எதிர்கால அறிவியலுக்கு மிகவும் முக்கியத்துவம் வாய்ந்தவை. துகள்களை மோதச் செய்வதுதான் இந்தப் பிரபஞ்சத்தைக் கட்டமைத்திருப்பவற்றைப் புரிந்துகொள்வதற்கான திறவுகோல்.”

ஹார்வார்டிலேயே தங்கியிருக்கும், அமைதியான மனிதராகிய சார்லஸ் பிராட் இதனால் பெரிதும் கவரப்பட்டதாகத் தெரியவில்லை. “எனக்கு இது எப்படி இருக்கிறதென்றால்,” என்றார் அவர், “அறிவியலை நியாண்டர்தால்கள் அணுகுவதைப் போன்றே இருக்கிறது... கடிகாரங்களின் உள்ளார்ந்த செயல்பாடுகளை நுணுகிப் பார்ப்பதற்கு அவற்றை ஒன்றோடு ஒன்று மோதச் செய்வதைப் போன்றதுதான் இதுவும்.”

பிரெளனெல் தன்னுடைய முள்கரண்டியை அப்படியே போட்டுவிட்டு, அந்த அறையிலிருந்து வேகமாக வெளியேறினான்.

ஆக, செர்னில் *ஒரு துகள் துரிதமாக்கி இருக்கிறது?* என்று அந்த மின்தூக்கி கீழே இறங்கிக் கொண்டிருக்கையில் நினைத்துக் கொண்டார் லேங்டன். துகள்களை நொறுக்குவதற்கு ஒரு வட்டமான குழாய். அதை அவர்கள் ஏன் நிலத்திற்குக் கீழே புதைத்து வைத்திருக்கிறார்கள் என்றும் அவருக்குத் தெரியவில்லை.

மின்தூக்கி மெதுவாக நின்றபோதுதான் லேங்டனால் தன்னுடைய காலுக்குக் கீழே இருக்கும் உறுதியான பூமிப்பகுதியை உணர்ந்து நிம்மதியடைய முடிந்தது. ஆனால், கதவுகள் விலகித் திறந்தபோது அவருடைய நிம்மதி காணாமல் போனது. ராபர்ட் லேங்டன் மறுபடியும் ஒருமுறை முற்றிலும் வேறு ஒரு அந்நிய உலகில் இருப்பதை உணர்ந்தார்.

இடது, வலது என இரண்டு பக்கங்களிலும் அந்தப் பாதை வழியானது, முடிவேயில்லாமல் நீண்டு சென்றது. அது ஒரு மென்மையான சிமெண்ட் சுரங்கப்பாதை, பதினெட்டு

சக்கரங்கள் கொண்ட ஒரு வாகனம் செல்லக்கூடிய அளவுக்கு போதுமான அகலமிருந்தது. அவர்கள் நின்ற இடத்தில் பிரகாசமான வெளிச்சமும், அந்த நடைக்கூடத்திற்குச் சற்று தூரம் தள்ளி கும்மிருட்டாகவும் இருந்தது. ஈரக்காற்று இருளில் இருந்து வீசி - அவர்கள் பூமியின் ஆழத்தில் இருக்கிறார்கள் என்பதை நினைவூட்டி தொந்தரவளித்தது. தன்னுடைய தலைக்கு மேலே தொங்கிக்கொண்டிருக்கும் மண் மற்றும் கல்லின் எடையை லேங்டனால் ஏறக்குறைய எடைபோட்டுப் பார்க்கமுடிந்தது. ஒருகணம் அவர் ஒன்பது வயது பையனாகிப் போனார்... அந்த இருள் அவரைப் பின்னோக்கி இழுத்துச் சென்றது... இப்போதும் அவரைத் துரத்திக் கொண்டிருக்கின்ற, ஐந்து மணிநேரத்திற்கு அவர் இருக்கவேண்டிவந்த கடும் நெருக்கடியான இருளுக்கு. கைவிரல்களை இறுக்கி முஷ்டிபிடித்து அவர் அதனை சமாளித்தார்.

மின்தூக்கியில் இருந்து வெளியே வரும்போதும் அமைதியாகவே இருந்த விட்டோரியா அவர்கள் இல்லாமலேயே அந்த இருளில் எந்தவிதத் தயக்கமும் இல்லாமல் நடந்து சென்றாள். செல்லும் வழியில் அவளுடைய தலைக்கு மேலே பளிச்சிடும் விளக்குகள் எரியத் தொடங்கின. அந்தச் சுரங்கம் உயிருடன் இருந்ததுபோலும்... அவளது ஒவ்வொரு நகர்வையும் எதிர்பார்த்திருந்தது போலவும் லேங்டன் நினைத்தார். லேங்டனும் கோஹ்லரும் அவளுக்குப் பின்னால் சற்று இடைவெளி விட்டு பின்தொடர்ந்தனர். விளக்குகள் அவர்கள் கடந்ததும், தாமாக அணைந்துபோகத் தொடங்கின.

“இந்தத் துகள் துரிதமாக்கி,” லேங்டன் சத்தமில்லாமல் சொன்னார். “இந்தச் சுரங்கத்தில் எங்கோ கீழே இருக்கிறதா?”

“இதுதான் அது.” கோஹ்லர் தனக்கு இடப்பக்கமாகக் காட்ட, அங்கே சுரங்கப்பாதையின் உட்சுவரெங்கும் செல்கிற ஒரு பாலீஷ் செய்யப்பட்ட, குரோமியக் குழாய் சென்றது.

லேங்டன் அந்தக் குழாயைக் குழப்பத்துடன் பார்த்தார். “இதுதான் அந்தத் துரிதமாக்கியா?” அந்தச் சாதனம் அவர் கற்பனை செய்ததுபோலில்லை. அது ஏறக்குறைய மூன்றடி விட்டத்தில், மிகவும் நேராகவும், பின் இருளுக்குள் சென்று மறையும் முன்னர் கண்ணுக்குத் தெரிந்த சுரங்கம் கிடைமட்டமாக நீண்டது. அதிநவீன தொழில்நுட்பத்தாலான ஒரு கழிவுநீர்க் கால்வாய் போன்றே

பெரிதும் தெரிவதாக, லேங்டன் நினைத்துக்கொண்டார். "துகள் துரிதமாக்கிகள் வட்டமாக இருக்கும் என நினைத்தேன்."

"இந்தத் துரிதமாக்கி வட்டமானதுதான்," என்றார் கோஹ்லர். "இது நேராக இருப்பதுபோல் தெரியலாம், ஆனால், அது ஒரு தோற்றப்பிழை. இந்தச் சுரங்கத்தின் சுற்றளவு மிகப்பெரியது என்பதால் வளைவை உணர்வது கடினம் - பூமிப்பந்தைப் போல்."

லேங்டன் வாயடைத்துப் போனார். இது வட்டமானதா? "ஆனால்... இது பிரமாண்டமாக அல்லவா இருக்கவேண்டும்!"

"இந்த *LHC*-தான் உலகிலேயே மிகவும் பெரிய எந்திரம்."

லேங்டன் திகைத்துப் போனார். பூமிக்குள் ஒரு மிகப்பெரிய இயந்திரம் புதைத்து வைக்கப்பட்டிருக்கிறது என அந்தச் செர்ன் காரோட்டி சொன்னது அவர் நினைவுக்கு வந்தது. ஆனால்-

"இது விட்டத்தில் எட்டுக் கிலோமீட்டர்களுக்கும் அதிகமானது... இருபத்தி ஏழு கிலோமீட்டர்கள் நீளமானது."

லேங்டனுக்குத் தலை சுற்றியது. "இருபத்தேழு கிலோமீட்டர்களா?" இயக்குநரை உற்றுநோக்கிய அவர், பிறகு தன் முன்னால் இருக்கும் இருண்ட சுரங்கத்தை நோக்கினார். "இந்தச் சுரங்கம் இருபத்தி ஏழு கிலோமீட்டர்கள் நீளமா? அது... அது பதினாறு மைல்கள் தொலைவுக்கும் அதிகமாயிற்றே!"

கோஹ்லர் ஆமோதித்தார். "சரியான வட்டமாக துளையிடப்பட்டது. இந்த இடத்தை நோக்கி வளையும் முன்னர் இது பிரான்ஸ் வரையில் நீண்டு செல்லக்கூடியது. முழுவதுமாகத் துரிதப்படுத்தப்பட்ட துகள்கள் மோதிக்கொள்வதற்கு முன்னர், ஒரு நொடியில் இந்தக் குழாயை பத்தாயிரம் முறைக்கும் அதிகமாகச் சுற்றிவரும்."

திறந்திருக்கும் சுரங்கத்தை உற்றுப் பார்க்கும்போது லேங்டனின் கால்கள் தளர்ந்தன. "வெறும் மீச்சிறு துகள்களை மோதவிட்டுப் பார்ப்பதற்காக மில்லியன்கணக்கான டன் மண்ணைச் செர்ன் தோண்டியெடுத்திருக்கிறது என்கிறீர்களா?"

கோஹ்லர் தோள்களைக் குலுக்கினார். "சில நேரங்களில் உண்மையைக் கண்டுபிடிக்க, மலையையும் நகர்த்த வேண்டியிருக்கும்."

16

செர்னில் இருந்து நூற்றுக்கணக்கான மைல்கள் தொலைவில், ஒரு குரல் வாக்கி-டாக்கியில் கரகரத்தது. "ஓகே, நான் அரங்கின் நடைபாதைக்கு வந்துவிட்டேன்."

வீடியோ திரைகளைப் பார்த்துக்கொண்டிருந்த டெக்னீஷியன் டிரான்ஸ்மிட்டர் பட்டனை அழுத்தினான். "நீங்கள் கேமரா எண் 86-ஐ பார்க்கிறீர்கள். அது கடைசி முனையில் இருக்கவேண்டும்."

ரேடியோவில் ஒரு நீண்ட அமைதி நிலவியது. காத்திருந்த டெக்னீஷியன் சற்றே வியர்வை சிந்தினார். இறுதியாக அவரது ரேடியோ கிளிக் ஒலி எழுப்பியது.

"கேமரா இங்கே இல்லை," என்றது அந்தக் குரல். "ஆனாலும், அது எங்கே அமைக்கப்பட்டிருந்தது என்பதை என்னால் பார்க்கமுடிகிறது. யாரோ அதை அகற்றியிருக்க வேண்டும்."

அந்த டெக்னீஷியன் பலமாகப் பெருமூச்சுவிட்டான். "நன்றி. ஒரு நொடி பொறுத்துக் கொள்கிறீர்களா?"

அவன் பெருமூச்சுவிட்டபடியே, தனக்கு முன்னால் இருந்த வீடியோ கேமராக்களின் தொகுப்பை நோக்கி தன் கவனத்தைத் திருப்பினான். அந்தக் கட்டடத்தின் பெரும்பகுதிகள் பொதுமக்களுக்குத் திறந்துவிடப்பட்டிருந்தன, கம்பியில்லா கேமராக்கள் இதற்கு முன்பும் காணாமல் போயிருக்கின்றன, அவை வழக்கமாக அங்கு வரும் குறும்புப் பேர்வழிகளால் நினைவுச் சின்னமாகச் திருடிச்செல்லப்பட்டன. ஆனால், ஒரு கேமரா அந்த இடத்தை விட்டு சென்றவுடனே, அதனுடைய தொடர்பெல்லைக்கு வெளியே சென்று, சிக்னலும் நின்றுவிடும், திரையும் வெறுமையாகிவிடும். குழம்பிப்போன அந்த டெக்னீஷியன் மானிட்டரையே பார்த்துக்கொண்டிருந்தான். கேமரா எண் 86-இல் இருந்து, ஒரு தெள்ளத்தெளிவான படம் இன்னமும் வந்துகொண்டிருந்தது.

அந்தக் கேமரா திருடப்பட்டிருந்தால், அவனுக்கு ஆச்சரியமாய் இருந்தது, *அதில் இன்னமும் சிக்னல் வந்துகொண்டிருப்பது எப்படி?* அவனுக்குத் தெரியும், அதற்கு ஒரே ஒரு விளக்கம்தான் இருக்கிறது. அந்தக் கேமரா இன்னமும் கட்டடத்திற்கு

உள்ளேதான் இருக்கிறது, யாரோ அதை வெறுமனே நகர்த்தி வைத்திருக்கிறார்கள். யார்? எதற்காக?

அவன் நீண்டநேரத்திற்குக் கேமராவை ஆராய்ந்தான். இறுதியாகத் தன்னுடைய வாக்கி-டாக்கியை எடுத்தான். "படிக்கட்டில் ஏதாவது மறைப்பிடம் இருக்கிறதா? ஏதாவது அலமாரிகள் அல்லது இருண்ட பொந்துகள்?"

பதில் சொன்ன குரல், குழப்பத்துடன் பதிலளித்தது. "இல்லையே. ஏன்?"

டெக்னீஷியன் புருவத்தை நெரித்தான். "ஒன்றுமில்லை. உன் உதவிக்கு நன்றி." அவன் தன்னுடைய வாக்கி-டாக்கியை அணைத்துவிட்டு உதடுகளைச் சுளித்தான்.

அந்த வீடியோ கேமரா சிறிய அளவிலானது என்பதையும், அது கம்பியில்லா இணைப்புக் கொண்டது என்பதையும் வைத்துப் பார்த்தால், கேமரா எண் 86 இந்தக் கடுமையான காவல் போடப்பட்டுள்ள வளாகத்திற்குள் ஏதோ ஓரிடத்தில் இருந்துதான் தகவல் பரப்புகிறது என அந்த டெக்னீஷியனுக்குத் தெரியும் - அந்த வளாகத்தில் அரை மைல் சுற்றளவிற்கு நெருக்கமாக அமைந்த முப்பத்தி இரண்டு தனித்தனிக் கட்டிடங்கள் ஒருங்கே அமைந்திருந்தன. அந்தக் கேமரா இருளில் ஏதோ ஓரிடத்தில் வைக்கப்பட்டிருக்கிறது என்பது மட்டும்தான் ஒரே துப்பு. ஆனாலும் அது பெரிதாக உதவி செய்திடாது. இந்த வளாகத்தில் முடிவேயில்லாத இருண்ட பகுதிகள் உள்ளன- பராமரிப்பு மறைப்பிடங்கள், சூடேற்றும் குழாய்கள், தோட்டவேலை ஷெட்டுகள், படுக்கையறை துணிவைப்பிடங்கள், சொல்லப்போனால் புதிரான நிலத்தடி சுரங்கப்பாதைகளும்கூட உண்டு. கேமரா 86-ஐ கண்டுபிடிக்க பல வாரங்கள் ஆகலாம்.

ஆனால், அதெல்லாம் என்னுடைய முக்கியமான பிரச்சினையல்ல, என்று நினைத்தான் அவன்.

கேமரா இடம்மாற்றப்பட்டதால் தெரியவரும் தடுமாற்றம் ஒருபுறம் இருந்தாலும், இன்னும் பெரிய அளவுக்கு நிம்மதியைக் குலைக்கக்கூடிய ஒரு விஷயம் இருக்கிறது. தொலைந்துபோன கேமரா காட்டிக்கொண்டிருக்கும் பிம்பத்தை அந்த டெக்னீஷியன் நன்றாக உற்றுப் பார்த்தான். அது ஒரு நிலையான பொருள். அந்த டெக்னீஷியன் இதற்கு முன்பு பார்த்திராத ஒரு நவீன

தோற்றம் கொண்ட சாதனம். சிமிட்டும் அந்த எலக்ட்ரானிக் காட்சிப்படுத்தும் சாதனத்தை ஆராய்ந்தான் அவன்.

இப்படிப்பட்ட பதட்டமான சூழ்நிலைக்கென்று அந்தக் காவலாளி கடுமையான பயிற்சியளிக்கப்பட்டிருந்தாலும், தன்னுடைய நாடித்துடிப்பு அதிகமாவதை அவனால் உணர முடிந்தது. திகிலடைய வேண்டாம் என அவன் தனக்குத்தானே சொல்லிக்கொண்டான். இதற்கு ஏதாவது விளக்கம் இருந்தாக வேண்டும். மிகச்சிறியதாகத் தோன்றிய அந்தப் பொருள் குறிப்பிடும்படியான ஆபத்தாக இருந்துவிடலாம். அப்படியென்றால், அந்த வளாகத்திற்குள் அது இருப்பது பிரச்சினைக்குரியதுதான். உண்மையில், மிகுந்த பிரச்சினைக்குரியது.

இன்றைக்குத் தொந்தரவான நாள், என்று நினைத்தான் அவன்.

அவனுடைய எசமானருக்குப் பாதுகாப்புதான் எப்போதுமே அதிக முன்னுரிமையுள்ளது, ஆனால் *இன்று*, கடந்த பன்னிரண்டு வருடங்களில் என்றுமே இல்லாத அளவுக்குப் பாதுகாப்பு மிகமிக முக்கியத்துவம் வாய்ந்தது. அந்த டெக்னீஷியன் அந்தப் பொருளை நீண்டநேரமாக உற்றுப் பார்த்தான், தொலைதூரத்தில் கூடிவரும் புயலின் உறுமலை அவனால் உணரமுடிந்தது.

பிறகு, வியர்த்து வடிய, அவன் தன் மேலதிகாரிக்குப் போன் செய்தான்.

17

தங்களுடைய அப்பாவைப் பார்த்த நாளை நிறைய குழந்தைகளால் நினைவுபடுத்திச் சொல்லமுடியாது, ஆனால் விட்டோரியா வெத்ராவால் முடியும். அவளுக்கு அப்போது எட்டு வயது ஆகியிருந்தது, அவள், ஃப்ளோரன்சுக்கு அருகாமையில் உள்ள *சியெனா அனாதை இல்லம்* எனும் ஒரு கத்தோலிக்க அனாதை மையத்தில், அவளுக்குத் தெரியாத பெற்றோரால் கைவிடப்பட்டு வளர்ந்தவள். அன்றைய தினம் மழை பெய்துகொண்டிருந்தது. இரவு உணவுக்கு வரும்படி கன்னிகாஸ்த்ரீகள் அவளை இரண்டு முறை அழைத்துவிட்டனர்,

ஆனால் அவள் எப்போதும்போல் அதைக் கேட்காதவள் போன்றே இருந்தாள். வெளிப்புற முற்றத்தில் அவள் படுத்துக் கிடந்தாள், மழைத்துளிகளை உறுத்துப் பார்த்திருந்தாள்... அவை அவள் உடலைத் தீண்டுவதை உணர்ந்தபடி... அடுத்தத் துளி எங்கே விழும் என்பதைக் கணிக்க முயற்சித்தாள். இயற்கையைக் குறித்து சற்றும் ஆர்வமின்றி, கன்னிகாஸ்த்ரீகள் பெரும் தலைக்கனம் பிடித்த குழந்தைகளை நிம்மோனியா காய்ச்சல் பீடிக்கும் என்று பயமுறுத்தி மீண்டும் அழைத்தனர்.

நீங்கள் சொல்வது காதில் விழவில்லை, என நினைத்துக்கொண்டாள் விட்டோரியா.

ஒரு இளம் மதகுரு அவளைக் கூட்டிப்போக வந்தபோது, அவள் முற்றிலுமாக நனைந்திருந்தாள். அவளுக்கு அவரைத் தெரியாது. அவர் அந்த இடத்திற்குப் புதியவர். அவர் தன்னை வந்து பிடித்து இழுத்துச் செல்வதற்காக விட்டோரியா காத்திருந்தாள். ஆனால் அவர் அப்படிச் செய்யவில்லை. பதிலாக, அவளே ஆச்சரியப்படும் வகையில், அவரும் அவளுக்கு அருகே படுத்துக்கொண்டு, தேங்கியிருந்த தண்ணீரில் தன் மேலங்கியை நனைத்துக் கொண்டார்.

"நீ நிறைய கேள்வி கேட்கிறாய் என்று சொன்னார்களே," என்றார் அந்த இளைஞர்.

விட்டோரியா கடிந்துகொண்டாள். "கேள்வி கேட்பது கெட்டதா?"

அவர் சிரித்தார், "சரியென்றுதான் நினைக்கிறேன்."

"நீங்கள் இங்கே என்ன செய்கிறீர்கள்?"

"நீ செய்யும் அதே வேலையைத்தான்... மழைத்துளிகள் ஏன் கீழே விழுகின்றன என்று ஆச்சரியப்பட்டுக் கொண்டிருக்கிறேன்."

"அவை ஏன் விழுகின்றன என்று நான் ஆச்சரியப்படவில்லை! எனக்கு முன்பே தெரியும்!"

அந்த மதகுரு அவளைத் திகைப்புடன் பார்த்தார். "உனக்குத் தெரியுமா?"

"மழைத்துளிகள் என்பவை நம்முடைய பாவத்தைக் கழுவ பூமிக்கு வருகின்ற தேவதூதர்களின் கண்ணீர்த்துளிகள் என்று சிஸ்டர் பிரான்சிஸ்கா சொல்லியிருக்கிறார்."

"வாவ்!" அவர் ஆச்சரிய ஒலியெழுப்பினார். "அப்படியென்றால் இதுதான் அதற்கு விளக்கமா."

"இல்லை, அது கிடையாது!" அந்தப் பெண் திருப்பியடித்தாள். "எல்லாம் கீழே விழுவதால் மழைத்துளிகளும் விழுகின்றன! எல்லாம் விழுகின்றன! மழைத்துளிகள் மட்டுமல்ல!"

மதகுரு தலையைச் சொறிந்தபடி, குழப்பமுற்றுக் காணப்பட்டார். "உனக்குத் தெரியுமா, குழந்தாய், நீ சொல்வது சரிதான். எல்லாம் கீழே விழுகின்றன. அது ஈர்ப்புவிசையால்தான் இருக்கவேண்டும்."

"அது *என்னவாக* இருக்கவேண்டும்?"

அவர் அவளை நோக்கி திகைப்பான பார்வையைத் தந்தார். "நீ *ஈர்ப்புவிசை* பற்றி கேள்விப்பட்டதில்லையா?"

"இல்லையே."

அந்த மதகுரு சோகத்துடன் தோள்களை ஆட்டினார். "ரொம்ப மோசம். ஈர்ப்புவிசை *நிறைய* கேள்விகளுக்குப் பதில் சொல்கிறது."

விட்டோரியா எழுந்து அமர்ந்தாள். "ஈர்ப்புவிசை என்றால் என்ன?" அவள் வற்புறுத்தினாள். "சொல்லுங்கள்!"

அந்த மதகுரு அவளைப் பார்த்து கண்சிமிட்டினார். "இதை நான் இரவு உணவின்போது உனக்குச் சொன்னாலென்ன."

அந்த இளம் மதகுருதான் லியனார்டோ வெத்ரா. பல்கலைக்கழகத்தில் படிக்கும்போது ஒரு விருதுபெற்ற பௌதீகவியல் மாணவராக இருந்தபோதிலும், அவர் மற்றொரு அழைப்புக்குச் செவிமடுத்து, மதகுருமார் பள்ளியில் சேர்ந்தார். கன்னிகாஸ்த்ரீகளும் நெறிமுறைகளுமாக நிரம்பியிருந்த அந்தத் தனிமையான உலகத்தில் லியனார்டோவும் விட்டோரியாவும் சிறந்த நண்பர்களானார்கள். விட்டோரியா லியனார்டோவைச் சிரிக்க வைத்தாள், அவர் அவளை தன் சிறகுகளுக்குள் எடுத்துக்கொண்டார், வானவில்கள், நதிகள் போன்ற அழகானவற்றுக்கு நிறைய விளக்கங்கள் இருப்பதைச் சொல்லிக்கொடுத்தார். அவர் ஒளி, கிரகங்கள், நட்சத்திரங்கள் மற்றும் அனைத்து இயற்கை குறித்து கடவுள் மற்றும் அறிவியலின் பார்வையில் அவளுக்கு விளக்கினார்.

விட்டோரியாவின் இயல்பிலேயே இருந்த அறிவும் ஆர்வமும் ஒரு வசீகரமான மாணவராக அவளை மாற்றிப்போட்டது. லியனார்டோ அவளை ஒரு மகளைப் போல் பாதுகாத்தார்.

விட்டோரியாவும் மிகுந்த மகிழ்ச்சியுடன் இருந்தாள். ஒரு தந்தை இருக்கின்ற மகிழ்ச்சியை அவள் இதற்கு முன்பு உணர்ந்ததே இல்லை. மற்ற பெரிய பிள்ளைகள் அவளுடைய கேள்விகளுக்குச் சிறிய தண்டனை அளிக்கையில், லியனார்டோ அவளுக்குப் புத்தகங்களைப் படித்துக்காட்ட பலமணி நேரத்தைச் செலவிட்டார். அவளுடைய கருத்துக்கள் என்ன என்பதையும் அவர் கேட்டுக் கொண்டார். லியனார்டோ தன்னுடனே இருக்கவேண்டும் என விட்டோரியா பிரார்த்தனை செய்தாள். பிறகு ஒருநாள், ஒரு கொடுங்கனவு உண்மையாகிப்போனது. ஃபாதர் லியனார்டோ அந்த ஆதரவற்றோர் இல்லத்திலிருந்து போகப்போவதாக அவளிடம் கூறினார்.

"நான் சுவிட்சர்லாந்திற்குப் போகிறேன்," என்றார் லியனார்டோ. "ஜெனீவா பல்கலைக்கழகத்தில் பௌதீகம் படிக்க எனக்கு மானியம் கிடைத்திருக்கிறது."

"பௌதீகமா?" என்று விட்டோரியா சத்தமிட்டாள். "நீங்கள் கடவுளை நேசிப்பதாக அல்லவா நினைத்தேன்!"

"ஆமாம், ரொம்பவே நேசிக்கிறேன். அதனால்தான் அவருடைய தெய்வீக விதிகளைக் கற்க விரும்புகிறேன். தன்னுடைய மகத்தான படைப்பை வரைய கடவுள் அமைத்துவைத்தத் திரைச்சீலைதான் பௌதீக விதிகள்."

விட்டோரியா நொறுங்கிப்போனாள். ஆனால், ஃபாதர் லியனார்டோவிடம் வேறு ஒரு செய்தியும் இருந்தது. அவர் தன்னுடைய மேல்நிலையாளர்களுடன் பேசியதாகவும், அவளை தத்து எடுத்துக்கொள்வதில் தங்களுக்கு ஏதும் பிரச்சினையில்லை என அவர்கள் தெரிவித்ததாகவும் அவர் அவளிடம் கூறினார்.

"நான் உன்னைத் தத்தெடுத்துக்கொள்வதில் உனக்கு *விருப்பமா?*" என்றார் லியனார்டோ.

"தத்தெடுப்பது என்றால் என்ன?" என்றாள் விட்டோரியா.

ஃபாதர் லியனார்டோ அவளிடம் விளக்கினார்.

விட்டோரியா அவரை ஐந்து நிமிடங்களுக்கு விடாமல் கட்டிக்கொண்டு, மகிழ்ச்சியில் ஆனந்தக்கண்ணீர் விட்டாள். "மகிழ்ச்சிதான்! மகிழ்ச்சிதான்!"

தான் கொஞ்சநாளைக்கு அங்கிருந்து செல்ல வேண்டியிருப்பதாகவும், சுவிட்சர்லாந்தில் அவர்களுக்கென்று ஒரு புதிய வீட்டை ஏற்பாடு செய்யவேண்டும் எனவும் கூறியதுடன், அவளை ஆறே மாதங்களில் அங்கு அழைத்துச் சென்றுவிடுவதாகவும் வாக்குறுதி அளித்தார். விட்டோரியாவின் வாழ்நாளிலேயே அதுதான் மிக நீளமான காத்திருப்பு, ஆனால், லியனார்டோ தான் சொன்னதைச் செய்தார். அவளுடைய ஒன்பதாவது பிறந்தநாளுக்கு ஐந்து நாட்களுக்கு முன்னர், விட்டோரியோ ஜெனீவாவிற்கு இடம்பெயர்ந்தாள். பகல்நேரத்தில் ஜெனீவா சர்வதேச பள்ளியில் படித்த அவள் இரவில் அவளுடைய ஃபாதரிடம் கற்றுக்கொண்டாள்.

மூன்று வருடங்களுக்குப் பின்னர் லியனார்டோ வெத்ரா செர்னால் வேலைக்கு அமர்த்தப்பட்டார். விட்டோரியாவும் லியனார்டோவும், விட்டோரியா போன்ற இளைஞர்கள் கற்பனையிலும் நினைத்துப் பார்க்க முடியாத அற்புத உலகில் குடியேறினர்.

LHC சுரங்கத்தில் இறங்கும்போது விட்டோரியா வெத்ராவின் உடல் மரத்துப்போனது போல் தெரிந்தது. LHC-இல் அவள் தன்னுடைய மங்கலான நிழலைப் பார்த்து, தன்னுடைய தந்தை இல்லாததை உணர்ந்தாள். சாதாரணமாக அவளைச் சுற்றியிருக்கும் உலகின் ஒத்திசைவோடு ஆழ்ந்த அமைதியில் இருக்கக்கூடியவள்தான். ஆனால், இப்போது, திடீரென்று எதுவுமே அர்த்தமாகவில்லை. கடைசி மூன்று மணிநேரங்கள் தெளிவின்றியே இருந்தன.

கோஹ்லரின் அழைப்பு வந்தபோது, பலேரிய தீவுகளில் காலை 10 மணி ஆகியிருந்தது. **உன்னுடைய அப்பா கொலை செய்யப்பட்டிருக்கிறார். உடனடியாக வீட்டிற்கு வரவும்.** படகின், நீரில் குதிக்கும் தளத்தினுடைய கொதிக்கும் வெப்பத்தையும் தாண்டி அந்த வார்த்தைகள் அவளுடைய எலும்பைச் சில்லிட வைத்தன, கோஹ்லரின் உணர்ச்சியற்ற தொனியும் செய்தியைப்போல் புண்படுத்துவதாய் இருந்தது.

இப்போது அவள் வீட்டிற்குத் திரும்பிவிட்டாள். *ஆனால், எந்த வீட்டிற்கு?* பன்னிரண்டு வயதில் இருந்து அவளுடைய உலகமாக இருந்த செர்ன், சட்டென்று அந்நியமாகிவிட்டது. அதை அற்புதமானதாக மாற்றிய அவளுடைய அப்பா, இப்போது போய்விட்டார்.

ஆழமாக மூச்சுவிடு அவள் தனக்குள் சொல்லிக்கொண்டாள் என்றாலும், தன் மனதை அவளால் அமைதிப்படுத்த முடியவில்லை. கேள்விகள் வேக வேகமாக வட்டமடித்துக்கொண்டே இருந்தன. அவளுடைய அப்பாவை யார் கொன்றிருப்பார்கள்? ஏன்? இந்த அமெரிக்க "நிபுணர்" யார்? இந்த ஆய்வகத்தைப் பார்க்கவேண்டுமென கோஹ்லர் வற்புறுத்துவது ஏன்?

தற்போதைய திட்டப் பணியுடன் அவளுடைய அப்பாவின் கொலைக்குச் சம்பந்தமிருப்பதற்கு ஆதாரம் இருப்பதாக கோஹ்லர் சொல்லியிருக்கிறார். *என்ன ஆதாரம் அது? நாங்கள் எதுபற்றி ஆராய்ச்சி செய்கிறோம் என்று யாருக்குமே தெரியாதே! அப்படியே யாராவது கண்டுபிடித்துவிட்டாலும், அவரை எதற்காக அவர்கள் கொல்ல வேண்டும்?*

விட்டோரியா அந்த LHC சுரங்கத்தில் தன் அப்பாவின் ஆய்வகத்தை நோக்கி கீழே இறங்கும்போது, தன்னுடைய அப்பா இல்லாமலேயே அவரது மகத்தான சாதனையை வெளிப்படுத்தவிருக்கிறோம் என்பதை உணர்ந்துகொண்டாள். அவள் இந்தத் தருணத்தை மிகவும் வேறுவிதமாகக் கற்பனை செய்திருந்தாள். அவளுடைய அப்பா செர்னின் முன்னணி அறிவியலாளர்களைத் தன்னுடைய ஆய்வகத்திற்கு அழைத்து, தன்னுடைய கண்டுபிடிப்பைக் காட்டி, அவர்களுடைய வியந்துபோன முகங்களைப் பார்ப்பதாகக் கற்பனை செய்திருந்தாள். பிறகு, இந்தத் திட்டத்தை நிஜமாக்குவதற்கு *விட்டோரியாவின் கருத்தாக்கங்களுள் ஒன்று எப்படி உதவி செய்திருக்கிறது, தன் மகள் இந்தப் புதிய கண்டுபிடிப்பில் பிரிக்கமுடியாத ஒரு பாகம்* என அவர்களிடம் விளக்கி தந்தைக்குரிய பெருமையை அடைந்திருப்பார். விட்டோரியாவுக்குத் தொண்டையில் ஏதோ அடைப்பது போலிருந்தது. *என் அப்பாவும் நானும் இந்தத் தருணத்தை ஒன்றாகத்தானே பகிர்ந்துகொண்டிருக்க வேண்டும்.* ஆனால், இப்போது அவள் மட்டும்தான் இருக்கிறாள். உடன் பணிபுரிபவர்கள் யாருமில்லை. மகிழ்ச்சியான முகங்கள்

இல்லை. வெறுமனே ஒரு அமெரிக்க அந்நியரும் மேக்ஸிமிலன் கோஹ்லரும்தான் இருக்கிறார்கள்.

மேக்ஸிமிலன் கோஹ்லர். ஒரே அரசன்.

குழந்தையாக இருந்த காலத்தில் இருந்தே விட்டோரியாவுக்கு இவரைப் பிடித்ததில்லை. அவருடைய திறமைமிக்க அறிவை அவள் மதித்தாலும்கூட, அவருடைய உறைந்துபோன நடத்தை எப்போதுமே மனிதத்தன்மை அற்றதாகத்தான் காணப்படும், அது அவளுடைய அப்பாவின் இயல்புக்கு நேர் எதிரானது. கோஹ்லர் அறிவியல் மீது அதனுடைய சுத்தமான தர்க்கத்திற்காகவே நாட்டம் கொண்டவர்... அவளுடைய அப்பாவோ அதனுடைய ஆன்மீக அற்புதத்திற்காக நாடியவர். ஆனாலும்கூட விசித்திரம் என்னவென்றால், அந்த இருவருக்கும் இடையில் ஒரு வெளியில் சொல்லப்படாத மரியாதை எப்போதுமே இருந்துகொண்டிருப்பது போலத்தான் தெரியும். *மேதமை என்பது மேதமையை நிபந்தனையின்றி ஏற்றுக்கொள்வதுதான்*, என்று யாரோ ஒருமுறை அவளிடம் விளக்கியிருக்கிறார்கள்.

அவள் நினைத்துக் கொண்டாள். என் தந்தை மேதை... அப்பா. இறந்துவிட்டார்.

லியனார்டோ வெத்ராவின் ஆய்வகத்திற்கு நுழையும் வழி முழுக்கவே வெள்ளைப் பளிங்குக் கற்களால் ஆன, நீளமான வெற்று நடைக்கூடமாகும். ஏதோ ஒருவகையான, பாதாள மனநல காப்பகத்திற்குள் நுழைந்துவிட்டதைப் போல் உணர்ந்தார் லேங்டன். அதில் வரிசையாக, டசன்கணக்கில் சட்டகமிடப்பட்ட, கறுப்பு-வெள்ளைப் படங்களே இருந்தன. படங்களை ஆராய்வதில்தான் லேங்டன் தன்னுடைய தொழில்வாழ்க்கையை அமைத்துக் கொண்டார் என்றாலும், இவையெல்லாம் அவருக்கே முற்றிலும் அந்நியமாய்த் தெரிந்தன. அவை ஏதோ தற்போக்கான கீற்றுக்கள் மற்றும் சுழல்களுடைய குழப்பமான நெகட்டிவ்களைப் போல் தோன்றின. *நவீன ஓவியமா?* அவர் சிரித்துக்கொண்டார். *ஆம்பிதைமைன் மருந்து எடுத்துக்கொள்ளும் ஜேக்ஸன் பொல்லக்கா?*

"சிதறடிக்கப்பட்ட வரைபடம்," விட்டோரியா லேங்டனின் ஆர்வத்தைக் கவனித்திருந்தாள். "துகள் மோதல்கள் குறித்த கம்ப்யூட்டர் வெளிப்பாடுகள். அதுதான் இசட்-துகள்," என்ற அவள், கிட்டத்தட்ட கண்ணுக்கே புலப்படாமல் குழப்பமாகத்

தெரிந்த மங்கலான தடத்தைச் சுட்டிக்காட்டி அவள் சொன்னாள். "ஐந்து வருடங்களுக்கு முன்பு என் அப்பா இதைக் கண்டுபிடித்தார். தூய ஆற்றல் - அடர்த்தியே கிடையாது. இதுவே இயற்கையில் உள்ள மிகச்சிறிய கட்டுமானக் கூறாக இருக்கலாம். பருப்பொருள் என்பது சிக்கவைக்கப்பட்ட ஆற்றல் என்பதைத் தவிர வேறொன்றுமில்லை."

பருப்பொருள் என்பது ஆற்றலா? லேங்டன் தலையைக் குலுக்கிக் கொண்டார். *ரொம்பவும் ஜென் தத்துவம் போல் இருக்கிறதே.* புகைப்படத்தில் இருந்த சின்னஞ்சிறு கீற்றை அவர் உற்றுப்பார்த்தார். ஒரு பெரிய ஹார்டன் கொலைடரில் இசட்-துகளை வியந்து நோக்கியபடி இந்த வார இறுதியை தான் செலவிட்டதாகத் தன்னுடைய ஹார்வார்ட் பௌதீகத் துறையில் உள்ள நண்பர்களிடம் சொன்னால் என்ன சொல்வார்கள் என்பதை நினைத்து வியந்தார்.

"விட்டோரியா," அவர்கள் அந்த ஆய்வகத்தின் பிரமாண்டமான எஃகு கதவருகில் வந்ததும் கோஹ்லர் அழைத்தார், "உன்னுடைய அப்பாவைத் தேடி இன்று காலை நான் இங்கே வந்தேன் என்பதை உன்னிடம் சொல்லியாக வேண்டும்."

விட்டோரியா லேசாக முகம் சிவந்தாள். "வந்தீர்களா?"

"ஆமாம். அத்துடன், செர்னின் வழக்கமான கீபேட் செக்யூரிட்டியை அவர் வேறு எதையோ வைத்து மாற்றியிருக்கிறார் என்பதைக் கண்டபோது எனக்கு ஏற்பட்ட ஆச்சரியத்தையும் நீ மனதில் கொள்ளவேண்டும்." கதவுக்குப் பக்கத்தில் அமைக்கப்பட்டிருந்த ஒரு சிக்கலான எலக்ட்ரானிக் சாதனத்தைக் கோஹ்லர் சுட்டிக்காட்டினார்.

"மன்னிப்பு கோருகிறேன்," என்றாள் அவள். "அந்தரங்க விஷயத்தில் அவர் எப்படிப்பட்டவர் என்று உங்களுக்கே தெரியும். எங்கள் இருவரையும் தவிர, வேறு யாரும் இங்கே நுழைவதை அவர் விரும்பவில்லை."

கோஹ்லர் சொன்னார், "நல்லது. கதவைத் திற."

விட்டோரியா நீண்டநேரம் அப்படியே நின்றிருந்தாள். பிறகு, ஆழமாக மூச்சை இழுத்து விட்டுக்கொண்டு, சுவரில் இருந்த இயந்திரத்தை நோக்கி நடந்தாள். அடுத்து நடக்கப்போகும் விஷயத்திற்கு லேங்டன் எந்த வகையிலும் தயாராக இருந்திருக்கவில்லை.

அந்தச் சாதனத்தை நோக்கிச் சென்ற விட்டோரியா, ஒரு தொலைநோக்கி போல் நீட்டிக்கொண்டிருந்த ஆடிகளோடு தன்னுடைய வலது கண்ணைக் கவனமாகப் பொருத்தி வைத்தாள். பிறகு ஒரு பட்டனை அழுத்தினாள். இயந்திரத்திற்குள்ளே ஏதோ ஒன்று கிளிக்கிடும் சத்தம் கேட்டது. ஒரு ஒளிக்கீற்று முன்னும் பின்னுமாகச் சென்றுவந்து பிரதியெடுக்கும் இயந்திரத்தைப் போல் அவள் கருவிழியை ஸ்கேன் செய்தது.

"இது ஒரு விழித்திரை ஸ்கேன்," என்றாள் அவள். "தவறு நடக்காத பாதுகாப்பு. இரண்டு விழித்திரை வடிவங்களுக்கு மட்டுமே அனுமதி கொடுக்கும். என்னுடையது மற்றும் என் அப்பாவினுடையது."

ராபர்ட் லேங்டன் அந்தத் திகிலூட்டும் வெளிப்பாடால் அப்படியே நின்றிருந்தார். லியனார்டோ வெத்ராவின் உருவம் அதிர்ச்சியூட்டும் விவரத்துடன் திரும்ப வந்தது - ரத்தம் தோய்ந்த முகம், தனித்த பழுப்புநிறக் கண்ணின் உற்றுநோக்கல், வெறுமையான கண்குழி. அவர் அந்தத் தெள்ளத்தெளிவான உண்மையை உதறித்தள்ள முயற்சித்தார், பிறகுதான் அவர் கண்டார்... அந்த ஸ்கேனருக்குக் கீழே வெள்ளை ஓட்டுத் தரையில்... சின்னஞ்சிறு கருஞ்சிவப்புநிறத் திரவங்கள். உறைந்த ரத்தம்.

நல்லவேளையாக விட்டோரியா அதைக் கவனிக்கவில்லை.

அந்த எஃகு கதவு விரிந்து திறக்கவும் அவள் உள்ளே சென்றாள்.

கோஹ்லர் லேங்டன் மீது ஒரு கூர்மையான பார்வையைச் செலுத்தினார். அவர் செய்தி தெளிவாக இருந்தது: *நான் உங்களிடம் சொன்னபடியே ... அந்தக் காணாமல்போன கண் ஒரு உயர்வான நோக்கத்திற்காகப் பயன்பட்டிருக்கிறது.*

18

அந்தப் பெண்ணின் கைகள் கட்டப்பட்டிருந்தன, அவளுடைய மணிக்கட்டுகள் உராய்வினால் இளஞ்சிவப்பு நிறத்தில் வீங்கிப்போயிருந்தது. செம்பழுப்பு நிறத் தோல்கொண்ட கொலையாளி அவளுக்குப் பக்கத்தில் படுத்தபடி, அவனுடைய,

நிர்வாண பரிசை வியந்தபடி நேரம் செலவிட்டான். அவளுடைய தற்போதைய உறக்கநிலை வெறுமனே ஏமாற்று வேலை, மேற்கொண்டு அவனுக்குச் சேவைசெய்வதைத் தவிர்ப்பதற்கான பரிதாப முயற்சியோ என்று நினைத்தான்.

அவன் அதைப்பற்றி கவலைப்படவில்லை. அவன் போதுமான வெகுமதியை அறுவடை செய்துவிட்டான். திருப்தியுடன் அவன் படுக்கையில் எழுந்து உட்கார்ந்தான்.

அவனுடைய நாட்டில் பெண்கள் உடைமைகள். பலவீனர்கள். இன்பத்திற்கான சாதனங்கள். கால்நடைகளைப் போன்று வியாபாரம் செய்யப்படக்கூடிய அசையும் சொத்துக்கள். அவர்களுக்கும் தங்களுடைய இடம் எதுவென்று தெரியும். ஆனால் *இங்கே*, ஐரோப்பாவில், வலிமையாகவும் சுதந்திரமாகவும் பாசாங்கு செய்கின்ற பெண்கள்தான் அவனை மகிழ்ச்சிப்படுத்தி பரவசமூட்டினார்கள். அவர்களை உடல்ரீதியாகப் பணியச் செய்வதுதான் அவன் எப்போதுமே அனுபவிக்கின்ற மனநிறைவு.

தன்னுடைய அடிவயிற்றில் திருப்தி ஏற்பட்டிருந்த நிலையிலும், இப்போது அந்தக் கொலையாளி தனக்குள் வேறு ஒரு பசி வளர்வதை உணர்ந்தான். அவன் நேற்றிரவு கொலை செய்திருந்தான், கொலைசெய்து உறுப்பைச் சிதைத்திருந்தான், அவனைப் பொறுத்தவரையில் கொலைசெய்தல் என்பது ஹெராயின் போன்றது... ஒவ்வொரு முறையும் தற்காலிகமான திருப்தியே ஏற்பட்டது, அதைத் தொடர்ந்து இன்னும் கேட்டு ஆவல் மேலோங்கியது. உற்சாகம் தீர்ந்து போயிருந்தது. ஏக்கம் திரும்ப வந்தது.

தனக்குப் பக்கத்தில் தூங்கிக்கொண்டிருந்த பெண்ணை அவன் ஆராய்ந்தான். தன்னுடைய உள்ளங்கையை அவள் கழுத்தில் ஓடவிட்டான், ஒரு கணத்தில் அவள் வாழ்க்கையை முடித்து வைத்துவிடலாம் என்ற அறிவு அவனுள் தூண்டப்பட்டது. இதில் என்ன அர்த்தமிருக்கப் போகிறது? அவள் கீழான மனித உயிர், இன்பமும் சேவையும் அளிக்கின்ற ஒரு வாகனம். அவனுடைய வலுவான விரல்கள் அவளுடைய தொண்டையைச் சுற்றிவளைத்து, அவளுடைய மென்மையான துடிப்புகளை ருசித்தன. பிறகு, ஆசையுடன் போராடி அவன் கையை விலக்கினான். செய்யவேண்டிய வேலை இருக்கிறது. தன்னுடைய ஆசையைக் காட்டிலும் உயர்வான கொள்கைக்கான சேவை.

அவன் படுக்கையில் இருந்து எழுந்த உடனே, தனக்கு தரப்பட்ட வேலையின் கௌரவத்தை நினைத்து மகிழ்ந்தான். ஜானஸ் என்ற பெயர்கொண்டவனுடைய செல்வாக்கையும், அவன் அடிபணிகின்ற புராதன சகோதரவமைப்பையும் அவனால் இன்னமும்கூட புரிந்துகொள்ள முடியவில்லை. அற்புதம் என்னவென்றால், அந்தச் சகோதரவமைப்பு **இவனை** தேர்ந்தெடுத்திருக்கிறது. ஏதோவகையில் அவர்கள் இவனுடைய வெறுப்புணர்வைத் தெரிந்துகொண்டிருக்கின்றனர்... கூடவே அவனுடைய திறமையையும்தான். எப்படி, அவனுக்கு அது தெரியப்போவதில்லை. அவர்களுடைய வேர்கள் அகன்று படர்ந்தவை.

இப்போது அவன்மீது இந்த ஒப்புயர்வற்ற கௌரவத்தை இறக்கி வைத்திருக்கிறார்கள். அவனே அவர்களுடைய கைகளாகவும் குரலாகவும் இருப்பான். அவர்களுடைய கொலைகாரனாகவும் செய்தியாளனாகவும் இருப்பான். அவனுடைய மக்கள் *மலாக் அல்-ஹாக்* - உண்மையின் தேவதை என்று அறிந்தவர்கள்.

19

வெத்ராவின் ஆய்வகம் மிகவும் நவீனமான தொழில்நுட்ப வசதிகளைக் கொண்டிருந்தது.

முழு வெண்மை மற்றும் எல்லாப் பக்கங்களிலும் கணினிகள் சிறப்பு எலக்ட்ரானிக் சாதனங்களால் சூழப்பட்டிருந்த அது ஏதோ ஒருவகையான அறுவைச் சிகிச்சை அறையைப் போல் தோன்றியது. இதில் நுழைவதற்காக ஒருவருடைய கண்ணை தோண்டியெடுப்பதை நியாயப்படுத்தும் அளவுக்கு, இந்த இடத்தில் எப்படிப்பட்ட ரகசியம் இருக்க வாய்ப்பிருக்கும் என லேங்டன் வியந்தார்.

அவர்கள் உள்ளே நுழையும்போது கோஹ்லர் அசௌகரியமாகக் காணப்பட்டார், அவருடைய கண்கள் ஒரு அத்துமீறி நுழைந்தவனுக்கான அடையாளங்களைத் தேடி அங்குமிங்கும் அலைவதைப்போல் தெரிந்தது. ஆனால் அந்த ஆய்வகம் வெறிச்சோடி காணப்பட்டது. விட்டோரியாவும் மெதுவாகவே

நகர்ந்தாள்... அவளுடைய அப்பா இல்லாமல் அந்த ஆய்வகம் அறியப்படாத பிரதேசத்தைப்போல் அவளை உணரச் செய்ததைப்போல்.

லேங்டனின் பார்வை உடனடியாக அறையின் மையப்பகுதிக்கு சென்றது, அங்கே தரையிலிருந்து சிறிய தூண்கள் தொடர்ச்சியாக எழுப்பப்பட்டிருந்தன. ஒரு நினைவுச்சின்னத்தின் குறுவடிவுபோல, ஒரு டசன் அல்லது அதற்கும் அதிகமான பாலிஷ் செய்யப்பட்ட எஃகு தூண்கள், அந்த அறையின் மையத்தில் வட்டமாக நின்றிருந்தன. இந்தத் தூண்கள் மூன்று அடி உயரம் கொண்டவை, அவையெல்லாம் மதிப்புமிக்க அருமணிகளைக் காட்சிக்கு வைப்பதற்கான ஒரு அருங்காட்சியகத்தை லேங்டனுக்கு நினைவுபடுத்தின. இருந்தாலும் இந்தத் தூண்கள் விலைமதிக்க முடியாத கற்களுக்கானவை அல்ல. அவை ஒவ்வொன்றும் டென்னிஸ் பந்து கொள்கலன் அளவுக்குள்ள கெட்டியான, ஒளி ஊடுருவக்கூடிய குப்பிக்கு அணைவாய் அமைக்கப்பட்டிருந்தன. அவை காலியாகவே காணப்பட்டன.

கோஹ்லர் அந்தக் குப்பிகளைப் பார்த்துவிட்டு குழம்பிப் போனவராய்த் தெரிந்தார். அப்போதைக்கு அவற்றை கண்டுகொள்ளாமல் விட்டுவிடலாம் என்று அவர் முடிவெடுத்ததைப்போல் தோன்றியது. அவர் விட்டோரியாவிடம் திரும்பினார். "ஏதாவது திருடப்பட்டிருக்கிறதா?"

"திருட்டா? *எப்படி?*" அவள் வாதம் செய்தாள். "விழித்திரை ஸ்கேன் மட்டுமே நம்மை உள்ளே செல்ல அனுமதிக்கும்."

"கொஞ்சம் சுற்றிலும் பார்."

விட்டோரியா பெருமூச்சு விட்டபடியே அறையைச் சில கணங்களுக்கு ஆராய்ந்தாள். பின்னர் தோள்களைக் குலுக்கினாள். "எல்லாமும் என் அப்பா விட்டுவிட்டுச் சென்றதைப் போல்தான் இருக்கிறது. ஒழுங்கமைக்கப்பட்ட பெருங்குழப்பம்."

விட்டோரியாவை எவ்வளவு தூரத்திற்குத் தள்ளுவது... எந்த அளவுக்கு அவளிடம் சொல்லமுடியும் என கோஹ்லர் தன்னுடைய வாய்ப்புகளை மதிப்பிடுவதை லேங்டனால் உணர முடிந்தது, அத்தருணத்திற்கு அதை விட்டுவிட தீர்மானித்திருக்கிறார் என்பதில் சந்தேகமில்லை. அறையின் மையப்பகுதி நோக்கி தன்னுடைய சக்கரநாற்காலியை

நகர்த்திச்சென்ற அவர், வெற்றுக் குப்பிகளாகத் தெரிந்த, அந்தப் புதிரார்ந்த கொத்துக்களை ஆராய்ந்தார்.

கோஹ்லர் இறுதியாக, "ரகசியங்கள் நாம் நீண்டகாலம் தாக்குப்பிடிக்க முடியாத ஆடம்பர விஷயம்."

விட்டோரியா ஒப்புக்கொண்டபடி ஆமோதித்தாள், இங்கே வந்திருப்பதால் நினைவுகளின் பேரலையால் தாக்கப்பட்டதுபோல் சட்டென்று உணர்ச்சிவசப்பட்டாள்.

அவளுக்குக் கொஞ்சம் நேரம் கொடுங்கள், லேங்டன் நினைத்துக் கொண்டார்.

தான் சொல்லவரும் விஷயத்திற்குத் தயாராவதைப் போல், கண்களை மூடிக்கொண்டு ஆழ்ந்து மூச்சிழுத்தாள் விட்டோரியா. பிறகு மறுபடியும் மூச்சை இழுத்துவிட்டாள். பிறகு மறுபடியும். பிறகு மறுபடியும்...

அவளைக் கவனித்துக் கொண்டிருந்த லேங்டன் சட்டென்று அவளை நினைத்துக் கவலைகொண்டார். அவளுக்கு ஒன்றும் பிரச்சினையில்லையே? அவர் கோஹ்லரைப் பார்த்தார், இப்படிப்பட்ட சடங்கை முன்பே பார்த்திருப்பதைப் போன்று இறுக்கமின்றித் தெரிந்தார். விட்டோரியா கண்களைத் திறப்பதற்குப் பத்து நொடிகள் ஆயிற்று.

லேங்டனால் அந்த மாற்றத்தை நம்பவே முடியவில்லை. விட்டோரியா வெத்ரா உருமாறியிருந்தாள். அவள் உதடுகள் முழுமையாகத் தழுதழுத்திருந்தன, அவள் தோள்கள் இறுக்கமிழந்திருந்தன, கண்கள் மென்மையாக இணக்கத்துடன் காணப்பட்டன. அந்தச் சூழ்நிலையை ஏற்றுக்கொள்ள தன்னுடைய உடலில் உள்ள எல்லாத் தசைகளையும் அவள் மறுசீரமைப்பு செய்துகொண்டதுபோல் தெரிந்தது. கோபநெருப்பும், தனிப்பட்ட வேதனையும் ஆழமான, நீர்ப்போன்ற குளுமைக்குள் ஏதோ ஒருவிதத்தில் ஆழ்த்தப்பட்டிருந்தது.

"எங்கிருந்து தொடங்க..." என்ற அவளுடைய தொனி பதட்டமின்றி இருந்தது.

"தொடக்கத்தில் இருந்து," என்றார் கோஹ்லர். "உன் அப்பாவின் பரிசோதனை பற்றி எங்களுக்குச் சொல்."

“மதத்தைக் கொண்டு அறிவியலை சரிசெய்வதுதான் என் அப்பாவின் வாழ்நாள் கனவு,” என்றாள் விட்டோரியா. “அறிவியலும் மதமும் முற்றிலும் இரண்டு இணக்கமுள்ள துறைகள் - ஒரே உண்மையைக் கண்டுபிடிப்பதற்கான இரண்டு வெவ்வேறு அணுகுமுறைகள் என்பதை நிரூபிக்க முடியும் என அவர் நம்பியிருந்தார்.” தான் என்ன சொல்லவிருக்கிறோம் என்பதை நம்ப முடியாதவளைப்போல் அவள் சற்று இடைவெளி விட்டாள். “சமீபத்தில்தான்... அதைச் செய்வதற்கான வழியை அவர் உருவாக்கியிருந்தார்.”

கோஹ்லர் எதுவும் சொல்லவில்லை.

“அவர் ஒரு பரிசோதனைக்குத் திட்டமிட்டார், அறிவியல் மற்றும் மதத்தின் வரலாற்றில் மிகவும் கசப்பான சச்சரவுகளுள் ஒன்றைத் தீர்க்கமுடியும் என்று அவர் நம்பிய பரிசோதனை அது.”

அவள் எந்தச் சச்சரவைச் சொல்கிறாள் என்பது லேங்டனுக்கு தெரியவில்லை. நிறைய சச்சரவுகள் இருக்கின்றன.

“படைப்புவாதம்,” என்றாள் விட்டோரியா. “இந்தப் பிரபஞ்சம் எப்படி படைக்கப்பட்டது என்பது குறித்த சண்டை.”

ஓ, லேங்டன் நினைத்துக் கொண்டார். *விவாதம்.*

“ஆமாம், பைபிள் இந்தப் பிரபஞ்சத்தைக் கடவுள் உருவாக்கியதாக குறிப்பிடுகிறது,” என்று அவள் விளக்கினாள். “கடவுள் சொன்னார், ‘வெளிச்சம் உருவாகட்டும்’, அதனால் ஒரு பரந்துவிரிந்த வெறுமையில் இருந்து, நாம் பார்க்கின்ற எல்லாமும் தோன்றியது. துரதிர்ஷ்டவசமாக, பௌதீகத்தின் அடிப்படை விதிகளுள் ஒன்று, ஏதுமில்லாத ஒன்றிலிருந்து பருப்பொருளை உருவாக்க முடியாது என சொல்கிறது.”

இந்த இக்கட்டான நிலை பற்றி லேங்டன் படித்திருக்கிறார். கடவுளானவர் “ஏதுமில்லாததில் இருந்து ஒன்றை” உருவாக்கினார் என்ற கருத்தாக்கமே நவீன பௌதீகத்தில் ஏற்றுக்கொள்ளப்பட்டுள்ள விதிகளுக்கு முற்றிலும் முரண்பாடானது, ஆதலால், ஆதியாகமம் அறிவியல்பூர்வமாக முட்டாள்தனமானது என அறிவியலாளர்கள் கூறுகின்றனர்.

"மிஸ்டர். லேங்டன்," திரும்பியபடியே சொன்னாள் விட்டோரியா, "நீங்கள் பெருவெடிப்பு கோட்பாடு பற்றி அறிந்திருப்பீர்கள் என்று நினைக்கிறேன்?"

லேங்டன் தோள்களைக் குலுக்கினார். "ஏதோ கொஞ்சம்." பெருவெடிப்பு என்பது அவருக்குத் தெரிந்தவரையில், இந்தப் பிரபஞ்சம் உருவானதற்கு அறிவியல்பூர்வமாக ஏற்றுக்கொள்ளப்படுகின்ற மாதிரியாகும். அவர் உண்மையில் அதைப் புரிந்துகொள்ளவில்லை என்றாலும், அந்தக் கோட்பாட்டின்படி, ஒரு ஒற்றைப் புள்ளியில் கடும் அடர்த்தியுடன் குவிக்கப்பட்ட ஆற்றல் ஒரு பேரழிவு வெடிப்பாக குமுறி, அது அப்படியே விரிவடைந்து இந்த பிரபஞ்சத்தை உருவாக்கியிருக்கிறது. அல்லது அப்படிப்பட்ட ஏதோ ஒன்று.

விட்டோரியா தொடர்ந்தாள். "கத்தோலிக்க திருச்சபை முதலில் இந்தப் பெருவெடிப்புக் கோட்பாட்டை 1927-இல் முன்வைத்தபோது -"

"மன்னிக்க வேண்டும்?" லேங்டன் குறுக்கிட்டார், அவரால் தன்னைக் கட்டுப்படுத்த முடியவில்லை. "பெருவெடிப்பு கோட்பாடு ஒரு கத்தோலிக்க கருத்தாக்கம் என்கிறீர்களா?"

அவருடைய கேள்வியால் விட்டோரியா ஆச்சரியப்பட்டாள், "ஆமாம். அது 1927-இல் கத்தோலிக்க மதகுருவான ஜார்ஜ் லெமெட்ரியால் முன்வைக்கப்பட்டது."

"ஆனால், நான் நினைத்தேன்..." அவர் தயங்கினார். "பெருவெடிப்பு கோட்பாடானது ஹார்வார்ட் வானியலாளர் எட்வின் ஹபிள் முன்வைத்தது இல்லையா?"

கோஹ்லர் முறைத்தார். "மறுபடியும், அதே அமெரிக்க அறிவியல் திமிர். லாமெட்ரிக்கு இரண்டு வருடங்களுக்கு பின்னர் 1929-இல் தான் ஹபிள் இதைப் பதிப்பித்தார்."

லேங்டன் புருவத்தை நெரித்தார். *அது ஹபிள் டெலஸ்கோப் என்று அழைக்கப்படுகிறது ஐயா - நான் லாமெட்ரி டெலஸ்கோப் என்று எதையும் கேள்விப்பட்டதே இல்லை!*

"மிஸ்டர். கோஹ்லர் சொல்வது சரிதான்," என்றாள் விட்டோரியா, "அந்தக் கருத்தாக்கம் லாமெட்ரியுடையதுதான். பெருவெடிப்பு அறிவியல்பூர்வமாகச் சாத்தியமுள்ளதுதான்

என்பதை நிரூபிப்பதற்குத் தேவையான தீவிர ஆதாரத்தைச் சேகரித்த பின்னரே ஹபிள் அதை உறுதி செய்தார்."

"ஓஹோ," என்ற லேங்டன், ஹார்வார்ட் வானியல் துறையில் இருக்கும் ஹபிள்-வெறியர்கள் தங்களுடைய விரிவுரைகளில் லாமெட்ரி பற்றி குறிப்பிட்டார்களா என்று ஆச்சரியப்பட்டார்.

"லாமெட்ரி முதலில் இந்தப் பெருவெடிப்புக் கோட்பாட்டை முன்வைத்தபோது," என விட்டோரியா தொடர்ந்தாள், "அறிவியலாளர்கள் அதனை அடியோடு கேலிசெய்தார்கள். அறிவியல் சொல்வதன்படி பருப்பொருள் என்பது, ஏதுமில்லாத ஒன்றில் இருந்து உருவாக்க முடியாத ஒன்று. அதனால், பெருவெடிப்பு சரியானது என அறிவியல்பூர்வமாக நிரூபித்ததன் மூலம் ஹபிள் இந்த உலகை அதிர்ச்சிக்கு உள்ளாக்கினார், திருச்சபை அந்த வெற்றியை உரிமை கொண்டாடிக்கொண்டது, பைபிள் அறிவியல்பூர்வமாகவே சரியானதுதான் என்பதற்கு நிருபணமாக இதையே பிரகடனப்படுத்தியது. தெய்வீக உண்மை."

அதை ஆமோதித்த லேங்டன் இப்போது தீவிரமாகக் கவனம் செலுத்தினார்.

"தங்களுடைய கண்டுபிடிப்புகளைத் தேவாலயமானது மதத்தை உயர்த்திப்பிடிக்க பயன்படுத்துவதை அறிவியலாளர்கள் விரும்பவில்லை, அதனால் அவர்கள் பெருவெடிப்பு கோட்பாட்டை உடனடியாகக் கணிதமயமாக்கினர், மதம் சார்ந்து பொருள்படும் எதையும் நீக்கினார்கள், அது தங்களுடையதுதான் என்பதை உரிமைகொண்டாடினார்கள். இருந்தாலும், துரதிர்ஷ்டவசமாக, அவர்களுடைய சமன்பாடுகளில் தேவாலயம் இன்றும்கூட சுட்டிக்காட்டும் ஒரு தீவிரமான குறை அறிவியலுக்கு உள்ளது."

கோஹ்லர் உறுமினார். "ஒருமைப்பண்பு." தன்னுடைய இருப்பையே இல்லாமல் செய்துவிடுவதைப் போன்று அவர் அந்த வார்த்தையை உச்சரித்தார்.

"ஆமாம், ஒருமைப்பண்பு," என்றாள் விட்டோரியா. "படைப்பு நிகழ்ந்த சரியான கணம். பூஜ்ஜிய நேரம்." அவள் லேங்டனைப் பார்த்தாள். "இன்றும்கூட, அறிவியலால் படைப்பினுடைய ஆரம்ப கணத்தை விளங்கிக்கொள்ள முடியவில்லை. நம்முடைய சமன்பாடுகள் எல்லாம் ஆரம்பகால பிரபஞ்சத்தை மிகுந்த

திறமையோடு விளக்குகின்றன, ஆனால் நாம் காலத்தில் பின்னோக்கிச் சென்று, பூஜ்ஜிய நேரத்தை நெருங்கினால், சட்டென்று நம்முடைய கணிதங்கள் சிதறடிக்கப்படுகின்றன, எல்லாமே அர்த்தமில்லாதவை ஆகிவிடுகின்றன."

"சரியாகச் சொன்னாய்," என்ற கோஹ்லரின் குரல் கூர்மையாயிருந்தது, "இந்தப் பற்றாக்குறையைத் தேவாலயமானது கடவுளின் அற்புத ஈடுபாடு என்பதற்கான நிரூபணமாக வைத்துக்கொண்டிருக்கிறது. நீ சொல்லும் விஷயத்திற்கு வா."

விட்டோரியாவின் வெளிப்பாடு விலக்கத்துடன் ஆனதாக மாறியது. "பெருவெடிப்பில் கடவுளுக்கு இருக்கும் தொடர்பில் என் அப்பா எப்போதுமே நம்பிக்கை வைத்திருந்தார் என்பதுதான் என்னுடைய கருத்து. படைப்பின் தெய்வீக கணத்தை அறிவியலால் விளங்கிக்கொள்ள முடியவில்லை என்றாலும், என்றாவது ஒருநாள் அது புரிந்துகொள்ளும் என அவர் நம்பினார்." தன்னுடைய அப்பாவின் வேலையிடத்திற்கு மேலே ஒட்டி வைக்கப்பட்டிருக்கும் லேசரில் அச்சிடப்பட்ட குறிப்பை நோக்கி சோகத்துடன் நகர்ந்தாள். "எனக்குச் சந்தேகம் ஏற்படுகின்ற ஒவ்வொரு முறையும் இதை என் முகத்திற்கு நேராக ஆட்டிக்காட்டுவார் என் அப்பா."

லேங்டன் அந்தச் செய்தியைப் படித்தார்:

அறிவியலும் மதமும் விரோதிகள் அல்ல.
புரிந்துகொள்ளும் அளவுக்கு அறிவியல் வளரவில்லை அவ்வளவுதான்.

"என்னுடைய அப்பா அறிவியலை உயரிய நிலைக்குக் கொண்டு செல்ல விரும்பினார்," என்றாள் விட்டோரியா, "கடவுள் எனும் கருத்துக்கு அறிவியல் ஆதரவாக இருக்கும் இடத்திற்கு." தன்னுடைய நீண்ட கூந்தலை வாரிவிட்டுக்கொண்ட அவள் சோகமாகக் காட்சியளித்தாள். "எந்த அறிவியலாளரும் செய்துபார்ப்பது பற்றி நினைத்துக்கூட பார்க்கமுடியாத ஒரு விஷயத்தை அவர் செய்யத் துணிந்தார். தொழில்நுட்பத்தால் யாரும், எப்போதும் செய்துபார்க்காத ஒன்று." அடுத்த வார்த்தைகளை எப்படிப் பேசுவது என்று தெரியாததுபோல் அவள் சற்று இடைவெளி விட்டாள். "படைப்பின் கணம் சாத்தியம்தான் என்பதை நிரூபிப்பதற்கான ஒரு பரிசோதனையை அவர் வடிவமைத்தார்."

படைப்பின் கணத்தை நிரூபிப்பதா? லேங்டன் ஆச்சரியப்பட்டார். அங்கே வெளிச்சம் இருக்குமா? இன்மையிலிருந்து பருப்பொருளா?

கோஹ்லரின் உறைந்த பார்வை அந்த அறையே துளைத்தது. "நீ சொல்வது புரியவில்லை?"

"என் அப்பா ஒரு பிரபஞ்சத்தை உருவாக்கினார்... இன்மையிலிருந்து."

கோஹ்லர் வேகமாகத் தலையாட்டினார். "என்ன!"

"சரியாகச் சொல்வதென்றால், அவர் பெருவெடிப்பை மறு உருவாக்கம் செய்தார்."

கோஹ்லர் தாவிக்குதிக்கத் தயாராவதைப்போல் தெரிந்தார்.

லேங்டன் தொலைந்தே போய்விட்டார். *பிரபஞ்சத்தை உருவாக்குவதா? பெருவெடிப்பை மறுஉருவாக்கம் செய்வதா?*

"ஆமாம், அது மிக மிக சிறிய அளவில் செய்யப்பட்டது," என்ற விட்டோரியா, இப்போது வேகமாகப் பேசினாள். "அந்த நிகழ்முறை குறிப்பிடத்தக்க அளவு எளிதானது. இரண்டு அதிமெல்லிய துகள் ஒளித்தண்டுகளை எதிரெதிர் திசைகளில் இந்தத் துரிதமாக்கிக் குழாயைச் சுற்றி துரிதப்படுத்தினார். அந்த இரண்டு ஒளித்தண்டுகளும் அளவிட முடியாத வேகத்தில் நேருக்கு நேர் மோதி, தங்களுடைய மொத்த ஆற்றலையும் ஒன்றுக்குள் ஒன்றாக ஒரே புள்ளிக்குள் செலுத்தின. அவர் உச்சகட்ட ஆற்றல் அடர்த்திகளை அடைந்தார்." அவள் ஆற்றொழுக்காக அந்தப் பரிசோதனையின் நிகழ்வுகளைச் சொல்ல ஆரம்பித்தாள், இயக்குநரின் கண்கள் அகலத் திறந்தன.

லேங்டன் அதைப் புரிந்துகொள்ள முயற்சித்தார். *அப்படியென்றால், லியனார்டோ வெத்ரா இந்தப் பிரபஞ்சம் உருவாகியிருக்கக்கூடிய அழுத்தப்பட்ட ஆற்றல் புள்ளியைத் தூண்டியிருக்கிறார்.*

"அதன் முடிவு," என்றாள் விட்டோரியா, "அதிசயிக்கத்த ஒன்று. அது பதிப்பிக்கப்படும்போது, நவீன பௌதீகத்தின் அடித்தளத்தையே உலுக்கிவிடும்." இப்போது அவள் மெதுவாகப் பேசினாள், அது அவளுடைய செய்தியின் பேரளவை உணரவேண்டும் என்பதுபோல. "எதிர்பாராமல், துரிதமாக்கும் குழாய்க்கு உள்ளே, அதியுயர்வாகக் குவிக்கப்பட்ட ஆற்றல்

நிலையில், பருப்பொருளின் துகள்கள் வெறுமையிலிருந்து தோன்ற ஆரம்பித்தன."

கோஹ்லரிடம் எந்த எதிர்வினையும் இல்லை. அவர் வெறுமனே பார்த்திருந்தார்.

"பருப்பொருள்," விட்டோரியா மறுபடியும் சொன்னாள். "ஏதுமின்மையில் இருந்து மலர்ந்தது. அது ஒரு அணுவிற்குள்ளே நடந்த நம்பமுடியாத வாணவேடிக்கை காட்சி. ஒரு மீச்சிறு பிரபஞ்சம் உயிர்ப்பெற்று எழுந்தது. ஏதுமின்மையில் இருந்து பருப்பொருள் உருவாக முடியும் என்பதை மட்டுமல்ல, பெருவெடிப்பு மற்றும் படைப்பின் தொடக்கத்தை ஒரு பிரமாண்டமான ஆற்றல் மூலாதாரத்தின் இருப்பை ஏற்றுக்கொள்வதன் மூலம் விளக்கமுடியும் என்பதையும் அவர் நிரூபித்தார்."

"நீ சொல்வது கடவுளையா?" கோஹ்லர் வற்புறுத்தினார்.

"கடவுள், புத்தன், ஆற்றல், யெகோவா, ஒருமை, ஒருமைப் புள்ளி - உங்கள் விருப்பம்போல் அழைத்துக் கொள்ளுங்கள் - முடிவு ஒன்றுதான். அறிவியலும் மதமும் ஒரே உண்மைக்குத்தான் ஆதரவாக இருக்கின்றன - தூய்மையான ஆற்றல்தான் படைப்பின் பிதா."

கோஹ்லர் இறுதியாகப் பேசினார், அவருடைய குரல் கவலையுடனிருந்தது. "விட்டோரியா, நீ என்னைக் குழப்பத்தில் ஆழ்த்தியிருக்கிறாய். உன்னுடைய அப்பா, இன்மையிலிருந்து பருப்பொருளை உருவாக்கியதாக நீ சொல்வதுபோல் இருக்கிறது...?"

"ஆமாம்." விட்டோரியா குப்பிகளை நோக்கி நகர்ந்தாள். "அதற்கு ஆதாரமும் இருக்கிறது. இந்த குப்பிகள்தான் அவர் உருவாக்கிய பருப்பொருளுக்கான மாதிரிகள்."

ஒரு எச்சரிக்கையடைந்த விலங்கு ஏதோ ஒன்று தவறாக இருப்பதாக உள்ளுணர்ந்து சுற்றிவருவதைப்போல் கோஹ்லர் இருமியபடியே அந்தக் குப்பிகளை நோக்கி நகர்ந்தார். "நான் நிச்சயமாக ஏதோ ஒன்றை தவறவிட்டிருக்கிறேன்," என்றார் அவர். "இந்த உருளைகளில் உன்னுடைய அப்பா உண்மையில் உருவாக்கியதாக நீ சொல்லும் பருப்பொருள் துகள்கள் அடங்கியிருக்கிறது என யாரும் நம்புவார்கள் என்று நீ

எப்படி எதிர்பார்க்கிறாய்? அவை வேறு எங்கிருந்தேனும் வந்த துகள்களாக இருக்கலாமே."

"உண்மையில்," என்று நம்பிக்கையுடன் சொன்னாள் விட்டோரியா, "அவை அப்படியிருக்க முடியாது. இந்தத் துகள்கள் பிரத்யேகமானவை. அவை பூமியில் வேறெங்குமே இல்லாத வகையைச் சேர்ந்த பருப்பொருள்... அதனால்தான் அவற்றை உருவாக்க வேண்டியிருந்தது."

கோஹ்லரின் முகம் இருண்டுபோனது. "விட்டோரியா, குறிப்பிட்ட வகையான பருப்பொருள் என்று எதைச் சொல்கிறாய்? ஒரே ஒரு வகைப்பட்ட பருப்பொருள்தான் இருக்கிறது, அது–" கோஹ்லர் சற்று நிறுத்தினார்.

விட்டோரியாவின் முகபாவம் வெற்றிபெற்றவள்போல் காணப்பட்டது. "இதைப்பற்றி நீங்களே விரிவுரை வழங்கியிருக்கிறீர்கள், இயக்குநரே. இந்தப் பிரபஞ்சத்தில் இரண்டு வகையான பருப்பொருள்கள் உள்ளன. அறிவியல் உண்மை." விட்டோரியா லேங்டனை நோக்கித் திரும்பினாள். "மிஸ்டர். லேங்டன், படைப்பைப் பற்றி பைபிள் என்ன சொல்லியிருக்கிறது? கடவுள் உருவாக்கியது என்ன?"

லேங்டன் சங்கடமாக உணர்ந்தார், இது எப்படி எதனுடனும் சம்பந்தப்படப்போகிறது என அவருக்குச் சரியாகத் தெரியவில்லை. "ம், கடவுள் படைத்தார்... இருளையும் ஒளியையும், சொர்க்கத்தையும் நரகத்தையும் –"

"சரியாக சொன்னீர்கள்," என்றாள் விட்டோரியா. "அவர் எல்லாவற்றையும் எதிரெதிராக உருவாக்கினார். சீர்மையுடன். சரியான சமநிலையுடன்." அவள் கோஹ்லரை நோக்கித் திரும்பினாள். "இயக்குநர் அவர்களே, மதத்தைப் போன்றே அறிவியலும் இதே விஷயத்தைத்தான் சொல்கிறது, அதாவது, பெருவெடிப்பு இந்தப் பிரபஞ்சத்தில் எதிரெதிரானவற்றுடன்தான் எல்லாவற்றையும் உருவாக்கியது."

"பருப்பொருள் உட்பட," தனக்குத்தானே சொல்லிக் கொள்வதுபோல் முணுமுணுத்தார் கோஹ்லர்.

விட்டோரியா ஆமோதித்தாள். "நிச்சயமாகவே சொல்வேன், என் அப்பா தன்னுடைய பரிசோதனையை நடத்தும்போது, இரண்டு வகையான பருப்பொருள்கள் தோன்றின."

இதற்கு என்ன அர்த்தம் என்று லேங்டன் வியந்தார். *லியனார்டோ வெத்ரா பருப்பொருளுக்கு எதிர்மாறானதை உருவாக்கினாரா?*

கோஹ்லர் கோபத்துடன் காணப்பட்டார். "நீ சொல்கின்ற பொருள் பிரபஞ்சத்தில் *எங்கோ தான்* இருக்கிறது. நிச்சயமாக அது பூமியில் இல்லை. நம்முடைய நட்சத்திர மண்டலத்தில் இருக்கவும் வாய்ப்பில்லை!"

"சரியாகச் சொன்னீர்கள்," என்று பதிலளித்தாள் விட்டோரியா, "அந்தத் துகள்கள் இந்த உருளைகளில் *உருவாக்கப்பட்டுள்ளன* என்பதற்கு அதுதான் நிரூபணம்."

இந்த உருளைகளில் உண்மையான மாதிரிகள் இருக்கின்றன என்று உன்னால் உறுதியாகச் சொல்லமுடியுமா?"

"முடியும்." அவள் அந்த உருளைகளைப் பெருமையுடன் உற்றுப் பார்த்தாள். "இயக்குநர் அவர்களே, நீங்கள் இந்த உலகின் முதலாவது *எதிர்க்கருவின்* மாதிரியைத்தான் பார்த்துக் கொண்டிருக்கிறீர்கள்."

20

பகுதி இரண்டு, என்று நினைத்த அந்தக் கொலையாளி, இருண்டிருக்கும் சுரங்கத்திற்குள் விரைந்து கொண்டிருந்தான்.

அவன் கையிலிருந்த டார்ச் அதிகப்படியான வெளிச்சத்தைக் கொடுத்தது. அது அவனுக்கும் தெரியும். ஆனால், அது தோற்றவிளைவுக்காகத்தான். தோற்றவிளைவுதான் எல்லாம். பயம்தான் அவனுடைய கூட்டாளி என்பதை அவன் கற்றுக்கொண்டிருந்தான். *வேறு எந்தப் போர்க்கருவியைக் காட்டிலும் பயம்தான் வேகமாக முடமாக்குகிறது.*

அவனுடைய மாறுவேஷத்தைக் கண்டு வியக்குமளவுக்கு அந்தப் பாதையில் கண்ணாடி எதுவுமில்லை, ஆனால், அவனுடைய அசைந்தாடும் மேலங்கியின் நிழலை வைத்து அது சரியாகத்தான் இருக்கிறதென்பதை அவனால் உணர முடிந்தது.

வேஷத்தோடு கலந்துவிடுதல் திட்டத்தின் ஒரு பகுதி... சீரழிவு சதித்திட்டத்தின் ஒரு பகுதி.

இரண்டு வாரங்களுக்கு முன்னர், இந்தச் சுரங்கத்தின் கடைசி முனையில் அவனுக்காகக் காத்திருந்த இந்த வேலையை சாத்தியமில்லாதது என்றுதான் நினைத்திருப்பான். அது ஒரு தற்கொலை செயல்திட்டம். சிங்கத்தின் குகைக்குள் நிர்வாணமாக நுழைவது. ஆனால், சாத்தியமின்மை எனும் வரையறையையே ஜானஸ் மாற்றிவிட்டார்.

கடந்த இரண்டு வாரங்களில் அந்த ஹஸாசினுடன் ஜானஸ் பகிர்ந்துகொண்ட ரகசியங்கள் ஏராளமானவை... இந்தச் சுரங்கமும் அதில் ஒன்று. புராதனமானது, ஆனால் இன்னமும்கூட பயன்படுத்தமுடிவது.

அவன் எதிரியை நெருங்கி வந்துவிட்டபோது, உள்ளே தனக்குக் காத்திருப்பது ஜானஸ் உறுதியளித்ததைப் போல சுலபமாக இருந்துவிடுமா என்று கொலையாளிக்குத் தெரியவில்லை. உள்ளே இருக்கும் ஒருவர் தேவையான ஏற்பாடுகளைச் செய்திருப்பார் என்று ஜானஸ் உத்திரவாதம் அளித்திருந்தார். உள்ளே இருக்கும் ஒருவர். நம்பவே முடியவில்லை. அதைப் பற்றி அவன் அதிகம் யோசித்தால், அது ஒரு சிறுபிள்ளை விளையாட்டுத்தான் என்பதைப் பெரிதும் உணர்ந்துகொண்டான்.

வஹாத்... திந்தென்... தலத்தா... அர்பா, முடிவை நெருங்கி விட்டதும் அவன் தனக்குத்தானே அரபியில் சொல்லிக் கொண்டான். ஒன்று... இரண்டு... மூன்று... நான்கு...

21

"**நீ**ங்கள் எதிர்க்கரு பற்றி கேள்விப்பட்டிருப்பீர்கள் என நினைக்கிறேன், மிஸ்டர். லேங்டன்?" விட்டோரியா அவரை ஆராய்ந்து கொண்டிருந்தாள், அவளுடைய கருத்த தோல் அந்த வெண்ணிற ஆய்வகத்திற்கு முரணாக இருந்தது.

லேங்டன் ஏறிட்டுப் பார்த்தார். திடீரென்று வார்த்தைகளற்று உணர்ந்தார். "ஆமாம்... ஒரு விதத்தில்."

ஒரு லேசான புன்னகை அவள் உதடுகளைக் கடந்து சென்றது. "நீங்கள் ஸ்டார் டிரெக் பார்க்கிறீர்கள்."

லேங்டன் வெட்கப்பட்டார். "ஆமாம், என் மாணவர்கள் ரசிப்பார்கள்." அவர் புருவத்தை நெரித்தார். "அதில் ***யு.எஸ். எஸ். எண்டர்பிரைஸ்*** விண்கலத்திற்கு எரிபொருள் தருவது எதிர்க்கருதானே?"

அவள் ஆமோதித்தாள். "நல்ல அறிவியல் புனைவு சிறந்த அறிவியலில்தான் வேர்கொண்டிருக்கும்."

"அப்படியென்றால் எதிர்க்கரு என்பது ***உண்மையா?***"

"ஒரு இயற்கை உண்மை. எல்லாவற்றிற்குமே ஒரு எதிர்நிலை உண்டு. புரோட்டான்களுக்கு எலக்ட்ரான்கள் உண்டு. மேல்-குவார்க்குகளுக்கு*k* கீழ்-குவார்க்குகள் உண்டு. அணுக்கரு நிலையில் ஒரு அண்டவெளி ஒத்திசைவு இருக்கிறது. எதிர்க்கரு *யிங்* என்றால் பருப்பொருள் *யாங்*. இது பௌதீக சமன்பாட்டைச் சமநிலையில் வைத்திருக்கிறது."

இருமைத்துவம் பற்றிய கலீலியோவின் நம்பிக்கையை நினைத்துக் கொண்டார் லேங்டன்.

"இது 1918-ல் இருந்தே அறிவியலாளர்களுக்குத் தெரியும்," என்றாள் விட்டோரியா, "பெருவெடிப்பின்போது இரண்டு வகையான பருப்பொருள்கள் உருவாயின. ஒரு பருப்பொருள் நாம் இங்கே பூமியில் பார்க்கின்ற பாறைகள், மரங்கள், மனிதர்களை உருவாக்கியது. மற்றொன்று அதற்குத் தலைகீழானது - எல்லா வகையிலும் பருப்பொருளைப் போன்றே தெரிவது என்றாலும், அதனுடைய துகள்களின் மின்னேற்றங்கள் தலைகீழாக இருக்கும்."

பனிமூட்டத்தில் இருந்து வெளியே வந்தவரைப்போல் கோஹ்லர் பேசினார். அவருடைய குரல் சட்டென்று எச்சரிக்கை உணர்வு கொண்டதாயிருந்தது. "ஆனால், உண்மையில் எதிர்க்கருவை சேமித்து வைப்பதில் எண்ணிலடங்காத தொழில்நுட்பத் தடைகள் இருக்கின்றன. அதை இயங்காநிலையில் வைக்க என்ன செய்வது?"

"துரிதமாக்கியில் இருந்து அவை சிதைந்துவிடும் முன்னர் எதிர்க்கரு பாசிட்ரான்களை வெளியே எடுப்பதற்கான தலைகீழ் துருவமுனை வெற்றிடத்தை என் அப்பா உருவாக்கினார்."

கோஹ்லர் எரிச்சலானார். "ஆனால் வாக்வம் பருப்பொருளையும் வெளியே இழுத்துவிடுமே. அந்தத் துகள்களைப் பிரிப்பதற்கு வழியே இருக்காது."

"அதற்கு அவர் காந்தப் புலத்தைப் பயன்படுத்தினார். பருப்பொருள் வலதுபக்கமாக வளையும், எதிர்க்கரு இடதுபக்கமாக வளையும். அவை இரண்டும் துருவரீதியில் எதிரெதிரானவை."

அத்தருணத்தில்தான், கோஹ்லரின் சந்தேகச் சுவரில் விரிசல் விழுவதுபோல் தெரிந்தது. தெளிவான திகைப்புடன் விட்டோரியாவைப் பார்த்த அவருக்கு எந்தவித முன்னெச்சரிக்கையுமின்றி இருமல் வலிப்பு ஏற்பட்டது. "மகத்தானது...." என்ற அவர் வாயைத் துடைத்துக்கொண்டார், "ஆனாலும்..." அவருடைய தர்க்கம் இன்னமும் முரண்டுவதுபோல் தெரிந்தது. "அந்த வாக்வம் வேலைசெய்வதாக வைத்துக்கொண்டாலும், இந்தக் குப்பிகள் பருப்பொருளால் ஆனவை. எதிர்க்கருவைப் பருப்பொருளால் ஆன குப்பிகளில் சேமிக்கமுடியாது. இந்த எதிர்க்கரு உடனடியாக எதிர்வினையாற்றி–"

"அந்த மாதிரியானது குப்பியைத் தொடுவதில்லை," அந்தக் கேள்வியை எதிர்பார்த்திருந்ததுபோல் சொன்னாள் விட்டோரியா. "எதிர்க்கரு அந்தரத்தில் மிதக்கிறது. இந்தக் குப்பிகளை 'எதிர்க்கரு கண்ணிகள்' என்போம், ஏனென்றால் உள்ளபடி அவை இந்த எதிர்க்கருவை உருளையின் மையத்தில் சிக்க வைக்கின்றன, அதனைப் பக்கவாட்டுகளில் இருந்தும், அடிப்பகுதியிலிருந்தும் பாதுகாப்பான தொலைவில் மிதக்க வைக்கின்றன."

"அந்தரத்திலா? ஆனாலும்... எப்படி?"

"இரண்டு இடைவெட்டு காந்தப் புலங்களுக்கு இடையில். இதோ, இங்கே பாருங்கள்."

அந்த அறையின் குறுக்கே நடந்துசென்ற விட்டோரியா ஒரு பெரிய எலக்ட்ரானிக் சாதனத்தை எடுத்துவந்தாள். அந்தச் சாதனம் ஒருவகையான கார்ட்டூன் கதிரொளி துப்பாக்கியை லேங்டனுக்கு நினைவூட்டியது- மேல்பகுதியில் பார்ப்பதற்கான நோக்கியோடு, அகலமான பீரங்கி போன்ற பீப்பாயும் கீழ்ப்பகுதியில் தொங்கிக்கொண்டிருக்கும் சிக்கலாக

அமைந்த எலக்ட்ரானிக் அமைப்புமாக இருந்தது. விட்டோரியா அந்தக் குப்பிகளுள் ஒன்றினுடைய நோக்கியைச் சரிசெய்து, கண்வைக்கும் இடத்தை உற்றுப்பார்த்தாள், பிறகு சில குமிழ்களைத் திருகினாள். பின்னர், அங்கிருந்து நகர்ந்த அவள் அதை கோஹ்லர் பார்ப்பதற்கு வழிவிட்டாள்.

கோஹ்லர் பெருங்குழப்பமுற்றவராகக் காணப்பட்டார். "நீ புலப்படக்கூடிய அளவு சேகரித்திருக்கிறாயா?"

"ஐந்தாயிரம் நானோகிராம்கள்," என்றாள் விட்டோரியா. "ஒரு நீர்ம பிளாஸ்மாவில் மில்லியன்கணக்கான பாசிட்ரான்கள் உள்ளன."

"மில்லியன்களா? ஆனால் ஒருசில *துகள்கள்தானே* இதுவரை எவரொருவராலும், எங்கும் கண்டுபிடிக்கப்பட்டுள்ளன..."

"ஜெனான்," என்றாள் விட்டோரியா வெறுமையாக. "அவர் ஒரு ஜெனான் ஜெட்டை வைத்து இந்தத் துகள் ஒளிக்கற்றையைத் துரிதப்படுத்தி, எலக்ட்ரான்களைப் பிரித்து எடுத்திருக்கிறார். அவர் அந்த மிகச்சரியான நடைமுறையை அப்படியே ரகசியமாக வைத்திருக்க வலியுறுத்தினார், ஆனால் இந்த நடைமுறையில் துரிதமாக்கியினுள்ளே ஒரேநேரத்தில் வெற்று எலக்ட்ரான்களை செலுத்திக்கொண்டே இருக்கவேண்டியிருந்தது."

லேங்டன், அவர்கள் ஆங்கிலத்தில்தான் பேசிக் கொண்டிருக்கிறார்களா என்று வியந்தபடி புரியாமல் நின்றார்.

கோஹ்லரின் கண் புருவ வரிகள் ஆழமாக, அவர் பேச்சை நிறுத்தினார். திடீரென அவர் சற்றே மூச்சிழுத்துக் கொண்டார். ஒரு தோட்டாவால் தாக்கப்பட்டதைப்போல் துவண்டார். "தொழில்நுட்பரீதியில் சொன்னால் அது வெளியேறும்..."

விட்டோரியா தலையாட்டினாள். "ஆமாம். *நிறைய*"

கோஹ்லர் தனக்கு முன்னால் இருந்த உருளையை நோக்கி பார்வையைத் திருப்பினார். நிச்சயமில்லாத பார்வையுடன், தன்னுடைய நாற்காலியில் இருந்து எழுந்த அவர் பார்க்குமிடத்தில் கண்ணை வைத்து, உள்ளே உற்றுநோக்கினார். எதுவும் சொல்லாமல் நீண்டநேரம் அதை உற்றுப் பார்த்திருந்தார். இறுதியாக அவர் உட்கார்ந்தபோது, அவருடைய முன்நெற்றி வியர்வையால் நனைந்திருந்தது. அவர் முகத்தில் இருந்த கோடுகள் காணாமல் போயிருந்தன.

அவருடைய குரல் கிசுகிசுப்பாய் இருந்தது. "அடக்கடவுளே... நீங்கள் உண்மையிலேயே செய்துவிட்டீர்கள்."

விட்டோரியா ஆமோதித்தாள். "என் அப்பா சாதித்தார்."

"எனக்கு ... எனக்கு என்ன சொல்வதென்றே தெரியவில்லை."

விட்டோரியா லேங்டனை நோக்கித் திரும்பினாள். "நீங்களும் பார்க்கவிரும்புகிறீர்களா?" அவள் பார்வைமானி சாதனத்தை நகர்த்தினாள். எதை எதிர்பார்ப்பது என்று தெரியாமலேயே, லேங்டன் முன்னுக்கு நகர்ந்தார். இரண்டு அடிகளுக்கு அப்பாலிருந்து, அந்தக் குப்பி வெறுமையாகத்தான் தோன்றியது. உள்ளே இருப்பது எதுவானாலும் அது அளவிடமுடியாத அளவுக்குச் சிறியதுதான். லேங்டன் அந்தப் பார்வைமானியில் கண்ணை வைத்தார். அவருக்கு முன்பாக அந்தப் பிம்பம் கவனத்திற்கு வர ஒருகணம் ஆனது.

பிறகு அவர் அதைப் பார்த்தார்.

அந்தப் பொருள் அவர் எதிர்பார்த்தபடி கொள்கலனின் அடியில் இல்லை, மாறாக, நடுப்பகுதியில் மிதந்துகொண்டிருந்தது- அந்தரத்தில் தொங்கிக்கொண்டிருந்தது - பாதரசம் போன்ற ஒரு திரவத்தைப் போன்று பந்துருளையாக மின்னிக்கொண்டிருந்தது - மாயாஜாலமாகச் சுழன்றபடி அந்தத் திரவம் வெற்றுவெளியில் துள்ளிக்கொண்டிருந்தது. அந்தத் திரவத்துளியின் மேற்பரப்பில் உலோக சிற்றலைகள் வட்டமிட்டன. அந்தரத்தில் இருக்கும் அந்தத் திரவம், புவியீர்ப்பு இல்லாத இடத்தில் விழுகின்ற நீர்த்திவலையைக் காட்டும் ஒரு வீடியோ காட்சியை லேங்டனுக்கு நினைவுபடுத்தியது. அந்தப் பந்துருளை மைக்ரோஸ்கோப்பில் பார்க்கும்படிதான் என அவருக்குத் தெரிந்தாலும், அந்த பிளாஸ்மா பந்து மெதுவாக அந்தரத்தில் உருளும்போது ஒவ்வொரு ஏற்ற இறக்கத்தையும் அவரால் பார்க்கமுடிந்தது.

"அது... மிதக்கிறது," என்றார் அவர்.

"அப்படி மிதப்பதுதான் நல்லது," என்றாள் விட்டோரியா. "எதிர்க்கரு ரொம்பவும் நிலைத்தன்மையற்றது. ஆற்றல்ரீதியாக பேசவேண்டுமானால், எதிர்க்கரு என்பது பருப்பொருளின் கண்ணாடி பிம்பம், அதனால் அந்த இரண்டும் தொடர்புக்கு வந்தால் ஒன்றையொன்று உடனடியாக ரத்து செய்துகொள்ளும். பருப்பொருளில் இருந்து எதிர்க்கருவைத் தனித்தே வைத்திருப்பது

சவாலான விஷயம், ஏனென்றால் பூமியில் உள்ள எல்லாமே பருப்பொருளால்தான் ஆகியிருக்கின்றன. இந்த மாதிரிகள் யாவும் எதையும், சொல்லப்போனால் காற்றும்கூட தொடாத வகையிலேயே வைத்திருக்க வேண்டும்."

லேங்டன் வியந்துபோனார். *வெற்றிடத்தில் வேலைசெய்வது பற்றிய பேச்சு.*

"இந்த எதிர்க்கரு கண்ணிகள்?" எனக் கேட்டு குறுக்கிட்ட கோஹ்லர், ஒன்றினுடைய அடிப்பகுதியில் வெளுத்துப்போன விரலை ஓடவிட்டு ஆச்சரியப்பட்டு பார்த்திருந்தார்.

"அவை உன்னுடைய அப்பாவின் வடிவமைப்பா?"

"உண்மையில்," என்றாள் அவள், "அவை என்னுடையவை."

கோஹ்லர் நிமிர்ந்து பார்த்தார்.

விட்டோரியாவின் குரல் சந்தேகத்துக்கு அப்பாற்பட்டதாய் இருந்தது. "எதிர்க்கருவின் முதல் துகள்களை என் அப்பா தயாரித்தார், ஆனால் அவற்றை எப்படி சேகரிப்பது என்பதில் தடுமாறினார். நான்தான் இவற்றைப் பரிந்துரைத்தேன். ஒவ்வொரு முனையிலும் எதிரெதிரான மின்காந்தப்புலம் கொண்ட காற்றுப்புகாத நானோகாம்போசைட் கூடுகள்."

"இதைப் பார்த்தால் உன் அப்பாவின் மேதைமை உனக்கும் ஒட்டிக்கொண்டதுபோல் தெரிகிறதே."

"உண்மையில் இல்லை. நான் இந்தக் கருத்தாக்கத்தை இயற்கையிடமிருந்து கடனாக வாங்கினேன். போர்த்துக்கீசிய மேன்-ஓ-வார்ஸ் எனும் ஜெல்லி மீன், நெமடாசிஸ்ட் மின்னேற்றத்தைப் பயன்படுத்தி, தங்களுடைய உணர்கொம்புகளுக்கு இடையில் மீனை சிக்கவைக்கும். அதே தத்துவம்தான் இதில். ஒவ்வொரு உருளையிலும் இரண்டு காந்தப்புலங்கள் உள்ளன, ஒவ்வொரு முனையிலும் ஒன்று. அவற்றின் எதிரெதிர் காந்தப்புல தளங்கள் குப்பியின் நடுப்பகுதியில் வெட்டிக்கொண்டு எதிர்க்கருவை அங்கேயே பிடித்து வைத்து, வெற்றிடத்தின் நடுவில் மிதக்க வைக்கின்றன."

லேங்டன் மறுபடியும் அந்தக் குப்பியைப் பார்த்தார். எதிர்க்கருவானது வெற்றிடத்தில் மிதந்துகொண்டிருந்தது,

எதையுமே தொடவில்லை. கோஹ்லர் சொன்னது சரிதான். அது மேதைமை.

“இந்தக் காந்தங்களுக்கான ஆற்றல் மூலம் எங்கேயிருக்கிறது?” என்றார் கோஹ்லர்.

விட்டோரியா குறிப்பிட்டுக் காட்டினாள். “அந்தக் கண்ணிக்கு கீழேயுள்ள தூணில் இருக்கிறது. அந்தக் குப்பிகள், அவற்றை இடைவிடாமல் மின்னேற்றம் செய்கின்ற ஒரு டாக்கிங் போர்ட்டோடு சேர்த்து முடுக்கப்பட்டுள்ளன, அதனால் அந்தக் காந்தங்கள் செயலிழக்காது.”

“அந்தப் புலங்கள் செயலிழந்துவிட்டால்?”

“அதேதான். எதிர்க்கரு மிதக்காமல் விழுந்துவிடும், இந்தக் கண்ணியின் அடிப்பகுதியோடு மோதும், பிறகு நாம் பார்ப்பதெல்லாம் அழித்தொழிப்புதான்.”

லேங்டனின் காதுகள் விடைத்துக்கொண்டன. “அழித்தொழிப்பா?” அந்த வார்த்தை ஒலித்த விதத்தை அவர் விரும்பவில்லை. விட்டோரியா அதைப்பற்றி கவலைப்படவில்லை. “ஆமாம். எதிர்க்கருவும் பருப்பொருளும் தொடர்புகொண்டால், இரண்டுமே உடனடியாக அழிக்கப்படும். பௌதீகவியலாளர்கள் இந்த நிகழ்முறையை ‘அழித்தொழிப்பு’ என்பார்கள்.”

லேங்டன் தலையாட்டினார். “அப்படியா?”

“இது இயற்கையினுடைய ஒரு சிறிய எதிர்வினை. ஒரு பருப்பொருள் துகள் மற்றும் எதிர்க்கருவின் துகள் ஒன்றுசேர்ந்து இரண்டு புதிய துகள்களை வெளியிடுகின்றன- அவைதான் ஃபோட்டான்கள். ஒரு ஃபோட்டான் என்பது ஒரு சின்னஞ்சிறு ஒளியலைதான்.”

லேங்டன் ஃபோட்டான்களைப் பற்றி படித்திருக்கிறார்- ஒளித் துகள்கள் - ஆற்றலின் தூய்மையான வடிவம். கிளிங்கன்களுக்கு எதிராகக் கேப்டன் கிர்க் ஃபோட்டான் ஏவுகணைகளைப் பயன்படுத்துவது பற்றி கேட்கக்கூடாது என அவர் தீர்மானித்துக் கொண்டார். “இந்த எதிர்க்கரு செயலிழந்துவிட்டால், நாம் ஒரு சின்னஞ்சிறு ஒளியலையைப் பார்ப்போம், அப்படித்தானே?”

விட்டோரியா தோள்களைக் குலுக்கினாள். “அது நீங்கள் எதைச் சின்னஞ்சிறியது என்கிறீர்கள் என்பதைப் பொறுத்த

விஷயம். இதோ, உங்களுக்குக் காட்டுகிறேன்." உருளைகளை எட்டிய அவள், அதனுடைய மின்னேற்ற மேடையில் இருந்து திருகாணிகளைக் கழற்றத் தொடங்கினாள்.

முன்னறிவிப்பின்றி, பயத்தில் அலறியபடி முன்னோக்கி எழுந்த கோஹ்லர், அவளுடைய கைகளைத் தட்டிவிட்டார். "விட்டோரியா! உனக்கென்ன பைத்தியமா!"

22

கோஹ்லர், நம்ப முடியாதவகையில் இரண்டு மெலிந்த கால்களில் ஒருகணம் எழுந்து நின்று நடுங்கிக் கொண்டிருந்தார். அவருடைய முகம் பயத்தில் வெளுத்துப் போயிருந்தது. "விட்டோரியா! நீ அந்தக் கண்ணியை அகற்றக்கூடாது!"

அதைப் பார்த்துக்கொண்டிருந்த லேங்டன், இயக்குநரின் திடீர் பேரச்சத்தால் திகைத்துப் போனார்.

"ஐந்நூறு நானோகிராம்!" என்றார் கோஹ்லர். "நீ காந்தப் புலத்தை உடைத்துவிட்டால் -"

"இயக்குநர் அவர்களே," விட்டோரியா உறுதியாகச் சொன்னாள், "அது முற்றிலும் பாதுகாப்பானது. ஒவ்வொரு கண்ணியிலும் செயலிழப்புப் பாதுகாப்பு உள்ளது - அது ரீசார்ஜரில் இருந்து நீக்கப்பட்டாலும்கூட ஒரு பேக்-அப் பேட்டரியும் இருக்கிறது. இந்த மாதிரியானது நான் குப்பியை நீக்கிவிட்டாலும்கூட அப்படியே மிதந்துகொண்டிருக்கும்."

கோஹ்லர் நம்பமுடியாமல் பார்த்தார். பிறகு, தயங்கியபடியே, அவர் மறுபடியும் தன் நாற்காலியில் உட்கார்ந்தார்.

"ரீசார்ஜரில் இருந்து கண்ணி நீக்கப்பட்டாலும்கூட," என்றாள் விட்டோரியா, "இந்தப் பேட்டரிகள் தாமாகவே செயல்படும். அவை இருபத்துநான்கு மணிநேரத்திற்கு செயல்படும். அது ஒரு ரிசர்வ் எரிபொருள் போன்றது." லேங்டனின் அசௌகரியத்தை உணர்ந்ததுபோல், அவள் அவர் பக்கம் திரும்பினாள். "எதிர்க்கருவுக்கு சில திகைக்க வைக்கும் பண்புகள் உள்ளன, மிஸ்டர். லேங்டன், அவை அதனை

முற்றிலும் ஆபத்தானதாக்குகின்றன. ஒரு பத்து மில்லிகிராம் மாதிரி- மணற்பரு அளவு எதிர்க்கரு - இருநூறு மெட்ரிக் டன் அளவு ராக்கெட் எரிபொருளினுடைய ஆற்றலை தக்கவைத்திருப்பதாகக் கருதப்படுகிறது."

லேங்டனுக்கு மறுபடியும் தலைசுற்றியது.

"இதுதான் நாளைய ஆற்றல் மூலாதாரம். அணு ஆற்றலைவிட ஆயிரம் மடங்கு மிகுந்த சக்திவாய்ந்தது. நூறு சதவிகிதம் திறன்மிக்கது. துணைப்பொருட்கள் இருக்காது. கதிரியக்கம் இருக்காது. மாசுபாடு இருக்காது. ஒருசில கிராம்கள் ஒரு பெரிய நகரத்திற்கு ஒருவார காலம் மின்சாரம் அளிக்கப் போதுமானது."

கிராம்களா? லேங்டன் அந்த மேடையில் இருந்து அசௌகரியத்துடன் இறங்கினார்.

"கவலைப்படாதீர்கள்," என்றாள் விட்டோரியா. "இந்த மாதிரிகள் ஒரு கிராமில் *மில்லியனில்* ஒரு பகுதி. ஒப்பீட்டுரீதியில் பாதிப்பில்லாதது." மறுபடியும் அந்தக் குப்பியை எட்டிய அவள் மேடையிலிருந்து அதனைத் திருகியெடுத்தாள்.

கோஹ்லர் தடுமாறினாலும் குறுக்கிடவில்லை. அந்தக் கண்ணி சிரமப்படாமல் வந்ததும், கூர்மையான பீப் ஒலி எழுந்தது, அத்துடன் அந்தக் கண்ணியின் அடிப்பகுதிக்கு அருகில் ஒரு சிறிய எல்.இ.டி. திரை உயிர்ப்பெற்றது. சிவப்பு இலக்கங்கள் மினுங்கின, இருபத்து நான்கு மணிநேரத்தில் இருந்து எண்ணிக்கையைத் தொடங்கின.

24:00:00 ...

23:59:59 ...

23:59:58 ...

லேங்டன் அந்தக் குறைந்துகொண்டே வரும் எண்ணிக்கையை ஆராய்ந்தார், அது ஒரு டைம்பாம் போன்றுதான் இருக்கிறதென்பதைத் தீர்மானித்துக் கொண்டார்.

"இந்தப் பேட்டரி," விட்டோரியா விளக்கினாள், "தீர்ந்துபோவதற்கு முன்னர் முழுமையாக இருபத்து நான்கு மணிநேரத்திற்கு இயங்கும். இதனை அந்த மேடையில் மறுபடியும் வைத்து ரீசார்ஜ் செய்துகொள்ளலாம். பாதுகாப்பு

நடவடிக்கையாக இப்படி வடிவமைக்கப்பட்டுள்ளது, ஆனால் இது எடுத்துச்செல்வதற்கும் ஏற்றதுதான்.”

“எடுத்துச்செல்வதா?” கோஹ்லர் மின்னல் தாக்கியதுபோல் காணப்பட்டார். “நீ இதை ஆய்வகத்திலிருந்து வெளியே எடுத்துச்சென்றிருக்கிறாயா?”

“நிச்சயமாகக் கிடையாது,” என்றாள் விட்டோரியா. “ஆனால் இதனுடைய எடுத்துச்செல்லும் திறன் அதனை ஆராய்ந்து பார்க்க நமக்கு உதவுகிறது.”

லேங்டனையும் கோஹ்லரையும் அந்த அறையின் கடைசிக்கு அழைத்துச் சென்றாள் விட்டோரியா. ஒரு சாளரத்தைக் காண்பிப்பதற்காக அவள் அதை மூடியிருந்த ஒரு திரையை இழுத்தாள், அதற்கு அப்பால் ஒரு பெரிய அறை இருந்தது. சுவர்கள், தரைத்தளங்கள், மற்றும் கூரை ஆகியன முழுக்க முழுக்க எஃகினால் மூடப்பட்டிருந்தன. ஹண்ட்டா உடல் சித்திரங்களை ஆராய்வதற்காக அவர் ஒருமுறை பப்புவா நியூகினிக்கு, ஒரு எண்ணெய்க் கப்பலில் சென்றபோது அதில் இருந்த எண்ணெய்க் கலன்களை அந்த அறை லேங்டனுக்கு நினைவுபடுத்தியது.

“இது ஒரு அழித்தொழிப்புக் கலன்,” என்றாள் விட்டோரியா.

கோஹ்லர் நிமிர்ந்து பார்த்தார். “நீ உண்மையிலேயே அழித்தொழிப்புகளைக் கவனித்திருக்கிறாயா?”

“என்னுடைய அப்பா பருப்பொருளினுடைய மீச்சிறு கருமூலங்களில் இருந்து கிடைக்கும் மிகப்பெரிய அளவுக்கான ஆற்றலை வெளிப்படுத்தும் பெருவெடிப்பு பௌதீகத்தால் ஈர்க்கப்பட்டவர்-.” விட்டோரியா ஜன்னலுக்குக் கீழே இருந்த ஒரு எஃகு டிராயரை இழுத்துத் திறந்தாள். அந்தக் கண்ணியை டிராயருக்கு உள்ளே வைத்து, அதை மூடினாள். பின்னர், டிராயருக்கு அருகில் இருந்த ஒரு லீவரை இழுத்தாள். ஒருகணம் கழித்து, கண்ணாடியின் மறுபக்கத்தில் அந்தக் கண்ணி தோன்றி, அறையின் மையப்பகுதிக்கு அருகே வந்து நிற்கும் வரையில் அந்த உலோகத் தளத்தின் அகன்ற சரிவில் அது மெதுவாக உருண்டுகொண்டிருந்தது.

விட்டோரியா ஒரு இறுக்கமான புன்னகையை வெளிப்படுத்தினாள். “நீங்கள் இப்போது, எதிர்க்கரு- பருப்பொருள் முதலாவது

அழித்தொழிப்பைப் பார்க்கப்போகிறீர்கள். ஒரு கிராமில் லட்சத்தில் ஒரு பங்கு. ஒப்பீட்டுரீதியில் மீச்சிறு மாதிரி."

லேங்டன், எதிர்க்கரு கண்ணி அந்தப் பிரமாண்டமான கலனின் தரையில் தனியாக இருப்பதைப் பார்த்தார். கோஹ்லரும் எந்தவித நிச்சயமின்றி ஜன்னலை நோக்கித் திரும்பினார்.

"வழக்கமாக," விட்டோரியா விளக்கினாள். "பேட்டரிகள் தீரும் வரையில் முழுமையாக இருபத்து நான்கு மணிநேரத்திற்கு நாம் காத்திருக்க வேண்டியிருக்கும், ஆனால் இந்த அறையில், அந்தக் கண்ணியை மீறிச்செல்லக்கூடிய வகையில் தரைக்கும் கீழே காந்தங்கள் உள்ளன, அவை இந்த எதிர்க்கருவை மிதந்துகொண்டிருப்பதில் இருந்து வெளியே இழுக்கும். பின்னர், இந்தப் பருப்பொருளும் எதிர்க்கருவும் தீண்டும்போது..."

"அழித்தொழிப்பு," என்று கிசுகிசுத்தார் கோஹ்லர்.

"இன்னுமோர் விஷயம் இருக்கிறது," என்றாள் விட்டோரியா. "எதிர்க்கருவானது சுத்தமான ஆற்றலை வெளிப்படுத்துகிறது. ஃபோட்டான்களாக நூறு சதவிகிதம் மாற்றமடையக்கூடியது. அதனால், அந்த மாதிரியை நேரடியாகப் பார்க்கவேண்டாம். உங்கள் கண்களை மூடிக்கொள்ளுங்கள்."

லேங்டன் முன்னெச்சரிக்கையாக இருந்தார், என்றாலும் விட்டோரியா இப்போது அதிகப்படியாக நாடகத்தன்மையுடன் நடந்துகொள்வதை உணர முடிந்தது. *குப்பியை நேரடியாகப் பார்க்காதீர்கள்?* அந்தச் சாதனம், மிக அதிகப்படியாகக் கெட்டியான வண்ணம்பூசிய பிளெக்சிகிளாஸ் சுவருக்குப் பின்னால் முப்பது கஜதூரத்திற்கும் அதிகமான தொலைவில் இருந்தது. மேலும், அந்த உருளையில் இருந்த சிறு துகள் நுண்ணோக்கியில் மட்டுமே பார்க்கமுடிகிற அளவுக்குப், புலப்படாமலே இருந்தது. *கண்களை மூடிக்கொள்ள வேண்டுமா?* லேங்டன் நினைத்துக்கொண்டார். *அந்தச் சிறுதுகள் எவ்வளவு ஆற்றலை வெளிப்படுத்த சாத்தியம் –*

விட்டோரியா பட்டனை அழுத்தினாள்.

உடனடியாக, லேங்டன் குருடாகிப்போனார். குப்பியில் ஒரு அற்புதமான ஒளிமின்னல் பளிச்சிட்டு, பின்னர் வெளிப்புறமாக வெடித்து, எல்லாத் திசைகளிலும் மிளிர்ந்து, மின்னல் வேகத்தில் அவருக்கு முன்னால் இருந்த ஜன்னலை நோக்கிப் பொங்கியது.

அந்த வெடிப்பு பாதுகாப்புப் பெட்டகத்தை உலுக்க, அவர் பின்னோக்கித் தடுமாறினார். அந்த ஒளி ஒருகணம் பிரகாசமாக எரிந்து, வெப்பத்தைக் கக்கியது, பின்னர், ஒரு கணத்துக்குப்பின் அது உள்நோக்கி ஒடுங்கி, தன்னைத்தானே உள்வாங்கிக்கொண்டது, அதன் பின்னர் ஒன்றுமில்லாமல் மறைந்துபோகும் அளவுக்குச் சின்னஞ்சிறு புள்ளியாக குலைந்துபோனது. லேங்டன் வலியால் கண்சிமிட்டினார், மெதுவாகப் பார்வையைத் திரும்பப் பெற்றார். அணைந்து கொண்டிருக்கும் அறைக்குள்ளாக அவர் உற்றுப் பார்த்தார். தரையில் இருந்த உருளை அப்படியே காணாமல் போயிருந்தது. ஆவியாகிவிட்டது. ஒரு தடமும் இல்லை.

அவர் ஆச்சரியமாகப் பார்த்தார். "க... கடவுளே."

விட்டோரியா சோகத்துடன் தலையாட்டினாள். "என்னுடைய அப்பாவும் இதையேதான் சொன்னார்."

23

கோஹ்லர் முற்றிலும் வியப்போடு, சற்றுமுன் பார்த்திருந்த அற்புதத்தினால் அந்த அழித்தொழிப்பு அறையை உற்றுநோக்கியபடி இருந்தார். அவருக்கு அருகாமையில் இருந்த ராபர்ட் லேங்டனோ இன்னும் அதிகமாக திகைத்துப் போயிருந்தார்.

"என் அப்பாவைப் பார்க்கவிரும்புகிறேன்," விட்டோரியா வற்புறுத்தினாள். "நான் உங்களுக்கு ஆய்வகத்தைக் காட்டிவிட்டேன். இப்போது நான் என் அப்பாவைப் பார்க்கவிரும்புகிறேன்."

கோஹ்லர் மெதுவாகத் திரும்பினார், அவள் சொன்னதை அவர் கேட்டிருக்கவில்லை. "இவ்வளவு காலம் ஏன் காத்திருந்தாய், விட்டோரியா? நீயும் உன் அப்பாவும் இந்தக் கண்டுபிடிப்பைப் பற்றி முன்னமே சொல்லியிருக்கவேண்டும்."

விட்டோரியா அவரை உற்றுப் பார்த்தாள். உங்களுக்கு எவ்வளவு காரணங்கள் வேண்டும்? "இயக்குநர் அவர்களே,

நாம் இதைப்பற்றி பிறகு வாதிடலாம். இப்போது, நான் என் அப்பாவைப் பார்க்கவேண்டும்."

"இந்தத் தொழில்நுட்பம் எதைச் சுட்டிக்காட்டுகிறதென்று தெரியுமா?"

"நிச்சயமாக," விட்டோரியா திருப்பியடித்தாள். "செர்னிற்கான வருமானம். நிறையவே கிடைக்கும். இப்போது எனக்குத் தேவை -"

"அதனால்தான் இதை நீங்கள் ரகசியமாக வைத்திருந்தீர்களா?" என்று வற்புறுத்திய கோஹ்லர் அவளுக்குத் தூண்டில் போடுவது தெளிவாகவே தெரிந்தது. "இயக்குநர் குழுவும் நானும், இதற்கு உரிமம் அளிக்க வாக்களித்துவிடுவோம் என்று பயந்ததுதான் காரணமா?"

"இதற்குப் பயன்பாட்டு உரிமை அளிக்கப்பட வேண்டும்தான்," என்று திருப்பிக் கூறினாள் விட்டோரியா, தானும் இந்த வாக்குவாதத்தில் சேர்ந்துவிட்டோமோ என்று அவள் நினைத்தாள். "எதிர்க்கரு ஒரு முக்கியமான தொழில்நுட்பம். ஆனால், இது ஆபத்தானதும்கூட. என்னுடைய அப்பாவும் நானும் நடைமுறைகளை நேர்த்திசெய்து, பாதுகாப்பானதாக்கவே விரும்பினோம்."

"வேறு மாதிரியாகச் சொன்னால், பணத்தாசைக்கு முன்பாக உண்மையான அறிவியலை வைப்பார்கள் என்று இயக்குநர்கள் குழு மீது உனக்கு நம்பிக்கை இல்லை."

கோஹ்லரின் பேச்சில் இருந்த அலட்சியத்தைக் கண்டு விட்டோரியா ஆச்சரியப்பட்டாள். "வேறு பிரச்சினைகளும் இருந்தன," என்றாள் அவள்.

"தகுந்த கவனிப்புடன் இந்த எதிர்க்கருவை அறிமுகப்படுத்த என் அப்பாவுக்கு நேரம் வேண்டியிருந்தது."

"அப்படியென்றால்?"

நான் என்ன சொல்லவருவதாக நினைக்கிறீர்கள்? "ஆற்றலில் இருந்து பருப்பொருள்? ஏதுமில்லாததில் இருந்து ஒன்று? படைப்பின் தொடக்க கணம் அறிவியல்ரீதியாகச் சாத்தியம்தான் என்பதை இது நடைமுறையில் நிரூபிக்கிறது."

“அதனால், வணிகமயமாக்கலின் கடும் நெருக்கடியில் தன்னுடைய கண்டுபிடிப்பின் மதரீதியான உள்ளடக்கங்கள் தொலைந்துபோவதை அவர் விரும்பவில்லை அப்படித்தானே?”

“ஒரு வகையில் அப்படித்தான்.”

“உனக்கு எப்படி?”

விட்டோரியாவின் அக்கறை, ஒருவிதத்தில் அதற்கு எதிர்நிலையில் இருந்தது. வணிகமயமாக்கல் என்பது எந்த ஒரு புதிய ஆற்றல் மூலாதாரத்தின் வெற்றிக்கும் முக்கியமானதுதான். இருந்தாலும், எதிர்க்கரு தொழில்நுட்பம் முதிர்வுறா நிலையில் வெளிப்பட்டால் ஒரு திறன்மிக்க, மாசுபாடில்லா ஆற்றல் மூலாதாரமாகத் தட்டுத்தடுமாறும் வாய்ப்புள்ளது - எதிர்க்கருவானது அரசியல் பழிதூற்றலுக்கும், அணுசக்தி மற்றும் சூரியசக்தி ஆற்றல்களை அழிக்கும் என்ற பிரச்சாரங்களுக்கும் ஆளாகக்கூடிய ஆபத்துள்ளது. நியூக்ளியர் சக்தி பாதுகாப்பானதா இல்லையா என்று தெரிவதற்கு முன்னரே பரவலாகிவிட்டது, விபத்துக்களும் நடக்கின்றன. ஆற்றல்மிக்கதா இல்லையா என்று தெரிவதற்கு முன்னரே சூரிய சக்தி பரவலாகிவிட்டது, அதில் பணமிழப்பு அதிகம். இரண்டு தொழில்நுட்பங்களுமே மோசமாக விமர்சிக்கப்பட்டு, ஆரம்பத்திலே தோற்றுப்போயுள்ளன.

“அறிவியலையும் மதத்தையும் இணைப்பதில் அப்பாவைக் காட்டிலும் என்னுடைய ஆர்வம் கொஞ்சம் குறைவானதுதான்.” என்றாள் விட்டோரியா.

“சுற்றுச்சூழல்,” என்றார் கோஹ்லர் உறுதியாக.

“எல்லையில்லாத ஆற்றல். தோண்டியெடுக்க வேண்டாம். மாசுபாடு இல்லை. கதிரியக்கம் இல்லை. எதிர்க்கரு தொழில்நுட்பம் இந்தக் கிரகத்தையே காப்பாற்றும்.”

“அல்லது அழித்துவிடும்,” கோஹ்லர் இடித்துரைத்தார். “அது யார், எதற்காகப் பயன்படுத்துகிறார்கள் என்பதைப் பொறுத்தது.” கோஹ்லரின் முடமான உருவத்தில் இருந்து வெளிவரும் திகிலை விட்டோரியா உணர்ந்தாள். “வேறு யாருக்கெல்லாம் இதைப்பற்றி தெரியும்?” என்று கேட்டார் அவர்.

“யாருக்கும் தெரியாது,” என்றாள் விட்டோரியா. “நான்தான் சொல்லியிருக்கிறேனே.”

"அப்படியென்றால் உன் அப்பா எதற்காகக் கொல்லப்பட்டிருப்பார் என்று நினைக்கிறாய்?"

விட்டோரியாவின் தசைகள் இறுகின. "எனக்குத் தெரியவில்லை. அவருக்கு இங்கே செர்னிலேயே எதிரிகள் உண்டு, அது உங்களுக்கும் தெரியும், ஆனால் அதற்கும் எதிர்க்கருவுக்கும் எந்தச் சம்பந்தமும் இருக்கமுடியாது. நாங்கள் தயாராகும் வரையில், இதனை எங்கள் இருவருக்கு இடையில் மட்டுமே வைத்துக்கொள்வதென்று பரஸ்பரம் உறுதியளித்திருந்தோம்."

"உன்னுடைய அப்பா அந்தச் சத்தியத்தைக் காப்பாற்றுவார் என்று உறுதியாக நம்பினாயா?"

இப்போது விட்டோரியாவுக்கு கோபம் வந்துவிட்டது. "என் அப்பா இதைவிடக் கடினமான உறுதிமொழிகளை எல்லாம் காப்பாற்றியிருக்கிறார்!"

"*நீயும்* யாரிடமும் சொல்லவில்லையா?"

"நிச்சயமாக இல்லை!"

கோஹ்லர் பெருமூச்சுவிட்டார். அடுத்த வார்த்தைகளை அவர் கவனமாகத் தேர்ந்தெடுக்க வேண்டியிருப்பதைப்போல், சற்று இடைவெளி எடுத்துக் கொண்டார், "ஒருவேளை யாராவது கண்டுபிடித்திருக்கலாம். யாருக்காவது இந்த ஆய்வகத்தில் நுழைவதற்கான அனுமதி கிடைத்திருக்கலாம். அவர்கள் எதைத்தான் தேடி வந்திருப்பார்கள் என்று நினைக்கிறாய்? உன் அப்பா இங்கே ஏதாவது குறிப்புகள் எழுதி வைத்திருக்கிறாரா? இதை உருவாக்கும் நிகழ்முறைகளைப் பற்றிய ஆவணங்கள் பற்றி?"

"இயக்குநர் அவர்களே, நான் பொறுமைசாலி. எனக்கு இப்போது சில பதில்கள் வேண்டும். நீங்கள் இங்கே அத்துமீறல் நடந்திருப்பது பற்றி பேசிக்கொண்டே இருக்கிறீர்கள், ஆனால், அந்த விழித்திரை ஸ்கேனரை நீங்களே பார்த்தீர்கள். ரகசியத்திலும் பாதுகாப்பு விஷயத்திலும் என் அப்பா விழிப்புணர்வு கொண்டவர்."

"என்னைச் சிரிக்கவைக்காதே," கோஹ்லர் கத்தி அவளைத் திடுக்கிட வைத்தார். "என்னதான் தவறியிருக்கும்?"

"எனக்குத் தெரியவில்லை." விட்டோரியா கோபத்துடன் ஆய்வகத்தை ஆராய்ந்தாள். எதிர்க்கரு மாதிரிகள் எல்லாமே

கணக்கில் இருந்தன. அவளுடைய அப்பாவின் வேலையிடம் ஒழுங்காக இருந்தது. "யாரும் இங்கே வரவில்லை," என்றாள் அவள். "எல்லாமே சரியாகத்தான் இருக்கிறது."

கோஹ்லர் ஆச்சரியப்பட்டவராய் பார்த்தார் "இங்கே மேலேயா?"

விட்டோரியா இயல்பாகச் சொன்னாள். "ஆமாம், மேலே உள்ள ஆய்வகத்தில்."

"நீங்கள் கீழேயுள்ள ஆய்வகத்தையும் பயன்படுத்துவீர்களா?"

"சேமித்து வைப்பதற்காக."

கோஹ்லர் அவளை நோக்கி நகர்ந்துகொண்டே மறுபடியும் இருமினார். "ஹஸ்-மத் அறையை நீ சேமிப்பதற்குப் பயன்படுத்துகிறாயா? எதைச் சேமிக்க?"

ஆபத்தான மூலப்பொருள்தான், வேறென்ன! விட்டோரியா தன்னுடைய பொறுமையை இழந்தாள். "எதிர்க்கரு."

கோஹ்லர் நாற்காலியின் கைப்பிடிகளைப் பிடித்துக்கொண்டு நிமிர்ந்தார். "வேறுசில மாதிரிகளும் இருக்கின்றனவா? என்ன இழவுக்கு அதை என்னிடம் சொல்லவில்லை!"

"நான் முயற்சித்தேன்," என்றாள் விட்டோரியா வெடுக்கென்று, "அதற்கு நீங்கள் எனக்கு வாய்ப்பே தரவில்லை!"

"நாம் அந்த மாதிரிகளைச் சரிபார்க்க வேண்டும்," என்றார் கோஹ்லர். "இப்போதே."

"மாதிரி," என்று விட்டோரியா சரிசெய்தாள். "ஒன்றுதான். அது அப்படியேதான் இருக்கிறது. யாரும் எப்போதும் -"

"ஒன்றே ஒன்றா?" என்றார் கோஹ்லர் தயங்கியபடி. "அது ஏன் மேலே இல்லை?"

"என் அப்பா ஒரு முன்னெச்சரிக்கையாக, அதனைப் பாறையடுக்கிற்குக் கீழே வைக்க விரும்பினார். இது மற்றவற்றைவிட பெரியது."

கோஹ்லரும் லேங்டனும் பார்த்துக்கொண்ட விதத்தில் இருந்த எச்சரிக்கையுணர்வை விட்டோரியா தவறவிடவில்லை. கோஹ்லர் மறுபடியும் அவளை நோக்கிச் சென்றார். "நீ

ஐநூறு நானோகிராம்களுக்கும் அதிகமான மாதிரியை உருவாக்கினாயா?"

"ஒரு தேவையாகத்தான்," என்று விட்டோரியா விளக்கினாள். "உள்ளீட்டு/ வெளியீட்டு வரம்பைப் பாதுகாப்பாகக் கடக்கமுடியும் என்பதை நாங்கள் நிரூபிக்க வேண்டியிருந்தது." புதிய எரிபொருள் மூலாதாரங்கள் குறித்த கேள்வி எப்போதுமே உள்ளீட்டிற்கு எதிரான வெளியீடு என்பதாகத்தான் இருக்கும் என்பது அவளுக்குத் தெரியும்- அதாவது எரிபொருளை அறுவடை செய்ய ஒருவர் எவ்வளவு பணத்தைச் செலவிட வேண்டியிருக்கும் என்பதுதான் அது. ஒரே ஒரு பீப்பாய் அறுவடை செய்வதற்கு ஒரு எண்ணெய்க் கிணற்றையே கட்டுவதென்பது வீண் முயற்சி. ஆனால், அதே கிணறு, சற்றே கூடுதல் செலவுடன், மில்லியன்கணக்கான பீப்பாய்களை அளிக்கும் என்றால், நீங்கள் தொழில் செய்கிறீர்கள். எதிர்க்கருவும் அதே போன்றதுதான். எதிர்க்கருவின் ஒரு சின்னஞ்சிறு மாதிரியை உருவாக்கப் பதினாறு மைல்கள் மின்காந்தங்களை இயக்குவிப்பதென்பது, அதன் விளைவாக கிடைக்கும் எதிர்க்கருவில் அடங்கியிருப்பதைக் காட்டிலும் அதிகம் செலவு பிடிப்பதாகும். எதிர்க்கருவின் திறனையும் நீடிக்கும்தன்மையையும் நிரூபிப்பதற்கு, ஒருவர் பெரிய அளவிலான மாதிரிகளை உருவாக்கத்தான் வேண்டியிருக்கும்.

இருந்தாலும், விட்டோரியாவின் அப்பா பெரிய அளவுக்கான மாதிரியை உருவாக்குவதில் தயக்கம் கொண்டிருந்தார், விட்டோரியாதான் அவரைக் கடுமையாக நெருக்கடி செய்யவேண்டியிருந்தது. எதிர்க்கரு விஷயத்தைத் தீவிரமாக எடுத்துக்கொள்ள வேண்டிய வகையில், அவளும் அவளுடைய அப்பாவும் இரண்டு விஷயங்களை நிரூபித்தாக வேண்டும் என அவள் வாதாடினாள். முதலில், செலவு- சிக்கனமான அளவுகள் உற்பத்தி செய்யப்பட வேண்டும். இரண்டாவதாக, மாதிரிகளைப் பாதுகாப்பாகச் சேமிக்கவேண்டும். இறுதியில் அவள் வெற்றிபெற்றபோது, தன் சொந்தத் தீர்மானத்திற்கு எதிராக அவளுடைய அப்பாவே உடன்பட வேண்டியிருந்தது. இருந்தாலும், ரகசியம் மற்றும் அனுமதி குறித்த உறுதியான வழிகாட்டுதல்கள் இல்லாமல் இல்லை. இந்த எதிர்க்கருவானது ஹஸ்-மத்தில்- அந்தத் தளத்திலிருந்து கீழே கூடுதலாக எழுபத்தைந்து அடிகள் கீழே -ஒரு சிறிய கிரானைட் பள்ளத்தில் பாதுகாப்பாக சேமிக்கப்படவேண்டும் என

அவர் வலியுறுத்தினார். அந்த மாதிரியானது, அவர்களுடைய ரகசியமாக மட்டுமே இருக்கும். அத்துடன், அவர்கள் இருவர் மட்டுமே அங்கு சென்றுவரமுடியும்.

“விட்டோரியா?” என்று குறிப்பிட்ட கோஹ்லரின் குரல் பதற்றமடைந்திருந்தது. “நீயும் உன்னுடைய அப்பாவும் எவ்வளவு பெரிய மாதிரியை உருவாக்கினீர்கள்?”

விட்டோரியா உள்ளுக்குள் ஒரு அபத்தமான மகிழ்ச்சியை உணர்ந்தாள். இந்த மகத்தான மேக்ஸிமிலியன் கோஹ்லரைக்கூட அந்த அளவு திகைப்படச் செய்யும் என்பது அவளுக்குத் தெரியும். அவள் கீழேயிருக்கும் எதிர்க்கருவைக் கற்பனை செய்துகொண்டாள். ஒரு கண்கொள்ளாக் காட்சி. கண்ணிக்கு உள்ளே அந்தரத்தில் மிதந்துகொண்டு, வெறும் கண்களுக்கே நன்றாகத் தெரியக்கூடிய, சின்னஞ்சிறு அரைக்கோளமாக நடனமாடிக் கொண்டிருக்கும் எதிர்க்கரு. இது ஒன்றும் நுண்ணோக்கியால் பார்க்கப்பட வேண்டியதல்ல. இந்தத் திரவத்துளி *0.46* செ.மீ இருக்கும்.

விட்டோரியா ஆழ்ந்து மூச்சுவிட்டாள். “ஒரு கிராமில் கால் பங்கு.”

கோஹ்லரின் முகத்தில் ரத்தம் வடிந்துபோனது. “என்ன!” அவருக்கு வலிப்பு இருமல் ஏற்பட்டது. “ஒரு கிராமில் கால் பங்கா? அதை அப்படியே மாற்றினால்... ஏறக்குறைய ஐந்து கிலோ டன் ஆயிற்றே!”

கிலோ டன்கள். விட்டோரியா அந்த வார்த்தையை வெறுத்தாள். அந்த வார்த்தையை அவளும் அவளுடைய அப்பாவும் பயன்படுத்தியதே இல்லை. ஒரு கிலோ டன் என்பது *1,000* மெட்ரிக் டன் டி.என்.டி. வெடிபொருளுக்கு நிகரானது. கிலோ டன்கள் என்பவை ஆயுதங்களுக்குப் பயன்படுத்தும் வார்த்தை. வெடிபொருள் நிரப்பல். அழிவு சக்தி. அவளும் அவளுடைய அப்பாவும் எலக்ட்ரான் வோல்ட்ஸ் மற்றும் ஜூல்ஸ் என்ற வகையில்தான் பேசிக்கொள்வார்கள்- ஆக்கப்பூர்வமான ஆற்றல் வெளிப்பாடு.

“அந்த அளவுக்கான எதிர்க்கரு அரைமைல் சுற்றளவில் உள்ள எதையும் அப்படியே அழித்துவிடுமே!” என்று கோஹ்லர் திகைப்புற்றார்.

"ஆமாம், அந்த எதிர்க்கரு எல்லாமும் ஒரே நேரத்தில் அழித்தொழிக்கப்பட்டால்," விட்டோரியா பதில் சொன்னாள், "அது யாரும் இதுவரை செய்திராதது!"

"அதைப்பற்றி நன்றாகத் தெரியாதவர்கள் தவிர. அல்லது உங்களுடைய மின்சாரம் செயலிழந்தால்!" கோஹ்லர் முன்னதாகவே மின்தூக்கியை நோக்கி செல்லத் தொடங்கியிருந்தார்.

"அதனால்தான் என்னுடைய அப்பா அதை ஒரு பாதுகாப்பான மின்சார அளிப்பும், தேவைக்கு அதிகமான பாதுகாப்பு அமைப்பும் கொண்ட ஹஸ்-மத்தில் பாதுகாப்பாக வைத்திருந்தார்."

கோஹ்லர் திரும்பிப் பார்த்தார். "ஹஸ்-மத்தில் நீங்கள் கூடுதல் பாதுகாப்பு வைத்திருந்தீர்களா?"

"ஆமாம். ஒரு இரண்டாவது விழித்திரை-ஸ்கேன்."

கோஹ்லர் இரண்டே வார்த்தைகள் மட்டும்தான் பேசினார். "கீழே. இப்போதே."

அந்தச் சுமைதூக்கும் மின்தூக்கி ஒரு பாறையைப் போல் கீழே இறங்கியது.

பூமிக்கு அடியில் மற்றொரு எழுபத்தைந்து அடி.

அந்த மின்தூக்கி ஆழமாக இறங்கிக்கொண்டிருக்கையில் அந்த இரண்டு ஆண்களிடத்திலும் பயத்தை விட்டோரியாவால் நிச்சயமாக உணரமுடிந்தது. கோஹ்லரின் வழக்கமான உணர்ச்சியற்ற முகம் இறுகிப்போயிருந்தது. *எனக்குத் தெரியும்,* விட்டோரியா நினைத்துக்கொண்டாள், *அந்த மாதிரி மிகப்பெரியதுதான், ஆனால், முன்னெச்சரிக்கை நடவடிக்கைகளும் எடுக்கப்பட்டுள்ளன-*

அவர்கள் அடிப்பகுதியை அடைந்தார்கள்.

மின்தூக்கி திறந்தது, மங்கலான வெளிச்சமிருந்த நடைக்கூடத்தில் விட்டோரியா முன்னால் சென்றாள். முன்னால் தொலைவில் அந்த நடைக்கூடம் ஒரு பெரிய எஃகு கதவில் சென்று முடிந்தது. ஹஸ்-மத். கதவுக்கு அருகாமையில் இருந்த விழித்திரை ஸ்கேன், மேலே இருந்த ஒன்றைப்போல் இருந்தது. அவள் நெருங்கிச் சென்றாள். மிகுந்த கவனத்துடன், அந்த ஆடிகளில் தன்னுடைய கண்ணைச் சரியாகப் பொருத்தினாள்.

சட்டென்று அவள் பின்வாங்கினாள். ஏதோ ஒன்று தவறாகிப்போயிருந்தது. சாதாரணமாகக் கறைகள் ஏதுமில்லாமல் காணப்படும் ஆடிகளில் கறைகள் தெரிந்தன... ஏதோ ஒன்று அதில் சிதறிப்போயிருந்தது... இரத்தம்? குழப்பமுற்ற அவள் அவர்கள் இருவரையும் நோக்கித் திரும்பினாள், ஆனால், அவளுடைய பார்வை உறைந்த முகங்களைத்தான் பார்த்தன. கோஹ்லர் மற்றும் லேங்டன் ஆகிய இருவருமே வெளிறிப் போயிருந்தனர், அவர்களுடைய கண்கள் அவளுடைய காலடி இருந்த இடத்திலேயே நிலைகுத்தியிருந்தன. விட்டோரியா கீழ்நோக்கி அவர்களுடைய பார்வையைப் பின்தொடர்ந்தாள்.

"வேண்டாம்!" லேங்டன் கத்தினார், அவளை நெருங்க முயற்சித்தார். ஆனால் மிகவும் தாமதமாயிருந்தது.

விட்டோரியாவின் பார்வை தரையில் கிடந்த பொருளொன்றின் மீது நிலைகுத்தியிருந்தது. அது ஒரேநேரத்தில் அந்நியமானதாகவும், அவளுக்கு மிகவும் நெருக்கமானதாகவும் தோன்றியது.

ஒரு கணம்தான் ஆனது.

பிறகு, தலைசுற்றவைக்கும் திகிலுடன் அவள் அறியவந்தாள். தரையில் அவளை வெறித்துப் பார்த்தபடி, ஒரு குப்பையைப் போல் வீசியெறிப்பட்டிருந்த அது ஒரு கருவிழி. அந்தப் பழுப்பு நிறத்தை எங்கு வேண்டுமானாலும் அவளால் அடையாளம் தெரிந்துகொள்ள முடியும்.

24

அவனுடைய கமாண்டர் செக்யூரிட்டி டெக்னீஷியனின் தோளில் சாய்ந்தபடி, அவர்களுக்கு முன்னாலிருந்த பாதுகாப்பு மானிட்டர்களை ஆராய்ந்து கொண்டிருக்க, டெக்னீசியன் தனது மூச்சை இழுத்துப் பிடித்தபடியிருந்தான். ஒரு நிமிடம் கடந்துசென்றது.

கமாண்டரின் மௌனம் எதிர்பார்த்ததுதான், என்று அந்த டெக்னீஷியன் தனக்குள் சொல்லிக்கொண்டான். அந்தக் கமாண்டர் ஒரு கண்டிப்பான மனிதர். உலகின் மிக உயரிய

பாதுகாப்புப் படைகளுள் ஒன்றினுடைய தலைவராக, முதலில் பேசிவிட்டு, இரண்டாவதாகச் சிந்திப்பது என்ற முறையில் ஒன்றும் அவர் பதவிக்கு வந்துவிடவில்லை.

ஆனால், அவர் என்னதான் சிந்திக்கிறார்?

அவர்கள் அந்த மானிட்டரில் சிந்தனையில் ஆழ்ந்திருப்பதன் நோக்கம் அந்த - ஒளி ஊடுருவக்கூடிய வகையான குப்பிதான். அந்தளவுக்கு அது சுலபமானது. மற்றதெல்லாம் மிகவும் சிக்கலானது.

அந்தக் கொள்கலனுக்கு நடுவில், ஏதோ ஒரு சிறப்பு விளைவின் காரணமாக, ஒரு சிறிய உலோகத் திரவத்துளி அந்தரத்தில் மிதந்து கொண்டிருப்பதுபோல் தோன்றியது. ஒரு டிஜிட்டல் செந்நிற எல்.இ.டி. மின்னியபடி கால அளவு குறைந்துகொண்டே போனது. இதுதான் அந்த டெக்னீஷியனை அச்சுறுத்தியது.

"பின்னணி ஒளியைக் கொஞ்சம் குறைக்கமுடியுமா?" என கமாண்டர் கேட்டபோது அந்த டெக்னீஷியன் திடுக்கிட்டான். அந்த அறிவுறுத்தலுக்குப் பணிந்தான், அந்தப் படம் ஓரளவு வெளிச்சம் குறைக்கப்பட்டது. அந்தக் கமாண்டர் முன்னால் சாய்ந்தான், அந்தக் கொள்கலனின் அடிப்பகுதியில் கண்ணுக்குப் புலப்பட்ட ஒன்றை நெருங்கிச்சென்று கண்களைக் குறுக்கிப் பார்த்தான். டெக்னீஷியனும் தன்னுடைய கமாண்டரின் பார்வையைப் பின்தொடர்ந்தான். மிகவும் மங்கலாக, எல்.இ.டி.க்கு பக்கத்தில் அச்சிடப்பட்டிருந்த அது ஒரு பெயர்ச்சுருக்கம். நான்கு தலைப்பெழுத்துக்கள் ஒளியின் இடைப்பட்ட தோன்றுதலுக்கு நடுவே ஒளிவிட்டன.

"இங்கேயே இரு," என்றார் கமாண்டர். "எதுவும் சொல்லாதே. இதை நான் பார்த்துக்கொள்கிறேன்."

25

ஹஸ்-மத். தரைக்கு கீழே ஐம்பது அடி.

விட்டோரியா வெத்ரா தடுமாறிபடி முன்னால் சென்று, ஏறக்குறைய அந்த விழித்திரை ஸ்கேனில் விழுந்துவிடுவதைப்

போல் காணப்பட்டாள். அந்த அமெரிக்கர் அவளுடைய உதவிக்கு விரைவதையும், அவளைப் பிடித்துக்கொண்டு, எடையைத் தாங்கிக்கொண்டிருப்பதையும் அவளால் உணரமுடிந்தது. தரையில் அவளுடைய காலடியில், அவளுடைய அப்பாவின் கருவிழி வெறித்துப் பார்த்துக்கொண்டிருந்தது. தன் நுரையீரலிலிருந்து காற்று வெளியேறுவதைப்போல் உணர்ந்தாள். அவருடைய கண்ணைத் தோண்டியிருக்கிறார்கள்! அவளுடைய உலகம் சுற்றியது. கோஹ்லர் பின்னால் இருந்தபடி அழுத்தம் கொடுத்துப் பேசினார். லேங்டன் அவளை அழைத்துச் சென்றார். கனவிலிருப்பதைப்போலே, தான் அந்த விழித்திரை ஸ்கேனை உற்றுப் பார்த்திருப்பதை உணர்ந்தாள். அந்த இயந்திர அமைப்பு பீப் ஒலி எழுப்பியது.

கதவு விலகித் திறந்தது.

அவளுடைய அப்பாவின் கண் அவளுடைய ஆன்மாவைத் துளைத்துக் கொண்டிருந்தபோதிலும், உள்ளே அதைவிட அதிகமான பயங்கரம் காத்திருப்பதை விட்டோரியா உணர்ந்தாள். தன்னுடைய மங்கலான பார்வையை அந்த அறைக்குள் தெளிவுபடுத்திக்கொண்டபோது, பயங்கரத்தின் மற்றொரு அத்தியாயம் மிச்சமிருப்பதை அவள் உறுதிப்படுத்திக்கொண்டாள். அவளுக்கு முன்பாக, தனித்திருந்த ரீசார்ஜ் மேடை காலியாய் இருந்தது.

குப்பியைக் காணவில்லை. அதைத் திருடுவதற்காகத்தான் அவளுடைய அப்பாவின் கண்ணைத் தோண்டியிருக்கிறார்கள். முழுவதுமாக விளங்கிக்கொள்வதற்கான குறிப்புகள் அவளிடத்தில் வெகுவேகமாக வந்துசேர்ந்தன. எல்லாமே தவறாகிவிட்டது. ஒரு பாதுகாப்பான மற்றும் நீடித்த ஆற்றலை வழங்கக்கூடியது என நிரூபிக்கப்பட வேண்டிய எதிர்க்கரு மாதிரி திருடப்பட்டுவிட்டது. *ஆனால், அப்படி ஒரு மாதிரி இருப்பதே யாருக்கும் தெரியாதே!* இருந்தாலும், இந்த உண்மை மறுக்கமுடியாத ஒன்று. யாரோ இதைக் கண்டுபிடித்திருக்கிறார்கள். விட்டோரியாவால் அது யார் என்று கற்பனை செய்யக்கூட முடியவில்லை. செர்ன் பற்றி எல்லாம் தெரியுமென சொல்லிக்கொள்கின்ற கோஹ்லருக்குக்கூட இந்த திட்டத்தைப் பற்றி தெளிவாக எதுவுமே தெரியாது.

அவளுடைய அப்பா இறந்துவிட்டார். அவருடைய மேதைமைக்காகக் கொல்லப்பட்டிருக்கிறார்.

அந்தத் துன்பம் அவளைத் தொடர்ந்து தாக்கிக்கொண்டிருந்தபோது, ஒரு புதிய உணர்ச்சி விட்டோரியாவின் நினைவில் தோன்றியது. இது மிகவும் மோசமானது. அவளை நொறுக்கியது. குத்திக் கிழித்தது. அதுதான் குற்றவுணர்ச்சி. கட்டுப்படுத்தமுடியாத, இடைவிடாத குற்றவுணர்ச்சி. இந்த மாதிரியை உருவாக்குவதற்குத் தன்னுடைய அப்பாவைச் சம்மதிக்க வைத்தது தான்தான் என விட்டோரியாவுக்குத் தெரியும். அதுவும் அவருடைய சிறந்த முடிவுக்கு எதிராக. இப்போது அதற்காகவே அவர் கொல்லப்பட்டிருக்கிறார்.

ஒரு கிராமில் கால்பகுதி...

வேறு எந்தத் தொழில்நுட்பத்தையும் போன்றே - நெருப்பு, வெடிமருந்து, எரி இயந்திரம்- எதிர்க்கருவும் தவறானவர்களிடம் இருந்தால் அது ஆபத்தானது. மிகவும் பயங்கரமானது. எதிர்க்கரு ஒரு பேராபத்தான ஆயுதம். திறன்மிக்கது, தடுக்க முடியாதது. சேர்னில் உள்ள ரீசார்ஜ் மேடையில் இருந்து, அது அகற்றப்பட்ட உடனேயே, அந்தக் குப்பி மாற்றமில்லாமல் கவுண்ட் டவுனைத் தொடங்கிவிடும். அது கட்டுப்பாட்டிலில்லாத ரயிலைப் போன்றது.

நேரம் தீர்ந்துபோகும்போது...

கண்ணைக் குருடாக்கும் ஒளி. பெருத்த இடியோசை. தன்னிச்சையான எரிததழிப்பு. வெறும் பளிச்சிடலிப்... மப்பாம் பள்ளமாகிவிடும். ஒரு பெரிய காலியான பள்ளமாகிவிடும்.

தன்னுடைய அப்பாவின் பெரும் மேதைமையை ஒரு அழிவுக்கருவியாகப் பயன்படுத்துவதென்பதை நினைக்கும்போதே அவளுடைய ரத்தத்தில் விஷத்தைச் செலுத்தியதுபோல் இருந்தது. எதிர்க்கருதான் உச்சபட்ச தீவிரவாத ஆயுதம். மெட்டல் டிடெக்டர்களால் கண்டுபிடிக்கும் அளவு அதில் உலோக பாகங்கள் கிடையாது, நாய்கள் மோப்பம் பிடிக்குமளவுக்கு ரசாயன அடையாளங்கள் கிடையாது, அதிகாரிகள் அந்த குப்பியைக் கண்டுபிடித்தாலும் அதைச் செயலிழக்க வைக்கும் மின்காப்பிழை கிடையாது. கவுண்ட் டவுன் தொடங்கிவிட்டது...

லேங்டனுக்கு வேறு என்ன செய்வதென்று தெரியவில்லை. தன்னுடைய கைக்குட்டையை எடுத்த அவர் அதனைத் தரையில் கிடந்த லியனார்டோ வெத்ராவின் கருவிழி

மீது போட்டார். காலியாகிப்போன ஹஸ்-மத் அறையின் கதவுவழியில் விட்டோரியா நின்றிருந்தாள், அவளுடைய தோற்றம் துன்பத்தாலும் பயத்தாலும் நிரம்பியிருந்தது. லேங்டன் மறுபடியும் உள்ளுணர்வுப்பூர்வமாக அவளை நோக்கி நகர்ந்தார், ஆனால் கோஹ்லர் குறுக்கிட்டார்.

"மிஸ்டர். லேங்டன்?" கோஹ்லரின் முகம் சலனமற்றிருந்தது. லேங்டனிடமிருந்து தொலைவில் இருந்ததால் அவருக்குச் சைகை காட்டினார். விட்டோரியாவை அப்படியே விட்டுவிட்டு லேங்டன் தயக்கத்துடன் பின்தொடர்ந்தார். "நீங்கள் நிபுணர்," கிசுகிசுத்த கோஹ்லரின் குரல் தீவிரப்பட்டிருந்தது. "இந்த இல்லுமினாட்டி வேசிமகன்கள் எதிர்க்கருவை வைத்து என்ன செய்ய உத்தேசித்திருக்கிறார்கள் என்று எனக்குத் தெரியவேண்டும்."

லேங்டன் கவனம் குவிக்க முயற்சித்தார். அவரைச் சுற்றியிருந்த பைத்தியக்காரத்தனத்திற்கு நடுவிலும் அவருடைய முதல் எதிர்வினை தர்க்கப்பூர்வமாக இருந்தது. கல்விப்புல மறுப்பு. கோஹ்லர் இன்னமும் யூகங்கள்தான் செய்துகொண்டிருந்தார். சாத்தியமில்லாத யூகங்கள். "இல்லுமினாட்டி செயலிழந்து விட்டனர், மிஸ்டர். கோஹ்லர். அதுதான் என் நிலைப்பாடு. இந்தக் குற்றம் வேறு எதுவாக வேண்டுமானாலும் இருக்கலாம் - ஒருவேளை, செர்னில் உள்ள வேறொரு ஊழியர் மிஸ்டர். வெத்ராவின் கண்டுபிடிப்பைத் தெரிந்துகொண்டு, இந்தத் திட்டத்தை தொடர்வது மிகுந்த ஆபத்தானது என நினைத்திருக்கலாம்."

கோஹ்லர் அதிர்ந்துபோய் காணப்பட்டார். "இது *அறிந்தே* செய்யப்பட்ட குற்றம் என நினைக்கிறீர்களா, மிஸ்டர். லேங்டன்? முட்டாள்தனம். லியனார்டோவைக் கொன்றவர் யாராக இருந்தாலும் அவருக்கு ஒரே ஒரு விஷயம்தான் தேவை-எதிர்க்கரு மாதிரி. அதற்காக அவர்கள் திட்டமிட்டிருக்கிறார்கள் என்பதிலும் சந்தேகமில்லை."

"தீவிரவாதமெனச் சொல்கிறீர்கள்."

"நேரடியாக."

"ஆனால், இல்லுமினாட்டி தீவிரவாதிகள் அல்ல."

"அதை லியனார்டோ வெத்ராவிடம் சொல்லுங்கள்."

அந்தக் கூற்றில் இருந்த உண்மையின் துடிப்பை லேங்டன் உணர்ந்தார். லியனார்டோ வெத்ரா மீது உண்மையிலே இல்லுமினாட்டி சின்னத்தை வைத்து முத்திரையிடப்பட்டுள்ளது. அது எங்கிருந்து வந்திருக்கும்? ஏதாவது ஓரிடத்தில் சந்தேகத்தை ஏற்படுத்துவதன் மூலம் தன்னுடைய தடங்களை மறைக்க முயற்சிக்க நினைக்கும் யாராலும் ஏமாற்றமுடியாத அளவுக்கு அந்தப் புனித முத்திரை சிக்கல் வாய்ந்தது. அதற்கு நிச்சயம் வேறு ஒரு விளக்கம் இருந்திருக்க வேண்டும்.

மறுபடியும், நம்பமுடியாததை பரிசீலிப்பதற்கு லேங்டன் தன்னையே கட்டாயப்படுத்த வேண்டியிருந்தது. ***இல்லுமினாட்டி இன்னும் செயல்பாட்டில் இருந்து, அவர்கள் எதிர்க்கருவைத் திருடியிருந்தால் அவர்களுடைய நோக்கம் என்னவாக இருக்கும்? அவர்களுடைய இலக்கு என்னவாக இருக்கும்?*** இதற்கான பதில்கள் அவருடைய மூளையால் உடனடியாக நிரப்பப்பட்டன. அதே அளவுக்கு வேகமாக லேங்டன் அவற்றை நீக்கினார். இல்லுமினாட்டிக்குத் தெளிவான எதிரி இருப்பது உண்மைதான், ஆனால், அந்த எதிரிக்கு எதிரான ஒரு பரந்துபட்ட தீவிரவாத தாக்குதல் நினைத்துப் பார்க்கமுடியாத ஒன்று. அது முற்றிலும் அதனுடைய குணாதிசயத்திற்கு அப்பாற்பட்டது. ஆம், இல்லுமினாட்டிகள் கொலைசெய்திருக்கின்றனர், ஆனால், ***தனிநபர்களைத்தான்,*** கவனமாகத் திட்டமிடப்பட்ட இலக்குகள். வெகுஜன படுகொலை என்பது எப்படியிருந்தாலும் பெரிய விஷயம். லேங்டன் சற்று இடைவெளி எடுத்துக்கொண்டார். பிறகு மறுபடியும், அதற்கு மாறாக, கம்பீரமான நாவன்மைதானே இருக்கமுடியும் என நினைத்தார் - எதிர்க்கரு, ஈடிணையற்ற அறிவியல் சாதனை, அழிவுக்குப் பயன்படுத்துவது-

அறிவுப்பூர்வமற்ற எண்ணத்தை அவர் ஏற்றுக்கொள்ள மறுத்தார். திடீரென அவர் சொன்னார், "தீவிரவாதம் அல்லாமல் ஒரு தர்க்கப்பூர்வமான விளக்கம் இருக்கிறது."

உற்றுப்பார்த்தபடி கோஹ்லர் காத்திருந்தார்.

லேங்டன் தன் சிந்தனையை வகைப்படுத்த முயன்றார். ***நிதி வகையில்தான்*** இல்லுமினாட்டி தன்னுடைய பிரமாண்டமான சக்தியை எப்போதுமே நிரூபித்து வந்திருக்கிறது. அவர்கள் வங்கிகளைக் கட்டுப்படுத்தினர். தங்கக்கட்டிகளைச் சொந்தமாக வைத்திருந்தனர். பூமியில் இருப்பதிலேயே விலை மதிப்புமிக்க ஒரு அருமணியும் அவர்களிடம் இருக்கிறது என்ற வதந்தியும்

நிலவி வந்திருக்கிறது- அது மிகப்பெரிய அளவிலான மாசற்ற வைரம். “பணம்,” என்றார் லேங்டன். “இந்த எதிர்க்கரு நிதி ஆதாயத்திற்காகத் திருடப்பட்டிருக்கலாம்.”

கோஹ்லர் நம்பமுடியாமல் பார்த்தார். “நிதி ஆதாயமா? ஒரு துளி எதிர்க்கருவை எங்கே போய் விற்பார்கள்?”

“நான் அந்த மாதிரியைச் சொல்லவில்லை,” என்று பதிலளித்தார் லேங்டன். “அந்தத் தொழில்நுட்பத்தைச் சொல்கிறேன். எதிர்க்கரு தொழில்நுட்பம் ஒரு புதையல் அளவுக்கு மதிப்புள்ளதாக இருக்கவேண்டும். ஒருவேளை அந்த மாதிரியைப் பகுப்பாய்வுசெய்து, ஆராய்ந்து மேம்படுத்த யாராவது திருடியிருக்கலாம்.”

“தொழில்துறை வேவுபார்த்தலா? ஆனால், அந்தக் குப்பியின் பேட்டரிகள் தீர்ந்துபோவதற்கு இருபத்தி நான்கு மணிநேரம்தான் இருக்கிறது. ஆராய்ச்சியாளர்கள் அதிலிருந்து எதையும் கற்றுக்கொள்வதற்கு முன்னரே வெடித்துச் சிதறிவிடுவார்கள்.”

“அது வெடிக்கும் முன்னர் அவர்களால் ரீசார்ஜ் செய்துகொள்ளவும் முடியுமே. இங்கே செர்னில் உள்ளதைப்போல் அவர்களால் பொருத்தமான ரீசார்ஜ் செய்யும் மேடையையும் உருவாக்கிக்கொள்ள முடியுமே.”

“இருபத்தி நான்கு மணிநேரத்திலா?” என்றார் கோஹ்லர். “அவர்கள் திட்டத்தையே திருடிவிட்டார்கள் என்றாலும்கூட, அதுபோன்ற ஒரு ரீசார்ஜ் கருவியைச் செய்வதற்குப் பல மாதங்கள் ஆகும், மணிநேரங்கள் அல்ல!”

“அவர் சொல்வது சரிதான்,” என்ற விட்டோரியாவின் குரல் பலவீனமாயிருந்தது.

இரண்டுபேருமே திரும்பிப் பார்த்தனர். விட்டோரியா அவர்களை நோக்கி வந்துகொண்டிருந்தாள், அவளுடைய வார்த்தைகளைப் போன்றே அவள் வேகமும் நடுக்கத்துடனிருந்தது.

“அவர் சரியாகத்தான் சொல்கிறார். நினைத்த நேரத்தில் யார் வேண்டுமானாலும் அந்த ரீசார்ஜரைச் செய்துவிட முடியாது. அதனுடைய இண்டர்ஃபேஸிற்கு மட்டுமே பல வாரங்களாகும். ஃபிளெக்ஸ் ஃபில்டர்ஸ், சர்வோ-காயில்ஸ், பவர் கண்டிஷனிங் அலாய்ஸ் என எல்லாமே அதனுடைய குறிப்பிட்ட ஆற்றல் தரத்திற்கு ஒத்திசைய வேண்டும்.”

லேங்டன் புருவத்தை நெரித்தார். அது ஏற்றுக்கொள்ள வேண்டிய விஷயம்தான். ஒரு எதிர்க்கரு கண்ணி என்பது யார் வேண்டுமானால் வெறுமனே சுவரில் இருக்கும் பிளக்கில் போட்டுக்கொள்ளக்கூடிய ஒன்றல்ல. செர்னில் இருந்து அகற்றப்பட்டால், அந்தக் குப்பிக்கு ஒரே வழிதான் இருக்கிறது, அது இருபத்தி நான்கு மணிநேரத்தில் தீர்ந்துபோய்விடும்.

அதனால், ஒரே ஒரு, மிகவும் தொந்தரவுக்கு ஆளாக்கக்கூடிய முடிவுதான் இருக்கிறது.

"நாம் இண்டர்போலை அழைக்கவேண்டும்," என்றாள் விட்டோரியா. அவளுக்கே அவளுடைய குரல் தொலைவிலிருந்து கேட்பதுபோல் இருந்தது. "நாம் முறையான அதிகாரிகளை அழைக்கவேண்டும். உடனடியாக."

கோஹ்லர் தலையைக் குலுக்கினார். "நிச்சயமாகக் கூடாது."

அந்த வார்த்தைகள் அவளைத் திகைப்படைய வைத்தன. "கூடாதா? என்ன சொல்கிறீர்கள்?"

"நீயும் உன் அப்பாவும் என்னை ஒரு இக்கட்டான நிலைக்குக் கொண்டுவந்து விட்டிருக்கிறீர்கள்."

"இயக்குநர் அவர்களே, நமக்கு உதவி தேவை. யாருக்காவது ஏதாவது பாதிப்பு ஏற்படும் முன்னர் அந்த குப்பியைக் கண்டுபிடித்து இங்கே கொண்டுவந்தாக வேண்டும். நமக்குப் பொறுப்பிருக்கிறது!"

"நமக்குச் சிந்திக்க வேண்டிய பொறுப்பும் இருக்கிறது," என்ற கோஹ்லரின் தொனி கடுமையாயிருந்தது. "இந்தச் சூழ்நிலை செர்னிற்கு மிகமிகக் கடுமையான எதிர்விளைவுகளை ஏற்படுத்தும்."

நீங்கள் செர்னின் மரியாதையைப் பற்றித்தான் கவலைப்படுகிறீர்கள்? ஒரு நகர்ப்புறப் பகுதியில் அந்தக் குப்பி எப்படிப்பட்ட விளைவை ஏற்படுத்தும் என்று உங்களுக்குத் தெரியுமா? அதற்கு அரைமைல் சுற்றளவை வெடித்துச் சிதறவைக்கும் திறன் இருக்கிறது! நகரத்தின் ஏழு மண்டலங்கள் அளவுக்கு!"

"இதைப்பற்றி அந்த மாதிரியை உருவாக்கும் முன்னர் நீயும் உன் அப்பாவும் நினைத்துப் பார்த்திருக்கவேண்டும்."

தான் குத்தப்பட்டதைப்போல் உணர்ந்தாள் விட்டோரியா. "ஆனால்... நாங்கள் எல்லா முன்னெச்சரிக்கை நடவடிக்கையும் எடுத்திருந்தோம்."

"வெளிப்படையாக, அது போதுமானதல்ல."

"ஆனால், எதிர்க்கருவைப் பற்றித்தான் யாருக்குமே தெரியாதே." இது ஒரு முட்டாள்தனமான வாதம் என்று அவள் உணரவந்தாள். நிச்சயம் யாருக்கோ தெரிந்திருகிறது. யாரோ அதைக் கண்டுபிடித்திருக்கிறார்கள்.

விட்டோரியா யாரிடமும் சொன்னதில்லை. அதற்கு இரண்டே விளக்கங்கள்தான் இருக்கின்றன. ஒன்று, அவளுக்குத் தெரியாமல் அவளுடைய அப்பா ஒரு நம்பிக்கையின் அடிப்படையில் யாரையாவது இங்கே அழைத்து வந்திருக்கவேண்டும் என்றால் அதில் எந்த அர்த்தமும் இல்லை, ஏனென்றால் இரண்டு பேருமே சத்தியம் செய்யவேண்டும் என சொன்னதே அவளுடைய அப்பாதான், அல்லது அவர்கள் இருவரும் கண்காணிக்கப்பட்டிருக்க வேண்டும். செல்போனாக இருக்கலாமா? விட்டோரியா பயணத்தில் இருக்கும்போது அவர்கள் ஒருசில முறைதான் பேசியிருக்கிறார்கள். அவர்கள் அதிகப்படியாகப் பேசியிருக்கலாமோ? அதற்குச் சாத்தியமிருக்கிறது. கூடவே அவர்களுடைய மின்னஞ்சலும் இருக்கிறது. ஆனால் அவை நம்பத்தகுந்தவைதானே, இல்லையா? செர்னின் பாதுகாப்பு அமைப்பு? அவர்களுக்குத் தெரியாமலேயே அவர்கள் எப்படியாவது கண்காணிக்கப்பட்டிருக்கலாமோ? அந்த விஷயத்தைப் பற்றி அவளுக்குப் பெரிதாகத் தெரியாது. எது நடந்ததோ நடந்துவிட்டது. *என் அப்பா இறந்துவிட்டார்.*

அந்த எண்ணம் அவளைச் செயலில் இறங்கத் தூண்டியது. தன்னுடைய காலசட்டைப் பையில் இருந்து செல்போனை எடுத்தாள். கோஹ்லர் இருமியபடியே, கண்கள் கோபத்தில் மின்ன, அவளை நோக்கி வேகமாக வந்துகொண்டிருந்தார். "நீ யாரைக் கூப்பிடுகிறாய்?"

"செர்னின் ஸ்விட்ச்போர்டு. அவர்களால் நம்மை இண்டர்போலுடன் இணைக்கமுடியும்."

"யோசித்துப்பார்!" கோஹ்லர் திணறினார், அவளுக்கு முன்னால் சறுக்கிக்கொண்டு நின்றார். "நீ உண்மையிலேயே அவ்வளவு விவரமில்லாதவளா? அந்தக் குப்பி இப்போது உலகில் எங்கு

வேண்டுமானாலும் இருக்கலாம். இந்த உலகில் உள்ள எந்த துப்புத்துலக்கும் நிறுவனத்தாலும் அதைத் தேடிச்சென்று உரிய நேரத்தில் கண்டுபிடிக்க முடியாது."

"அப்படியென்றால் நாம் *ஒன்றுமே* செய்யப்போவதில்லையா?" இவ்வளவு பலவீனமான நிலையில் உள்ளவரோடு போட்டிபோடுவதை நினைத்து, ரொம்பவும் வருத்தப்பட்டாள் விட்டோரியா, ஆனால், இந்த இயக்குநர் என்னவென்றால் அவரைத் தனக்குத் தெரியாது என்கிற அளவுக்கு வெகுதூரம் கடந்து சென்றுவிட்டார்.

"எது *புத்திசாலித்தனமோ* அதைச் செய்வோம்," என்றார் கோஹ்லர். "எந்த வகையிலும் நமக்கு உதவமுடியாத அதிகாரிகளை சம்பந்தப்படுத்தி, செர்னின் மரியாதையை நாம் ஆபத்தில் தள்ளவேண்டியதில்லை. இப்போதில்லை. சிந்திக்காமல் செய்யவேண்டாம்."

கோஹ்லரின் வாதத்தில் தர்க்கப்பூர்வமான காரணம் இருப்பது விட்டோரியாவுக்குத் தெரியும், ஆனால் அந்த தர்க்கமும்கூட, அதனுடைய வரையறையின்படி, தார்மீக பொறுப்பற்றது என்பதும் தெரியும். அவளுடைய அப்பா தார்மீகப் பொறுப்பிற்காகவே *வாழ்ந்தவர்* - எச்சரிக்கையான அறிவியல், நம்பகத்தன்மை, மனிதனின் உடன்பிறந்த நன்மையில் வைத்திருக்கும் நம்பிக்கை. விட்டோரியாவுக்கும் இந்த விஷயங்களில் நம்பிக்கை இருந்தது, ஆனால், அவள் அவற்றைக் *கர்மா* என்கிற வகையில் பார்த்தாள். கோஹ்லரிடமிருந்து திரும்பிய அவள் தன்னுடைய போனைத் திறந்தாள்.

"உன்னால் அதைச் செய்யமுடியாது," என்றார் அவர்.

"தடுத்துத்தான் பாருங்களேன்."

கோஹ்லர் அசையவில்லை.

ஒருகணம் கழித்து, அது ஏன் என்பதை விட்டோரியா உணர்ந்தாள். இவ்வளவு வெகுதொலைவு நிலப்பரப்பின் கீழே, அவள் செல்போனில் சிக்னல் இல்லை. கோபத்துடன், அவள் மின்தூக்கியை நோக்கி நகர்ந்தாள்.

26

கல்சுரங்கத்தின் முனையில் அந்த ஹஸாசின் நின்றிருந்தான். அவனுடைய தீப்பந்தம் இப்போதும் பிரகாசமாக எரிந்துகொண்டிருக்க, புகையில் பாசி வாசனையும் தேங்கிப்போன காற்றின் வாடையும் கலந்திருந்தது. அவனைச் சுற்றிலும் மௌனம் சூழ்ந்திருந்தது. அவனுடைய வழியைத் தடுத்துக்கொண்டிருந்த இரும்புக் கதவு அந்தச் சுரங்கத்தின் அளவுக்கே பழையதைப்போல் தோன்றியது, துருப்பிடித்திருந்தாலும் வலுவாகவே இருந்தது. அவன் இருளில் காத்திருந்தான், நம்பிக்கையுடன். ஏறக்குறைய நேரம் ஆகிவிட்டிருந்தது.

உள்ளேயிருந்து ஒருவர் கதவைத் திறப்பார் என்று ஜானஸ் உறுதியளித்திருந்தான். அந்தத் துரோகத்தைக் கண்டு வியந்திருந்தான் கொலையாளி. தன்னுடைய வேலையை முடிக்க அந்தக் கதவினருகில் இரவு முழுவதும் வேண்டுமென்றாலும் காத்திருந்திருப்பான், ஆனால், அது அவசியமில்லை என்பதை உணர்ந்தான். அவன் நம்பகமான ஆட்களுக்கு வேலைசெய்கிறவன்.

சில நிமிடங்களுக்குப் பின், குறிப்பிட்ட அந்தச் சரியான நேரத்தில், கதவின் மறுபக்கத்தில் பலமான சாவிகள் கிணுங்கும் சத்தம் கேட்டது. உலோகத்துடன் உலோகம் உராய்ந்து பல்வேறு தாழ்கள் விலகும் சத்தம் கேட்டது. ஒன்றன்பின் ஒன்றாக, மூன்று பெரிய வில்பூட்டுகள் விலகித் திறந்தன. அந்தப் பூட்டுக்கள் பல நூற்றாண்டுகளாகப் பயன்பாட்டில் இல்லாததைப்போல் கிறீச்சிட்டன. இறுதியில் மூன்றும் திறந்துகொண்டன. பிறகு ஒரு அமைதி நிலவியது.

அவனுக்குச் சொல்லப்பட்டபடி, சரியாக ஐந்து நிமிடங்கள் வரை பொறுமையுடன் காத்திருந்தான் கொலையாளி. பிறகு, தன்னுடைய ரத்தத்தில் உத்வேகம் பாய, அவன் தள்ளினான். அந்தப் பெரும் கதவு அகலத் திறந்தது.

27

"அதை நான் அனுமதிக்கமாட்டேன், விட்டோரியா!" கோஹ்லர் மூச்சுவிடுவது சிரமமானது, ஹஸ்-மத் மின்தூக்கி மேலே செல்லும்போது அது இன்னும் மோசமானது.

விட்டோரியா அவரைத் தடுத்து நிறுத்தினாள். அவள் அடைக்கலத்துக்கு ஏங்கினாள், நன்கு பழக்கமான இந்த இடம், இனியும் வீடுபோல் தோன்றப்போவதில்லை. அப்படி இருக்காது என்று அவளுக்குத் தெரியும். இப்போது, அவள் வலியை விழுங்கிவிட்டுச் செயல்பட்டாக வேண்டும். *தொலைபேசிக்குச் செல்லவேண்டும்.*

ராபர்ட் லேங்டன் அவளுக்கு அருகில் வழக்கம்போல் அமைதியாக நின்றிருந்தார். விட்டோரியா அவர் யார், ஒரு நிபுணரா? என வியப்புடன் சிந்திப்பதைக் கைவிட்டாள். உன் அப்பாவைக் கொன்றவனைக் கண்டுபிடிக்க மிஸ்டர். லேங்டன் நமக்கு உதவி செய்வார். லேங்டனால் இப்போதைக்கு எந்த உதவியுமே கிடையாது. அவருடைய ஆறுதலும் தன்மையான குணமும் உண்மையானதாகவே தெரிந்தது, ஆனால், அவர் ஏதோ ஒன்றை மறைக்கிறார் என்பது மட்டும் தெளிவு. அவாகள இருவருமேதான்.

கோஹ்லர் மறுபடியும் அவளிடம் வந்தார். "செர்னின் இயக்குநராக, அறிவியலின் எதிர்காலத்திற்கு நான் பொறுப்பேற்றிருக்கிறேன். இதை நீ சர்வதேச நிகழ்வாக பெரிதுபடுத்தி, அதனால் செர்ன் பாதிக்கப்பட்டால்-"

"அறிவியலின் எதிர்காலமா?" விட்டோரியா அவரை நோக்கித் திரும்பினாள். "இந்த எதிர்க்கரு செர்னைச் சேர்ந்ததல்ல என்று ஒப்புக்கொண்டு தப்பிப்பதற்கு நீங்கள் உண்மையிலேயே திட்டமிடுகிறீர்களா? நாம் ஆபத்துக்கு உள்ளாக்கியிருக்கும் மக்களை அலட்சியப்படுத்த திட்டமிட்டிருக்கிறீர்களா?"

"அது நாம் அல்ல," என்றார் கோஹ்லர். "நீங்கள். நீயும் உன் அப்பாவும்."

விட்டோரியா முகத்தைத் திருப்பிக்கொண்டாள்.

"மக்களுக்கு ஆபத்து என்பதைப் பொறுத்தவரையில்," என்றார் கோஹ்லர், "வாழ்க்கை என்பதே இதுதானே. இந்தக் கிரகத்தில் இருக்கும் உயிர்வாழ்க்கை மீது இந்த எதிர்க்கரு தொழில்நுட்பம் பிரமாண்டமான தாக்கங்களை ஏற்படுத்தும் என உனக்குத் தெரியும். செர்ன் திவாலாகிப்போனால், அவதூறால் அழிக்கப்பட்டால், எல்லோருமே நஷ்டமடைவோம். மனிதனுடைய எதிர்காலம் செர்ன் போன்ற இடங்களின் கைகளில்தான் இருக்கிறது, உன்னையும் உன் அப்பாவையும் போன்ற அறிவியலாளர்களின் கையில், நாளைய பிரச்சினைகளைத் தீர்ப்பதில்தான் இருக்கிறது."

அறிவியலே கடவுள் என்ற கோஹ்லரின் விரிவுரையை இதற்கு முன்னரும் விட்டோரியா கேட்டிருக்கிறாள், அவளால் அதை ஏற்றுக்கொள்ள முடியவில்லை. தான் தீர்க்க முயற்சிக்கும் பிரச்சினைகளில் பாதிக்கு அறிவியலே காரணமாகவும் அமைந்துவிடுகிறது. "முன்னேற்றம்" என்பதுதான் பூமித்தாய்க்கு செய்யப்படுகின்ற ஈடிணையற்ற தீங்கு.

"அறிவியல் முன்னேற்றம் ஆபத்தையும் சுமந்தேயிருக்கிறது," என வாதிட்டார் கோஹ்லர். "எப்போதுமே அப்படித்தான். விண்வெளி திட்டங்கள், மரபியல் ஆராய்ச்சி, மருத்துவம்- இவை எல்லாமே தவறுகள் செய்கின்றன. அறிவியல் தனக்கேயுரிய பெருந்தவறுகளில் இருந்து, என்ன விலைகொடுத்தாவது தப்பிப்பிழைக்க வேண்டியிருக்கிறது. எல்லோர் நிமித்தமாகவும்."

அறிவியல் பற்றின்மையுடன் அறம்சார் பிரச்சினைகளை மதிப்பிடுகின்ற கோஹ்லரின் திறனைக் கண்டு விட்டோரியா வியப்புற்றாள். அவருடைய விவேகமானது, அவருடைய உள்ளார்ந்த ஆன்மாவிலிருந்து பெற்ற உறைந்துபோன விவாகரத்தின் துணைத்தயாரிப்பு என்பது போல் தோன்றியது. "தார்மீகப் பொறுப்பிலிருந்து நம்மைத் தற்காத்துக்கொள்ள வேண்டிய அளவுக்கு இந்த பூமியின் எதிர்காலத்திற்குச் செர்ன் அவ்வளவு முக்கியம் என்றா நினைக்கிறீர்கள்?"

"தார்மீகநெறி பற்றி என்னிடம் வாதிடாதே. அந்த மாதிரியை உருவாக்கியபோதே நீ அந்த எல்லையைக் கடந்துவிட்டாய், அத்துடன் இந்த மொத்த ஆய்வகத்தையும் ஆபத்திற்கு உள்ளாக்கியிருக்கிறாய். நான் இங்கே வேலைசெய்யும் மூவாயிரம் அறிவியலாளர்களின் வேலைகளைக் காப்பாற்ற மட்டும் முயற்சிக்கவில்லை, உன்னுடைய அப்பாவின் கௌரவத்தைக்

காப்பாற்றவும்தான் முயற்சிக்கிறேன். *அவரைப் பற்றி நினைத்துப் பார்.* உன்னுடைய அப்பாவைப் போன்ற ஒருவர் பேரழிவு ஆயுதத்தை உருவாக்கியவராக நினைவுகூரப்படுவதற்கு தகுதியானவர் அல்ல.”

விட்டோரியா அவரது ஈட்டி இலக்கடைந்ததை உணர்ந்தாள். *அந்த மாதிரியை உருவாக்க என் அப்பாவைச் சம்மதிக்க வைத்தது நான்தான். அது என்னுடைய தவறுதான்!*

கதவு திறந்தபோதும் கோஹ்லர் பேசிக்கொண்டிருந்தார். விட்டோரியா மின்தூக்கியில் இருந்து வெளியே வந்தாள், தன்னுடைய போனை வெளியே எடுத்து, மறுபடியும் முயற்சி செய்தாள்.

அப்போதும் இணைப்புச் சத்தம் கேட்கவில்லை. *நாசமாய்ப்போக!* அவள் கதவை நோக்கிச்சென்றாள்.

“விட்டோரியா, நில்.” இயக்குநர் அவளுக்குப்பின்னால் விரைந்தபோது, அவர் ஆஸ்த்மா பாதிப்புடன் இருந்ததுபோல் தெரிந்தது. “மெதுவாகப் போ. நாம் பேசவேண்டியிருக்கிறது.”

“பேசியதெல்லாம் போதும்!”

“உன் அப்பாவை நினைத்துப்பார்,” கோஹ்லர் வற்புறுத்தினார். “அவர் இருந்திருந்தால் என்ன செய்திருப்பார்?”

அவள் போய்க்கொண்டே இருந்தாள்.

“விட்டோரியா, நான் உன்னிடம் முழு நேர்மையுடன் நடந்துகொள்ளவில்லை.”

விட்டோரியா தன் கால்கள் வேகம் குறைவதை உணர்ந்தாள்.

“நான் என்ன நினைத்துக்கொண்டிருந்தேனென்றே எனக்குத் தெரியவில்லை,” என்றார் கோஹ்லர். “நான் உன்னைப் பாதுகாக்கவே நினைத்தேன். உனக்கு என்ன வேண்டும் என்று மட்டும் சொல். நாம் இங்கே ஒன்றாகச் செயல்பட வேண்டியிருக்கிறது.”

ஆய்வகத்திலிருந்து பாதிதூரம் வந்தவள் அப்படியே நின்றாள், ஆனால் திரும்பிப் பார்க்கவில்லை. “நான் அந்த எதிர்க்கருவைக் கண்டுபிடிக்க வேண்டும். என்னுடைய அப்பாவை யார்

கொன்றது என்றும் எனக்குத் தெரிந்தாக வேண்டும்." அவள் காத்திருந்தாள்.

கோஹ்லர் பெருமூச்சுவிட்டார். "விட்டோரியா, உன்னுடைய அப்பாவைக் கொன்றது யார் என்று எங்களுக்கு முன்னமே தெரியும். என்னை மன்னித்துவிடு."

இப்போது விட்டோரியா திரும்பினாள். "என்ன சொன்னீர்கள்?"

"அதை எப்படிச் சொல்வதென்று எனக்குத் தெரியவில்லை. அது கடினமான -"

"என் அப்பாவை யார் கொன்றதென்று உங்களுக்குத் தெரியுமா?"

"எங்களுக்கு நன்றாகவே தெரியும், ஆமாம். அந்தக் கொலைகாரன் ஏதோ ஒருவகையான அடையாளத்தை விட்டுச்சென்றிருக்கிறான். மிஸ்டர். லேங்டனை நான் அழைத்திருப்பதற்கு அதுதான் காரணம். பொறுப்பேற்கும் அந்தக் குழுவைப் பற்றிய நிபுணத்துவம்தான் இவருடையது."

"குழுவா? தீவிரவாதக் குழுவா?"

"விட்டோரியா, அவர்கள் கால் *கிராம்* எதிர்க்கருவை திருடியிருக்கிறார்கள்."

அறைக்கு அந்தப் பக்கமாக நின்றுகொண்டிருந்த ராபர்ட் லேங்டனை விட்டோரியா பார்த்தாள். எல்லாமே புரியத் தொடங்கியிருந்தது. *இதில் ஏதோ ரகசியம் இருப்பது மட்டும் தெரிகிறது.* அது தனக்கு முன்னமே தோன்றாமல் போயிருப்பதை நினைத்து அவள் வியந்தாள். கோஹ்லர் அதிகாரிகளைத்தான் கூப்பிட்டிருக்க வேண்டும். *அதிகாரிகள்.* இப்போது எல்லாம் தெளிவாகிவிட்டது. ராபர்ட் லேங்டன் ஒரு அமெரிக்கர், தெளிவானவர், பழமைவாதி, நிச்சயம் புத்திக்கூர்மையானவர். வேறு யாராக இருக்கமுடியும்? விட்டோரியா ஆரம்பத்திலே யூகித்திருக்க வேண்டும். ஒரு புதிதாகக் கண்டுகொண்ட நம்பிக்கையுடன் அவரை நோக்கித் திரும்பினாள் அவள்.

"மிஸ்டர். லேங்டன், என் அப்பாவை யார் கொன்றதென்று எனக்குத் தெரியவேண்டும். அத்துடன், உங்களுடைய நிறுவனத்தால் எதிர்க்கருவைக் கண்டுபிடிக்க முடியுமா என்பதும் எனக்குத் தெரியவேண்டும்."

லேங்டன் குழம்பிப்போய்க் காணப்பட்டார். "என்னுடைய நிறுவனமா?"

"நீங்கள் அமெரிக்கப் புலனாய்வுத்துறைதானே, அப்படித்தான் நினைத்தேன்."

"உண்மையில்... இல்லை."

கோஹ்லர் குறுக்கிட்டார். "மிஸ்டர். லேங்டன் ஹார்வார்ட் பல்கலைக்கழக கலை வரலாற்றுத்துறை பேராசிரியர்."

விட்டோரியாவுக்குத் தன் மீது யாரோ குளிர்ந்த நீரை கொட்டியதுபோல் இருந்தது. "கலை ஆசிரியரா?"

"அவர் வழிபாட்டுச் சின்னவியல் நிபுணர்." கோஹ்லர் பெருமூச்சுவிட்டார். "விட்டோரியா, உன்னுடைய அப்பா ஒரு சாத்தானிய வழிபாட்டாளரால் கொல்லப்பட்டிருக்கிறார் என்று நாங்கள் நம்புகிறோம்."

விட்டோரியா அந்த வார்த்தைகளைத் தன் மனதால் கேட்டாள், ஆனால், அதை சிந்தித்துப்பார்க்க முடியவில்லை. *சாத்தானிய வழிபாடு.*

"பொறுப்பேற்கும் அந்தக்குழு தங்களை இல்லுமினாட்டி என அழைத்துக்கொள்கிறது."

விட்டோரியா, கோஹ்லரையும் லேங்டனையும் பார்த்தாள், இது ஏதாவது வக்கிரமான நகைச்சுவையாக இருக்குமோ என்று நினைத்தாள். "இல்லுமினாட்டியா?" என்றாள் அவள். "பவேரியன் இல்லுமினாட்டியில் உள்ளது போன்றா?"

கோஹ்லர் திகைத்துப்போய் காணப்பட்டார். "நீ அவர்களைப் பற்றி கேள்விப்பட்டிருக்கிறாயா?"

அடியில் ஏமாற்றத்தின் கண்ணீர் ஊறுவதை விட்டோரியா உணர்ந்தாள். "பவேரியன் இல்லுமினாட்டி: புதிய உலக ஒழுங்கு. ஸ்டீவ் ஜாக்சனின் கம்ப்யூட்டர் கேம்ஸ். இங்கே இருக்கும் தொழில்நுட்பக் கலைஞர்களில் பாதிபேர் இண்டர்நெட்டில் அதைத்தான் விளையாடிக் கொண்டிருக்கிறார்கள்." அவளுடைய குரல் உடைந்துபோனது. "ஆனால், எனக்குப் புரியவில்லை..."

லேங்டனைக் குழப்பத்துடன் பார்த்தார் கோஹ்லர்.

லேங்டன் ஆமோதித்தார். "பிரபலமான விளையாட்டு. புராதன சகோதரவமைப்பு உலகைக் கைப்பற்றுவது. அரை வரலாற்றுப்பூர்வமானது. அது ஐரோப்பாவிலும் இருப்பது எனக்குத் தெரியாது."

விட்டோரியா குழம்பிப் போயிருந்தாள். "நீங்கள் என்ன பேசுகிறீர்கள்? இல்லுமினாட்டியா? அது ஒரு கணினி விளையாட்டா!"

"விட்டோரியா," என்றார் கோஹ்லர், "இல்லுமினாட்டி குழுதான் உன் அப்பாவின் மரணத்திற்குப் பொறுப்பேற்றிருக்கிறது."

கண்ணீருடன், போராடுவதற்கு வேண்டிய ஒவ்வொரு துளி துணிச்சலையும் விட்டோரியா ஒன்று திரட்டிக்கொண்டாள். தன்னைக் கட்டுப்படுத்திக்கொண்டு, அந்தச் சூழ்நிலையை தர்க்கப்பூர்வமாக மதிப்பிட முயற்சித்தாள். ஆனால், அவள் எவ்வளவு கடுமையாகக் கவனம் செலுத்தினாளோ, அதே அளவுக்கு அவளால் குறைவாகத்தான் புரிந்துகொள்ள முடிந்தது. அவளுடைய அப்பா கொலைசெய்யப்பட்டிருக்கிறார். செர்ன் பாதுகாப்பு விஷயத்தில் பெரிதாகக் கோட்டைவிட்டிருக்கிறது. அவள் பொறுப்பேற்கவேண்டிய ஒரு வெடிகுண்டு ஏதோ ஓரிடத்தில் வெடிப்பதற்கான கவுண்ட் டவுன் போய்க்கொண்டிருக்கிறது. சாத்தானியர்கள் எனும் ஒரு புராணீக சகோதரவமைப்பைக் கண்டுபிடிக்க தங்களுக்கு உதவி செய்யவேண்டி ஒரு கலைத்துறை ஆசிரியரை இயக்குநர் நியமனம் செய்கிறார்.

விட்டோரியா திடீரென்று தனிமைப்பட்டதுபோல் உணர்ந்தாள். அவள் போய்விடுவதற்காகத் திரும்பினாள், ஆனால், கோஹ்லர் அவளைத் தடுத்துவிட்டார். அவர், தன் பையில் எதையோ எடுக்க முனைந்தார். கசங்கிப்போன ஒரு ஃபேக்ஸ் காகிதத்தை அவளிடம் கொடுத்தார்.

விட்டோரியாவின் கண்கள் அந்தப் படத்தைப் பார்த்ததும் திகிலில் ஊசலாடியது.

"அவர் மீது முத்திரையிட்டிருக்கிறார்கள்," என்றார் கோஹ்லர். "அவருடைய பாழாய்ப்போன மார்பின் மீதே முத்திரையிட்டிருக்கிறார்கள்."

28

செயலாளர் சில்வி பாட்லோக் இப்போது பீதியில் இருந்தாள். அவள் இயக்குநரின் காலியான அலுவலகத்திற்கு வெளியே விரைந்து சென்றாள். *அவர் எங்குதான் போய்த்தொலைந்தார்? நான் என்ன செய்வது?*

இது ஒரு குழப்பமான நாளாகவே போய்விட்டது. நிச்சயமாகவே, மேக்ஸிமிலன் கோஹ்லருடன் வேலை செய்யவேண்டி வருகின்ற எந்த நாளுமே விசித்திரமாகத்தான் இருக்கிறது, ஆனால் கோஹ்லர் இன்றைக்கு அரிதான செயல்திறனில் இருந்தார்.

"லியனார்டோ வெத்ராவைக் கண்டுபிடித்து என்னிடம் சொல்!" என இன்று காலை சில்வி வந்திருந்தபோதே அவர் வலியுறுத்திச் சொல்லியிருந்தார். கடமையுணர்ச்சியுடன் சில்வி பேஜர் அனுப்பினார், போன் செய்தாள், லியனார்டோ வெத்ராவுக்கு மின்னஞ்சலும் அனுப்பினாள்.

எதுவும் நடக்கவில்லை.

அதனால், கோஹ்லர் எரிச்சலுடன், அவரே வெத்ராவைக் கண்டுபிடிக்கப் போய்விட்டார். சிலமணிநேரம் கழித்து திரும்பி வந்தபோது, கோஹ்லர் நல்ல நிலையில் இல்லை என்றே சொல்லலாம்... அவர் எப்போதும் நல்லபடியாகக் காணப்படுவது இல்லை, ஆனால் அவர் வழக்கத்தைக் காட்டிலும் மோசமாக காணப்பட்டார். அவர் தன்னை அலுவலகத்திலேயே வைத்து பூட்டிக்கொண்டார், அவரிடமிருந்து அவருடைய மோடம், அவருடைய ஃபோன், ஃபேக்ஸ் வழியாகத்தான் பேச்சு நடந்தது. பிறகு கோஹ்லர் மறுபடியும் வெளியே சென்றார். திரும்பி வரவே இல்லை.

இதுவும்கூட மற்றொரு கோஹ்லரிய நாடகமாக இருக்கலாம் என்பதால் சில்வி அத்தகைய விசித்திரத்தைக் கண்டுகொள்ளாமல்விட தீர்மானித்தாள், ஆனால், தினசரி ஊசி போட்டுக்கொள்வதற்கான குறிப்பிட்ட நேரத்தில் கோஹ்லர் வரத்தவறியபோதுதான் அவள் கவலைப்படத் தொடங்கினாள்; இயக்குநரின் உடல்நிலைக்குத் தொடர்ச்சியான சிகிச்சை

தேவைப்பட்டது, அவர் தன்னுடைய அதிர்ஷ்டத்தைச் சோதித்துப் பார்க்கத் தீர்மானித்தபோது அதன் முடிவுகள் நல்லபடியாக இருக்கவில்லை - சுவாச அதிர்ச்சி, வலிப்பு இருமல் மற்றும் சுகாதாரப் பணியாளர்கள் விரைந்துவருவது. சில நேரங்களில் மேக்ஸிமிலன் கோஹ்லர் சாவதற்கான விருப்பம் கொண்டு அலைகிறாரோ என்று சில்வி நினைத்துக்கொள்வாள்.

அவருக்கு நினைவூட்டுவதற்காகப் பேஜர் அனுப்புவது பற்றி சில்வி யோசித்தாள், ஆனால் தயவுகாட்டுவது கோஹ்லரின் கௌரவத்தைப் பாதிக்கும் என்பதை அவள் அறிந்திருந்தாள். கடந்த வாரம், அவரைப் பார்க்க வந்திருந்த ஒரு அறிவியலாளர் அவருடைய நிலையைக் கண்டு தேவையில்லாத இரக்கம் காட்டியதை அடுத்து, கோஹ்லர் தன் கால்களை ஊன்றி எழுந்து அந்த நபருடைய தலையை நோக்கி கிளிப்போர்டை தூக்கி அடிக்குமளவுக்குச் சீற்றம் கொண்டார். சீற்றமடையும்போது கோஹ்லர் அரசன் ஆச்சரியப்படும் அளவுக்குச் சுறுசுறுப்பானவர்.

இருந்தாலும், அந்த நேரத்தில் இயக்குநருடைய ஆரோக்கியம் குறித்த சில்வியின் அக்கறை பின்னுக்குச் சென்றிருந்தது... அந்த இடத்தை இன்னும் அதிகப்படியான ஒரு நெருக்கடிநிலை எடுத்துக்கொண்டது. ஐந்து நிமிடத்திற்கு முன்னர் அவசரகதியில் போன் செய்த செர்னின் ஸ்விட்ச்போர்டு, இயக்குநருக்கு ஒரு அவசர அழைப்பு வந்திருப்பதாகக் கூறியிருந்தது.

"அவர் இங்கு இல்லையே," என்று சொல்லியிருந்தாள் சில்வி.

பிறகே அழைத்தது யார் என்று செர்னின் ஆபரேட்டர் அவளிடம் கூறினார்.

சில்வி கொஞ்சம் சத்தமாகவே சிரித்துவிட்டாள். "நீங்கள் கிண்டல்தானே செய்கிறீர்கள்?" அவள் கேட்டுக் கொண்டிருந்தபோதே, அவளுடைய முகம் நம்பவியலாமல் இருண்டுபோனது.

"உங்களுடைய அழைப்பாளர் அடையாளம் உறுதிசெய்கிறது-" சில்வி முகத்தைச் சுளித்தாள். "சரி, எதற்காக என்று கேட்டீர்களா?" அவள் பெருமூச்சுவிட்டாள். "இல்லை, இருக்கட்டும். அவரை லைனில் இருக்கச்சொல்லுங்கள். நான் உடனே இயக்குநர் எங்கிருக்கிறார் என்று பார்க்கிறேன். ஆமாம், எனக்குப் புரிகிறது. நான் சீக்கிரமாகச் செய்கிறேன்."

ஆனாலும் சில்வியால் இயக்குநரைக் கண்டுபிடிக்க முடியவில்லை. அவள் அவருடைய செல்போனுக்கு மூன்றுமுறை அழைத்துவிட்டாள், ஆனால், ஒவ்வொரு முறையும் அதே செய்திதான் கிடைத்தது: "நீங்கள் தொடர்புகொள்ள முயலும் மொபைல் வாடிக்கையாளர் தொடர்பு எல்லைக்கு வெளியே இருக்கிறார்." *தொடர்பு எல்லைக்கு வெளியிலா? அவரால் எவ்வளவு தூரத்திற்குப் போய்விட முடியும்?* அதனால் கோஹ்லரின் பீப்பருக்கு அழைத்தாள் சில்வி. இரண்டுமுறை. பதில் ஏதும் இல்லை. அவர் இப்படி இருக்கமாட்டார். அவருடைய மொபைல் கம்ப்யூட்டருக்கும் அவள் இமெயில் அனுப்பிப் பார்த்துவிட்டாள். எதுவுமில்லை. அது ஏதோ அந்த மனிதர் பூமியில் இருந்தே காணாமல் போய்விட்டதுபோல் இருந்தது.

இப்போது நான் என்ன செய்வது? அவளுக்கு எதுவும் பிடிபடவில்லை.

செர்னினுடைய மொத்த வளாகத்திலும் அவளே தேடிப்பார்த்துவிட்டதில் இயக்குநரின் கவனத்தைப் பெறுவதற்கு ஒரே ஒரு வழிதான் இருக்கிறதென்று சில்விக்குத் தெரியும். அவர் இதனால் சந்தோஷப்படமாட்டார், ஆனால், தொலைபேசி இணைப்பில் இருக்கும் நபரை இயக்குநரால் காத்திருக்கச் செய்யமுடியாது. அழைத்தவரிடம் இயக்குநர் இங்கே இல்லை என்று சொல்லும் அளவுக்கான மனநிலையில் அழைப்பாளர் இருப்பது போன்றும் தெரியவில்லை.

தன்னுடைய துணிச்சலைக் கண்டு திடுக்கிட்டாலும் சில்வி முடிவை எடுத்துவிட்டாள். அவள் கோஹ்லரின் அலுவலகத்திற்குச் சென்று, அவருடைய மேசைக்குப் பின்னால் இருக்கும் உலோகப்பெட்டியை நோக்கிச் சென்றாள். அவள் அந்த உறையைப் பிரித்தாள், கட்டுப்பாட்டுக் கருவிகளை உற்றுப் பார்த்தாள், பிறகு சரியான பட்டனைத் தெரிந்துகொண்டாள்.

பின்பு, ஆழமாக மூச்சுவிட்டுக்கொண்டு, அந்த மைக்ரோபோனை எடுத்தாள்.

29

அவர்கள் முக்கிய மின்தூக்கிக்கு எப்படி வந்துசேர்ந்தார்கள் என்று விட்டோரியாவுக்கு ஞாபகமில்லை, ஆனால், அவர்கள் வந்திருந்தனர். மேல்நோக்கிச் சென்றனர். கோஹ்லர் அவளுக்குப் பின்னால் இருந்தார், அவருடைய சுவாசம் இப்போது சிரமமாகியிருந்தது. லேங்டனின் கவலை கொண்ட பார்வை ஒரு ஆவியைப் போல் அவளைக் கடந்துசென்றது. அவள் கையில் இருந்த ஃபேக்ஸை வாங்கிக்கொண்ட அவர், அதனை அவள் பார்வையில் படாதவாறு தன்னுடைய ஜாக்கெட் பைக்குள் வைத்துக்கொண்டார். ஆனால், அந்தப்படம் இன்னமும் அவளுடைய நினைவில் கனன்றுகொண்டிருந்தது.

அந்த மின்தூக்கி மேலேறுகையில், விட்டோரியாவின் உலகம் இருளுக்குள் சுழன்றது. அப்பா! அவளுடைய மனதிற்குள்ளேயே அவரை எட்டிப்பிடித்தாள். ஒரு கணம், நினைவின் சோலைவனத்தில், விட்டோரியா அவருடன் இருந்தாள். அவளுக்கு அப்போது ஒன்பது வயதிருக்கும், ஈடல்வைஸ் பூக்கள் அடர்ந்த மலையில் உருண்டுகொண்டிருந்தாள், ஸ்விஸ் நாட்டு வானம் மேலே சுழன்றுகொண்டிருந்தது.

அப்பா! அப்பா!

லியனார்டோ வெத்ரா அவளுக்குப் பக்கத்தில் சிரித்துக்கொண்டு மகிழ்வுடன் நின்றிருந்தார். "என்ன இது, தேவதையே?"

"அப்பா!" அவள் சிரித்தபடி அவரை நெருங்கி உரசிக்கொண்டு வந்தாள். "என்ன விஷயம் என்று கேளுங்களேன்!"

"நீதான் சந்தோஷமாக இருக்கிறாயே, அன்பே. பிறகு ஏன் என்ன விஷயமென்று நான் கேட்கவேண்டும்?"

"கேட்டுத்தான் பாருங்களேன்."

அவர் தோள்களைக் குலுக்கினார். "என்ன விஷயம்?"

அவள் சட்டென்று சிரிக்கத் தொடங்கினாள். "என்ன விஷயமா? எல்லாமே பருப்பொருள்தான்! பாறைகள்! மரங்கள்! அணுக்கள்! எறும்புத்தின்னிகளும்தான்! எல்லாமே பருப்பொருள்தான்!"

அவர் சிரித்தார். "இதை நீதான் உருவாக்கினாயா?"

"ரொம்பவும் நன்றாயிருக்கிறது, இல்லையா?"

"என் குட்டி ஐன்ஸ்டீனே."

அவள் முகம் சுருங்கினாள். "அவருக்கு முடி சரியிருக்காது. அவர் படத்தைப் பார்த்திருக்கிறேன்."

"இருந்தாலும், அவருடைய தலை புத்திக்கூர்மையானது. அவர் எதை நிருபித்திருக்கிறார் என்று உன்னிடம் சொல்லியிருக்கிறேன், இல்லையா?"

அவளுடைய கண்கள் பயத்தில் அகலத்திறந்தன. "அப்பா! இல்லை! நீங்கள் உறுதியளித்திருக்கிறீர்கள்!"

"$E=MC^2$!" அவர் அவளை வேடிக்கையாகச் சீண்டினார். "$E=MC^2$!"

"கணிதமே வேண்டாம்! நான்தான் உங்களிடம் சொன்னேனே! எனக்கு அது பிடிக்கவில்லை!"

"நீ அதை வெறுப்பதில் எனக்கு மகிழ்ச்சிதான். ஏனென்றால் கணிதம் போட்டுப்பார்க்கக்கூட பெண்களுக்கு அனுமதி இல்லை."

விட்டோரியா உடனே நிறுத்தினாள். "அவர்களுக்கு அனுமதி இல்லையா?"

"நிச்சயமாகக் கிடையாது. எல்லோருக்குமே அது தெரியும். பெண்பிள்ளைகள் பொம்மைகளுடன் விளையாடுவார்கள். ஆண்பிள்ளைகள் கணிதம் போடுவார்கள். பெண்களுக்குக் கணிதம் கிடையாது. சின்னப் பெண்களுடன் கணிதம் பற்றிப் பேசுவதற்கு எனக்கேகூட அனுமதி கிடையாது."

"என்ன! அது நியாயம் இல்லையே!"

"விதிமுறைகள் விதிமுறைகள்தான். சின்னப்பெண்களுக்கு நிச்சயமாக கணிதம் கிடையாது."

விட்டோரியா பயந்துபோய் காணப்பட்டாள். "ஆனால், பொம்மைகள் சலித்துப் போய்விடுமே!"

"வருத்தமாகத்தான் இருக்கிறது," என்றார் அவளுடைய அப்பா. "என்னால் கணிதம் பற்றி உனக்குச் சொல்லமுடியும், ஆனால்

நான் மாட்டிக்கொண்டால்...” அவர் தனித்திருந்த மலைகளை சுற்றிலும் பார்த்துக்கொண்டார்.

விட்டோரியா அவரது பார்வையைத் தொடர்ந்தாள். “சரி,” அவள் கிசுகிசுத்தாள், “எனக்கு மட்டும் சத்தமில்லாமல் சொல்லுங்கள்.”

மின்தூக்கியின் அசைவு அவளைத் திடுக்கிடச் செய்தது. விட்டோரியா கண்களைத் திறந்தாள். அவர் போய்விட்டார்.

யதார்த்தம் விரைந்து, அவளைச் சுற்றி பனியாகப் போர்த்தியது. அவள் லேங்டனைப் பார்த்தாள். அவருடைய பார்வையில் இருந்த மனப்பூர்வமான அக்கறை ஒரு காவல் தேவதையின் வெம்மையைப்போல் தெரிந்தது, குறிப்பாக கோஹ்லரின் சில்லிட வைக்கும் ஒளிவட்டத்தில் இருக்கும்போது.

ஒரேயொரு எண்ணம் மட்டும்தான் இடைவிடாத வேகத்துடன் விட்டோரியா மீது மோதிக்கொண்டிருந்தது.

எதிர்க்கரு எங்கே?

அந்தப் பயங்கரமான பதில், சில கணத் தொலைவில்தான் இருக்கிறது.

30

“மேக்ஸிமிலியன் கோஹ்லர். தயவுசெய்து உங்கள் அலுவலகத்திற்கு உடனடியாக அழைக்கவும்.”

மின்தூக்கியின் கதவுகள் முக்கிய அறைக்குள் திறந்துகொண்டபோது லேங்டனின் கண்களைப் பளிச்சிடும் ஒளிக்கதிர்கள் தாக்கின. தலைக்குமேல் இருந்த இண்டர்காமில் ஒலித்த அறிவிப்பினுடைய எதிரொலிப்பு மறையும் முன்னர், கோஹ்லரின் சக்கர நாற்காலியில் இருந்த ஒவ்வொரு எலக்ட்ரானிக் சாதனமும் ஒரே நேரத்தில் அடுத்தடுத்து பீப் ஒலி எழுப்பத் தொடங்கின. அவருடைய பேஜர். அவருடைய போன். அவருடைய இமெயில். வெளிப்படையான குழப்பத்துடன் மின்னிமறையும் விளக்குகளைக் கோஹ்லர் குனிந்து பார்த்தார்.

இயக்குநர் மீண்டும் புறப்பரப்புக்கு வந்திருந்தார், அவர் திரும்பவும் தொடர்பு எல்லைக்கு வந்திருந்தார்.

"இயக்குநர் கோஹ்லர். உங்கள் அலுவலகத்திற்கு அழைக்கவும்."

அவர் பெயரை அந்தச் சாதனம் உச்சரித்தது கோஹ்லரைத் திடுக்கிட வைத்தது.

அவர் நிமிர்ந்து உற்றுப் பார்த்தார், கோபமுற்றவர்போல் தோன்றினாலும் உடனடியாக அக்கறை காட்டினார். லேங்டனின் கண்கள் அவருடைய கண்களைப் பார்த்தன, விட்டோரியாவும்தான். அந்த மூன்றுபேரும் ஒருகணம் அசைவற்றிருந்தனர், அவர்களுக்கு இடையில் இருந்த பதட்டமெல்லாம் அழிக்கப்பட்டு, ஒரேயொரு ஒருமித்த அச்சவுணர்வால் பதிலீடு செய்யப்பட்டிருந்தது.

கைப்பிடியில் இருந்து கோஹ்லர் தன்னுடைய செல்போனை எடுத்தார். ஒரு எக்ஸ்டன்ஷன் எண்ணை டயல் செய்த அவர் மற்றொரு வலிப்பு இருமலுடன் போராடினார். விட்டோரியாவும் லேங்டனும் காத்திருந்தனர்.

"நான்தான்... இயக்குநர் கோஹ்லர்," மூச்சிரைத்தபடி பேசினார். "ஆமாம்? நான் தரைக்குக் கீழே இருந்தேன், சிக்னல் கிடைக்காது." அவர் அவருடைய பழுப்புநிற கண்கள் விரிய கேட்டார். "*யார்?* ஆமாம், அதை அனுப்பு." ஒரு சிறிய இடைவேளை ஏற்பட்டது. "ஹலோ? நான்தான் மேக்ஸிமிலியன் கோஹ்லர். செர்னின் இயக்குநர். பேசுவது யார்?"

கோஹ்லர் கேட்டுக்கொண்டிருக்கும்போது விட்டோரியாவும் லேங்டனும் மௌனமாகக் கவனித்துக் கொண்டிருந்தனர்.

"இந்த விஷயத்தைப் போனில் பேசுவது," என்று கோஹ்லர் இறுதியாகச் சொன்னார், "அறிவார்த்தமானதல்ல. நான் உடனே அங்கு வருகிறேன்." அவர் மறுபடியும் இருமினார். "என்னை... லியனார்டோ டாவின்சி ஏர்போர்ட்டில் சந்திக்கலாம். நாற்பது நிமிடங்களில்." கோஹ்லரின் மூச்சு அவரை இப்போது செயலிழக்கச் செய்வதுபோல் இருந்தது. அவர் வலிப்பிருமலில் விழுந்துகொண்டிருந்தார், வார்த்தைகளை அவரால் எளிதில் சொல்லமுடியவில்லை, "அந்தக் குப்பியை உடனடியாக கண்டுபிடியுங்கள்... நான் வந்துகொண்டிருக்கிறேன்." பிறகு அவர் போனை அணைத்து வைத்தார்.

விட்டோரியா கோஹ்லரின் பக்கம் சென்றாள், ஆனால், கோஹ்லரால் மேற்கொண்டு பேசமுடியவில்லை. விட்டோரியா தன்னுடைய செல்போனை எடுத்து சேர்னின் சுகாதாரத்துறைக்கு அழைப்பதை லேங்டன் கவனித்தார். கப்பல் ஒன்று ஒரு புயலின் விளிம்பில் நிற்பதைப்போல் உணர்ந்தார் லேங்டன்.

என்னை லியனார்டோ டாவின்சி ஏர்போர்ட்டில் சந்திக்கலாம். கோஹ்லரின் வார்த்தைகள் எதிரொலித்தன.

காலை முழுவதும் லேங்டனின் மனதை மூடியிருந்த நிச்சயமில்லாத நிழல்கள், ஒரே கணத்தில், ஒரு தெளிவான பிம்பமாக உறுதிப்பட்டன. குழப்பச் சுழலில் அவர் நின்றுகொண்டிருந்தபோது, ஏதோ ஒரு மாயமான நுழைவாயிலை மீறி, அவருக்குள் இருந்த ஒரு கதவு திறந்துகொண்டதை உணர்ந்தார்... *ஆம்பிகிராம். கொலைசெய்யப்பட்ட மதகுரு/அறிவியலாளர். எதிர்க்கரு. இப்போது... இலக்கு.* லியனார்டோ டாவின்சி ஏர்போர்ட் என்றால் அதற்கு ஒரே ஒரு அர்த்தம்தான் இருக்கிறது. ஒரு முழுமையான உணர் கணத்தில், லேங்டன் தான் கடந்துவந்ததை அறிந்தார்.. அவர் நம்பிக்கைவாதி ஆகியிருந்தார்.

ஐந்து கிலோ டன்கள். ஒளி உண்டாகட்டும்.

இரண்டு மருத்துவப் பயிற்சிபெற்ற நபர்கள் தோன்றி, வெண்ணிற மேலங்கி அணிந்தபடி அறையின் குறுக்கே விரைந்துகொண்டிருந்தனர். அவர்கள் கோஹ்லர் அருகே குனிந்து, அவருடைய முகத்தில் ஆக்சிஜன் முகமூடியை மாட்டினர். அந்தக் கூடத்திலிருந்த அறிவியலாளர்கள் அப்படியே நின்று பின்னடைந்தனர்.

கோஹ்லர் இரண்டுமுறை நீளமாக உறிஞ்சிவிட்டு, முகமூடியை அப்பால் தள்ளினார். இன்னமும் காற்றுக்குத் திணறியபடியே விட்டோரியாவையும் லேங்டனையும் ஏறெடுத்துப் பார்த்தார். "ரோம்."

"ரோமா?" என்றாள் விட்டோரியா. "எதிர்க்கரு ரோமில் இருக்கிறதா? யார் அழைத்தது?"

கோஹ்லரின் முகம் கோணிக்கொள்ள, அவருடைய பழுப்புநிறக் கண்களில் நீர்வழிந்தது. "சுவிஸ்..." அவர் அந்த வார்த்தைகளைச் சொல்லத் திணறினார், பாராமெடிக் ஆட்கள் திரும்பவும்

அவர் முகத்தில் மாஸ்க்கைப் பொருத்தினர். அவரை அவர்கள் அப்பால் கொண்டுசெல்ல முயற்சித்தபோது, கோஹ்லர் லேங்டனின் கையை எட்டிப்பிடித்தார்.

லேங்டன் தலையாட்டினார். அவர் அறிந்திருந்தார்.

"செல்லுங்கள்..." கோஹ்லர் தன்னுடைய முகமூடிக்குப் பின்னால் மூச்சுத்திணறினார். "போங்கள்... எனக்கு அழையுங்கள்..." பிறகு பாராமெடிக் ஆட்கள் அவரை அழைத்துச்சென்றனர்.

விட்டோரியா அந்த இடத்திலேயே அறையப்பட்டதுபோல் நின்று அவர் போய்க்கொண்டிருப்பதைப் பார்த்தாள். பிறகு அவள் லேங்டனை நோக்கித் திரும்பினாள். "ரோமா? ஆனால்... *சுவிஸ்* என்பதற்கு என்ன அர்த்தம்?"

லேங்டன் தன் கையை அவள் தோள்மீது வைத்தார், அந்த வார்த்தைகளை அவரால் சிரமப்பட்டுத்தான் சொல்லமுடிந்தது. "சுவிஸ் நாட்டுக் காவலர்கள்," என்றார் அவர். "வாடிகன் நகரத்திற்குப் பிரமாணம் செய்துகொண்ட காவலர்கள்."

31

அந்த எக்ஸ்-33 விண்வெளி விமானம் வானத்தில் உறுமிக்கொண்டு தெற்கே ரோமை நோக்கி வளைந்துசென்றது. அதில், லேங்டன் மௌனமாக உட்கார்ந்திருந்தார். கடைசி பதினைந்து நிமிடங்கள் தெளிவின்றியே இருந்தன. இல்லுமினாட்டி பற்றியும், வாடிகனுக்கு எதிராக அவர்கள் செய்துகொண்ட ஒப்பந்தம் பற்றியும் விட்டோரியாவுக்கு அவர் சொல்லிமுடித்திருந்த அச்சமயத்தில், அந்தச் சூழ்நிலையின் நோக்கம் மூழ்கத் தொடங்கியிருந்தது.

நான் என்னதான் செய்துகொண்டிருக்கிறேன்? லேங்டன் வியந்தார். *வாய்ப்பு கிடைத்தபோதே நான் வீட்டிற்குச் சென்றிருக்க வேண்டும்!* ஆனாலும், அதற்கான வாய்ப்பில்லை என்பது அடிமனதில் அவருக்கே தெரியும்.

லேங்டனின் நல்லறிவு அவரை பாஸ்டனுக்கே திரும்பச் செல்லுமாறு வலியுறுத்தியது. இருந்தாலும், கல்விப்புல திகைப்பு

எப்படியோ விவேகத்திற்கு எதிராக வாக்களித்துவிட்டது. இல்லுமினாட்டியின் முடிவு குறித்து அவர் எப்போதுமே நம்பிவந்திருந்த எல்லாமும் ஒரு திறமையான பாசாங்கு என்பதாக திடீரென்று தோன்றியது. அவருள் ஒரு பகுதி அதற்கான ஆதாரத்தைக் கேட்டு ஏங்கியது. உறுதிப்பாடு. அத்துடன் மனசாட்சி குறித்த ஒரு கேள்வியும் இருக்கிறது. கோஹ்லர் உடல்நலக் குறைபாட்டிலிருக்க, விட்டோரியா தனித்து நிற்கையில், அவர் இங்கே இருப்பது ஒரு தார்மீக கடமையாகும் என்பதும், இல்லுமினாட்டி பற்றிய தன்னுடைய அறிவானது ஏதாவது ஒருவகையில் உதவி செய்யக்கூடும் என்பதும் லேங்டனுக்குத் தெரியும்.

சொல்லப்போனால், இன்னும்கூட இருக்கிறது. அதை ஒப்புக்கொள்வதில் லேங்டன் வெட்கப்பட்டாலும்கூட, எதிர்க்கரு இருக்குமிடத்தைக் கேள்விப்பட்டபோது அவருக்கிருந்த ஆரம்பகட்ட பீதியானது வாடிகன் நகரத்தில் இருக்கும் மனித உயிர்கள் ஆபத்தில் இருப்பது குறித்து மட்டுமல்ல, அதேயளவு வேறு ஒன்று குறித்தும் இருந்தது.

கலை.

உலகின் மிகப்பெரிய கலை சேகரிப்பு இப்போது ஒரு டைம்பாம் மீது உட்கார்ந்திருக்கிறது. வாடிகனின் அருங்காட்சியகத்தில் மட்டுமே 1,407 அறைகளில், -மைக்கேலாஞ்சலோ, டாவின்சி, பெமின், பொட்டிசெலியின் 60,000 விலைமதிக்க முடியாத படைப்புகள் உள்ளன. தேவைப்பட்டால் இந்த எல்லா கலைப்படைப்புக்களும் வெளியேற்றப்படுவதற்கு வாய்ப்பிருக்குமா என லேங்டனுக்குத் தெரியவில்லை. அது சாத்தியமில்லை என்பதும் அவருக்குத் தெரியும். அவற்றில் பலவும் டன் கணக்கில் எடைகொண்ட சிற்பங்கள். மகத்தான பொக்கிஷங்கள் யாவும் கட்டடக்கலை படைப்புகள்தான் என்பதைச் சொல்ல வேண்டியதில்லை - சிஸ்டைன் சாப்பல், செயிண்ட் பீட்டர்ஸ் பாஸிலிகா, மியூசியோ வாடிகானோவிற்குச் செல்லும் மைக்கேலாஞ்சலோவின் புகழ்பெற்ற சுழல் படிக்கட்டுகள்- அவையெல்லாமே மனிதனுடைய படைப்பாற்றல் மேதமைக்கான விலைமதிக்க முடியாத சாட்சியங்கள். அந்தக் குப்பியைக் கண்டுபிடிக்க எவ்வளவு நேரம் இருக்கிறது என லேங்டனுக்குத் தெரியவில்லை.

"வந்தமைக்கு நன்றி," என்றாள் விட்டோரியா, அவள் குரல் அமைதியுற்றிருந்தது.

லேங்டன் தன்னுடைய பகல் கனவில் இருந்து வெளியே வந்து நிமிர்ந்து பார்த்தார். விட்டோரியா நடைவழியில் உட்கார்ந்திருந்தாள். கேபினில் மங்கலான விளக்கு எரிந்துகொண்டிருந்தபோதும், அவளைச் சுற்றி அமைதியின் ஒளிபொருந்திக் காணப்பட்டது - ஏறக்குறைய முழுமையின் காந்தப் பிரகாசம். அவளுடைய சுவாசம் இப்போது ஆழ்ந்திருப்பதுபோல்- அவளுக்குள் ஒரு சுய-பாதுகாப்பின் சுடர் பற்றிக்கொண்டதைப் போல்... நீதிக்கும் பழிவாங்குவதற்குமாக ஒரு மகளின் அன்பினால் எழுந்த ஏக்கமாகத் தெரிந்தது.

தன்னுடைய அரைக்கால் சட்டையையும், ஸ்லீவ்லெஸ் மேலாடையையும் மாற்றிக்கொள்ள விட்டோரியாவுக்கு நேரமிருந்திருக்கவில்லை, அவளுடைய பழுப்பான கால்கள் விமானத்தின் குளிர்ச்சியில் இப்போது சிலிர்த்துப் போயிருந்தன. உடனடியாக லேங்டன் தன்னுடைய ஜாக்கெட்டைக் கழற்றி அவளுக்குக் கொடுத்தார்.

"அமெரிக்கப் பெருந்தன்மையா?" அவள் ஏற்றுக்கொண்டாள், அவளுடைய கண்கள் அவருக்குச் சத்தமில்லாமல் நன்றி சொல்லின.

விமானம் சில காற்றுத்தடங்கலால் தடுமாறியது, ஆபத்து அதிகரிப்பதை லேங்டன் உணர்ந்தார். ஜன்னல் இல்லாத அந்தக் கேபின் மறுபடியும் இறுக்குவதைப்போல் தோன்றியதால், தான் ஒரு திறந்தவெளியில் இருப்பதாகக் கற்பனை செய்துகொள்ள முயன்றார். அந்த எண்ணம் முரண்பாடானது என்பது அவருக்கே தெரியும். அது நடந்தபோது அவர் திறந்தவெளியில் இருந்தார். *நொறுக்கும் இருள்.* அவர் அந்த நினைவைத் தன் மனதிலிருந்து அப்பால் விரட்டினார். *புராதன வரலாறு.*

விட்டோரியா அவரைப் பார்த்துக்கொண்டிருந்தாள். "உங்களுக்குக் கடவுள் நம்பிக்கை உண்டா, மிஸ்டர். லேங்டன்?"

அந்தக் கேள்வி அவரைத் திடுக்கிடச் செய்தது. விட்டோரியாவின் குரலில் இருந்த ஆர்வம் அந்தக் கேள்வியைக் காட்டிலும் மிகுந்த நட்புணர்வோடிருந்தது. *நான் கடவுளை நம்புகிறேனா?* அந்தப் பயணத்தைக் கடப்பதற்கு அவர் இன்னும் எளிதான உரையாடலை எதிர்பார்த்திருந்தார்.

ஒரு ஆன்மிக குழப்பம், என நினைத்துக்கொண்டார் லேங்டன். அப்படித்தான் என்னுடைய நண்பர்கள் என்னை அழைப்பார்கள். மதத்தைப் பற்றி அவர் பல வருடங்கள் ஆராய்ந்திருந்தாலும், லேங்டன் ஒன்றும் மதநம்பிக்கை கொண்டவர் அல்ல. அவருக்கு நம்பிக்கையின் சக்தி மீதும், தேவாலயங்களின் நற்பணிகள் மீதும், பலருக்கும் அது வலிமையளிப்பது பற்றியும் அவருக்கு மரியாதை இருந்தது... ஆனாலும், அவரைப் பொறுத்தவரையில், ஒருவர் உண்மையாகவே "நம்புவதற்கு" எத்தனிக்கிறார் என்றால், அவநம்பிக்கையின் அறிவுப்பூர்வமான விலக்கிவைப்பு அவருடைய கல்விப்புல மனதிற்கு மிகப்பெரிய தடைக்கல்லாக எப்போதுமே இருந்து வந்திருப்பதை நிரூபித்திருக்கிறது. "நான் நம்பத்தான் விரும்புகிறேன்," எனச் சொன்னதை அவரே கேட்டார்.

விட்டோரியாவின் பதிலில் எத்தகைய தீர்மானமோ சவாலோ இல்லை. "அப்படியென்றால் நீங்கள் ஏன் நம்பக்கூடாது?"

அவர் கெக்கலித்தார். "அது, அவ்வளவு சுலபமல்ல. நம்பிக்கை வைப்பதற்கு நம்பிக்கையின் அடிப்படைகள் தேவைப்படுகின்றன, அற்புதங்களுடைய அறிவார்ந்த ஏற்பு - மாசற்ற கருத்தாக்கங்கள் மற்றும் தெய்வீக குறுக்கீடுகள். அதன்பிறகு நடத்தை விதிகளும் இருக்கின்றன. பைபிள், குரான், பௌத்தம்... இவை எல்லாமே ஒரேபோன்ற நிபந்தனைகளைச் சுமந்திருக்கின்றன - ஒரேபோன்ற அபராதங்களையும்தான். அவையெல்லாமே, நான் ஒரு குறிப்பிட்ட விதிமுறைப்படி வாழாவிட்டால் நரகத்திற்குத்தான் போகவேண்டும் என்கின்றன. அப்படிப்பட்ட ஒரு விதிமுறையை வகுத்திருக்கும் கடவுளை என்னால் கற்பனை செய்துபார்க்க முடியவில்லை."

"உங்களது மாணவர்களைத் தயக்கமின்றி கேள்வி கேட்க நீங்கள் அனுமதிப்பதில்லை என நம்புகிறேன்."

அந்தக் கருத்து அவரைத் துணுக்குற வைத்தது. "என்ன"

"மிஸ்டர். லேங்டன், கடவுளைப் பற்றி மனிதன் என்ன சொல்லியிருக்கிறான் என்பதை நீங்கள் நம்புகிறீர்களா என்று நான் கேட்கவில்லை. நீங்கள் கடவுளை நம்புகிறீர்களா என்று கேட்கிறேன். அதில் வித்தியாசம் இருக்கிறது. புனித வேதங்கள் என்பவை கதைகள்தான்... அவை புராணீகங்கள், அர்த்தம் என்பதற்கான தன்னுடைய தேவையைப் புரிந்துகொள்வதற்காக

மனிதன் மேற்கொண்ட தேடலைப் பற்றிய வரலாறும்தான். இலக்கியத்தின் மீதான உங்களுடைய தீர்மானத்தைச் சொல்லுங்கள் என்று உங்களிடம் கேட்கவில்லை. நீங்கள் கடவுளிடத்தில் நம்பிக்கை வைத்திருக்கிறீர்களா என்று கேட்கிறேன். நீங்கள் நட்சத்திரங்களுக்குக் கீழே படுத்திருக்கும்போது, தெய்வீக நிலையை உணர்ந்திருக்கிறீர்களா? கடவுளின் கைவண்ணத்தைப் பார்க்கும்போது உள்ளுக்குள் அவரை உணர்ந்திருக்கிறீர்களா?"

லேங்டன் அதை பரிசீலிக்க நீண்ட நேரம் எடுத்துக்கொண்டார்.

"நான் தேவையில்லாமல் தலையிட்டுவிட்டேன்," விட்டோரியா மன்னிப்புக் கேட்டாள்.

"இல்லை, நான் வந்து..."

"உங்களுடைய வகுப்பறைகளில் நீங்கள் நம்பிக்கை குறித்த பிரச்சினைகளை நிச்சயம் விவாதித்திருப்பீர்கள்."

"முடிவேயில்லாமல்."

"நிச்சயமாக நீங்கள் எதிர்த்துத்தான் வாதிட்டிருப்பீர்கள் என்றே நினைக்கிறேன். எப்போதுமே அந்த விவாதத்திற்கு எண்ணெய் வார்த்திருப்பீர்கள்."

லேங்டன் சிரித்தார். "நீங்கள் ஒரு ஆசிரியராகவும் இருப்பீர்கள் போலிருக்கிறது."

"இல்லை, ஆனால் இதை ஓர் ஆசானிடம் இருந்துதான் கற்றுக்கொண்டேன். ஒரு மோபியஸ் பட்டையின் இரண்டு பக்கங்களைக் குறித்தும் வாதிடக்கூடியவர்தான் என் அப்பா."

லேங்டன் சிரித்தார், மோபியஸ் பட்டையின் கலாப்பூர்வமான வேலைப்பாட்டை கற்பனை செய்துகொண்டார் - அது ஒரு முறுக்கப்பட்ட காகித வளையம், அதற்கு உண்மையில் ஒரே ஒரு பக்கம்தான் இருக்கும். ஒரு பக்க வடிவத்தை லேங்டன் முதல்முறையாக எம்.சி.இஷரின் கலைப்படைப்பில்தான் பார்த்தார். "நான் உங்களை ஒரு கேள்வி கேட்கலாமா, மிஸ். வெத்ரா?"

"என்னை விட்டோரியா என்றே கூப்பிடுங்கள். மிஸ்.வெத்ரா என்பது என்னை வயதானவள் போல் உணரச் செய்கிறது."

உள்ளுக்குள் வெட்கப்பட்ட அவர், சட்டென்று தன்னுடைய வயதை உணர்ந்தார். "விட்டோரியா, நான் ராபர்ட்."

"கேளுங்கள்."

"ஆமாம். ஒரு அறிவியலாளராகவும், ஒரு கத்தோலிக்க மதகுருவின் மகளாகவும், மதத்தைப் பற்றி நீ என்ன நினைக்கிறாய்?"

விட்டோரியா சிறிது இடைவெளி எடுத்துக்கொண்டு, தன்னுடைய கண்ணிலிருந்து ஒரு மயிரிழையைத் துடைத்தெடுத்தாள். "மதம் என்பது மொழி அல்லது ஆடை போன்றது. நாம் வளர்க்கப்பட்ட நடைமுறைகளை நோக்கி நாம் ஈர்க்கப்படுகிறோம். இருந்தாலும் முடிவில், நாம் எல்லோருமே ஒரே விஷயத்தைத்தான் பிரகடனப்படுத்துகிறோம். வாழ்க்கைக்கு அர்த்தமுள்ளது. அதாவது, நம்மைப் படைத்த சக்திக்கு நாம் நன்றிக்கடன் பட்டிருக்கிறோம்."

லேங்டன் ஆர்வமானார். "அப்படியென்றால், நீங்கள் ஒரு கிறிஸ்துவரோ அல்லது முஸ்லீமோ, அது வெறுமனே நீங்கள் பிறந்த இடத்தைப் பொறுத்துத்தான் அமைகிறது என்கிறீர்களா?"

"அதுதானே உண்மை? உலகம் முழுவதிலும் மதம் பரவியிருப்பதைப் பாருங்களேன்."

"ஆக, நம்பிக்கை என்பது தற்போக்கானதா?"

"அரிது. நம்பிக்கை என்பது உலகளாவியது. அதனைப் புரிந்துகொள்வதற்கான நம்முடைய குறிப்பிட்ட முறைகள்தான் தற்போக்கானது. நம்மில் சிலர் இயேசுவைப் பிரார்த்திக்கிறோம், சிலர் மெக்காவுக்கு செல்கின்றனர், வேறுசிலர் அணுக்கருவை துகள்களைப் பற்றி ஆராய்கிறோம். முடிவில், நாம் எல்லோருமே உண்மையைத்தான் தேடிக்கொண்டிருக்கிறோம், அந்த ஒன்றுதான் நம்மையெல்லாம்விட மகத்தானது."

தன்னுடைய மாணவர்கள் மிகவும் தெளிவாக தங்களை வெளிப்படுத்த வேண்டும் என லேங்டன் ஆசைப்பட்டார். அதனினும் மோசம், அவர் தன்னை மிகவும் தெளிவாக வெளிப்படுத்தியிருக்க வேண்டும் என ஆசைப்பட்டதுதான். "அப்படியென்றால் கடவுள்?" என்று கேட்டார் அவர். "நீங்கள் கடவுளை நம்புகிறீர்களா?"

விட்டோரியா ரொம்ப நேரத்திற்கு அமைதியாக இருந்தாள். "கடவுள் அவசியம் இருக்கவேண்டும் என அறிவியல் எனக்கு சொல்கிறது. நான் கடவுளைப் புரிந்துகொள்ள முடியாது

என்று என் மனம் சொல்கிறது. நான் அதைப் புரிந்துகொள்ள வேண்டியதில்லை என என் இதயம் சொல்கிறது."

அது எந்தளவுக்கு அர்த்தமுள்ளது, என அவர் நினைத்தார். "அப்படியென்றால், கடவுள் என்பது உண்மை, ஆனால் நம்மால் அவரை புரிந்துகொள்ளவே முடியாது என நம்புகிறீர்கள்."

"அவளை," என்று புன்னகைத்தபடியே சொன்னாள். "உங்களுடைய பூர்வகுடி அமெரிக்கர்கள் அதை சரியாகச் செய்திருக்கிறார்கள்."

லேங்டன் சிரித்துக்கொண்டார். "பூமித் தாய்."

"*கேயா.* இந்தக் கிரகம் ஒரு உயிர்மம். நாம் எல்லோருமே வெவ்வேறு நோக்கங்கள் கொண்ட உயிரணுக்கள். ஆனாலும் நாம் உள்ளுக்குள் பிணைக்கப்பட்டிருக்கிறோம். ஒருவருக்கொருவர் சேவை செய்கிறோம். முழுமைக்குச் சேவை செய்கிறோம்."

அவளைப் பார்க்கும்போது, அவருக்குள் நீண்டகாலமாக உணரப்படாத ஏதோ ஒன்று கிளறப்படுவதை லேங்டன் உணர்ந்தார். அவளுடைய கண்களில் ஒரு வசியப்படுத்தும் தெளிவு இருந்தது... அவளுடைய குரலில் ஒரு தூய்மை இருந்தது. அவர் ஈர்க்கப்பட்டதாக உணர்ந்தார்.

"மிஸ்டர். லேங்டன், உங்களிடம் இன்னொரு கேள்வி கேட்க என்னை அனுமதியுங்கள்."

"ராபர்ட்," என்றார் அவர். *மிஸ்டர். லேங்டன் என்பது என்னை வயதானவனாக உணரச் செய்கிறது. நான் வயதானவன்!*

"நான் கேட்பதால் நீங்கள் தவறாக எடுத்துக்கொள்ளக்கூடாது, ராபர்ட், இல்லுமினாட்டியுடன் நீங்கள் எப்படி சம்பந்தப்பட்டீர்கள்?"

லேங்டன் பின்னோக்கிச் சிந்தித்தார். "உண்மையில், அது பணம்தான்."

விட்டோரியா ஏமாற்றமாக உணர்ந்தாள். "பணமா? ஆலோசனை, அதானே?"

அது எப்படி தொனித்திருக்க வேண்டும் என உணர்ந்த லேங்டன் சிரித்துவிட்டார், "இல்லை. *கரன்ஸி* எனச் சொல்லப்படும் பணம்." தன்னுடைய பேண்ட் பைக்குள் கைவிட்ட அவர் கொஞ்சம் பணத்தை எடுத்தார். ஒரு டாலர் நோட்டை கண்டெடுத்தார். "அமெரிக்கப் பணம் எப்படி இல்லுமினாட்டி சின்னவியலால்

நிறைக்கப்பட்டிருக்கிறது என்பதை நான் முதல்முறையாக தெரிந்துகொண்டபோது, நான் அந்த வழிபாட்டினால் கவரப்பட்டேன்."

விட்டோரியாவின் கண்கள் குறுகின, அவரை தீவிரமாக எடுத்துக்கொள்வதா அல்லது வேண்டாமா என்று நிஜமாகவே தெரியவில்லை. லேங்டன் அந்த நோட்டை அவளிடம் கொடுத்தார். "அதன் பின்பக்கத்தில் பார். இடதுபக்கத்தில் இருக்கும் பெரிய முத்திரையைப் பார்?"

விட்டோரியா அந்த ஒரு டாலர் நோட்டை திருப்பினாள். "நீங்கள் இந்தப் பிரமிடை சொல்கிறீர்களா?"

"பிரமிடுதான். பிரமிடுகளுக்கு அமெரிக்க வரலாற்றுடன் என்ன தொடர்பிருக்கிறது என்று உனக்குத் தெரியுமா?"

அவள் தோள்களைக் குலுக்கினாள்.

"அதேதான்," என்றார் லேங்டன். "நிச்சயமாக *எதுவுமில்லை.*"

விட்டோரியா புருவத்தை நெரித்தாள். "அப்படியென்றால் உங்களுடைய இந்த மகத்தான முத்திரையின் *மையச் சின்னமாக* அது ஏன் இருக்கிறது?"

"அது ஒரு விசித்திரமான வரலாற்றுத் துணுக்கு," என்றார் லேங்டன். "இந்தப் பிரமிடு, இறுதியான அறிவொளியை நோக்கியுள்ள, மேல்நோக்கிய ஒருமிதத்தைக் குறிக்கின்ற ஒரு வழிபாட்டுச் சின்னம். அதற்கு மேல் என்ன இருக்கிறதென்று பார்த்தாயா?"

விட்டோரியா அந்த நோட்டை ஆராய்ந்தாள். "முக்கோணத்திற்குள்ளே ஒரு கண்."

"அதன் பெயர் டிரைனாக்ரியா. வேறு எங்காவது ஒரு முக்கோணத்தில் இந்தக்கண் இருப்பதைப் பார்த்திருக்கிறாயா?"

விட்டோரியா ஒருகணம் அமைதியாக இருந்தாள். "உண்மையில் பார்த்திருக்கிறேன், என்னால் உறுதியாகச் சொல்லமுடியவில்லை..."

"இது உலகம் முழுவதிலும் உள்ள மேஸோனிய தங்குமிடங்களில் அலங்கரிக்கப்பட்டிருக்கும்."

"இது மேஸோனியச் சின்னமா?"

"உண்மையில், இல்லை. இது இல்லுமினாட்டி. இதனை அவர்கள் தங்களுடைய 'பிரகாசிக்கும் முக்கோணம்,' என்பார்கள். அறிவொளி மாற்றத்திற்கான அழைப்பு. இந்தக் கண்ணானது, எல்லாவற்றிலும் ஊடுருவக்கூடிய, கவனித்திருக்கக்கூடிய இல்லுமினாட்டியின் திறனைக் குறிப்பிடுகிறது. பிரகாசிக்கும் முக்கோணம் அறிவொளியைக் குறிக்கிறது. இந்த முக்கோணமானது கிரேக்க எழுத்தான டெல்டா என்பதுமாகும், அதுவே கணிதக் குறியீடான –"

"மாற்றம். நிலைமாற்றம்."

லேங்டன் புன்னகைத்தார். "நான் ஒரு அறிவியலாளருடன் பேசிக்கொண்டிருப்பதை மறந்துவிட்டேன்."

"அப்படியென்றால், இந்த அமெரிக்க மகா முத்திரை என்பது அறிவொளி பெற்றவர்களுக்கான, மாற்றத்தை எதிர்நோக்குகிறவர்களுக்கான அழைப்பா?"

"சிலர் இதனைப் புதிய உலக ஒழுங்கு என்பார்கள்."

விட்டோரியா திடுக்கிட்டதுபோல் காணப்பட்டாள். அவள் மறுபடியும் அந்த நோட்டைப் பார்வையிட்டாள். "இந்தப் பிரமிடுக்குக் கீழே எழுதியிருப்பது ***நோவஸ்... ஆர்டோ...***"

"***நோவஸ் ஆர்டோ செகுலோரம்,***" என்றார் லேங்டன். "அதாவது புதிய மதச்சார்பற்ற ஒழுங்கு."

"மதச்சார்பற்றது என்றால் மதம் ***இல்லாதது***தானே?"

"மதமில்லாதது. அந்தச் சொற்றொடர் இல்லுமினாட்டியின் நோக்கத்தை தெளிவாகக் குறிப்பிடுவது மட்டுமல்ல, அது அதற்குப்பக்கத்தில் இருக்கின்ற சொற்றொடரோடு உரக்க முரண்படுகிறது. நாம் நம்பிக்கை வைத்துள்ள கடவுள். "

விட்டோரியா தொந்தரவுக்கு ஆளானதுபோல் தெரிந்தாள். "ஆனால், உலகின் மிகவும் சக்திவாய்ந்த பணத்தின் மீது இந்த சின்னவியல் எல்லாம் எப்படி வந்துசேர்ந்திருக்க முடியும்?"

"பெரும்பாலான அறிஞர்கள் இது துணை-ஜனாதிபதி ஹென்றி வாலஸ் வழியாக வந்ததாகக் கருதுகிறார்கள். அவர் ஒரு மேல்தட்டு மேஸன் என்பதுடன், அவருக்கு இல்லுமினாட்டியுடன் தொடர்பும் இருந்திருக்கிறது. உறுப்பினராகவா அல்லது அப்பாவித்தனமாக அவர்களுடைய செல்வாக்கில் இருந்தாரா

என்பது யாருக்கும் தெரியாது. ஆனால், ஜனாதிபதியிடம் இந்த மகா சின்னத்தின் வடிவத்தைக் கொடுத்தது வாலஸ்தான்."

"எப்படி? ஜனாதிபதி எதற்காக இதற்கு உடன்பட்டிருக்க வேண்டும் -"

"அதிபர் பிராங்க்ளின் டி. ரூஸ்வெல்ட். நோவஸ் ஆர்டோ செகுலோரம் என்றால் வெறுமனே புதிய ஒப்பந்தம் என்றுதான் வாலஸ் அவரிடம் கூறியுள்ளார்."

விட்டோரியா நம்பிக்கையற்றவளாகத் தோன்றினாள். "கருவூலத்தில் அதை அச்சிடுமாறு சொல்லும் முன்னர் ரூஸ்வெல்ட் அதை யாருக்கும் காட்டவில்லையா?"

"தேவையிருக்கவில்லை. அவரும் வாலஸும் சகோதரர்களைப் போன்றவர்கள்."

"சகோதரர்களா?"

"உன்னுடைய வரலாற்றுப் புத்தகத்தில் சரிபார்த்துக்கொள்," என்றார் லேங்டன், புன்னகையுடன். "பிராங்க்ளின் டி. ரூஸ்வெல்ட் ஒரு பிரபலமான மேஸன்."

32

அந்த எக்ஸ்-33 விமானம் ரோமின் லியனார்டோ டாவின்சி சர்வதேச விமான நிலையத்திற்குள் வட்டமிட்டபோது லேங்டன் தன்னுடைய மூச்சைப் பிடித்துக்கொண்டிருந்தார். விட்டோரியா அவருக்கு எதிரே, அந்தச் சூழ்நிலையைக் கட்டுப்பாட்டிற்குள் கொண்டுவர விரும்பியதுபோல் கண்களை மூடிக்கொண்டு உட்கார்ந்திருந்தாள். அந்த விமானம் தரையைத் தொட்டு, ஒரு தனியார் நிறுத்துமிடத்தை நோக்கிச் சென்றது.

"விமானம் தாமதமானதற்கு மன்னிக்க வேண்டும்," என்று மன்னிப்பு கேட்டபடியே காக்பிட்டில் இருந்து வெளியே வந்தான் பைலட். "அதன் சத்தத்தைக் குறைக்கவேண்டியிருந்தது. மக்கள்தொகை மிகுந்த பகுதிகளில் ஒலி நெறிமுறைகள் உள்ளன."

லேங்டன் தன் கடிகாரத்தைப் பார்த்தார். அவர்கள் முப்பத்தேழு நிமிடங்கள் பறந்திருந்தார்கள்.

பைலட் கதவை வெளிப்புறமாகத் திறந்தான். "என்ன நடக்கிறதென்று சொல்ல யாருக்காவது விருப்பமிருக்கிறதா?"

விட்டோரியாவோ லேங்டனோ அதற்கு பதில் சொல்லவில்லை.

"நல்லது," என்றபடி அவன் நகர்ந்தான். "ஏசி அறையில் என்னுடைய இசையுடன் நான் காத்திருக்கிறேன். நானும் கார்த்தும் மட்டும்."

பின்மதியச் சூரியன் அந்த விமானக் கொட்டகைக்கு வெளியே பளிச்சிட்டுக் கொண்டிருந்தது. லேங்டன் தன்னுடைய ட்வீட் ஜாக்கெட்டை தோளில் போட்டிருந்தார். வானத்தை நோக்கி முகத்தைத் திருப்பிய விட்டோரியா கதிர்கள் ஏதோ ஒருவிதத்தில் மாயாதீதமான புதுப்பிக்கும் ஆற்றலைக் கடத்துவதுபோல் ஆழமாக மூச்சிழுத்துக்கொண்டாள்.

மத்திய தரைக்கடல்வாசிகள், என்று நினைத்துக்கொண்ட லேங்டன் ஏற்கனவே வியர்வையில் நனைந்திருந்தார்.

"கார்ட்டூன்களில் ஆர்வம்கொள்வதற்கு, உங்களுக்கு கொஞ்சம் வயதாகிவிட்டது இல்லையா?" தன் கண்களைத் திறக்காமலே கேட்டாள் விட்டோரியா.

"புரியவில்லை?"

"உங்களுடைய கைக்கடிகாரம். அதை நான் விமானத்தில் பார்த்தேன்."

லேங்டன் கொஞ்சம் வெட்கப்பட்டார். தன்னுடைய கடிகாரத்தைப் பத்திரப்படுத்தி வைத்திருப்பது அவருடைய வழக்கம். அந்த பிரத்யேகப் பதிப்பான மிக்கி மவுஸ் கடிகாரம் அவருடைய பெற்றோர் அவருக்குச் சிறுவயதில் பரிசாகக் கொடுத்தது. மணியைக் காட்டும் விதத்தில் வெளியே நீட்டியபடி மிக்கி மவுஸின் கைகள் வடிவமைக்கப்பட்டிருந்தாலும், லேங்டன் எப்போதுமே அணிந்துகொண்டிருப்பது இந்தக் கடிகாரம் மட்டும்தான். நீர் புகாதது மற்றும் இருளில் ஒளிரக்கூடியதுமான அது, நீச்சலடிக்கவோ அல்லது வெளிச்சமில்லாத கல்லூரிப் பாதைகளில் இரவு நேரத்தில் நடந்துசெல்வதற்கோ பொருத்தமானது. லேங்டனின் மாணவர்கள் அவருடைய

ஃபேஷன் உணர்வு குறித்துக் கேள்வியெழுப்பியபோது, மனதளவில் இளமையாகவே இருக்கவேண்டியதைத் தினசரி நினைவூட்டுவதற்காக மிக்கியை அணிந்திருப்பதாக அவர்களிடம் சொல்லியிருக்கிறார்.

"இப்போது ஆறுமணி ஆகிறது," என்றார் அவர்.

விட்டோரியா தலையாட்டினாள், அவள் கண்கள் இன்னமும் மூடியபடியே இருந்தன. "நம்முடைய கார் இங்குதான் வரும் என நினைக்கிறேன்."

தொலைதூரத்தில் ஒரு ஒலி கேட்டு, ஏறிட்டுப் பார்த்த லேங்டன் மூழ்கும் உணர்வை அடைந்தார். வடக்குப்பக்கத்தில் இருந்து அவர்களை நோக்கி வந்துகொண்டிருந்த ஒரு ஹெலிகாப்டர் ஓடுபாதையின் குறுக்கே மிதந்தபடி நின்றது. லேங்டன் இதற்கு முன்பு ஒருமுறை **நாஸ்கா** மணல் ஓவியங்களைப் பார்ப்பதற்காக ஆண்டியன் பல்பா பள்ளத்தாக்கில் பறந்திருக்கிறார், ஆனால் அதை ஒரு கணம்கூட ரசித்து அனுபவிக்கவில்லை. **ஒரு பறக்கும் ஷூபாக்ஸ்.** விண்வெளி விமானத்தில் காலைநேர பறத்தலுக்குப் பின்னர், வாடிகன் ஒரு காரை அனுப்பும் என்றுதான் லேங்டன் நம்பியிருந்தார்.

நிச்சயமாக இல்லை.

அந்த ஹெலிகாப்டர் தலைக்கு மேல் வேகம் குறைந்து, ஒரு கணம் அந்தரத்திலேயே மிதந்து, அவர்களுக்கு முன்னால் இருந்த ஓடுதளத்தில் இறங்கியது. வெண்ணிறத்தில் இருந்த அதன் பக்கவாட்டில் மின்னுகின்ற இலச்சினையைப் பெற்றிருந்தது- அதில், போப்பின் மகுடம் மேலாக காணப்பட, இரண்டு திறவுகோல்கள் ஒன்றுக்கொன்று குறுக்காகக் காணப்பட்டன. அந்தச் சின்னத்தை அவருக்கு நன்றாகத் தெரியும். அது வாடிகனின் பாரம்பரிய முத்திரை - அரசாங்கத்தின் **ஹோலி ஸீ** அல்லது "புனித ஆசனம்" எனப்படும் அந்த **ஆசனம்** உண்மையில் புனித பீட்டருடைய புராதன அரியாசனமாகும்.

புனித ஹெலிகாப்டர், என அலுத்துக்கொண்ட லேங்டன், அது தரையிறங்குவதைப் பார்த்துக்கொண்டிருந்தார். இப்படிப்பட்ட ஒன்று வாடிகனுக்குச் சொந்தமாக இருப்பதையும், அது போப்பை விமான நிலையத்திற்கோ, கூட்டங்களுக்கு அழைத்துச்செல்லவோ அல்லது அவருடைய கான்டல்ஃபோ எனும் கோடைகால வாசஸ்தலத்திற்கு அழைத்துச்செல்லவோ பயன்படுத்தப்படுவதை

அவர் மறந்துவிட்டார். லேங்டன் நிச்சயமாக ஒரு காரில் செல்லத்தான் முன்னுரிமை அளித்திருப்பார்.

காக்பிட்டில் இருந்து குதித்த பைலட் ஓடுதளத்தைக் கடந்து, அவர்களை நோக்கி விரைந்தான். இப்போது விட்டோரியாதான் அசௌகரியமாகக் காணப்பட்டாள். "அதுதான் நம்முடைய பைலட்டா?"

லேங்டனும் அவளுடன் தன்னுடைய கவலையைப் பகிர்ந்துகொண்டார். "பறப்பதா, வேண்டாமா. அதுதான் கேள்வி."

ஒரு ஷேக்ஸ்பியர் நாடகத்திற்கு அலங்கரிக்கப்பட்டதைப் போல் இருந்தான் பைலட். அவனுடைய உப்பலான டூனிக் மேலங்கி நெடுங்கிடையான நீலம் மற்றும் தங்க நிறப் பட்டையால் வடிவமைக்கப்பட்டிருந்தது. அவன் அதற்குப் பொருத்தமான கால்சராயும் அங்கியும் அணிந்திருந்தான். அவனுடைய காலில் செருப்புகளைப் போல் காணப்படும் தட்டையான கறுப்பு பட்டைகள் போட்டுக்கொண்டிருந்தான். அனைத்துக்கு மேலாக அவன் பெரட் எனும் கறுப்புப் பெல்ட் அணிந்திருந்தான்.

"பாரம்பரிய சுவிஸ் காவலர் சீருடைகள்," என்று விளக்கினார் லேங்டன். "மைக்கேலேஞ்சலோவே வடிவமைத்தது." அவன் நெருங்கி வந்தபோது லேங்டன் பின்னுக்கு நகர்ந்தார். "ஒப்புக்கொள்கிறேன், இது ஒன்றும் மைக்கேலாஞ்சலோவின் சிறந்த முயற்சிகளுள் ஒன்றல்ல."

பகட்டான தோற்றத்தில் இருந்தாலும், அந்தப் பைலட் வேலையாகத்தான் வந்திருக்கிறான் என்பதை லேங்டனால் சொல்லமுடியும். அமெரிக்கக் கப்பல் படையினருக்கு உரிய எல்லாவிதமான விறைப்புடனும் கண்ணியத்துடனும் அவன் அவர்களை நோக்கி வந்தான். எலைட் சுவிஸ் காவலராவதற்கு வேண்டிய கடுமையான நிபந்தனைகளைப்பற்றி லேங்டன் பலமுறை படித்திருக்கிறார். நான்கு கத்தோலிக்க மண்டலங்களுள் ஒன்றிலிருந்து தேர்ந்தெடுக்கப்படும் விண்ணப்பதாரர்கள் பத்தொன்பது வயதில் இருந்து முப்பது வயதுக்குள் இருப்பவர்களாக இருக்கவேண்டும், குறைந்தபட்சம் 5 அடி 6 அங்குலங்கள் இருக்கவேண்டும், சுவிஸ் ராணுவத்தால் பயிற்சியளிக்கப்பட்டவராக, திருமணமாகாதவராக இருக்கவேண்டும். உலகின் மிகவும் விசுவாசமுள்ள, ஆபத்தான பாதுகாப்பு படையினர் என்ற வகையில் இந்த ராஜ்ஜியப்

படையினர் மீது, உலக அரசாங்கங்களுக்குப் பெரும் பொறாமையே உண்டு.

"நீங்கள் செர்னில் இருந்துதானே வந்திருக்கிறீர்கள்?" என்று கேட்ட காவலாளி, அவர்களுக்கு முன்னால் வந்துசேர்ந்திருந்தான். அவனுடைய குரல் உறுதியாயிருந்தது.

"ஆமாம், சார்," என்றார் லேங்டன்.

"நீங்கள் சரியான நேரத்தில் வந்திருக்கிறீர்கள்," என்று எக்ஸ்-33 விமானத்தை ஒரு மாதிரியாகப் பார்த்தபடியே சொன்னான். அவன் விட்டோரியாவிடம் திரும்பி, "மேடம், உங்களிடம் வேறு ஏதாவது உடை இருக்கிறதா?"

"என்ன சொன்னீர்கள்?"

அவன் அவள் கால்களைச் சுட்டிக்காட்டினான். "வாடிகன் நகரத்திற்குள் அரைக்கால் சட்டைகளுக்கு அனுமதியில்லை."

விட்டோரியாவின் கால்களை நோக்கிய லேங்டன் நெற்றியைச் சுளித்தார். அவருக்கு மறந்தே போய்விட்டது. வாடிகன் நகரத்தில், முட்டிக்கு மேலே கால்கள் தெரியக்கூடாது என்ற கடுமையான விதிமுறை வாடிகனில் உள்ளது - ஆண்கள் பெண்கள் இருவருக்குமே. இந்த நெறிமுறை, கடவுளின் நகரத்துடைய புனிதத்தன்மைக்கு மரியாதை செய்கின்ற ஒரு வழிமுறையாகும்.

"இதுதான் என்னிடம் இருக்கிறது," என்றாள் அவள். "நாங்கள் அவசர கதியில் வந்துவிட்டோம்."

அந்தக் காவலாளி ஆமோதித்தான், சந்தோஷப்படவில்லை என்று தெளிவாகத் தெரிந்தது. "நீங்கள் ஏதாவது ஆயுதங்கள் வைத்திருக்கிறீர்களா?"

ஆயுதங்களா? நான் மாற்றுவதற்கு உள்ளாடைகூட எடுத்து வரவில்லை! என்று நினைத்தபடி தலையை ஆட்டினார் லேங்டன்.

லேங்டனின் காலில் குனிந்த அதிகாரி அவரை அவருடைய சாக்ஸில் இருந்து தடவிப்பார்க்கத் தொடங்கினான். நம்பக்கூடிய ஆள், என்று நினைத்தார் லேங்டன். அந்தக் காவலரின் வலுவான கைகள் லேங்டனின் காலுக்கு மேலே வந்தன, அவருடைய கச்சைக்கு அருகில் அசௌகரியமாக நெருங்கின. இறுதியில் அவை, அவருடைய மார்புக்கும் தோள்பட்டைகளுக்கும்

நகர்ந்தன. லேங்டனிடம் எதுவுமில்லை என்று திருப்தியுற்ற பின்னர், அந்தக்காவலாளி விட்டோரியாவிடம் வந்தான். தன்னுடைய கண்களை அவளுடைய கால்கள் மற்றும் இடுப்புப் பகுதியில் ஓடவிட்டான்.

விட்டோரியா வெறித்துப்பார்த்தாள். "அதைப்பற்றி நினைக்கக்கூட செய்யாதீர்கள்."

அந்தக் காவலாளி அவளை தெளிவாக மிரட்டும் நோக்கத்துடன் விட்டோரியா மீது பார்வையைப் பதித்தான். விட்டோரியா பின்வாங்கவில்லை.

"அது என்ன?" என்ற காவலாளி, அவளுடைய டவுசரின் முன்பக்கத்தில் சற்றே சதுரவடிவில் உப்பியிருந்ததைச் சுட்டிக்காட்டினான்.

விட்டோரியா மிகவும் மெலிதான ஒரு செல்போனை எடுத்தாள். அதை வாங்கிக்கொண்ட காவலாளி, ஆன் செய்துவிட்டு டயல் சத்தத்திற்காகக் காத்திருந்தான், பிறகு, அது வெறும் செல்போன்தான் என்பதில் திருப்தியடைந்த பின்னர், அவளிடமே திருப்பிக்கொடுத்தான். விட்டோரியா அதை மறுபடியும் பாக்கெட்டில் வைத்துக்கொண்டாள்.

"திரும்புங்கள், ப்ளீஸ்," என்றான் காவலாளி.

அதற்கு உடன்பட்ட விட்டோரியா, கைகளை நீட்டி வைத்துக்கொண்டு 360 டிகிரிக்குச் சுற்றித் திரும்பினாள்.

காவலாளி அவளை கவனமாக ஆராய்ந்தான். விட்டோரியாவின் உடலோடு ஒட்டியிருக்கும் ஷார்ட்ஸும், பிளவுசும் உப்பக்கூடாத இடத்தில் உப்பியிருக்கவில்லை என்று லேங்டன் ஏற்கனவே முடிவுக்கு வந்திருந்தார். நிச்சயமாக அந்தக் காவலாளியும் அதே முடிவுக்குத்தான் வந்திருந்தான்.

"நன்றி. இப்படி வாருங்கள்."

லேங்டனும் விட்டோரியாவும் நெருங்கிச்செல்கையில் அந்த சுவிஸ் காவல் ஹெலிகாப்டர், நியூட்ரல் நிலையிலேயே வைக்கப்பட்டிருந்தது. விட்டோரியா ஒரு பழக்கப்பட்ட தொழில்முறையாளர் போன்று முதலில் ஏறினாள், சுழலும் விசிறிகளுக்கு கீழே செல்லும்போது அவ்வளவாகக் குனியக்கூட இல்லை. லேங்டன் ஒருகணம் பின்வாங்கினார்.

“காருக்கெல்லாம் வாய்ப்பே இல்லையா?” என்று பாதி நகைச்சுவையான தொனியில் பைலட் இருக்கையில் ஏறிக்கொண்டிருந்த அந்தக் காவலாளியிடம் கத்தினார்.

அவர் பதில் சொல்லவில்லை.

ரோமினுடைய வெறிபிடித்த ஓட்டுநர்களைப் பற்றி லேங்டனுக்குத் தெரியும், பறப்பதே ஒருவேளை பாதுகாப்பாக இருக்கலாம். அவர் ஆழ்ந்து மூச்சுவிட்டுக்கொண்டு, சுழலும் விசிறிகளுக்கு கீழே செல்லும்போது, எச்சரிக்கையுடன் குனிந்துகொண்டு ஏறினார்.

அந்தக் காவலாளி என்ஜின்களை இயக்கியபோது விட்டோரியா கூப்பிட்டாள், “அந்தக் குப்பியைக் கண்டுபிடித்துவிட்டீர்களா?”

காவலாளி தன் தோள்பட்டை மேலாகக் குழப்பத்துடன் நோக்கினான். “என்ன?”

“குப்பி. அந்தக் குப்பிக்காகத்தானே செர்னை அழைத்தீர்கள்?”

அவன் தோள்களைக் குலுக்கினான். “நீங்கள் என்ன சொல்கிறீர்கள் என்று எனக்குத் தெரியவில்லை. நாங்கள் இன்று மிகவும் பிஸியாக இருக்கிறோம். என்னுடைய கமாண்டர் உங்களை அழைத்து வரச்சொன்னார். அவ்வளவுதான் எனக்குத் தெரியும்.”

விட்டோரியா லேங்டனை அசௌகரியமாகப் பார்த்தாள்.

“இடுப்புப் பட்டைகளை போட்டுக்கொள்ளுங்கள், ப்ளீஸ்,” என என்ஜின் உறுமிக்கொண்டிருக்கும்போதே சொன்னான் பைலட்.

சீட் பெல்ட்டை எடுத்த லேங்டன் அணிந்துகொண்டார். அந்தச் சின்னஞ்சிறு ஹெலிகாப்டர் அவரைச் சுற்றி சுருங்குவதைப் போலிருந்தது. பிறகு ஒரு உறுமலுடன், அந்த ஹெலிகாப்டர் மேலே கிளம்பி, வடக்கு நோக்கி விரைந்தது.

ரோம்... உலகின் தலைநகரம், ஒருகாலத்தில் சீசர் ஆண்ட, புனித பீட்டர் சிலுவையில் அறையப்பட்ட இடம். நவீன நாகரிகத்தின் தொட்டில். அதன் மையத்தில் இருப்பதோ... வெடிகுண்டு.

33

வானத்திலிருந்து பார்க்கும்போது, ரோம் ஒரு புதிர்வட்டப்பாதை - கட்டடங்கள், நீரூற்றுக்கள், இடிந்து கிடக்கும் சிதைவுகளைச் சுற்றிலும் செல்கின்ற புராதன சாலைவழிகளுடைய விடைகாண முடியாத புதிர்ப்பாதை.

அந்த வாடிகன் ஹெலிகாப்டர், கீழேயுள்ள நெருக்கடியால் உமிழப்பட்ட நிரந்தர புகைமண்டலத்தின் ஊடாக, வடமேற்கே வெட்டிச்சென்றபோதும் தாழ்வாகவே சென்றுகொண்டிருந்தது. லேங்டன் கீழே தெரியும் மொபெட்டுகள், சுற்றுலா பேருந்துகள், மினியேச்சர் ஃபியட் செடான் கார்கள் எல்லாத்திசைகளிலும் இருந்து இணைப்புச்சாலைகளில் சுற்றிவருவதை பார்த்துக் கொண்டிருந்தார். ஹோப்பி மொழியில் "நிதானமற்ற வாழ்க்கை" என்பதைக் குறிப்பிடும் *கயானிஸ்காத்ஸி* என்ற வார்த்தை அவர் நினைவுக்கு வந்தது.

அவருக்குப் பக்கத்து இருக்கையில் தீர்மானத்துடன் மௌனமாக உட்கார்ந்திருந்தாள் விட்டோரியா.

அந்த ஹெலிகாப்டர் கடும் சத்தமெழுப்பியது.

தன்னுடைய வயிறு கீழிறங்கிப் போயிருக்க, லேங்டன் தொலைதூரத்தில் உற்றுநோக்கினார். அவருடைய கண்கள் ரோமானிய பொது விளையாட்டரங்கின் இடிபாட்டுச் சிதைவுகளைக் கண்டுகொண்டன. இந்தக் பொது விளையாட்டரங்கை, வரலாற்றின் மாபெரும் முரண்பாடுகளுள் ஒன்று என லேங்டன் எப்போதுமே கருதி வந்திருக்கிறார். இன்று மனித கலாச்சாரம் மற்றும் நாகரிகத்தின் கண்ணியமான சின்னமாக ஆக்கப்பட்டிருக்கும் இந்த அரங்கம், பல நூற்றாண்டுகளாக காட்டுமிராண்டித்தனமான நிகழ்ச்சிகளை நடத்துவதற்கென்றே கட்டப்பட்டது - பசித்த சிங்கங்கள் சிறைக்கைதிகளைக் கிழித்தெடுப்பது, அடிமைப்படையினர் சாகும்வரை சண்டை போடுவது, தொலைதூரத்து நிலங்களில் கைப்பற்றப்பட்ட அந்நியப்பெண்களைக் கும்பலாகப் பலாத்காரம் செய்வது, பொதுவிடத்தில் தலைவெட்டுவது மற்றும் காயடிப்பது. அது முரண்பாடுதான் என்று நினைத்தார் லேங்டன், அல்லது பொருத்தமுள்ளதாகவும் இருந்திருக்கலாம்,

அதாவது அந்தப் பொது விளையாட்டரங்கானது ஹார்வார்ட் படைவீரர் தளத்திற்கான கட்டுமான முன்மாதிரி வடிவமைப்பாகவும் இருந்திருக்கிறது - கால்பந்து மைதானமான அந்தத்தளம் புராதன படுகொலைப் பாரம்பரியத்தை ஒவ்வொரு மழைக்காலத்தின்போதும் மறுபடியும் நிகழ்த்திக்காட்டுகிறது... ஹார்வார்ட் அணி யேல் அணியுடன் மோதும்போது ரத்தச்சிதறல் கேட்டு ரசிகர்கள் கூப்பாடு போடுவார்கள்.

அந்த ஹெலிகாப்டர் வடக்கு நோக்கி சென்றுகொண்டிருக்கையில், கிறிஸ்துவத்துக்கு முந்தைய ரோமின் இதயப்பகுதியான ரோமானிய மன்றத்தை லேங்டன் வேவுபார்த்தார். உயரமாக அமைக்கப்பட்ட கல்லறைகளைப்போல் தோன்றும் அந்த சிதைவுற்ற தூண்கள் எப்படியோ தம்மைச்சுற்றியிருக்கும் பெரு நகரத்தால் விழுங்கப்படுவதைத் தவிர்த்து வந்திருக்கின்றன.

மேற்கு திசையில், டைபர் நதியின் அகன்ற படுகை எண்ணிறந்த வளைவுகளுடன் அந்த நகரம் நெடுகிலும் பின்னிக்கிடந்தது. அது ஆழமான ஆறு என்பதை காற்றை வைத்தே லேங்டனால் சொல்லிவிட முடியும். விரைந்தோடும் நீரோட்டங்கள், பழுப்பு நிறத்தில் இருந்தன, பலத்த மழையினால் சேறும் நுரையுமாக நிரம்பியிருந்தன.

"மேலே நேராகச் செல்லப்போகிறோம்," என்ற பைலட் உயரமாக எழும்பினான்.

வெளியே பார்த்துக்கொண்டிருந்த லேங்டனும் விட்டோரியாவும் அதைக் கண்டனர். மலையானது, காலைநேர மூடுபனியை விலக்குவதைப்போன்று, அவர்களுக்கு முன்பாக ஒரு பிரமாண்டமான கவிகைமாடம் எழுந்தது: புனித பீட்டர் பேராலயம்.

"அதுதான்," விட்டோரியாவிடம் சொன்னார் லேங்டன், "மைக்கேலேஞ்சலோவைப் புரிந்துகொள்ள சரியான ஒன்று."

புனித பீட்டர் ஆலயத்தை உயரத்திலிருந்து லேங்டன் பார்த்ததில்லை. மதிய சூரிய ஒளியில் அதன் பளிங்கு முகப்பு தீயைப்போல் ஒளிவீசியது. புனிதர்கள், தியாகிகள் மற்றும் தேவதூதர்கள் என 140 சிலைகளால் அலங்கரிக்கும் அந்த வலிமைமிக்க மாளிகை இரண்டு கால்பந்து மைதானங்கள் அகலத்துக்கும் திகைக்கச்செய்யும்படி ஆறு கால்பந்து மைதான அளவுக்கும் நீண்டிருந்தது. அந்தப் பேராலயத்தின்

சுரங்கம்போன்ற உள்ளமைப்பு 60,000-க்கும் மேற்பட்ட வழிபாட்டாளர்களுக்கான இடத்தைக்கொண்டிருந்தது... உலகின் மிகச்சிறிய நாடாகிய வாடிகன் நகரத்தின் மக்கள்தொகையைக் காட்டிலும் நூறு மடங்கு அதிகமானது.

ஆனாலும், நம்பமுடியாத வகையில், இதே அளவுக்கு உள்ள ஒரு கோட்டை இதற்கு முன்பாக இருந்தால்கூட அதன் முன்னிருக்கும் சதுக்கத்தைச் சிறிதாகக் காட்டமுடியாது. பரந்துவிரிந்திருக்கும் கிரானைட்டினால் ஆன இந்தப் புனித பீட்டரின் சதுக்கம், அமெரிக்க மத்திய பூங்காவைப்போன்று, ரோமின் நெருக்கடிக்கு மத்தியில் திகைப்பூட்டும் அளவுக்கு பரந்து விரிந்திருந்தது. பேராலயத்துக்கு முன்பாக, ஓவல் வடிவத்தில் விரிந்திருக்கும் பொதுவிடத்தின் ஓரமாக 284 தூண்கள் ஒரே அளவினதாகக் குறைந்துகொண்டே செல்லும் வளைவுகளாக வெளிப்புறத்தில் வீற்றிருந்தன... சதுக்கத்தின் கம்பீர உணர்வை உயர்த்துவதற்கென்று படைக்கப்பட்ட ஒரு கட்டுமான காட்சிப்பிழை.

தனக்கு முன்பிருந்த கம்பீரமான ஆலயத்தை உற்று அவர் நோக்கியிருக்கும்போதே, இப்போது இங்கே புனித பீட்டர் இருந்திருந்தால் என்ன நினைத்திருப்பார் என வியந்துகொண்டார். கொடூரமான முறையில் மரணமடைந்த ஒரு புனிதர், இதே இடத்தில்தான் தலைகீழாகச் சிலுவையில் அறையப்பட்டார் இப்போது, அவர் மிகவும் புனிதமான கல்லறைகளில் ஓய்வெடுக்கிறார், ஐந்து தளங்களுக்கு கீழே, பேராலயத்தின் மைய தூபிமாடத்திற்கு நேர்கீழே புதைக்கப்பட்டிருக்கிறார்.

"வாடிகன் நகரம்," என்ற பைலட்டின் தொனி வரவேற்பளிக்கும் வகையில் இருந்தது.

மேல்நோக்கிச் செல்லும் உயரமான கல் கொத்தளங்களைப் பார்த்தார் லேங்டன் - அந்த வளாகத்தைச் சுற்றி அமைந்திருக்கும் ஊடுருவமுடியாத அரணமைப்புகள்... ரகசியங்கள், அதிகாரம் மற்றும் புதிர்த்தன்மையின் ஆன்மீக உலகத்திற்காக அமைக்கப்பட்ட விசித்திரமான பூமிக்குரிய பாதுகாப்பு.

"பார்த்தீர்களா!" என சட்டென்று சொன்ன விட்டோரியா, லேங்டனின் கையைப்பிடித்தாள். அவர்களுக்கு நேர் கீழே இருந்த புனித பீட்டர் சதுக்கத்தை நோக்கி கட்டுப்படுத்த

முடியாதவளாகச் சுட்டிக்காட்டினாள். லேங்டன் தன்னுடைய முகத்தை ஜன்னலுக்கு கொண்டுசென்று பார்த்தார்.

“அங்கேதான்,” என்றபடி சுட்டிக்காட்டினாள் அவள்.

லேங்டன் பார்த்தார். அந்தச் சதுக்கத்தின் பின்பகுதி, ஒரு டசனுக்கும் மேற்பட்ட இழுவை வண்டிகள் பூட்டிய டிரக்குகளுடன் வாகன நிறுத்துமிடம்போல் காட்சியளித்தது. ஒவ்வொரு வாகனத்தின் கூரையிலிருந்தும் பெரும் சேட்டிலைட் டிஷ் ஆண்டனாக்கள் வானத்தை நோக்கியபடி இருந்தன. அந்த டிஷ்களில் பிரபலமான பெயர்கள் பளிச்சிட்டன:

டெலிவிஸோர் யூரோப்பியா
விடியோ இடாலியா
பிபிசி
யுனைட்டெட் பிரஸ் இண்டர்நேஷனல்

லேங்டன் சட்டென்று குழம்பிப்போனார், ஒருவேளை, எதிர்க்கரு பற்றிய செய்தி கசிந்திருக்குமோ என்று வியப்புற்றார்.

விட்டோரியா சட்டென்று பதட்டமானதைப்போல் தெரிந்தாள். “பிரஸ் ஏன் இங்கே இருக்கிறது? என்ன நடக்கிறது?”

பைலட் பின்னால் திரும்பி, தன்னுடைய தோள்பட்டை மேலாக ஒரு விசித்திரமான பார்வைப் பார்த்தான். “என்ன நடக்கிறதா? உங்களுக்குத் தெரியாதா?”

“இல்லை,” என்று பதிலளித்த அவளுடைய தொனி, கரகரப்பானதாகவும் வலுவாகவும் வெளிப்பட்டது.

“போப் தேர்தல்,” என்றான் அவன். “அது இன்னும் தோராயமாக ஒரு மணிநேரத்தில் மூடப்படும். மொத்த உலகமும் பார்த்துக்கொண்டிருக்கிறது.”

போப் தேர்தல்.

தன்னுடைய வயிற்றுக்குழியில் ஒரு செங்கல்லைப் போல் விழும் முன்னர், அந்த வார்த்தை லேங்டனின் காதுகளில் நீண்டநேரத்திற்கு ஒலித்துக்கொண்டிருந்தது. *போப் தேர்தல். வாடிகன் தேர்தல்.* அவர் எப்படி இதை மறந்துபோனார்? அது சமீபத்திய செய்திகளில் அடிபட்டுக் கொண்டிருந்தது.

பதினைந்து நாட்களுக்கு முன்னர், பன்னிரண்டு வருடங்களுக்குப் பிரபல்யத்துடன் ஆட்சிபுரிந்த பின்னர், போப் காலமானார்.

தூக்கத்திலேயே மரணம் ஏற்படுத்திய போப்பின் வலிப்பு குறித்துதான் உலகின் எல்லா செய்தித்தாள்களும் செய்தி வெளியிட்டிருந்தன- திடீரென்றும் எதிர்பாராமலும் ஏற்பட்ட அந்த மரணத்தைப் பலரும் சந்தேகத்திற்குரியது என கிசுகிசுத்தனர். ஆனால் இப்போது, புனிதமான பாரம்பரியத்தைத் தக்கவைத்திருக்கும் வகையில், போப் இறந்த பதினைந்து நாட்களுக்குப் பின்னர், வாடிகன் போப் தேர்தலை நடத்திக்கொண்டுள்ளது - புதிய போப்பைத் தேர்ந்தெடுப்பதற்காக - கிறிஸ்துவ உலகின் மிகுந்த அதிகாரமுள்ள - உலகின் 165 கார்டினல்கள் கூடியிருக்கும் ஒரு புனித விழா.

இந்த பூமியில் உள்ள எல்லா கார்டினல்களும் இன்று இங்கே கூடியுள்ளனர், ஹெலிகாப்டர் புனித பீட்டர் பேராலயத்தின் மீது கடந்து செல்கையில் நினைத்துக் கொண்டார் லேங்டன். வாடிகன் நகரின் விரிந்துபட்ட உள் உலகம் அவருக்கு கீழே பரந்து கிடந்தது. *ரோமன் கத்தோலிக்க திருச்சபையின் ஒட்டுமொத்த அதிகாரக் கட்டமைப்பும் ஒரு டைம் பாமுக்கு மேலே அமர்ந்திருக்கிறது.*

34

சிஸ்டைன் வழிபாட்டு மண்டபத்தின் பகட்டான கூரையை உற்றுப் பார்த்துக்கொண்டிருந்த கார்டினல் மோர்ட்டாடி, ஒரு அமைதியான தருணத்தைக் கண்டடைய முயற்சித்தார். வண்ணம் தீட்டிய சுவர்கள் யாவும் உலகம் முழுவதிலும் உள்ள நாடுகளைச் சேர்ந்த கார்டினல்களின் குரல்களால் எதிரொலித்துக் கொண்டிருந்தன. மெழுகுவத்தி வெளிச்சத்தில் அந்தப் பிரார்த்தனைக் கூடத்தில் நெருக்கடியடித்து நின்றிருந்தவர்கள், பரபரப்பாக முணுமுணுத்துக்கொண்டும், பல்வேறு மொழிகளில் ஒருவரோடு ஒருவர் ஆலோசனை செய்துகொண்டும் இருந்தனர், அதில் பெரிய மொழிகள் என்றால் அவை ஆங்கிலம், இத்தாலி மற்றும் ஸ்பானிஷ் ஆகியவற்றைச் சொல்லலாம்.

பிரார்த்தனைக் கூட விளக்கு வழக்கமாகச் சிறப்பாகவே இருக்கும் - சொர்க்கத்தில் இருந்து வந்துள்ள கதிர்களைப்போல்

நிறம்பொருந்திய நீளமான சூரியக்கதிர்கள் இருளை வெட்டிச் செல்லும் - ஆனால், இன்று அப்படியல்ல. மரபின்படி, அந்தக் கூடத்தின் ஜன்னல்கள் எல்லாமும் ரகசியம் காக்கும் பொருட்டு, கறுப்புநிற வெல்வெட் துணியால் மூடப்பட்டிருந்தன. உள்ளே இருப்பவர்கள் யாரும் வெளியுலகில் இருப்பவர்களுடன் எந்த வகையிலும் சமிக்ஞை அனுப்பவோ அல்லது தொடர்புகொள்ளவோ முடியாது என்பதை இது உறுதிப்படுத்தியது. அதன் விளைவுதான் ஆழ்ந்த இருள். மெழுகுவத்திகள் மட்டுமே ஏற்றப்பட்டு... தான் தொடுகின்ற எல்லோரையும் தூய்மைப்படுத்துவதாகக் காணப்படும் மின்னுகின்ற சுடரொளி, அங்கிருந்த எல்லோரையும் இயற்கைக்கு மாறான தோற்றம் கொண்டவர்களாய் மாற்றியிருந்தது... புனிதர்களைப்போன்று.

இந்தப் புனிதப்படுத்தப்பட்ட நிகழ்வை மேற்பார்வையிட தனக்கு எப்படிப்பட்ட வாய்ப்பு கிடைத்திருக்கிறது, என்று மோர்ட்டாடி நினைத்துக்கொண்டார். எண்பது வயதுக்கும் மேற்பட்ட கார்டினல்கள் தேர்தலுக்குத் தகுதிபெறாத வயதானவர்கள், அந்தத் தேர்தலில் கலந்து கொள்ளவில்லை, ஆனால் எழுபத்தியொன்பது வயதான மோர்ட்டாடி அங்கு இருப்பவர்களிலேயே மிகவும் மூத்த கார்டினல் என்பதுடன், இந்த நடைமுறைகளை மேற்பார்வையிடுவதற்கென்று நியமிக்கப்பட்டவரும் ஆவார்.

பாரம்பரியத்தைப் பின்பற்றி, நண்பர்களைப் பார்ப்பதறகும், கடைசி-நிமிட ஆலோசனையில் ஈடுபடவும், தேர்தல் தொடங்குவதற்கு இரண்டு மணிநேரத்திற்கு முன்னரே அந்த கார்டினல்கள் அங்கு கூடிவிட்டனர். மாலை 7 மணிக்கு, காலம்சென்ற போப்பின் தனிச்செயலர் இங்கு வந்து, தொடக்க பிரார்த்தனை வழங்கிவிட்டுச் சென்றுவிடுவார். பிறகு, சுவிஸ் காவல்படை கதவுகளுக்குச் சீல் வைத்து, எல்லா கார்டினல்களையும் உள்ளேயே வைத்து பூட்டிவிடும். அதன்பிறகுதான், இந்த உலகிலேயே மிகவும் பழைமையானதும் ரகசியமானதுமான அரசியல் சடங்கு தொடங்கும். தங்களுக்குள் யார் அடுத்த போப் என்பதைக் கார்டினல்கள் தீர்மானிக்கும் வரையில் அவர்கள் யாரும் அங்கிருந்து விடுவிக்கப்பட மாட்டார்கள்.

கான்கிளேவ். அந்தப் பெயரே ரகசியமானதுதான். "*கான் கிளேவ்*" என்பதன் நேரடி அர்த்தமே "சாவிகொண்டு பூட்டப்பட்டது"

என்பதுதான். வெளிப்புற உலகத்துடன் எந்தவிதமான தொடர்புக்கும் கார்டினல்களுக்கு அனுமதி கிடையாது. தொலைபேசி அழைப்புகள் கிடையாது. செய்திகள் கிடையாது. கதவுவழிகளில் முணுமுணுப்புகள் கிடையாது. கான்கிளேவ் ஒரு வெற்றிடம், வெளிப்புற உலகில் இருந்து எத்தகைய தாக்கமும் இருக்கக்கூடாது. கார்டினல்கள் அவர்களின் கண்களுக்கு முன்பாகக் கடவுள் மட்டுமே என்பதை இது உறுதிப்படுத்துகிறது.

பிரார்த்தனைக் கூடத்தின் சுவர்களுக்கு வெளியே, ஊடகங்கள் உலகம் முழுவதிலும் உள்ள ஒரு பில்லியன் கத்தோலிக்கர்களை ஆளப்போகிறவர் எந்தக் கார்டினலாக இருப்பார் என்று கவனித்துக்கொண்டும் காத்துக்கொண்டும், அனுமானித்துக் கொண்டும் இருந்தன. இரகசியக் கூட்டங்கள் ஒரு தீவிரமான, அரசியல்ரீதியாக தாக்கம்பெற்ற சூழ்நிலையை உருவாக்குகின்றன, கடந்த நூற்றாண்டுகளில் அவை ஆபத்தானவையாக மாறிவிட்டன; விஷம் கொடுத்தல், முஷ்டி சண்டைகள், சொல்லப்போனால் கொலைசெய்வதும்கூட இந்தப் புனித சுவர்களுக்குள் வெடித்துவிட்டன. *புராதன வரலாறு, நினைத்துக் கொண்டார் மோர்ட்டாடி. இன்றிரவு கான்கிளேவ் ஒருமித்த உணர்வு கொண்டதாக, மகிழ்ச்சியானதாக, எல்லாவற்றுக்கும் மேலாக சுருக்கமானதாகவும் இருக்கும்.*

அல்லது குறைந்தபட்சம் அது, அவருடைய அனுமானமாகவும் இருக்கலாம்.

ஆனாலும்கூட, இப்போது ஒரு எதிர்பாராத சூழ்நிலை உருவாகியிருந்தது. மர்மமான முறையில் நான்கு கார்டினல்கள் பிரார்த்தனைக் கூடத்திற்கு வருகை தரவில்லை. வாடிகன் நகரத்திற்கான எல்லா வழிகளிலும் காவல் போடப்பட்டிருக்கிறது என்பதும், காணாமல்போன கார்டினல்கள் வெகு தூரத்திற்குப் போயிருக்கமுடியாது, ஆனாலும்கூட, பிரார்த்தனை தொடங்குவதற்கு இன்னமும் ஒருமணி நேரத்திற்கும் குறைவாகவே இருக்கின்ற நேரத்தில், அவருக்கு விரக்தியான உணர்வே ஏற்பட்டிருந்தது. சொல்லப்போனால், காணாமல் போன நான்குபேருமே சாதாரண கார்டினல்கள் அல்ல. அவர்கள்தான் கார்டினல்கள்.

முதன்மையான நால்வர்.

அந்தக் கான்க்ளேவின் மேற்பார்வையாளராக, கார்டினல்களுடைய வருகை தவறியது குறித்து, முறையான வழிகளில் சுவிஸ் காவல்படைக்கு ஏற்கனவே எச்சரிக்கை செய்துவிட்டார் மோர்ட்டாடி. அவர்களிடமிருந்து, செய்திக்காக இன்னமும் காத்திருந்தார். மற்ற கார்டினல்கள் அந்தப் புதிரான வருகை தவறுதலை இப்போது கவனித்துவிட்டனர். கவலையான முணுமுணுப்புகள் தொடங்கிவிட்டன. கார்டினல்களில் எல்லோரும், இந்த நால்வரும்கூட உரிய நேரத்திற்கு வந்திருக்க வேண்டும்! இன்றைய மாலைப்பொழுது நெடியதாக இருந்துவிடுமோ என்று கார்டினல் மோர்ட்டாடி பயப்படத் தொடங்கினார்.

அவருக்கு எந்த யோசனையும் இல்லை.

35

வாடிகனின் ஹெலிகாப்டர் இறங்குமிடம், பாதுகாப்பு மற்றும் இரைச்சல் கட்டுப்பாட்டு காரணத்திற்காக வாடிகன் நகரின் வடமேற்கு நுனியில் அமைந்திருந்தது, அதாவது முடிந்தவரை புனித பீட்டர் பேராலயத்தில் இருந்து தொலைவில்.

“நிலப்பகுதி,” என்று அவர்கள் தரையைத் தொடும்போது அறிவித்தான் பைலட். அவன் வெளியேவந்து, லேங்டனுக்கும் விட்டோரியாவுக்கும் தள்ளித்திறக்கும் கதவைத் திறந்துவிட்டான்.

லேங்டன் ஹெலிகாப்டரில் இருந்து இறங்கி, விட்டோரியாவுக்கு உதவ திரும்பினார், ஆனால் எந்தவித சிரமமும் இல்லாமல் அவள் முன்பே தரையில் இறங்கியிருந்தாள். அவள் உடலின் ஒவ்வொரு தசையும்– எதிர்க்கரு அதன் பயங்கரமான விளைவை ஏற்படுத்துவதற்கு முன்பாக அதைக் கண்டுபிடிக்கவேண்டிய ஒரே நோக்கத்தை நோக்கி ஒருங்கிணைவதைப் போன்றே காணப்பட்டது.

காக்பிட்டின் ஜன்னலில் ஒரு சூரிய ஒளித் தடுப்புத் திரையை இழுத்துவிட்ட பின்னர், அந்தப் பைலட் அவர்களை ஹெலிபேடிற்கு அருகாமையிலிருந்த, அளவில் பெரிய கால்ஃப்

வண்டிக்கு அழைத்துச்சென்றான். அந்நாட்டின் மேற்கத்தி எல்லையைச்சுற்றி அந்த வண்டி அவர்களை வேகமாக அழைத்துச் சென்றுகொண்டிருந்தது - ஒரு ஐம்பதடி உயரமுள்ள சிமெண்ட் பாதுகாப்பு அரணாகிய அது டாங்கிகளின் தாக்குதல்களைக்கூட தாக்குப்பிடிக்கும் அளவுக்கு வலுவானது. சுவரில் உள்பகுதியில், ஐம்பது மீட்டர் இடைவெளியில், சுவிஸ் காவலர்கள் விறைப்பாக நின்று, அந்த உள்ளரங்க நிலப்பரப்பைக் கண்காணித்துக்கொண்டிருந்தனர். அந்த வண்டி நேராக டெல்லா அஸர்வட்டோரியா வழியாகத் திரும்பியது. எல்லா திசைகளையும் நோக்கி வழிகாட்டுப் பலகைகள் வைக்கப்பட்டிருந்தன:

பலாசியோ கவர்னட்டாரியோ
காலேஜியோ எத்தியோப்பியானா
பாஸிலிக்கா சான் பியட்ரோ
கெப்பெல்லா சிஸ்டினா

ரேடியோ வாடிகானா என்று குறிப்பிட்டிருந்த ஒரு கட்டடத்திற்கு அருகாமையில் இருந்த கச்சிதமான சாலையில் அவர்கள் விரைந்துகொண்டிருந்தனர். உலகிலேயே அதிகமாக கேட்கப்படுகின்ற ரேடியோ நிகழ்ச்சிக்கான மையமான *- ரேடியோ வாடிகானோ -* உலகம் முழுவதிலும் உள்ள மில்லியன்கணக்கான நேயர்களுக்குக் கடவுளின் வார்த்தையைப் பரப்பிக் கொண்டிருந்தது இதுதான் என லேங்டன் வியப்புடன் அறியவந்தார்.

"கவனம்," என்ற பைலட், ஒரு வளைவில் மிகநெருக்கமாக திரும்பினான்.

அந்த வண்டி சுற்றிவரும்போது பார்வைக்கு வந்த காட்சியை லேங்டனால் நம்பவே முடியவில்லை. *வாடிகன் தோட்டங்கள்,* என்று நினைத்துக்கொண்டார். அதுதான் வாடிகன் நகரத்தின் இதயப்பகுதி. அப்படியே நேர்முன்னால் புனித பீட்டர் பேராலயம் உயர்ந்து நின்றது, இந்தக் காட்சியைப் பெரும்பாலான மக்கள் பார்த்திருக்கவே மாட்டார்கள் என்பதை லேங்டன் உணர்ந்தார். இடதுபக்கத்தில் ஆளுநர் மாளிகை நீண்டுசென்றது, அந்தச் செழிப்பான போப்பின் குடியிருப்பிடம் தன்னுடைய புதுமையான அலங்காரத்தைப் பொறுத்தவரையில் வெர்சைல்ஸ் அரண்மனையுடன் மட்டுமே போட்டியிடக்கூடியது. அதற்குப் பின்னால் இருந்த, முக்கியத்துவம் வாய்ந்ததான தோற்றம் கொண்ட கவர்னடோரடோ கட்டடம் வாடிகன் நகர

நிர்வாகத்தின் மையமாகும். இடதுபக்கம் சற்று முன்னால் வாடிகன் அருங்காட்சியகத்தின் பிரமாண்டமான செவ்வக மாளிகை தோன்றியது. இந்தப் பயணத்தில் மியூசியத்திற்குச் சென்றுபார்க்க நேரம் இருக்காது என லேங்டனுக்குத் தெரியும்.

"எல்லோரும் எங்கே போய்விட்டார்கள்?" விட்டோரியா, வெறிச்சோடிக்கிடக்கும் நடைவழிகளையும் புல்வெளிகளையும் பார்த்துவிட்டுக் கேட்டாள்.

காவலாளி தன்னுடைய கறுத்த, ராணுவ-பாணியிலான- அவனுடைய உப்பலான கழுத்துப்பகுதிக்கு கீழேயிருந்த காலத்திற்கொவ்வாத குரோனாகிராப்பைப் பார்த்தான். "கார்டினல்கள் சிஸ்டைன் ஆலயத்தில் கூடியிருக்கிறார்கள். தேர்தல் இன்னும் ஒருமணி நேரத்திற்குள் தொடங்கவிருக்கிறது."

அதை ஆமோதித்த லேங்டன், தேர்தலுக்கு முன்னர் கார்டினல்கள் எல்லோரும் சிஸ்டைன் ஆலயத்திற்குள்ளே இரண்டு மணிநேரத்தை அமைதியான முறையில் செலவிடுவார்கள், அப்போது உலகம் முழுவதையும் சேர்ந்த சக கார்டினல்களைச் சந்திப்பார்கள். இந்த நேரமானது, கார்டினல்கள் தங்களுடைய பழைய நட்புக்களைப் புதுப்பித்துக்கொள்ளவும், அதிக நெருக்கடியில்லாத தேர்தல் நடைமுறைக்கு வசதியேற்படுத்தித் தரவும் ஏற்பாடு செய்யப்பட்டிருந்தது. "மீதமுள்ள குடியிருப்பாளர்களும் பணியாளர்களும் எங்கே?"

"தேர்தல் முடியும் வரையில் ரகசியம் மற்றும் பாதுகாப்பு கருதி நகரத்தில் நுழைய அவர்களுக்குத் தடை விதிக்கப்பட்டிருக்கிறது."

"அப்படியென்றால், அது எப்போதுதான் முடிவுக்கு வரும்?"

காவலாளி தோள்களைக் குலுக்கினான். "கடவுளுக்கு மட்டும்தான் தெரியும்." அந்த வார்த்தைகள் விசித்திரமான வகையில் நேரடி அர்த்தம் கொண்டதாயிருந்தது.

புனித பீட்டர் பேராலயத்துக்கு நேர் பின்னாலிருக்கும் அகலமான புல்வெளியில் வண்டியை நிறுத்திய காவலாளி, லேங்டனையும் விட்டோரியாவையும் பேராலயத்தின் பின்பக்கத்தில் இருக்கும் பளிங்கு மாளிகைக்கு ஒரு கற்பாவிய சரிவுப்பாதையில் கூட்டிச் சென்றான். அந்த மாளிகையைக் கடந்தவுடன், பேராலயத்தின் பின்பக்கச் சுவரை நெருங்கிய அவர்கள் ஒரு முக்கோண முற்றத்தின் வழியாகச் சென்று, பெல்வடேர் வழியாக,

நெருக்கமாக அமைந்திருந்த கட்டட வரிசைக்குள் நுழைந்தனர். வாடிகன் அச்சக அலுவலகம், ஓவியச்சீலை மறுசீரமைப்பு ஆய்வகம், அஞ்சல் அலுவலக நிர்வாகம், மற்றும் செயிண்ட். ஆன் தேவாலயம் ஆகியவற்றிற்கான பெயர்ப்பலகைகளை இத்தாலிய மொழியில் படிக்கும் அளவுக்கு லேங்டனின் கலை வரலாறு அவருக்கு கற்றுத்தந்திருந்தது. அவர்கள் மற்றொரு சிறிய சதுக்கத்தைக் கடந்து வந்தடையவேண்டிய இடத்தை அடைந்தார்கள்.

சுவிஸ் காவலர் அலுவலகமானது மேற்பார்வை அமைப்புக்கு அடுத்து, நேரடியாகப் புனித பீட்டர் பேராலயத்துக்கு வடகிழக்கே அமைந்திருந்தது. அது அகன்ற, கற்களால் ஆன கட்டடம். நுழைவாயிலின் இரண்டு பக்கத்திலும், இரண்டு கற்சிலைகளைப் போல், இரண்டு காவலாளிகள் நின்றிருந்தனர்.

இந்தக் காவலாளிகள் ரொம்பவும் வேடிக்கையான தோற்றம் கொண்டிருக்கவில்லை என்பதை லேங்டன் ஒப்புக்கொள்ளத்தான் வேண்டியிருந்தது. ஆனாலும், அவர்களும்கூட நீலம் மற்றும் பொன்னிறத்தாலான சீருடை அணிந்து, பாரம்பரியமான "வாடிகன் நீள வாளை" - அது ஒரு வளைந்த லேசர் கூர்மையுள்ள எட்டடி ஈட்டியை- ஏந்தியிருந்தனர். பதினைந்தாம் நூற்றாண்டில் கிறிஸ்துவ சிலுவைப் போராளிகளைப் பாதுகாக்கும் சமயத்தில் எண்ணிறந்த முஸ்லீம்களை இதனால்தான் கொன்றுகுவித்தார்கள் என சொல்லப்படுகிறது.

லேங்டனும் விட்டோரியாவும் நெருங்கியபோது, இரண்டு காவலாளிகள் முன்னோக்கி வந்து, தங்களுடைய வாட்களைக் குறுக்காக வைத்து, அவர்கள் நுழைவதைத்தடுத்தனர். அதில் ஒருவன் அந்த பைலட்டை குழப்பத்துடன் பார்த்தான். "*இதென்ன அரைக்கால் சட்டை,*" என்று சொல்லிவிட்டு விட்டோரியாவின் ஷார்ட்ஸைக் காட்டினான்.

பைலட் அவர்களை விலகச் சொல்லி கையசைத்தான். "*கமாண்டர் இவர்களை உடனடியாகப் பார்க்கவிரும்புகிறார்.*"

காவலர்கள் புருவத்தை நெரித்தனர். தயங்கியபடி விலகி நின்றனர்.

உள்ளுக்குள் காற்று குளிர்ச்சியாக இருந்தது. அது லேங்டன் கற்பனை செய்திருக்கக்கூடிய நிர்வாகப் பாதுகாப்பு அலுவலகங்களைப்போல் இல்லை. அலங்கரிக்கப்பட்டு,

குறையில்லாமல் அமைக்கப்பட்டிருந்த நடைக்கூடங்களில் இருந்த ஓவியங்கள் எல்லாமே நிச்சயமாக உலகம் முழுவதிலும் உள்ள எந்த ஒரு அருங்காட்சியகமும் தங்களுடைய மையக் காட்சியகத்தில் வைக்குமளவு தகுதியானவை என்பதை லேங்டனால் உறுதியாகச் சொல்லமுடியும்.

செங்குத்தான படிக்கட்டுத் தொகுதிகளை அந்தப் பைலட் காட்டினான். "தயவுசெய்து, கீழே செல்லுங்கள்."

லேங்டனும் விட்டோரியாவும் நிர்வாணமான ஆண் சிற்பங்களுக்கு நடுவே இறங்கிச் சென்றபடி வெண்ணிறப் பளிங்கு வழிகளைப் பின்தொடர்ந்தனர். அந்தச் சிற்பங்கள் ஒவ்வொன்றும் உடலின் மற்ற பாகங்களைக் காட்டிலும் வெளிர் நிறத்தில் இருக்கும் அத்தியிலையை அணிந்திருந்தன.

பெரும் காயடிப்பு, லேங்டன் நினைத்துக்கொண்டார்.

மறுமலர்ச்சிக்கால கலையில் நடந்த மிகவும் பயங்கரமான துயரங்களுள் இதுவும் ஒன்று. 1857இல், இரண்டாம் போப் பியஸ், ஆண் உருவத்தைத் துல்லியமாக அப்படியே பிரதிபலிப்பது வாடிகனுக்குள்ளே காம உணர்வைத் தூண்டும் எனத் தீர்மானித்தார். அதனால், ஒரு உளியையும் சுத்தியலையும் எடுத்துக்கொண்ட அவர், வாடிகன் நகரத்திற்குள் இருந்த ஒவ்வொரு ஆண் சிற்பத்தின் பாலுறுப்பையும் வெட்டித்தள்ளினார். அவர் மைக்கேலேஞ்சலோ, பிரமாண்டி, மற்றும் பெர்னினி ஆகியோரின் படைப்புகளையும் சிதைத்து வைத்தார். அந்தச் சேதத்தை சரிசெய்வதற்குப் பிளாஸ்டரால் ஆன அத்தியிலைகள் பயன்படுத்தப்பட்டன. நூற்றுக்கணக்கான சிலைகளின் பாலுறுப்புகள் நீக்கப்பட்டன. எங்காவது ஓரிடத்தில் கல்லால் ஆன ஆணுறுப்புகள் மலைபோல் குவிந்திருக்குமோ என்று லேங்டன் எப்போதுமே வியந்துகொள்வார்.

"இங்குதான்," என்றான் காவலாளி.

படிக்கட்டுகளின் இறுதிப்பகுதியை அடைந்த அவர்கள் ஒரு கனமான, எஃகு கதவில் வந்து நின்றனர். அந்தக் காவலாளி நுழைவுப் பதிவில் குறியீட்டை பதிவிட்டான், கதவு தள்ளித் திறந்தது. லேங்டனும் விட்டோரியாவும் உள்ளே நுழைந்தனர்.

வாயில் பகுதிக்கு அப்பால் முழுக்கவே குழப்பம் இருந்தது.

36

சுவிஸ் காவலர் அலுவலகம்.

லேங்டன் கதவருகே நின்றபடி முன்னால் இருந்த நூற்றாண்டுகளின் கூட்டிணைப்பை ஆராய்ந்து கொண்டிருந்தார். அந்த அறை பதிப்பிக்கப்பட்ட புத்தக அலமாரிகளையுடைய மறுமலர்ச்சிக்கால நூலகம், கீழைத்தேச தரைவிரிப்புகள், மற்றும் வண்ணமயமான சித்திரச்சீலைகளுடன் சிறப்பாக அலங்கரிக்கப்பட்டிருந்தது... ஆனாலும் அது, அதிநவீன தொழில்நுட்பத்தாலும் நிரம்பியிருந்தது- கணினிகள், தொலைநகல்கள், வாடிகன் வளாகத்தினுடைய மின்னணு வரைபடங்கள், மற்றும் சி.என்.என். சேனல் ஓடும் தொலைக்காட்சிகள். வண்ணமயமான உப்பலாடைகளில் இருந்தவர்கள் கணினிகளில் மும்முரமாகத் தட்டச்சு செய்தபடி, நவீன ஹெட்போன்களில் தீவிரமாகக் கேட்டுக்கொண்டிருந்தனர்.

"இங்கே இருங்கள்," என்றான் காவலாளி.

அறையைக் கடந்து, கருநீல ராணுவச்சீருடையில் இருந்த, விதிவிலக்கான உயரம் கொண்டிருந்த ஒல்லியான ஆளிடம் அந்தக் காவலாளி செல்லும் வரையில் லேங்டனும் விட்டோரியாவும் காத்திருந்தனர். செல்போனில் பேசிக்கொண்டிருந்த அவர் ஏறக்குறைய பின்னோக்கிச்சாய்ந்து விறைப்பாக நின்றிருந்தார். அந்தக் காவலாளி, அவரிடம் ஏதோ சொன்னான், அவர் லேங்டனையும் விட்டோரியாவையும் ஒரு பார்வை பார்த்தார். தலையாட்டியபடியே திரும்பிக்கொண்ட அவர் தன் செல்போனில் உரையாடலைத் தொடர்ந்தார்.

அந்தக் காவலாளி திரும்ப வந்தான். "கமாண்டர் ஆலிவெட்டி கொஞ்ச நேரத்தில் வருவார்."

"நன்றி."

அங்கிருந்து சென்ற காவலாளி, மறுபடியும் படிக்கட்டுகளை நோக்கிச்சென்றான்.

அறையைக் கடந்து ஆலிவெட்டியை ஆராய்ந்த லேங்டன், நாட்டினுடைய ஆயுதம் தரித்த படையின் முதன்மைத்

தலைவர்தான் அவர் என்பதை உணர்ந்துகொண்டார். தங்களுக்கு முன்பாக நடக்கும் செயல்பாட்டைக் கவனித்தபடி விட்டோரியாவும் லேங்டனும் காத்திருந்தனர். பிரகாசமாக உடையணிந்த காவலர்கள் இத்தாலிய மொழியில் உத்தரவுகளை கத்தியபடியே பரபரப்பாக இயங்கிக் கொண்டிருந்தனர்.

"தொடர்ந்து தேடிக்கொண்டிருங்கள்!" ஒருவன் தொலைபேசியில் கத்திக்கொண்டிருந்தான்.

"மியூசியத்தை ஆராய்ந்துவிட்டீர்களா?" என்று கேட்டுக் கொண்டிருந்தான் மற்றொருவன்.

அந்தப் பாதுகாப்பு மையம் தற்போது ஒரு கடுமையான தேடுதல் வேட்டையில் இருக்கிறது என்பதைப் புரிந்துகொள்ள லேங்டனுக்குச் சரளமான இத்தாலிய மொழியறிவு தேவைப்படவில்லை. இது ஒரு நல்ல செய்தி. அவர்கள் இன்னமும் எதிர்க்கருவைக் கண்டுபிடிக்கவில்லை என்பது மோசமான செய்தி.

"உனக்கொன்றும் பிரச்சினையில்லையே?" விட்டோரியாவிடம் கேட்டார் லேங்டன்.

அவள் தோள்களைக் குலுக்கிவிட்டு ஒரு சோர்வான புன்னகையை வெளிப்படுத்தினாள்.

கமாண்டர் இறுதியாகத் தன்னுடைய போனை அணைத்துவிட்டு, அறையைக் கடந்து நெருங்கி வரும்போது, அவர் எடுத்துவைக்கும் ஒவ்வொரு அடியிலும் வளர்ந்து வருவதைப்போன்றே தெரிந்தார். லேங்டனே உயரமானவர்தான் என்பதால் யாரையும் ஏறெடுத்துப் பார்த்து அவருக்குப் பழக்கமில்லை, ஆனால் கமாண்டர் ஆலிவெட்டி அந்தத் தேவையை உருவாக்கியிருந்தார். ஆரோக்கியமான இறுக்கமான முகம் கொண்டிருந்த, நிறைய பிரச்சினைகளை எதிர்கொண்டவர்தான் அந்தக் கமாண்டர் என்பதை லேங்டன் உடனடியாக உணர்ந்தார். அவருடைய கருத்த கேசம், ராணுவமுறையில் இறுக்கமாக கத்தரிக்கப்பட்டிருந்தது, அவருடைய கண்கள் பல வருட கடுமையான பயிற்சியால் மட்டுமே அடையக்கூடிய அளவுக்குத் தீர்மானகரமான இறுக்கத்துடன் காணப்பட்டது. அவருடைய நடை கம்பீரத்துடன் இருக்க, காதிற்குப் பின்னால் மறைந்திருக்கும் கேட்பு கருவி அவர் ஒரு சுவிஸ் காவலர் என்பதைக்காட்டிலும் அமெரிக்க ரகசிய உளவாளி என்பதைப் போன்றே காட்டியது.

அந்தக் கமாண்டர் அவர்களிடம் ஆங்கிலத்தில் உரையாடினார். அத்தகைய பிரமாண்ட மனிதருக்கு, குரல் கிசுகிசுப்பு என்று சொல்லுமளவுக்கு விநோத அமைதியுடன் இருந்தது. அதில் இறுக்கமான ராணுவத் திறனும் கலந்திருந்தது. "மதிய வணக்கம்," என்றார் அவர். "நான் கமாண்டர் ஆலிவெட்டி - சுவிஸ் காவல் தலைவர். நான்தான் உங்கள் இயக்குநரை அழைத்திருந்தேன்."

விட்டோரியா நிமிர்ந்து பார்த்தாள். "எங்களைச் சந்தித்ததற்கு நன்றி, சார்."

கமாண்டர் அதற்குப் பதிலளிக்கவில்லை. தன்னைப் பின்தொடரும்படி சைகை காட்டிய அவர், அறையின் பக்கவாட்டுச் சுவரில் இருந்த கதவிற்கு எலக்ட்ரானிக் சாதனங்களினூடே அழைத்துச்சென்றார். "நுழையலாம்," என்ற அவர், அவர்களுக்காகக் கதவைப் பிடித்துக்கொண்டார். உள்ளே நுழைந்த லேங்டனும் விட்டோரியாவும், ஒரு இருண்டிருக்கும் கட்டுப்பாட்டு அறையில் தாங்கள் இருப்பதை உணர்ந்தனர். அங்கிருந்த வரிசையான வீடியோ மானிட்டர்கள் அந்த வளாகத்தின் கறுப்பு-வெள்ளைப் படங்களை தொடர்ச்சியாகக் காட்டிக்கொண்டிருந்தன. ஒரு இளம் காவலாளி அந்தப் படங்களைத் தீவிரமாகப் பார்த்துக்கொண்டிருந்தான்.

"கொஞ்சம் வெளியில் இரு," என்றார் ஆலிவெட்டி.

அந்தக் காவலாளி புறப்பட்டுச் சென்றான்.

ஆலிவெட்டி ஒரு திரைக்கு முன்பாகச் சென்று அதை குறிப்பிட்டுக் காட்டினார். பிறகு, தன்னுடைய விருந்தினர்களை நோக்கித் திரும்பினார். "இந்தப் படம் வாடிகன் நகரத்திற்குள்ளே ஏதோ ஓரிடத்தில் மறைத்து வைக்கப்பட்டுள்ள தொலைதூர கேமராவில் இருந்து வந்திருக்கிறது. இதற்கு நான் விளக்கத்தை எதிர்பார்க்கிறேன்."

அந்தத் திரையை உற்றுப்பார்த்த லேங்டனும் விட்டோரியாவும் ஒருமித்து பெருமூச்சுவிட்டனர். அந்தப்படம் முழுமையானது. சந்தேகமேயில்லை. அது சேர்னின் எதிர்க்கரு குப்பிதான். அதனுள் ஒரு பிரகாசிக்கும் உலோகத் திரவத்துளி காற்றில் அச்சுறுத்தலான வகையில் தொங்கிக்கொண்டிருந்தது, லயத்தோடு மினுங்கும் எல்.இ.டி. டிஜிட்டல் கடிகார வெளிச்சத்தில் தெரிந்தது. பயமுறுத்தும் வகையில், அந்தக் குப்பியைச்சுற்றியிருந்த பகுதி ஏறக்குறைய கும்மிருட்டாக

காட்சியளித்தது, அது ஏதோ அந்த எதிர்க்கரு ஒரு மறைவிடம் அல்லது இருண்ட அறையில் இருப்பதைப் போன்றிருந்தது. அந்த மானிட்டரின் மேல்பகுதியில் பிரதானமாகக் காட்டப்பட்ட எழுத்துக்கள் ஒளிர்ந்தன: நேரடிக் காட்சி – கேமரா எண் 86.

உருளையில் இருந்த இண்டிகேட்டரில் மின்னுகின்ற மீதமுள்ள நேரத்தைப்பார்த்தாள் விட்டோரியா. "ஆறு மணிநேரத்திற்கும் குறைவாக," என்று லேங்டனிடம் கிசுகிசுத்த அவளுடைய முகம் பதட்டமடைந்திருந்தது.

லேங்டன் தன் கடிகாரத்தைப் பார்த்தார். "அப்படியென்றால், நமக்கு இன்னும்..." அவர் பேச்சை நிறுத்தினார், அவருடைய வயிற்றில் ஏதோ முடிச்சு இறுகுவதைப்போலிருந்தது.

"நள்ளிரவு," என்றாள் விட்டோரியா ஒரு கூர்மையான பார்வையுடன்.

நள்ளிரவு, என்று நினைத்துக்கொண்டார் லேங்டன். ஒரு நாடகீய நேர்த்தி. நேற்றிரவு அந்த உருளையைத்திருடியவர் அதை சரியான நேரத்திற்குத் திட்டமிட்டிருக்கிறார் என்பது தெளிவாகிவிட்டது. தற்போது அவர் வெடிபொருளின் மீது உட்கார்ந்திருப்பதை உணர்ந்தபோது, ஒரு கடுமையான அவநம்பிக்கை அவருள் உருவானது.

ஆலிவெட்டியின் கிசுகிசுப்பு இப்போது அதிகமும் சீறல் ஒலியைப்போல் தோன்றியது. "இந்தப்பொருள் உங்களுடைய ஆய்வகத்தைச் சேர்ந்ததா?"

விட்டோரியா தலையாட்டினாள். "ஆமாம், சார். இது எங்களிடமிருந்து திருடப்பட்டுள்ளது. இது உச்சபட்ச அளவுக்கு தீப்பற்றக்கூடிய எதிர்க்கரு எனும் கருப்பொருள்."

ஆலிவெட்டி அதிர்ச்சியடையாமல் பார்த்தார். "எனக்குத் தீப்பற்றிக் கொள்ளக்கூடியவை பற்றி மிக நன்றாகவே தெரியும், மிஸ். வெத்ரா. எதிர்க்கரு பற்றி நான் கேள்விப்பட்டதில்லையே."

"இது புதிய தொழில்நுட்பம். நாம் அதை உடனடியாகக் கண்டுபிடிக்க வேண்டும் அல்லது வாடிகன் நகரத்தைக் காலிசெய்தாக வேண்டும்."

விட்டோரியா சொன்னதை மாற்றிக்கொள்வார் என்பதுபோல் மறுபடியும் கவனம் செலுத்துகின்றவரைப் போல் தன்

கண்களை மெதுவாக மூடித் திறந்த ஆலிவெட்டி அவர்களிடம் சொன்னார். "காலிசெய்வதா? இன்று மாலை இங்கு என்ன நடந்துகொண்டிருக்கிறது என்று உங்களுக்குத்தெரியுமா?"

"ஆமாம், சார். உங்களுடைய கார்டினல்களின் உயிர்கள் ஆபத்தில் இருக்கின்றன. நமக்கு இன்னும் ஆறுமணி நேரம்தான் இருக்கிறது. அந்த உருளை இருக்கும் இடத்தைப்பற்றிய தேடலில் முன்னேற்றம் இருக்கிறதா?"

ஆலிவெட்டி தலையைக்குலுக்கினார். "நாங்கள் இன்னும் தேடவே ஆரம்பிக்கவில்லை."

விட்டோரியாவுக்கு மூச்சுமுட்டியது. "என்ன? ஆனால் உங்களுடைய காவலர்கள் தேடிக்கொண்டிருப்பதை நாங்கள் வெளிப்படையாகவே கேட்டோமே -"

"ஆமாம், தேடுகிறார்கள்தான்," என்றார் ஆலிவெட்டி, "ஆனால் உங்களுடைய குப்பியை அல்ல. என்னுடைய ஆட்கள் உங்களுக்கு சம்பந்தமில்லாத ஒன்றைத் தேடிக்கொண்டிருக்கிறார்கள்."

விட்டோரியாவின் குரல் கரகரத்தது. "நீங்கள் இன்னமும் அந்தக் குப்பியைத் தேடத் தொடங்கவே இல்லையா?"

ஆலிவெட்டியின் கருவிழிகள் அவருடைய தலைக்குள் சென்றுவிடுவதைப் போன்றே காணப்பட்டன. அவர் பூச்சியின் உணர்ச்சியற்ற பார்வையைக்கொண்டிருந்தார். "மிஸ். வெத்ரா, அப்படியா? உங்களுக்கு ஒரு விஷயத்தை சொல்லிக்கொள்கிறேன். உங்கள் ஆய்வகத்தின் இயக்குநர் அந்தப் பொருளை நான் உடனடியாகத் தேடிக்கண்டுபிடிக்கவேண்டும் என்பதைத்தவிர, வேறு எந்த விவரங்களையும் என்னுடன் பகிர்ந்துகொள்ள மறுத்துவிட்டார். நாங்கள் அளவுகடந்த மும்முரத்தில் இருக்கிறோம், எனக்குச் சில உண்மைகள் தெரியும் வரையில் ஆள்பலத்தை அளிக்குமளவுக்கான வசதி இப்போது என்னிடம் இல்லை."

"இச்சமயத்தில் இது சம்பந்தமாக ஒரே ஒரு உண்மையைத்தான் சொல்லமுடியும், சார்," என்றாள் விட்டோரியா, "அந்தச் சாதனம் இன்னும் ஆறுமணி நேரத்தில், இந்த ஒட்டுமொத்த வளாகத்தையும் ஆவியாக்கிவிடும்."

ஆலிவெட்டி அசைவில்லாமல் நின்றார். "மிஸ். வெத்ரா, நீங்கள் தெரிந்துகொள்ள வேண்டிய விஷயம் ஒன்று இருக்கிறது."

அவருடைய குரல் அரவணைப்பான தொனியில் இருந்தது. "வாடிகன் நகரம் பழமையான தோற்றம் கொண்டிருந்தாலும், பொது மற்றும் தனிப்பட்ட வகையில் உள்ள ஒவ்வொரு நுழைவாயிலிலும், இதுவரையில் மனிதனுக்கு தெரிய வந்துள்ளதிலேயே மிகவும் நுண்ணுணர்வுள்ள, மேம்பட்ட சாதனங்கள் பொருத்தப்பட்டுள்ளன. யாராவது தீப்பற்றக்கூடிய பொருளை வைத்துக்கொண்டு உள்ளேவர முயன்றால் அது உடனடியாக கண்டுபிடிக்கப்பட்டுவிடும். எங்களிடம் கதிரியக்கமுள்ள ஐசோடோப்பு ஸ்கேனர்கள் உள்ளன, தீப்பற்றக்கூடிய மற்றும் நச்சுத்தன்மையுள்ள மிக மங்கலான ரசாயனத் தடங்களைக் கண்டுபிடிப்பதற்குக்கூட அமெரிக்கப் போதை அமலாக்க நிர்வாகம் வடிவமைத்துள்ள வாசனை வடிகட்டிகளும் உள்ளன. அத்துடன், இருப்பதிலேயே மிகவும் மேம்பட்ட மெடல் டிடெக்டர்கள் மற்றும் எக்ஸ்ரே ஸ்கேனர்களைத்தான் நாங்கள் பயன்படுத்துகிறோம்."

"மிகவும் சிறப்பு," என்ற விட்டோரியா, ஆலிவெட்டியின் பரபரப்பின்மையுடன் போட்டிபோட்டாள். "துரதிர்ஷ்டவசமாக, எதிர்க்கரு கதிரியக்கத்தை வெளியிடுவதில்லை, அதனுடைய ரசாயனத்தடம் தூய்மையான ஹைட்ரஜனைப் போன்றது, அந்த குப்பியும் பிளாஸ்டிக்கால் ஆனது. நீங்கள் சொல்லும் எந்தச் சாதனங்களாலும் அதைக் கண்டுபிடிக்க முடியாது."

"ஆனால், அந்தச் சாதனம் ஆற்றல் மூலத்தைக்கொண்டிருக்கிறது," என்ற ஆலிவெட்டி, மினுங்கும் எல்.இ.டி.-யைச் சுட்டிக்காட்டினார். "இந்த நிக்கல்-காட்மியத்தின் மிகச்சிறிய தடம்கூட பதிவாகாமல் -"

"பேட்டரிகளும்கூட பிளாஸ்டிக்தான்."

ஆலிவெட்டியின் பொறுமை தெளிவாகவே மறையத் தொடங்கியது. "பிளாஸ்டிக் பேட்டரிகளா?"

"டெஃப்லான் கொண்டு செய்யப்பட்ட பாலிமர் ஜெல் எலக்ட்ரோலைட்."

ஆலிவெட்டி அவளை நோக்கிக் குனிந்தார், அது அவருடைய உயரத்தை வலியுறுத்துவதுபோல். "மிஸ், இந்த வாடிகன் ஒவ்வொரு மாதமும் டசன் கணக்கான வெடிகுண்டு மிரட்டல்களுக்கு இலக்காகி வருகிறது. நவீன வெடிபொருள் தொழில்நுட்பம் குறித்து, சுவிஸ் காவலுக்கு நானே தனிப்பட்ட

முறையில் பயிற்சியளித்திருக்கிறேன். நீங்கள் ஒரு பேஸ்பால் அளவு எரிபொருள் மையம் கொண்ட அணு ஆயுதத்தைப் பற்றி பேசவில்லை என்றால், நீங்கள் விவரிப்பதைச்செய்ய சக்திவாய்ந்த பொருள் எதுவும் பூமியில் இல்லை என்பதை நான் நன்கு அறிவேன்..”

விட்டோரியா அவரைத் தீவிரமாக நோக்கினாள். “இயற்கை இன்னமும் வெளிப்படுத்தாத பல புதிர்கள் இருக்கின்றன.”

ஆலிவெட்டி, இன்னும் நெருக்கமாகக்குனிந்தார். “சரியாக நீங்கள் யாரென்று நான் தெரிந்துகொள்ளலாமா? செர்னில் உங்களுடைய பதவி என்ன?”

“நான் ஆராய்ச்சியாளர்களில் மூத்த உறுப்பினர், இந்தப் பிரச்சினைக்காக வாடிகனுக்கான தொடர்பாளராக நியமிக்கப்பட்டிருக்கிறேன்.”

“நான் இப்படிப்பேசுவதற்கு என்னை மன்னிக்கவேண்டும், ஆனாலும் கூட, இது ஒரு பிரச்சினை என்றால், உங்களுடைய இயக்குநருடன் அல்லாமல் **உன்னுடன்** நான் எதற்காக பேசிக்கொண்டிருக்கிறேன்? அரைக்கால் சட்டையில் வாடிகன் நகரத்திற்கு வருவதன் மூலமாக எத்தகைய அவமரியாதை ஏற்படுத்த நீ உத்தேசித்திருக்கிறாய்?”

லேங்டன் கலைந்தார். இப்படிப்பட்ட ஒரு சூழ்நிலையில், ஒரு மனிதன் உடை விதிமுறை குறித்து பிடிவாதக்காரனாக இருப்பதை அவரால் நம்பமுடியவில்லை. அப்புறம்தான் அவர் உணர்ந்துகொண்டார், வாடிகனில் வசிப்பவர்களிடம் கல்லால் ஆன ஆண்குறி காம உணர்வைத் தூண்டமுடியும் என்றால், ஷார்ட்ஸில் இருக்கும் விட்டோரியாவாலும் தேசிய பாதுகாப்பிற்கு *நிச்சயமாகப்* பங்கம் விளைவிக்க முடியும்.

“கமாண்டர் ஆலிவெட்டி,” என்று குறுக்கிட்ட லேங்டன், வெடிக்கக் காத்திருக்கும் இரண்டாவது வெடிகுண்டை அணைக்க முனைபவர்போல் தோன்றினார். “என் பெயர் ராபர்ட் லேங்டன். நான் அமெரிக்காவில் மதம்சார் ஆய்வுகள் துறையில் பேராசிரியர், அத்துடன் செர்னைச் சேர்ந்திராத ஒருவன். நான் எதிர்க்கருவின் ஆற்றல் நிரூபணத்தைப் பார்த்திருக்கிறேன், மிஸ். வெத்ரா சொல்வதைப்போல் அது மிகவும் ஆபத்தானது என்பதற்கும் சான்றளிக்கிறேன். உங்களுடைய தேர்தலைக் குலைப்பதற்காக ஒரு மதவிரோத குழுவால் உங்களுடைய

வளாகத்திற்குள் அது வைக்கப்பட்டிருக்கிறது என்பதற்கு எங்களிடம் காரணங்கள் உள்ளன."

ஆலிவெட்டி திரும்பி லேங்டனை உற்றுப்பார்த்தார். "அரைக்கால் சட்டை அணிந்த ஒரு பெண் ஒரு திரவத்துளி இந்த வாடிகன் நகரத்தையே வெடிக்க வைக்கப்போகிறது என்று சொல்லிக்கொண்டிருக்கிறார், ஒரு அமெரிக்கப் பேராசிரியர் நாங்கள் ஏதோ ஒரு மதவிரோதக் குழுவால் குறிவைக்கப்பட்டிருக்கிறோம் என சொல்லிக்கொண்டிருக்கிறார். நான் என்னதான் செய்ய வேண்டுமென்று நீங்கள் எதிர்பார்க்கிறீர்கள்?"

"அந்தக் குப்பியைக் கண்டுபிடியுங்கள்," என்றாள் விட்டோரியா. "உடனே."

"சாத்தியமேயில்லை. அந்தச் சாதனம் எங்கு வேண்டுமானாலும் இருக்கலாம். வாடிகன் நகரம் மிகப்பெரியது."

"உங்களுடைய கேமராக்களில் ஜி.பி.எஸ். இல்லையா?"

"சாதாரணமாக அவை திருடப்படுவதெல்லாம் கிடையாது. தொலைந்துபோன கேமராவை கண்டுபிடிக்க பல நாட்களாகும்."

"நமக்கு நாட்களெல்லாம் இல்லை," என்றாள் விட்டோரியா பிடிவாதமாக. "ஆறுமணி நேரம்தான் இருக்கிறது."

"ஆறுமணி நேரங்கள்வரை என்றால் என்ன, மிஸ். வெத்ரா?" ஆலிவெட்டி குரலின் சத்தம் திடீரென உயர்ந்தது. அவர் திரையில் இருக்கும் ஒரு படத்தைச் சுட்டிக்காட்டினார். "இந்த எண்கள் எண்ணிக்கை முடியும் வரையிலா? வாடிகன் நகரம் காணமல்போகும் வரையிலா? என்னை நம்புங்கள், என்னுடைய பாதுகாப்பு அமைப்பில் கைவைக்கின்றவர்களிடம் நான் கருணை காட்டுவதில்லை. என்னுடைய சுவர்களுக்குள் புதிராக இயந்திர சாதனங்கள் தோன்றுவதை நான் விரும்புவதும் இல்லை. எனக்கும் கவலையிருக்கிறது. அக்கறையுடனிருப்பதுதான் என் வேலை. ஆனால், இப்போது நீங்கள் சொல்லிக்கொண்டிருப்பது ஏற்றுக்கொள்ளவே முடியாத ஒன்று."

அவர் நிறுத்திக்கொள்ளும் முன்னர் லேங்டன் பேசினார். "நீங்கள் இல்லுமினாட்டி பற்றி கேள்விப்பட்டிருக்கிறீர்களா?"

கமாண்டரின் உறைந்த தோற்றத்தில் விரிசல் விழுந்தது. சுறா ஒன்று தாக்க வருவதைப்போல் அவருடைய கண்கள் வெளிறிப்போயின. “நான் உங்களை எச்சரிக்கிறேன். எனக்கு இதற்கெல்லாம் நேரமில்லை.”

“அப்படியென்றால் நீங்கள் இல்லுமினாட்டி பற்றி அறிந்திருக்கிறீர்கள்?”

ஆலிவெட்டியின் கண்களால் கத்தியைப் போல குத்தின. “நான் கத்தோலிக்கத் திருச்சபையின் பிரமாணம் செய்த பாதுகாவலன். நான் இல்லுமினாட்டி பற்றி நிச்சயம் கேள்விப்பட்டிருக்கிறேன். அவர்கள் பல தசாப்தங்களுக்கு முன்பே இறந்துவிட்டனர்.”

லேங்டன் தன்னுடைய பைக்குள் கைவிட்டு, முத்திரையிடப்பட்ட லியனார்டோ வெத்ராவின் ஃபேக்ஸ் படத்தை வெளியே எடுத்தார். அதை அவர் ஆலிவெட்டியிடம் கொடுத்தார்.

“நான் ஒரு இல்லுமினாட்டி ஆய்வாளர்,” என்றார் லேங்டன், ஆலிவெட்டி அந்தப் படத்தை ஆராய்ந்தார். “இல்லுமினாட்டி இன்னமும் செயல்பாட்டில் இருக்கிறார்கள் என்பதை ஏற்றுக்கொள்வது எனக்கும் சிக்கல்தான், ஆனாலும் இந்த முத்திரையின் தோற்றத்தையும், வாடிகன் நகரத்திற்கு இல்லுமினாட்டி ஒரு பிரபலமான பரம விரோதி என்பதையும் வைத்துப்பார்க்கும்போது, என் மனதை மாற்றிக்கொள்ள வேண்டியிருக்கிறது.”

“இது கம்ப்யூட்டரில் செய்த ஏமாற்றுவேலை.” ஆலிவெட்டி அந்த ஃபேக்ஸை லேங்டனிடமே திருப்பிக்கொடுத்தார்.

லேங்டன் நம்பமுடியாத வகையில் முறைத்தார். “ஏமாற்றுவேலையா? அதன் சீர்மையைப் பாருங்கள்! இதனுடைய நம்பகத்தன்மை பற்றி உங்கள் எல்லோருக்குமே –”

“நம்பகத்தன்மை என்பதுதான் உங்களிடம் இல்லாத ஒன்று. ஒருவேளை மிஸ். வெத்ரா உங்களுக்குத் தெரிவிக்காமலிருக்கலாம், செர்ன் அறிவியலாளர்கள் பல பத்தாண்டுகளாகவே வாடிகன் கொள்கைகளை விமர்சித்து வந்திருக்கிறார்கள். எங்களுடைய படைப்புக் கோட்பாட்டை திரும்பப்பெற்றுக்கொள்ளும்படியும், கலீலியோ மற்றும் கோபர்நிகஸிற்காகச் சம்பிரதாய மன்னிப்பு கேட்கும்படியும், ஆபத்தான அல்லது ஒழுங்கீனமான ஆராய்ச்சிக்கு எதிரான எங்களுடைய விமர்சனத்தைத்

திருப்பி வாங்கும்படியும் தொடர்ந்து கோரிக்கை மனு அனுப்பியபடிதான் இருக்கிறார்கள். எப்படிப்பட்ட நிகழ்வு உங்களுக்குச் சாத்தியமுள்ளதாகத் தோன்றுகிறது - நானூறு வருட சாத்தானிய வழிபாடு, ஒரு மிகமேம்பட்ட பேரழிவு ஆயுதத்துடன் மறுபடியும் தோன்றியிருப்பதா, அல்லது செர்னில் உள்ள சில கோமாளிகள் ஒரு நன்கு திட்டமிட்ட ஏமாற்று வேலையுடன் ஒரு புனிதமான வாடிகன் நிகழ்வைத் தொந்தரவுசெய்ய முயற்சிப்பதா?"

"அந்தப் புகைப்படம்," என்றபோது விட்டோரியாவின் குரல் எரிமலை லாவா கொதிப்பதுபோல் இருந்தது, "என் அப்பாவுடையது. கொலைசெய்யப்பட்டவர். இதுதான் நான் ஜோக்கடிக்கும் விதம் என்று நினைக்கிறீர்களா?"

"எனக்குத் தெரியாது, மிஸ். வெத்ரா. ஆனால், ஏதாவது அர்த்தப்பூர்வமாகச் சில பதில்கள் எனக்குக் கிடைக்கும்வரையில், நான் எத்தகைய எச்சரிக்கையும் எழுப்புவதற்கு வழியில்லை. கண்காணிப்பும் விவேகமும்தான் என்னுடைய கடமை... ஆன்மிக விஷயங்கள் மனத்தெளிவின்படி இங்கு நடக்கமுடியும். இது, எதிர்மறை விஷயத்திற்கான நாளல்ல."

லேங்டன் சொன்னார், "குறைந்தபட்சம் இந்த நிகழ்ச்சியை ஒத்திவைக்கவாவது செய்யுங்கள்."

"ஒத்திப்போடுவதா?" ஆலிவெட்டியின் தாடை தொங்கிப்போனது. "அவ்வளவு ஆணவமா! இந்தத் தேர்தல் ஒன்றும் மழையைக் காரணம் காட்டி ரத்துசெய்கின்ற அமெரிக்கப் பேஸ்பால் விளையாட்டல்ல. இது, கடுமையான விதிமுறையும் நிகழ்முறையும் கொண்ட புனித நிகழ்ச்சி. தங்களுடைய தலைவருக்காக உலகில் ஒரு பில்லியன் கத்தோலிக்கர்கள் காத்திருப்பதை விட்டுவிடுங்கள். வெளியில் உள்ள உலக ஊடகங்களை விட்டுவிடுங்கள். இந்த நிகழ்ச்சிக்கான நெறிமுறைகள் கடுமையானவை - மாற்றுவதற்கானவை அல்ல. 1179-ஆம் ஆண்டில் இருந்தே பூகம்பங்கள், பஞ்சங்கள், சொல்லப்போனால் பிளேக் நோய் இவற்றுக்கு நடுவிலும்கூட இந்தத் தேர்தல்கள் நடந்திருக்கின்றன. நான் சொல்வதைக் கேளுங்கள், ஒரு கொலைசெய்யப்பட்ட அறிவியலாளருக்காகவும், கடவுளுக்கு மட்டுமே என்னவென்று தெரிந்த அந்தத் திரவத்துளிக்காகவும் இது ரத்துசெய்யப்பட மாட்டாது."

“இதற்குப் பொறுப்பானவரிடம் என்னை அழைத்துச் செல்லுங்கள்,” விட்டோரியா வற்புறுத்தினாள்.

ஆலிவெட்டி முறைத்தார். “நீங்கள் அவருடன்தான் பேசிக் கொண்டிருக்கிறீர்கள்.”

“இல்லை,” என்றாள் அவள். “குருமார் சபையில் உள்ள ஒருவரிடம்.”

ஆலிவெட்டியின் புருவத்தில் இருந்த நரம்புகள் வெளியே தெரியத் தொடங்கின. “குருமார்சபை போய்விட்டது. சுவிஸ் காவல் தவிர்த்து, வாடிகன் நகரத்தில் இந்த நேரத்தில் இருக்கின்ற ஒன்றே ஒன்று கார்டினல்கள் சபைதான். அவர்களும் இப்போது சிஸ்டைன் சாப்பலுக்கு உள்ள இருக்கின்றனர்.”

“*சேம்பர்லைன்* என்னவானார்?” லேங்டன் பட்டென்று குறிப்பிட்டார்.

“யார்?”

“மறைந்த போப்பின் *சேம்பர்லைன்*.” லேங்டன் ஒரு சுய-உத்திரவாதத்துடன் அந்த வார்த்தையை, தன்னுடைய நினைவாற்றல் உதவி செய்யவேண்டுமே என்ற வேண்டுதலுடன் திரும்பச்சொன்னார். போப்பின் மறைவுக்குப்பின்னர் வாடிகன் அதிகார மையம் பின்பற்றுகின்ற சுவாரசியமான ஏற்பாடு பற்றி படித்திருந்தது அவருடைய நினைவுக்கு வந்தது. லேங்டன் சொன்னது மட்டும் சரியென்றால், போப்புகளுக்குப் பதவியேற்பதற்கு இடைப்பட்ட காலத்தில், முழுமையான தன்னாட்சி அதிகாரமும் மறைந்த போப்பிற்குத் தனி உதவியாளராக இருந்தவரிடம் தற்காலிகமாக ஒப்படைக்கப்படும் - அதுதான், அவருடைய சாம்பர்லின் - கார்டினல்கள் புதிய புனிதத் தந்தையைத் தேர்ந்தெடுக்கும் வரையில் தேர்தலை மேற்பார்வையிடுவதற்கென்று அதிகாரமளிக்கப்பட்ட செயலாளர். “இச்சமயத்தில் *சேம்பர்லைன்*தான் பொறுப்பிலுள்ளவர் என்று நினைக்கிறேன்.”

“கேமர்லெக்னோவா?” ஆலிவெட்டி உறுமினார். “கேமர்லெக்னோ இங்கே வெறும் மதகுரு மட்டும்தான். அவர் புனிதர்கூட கிடையாது. அவர் மறைந்த போப்பின் கை வேலையாள்.”

“ஆனால், அவர் இங்கேதானே இருக்கிறார். அவரிடம்தான் நீங்கள் பதிலளிக்கவேண்டும்.”

ஆலிவெட்டி தன் கைகளை மடித்து வைத்துக்கொண்டார். "மிஸ்டர். லேங்டன், தேர்தலின்போது, முதன்மைச் செயல் அதிகாரி என்ற பொறுப்பை வாடிகன் விதிமுறை கேமர்லெக்னோவுக்கு வழங்கியிருப்பது உண்மைதான், ஆனால் அதுவும்கூட, ரோமன் கத்தோலிக்கச் சபைக்கு அவர் தகுதிபெறாதவர் என்பதால் ஒரு பாரபட்சமற்ற தேர்தல் சாத்தியப்படும் என்பதால் மட்டுமே. இது எப்படியென்றால், உங்களுடைய அதிபர் இறந்துவிடும்போது, அவருடைய உதவியாளர்களுள் ஒருவர் தற்காலிகமாக அதிபர் அலுவலகத்தின் பொறுப்பில் அமர்வது போன்றதுதான். கேமர்லெக்னோ இளைஞர், பாதுகாப்பைப் பற்றியோ அல்லது அந்த விஷயத்தைப் பற்றிய எதையும் குறித்த புரிதலோ அவருக்கு மிகவும் குறைவு. அனைத்து யூகங்களுக்கும் நோக்கங்களுக்கும் எல்லாவிதத்திலும் நான்தான் இங்கே பொறுப்பு."

"அவரிடம் எங்களைக் கூட்டிச்செல்லுங்கள்," என்றாள் விட்டோரியா.

"வாய்ப்பில்லை. தேர்தல் இன்னும் நாற்பது நிமிடங்களில் தொடங்கப்போகிறது. கேமர்லெக்னோ இப்போது போப்பின் அலுவலகத்தில் தயாராகிக்கொண்டிருக்கிறார். பாதுகாப்பு விஷயங்கள் சம்பந்தமாக அவரை தொந்தரவுபடுத்த எனக்கு உத்தேசமில்லை."

இதற்கு பதில்சொல்ல விட்டோரியா தன் வாயைத்திறந்தாள், ஆனால், கதவு தட்டப்படும் சத்தத்தினால் அது தடைப்பட்டது. ஆலிவெட்டி கதவைத் திறந்தார்.

முழு ராஜ உடையில் இருந்த ஒரு காவலாளி வெளியே நின்றபடி, அவருடைய கடிகாரத்தைச் சுட்டிக்காட்டினான். *"நேரமாகிவிட்டது, கமாண்டர்."*

ஆலிவெட்டி தன்னுடைய கடிகாரத்தைச் சரிபார்த்துவிட்டு தலையாட்டினார். அவர்களுடைய விதியைத் தீர்மானிக்க யோசிக்கும் ஒரு நீதிபதியைப்போல் லேங்டனையும் விட்டோரியாவையும் நோக்கித்திரும்பினார். "என் பின்னால் வாருங்கள்." அவர் அவர்களைக் கண்காணிப்பு அறையில் இருந்து பாதுகாப்பு மையத்தின் வழியே பின்பக்கச் சுவரை நோக்கியிருக்கும் ஒரு சிறிய கனசதுர அறைக்குள் அழைத்துச் சென்றார். "என்னுடைய அலுவலகம்." ஆலிவெட்டி அவர்களை

உள்ளேவர அவசரப்படுத்தினார். அந்த அறை ஒன்றும் பிரத்யேகமானதல்ல- ஒரு குப்பையான மேசை, கோப்பு அறைகள், மடக்கிவைத்த நாற்காலிகள், ஒரு வாட்டர்கூலர். “நான் இன்னும் பத்து நிமிடத்தில் திரும்பிவருகிறேன். மேற்கொண்டு என்ன செய்ய விரும்புகிறீர்கள் என்பதைத் தீர்மானிப்பதற்கு அந்த நேரத்தைப் பயன்படுத்திக்கொள்ளுங்கள்.”

விட்டோரியா திரும்பினாள். “நீங்கள் போகமுடியாது! அந்தக் குப்பி ஒரு –”

“எனக்கு இதற்கெல்லாம் நேரமில்லை,” என்று ஆலிவெட்டி சீறினார். “தேர்தல் முடிந்தபிறகு எனக்கு நேரமிருந்தால் நான் உங்களைச் சிறையில் அடைக்கவேண்டியிருக்கும்.”

“சார்,” என்று அவசரப்படுத்திய காவலன் அவருடைய கடிகாரத்தை மறுபடியும் சுட்டிக்காட்டினான். “துடைப்பதற்கான நேரம் வந்துவிட்டது.”

ஆலிவெட்டி தலையாட்டியபடியே கிளம்பத்தொடங்கினார்.

“துடைப்பதற்கான நேரம் வந்துவிட்டதா?” விட்டோரியா கேட்டாள். “ஆலயத்தைத் துடைப்பதற்காகத்தான் போகிறீர்களா?”

ஆலிவெட்டி திரும்பினார், அவர் கண்கள் அவளை ஊடுருவின. “நாங்கள் எலக்ட்ரானிக் குப்பைகளை துடைக்கப்போகிறோம், மிஸ்.வெத்ரா - இது விவேகத்துடன் சம்பந்தப்பட்டது.” அவர் அவளுடைய கால்களை சுட்டிக்காட்டினார். “நீங்கள் புரிந்துகொள்வீர்கள் என்று நான் எதிர்பார்க்கவில்லை.”

அவர் கதவை அறைந்து சாத்தியதால் கனத்த கண்ணாடிகள் குலுங்கின. ஒரு வேகமான நகர்வில் சாவியை எடுத்து, உள்ளே நுழைத்துத் திருகினார். ஒரு கனத்த தாழ்ப்பாள் உரிய இடத்தில் இறங்கியது.

“முட்டாள்களே!” விட்டோரியா கத்தினாள். “நீங்கள் எங்களை இங்கேயே வைத்திருக்க முடியாது!”

அந்தக் கண்ணாடியின் வழியாக, ஆலிவெட்டி அந்தக் காவலனிடம் ஏதோ சொல்வதை லேங்டன் பார்த்தார். அந்தக் காவலன் தலையாட்டினான். ஆலிவெட்டி அந்த அறையில் இருந்து வெளியேறுகையில், அந்தக் காவலன் சுழன்று திரும்பி கண்ணாடியில் மறுபுறமிருந்த இவர்களை நோக்கினான்,

கைகளைக் குறுக்காக வைத்துக்கொண்டிருந்த அவனுடைய இடுப்பில் ஒரு பெரிய துப்பாக்கி இருப்பதைப் பார்க்கமுடிந்தது.

நல்லது, லேங்டன் நினைத்துக் கொண்டார். *ரொம்ப ரொம்ப நல்லது.*

37

ஆலிவெட்டியின் பூட்டப்பட்ட கதவுக்கு வெளியே நின்றிருக்கும் சுவிஸ் காவலனை முறைத்துப்பார்த்தாள் விட்டோரியா. அந்தக் காவலாளியும் திரும்ப முறைத்தான், அவனுடைய வண்ணமயமான உடை அவனைக் குறித்து தவறான எண்ணத்தை ஏற்படுத்தியது.

"என்ன ஒரு தோல்வி," விட்டோரியா நினைத்தாள். *பைஜாமாவில் இருக்கும் ஆயுதம் தரித்த ஒருவனால் பிடித்து வைத்திருக்கப்பட்டிருப்பது.*

லேங்டன் மௌனமாகிப்போயிருந்தார், இதிலிருந்து வெளியேற அவர் தன்னுடைய ஹார்வார்டு மூளையைப் பயன்படுத்துகிறார் என விட்டோரியா நம்பிக்கொண்டிருந்தாள். ஆனாலும், அவருடைய முகம் இருக்கின்ற நிலையை வைத்து, சிந்திப்பதைக் காட்டிலும் மிகுந்த அதிர்ச்சியில்தான் அவர் இருக்கிறார் என்பதை அவள் உணர்ந்துகொண்டாள். அவரை இந்தளவுக்கு சம்பந்தப்பட வைத்ததற்கு வருத்தப்பட்டாள்.

தன்னுடைய போனை எடுத்து கோஹ்லரை அழைக்கவேண்டும் என்பதுதான் விட்டோரியாவின் முதல் எண்ணமாக இருந்தது, ஆனால், அது முட்டாள்தனமானதென்று அவளுக்குத் தெரியும். முதலில், அந்தக் காவலாளி உள்ளே வந்து அவளுடைய போனை பிடுங்கிக்கொள்ளலாம். இரண்டாவது, கோஹ்லரின் வழக்கமான மருத்துவம் நடந்துகொண்டிருந்தால், அவர் இப்போதும் செயலற்று இருக்கலாம். அதெல்லாம்கூட விஷயமல்ல... ஆலிவெட்டி இந்தக் கணத்தில் எந்த விஷயத்திற்காகவும் யார் சொல்வதையும் கேட்பதுபோல் தெரியவில்லை.

நினைவில்கொள்! அவள் தனக்குத்தானே சொல்லிக்கொண்டாள். *இந்தச் சோதனைக்கான தீர்வை நினைவில்கொள்!*

நினைவில்கொள்ளுதல் ஒரு பௌத்த தத்துவவாதியின் யுக்தி. ஒரு முற்றிலும் சாத்தியமில்லாத சவாலுக்கான தீர்வை தன்னுடைய மனதிடம் கேட்பதைக் காட்டிலும், விட்டோரியா அதனை தன்னுடைய மனதை நினைவில்கொள்ளுமாறு கேட்டுக்கொண்டாள். இதனுடைய அனுமானம் என்னவென்றால், ஒருவர், ஒருமுறை பதில் தெரியும் என்ற மனநிலையை உருவாக்கிக்கொண்டால், அந்தப் பதில் இருந்தே தீரும்... இவ்வகையில் அவநம்பிக்கை எனும் முடவாத கருத்தை நீக்கிவிட முடியும். அறிவியல்பூர்வ தடுமாற்றங்களைத் தீர்க்கும் நிகழ்முறையில் விட்டோரியா இதனைப் பயன்படுத்தியிருக்கிறாள்... அவையெல்லாம் பெரும்பாலானவர்கள் தீர்வே இல்லை என்று நினைத்த விஷயங்கள்.

இருந்தாலும் அத்தருணத்தில், அவளுடைய நினைவில்கொள்ளும் யுக்தி ஒரு பெரும் வெறுமையையே உருவாக்கியது. அதனால் அவள் தனக்குள்ள வாய்ப்புக்களை அளவிட்டாள்... அவளுடைய தேவைகள். அவள் யாராவது ஒருவரை எச்சரிக்கை செய்யவேண்டும். வாடிகனில் அவள் சொல்வதை தீவிரமாக எடுத்துக்கொள்ளும் ஒருவர். ஆனால் யார்? கேமர்லெக்னோவா? எப்படி? ஒரேயொரு வழியிருக்கும் ஒரு கண்ணாடிப் பெட்டிக்குள் அவள் இருக்கிறாள்.

கருவிகள், அவள் தனக்குள் சொல்லிக்கொண்டாள். *எப்போதுமே கருவிகள் இருந்துகொண்டிருக்கும். உன்னுடைய சூழ்நிலையை மறுமதிப்பீடு செய்.*

உள்ளுணர்வுடன் அவள் தன்னுடைய தோள்களைத் தாழ்த்தினாள், கண்களைத் தளர்த்திக்கொண்டாள், தன்னுடைய நுரையீரலுக்குள் மூன்றுமுறை ஆழமாக மூச்சை இழுத்துக்கொண்டாள். தன்னுடைய இதயத்துடிப்பு மெதுவாவதையும், தசைகள் மென்மைப்படுவதையும் உணர்ந்தாள். அவள் மனதில் இருந்த குழப்பமான பீதி மறைந்துபோனது. சரி, அவள் நினைத்தாள், *உன்னுடைய மனதை சுதந்திரமாக விடு. இந்தச் சூழ்நிலையை எது சாதகமாக்கும்? என்னுடைய உடைமைகள் என்ன?*

ஒருமுறை அமைதியாகிவிட்டால் விட்டோரியா வெத்ராவின் பகுப்பாய்வு மனம் ஒரு சக்திவாய்ந்த ஆற்றல்.

சில நொடிகளுக்குள்ளாகவே தங்களுடைய சிறைவாசமே தப்பிப்பதற்கான திறவுகோல் என்பதை அவள் உணர்ந்தாள்.

"நான் போன் செய்யப்போகிறேன்," என்றாள் சட்டென்று.

லேங்டன் ஏறிட்டுப் பார்த்தார். "நான் உன்னைக் கோஹ்லருக்கு போன் செய்யச் சொல்லலாம் என்றுதான் இருந்தேன், ஆனால்-"

"கோஹ்லருக்கு அல்ல. வேறு ஒருவருக்கு."

"யாருக்கு?"

"கேமர்லெக்னோ."

லேங்டன் மொத்தமாய் குழம்பிப்போனார். "நீ சேம்பர்லைனுக்கு அழைக்கப்போகிறாயா? எப்படி?"

"கேமர்லெக்னோ போப்புடைய அலுவலகத்தில் இருப்பதாகத்தான் ஆலிவெட்டி சொன்னார்."

"சரி. உனக்கு போப்பின் தனி எண் தெரியுமா?"

"இல்லை. நான் *என்னுடைய* போனில் கூப்பிடப் போவதில்லை." ஆலிவெட்டியின் மேசையில் இருந்த ஒரு ஹைடெக் போன் அமைப்பை நோக்கி அவள் தலையசைத்தாள். அது ஸ்பீடு டயல் பட்டன்கள் கொண்டது. "பாதுகாப்புத் தலைவரிடம் போப் அலுவலகத்திற்கு நேரடி இணைப்பு இருந்தாக வேண்டும்."

"அவா ஆறு அடிக்கு அப்பால் ஒரு துப்பாக்கியுடன் ஒரு அடியாளையும் அவர் வைத்திருக்கிறார்."

"நாம்தான் பூட்டப்பட்டிருக்கிறோமே."

"உண்மையில் அதுவும் எனக்குத் தெரியும்."

"நான் சொன்னது அந்தக் காவலாளி வெளியில் வைத்து பூட்டப்பட்டிருக்கிறான். இது ஆலிவெட்டியின் தனி அலுவலகம். வேறு யாரிடமும் சாவி இருக்குமா என எனக்கு சந்தேகமாகத்தான் இருக்கிறது."

லேங்டன் அந்தக் காவலாளியைப் பார்த்தார். "இது ரொம்பவும் மெலிதான கண்ணாடி, அது ரொம்பவே பெரிய துப்பாக்கி."

"அவன் என்ன செய்துவிடப்போகிறான்? இந்தப் போனை பயன்படுத்துவதற்காக என்னைச் சுடப்போகிறானா?"

“யாருக்குத் தெரியும்! இது ரொம்பவும் விசித்திரமான இடம்தான், இங்கு நடக்கும் விஷயங்கள் எல்லாமே –”

“எப்படியோ,” என்றாள் விட்டோரியா. “இல்லாவிட்டால், நாம் அடுத்த ஐந்து மணிநேரம் நாற்பத்து எட்டு நிமிடங்களை வாடிகன் சிறையில் கழிக்கலாம். குறைந்தபட்சம் அந்த எதிர்க்கரு வெடிக்கும்போது நாம் முன்னிருக்கையிலாவது இருப்போம்.”

லேங்டன் வெளிறிப்போனார். “ஆனால், நீ அந்தத் தொலைபேசியை எடுத்தவுடனே அந்தக் காவலாளி ஆலிவெட்டியைக் கூப்பிட்டுவிடுவான். அதுபோக, இதில் இருபது பட்டன்கள் இருக்கின்றன. எனக்கு எந்தவித அடையாளமும் தெரியவில்லை. நீ எல்லாவற்றையும் முயற்சித்துப் பார்த்து அதிர்ஷ்டம் கிடைக்கும் என நம்புகிறாயா?”

“இல்லை,” என்றபடி அவள் தொலைபேசியை நோக்கி விரைந்தாள். “ஒரேயொரு முறை.” போனை எடுத்த விட்டோரியா முதலில் இருந்த பட்டனை அழுத்தினாள். “நம்பர் ஒன். இது போப்பின் அலுவலகம்தான் என்பதற்கு உங்கள் பையில் இருக்கும் இல்லுமினாட்டி அமெரிக்கா டாலர்களுள் ஒன்றை நான் பந்தயம் கேட்கிறேன். ஒரு சுவிஸ் காவல் கமாண்டருக்கு வேறு என்ன அதிமுக்கியமாக இருந்துவிடப்போகிறது?”

அதற்குப் பதில் சொல்ல லேங்டனுக்கு நேரமில்லை. கதவுக்கு வெளியில் இருந்த காவலாளி தன்னுடைய துப்பாக்கியின் பின்பக்கத்தை வைத்து குத்தத் தொடங்கியிருந்தான். போனை வைக்கும்படி அவளை நோக்கி சைகை காட்டினான்.

விட்டோரியா அவனைப்பார்த்து கண்ணடித்தாள். அந்தக் காவலாளி சீற்றத்தின் உச்சிக்கே போனதுபோல் தெரிந்தது.

கதவிலிருந்து நகர்ந்துகொண்ட லேங்டன் விட்டோரியாவிடம் திரும்பி வந்தார். “நீ ஒழுங்காக நடந்துகொள்வது நல்லது, இந்த ஆள் சந்தோஷப்படுவது போல தெரியவில்லை!”

“நாசமாய்ப்போக!” என்ற அவள் ரிசீவரில் கேட்டுக் கொண்டிருந்தாள். “இது ஒரு ரெக்கார்டிங்.”

“ரெக்கார்டிங்கா?” என்றார் லேங்டன். “போப் பதில்சொல்லும் இயந்திரம் வைத்திருக்கிறாரா?”

"இது போப்பின் அலுவலகம் அல்ல," என்ற விட்டோரியா போனை வைத்தாள். "இது வாடிகன் காரியாலயத்திற்கான வாராந்திர மெனு."

தன்னுடைய வாக்கி-டாக்கியில் ஆலிவெட்டியை அழைத்துக்கொண்டிருந்த போதிலும் அவர்களை நோக்கி கோபமாக முறைத்துக்கொண்டிருந்த, வெளியிலிருந்த காவலாளியை நோக்கி, லேங்டன் பலவீனமாகப் புன்னகைபுரிந்து வைத்தார்.

38

வாடிகன் தொலைத்தொடர்பு இணைப்பகமானது, வாடிகன் அஞ்சல் அலுவலகத்திற்குப் பின்னால் உள்ள தகவல் தொடர்பு அலுவலகத்தில் அமைந்துள்ளது. ஒப்பீட்டு ரீதியில் ஒரு சிறிய அறையான அதில்தான் எட்டு-வழி கோரல்கோ 141 சுவிட்சு போர்டு அமைந்திருந்தது. இந்த அலுவலகம் ஒருநாளைக்கு 2,000 அழைப்புகளை நிர்வகிக்கிறது, பெரும்பாலானவை தகவல் பதிவுசெய்யும் அமைப்புக்குத் தாமாகவே அனுப்பி வைக்கப்படும்.

இன்றிரவு, பணியில் இருந்த ஒரே தகவல் தொடர்பு உதவியாளர் அமைதியாக உட்கார்ந்து காஃபின் கலந்த டீ குடித்துக்கொண்டிருந்தான். இன்றிரவு வாடிகன் நகரத்திற்கு அனுமதிக்கப்பட்ட சிலரில் தானும் ஒருவன் என்பதில் பெருமிதம் கொண்டிருந்தான். அந்தக் கௌரவம்கூட எப்படியோ கதவுக்கு வெளியில் அலைகின்ற சுவிஸ் காவலர்களால் சோதனைக்கு ஆளாகியிருந்தது. குளியலறைக்கு ஒரு பாதுகாவலரா, ஆபரேட்டர் நினைத்தான். *அய்யோ, புனித தேர்தல் எனும் பெயரால் நாங்கள் அனுபவிக்கும் கண்ணியக்குறைவுகள்.*

அதிர்ஷ்டவசமாக, இன்று மாலை வந்த அழைப்புகள் சிக்கலில்லாமல் இருந்தன. அல்லது, அதுவே ரொம்பவும் *அதிர்ஷ்டம்* இல்லாததாகவும் இருக்கலாம், என்று நினைத்துக் கொண்டான். கடந்த சில வருடங்களாகவே வாடிகன் நிகழ்வுகளில் உலகத்திற்கு இருக்கும் ஆர்வம் குறைந்துகொண்டே

வருவதைப்போல் தெரிந்தது. பத்திரிகையாளர் அழைப்புகளின் எண்ணிக்கை குறைந்துவிட்டது, பித்துக்குளிகள்கூட அடிக்கடி அழைப்பதில்லை. பத்திரிகை அலுவலகமானது இன்றிரவு நிகழ்வு இதற்கான விழாக்கால முணுமுணுப்பை அதிகப்படுத்தும் என நம்பிக்கை கொண்டிருந்தது. இருந்தாலும், சோகம் என்னவென்றால், புனித பீட்டர் சதுக்கம் பத்திரிகையாளர் வண்டிகளால் நிரம்பியிருந்தபோதிலும், அந்த வேன்கள் எல்லாமே பெரும்பாலும் வழக்கமான இத்தாலிய மற்றும் ஐரோப்பிய பத்திரிகைகளே. கைவிட்டு எண்ணுமளவுக்குத்தான் உலகளாவிய நெட்வொர்க்குகள் அங்கிருந்தன... அவர்களும் சந்தேகமே இல்லாமல் அவர்களுடைய இரண்டாம்தர பத்திரிகையாளர்களைத்தான் அனுப்பியிருக்கிறார்கள்.

இன்றிரவின் சூழ்நிலை எவ்வளவு தூரத்திற்கு நீடிக்கும் எனத் தெரியாமல் தன்னுடைய கோப்பையை இறுக்கமாக பிடித்திருந்தான் உதவியாளர். *நள்ளிரவு அல்லது அதற்கும் பின்னர்,* அவன் யூகித்தான். இப்போதெல்லாம், தேர்தல் நடப்பதற்கு முன்பாகவே உள்ளே இருக்கின்ற பெரும்பாலானவர்களுக்கு யார் போப்பாக வாய்ப்பிருக்கிறது எனத் தெரிந்துவிடுகிறது, அதனால் இந்த நிகழ்முறையானது வழக்கத்தைக்காட்டிலும் அதிகபட்சமாக மூன்று அல்லது நான்கு மணிநேர சடங்காக முடிந்துவிடுகிறது. ஆம், பதவி வரிசைகளில் கடைசி நேரத்து ஆட்சேபங்கள இந்த விழாவை விடியும்வரையில்... அல்லது அதற்கும் அப்பால்கூட கொண்டு சென்றுவிடும். 1831-ஆம் ஆண்டு தேர்தல் ஐம்பத்து நான்கு நாட்களுக்கு நீடித்தது. *இன்றிரவு அல்ல,* தனக்குத்தானே சொல்லிக்கொண்டான் அவன்; இந்தத் தேர்தல் ஒரு பெயரளவிலாக இருக்கப்போகிறது என்ற வதந்தியும் நிலவியது.

உதவியாளரின் எண்ணங்கள் அவனுடைய சுவிட்ச் போர்டில் ஒரு இணைப்பில் வந்த ஒலியால் கரைந்துபோயின. மினுங்கும் சிவப்பு ஒளியைப் பார்த்த அவன் தலையைச் சொரிந்துகொண்டான். *இது விநோதமாக இருக்கிறது,* என நினைத்துக் கொண்டான். *ஜீரோ-லைன். உள்ளேயிருக்கின்ற யார் இன்றிரவு ஆபரேட்டர் தகவலுக்கு அழைத்திருப்பார்கள்? உள்ளே யார்தான் இருக்கிறார்கள்?*

"வாடிகன் நகரம், சொல்லுங்கள்?" அவன் தொலைபேசியை எடுத்துக்கேட்டான்.

அந்த இணைப்பில் இருந்த குரல் சரளமான இத்தாலிய மொழியில் பேசியது. சுவிஸ் காவலர்களுக்கே உரிய பேச்சுத்தொனியை உதவியாளர் எளிதாகக் கண்டுகொள்வார்- ஃபிராங்கோ-சுவிஸ் தாக்கமுள்ள சரளமான இத்தாலியாக அது இருந்தது. இந்த அழைப்பாளர் மிக நிச்சயமாக சுவிஸ் காவலர் அல்ல.

ஒரு பெண்ணின் குரலைக் கேட்டவுடன் சட்டென்று அந்த உதவியாளர் திடுக்கென எழுந்துநிற்க, ஏறக்குறைய தன்னுடைய டீயை சிந்திவிட்டான். அந்த இணைப்பை மறுபடியும் பார்த்தான். அவன் நினைத்ததில் தவறில்லை. அது ஒரு உள்நீட்டிப்பு இணைப்பு. அந்த அழைப்பு உள்ளேயிருந்துதான் வந்திருக்கிறது. நிச்சயம் ஏதோ தவறு நடந்திருக்க வேண்டும்! அவன் நினைத்துக்கொண்டான். வாடிகன் நகரத்திற்குள் ஒரு பெண்ணா? இன்றிரவிலா?

அந்தப் பெண் வேகமாகவும் சீற்றமாகவும் பேசினாள். ஒரு பைத்தியத்தை எப்போது எதிர்கொள்ள நேரிடும் என்பதை அறிந்துகொள்ள அவனுடைய அத்தனை வருட அனுபவம் போதுமானதாக இருந்தது. அந்தப் பெண் பைத்தியம்போலெல்லாம் பேசவில்லை. அவள் அவசரப்பட்டாலும் நிதானத்துடனிருந்தாள். அமைதியுடன் செயல்திறன் மிக்கவளாகவும் இருந்தாள். அவன், அவளுடைய வேண்டுகோளைக் கேட்டு திகைத்துப்போனான்.

"கேமர்லெக்னோவா?" என்ற ஆபரேட்டர், அந்தப் பாழாய்ப்போன அழைப்பு எங்கிருந்து வருகிறது என்பதை இன்னமும் கண்டுபிடிக்க முயற்சித்துக் கொண்டிருந்தான். "நான் இணைப்புக் கொடுக்க வாய்ப்பில்லை... ஆமாம், அவர் போப் அலுவலகத்தில்தான் இருக்கிறார் என்பது எனக்குத் தெரியும். ஆனால்... நீங்கள் யாரென்று சொன்னீர்கள்?... நீங்கள் அவரை எச்சரிக்க விரும்புகிறீர்களா..." அவன் கேட்கக் கேட்கப் பதற்றமானான். எல்லோரும் ஆபத்தில் இருக்கிறார்களா? எப்படி? நீங்கள் எங்கிருந்து அழைக்கிறீர்கள்? "நான் வேண்டுமானால் சுவிஸ்..." உதவியாளர் சட்டென்று பேச்சை நிறுத்தினான். "நீங்கள் எங்கிருந்து என்று சொன்னீர்கள்? எங்கே?"

அதிர்ச்சியுடன் கேட்டுக்கொண்டிருந்த அவன் ஒரு முடிவுக்கு வந்தான். "இணைப்பிலேயே இருங்கள், ப்ளீஸ்," என்று சொல்லிவிட்டு, அந்தப் பெண் பதில் சொல்வதற்கு முன்பே ஹோல்டில் வைத்தான். பிறகு அவன் கமாண்டர்

ஆலிவெட்டியின் நேரடி இணைப்புக்கு அழைத்தான். அந்தப் பெண் சொல்வது உண்மையிலேயே -

அந்த இணைப்பு உடனடியாக எடுக்கப்பட்டது.

ஒரு அறிமுகமான பெண் குரல் அவனிடம் கத்தியது. *"அந்த பாழாய்ப்போன அழைப்பை வை!"*

சுவிஸ் காவலர் பாதுகாப்பு மையத்தின் கதவு சத்தமிட்டபடியே திறந்தது. காவலர்கள் விலகி வழிவிட, கமாண்டர் ஆலிவெட்டி அந்த அறைக்குள் ராக்கெட் வேகத்தில் நுழைந்தார். தன்னுடைய அலுவலகத்தின் மூலைக்குத் திரும்பிய ஆலிவெட்டி, தன்னுடைய காவலன் வாக்கி-டாக்கியில் அப்போதுதான் சொல்லியிருந்த விஷயத்தை உறுதிப்படுத்திக் கொண்டார்; விட்டோரியா அவருடைய மேசைக்கு அருகில் நின்றுகொண்டு அந்தக் கமாண்டரின் தனி தொலைபேசியில் பேசிக்கொண்டிருந்தாள்.

இவளுக்கு எவ்வளவு துணிச்சல்! என்று அவர் நினைத்துக்கொண்டார்.

கடும்கோபத்துடன், கதவை நோக்கி விரைந்த அவர், பூட்டில் சாவியைத் திணித்தார். கதவைத் தள்ளித் திறந்த அவர் கேட்டார், "நீ என்ன செய்துகொண்டிருக்கிறாய்!"

விட்டோரியா அவரை அலட்சியப்படுத்தினாள். "ஆமாம்," அவள் தொலைபேசியில் சொல்லிக்கொண்டிருந்தாள். "நான் எச்சரித்தே ஆகவேண்டும் -"

ஆலிவெட்டி அவள் கையிலிருந்த ரிசீவரைப் பிடுங்கி, தன் காதில் வைத்தார். "யார் பேசுவது!"

சற்றுநேரத்தில், ஆலிவெட்டியின் விறைப்பான தோற்றம் தளர்ந்தது. "ஆமாம், கேமர்லெக்னோ..." என்றார் அவர். "சரிதான், சார்... ஆனால் பாதுகாப்பு சம்பந்தமான கேள்விகள்... நிச்சயமாக இல்லைதான்... நான் அவளை இங்கேயே... நிச்சயமாக, ஆனால்..." அவர் கேட்டுக்கொண்டார். "சரி, சார்," என்று இறுதியாகச் சொன்னார். "நான் அவர்களை உடனடியாக கொண்டுவருகிறேன்."

39

போப்பின் மாளிகையானது வாடிகன் நகரத்தின் வடகிழக்கு மூலையில், சிஸ்டைன் சேப்பலுக்கு அருகாமையில் அமைந்துள்ள ஒரு கதம்பத் திரளான கட்டடங்கள் ஆகும். போப் குடியிருப்புகள் மற்றும் போப் அலுவலகம் இரண்டுமே புனித பீட்டர் சதுக்கத்தைத் தெளிவாகக் காணும்வண்ணம் அமைந்திருந்தன.

ஒரு நீளமான ரொகாகோ நடைவழியில் கமாண்டர் ஆலிவெட்டி வழிகாட்டலில் விட்டோரியாவும் லேங்டனும் சென்றுகொண்டிருந்தனர், கமாண்டரின் கழுத்துத் தசைகள் சீற்றத்தில் துடித்துக்கொண்டிருந்தன. மூன்று தொகுதி படிக்கட்டுக்களில் ஏறிய பின்னர், அவர்கள் ஒரு அகலமான, மங்கலாக ஒளியமைப்பு செய்யப்பட்ட நடைக்கூடத்தில் சென்றனர்.

சுவர்களில் இருந்த கலைவேலைப்பாடுகள், - கழுத்துக்கு மேல் மட்டும் உள்ள சிலைகள், ஓவியத்திரைகள், மேல்விதான சிற்பங்கள் -ஆயிரக்கணக்கான டாலர் மதிப்புள்ளவற்றை நம்பவியலாமல் பார்த்தார். கூடத்திற்குச் செல்லும் மூன்றில் இரண்டு பங்கு வழியில் அவர்கள் ஒரு அலபஸ்டர் நீரூற்றைக் கடந்துசென்றனர். ஒரு பள்ளியறைக்கு இடதுபக்கம் திரும்பிய ஆலிவெட்டி, இதுவரை லேங்டன் பார்த்ததிலேயே மிகப்பெரிய கதவுகளில் ஒன்றை நோக்கி விரைந்தார்.

"போப் அலுவலகம்," என்ற கமாண்டர், விட்டோரியாவைப் பார்த்து ஒரு கண்டிப்பான பார்வை பார்த்தார். விட்டோரியா பின்வாங்கவில்லை. அவள் ஆலிவெட்டியைக் கடந்துசென்று கதவைச் சத்தமாகத் தட்டினாள்.

போப் அலுவலகம், லேங்டன் நினைத்துக்கொண்டார், உலக மதங்களில் அனைத்திலும் மிகவும் புனிதமான அறைகளுள் ஒன்றின் முன்பாக தான் நின்றுகொண்டிருப்பதைச் சிரமத்துடன் உணர்ந்தார்.

"உள்ளே வாருங்கள்!" யாரோ உள்ளேயிருந்து அழைத்தார்.

கதவு திறந்தபோது, லேங்டன் தன் கண்களை மறைத்துக்கொள்ள வேண்டியிருந்தது. சூரிய ஒளி கண்ணைக் குருடாக்கும் அளவுக்கிருந்தது. மெதுவாக, அவருக்கு முன்பிருந்த உருவம் புலப்படத் தொடங்கியது.

போப்பின் அலுவலகம் ஒரு அலுவலகம் என்பதைக் காட்டிலும் நடனக்கூடத்தைப் போன்றே இருந்தது. சிவப்பு பளிங்குத் தரைகள் எல்லாப் பக்கத்திலும் விரிந்திருக்க, சுவர்களை வண்ணமயமான சுவரோவியங்கள் அலங்கரித்தன. தலைக்குமேல் ஒரு பிரமாண்ட சரவிளக்கு தொங்கிக்கொண்டிருந்தது, அதற்கும் அப்பால் செயிண்ட் பீட்டர் சதுக்கம் சூரிய ஒளியில் நனைந்துகொண்டிருக்கின்ற, திகைக்க வைக்கும் பரந்துவிரிந்த காட்சியை வளைமுகடு கொண்ட ஜன்னல்கள் வழங்கிக்கொண்டிருந்தன.

கடவுளே, லேங்டன் நினைத்துக்கொண்டார். *இது பார்வையிடும் வசதிகொண்ட அறை.*

அந்தக் கூடத்தின் கடைசி முனையில் இருந்த செதுக்கப்பட்ட மேசையில், ஒருவர் முனைப்பாக எழுதிக்கொண்டிருந்தார். *"வாருங்கள்,"* மறுபடியும் அழைத்த அவர், தன்னுடைய பேனாவை வைத்துவிட்டு அவர்களை நோக்கி கையசைத்தார்.

ராணுவத் தோரணையுடன் ஆலிவெட்டி முன்னால் சென்றார். *"சார்,"* அவர் மன்னிப்புக் கேட்கும் தொனியில் சொன்னார். *"எனக்கு எப்படிச் சொல்வதென்று –"*

அந்த மனிதர் அவரை கையமர்த்தினார். அவர் எழுந்து தன்னுடைய இரண்டு பார்வையாளர்களையும் ஆராய்ந்தார்.

கேமர்லெக்னோ ஒன்றும் லேங்டன் கற்பனை செய்திருந்ததைப் போல் பலவீனமானவராகவோ, தெய்வாம்சமான கிழவரைப் போன்றோ இல்லை. அவர் ஜெபமாலையோ அல்லது பதக்கங்களோ அணிந்திருக்கவில்லை. கனத்த மேலாடைகள் இல்லை. பதிலாக, அவர் ஒரு எளிய கறுப்புநிற கஸோக் உடையை அணிந்திருந்தார், அது அவருடைய தனிப்பட்ட திடகாத்திரமான உடலை எடுப்பாகக் காட்டியது. அவர் தன்னுடைய முப்பதுகளின் பிற்பகுதியில் இருப்பதைப்போல் தெரிந்தது, உண்மையில் வாடிகன் சம்பிரதாயப்படி அவர் ஒரு குழந்தை. ஆச்சரியப்படும் வகையில் அவருடைய முகம் அழகாயிருந்தது, அடர்த்தியான

பழுப்புநிற கேசம் சுருண்டுகிடந்தது, ஏறக்குறைய ஒளிவீசும் பச்சைக் கண்கள் ஏதோவகையில் இந்தப் பிரபஞ்சத்தின் புதிர்களால் ஊக்கம்பெற்றதைப்போலிருந்தன. இருந்தாலும், அவர் நெருங்கி வரும்போது லேங்டன் அவருடைய கண்களில் ஒரு ஆழ்ந்த சோர்வைக் கண்டார் - அது ஒரு ஆன்மா தன்னுடைய வாழ்வின் மிகக் கடுமையான பதினைந்து நாட்களைக் கடந்து வந்திருப்பதைப் போலிருந்தது.

"நான் கார்லோ வெண்ட்ரேஸ்கா," என்று கூறிய அவருடைய ஆங்கிலம் பிழையில்லாமல் இருந்தது. "மறைந்த போப்பின் கேமர்லெக்னோ." அவருடைய குரல் பாசாங்கில்லாமலும் கனிவாகவும் இருந்தது, அதில் இத்தாலிய மொழிக்கான லேசான சாயல் மட்டுமே தெரிந்தது.

"விட்டோரியா வெத்ரா," என்றபடி முன்னுக்கு வந்த அவள் தன் கையை நீட்டினாள். "எங்களைப் பார்த்தமைக்கு நன்றி."

விட்டோரியாவின் கையை கேமர்லெக்னோ குலுக்கியபோது ஆலிவெட்டி சற்றே அதிர்ச்சிக்குள்ளானார்.

"இவர் ராபர்ட் லேங்டன்," என்றாள் விட்டோரியா. "ஹார்வார்ட் பல்கலைக்கழகத்தைச் சேர்ந்த மத வரலாற்றாசிரியர்."

"ஃபாதர்," என்றார் லேங்டன் தன்னுடைய சிறந்த இத்தாலிய தொனியில். கைகொடுக்கும்போது அவர் தன் தலையைத் தாழ்த்திக்கொண்டார்.

"வேண்டாம், வேண்டாம்," என்ற கேமர்லெக்னோ லேங்டனைத் தொட்டு நிமிர்த்தினார். "புனிதருடைய அலுவலகம் என்னைப் புனிதராக்கிவிடாது. நான் வெறுமனே ஒரு மதகுரு - காலத்தின் தேவையால் சேவை செய்கின்ற ஒரு சேம்பர்லின்."

லேங்டன் நிமிர்ந்து நின்றார்.

"ப்ளீஸ்," என்றார் கேமர்லெக்னோ, "எல்லோரும் உட்காருங்கள்." தன்னுடைய மேசையைச் சுற்றி சில நாற்காலிகளை ஏற்பாடு செய்தார். லேங்டனும் விட்டோரியாவும் அமர்ந்தனர். ஆலிவெட்டி நின்றுகொண்டிருக்கவே விரும்பியது நன்றாகத் தெரிந்தது.

கேமர்லெக்னோவும் தன்னுடைய மேசையின்முன் அமர்ந்தார், கைகளை மடித்து வைத்துக்கொண்டு பெருமூச்சுவிட்டபடி, தன்னுடைய பார்வையாளர்களைப் பார்த்தார்.

"சார்," என்றார் ஆலிவெட்டி. "இந்தப் பெண்ணின் தோற்றம் என்னுடைய தவறுதான். நான்தான் -"

"என்னுடைய கவலை அவருடைய தோற்றத்தைப் பற்றியது அல்ல," என்று பதிலளித்த கேமர்லெக்னோ கவலைப்பட முடியாத அளவு சோர்வுற்றதைப்போல் தெரிந்தார். "நான் தேர்தலைத் தொடங்குவதற்கு அரைமணி நேரத்திற்கு முன்பு என்னை அழைத்த வாடிகன் உதவியாளர், எனக்குத் தெரிவிக்கப்படாத ஒரு முக்கியமானதாகத் தோன்றுகின்ற பாதுகாப்பு அச்சுறுத்தல் பற்றி எனக்கு எச்சரிக்கை செய்ய உங்களுடைய தனி அலுவலகத்தில் இருந்து, என்னை ஒரு பெண் அழைப்பதாகக் கூறினார், அதுதான் என்னைக் கவலைப்படுத்துகிறது."

ஆலிவெட்டி விறைப்பாக நின்றிருந்தார், அவருடைய முதுகு ஒரு கடுமையான ஆய்வுக்கு உட்படுத்தப்பட்ட படைவீரனைப் போல் வளைந்திருந்தது. கேமர்லெக்னோவின் முன்னிலையில் லேங்டன் வசியம் செய்யப்பட்டதுபோல் உணர்ந்தார். இளைஞராகவும் சோர்வுற்றும் காணப்பட்ட அந்த மதகுரு ஒளிவீசும் கவர்ச்சியும் அதிகாரத் தோரணையுமாக ஒரு புராணீக நாயகனைப் போல் தெரிந்தார்.

"சார்," என்ற ஆலிவெட்டியின் தொனி மன்னிப்புக்கேட்கும் தொனியில் இருந்தாலும் பணிந்துபோகும் தொனியில் இல்லை. "பாதுகாப்பு சம்பந்தப்பட்ட விஷயங்கள் குறித்து நீங்கள் கவலைப்பட வேண்டியதில்லை. உங்களுக்கு வேறு பொறுப்புக்கள் இருக்கின்றன."

"என்னுடைய பொறுப்புக்களைப் பற்றி எனக்கு நன்றாகவே தெரியும். இடைக்கால இயக்குநராக, இந்தத் தேர்தலில் கலந்துகொண்டிருக்கும் எல்லோருடைய பாதுகாப்பிற்கும் நல்வாழ்விற்கும் எனக்குப் பொறுப்பிருக்கிறது என்பதும் எனக்குத் தெரியும். இங்கு என்னதான் நடக்கிறது?"

"நான் சூழ்நிலையைக் கட்டுப்பாட்டில்தான் வைத்திருக்கிறேன்."

"நிச்சயமாகக் கிடையாது."

"ஃபாதர்," என்று குறுக்கிட்ட லேங்டன், கசங்கிய ஃபேக்ஸ் செய்தியை வெளியே எடுத்து, அதனை கேமர்லெக்னோவிடம் கொடுத்தார். "ப்ளீஸ்."

கமாண்டர் ஆலிவெட்டி முன்னுக்கு வந்து அதில் குறுக்கிட முயற்சித்தார். "ஃபாதர், தயவுசெய்து உங்கள் சிந்தனைகளை இதனால் குழப்பிக்கொள்ள -"

கேமர்லெக்னோ அந்த ஃபேக்ஸை வாங்கிக்கொண்டார், நீண்டநேரம் ஆலிவெட்டியைப் பார்ப்பதைத் தவிர்த்தார். கொலைசெய்யப்பட்ட லியனார்டோ வெத்ராவின் படத்தைப் பார்த்த அவர் ஒரு திடுக்கிட்ட மூச்சை வெளியிட்டார். "என்ன இது?"

"அது என்னுடைய அப்பா," என்ற விட்டோரியாவின் குரல் தடுமாறியது. "அவர் ஒரு மதகுரு மற்றும் அறிவியல் ஆராய்ச்சியாளர். நேற்றிரவு அவர் கொலைசெய்யப்பட்டார்."

கேமர்லெக்னோவின் முகம் சட்டென்று மென்மையானது. அவர் அவளை நோக்கினார். "எனதருமை குழந்தாய், நான் அதற்காக மிகவும் வருந்துகிறேன்." தனக்குச் சிலுவையிட்டுக்கொண்ட அவர் மறுபடியும் அந்த ஃபேக்ஸைப் பார்த்தார், அவருடைய கண்கள் வெறுப்பால் நிரம்பின. "யார்தான்... எரித்திருப்பார்கள் இவருடைய..." கேமர்லினோ சற்று இடைவெளிவிட்டு அந்தப் படத்தை நெருக்கத்தில் வைத்துப்பார்த்தார்.

"அது *இல்லுமினாட்டி* என்கிறது," என்றார் லேங்டன். "அந்தப் பெயர் உங்களுக்கு நன்றாகத் தெரிந்திருக்கும் என்பதில் சந்தேகமில்லை."

கேமர்லெக்னோவின் முகத்தில் ஒரு விசித்திரமான தோற்றம் வந்துசென்றது. "நான் அந்தப் பெயரைக் கேள்விப்பட்டிருக்கிறேன், ஆமாம், ஆனால்..."

"லியனார்டோ வெத்ராவைக் கொலைசெய்துவிட்டு, அவருடைய புதிய தொழில்நுட்பத்தை இல்லுமினாட்டி திருடி -"

"சார்" என்று ஆலிவெட்டி குறுக்கிட்டார். "இது முட்டாள் தனமானது. இல்லுமினாட்டியா? இது ஒருவகையான மிகைப்படுத்தப்பட்ட ஏமாற்று வேலை."

ஆலிவெட்டியின் வார்த்தைகளைக் கேமர்லெக்னோ தீவிரமாக ஆலோசித்ததுபோல் தெரிந்தது. பிறகு, அவர் அப்படியே திரும்பி லேங்டனைப் பார்க்க, லேங்டன் தன்னுடைய நுரையீரலில் இருந்து காற்று வெளியேறுவதை உணர்ந்தார். "மிஸ்டர். லேங்டன், நான் என்னுடைய வாழ்நாளையே இந்தக்

கத்தோலிக்க திருச்சபைக்காகச் செலவிட்டு வருகிறேன். எனக்கு இல்லுமினாட்டி மரபும்... முத்திரையிடுவது பற்றிய கதைகளும் தெரியும். ஆனாலும் நான் உங்களை எச்சரிக்கிறேன், நான் நிகழ்காலத்தில் உள்ள மனிதன். ஆவிகளை உயிர்ப்பிக்காமலேயே கிறிஸ்துவத்திற்கு நிஜமான எதிரிகள் போதுமான அளவுக்கு இருக்கிறார்கள்."

"அந்த முத்திரை நம்பத்தகுந்தது," என்ற லேங்டன் சற்றே தற்காப்பு உணர்வுடன் இருப்பதை உணர்ந்தார். அவர் கேமர்லெக்னோவிடம் சென்று அந்த ஃபேக்ஸைத் திருப்பிக் காட்டினார்.

கேமர்லெக்னோ அதனுடைய சீர்மையைப் பார்த்தவுடன் அமைதியாகிப் போனார்.

"நவீன கம்ப்யூட்டர்களால்கூட இந்த வார்த்தைக்குச் சீர்மையான ஆம்பிகிராமை உருவாக்க முடியாது" என்றார் லேங்டன்.

தன் கைகளை மடித்து வைத்துக்கொண்ட கேமர்லெக்னோ நீண்டநேரத்திற்கு அமைதியாக இருந்தார். "இல்லுமினாட்டிகள் மடிந்துவிட்டனர்," என்றார் இறுதியாக. "நீண்டகாலத்திற்கு முன்பே. இதுதான் வரலாற்று உண்மை."

லேங்டன் ஆமோதித்தார். "நேற்றாக இருந்திருந்தால் நானும் நீங்கள் சொல்வதை ஒப்புக்கொண்டிருப்பேன்."

"நேற்றா?"

"இன்றைய சங்கிலித் தொடர் நிகழ்வுகளுக்கு முன்பு. ஒரு புராதன உடன்படிக்கையை நிறைவேற்றும் வகையில் இல்லுமினாட்டி மறுபடியும் தோன்றியிருக்கிறார்கள் என நான் கருதுகிறேன்."

"மன்னிக்க வேண்டும். என் வரலாற்று அறிவு போதுமானதல்ல. இது என்ன மாதிரியான புராதன உடன்படிக்கை?"

லேங்டன் ஆழ்ந்து மூச்சுவிட்டார். "வாடிகன் நகரத்தை அழிப்பது."

"வாடிகன் நகரத்தை அழிப்பதா?" கேமர்லெக்னோ குழப்பத்தைக் காட்டிலும் சற்றே பயப்பட்டதுபோல் தெரிந்தது. "ஆனால், அதற்கு சாத்தியமேயில்லை."

விட்டோரியா தலையைக் குலுக்கிக்கொண்டாள். "நமக்கு அதைவிட மோசமான செய்திகள் இருக்கிறதோ என நான் அஞ்சுகிறேன்."

40

"இது உண்மையா?" என்ற கேமர்லெக்னோ, ஆச்சரிய மடைந்தவராய் விட்டோரியாவிடம் இருந்து ஆலிவெட்டியை நோக்கித் திரும்பியபடியே கேட்டார்.

"சார்," ஆலிவெட்டி உறுதியாகச் சொன்னார். "இங்கே ஒருவிதமான சாதனம் இருப்பதை நான் ஒத்துக்கொள்கிறேன். இது நம்முடைய பாதுகாப்புக் கேமராக்களுள் ஒன்றில் தெரிகிறது. ஆனால், மிஸ். வெத்ரா அதனுடைய சக்தி குறித்து சொல்லிக்கொள்வதன்படி, என்னால் நிச்சயமாக - "

"கொஞ்சம் இருங்கள்," என்றார் கேமர்லெக்னோ. "நீங்கள் இந்தப்பொருளைப் பார்த்தீர்களா?"

"ஆமாம், சார். வயர்லஸ் கேமரா எண் 86-ல்."

"பிறகு ஏன் அதைக் கண்டெடுக்கவில்லை?" கேமர்லெக்னோவின் குரலில் இப்போது கோபம் எதிரொலித்தது.

"அது ரொம்பவும் கடினம், சார்." அந்தச் சூழ்நிலையை விளக்கும்போது ஆலிவெட்டி எழுந்து நின்றார்.

கேமர்லெக்னோ கேட்டுக்கொண்டிருந்தார், அவருடைய கவலை அதிகரிப்பதை விட்டோரியா உணர்ந்தாள். "இது வாடிகன் நகரத்திற்குள்தான் இருக்கிறதென்பது உறுதியாகத் தெரியுமா?" என்று கேட்டார் கேமர்லெக்னோ. "யாராவது அந்தக் கேமராவை எடுத்துச்சென்று வேறு எங்கேனும் இருந்து ஒளிபரப்பலாம்."

"வாய்ப்பில்லை," என்றார் ஆலிவெட்டி. "நம்முடைய உள்ளார்ந்த தகவல்தொடர்பை பாதுகாப்பதற்கு நம்முடைய வெளிப்புற சுவர்கள் எலக்ட்ரானிக் ரீதியில் பாதுகாக்கப்பட்டுள்ளன. அந்தச் சிக்னல் உள்ளுக்குள் இருந்து மட்டும்தான் வரமுடியும் இல்லாவிட்டால் நமக்கு அது கிடைக்காது."

"அப்படியென்றால்," என்றார் அவர், "இப்போது நீங்கள் இருக்கும் எல்லா சக்திகளையும் பயன்படுத்தி, தொலைந்துபோன அந்தக் கேமராவை தேடிக்கொண்டிருக்கிறீர்கள் என்று நினைக்கிறேன்?"

ஆலிவெட்டி தலையைக் குலுக்கினார். "இல்லை, சார். அந்தக் கேமராவைக் கண்டுபிடிப்பதற்கு நூற்றுக்கணக்கான மனிதர்கள் மணிக்கணக்கில் தேடவேண்டியிருக்கும். இச்சமயத்தில் நமக்கு வேறு பாதுகாப்பு சம்பந்தப்பட்ட விஷயங்கள் நிறைய இருக்கின்றன, மிஸ். வெத்ரா சொல்கின்ற விஷயங்களில், இவர் சொல்லுகின்ற இந்தத் திரவத்துளி மிகவும் சிறியது. அவர் சொல்வதுபோல் அத்தனை பெரிய வெடிபொருளாக இருப்பதற்கான வாய்ப்பும் இல்லை."

விட்டோரியாவின் பொறுமை போயேவிட்டது. "அந்தத் திரவத்துளி வாடிகன் நகரத்தை தரைமட்டமாக்கும் அளவுக்குப் போதுமானது! நான் சொல்லும் ஒரு வார்த்தையையாவது நீங்கள் கேட்டீர்களா?"

"மேடம்," என்ற ஆலிவெட்டியின் குரல் இறுகிப்போயிருந்தது, "வெடிபொருள்களுடன் எனக்கிருக்கும் அனுபவம் மிகப்பெரியது."

"உங்களுடைய அனுபவம் காலாவதியானது," என்று பதிலடி கொடுத்த அவள் அதேயளவுக்குக் கடுமையுடன், "உங்களுக்குப் பிரச்சினையாக இருக்கும் என்னுடைய தோற்றம் எப்படியிருந்தாலும், இந்த உலகின் மிகவும் மேம்பட்ட துணைநிலை அணு ஆராய்ச்சி நிலையத்தின் மூத்தநிலை பௌதீகவியலாளர் நான். இப்போதே அழித்தொழித்துவிடக்கூடிய அந்த எதிர்க்கருவைப் பிடித்து வைத்திருப்பதற்கான கண்ணியை உருவாக்கியதே நான்தான். அடுத்த ஆறுமணி நேரத்திற்குள் அந்தக் குப்பியை நீங்கள் கண்டுபிடிக்காவிட்டால், அடுத்த ஒரு நூற்றாண்டில் நிலத்தில் ஒரு பெரிய பள்ளத்தைத் தவிர வேறு எதையும் உங்களுடைய காவலர்கள் காவல்காக்க மாட்டார்கள் என்று உங்களை எச்சரிக்கை செய்கிறேன்."

கேமர்லெக்னோவை நோக்கி வேகமாகச் சென்ற ஆலிவெட்டியின் பூச்சிக் கண்கள் மூர்க்கமாய் மின்னின. "சார், இந்த விஷயத்தை மேற்கொண்டு அனுமதிப்பதற்கான நல்ல மனநிலையில் நான் இல்லை. இந்தக் கோமாளிகளால் உங்களுடைய நேரம் வீணாகிக்கொண்டிருக்கிறது. இல்லுமினாட்டியா? நம் எல்லோரையும் ஒரு திரவத்துளி அழித்துவிடுமா?"

"போதும்," என்றார் கேமர்லெக்னோ. அந்த வார்த்தையை அவர் பொறுமையாகத்தான் சொன்னார் என்றாலும் அது அந்த

அறை முழுவதும் எதிரொலிப்பதைப்போல் தோன்றியது. பிறகு ஒரு அமைதி நிலவியது. அவர் கிசுகிசுப்பான தொனியிலேயே பேச்சைத் தொடர்ந்தார். "ஆபத்தானதோ இல்லையோ, இல்லுமினாட்டியோ இல்லையோ, அந்தப் பொருள் எதுவாக இருந்தாலும், அது வாடிகன் நகரத்திற்கு உள்ளே இருக்கக்கூடாது என்பது மட்டும் சர்வநிச்சயமான ஒன்று... தேர்தல் நடக்கும் சமயத்தில் அது இருக்கவே கூடாது. அதைக் கண்டுபிடித்து அகற்றியாக வேண்டும். தேடுதல் வேட்டையை உடனே தொடங்குங்கள்."

ஆலிவெட்டி மறுத்தார். "சார், வளாகத்தில் தேட நம்மிடம் இருக்கும் எல்லாக் காவலர்களையும் பயன்படுத்தினாலும்கூட, அந்தக் கேமராவைக் கண்டுபிடிக்க பல நாட்களாகும். அத்துடன், மிஸ். வெத்ராவுடன் பேசிய பின்னர், எதிர்க்கரு எனப்படும் இந்த ஆபத்தான ஆயுதம் குறித்து, நமது மிகவும் மேம்பட்ட பேரழிவு ஆயுத வழிகாட்டியிடம்கூட பேசினோம். அதைப்பற்றி எங்கேயும் குறிப்பிடவில்லை. எதுவுமேயில்லை."

அகங்காரன், விட்டோரியா நினைத்தாள். *பேரழிவு ஆயுத வழிகாட்டியா? என்சைக்ளோபீடியாவைப் பார்த்தீர்களா? ஏ பிரிவுக்கு கீழே!*

ஆலிவெட்டி இன்னமும் பேசிக்கொண்டிருந்தார். "சார், வாடிகன் நகரம் முழுவதையும் நாங்கள் வெறும் கண்ணால் தேடவேண்டும் என்று நீங்கள் சொன்னால் நான் அதை ஆட்சேபிக்கத்தான் வேண்டியிருக்கும்."

"கமாண்டர்," கேமர்லெக்னோவின் குரலில் சீற்றம் தெறித்தது. "நீங்கள் என்னிடம் பேசும்போது, நீங்கள் இந்த அலுவலகத்திடம்தான் பேசுகிறீர்கள். என்னுடைய பதவியை நீங்கள் தீவிரமாக எடுத்துக்கொள்ளவில்லை என்பதை உணர்கிறேன்- எனினும், சட்டப்படி நான் இங்கே அனைத்துக்கும் பொறுப்பு. நான் சொல்வதில் தவறில்லை என்றால், கார்டினல்கள் இப்போது சிஸ்டைன் சாப்பலில் பாதுகாப்பாக இருக்கிறார்கள், தேர்தல் முடியும் வரையில் உங்களுடைய பாதுகாப்பு அக்கறைகளும் குறைந்த அளவிலேயே இருக்கும். இந்தச் சாதனத்தைத் தேடுவது குறித்து நீங்கள் ஏன் தயங்குகிறீர்கள் என்பதை என்னால் புரிந்துகொள்ள முடியவில்லை. எனக்கு உறுதியாகத் தெரியவில்லை, நீங்கள் இந்த

தேர்தலை வேண்டுமென்றே ஆபத்திற்கு உள்ளாக்கிவிடுவீர்கள் போலத்தான் தெரிகிறது."

ஆலிவெட்டி மிகவும் வெறுப்பாகத் தோன்றினார். "உங்களுக்கு என்ன துணிச்சல்! உங்களுடைய போப்பிற்கு நான் பன்னிரண்டு வருடங்கள் சேவை செய்திருக்கிறேன்! அவருக்கு முன்பிருந்த போப்பிற்குப் பதினான்கு வருடங்கள் சேவை செய்திருக்கிறேன்! 1438-இல் இருந்து சுவிஸ் காவல்படை –"

ஆலிவெட்டியின் பெல்டில் இருந்த வாக்கி-டாக்கி பலமாகச் சத்தமிட்டு அவருடைய பேச்சை நிறுத்தச் செய்தது. "கமாண்டர்?"

ஆலிவெட்டி அதை எடுத்து டிரான்ஸ்மிட்டரை அழுத்தினார். "பிஸியாக இருக்கிறேன்! பிறகு பேசுகிறேன்!"

"மன்னிக்கவும்," என்றான் ரேடியோவில் இருந்த சுவிஸ் காவலன். "இங்கிருந்து தகவல். நமக்கு இப்போது ஒரு வெடிகுண்டு மிரட்டல் வந்திருப்பதை நீங்கள் தெரிந்துகொள்ள விரும்புவீர்கள் என்று நினைக்கிறேன்."

ஆலிவெட்டிக்கு அதில் ஆர்வம் இல்லாமல் போய்விடவில்லை. "அதை சமாளியுங்கள்! வழக்கமான சோதனை செய்து அறிக்கை அனுப்புங்கள்."

"நாங்கள் செய்துவிட்டோம் சார், ஆனால் அழைத்தவர் சொன்ன..." காவலாளி சற்று இடைவெளிவிட்டான். "ஒரே ஒரு விஷயத்திற்காக அன்றி உங்களைத் தொந்தரவுபடுத்த விரும்பவில்லை கமாண்டர், நீங்கள் என்னிடம் தேடும்படி சொன்ன அந்த உட்பொருள் பற்றி அவன் குறிப்பிட்டான். எதிர்க்கரு."

அறையில் இருந்த எல்லோரும் ஒரு திகைப்படைந்த பார்வையைப் பரிமாறிக்கொண்டனர்.

"அவன் சொன்னது என்ன?" ஆலிவெட்டி திக்கினார்.

"எதிர்க்கரு, சார். நாங்கள் எங்கிருந்து அழைக்கிறான் என கண்டறிய முயற்சிக்கும் அதேநேரத்தில், அவன் சொன்ன விஷயம்பற்றி கொஞ்சம் கூடுதலாகவும் தேடிப்பார்த்தேன். எதிர்க்கரு பற்றிய தகவல்... சொல்லப்போனால், ரொம்பவும் பிரச்சினைக்குரியதுதான்."

“பேரழிவு ஆயுத வழிகாட்டி அதுகுறித்து எந்தத் தகவலையும் தரவில்லை என்றுதானே சொன்னீர்கள்.”

“இதை நான் ஆன்லைனில் கண்டுபிடித்தேன்.”

அலேலுயா, விட்டோரியா நினைத்துக்கொண்டாள்.

“அந்தப் பொருள் மிகவும் வெடிக்கக்கூடியதாகத்தான் தெரிகிறது,” என்றான் காவலன். “இந்தத் தகவல் துல்லியமானதா என்பதை நினைத்துப் பார்ப்பதே கடினம்தான், ஆனால், அந்த எதிர்க்கரு ஒரு அணு ஆயுதத்தைக் காட்டிலும் நூற்றுக்கணக்கான மடங்கு அழிவை ஏற்படுத்தக்கூடியது.”

ஆலிவெட்டி சரிந்துவிட்டார். அது ஒரு மலை நொறுங்குவதைப் பார்ப்பது போலிருந்தது. விட்டோரியாவின் வெற்றிபெற்ற உணர்வு கேமர்லெக்னோவின் பார்வையில் தெரிந்த பீதியில் அழிந்துபோனது.

“அந்த அழைப்பைத் தடம்கண்டீர்களா?” என ஆலிவெட்டி திக்கினார்.

“அதிர்ஷ்டமில்லை. அது பலமான என்கிரிப்ஷன் கொண்ட செல்போன். சேட்டிலைட் இணைப்புகளுடன் ஒருங்கிணைந்திருந்துள்ளது, டிரையாங்குலேஷன் செய்யவும் முடியாது. ஐஎஃப் சிக்னேச்சர் அவன் இங்கு ரோமில்தான் இருக்கிறான் என்பதைக் காட்டுகிறது, ஆனால், உண்மையிலேயே அவனைக் கண்டுபிடிக்க வாய்ப்பில்லை.”

“அவன் நிபந்தனைகள் வைத்திருக்கிறானா?” என்ற ஆலிவெட்டியின் குரல் அமைதியாகியிருந்தது.

“இல்லை சார். வளாகத்திற்குள் எதிர்க்கரு மறைத்து வைக்கப்பட்டிருக்கிறது என்று மட்டும்தான் எங்களை எச்சரிக்கை செய்தான். அவன் ஆச்சரியப்பட்டானா என எனக்குத் தெரியவில்லை. நான் இன்னுமா அதைப் பார்க்கவில்லை என என்னிடம் கேட்டான். நீங்களும் என்னிடம் எதிர்க்கரு பற்றி கேட்டிருந்தீர்கள், அதனால்தான் உங்களிடம் சொல்ல முடிவெடுத்தேன்.”

“நீ செய்தது சரிதான்,” என்றார் ஆலிவெட்டி. “நான் இன்னும் ஒரு நிமிடத்தில் வருகிறேன். அவன் மறுபடியும் கூப்பிட்டால் உடனடியாக எனக்குத் தெரியப்படுத்துங்கள்.”

வாக்கி-டாக்கி ஒரு கணம் மௌனம் காத்தது. "அழைத்தவன் இன்னும் இணைப்பில்தான் இருக்கிறான், சார்."

மின்சாரத்தால் தாக்குண்டவர்போல் உணர்ந்தார் ஆலிவெட்டி. "இணைப்பு இருக்கிறதா?"

"ஆமாம், சார். நாங்கள் பத்து நிமிடங்களாகத் தடம்காண முயற்சித்து வருகிறோம், அது சுற்றி சுற்றித்தான் வருகிறது. நம்மால் அவனைத் தொடமுடியாது என அவனுக்குத் தெரிந்திருக்கிறது, அதனால்தான் கேமர்லெக்னோவுடன் பேசும்வரையில் போனை வைக்கமுடியாது என மறுக்கிறான்."

"அவனை இங்கே இணையுங்கள்," கட்டளையிட்டார் கேமர்லெக்னோ. "உடனே!"

ஆலிவெட்டி திரும்பினார். "வேண்டாம் ஃபாதர். இதை கையாளுவதற்கு ஒரு பயிற்சிபெற்ற சுவிஸ் காவலர்தான் சரியாக இருப்பார்."

"உடனே!"

ஆலிவெட்டி உத்தரவு கொடுத்தார்.

ஒரு கணம் கழித்து, கேமர்லெக்னோ வென்டிரெஸ்காவின் மேசையில் இருந்த தொலைபேசி ஒலிக்கத் தொடங்கியது. கேமர்லெக்னோ தன்னுடைய ஸ்பீக்கர்-போன் பட்டனில் விரலை அழுத்தினார். "கடவுளின் பெயரால் கேட்கிறேன் உன்னை யாரென்று நினைத்துக்கொண்டிருக்கிறாய்?"

41

கேமர்லெக்னோவின் ஸ்பீக்கரிலிருந்து வந்த குரல் கணீரென்றும் உறைந்தும் வெளிவந்தது, அதில் ஆணவம் தோய்ந்திருந்தது. அறையில் இருந்த எல்லோரும் கேட்டுக்கொண்டிருந்தனர்.

லேங்டன் பேச்சுத் தொனியை இனம்காண முயன்றார். மத்திய கிழக்கத்தியனாக இருக்குமோ?

"நான் ஒரு புராதன சகோதரவமைப்பின் தூதுவன்," அந்தக் குரல் ஒரு அந்நிய பேச்சுவழக்கில் அறிவித்தது. "பல நூற்றாண்டுகளாக நீங்கள் தவறிழைத்துவரும் ஒரு சகோதரவமைப்பு. நான் இல்லுமினாட்டியின் தூதுவன்."

லேங்டன் தன்னுடைய தசைகள் இறுகுவதை உணர்ந்தார், சந்தேகத்தின் கடைசி இழையும் உதிர்ந்துவிட்டது. ஒருகணம், இன்று காலையில் அவர் முதல்முறையாக அந்த ஆம்பிகிராமைப் பார்த்தபோது தனக்கு ஏற்பட்ட திகில், முக்கியத்துவம் மற்றும் மரண பயத்தின் கூட்டிணைப்பை உணர்ந்தார்.

"உனக்கு என்ன வேண்டும்?" கேமர்லெக்னோ கேட்டார்.

"நான் அறிவியலாளர்களின் பிரதிநிதி. அவர்களும் உங்களைப் போன்றே பதில்களைத் தேடிக்கொண்டிருப்பவர்கள்தான். மனிதனின் ஊழ்விதி, அவனுடைய நோக்கம், அவனைப் படைத்தவர் குறித்த பதில்கள்."

"நீ யாராக இருந்தாலும் சரி," என்றார் கேமர்லெக்னோ, "நான் -"

"*அமைதி*. நீங்கள் கேட்டுக்கொண்டிருந்தால் மட்டுமே நல்லது. இரண்டாயிரம் ஆண்டுகளாக உங்களுடைய தேவாலயம் உண்மைக்கான தேடலை ஆக்கிரமித்துக் கொண்டிருக்கிறது. உங்களுடைய எதிரிகளை நீங்கள் பொய்களாலும் அழிவின் தீர்க்கதரிசனங்களாலும் நசுக்கினீர்கள். உங்களுடைய தேவைகளுக்கு ஏற்ப உண்மையை வளைத்துக்கொண்டீர்கள், உங்களுடைய அரசியலுக்கு சேவைசெய்யாத கண்டுபிடிப்புகளை செய்தவர்களைக் கொலை செய்தீர்கள். உலகம் முழுவதிலும் உள்ள அறிவொளி பெற்றவர்களின் இலக்காக நீங்கள் இருப்பது உங்களுக்கு இன்னமும் ஆச்சரியமாகவா இருக்கிறது?"

"அறிவொளி பெற்றவர்கள் தங்களுடைய கொள்கைகளை மேற்கொண்டு எடுத்துச்செல்ல அச்சுறுத்தலை தஞ்சமடைய மாட்டார்கள்."

"அச்சுறுத்தலா?" அழைத்தவன் சிரித்தான். "இது அச்சுறுத்தல் அல்ல. எங்களுக்கு நிபந்தனைகள் ஏதும் இல்லை. வாடிகனை அழித்தொழிப்பது பேரம் பேசுதலுக்கும் அப்பாற்பட்டது. இந்த நாளுக்காகத்தான் நாங்கள் நூற்றுக்கணக்கான ஆண்டுகளாக காத்திருந்தோம். நள்ளிரவில், உங்களுடைய நகரம் அழிக்கப்படும். நீங்கள் செய்யக்கூடியது எதுவும் இல்லை."

ஆலிவெட்டி அந்த ஸ்பீக்கர் போனை நோக்கி இரைந்தார். "இந்த நகரத்தை நெருங்குவது சாத்தியமில்லை! உன்னால் இங்கே வெடிபொருள்களை வைக்க முடியாது!"

"நீங்கள் சுவிஸ் காவலமைப்பின் மீதான அறியாத்தனமான பக்தியுடன் பேசுகிறீர்கள். ஒருவேளை, நீங்கள் ஒரு அதிகாரியாகவும் இருக்கலாம்? உலகம் முழுவதிலும் உள்ள மேல்தட்டு அமைப்புகளில் பல நூற்றாண்டுகளாகவே இல்லுமினாட்டி ஊடுருவியிருப்பதை நீங்கள் நிச்சயம் தெரிந்துகொண்டிருப்பீர்கள். வாடிகன், ஊடுருவ முடியாதது என்று நிஜமாகவே நினைக்கிறீர்களா என்ன?"

ஜீசஸ், லேங்டன் நினைத்துக்கொண்டார், *உள்ளுக்குள் அவர்கள் யாரையோ வைத்திருக்கிறார்கள்.* ஊடுருவல் என்பது இல்லுமினாட்டியின் அதிகாரப்பூர்வ ஆற்றல் என்பதில் எந்த ரகசியமும் கிடையாது. அவர்கள் மேஸன்களிடம், முக்கிய வங்கி நெட்வொர்க்குகளிடம், அரசாங்க அமைப்புகளிடமும் ஊடுருவியிருக்கிறார்கள். உண்மையைச் சொல்லவேண்டுமானால், இல்லுமினாட்டிகளால் பிரிட்டிஷ் பாராளுமன்றத்தில் ஊடுருவ முடிந்த அளவுக்கு ஆங்கில உளவாளிகளால் நாஜிக்களிடம் ஊடுருவ முடிந்திருந்தால், இரண்டாம் உலகப்போர் ஒரே ஒரு மாதம்தான் நடந்திருக்கும் என வின்ஸ்டன் சர்ச்சிலே ஒருமுறை பத்திரிகையாளர்களிடம் கூறியிருக்கிறார்.

"ஒரு வெளிப்படையான உளறல்," என்று ஆலிவெட்டி குறுக்கிட்டார். "உங்களுடைய செல்வாக்கு இவ்வளவு தூரம் நீளுவதற்கு வாய்ப்பில்லை."

"ஏன்? உங்களுடைய சுவிஸ் காவலமைப்பினர் அவ்வளவு விழிப்பானவர்களா? அவர்கள் உங்களுடைய தனி உலகத்தின் எல்லா மூலைகளையும் கண்காணித்துக்கொண்டிருக்கிறார்கள் என்பதனாலா? சுவிஸ் காவலர்கள் எத்தகையவர்கள்? அவர்கள் மனிதர்கள் இல்லையா? தண்ணீரில் மேல் நடந்த மனிதன் என்ற கட்டுக்கதையின் மீது அவர்கள் தங்களுடைய வாழ்க்கையைப் பணயம் வைப்பார்கள் என்று உண்மையிலேயே நம்புகிறீர்களா? வேறு எப்படி அந்தக் குப்பி உங்களுடைய நகரத்திற்குள் நுழைந்திருக்கும் என்று உங்களையே கேட்டுப்பாருங்கள். அல்லது உங்களுடைய மிகவும் விலைமதிப்புமிக்க நான்கு சொத்துக்கள் இன்று மதியம் எப்படி காணாமல் போயிருக்கும் என்று யோசித்துப்பாருங்கள்."

"எங்களுடைய சொத்துக்களா?" ஆலிவெட்டி உறுமினார். "என்ன சொல்கிறாய் நீ?"

"ஒன்று, இரண்டு, மூன்று, நான்கு. இச்சமயத்தில் அவர்களை நீங்கள் தொலைத்துவிட்டீர்கள் இல்லையா?"

"நீ என்ன இழவைச் சொல்லிக்கொண்டிருக்கிறாய் –" ஆலிவெட்டி சற்றே நிறுத்தினார், அவருடைய கண்கள் தன்னை யாரோ அப்போதுதான் அடிவயிற்றில் குத்தியதைப்போல் அகன்றன.

"விஷயத்தை வெட்டவெளிச்சமாக்கவா," என்றான் அழைத்தவன். "நான் அவர்களுடைய பெயர்களைப் படிக்கட்டுமா?"

"என்ன நடக்கிறது?" கேமர்லெக்னோ திகைத்துப் போயிருந்தார்.

அழைத்தவன் சிரித்தான். "உங்களுடைய அதிகாரி இன்னமும் உங்களுக்குச் சொல்லவில்லையா? எப்பேர்ப்பட்ட பாவம் இது. இதில் ஆச்சரியம் ஏதுமில்லை. அதெல்லாம் தற்பெருமை. உங்களுக்குச் சொல்வதால் ஏற்படப்போகும் அவமானத்தை என்னால் நினைத்துப் பார்க்கமுடிகிறது... அதாவது அவர் பாதுகாப்பதாகப் பிரமாணம் செய்திருந்த நான்கு கார்டினல்கள் காணாமல் போய்விட்டதுபோல் தெரிகிறது..."

ஆலிவெட்டி கொதித்துப்போனார். "இந்தத் தகவல் உனக்கு எங்கிருந்து கிடைத்தது!"

"கேமர்லெக்னோ," என்று நக்கலாக அழைத்தான் அவன், "சிஸ்டைன் சாப்பலில் கார்டினல்கள் எல்லோருமே இருக்கிறார்களா என்று உங்களுடைய கமாண்டரிடம் கேளுங்கள்."

கேமர்லினோ ஆலிவெட்டியிடம் திரும்பினார், அவருடைய பச்சைக் கண்கள் அதற்கான விளக்கத்தைக் கேட்டன.

"சார்," கேமர்லெக்னோவின் காதில் கிசுகிசுத்தார் ஆலிவெட்டி, "சிஸ்டைன் சாப்பலுக்கு நம்முடைய நான்கு கார்டினல்கள் இன்னமும் வரவில்லை என்பது உண்மைதான், ஆனால் இதுவொன்றும் பயப்படவேண்டிய விஷயமல்ல. அவர்கள் எல்லோருமே இன்று காலை கூடத்திற்கு வந்துவிட்டார்கள், அதனால், அவர்கள் வாடிகன் நகரத்திற்குள் பாதுகாப்பாக இருக்கிறார்கள் என எங்களுக்குத் தெரியும். நீங்கள்கூட

அவர்களுடன் ஒருமணி நேரத்திற்கு முன்புதான் தேநீர் அருந்தினீர்கள். அவர்கள் தேர்தல் நடக்கும் இடத்திற்கு இன்னும் வரவில்லை அவ்வளவுதான். நாங்கள் தேடிக்கொண்டிருக்கிறோம், ஆனால், அவர்கள் நேரம் கடந்ததுதெரியாமல் இருக்குமிடத்தில் மகிழ்ச்சியாக இருக்கிறார்கள் என்று உறுதியாகச் சொல்வேன்."

"மகிழ்ந்து இருக்கிறார்களா?" கேமர்லெக்னோ குரலில் இருந்த அமைதி காணாமல்போனது. "அவர்கள் ஒருமணி நேரத்திற்கு முன்பே ஆலயத்தில் இருந்திருக்க வேண்டுமே!"

விட்டோரியாவை வியப்புடன் பார்த்தார் லேங்டன். *காணாமல்போன கார்டினல்களா? அப்படியென்றால் அவர்கள் கீழே அதைத்தான் தேடிக்கொண்டிருக்கிறார்களா?*

"எங்களுடைய சரக்கிருப்பு," என்றான் அழைத்தவன், "அவை நிச்சயம் உங்களுக்கு ஏற்றுக்கொள்ளும் வகையில் இருக்கும். பாரீசை சேர்ந்த கார்டினல் லமாஸே, பார்சிலோனாவைச் சேர்ந்த கார்டினல் கிடேரா, ஃபிராங்பர்ட்டை சேர்ந்த கார்டினல் எப்னர்..."

ஒவ்வொரு பெயரும் வாசிக்கப்பட்ட பின்னர் ஆலிவெட்டி மென்மேலும் சுருங்கிக்கொண்டே போவதைப்போல் உணர்ந்தார்.

அழைத்தவன் இடைவெளி விட்டான், கடைசி பெயரை உச்சரிக்கும்போது கொஞ்சம் பிரத்யேக மகிழ்ச்சியை அனுபவித்தான் போலிருக்கிறது. "இத்தாலியைச் சேர்ந்த... கார்டினல் பாஜியா."

கேமர்லெக்னோ தளர்ந்துபோனார். அவருடைய மேலாடை மேலெழும்ப ஆடியபடி தன் நாற்காலியில் சரிந்தார். "முதன்மையானவர்கள்," என முணுமுணுத்தார் அவர். "நான்கு முக்கியமானவர்கள்... பாஜியா உட்பட... தலைமைப் பதவிக்கு வரக்கூடிய மிகுந்த சாத்தியமுள்ளவர்கள்... இது எப்படி சாத்தியமாயிற்று?"

கேமர்லெக்னோவின் முகத்தில் இருக்கும் ஏமாற்றத்தைப் புரிந்துகொள்ளும் அளவுக்கு நவீன காலத்து போப் தேர்தல்கள் பற்றி லேங்டன் படித்திருக்கிறார். நுட்பமாகச் சொல்லவேண்டுமானால், எண்பது வயதுக்கு உள்ளிட்ட எந்த ஒரு கார்டினலும் போப் ஆகலாம் என்றாலும், கடுமையாகப்

பிரிவினையுற்ற வாக்கெடுப்பு நடைமுறையில் மூன்றில் இரண்டு பங்கு பெரும்பான்மையை வளைக்கும் அளவுக்கான மரியாதை ஒருசிலருக்கு மட்டுமே இருக்கும். அவர்கள்தான் *முதன்மையானவர்கள்.* அவர்கள் எல்லோருமே காணாமல் போயிருக்கிறார்கள்.

கேமர்லெக்னோவின் புருவத்தில் இருந்து வியர்வை வழிந்தது. "இவர்களை நீ என்ன செய்யப்போகிறாய்?"

"நான் என்ன செய்ய உத்தேசித்திருப்பதாக நினைக்கிறீர்கள்? நான் ஹஸாசின் வம்சாவளி."

லேங்டன் நடுக்கத்தை உணர்ந்தார். அந்தப் பெயர் அவருக்கு மிக நன்றாகத் தெரியும். கடந்த காலங்களில் திருச்சபை சில ஆபத்தான எதிரிகளை உருவாக்கிவிட்டிருந்தது - ஹஸாசின், சிலுவை வீரர்கள், வாடிகனால் வேட்டையாடப்பட்ட அல்லது அவர்களால் துரோகமிழைக்கப்பட்ட ராணுவங்கள்.

"கார்டினல்களை விட்டுவிடு" என்றார் கேமர்லெக்னோ. "கடவுளின் நகரத்தை அழித்துவிடுவதாக அச்சுறுத்துவது போதாதா?"

"உங்களுடைய நான்கு கார்டினல்களையும் மறந்துவிடுங்கள். உங்களைப் பொறுத்தவரை அவர்கள் தொலைந்து போனவர்கள். ஆனாலும் அவர்களுடைய மரணங்கள் மில்லியன்கணக்கான மக்களால் நினைவில் வைத்துக்கொள்ளப்படும்.... அதுதானே ஒவ்வொரு தியாகிகளின் கனவு. அவர்களை நான் ஊடக வெளிச்சத்துக்கு உள்ளாக்குவேன். ஒருவர் பின் ஒருவராக. நள்ளிரவுக்குள் எல்லோருடைய கவனத்தையும் இல்லுமினாட்டி பெற்றுவிடும். இந்த உலகம் கவனித்துக் கொண்டிருக்கவில்லை என்றால் அதை எதற்காக மாற்றவேண்டும்? பொதுவிடத்தில் கொலைசெய்வதில் ஒரு போதை தரும் பீதி இருக்கிறது இல்லையா? நீங்கள் அதை நீண்டகாலத்திற்கு முன்பே நிரூபித்து காட்டியிருக்கிறீர்கள்... சித்திரவதை விசாரணை, சிலுவை வீரர்கள் சித்திரவதை, சிலுவைப்போர்கள்." சற்று இடைவெளிவிட்டான் அவன். "பிறகுதான் இருக்கவே இருக்கிறதே, *(லா பர்கா)*பாவத்தைக் கழுவுதல்."

கேமர்லெக்னோ மௌனமாகிப்போனார்.

“உங்களால் லா பர்காவை நினைவுபடுத்திக்கொள்ள முடியவில்லையா?” என்றான் அழைத்தவன். “நிச்சயமாக முடியாது, நீங்கள் ஒரு குழந்தை. குருமார்களுக்கு எப்போதுமே அவ்வளவாக வரலாறு தெரியாது. ஒருவேளை, அவர்களுடைய வரலாறே அவர்களுக்கு அவமானமாக இருப்பதும் அதற்குக் காரணமாக இருக்கிறதோ?”

“லா பர்கா,” லேங்டன் தனக்குத்தானே சொல்லிக்கேட்டார். “1668. நான்கு இல்லுமினாட்டி அறிவியலாளர்களைச் சிலுவைக் குறியை வைத்து திருச்சபை சூடுபோட்டது. அவர்களுடைய பாவத்தைப் போக்குவதற்காக.”

“யார் பேசுவது?” என்று கேட்ட அந்தக் குரல் கவலைப்படுவதைக் காட்டிலும் ஆர்வம் மேலோங்கியதாகத் தெரிந்தது “வேறு யார் அங்கே இருக்கிறார்?”

லேங்டன் நடுக்கத்தை உணர்ந்தார். “என் பெயர் முக்கியமல்ல,” என்ற அவர் தன்னுடைய குரலின் நடுக்கம் தெரியாமலிருக்க முயற்சித்தார். ஒரு வாழும் இல்லுமினாட்டியிடம் பேசுவது அவருக்குப் பதற்றத்தை ஏற்படுத்தியிருந்தது... ஜார்ஜ் வாஷிங்டனிடம் பேசுவதைப்போல். “உங்களுடைய சகோதரவமைப்பின் வரலாற்றை ஆராய்கின்ற கல்வித்துறையைச் சேர்ந்த ஒருவன் நான்.”

“அருமை,” என்றது அந்தக் குரல். “எங்களுக்கு எதிராக இழைக்கப்பட்ட குற்றங்களை நினைவில் வைத்திருக்கும் சிலர் இன்னமும் இருக்கிறார்கள் என்பதை நினைத்தால் மகிழ்ச்சியாக இருக்கிறது.”

“நீங்கள் அழிந்துவிட்டீர்கள் என்றே பெரும்பாலானவர்கள் நினைத்துக் கொண்டிருக்கிறார்கள்.”

“அப்படிப்பட்ட தவறான புரிதலை உருவாக்கத்தான் சகோதரவமைப்பு கடுமையான முயற்சி செய்தது. லா பர்கா பற்றி உங்களுக்கு வேறு என்னவெல்லாம் தெரியும்?”

லேங்டன் தயங்கினார். *எனக்கு வேறு என்ன தெரியுமா? அந்த மொத்த சூழ்நிலையுமே பைத்தியக்காரத்தனமானது, அதுதான் எனக்குத் தெரியும்!* “சூடு போடப்பட்ட பின்னர், அந்த அறிவியலாளர்கள் கொல்லப்பட்டனர், அவர்களுடைய உடல்கள் இல்லுமினாட்டி அமைப்பில் யாரும் சேரக்கூடாது

என மற்ற அறிவியலாளர்களை எச்சரிக்கும் வகையில் ரோமைச் சுற்றியுள்ள பொதுவிடங்களில் வீசப்பட்டன."

"ஆமாம். நாங்களும் அப்படியேதான் செய்யப்போகிறோம். *பழிக்குப் பழி.* எங்களுடைய கொல்லப்பட்ட சகோதரர்களுக்கு குறியீட்டுரீதியான பதிலடியாக இதை நினைத்துக்கொள்ளுங்கள். உங்களுடைய நான்கு கார்டினல்கள் செத்துப்போவார்கள், இரவு எட்டு மணிக்குத் தொடங்கி, ஒவ்வொரு மணிநேரத்திற்கும் ஒருவர். நள்ளிரவுக்குள் இந்த உலகம் முழுவதும் திகைத்துப் போயிருக்கும்."

லேங்டன் போனை நோக்கி நகர்ந்தார். "உண்மையிலேயே இந்த நான்கு பேருக்கும் *முத்திரையிட்டு* அவர்களைக் கொல்லத்தான் போகிறீர்களா?"

"வரலாறு தன்னைத்தானே மறுபடியும் நிகழ்த்திக்கொள்கிறது இல்லையா? நிச்சயமாக, நாங்கள் திருச்சபையைக் காட்டிலும் ரொம்பவும் நேர்த்தியானவர்கள், துணிச்சலானவர்கள். அவர்கள் தனிப்பட்ட இடத்தில் வைத்துக் கொன்றார்கள், யாரும் பார்க்காத நேரத்தில் உடல்களை வீசினார்கள். இது ரொம்பவும் கோழைத்தனமாகத் தெரிகிறது."

"நீ என்ன சொல்கிறாய்?" என்று கேட்டார் லேங்டன். "இவர்களைப் *பொதுவிடத்தில்* வைத்து முத்திரையிட்டுக் கொல்லப்போகிறாயா?"

"ரொம்ப நுட்பமது. இருந்தாலும் அது நீங்கள் எதைப் பொது இடம் என்று நினைக்கிறீர்கள் என்பதைப் பொறுத்தது. இனிமேலும் நிறைய பேர் தேவாலயத்திற்குச் செல்லமாட்டார்கள் என நினைக்கிறேன்."

லேங்டனுக்கு அது புரிய நேரமெடுத்தது. "நீ அவர்களைத் *தேவாலயங்களில்* வைத்துக் கொல்லப்போகிறாயா?"

"இது ஒருவகையான கருணை. இதன்மூலம் காலதாமதம் இல்லாமல் அவர்களுடைய ஆன்மாக்களைக் கடவுளால் சொர்க்கத்திற்கு அனுப்பிவைக்க முடியும். அது மட்டுமே சரியாகத் தெரிகிறது. பத்திரிகைகளுக்கும் இது ரொம்பப் பிடிக்கும் என்றுதான் நினைக்கிறேன்."

"நீ உளறுகிறாய்," என்ற ஆலிவெட்டியின் குரலில் நிதானம் திரும்பியிருந்தது. "தேவாலயத்தில் வைத்து ஒரு மனிதனைக் கொன்றுவிட்டு, உன்னால் அப்படியே போய்விட முடியாது."

“உளறுகிறேனா? உங்களுடைய சுவிஸ் காவல் படையிலேயே நாங்கள் ஆவிகளைப் போல் ஊடுருவியிருக்கிறோம், உங்கள் சுவர்களுக்குள்ளேயே உங்களுடைய நான்கு கார்டினல்களை அப்புறப்படுத்தியிருக்கிறோம், மிகவும் புனிதமான உங்களுடைய ஆலயத்திற்குள்ளேயே மிகவும் ஆபத்தான வெடிபொருளை வைத்திருக்கிறோம், நீங்கள் இதை உளறல் என்கிறீர்களா? கொலைகள் நடந்து பலியானவர்களைக் கண்டுபிடிக்கும்போது, ஊடகங்கள் படையெடுக்கும். நள்ளிரவில் இல்லுமினாட்டியின் கொள்கையை உலகம் அறிந்துகொள்ளும்.”

“நாங்கள் எல்லா தேவாலயங்களிலும் காவலர்களை நிறுத்தினால்?” என்றார் ஆலிவெட்டி.

அழைத்தவன் சிரித்தான். “உங்களுடைய மதத்தின் பரவும் இயல்பே அந்தக் காரியத்தைச் சிரமமாக்கிவிடும் என நினைக்கிறேன். நீங்கள் இதற்கு முன்பே எண்ணிப் பார்த்ததில்லையா? ரோமில் ஏறக்குறைய நானூறு கத்தோலிக்க தேவாலயங்கள் இருக்கின்றன. கதீட்ரல்கள், சாப்பல்கள், ஜெப ஆலயங்கள், அபேக்கள், மடங்கள், கான்வெண்டுகள், மதப் பள்ளிக்கூடங்கள் ...”

ஆலிவெட்டியின் முகம் இறுகிப்போயிருந்தது.

“தொண்ணூறு நிமிடங்களில் இது தொடங்கும்,” என்று முத்தாய்ப்பாகச் சொன்னான் அழைத்தவன். “ஒருமணிக்கூறுக்கு ஒருவர். மரணத்தின் கணிதவியல் முன்னேற்றம். இப்போது நான் போகிறேன்.”

“இரு!” என்றார் லேங்டன். “இவர்களில் மீது நீ முத்திரையிட வைத்திருப்பவற்றைப் பற்றி சொல்.”

கொலைகாரன் மகிழ்ச்சியுற்றதுபோல் பேசினான். “அது என்ன மாதிரியான முத்திரைகள் என்று உங்களுக்கு ஏற்கனவே தெரியும் என்றுதான் நினைக்கிறேன். அல்லது உங்களுக்கு சந்தேகமாக இருக்கிறதா? அதை நீங்கள் சீக்கிரமே பார்ப்பீர்கள். புராதன கதைகள் உண்மை என்பதற்கான நிரூபணம்.”

லேங்டனுக்குத் தலைசுற்றுவது போல் இருந்தது. அவன் சொல்வது என்னவென்று லேங்டனுக்கு நன்றாகவே தெரியும். லியனார்டோ வெத்ராவின் மார்பில் இருந்த முத்திரையை அவர் நினைத்துப் பார்த்துக்கொண்டார். இல்லுமினாட்டி

நாட்டுப்புறக்கதை ஐந்து முத்திரைகளைப் பற்றிப் பேசுகிறது. இன்னும் நான்கு முத்திரைகள் இருக்கின்றன, நான்கு கார்டினல்கள் காணாமல் போயிருக்கிறார்கள் என நினைத்துக்கொண்டார் லேங்டன்.

"நான் சத்தியம் செய்திருக்கிறேன்," என்றார் கேமர்லெக்னோ, "இன்றிரவு ஒரு புதிய போப்பை கொண்டுவருவதாக, கடவுள் மீது சத்தியம் செய்திருக்கிறேன்."

"கேமர்லெக்னோ," என்றான் அழைத்தவன், "இந்த உலகத்திற்குப் புதிய போப் தேவையில்லை. இன்று நள்ளிரவுக்குப் பின்னர் ஒரு குப்பைமேட்டைத் தவிர வேறு எதையும் அவரால் ஆளமுடியாது. கத்தோலிக்க திருச்சபையின் கதை முடிந்தது. பூமியில் உங்களுடைய நடமாட்டம் அவ்வளவுதான்."

அமைதி சூழ்ந்தது.

கேமர்லெக்னோ பெரிதும் சோகமாகத் தெரிந்தார். "நீ தவறாக வழிநடத்தப்பட்டிருக்கிறாய். திருச்சபையானது கல்லும் சுண்ணாம்பும் மட்டுமல்ல. இரண்டாயிரம் வருட நம்பிக்கையை உன்னால் வெறுமனே அழித்துவிட முடியாது... எந்த நம்பிக்கையையுமே. மண்ணுலக வெளிப்பாட்டை நீக்கிவிடுவதால் மட்டுமே உன்னால் நம்பிக்கையை அழித்துவிட முடியாது. வாடிகன் நகரம் இருந்தாலும் இல்லாவிட்டாலும் கத்தோலிக்க தேவாலயம் தொடர்ந்திருக்கும்."

"மகத்தான பொய். ஆனால், பொய் எல்லாமே ஒன்றுதானே. நம் இருவருக்குமே உண்மை தெரியும். சொல்லுங்கள், வாடிகன் நகரம் எதற்காக ஒரு சுவர்சூழ்ந்த கோட்டையாக இருக்கிறது?"

"மனிதக் கடவுள் ஆபத்தான உலகில் வாழ்கிறார்," என்றார் கேமர்லெக்னோ.

"நீங்கள் எந்தளவுக்கு இளமையானவர்? இந்த வாடிகன் ஒரு கோட்டை, ஏனென்றால் கத்தோலிக்க திருச்சபை தன்னுடைய சொத்துக்களில் பாதியை இதன் சுவர்களுக்கு உள்ளேதான் வைத்திருக்கிறது - அரிய ஓவியங்கள், சிற்பங்கள், விலைமதிப்பிடமுடியாத நகைகள், விலைமதிப்பில்லாத புத்தகங்கள்... அதுவும்போக வாடிகன் வங்கி கருவூலத்திற்குள் தங்கக் கட்டிகள் மற்றும் ரியல் எஸ்டேட் ஒப்பந்தங்கள் உள்ளன. வாடிகன் நகரத்தில் மட்டும் வெறுமனே 48.5

பில்லியன் அமெரிக்க டாலர்கள் பணம் இருப்பதாக மதிப்பிடப்பட்டுள்ளது. எதிர்காலத்துக்கான சேமிப்பின்மீது நீங்கள் அமர்ந்திருக்கிறீர்கள். நாளைக்கு இது வெறும் சாம்பலாகிவிடும். பணமாக்கப்படக்கூடிய சொத்துக்களும் அழிந்துவிடும். நீங்கள் திவாலாகிவிடுவீர்கள். ஒரு மதகுருகூட எதுவுமின்றி பணியாற்றமாட்டான்."

அந்த அறிக்கையின் துல்லியத்தன்மை ஆலிவெட்டி, கேமர்லெக்னோவின் வெடிகுண்டு வீச்சுக்கு உட்பட்டதைப்போன்ற பார்வையில் எதிரொலித்ததுபோல் தெரிந்தது. கத்தோலிக்க திருச்சபை அந்தளவுக்குப் பணத்தை வைத்திருப்பதா, அல்லது இல்லுமினாட்டி அதை எப்படியோ தெரிந்து வைத்திருப்பதா இரண்டில் எது அதிகம் ஆச்சரியப்படுத்துவது என லேங்டனுக்குத் தெரியவில்லை.

கேமர்லெக்னோ பலத்த பெருமூச்சுவிட்டார். "பணம் அல்ல, நம்பிக்கைதான் இந்தத் திருச்சபையின் முதுகெலும்பு."

"மேலும் பொய்கள்," என்றான் அழைத்தவன். "கடந்த வருடம் நீங்கள் உலகம் முழுவதும் தள்ளாடிக்கொண்டிருக்கும் உங்களுடைய திருச்சபை மன்றங்களுக்கு உதவிசெய்யும் முயற்சியாக 183 மில்லியன் டாலர்களைச் செலவிட்டிருக்கிறீர்கள். திருச்சபைக்கு வருபவர்களின் எண்ணிக்கை எப்போதும் இல்லாத அளவுககு - கடந்த பத்தாண்டில் நாற்பத்தியாறு சதவிகிதம் குறைந்துபோயிருக்கிறது. கடந்த ஏழு வருடங்களுக்கு முன்பு நன்கொடைகள் பாதியாகக் குறைந்து போய்விட்டன. இந்த மடத்திற்குள் குறைவிலும் குறைவானவர்களே நுழைகிறார்கள். நீங்கள் ஒப்புக்கொள்ளாவிட்டாலும்கூட, உங்களுடைய திருச்சபை அழிந்துகொண்டுதான் இருக்கிறது. இது அப்படியே வெடித்துச் சிதறுவதற்குக் கிடைத்த வாய்ப்பாக இதனைக் கருதிக்கொள்ளுங்கள்."

ஆலிவெட்டி முன்னுக்கு வந்தார். அவர் இப்போது அவ்வளவாகச் சண்டையிட விரும்பாததைப்போல் தோன்றியது, அவர் எதிர்கொள்ளும் அந்த யதார்த்தத்தை உணர்ந்ததுபோல் தோன்றியது. பிரச்சினைக்குத் தீர்வு தேடிக்கொண்டிருப்பவரைப் போல் காணப்பட்டார் அவர். ஏதாவது வழி. "அந்தத் தங்கக் கட்டிகளில் சில உன்னுடைய கொள்கைக்கு நிதியாகக் கிடைத்தால்?"

"நம் இருவரையுமே அவமானப்படுத்திக்கொள்ள வேண்டாம்."

"எங்களிடம் பணம் இருக்கிறது."

"எங்களிடமும்தான். உங்களால் நினைத்துப்பார்க்க முடியாத அளவிற்கு இருக்கிறது."

இல்லுமினாட்டியிடம் இருப்பதாகச் சொல்லப்படும் சொத்துக்கள் லேங்டனுக்கு முன்பாகப் பளிச்சிட்டன, பவேரிய கல் கொற்றர்கள், ரோத்ஷீல்ட்ஸ், பில்டர்பெர்ஜர்ஸ், புராணீக இல்லுமினாட்டி வைரம் ஆகிய புராதன சொத்துக்கள்.

"முதன்மையானவர்கள்," என்ற கேமர்லெக்னோ விஷயத்தை மாற்றினார். அவருடைய குரல் இறைஞ்சுவதைப் போலிருந்தது. "அவர்களை விட்டுவிடு. அவர்களுக்கு வயதாகிவிட்டது. அவர்கள் –"

"அவர்கள் கன்னி பலிகள்." அழைத்தவன் சிரித்தான். "சொல்லுங்கள், அவர்கள் *உண்மையிலேயே* கன்னித்தன்மையுள்ளவர்கள் என நீங்கள் நினைக்கிறீர்களா? ஆட்டுக்குட்டிகள் சாகும்போது சத்தமிடுமா? *அறிவியலின் பலிபீடத்தில் கன்னி பலிகள்."*

ரொம்ப நேரத்திற்கு கேமர்லெக்னோ அமைதியாக இருந்தார். "அவர்கள் விசுவாசமிக்கவர்கள்," என்றார் இறுதியாக. "அவர்கள் மரணத்திற்கு அஞ்ச மாட்டார்கள்."

அழைத்தவன் ஏளனமாய்ச சிரித்தான். "லியனார்டோ வெத்ரா விசுவாசமிக்க மனிதர், ஆனாலும்கூட நேற்றிரவு அவர் கண்களில் நான் பயத்தைக் கண்டேன். அந்த பயத்தை நான் நீக்கிவிட்டேன்."

அமைதியாக காணப்பட்ட விட்டோரியா சட்டென்று துள்ளிக்குதித்தாள், அவளுடைய உடல் வெறுப்பில் இறுகிப்போனது. "முட்டாளே! அவர் என் அப்பா!"

ஸ்பீக்கரில் இருந்து ஒரு கரகரப்பொலி கேட்டது. "உன்னுடைய அப்பாவா? என்ன இதெல்லாம்? வெத்ராவுக்கு மகள் இருக்கிறாளா? கடைசி நேரத்தில் உன்னுடைய அப்பா ஒரு குழந்தையைப்போல் விசும்பி அழுததை நீ தெரிந்துகொண்டே ஆகவேண்டும். உண்மையிலேயே பாவமாக இருந்தது. ஒரு பரிதாபகரமான மனிதர்."

அந்த வார்த்தைகளால் பின்னுக்குத் தள்ளப்பட்டதைப் போல் விட்டோரியா தடுமாறினாள். லேங்டன் அவளை நோக்கிச் சென்றார், ஆனால் சமநிலைக்குத் திரும்ப வந்த அவள், தன்னுடைய கறுத்த கண்களைத் தொலைபேசி மீதே நிலைகுத்தி வைத்திருந்தாள். "என் உயிர்மீது சத்தியம் செய்கிறேன், இன்றிரவு முடிவதற்குள், நான் உன்னைக் கண்டுபிடிப்பேன்." அவளுடைய குரல் ஒரு கத்தியைப்போல் கூர்மையாயிருந்தது. "அப்படிக் கண்டுபிடிக்கும்போது..."

அழைத்தவன் அசிங்கமாகச் சிரித்தான். "ஊக்கமுள்ள பெண்தான். நான் எழுச்சி பெற்றுவிட்டேன். அநேகமாக இன்றிரவு முடிவதற்குள், நான் **உன்னைக்** கண்டுபிடிப்பேன். அப்படி நான் செய்யும்போது..."

அந்த வார்த்தைகள் ஒரு கத்தியைப்போல் தொங்கின. பிறகு அவன் போய்விட்டான்.

42

கறுப்பு அங்கியில் இருந்த மோர்ட்டாடிக்கு இப்போது வியர்த்துக் கொட்டியது. சிஸ்டைன் சாப்பல் ஒரு நீராவிக்குளியல் மையத்தைப்போல் ஆகிவிட்டதால் மட்டுமல்ல, தேர்தல் தொடங்குவதற்கு இன்னமும் இருபது நிமிடங்களே இருக்கின்றன, அந்த நான்கு கார்டினல்களைப் பற்றி இதுவரை எதுவுமே தெரியவில்லை. அவர்கள் இல்லாத நிலையில், மற்ற கார்டினல்களிடையே கிசுகிசுப்பாகத் தொடங்கிய குழப்பம் வெளிப்படையான கவலைப்படும் நிலையாக மாறியிருந்தது.

வருகை தவறியவர்கள் எங்கிருப்பார்கள் என்பதை மோர்ட்டாடியால் நினைத்துப் பார்க்கவே முடியவில்லை. ஒருவேளை, கேமர்லெக்னோவுடன் இருப்பார்களோ? அன்றைய மதியப் பொழுதில்தான் முதன்மையானவர்கள் நான்கு பேருக்கும் கேமர்லெக்னோ தனிப்பட்ட முறையில் பாரம்பரிய தேநீர் விருந்து அளித்திருந்தார் என்பது அவருக்குத் தெரியும், ஆனால் அதுவும்கூட பலமணி நேரத்திற்கு முன்பாயிற்றே. அவர்களுக்கு உடல்நிலை சரியில்லாமல் போயிருக்குமோ? சாப்பிடக்கூடாத

எதையாவது சாப்பிட்டிருப்பார்களோ? மோர்ட்டாடிக்கு அதுவும் சந்தேகமாகவே இருந்தது. சாவின் விளிம்பில்கூட *முதன்மையானவர்கள்* இங்கே இருந்தாகவேண்டும். இது வாழ்நாளில் ஒருமுறை மட்டுமே நடப்பது, ஒரு கார்டினலுக்கு முதன்மை திருச்சபைத் தலைவராகத் தேர்ந்தெடுப்பதற்கான வாய்ப்பு வழக்கமாக நடப்பதல்ல, வாடிகன் சட்டப்படி இந்த வாக்கெடுப்பு நடக்கும்போது அந்தக் கார்டினல் சிஸ்டைன் ஆலயத்திற்கு ***உள்ளேதான்*** இருந்தாகவேண்டும். இல்லாவிட்டால், அவர் தகுதியிழந்தவர் ஆகிவிடுவார்.

நான்கு *முதன்மையானவர்கள்* இருந்தபோதிலும், சில கார்டினல்களுக்கு மட்டுமே அடுத்த போப் யார் என்பதில் ஏதேனும் சந்தேகம் இருக்கும். கடந்த பதினைந்து நாட்களுமே சாத்தியமுள்ள வேட்பாளர் குறித்து விவாதங்களாக ஃபேக்ஸ்களும் போன் அழைப்புகளும் சூறாவளியாய் வீசிக்கொண்டிருந்தன. வழக்கமான நடைமுறையாக, *முதன்மையானவர்களாக* நான்கு பேர் தேர்ந்தெடுக்கப்பட்டனர், அவர்கள் ஒவ்வொருவரும் போப் ஆவதற்கான சொல்லப்படாத தேவைகளைப் பூர்த்திசெய்திருந்தனர்:

இத்தாலியன், ஸ்பானிஷ் மற்றும் ஆங்கிலத்தில் பன்மொழிப்புலமை.

சர்ச்சைகளை உருவாக்கும் கடந்த கால ரகசியம் ஏதும் இல்லாதவராயிருத்தல்.

அறுபத்தைந்து முதல் எண்பது வயதுக்குள் உள்ளவராக இருக்கவேண்டும்.

வழக்கம்போல், *முதன்மையாளர்களுள்* ஒருவர் கார்டினல் சபை தேர்தலில் மற்றவர்களுக்கு மேலாக முதன்மைபெறுவார். இன்றிரவு அந்த மனிதர் மிலனைச் சேர்ந்த கார்டினல் ஆல்டோ பாஜியா ஆவார். பாஜியாவின் கறைபடியாத சேவை, ஈடிணையற்ற அவர் மொழித்திறமையுடனும், ஆன்மீகத்தின் சாராம்சத்தை வெளிப்படுத்தக்கூடிய அவருடைய திறனுடன் சேர்த்து தெள்ளத்தெளிவான விருப்புக்குரியவராகச் செய்திருந்தது.

அப்படியென்றால் அவர் எங்கேதான் போய்விட்டார்? மோர்ட்டாடி புரியாமல் தவித்தார்.

இந்தத் தேர்தலை நடத்தும் வேலை மோர்ட்டாடி பொறுப்பில் விடப்பட்டிருந்ததால் காணாமல்போன கார்டினல்களைப் பற்றி மற்றவர்களைவிட பதற்றத்துடன் இருந்தார். ஒரு வாரத்திற்கு முன்னர், கார்டினல்கள் சபையானது - தேர்தல் நிகழ்வுகளைப் பற்றி நன்கறிந்தவர் என்பதால் - *தி கிரேட் எலக்டர்* எனப்படும் பொறுப்புக்கு மோர்ட்டாடியை ஒருமனதாகத் தேர்வுசெய்திருந்தது. கேமர்லெக்னோ அந்தத் திருச்சபையின் உயரதிகாரியாக இருந்தபோதிலும், அவர் வெறுமனே ஒரு மதகுருதான் என்பதுடன் இந்தச் சிக்கலான தேர்தல் நடைமுறை பற்றி சிறிதளவே தெரியும், அதனால் சிஸ்டைன் ஆலயத்திற்கு உள்ளிருந்தே இந்த நிகழ்ச்சியை மேற்பார்வை செய்வதற்கு ஒரு கார்டினல் தேர்வுசெய்யப்பட்டார்.

கிரேட் எலக்டராகத் தேர்வு செய்யப்படுவதுதான் கிறிஸ்துவத்தில் இருப்பதிலேயே குரூரமான கௌரவம் என்று கார்டினல்கள் எப்போதுமே கேலி செய்வதுண்டு. இந்த நியமனம் தேர்தலின்போது ஒருவரை வேட்பாளராகத் தகுதியற்றவர் ஆக்குவதுடன், மேலும் தேர்தல் முறைப்படி நடத்தப்படுவதை உறுதிசெய்வதற்காக, தேர்தல் நுணுக்கமான சடங்குகளை மதிப்பீடு செய்ய தேர்தல் விதிமுறைகளின் நிறைய பக்கங்களைப் படித்துப் புரிந்துகொள்ள நிறைய நாட்களைச் செலவிடவேண்டியிருக்கும்.

இருந்தாலும், மோர்ட்டாடிக்கு இதில் எந்த வெறுப்பும் இல்லை. தான் ஒரு முறையான தேர்வுதான் என அவருக்கே தெரியும். அவர் மூத்த கார்டினல் மட்டுமல்ல, காலம்சென்ற போப்பின் நம்பிக்கைக்கு உரியவரும் ஆவார், என்பது அவருடைய கௌரவத்தை உயர்த்தியிருந்தது. தேர்தலுக்கான சட்டப்பூர்வ வயதுக்குள்தான் மோர்ட்டாடி இன்னமும் இருந்தார் என்றாலும், தீவிர வேட்பாளராகப் போட்டியிட முடியாத அளவுக்குச் சற்றே அதிக வயதுடனிருந்தார். எழுபத்தி ஒன்பது வயதில், போப்பாண்டவருக்கான கடுமையான பணிகளைத் தாக்குப்பிடிப்பதற்கான ஆரோக்கியம் உண்டென கார்டினல் சபை நம்பிக்கை வைப்பதற்கும் அப்பால் அவர் சென்றிருந்தார். ஒரு போப் வழக்கமாக ஒரு நாளுக்குப் பதிநான்கு மணிநேரங்கள், வாரத்திற்கு ஏழு நாட்கள் என வேலை செய்து, சராசரியாக 6.3 வருடங்களில் சோர்வுற்று இறந்துவிடுகிறார். போப் பதவியை ஏற்றுக்கொள்வதென்பது, “சொர்க்கத்திற்கு வேகமாகச் செல்வதற்கான வழி” என்பது உள்ளுக்குள் புழங்கும் ஜோக்.

மோர்ட்டாடி, மிகவும் பரந்த மனம் கொண்டவராக இல்லாமலிருந்தால் தன்னுடைய இளம் வயதிலேயே போப் ஆகியிருப்பார் என பலரும் நம்பினர். போப் தலைமைப் பதவிக்குப் போட்டியிடுவதென வரும்போது, புனித மும்மைத்துவம் ஒன்று இருக்கின்றது அது - பழமைவாதம். பழமைவாதம். பழமைவாதம்.

மறைந்த போப்பானவர் பதவியேற்ற உடனே ஆச்சரியப்படுத்தும் வகையில் தன்னைப் பெரிதும் தாராளவாதியாக வெளிப்படுத்தியதை மோர்ட்டாடி மகிழ்ச்சியான நகைமுரணாகக் கண்டார். கடவுள் அவரது ஆன்மாவை அமைதிப்படுத்தட்டும். நவீன உலகமானது திருச்சபையில் இருந்து விலகி முன்னேறிச் செல்வதை உணர்ந்ததாலோ என்னவோ, போப், அறிவியல் மீதான திருச்சபையின் நிலைப்பாட்டை மென்மையாக்கி புதிய கருத்துக்களைப் பரிந்துரைத்தார், சொல்லப்போனால் சில தேர்ந்தெடுத்த அறிவியல் ஆய்வுகளுக்கு நன்கொடையாகப் பணமும் வழங்கினார். துயரம் என்னவென்றால், அது ஒரு அரசியல் தற்கொலையாகிவிட்டது. பழமைவாத கத்தோலிக்கர்கள் இந்த போப்பைத் "திராணியற்றவர்" என்றனர், அதேநேரம் அறிவியல் தூய்மைவாதிகள் திருச்சபை தான் இல்லாத இடத்தில்கூட தன்னுடைய செல்வாக்கைச் செலுத்த செய்யும் முயற்சி என்று அவரை குற்றம்சாட்டின.

"அப்படியென்றால் அவர்கள் எங்கே?"

மோர்ட்டாடி திரும்பினார்.

கார்டினல்களுள் ஒருவர் அவருடைய தோளைப் பதட்டத்துடன் தட்டினார். "அவர்கள் எங்கிருக்கிறார்கள் என்று உங்களுக்குத் தெரியும், இல்லையா?"

மோர்ட்டாடி அதுகுறித்து அதிகப்படியான கவலையைத் தெரிவிக்க முயற்சிக்கவில்லை. "ஒருவேளை, கேமர்லெக்னோவுடன் இருக்கலாம்."

"இந்த நேரத்திலா? இது மிகவும் வழக்கத்திற்கு மாறானதாக இருக்கும்!" அந்தக் கார்டினல் நம்பிக்கையற்றுப் புருவத்தை நெரித்தார். "ஒருவேளை கேமர்லெக்னோவே நேரத்தை மறந்துபோயிருப்பாரோ?"

மோர்ட்டாடி உண்மையாகவே அதுகுறித்து சந்தேகப்பட்டார், ஆனால், எதுவும் சொல்லவில்லை. பெரும்பாலான கார்டினல்கள் கேமர்லெக்னோ குறித்துப் பெரிதாக அக்கறைப்படுவதில்லை என்று அவருக்கு நன்றாகவே தெரியும், போப்பிற்கு நெருக்கத்தில் இருந்து சேவைசெய்ய அவர் மிகவும் இளவயதினர் என்பதும் அதற்குக் காரணம். பெரும்பாலான கார்டினல்களுடைய வெறுப்பிற்குப் பொறாமைதான் காரணமாக இருக்கும் என மோர்ட்டாடி சந்தேகித்தார், உண்மையில் மோர்ட்டாடிக்கு அவர்மீது மரியாதை இருந்தது, காலம்சென்ற போப்பின் சேம்பர்லின் தேர்வை அவர் ரகசியமாகப் பாராட்டி வந்திருக்கிறார். கேமர்லெக்னோவின் கண்களைப் பார்க்கும்போது மோர்ட்டாடி அதில் சுத்தமான நம்பிக்கையை மட்டுமே பார்த்தார், மற்ற பல கார்டினல்களைப்போல் அல்லாமல், கேமர்லெக்னோ இந்த திருச்சபையையும் நம்பிக்கையையும் சில்லறை அரசியல்களுக்கு அப்பால் வைத்திருந்தார். அவர் உண்மையிலேயே மனிதக் கடவுள்தான்.

பதவிக்காலம் முழுவதிலுமே கேமர்லெக்னோவின் உறுதியான அர்ப்பணிப்பு புகழ்பெற்றது. பலரும் அவருடைய குழந்தைப்பருவத்தில் நடந்த அற்புத நிகழ்வைச் சுட்டிக்காட்டினர்... அது, எந்த ஒரு மனிதனுடைய இதயத்திலும் ஒரு நிரந்தரமான பாதிப்பை விட்டுச்செல்லக்கூடிய நிகழ்வு. அது ஒரு அற்புதமும் அதிசயமும் ஆகும் என்று நினைதத மோர்ட்டாடி, தன்னுடைய குழந்தைப் பருவமும்கூட அப்படிப்பட்ட சந்தேகத்திற்கு இடமில்லாத நம்பிக்கையைப் பேணிப்பாதுகாக்கும் நிகழ்வால் ஆசீர்வதிக்கப்பட்டிருக்க வேண்டும் என எப்போதுமே ஆசைப்பட்டிருக்கிறார்.

துரதிர்ஷ்டவசமாக, இந்தத் திருச்சபைக்குத் தன்னுடைய முதிய வயதுகளில் கேமர்லெக்னோவால் போப்பாக முடியாது என்பதும் மோர்ட்டாடிக்குத் தெரியும். போப் தலைமையை அடைவதற்குக் குறிப்பிட்ட அளவிலான அரசியல் லட்சியங்களும் வேண்டும், இப்படிப்பட்ட ஒன்று இளம் கேமர்லெக்னோவிடம் இல்லை; அவர் பலமுறை தன்னுடைய போப் வழங்கிய உயர் அலுவலர் பதவியை மறுத்திருக்கிறார், இந்தத் திருச்சபைக்கு ஒரு எளிய மனிதனாகச் சேவைசெய்யவே விரும்புவதாகச் சொல்லியிருக்கிறார்.

“அடுத்து என்ன?” என்று மோர்ட்டாடியைத் தட்டிய கார்டினல் காத்திருந்தார்.

மோர்ட்டாடி நிமிர்ந்து பார்த்தார். “என்ன சொன்னீர்கள், புரியவில்லை?”

“அவர்கள் வருவது தாமதமாகிறது! நாம் என்ன செய்வது!”

“நாம் என்ன செய்வது?” என்றார் மோர்ட்டாடி. “நாம் காத்திருப்போம். நம்பிக்கை வைப்போம்.”

மோர்ட்டாடியின் பதிலால் முற்றிலும் அதிருப்தியடைந்து காணப்பட்ட அந்தக் கார்டினல் நிழலுக்குள் சென்று மறைந்தார்.

மோர்ட்டாடி ஒருகணம் நின்று, நெற்றியைத் தட்டிக்கொண்டு தன் மனதை தெளிவுப்படுத்திக்கொள்ள முயற்சித்தார். **உண்மையில், நாம் என்னதான் செய்வது?** அவர் பலிபீடத்தைத் தாண்டி மைக்கேலேஞ்சலோவின் புகழ்பெற்ற சுவரோவியத்தை உற்றுப் பார்த்திருந்தார், “இறுதித் தீர்ப்பு.” ஓவியம் அவருடைய கவலையைப் போக்குவதற்கு எதுவும் செய்யவில்லை. அது ஒரு பயமுறுத்தக்கூடிய வகையிலான, மனிதர்களை இயேசு கிறிஸ்து நியாயவான்களாகவும், பாவம் செய்தவர்களாகவும் பிரித்து, பாவம் செய்தவர்களை நரகத்திற்கு அனுப்புவதை சித்திரிக்கும் ஐம்பது அடி உயரமுள்ள ஓவியம். அதில் மனிதர்களுடைய தோல் உரிக்கப்படுவது, உடல்கள் பொசுங்குவது, சொல்லப்போனால் மைக்கேலேஞ்சலோவின் போட்டியாளர்கள் கழுதைக் காதுகளுடன் நரகத்தில் அமர்ந்திருப்பதுகூட சித்திரிக்கப்பட்டிருக்கும். கதே மாப்பசான் ஒருமுறை அந்த ஓவியம், ஒரு அப்பாவி நிலக்கரி சுரங்கத் தொழிலாளியால் ஒரு திருவிழா மல்யுத்த மேடைக்காக வரையப்பட்டதைப்போல் தெரிகிறது என எழுதியிருக்கிறார்.

கார்டினால் மார்டாடி அதை ஒப்புக்கொள்ளத்தான் வேண்டியிருந்தது.

43

போப்பின் குண்டுதுளைக்காத ஜன்னலில் அசைவற்று நின்றிருந்த லேங்டன், புனித பீட்டர் சதுக்கத்தில் ஊடக வண்டிகள் திரிந்துகொண்டிருப்பதை உற்றுப்பார்த்திருந்தார். அந்த அச்சுறுத்தலான தொலைபேசி உரையாடல் அவரை கொந்தளிக்கச் செய்திருந்தது... ஏதோ ஒருவகையில் விலகலாக உணரச் செய்திருந்தது.

வரலாற்றின் மறக்கப்பட்ட ஆழங்களில் இருந்துவந்த பாம்பினைப் போல் இல்லுமினாட்டி எழுச்சியுற்று ஒரு புராதன பகையைச் சுற்றிக்கொண்டிருக்கிறது. கோரிக்கைகள் இல்லை. பேரங்கள் இல்லை. குற்றத்திற்கான தண்டனை மட்டும்தான். அரக்கத்தனமாக எளிமையானது. இறுக்கி நெருக்குவது. 400 வருடங்களாகத் தயார்படுத்தப்பட்ட பழிக்குப் பழி. பல நூற்றாண்டு துன்புறுத்தலுக்குப் பின்னர், அறிவியல் திரும்பக் கடித்திருப்பதைப்போல் தெரிந்தது.

தன்னுடைய மேசையில் அமர்ந்திருந்த கேமர்லெக்னோ வெறுமனே தொலைபேசியை உற்றுப்பார்த்திருந்தார். அந்த மௌனத்தை ஆலிவெட்டிதான் உடைத்தார். "கார்லோ," என்று கேமர்லெக்னோவின் முதல் பெயரை குறிப்பிட்டு அழைத்த அவர் ஒரு அதிகாரி என்பதைக் காட்டிலும் கவலைகொண்ட நண்பனைப்போன்றே தெரிந்தார். "இருபத்தாறு வருடங்களாக, இந்த அலுவலகத்தைப் பாதுகாப்பதற்கென்றே என் வாழ்க்கையை ஒப்புக்கொடுத்திருக்கிறேன். இன்றிரவு நான் அவமதிக்கப்பட்டுள்ளது போல் தெரிகிறது."

கேமர்லெக்னோ மறுப்பாகத் தலையசைத்தார். "நீங்களும் நானும் வெவ்வேறு திறன்களுடன் இறைவனுக்குச் சேவை செய்திருக்கிறோம், ஆனால், சேவை எப்போதும் கௌரவத்தையே கொடுக்கும்."

"இந்த நிகழ்வுகள்... எப்படியென்று என்னால் கற்பனை செய்ய முடியவில்லை... இந்தச் சூழ்நிலை..." ஆலிவெட்டி தோல்வியடைந்தவராக உணர்ந்தார்.

"நமக்கு ஒரே ஒரு சாத்தியமுள்ள நடவடிக்கைதான் இருக்கிறதென்று உணர்ந்திருப்பீர்கள். கார்டினல்கள் சபையின் பாதுகாப்பிற்கு நான்தான் பொறுப்பு."

"நானும் அந்தப் பொறுப்பை என்னுடையதாகவே உணர்கிறேன், சார்."

"அப்படியென்றால் உங்களுடைய ஆட்கள் உடனடியாக வெளியேற்றத்தை மேற்பார்வை செய்யட்டும்."

"சார்?"

"மற்ற வாய்ப்புகளைப் பிறகு பார்த்துக்கொள்ளலாம் - இந்தச் சாதனத்தை தேடுவது, காணாமல்போன கார்டினல்களையும் அவர்களைப் பிடித்தவர்களையும் தேடுவது. ஆனால், முதலில் கார்டினல்கள் பாதுகாப்பான இடத்திற்குச் சென்றாகவேண்டும். மனித உயிரின் மதிப்பு எல்லாவற்றிலும் மேலானது. இவர்கள்தான் இந்தத் திருச்சபையின் அடித்தளம்."

"நாம் தேர்தலை இப்போதே ரத்துசெய்ய வேண்டும் என்கிறீர்களா?"

"எனக்கு வேறு வாய்ப்பு இருக்கிறதா?"

"புதிய போப்பை நியமிக்கும் உங்களுடைய பொறுப்பு என்னாவது?"

அந்த இளம் சேம்பர்லைன் பெருமூச்சுவிட்டபடி ஜன்னலை நோக்கித் திரும்பினார், கீழே பரந்து விரிந்திருக்கும் ரோம் மீது அவருடைய கண்கள் அலைபாய்ந்தன. "போப் என்பவர் இரண்டு உலகங்களுக்கு இடையில் கிழிபடும் மனிதர் என போப் ஒருமுறை எனக்குச் சொல்லியிருக்கிறார்... யதார்த்த உலகம் மற்றும் தெய்வீக உலகம். யதார்த்தத்தைப் புறம்தள்ளுகின்ற எந்த திருச்சபையும் தெய்வீகத்தை அனுபவிக்க பிழைத்திருக்காது என அவர் எனக்கு எச்சரிக்கை செய்திருக்கிறார்." இத்தனை வருடங்களில் அவருடைய குரல் திடீரென அறிவார்த்தமானதாக ஒலித்தது. "யதார்த்த உலகம் இன்றிரவு நம் மீது கவிகிறது. நாம் அதை புறம்தள்ளினால் நாசமாவோம். தற்பெருமையும் முன்னுதாரணமும் அறிவை மறைக்கலாகாது."

அதனை ஆமோதித்த ஆலிவெட்டி அவர் பேச்சால் ஈர்க்கப்பட்டதைப் போல் தெரிந்தார். "நான் உங்களைக் குறைத்து மதிப்பிட்டுவிட்டேன், சார்."

கேமர்லெக்னோ அதைக் கேட்டதைப் போன்றே தெரியவில்லை. அவருடைய பார்வை ஜன்னலுக்கும் தொலைவில் எங்கோ நிலைகொண்டிருந்தது.

"நான் வெளிப்படையாகவே சொல்லிவிடுகிறேன், சார். யதார்த்த உலகம்தான் என்னுடைய உலகம். மற்றவர்கள் தூய்மையான ஒன்றை நாடிச்செல்லும்போது, இந்த அசிங்கத்திற்குள்தான் தினமும் என்னை அமிழ்த்திக்கொள்கிறேன். தற்போதைய சூழ்நிலையில் நான் உங்களுக்கு ஒன்று சொல்லிக்கொள்கிறேன். இதற்காகத்தான் நான் பயிற்சி பெற்றிருக்கிறேன். உங்களுடைய உள்ளுணர்வுகள் மதிப்புள்ளவைதான் என்றாலும்... பேரழிவை ஏற்படுத்தக்கூடியவை."

கேமர்லெக்னோ திரும்பினார்.

ஆலிவெட்டி பெருமூச்சுவிட்டார். "சிஸ்டைன் சாப்பலில் இருந்து கார்டினல்கள் சபையை வெளியேற்றுவது, இப்போதைக்கு நீங்கள் செய்யக்கூடியதிலேயே மிகமோசமான விஷயமாக இருந்துவிடும்."

கேமர்லெக்னோ கோபம்கொள்பவராக இல்லாமல், அங்கில்லாதவராகவே காணப்பட்டார். "நீங்கள் என்ன சொல்ல வருகிறீர்கள்?"

"கார்டினல்களிடம் எதுவும் சொல்லவேண்டாம். தேர்தல் நடக்குமிடத்தைச் சீல் வைத்திடுங்கள். வேறு ஏதாவது வாய்ப்புகளை நாடுவதற்கு அது நமக்கு நேரம் கொடுக்கலாம்."

கேமர்லெக்னோ தொந்தரவுக்கு ஆளானதைப்போல் தெரிந்தார். "ஒரு வெடிகுண்டிற்கு மேல் நிற்கவைத்து மொத்த கார்டினல்கள் சபையையும் நான் பூட்டிவிட வேண்டும் என்று சொல்கிறீர்களா?"

"ஆமாம், சார். இப்போதைக்கு. பிற்பாடு தேவைப்பட்டால், நாம் வெளியேற்றத்திற்கு ஏற்பாடு செய்துகொள்ளலாம்."

கேமர்லெக்னோ மறுப்பாகத் தலையசைத்தார். "தொடங்குவதற்கு முன்பே இந்த நிகழ்ச்சியைத் தள்ளிவைப்பது மட்டுமே கேள்வி கேட்கப்படுவதற்குப் போதுமானதாக இருக்கும், ஆனால், கதவுகள் சீல் வைக்கப்பட்டுவிட்டால் எதனாலும் குறுக்கிட இயலாது. தேர்தல் நடைமுறைகள் கோருவது–"

"யதார்த்த உலகம், சார். இன்றிரவு நீங்கள் அதில்தான் இருக்கிறீர்கள். கவனமாகக் கேளுங்கள்." ஒரு திறன்மிக்க கள

அதிகாரிக்கே உரிய தோரணையுடன் ஆலிவெட்டி இப்போது பேசினார். “தயார்நிலையில் இல்லாத நூற்று அறுபத்தி ஐந்து கார்டினல்களைப் பாதுகாப்பற்ற முறையில் ரோமுக்குள் நடத்திச்செல்வது முற்றிலும் அலட்சியமானது. மிகவும் வயதான சிலரிடத்தில் இது குழப்பத்தையும் பீதியையும் ஏற்படுத்தலாம், வெளிப்படையாகச் சொல்லவேண்டுமானால், இந்த மாதத்துக்கு உயிர்வாங்கிய ஒரு ஸ்ட்ரோக்கே போதுமானது.”

உயிர்வாங்கிய ஒரு ஸ்ட்ரோக். ஹார்வார்டு காமன்ஸ் பத்திரிகையில் ஒரு இரவு விருந்தின்போது, சில மாணவர்களுடன் படித்த தலைப்புச்செய்தியை அந்தக் கமாண்டரின் வார்த்தைகள் லேங்டனுக்கு நினைவூட்டின: *ஸ்ட்ரோக்கினால் பாதிக்கப்பட்ட போப். தூக்கத்திலேயே மரணம்.*

“மேலும்,” என்றார் ஆலிவெட்டி, “சிஸ்டைன் சேப்பல் ஒரு கோட்டை. நாம் இந்த உண்மையை விளம்பரப்படுத்திக் கொள்ளவில்லை என்றாலும், இந்தக் கட்டுமானம் மிகுந்த பலம் வாய்ந்தது, ஏவுகணைகளால் ஏற்படும் எத்தகைய தாக்குதலையும் எதிர்க்கக்கூடியது. தயார்ப்படுத்தலுக்காக ஆலயத்தின் ஒவ்வொரு அங்குலத்தையும் நாங்கள் ஆராய்ந்துவிட்டோம், ஒட்டுக்கேட்பு அல்லது வேறு ஏதேனும் கண்காணிப்பு சாதனங்கள் இருக்கிறதா என தேடிப்பார்த்துவிட்டோம். இந்த ஆலயம் சுத்தமாக இருக்கிறது, பாதுகாப்பான உறைவிடம், அத்துடன் எதிர்க்கரு உள்ளே இல்லை என்பதிலும் எனக்கு நம்பிக்கையிருக்கிறது. கார்டினல்களுக்கு இந்த இடத்தைத் தவிர, இப்போதைக்கு வேறு எந்த இடமும் பாதுகாப்பானதல்ல. அவசரநிலை ஏற்பட்டாலும் வெளியேற்றுவதைப் பற்றி நாம் பிறகு பேசிக்கொள்ளலாம்.”

லேங்டன் ஈர்க்கப்பட்டார். ஆலிவெட்டியின் உறைந்த, சாமர்த்தியமான தர்க்கம் அவருக்கு கோஹ்லரை நினைவுபடுத்தியது.

“கமாண்டர்,” என்ற விட்டோரியாவின் குரல் பதட்டமாக இருந்தது, “வேறுசில கவலைக்குரிய விஷயங்களும் இருக்கின்றன. யாரும் இதுவரை, இந்தளவுக்கு எதிர்க்கருவை உருவாக்கியதில்லை. வெடிப்பு சுற்றளவைப் பொறுத்தவரை நான் வெறுமனே மதிப்பிட்டிருக்கிறேன் அவ்வளவுதான். ரோமைச் சுற்றியுள்ள சில பகுதிகளுக்கும் ஆபத்து ஏற்படலாம். அந்த உருளை உங்களுடைய மையக் கட்டடம் அல்லது பாதாளத்தில் இருக்குமானால், இந்தச் சுவருக்கு வெளியிலான

விளைவு குறைவாகத்தான் இருக்கும். ஆனால், அந்தக் குப்பி புறப்பகுதிக்கு அருகாமையில் இருந்தால்... உதாரணத்திற்கு இந்தக் கட்டடத்திற்குள்ளேயே...” அவள் எச்சரிக்கையுடன் புனித பீட்டர் சதுக்கத்தில் இருக்கும் கூட்டத்தைச் சாளரத்துக்கு வெளியே நோக்கினாள்.

“வெளிப்புற உலகத்திற்கான என்னுடைய பொறுப்புகள் குறித்தும் எனக்கு நன்றாகத் தெரியும்,” என்றார் ஆலிவெட்டி, “அது இந்தச் சூழ்நிலையை இதற்கு மேலும் மோசமாக்கிவிடாது. இந்தப் புனிதத் தலத்தைப் பாதுகாப்பதுதான் இருபது வருடங்களாக என்னுடைய பொறுப்பாக இருந்துவந்திருக்கிறது. இந்த ஆயுதத்தை வெடிக்க அனுமதிப்பது என் நோக்கமல்ல.”

கேமர்லெக்னோ வெண்ட்ரெஸ்கா நிமிர்ந்து பார்த்தார். “அதை உங்களால் கண்டுபிடிக்க முடியும் என்று நினைக்கிறீர்களா?”

“என்னுடைய கண்காணிப்பு நிபுணர்களுடன் இதற்கான வாய்ப்புகள் குறித்து ஆலோசிக்க அனுமதியுங்கள். ஒரு வாய்ப்பு இருக்கிறது, வாடிகன் நகரத்திற்கான மின்சாரத்தை நிறுத்தினால், ரேடியோ அலைவரிசையை நீக்கிவிடலாம், அதனால் அந்தக் குப்பியின் காந்தப்புலம் இருக்குமிடத்தைப் பெறுமளவுக்கு போதுமான தெளிவான சூழலை உருவாக்க முடியும்.”

விட்டோரியா ஆச்சரியமடைந்து, அதன்பால் ஈர்க்கப்பட்டாள். “வாடிகன் சிட்டியை இருளில் மூழ்கடிக்க விரும்புகிறீர்களா?”

“சாத்தியமிருக்கிறது. அது சாத்தியமா என்று இதுவரையில் எனக்குத் தெரியாது, ஆனால் இப்படி ஒரு வாய்ப்பு இருப்பதை நான் முயற்சிக்கப்போகிறேன்.”

“என்ன நடக்கிறது என கார்டினல்கள் நிச்சயம் ஆச்சரியப்படுவார்கள்,” என்றாள் விட்டோரியா.

ஆலிவெட்டி தலையை மறுப்பாக அசைத்தார். “தேர்தல் மெழுகுவர்த்தி வெளிச்சத்தில்தான் நடத்தப்படுகிறது. கார்டினல்களுக்கு இதைப்பற்றி தெரியப்போவதில்லை. தேர்தல் நடக்குமிடம் மூடப்பட்டதும், என்னுடைய சுற்றளவுக்குள் இருக்கும் காவலர்களில் சிலரைத் தவிர மற்ற எல்லோரையும் அழைத்துக்கொண்டு தேடுதலைத் தொடங்கமுடியும். ஐந்து மணிநேரத்தில் நூறுபேர் பெரும்பாலான இடங்களைத் தேடிப்பார்த்துவிடலாம்.”

"நான்கு மணிநேரம்," என விட்டோரியா சரிசெய்தாள். "நான் அந்த உருளையைத் திரும்பவும் செர்னிற்கு எடுத்துச்செல்ல வேண்டும். பேட்டரிகளை ரீசார்ஜ் செய்யாவிட்டால் வெடிப்பு நிகழ்வதைத் தவிர்க்கமுடியாது."

"இங்கேயே ரீசார்ஜ் செய்ய வாய்ப்பில்லையா?"

விட்டோரியா மறுத்தாள். "அதனுடைய இண்டர்ஃபேஸ் சிக்கலானது. என்னால் முடிந்தால் நானே அதை எடுத்துவந்திருப்பேன்."

"அப்படியென்றால் நான்கு மணிநேரம்தான்," என்ற ஆலிவெட்டி புருவத்தை நெரித்தார். "இன்னமும் போதுமான நேரம் இருக்கிறது. பீதியடைவது யாருக்கும் பயனளிக்காது. சார், உங்களுக்கு இன்னமும் பத்து நிமிடம்தான் இருக்கிறது. சேப்பலுக்குச் சென்று, தேர்தல் நடக்குமிடத்துக்கு சீல் வையுங்கள். என்னுடைய ஆட்களுக்கு அவர்களுடைய வேலையைச் செய்வதற்கான நேரம் கொடுங்கள். நாம் அதிமுக்கிய நேரத்தை நெருங்கும்போது, முக்கிய முடிவுகள் எடுத்துக்கொள்ளலாம்."

"அதிமுக்கிய நேரத்தை" நெருங்கும்போது, ஆலிவெட்டி எப்படி சமாளிப்பார் என லேங்டனுக்குப் புரியவில்லை.

கேமர்லெக்னோ தொந்தரவடைந்தவராகத் தெரிந்தார். "ஆனால், சபையினர் *முதன்மையானவர்கள்* குறித்துக் கேட்பார்களே... குறிப்பாகப் பாஜியா... அவர்கள் எங்கே."

"அப்படியென்றால் நீங்கள் வேறு ஏதாவதுதான் யோசிக்க வேண்டும், சார். தேநீர் விருந்தின்போது நீங்கள் பரிமாறிய ஏதோ ஒன்று அவர்களுக்கு ஏற்றுக்கொள்ளவில்லை என்று அவர்களிடம் சொல்லுங்கள்."

கேமர்லெக்னோ பொறுமையிழந்தது போல் தெரிந்தது. "சிஸ்டைன் சாப்பலின் பலிபீடத்தில் நின்று, கார்டினல்கள் சபையில் பொய் சொல்ல வேண்டுமா?"

"அவர்களுடைய பாதுகாப்பிற்காகத்தானே. **தீங்குவிளைவிக்காத பொய்.** அமைதியைத் தக்கவைப்பதுதான் உங்கள் வேலை." ஆலிவெட்டி கதவை நோக்கிச் சென்றார். "இப்போது எனக்கு விடைகொடுங்கள், நான் ஆரம்பிக்க வேண்டிய வேலை இருக்கிறது."

"கமாண்டர்," கேமர்லெக்னோ அவசரப்படுத்தினார், "காணாமல்போன கார்டினல்களை நாம் அப்படியே விட்டுவிட முடியாது."

ஆலிவெட்டி கதவருகில் நின்றார். "பாஜியாவும் மற்றவர்களும் தற்போது நம்முடைய தாக்கமுள்ள பகுதிக்கு வெளியில் இருக்கிறார்கள். ஒட்டுமொத்த நன்மைக்காக... நாம் அவர்களை அப்படியே விட்டுவிடலாம். ராணுவத்தில் இதனை *சிகிச்சை முன்னுரிமை* என்பார்கள்."

"நீங்கள் *கைவிடுவதைப்* பற்றி சொல்லவில்லையே?"

அவருடைய குரல் கடினப்பட்டது. "ஏதாவது வழி இருந்தால், சார்... அவர்களைக் கண்டுபிடிக்க உயிர்விட வேண்டியிருந்தாலும், என்னுடைய உயிரையும் கொடுப்பேன். ஆனால்..." அவர், மாலைநேர இளம் சூரியன் முடிவேயில்லாத ரோம் நகரின் கூரைகளின் மீது பளிச்சிடுவதைச் சுட்டிக்காட்டினார். "ஐந்து மில்லியன் மக்களுள்ள நகரில் தேடுவது என் சக்திக்கு அப்பாற்பட்டது. ஒரு ஒன்றுக்கும் உதவாத பயிற்சியில் மனசாட்சியைத் திருப்திப்படுத்துவதற்காக என்னுடைய விலைமதிப்புள்ள நேரத்தை வீணடிக்கப் போவதில்லை."

விட்டோரியா எதிர்பாராமல் பேசினாள். "ஆனால், நாம் கொலைகாரனைப் *பிடித்துவிட்டால்,* அவனை உங்களால் பேசவைத்துவிட முடியாதா?"

ஆலிவெட்டி அவளை நோக்கிப் புருவத்தை நெரித்தார். "வீரர்களால் துறவிகளைப்போல் இருக்கமுடியாது, மிஸ். வெத்ரா. நம்புங்கள், இவனைப் பிடிப்பதற்குள்ள உங்களுடைய தனிப்பட்ட நோக்கத்தை என்னால் புரிந்துகொள்ள முடிகிறது."

"அது தனிப்பட்டது மட்டுமல்ல," என்றாள் அவள். "எதிர்க்கருவும், காணாமல்போன கார்டினல்களும் எங்கே என அந்தக் கொலைகாரனுக்குத்தான் தெரியும்... எப்படியாவது அவனைக் கண்டுபிடிக்க முடிந்தால்... "

"அவர்களுக்குச் சாதகமாக நடந்துகொள்வதா?" என்றார் ஆலிவெட்டி. "நம்புங்கள், நூற்றுக்கணக்கான தேவாலயங்களை ஆபத்தில் தள்ளும் வகையில் வாடிகன் நகரத்தில் எல்லா பாதுகாப்புகளையும் நீக்குவோம் என்றுதான் இல்லுமினாட்டி நம்புகிறார்கள்... தேடுதல் வேட்டையில் விலைமதிப்பற்ற

நேரத்தையும் மனித உழைப்பையும் வீணடிப்பது... இன்னும் மோசமானது என்னவென்றால், வாடிகன் வங்கியை முற்றிலும் பாதுகாப்பில்லாமல் விட்டுவிடுவது. மீதமுள்ள கார்டினல்களைப் பற்றி சொல்லவே தேவையில்லை."

அந்த விஷயம் அர்த்தமுள்ளதாய் இருந்தது.

"ரோமன் காவல்துறை எப்படி?" என்று கேட்டார் கேமர்லெக்னோ. "இந்தப் பிரச்சினைக்கு நாம் நகரம் முழுவதற்குமான படைபலத்தை உஷார்ப்படுத்தலாமே. கார்டினல்களைப் பிடித்துவைத்திருப்பவனைக் கண்டுபிடிக்க அவர்களையும் சேர்த்துக்கொள்ளலாமே."

"இது மற்றொரு தவறு," என்றார் ஆலிவெட்டி. ரோமானிய *காவல்துறை* இதைப்பற்றி என்ன நினைக்கும் என உங்களுக்கே தெரியும். அவர்கள் உலக ஊடகத்திற்கு நம்முடைய பிரச்சினையை விற்பார்கள். பதிலாக அரைமனதுடன் முயற்சிக்கின்ற சிலபேர் மட்டுமே நமக்குக் கிடைப்பார்கள். அதுதான் நம் எதிரிக்கும் வேண்டும். நாம் மிக சீக்கிரத்திலேயே ஊடகத்தையும் சமாளிக்க வேண்டியிருக்கும்.

உங்களுடைய கார்டினல்களை நான் ஊடக வெளிச்சத்துக்குள்ளாக்குவேன், லேங்டன், கொலைகாரனின் வார்த்தைகளை நினைவுபடுத்திக் கொண்டார். *முதல் கார்டினலின் உடல் எட்டு மணிக்கு கிடைக்கும். பிறகு, அடுத்த ஒவ்வொரு மணிக்கும் ஒருவர். ஊடகம் அதை மிகவும் விரும்பும்.*

மறுபடியும் பேசிய கேமர்லெக்னோவின் குரலில் கோபத்திற்கான தடயங்கள் தெரிந்தன. "கமாண்டர், காணாமல்போன கார்டினல்களுக்காக *எதுவும் செய்யாமல்* நம்மால் நல்ல மனநிலையுடன் இருந்துவிட முடியாது!"

கேமர்லெக்னோவின் உறைந்த கண்களை ஆலிவெட்டி உற்றுப் பார்த்தார். "சார், புனிதர் பிரான்சிஸின் பிரார்த்தனை, உங்களுக்கு நினைவிருக்கிறதா?"

தன் குரலில் வலியுடன் அந்த இளம் மதகுரு ஒரே ஒரு வரியைக் கூறினார். "ஆண்டவரே, என்னால் மாற்றமுடியாத விஷயங்களை ஏற்றுக்கொள்ளும் வலிமையை எனக்குத் தாருங்கள்."

"என்னை நம்புங்கள்," என்றார் ஆலிவெட்டி. "*இதுவும்* அந்த விஷயங்களுள் ஒன்றுதான்." பிறகு அவர் போய்விட்டார்.

44

லண்டனில் உள்ள பிபிசி மத்திய அலுவலகமானது பிகாடிலி சர்க்கசிற்குச் சற்று மேற்கே அமைந்திருக்கிறது. சுவிட்ச்போர்டு போன் ஒலிக்கவும் ஒரு ஜூனியர் கண்டன்ட் எடிட்டர் அதை எடுத்தார்.

"பிபிசி," என்ற அவள், தன்னுடைய டன்ஹில் சிகரெட்டை அணைத்தாள்.

இணைப்பில் இருந்த குரல் மத்திய-கிழக்கத்தியர் தொனியுடன் கரடுமுரடாக இருந்தது. "உங்களுடைய நெட்வொர்க் அவசியம் ஆர்வம்காட்டும் ஒரு பரபரப்பு செய்தி வைத்திருக்கிறேன்."

அந்த எடிட்டர் ஒரு பேனாவையும், ஒரு வழக்கமான குறிப்பேட்டையும் எடுத்துக்கொண்டாள். "எதைப்பற்றி?"

"போப்பாண்டவர் தேர்தல் பற்றி."

அவள் சோர்வுடன் நெற்றியைச் சுளித்தாள். பிபிசி நேற்று வெளியிட்ட ஆரம்பகட்ட செய்திக்கு மிதமான எதிர்வினைகளே கிடைத்திருந்தன. பொதுமக்கள் வாடிகன் நகரத்தின் மீது அவ்வளவாக ஆர்வம் காட்டவில்லைபோல் தெரிந்தது. "எந்தக் கோணத்தில்?"

"உங்களுக்கு இந்தத் தேர்தலைக் கவனிக்கின்ற தொலைக்காட்சி செய்தியாளர் ரோமில் இருக்கிறாரா?"

"அப்படித்தான் நினைக்கிறேன்."

"நான் அவருடன் நேரடியாகப் பேசவேண்டியிருக்கிறது."

"மன்னிக்கவும், எந்த விஷயமும் தெரியாமல் நான் அவருடைய நம்பரை உங்களுக்குத் தரமுடியாது–"

"தேர்தலுக்கு மிரட்டல் விடுக்கப்பட்டுள்ளது. என்னால் அவ்வளவுதான் சொல்லமுடியும்."

அந்த எடிட்டர் குறிப்புகள் எடுத்துக்கொண்டாள். "உங்கள் பெயர்?"

"என் பெயர் முக்கியமல்ல."

எடிட்டர் ஆச்சரியப்படவில்லை. “இந்த விஷயத்திற்கு உங்களிடம் ஆதாரம் இருக்கிறதா?”

“இருக்கிறது.”

“அந்தத் தகவலை மகிழ்ச்சியாகப் பெற்றுக்கொள்வேன். ஆனால், எங்களுடைய செய்தியாளர்களின் தொடர்பு எண்களைத் தருவது எங்களுடைய கொள்கையல்ல, ஒருவேளை –”

“எனக்குப் புரிகிறது. நான் வேறொரு நெட்வொர்க்கை அழைத்துக்கொள்கிறேன். உங்களுடைய நேரத்திற்கு நன்றி. – குட் பை –”

“கொஞ்சம் பொறுங்கள்,” என்றாள் அவள். “இணைப்பிலேயே இருக்கமுடியுமா?”

அழைத்தவரின் இணைப்பை ஹோல்டில் வைத்த எடிட்டர் தன் கழுத்தை நீட்டினாள். கிறுக்குத்தனமான அழைப்புகளை ஆராய்வது எந்த வகையிலும் முழுமையான அறிவியல் அல்ல, ஆனால் இந்த அழைப்பாளர், தொலைபேசியில் தகவல் தருபவர்களின் நம்பகத்தன்மைக்கான பிபிசி-யின் இரண்டு முக்கிய சோதனைகளில் தேறிவிட்டார். அவர் தன்னுடைய பெயரைச் சொல்ல மறுத்துவிட்டார், அத்துடன் தொலைபேசி இணைப்பைத் துண்டிப்பதில் ஆர்வத்துடன் இருக்கிறார். போலியானவர்களும் பிரபலத்துக்கு அழைக்கிறவர்களும் வழக்கமாகப் புலம்பவும் கெஞ்சவும்தான் செய்வார்கள்.

அதிர்ஷ்டவசமாக அவளைப் பொறுத்தவரை, செய்தியாளர்கள் எப்போதுமே ஒரு பெரிய செய்தியைத் தவறவிட்டுவிடும் நிரந்தர பயத்துடன்தான் வாழ்ந்துகொண்டிருப்பார்கள், அதனால் அவர்கள் அவ்வப்போது மருட்சியோடிருக்கும் மனநோயாளிகளை அவர்களிடம் தள்ளுவதை மன்னித்துவிடுவார்கள். ஒரு செய்தியாளரின் ஐந்து நிமிட நேரத்தை வீணடிப்பது மன்னிக்கக்கூடியதுதான். தலைப்புச் செய்தியையே தவறவிடுவது அத்தகையதல்ல.

கொட்டாவி விட்டபடியே, தன்னுடைய கணினியில் “வாடிகன் நகரம்” என டைப் செய்தாள். போப்பாண்டவர் தேர்தலைக் கவனிக்கும் களச் செய்தியாளரின் பெயரைப் பார்த்தபோது, அவள் தனக்குள் சிரித்துக்கொண்டாள். பிபிசி-யின் சலிப்பான சில செய்திகளைக் கையாளுவதற்காக ஏதோ ஒரு லண்டன்

உள்ளூர் டேப்லாய்டு பத்திரிகையில் இருந்த அந்த ஆளை பிபிசி அப்போதுதான் புதிதாகச் சேர்த்திருந்தது. ஆசிரியர் குழு வெளிப்படையாகவே அவனைக் கீழ்மட்டத்திலுள்ள பணிக்கு அனுப்பி சோதித்துப் பார்க்கத் தொடங்கியிருந்தது.

அவன் அநேகமாகப் பத்து நொடி நேரடிக் காட்சிக்காக இரவு முழுவதும் காத்திருந்து சலித்துப் போயிருக்கலாம். தன்னுடைய சலிப்பிற்கு நடுவே கிடைக்கும் இந்த இடைவேளைக்காக நன்றியுணர்வு கொள்ளவும் வாய்ப்பிருக்கிறது.

வாடிகன் நகரில் அந்தச் செய்தியாளரின் சாட்டிலைட் நீட்டிப்பு இணைக்கான எண்ணை அந்தக் கண்டன்ட் எடிட்டர் நகல் எடுத்துக்கொண்டாள். பிறகு, மற்றொரு சிகரெட்டைப் பற்றவைத்துக்கொண்டு, அந்தச் செய்தியாளரின் எண்ணை அந்த அனாமதேய அழைப்பாளருக்குக் கொடுத்தாள்.

45

“இது வேலைக்காகாது,” என்று போப்பின் அலுவலகத்தை நோக்கி விரைந்துகொண்டிருந்த விட்டோரியா கூறினாள். அவள் கேமர்லெக்னோவை ஏறிட்டுப் பார்த்தாள். “சுவிஸ் காவலர் குழு எலக்ட்ரானிக் குறுக்கீடுகளை வடிகட்டினாலும்கூட, எத்தகைய சிக்னலையும் கண்டுபிடிக்கும் முன்னரே அவர்கள் அந்தக் குப்பியிடம் சென்றாகவேண்டும். அப்படியே அந்தக் குப்பி அணுகமுடிவதாக இருந்தாலும்... இதர தடைகள் அதைச் சூழாமல் இருக்கவேண்டும். உங்கள் கட்டடத்தின் தரையில் எங்காவது ஓரிடத்தில் அது ஒரு உலோகப் பெட்டியில் புதைத்து வைக்கப்பட்டிருந்தால் என்ன செய்வது? அல்லது அது ஒரு உலோகத்தாலான காற்றோட்டக்குழாயில் வைக்கப்பட்டிருந்தால் என்ன செய்வது? அவர்கள் அதைக் கண்டுபிடிக்க வாய்ப்பே இல்லை. அதுபோக, சுவிஸ் காவலில் ஊடுருவல் ஏற்பட்டிருந்தால் என்ன செய்வது? இந்தத் தேடுதல் நேர்மையானதாக இருக்கும் என யாரால் சொல்ல முடியும்?”

கேமர்லெக்னோ சோர்ந்து காணப்பட்டார். “நீங்கள் என்னதான் சொல்ல வருகிறீர்கள், மிஸ். வெத்ரா?”

விட்டோரியா பதைபதைப்பாக உணர்ந்தாள். *அதுதான் தெளிவாக இல்லையா!* “நான் என்ன சொல்ல வருகிறேன் என்றால், நீங்கள் மற்ற முன்னெச்சரிக்கை நடவடிக்கைகளையும் உடனடியாக எடுத்தாகவேண்டும். கமாண்டரின் தேடுதல் வெற்றிகரமானதாக இருக்கும் என்ற எல்லா நம்பிக்கைக்கும் எதிராகவும் நாம் நம்பிக்கை வைக்கவேண்டும். அதேநேரத்தில், ஜன்னலுக்கு வெளியில் பாருங்கள். அந்த மக்களைப் பார்த்தீர்களா? சதுக்கமெங்கும் உள்ள கட்டடங்களைப் பார்த்தீர்களா? அந்த ஊடக வண்டிகள்? சுற்றுலாப் பயணிகள்? அவர்கள் வெடிப்பின் எல்லைக்குள் இருக்க முழு சாத்தியமிருக்கிறது. நீங்கள் *உடனே* செயல்பட்டாக வேண்டும்.”

கேமர்லெக்னோ வெறுமையாகத் தலையாட்டினார்.

விட்டோரியா ஏமாற்றமாக உணர்ந்தாள். நிறைய நேரம் இருக்கிறது என ஆலிவெட்டி எல்லோரையும் ஒத்துக்கொள்ள வைத்துவிட்டார். ஆனால், வாடிகனின் இக்கட்டான நிலை பற்றிய செய்தி கசிந்துவிட்டால், சில நிமிடங்களிலேயே இந்த மொத்தப் பகுதியும் பார்வையாளர்களால் சூழப்பட்டுவிடும் என விட்டோரியாவுக்குத் தெரியும். அவள், அதனை ஒருமுறை சுவிஸ் பாராளுமன்றத்திற்கு வெளியில் பார்த்திருக்கிறாள். வெடிகுண்டு மிரட்டலுடன் தொடர்புடைய பணயக் கைதிகள் பிடித்து வைக்கப்பட்ட சூழ்நிலை ஏற்பட்டபோது, அதன் முடிவைப் பார்ப்பதற்காக ஆயிரக்கணக்கானவர்கள் அந்தக் கட்டடத்திற்கு வெளியே கூடிவிட்டனர். அவர்களுக்கு ஆபத்து ஏற்படலாம் என்று காவல்துறை எச்சரிக்கை விடுத்தபோதும், அந்தக் கூட்டம் மேலும் மேலும் நெருங்கி வரத்தான் செய்தது. மனித துயரத்தைப் போல் மனிதனுடைய ஆர்வத்தைக் கவர்வது வேறெதுவும் இல்லை.

“சார்,” விட்டோரியா அவசரப்படுத்தினாள், “என்னுடைய அப்பாவைக் கொன்றவன் இங்கே எங்கோதான் இருக்கிறான். என் உடலில் உள்ள ஒவ்வொரு உயிரணுவும் இங்கிருந்து ஓடிப்போய் அவனை வேட்டையாடிக் கொல்லவேண்டும் என துடிக்கிறது. ஆனால், நான் உங்கள் அலுவலகத்தில் நிற்கிறேன்... ஏனென்றால் நான் கடமைப்பட்டிருக்கிறேன். உங்களுக்கும் மற்றவர்களுக்கும். உயிர்கள் ஆபத்தில் இருக்கின்றன, சார். நான் சொல்வது உங்களுக்கு கேட்கிறதா?”

கேமர்லெக்னோ பதில் ஏதும் சொல்லவில்லை.

தன்னுடைய இதயம் வேகமாகத் துடிப்பதை விட்டோரியாவாலேயே கேட்க முடிந்தது. சுவிஸ் காவலர்களால் அந்த நாசமாய்ப்போன அழைப்பாளனை, ஏன் கண்டுபிடிக்க முடியவில்லை? இல்லுமினாட்டி அஸாசின்தான் திறவுகோல்! எதிர்க்கரு எங்கே இருக்கிறதென்று அவனுக்குத்தான் தெரியும்... பாவி, கார்டினல்கள் எங்கே என்றும்கூட அவனுக்குத்தான் தெரியும்! அந்தக் கொலைகாரனைக் கண்டுபிடித்தால், எல்லாம் தீர்ந்துவிடும்.

விட்டோரியா, அந்நியமான துயரத்தை, மன தடுமாற்றத்தை உணரத் தொடங்கினாள். குழந்தைப் பருவத்தின் ஆதரவற்ற காலம் முதலே அனுபவப்பட்ட அத்துயரத்தை, கையாள கருவிகள் ஏதுமில்லாத ஏமாற்றத்தை மெலிதாக உணர ஆரம்பித்தாள். *உனக்கு வழிகள் உள்ளன,* அவள் தனக்குத்தானே சொல்லிக்கொண்டாள், *உனக்கு எப்போதுமே வழிகள் இருந்திருக்கின்றன.* ஆனால், அதனால் எந்தப் பயனும் இல்லை. அவளுடைய சிந்தனையில் ஏற்பட்ட குறுக்கீடுகள் அவளை இறுக்கின. அவள் ஒரு ஆராய்ச்சியாளர் மற்றும் பிரச்சினைக்குத் தீர்வு காண்பவள். ஆனால், இது தீர்வே இல்லாத ஒரு பிரச்சினை. *உனக்கு என்ன தகவல்தான் வேண்டும்? உனக்கு என்னதான் வேண்டும்?* ஆழமாக மூச்சிழுத்தபடி அவள் தனக்குத்தானே சொல்லிக்கொண்டாள், ஆனால் வாழ்க்கையில் முதல்முறையாக அவளால் அப்படிச் செய்ய முடியவில்லை. அவள் மூச்சுத்திணறினாள்.

லேங்டனுக்குத் தலைவலித்தது. ஆனால், பகுத்தறிவின் எல்லைகளைத் தாண்டுவதுபோல் உணர்ந்தார். அவர், விட்டோரியாவையும் கேமர்லெக்னோவையும் கவனித்துக் கொண்டிருந்தார். ஆனால், அவருடைய பார்வை பயங்கரமான காட்சிகளால் மங்கிப்போயிருந்தது: வெடிப்புகள், ஊடகம் சூழ்தல், கேமராக்கள் படம்பிடித்தல், நான்குவித முத்திரையிட்ட மனிதர்கள்.

சைத்தான்... லூசிபர்... ஒளியைக் கொணர்பவன்... சாத்தான்...

அவர் அந்தக் கொடூர காட்சிகளைத் தன் மனதிலிருந்து உதறித் தள்ளினார். *திட்டமிடப்பட்ட தீவிரவாதம்,* அவர் தனக்குத்தானே நினைவுபடுத்திக்கொண்டு, யதார்த்தத்தைப் பற்றிக்கொண்டார். *திட்டமிட்ட பெருங்குழப்பங்கள்.* பிரிட்டோரியன் சின்னவியல் குறித்து ஆராய்கையில் அவர் ஒருமுறை ஆய்வுக்கு உட்பட்டிருந்த

ரெட்கிளிஃப் கருத்தரங்கை அவர் நினைத்துக்கொண்டார். அதன்பிறகு அவர் தீவிரவாதிகளை ஒரேமாதிரி பார்த்ததில்லை.

அந்த புரபசர் விரிவுரையாற்றிக் கொண்டிருந்தார், "தீவிரவாதம் ஒற்றை இலக்கு கொண்டது. அது என்ன?"

"அப்பாவி மக்களைக் கொல்வதா?" என்றான் ஒரு மாணவன்.

"தவறு. மரணம் என்பது தீவிரவாதத்தின் **துணைத்தயாரிப்பு** மட்டும்தான்."

"வலிமையைக் காட்டுவதா?"

"இல்லை. ஒரு பலவீனமான இணங்கவைத்தல் நீடிக்காது."

"பயத்தை ஏற்படுத்துவதா?"

"சுருக்கமாகச் சொல்ல வேண்டுமானால். முற்றிலும் எளிமையாகச் சொல்வதனால், பயங்கரத்தையும் பயத்தையும் உருவாக்குவதுதான் தீவிரவாதத்தின் இலக்கு. நம்பிக்கையைப் பயம் பின்னுக்குத் தள்ளிவிடுகிறது. இது எதிரியை உள்ளுக்குள்ளேயே பலவீனப்படுத்துகிறது... வெகுமக்களிடையே குழப்பத்திற்கு காரணமாகிறது. இதை எழுதி வைத்துக்கொள்ளுங்கள். தீவிரவாதம் என்பது சீற்றத்தின் வெளிப்பாடு அல்ல. தீவிரவாதம் என்பது ஒரு அரசியல் ஆயுதம். தவறிழைக்காத அரசாங்கத்தின் முகத்தை நீக்குவதன் மூலம் மக்களின் நம்பிக்கையை அழிப்பது."

நம்பிக்கையிழப்பு...

இவையெல்லாமே இதற்குத்தானா? உருச்சிதைக்கப்பட்ட நாய்களைப்போல் கார்டினல்கள் கொன்றுவீசப்படுவதைக் கண்டு உலக கிறிஸ்துவர்கள் எப்படி எதிர்வினையாற்றுவார்கள் என லேங்டன் வியப்படைந்தார். புனிதரான மதகுருவின் நம்பிக்கை, அவரைச் சாத்தானின் தீமைகளிலிருந்து காப்பாற்றவில்லை என்றால், மற்றவர்களின் கதி என்னாவது? லேங்டனின் தலை இப்போது வேகமாகத் துடிக்கத்தொடங்கியது... சின்னஞ்சிறு குரல்கள் போட்டியிடத் தொடங்கின.

நம்பிக்கை உங்களைக் காப்பாற்றுவதில்லை. மருந்தும் காற்றுப்பைகளும்... போன்ற விஷயங்கள்தான் உங்களைப் பாதுகாக்கின்றன. கடவுள் உங்களைக் காப்பாற்றுவதில்லை. அறிவுதான் உங்களைப் பாதுகாக்கிறது. அறிவொளி. கண்ணுக்குப்

புலப்படும் முடிவைத் தரக்கூடிய ஒன்றில் உங்களுடைய நம்பிக்கையை வையுங்கள். ஒருவர் தண்ணீரில் நடந்துகாட்டி எவ்வளவு காலம் ஆகியிருக்கும்? நவீன அற்புதங்கள் எல்லாமே அறிவியலுக்குச் சொந்தமானவை... கம்ப்யூட்டர்கள், தடுப்பு ஊசிகள், விண்வெளி நிலையங்கள்... சொல்லப்போனால், படைப்பின் அற்புதமும் தெய்வீகம்தான். ஒரு ஆய்வகத்தில்... வெறுமையிலிருந்து பருப்பொருளை உருவாக்குவதும். யாருக்கு வேண்டும் கடவுள்? இல்லை! அறிவியல்தான் கடவுள்.

கொலைகாரனின் குரல் லேங்டனின் மனதில் எதிரொலித்தது. நள்ளிரவு நேரம்... மரணத்தின் கணிதப்படியான முன்னேற்றம்... அறிவியலின் பலிபீடத்தில் கன்னி பலிகள்.

பிறகு சட்டென்று, ஒரு துப்பாக்கி வெடிச்சத்தத்தால் சிதறிய கூட்டத்தைப் போல், அந்தக் குரல்கள் மறைந்துபோயின.

ராபர்ட் லேங்டன் துள்ளியெழுந்தார். அவருடைய நாற்காலி பின்னோக்கிச் சாய்ந்து பளிங்குத் தரையில் மோதியது.

விட்டோரியாவும் கேமர்லெக்னோவும் திடுக்கிட்டனர்.

"நான் அதைத் தவற விட்டுவிட்டேன்," முணுமுணுத்த லேங்டன் மந்திரத்திற்கு ஆட்பட்டவரைப் போலிருந்தார். "அது சரியாக எனக்கு முன்னால்தான் இருந்திருக்கிறது..."

"எதைத் தவறவிட்டீர்கள்?" என்றாள் விட்டோரியா.

லேங்டன், மதகுருவிடம் திரும்பினார். "ஃபாதர், மூன்று வருடங்களாக வாடிகன் ஆவணக் காப்பகத்திற்கான அனுமதி கேட்டு, இந்த அலுவலகத்திற்கு நான் விண்ணப்பம் விடுத்திருக்கிறேன். ஏழு முறை எனக்கு அனுமதி மறுக்கப்பட்டிருக்கிறது."

"மிஸ்டர். லேங்டன், மன்னிக்கவேண்டும். ஆனால், இப்படிப்பட்ட புகார்கள் சொல்வதற்கு இது சரியான நேரமல்ல."

"எனக்கு உடனடியாக அனுமதிவேண்டும். காணாமல்போன நான்கு கார்டினல்கள். அவர்களை எங்கே வைத்து கொல்லப்போகிறார்கள் என்பதை என்னால் கண்டுபிடிக்க முடியலாம்."

விட்டோரியா தான் நிச்சயம் தவறாகப் புரிந்துகொண்டோம் என்பதைப்போல் உற்றுப்பார்த்தாள்.

கேமர்லெக்னோவும் இக்கட்டுக்கு உள்ளானவர்போல், ஒரு கொடூரமான நகைச்சுவையைக் கேட்டவரைப்போல் காணப்பட்டார். "இந்தத் தகவல் எங்களுடைய காப்பகத்தில் இருக்கிறதென்று நான் நம்புவேன் என எதிர்பார்க்கிறீர்களா?"

"சரியான நேரத்தில் என்னால் கண்டுபிடிக்க முடியும் என்று என்னால் உறுதியளிக்க முடியாது. ஆனால், நீங்கள் எனக்கு அனுமதி கொடுத்தால்..."

"மிஸ்டர். லேங்டன், நான்கு நிமிடத்தில் நான் சிஸ்டைன் சாப்பலுக்குச் சென்றாகவேண்டும். ஆவணக் காப்பகங்கள் வாடிகன் நகரத்திற்கு எதிரில் இருக்கின்றன."

"நீங்கள் தீவிரமாகத்தான் சொல்கிறீர்கள் இல்லையா?" என்று குறுக்கிட்ட விட்டோரியா, லேங்டனின் கண்களை ஆழ்ந்து நோக்கினாள், அவருடைய ஆர்வத்தை உணரமுயற்சிப்பதுபோல்.

"இது நகைச்சுவைக்கான நேரமில்லை," என்றார் லேங்டன்.

"ஃபாதர்," என்ற விட்டோரியா, கேமர்லெக்னோவை நோக்கித் திரும்பினாள். "இந்தக் கொலைகள் எங்கே நடக்கப்போகின்றன என்பதைக் கண்டுபிடிக்க... ஒரு வாய்ப்பிருந்தால், நாம் அதனை முயற்சித்துப் பார்க்கலாம், அத்துடன் -"

"ஆனால் ஆவணக் காப்பகம்?" என்றார் கேமர்லெக்னோ. "அவற்றில் எப்படி ஏதாவது தடயம் இருக்க வாய்ப்பிருக்கிறது?"

"அதை விளக்குவதற்கு," என்றார் லேங்டன், "உங்களுக்கு இருக்கும் நேரத்தைவிட அதிக நேரமாகிவிடும். ஆனால் நான் சொல்வது சரியாக இருந்துவிட்டால், அந்தக் கொலையாளியைப் பிடிப்பதற்கு அந்தத் தகவலைப் பயன்படுத்திக்கொள்ளலாம்."

கேமர்லெக்னோ அதை நம்ப விரும்பியவர் போலத்தான் தெரிந்தார், ஆனாலும் அவரால் முடியவில்லை. "கிறிஸ்துவத்தின் மிகவும் புனிதமான குறியீடுகள் அந்த ஆவணக் காப்பகத்தில்தான் இருக்கின்றன. அதைப் பார்க்குமளவுக்கான சலுகை எனக்கேகூட கிடையாது."

"எனக்கும் அது தெரியும்."

"காப்பாளர் மற்றும் வாடிகன் நூலகங்களுடைய அவையின் எழுத்துப்பூர்வமான உத்தரவு இருந்தால் மட்டுமே அனுமதி கிடைக்கும்."

"அல்லது," என்றார் லேங்டன், "போப் விதிமுறைப்படி. உங்களுடைய காப்பாளர் எனக்கு அனுப்பிய ஒவ்வொரு மறுப்புக் கடிதத்திலும் அப்படித்தான் சொல்லப்பட்டிருக்கிறது."

கேமர்லெக்னோ ஆமோதித்தார்.

"தவறாக எண்ண வேண்டாம்," என்றார் லேங்டன், "ஆனால், நான் தவறாகச் சொல்லவில்லை என்றால் போப் விதிமுறை என்பது இந்த அலுவலகத்தைச் சேர்ந்ததாகத்தான் இருக்கவேண்டும். இன்றிரவு அவருடைய அலுவலகத்தின் நம்பிக்கை உங்களிடம்தான் இருக்கிறது என என்னால் சொல்ல முடியும். சூழ்நிலைகளை வைத்துப்பார்க்கும்போது..."

தன்னுடைய மேலங்கியிலிருந்து கடிகாரத்தை எடுத்துப் பார்த்தார் கேமர்லெக்னோ. "மிஸ்டர். லேங்டன், இந்தத் திருச்சபையைக் காப்பாற்ற இன்றிரவு என்னுடைய உயிரையும் கொடுக்கத் தயாராகிவிட்டேன்."

அவருடைய கண்களில் உண்மையை மட்டுமே உணர்ந்தார் லேங்டன்.

"அந்த ஆவணம்," என்றார் கேமர்லெக்னோ, "அது உண்மையிலே இங்குதான் இருக்கிறது என நினைக்கிறீர்களா? இந்த நான்கு தேவாலயங்களையும் கண்டுபிடிக்க அது உதவும் என்று கருதுகிறீர்களா?"

"அது அப்படி ஏற்கும்படியாக இல்லாவிட்டால், நான் இப்படி கோரிக்கைகள் வைத்துக்கொண்டே இருக்கமாட்டேன். ஒரு ஆசிரியர் வாங்கும் ஊதியத்தில் இத்தாலிக்கு வேடிக்கைக்காக வருவதென்பது ரொம்பவே அதிகப்படி. நீங்கள் வைத்திருக்கும் ஆவணம் ஒரு புராதனமான-"

"ப்ளீஸ்," என்று குறுக்கிட்டார் கேமர்லெக்னோ. "என்னை மன்னியுங்கள். இந்தக் கணத்தில், என்னுடைய மனதால் எத்தகைய விவரத்தையும் யோசிக்கமுடியாது. அந்த ரகசிய ஆவணக் காப்பகம் எங்கே இருக்கிறது என்று உங்களுக்குத் தெரியுமா?"

லேங்டன் திடீர் பரவசத்தை உணர்ந்தார். "சாண்டா அனா வாயிலுக்குப் பின்னால்."

"பிரமாதம். பெரும்பாலான அறிஞர்கள், அது புனித பீட்டர் அரியாசனத்திற்குப் பின்னாலுள்ள ரகசியக்கதவின் வழியாக இருப்பதாக நினைத்துக்கொண்டிருக்கிறார்கள்."

“இல்லை. அது ரெவரெண்ட் டி ஃபேப்ரிகா டி எஸ். பியட்ரோவின் காப்பகம். அது தவறான புரிதல்.”

“ஒரு வழிகாட்டி நூலகர் ஒவ்வொரு வாயிலிலும் எல்லா நேரத்திலும் உடன் வருவார். இன்றிரவு, அந்த வழிகாட்டிகள் போய்விட்டனர். நீங்கள் கோரிக்கை விடுப்பது உங்களுடைய இஷ்டப்படி செல்வதற்கான அனுமதி. எங்களுடைய கார்டினல்களால்கூட தனியாக உள்ளே நுழையமுடியாது.”

“உங்களுடைய களஞ்சியத்தை நான் அதிகப்படியான மரியாதையுடனும் கவனத்துடனும் கையாள்வேன். நான் அங்கே இருந்ததற்கான தடயத்தைக்கூட உங்களுடைய நூலகர்களால் கண்டுபிடிக்க முடியாது.”

தலைக்குமேலே புனித பீட்டர் தேவாலய மணியோசை கேட்கத் தொடங்கியது. கேமர்லெக்னோ தன்னுடைய பை கடிகாரத்தைப் பார்த்துக்கொண்டார். “நான் போயாகவேண்டும்.” சட்டென்று ஒருகணம் நின்ற அவர், லேங்டனை நிமிர்ந்து பார்த்தார். “ஆவணக்காப்பகத்தில் உங்களை ஒரு சுவிஸ் காவலர் சந்திப்பார். உங்கள் மீது நம்பிக்கை வைத்திருக்கிறேன், மிஸ்டர். லேங்டன். போய்ப் பாருங்கள்.”

லேங்டன் பேச்சற்றுப்போனார்.

அந்த இளம் மதகுரு, இப்போது ஒரு பயங்கரமான அமைதிகொண்டவர் போல் தெரிந்தார். நெருங்கி வந்த அவர், ஆச்சரியப்படுத்தும் வலிமையுடன் லேங்டனின் தோளை அழுத்தினார். “நீங்கள் தேடுவதைக் கண்டுபிடிக்க வேண்டும் என விரும்புகிறேன். அதுவும் சீக்கிரமாக.”

46

சாண்டா அனா வாயிலில் இருந்து, நேராக ஒரு மலையில் பார்ஜியா முற்றத்தின் கடைசி முனையில் அமைந்திருந்தது வாடிகன் ரகசிய ஆவணக் காப்பகங்கள். அவற்றில் 20,000-க்கும் மேற்பட்ட தொகுதிகள் இருக்கின்றன, அத்துடன், லியனார்டோ டாவின்சியின் காணாமல்போன நாட்குறிப்புகள் மற்றும்

புனித பைபிளின் பதிப்பிக்கப்படாத புத்தகங்கள் போன்ற புதையல்களும் இருப்பதாக நம்பப்படுகிறது.

தனித்து விடப்பட்டிருக்கும் டெல்லா ஃபாண்டமெண்டா வழியாக அந்த ஆவணக்காப்பகத்திற்கு லேங்டன் ஆற்றலுடன் விரைந்துகொண்டிருந்தார், தனக்கு அனுமதி கிடைத்திருப்பதை அவருடைய மனதால் முழுமையாக ஏற்றுக்கொள்ள முடியவில்லை. விட்டோரியாவும் அவர் பக்கத்தில், அத்தனை சிரமமின்றி, அவருக்கு இணையாக வந்துகொண்டிருந்தாள். அவளுடைய ஆல்மண்ட்-வாசனையடிக்கும் தலைமுடி தென்றல் காற்றில் படபடத்தபோது, லேங்டன் வாசனையை முகர்ந்தார். அவருடைய சிந்தனைகள் அலைபாய, தன்னைப் பின்னிழுத்துக்கொண்டார்.

விட்டோரியா சொன்னாள், "நாம் எதைத் தேடுகிறோம் என்று எனக்குச் சொல்வீர்கள்தானே?"

"கலீலியோ எழுதிய ஒரு சிறிய புத்தகம்."

அவள் ஆச்சரியப்பட்டாள். "குழப்ப வேண்டாம். அதில் என்ன இருக்கிறது?"

"அதில் *இல் செக்னோ* எனப்படும் ஒன்று இருக்கவேண்டும்."

"அடையாளமா?"

"அறிகுறி, தடயம், சமிக்ஞை... அது உன்னுடைய மொழிபெயர்ப்பைப் பொறுத்தது."

"எதற்கான அறிகுறி?"

லேங்டன் இன்னும் வேகமெடுத்தார். "ஒரு ரகசிய இடம். கலீலியோவின் இல்லுமினாட்டி தங்களைத் தாங்களே வாடிகனிடமிருந்து பாதுகாத்துக்கொள்ள வேண்டியிருந்தது, அதனால், அவர்கள் படுரகசியமான இல்லுமினாட்டி கூடுமிடத்தை ரோமில் அமைத்தார்கள். அதை அவர்கள் அறிவொளி திருச்சபை என்று அழைத்தனர்."

"சாத்தானிய மறைவிடத்தைத் *திருச்சபை* என அழைப்பதென்றால் ரொம்ப துணிச்சல்தான்."

லேங்டன் மறுப்பாய்த் தலையசைத்தார். "கலீலியோவின் இல்லுமினாட்டியில் கொஞ்சம்கூட சாத்தானியம் கிடையாது. அவர்கள் அறிவொளியைப் போற்றிய அறிவியலாளர்கள்.

அவர்களுடைய கூடுமிடம் என்பது பாதுகாப்பாகக் கூடுவதற்கும், வாடிகனால் தடைசெய்யப்பட்ட விஷயங்களை விவாதிப்பதற்குமானது. இந்த ரகசிய உறைவிடம் இருப்பது நமக்குத் தெரியும் என்றாலும், இன்றைய தினம்வரை யாரும் அதைக் கண்டுபிடித்ததில்லை."

"ஒரு ரகசியத்தை எப்படிக் காப்பதென்று இல்லுமினாட்டிக்குத் தெரிந்திருக்கும் போல் தெரிகிறதே."

"நிச்சயமாக. உண்மையில், சகோதரவமைப்புக்கு வெளியில் தங்களுடைய மறைவிடத்தைப் பற்றி அவர்கள் யாருக்குமே சொன்னதில்லை. இந்த ரகசியம்தான் அவர்களைப் பாதுகாத்தது, ஆனால் புதிய உறுப்பினர்களைச் சேர்ப்பது என வந்தபோது, இது அவர்களுக்குப் பிரச்சினையாகவும் தெரிந்தது."

"விளம்பரப்படுத்தாவிட்டால் அவர்களால் வளர்ந்திருக்க முடியாது," என்ற விட்டோரியா கால்களும் மனமும் ஒரே வேகத்தில் செல்ல அனுமதித்தாள்.

"சரியாகச் சொன்னாய். கலீலியோவின் சகோதரவமைப்பு குறித்த விஷயம் 1630-களில் பரவத் தொடங்கியது, உலகம் முழுவதிலும் இருந்த அறிவியலாளர்கள் இல்லுமினாட்டியில் சேரும் நம்பிக்கையுடன் ரோமிற்கு ரகசியப் பயணங்களை மேற்கொண்டனர்... கலீலியோவின் தொலைநோக்கி வழியாகப் பார்க்கவேண்டும், அந்த மாஸ்டரின் கருத்துக்களைக் கேட்கவேண்டும் என்ற ஆர்வம் அவர்களிடம் மேலோங்கியிருந்தது. ஆனால், துரதிர்ஷ்டவசமாக, இல்லுமினாட்டியின் ரகசியத்தன்மையினால், ரோமிற்கு வந்த அறிவியலாளர்களுக்கு இந்தக் கூட்டங்களுக்கு எங்கே செல்வது என்றோ அல்லது யாரிடம் பேசலாம் என்றோ தெரியாமல் போயிற்று. இல்லுமினாட்டிக்குப் புது ரத்தம் தேவைப்பட்டது, ஆனால் தங்களுடைய இருப்பிடத்தைத் தெரியப்படுத்தி, தங்களுடைய ரகசியத்தன்மைக்கு ஆபத்து ஏற்படுத்திக்கொள்வதை அவர்களால் ஏற்கமுடியவில்லை."

விட்டோரியா புருவத்தை நெரித்தாள். "தீர்வில்லாத ஒரு சூழ்நிலை."

"அதேதான். முரணான சூழ்நிலை என்றும்கூட சொல்லலாம்."

"அப்படியென்றால் அவர்கள் என்ன செய்தார்கள்?"

"அவர்கள் அறிவியலாளர்கள். இந்தப் பிரச்சினையை ஆராய்ந்து ஒரு தீர்வைக் கண்டுபிடித்தனர். உண்மையில், அது அற்புதமான ஒன்று. தங்களுடைய புகலிடத்திற்கு வந்துசேர ஒருவகை புத்திசாலித்தனமான வரைபடத்தை இல்லுமினாட்டி உருவாக்கியது."

சட்டென்று அவநம்பிக்கை கொண்ட விட்டோரியா வேகம் குறைந்தாள். "வரைபடமா? இது அலட்சியமான ஒன்றாகத்தெரிகிறதே. அதன் ஒரு பிரதி, தவறான கைகளில் கிடைத்தால்கூட..."

"அப்படி நடக்கவில்லை," என்றார் லேங்டன். "எங்கு தேடினாலும் ஒரு பிரதிகூட கிடைக்காது. அது சாதாரண காகிதத்தில் பொருந்தக்கூடிய வகையிலான வரைபடம் அல்ல. அது அதைவிட பிரமாண்டமானது. நகரத்தின் ஊடாகச் செல்லும் பிரகாசமான பாதை."

விட்டோரியா மேலும் நடையைத் தாமதப்படுத்தினாள். "அம்புக்குறி வரையப்பட்ட நடைபாதைகளா?"

"ஒருவகையில் அப்படித்தான், ஆனால் மிகமிக நுண்ணியமானது. அந்த வரைபடம் நகரத்தைச்சுற்றிலும் பொதுவிடங்களில் கவனமாக மறைக்கப்பட்ட தொடர்ச்சியான குறியீட்டுக் குறிகளைக் கொண்டிருந்தது. ஒரு குறியீடு மற்றொன்றிற்கு வழிகாட்டும்... அடுத்தது மற்றொன்றிற்கு... ஒரு தடம்... இறுதியில் அது இல்லுமினாட்டி மறைவிடத்துக்கு அழைத்துச் செல்லும்."

விட்டோரியா அவரை ஓரக்கண்ணால் பார்த்தார். "புதையல் வேட்டை போல் இருக்கிறது."

லேங்டன் சிரித்தார். "ஒருவகையில் அப்படிப்பட்டதுதான். இல்லுமினாட்டி தங்களுடைய குறிப்பான்களின் சரடை 'அறிவொளிக்கான வழி' என்றழைத்தனர், சகோதரவமைப்புடன் சேர்ந்துகொள்ள விரும்புகின்ற யாரும் அதன் இறுதி முனைவரை பின்தொடர்ந்தாக வேண்டியிருந்தது. ஒரு வகையான சோதனை."

"ஆனால் வாடிகன், இல்லுமினாட்டியைக் கண்டுபிடிக்க முயற்சித்தால்," வாதிட்டாள் விட்டோரியா, "அவர்களால் இந்தக் குறிப்பான்களை வெறுமனே பின்தொடர்ந்துவிட முடியாதா?"

"முடியாது. அந்தப் பாதை மறைக்கப்பட்டிருந்தது. அது ஒரு புதிர், அதாவது குறிப்பிட்ட சிலருக்கு மட்டுமே அந்தக் குறியீடுகளை

தடம்கண்டு, இல்லுமினாட்டி தேவாலயம் மறைந்திருக்கும் இடத்தைக் கண்டுபிடிப்பதற்கான திறன் இருந்தது. இல்லுமினாட்டி இதனையே ஒரு வகையான நுழைவுக்கான வழியாக வைத்திருந்தது, இது பாதுகாப்பு நடவடிக்கையாக மட்டுமல்லாமல், திறமையான அறிவியலாளர்கள் மட்டும் தங்களுடைய வாசலுக்கு வருவதை உறுதிப்படுத்துவதற்கான சோதனை முறையாகவும் செயல்பட்டது."

"என்னால் இதை ஏற்றுக்கொள்ள முடியவில்லை. 1600-களில் மதகுருமார்கள்தான் இந்த உலகில் மிகவும் கல்வி கற்றவர்களாக இருந்தனர். இந்தக் குறியீடுகள் பொதுவிடங்களில் அமைந்திருந்தால், வாடிகன் உறுப்பினராக இருந்தவர்கள் நிச்சயமாக அதைக் கண்டுபிடித்திருக்க முடியும்."

"நிச்சயம் முடிந்திருக்கும்," என்றார் லேங்டன், "அவர்களுக்கு அந்தக் குறியீடுகளைப் பற்றி *தெரிந்திருந்தால்.* ஆனால் அவர்களுக்குத் தெரியாது. ஏனென்றால், மதகுருமார்களால் அவை என்னவென்று ஒருபோதும் சந்தேகப்பட முடியாத அளவுக்கு அவற்றை வடிவமைத்திருந்தது இல்லுமினாட்டி. சின்னவியலில் *மூடிமறைத்தல்* எனும் ஒரு முறையை அவர்கள் பயன்படுத்தினர்."

"உருமறைத்தோற்றம்."

லேங்டன் ஆச்சரியப்பட்டார். "உனக்குத் தெரிந்திருக்கிறது."

"*போலித்தோற்றம்,*" என்றாள் அவள். "இயற்கையின் சிறந்த தற்காப்பு. கடற்புல் நடுவே செங்குத்தாக மிதக்கும் ஒரு டிரெம்பட் மீனைக் கண்டுபிடிப்பது போன்றது."

"சரி," என்றார் லேங்டன். "இல்லுமினாட்டியும் அதே முறையைத்தான் பயன்படுத்தியது. புராதன ரோமின் பின்னணிக்குள் தெளிவாகத் தெரியாத குறியீடுகளை அவர்கள் உருவாக்கினர். அவர்கள் ஆம்பிகிராம் அல்லது அறிவியல்பூர்வ சின்னவியலை பயன்படுத்தவில்லை, ஏனென்றால் அவை ரொம்பவே சந்தேகத்தை ஏற்படுத்தக்கூடியவை, அதனால் அவர்கள் ஒரு இல்லுமினாட்டி ஓவியரை- பெயர்தெரியாத இந்த மேதைதான் அவர்களுடைய '*Illuminati*' ஆம்பிகிராம் சின்னத்தையும் உருவாக்கினார் - அழைத்து, அவரிடம் நான்கு சிற்பங்களைச் செதுக்குவதற்கான வேலையை ஒப்படைத்தனர்."

"இல்லுமினாட்டி சிற்பங்களா?"

"ஆமாம், இரண்டு கடுமையான வழிகாட்டு நெறியுடனான சிற்பங்கள். முதலில், இந்தச் சிற்பங்கள் யாவும் ரோமில் உள்ள மற்ற கலைப்படைப்பைப் போன்றே காணப்படவேண்டும்... இல்லுமினாட்டிக்குச் சொந்தமானது என வாடிகன் ஒருபோதும் சந்தேகப்பட முடியாத கலைப்படைப்பு."

"மதச்சார்புடைய கலை."

அதை ஆமோதித்த லேங்டன், தனக்கு ஏற்பட்ட பரவசத்தில் இன்னும் வேகமாகப் பேசினார். "இரண்டாவது நெறிமுறை என்னவென்றால், அந்த நான்கு சிற்பங்களும் மிகவும் திட்டவட்டமான கருக்களைக் கொண்டிருக்க வேண்டும். ஒவ்வொரு சிற்பமும் அறிவியலின் நான்கு ஆதார சக்திகளுள் ஒன்றிற்கு நுட்பமான அர்ப்பணிப்பாக இருக்கவேண்டும்."

"நான்கு ஆதார சக்திகளா?" என்றாள் விட்டோரியா. "நூற்றுக்கும் மேலானவை இருக்கின்றன."

"1600-களில் அப்படியில்லை," என்று நினைவூட்டினார் லேங்டன். "ஆரம்பகால ரசவாதிகள் இந்த ஒட்டுமொத்தப் பிரபஞ்சமும் நான்கு உட்பொருட்களால் மட்டுமே ஆகியிருக்கின்றன எனக் கருதினர்: நிலம், காற்று, நெருப்பு மற்றும் நீர்."

ஆரம்பகாலச் சிலுவை, இந்த நான்கு ஆதார சக்திகளின் பொதுவான வெளிப்பாடுதான் என லேங்டனுக்குத் தெரியும் - நான்கு கைகளும் நிலம், காற்று, நெருப்பு மற்றும் நீர் ஆகியவற்றைத்தான் குறிப்பிடுகின்றன. இருந்தாலும், அதற்கும் அப்பால், வரலாறு நெடுகிலும் நிலம், காற்று, நெருப்பு மற்றும் நீர் ஆகியவற்றிற்கு டசன் கணக்கான குறியீட்டுத் தோற்றங்கள் இருந்திருக்கின்றன - பித்தகோரியன் வாழ்க்கைச் சுழல், சீன *ஹாங்-ஃபான்*, யுங்கினுடைய ஆண் பெண் அடிப்படைகள், ராசிமண்டல நாற்கரங்கள், சொல்லப்போனால் முஸ்லீம்கள்கூட நான்கு புராதன ஆதார சக்திகளைப் போற்றியிருக்கின்றனர்... இருந்தாலும், இஸ்லாத்தில் அவை "சதுரங்கள், மேகங்கள், மின்னல் மற்றும் அலைகள்" என்று அறியப்படுகின்றன. இருப்பினும், லேங்டனைப் பொறுத்தவரையில், மிகவும் நவீனகாலத்து பயன்பாடுதான் அவரைச் சில்லிட வைத்திருக்கின்றன- மேசனுடைய முழுமையான ஆரம்பங்கள் எனும் நான்கு புதிரார்ந்த வரிசைகள்: நிலம், காற்று, நெருப்பு மற்றும் நீர்.

விட்டோரியா திகைப்படைந்தவள்போல் காணப்பட்டாள். "அப்படியென்றால் மதம்சார்ந்தது போல் தெரியக்கூடிய நான்கு கலைப்படைப்புகளை உருவாக்கியது இல்லுமினாட்டி கலைஞர், ஆனால் அவை நிலம், காற்று, நெருப்பு மற்றும் நீர் ஆகியவற்றுக்கு அர்ப்பணிக்கப்பட்டவை அப்படித்தானே?"

"ரொம்பச் சரி," என்ற லேங்டன், சட்டென்று செண்டினல் வழியாகத் திரும்பி ஆவணக்காப்பகத்தை நோக்கிச் சென்றார். "இந்தப் படைப்புகள் ரோம் முழுவதிலும் இருந்த மதம்சார் கலைப்படைப்புகளின் கடலில் கலந்துவிட்டன. குறிப்பிட்ட தேவாலயங்களுக்கு இந்தக் கலைப்படைப்புகளை முகம் தெரியாதவராக நன்கொடை அளித்தனர், தங்களுடைய அரசியல் செல்வாக்கைப் பயன்படுத்தி, ரோமில் கவனமாகத் தேர்ந்தெடுக்கப்பட்ட தேவாலயங்களில் இந்த நான்கு படைப்புகளையும் அமைக்க சகோதரவமைப்பு வசதியேற்படுத்திக் கொடுத்தது. ஒவ்வொரு படைப்பும் ஒரு குறியீடு... நுட்பமான வகையில் அடுத்த தேவாலயத்தைக் குறிப்பிடுபவை... அங்கே அடுத்த குறியீடு காத்திருக்கும். இது மதம்சார் கலைப்படைப்பாகக் காட்டிக்கொள்கின்ற தடயங்களின் சுவடாகச் செயல்பட்டது. ஒரு இல்லுமினாட்டி ஆர்வலர் முதல் திருச்சபையையும், நிலத்திற்கான குறியீட்டையும் கண்டுபிடித்துவிட்டால், அவரால் காற்றைப் பின்தொடர முடியும்... அதன்பிறகு நெருப்பு... அதன்பிறகு தண்ணீர்... கடைசியாக அறிவொளி திருச்சபை."

விட்டோரியா ஓரளவே புரிந்துகொண்டதுபோல் தெரிந்தது.. "இதற்கும் இல்லுமினாட்டிக் கொலையாளியைக் கண்டுபிடிப்பதற்கும் தொடர்பிருக்கிறதா?"

தன்னுடைய துருப்புச்சீட்டை ஆட்டியபடி புன்னகைத்தார் லேங்டன். "முடியுமே. இல்லுமினாட்டி இந்த நான்கு தேவாலயங்களையும் மிகவும் பிரத்யேகமானதோர் பெயரிட்டு அழைத்தனர். **அறிவியலின் பலிபீடங்கள்."**

விட்டோரியா நெற்றியைக் குறுக்கினாள். "எனக்குப் புரியவில்லை, அப்படியென்றால் அது-" அவள் சட்டென்று நிறுத்தினாள். அவள் வியந்துபோனாள். "இல்லுமினாட்டி அஸாசின். அறிவியலின் பலிபீடங்களில் அந்தக் கார்டினல்கள் கன்னி பலிகளாக இருப்பார்கள் என அவன் எச்சரித்திருந்தான்.!"

லேங்டன் அவளைப் பார்த்து சிரித்தார். "நான்கு கார்டினல்கள். நான்கு தேவாலயங்கள். நான்கு அறிவியல் பலிபீடங்கள்."

அவள் திகைப்படைந்தவளாய்த் தோன்றினாள். "கார்டினல்களைப் பலியிடப்போகும் நான்கு தேவாலயங்கள்தான் புராதன இல்லுமினாட்டிப் பாதையைக் குறிக்கின்ற அதே நான்கு தேவாலயங்கள் என்கிறீர்களா?"

"அப்படித்தான் நினைக்கிறேன், ஆமாம்."

"ஆனால், கொலைகாரன் எதற்காக நமக்கு தடயத்தைக் கொடுக்க வேண்டும்?"

"ஏன் கூடாது?" கேட்டார் லேங்டன். "இந்தச் சிற்பங்களைப் பற்றி வெகுசில வரலாற்றாசிரியர்களுக்கே தெரியும். அதிலும் வெகுசிலர்தான் அவை இருப்பதாக நம்புகின்றனர். அவற்றின் இருப்பிடங்கள் கடந்த நானூறு ஆண்டுகளாக ரகசியமாகவே இருந்துவிட்டன. இன்னும் ஐந்து மணிநேரத்திற்கு அவை ரகசியமாகத் திகழும் என இல்லுமினாட்டி நம்பும் என்பதில் சந்தேகமே வேண்டாம். அதுபோக, இல்லுமினாட்டிக்குத் தங்களுடைய பாதை இனி தேவைப்படாது. அவர்களுடைய ரகசிய உறைவிடம் ரொம்ப காலத்திற்கு முன்பே காணாமல் போய்விட்டது. அவர்கள் நவீன உலகில் வாழ்கிறார்கள். அவர்கள் வங்கி சபைக்கூட்டங்களிலோ, சாப்பிடும் கிளப்புகளிலோ, தனியார் கால்ஃப் மைதானங்களிலோ சந்தித்துக்கொள்கிறார்கள். இன்றிரவு தங்களுடைய ரகசியங்களை அம்பலப்படுத்த விரும்புகிறார்கள். இதுதான் அவர்களுக்கான தருணம். அவர்களுடைய பிரமாண்ட வெளிப்பாடு."

இல்லுமினாட்டி வெளிப்பாட்டிற்குத் தான் இன்னமும் குறிப்பிடாத ஒரு பிரத்யேக சீர்மை இருக்கலாம் என லேங்டன் பயந்தார். *நான்கு முத்திரைகள்.* ஒவ்வொரு கார்டினலும் வெவ்வேறு சின்னத்தால் முத்திரையிடப்படுவார்கள் என கொலைகாரன் சத்தியம் செய்திருந்தான். *புராதன கதைகள் உண்மைதான் என்பதற்கான நிரூபணம்,* என்று சொல்லியிருந்தான் கொலைகாரன். நான்கு ஆம்பிகிராம் முறையிலான முத்திரைகளின் மகத்துவமும் இல்லுமினாட்டி அளவுக்குப் பழமையானது: நிலம், காற்று, நெருப்பு, நீர்– நான்கு வார்த்தைகளும் முழுமையான சீர்மையுடன் உருவாக்கப்பட்டவை. இல்லுமினாட்டி வார்த்தையைப் போன்றே. ஒவ்வொரு

கார்டினல் மீதும் அறிவியலின் புராதன ஆதார சக்திகள் ஒன்றின் முத்திரையிடப்படும். நான்கு முத்திரைகளுமே இத்தாலிய மொழியில் இருப்பதற்கு மாறாக, ஆங்கில மொழியில் இருப்பதும்கூட வரலாற்றாய்வாளர்களிடையே ஒரு விவாதத்திற்குரிய விஷயமாகத்தான் இருந்துவருகிறது. ஆங்கிலமானது அவர்களது நாவிலிருந்து இயல்பான விலகலைக் கொண்டிருந்தது... இல்லுமினாட்டி தற்போக்காக எதையும் செய்வதில்லை.

ஆவணக்காப்பக கட்டடத்திற்கு முன்பிருந்த செங்கல் பாதையில் திரும்பினார் லேங்டன். அவருடைய மனதில் கொடூரமான பிம்பங்கள் நெருக்கியடித்தன. ஒட்டுமொத்த இல்லுமினாட்டித் திட்டமுமே தன்னுடைய நிதானமான கம்பீரத்தை வெளிப்படுத்தத் தொடங்கிவிட்டது. எவ்வளவு காலமானாலும், எத்தகைய பயமும் இல்லாமல் வெளியுலகிற்கு தங்களைக் காட்டிக்கொள்ளும் அளவுக்கான செல்வாக்கையும் அதிகாரத்தையும் சேர்த்துக்கொண்டு, தங்களுடைய நிலைப்பாட்டை அறிவித்துக்கொண்டு, வெட்ட வெளிச்சமாகத் தங்களுடைய கொள்கைக்காகப் போராடுவதற்கான நேரம் வரும்வரையில் அமைதி காப்பதாகச் சகோதரவமைப்பு உறுதிமொழி மேற்கொண்டிருந்தது. இல்லுமினாட்டிகள் இனி மறைக்கப்போவதில்லை. அவர்கள் தங்களுடைய அதிகாரத்தை வெளிப்படுத்தவும், சதித்திட்ட கட்டுக்கதைகளை உண்மையென உறுதிப்படுத்தவும் விரும்பினார்கள். இன்றிரவு உலகளாவிய அளவில் பொதுமக்களிடம் வெளிப்படுத்திக் கொள்வார்கள்.

விட்டோரியா சொன்னாள், "நம்முடைய பாதுகாவலர் வந்துவிட்டார்." அருகிருந்த புல்வெளியில் முன்வாசலை நோக்கி ஒரு சுவிஸ் காவலர் விரைந்து வருவதை லேங்டன் பார்த்தார்.

அந்தக் காவலாளி அவர்களைப் பார்த்தபோது, வந்த வழியில் அப்படியே நின்றான். அவர்களை உற்றுநோக்கிய அவனுக்கு தான் ஏதோ மாயக்காட்சிக்கு ஆட்பட்டுவிட்டதைப் போலிருந்தது. எதுவும் சொல்லாமலே பின்னால் திரும்பிய அவன், தன்னுடைய வாக்கி-டாக்கியை வெளியே எடுத்தான். தன்னிடம் கேட்டுக்கொள்ளப்பட்டதை நம்ப முடியாதவனாக, அடுத்த முனையில் இருந்தவரிடம் அவசர அவசரமாகப் பேசினான். அதற்குத் திரும்பக் கிடைத்த கோபமான பதில் என்னவென்று லேங்டனால் தெரிந்துகொள்ள முடியவில்லை,

ஆனால் அதனுடைய செய்தி தெளிவாக இருந்தது. அந்தக் காவலாளி நிலைகுலைந்துபோய், வாக்கி-டாக்கியை வைத்துவிட்டு, முற்றிலும் திருப்தியற்றவனாய் அவர்களை நோக்கித் திரும்பினான்.

காவலாளி அவர்களுக்குக் கட்டடத்திற்குள் வழிகாட்டியபோது ஒரு வார்த்தைகூடப் பேசவில்லை. அவர்கள் நான்கு எஃகு கதவுகள், இரண்டு பாஸ்வேர்ட் நுழைவாயில்களைக் கடந்து, கீழ்நோக்கிச் செல்லும் நீளமான படிக்கட்டில் இறங்கி, இரட்டை காம்பினேஷன் கொண்ட ஒரு நடைவெளியில் நுழைந்தனர். உயர்-தொழில்நுட்பம் கொண்ட தொடர்ச்சியான எலக்ட்ரானிக் வாயில்களைக் கடந்து, அகலமான ஓக் மரத்தில் செய்யப்பட்ட இரட்டைக் கதவுகளுக்கு வெளியே இருந்த ஒரு நீளமான முற்றத்தின் முனைக்கு வந்துசேர்ந்தனர். அங்கே நின்ற காவலாளி அவர்களை மறுபடியும் ஒரு பார்வை பார்த்துவிட்டு, வாய்க்குள் முணுமுணுத்தபடிய சுவரில் இருந்த ஒரு உலோகப் பெட்டியை நோக்கி நடந்தான். அதைத் திறந்த அவன், உள்ளே கைவிட்டு ஒரு மறைகுறியீட்டைப் பதிவு செய்தான். அவர்களுக்கு முன்பிருந்த கதவு, 'ஹிஸ்' என சத்தமிட்டது, தாழ்ப்பாள் கீழிறங்கி திறந்துகொண்டது.

திரும்பிய காவலாளி, முதல்முறையாக அவர்களுடன் பேசினான். "இந்தக் கதவுகளுக்குப் பின்னால்தான் ஆவணங்கள் இருக்கின்றன. இதுவரைக்கும் வருவதற்குத்தான் எனக்கு அறிவுறுத்தப்பட்டிருக்கிறது, மற்றொரு விஷயத்துக்காக நான் திரும்பிச் செல்லவேண்டும்."

"நீங்கள் போகிறீர்களா?" என்றாள் விட்டோரியா.

"ரகசிய ஆவணக் காப்பகத்துக்குள் செல்ல சுவிஸ் காவலர்களுக்கு அனுமதி கிடையாது. என்னுடைய கமாண்டருக்கு கேமர்லெக்னோவிடம் இருந்து நேரடி உத்தரவு வந்திருப்பதால் மட்டும்தான் நீங்கள் இங்கே இருக்கிறீர்கள்."

"ஆனால், நாங்கள் எப்படி வெளியே செல்வது?"

"ஒற்றைத்திசை பாதுகாப்பு. உங்களுக்கு எந்தச் சிக்கலும் இருக்காது." உரையாடல் முடிந்ததும், சுழன்று திரும்பிய காவலாளி முற்றத்தை நோக்கி நடைபோட்டான்.

விட்டோரியா ஏதோ சொன்னாள், ஆனால் லேங்டனுக்கு அது கேட்கவில்லை. அவருடைய மனம், அவருக்கு முன்பிருந்த இரட்டைக் கதவிலும் அதற்குப் பின்னால் இருக்கும் புதிர்களிலுமே நிலைகொண்டிருந்தது.

47

நேரம் குறைவாகத்தான் இருக்கிறதென தெரிந்திருந்தாலும், கேமர்லெக்னோ கார்லோ வெண்ட்ரேஸ்கா மெதுவாகவே நடந்தார். தொடக்கப் பிரார்த்தனையை எதிர்கொள்ளும் முன்னர் தன்னுடைய எண்ணங்களை ஒன்றுசேர்க்க, அவருக்கு அந்த நேரம் தேவைப்பட்டது. நிறைய விஷயங்கள் நடந்திருந்தன. வடக்குப் பகுதியை நோக்கி மங்கலான தனிமையில் அவர் சென்றுகொண்டிருக்கும்போது, கடந்த பதினைந்து நாட்களின் சவால் அவருடைய எலும்புகளைக் கனமாக அழுத்தின.

அவர் அந்தக் கடிதத்திற்கு ஏற்றபடியே தன்னுடைய புனிதக் கடமைகளைத் தொடர்ந்தார்.

வாடிகன் பாரம்பரியப்படி, போப் மரணமடைந்த பின்னர், போப்பின் கழுத்துப் பகுதி இரத்தக் குழாயில் கேமர்லெக்னோ தன்னுடைய விரல்களை வைத்தும், மூச்சிருக்கிறதா என கவனித்தும், போப்பின் பெயரை மூன்று முறை அழைத்தும் தனிப்பட்ட முறையில் அந்த இறப்பை உறுதி செய்தார். விதிமுறைப்படி பிரேதப் பரிசோதனை செய்யப்பட மாட்டாது. பிறகு, அவர் போப்பின் படுக்கையறையை சீல் வைத்து, போப்பாண்டவருடைய மீனவர் முத்திரை மோதிரத்தை அழித்து, முத்திரையை உருவாக்கப் பயன்பட்ட சாயத்தைப் பிரித்தெடுப்பார், அதன்பிறகே இறுதி யாத்திரைக்கு ஏற்பாடு நடக்கும். அது முடிந்தவுடன், அவர் தேர்தலுக்கான ஏற்பாடுகளைத் தொடங்கினார்.

தேர்தல், அவர் நினைத்துக்கொண்டார். *இறுதித் தடை.* கிறிஸ்துவ உலகில் மிகப்பழமையான பாரம்பரியங்களுள் ஒன்று. இன்றைய நாட்களில், தேர்தல் தொடங்குவதற்கு முன்பே அதனுடைய முடிவு தெரிந்துவிடுகிறது என்பதால், இந்த நடைமுறை

பழமையானது என விமர்சிக்கப்பட்டது- தேர்தல் என்பதைவிட ஒரு கேளிக்கை. எனினும், இது சரியான புரிதலின்மையால் ஏற்பட்டதுதான் என கேமர்லெக்னோ அறிந்திருந்தார். இந்தத் தேர்தல் வெறுமனே தேர்தல் மட்டுமல்ல. இது பழமையான, புதிரான அதிகார மாறுதல். இந்தப் பாரம்பரியத்திற்குக் கால எல்லை கிடையாது... ரகசியத்தன்மை, மடிக்கப்பட்ட துண்டுக் காகிதங்கள், வாக்குச்சீட்டுகள் எரிக்கப்படுவது, புராதன ரசாயனங்கள் சேர்க்கப்படுவது, புகையில் தெரியும் சமிக்ஞை.

பதிமூன்றாம் கிரிகோரியின் திறந்தவெளி மேடையின் வழியாக கேமர்லெக்னோ சென்றுகொண்டிருக்கையில், கார்டினல் மோர்ட்டாடி இன்னமும் பயத்தில்தான் இருப்பாரோ என்று நினைத்துக்கொண்டார். முதன்மையானவர்கள் காணாமல் போயிருப்பதை மோர்ட்டாடி நிச்சயம் கவனித்திருப்பார். அவர்கள் இல்லாமல் வாக்கெடுப்பு இரவு முழுவதும் நடந்துகொண்டிருக்கும். கிரேட் எலக்டராக மோர்ட்டாடி நியமிக்கப்பட்டிருப்பது ஒரு நல்ல விஷயம்தான் என்பதை கேமர்லெக்னோ தனக்குத்தானே உறுதிப்படுத்திக்கொண்டார். இந்த மனிதர் ஒரு சுதந்திர சிந்தனையாளர், மனதில் உள்ளதைப் பேசுகிறவர். தேர்தலுக்கு இன்றிரவு முன்னெப்போதைக் காட்டிலும் மேலான ஒரு தலைவர் தேவைப்பட்டார்.

ராஜாங்க படிக்கட்டின் உச்சிக்கு கேமர்லெக்னோ வந்துசேர்ந்தபோது, தன்னுடைய வாழ்வின் மிகவும் செங்குத்தான முனையில் நிற்பதைப்போல் உணர்ந்தார். இவ்வளவு உயரத்தில் இருந்தும்கூட கீழேயுள்ள சிஸ்டைன் சாப்பலிலிருந்து வரும் இரைச்சலை அவரால் கேட்கமுடிந்தது - அது 165 கார்டினல்களும் அமைதியின்றிப் பேசிக்கொள்கின்ற சத்தம்.

நூற்று அறுபத்தியொரு கார்டினல்கள், என அவர் சரிசெய்துகொண்டார்.

ஒருகணம் கேமர்லெக்னோ கீழே, நரகத்தை நோக்கி விழுந்துகொண்டிருந்தார், மனிதர்கள் கூக்குரலிட்டனர், தீச்சுவாலைகள் அவரைப் பற்றியெரியச் செய்தன, கற்களும் ரத்தமும் வானத்தில் இருந்து மழையாய்ப் பொழிந்தன.

அதன்பிறகு அமைதி.

அந்தக்குழந்தை விழித்துக்கொண்டபோது, அவர் சொர்க்கத்தில் இருந்தார். அவரைச் சுற்றியிருந்த எல்லாமும் வெண்மையாய் இருந்தன. ஒளி கண் கூசச்செய்வதாகவும் தூய்மையாகவுமிருந்தது. ஒரு பத்து வயது குழந்தையால் சொர்க்கம் என்னவென்பதைப் புரிந்துகொள்ள முடியாது என சிலர் சொன்னாலும், இளம் கார்லோ வெண்ட்ரெஸ்கா சொர்க்கத்தை மிக நன்றாகப் புரிந்துகொண்டார். அவர் இப்போது சொர்க்கத்தில் இருந்தார். அவர் வேறு எங்குதான் இருப்பார்? பூமியில் ஒரு குறுகிய தசாப்தம் இருந்தபோதிலும் கடவுளின் கம்பீரத்தைக் கார்லோ உணர்ந்தார் - இடிமுழக்கம் செய்யும் குழல் வாத்தியங்கள், வானுயர்ந்த குவிமாடங்கள், பாடுவதற்கு உயரும் குரல்கள், வண்ணமிட்ட கண்ணாடிகள், பளிச்சிடும் வெண்கலம் மற்றும் தங்கம். கார்லோவின் தாயான மரியா அவரை தினமும் பிரார்த்தனைக்கு அழைத்துச்சென்றார். அந்தத் தேவாலயம்தான் கார்லோவின் வீடு.

“ஒவ்வொரு நாளும் நாம் ஏன் ஆராதனைக்கு வருகிறோம்” கார்லோ அதைப் பொருட்படுத்தாத போதும் கேட்டார்.

“நான் ஆண்டவருக்குச் சத்தியம் செய்திருப்பதாலே,” அவள் பதிலளித்தாள். “ஆண்டவருக்கு அளித்த சத்தியம் மற்ற எந்த சத்தியத்தைவிடவும் முக்கியமானது. ஆண்டவருக்கு செய்துகொடுத்த சத்தியத்தை ஒருபோதும் மீறக்கூடாது.”

ஆண்டவருக்கு செய்துகொடுத்த சத்தியத்தை மீறமாட்டேன் என்று கார்லோ அவளுக்கு உறுதியளித்தார். இந்த உலகில் எதைவிடவும் தன்னுடைய அம்மாவை அவர் அதிகம் நேசித்தார். அவள்தான் அவருடைய புனித தேவதை. சிலநேரங்களில், அவளுக்கு விருப்பமில்லை என்றாலும்கூட, அவர் அவளை *மரியா பெனிடெட்டா* - ஆசீர்வதிக்கப்பட்ட மேரி - என்று அழைப்பார். பிரார்த்தனை செய்யும்போது, அவர் அவளுடனே மண்டியிட்டு அமர்ந்து, ஜெபமாலையை எண்ணிக்கொண்டிருக்கும்போது அவளுடைய சருமத்தின் இனிய வாசனையை முகர்ந்தபடி பிரார்த்தனையின் முணுமுணுப்பைக் கேட்டார். *மரியே வாழ்க, ஆண்டவரின் அன்னையே. . . பாவப்பட்ட எங்களுக்காகப் பிரார்த்தனை செய்திடுங்கள்... இப்போதும் மரணத் தறுவாயிலும்.*

“என்னுடைய அப்பா எங்கே?” தன்னுடைய அப்பா தான் பிறப்பதற்கு முன்பே இறந்துவிட்டார் என்பது தெரியும் என்றாலும் கார்லோ அப்படிக் கேட்பார்.

"இப்போது ஆண்டவர்தான் உன் அப்பா," என அவள் எப்போதுமே பதில் சொல்வார். "நீ இந்தத் தேவாலயத்தின் குழந்தை."

கார்லோவும் அதை விரும்பினார்.

"உனக்கு எப்போதெல்லாம் பயம் தோன்றுகிறதோ அப்போதெல்லாம் உனக்கு இறைவன்தான் தந்தை என்பதை நினைவில் வைத்துக்கொள். அவர் எப்போதும் உன்னைப் பார்த்திருப்பார், என்றைக்கும் உனக்குப் பாதுகாப்பாய் இருப்பார். ஆண்டவர் உனக்காகப் பெரிய திட்டங்கள் வைத்திருக்கிறார், கார்லோ" என்றார் அவர். அவள் சொல்வது சரிதான் என்பது அந்தப் பையனுக்குத் தெரியும். அவன் ஏற்கனவே கடவுளை தன்னுடைய இரத்தத்தில் உணர்ந்தான்.

இரத்தம்...

இரத்தம் வானிலிருந்து பொழிகிறது!

அமைதி. பிறகு சொர்க்கம்.

அவருடைய சொர்க்கம் என்பது உண்மையில், பாலர்மோவுக்கு வெளியேயுள்ள *சாண்டா கிளாரா மருத்துவமனையில்* உள்ள தீவிர கண்காணிப்புப் பிரிவுதான் என்பதை அந்தக் கண்ணைக் கூசும் ஒளி அணைந்தபோது, கார்லோ உணர்ந்துகொண்டான். விடுமுறை தினத்தின்போது கார்லோவும் அவனுடைய அம்மாவும் பிரார்த்தனையில் கலந்துகொண்டிருந்த ஒரு ஆலயம், தீவிரவாதிகளின் குண்டுவெடிப்பு தாக்குதலினால் நிலைகுலைந்து போனதில், அவன் ஒருவன் மட்டும் உயிர் பிழைத்திருந்தான். கார்லோவின் அம்மா உட்பட முப்பத்தி ஏழு பேர் இறந்துபோயிருந்தனர். கார்லோ உயிர் பிழைத்ததைப் பத்திரிகைகள் *புனிதர் ஃபிரான்சிஸின் அற்புதம்* என அழைத்தன. ஏதோ காரணத்திற்காக, அந்தக் குண்டு வெடிப்பதற்குச் சில கணங்களுக்கு முன்னர், திரைச்சீலையில் தீட்டப்பட்டிருந்த செயின்ட் பிரான்சிஸ் கதையைப் பார்ப்பதற்காக, ஒரு பாதுகாக்கப்பட்ட மறைவிடத்துக்குள் தன் அம்மாவை விட்டுச் சென்றிருந்தான் அவன்.

ஆண்டவர்தான் என்னை அங்கே அழைத்திருக்கிறார், அவன் தீர்மானித்துக்கொண்டான். *அவர் என்னைப் பாதுகாக்க விரும்பியிருக்கிறார்.*

கார்லோ கட்டுக்கடங்காத வலியுணர்ச்சிக்கு ஆளாகியிருந்தான். அவனால் இப்போதும் தன்னுடைய அம்மாவை, திருக்கோயில் இருக்கையில் மண்டியிடுவதையும், அவனுக்கு முத்தம் கொடுப்பதையும், பிறகு ஒரு காதடைக்கும் உறுமலில், அவளுடைய இனிமையான வாசனையுடைய தசை கிழிபடுவதைக் காணமுடிந்தது. அவனால் இப்போதும் மனிதனின் *தீமையைச்* சுவைக்க முடிந்தது. ரத்தம் கொட்டியது. அவனுடைய அம்மாவின் ரத்தம்! ஆசீர்வதிக்கப்பட்ட மரியா!

ஆண்டவர் எப்போதும் உன்னைப் பார்த்திருப்பார். என்றைக்கும் உனக்குப் பாதுகாப்பாய் இருப்பார். அவனுடைய அம்மா அவனுக்குச் சொல்லியிருக்கிறாள்.

ஆனால், ஆண்டவர் இப்போது எங்கிருக்கிறார்!

பிறகு, அவனுடைய அம்மாவின் உண்மையினுடைய உலக உருவாக்கம் போன்று, ஒரு மதகுரு அந்த மருத்துவமனைக்கு வந்தார். அவர் சாதாரண மதகுரு அல்ல. அவர் ஒரு பிஷப். அவர் கார்லோவுக்காகப் பிரார்த்தனை செய்தார். புனித பிரான்சிஸின் அற்புதம். கார்லோ குணமானதும், அந்தப் பிஷப் இருந்துவரும் கதீட்ரலோடு இணைந்திருக்கும் ஒரு சிறிய மடத்தில் பிஷப் அவனுக்குத் தங்குவதற்கான ஏற்பாடுகளைச் செய்துகொடுத்தார். கார்லோ, அந்த மதகுருமார்களுடனே வாழ்ந்து கல்வி கற்றான். தன்னுடைய புதிய பாதுகாவலருக்கு ஒரு உதவியாளனாகவும் ஆகியிருந்தான். கார்லோவைப் பொதுப்பள்ளியில் படிக்குமாறு அந்த பிஷப் பரிந்துரைத்தார், ஆனால், கார்லோ மறுத்துவிட்டான். தன்னுடைய புதிய வீட்டில் அவனால் மகிழ்ச்சியுடன் இருந்திருக்கமுடியாது. அவன் இப்போது உண்மையிலேயே ஆண்டவரின் வீட்டில் வாழ்கிறான்.

ஒவ்வொருநாள் இரவும் கார்லோ தன்னுடைய அம்மாவுக்காகப் பிரார்த்தனை செய்தான்.

ஆண்டவர் என்னை ஒரு காரணத்திற்காகத்தான் காப்பாற்றியிருக்கிறார், அவன் நினைத்துக்கொண்டான். என்ன காரணத்திற்காக?

கார்லோவுக்கு பதினாறு வயதானபோது, இத்தாலிய சட்டப்படி இரண்டு வருடங்களுக்கு கட்டாய ராணுவப் பயிற்சிக்கு அழைத்துச்செல்லப்பட்டான். மடத்திற்குள் வந்துவிட்டால், இந்தக் கடமையிலிருந்து விதிவிலக்கு அளிக்கப்படுவதாக

கார்லோவிடம் சொன்னார் பிஷப். தான் இந்த மடத்தில் நுழைய திட்டமிட்டிருப்பதாகவும், ஆனால் முதலில் **தீமை என்றால் என்ன என்பதைப் புரிந்துகொள்ள விரும்புவதாகவும்** சொன்னான்.

பிஷப்பால் அதைப் புரிந்துகொள்ள முடியவில்லை.

தீமையுடன் போராட இந்தத் தேவாலயத்தில் தன்னுடைய வாழ்நாளைச் செலவிட விரும்பினால், தான் அதை புரிந்துகொண்டாக வேண்டும் என்றான் கார்லோ. ராணுவத்தில் இருப்பதைக் காட்டிலும் வேறு எங்குமே தீமையை அவ்வளவு நன்றாகப் புரிந்துகொள்ள முடியும் என அவனுக்குத் தோன்றவில்லை. ராணுவமானது துப்பாக்கிகளையும் வெடிகுண்டுகளையும் பயன்படுத்துகிறது. ஒரு வெடிகுண்டுதான் **என்னுடைய ஆசீர்வதிக்கப்பட்ட அம்மாவைக் கொன்றது!**

பிஷப் அவனுடைய மனதை மாற்ற முயற்சித்தார், ஆனால் கார்லோவின் மனம் முடிவெடுத்திருந்தது.

"கவனமாக இரு மகனே," என்றார் பிஷப். "நீ திரும்பி வரும்போது இந்தத் தேவாலயம் உனக்காகக் காத்திருக்கும் என்பதை மறக்காதே."

கார்லோவின் இரண்டு வருட ராணுவ சேவை பயங்கரமானது. கார்லோவின் இளமைப்பருவம் அமைதியும் சிந்தனையும் நிறைந்தது. ஆனால் ராணுவத்தில் சிந்தனை செய்வதற்கான அமைதியே இல்லை. முடிவற்ற சத்தம். எங்கு பார்த்தாலும் மாபெரும் இயந்திரங்கள். ஒருகணம்கூட அமைதி கிடையாது. இருந்தாலும் படைவீரர்கள் பாசறைகளில் வாரத்திற்கு ஒருமுறை பிரார்த்தனைக் கூட்டத்திற்குச் சென்றனர், தன்னுடைய சக படைவீரர்கள் யாரிடத்திலும் ஆண்டவரின் இருப்பைக் கார்லோவால் உணரமுடியவில்லை. அவர்களுடைய மனங்கள், கடவுளைப்பார்க்க வழியின்றி, குழப்பத்தால் நிரம்பியிருந்தன.

தன்னுடைய புதிய வாழ்க்கையை வெறுத்த கார்லோ வீட்டிற்குச் சென்றுவிட விரும்பினார். ஆனால், அதைத் தாக்குப்பிடிப்பதென்று தீர்மானித்திருந்தான். அவன் தீமையைப் புரிந்துகொள்ளவேண்டும். அவன் துப்பாக்கியைச் சுட மறுத்தான், அதனால், ஒரு மருத்துவ ஹெலிகாப்டரை ஓட்டுவதற்கான பயிற்சியை ராணுவம் அவனுக்கு வழங்கியது. கார்லோவுக்கு அதன் நாற்றமும் இரைச்சலும் பிடிக்கவேயில்லை, ஆனால்,

அது குறைந்தபட்சம் அவனை வானத்தில் பறக்கவைத்து சொர்க்கத்திலுள்ள அவனுடைய அம்மாவுக்கு அருகாமையில் கொண்டுசென்றது. பைலட் பயிற்சியில் பாராசூட்டில் பறப்பது எப்படி என்பதும் அடங்கியிருக்கிறது என அவனுக்குச் சொல்லப்பட்டபோது, கார்லோ பயந்துபோனான். ஆனாலும், அவனுக்கு வேறு வழியில்லை.

கடவுள் என்னைக் காப்பாற்றுவார், அவன் தனக்குத்தானே சொல்லிக்கொண்டான்.

கார்லோவின் முதல் பாராசூட் குதித்தல் அவனுடைய வாழ்க்கையின் மிகுந்த உடல்ரீதியான பரவசத்தை ஏற்படுத்திய அனுபவமாக அமைந்தது. அது கடவுளுடன் பறப்பதைப் போல் இருந்தது. அமைதி, மிதத்தல், பூமியைநோக்கி இறங்கும்போது, மிதக்கும் வெண்மேகங்களில் அவனுடைய அம்மாவின் முகத்தைப் பார்ப்பது... ஆகியவற்றை கார்லோ வெகுவாக விரும்பினான். **ஆண்டவர் உனக்கான திட்டங்களை வைத்திருக்கிறார், கார்லோ.** ராணுவத்தில் இருந்து திரும்பியதும் கார்லோ மடத்திற்குள் நுழைந்தான்.

இது நடந்து இருபத்து மூன்று வருடங்கள் ஆகின்றன.

இப்போது, கேமர்லெக்னோ கார்லோ வெண்ட்ரெஸ்காவாக ராஜாங்க படிக்கட்டில் இறங்கிக்கொண்டிருந்த அவர், இந்த அசாதாரணமான சந்திப்பிடத்துக்குக் கொண்டுவந்து சேர்த்திருக்கும் தொடர் நிகழ்வுகளைப் புரிந்துகொள்ள முயற்சித்தார்.

எல்லா பயத்தையும் கைவிடு, அவர் தனக்குத்தானே சொல்லிக்கொண்டார், **இந்த இரவை ஆண்டவரிடத்தில் ஒப்படைத்துவிடு.**

இப்போது அவரால், நான்கு சுவிஸ் காவலர்களால் கடமையுடன் பாதுகாக்கப்பட்டிருந்த சிஸ்டைன் சாப்பலின் பெரிய வெண்கலக் கதவைப் பார்க்கமுடிந்தது. தாழ்ப்பாளைத் திறந்த காவலர்கள் அதை இழுத்துத் திறந்தனர். உள்ளே, எல்லோருடைய தலைகளும் திரும்பிப் பார்த்தன. கேமர்லெக்னோ தனக்கு முன்னால் இருந்த கறுப்பு அங்கிகளையும் சிவப்புக்கச்சைகளையும் பார்த்தார். தனக்கான ஆண்டவரின் திட்டங்கள் என்னவென்பதை கேமர்லெக்னோ புரிந்துகொண்டார். இந்தத் திருச்சபையின் ஊழ் அவருடைய கைகளில் இருந்தது.

கேமர்லெக்னோ சிலுவைக் குறியிட்டுக்கொண்டு, அந்த வாயிலில் நுழைந்தார்.

48

பிபிசி பத்திரிகையாளரான குந்தர் க்ளிக், புனித பீட்டர் சதுக்கத்தின் கிழக்கு முனையில் இருந்த பிபிசி நெட்வொர்க் வேனில் தனக்குப் பணி ஒதுக்கிய ஆசிரியரை சபித்தபடி வியர்த்து வடிய அமர்ந்திருந்தான். க்ளிக்கின் முதலாவது மாதாந்திர மதிப்புரைக்கு- வளமானவன், கூர்மையானவன், நம்பகமானவன்- பெரிதும் ஆச்சரியப்படும்படியான எதிர்வினைகள் வந்திருந்தபோதிலும், இங்கே வாடிகன் நகரத்தில் அவன் "போப் தேர்தலைக் கவனித்துச் செய்தியனுப்ப-" அனுப்பப்பட்டிருந்தான். பிரிட்டிஷ் டாட்லர் பத்திரிகைக்குத் தீனி போடுவதைக் காட்டிலும், பிபிசிக்குச் செய்தியாளனாக இருப்பது மிகப்பெரிய பெயரைப் பெற்றுத்தரும் என அவன் தனக்குத்தானே நினைவூட்டிக்கொண்டாலும், செய்தியளிப்பது என்பது இப்படிப்பட்ட விஷயம் என்பது அவனுடைய எண்ணம் அல்ல.

க்ளிக்கிற்கு வழங்கப்பட்ட வேலை எளிமையானது. அவமானப்படுத்தும் அளவுக்கு எளிமையானது. ஒரு கிழக்கூட்டம் அடுத்த தலைமைக் கிழத்தைத் தேர்ந்தெடுப்பதற்காக அங்கேயே உட்கார்ந்தபடி காத்திருக்க வேண்டும், பிறகு வெளியே சென்று வாடிகனைப் பின்னணியில் வைத்து பதினைந்து நொடி "நேரலையை"ப் பதிவு செய்யவேண்டும்.

பிரமாதம்.

இந்த மலிவான வேலைக்காகப் பிபிசி இன்னமும் களப்பணிக்குச் செய்தியாளர்களை அனுப்புவதை க்ளிக்கால் நம்பவே முடியவில்லை. **இன்றிரவு அமெரிக்க நெட்வொர்க்குகள் எதையும் பார்க்கவே முடியாது. முடியவே முடியாது!** அது ஏனென்றால், அவர்கள் இந்த விஷயத்தில் சரியாகவே நடந்துகொள்கிறார்கள் என்பதால்தான். அவர்கள் சிஎன்என் பார்க்கிறார்கள், அதைத் தொகுத்து, தங்கள் நேரடி ஒளிபரப்பை ப்ளூஸ்க்ரீன் பின்னணியில்

படமாக்கி, யதார்த்தமான பின்னணிக்காக இருப்பிலுள்ள வீடியோவை சூப்பர்இம்ப்போஸ் செய்கின்றனர். காட்சியின் நம்பகத்தன்மைக்காக, *MSNBC* ஸ்டூடியோவிற்குள்ளேயே காற்றையும் மழையும் கொண்டுவருவதற்கான இயந்திரங்களைக்கூட பயன்படுத்துகிறார்கள். பார்வையாளர்களுக்கு உண்மை தேவையே இல்லை; அவர்களுக்கு வேண்டியதெல்லாம் கேளிக்கை.

முன்கண்ணாடி வழியாக வெளியே பார்த்துக்கொண்டிருந்த க்ளிக் ஒவ்வொரு நிமிடமும் மேலும் மேலும் மன அழுத்தத்தை உணர்ந்தபடியே இருந்தான். ஒரு விஷயத்தில் மனது வைத்துவிட்டால், ஆண்கள் என்ன செய்துவிடுவார்கள் என்பதற்கான ஒரு துயர நினைவூட்டியாக அவனுக்கு முன்னால் வாடிகன் நகரத்தின் கம்பீரமான மலை எழுந்து நின்றிருக்கிறது..

“என் வாழ்க்கையில் நான் என்ன சாதித்துவிட்டேன்?” அவன் சத்தமாகவே கேட்டுக்கொண்டான். “எதுவுமில்லை.”

“அப்படியென்றால் விட்டுவிடு,” என்றது அவனுக்குப்பின்னால் இருந்து ஒரு பெண்ணின் குரல்.

க்ளிக் துள்ளிக்குதித்தான். தான் தனியாக இல்லையென்பதை அவன் ஏறக்குறைய மறந்தேவிட்டான். அவன் பின்னிருக்கையில் திரும்பிப் பார்த்தபோது, கேமராவுமன் சினிதா மாக்ரி தன்னுடைய கண்ணாடிகளைத் துடைத்தபடி சத்தமில்லாமல் உட்கார்ந்திருந்தாள். அவள் எப்போதுமே தன்னுடைய கண்ணாடிகளைத் துடைத்துக்கொண்டிருப்பாள். சினிதா கருநிறத்தவள், ஆப்பிரிக்க அமெரிக்கனை விரும்பினாலும், அவள் சற்று கனமானவள் பயங்கர புத்திசாலி. அதை நீங்கள் மறக்கவும் விடமாட்டாள். அவள் விசித்திரமானவள், ஆனாலும் க்ளிக்கிற்கு அவளைப் பிடிக்கும். அவளுடன் இருப்பதை க்ளிக் ரொம்பவே விரும்புவான்.

“என்ன பிரச்சினை, குந்த்?” என்றாள் சினிதா.

“நாம் இங்கே என்ன செய்துகொண்டிருக்கிறோம்?”

அவள் துடைத்தபடியே இருந்தாள். “ஒரு பரவச நிகழ்வை பார்த்துக்கொண்டிருக்கிறோம்.”

“கிழவர்கள் இருட்டு அறையில் பூட்டப்பட்டிருப்பது பரவசமா?”

“நீ நரகத்திற்குத்தான் போகப்போகிறாய் என்று உனக்கே தெரியும், இல்லையா?”

“ஏற்கனவே அங்குதான் இருக்கிறேன்.”

“என்னிடம் பேசு,” அவள் அவனுடைய அம்மாவைப்போல் பேசினாள்.

“என்னுடைய தடத்தை விட்டுச்செல்ல விரும்புகிறேன், அவ்வளவுதான்.”

“நீ பிரிட்டிஷ் டாட்லருக்கு எழுதினாய்.”

“ஆமாம், ஆனால் எதுவுமே எதிரொலிப்பதாய் இல்லையே.”

“அப்படியா, சரி, வேற்றுகிரகவாசிகளுடனான ராணியின் பாலியல் ரகசியம் குறித்து, அதிரவைக்கும் கட்டுரை ஒன்றை நீ எழுதினாய் என்று கேள்விப்பட்டேன்.”

“நன்றி.”

“ஹேய், விஷயங்கள் மேம்படுகின்றன. இன்றிரவு டி.வி. வரலாற்றின் முதல் பதினைந்து நொடிகளை நீதான் உருவாக்கப்போகிறாய்.”

க்ளிக் முனகினான். செய்தி வாசிப்பாளர் என்ன சொல்வார் என்பது அவனுக்கு ஏற்கனவே தெரிந்ததுதான். “நன்றி குந்தர், சிறப்பான செய்தி.” பிறகு அந்த வாசிப்பாளர் கண்களை உருட்டி காலநிலை அறிக்கை வாசிக்கச் சென்றுவிடுவார். “நான் செய்தி வாசிப்பாளர் இடத்திற்குத்தான் முயற்சித்திருக்க வேண்டும்.”

மாக்ரி சிரித்தாள். “அனுபவமே இல்லாமலா? அதுவும் இந்த தாடியுடனா? அதை மறந்துவிடு.”

க்ளிக் தன்னுடைய தாடையில் உப்பியிருக்கும் முடிக்கற்றையில் கைகளை ஓடவிட்டான். “இதுதான் என்னை புத்திசாலியாகக் காட்டுகிறது என நினைக்கிறேன்.”

அந்த வேனின் செல்போன் ஒலித்து, க்ளிக்கின் மற்றுமொரு தோல்விகளுள் ஒன்றில் கருணையுடன் குறுக்கிட்டது. “அது எடிட்டராக இருக்கலாம்,” என்றான் சட்டென்று ஏற்பட்ட நம்பிக்கையில். “அவர்களுக்கு நேரலை அப்டேட் தேவையிருக்கும் என்று நினைக்கிறாயா?”

"இந்தச் செய்திக்கா?" மாக்ரி சிரித்தாள். "நீ கனவிலேயே இருக்கிறாய்."

க்ளிக் அந்த அழைப்புக்குத் தன்னுடைய சிறந்த செய்தி வாசிப்பாளர் குரலில் பதிலளித்தான். "குந்தர் க்ளிக், பிபிசி, வாடிகன் நகரத்தின் நேரலையில்."

இணைப்பில் இருந்தவனுடைய குரல் ஒரு உறுதியான அராபிய தொனியில் இருந்தது. "கவனமாகக் கேள்," என்றான் அவன். "நான் உன்னுடைய வாழ்க்கையையே மாற்றப்போகிறேன்."

49

ரகசிய ஆவணக்காப்பகத்தின் மையப்பகுதிக்கு இட்டுச்செல்லும் இரட்டைக் கதவுகளுக்கு வெளியே லேங்டனும் விட்டோரியாவும் தனியாக நின்றிருந்தனர். தூண்வரிசைகளின் அலங்காரமானது, மார்பிள் தளங்களுக்கு மேல் ஒருபக்க சுவரில் இருந்து, மறுபக்க சுவர் வரைக்கும் போடப்பட்ட கார்பெட்டுகளின் கலவை மற்றும் கூரையில் செதுக்கப்பட்ட தேவதைக்குழந்தைகளுக்கு பின்னாலிருந்து உற்றுநோக்கும் கேமராக்கள் ஆகியவற்றால் விநோதமாகத் தெரிந்தது. லேங்டன் இதனை *மலட்டு மறுமலர்ச்சி* என்பார். வளைமுகடுகளுக்குப் பக்கத்தில் சிறிய உலோக பெயர்ப்பலகை காணப்பட்டது.

ஆர்கைவோ வாடிகானோ
காப்பாளர், பாத்ரே ஜாக்வி தாமஸோ

ஃபாதர் ஜாக்வி தாமஸோ, தன் வீட்டின் மேசையில் இருக்கும் மறுப்புக் கடிதங்களில் இருந்த அந்தக் காப்பாளரின் பெயரைத் தெரிந்துகொண்டார் லேங்டன். *டியர் மிஸ்டர். லேங்டன், உங்களுக்கு மறுப்புத் தெரிவித்துப் பெரும் வருத்தத்துடன் எழுதிக்கொள்கிறேன்...*

வருத்தம். *நாசமாய்ப்போக*. ஜாக்வி தாமஸோவின் அதிகாரம் தொடங்கியதில் இருந்தே, ரகசிய வாடிகன் ஆவணக் காப்பகத்துக்கு அனுமதி வழங்கப்பட்ட கத்தோலிக்கரல்லாத அமெரிக்க அறிஞர் எவரையும் லேங்டன் சந்தித்ததே இல்லை. *பாதுகாவலர்* என்று வரலாற்றாசிரியர்கள் அவரை அழைத்தனர்.

ஜாக்வி தாமஸோதான் பூமியில் இருப்பதிலேயே கடுமையான நூலகர்.

லேங்டன் கதவுகளைத் தள்ளித்திறந்து, உட்பகுதிக்குச் செல்லும் பாதுகாக்கப்பட்ட நுழைவாயிலில் காலடி எடுத்து வைத்தபோது, ஃபாதர் ஜாக்வி முழு ராணுவ உடையில், தலையில் ஹெல்மட்டுடன் கையில் ஒரு பஸூக்கா வைத்துக்கொண்டு நிற்பார் என்றே ஓரளவுக்கு எதிர்பார்த்திருந்தார். ஆனால், அந்த இடம் ஆளரவமின்றிக் காணப்பட்டது.

அமைதி. மென்மையான ஒளி.

வாடிகன் காப்பகம். அவருடைய வாழ்நாள் கனவுகளுள் ஒன்று.

லேங்டனின் கண்கள் அந்தப் புனித அறைக்குள் நுழைந்தபோது, அவருடைய முதல் எதிர்வினையே ஆச்சர்ய உணர்வாய்த்தான் இருந்தது. தான் எந்தளவுக்குப் பக்குவமடையாதவன் என அவர் அப்போது உணர்ந்துகொண்டார். இந்த அறையைப் பற்றி அவர் பல வருடங்களாகக் கொண்டிருந்த பிம்பங்கள் இதைக்காட்டிலும் துல்லியமற்றதாக இருந்துவிடமுடியாது. கிழிந்துபோன கந்தல்களாகப் புத்தக அலமாரிகள் உயரக் குவிக்கப்பட்டிருப்பதாகவும், வண்ணம் தீட்டப்பட்ட கண்ணாடிகளைக் கொண்ட சாளரங்களின் அருகே மதகுருக்கள் மெழுகுவர்த்தியை வைத்துக்கொண்டு வகைபிரித்துக் கொண்டிருப்பதாகவும், துறவிகள் பக்கங்களைப் புரட்டியபடி அலுப்புடன் காணப்படுவார்கள் என்றும் கற்பனை செய்திருந்தார்.

இது அதற்கெல்லாம் அருகில்கூட இல்லை.

முதல் பார்வையில், இருண்ட விமான நிறுத்துமிட கொட்டகையில் யாரோ டசன் கணக்கான சுதந்திரமான ரக்கூட்பால் மையங்களைக் கட்டிவைத்துள்ளதைப்போல் தோன்றியது. கண்ணாடியாலான தடுப்புகள் என்னவென லேங்டனுக்குத் தெரியும். அவற்றைப் பார்த்து அவர் ஆச்சரியமடையவில்லை; ஈரப்பதமும் வெப்பமும் புராதன தோல் காகிதங்களை அரித்துவிடும், இவை போன்றவற்றிற்கு காற்றின் ஈரப்பதத்தையும் இயற்கையான அமிலங்களையும் ஒதுக்கித் தள்ளுகின்ற, காற்றுப்புகாத தனியறைகள் கொண்ட தனித்திருக்கும் கருவூலங்கள் தேவைப்படுகின்றன–. தனித்திருக்கும் கருவூலங்களில் பலமுறை இருந்திருக்கிறார்

லேங்டன், ஆனால் ஆக்ஸிஜன் ஒரு வழிகாட்டு நூலகரால் கட்டுப்படுத்தப்படும், காற்றுப்புகாத கலனில் நுழைவதன் சிரமம் என்னவெனில், அது எப்போதுமே ஒரு அமைதியற்ற அனுபவமாகத்தான் இருந்திருக்கிறது.

காப்பறைகள் இருண்டுபோய், இயற்கைக்கு மாறாக, ஒவ்வொரு குவியலின் முனையிலும் சிறு குவிமாட விளக்குகள் மங்கலாக எரிந்தன. ஒவ்வொரு அறையின் இருளிலும், அடுக்கடுக்காக உயர்ந்துசெல்லும் குவியல்கள், வரலாற்றின் சுமையுடன், ராட்சச மாய உருக்களாகக் குவிந்திருப்பதை லேங்டன் உணர்ந்தார். அது ஒரு நரகம்போன்ற பெருஞ் சேகரிப்பு.

விட்டோரியாவும் திகைப்புடனே காணப்பட்டாள். அந்தப் பிரமாண்ட ஒளி ஊடுருவும் கனசதுரங்களை அவருக்குப் பின்னால் நின்றபடி சத்தமில்லாமல் உற்றுநோக்கினாள்.

நேரம் குறைவாக இருந்தது, அதை சிறிதும் வீணாக்காமல் மங்கிய ஒளிவீசும் அறையில், புத்தக அட்டவணை கையேட்டைத் தேடினார் - அந்த நூலகத்தின் சேகரிப்பை பட்டியலிட்டிருக்கும் ஒரு பெரிய தகவல்களஞ்சியம். விரல்விட்டு எண்ணக்கூடிய கணிப்பொறி முனையங்கள் அந்த அறையில் ஆங்காங்கே மின்னுவதையும் அவர் பார்த்தார். “புத்தக விவரங்களை அவர்கள் வைத்திருக்கிறார்கள் போல் தெரிகிறது. அவை கணினிமயமாக்கப்பட்டுள்ளன.”

விட்டோரியா நம்பிக்கையுடன் காணப்பட்டாள். “அவை நம் வேலையைத் துரிதப்படுத்தும்.”

அவளுடைய உற்சாகத்தைப் பகிர்ந்துகொள்ளத்தான் லேங்டன் விரும்பினார், ஆனால் அது கெட்ட செய்தி என்பதை உணர்ந்துகொண்டார். அவர் ஒரு முனையத்திற்குச் சென்று டைப் செய்யத் தொடங்கினார். அவருடைய அச்சங்கள் உடனடியாக உறுதிப்பட்டன. “பழைய முறையே நன்றாக இருந்திருக்கும்.”

“ஏன்?”

அவர் மானிட்டரிலிருந்து பின்வாங்கினார். “ஏனென்றால் நிஜமான புத்தகங்களுக்குப் பாஸ்வேர்டு பாதுகாப்பு இருக்காதே? இயற்பியலாளர்கள் இயல்பாகவே பிறவி ஹேக்கர்கள் என்று நான் நினைக்கக்கூடாதோ?”

விட்டோரியா மறுப்பாய்த் தலையசைத்தாள். "என்னால் சிப்பிகளைத் திறக்கமுடியும்"

ஆழ்ந்து மூச்சுவிட்டுக்கொண்ட லேங்டன் ஒளி ஊடுருவும் பெட்டகங்களின் அச்சுறுத்தும் சேகரிப்பை நோக்கி முகத்தைத் திருப்பினார். மிகவும் நெருக்கத்தில் இருந்த ஒன்றை நோக்கிச் சென்ற அவர், அதன் மங்கிய உள்புறத்தைக் கண்களைக் குறுக்கிப் பார்த்தார். கண்ணாடிக்குள்ளே ஒழுங்கற்ற வடிவங்களில் வழக்கமான புத்தக அலமாரிகள், காகிதத்தோல் பெட்டிகள் மற்றும் ஆய்வு மேசைகள் இருப்பதை லேங்டனால் காணமுடிந்தது. ஒவ்வொரு குவியலின் முனையிலும் குறிப்பீட்டு விவரச்சீட்டு மின்னுவதை அவர் பார்த்தார். எல்லா நூலகங்களிலும் இருப்பதைப் போலவே அந்த விவரச்சீட்டுகள் அந்த வரிசையில் இருப்பவற்றைக் குறிப்பிட்டன. ஒளிபுகும் தடுப்பானூடாக நகர்ந்தபடியே அவர் அதிலிருந்த தலைப்புகளை படித்துப் பார்த்தார்.

PIETRO IL ERIMITO... LE CROCIATE... URBANO II... LEVANT...

"அவற்றில் லேபிள் இடப்பட்டுள்ளன," என நடந்தபடியே சொன்னார் அவர். "ஆனால், அது முதன்மை ஆசிரியர் அல்ல." அதில் அவர் ஆச்சரியப்படவில்லை. புராதன ஆவணக்காப்பகங்கள் ஒருபோதும் அகரவரிசையில் பட்டியலிடப்படவில்லை, ஏனென்றால் அவற்றின் பல ஆசிரியர்கள் யாரென்றே தெரியாது. தலைப்புகளை வைத்தும்கூட ஒன்றும் செய்யமுடியாது, ஏனென்றால், வரலாற்று ஆவணங்கள் பலவும் தலைப்பிடப்படாத கடிதங்கள் அல்லது கந்தல் தோல் காகிதங்கள். பெரும்பாலான பட்டியல் காலவரிசைப்படி இடப்பட்டிருந்தன. இருந்தாலும், அசௌகரியப்படுத்தும் வகையில், இந்த ஏற்பாடானது காலவரிசைப்படியும் அமைந்திருக்கவில்லை.

விலைமதிப்பற்ற நேரம் ஏற்கனவே நழுவிக்கொண்டிருப்பதை லேங்டன் உணர்ந்தார். "வாடிகன் தனக்கேயுரிய அமைப்பைக் கொண்டிருப்பதுபோல் தெரிகிறது."

"ஆச்சரியம்தான்."

அவர் மறுபடியும் லேபிள்களை ஆராய்ந்து பார்த்தார். அந்த ஆவணங்கள் பல நூற்றாண்டுகளுக்கு விரிந்துசென்றன, ஆனால் எல்லா திறவுச்சொல்களும் ஒன்றோடொன்று

தொடர்புகொண்டிருக்கின்றன என்பதை அவர் உணர்ந்துகொண்டார். "இது கருப்பொருள் வகைப்படுத்தல் என நினைக்கிறேன்."

"கருப்பொருளா?" என்ற விட்டோரியாவின் குரல் அதை ஏற்க மறுக்கும் அறிவியலாளரைப்போல் இருந்தது. "பயனற்றதுபோல் தெரிகிறதே."

உண்மையில்... அதை நெருங்கி ஆராய்ந்த லேங்டன் நினைத்தார். *நான் பார்த்ததிலேயே இதுதான் புத்திசாலித்தனமான பட்டியலாக இருக்கும்.* தேதிகள் மற்றும் குறிப்பிட்ட படைப்புகளின் விவரங்களில் தொலைந்துபோவதைக் காட்டிலும் ஒரு கலாபூர்வமான காலகட்டத்தின் ஒட்டுமொத்த தொனிகள் மற்றும் மையக்கருக்களைப் புரிந்துகொள்ள வேண்டும் என்றே அவர் எப்போதும் தன் மாணவர்களிடத்தில் வலியுறுத்தியிருக்கிறார். வாடிகன் ஆவணக்காப்பகம் அதே தத்துவத்தின் அடிப்படையில்தான் பட்டியலிடப்பட்டிருப்பதாகத் தோன்றியது. *பெரும் தீற்றல்கள்...*

"இந்தக் கருவூலத்தில் இருப்பவை எல்லாம்," என்ற லேங்டன் இப்போது அதிக நம்பிக்கையை உணர்ந்தபடி, "நூற்றாண்டு பொருள்கள், எல்லாமே சிலுவைப்போர்கள் பற்றியவை. இதுதான் இந்த கருவூலத்தின் மையக்கரு." எல்லாமே இங்குதான் இருக்கின்றன என்பதையும் அவர் உணர்ந்தார். *வரலாற்று விவரங்கள், கடிதங்கள், கலைப்படைப்பு, சமூக–அரசியல் தரவுகள், நவீன பகுப்பாய்வுகள். எல்லாமே ஒரே இடத்தில்... ஒரு விஷயத்தைப் பற்றிய ஆழமான புரிதலை ஊக்கப்படுத்துபவை. அற்புதம்.*

விட்டோரியா புருவம்சுளித்தாள். "ஆனால், ஒரேசமயத்தில் *பல்வேறு* கருப்பொருளுடன் தொடர்புடைய தரவுகளாக இருக்கும்போலிருக்கிறதே.?"

"அதனால்தான் அவர்கள் பதிலி குறிப்பான்களை வைத்து சரிபார்ப்பு செய்கிறார்கள்." ஆவணங்களுக்கு இடையில் சொருகப்பட்டிருந்த வண்ணமயமான பிளாஸ்டிக் விவரச்சீட்டுகளைக் கண்ணாடியின் வழியாக கைகாட்டினார் லேங்டன். "அவை, முதன்மை மையக்கருக்களுடன் தொடர்புடைய இரண்டாம்நிலை ஆவணங்கள் எங்கெல்லாம் இருக்கின்றன என சுட்டிக்காட்டுகின்றன."

"நிச்சயமாக," என்ற அவள் அதை ஏற்றுக்கொண்டாள். தன் கைகளை இடுப்பின் மீது வைத்தபடி அந்தப் பிரமாண்டமான இடத்தை ஆராய்ந்தாள். பின்னர் லேங்டனைப் பார்த்தாள். "அப்படியென்றால் புரபசர், நாம் தேடிக்கொண்டிருக்கும் கலீலியோ விஷயத்தின் பெயர் என்ன?"

லேங்டனால் சிரிப்பதைத் தவிர வேறெதுவும் செய்யமுடியவில்லை. தான் அந்த அறையில்தான் இருக்கிறோம் என்பதையே அவரால் இன்னமும் புரிந்துகொள்ள முடியவில்லை. அது இங்கேதான் இருக்கிறது, என நினைத்துக்கொண்டார். *இங்குதான் எங்கோ இருளில், அது காத்திருக்கிறது.*

"என் பின்னால் வா," என்றார் லேங்டன். சட்டென்று முதல் சந்தில் இறங்கி விடுவிடுவென நடக்கத்தொடங்கிய அவர் ஒவ்வொரு பெட்டகத்தின் குறிப்பீட்டு விவரச்சீட்டுகளையும் ஆராயத் தொடங்கினார். "அறிவொளிக்கான வழி குறித்து நான் சொன்னவை உனக்கு நினைவிருக்கிறதா? ஒரு விரிவான சோதனையைப் பயன்படுத்தி இல்லுமினாட்டி புதிய உறுப்பினர்களைத் தேர்ந்தெடுத்தது பற்றி?"

"புதையல் வேட்டை," என்ற விட்டோரியா அவரை நெருக்கமாக பின்தொடர்ந்தாள்.

"இல்லுமினாட்டிகள் வைத்த சோதனை என்னவென்றால், அவர்கள் குறியீடுகளை வைத்த பின்னர், அறிவியல் சமூகத்திற்கு அந்தப் பாதை உருவானதைச் சொல்ல அவர்களுக்கு ஏதாவது வழி தேவைப்பட்டது."

"தர்க்கப்பூர்வமானது," என்றாள் விட்டோரியா. "இல்லாவிட்டால் யாருக்கும் அதைத் தேடிப்பார்க்கலாம் எனத் தோன்றாது."

"ஆமாம், அந்தப் பாதை இருப்பதாக தெரிந்துகொண்டாலும்கூட, அந்தப் பாதை எங்கே தொடங்குகிறது என்பதைத் தெரிந்துகொள்ள அறிவியலாளர்களுக்கு வழியே இருக்காது. ரோம் நகரம் மிகப்பெரியது."

"சரி."

லேங்டன் அடுத்த சந்திற்குள் நுழைந்தார், பேசிக்கொண்டிருக்கும்போதே விவரச்சீட்டுகளை ஆராய்ந்தார். "ஏறக்குறைய பதினைந்து வருடங்களுக்கு முன்னர், சர்போனில் உள்ள சில வரலாற்றாசிரியர்களும் நானும் அந்த

செக்னோவுக்கான குறிப்பீடுகள் நிரம்பிய இல்லுமினாட்டி கடிதங்களைக் கண்டுபிடித்தோம்."

"குறியீடு. அந்தப் பாதை மற்றும் அது எங்கே தொடங்குகிறது என்பது குறித்த அறிவிப்பு."

"ஆம். அப்போதில் இருந்தே, இல்லுமினாட்டி அறிஞர்கள் நிறையப் பேர், நான் உட்பட, அந்தக் செக்னோவுக்கான பிற மேற்கொள்களை வெளிக்கொண்டு வந்தோம். அந்தத் தடயங்கள் இருப்பதாக இப்போது அந்தக் கோட்பாடு ஏற்றுக்கொள்ளப்பட்டுள்ளது, அத்துடன் வாடிகனுக்கு ஒருபோதும் தெரியாத வகையில் கலீலியோ அவற்றை அறிவியல் சமூகத்திற்கு விநியோகித்திருக்கிறார்."

"எப்படி?"

"எங்களுக்கு உறுதியாகத் தெரியாது, ஆனால், அவை பெரும்பாலும் அச்சு வெளியீடுகளாகத்தான். பல வருடங்களாக அவர் நிறைய புத்தகங்களையும் செய்திக்குறிப்புகளையும் அச்சிட்டிருக்கிறார்."

"வாடிகன் பார்த்துவிடுமென்ற எந்தச் சந்தேகம் இல்லாமல். அது ஆபத்தானதாயிற்றே."

"உண்மைதான். இருந்தபோதும் அந்த அடையாளம் விநியோகிக்கப்பட்டது."

"ஆனால், உண்மையில் எப்போதுமே யாரும் கண்டுபிடிக்கவில்லையா?"

"இல்லை. விசித்திரமாகத் தெரிந்தாலும், அந்த அடையாளத்திற்கான மறைகுறிப்புகள் -மேசனிய நாட்குறிப்புகள், புராதன அறிவியல் குறிப்பேடுகள், இல்லுமினாட்டிக் கடிதங்கள்- தோன்றுமிடத்தில் எல்லாம் அது எப்போதுமே ஒரு எண்ணால் குறிக்கப்பட்டது."

"666?"

லேங்டன் புன்னகைத்தார். "உண்மையில் அது 503."

"அப்படியென்றால்?"

"நம்மில் யாராலும் அதை ஒருபோதும் கண்டுபிடிக்க முடியாது. நான் 503 எண் மீது பேரார்வம் கொண்டேன், அந்த எண்ணுக்குள்ள அர்த்தத்தைக் கண்டுபிடிக்க

எல்லாவற்றையும் முயற்சித்துப் பார்த்தேன் - நியூமராலஜி, வரைபடக் குறிப்புகள், அட்சரேகைகள் என எல்லாவற்றையும்." லேங்டன் அப்போது அந்தச் சந்தின் கோடிக்கு வந்து, மூலையில் திரும்பி பேசிக்கொண்டே அடுத்த வரிசையில் இருந்த விவரக்குறிப்புகளை ஆராய்ந்தார். "பல வருடங்களில் கிடைத்த ஒரே தடயம் என்னவென்றால் 503 என்பது ஐந்தில் தொடங்குகிறது என்பதுதான்... அது இல்லுமினாட்டி இலக்கங்களுள் புனிதமான ஒன்று." அவர் இடைவெளி விட்டார்.

"அதை சமீபத்தில்தான் கண்டுபிடித்தீர்கள் என நினைக்கிறேன், அதனால்தான் நாம் இங்கிருக்கிறோம்."

"சரிதான்," என்ற லேங்டன், தன்னுடைய வேலையில் அரிதாக பெருமிதம்கொண்டார். "*டயலாகோ* எனப்படும் கலீலியோவால் எழுதப்பட்ட புத்தகத்தைப் பற்றி உனக்குத் தெரியுமா?"

"நிச்சயமாக. பெரும் விற்பனையான, ஈடிணையற்ற அறிவியல் புத்தகம் என அறிவியலாளர்களிடையே பிரபலமானது."

Sellout என்ற வார்த்தையை லேங்டன் பயன்படுத்தியிருக்க மாட்டார், ஆனால் விட்டோரியா என்ன பொருளில் அவள் அதைச் சொன்னாளென அறிந்திருந்தார். 1630-களின் ஆரம்பத்தில், சூரிய மண்டலம் பற்றிய கோபர்நிகஸின் சூரிய மைய மாதிரிக்கு சான்றளிக்கும் ஒரு புத்தகத்தைப் பதிப்பிக்க விரும்பினார், ஆனால் கலீலியோவுக்கு முற்றிலும் தவறானது என்று தெரிந்த, திருச்சபையின் புவிமையவாத சூரிய மையவாதத்திற்கு மாதிரிக்கும் அதேயளவு நம்பத்தகுந்த ஆதாரங்களை கலீலியோ சேர்க்காவிட்டால், வாடிகன் அதைப் பதிப்பிக்க அனுமதிக்காது. துல்லியமான மற்றும் துல்லியமல்லாத மாதிரிகள் இரண்டுக்குமே சமமான நேரம் வழங்கி, திருச்சபையின் நிபந்தனைகளுக்கு உடன்பட்டு புத்தகத்தைப் பதிப்பதைத் தவிர கலீலியோவுக்கும் வேறு வழியில்லை.

"அநேகமாக உனக்குத் தெரிந்திருக்கலாம்," என்றார் லேங்டன், "கலீலியோ சமரசம் செய்துகொண்டபோதும், *டயலாகோ* இன்னமும்கூட மத எதிர்ப்பு நூலாகப் பார்க்கப்படுவதுடன், வாடிகன் அவரை வீட்டுக்காவலிலும் சிறைவைத்தது."

"நல்ல விஷயங்கள் எதுவுமே தண்டிக்கப்படாமல் போனதில்லை."

லேங்டன் புன்னகைத்தார். "ரொம்பவே உண்மை. இருந்தும் கலீலியோ பிடிவாதமாக இருந்தார். வீட்டுக்காவலில் இருந்தபோது, அவர் ரகசியமாக அதிகம் அறியப்படாத கையெழுத்துப் பிரதியொன்றை எழுதினார், அதை *டயலாகோவுடன் (உரையாடல்)* வைத்து நிபுணர்கள் குழம்பிப் போகின்றனர். அந்தப் புத்தகத்தின் பெயர் ***டிஸ்கோர்ஸி*** *(பேச்சுக்கள்).*"

விட்டோரியா ஆமோதித்தாள். "நான் அதை கேள்விப்பட்டிருக்கிறேன். ***அலைகள் குறித்த சொற்பொழிவுகள்.***"

லேங்டன் சற்று நின்றார், கிரக அசைவும் அது அலைகளில் ஏற்படுத்தும் தாக்கமும் பற்றிய அறியப்படாத வெளியீட்டைப் பற்றி அவள் கேள்விப்பட்டிருப்பதை நினைத்து வியந்தாள்.

"ஹேய்," என்றாள் அவள், "நீங்கள் கலீலியோவை வழிபட்ட தந்தையைக் கொண்ட, இத்தாலி கடல்வாழ் பௌதீகவியலாளரிடம் பேசிக்கொண்டிருக்கிறீர்கள்."

லேங்டன் சிரித்துவிட்டார். ***டிஸ்கோர்ஸி*** எப்படிப் பார்த்தாலும் அவர்கள் தேடிக்கொண்டிருக்கும் ஒன்றல்ல. வீட்டுச்சிறையில் இருக்கும்போது கலீலியோ எழுதியது ***டிஸ்கோர்ஸி*** மட்டுமல்ல என்று லேங்டன் விளக்கினார். அவர் உறுதிப்படுத்தப்படாத *டயாகிராமா (விளக்கப்படம்)* என்ற சிறு புத்தகத்தையும் எழுதியுள்ளதாக வரலாற்றாய்வாளர்கள் கருதுகின்றனர்.

"*டயாகிராமா டெல்லா வெரிட்டா,*" என்றார் லேங்டன் "***உண்மையின் விளக்கப்படம்.***"

"அதைக் கேள்விப்பட்டதில்லை."

"எனக்கு அதில் ஆச்சரியமில்லை. *டயாகிராமா* கலீலியோவின் மிகவும் ரகசியமான புத்தகம்- அவர் உண்மை என்றுணர்ந்த, ஆனால் பகிர்ந்துகொள்ள அனுமதிக்கப்படாத அறிவியல் கூற்றுக்களைப் பற்றிய ஒருவகையான ஆய்வாக இருக்கலாம். கலீலியோவின் முந்தைய சில கையெழுத்துப் பிரதிகளைப் போன்றே, *டயாகிராமாவும்* அவருடைய நண்பரால் ரோமுக்கு வெளியே கடத்திவரப்பட்டு, சத்தமில்லாமல் ஹாலந்தில் பதிப்பிக்கப்பட்டது."

விட்டோரியா இப்போது மிகுந்த ஆர்வமானாள். “டயாகிராமாவில்தான் அந்தத் துப்பு இருப்பதாக நினைக்கிறீர்கள்? செக்னோ. அறிவொளியின் பாதை பற்றிய தகவல்.”

“டயாகிராமா என்பதுதான் கலீலியோ அந்த வார்த்தையை வெளிப்படுத்திய முறை. அதில் நான் உறுதியாயிருக்கிறேன்.” மூன்றாவது வரிசைக்கு வந்த லேங்டன் தொடர்ந்து விவரச்சீட்டுகளை ஆராய்ந்துகொண்டே வந்தார். “ஆவணப்படுத்துபவர்கள் டயாகிராமாவின் பிரதியை பல வருடங்களாகத் தேடினர். ஆனால், வாடிகன் எரித்தவை மற்றும் அந்தப் புத்தகத்தின் குறைந்தகால ஆயுள் ஆகியவற்றால் அது இந்தப் பூமியில் இருந்தே மறைந்துவிட்டது.”

“குறைந்தகால ஆயுளா?”

“நீடிக்கும் தன்மை. ஆவணப்படுத்துபவர்கள் ஆவணங்களின் கட்டமைப்பு முழுமையை ஒன்று முதல் பத்து வரையில் வைத்து மதிப்பிடுகிறார்கள். டயாகிராமா நாணற்புல் காகிதத்தில் அச்சிடப்பட்டது. அது டிஷ்யூ பேப்பர் போன்றது. அதற்கு ஒரு நூற்றாண்டைத் தாண்டுகின்ற ஆயுள் கிடையாது.”

“வலுவானதில் ஏன் அச்சிடப்படவில்லை?”

“கலீலியோ வேண்டுதலால்தான். தன்னைப் பின்பற்றுபவர்களைப் பாதுகாக்க. இந்த முறையினால், யாராவது ஒரு அறிவியலாளர் அந்தப் பிரதியுடன் பிடிபட்டால் அதை வெறுமனே தண்ணீரில் விட்டுவிட்டால் போதும், அது கரைந்துவிடும். அது ஆதாரங்களை அழிக்க மிகவும் பிரமாதமானது, ஆனால் ஆவணப்படுத்துபவர்களுக்குப் பயங்கரமானது. பதினெட்டாம் நூற்றாண்டுக்குப் பின்னரும் ஒரே ஒரு பிரதி டயாகிராமா மட்டும் தப்பிப் பிழைத்ததாக நம்பப்படுகிறது.”

“ஒன்றுதானா?” திகைப்படைந்தவளாக விட்டோரியா ஒருகணம் அந்த அறையைச் சுற்றிலும் பார்த்தாள் “அதுவும் இங்கேதான் இருக்கிறதா?”

“கலீலியோ மரணமடைந்த சிறிது நாட்களில் வாடிகனால் நெதர்லாந்தில் இருந்து பறிமுதல் செய்யப்பட்டது. இப்போதுவரை பல வருடங்களாக அதைப் பார்ப்பதற்கு நான் மனு செய்து வருகிறேன். அதுவும், அதில் என்ன இருக்கும் என்பதை உணர்ந்த பின்னர்.”

லேங்டனின் மனதைப் படித்தவளைப்போல், தேடும் வேகத்தை அதிகப்படுத்தும் விதத்தில் சந்தில் நுழைந்த விட்டோரியா பக்கத்தில் இருந்த கருவூலங்களில் ஆராயத் தொடங்கினாள்.

“நன்றி,” என்றார் அவர். “கலீலியோ, அறிவியல், அறிவியலாளர்கள் சம்பந்தப்பட்ட குறிப்பீட்டு விவரச்சீட்டுகள் எது கிடைத்தாலும் தேடிப்பார். அதைப் பார்த்தவுடன் உனக்கே தெரிந்துவிடும்.”

“சரி, ஆனால் *டயாகிராமா*வில் அந்தத் துப்பு இருப்பதை நீங்கள் எப்படிக் கண்டுபிடித்தீர்கள் எனக்கு இன்னமும் சொல்லவில்லையே. இல்லுமினாட்டி கடிதங்களில் நீங்கள் தொடர்ந்து தேடிவந்த எண்ணுடன் அதற்குச் சம்பந்தமிருக்கிறதா? 503?”

லேங்டன் புன்னகைத்தார். “ஆமாம். அதற்குக் கொஞ்சம் நேரம் ஆனது, ஆனால் இறுதியில் 503 என்பது ஒரு எளிய குறியீடு என்பதை நான் கண்டுபிடித்துவிட்டேன். அது தெள்ளத்தெளிவாக *டயாகிராமா*வைத்தான் குறிப்பிடுகிறது.”

ஒருகணம், அவரது எதிர்பாராத தரிசனத்தால் லேங்டன் ஆறுதலாக உணர்ந்தார்: ஆகஸ்ட் 16. இரண்டு வருடங்களுக்கு முன்னர். உடன் பணிபுரிபவர் மகனின் திருமண நிகழ்ச்சியின்போது, ஒரு ஏரிக்கரையோரம் அவர் நின்றிருந்தார். ஒரு பெரிய படகில் ஏரியில் அந்தத் திருமண கோஷ்டியினர் எதிர்ப்பட்டபோது, குழாய் வாத்தியங்கள் முழங்கின. அந்தப் படகு பூக்களால் அலங்கரிக்கப்பட்டிருந்தது. அந்தப் படகின் மீது பெருமைமிக்க முறையில் *DCII* என எழுதப்பட்டிருந்தது.

அந்த எழுத்துக்களால் குழப்பமுற்ற லேங்டன் மணமகனின் தந்தையிடம் கேட்டார். “602 என்பதற்கு என்ன அர்த்தம்?”

“602?”

லேங்டன் அந்தப் படகை சுட்டிக்காட்டினார். “DCII என்பது 602 என்பதற்கான ரோமானிய எழுத்துமுறைதானே”

அந்த மனிதர் சிரித்துவிட்டார். “அது ரோமானிய எழுத்து அல்ல. அந்தப் படகின் பெயர்”

“DCII என்பதா?”

அவர் ஆமோதித்தார். “அது Dick and Connie II”

லேங்டனுக்கு வெட்கமாகிவிட்டது. டிக் மற்றும் கான்னி என்பது திருமண ஜோடியின் பெயர். அவர்களுடைய பெயர்களைக் கௌரவப்படுத்துவதற்காகப் படகுக்கு அப்பெயரிடப்பட்டிருந்தது. "சரி, DCI-க்கு என்ன ஆனது?"

அந்த மனிதர் பெருமூச்சுவிட்டார். "ஒத்திகை ஓட்டத்தின்போது நீரில் மூழ்கிவிட்டது."

லேங்டன் சிரித்துவிட்டார். "கேட்கவே வருத்தமாயிருக்கிறது." அவர் மறுபடியும் அந்தப் படகைப் பார்த்தார். DCII, என்பது, *QEII மினியேச்சர் போன்றதா,* என நினைத்துக்கொண்டார். ஒரு நொடிக்குப் பின்னர்தான் அது அவருக்கு உறைத்தது.

லேங்டன் இப்போது விட்டோரியாவை நோக்கித் திரும்பினார். "503," என்றார் அவர், "நான் சொன்னதுபோல் அது ஒரு குறியீடு. உண்மையில் ரோமானிய எழுத்தாகத் தோன்றச்செய்து மறைப்பதற்காக இல்லுமினாட்டி செய்த தந்திரம். ரோமானிய எழுத்துமுறையில் 503 என்பது–"

"DIII."

லேங்டன் நிமிர்ந்து பார்த்தார். "இது ரொம்ப வேகம். நீயும் ஒரு இல்லுமினாட்டி என்று மட்டும் சொல்லிவிடாதே."

அவள் சிரித்தாள். "கடல்வாழ் உயிரினங்களைக் கோடிங் செய்வதற்கு நான் ரோமானிய எழுத்துமுறைகளைப பயன்படுத்துவேன்."

நிச்சயமாக, நாம் எல்லோருமேதான், என நினைத்துக்கொண்டார் லேங்டன்.

விட்டோரியா திரும்பிப்பார்த்தாள். "சரி, DIII என்பதன் அர்த்தம் என்ன?"

"DI மற்றும் DII மற்றும் DIII என்பவை மிகவும் பழமையான சுருக்கெழுத்துக்கள். மிகவும் குழம்பிக்கொள்ளக்கூடிய மூன்று கலீலியோ ஆவணங்களுக்கு இடையில் வேறுபடுத்திப் பார்ப்பதற்காக அவை புராதன அறிவியலாளர்களால் பயன்படுத்தப்பட்டன."

விட்டோரியா மூச்சிழுத்துக்கொண்டாள். "டயலாகோ... டிஸ்கோர்ஸி... டயாகிராமா."

"D-one. D-two. D-three. எல்லாமே அறிவியல்பூர்வமானவை. முரண்பாடானவை. 503 என்பதுதான் *DIII*. *டயாகிராமா*. இவற்றில் மூன்றாவது புத்தகம்."

விட்டோரியா தொந்தரவடைந்தளாகத் தெரிந்தாள். "ஆனால், இன்னமும் ஒருவிஷயம் மட்டும் புரியவில்லை. இந்தச் *செக்னோ*, இந்தத் துப்பு, அறிவொளிக்கான பாதை குறித்த இந்த விளம்பரம் உண்மையில் கலீலியோவின் *டயாகிராமாவில்* இருந்திருந்தால், எல்லா பிரதிகளையும் கைப்பற்றிய பின்னரும் வாடிகனால் ஏன் அதனைப் பார்க்கமுடியவில்லை?"

"அவர்கள் பார்த்திருக்கலாம், ஆனால் கவனித்திருக்க மாட்டார்கள். இல்லுமினாட்டி குறிப்பான்கள் நினைவிருக்கிறதா? சாதாரணப் பார்வைக்குத் தட்டுப்படாதது? பாசாங்கு? செக்னோவும் இந்த முறையில்தான் மறைத்து வைக்கப்பட்டது - வெட்டவெளியில். அதைத் தேடாதவர்களுக்குப் புலப்படாது. அதைப் *புரிந்துகொள்ள முடியாதவர்களுக்கும் புலப்படாது*."

"அப்படியென்றால்?"

"அப்படியென்றால் கலீலியோ அதைச் சிறப்பாக மறைத்து வைத்தார். வரலாற்றுப் பதிவுகளின்படி, *லிங்குவா பியூரா* எனப்படும் முறையிலேயே *செக்னோ* வெளிப்பட்டது."

"தூய்மையான மொழியா?"

"ஆமாம்."

"கணிதமா?"

"என்னுடைய கணிப்பு அதுதான். அதுதான் தெளிவாகத் தெரிகிறது. அனைத்துக்கும்மேல் கலீலியோ ஒரு அறிவியலாளர், அவர் அறிவியலாளர்களுக்காகவே எழுதினார். இந்தத் துப்பை வடிவமைப்பதற்குக் கணிதம்தான் ஒரு தர்க்கப்பூர்வமான மொழியாக இருந்திருக்கும். அந்தப் புத்தகம்தான் *டயாகிராமா*, அதனால் கணிதவியல் விளக்கப்படங்களும் குறியீட்டின் ஒரு பகுதியாயிருக்கலாம்."

விட்டோரியா சற்றே அதிக நம்பிக்கையுள்ளவளாகக் கூறினாள். "மதகுருமார் சபையால் கவனிக்கப்படாமல் போன ஒருவகையான கணிதவியல் குறியீட்டைத்தான் கலீலியோ உருவாக்கியிருக்க வேண்டும் என நினைக்கிறேன்."

"நீ புரிந்துகொண்டதுபோல் தெரியவில்லை," என்ற லேங்டன் அந்த வரிசையைப் பார்த்தபடியே சொன்னார்.

"இல்லை. அதற்கு முக்கிய காரணம், நீங்கள் புரிந்துகொள்ளவில்லை என்பதுதான். DIII பற்றி உங்களுக்கு மிக உறுதியாகத் தெரியும் என்றால், அதை ஏன் நீங்கள் பதிப்பிக்கவில்லை? பிறகு வாடிகன் ஆவணக்காப்பகத்துக்குள் நுழைய அனுமதியுள்ள யாரேனும் இங்கே வந்து நீண்டகாலத்திற்கு முன்பே டயாகிராமாவைச் சரிபார்த்திருப்பார்களே."

"நான் பதிப்பிக்க விரும்பவில்லை," என்றார் லேங்டன். "நான் அந்தத் தகவலைச் சேகரிக்க அரும்பாடுபட்டேன், தவிரவும்-" அவர் தடுமாற்றத்தை உணர்ந்து தாமாகவே நிறுத்திக்கொண்டார்.

"உங்களுக்குப் *புகழ்* தேவைப்பட்டது."

லேங்டன் முகம்சிவப்பதை உணர்ந்தார். "ஒருவகையில் சொல்லலாம். அது வெறுமனே-"

"நீங்கள் அவ்வளவு வெட்கப்பட வேண்டியதில்லை. நீங்கள் ஒரு அறிவியலாளருடன் பேசிக்கொண்டிருக்கிறீர்கள். பதிப்பிப்பது அல்லது புதைத்துவிடுவது. செர்னில் நாங்கள் இதனை 'நிரூபித்தல் அல்லது திணறுதல்' என்போம்."

"அது முதல் ஆளாக இருக்க விரும்புவது மட்டுமல்ல. தவறான நபர் டயாகிராமாவைப் பற்றித் தெரிந்துகொண்டால் என்னவாகும் என்றுகூட கவலைப்பட்டேன், அது காணாமலே போய்விடலாம்."

"வாடிகனைச் சேர்ந்த தவறானவர்களா?"

"அவர்கள் தவறானவர்கள் என்று இல்லை, இல்லுமினாட்டி மிரட்டலை திருச்சபை எப்போதுமே குறைத்து மதிப்பிட்டு வந்திருக்கிறது. 1900-களின் ஆரம்பத்தில், இல்லுமினாட்டி என்பது அதிகப்படியாக எதிர்வினையாற்றும் கற்பனைக் கட்டுக்கதைதான் என்று சொல்லுமளவுக்குச் சென்றுவிட்டது. கிறிஸ்துவர்கள் தெரிந்துகொள்ள வேண்டிய கடைசி விஷயம் என்னவென்றால் ஒரு மிகவும் சக்திவாய்ந்த கிறிஸ்துவத்திற்கு எதிரான இயக்கம் தங்களுடைய வங்கிகள், அரசியல் மற்றும் பல்கலைக்கழகங்களில் ஊடுருவியிருக்கிறது என்பதுதான் என குருமார் சபை உணர்ந்தது, ஒருவேளை அது சரியாகவும் இருக்கலாம்." நிகழ்காலம் ராபர்ட், தனக்குத்தானே

நினைவுபடுத்திக்கொண்டார். ஒரு மிகவும் சக்திவாய்ந்த கிறிஸ்துவத்திற்கு எதிரான இயக்கம் அவர்களுடைய வங்கிகள், அரசியல் மற்றும் பல்கலைக்கழகங்களில் ஊடுருவியிருக்கிறது.

"இல்லுமினாட்டி மிரட்டலுக்குச் சான்றளிக்கும் எத்தகைய ஆதாரத்தையும் வாடிகன் புதைத்துவிடும் என்று நினைக்கிறீர்களா?"

"பெரிதும் வாய்ப்பிருக்கிறது. உண்மையோ அல்லது கற்பனையோ, எந்தவொரு அச்சுறுத்தலும் திருச்சபையின் அதிகாரத்தின் மீதுள்ள நம்பிக்கையைப் பலவீனமாக்கிவிடும்."

"இன்னும் ஒரு கேள்வி." விட்டோரியா சற்றே நின்று அவரை ஒரு வேற்றுகிரகவாசியைப்போல் பார்த்தாள். "நிஜமாகத்தான் சொல்கிறீர்களா?"

லேங்டன் நின்றுவிட்டார். "என்ன சொல்ல வருகிறாய்?"

"நான் சொல்ல வருவது, பேரழிவுக்குத் தீர்வாக *உண்மையிலேயே* இதுதான் உங்கள் திட்டமா?"

அவளுடைய கண்களில் தான் பார்த்தது பரிதாபம் கலந்த மகிழ்ச்சியா அல்லது கடும் பயங்கரத்தையா என்பது லேங்டனுக்கு உறுதியாகத் தெரியவில்லை. "டயாகிராமாவை கண்டுபிடிப்பது பற்றிச் சொல்கிறாயா?"

"இல்லை, விளக்கப்படம் சொல்வதைக் கண்டுபிடிப்பதைச் சொல்கிறேன், நானூறு வருடப் பழமையான செக்னோவைக் கண்டறிந்து, சில கணிதவியல் குறியீடுகளைப் புரிந்துகொண்டு, அத்துடன் வரலாற்றிலேயே மிகவும் அறிவுக்கூர்மைமிக்க திறமைவாய்ந்த அறிவியலாளர்கள் மட்டுமே பின்தொடரக்கூடிய ஒரு புராதனச் சுவடு ஆகியவற்றைச் சொல்கிறேன்... எல்லாமும் அடுத்த நான்கு மணிநேரத்திற்குள் சாத்தியமா."

லேங்டன் தோள்களைக் குலுக்கினார். "வேறு பரிந்துரைகளைக் கேட்கவும் நான் தயாராக இருக்கிறேன்."

50

ஆவணக் கருவூலம் 9-க்கு வெளியில் நின்றிருந்த ராபர்ட் லேங்டன் அடுக்குகளில் இருந்த லேபிள்களைப் படித்தார்.

பிராஹே... கிளாவியஸ்... கோபர்நிகஸ்... கெப்ளர்... நியூட்டன்...

அந்தப் பெயர்களை அவர் மறுபடியும் படித்தபோது, அவர் சட்டென்று ஒரு அசௌகரியத்தை உணர்ந்தார். *அறிவியலாளர்கள் இங்கிருக்கிறார்கள்... ஆனால் கலீலியோ எங்கிருக்கிறார்?*

தனக்கு அருகிலிருந்த கருவூலத்தில் இருந்தவற்றின் உள்ளடக்கங்களை ஆராய்ந்துகொண்டிருந்த விட்டோரியாவை நோக்கித் திரும்பினார், "நான் சரியான கருப்பொருளைக் கண்டுபிடித்துவிட்டேன், ஆனால் கலீலியோதான் காணவில்லை."

"இல்லை, அவரிருக்கமாட்டார்," என்ற அவள் அடுத்திருந்த பெட்டகத்தைக் காட்டி புருவம் சுளித்தாள். "அவர் அங்கே இருக்கிறார். உங்களுடைய கண்ணாடியை எடுத்து வந்திருப்பீர்கள் என நம்புகிறேன், ஏனென்றால் இந்த மொத்த பெட்டகமுமே அவருடையதுதான்."

லேங்டன் அங்கே விரைந்தார். விட்டோரியா சொன்னது சரிதான். பெட்டகம் 10-இல் இருக்கும் ஒவ்வொரு சுட்டி உலாவியும் அதே வார்த்தையைத்தான் சுமந்திருந்தன.

கலீலியன் செயல்முறை

லேங்டன் அடித்தொண்டையில் விசிலடித்தார், கலீலியோ தனக்கென்றே ஒரு பெட்டகத்தைக் கொண்டிருப்பது ஏனென்று அப்போதுதான் உணர்ந்தார். "கலீலியோ விவகாரம்," என்று வியந்துபோன அவர், அந்த அடுக்குகளின் கருத்த அடிக்கோடுகளில் கண்ணாடியின் வழியாக உற்றுநோக்கினார். "வாடிகன் வரலாற்றிலேயே நீளமான மற்றும் மிகவும் செலவு மிகுந்த வழக்கு விவரம். பதினான்கு ஆண்டுகள் மற்றும் அறுநூறு மில்லியன் இத்தாலிய லயர் பணம். அவையெல்லாம் இதோ இருக்கிறது."

"சில சட்ட ஆவணங்களும் உள்ளன."

"நூற்றாண்டுகளுக்கும் மேலாக வழக்குரைஞர்கள் பெரிதாகப் பரிணாமம் அடையவில்லை என நினைக்கிறேன்."

"சுறாக்களும்தான்."

பெட்டகத்தின் பக்கவாட்டில் இருக்கும் ஒரு பெரிய மஞ்சள் பட்டனை நோக்கி, லேங்டன் நீண்ட அடியெடுத்து வைத்தார். அதை அவர் அழுத்தியதும் ஒரு தொகுதி மஞ்சள் விளக்குகள் அதற்குள்ளே தலைக்குமேல் எரிந்தன. கரும் சிவப்பில் இருந்த அந்த விளக்குகள் அந்தப் பெட்டக அறையை ஒரு மின்னும் செந்நிற அறையாக மாற்றின... உயரமான அலமாரிகளின் புதிர்ப்பாதை.

"அடக்கடவுளே," என்ற விட்டோரியா திகைப்படைந்தவளாய்த் தெரிந்தாள். "நாம் வேலைசெய்கிறோமா? தோல் பதனிடுகிறோமா?"

"தோல்களில் எழுதப்பட்டவை நாளாக ஆக மங்கியபடியே செல்லும், அதனால் பெட்டக ஒளியமைப்பு எப்போது கருமையாகத்தான் இருக்கும்."

"இங்கே உங்களுக்குப் பித்துபிடித்துவிடலாம்."

அல்லது அதைவிட மோசமானதும் நடக்கலாம், என்று நினைத்துக்கொண்ட லேங்டன், அந்தப் பெட்டகத்திற்கான ஒரே வாயிலுக்குள் நுழைந்தார். "ஒரு துரித எச்சரிக்கை. ஆக்சிஜன் என்பது பிறவற்றை ஆக்சிஜனேற்றம் செய்யக்கூடியது, அதனால் காற்று இறுக்கமான பெட்டகங்களில் அவை கொஞ்சமாகவே இருக்கும். உள்ளுக்குள் பாதியளவுக்குக் காற்றில்லாத இடம்தான். நீங்கள் சுவாசத்திணறலை உணரக்கூடும்."

"ஹேய், வயதான கார்டினல்களே இதில் உயிர்ப்பிழைக்கலாம் எனும்போது."

உண்மைதான், லேங்டன் நினைத்தார். *நாமும் அதிர்ஷ்டசாலியாக இருக்கக்கூடும்.*

ஒரு ஒற்றை மின்னணு சுழல் கதவுதான் அந்தப் பெட்டகத்திற்கான நுழைவாயில். கதவின் உட்புற தண்டில் உள்ள நான்கு அணுகு பட்டன்களின் பொதுவான ஏற்பாட்டை லேங்டன் கவனித்தார்,

"நான் உள்ளே நுழைந்தபிறகு, ஒருமுறை பட்டனை அழுத்திவிட்டு என்னைத் தொடர்ந்து வா. உள்ளே எட்டு சதவிகிதம் மட்டுமே

ஈரப்பதம் இருக்கும், அதனால் உள்ளே வாய் உலர்ந்திருக்கும் உணர்வை அடைவாய் என்பதற்கும் ஆயத்தமாக இரு" என்றார் லேங்டன்.

லேங்டன் அந்தச் சுழலும் தடுப்புக்குள் நுழைந்து பட்டனை அழுத்தினார். அந்தக் கதவு பலமாகச் சத்தம் எழுப்பியபடி சுழலத் தொடங்கியது. அதன் இயக்கத்தைத் தொடர்ந்து முதல் சில நொடிகளுக்குக் காற்றுப் புகாத பெட்டகத்தில் எப்போதும் ஏற்படும் உடல்ரீதியான அதிர்ச்சிக்கு லேங்டன் ஆயத்தமாக இருந்தார். மூடப்பட்ட பெட்டகத்துள் நுழைவதென்பது கடல் மட்டத்திலிருந்து 20000 அடி உயரத்துக்குச் செல்வதற்கு ஒப்பானது. வாந்தியெடுக்கும் உணர்வும், தலைவலியும் ஏற்படலாம். *இரண்டிரண்டாகத் தெரிவது,* இடுப்பு மூட்டுகளில் வலி உணர்வது, பெட்டகத்தில் நுழையும்போது ஞாபகத்தில் கொள்ளவேண்டிய வாசகங்களை நினைவுபடுத்திக்கொண்டார். லேங்டன் தனது காதுகள் அடைப்பதுபோல் உணர்ந்தார். காற்றின் 'ஹிஸ்' சத்தத்தை உணர்ந்தார், பின் கதவின் சுழற்சி நிறுத்தத்துக்கு வந்தது.

அவர் உள்ளே இருந்தார்.

லேங்டன் முதலில் அறியவந்தது, உள்ளே இருந்த காற்று அவர் எதிர்பார்த்ததைவிடவும் மிகக் குறைவாக இருநதது எனபதைததான. வாடிகன, தஙகளது ஆவணக கிடங்குகளைப் பெரும்பாலான மற்றவற்றைவிடவும் சீரியஸாக எடுத்துக்கொண்டிருந்தது. தொண்டை அடைத்துக்கொண்டது போன்ற உணர்வுடன் போராடிய அவர், அவரது நுரையீரல் நுண்குழாய்கள் விரிவடைந்தபோது, தனது மார்பைத் தளர்த்தினார். அந்த இறுக்கம் விரைவில் மாறியது. நாளுக்கு ஐம்பது சுற்றுகள் நீச்சல் குளத்தில் நீந்துவது, இத்தகைய நேரத்தில் பயனளிக்கிறது என அவர் சிந்தித்தார். இப்போது பெரிதும் இயல்பாகச் சுவாசித்தபடி, அவர் பெட்டகத்தை சுற்றிலும் பார்த்தார். வெளிச்சுவர் கண்ணுக்குப் புலப்படுவதாக இருந்தபோதும், அவர் நன்கு அறிமுகமான கவலையொன்றை உணர்ந்தார். *நான் ஒரு பெட்டியில் இருக்கிறேன். இரத்தம் போன்றதோர் சிவப்புப் பெட்டியில்,* அவர் நினைத்தார்.

அந்தக் கதவு அவருக்குப் பின்னால் சத்தமெழுப்ப, லேங்டன் திரும்பி விட்டோரியா நுழைவதைப் பார்த்தார். அவள் உள்ளே

வந்ததும் உடனடியாக அவளது கண்களில் நீர் கசிந்தது, அவள் ஆழமாக மூச்சிழுக்கத் தொடங்கினாள்.

“பழக ஒரு நிமிடம் கொடு,” லேங்டன் சொன்னார். “உனக்கு தலைவலிப்பதுபோல் தோன்றினாள், குனிந்துநில்.”

“நான்...” விட்டோரியா மூச்சுத் திணறினாள், “தவறான கலவையுடன் ஸ்கூபா டைவிங் செய்வதுபோல் உணர்கிறேன்.”

லேங்டன் அந்தச் சூழலுக்கு அவள் பழக்கமாவதுவரை காத்திருந்தார். அவளுக்கு ஒன்றுமாகாதென அவர் அறிவார். விட்டோரியா வெத்ரா வெளிப்படையாகவே நல்ல ஆரோக்கியமான உடலைக் கொண்டிருந்தாள், லேங்டன் ஒருமுறை வைடனர் நூலகத்தின் காற்றுப்புகாத பெட்டகத்தில் உதவ நேர்ந்த புராதன ரெட்கிளிஃப் வயதான பெண் பட்டதாரிபோல் இல்லை. அந்தச் சுற்றுலாவில் செயற்கைப் பற்களைக் கொண்டிருந்த வயதான பெண்மணிக்கு அதை அகற்றிவிட்டு, வாயோடு வாய்வைத்து மூச்சுக் கொடுக்கவேண்டியதானது லேங்டனுக்கு.

“இப்போது பரவாயில்லையா?” அவர் கேட்டார்.

விட்டோரியா ஆமோதித்தாள்.

“நான் உங்கள் விண்வெளி விமானத்தில் பயணம் செய்தேன், அதனால் நான் உங்களுக்குக் கடன்பட்டிருப்பதாக நினைக்கிறேன்.”

இது புன்னகையைக் கொண்டுவந்தது.

லேங்டன் கதவுக்கருகிலிருந்து பெட்டியை அடைந்து, அதிலிருந்து சில வெண்ணிறப் பருத்திக் கையுறைகளை எடுத்தார்.

“இதுதான் சம்பிரதாயமா?” விட்டோரியா கேட்டாள்.

“விரல் அமிலம். நாம் அவையில்லாமல் இந்த ஆவணங்களைக் கையாளக்கூடாது. உனக்கு ஒரு ஜோடி தேவை.”

விட்டோரியா சில கையுறைகளை எடுத்துக்கொண்டாள். “நமக்கு எவ்வளவு நேரமிருக்கிறது?”

லேங்டன் தனது மிக்கி மவுஸ் கடிகாரத்தைப் பார்த்தார். “இப்போதுதான் ஏழு தாண்டியிருக்கிறது.”

“நாம் இந்த விஷயத்தை ஒரு மணி நேரத்துக்குள் கண்டுபிடித்தாகவேண்டும்.”

"உண்மையில்," லேங்டன் சொன்னார், "நமக்கு அவ்வளவு நேரமில்லை." அவர் தலைக்குமேலிருந்த வடிகட்டிக் குழாயைக் காட்டினார்.

"பொதுவாகக் காப்பாளர் யாராவது பெட்டகத்துள் சென்றதும், மறு ஆக்ஸிஜனேற்ற சிஸ்டத்தை இயங்கவிடுவார். இன்று அது நடக்காது. இருபது நிமிடங்களில், நாம் அனைத்து காற்றையும் உறிஞ்சிவிடுவோம்."

விட்டோரியா அந்த செந்நிற ஒளிர்வில் குறிப்பிடத்தக்க அளவு வெளிறிப் போயிருந்தாள்.

லேங்டன் புன்னகைத்தபடி தனது கையுறைகளை மென்மையாக்கினார். "ஆதாரத்தை அடைகிறோமா அல்லது மூச்சுத் திணறுகிறோமோ, மிஸ். வெத்ரா. மிக்கியின் கடிகார முள் துடிக்க ஆரம்பித்துவிட்டது."

51

பிபிசி செய்தியாளர் குந்தர் க்ளிக் தன் கையிலிருந்த செல்போனில் அழைப்பைத் துண்டிப்பதற்கு முன்னர் பத்து நொடிகளுக்கு அதை வெறித்துப் பார்த்திருந்தான்.

சினிதா மாக்ரி அவனை வேனின் பின்னால் இருந்தபடி கவனித்துக்கொண்டிருந்தாள். "என்ன ஆயிற்று? யார் அது?"

வழங்கப்பட்ட கிறிஸ்துமஸ் பரிசு உண்மையில் தனக்கில்லையோ என்று அச்சப்படும் ஒரு குழந்தையைப் போல் உணர்ந்து, க்ளிக் திரும்பினான்.

"எனக்கு ஒரு துப்பு கிடைத்துள்ளது. வாடிகனுக்குள் ஏதோ ஒன்று நடந்துகொண்டிருக்கிறது."

"அதன் பெயர் தேர்தல்," என்றாள் சினிதா. "உன் துப்பு நாசமாய்ப்போக."

"இல்லை, வேறு ஏதோ ஒன்று." ஏதோ பெரிதாக. அழைத்தவன் அவனிடம் சொல்லியவை உண்மையாக இருக்க வாய்ப்பிருக்குமா என அவன் ஆச்சரியப்பட்டான். அது உண்மையாய்

இருக்கவேண்டும் என வேண்டிக்கொள்வதை நினைத்து தனக்குள் வெட்கிப்போனான் க்ளிக். "நான்கு கார்டினல்கள் கடத்தப்பட்டுள்ளனர், இன்றிரவு வெவ்வேறு தேவாலயங்களில் வைத்து கொலை செய்யப்படப் போகிறார்கள் என்று நான் உன்னிடம் சொன்னால் எப்படி உணர்வாய்."

"மோசமான நகைச்சுவை உணர்வினால் அலுவலகத்தில் உள்ள யாரோ உன்னைக் கிண்டல் செய்திருக்கிறார்கள் என்றுதான் என்னால் சொல்லமுடியும்."

"முதல் கொலையின் சரியான இடத்தை நாம் சொல்லப்போகிறோம் என நான் உன்னிடம் சொன்னால் நீ என்ன நினைப்பாய்?"

"நீ எந்தப் பாழாய்ப்போனவனிடம் பேசினாய் என நான் அறிய விரும்புகிறேன்."

"அவன் சொல்லவில்லை."

"ஒருவேளை அவன் பெரிய கழிசடையாக என்பதால் சொல்லாமலிருந்திருக்கலாமே?"

மாக்ரியின் எரிச்சலை க்ளிக் எதிர்பார்த்திருந்தான், ஆனால் பிரிட்டிஷ் டாட்லர் பத்திரிகையில் பொய்யர்களையும் பித்துக்குளிகளையும் ஏறக்குறைய பத்து வருடங்களுக்கு க்ளிக் எதிர்கொண்டவன் என்பதை அவள் மறந்துவிட்டாள். அழைத்தவன் இவர்களில் யாரும் கிடையாது. இந்த மனிதன் நிதானமும் தெளிவும் கொண்டிருந்தான். தர்க்கப்பூர்வமானவன். எட்டு மணிக்கு சற்று முன்பாக உன்னை அழைப்பேன், என்றான் அவன், முதல் கொலை எங்கே நடக்கப்போகிறது என சொல்வேன். நீ பதிவு செய்யும் படங்கள் உன்னைப் பிரபலமாக்கும். அவன் ஏன் தனக்கு அந்தத் தகவலை அளிக்கிறான் என க்ளிக் அவனிடம் கேட்டபோது, அந்த மனிதனின் மத்திய கிழக்கத்திய பேச்சுத்தொனி பனிக்கட்டியென உறையச் செய்வதாயிருந்தது. *ஊடகங்களே அராஜகத்தின் வலது கரம்.*

"அவன் வேறு ஒன்றையும்கூட சொன்னான்," என்றான் க்ளிக்.

"என்ன? எல்விஸ் பிரெஸ்லிதான் போப்பாகத் தேர்வு செய்யப்பட்டார் என்றா?"

“பிபிசி தரவுத் தளத்துக்கு டயல் செய்கிறாயா?” க்ளிக்கின் அட்ரினலின் இப்போது அதிகரித்தது. “இவர்களைப் பற்றி நாம் அளித்த மற்ற செய்திகளை நான் பார்க்கவேண்டும்.”

“எவர்களைப் பற்றி?”

“என் சொல்படி செய்.”

மாக்ரி பெருமூச்சு விட்டபடியே பிபிசி தரவுத் தளத்துக்கான தொடர்பை இணைத்தாள். “இதற்கு ஒருநிமிடம் ஆகும்.”

க்ளிக்கின் மனம் முக்குளித்தது. “எனக்கு கேமராமேன் இருக்கிறாரா எனத் தெரிந்துகொள்வதில் அவன் மிகவும் ஆர்வமாக இருந்தான்.”

“அது வீடியோகிராபர்.”

“நம்மால் நேரலையாக ஒளிபரப்ப முடியுமா என்றும் கேட்டான்.”

“1.537 மெகாஹெர்ட்ஸ் வேகத்தில். அதற்கென்ன இப்போது?” டேட்டாபேஸ் சிணுங்கியது. “சரி நாம் நுழைந்துவிட்டோம். நீ யாரைத் தேடுகிறாய்?”

க்ளிக் அந்த வார்த்தையைச் சொன்னான்.

மாக்ரி திரும்பிப்பார்த்து முறைத்தாள். “சத்தியமாகச் சொல்கிறேன், நீ கிண்டல் செய்கிறாய்.”

52

லேங்டன் நம்பியபடி, காப்பகப் பெட்டகம் 10-இன் அமைப்பு அவர் உள்ளூர நினைத்ததுபோலில்லை, டயாகிராமா கையெழுத்துப்படி அதேபோன்ற இதர கலீலிய பதிப்புகளுடன் சேர்த்து காணப்படவில்லை. கணினிமயமாக்கப்பட்ட புத்தக நூற்களஞ்சியமும் குறிப்பீட்டு கண்டுபிடிப்பானும் இல்லாமல் லேங்டனும் விட்டோரியாவும் தடுமாறினர்.

“டயாகிராமா இங்குதான் இருக்கிறது என உறுதியாக நினைக்கிறீர்களா?” என்றாள் விட்டோரியா.

“ஆமாம். நம்பிக்கையின் பிரச்சார அலுவலகம் இரண்டிலுமே *அவை பட்டியலிடப்பட்டிருப்பது உறுதி–”*

“நல்லது. நீங்கள் உறுதியாக இருக்கும்வரையில்.” அவள் இடதுபக்கம் சென்றாள், அவர் வலதுபக்கம் சென்றார்.

லேங்டன் தன்னுடைய தேடுதலைத் தொடங்கினார். அவர் கடந்த ஒவ்வொரு ஆவண பொக்கிஷத்தையும் வாசிக்க நிற்கக்கூடாதென்ற சுயக் கட்டுப்பாடு ஒவ்வொரு அடிவைப்பிலும் அவருக்குத் தேவைப்பட்டது. அந்தச் சேகரிப்பு திகைக்கவைப்பதாயிருந்தது. *தி அஸ்ஸேயர்... தி ஸ்டார்ரி மெசஞ்சர்... தி சன்ஸ்பாட் லெட்டர்ஸ்... லெட்டர்ஸ் டு தி கிராண்ட் டச்சஸ் கிறிஸ்டினா... அபாலஜியா புரோ கலீலியோ...* என அது போய்க்கொண்டே இருந்தது.

கடைசியில் விட்டோரியாதான் அந்தப் பெட்டகத்தின் பின்பக்கத்துக்கு அருகில் ஆவணப் புதையலை அடைந்தாள். அவளது பலவீனமான குரல் அழைத்தது. “உண்மையின் வரைபடம்!”

அந்தச் செந்நிறப் புதிர்ப்பாதையில் அவளிடம் விரைந்தார் லேங்டன். “எங்கே?”

விட்டோரியா சுட்டிக்காட்டினாள், அதை முன்னமே ஏன் கண்டுபிடிக்க முடியவில்லை என்பது அப்போதுதான் லேங்டனுக்குப் புரிந்தது. அந்தக் கையெழுத்துப்பிரதி அலமாரியில் இல்லாமல், ஒரு கூடையில் இருந்தது. ஃபோலியோ கூடைகள் பைண்ட் செய்யப்படாத பக்கங்களை வைப்பதற்கென்றே உள்ளவை. அந்தக் கூடையின் முன்பக்கத்தில் இருந்த லேபிள் உள்ளடக்கத்தைப் பற்றிய எந்தச் சந்தேகத்தையும் தரவில்லை.

உண்மையின் வரைபடம்
கலீலியோ கலிலி, 1639

லேங்டன் முட்டிப்போட்டு அமர்ந்தார், அவருடைய இதயத்துடிப்பு அதிகரித்தது. “*டயாகிராமா.*” அவளை நோக்கி குறுநகைபுரிந்தார். “அருமையான படைப்பு. இந்தக் கூடையை வெளியே எடுக்க உதவி செய்.”

விட்டோரியா அவருக்குப் பின்னால் முழங்காலிட்டு அமர்ந்தாள், அவர்கள் அதை இழுத்தனர். அந்தக் கூடை உட்கார்ந்திருந்த

உலோக டிரே சக்கரங்களில் உருண்டு அவர்களை நோக்கி வந்து அதன் மீதிருந்ததை அவர்களுக்கு வெளிப்படுத்தின.

“பூட்டு இல்லையா?” என்ற விட்டோரியா அந்த எளிமையான தாழ்ப்பாளைக் கண்டு ஆச்சரியப்பட்டாள்.

“இருக்காது. ஆவணங்களைச் சிலபோது துரிதமாக வெளியேற்ற வேண்டியிருக்கும். வெள்ளப்பெருக்கு, தீவிபத்தின்போது.”

“அப்படியென்றால் திறங்கள்.”

லேங்டனுக்கு எந்த ஊக்கப்படுத்தலும் தேவைப்படவில்லை. தன்னுடைய கல்வித்துறை வாழ்நாளின் கனவு அவருக்கு முன்பிருந்ததாலும், அந்த அறையின் மெல்லிய காற்றினாலும் அவர் நேரத்தை வீணடிக்க விரும்பவில்லை. தாழ்ப்பாளைத் திறந்து மூடியைத் தூக்கினார். உள்ளே, அந்தக் கூடையின் அடிப்பகுதியில் கிடைமட்டமாக, ஒரு கறுப்புநிற, பருத்தி துணிப்பை காணப்பட்டது. அந்தத் துணியின் காற்றுப்புகும் தன்மைதான் அதனுள்ளே இருப்பதைத் தக்கவைத்திருக்க அதிமுக்கியமானது. இரண்டு கைப்பிடிகளையும் பிடித்து, அந்தப் பையை படுகிடையாக வைத்த நிலையிலேயே லேங்டன் அதை வெளியே எடுத்தார்.

“நான் ஒரு கருவூலத்தை எதிர்பார்த்தேன்,” என்றாள் விட்டோரியா. “இது ஒரு தலையணை உறைபோனறு இருக்கிறது."

“என் பின்னால் வா,” என்றார் அவர். அந்தப் பையை புனித காணிக்கை போல் தனக்கு முன்பாகப் பிடித்துக்கொண்ட லேங்டன், அந்தக் கருவூலத்தின் மையத்தில் இருந்த, கண்ணாடி போடப்பட்ட ஆவண பரிசோதிப்பு மேசையை நோக்கிச் சென்றார். அந்த மையப்பகுதியானது, கருவூலத்திற்குள் ஆவணங்களைக் கொண்டுசெல்லும் நேரத்தைக் குறைப்பதற்காக அமைக்கப்பட்டிருந்தாலும், குவிந்திருக்கும் ஆவணங்களுக்கு நடுவில் உள்ள அந்தரங்கத்தையே ஆராய்ச்சியாளர்கள் விரும்பினர். சிறந்த கண்டுபிடிப்புகள் உலகின் அதிசிறந்த பெட்டகங்களில்தான் வெளிப்படுத்தப்படுகின்றன, அத்துடன் பெரும்பாலான கண்டுபிடிப்பாளர்கள் தங்களுடைய போட்டியாளர்கள் தங்களுடைய வேலையைக் கண்ணாடியூடாக எட்டிப்பார்ப்பதை விரும்புவதில்லை.

அந்தப் பையை மேசை மீது வைத்த லேங்டன் பட்டன்களைத் திறந்தார். விட்டோரியா அருகில் நின்றுகொண்டிருந்தாள். ஆவணத்தேடுநர் கருவிகளுக்கான தட்டில் துழாவி, ஃபிங்கர் சிம்பல்ஸ் என அழைக்கப்படும், அளவில் பெரிய கருவி போன்ற ஒன்றை இரண்டு கைகளிலும் எடுத்துக்கொண்டார் லேங்டன். அவருடைய பரவசம் அதிகரித்துக்கொண்டே சென்ற நிலையில், கேம்பிரிட்ஜில் மதிப்பெண்கள் போடுவதற்காகத் தேர்வுத்தாள்கள் குவியல் முன் எந்நேரத்தில் வேண்டுமானாலும் விழித்துவிடுவோமோ என்று பயந்தார். ஆழமாக மூச்சை இழுத்துக்கொண்டு அவர் அந்தப் பையைத் திறந்தார். பருத்தி கையுறைகளுக்குள் விரல்கள் நடுங்க, தன் இடுக்கியைக் கொண்டு அதை எட்டிப்பிடித்தார்.

"நிதானம்," என்றாள் விட்டோரியா. "அது காகிதம்தான், புளூட்டோனியம் அல்ல."

லேங்டன், உள்ளிருந்த ஆவணங்களைச் சுற்றி இடுக்கியைக் கவனமாக, அழுத்தம்கூட தராமல் செலுத்தினார். பின், ஆவணங்களை வெளியே இழுக்காமல், அவற்றை அந்த இடத்தில் வைத்து அந்தப் பையை உருவியெடுத்தார்- கலைப்பொருளின் மீது முறுக்குவிசையைக் குறைப்பதற்கான ஆவணக் காப்பக நிபுணரின் செயல்முறை அது. அந்தப் பை அகற்றப்படுவதுவரை, சோதனை செய்வதற்கான மேஜைக்குக் கீழிருந்த இருள் விளக்கை லேங்டன் எரியச்செய்யவில்லை. அவர் மறுபடியும் மூச்சுவாங்கினார். விட்டோரியா இப்போது ஒரு பார்வையாளரைப்போல் தெரிய, கண்ணாடிக்குக் கீழிருந்த விளக்கு எரிய ஆரம்பித்தது. "சிறிய காகிதங்கள்," அவள் குரலில் மதிப்புடன் சொன்னாள்.

லேங்டன் ஆமோதித்தார். அவர்கள் முன்னிருந்த போலியோக்களின் அடுக்கு ஒரு சிறிய பேப்பர்பேக் நாவலின் பக்கங்கள்போல் தெரிந்தன. லேங்டன், மேல் தாள் ஒரு அலங்கரிக்கப்பட்ட பேனா, தலைப்பு, தேதி மற்றும் கலீலியோ தன் கையாலே எழுதிய பெயரைக் கொண்ட மை அட்டைத் தாளாக இருப்பதைக் காணமுடிந்தது.

அந்தக் கணத்தில், லேங்டன் தனது சோர்வின் காரணமாக நெருக்கடியான பகுதிகளை மறந்துவிட்டார், தன்னை இங்கு கொண்டுவந்த அச்சுறுத்தும் சூழலை மறந்துவிட்டார். அவர் ஆச்சரியத்தில் உற்றுநோக்கினார். வரலாற்றுடன் நெருக்கமான

சந்திப்பு நிகழும்போதெல்லாம், லேங்டன் மோனலிசா தூரிகை வண்ணத்தைக் கண்டதுபோல், அதன்மீதான பெருமதிப்பில் செயலற்றுப் போனார்...

அந்த ஒலியற்ற, மஞ்சள் காகிதம், அதன் வயது, உண்மைத்தன்மை குறித்து லேங்டனின் மனதில் சந்தேகம் எழ விடவில்லை, ஆனால் தவிர்க்கமுடியாத அதன் மங்கிய தன்மையைத் தவிர அந்த ஆவணம் சிறப்பான நிலையில் இருந்தது. அதன் நிறத்தில் ஏற்பட்ட லேசான வெளிறல், சிறிய அளவில் மட்கியது, காகிதத்தின் நிலைத்தன்மை தவிர, ஒட்டுமொத்தமாக அது சிறப்பாக இருந்தது. அட்டையில் பொறிக்கப்பட்டிருந்த அலங்கரிக்கப்பட்ட கையை அவர் ஆய்வுசெய்தார், அவரது பார்வை ஈரப்பதக் குறைவால் மங்கலாகியிருந்தது. விட்டோரியா மௌனமாக இருந்தாள்.

"எனக்கு ஒரு ஸ்பாட்டூலா கொடு, ப்ளீஸ்." லேங்டன் விட்டோரியாவுக்கு அருகிலிருந்த துருப்பிடிக்காத இரும்பாலான ஆவணக் காப்பகச் சாதனங்கள் நிரம்பிய தட்டை நோக்கிக் கைகாட்டினார். அவள் அதை அவரிடம் கொடுத்தாள். லேங்டன் அந்தச் சாதனத்தைத் தன் கையிலெடுத்துக்கொண்டார். அது சிறப்பான ஒன்று. முகத்தில் நிலைமின்னூட்ட சக்தி இருந்தால் அகற்றுவதற்காக, அவர் தனது விரல்களை முகத்தினூடாகச் செலுத்தினார், பின் எப்போதையும்விட மிகக் கவனமாக, அந்தக் கூர்மையான பகுதியை முகப்பின் கீழாக நுழைத்தார். பின், அந்த ஸ்பாட்டூலாவை உயர்த்தி, முகப்புப் பக்கத்தைப் புரட்டினார்.

நீளமாக, சிறிய, பகட்டான அலங்காரக் கையெழுத்தில் எழுதப்பட்டிருந்த முதல் பக்கம் ஏறக்குறைய படிப்பதற்குச் சாத்தியமற்றதாக இருந்தது. அந்தப் பக்கத்தில் எந்தவித விளக்கப் படங்களோ அல்லது எண்களோ இல்லை என்பதை லேங்டன் உடனடியாகக் கவனித்துவிட்டார். அது ஒரு கட்டுரை.

"சூரிய மைய அமைப்பு," என்ற விட்டோரியா குறிப்புத்தாள் ஒன்றில் இருந்த தலைப்பை மொழிபெயர்த்தாள். உரையையும் ஆராய்ந்தாள். "பூமிமையவாத கோட்பாட்டை கலீலியோ நிரந்தரமாக மறுப்பதுபோல் தெரிகிறது. புராதன இத்தாலியில் இருப்பதால் மொழிபெயர்ப்பிற்கு எந்த உத்திரவாதமும் இல்லை."

"அதை விடு," என்றார் லேங்டன். "நாம் கணிதத்தைத் தேடிக்கொண்டிருக்கிறோம். தூய மொழி." ஸ்பாட்டூலாவைப்

பயன்படுத்தி, அடுத்த பக்கத்தைத் திருப்பினார். மற்றொரு கட்டுரை. கணிதமோ விளக்கப்படங்களோ இல்லை. லேங்டனின் கைகள் அவருடைய கையுறைகளுக்குள் வியர்க்கத்தொடங்கியது.

"கிரகங்களின் நகர்வு," என்று அந்தத் தலைப்பை மொழிபெயர்த்தாள் விட்டோரியா.

லேங்டன் புருவத்தை நெரித்தார். வேறு எந்த நாளாக இருந்தாலும், அதைப் படித்துப் பார்க்கவே அவர் பேரார்வம் கொண்டிருப்பார்; அதிசக்திவாய்ந்த தொலைநோக்கிகள் வழியாகக் கணிக்கப்பட்ட, தற்போதுள்ள நாஸாவின் கிரகச் சுழற்சிகள் அப்படியே கலீலியோவின் அசல் கணிப்புகளில் காணப்பட்டன.

"கணிதம் எதுவுமில்லை," என்றாள் விட்டோரியா. "பின்னோக்கிய நகர்வுகள் மற்றும் நீள்வட்ட சுற்றுப்பாதைகள் போன்றவற்றைப் பற்றித்தான் பேசுகிறார் அவர்."

நீள்வட்ட சுற்றுப்பாதைகள். கிரக நகர்வை நீள்வட்ட இயக்கமாக விவரித்தபோதுதான் கலீலியோவின் சட்டப்பூர்வ பிரச்சினைகள் பெரும்பாலும் தொடங்கின என்பதை லேங்டன் நினைவுபடுத்திக்கொண்டார். வாடிகன் வட்ட வடிவத்தைப் பெருமைப்படுத்தியது என்பதுடன், வானுலக அசைவுகள் எல்லாமே வட்டமாகத்தான் இருக்கும் என்பதையும் வலியுறுத்தியது. இருந்தாலும், கலீலியோவின் இல்லுமினாட்டி, நீள்வட்ட வடிவத்திலும் முழுமையைக் கண்டது, அதன் இரட்டைக் குவியத்தின் கணிதவியல் இருமையையும் மதிக்கிறது. இல்லுமினாட்டியின் நீள்வட்டம் இன்றும் நவீன மேசோனிக் டிரேசிங் போர்டுகளிலும், அடித்தள அழகுப்படுத்தலிலும் முக்கியமானதாக இருந்தது..

"அடுத்து," என்றாள் விட்டோரியா.

லேங்டன் திருப்பினார்.

"சந்திர நிலைகள் மற்றும் அலை இயக்கம்," என்றாள் அவள். "எண்களும் இல்லை, படங்களும் இல்லை."

லேங்டன் மறுபடியும் திருப்பினார், ஒன்றுமில்லை. அவர் தொடர்ந்து ஒரு டசன் அல்லது அதற்கும் மேற்பட்ட பக்கங்களைத் திருப்பினார். இல்லை. இல்லை. இல்லை.

"இவர் ஒரு கணிதவியலாளர் என்றல்லவா நினைத்தேன்," என்றாள் விட்டோரியா. "இவை எல்லாமே உரைகள்தான்."

தன் நுரையீரல்களில் இருந்த காற்று குறைவதை லேங்டன் உணர்ந்தார். அவருடைய நம்பிக்கைகளும் மெலிந்தன. அந்தக் குவியலும் சுருங்கிக்கொண்டே சென்றது.

"இங்கே எதுவுமில்லை," என்றாள் விட்டோரியா. "கணிதம் இல்லை. ஒருசில தேதிகள், ஒருசில நிலையான உருவங்கள், ஆனால் தடயம் எனச் சொல்லத்தக்க எதுவுமே இதில் இல்லை."

லேங்டன் கடைசிப் பக்கத்தையும் திருப்பிவிட்டு பெருமூச்சுவிட்டார். இதுவும்கூட, ஒரு கட்டுரைதான்.

"சின்னப் புத்தகம்," என்ற விட்டோரியா புருவத்தை நெரித்தாள்.

லேங்டனும் ஆமோதித்தார்.

"*மெர்தா*, ரோமில் இப்படிச் சொல்வோம்."

கழிவு என்பது சரியானது, என்று நினைத்தார் லேங்டன். இன்று காலை அவரது அறைச் சாளரத்திலிருந்து அவரை பதிலுக்குத் திரும்பப் பார்த்த பிம்பத்தைப் போல, கண்ணாடியில் தெரிந்த அவரது பிம்பம் அவரைப் பரிகசிப்பதுபோல் தோன்றியது. *ஒரு வயதாகிக்கொண்டிருக்கும் ஆவியுரு.* "புத்தகத்தில் ஏதாவது இருக்கும்," என்றார், அவருடைய குரலில் தெரிந்த வெளிப்படையான ஏமாற்றம் அவருக்கே ஆச்சரியமாக இருந்தது. "*செக்னோ* இங்கேதான் எங்கோ இருக்கிறது. எனக்குத் தெரியும்!"

"ஒருவேளை, நீங்கள் DIII குறித்து தவறாக நினைத்திருக்கலாம்?"

லேங்டன் திரும்பி அவளை உறுத்துப் பார்த்தார்.

"சரி," அவள் ஒப்புக்கொண்டாள், "DIII சரியாக இருக்கட்டும். ஆனால், அந்தத் தடயம் கணிதமாக இல்லாதிருக்கலாமே?"

"***லிங்குவா பியூரா.*** அது வேறு என்னவாக இருக்கும்?"

"ஓவியமா?"

"அந்தப் புத்தகத்தில் விளக்கப்படங்களோ அல்லது படங்களோ இல்லாதிருப்பது தவிர."

“எனக்குத் தெரிந்ததெல்லாம் *லிங்குவா பியூரா* என்பது இத்தாலி மொழியைத் தவிர வேறு எதையோ குறிக்கிறது. கணிதம் தர்க்கபூர்வமாகச் சரியாகத் தெரிகிறது.”

“ஒப்புக்கொள்கிறேன்.”

லேங்டன் தோல்வியைச் சுலபமாக ஒப்புக்கொள்ள மறுத்தார். “எண்கள் வேகமான முறையில் எழுதப்பட்டிருக்க வேண்டும். சமன்பாடுகளுக்குப் பதிலாக கணிதம் வார்த்தைகளில் எழுதப்பட்டிருக்க வேண்டும்.”

“எல்லா பக்கங்களையும் படித்து முடிக்க நேரம் அதிகமாகும்.”

“நம்மிடம் இல்லாதது நேரம் மட்டும்தான். நாம் வேலையைப் பிரித்துக்கொள்ள வேண்டும்.” லேங்டன் அந்தத் தொகுப்பை மறுபடியும் துவக்கத்தில் இருந்து திருப்பினார். “எண்களைக் கண்டுபிடிக்கும் அளவுக்கு எனக்குப் போதுமான இத்தாலி மொழி தெரியும்.” தன்னுடைய ஸ்பாட்டூலாவைப் பயன்படுத்தி சீட்டுக்கட்டைப் போல் அந்தத் தொகுதியைப் பிரித்த அவர் முதல் பாதி பக்கங்களை விட்டோரியாவுக்கு முன்பாக நகர்த்தி வைத்தார். “இது இங்கேதான் இருக்கிறது. நான் உறுதியாக சொல்கிறேன்.”

விட்டோரியா கீழே குனிந்து, கையாலேயே முதல் பக்கத்தைத் திருப்பினாள்.

“ஸ்பாட்டூலா!” என்ற லேங்டன் தட்டிலிருந்து கூடுதலாக ஒரு ஸ்பாட்டூலாவை எடுத்தார். “இதனைப் பயன்படுத்து.”

“நான் கையுறைகள் போட்டிருக்கிறேன்,” அவள் உறுமினாள். “என்னால் எவ்வளவு சேதம் ஆகிவிடப்போகிறது?”

“இருக்கட்டும், இதைப் பயன்படுத்து.”

விட்டோரியா ஸ்பாட்டூலாவை எடுத்துக்கொண்டாள். “நான் உணர்வதை நீங்களும் உணர்கிறீர்களா?”

“பதட்டமா?”

“இல்லை. மூச்சுவிடுவதில் சிரமம்.”

லேங்டனும் நிச்சயமாக அதை உணரத் தொடங்கியிருந்தார். அவர் நினைத்ததைவிட காற்றானது வேகமாகக் குறைந்துகொண்டே சென்றது. அவர்கள் வேகமாகச் செயல்பட்டாக வேண்டும் என

அவருக்குத் தெரியும். ஆவணக்காப்பகச் சிக்கல்கள் ஒன்றும் அவருக்குப் புதிதல்ல, ஆனால் அதைக்கண்டுபிடிக்க அவருக்கு வழக்கத்துக்கு மாறாக சில நிமிடங்களே இருந்தன. மறு வார்த்தை பேசாமல், தன்னுடைய தலையைக் குனிந்த லேங்டன் தன் தொகுதியில் இருந்த முதல் பக்கத்தை மொழிபெயர்க்கத் தொடங்கினார்.

நீயாகவே வெளிப்படு, வீணாய்ப் போக! நீயாக வெளிப்பட்டுவிடு!

53

ரோமுக்கு கீழே ஏதோ ஓரிடத்தில் கருத்த உருவமொன்று, கல் படிக்கட்டில் பின்னால் மறைந்தபடி, நிலத்தடி சுரங்கத்துக்குள் இறங்கிக்கொண்டிருந்தது. அந்தப் புராதன பாதைவழி தீப்பந்தங்களின் வெளிச்சத்தை மட்டுமே கொண்டிருக்க, காற்றோ சூடாகவும் செறிவானதாகவும் இருந்தது. அதற்கு நேர்மேலே வேதனையில் முனங்கிக்கொண்டிருக்கும் பயந்துபோயிருந்த மனிதர்களின் குரல்கள் அந்த நெரிசலான இடத்தில் வீணே எதிரொலித்துக்கொண்டிருந்தன.

அவன் அந்த மூலையைச் சுற்றிவந்தபோது அவர்களைப் பார்த்தான், அவர்கள் எப்படி விட்டுப் போனானோ அப்படியே காணப்பட்டனர்- நான்கு கிழவர்கள், பயந்துபோய், ஒரு சதுரவடிவ கல் அறையில் துருப்பிடித்த இரும்புக் கம்பிகளுக்குப் பின்னால் அடைபட்டிருந்தனர்.

"யார் நீ?" அவர்களில் ஒருவர் பிரெஞ்சு மொழியில் கேட்டார். *"எங்களிடம் என்ன எதிர்பார்க்கிறாய்?"*

"எங்களை விட்டுவிடு!" மற்றொருவர் ஜெர்மன் மொழியில் சொன்னார்.

"நாங்கள் யாரென்று தெரியுமா?" ஒருவர் ஸ்பானிஷ் தொனியில் ஆங்கிலத்தில் கேட்டார்.

"அமைதி," அந்தக் கரகரத்த குரல் கட்டளையிட்டது. மறுவார்த்தை பேசக்கூடாது என்ற அர்த்தமும் அதில் இருந்தது. அமைதியும், சிந்தனையும்மிக்கவராகத் தெரிந்த, இத்தாலியரான

நான்காவது சிறைவாசி தன்னைப் பிடித்துவைத்திருப்பவனின் கண்களில் தெரிந்த இருண்ட வெறுமையைக் கண்டு, அதில் தான் நரகத்தைக் கண்டதாக நம்பினார். **கடவுளே எங்களுக்கு உதவு,** என நினைத்துக்கொண்டார்.

தன்னுடைய கடிகாரத்தைப் பார்த்த கொலைகாரன், தன்னுடைய பார்வையை சிறைப்பட்டவர்களை நோக்கித் திருப்பினான். "இப்போது," என்றான் அவன். "முதலில் யார்?"

54

ஆவணக் கருவூலம் எண்.10-க்குள் ராபர்ட் லேங்டன் தனக்கு முன்பிருக்கும் காலிகிராபியை ஆய்வு செய்தபடியே இத்தாலிய எண்களை உச்சரித்துக்கொண்டிருந்தார். **ஆயிரம்... நூறு... ஒன்று, இரண்டு, மூன்று... ஐம்பது. எனக்கு ஏதாவதொரு எண்ணியல் குறிப்பு வேண்டும், நாசமாய்ப்போக!**

தன்னுடைய தற்போதுள்ள தாளின் பக்கத்தினுடைய இறுதிப்பகுதிக்கு அவர் வந்திருந்தபோது, அந்தப் பக்கத்தைத் திருப்புவதற்கு அவர் ஸ்பாட்டூலாவைப் பயன்படுத்தினார். அடுத்த பக்கத்திற்கு அந்தக் கருவியைக் கொண்டுசென்றபோது, அவர் தடுமாறினார், அந்தக்கருவியை அவரால் சரியாகப் பிடித்துக்கொள்ள முடியவில்லை. சில நிமிடங்களுக்குப் பின்னர், குனிந்து பார்த்தபோது அந்தக் கருவியை விட்டுவிட்டு கையால் பக்கத்தைத் திருப்பிக்கொண்டிருப்பதைக் கண்டார். அடச்சே, என்று நினைத்த அவர் ஒரு குற்றவாளியைப்போல் உணர்ந்தார். ஆக்ஸிஜன் பற்றாக்குறை அவருடைய பணியைப் பாதித்துக்கொண்டிருந்தது. **நான் இந்த ஆவணக்காப்பக நரகத்திலேயே எரிந்துவிடுவேன் போலிருக்கிறது.**

"எல்லாம் பாழாய்ப்போன நேரத்தால்தான்," என லேங்டன் தன் கைகளால் பக்கத்தைத் திருப்பிக்கொண்டிருப்பதைப் பார்த்த விட்டோரியா சொல்லிக்கொண்டாள். அவளும் தன் கருவியை விட்டுவிட்டு அவரைப் பின்தொடர்ந்தாள்.

"ஏதாவது அதிர்ஷ்டமிருந்ததா?"

விட்டோரியா தலையைக் குலுக்கினாள். "எதுவுமே தூய கணிதமாகத் தெரியவில்லை. வேகமாகத்தான் படிக்கிறேன்... ஆனால், இவற்றில் எதுவுமே தடயம்போல் தெரியவில்லை."

சிரமம் அதிகரித்தபடியே இருக்க, லேங்டன் தொடர்ந்து தன்னுடைய பக்கங்களை மொழிபெயர்த்துக் கொண்டிருந்தார். அவருடைய இத்தாலிய திறமைகள் முடிந்தவரை உச்சத்தில் இருந்தன, இந்தச் சின்னஞ்சிறு எழுத்துரு மற்றும் பழமையான மொழி அதனைத் தாமதிப்படுத்தின. லேங்டனுக்கு முன்பாகவே விட்டோரியா தன்னுடைய பகுதியை முடித்துவிட்டு, மறுபடியும் அந்தப் பக்கங்களைத் திருப்பியபோது மனம்விட்டுப் போயிருந்தாள். மற்றொருமுறை தீவிர ஆராய்ச்சிக்காக முழங்காலிட்டு அமர்ந்தாள்.

லேங்டன் தன்னுடைய கடைசிப் பக்கத்தை முடித்தபோது, வாய்க்குள் சபித்தபடியே விட்டோரியாவை நோக்கினார். அவள் முனகியபடியே தன்னுடைய காகிதங்களுள் ஒன்றை அரைக்கண்ணால் உற்றுப்பார்த்துக் கொண்டிருந்தாள். "இது என்ன?" என்றார் அவர். விட்டோரியா நிமிர்ந்து பார்க்கவில்லை. "நீ பார்க்கும் பக்கங்களில் ஏதாவது அடிக்குறிப்பு இருக்கின்றனவா?"

"நான் பார்த்தவரையில் இல்லை. ஏன்?"

"இந்தப் பக்கத்தில் ஒரு அடிக்குறிப்பு உள்ளது. ஒரு கறையில் மறைந்திருக்கிறது."

அவள் என்ன பார்க்கிறாள் என்பதை லேங்டன் பார்க்க முயற்சித்தார், ஆனால் அந்தத் தாளின் மேல்பக்க வலதுபுறத்தில் இருந்த ஒரு பக்க எண்ணைத்தான் அவரால் பார்க்கமுடிந்தது. பக்கம் 5. அந்த எதேச்சை நிகழ்வு பதிவாக ஒருகணம் ஆனது, அப்போதும்கூட அதற்குள்ள தொடர்பு அத்தனை முக்கியமானதாகத் தெரியவில்லை. *பக்கம் ஐந்து, ஐந்து, பிதகோரஸ், பெண்டாகிராம்ஸ், இல்லுமினாட்டி.* தங்களுடைய தடயத்தை மறைத்துவைப்பதற்கு இல்லுமினாட்டி ஐந்தாம் பக்கத்தை ஏன் தேர்ந்தெடுத்திருக்கக்கூடாது என வியந்தார் லேங்டன். அவர்களைச் சூழ்ந்திருக்கும் செந்நிற புகைமூட்டத்தின் வழியாக, லேங்டன் ஒரு சிறிய நம்பிக்கை கீற்றை உணர்ந்தார். "இந்த அடிக்குறிப்பு கணிதமா?"

விட்டோரியா தலையை மறுப்பாய் அசைத்தாள். "உரை. ஒரே வரி. மிகவும் சிறிய அச்சு. கிட்டத்தட்ட படிக்கமுடியாதது."

அவருடைய நம்பிக்கை மங்கிப்போனது. "அது கணிதமாகத்தான் இருக்கவேண்டும். *லிங்குவா பியூரா.*"

"ஆமாம், எனக்குத் தெரியும்." அவள் தயங்கினாள். "இருந்தாலும், இதை நீங்கள் கேட்க விரும்புவீர்கள் என நினைக்கிறேன்." அவள் குரலில் இருந்த பரபரப்பை லேங்டன் உணர்ந்தார்.

"சரி சொல்."

அந்தக் காகிதத்தை அரைக்கண்ணால் உற்றுப்பார்த்த விட்டோரியா அந்த வரியைப்படித்தாள். "ஒளியின் பாதை அமைக்கப்பட்டது, புனித பரிசோதனை."

அந்த வார்த்தைகள் லேங்டன் கற்பனை செய்ததைப் போன்றில்லை. "மறுபடியும் சொல்?"

விட்டோரியா மறுபடியும் அந்த வரியைப் படித்தாள். "ஒளியின் பாதை அமைக்கப்பட்டது, புனித பரிசோதனை"

"ஒளியின் பாதையா?" தன் உடல் நேராவதை லேங்டன் உணர்ந்தார்.

"இது அதைத்தான் சொல்கிறது. ஒளியின் பாதை."

அந்த வார்த்தைகள் ஆழச் சென்றடைந்தபோது, லேங்டன் தன்னுடைய மயக்கம் ஒரு கணத்தில் தெளிவானதுபோல் உணர்ந்தார். *ஒளியின் பாதை அமைக்கப்பட்டது, புனித பரிசோதனை.* தங்களுக்கு அது எப்படி உதவும் என அவருக்கு எதுவும் தெரியாதபோதும், அந்த வரி அவரால் கற்பனை செய்ய முடிந்தவரையில், அது அறிவொளியின் பாதை என்பதற்கான குறிப்பாக இருந்தது. *ஒளியின் பாதை. புனித சோதனை.* அவருடைய தலையானது மோசமான எரிபொருளால் உறுமும் ஒரு என்ஜினைப்போலானது. "அந்த மொழிபெயர்ப்பு உறுதியானதுதானே?"

விட்டோரியா தயங்கினாள். "உண்மையில்..." அவரை அவள் விநோதமாகப் பார்த்தாள். "உண்மையில் இது மொழிபெயர்ப்பே அல்ல. அந்த வரி **ஆங்கிலத்தில்** எழுதப்பட்டிருக்கிறது."

ஒரு கணம், அந்த அறையில் இருந்த ஒலியமைப்பு தன்னுடைய கேட்புத்திறனைப் பாதித்திருக்கலாம் என நினைத்தார் லேங்டன். ***"ஆங்கிலமா?"***

விட்டோரியா அந்த ஆவணத்தை அவரை நோக்கித் தள்ளினாள், அதன் அடிப்பக்கத்தில் மிகச்சிறிதாக அச்சில் இருந்ததைப் படித்தார் லேங்டன்.

விட்டோரியா தோள்களைக் குலுக்கினாள். அவளும்கூட மயக்கத்தில் இருப்பதைப் போலத்தான் காணப்பட்டாள். "*லிங்குவா பியூரா* என்பதன் மூலமாக அவர்கள் சொல்லவருவது ஆங்கிலமாக இருக்கலாமோ? அதுதான் அறிவியலுக்கான சர்வதேச மொழியாகக் கருதப்படுகிறது. செர்னில் எல்லோருமே அந்த மொழிதான் பேசுகிறோம்."

"ஆனால், இதெல்லாம் 1600-களில்," என வாதிட்டார் லேங்டன். "இத்தாலியில் யாரும் ஆங்கிலம் பேசவில்லை, சொல்லப்போனால்-" அவர் சட்டென்று நிறுத்தினார், தான் என்ன சொல்லவிருந்தோம் என்பதை உணர்ந்துகொண்டார். "சொல்லப்போனால்... மதகுருமார்கள்கூட." லேங்டனின் கல்விப்புல மனம் உயர்வேகத்தில் முனகியது. "1600-களில்" என்ற அவர் இப்போது வேகமாகப் பேசினார், "வாடிகன் இன்னமும் ஏற்றுக்கொள்ளாத ஒரு மொழியாகத்தான் ஆங்கிலம் இருந்துவந்தது. அவர்கள் இத்தாலி, லத்தீன், ஜெர்மன், சொல்லப்போனால் ஸ்பானிஷ் மற்றும் பிரெஞ்சு மொழியைக்கூட ஏற்றுக்கொண்டார்கள், ஆனால் வாடிகனுக்குள்ளே ஆங்கிலம் முற்றிலுமே அந்நியமான ஒன்றுதான். அவர்கள் ஆங்கிலத்தை, ஒரு மாசுபட்ட, சுதந்திர சிந்தனையாளர்கள் மொழி எனவும், சாஸர் மற்றும் ஷேக்ஸ்பியர் போன்ற மதம்சாராதவர்களுக்கானது எனக் கருதினர்." லேங்டனுக்குள் இல்லுமினாட்டியின் முத்திரைகளான நிலம், காற்று, நெருப்பு, நீர் ஆகியவற்றின் முத்திரைகள் சட்டென்று பளிச்சிட்டன. அந்த முத்திரைகள் யாவும் *ஆங்கிலத்திலேயே* இருப்பதும் இப்போதுதான் ஏதோ அர்த்தமுள்ளதை உணர்த்தியது.

"அப்படியென்றால், வாடிகன் கட்டுப்படுத்தாத ஒரே மொழி என்பதால் கலீலியோ ஆங்கிலத்தைத்தான் *லா லிங்குவா பியூரோ* என்று கருதியிருக்கலாம் என்கிறீர்களா?"

"ஆமாம். அல்லது அந்தத் தடயங்களை ஆங்கிலத்தில் அமைத்ததன் மூலமாக, வாசிப்பினை நுணுக்கமான முறையில் வாடிகனிலிருந்து அப்பால் எடுத்துச் சென்றுவிடுகிறார்."

"ஆனால், இது ஒரு தடயம்கூட இல்லையே," விட்டோரியா வாதிட்டாள். "*ஒளியின் பாதை அமைக்கப்பட்டது, புனித பரிசோதனை?* இதற்கு என்னதான் அர்த்தம்?"

அவள் சொல்வது சரி, லேங்டன் நினைத்துக்கொண்டார். அந்த வரி எந்தவகையிலும் உதவப்போவதில்லை. ஆனால், அந்தச் சொற்றொடரை அவர் தன் மனதுக்குள் மறுபடியும் சொல்லிக்கொண்டபோது, ஒரு விசித்திரமான உண்மை அவருக்குத் தட்டுப்பட்டது. *இப்போது அதுதான் விசித்திரம்,* என நினைத்தார். *அதற்குண்டான வாய்ப்புகள் என்னென்ன?*

"நாம் இங்கிருந்து வெளியே போயாகவேண்டும்," என்ற விட்டோரியாவின் குரல் கரகரத்துப் போயிருந்தது.

லேங்டன் அதைக் கேட்கவில்லை. *ஒளியின் பாதை அமைக்கப்பட்டது, புனித பரிசோதனை.* "அது குறிப்பிட்ட தொனியிலான ஆங்கில கவிதை வரி," என்று சட்டென்று கூறிய அவர், அந்த எழுத்துக்களை மறுபடியும் எண்ணிப்பார்த்தார். "அழுத்தமுள்ள மற்றும் அழுத்தமில்லாத அசைகளாக மாற்றி மாற்றி அமைந்த இயாம்பிக் பெண்டாமீட்டர்."

விட்டோரியா குழம்பியவளாகத் தெரிந்தாள். "இயாம்பிக் யார்?"

ஒருகணம், பிலிப்ஸ் எக்ஸடர் அகாடமியில் சனிக்கிழமை மாலை ஆங்கில வகுப்பில் இருந்தார் லேங்டன். *பூமியில் ஒரு நரகம்.* பள்ளியின் பேஸ்பால் விளையாட்டு நட்சத்திரமான பீட்டர் கிரீர் ஷேக்ஸ்பியரின் இயாம்பிக் பெண்டாமீட்டரின் வரிக்கு அவசியத் தேவையான ஈரடிகளின் எண்ணிக்கையை நினைவில் வைத்துக்கொள்வதில் பிரச்சினை இருந்தது. அவர்களுடைய பேராசிரியரும், பள்ளித் தலைமையாசிரியருமான பிஸல் என்பவர் மேசையின் மீது தாவிக்குதித்து சத்தமாகக் கத்தினார், "பெண்டா-மீட்டர், கிரீர்! வீட்டின் சாப்பாட்டுத்தட்டை நினைத்துக்கொள்!" ஒரு பெண்ட-கன்! ஐந்து பக்கங்கள்! பெண்டா! பெண்டா! பெண்டா! ஜீசஸ்!

ஐந்து ஈரடிகள், லேங்டன் நினைத்துக்கொண்டார். ஒவ்வொரு ஈரடியும், வரையறையின்படி, ***இரண்டு*** அசைகளைக் கொண்டது. தன்னுடைய மொத்த வாழ்க்கையிலும் ஒருபோதும் இதனைத் தொடர்புபடுத்திப் பார்க்கவேண்டிவரும் என்பதை அவராலேயே நம்பமுடியவில்லை. இயாம்பிக் பெண்டாமீட்டர்

என்பது புனித இல்லுமினாட்டி எண்களான 5 மற்றும் 2 ஆகியவற்றை அடிப்படையாகக் கொண்ட சீரமைவு மீட்டர்!

நீ நெருங்கிக்கொண்டிருக்கிறாய் சொல்லிக்கொண்ட லேங்டன், அதை தன்னுடைய மனதிலிருந்து அகற்ற முயற்சித்தார். ஒரு *அர்த்தமில்லாத தற்செயல் நிகழ்வு!* ஆனால் அந்தச் சிந்தனை அகலவில்லை. *ஐந்து... பிதகோரஸ் மற்றும் பெண்டாகிராமிற்கு. இரண்டு... எல்லாவற்றிலும் உள்ள இருமைத்தன்மைக்கு.*

ஒருகணம் கழித்து, மற்றொரு உணர்தலானது அவருடைய கால்களை மரத்துப்போகச்செய்தது. இயாம்பிக் பென்டாமீட்டர், அதனுடைய எளிமை காரணமாக, "தூய கவிதை" அல்லது "தூய மீட்டர்" என்றே அழைக்கப்பட்டது. *லா லிங்குவா பியூரா?* இல்லுமினாட்டி குறிப்பிடுகின்ற தூய்மையான மொழி என்பது இதுவாக இருக்கமுடியுமா? *ஒளியின் பாதை அமைக்கப்பட்டது, புனித பரிசோதனை...*

"ஓஹோ," என்றாள் விட்டோரியா.

அவள் காகிதத்தைத் தலைகீழாகத் திருப்பியதைப் பார்த்து லேங்டன் விரைந்தார். தன் வயிற்றில் ஏதோ முடிச்சு விழுந்ததுபோல் உணர்ந்தார். மறுபடியுமா? "அந்த வரி ஆம்பிகிராமாக இருக்க வாய்ப்பே இல்லை!"

"இல்லை, இது ஆம்பிகிராம் கிடையாது... ஆனால் இது..." அவள் அந்த ஆவணத்தை தொடர்ந்து திருப்பிக்கொண்டே வந்தாள், ஒவ்வொரு 90 டிகிரி கோணத்திலும்.

"இது என்ன?"

விட்டோரியா ஏறிட்டுப்பார்த்தாள். "இது ஒரு வரி மட்டுமே அல்ல."

"மற்றொன்றும் இருக்கிறதா?"

"ஒவ்வொரு விளிம்பிலும் வெவ்வேறு வரி இருக்கிறது. மேலே, கீழே, இடது மற்றும் வலது. இது ஒரு கவிதை என நினைக்கிறேன்."

"நான்கு வரிகள்?" லேங்டனுக்குப் பரவசத்தில் மயிர்க்கூச்செறிந்தது. *கலீலியோ ஒரு கவிஞரா?* "என்னைப் பார்க்கவிடு!"

விட்டோரியா அந்தப்பக்கத்தை அவரிடம் தரவில்லை. அதனைத் தொடர்ந்து திருப்பிக்கொண்டே இருந்தாள். "அந்த

வரிகள் பக்கத்தின் முனைகளில் இருந்தபடியால் இதற்கு முன்பு என்னால் பார்க்கமுடியவில்லை." கடைசி வரிக்கு மேல் அவள் தலையைச்சாய்த்தாள். "ம்ஹூம். உங்களுக்குத் தெரியுமா? கலீலியோ இதை எழுதக்கூட இல்லை."

"என்ன!"

"இந்தக் கவிதை ஜான் மில்டன் என கையெழுத்திடப் பட்டிருக்கிறது."

"ஜான் மில்டனா?" *இழந்த சொர்க்கம்* எழுதிய செல்வாக்குள்ள ஆங்கிலக் கவிஞரான அவர் கலீலியோவின் சமகாலத்தவர், இல்லுமினாட்டி என சந்தேகிக்கப்படுவோர் பட்டியலில் முதல் நிலையில் இருக்கின்ற அறிஞர். கலீலியோவின் இல்லுமினாட்டியுடன் தொடர்புள்ளதாகக் கூறப்பட்ட மில்டன் மீது லேங்டன் கொண்டிருந்த சந்தேகம் உண்மையானது. "அறிவொளி பெற்றவர்களுடன் கூடிப்பேசுவதற்காக" 1638-ஆம் ஆண்டு ரோமிற்கான பயணத்தை மில்டன் ஆவணப்படுத்தியது மட்டுமில்லாமல், அந்த அறிவியலாளர் வீட்டுச்சிறையில் இருந்தபோது கலீலியோவுடன் சந்திப்புகளையும் நடத்தியிருக்கிறார். அவை பல மறுமலர்ச்சிக்கால ஓவியங்களிலும் சித்திரிக்கப்பட்டுள்ளன, அவற்றில் புளோரன்சில் உள்ள ஐஎம்எஸ்எஸ் அருங்காட்சியகத்தில் இப்போதும் தொங்கவிடப்பட்டுள்ள ஆனிபெல் காட்டி வரைந்த புகழ்பெற்ற *கலீலியோவும் மில்டனும்* என்ற ஓவியமும் அடங்கும்.

"மில்டனுக்குக் கலீலியோவைத் தெரியும், இல்லையா?" என்ற விட்டோரியா கடைசியாக அந்தக் காகிதத்தை லேங்டனை நோக்கித்தள்ளினாள். "இந்தக் கவிதையை அவர் ஒரு சகாயமாகக்கூட எழுதியிருக்கலாமே?"

உறையிலிட்ட அந்த ஆவணத்தை எடுத்துக்கொண்டபோது, லேங்டன் தன் பற்களைக் கடித்துக்கொண்டார். அதை அப்படியே மேசையில் கிடத்திய அவர், மேல்பக்கத்தில் இருந்த வரியைப்படித்தார். பிறகு, அந்தப்பக்கத்தை 90 டிகிரிக்கு திருப்பி, வலதுபக்க நுனியில் இருந்த வரியைப் படித்தார். மற்றொரு முறை திருப்பி அடிப்பக்கத்திலும், அதற்கும் அடுத்த திருப்பத்தில் இடதுபக்கமும், கடைசி திருப்பியபோது வட்டம் நிறைவுற்றது. அவற்றில் மொத்தமே நான்கு வரிகள்தான் இருந்தன. விட்டோரியா கண்டுபிடித்த முதல் வரி உண்மையில்

அந்தக் கவிதையின் மூன்றாவது வரி. முற்றிலுமாக விரித்து வைத்து அவர், அந்த நான்கு வரிகளையும் மறுபடி படித்தார், கடிகார வரிசைப்படி: மேலே, வலது, அடிப்பகுதி, இடது. அவர் படித்து முடித்ததும் நீண்ட பெருமூச்சுவிட்டார். அவருடைய மனதில் எந்தச் சந்தேகமும் இல்லை. "நீ கண்டுபிடித்துவிட்டாய், மிஸ். வெத்ரா."

அவள் இறுக்கமாகச் சிரித்தாள். "நல்லது, இப்போது நாம் இந்த நரகத்திலிருந்து வெளியே போகலாம்?"

"நான் இந்த வரிகளை எழுதிக்கொள்கிறேன். எனக்கு ஒரு பென்சிலும் காகிதமும் வேண்டும்."

விட்டோரியா தலையைக் குலுக்கினாள். "அதை விடுங்கள் புரபஸர். எழுதுவதற்கெல்லாம் நேரமில்லை. மிக்கி சத்தமெழுப்பிக் கொண்டிருக்கிறான்." அவள் அந்தப் பக்கத்தை அவரிடமிருந்து வாங்கிக்கொண்டு கதவை நோக்கி நடந்தாள்.

லேங்டன் எழுந்து நின்றார். "நீ அதை வெளியே எடுத்துச்செல்ல முடியாது! அது ஒரு-"

ஆனால், விட்டோரியா போய்விட்டாள்.

55

லேங்டனும் விட்டோரியாவும் ரகசிய ஆவணக்காப்பகத்திற்கு வெளியில் இருந்த முற்றத்தில் வந்து குதித்தார்கள். புத்தம்புது காற்று, லேங்டனின் நுரையீரல்களுக்குள் சென்றபோது மருந்தைப் போலிருந்தது. அவரது பார்வையில் இருந்த ஊதாப் புள்ளிகள் உடனே மறைந்தன. இருந்தாலும், அந்தக் குற்றவுணர்ச்சி விலகவில்லை. உலகின் மிகவும் தனிப்பட்ட ஒரு பெட்டகத்தில் இருந்து, ஒரு விலைமதிப்பற்ற நினைவுச்சின்னத்தைத் திருடியதற்கு அவரும் உடந்தையாகியிருக்கிறார். கேமர்லெக்னோ சொல்லியிருந்தார், நான் என் நம்பிக்கையையே உங்களுக்குத் தருகிறேன்.

"வேகம்," என்ற விட்டோரியா அந்தக் காகிதத்தை இன்னமும் தன் கைகளில் பிடித்தபடியே ஆலிவட்டி அலுவலகம் இருக்கும்

திசையில் பெல்வெதரே வழியாக நடையும் ஓட்டமுமாக விரைந்தாள்.

"அந்தப் பாப்பிரஸில் ஏதாவது தண்ணீர்பட்டால்-"

"அமைதியாக இருங்கள். இதைத் தெரிந்துகொண்டதும், நாம் அவர்களுடைய புனிதமான காகிதம் 5-ஐ திருப்பிக் கொடுத்துவிடலாம்."

அவளுக்கு இணையாகச் செல்ல, லேங்டன் வேகத்தை அதிகரித்தார். ஒரு குற்றவாளியைப் போல் உணர்வதற்கு அப்பால், அந்த ஆவணத்தின் வசீகர சாத்தியத்தில் அவர் திகைப்படைந்திருந்தார். *ஜான் மில்டன் ஒரு இல்லுமினாட்டி. பக்கம் எண் 5–இல் அச்சிடும் நோக்கத்துடன் அவர் கலீலியோவுக்காகக் கவிதை எழுதியிருக்கிறார்... வாடிகனின் கண்களில்படாத வகையில்.*

அவர்கள் அந்த முற்றத்திலிருந்து வெளியேறியதும், விட்டோரியா அந்தப் பக்கத்தை லேங்டனிடம் கொடுத்தாள். "இதன் ரகசியத்தை வெளியே கொண்டுவர முடியும் என நினைக்கிறீர்களா? அல்லது போதைக்காக மூளை செல்களை நாம் கொல்கிறோமா?"

லேங்டன் அந்த ஆவணத்தைக் கவனமாகத் தன் கைகளில் வாங்கிக்கொண்டார். எந்தவித தயக்கமும் இல்லாமல் அதனை, தன்னுடைய ட்வீட் ஜாக்கெட்டின் மார்புப் பைக்குள், சூரிய ஒளியோ, ஈரப்பதமோ ஆபத்தை ஏற்படுத்தாத வகையில் வைத்துக்கொண்டார். "அதை நான் ஏற்கனவே கண்டுபிடித்துவிட்டேன்."

விட்டோரியா அப்படியே நின்றாள். *"என்ன?"*

லேங்டன் போய்க்கொண்டேயிருந்தார்.

அவரைப் பிடிக்க விட்டோரியா விரைந்தாள். "ஒருமுறைதானே படித்தீர்கள்! அது கடினமாக இருக்குமென்று நினைத்தேன்!"

அவள் சொல்வது சரிதான் என லேங்டனுக்குத் தெரியும், ஆனாலும்கூட, ஒரே வாசிப்பில் அந்த *செக்னோவின்* ரகசியத்தை அவர் வெளியே கொண்டுவந்துவிட்டார். இயாம்பிக் பென்டாமீட்டரின் ஒரு முழுமையான செய்யுள், அத்துடன் ஸ்படிகம் போன்ற தெளிவுடன் தன்னைத்தானே

வெளிப்படுத்திக்கொண்ட முதலாவது அறிவியல் பலிபீடம். அந்த வேலையை அவர் சுலபமாகச் செய்துமுடித்துவிட்டதும்கூட உறுத்தலான பதற்றத்துக்குள் அவரைத் தள்ளிக்கொண்டே இருந்தது என்பதையும் ஒப்புக்கொள்ளத்தான் வேண்டும். அவர் தூய்மைவாத வேலை நெறியைக் கொண்டவர். ஒரு பழைய இங்கிலாந்து பழமொழியை அவருடைய அப்பா அடிக்கடி சொல்வது இன்னமும் அவருக்கு நினைவிருக்கிறது: *வலிமிகுந்த வகையில் கடினமாக இல்லையென்றால், நீ தவறாகச் செய்திருக்கிறாய் என அர்த்தம்.* அந்தப் பழமொழி தவறு என லேங்டன் நம்பினார். "நான் அதைப் புரிந்துகொண்டேன்," வேகமாக நகர்ந்தபடியே அவர் சொன்னார். "முதலாவது கொலை எங்கே நடக்கப்போகிறது என தெரிந்துவிட்டது. நாம் ஆலிவெட்டியை எச்சரித்தாக வேண்டும்."

விட்டோரியா அவரை நெருங்கிவந்தாள். "உங்களுக்கு எப்படி முன்னதாகவே தெரியும்? நான் மறுபடியும் அதைப் பார்க்கவிடுங்கள்." ஒரு குத்துச்சண்டை வீரனின் கைகளைப் போல், முழங்கையை அவருடைய பைக்குள் விட்ட அவள் மறுபடியும் அந்தக் காகிதத்தை வெளியே எடுத்தாள்.

"ஜாக்கிரதை!" என்றார் லேங்டன். "நீ அதை-"

விட்டோரியா அவரை அலட்சியப்படுத்தினாள். காகிதத்தை கையில் பிடித்தபடி, அவரருகே வந்தபடி அவள் அதனை மாலைநேரச் சூரிய ஒளியில் அதன் ஓரங்களைப் பார்த்தாள். அவள் அதைச் சத்தமாகப் படிக்கத் தொடங்க, லேங்டன் அதைப் பறிக்க வந்தவர், ஆனால் அழுத்தமான உச்சரிப்பில் முறையான அசையில் தன்னுடைய அடிவயிற்றிலிருந்து படித்த விட்டோரியாவின் குரலால் கட்டுண்டு பின்வாங்கினார். ஒருகணம், அந்தக் குரலை சத்தமாகக் கேட்டதில், லேங்டன் காலத்தில் பின்னோக்கிச் சென்றவர்போல்... அவர் கலீலியோவின் சமகாலத்தவர்போலவும், அந்தக் கவிதையை முதல்முறையாக கேட்பதுபோலவும் உணர்ந்தார்... அது ஒரு சோதனை, ஒரு வரைபடம், அறிவியலின் நான்கு பலிபீடங்களையும் வெளிப்படுத்துவதற்கான தடயம்... நான்கு குறிப்பான்களும் ரோமின் ரகசியப் பாதையை வெளிச்சம் போட்டுக் காட்டுபவை. அந்தக் கவிதை விட்டோரியாவின் உதடுகளில் ஒரு பாடலைப் போல ஓடியது.

சாத்தானின் துளையுடனான ஷாண்டியின் மண்ணுலக
கல்லறையிலிருந்து
ரோமை கடக்கையில் மாய சக்திகள் விடுபடும்.
ஒளியின் விளக்கு அமைக்கப்பட்டது, புனித பரிசோதனை,
தேவதைகள் உங்களுடைய உயர்வான தேடலில் வழிகாட்டுவர்.

விட்டோரியா இரண்டுமுறை படித்துவிட்டு, அந்தப் புராதன வார்த்தைகள் தாமாகவே ரீங்கரிப்பதைப் போல், அமைதியாகிப்போனாள்,

ஷாண்டியின் கல்லறையிலிருந்து, லேங்டன் தன் மனதுக்குள் சொல்லிப்பார்த்துக்கொண்டார். அந்தக் கவிதை அதில் தெள்ளத்தெளிவாக இருந்தது. ஷாண்டியின் கல்லறையில் இருந்து அறிவொளியின் பாதை துவங்குகிறது. அங்கிருந்து, ரோமைக் கடந்தால், குறிப்பான்கள் பாதையைச் சுடரச் செய்யும்.

சாத்தானின் துளையுடனான ஷாண்டியின் மண்ணுலக
கல்லறையிலிருந்து

'ரோமை கடக்கையில் மாய சக்திகள் விடுபடும்.

மாய சக்திகள். இதுவும் தெளிவானதுதான். நிலம், காற்று, நெருப்பு, நீர். அறிவியல் மூலகங்கள், இவையே மதம்சார் சிற்பங்களாகத் தோன்றும் நான்கு இல்லுமினாட்டி குறிப்பான்கள்.

"முதலாவது குறிப்பான்," என்றாள் விட்டோரியா, "ஷாண்டியின் கல்லறைபோல் தோன்றுகிறது."

லேங்டன் புன்னகைத்தார். "அது அவ்வளவு கடினமல்ல என்று நான்தான் சொன்னேனே."

"சரி, ஷாண்டி என்பது யார்?" என்று கேட்ட அவள், சட்டென்று பரவசமாகிவிட்டதைப்போல் காணப்பட்டாள் "அவருடைய கல்லறை எங்கேயிருக்கிறது?"

லேங்டன் தனக்குள் சிரித்துக்கொண்டார். இதுவரையில் வாழ்ந்ததிலேயே மிகவும் புகழ்பெற்ற மறுமலர்ச்சிக்கால ஓவியர்களுள் ஒருவருடைய கடைசிப் பெயரான **ஷாண்டியை** ஒருசிலருக்கு மட்டுமே தெரியுமென்பது அவருக்கு வியப்பாயிருந்தது. அவருடைய முதல் பெயரானது உலகப் புகழ்பெற்றது, சிறுவயதிலேயே மேதையான அவர், தன்னுடைய இருபத்தைந்தாவது வயதிலேயே இரண்டாம் போப் ஜூலியசால்

பணிக்கு அமர்த்தப்பட்டார், வெறும் முப்பத்தி எட்டு வயதிலேயே அவர் இறந்தபோது, இந்த உலகம் இதுவரை கண்டதிலேயே மகத்தான சுவரோவியத் தொகுதியை இந்த உலகத்திற்கு விட்டுச்சென்றிருந்தார். ஷாண்டி கலையுலகில் மிகப்பெரிய முக்கியத்துவம் வாய்ந்த பெயர், அத்துடன் தன்னுடைய முதல் பெயரால் மட்டுமே இந்த அளவுக்கான புகழை அடைந்த மேட்டுக்குடியினர் ஒருசிலரே உள்ளனர்... அவர்களில் ஷாண்டியுடன் நெப்போலியன், கலீலியோ, மற்றும் ஜீசஸ்... உள்ளிட்டோரும் அடங்குவர்.

"ஷாண்டி, மகத்தான மறுமலர்ச்சிக்கால மேதையான ரபேல் என்பவரின் இறுதிப் பெயர்." என்றார் லேங்டன்

விட்டோரியா ஆச்சரியப்பட்டாள். "ரபேலா? ரபேல் என்பதில் உள்ளபடியா?"

"அவரே தான்." லேங்டன் மேற்கொண்டு சுவிஸ் காவல் அலுவலகத்தை நோக்கி வேகமாக நடந்தார்.

"அப்படியென்றால் அந்தப் பாதை ரபேலின் கல்லறையில் இருந்துதான் தொடங்குகிறது?"

"உண்மையில் இதுதான் முழுமையான அர்த்தத்தைக் கொடுக்கிறது," என்றபடியே வேகமாக நடந்தார். "மகத்தான ஓவியர்களையும் சிற்பிகளையும் இல்லுமினாட்டி மரியாதைக்குரிய சகோதரர்கள் என்றே கருதிவந்திருக்கிறது. இல்லுமினாட்டியானது ரபேலின் கல்லறையை ஒருவகையான அஞ்சலியாகத் தேர்வுசெய்திருக்கலாம்." வேறுபல ஆன்மிக ஓவியர்களைப்போல நாத்திகத்திற்கு நெருக்கமானவரென சந்தேகிக்கப்பட்டவர் ரபேல் என்று லேங்டனுக்குத் தெரியும்.

விட்டோரியா அந்தக் காகிதத்தை லேங்டனின் பைக்குள்ளேயே திரும்ப வைத்தாள். "அப்படியென்றால் அவர் எங்கே புதைக்கப்பட்டார்?"

லேங்டன் ஆழமாக மூச்சிழுத்துக்கொண்டார். "நம்பினால் நம்பு, ரபேல் பாந்தியனில் புதைக்கப்பட்டார்."

விட்டோரியா சந்தேகத்துடனே கேட்டாள். "பாந்தியனிலா?"

"பாந்தியனில் ரபேல்." முதலாவது சுட்டியை வைப்பதற்கான இடமாகப் பாந்தியன் இருக்கும் என தான் எதிர்பார்த்திருக்கவில்லை

என்பதை லேங்டன் ஒப்புக்கொள்ளத்தான் வேண்டியிருந்தது. அறிவியலின் முதல் பலிபீடம், தேவாலயம் தவிர்த்து, வேறு ஏதேனும் நுட்பமானதாகத்தான் இருக்கும் என்றே அவர் நினைத்திருந்தார். 1600-களில்கூட, பாந்தியன் என்பது தன்னுடைய அசாதாரணமான, துளையுடனான குவிமாடத்துடன் ரோமின் மிகவும் பிரபலமான தளங்களுள் ஒன்றாக விளங்கியிருந்தது.

“பாந்தியன் என்பது ஒரு தேவாலயமும் ஆகுமா?” என்றாள் விட்டோரியா.

“ரோமில் உள்ளதிலேயே பழமையான தேவாலயம்.”

விட்டோரியா தன் தலையைக் குலுக்கினாள். “ஆனால், முதல் கார்டினல் பாந்தியனில் வைத்துக் கொல்லப்படுவார் என்று உண்மையிலே நீங்கள் நினைக்கிறீர்களா? ரோமில் அது மிகவும் பரபரப்பான சுற்றுலாத் தலங்களில் ஒன்றாயிற்றே.”

லேங்டன் தோள்களைக் குலுக்கினார். “இந்த மொத்த உலகமும் பார்த்துக்கொண்டிருப்பதை அவர்கள் விரும்புவதாக இல்லுமினாட்டி கூறியுள்ளது. பாந்தியனில் வைத்து ஒரு கார்டினலைக் கொல்வது நிச்சயமாக நிறையப் பேருடைய கண்களைத் திறக்கும்.”

“ஆனால், இந்த ஆள் எப்படி பாந்தியனில் வைத்து ஒருவரைக் கொன்றுவிட்டு யாருக்கும் தெரியாமல் தப்பிச்சென்றுவிடலாம் என நினைக்கிறான்? அதறகுச் சாத்தியமே இருக்காதே.”

“வாடிகன் நகரத்திலிருந்து நான்கு கார்டினல்களைக் கடத்தியதை விடவா? அந்தக் கவிதை துல்லியமானது.”

“பாந்தியனுக்குள்ளேதான் ரபேல் புதைக்கப்பட்டுள்ளார் என்பது நிச்சயமாகத் தெரியுமா?”

“அவருடைய கல்லறையை நான் பலமுறை பார்த்திருக்கிறேன்.”

விட்டோரியா ஆமோதித்தாலும் சந்தேகத்துடனே காணப்பட்டாள். “இப்போது என்ன நேரம்?”

லேங்டன் மணியைப் பார்த்தார். “ஏழு-முப்பது.”

“பாந்தியன் தொலைவில் இருக்கிறதா?”

“ஒரு மைல் இருக்கலாம். நமக்கு நேரம் இருக்கிறது.”

“ஷாண்டியின் மண்ணுலக கல்லறை பற்றித்தான் அந்தக் கவிதை சொல்கிறது. அது உங்களுக்கு ஏதாவது அர்த்தமாகிறதா?”

காவல்முற்றத்தின் குறுக்காக லேங்டன் விரைந்துகொண்டிருந்தார். “மண்ணுலகமா? உண்மையில், ரோமில் பாந்தியனைத் தவிர வேறெதும் மண்ணுலகம் சார்ந்த எதுவும் இல்லையென்றே நினைக்கிறேன். இது அங்கே பின்பற்றப்பட்ட அசல் மதத்திலிருந்து தன்னுடைய பெயரைப் பெற்றது - பாந்தியனியம் -எல்லா கடவுளர்களையும் வழிபடுவது, குறிப்பாகப் பேகனியர்களின் கடவுளான பூமித்தாய்.”

ஒரு கட்டடக்கலை மாணவராக, பாந்தியனின் முக்கிய அறையினுடைய பரிமாணங்கள் பூமிக்கான பெண்தெய்வமான கேயாவுக்கு அர்ப்பணிக்கப்பட்டது என்பதை அறிந்து லேங்டன் வியந்திருக்கிறார். ஒரு பிரமாண்டமான கோள வடிவ பூமியுருண்டை ஒரு மில்லிமீட்டர் இடைவெளிவிட்டு மிகச்சரியாகப் பொருந்தக்கூடிய அளவுக்கு அதன் அளவுகள் மிகத்துல்லியமானவை.

“சரி, என்ற விட்டோரியா பெரிதும் திருப்தியடைந்தவளாய்க் காணப்பட்டாள். “சாத்தானின் துளை? சாத்தானுடைய துளையுடனான ஷாண்டியின் மண்ணுலக கல்லறை என்றால் என்ன?”

லேங்டனால் அதுகுறித்து முழுமையாக உறுதிப்படுத்த முடியவில்லை. “சாத்தானின் துளை என்பது திறப்பாகத்தான் இருக்கவேண்டும்,” ஒரு யூகத்தில் கூறினார். “பாந்தியன் கூரையில் உள்ள புகழ்பெற்ற வட்டவடிவ திறப்பு.”

“ஆனால் இது ஒரு *தேவாலயம்*” என்ற விட்டோரியா, அத்தனை சிரமமில்லாமல் அவர் பின்னால் வந்துகொண்டிருந்தாள். “ஒரு திறப்பை எதற்காக அவர்கள் சாத்தானின் துளை என சொல்லவேண்டும்?”

உண்மையில் லேங்டனே அதுகுறித்து தனக்குள் ஆச்சரியப்பட்டுக் கொண்டார். “சாத்தானின் துளை” என்ற பதத்தை அவர் இதற்கு முன்பாகக் கேள்விப்பட்டதே கிடையாது, ஆனால் புகழ்பெற்ற பதினாறாம் நூற்றாண்டு பாந்தியன் விமர்சகரின் வார்த்தைகள் விநோதமாக இப்போதைக்குப் பொருத்தமாக இருப்பதுபற்றி அவர் நினைவுகூர்ந்தார். வெனரபிள் பீட், பாந்தியன் கூரையில் உள்ள துளையானது, நான்காம் போனிபேஸினால் அந்தக்

கட்டடம் புனிதப்படுத்தப்பட்டபோது தப்பிக்க முயற்சித்த சாத்தான்களால் இடப்பட்ட துளையாகும் என எழுதியுள்ளார்.

"ஆனால் எதற்காக," அவர்கள் சிறிய முற்றத்திற்குள் நுழையும்போது விட்டோரியா கேட்டாள், "ரபேல் என்றே பெயரால் அறியப்படுகையில் இல்லுமினாட்டி எதற்காக ஷாண்டி என்ற பெயரைப் பயன்படுத்த வேண்டும்?"

"நீ நிறைய கேள்விகள் கேட்கிறாய்."

"என் அப்பாவும் அப்படித்தான் சொல்வார்."

"இரண்டு சாத்தியமுள்ள காரணங்கள் உள்ளன. ஒன்று, ரபேல் என்ற வார்த்தையில் நிறைய எழுத்துக்கள். அது அந்தக் கவிதையின் இயாம்பிக் பெண்டாமீட்டரை அழித்துவிடலாம்."

"பொருத்தமில்லாததுபோல் தெரிகிறதே."

லேங்டன் ஒப்புக்கொண்டார். "சரிதான், அப்படியென்றால் 'ஷாண்டி' என்று பயன்படுத்தியது அந்தத் தடயத்தை மேலும் தெளிவற்றதாக்குவதற்காக இருக்கலாம், அதனால் மிகுந்த அறிவொளி பெற்றவர்கள் மட்டுமே அது ரபேல் என அடையாளம் காணமுடியும்."

விட்டோரியா இரண்டையுமே ஏற்றுக்கொண்டவள் போலத் தெரியவில்லை. "ரபேல் உயிரோடு இருந்த காலகட்டத்தில் அவரது கடைசிப் பெயர் பிரபலமான ஒன்று என நினைக்கிறேன்."

"நிச்சயமாகக் கிடையாது. ஒற்றைப் பெயரை வைத்து அடையாளம் காண்பது ஒரு கௌரவக் குறியீடு. இன்றைக்குள்ள பாப் ஸ்டார்கள் செய்வதைப் போன்றே ரபேலும் தன்னுடைய கடைசிப் பெயரைத் தவிர்த்திருந்தார். உதாரணத்திற்கு, மடோனாவை எடுத்துக்கொள். அவர் தன்னுடைய குடும்பப் பெயரான சிகோன் என்பதைப் பயன்படுத்தியதே கிடையாது."

விட்டோரியா வியந்துபோனாள். "மடோனாவின் கடைசிப் பெயர் உங்களுக்குத் தெரியுமா?"

அந்த உதாரணத்திற்காக லேங்டன் வருத்தப்பட்டார். 10,000 பதின்பருவத்தினருடன் இருக்கும்போது, ஒரு மனம் தேர்ந்தெடுக்கின்ற குப்பையைப்போல் ஆச்சரியமான ஒன்று.

அவரும் விட்டோரியாவும் சுவிஸ் காவலின் கடைசி வாயிலை கடக்கும்போது, அவர்களது முன்னேற்றம் எந்தவித எச்சரிக்கையும் இன்றி தடைப்பட்டது.

"நில்லுங்கள்!" அவர்களுக்குப் பின்னால் ஒரு குரல் கத்தியது.

வேகமாகச் சென்ற லேங்டனும் விட்டோரியாவும் திரும்பியபோது ஒரு ரைபிளின் முனையைத்தான் கண்டனர்.

"எச்சரிக்கை!" விட்டோரியா திகைப்புற்றுப் பின்னால் தாவினாள். "பார்த்து–"

"விளையாடாதீர்கள்!" என்று கத்திய காவலன் அந்த ஆயுதத்தை நிமிர்த்தினான்.

"வீரனே!" முற்றத்திற்கு அப்பால் இருந்து ஒரு குரல் கட்டளையிட்டது. ஆலிவெட்டி பாதுகாப்பு மையத்திலிருந்து வெளியே வந்துகொண்டிருந்தார். "அவர்களைப் போகவிடு!"

காவலாளி குழம்பிப்போனான். *"ஆனால், ஐயா, அவள் ஒரு பெண் –"*

"உள்ளே போ!" அவர் காவலாளியைப் பார்த்துக் கத்தினார்.

"என்னால் முடியாது சார்–"

"உடனே! உனக்குப் புதிதாக உத்தரவிட்டாகிவிட்டது. கேப்டன் ரோச்சர் இன்னும் இரண்டு நிமிடத்தில் படைக்கு விளக்கமளிப்பார். நாம் ஒரு தேடுதல் வேட்டைக்குத் தயாராக வேண்டும்."

ஏதும் புரியாதவனாக தோன்றிய காவலாளி காவல் மையத்தை நோக்கி விரைந்தான். ஆலிவெட்டி லேங்டனை நோக்கி வந்தார், அதே விறைப்புடனும் வேகத்துடனும். "எங்களுடைய மிகவும் ரகசியமான ஆவணக்காப்பகத்திலிருந்தா? எனக்கு விளக்கம் வேண்டும்."

"நாங்கள் நல்ல செய்தி கொண்டுவந்திருக்கிறோம்," என்றார் லேங்டன்.

ஆலிவெட்டியின் கண்கள் குறுகின. "அது நல்ல செய்தியாக இருப்பதுதான் நல்லது."

56

நான்கு அடையாளம் தெரியாத ஆல்பா ரோமியோ 155 டி-ஸ்பார்க்ஸ் வண்டிகள், ஓடுதளத்திலிருந்து புறப்பட்ட போர் விமானங்களைப் போன்று டெய் கரோனரி வழியாக வேகமெடுத்தன. அந்த வாகனம், சாதாரண உடையணிந்த பன்னிரண்டு சுவிஸ் காவல்படையினர் தங்களுடைய கையில் செர்ச்சி-பார்டினி செமியாட்டோமேடிக் துப்பாக்கிகள், நரம்புகளைத் தாக்கிச் செயலிழக்கச் செய்கிற லோகஸ்-ரேடிஸ் புகைக்குண்டுகள், நீண்டதூரம் சுடக்கூடிய ஸ்டன் துப்பாக்கிகள் ஆகியவற்றை வைத்திருந்தனர். நெடுந்தொலைவு குறிபார்த்துச் சுடும் நபர்கள் மூன்றுபேர் லேசர் ரைபிள்களை வைத்திருந்தனர்.

முதலில் செல்லும் காரின் பயணியர் இருக்கையில் அமர்ந்திருந்த ஆலிவெட்டி லேங்டனையும் விட்டோரியாவையும் நோக்கி பின்னால் திரும்பினார். அவர் கண்கள் சீற்றத்தால் நிரம்பியிருந்தன. “எனக்கு உறுதியான விளக்கம்தருவதாக உறுதியளித்தீர்கள், எனக்கு இதுதான் கிடைத்தது?”

அந்தச் சிறிய காரில் லேங்டன் நெருக்கியடித்துக்கொண்டு அமர்ந்திருந்தார் “உங்களைப் புரிந்துகொள்கிறேன்-”

“இல்லை, நீங்கள் புரிந்துகொள்ளவில்லை!” ஆலிவெட்டி ஒருபோதும் குரலை உயர்த்தியதில்லை, ஆனால், அவருடைய உக்கிரம் மும்மடங்காயிருந்தது. “தேர்தல் நடக்கும் சமயத்தில் வாடிகன் நகரத்திலிருந்து என்னுடைய சிறந்த வீரர்களில் பன்னிரண்டு பேரை அகற்றியிருக்கிறேன். நான் இதற்குமுன் சந்தித்திராத யாரோ ஒரு அமெரிக்கரால் இப்போதுதான் விளக்கப்பட்ட நானூறு வருடங்கள் பழமையான ஒரு கவிதையை நம்பி, பாந்தியனைச் சுற்றிவளைக்க இதைச் செய்திருக்கிறேன். எதிர்க்கரு இருக்குமிடத்தைக் கண்டுபிடிக்கும் பொறுப்பையும் இப்போது இரண்டாம் நிலை அதிகாரிகளிடம் ஒப்படைத்துவிட்டு வந்திருக்கிறேன்.”

தன்னுடைய பையிலிருந்து புத்தகத்தின் 5-ஆம் பக்கத்தை எடுத்து அதை ஆலிவெட்டி முகத்திற்கு நேராக ஆட்டிக்காட்டும் தன்னுடைய ஆவலை லேங்டன் அடக்கிக்கொண்டார்.

“எனக்குத் தெரிந்ததெல்லாம் நாங்கள் கண்டுபிடித்த தகவல் ரபேலின் கல்லறையைக் குறிப்பிடுவதும், அந்தக் கல்லறை பாந்தியனுக்குள்ளே இருப்பதும்தான்.”

வண்டியோட்டிய அதிகாரி ஆமோதித்தான். “அவர் சொல்வது சரிதான், கமாண்டர். நானும் என் மனைவியும்–”

“வண்டியை ஓட்டு,” ஆலிவெட்டி கத்தினார். அவர் லேங்டன் பக்கம் திரும்பினார். “ஒரு கொலைகாரன் கொலைசெய்துவிட்டு எப்படி அந்தக் கூட்டமான பகுதியிலிருந்து யார் கண்ணுக்கும் தட்டுப்படாமல் தப்பிச்செல்ல முடியும்?”

“எனக்குத் தெரியாது,” என்றார் லேங்டன். “ஆனால் இல்லுமினாட்டி நிச்சயம் அதிக திறமையானவர்கள். அவர்கள் செர்ன் மற்றும் வாடிகன் நகரத்திற்குள்ளேயே நுழைந்திருக்கிறார்கள். முதலாவது கொலைக்களம் எதுவென்று நாம் தெரிந்துகொண்டதே நம்முடைய அதிர்ஷ்டம்தான். பாந்தியன் என்பது அவனைப் பிடிப்பதற்கு உங்களுக்குள்ள ஒரு வாய்ப்பு.”

“நிறைய முரண்பாடுகள்,” என்றார் ஆலிவெட்டி. “ஒரு வாய்ப்பு? ஏதோ ஒருவகையான பாதை இருக்கின்றது என நீங்கள் சொன்னதாக நினைத்தேன். வழிச்சுட்டிகளின் தொடர். பாந்தியன் சரியான இடம் என்றால், நாம் அந்தப் பாதையைப் பின்பற்றி இதர வழிச்சுட்டிகளுக்குச் செல்லலாமே. இந்த ஆளைப் பிடிக்க நமக்கு நான்கு வாய்ப்புகள் இருக்கும்.”

“நானும் அப்படித்தான் நம்பினேன்,” என்றார் லேங்டன். “நமக்கும் கிடைத்திருக்கும்... ஒரு நூற்றாண்டு முன்னர்.”

பாந்தியன்தான் முதல் அறிவியல் பலிபீடம் என லேங்டன் உணர்ந்துகொண்டபோது, அது ஒரு கசப்பும் இனிப்புமான தருணமாகிவிட்டது. தன்னைத் துரத்தி வருகிறவர்களிடத்தில் குரூரமான தந்திரங்களைக் கையாளும் வழிமுறை வரலாற்றுக்கு உண்டு. இத்தனை வருடங்களுக்குப் பின்னர், அறிவொளிக்கான பாதை, அதிலுள்ள எல்லா சிலைகளுடனும் மூடப்பெறாமல் இருப்பதென்பதே ஒரு யூகம்தான். ஆனால், லேங்டனில் ஒரு பகுதி அந்தப் பாதையை அதன் முடிவுவரை பின்தொடர்வதும், புனிதமான இல்லுமினாட்டி குகையை நேருக்கு நேர் சந்திப்பதிலும் பரவச உணர்வைக் கொண்டிருந்தது. கடைசியாக, அது அப்படியல்ல என்பதை அவர் உணர்ந்துகொண்டார்.

"1800-களில் பாந்தியனில் உள்ள எல்லா சிலைகளையும் வாடிகன் நீக்கி அழித்துவிட்டது."

விட்டோரியா அதிர்ச்சியுற்றுக் காணப்பட்டாள். "ஏன்?"

"அந்தச் சிலைகள் எல்லாம் பேகன் ஒலிம்பியக் கடவுளர்கள். துரதிர்ஷ்டவசமாக, முதலாவது குறிப்பான் தொலைந்துவிட்டது... அதனுடனே-"

"அறிவொளிக்கான பாதையையும் கூடுதல் குறிப்பான்களையும் கண்டுபிடிப்பதற்கு ஏதாவது நம்பிக்கை இருக்கிறதா?" என்றாள் விட்டோரியா.

லேங்டன் தலையைக் குலுக்கினார். "நமக்கு ஒரு வாய்ப்பு இருக்கிறது. பாந்தியன். அதன்பிறகு, அந்தப் பாதை மறைந்துவிடும்."

ஆலிவெட்டி இரண்டு பேரையும் நீண்ட நேரம் உற்றுப்பார்த்துவிட்டு பின்னர் முன்பக்கம் திரும்பினார். "ஓரமாக நிறுத்து," என்று டிரைவரிடம் கத்தினார்.

டிரைவர் காரை ஓரமாக நகர்த்தி பிரேக்குகளை அழுத்தினான். மற்ற மூன்று ஆல்பா ரோமியோ கார்களும் பின்னால் பிரேக் அடித்து நின்றன. சுவிஸ் காவல் கான்வாய் தேய்த்துக்கொண்டு நின்றது.

"நீங்கள் என்ன செய்கிறீர்கள்!" என்றாள் விட்டோரியா.

"என் வேலை," என்று தன் இருக்கையில் இருந்தபடியே திரும்பிய ஆலிவெட்டியின் குரல் இறுகிப்போயிருந்தது. "மிஸ்டர். லேங்டன், போகும் வழியில் இதுகுறித்து நீங்கள் விளக்கமளிப்பதாகச் சொன்னபோது, என்னுடைய ஆட்கள் இங்கே வந்திருப்பதற்கான காரணம் பற்றி உங்களிடம் தெளிவான விளக்கம் இருக்கும் என நினைத்தேன். அது விஷயமல்ல. ஏனென்றால், இங்கே வருவதற்காக என்னுடைய அதிமுக்கியமான கடமைகளை விட்டுவிட்டு வந்திருக்கிறேன், கன்னி பலிகள் மற்றும் புராதனக் கவிதை பற்றிய உங்களுடைய விளக்கத்தில் எனக்குச் சிறிதளவே அர்த்தமிருப்பதாக தோன்றுவதால், இதற்கு மேலும் தொடர என் மனசாட்சிக்கு விருப்பமில்லை. இந்தச் செயல்திட்டத்தை நான் உடனடியாக நிறுத்துகிறேன்." அவர் தன்னுடைய வாக்கி-டாக்கியை எடுத்து க்ளிக் செய்தார்.

இருக்கையைத் தாண்டிவந்த விட்டோரியா அவருடைய கையைப் பிடித்துக்கொண்டாள். “நீங்கள் அப்படி செய்யக்கூடாது!”

வாக்கி-டாக்கியைத் திரும்ப வைத்த ஆலிவட்டி தன்னுடைய கடுங்கோபமான பார்வையை அவள் மீது செலுத்தினார். “நீங்கள் எப்போதாவது பாந்தியனுக்குப் போயிருக்கிறீர்களா, மிஸ். வெத்ரா?”

“இல்லை, ஆனால் நான்–”

“இதுபற்றி ஒரு விஷயத்தை உங்களுக்குச் சொல்கிறேன். பாந்தியன் என்பது ஒரு ஒற்றை அறைதான். கல்லாலும் சிமெண்டாலும் செய்யப்பட்ட ஒரு வட்டவடிவ அறை. அதற்கு ஒரே நுழைவாயில்தான் இருக்கிறது. ஜன்னல்கள் கிடையாது. ஒரு குறுகலான நுழைவாயில். அந்த நுழைவாயிலும்கூட கலைப்பொருட்களைச் சிதைப்பவர்கள், கிறிஸ்துவத்திற்கு எதிரான தீவிரவாதிகள் மற்றும் ஜிப்ஸி சுற்றுலாப் பயணிகளிடமிருந்து இந்த ஆலயத்தைக் காப்பாற்றும் வகையில் நான்கு பேருக்கும் குறையாத ரோமானிய ஆயுதம் தரித்த காவலர்களால் கண்காணிக்கப்பட்டபடியே இருக்கும்.”

“நீங்கள் சொல்ல வருவது என்ன?” என்றாள் அவள் அமைதியாக.

“நான் சொல்லவருவது?” ஆலிவட்டியின் விரல் கணுக்கள் இருக்கையை இறுக்கின. “நடக்கப்போவதாக நீங்கள் சொல்கின்ற விஷயங்கள் முற்றிலும் சாத்தியமற்றவை! பாந்தியனுக்கு *உள்ளே* வைத்து, ஒரு கார்டினலை யாராவது ஒருவர் கொல்லமுடியும் என்பதற்கு ஒரு நியாயமான காட்சியை உங்களால் சொல்லமுடியுமா? முதலில், ஒரு பணயக் கைதியை இந்தக் காவலர்களைக் கடந்து ஒருவரால் எப்படி உள்ளே அழைத்துச்செல்ல முடியும்? அவரைக் கொன்றுவிட்டு தப்பிச்செல்ல இன்னும் குறைவாகவே வாய்ப்பு?” ஆலிவட்டி இருக்கையில் சாய்ந்தார், அவர் மூச்சுக்காற்றில் இருந்த காபியின் மணம் லேங்டன் முகத்தில் வீசியது. “எப்படி, மிஸ்டர். லேங்டன்? ஒரு நம்பத்தக்க சூழலைச் சொல்லுங்கள்.”

அந்த சின்னஞ்சிறு கார் அவரைச் சூழ்ந்து சுருங்கி இறுக்குவதாக உணர்ந்தார். ***எனக்குத் தெரியவில்லை! நான் ஒன்றும் கொலைகாரன் அல்ல! அவன் எப்படிச் செய்யப்போகிறான் என எனக்குத் தெரியாது! எனக்குத் தெரிந்ததெல்லாம்–***

"ஒரு காட்சியா?" விட்டோரியா வினவினாள், குரல் பதட்டமின்றி இருந்தது. "இப்படி நடந்தால் எப்படியிருக்கும்? அந்தக் கொலைகாரன் ஹெலிகாப்டரில் பறந்தபடியே, அலறிக்கொண்டு, முத்திரையிடப்பட்ட கார்டினலை இந்தக் கூரையின் துளைவழியாக உள்ளே வீச, மார்பிள் தரையில் மோதி அந்தக் கார்டினல் உயிரிழக்கிறார்."

காரில் இருந்த எல்லோருமே திரும்பி விட்டோரியாவைப் பார்த்தனர். லேங்டனுக்கு என்ன நினைப்பதென்று தெரியவில்லை. *உன் கற்பனை மோசமானதுதான் பெண்ணே, ஆனால், சட்டென்று சொல்லிவிட்டாய்.*

ஆலிவெட்டி புருவத்தை நெரித்தார். "சாத்தியம்தான், ஒப்புக்கொள்கிறேன்... ஆனால், கடினம்-"

"அல்லது அந்தக் கொலைகாரன், கார்டினலுக்கு மயக்க மருந்து கொடுத்து, யாரோ ஒரு வயதான சுற்றுலாப்பயணி என்பதுபோல் பாந்தியனுக்குள் சக்கர நாற்காலியில் அழைத்துவரலாம், உள்ளே சத்தமில்லாமல் அவருடைய கழுத்தை அறுத்துவிட்டு தப்பிச் சென்றுவிடலாம்," என்றாள் விட்டோரியா.

இது ஆலிவெட்டியைக் கொஞ்சம் தட்டியெழுப்பியது.

இது மோசமில்லை! லேங்டன் நினைத்துக்கொண்டார்.

"அல்லது," என்றாள் அவள், "அந்தக் கொலைகாரன்-"

"நீங்கள் சொல்வதைக் கேட்டுவிட்டேன்," என்றார் ஆலிவெட்டி. "போதும்." அவர் ஆழ்ந்து மூச்சிழுத்து வெளியேவிட்டார். யாரோ ஜன்னலில் தட்டவும் எல்லோரும் வெளியே குதித்தார்கள். அது மற்றொரு காரில் இருந்து வந்த வீரன். ஆலிவெட்டி ஜன்னல் கண்ணாடியை கீழே இறக்கினார்.

"ஒன்றும் பிரச்சினையில்லையே, கமாண்டர்?" அந்த வீரன் சாதாரண உடையில் இருந்தான். தன்னுடைய டெனிம் சட்டையின் கையை இழுத்துவிட்டுக்கொண்டு மிலிட்டரி கடிகாரத்தைப் பார்த்தான். "ஏழு நாற்பது கமாண்டர். நம் நிலைக்கு வர நேரம் தேவை."

ஆலிவெட்டி வெறுமனே தலையசைத்தார். ஆனால், பல நிமிடங்களுக்கு எதுவுமே சொல்லவில்லை. டேஷ்போர்டில் தன் விரலை முன்னும்பின்னுமாக ஓடவிட்டு அந்த அழுக்கில்

கோடொன்றிழுத்தார். பக்கவாட்டு ஜன்னல் வழியாக அவர் லேங்டனை எடைபோட்டுப் பார்த்தார், லேங்டனும் தான் அளந்து எடைபோடப்படுவதை உணர்ந்தார். இறுதியாக ஆலிவெட்டி காவலனை நோக்கித் திரும்பினார். அவருடைய குரலில் ஒரு தயக்கமிருந்தது.

"தனித்தனியாக இடத்தை அணுகவேண்டுமென நான் விரும்புகிறேன். கார்கள் பியா டெல்லா ரோடண்டா, டெல்ஜி அர்ஃபானி, பியாஸா சாண்டல்னாசியோ, சாண்ட் எஸ்டுவாச்சோ வழியாகச் செல்லவேண்டும். இரண்டு கட்டடத் தொகுப்புகளுக்கு மேல் நெருக்கமாக இருக்கக்கூடாது. வண்டியை நிறுத்தியதும், உத்தரவுக்காகத் தயாராக இருங்கள். மூன்று நிமிடங்கள்."

"ரொம்ப நல்லது சார்." அந்த வீரன் தன் காருக்குத் திரும்பினான்.

லேங்டன் விட்டோரியாவை நோக்கி மரியாதையாகத் தலையசைத்தார். அவள் பதிலுக்குச் சிரித்தாள், ஒருகணம் லேங்டன் ஒரு எதிர்பாராத பிணைப்பை... அவர்களிடையே ஈர்ப்பின் சரடை உணர்ந்தார்.

கமாண்டர் தன்னுடைய இருக்கைக்குத் திரும்பி லேங்டனின் கண்களை நோக்கினார். "மிஸ்டர். லேங்டன், இது நம் முகத்தில் வெடிக்காமல் இருந்தால் சரி."

லேங்டன் அசௌகரியமாகப் புன்னகைத்தார். *அதெப்படி?*

57

செர்ன் இயக்குநரான மேக்ஸிமிலன் கோஹ்லரின் உடலில் நுழைந்த குரோமலின் மற்றும் லுகோட்ரைனின் குளிர்ச்சியும் வேகமும் அவரது மூச்சுக்குழாய் மற்றும் நுரையீரல் நுண்குழாய்களைத் திறக்க, அவர் கண்களைத் திறந்தார். அவர் மறுபடியும் இயல்பாகச் சுவாசிக்க ஆரம்பித்தார். செர்ன் மருத்துவமனையிலுள்ள தனியறையில் அவர் படுத்திருக்கக் கண்டார், அவரது சக்கர நாற்காலி படுக்கையினருகே காணப்பட்டது.

அவர் தான் அணிந்திருந்த காகித உடையைப் பரிசோதித்து, மதிப்பிட்டார். அவரது உடைகள் படுக்கையினருகே இருந்த நாற்காலியில் மடித்து வைக்கப்பட்டிருந்தன. வெளியே செவிலி நடமாடும் சத்தத்தை அவரால் கேட்கமுடிந்தது. அவர் நீண்டதொரு நிமிடத்துக்கு அதைக் கேட்டபடியே படுத்துக்கிடந்தார். பின், முடிந்தவரை அமைதியாக, அவர் தன்னைப் படுக்கையின் விளிம்புக்கு இழுத்துக்கொண்டு, அவரது உடையை எடுத்தார். அவரது உயிர்ப்பில்லாத கால்களுடன் போராடியபடி, அவர் உடையணிந்துகொண்டார். பின் தன் உடலை இழுத்தபடி சக்கரநாற்காலிக்கு மாறினார்.

இருமலை அடக்கியபடி, அவர் கதவுக்குத் திரும்பினார். அவர் எந்திரத்தை ஈடுபடுத்தாமல், அதைத் தானே செலுத்தியபடி கவனமாக நகர்ந்தார். கதவை அடைந்ததும், அவர் வெளியே நோக்கினார். பாதை காலியாக இருந்தது.

சத்தமின்றி, மேக்ஸிமிலியன் கோஹ்லர் மருத்துவமனையைவிட்டு நழுவினார்.

58

"ஏழு- நாற்பத்தி ஆறு- முப்பது... குறித்துக்கொள்." தன்னுடைய வாக்கி-டாக்கியில் பேசும்போதுகூட, ஆலிவெட்டியின் குரல் ஒரு முணுமுணுப்பு என்பதற்கும் மேலாக இருக்கவில்லை.

பாந்தியனில் இருந்து மூன்று தொகுப்புகள் தள்ளி, பியாசா டி லா கான்கார்டேயில் நின்றுகொண்டிருந்த ஆல்பா ரோமியோ காரின் பின்பக்கத்தில் அமர்ந்திருந்த லேங்டன் தன்னுடைய ஹாரீஸ் ட்வீட் ஜாக்கெட்டிற்குள் வியர்ப்பதை உணர்ந்தார். விட்டோரியா அவருக்குப் பக்கத்தில், தன்னுடைய இறுதி உத்தரவுகளைப் பிறப்பித்துக்கொண்டிருந்த ஆலிவெட்டியைப் பார்த்தபடி உட்கார்ந்திருந்தாள்.

"எட்டு இடங்களிலும் ஆட்கள் நிறுத்தப்பட்டிருப்பார்கள்," என்றார் கமாண்டர். "மொத்த சுற்றளவிற்குள்ளும் நுழைய அனுமதி உண்டு. இலக்கு உங்களை அறிந்திருக்கலாம்,

அதனால் நீங்கள் *புலப்படாமல்* இருக்கவேண்டும். உயிரிழப்பு இருக்கக்கூடாது. கூரையைப் பார்த்துக்கொள்ள யாராவது வேண்டும். இலக்குதான் முதன்மையானது. உடைமை இரண்டாம்பட்சமானது."

இயேசுவே, என்று நினைத்துக்கொண்ட லேங்டனுக்கு கார்டினல் இரண்டாம்பட்சமானவர் என தன்னுடைய ஆட்களிடம் சொல்வதைக் கேட்டதும் சில்லிட்டுப் போனார். ***உடைமை இரண்டாவது.***

"திரும்பவும் சொல்கிறேன். இறப்பில்லா கைப்பற்றல். நமக்கு அந்த இலக்கு உயிருடன் வேண்டும். போகலாம்." ஆலிவெட்டி தன்னுடைய வாக்கி-டாக்கியை வைத்துவிட்டார்.

அதிர்ந்துபோய் காணப்பட்ட விட்டோரியா ஏறக்குறைய கோபமாகிவிட்டாள். "கமாண்டர், யாரும் ***உள்ளே*** போகப்போவதில்லையா?"

ஆலிவெட்டி திரும்பினார். "உள்ளேயா?"

"பாந்தியனுக்கு உள்ளே! அங்கேதானே சம்பவம் நடக்கப்போகிறது?"

"கவனி," என்ற ஆலிவெட்டியின் கண்கள் நிலைத்தன. "என்னுடைய ஆட்களுக்குள் ஊடுருவல் நடந்திருந்தால் அவர்கள் இருப்பது கண்ணுக்குத் தெரிந்துவிடும். இலக்கை பிடிப்பதற்கு நமக்குள்ள ஓரே வாய்ப்பு இது மட்டும்தான் என உங்கள் நண்பர் சொல்லியிருக்கிறார். உள்ளே என் ஆட்களை அணிவகுத்து அழைத்துச்சென்று நான் யாரையும் பயமுறுத்த விரும்பவில்லை."

"ஆனால், கொலைகாரன் *ஏற்கனவே* உள்ளே இருந்தால் என்ன செய்வது?"

ஆலிவெட்டி தன் கடிகாரத்தைப் பார்த்தார். "நாம் குறிவைப்பவன் நேரத்தைக் குறிப்பிட்டுச் சொன்னான். எட்டு மணி. நமக்கு இன்னும் 15 நிமிடம் இருக்கிறது."

"எட்டு மணிக்கு கார்டினலைக் *கொல்வேன்* என்று அவன் சொல்லியிருக்கிறான். ஆனால், அவன் ஏற்கனவே அந்தப் பலியை உள்ளுக்குள் கொண்டுசென்றிருக்கலாம். இலக்கு வெளியே வரும்போது பார்த்து அவன் யார் என்று

உங்களுடையத் ஆட்களுக்கு தெரியவில்லை என்றால் என்ன செய்ய? உள்ளுக்குள் எல்லாம் சரியாகத்தான் இருக்கிறதா என்பதை யாராவது ஒருவர் உறுதிப்படுத்த வேண்டும்."

"இந்த நிலையில் அது ரொம்ப ஆபத்தானது."

"உள்ளே போகின்றவர் அடையாளம் தெரியாதவராக இருந்துவிட்டால் ஆபத்தில்லை."

"வீரர்களை மாறுவேடத்தில் செல்லவைப்பது நேரத்தைச் சாப்பிடும், அத்துடன்–"

"நான் சொல்வது ***என்னை,***" என்றாள் விட்டோரியா.

லேங்டன் திரும்பி அவளை உறுத்துப் பார்த்தார்.

ஆலிவெட்டி தலையை மறுப்பாய் அசைத்தார். "நிச்சயமாக முடியாது."

"அவன் என் அப்பாவைக் கொன்றிருக்கிறான்."

"ஆமாம், அதனாலேயே உன்னை அவனுக்குத் தெரிந்திருக்கலாம்."

"அவன் போனில் பேசியதைக் கேட்டீர்களே. லியனார்டோ வெத்ராவிற்கு ஒரு மகள் இருப்பதே அவனுக்குத் தெரியாது. நான் எப்படி இருப்பேன் என்றும் அவனுக்கு நிச்சயமாகத் தெரியாது. நான் ஒரு சுற்றுலாப் பயணிபோல் உள்ளே செல்வேன். ஏதாவது சந்தேகப்படும்படியாக இருந்தால், நானே சதுக்கத்திற்கு நடந்துவந்து உங்களுடைய ஆட்கள் வருவதற்கு சிக்னல் கொடுப்பேன்."

"மன்னிக்க வேண்டும், என்னால் அதை அனுமதிக்க முடியாது."

"கமாண்டர்?" ஆலிவெட்டியின் ரிசீவர் உறுமியது. *"வடக்குப் பக்கத்தில் இருந்து நமக்குப் பிரச்சினை ஏற்பட்டுள்ளது. நீரூற்று எங்களுடைய பார்வையை மறைக்கிறது. பியாஸாவின் வெற்றுவெளிக்குள் செல்லாவிட்டால் எங்களால் நுழைவாயிலை பார்க்கமுடியாது. நீங்கள் என்ன சொல்கிறீர்கள்? நாங்கள் மறைவாய் இருக்கவா அல்லது தெரியும்படி இருக்கவா?"*

விட்டோரியாவுக்கு நிச்சயமாகப் போதும் போதும் என்றாகிவிட்டது. "அவ்வளவுதான். நான் போகிறேன்." அவள் கதவைத் திறந்து வெளியே சென்றாள்.

ஆலிவெட்டி தன் வாக்கி-டாக்கியைப் போட்டுவிட்டு, காரில் இருந்து வெளியே குதித்து விட்டோரியாவுக்கு முன்பாக நின்றுகொண்டார்.

லேங்டனும் வெளியே போனார். ***அவள் என்னதான் செய்கிறாள்!***

விட்டோரியாவின் வழியில் குறுக்கிட்டார் ஆலிவெட்டி. "மிஸ். வெத்ரா, உங்கள் நோக்கங்கள் நல்லவைதான், ஆனால் ஒரு சிவிலியன் குறுக்கிடுவதை என்னால் அனுமதிக்க முடியாது."

"குறுக்கிடுவதா? நீங்கள் யூகத்தில் செயல்படுகிறீர்கள். உதவ அனுமதியுங்கள்."

"எனக்கு உள்ளே ஒரு கண்காணிப்பு மையம் இருப்பது நல்லதுதான், ஆனால்..."

"ஆனால் என்ன?" என்றாள் விட்டோரியா. "நான் ஒரு பெண் என்பதாலா?"

ஆலிவெட்டி எதுவும் சொல்லிவில்லை.

"நீங்கள் என்ன சொல்ல வந்தீர்களோ அதைச் சொல்லாமல் இருப்பதே நல்லது கமாண்டர். ஏனென்றால், இது நல்ல யோசனை என்று உங்களுக்கே தெரியும், ஏதாவது பழைய ஆணாதிக்க மடத்தனங்களை–"

"நாம் நம்முடைய வேலையைச் செய்யலாம்."

"என்னை உதவ அனுமதியுங்கள்."

"ரொம்ப ஆபத்தானது. உன்னுடன் தொடர்புகொள்ள எங்களுக்கு வழியில்லை. உன்னை வாக்கி-டாக்கியை எடுத்துச்செல்லவும் என்னால் அனுமதிக்க முடியாது, அது உன்னைக் காட்டிக்கொடுக்கும்."

விட்டோரியா தன் சட்டைப்பைக்குள் கைவிட்டு ஒரு செல்போனை வெளியே எடுத்தாள். "நிறைய சுற்றுலாப்பயணிகள் போன் வைத்திருப்பார்கள்."

ஆலிவெட்டி நெற்றியைக் குறுக்கினார்.

விட்டோரியா போனை எடுத்து அழைப்பு விடுப்பதுபோல் நடித்துக் காட்டினாள். "ஹாய், ஹனி, நான் பாந்தியனில் நிற்கிறேன். நீ இந்த இடத்தைப் பார்த்தே ஆகவேண்டும்!" அவள் மறுபடியும் போனை வைத்துவிட்டு ஆலிவெட்டியைப்

பார்த்தாள். "யாருக்கு எப்படித் தெரியப்போகிறது? இது ஒரு ஆபத்தில்லாத சூழ்நிலை. நான் உங்கள் கண்களாக இருக்கிறேன்!" அவள் ஆலிவெட்டியின் பெல்டில் இருந்த செல்போனைச் சுட்டிக்காட்டினாள். "உங்கள் எண் என்ன?"

ஆலிவெட்டி பதில் சொல்லவில்லை.

அதைப் பார்த்துக்கொண்டே இருந்த ஓட்டுநருக்கு ஏதோ யோசனை தோன்றியிருக்கும் போலிருந்தது. அவன் காரிலிருந்து இறங்கி கமாண்டரை அப்பால் கூட்டிச்சென்றான். பத்து நொடிகளுக்கு அவர்கள் கிசுகிசுப்பாகப் பேசினர். இறுதியில் தலையாட்டிய ஆலிவெட்டி திரும்பி வந்தார். "இந்த எண்ணைப் புரோகிராம் செய்யுங்கள்." அவர் எண்களைக் குறிப்பிடத் தொடங்கினார்.

விட்டோரியா தன் போனைப் புரோகிராம் செய்துகொண்டாள்.

"இப்போது இந்த எண்ணைக் கூப்பிடுங்கள்."

விட்டோரியா தானியங்கி டயலை அழுத்தினாள். ஆலிவெட்டியின் பெல்டில் இருந்த போன் ஒலிக்கத் தொடங்கியது. அதை எடுத்துப் பேசினார். "கட்டடத்திற்குள் செல்லலாம், மிஸ். வெத்ரா, சுற்றிலும் பாருங்கள், கட்டடத்தைவிட்டு வெளியேறுங்கள், பிறகு என்னை அழைத்து நீங்கள் பார்த்தவற்றைச் சொல்லுங்கள்."

விட்டோரியா போனை அணைத்தாள். "நன்றி, சார்."

லேங்டன் திடீரென பாதுகாப்பு உள்ளுணர்வு அதிகரிப்பதை உணர்ந்தார். "கொஞ்சம் பொறுங்கள்," என்றார் அவர் ஆலிவெட்டியிடம். "நீங்கள் அவளைத் தனியாக உள்ளே அனுப்புகிறீர்கள்."

விட்டோரியா அவரை நோக்கி கத்தினாள். "ராபர்ட், எனக்கு ஒன்றும் ஆகாது."

சுவிஸ் காவல் ஓட்டுநர் ஆலிவெட்டியிடம் மறுபடியும் பேசினான்.

"அது ஆபத்தானது," என்றார் லேங்டன் விட்டோரியாவிடம்.

"அவர் சொல்வது சரிதான்," என்றார் ஆலிவெட்டி. "என்னுடைய சிறந்த ஆட்கள்கூட தனியாகச் செயல்படமாட்டார்கள். நீங்கள்

இருவரும் மாறுவேடத்தில் செல்வதுதான் உங்களுக்கு நல்லது என்கிறார் என்னுடைய லெப்டினெண்ட்."

இரண்டு பேருமா? லேங்டன் தயங்கினார். *உண்மையில், நான் சொல்ல வந்தது–*

"இருவருமே ஒன்றாக உள்ளே செல்லுங்கள்," என்றார் ஆலிவெட்டி, "பார்ப்பதற்கு விடுமுறையில் வந்த தம்பதிபோல் இருக்கட்டும். நீங்கள் ஒருவருக்கொருவர் உதவியாகவும் இருக்கலாம். அதில் எனக்கு மிகுந்த சௌகரியம்."

விட்டோரியா தோள்களைக் குலுக்கினாள். "நல்லது, ஆனால் நாம் வேகமாகச் செல்லவேண்டும்."

லேங்டன் முனகிக்கொண்டார். *நல்ல யோசனை போ.*

ஆலிவெட்டி தெருவைச் சுட்டிக்காட்டினார். "நீங்கள் போகப்போகும் முதல் தெரு டெக்லி அர்ஃபானி. இடதுபக்கம் செல்லுங்கள். அது நேரடியாக உங்களைப் பாந்தியனுக்கு கொண்டுசெல்லும். இரண்டு நிமிட நடை, அதிகபட்சம். நான் இங்கிருந்தபடி என் ஆட்களுக்குக் கட்டளையிட்டு, உன் அழைப்புக்குக் காத்திருப்பேன். நீங்கள் பாதுகாப்புடன் இருக்கவும் விரும்புகிறேன்." அவர் ஒரு பிஸ்டலை எடுத்துக் கொடுத்தார். "உங்களில் யாருக்காவது துப்பாக்கியைப் பயன்படுத்த தெரியுமா?"

லேங்டனின் இதயத்துடிப்பு எகிறியது. *எங்களுக்கு துப்பாக்கி தேவையில்லை!*

விட்டோரியா கையை நீட்டினாள். "தள்ளாடும் கப்பலில் நின்றபடி என்னால் நாற்பது மீட்டர்கள் தூரத்திலுள்ள திமிங்கலத்தின்மீது அம்பெய்ய முடியும்."

"நல்லது." ஆலிவெட்டி துப்பாக்கியை அவளிடம் கொடுத்தார். "நீ இதை மறைத்து வைத்துக்கொள்ள வேண்டும்."

விட்டோரியா தன்னுடைய ஷார்ட்ஸ் பேண்டை குனிந்து பார்த்துக்கொண்டாள். பிறகு அவள் லேங்டனைப் பார்த்தாள்.

அய்யோ, வேண்டாம்! லேங்டன் நினைத்துக்கொண்டார், ஆனால் விட்டோரியா வேகமாகச் செயல்பட்டாள். அவருடைய மேற்சட்டையைத் திறந்த அவள், அந்த ஆயுதத்தை அவருடைய மார்புப் பைகளுள் ஒன்றில் வைத்தாள். அது அவருடைய

கோட்டிற்குள் ஒரு பாறையை இறக்கியது போலிருந்தது, அவருக்கு ஒரே ஆறுதல் என்னவென்றால் அந்த டயகிராமா மற்றொரு பையில் இருந்ததுதான்.

“நாம் ஆபத்தில்லாதவர்கள் போல் தெரிகிறோம்,” என்றாள் விட்டோரியா. “புறப்படுகிறோம்.” அவள் லேங்டனின் கையைப் பிடித்துக்கொண்டு தெருவில் இறங்கி நடந்தாள். ஓட்டுநர் அழைத்தான், “கையோடு கைகோர்ப்பது நல்லது. நினைவிருக்கட்டும், நீங்கள் சுற்றுலாவாசிகள். புதிதாகத் திருமணமானவர்கள். ஒருவேளை நீங்கள் கைகளைக் கோர்த்துக்கொண்டால்?”

அவர்கள் முனையில் திரும்பும்போது, விட்டோரியாவின் முகத்தில் ஒரு சிறு புன்னகை அரும்பியிருந்ததை லேங்டனால் சத்தியம் செய்து சொல்லமுடியும்.

59

சுவிஸ் காவல் “தற்காலிக கட்டுப்பாட்டு அறை” மேற்பார்வைக் குழு குடியிருப்புக்கு அடுத்தபடியாக அமைந்திருந்தது, அது முதன்மையாகத் தேவாலயத்தின் சுற்றுப்புறம் மற்றும் பொது வாடிகன் நிகழ்வுகளுக்கான பாதுகாப்பைத் திட்டமிடுவதில் பயன்படுத்தப்பட்டது. ஆனால், இன்று அது வேறு ஒன்றிற்காகப் பயன்படுத்தப்படுகிறது.

கூடியிருக்கும் பணிக்குழு படையினரிடம் பேசிக்கொண்டிருந்தவர் சுவிஸ் காவல் இரண்டாம்நிலை அதிகாரியான கேப்டன் இலியாஸ் ரோச்சர். பல்வேறு தரப்பட்ட பணிகளைத் திறம்படச் செய்யக்கூடிய, பரந்த மார்பைக் கொண்ட மனிதர். அவர் கேப்டன் அணியக்கூடிய பாரம்பரிய நீலநிறச் சீருடையைச் சிறப்பாக அணிந்திருந்தார், அணிந்திருந்த செந்நிறப் பெரட் தொப்பி ஒருபக்கமாகச் சாய்ந்திருந்தது. அப்படிப்பட்ட ஒரு பருத்த மனிதருக்குரியதா என ஆச்சரியப்படும் வகையில் அவருடைய குரல் தெள்ளத்தெளிவாய் இருந்தது, அவர் பேசும்போது, அவருடைய தொனி ஒரு இசைக்கருவிக்கே உரியதாகத் தெளிவாக இருந்தது. ரோச்சரின் கண்களில், ஊடுருவலின் துல்லியம் இருந்தபோதிலும், சில இரவுநேர

பாலூட்டிகளைப்போல் மேகமூட்டமாக இருந்தது. அவரது ஆட்கள் சாம்பல் கரடி எனும் பொருள்படும் ஆர்சோ என அழைத்தனர். அவர்கள், சிலசமயங்களில் விரியன் பாம்பின் நிழலில் நடக்கும் கரடி என ரோச்சரைக் கேலிசெய்தனர். கமாண்டர் ஆலிவெட்டிதான் அந்த விரியன் பாம்பு. ரோச்சர் விரியன் அளவுக்கே அபாயகரமானவர், ஆனால் குறைந்தபட்சம் அவர் வருவதை உங்களால் காணமுடியும்.

ரோச்சரின் ஆட்கள் முழு விறைப்பில் நின்றிருந்தனர், அவர்களுக்கு அப்போது கிடைத்த தகவல், அவர்களது இரத்த அழுத்தத்தைச் சில ஆயிரம் புள்ளிகள் உயர்த்தியிருந்தபோதிலும் ஒருவரும் தசையை அசைக்கவில்லை, புதுமுக லெப்டினென்டான சார்ட்ராண்ட் அறையின் பின்பகுதியில் நின்றபடி, இங்கு இருக்க தகுதியில்லாத 99 சதவீத விண்ணப்பதாரர்களில் அவரும் ஒருவராக இருந்திருக்கக்கூடாதா என்று விரும்பியபடிக் காணப்பட்டார். இருபத்தியிரண்டு வயதில், சார்ட்ராண்ட் அங்கிருந்த படையிலே மிக இளம் வயதினராக இருந்தார். அவர் வாடிகன் நகருக்கு வந்து மூன்று மாதங்கள்தான் ஆகிறது. அங்கிருந்த ஒவ்வொருவரையும் போலவே. அவரும் ஸ்விஸ் ஆர்மியால் பயிற்சியளிக்கப்பட்டவர், பெர்னில் இரண்டு ஆண்டு கூடுதல் பயிற்சி மேற்கொண்டு, ரோமுக்கு வெளியே ரகசிய குடியிருப்பில் நிகழும் கடுமையான வாடிகன் சோதனையை நிறைவுசெயது தகுதிபெற்றவர். ஆனாலும், அவரது பயிற்சியில் எதுவும் அவரை இதுபோன்ற இக்கட்டான நிலைக்குத் தயார்செய்திருக்கவில்லை.

முதலில் சார்ட்ராண்ட், எதிர்கால ஆயுதங்கள் குறித்து விளக்கமளிக்கும் ஒருவகை வினோதப் பயிற்சி நடவடிக்கை குறித்த சுருக்கமான அறிமுகமென நினைத்தார். *பழமையான வழிபாட்டுமுறைகள்? கடத்தப்பட்ட கார்டினல்கள்?* பின்பு ரோச்சரால் ஆயுதம் ஒன்றின் நேரடிக் காட்சி காணொலி ஒன்று காண்பிக்கப்பட்டது. வெளிப்படையாகவே இது பயிற்சியல்ல.

"நாம் தேர்ந்தெடுக்கப்பட்ட பகுதிகளில் மின்சாரத்தை நிறுத்தப்போகிறோம்." ரோச்சர் சொல்லிக்கொண்டிருந்தார். "வெளிப்புற காந்தக் குறுக்கீட்டைத் தவிர்ப்பதற்காக. நாம் நான்கு குழுக்களாகச் செயல்படப்போகிறோம். நாம் அகச்சிவப்பு கதிர் கண்ணாடிகளை அணிந்து தேடப்போகிறோம். தேடல், பாரம்பரியமான ஒட்டுக்கேட்பு கருவி தேடலாளர்களுடன்,

முப்பரிமாண காந்தப் புல பரிமாணத்துடன் இணைத்து மேற்கொள்ளப்படும். கேள்விகள் இருக்கிறதா?

எதுவுமில்லை.

சார்ட்ராண்ட் மனம் கேள்விகளின் சுமையுடன் காணப்பட்டது. "நாம் குறிப்பிட்ட காலவரம்புக்குள் கண்டுபிடிக்கவில்லையெனில் என்னாகும்" அவர் கேட்டார், உடனே தான் கேட்டிருக்கக்கூடாதோ என நினைத்தார்.

சாம்பல் கரடி அவரது செந்நிற பெரட் தொப்பிக்குக்கீழ் அவரை உறுத்துப் பார்த்தது. பின் அவர் வலுவான சல்யூட்டுடன் குழுவினருடன் கலைந்துசென்றார். "மின்னல் வேகத்தில், நண்பர்களே."

60

பாந்தியனிலிருந்து இரண்டு கட்டடத் தொகுதிகள் தள்ளி, லேங்டனும் விட்டோரியாவும் வரிசையாக நின்றிருந்த டாக்ஸிகளில், முன்சீட்டில் தூங்கிக்கொண்டிருந்த ஓட்டுநர்களைத் தாண்டிச் சென்றனர். நித்திய நகரத்தில் தூக்க நேரமும் நித்தியமானது- பழங்கால ஸ்பெயினிலிருந்த மதியத் தூக்கப் பழக்கம் எங்கும் நிறைந்துள்ள பொதுமக்களின் பரவலாகப் பழக்கமாக மாறியிருந்தது.

லேங்டன் தனது சிந்தனைகளைக் குவிக்கப் போராடிக் கொண்டிருந்தார், ஆனால் சூழலோ பகுத்தறிவுடன் செயல்படுவதற்கு வழியின்றி மிகுந்த விநோதமாக இருந்தது. ஆறு மணி நேரத்துக்கு முன் அவர் கேம்பிரிட்ஜில் ஆழ்ந்த தூக்கத்திலிருந்திருப்பார். தற்போது, பண்டைய டைட்டன்களின் விசித்திரமான போருக்கிடையில் சிக்கிக்கொண்டு, தனது ஹாரிஸ் ட்வீட் மேற்கோட்டில் செமி ஆட்டோமேட்டிக் துப்பாக்கியை மறைத்தபடி, அவர் அப்போதுதான் சந்தித்த ஒரு பெண்ணுடன் கைகோர்த்தபடி ஐரோப்பாவில் இருந்துகொண்டிருந்தார்.

அவர் விட்டோரியாவை நோக்கினார். அவள் தனக்கு நேர்முன்னால் தெரிந்த பாதையில் கவனமாக இருந்தாள்.

அவளது பிடிப்பில் ஒரு உறுதி இருந்தது- சுதந்திரமான, தீர்மானகரான ஒரு பெண்ணின் வலிமை. அவளது விரல்கள் அவரது கையை உள்ளார்ந்த ஏற்புடன் பற்றிப்பிடித்திருந்தன. அதில் தயக்கமில்லை. லேங்டன் அவள்மீதான ஈர்ப்பு பெருகுவதை உணர்ந்தார். *நிதர்சனத்தைப் புரிந்துகொள்,* அவர் தனக்குத்தானே சொல்லிக்கொண்டார்.

விட்டோரியா அவரது அமைதியின்மையைப் புரிந்து கொண்டதுபோல் தெரிந்தது. "ரிலாக்ஸ்," அவள் தனது தலையைத் திருப்பாமலே சொன்னாள். "நாம் புதிதாகத் திருமணமானவர்களைப் போலத் தெரியவேண்டும்."

"நான் இயல்பாகத்தான் இருக்கிறேன்."

"நீங்கள் என் கையை நெரிக்கிறீர்கள்."

லேங்டன் முகம்சிவந்து, பிடிப்பைத் தளர்த்தினார்.

"கண்கள் வரை மூச்சை இழுங்கள்," அவள் சொன்னாள்.

"மன்னிக்கவும், புரியவில்லை?"

"அது உங்களது தசைகளைத் தளர்வாக்கும். அதற்குப் பிராணயாமா எனப் பெயர்."

"பிரன்கா?"

"மீனல்ல. பிராணயாமா. பொருட்படுத்தாதீர்கள்."

அவர்கள் ரோட்டுண்டா சதுக்கத்தின் முனை திரும்பியபோது, பாந்தியான் அவர்களின் முன்னே உயர்ந்துநின்றது. எப்போதும்போல லேங்டன் ஆச்சரியத்துடன் அதனைக் கண்டார். ***பாந்தியான். அனைத்துக் கடவுள்களுக்குமான கோவில். பேகன் கடவுள்கள். இயற்கை மற்றும் பூமிக் கடவுள்கள்.*** வெளியிலிருந்து நோக்க, அவர் நினைவிலிருந்ததைவிடவும் அதன் வடிவமைப்பு சதுர வடிவில் தெரிந்தது. செங்குத்துத் தூண்கள் மற்றும் முக்கோண வடிவ வெளிப்புறப் பகுதிகள் அனைத்தும் அதன் பின்பிருந்த வட்டவடிவ குவிமாடத்தை மறைத்தன. இருந்தும், நுழைவுப்பகுதியின் மேலிருந்த பெரிதாய், முரட்டுத்தனமாகப் பொறிக்கப்பட்ட எழுத்துகள் அவர்கள் சரியான இடத்தில் இருந்தார்கள் என்பதை அவருக்கு உறுதியளித்தன. ***எம் அக்ரிப்பா எல் எஃப் காஸ் டெர்டியம் ஃபெசிட்.*** லேங்டன் எப்போதும் போல அதனை குதூகலத்துடன்

மொழிபெயர்த்தார். *மார்க்கஸ் அக்ரிப்பா, மூன்றாவது முறையாகத் தூதராக இருந்தபோது இதனைக் கட்டினார்.*

அவ்வளவு எளிமை, தனது கண்களைச் சுற்றுப்புறத்தை நோக்கித் திரும்பியவாறு அவர் நினைத்தார். சுற்றுலா வந்தவர்கள் அந்தப் பகுதி முழுவதும் வீடியோ கேமராவோடு சுற்றித் திரிந்தனர். மற்றவர்கள், ஓரோவின் கோப்பைக் கடையில் சிறந்த ஐஸ் காப்பியை அமர்ந்து அனுபவித்தபடி காணப்பட்டனர். பாந்தியனின் நுழைவுப் பகுதிக்கு வெளியே, நான்கு ஆயுதம் தாங்கிய ரோம் காவலர்கள் ஆலிவெட்டி யூகித்ததுபோலவே விறைப்பாய்க் காணப்பட்டனர்.

"பெரிதும் அமைதியாகத் தெரிகிறது," விட்டோரியா சொன்னாள்.

லேங்டன் ஆமோதித்தார், ஆனால் அவர் தொந்தரவடைந்ததுபோல் காணப்பட்டார். இப்போது அவர் தனிநபராய் நின்றுகொண்டிருக்கையில், மொத்தக் காட்சியும் விசித்திரமாய்த் தெரிந்தது. அவர் யூகம் சரியென்று விட்டோரியா வெளிப்படையான நம்பிக்கை கொண்டபோதிலும், லேங்டன் இங்கே அனைவரையும் இதில் ஈடுபடுத்தியதை உணரவந்தார். அந்த இல்லுமினாட்டி கவிதை ஞாபகம் வந்தது. *சாத்தானின் துளையுடனான ஷாண்டியின் மண்ணுலகக் கல்லறையிலிருந்து.* ஆமாம், அவர் தனக்குத்தானே சொல்லிக்கொண்டார், இதுதான் இடம். ஷாண்டியின் கல்லறை. அவர் பலமுறை பாந்தியன் துளையின் கீழே மகத்தான ரஃபேல் கல்லறையின் முன்பாக நின்றிருந்திருக்கிறார்.

"இப்போது நேரம் என்ன?" விட்டோரியா கேட்டாள்.

லேங்டன் தனது கடிகாரத்தைச் சோதித்தார். "ஏழு ஐம்பது. சம்பவம் நடைபெறுவதற்குப் பத்து நிமிடங்கள் இன்னும் இருக்கிறது."

"இந்த நபர்கள் நல்லவர்கள் என நம்புங்கள்," விட்டோரியா பரவலாகப் பாந்தியனில் நுழைந்துகொண்டிருந்த சுற்றுலாவாசிகளின் மீது கண் வைத்தபடி சொன்னாள். "குவிமாடத்துக்குள் ஏதேனும் நிகழ்ந்தால் நாம் அனைவரும் இக்கட்டில் இருப்போம்."

அவர்கள் நுழைவிடத்தை நோக்கி நகர்ந்தபோது, லேங்டன் பலமாக மூச்சை வெளியேற்றினார். அவரது பையில் துப்பாக்கி

கனமாகத் தெரிந்தது. காவலர் அவரைச் சோதனைசெய்து ஆயுதமிருப்பதைக் கண்டால் என்னாகுமென அவர் வியந்தார், ஆனால் அதிகாரிகள் அவர்களை இரண்டாவது முறையாக ஏறிட்டுக்கூட நோக்கவில்லை. வெளிப்படையாகவே அவர்களது வேஷம் திருப்தியளிப்பதாக இருந்தது.

லேங்டன் விட்டோரியாவிடம் முணுமுணுத்தார். "ட்ராங்குலைஷன் கன்னைத் தவிர, எப்போதாவது துப்பாக்கி பிடித்துச் சுட்டிருக்கிறாயா?"

"நீங்கள் என்னை நம்பவில்லை இல்லையா?"

"நம்புவதா? எனக்கு உன்னைச் சரியாய்க்கூட தெரியவே செய்யாதே."

விட்டோரியா புருவம்சுளித்தாள். "இங்கே நாம் புதுமணத் தம்பதிகளென நினைத்தேன்."

61

வரலாற்றுச் செறிவுடன் இருந்த அந்தப் பாந்தியனின் உள்ளே காற்று குளிர்ச்சியாகவும் கனமாகவும் காணப்பட்டது. செயிண்ட் பீட்டர்ஸின் குவிமாடத்தைவிடவும் பெரிய 141 அடியிலான, தாங்குமானம் ஏதுமற்ற வட்டவடிவிலான உட்கூரை தலைக்குமேலே பரந்துகாணப்பட்டது. குகைபோன்ற அந்த அறையில் நுழைந்ததும் லேங்டன் எப்போதும்போல ஒரு ஜில்லிடலை உணர்ந்தார். பொறியியல் மற்றும் கலையின் குறிப்பிடத்தக்க கூட்டிணைவு அது. அவர்களுக்கு மேல் கூரையில் காணப்பட்ட பிரபல வட்டவடிவ துளை மாலை நேரச் சூரியனின் மெலிந்த கற்றையால் மின்னியது. ***துளை,*** லேங்டன் நினைத்தார். ***சாத்தானின் துளை.***

அவர்கள் வந்தடைந்திருந்தனர்.

கூரையின் வளைவு வெளிப்புறமாகச் சுவர்களின் வரிசைநோக்கியும், கடைசியில் அவர்களுடைய காலுக்கு கீழிருந்த பளபளப்பான பளிங்குத் தளத்துக்கும் சரிந்ததை லேங்டனின் கண்கள் கண்டுகொண்டன. காலடிகளின் மெல்லிய

எதிரொலிப்பும் சுற்றுலாவாசிகளின் முணுமுணுப்புகளும் குவிமாடத்தை மோதி மீண்டன. லேங்டன் இலக்கின்றி நிழலில் அலைந்துகொண்டிருந்த டஜன் கணக்கிலான சுற்றுலாவாசிகளை ஆராய்ந்தார். நீ இங்கிருக்கிறாயா?

விட்டோரியா இன்னும் அவரது கைகளைக் கோர்த்துக்கொண்டு சொன்னாள், "ரொம்பவே அமைதியாய்த் தெரிகிறது."

லேங்டன் ஆமோதித்தார்.

"ரபேலின் கல்லறை எங்கே?"

லேங்டன் சுற்றுப்புறத்தை நோட்டமிட்டபடி, ஒரு கணம் யோசித்தார். அவர் அந்த அறையின் விஸ்தீரணத்தைக் கணக்கிட்டார். கல்லறைகள், பலிபீடங்கள், தூண்கள், மாடங்கள். குவிமாடத்துக்கு எதிரே இடப்புறமாகக் குறிப்பாக நினைவுச் சின்னம்போல் அலங்கரிக்கப்பட்ட இடத்தை நோக்கி நகர்ந்தார். "அங்கேயிருப்பதுதான் ரபேலுடையது என நான் நினைக்கிறேன்."

விட்டோரியா அறையின் பிற பகுதிகளை ஆராய்ந்தாள். "ஒரு கார்டினலைக் கொல்லப்போகும் கொலைகாரனைப் போல் யாரையும் நான் காணவில்லை. நாம் சுற்றிப் பார்ப்போமா?"

லேங்டன் சம்மதித்தார். "யாராயிருந்தாலும் இங்கே பதுங்கிக்கொள்ள ஒரேயொரு இடம்தான் இருக்கிறது. நாம் குழிவான இடத்தைச் சோதனையிடுவது நல்லது."

"குழிவுகளா?"

"ஆம்" லேங்டன் குறிப்பிட்டார், "சுவரில் இருக்கும் குழிவான இடங்கள்."

சுற்றுச்சுவரில் இடையிடையே கல்லறைகளுடன், அரை வட்ட வடிவிலான சிலை வைப்பதற்கான சுவர்மாடங்கள் ஏற்படுத்தப்பட்டிருந்தன. அந்த மாடங்கள் பெரிதாக இல்லாதிருந்தபோதும், அதன் மறைவிடம் ஒருவர் மறைந்துகொள்ளப் போதுமானது. ஒருகாலத்தில் அவற்றில் ஒலிம்பியன் கடவுளர்களின் சிலைகள் இருந்தன என்பதை லேங்டன் அறிவார். வருந்தத்தக்கவிதமாக, அந்த பேகன் சிற்பங்களை, பல்கடவுள் ஆலயத்தைக் கிறிஸ்துவ தேவாலயமாக வாடிகன் மாற்றியபோது அழித்துவிட்டிருந்தது. அறிவியலுக்கான

முதல் பலிபீடத்தில் தான் நிற்பதையும், அந்தச் சுட்டி மறைந்திருப்பதையும் பெரும் ஏமாற்றத்தோடு உணரவந்தார் லேங்டன். அது எந்தச் சிலையாக இருக்கும், அது எங்கே நோக்கி சுட்டியிருக்கும் என அவர் ஆச்சரியப்பட்டார். இல்லுமினாட்டி சுட்டியை- அறிவொளியின் பாதையை நோக்கி மறைமுகமாகச் சுட்டிக்காட்டும் ஒரு சிலையைக் கண்டுபிடிப்பதைவிடவும் பெரிய உற்சாகம் எதையும் லேங்டனால் கற்பனைசெய்யமுடியவில்லை. மீண்டும் அந்த பெயர்தெரியாத இலுமினாட்டி சிற்பி யாராயிருக்கும் என அவர் மீண்டும் ஆச்சரியப்பட்டார்.

"நான் இடப்புற வளைவில் போகிறேன்," சுற்றுப்பாதையின் இடப் பாதியைச் சுட்டி விட்டோரியா சொன்னாள். "நீங்கள் வலப்புறமாகச் செல்லுங்கள். உங்களை 180 டிகிரியில் காண்கிறேன்."

லேங்டன் சோகமாகச் சிரித்தார்.

விட்டோரியா நகர்ந்ததும், அவரது மனதில் ஒருவித வினோத அச்சம் கலந்த சூழலை திரும்பவும் உணர்ந்தார். அவர் வலப்புறமாகத் திரும்பி நடக்க, கொலைகாரனின் குரல் அவரைச் சுற்றியிருந்த வெளியில் முணுமுணுப்பாக எழுவதாகத் தோன்றியது. *எட்டு மணி. அறிவியலின் பலிபீடத்தில் கனனி உயிரப்பலிகள். கணிதவியல் ரீதியிலான தொடர் மரணங்கள். எட்டு, ஒன்பது, பத்து, பதினொன்று... நள்ளிரவில்.* லேங்டன் தனது கடிகாரத்தை நோக்கினார். 7.52. எட்டு நிமிடங்கள்.

லேங்டன், முதல் மறைவிடத்தை நோக்கி நடக்கையில், அவர் இத்தாலிய கத்தோலிக்க அரசர்களின் கல்லறை ஒன்றைக் கடந்தார். அந்தக் கல் சவப்பெட்டி, ரோமின் பல்வேறு சவப்பெட்டிகளைப் போன்றே சுவருடன் ஒருச்சாய்ந்து, விகாரமாக அமைக்கப்பட்டிருந்தது. பார்வையாளர்கள் குழுவொன்று இதனால் குழம்பிக் காணப்பட்டனர். லேங்டன் விளக்குவதற்காக நிற்கவில்லை. சம்பிரதாயமான கிறிஸ்துவ கல்லறைகள், வழக்கமாகக் கிழக்குநோக்கி சாய்ந்து, கட்டடத்துடன் பொருந்தாமல் காணப்படும். இது ஒரு பழமையான மூடநம்பிக்கை, லேங்டனின் சின்னவியல் 212-வது வகுப்பில் கடந்தமாதம்தான் விவாதிக்கப்பட்டது.

"இது முற்றிலும் முரணானது!" கல்லறைகள் கிழக்குநோக்கி இருப்பதற்கான காரணத்தை விளக்கியபோது ஒரு முன்வரிசை மாணவி முணுமுணுத்தாள். "கிறிஸ்துவர்கள் ஏன் தங்கள் கல்லறை, உதயசூரியனை நோக்கி இருக்கவேண்டுமென விரும்பப்போகிறார்கள்? நாம் கிறித்துவம் குறித்து பேசிக்கொண்டிருக்கிறோம்... சூரிய வழிபாடு குறித்தல்ல!"

லேங்டன், ஒரு ஆப்பிளைக் கடித்தபடியே, தன்முன்னிருந்த கரும்பலகையைப் பார்த்துச் சிரித்தபடி, "திருவாளர். ஹிட்ஸ்ரோட்" கத்தினார்.

பின்வரிசையில் தூங்கிவழிந்துகொண்டிருந்த ஒரு இளைஞன் நிமிர்ந்து அமர்ந்தபடி, "என்ன! என்னையா?"

லேங்டன் சுவரில் காணப்பட்ட மறுமலர்ச்சிக்கால ஓவியப் போஸ்டர் ஒன்றைக் காட்டினார். "கடவுளின் முன் மண்டியிட்டிருக்கும் அந்த மனிதர் யார்?"

"ம்... யாரோ புனிதர்."

"அட்டகாசம். அவர் ஒரு புனிதரென உனக்கெப்படித் தெரிந்தது?"

"அவருக்கு ஒரு ஒளிவளையம் இருக்கிறது?"

"அற்புதம், அந்தப் பொன்னிற ஒளிவட்டம் உனக்கு எதையாவது நினைவுபடுத்துகிறதா?"

ஹிட்ஸ்ரோட்டிடம் புன்னகை மலர்ந்தது. "ஆம்! கடந்த ஆண்டு படித்த எகிப்திய விஷயங்களை. உம்... அந்த.... சூரிய வளையங்களை!"

"நன்றி, ஹிட்ஸ்ரோட். திரும்பவும் தூங்கப்போகலாம்." லேங்டன் வகுப்பை நோக்கித் திரும்பினார். "பெரும்பாலான கிறித்துவ சின்னங்களைப் போல், ஒளிவட்டமும், சூரிய வழிபாட்டு மரபுடைய பழங்கால எகிப்தியன் மதத்திடமிருந்து கடன்வாங்கியதுதான்."

"மன்னிக்கவேண்டும்?" முன்வரிசைப் பெண் குறுக்கிட்டாள். "நான் எப்போதும் தேவாலயம் செல்கிறவள். அவ்வளவுதூரம் சூரிய வழிபாடு நடப்பதை நான் காணவில்லை."

"உண்மையாகவா? டிசம்பர் இருபத்தைந்து நீ என்ன கொண்டாடுகிறாய்?"

“கிறிஸ்துமஸ். இயேசு கிறிஸ்துவின் பிறப்பை.”

“ஆனால் பைபிளின்படி, கிறிஸ்து மார்ச்சில் பிறந்தார், ஆக டிசம்பர் கடைசியில் அதைக் கொண்டாடி நாம் என்ன செய்கிறோம்?”

மௌனம்.

லேங்டன் புன்னகைத்தார். “நண்பர்களே, டிசம்பர் இருபத்தைந்து வெற்றிகொள்ளவியலாத சூரியனுக்கான- பழைய பேகன் விடுமுறை நாள்- குளிர்கால சங்கிராந்தியுடன் ஒத்துப்போவது. வருடத்தின் அந்த அற்புதமான நேரத்தில்தான் சூரியன் திரும்புகிறது, பகல் நீளத் தொடங்குகிறது.”

லேங்டன் ஆப்பிளை இன்னொரு கடி கடித்தார்.

“மதங்களை வெற்றிகொள்கையில், மதமாற்றத்தைக் குறைந்தளவு அதிர்ச்சியுடையதாகச் செய்ய நடப்பிலிருக்கும் விடுமுறைகளை தொடர்வது பலசமயங்களில் நடப்பதுதான். அது உருமாற்றம் என அழைக்கப்படுகிறது. அது மக்களைப் புதிய நம்பிக்கைக்குப் பழக்கப்படுத்துகிறது. வழிபடுகிறவர் அதே புனித தினங்கள், அதே புனித தலங்கள், கிட்டத்தட்ட அதேபோன்ற சின்னங்களைப் பயன்படுத்துகின்றனர்... அவர்கள் கடவுளை மட்டும் மாற்றிக்கொள்கின்றனர்.”

முன்வரிசை மாணவி கொந்தளிப்புடன் காணப்பட்டாள். “கிறித்துவம் வெறுமனே சூரிய வழிபாட்டின் ஒருவிதமான மறுதொகுப்பு எனச் சொல்லவருகிறீர்கள்.”

“இல்லவே இல்லை. கிறித்துவம் சூரிய வழிபாட்டிடம் இருந்து மட்டும் கடன் வாங்கவில்லை. கிறித்துவ திருச்சபையாக்கம் பழைய யூஹெமரஸின் கடவுளாக்கும் சடங்கிலிருந்து எடுத்துக்கொள்ளப்பட்டது. கடவுளை உண்ணுதல்- அதாவது ஹோலி கம்யூனியன் - அசெட்டிக்குகளிடமிருந்து கடன்வாங்கப்பட்டது. நமது பாவங்களுக்காகக் கிறிஸ்து இறத்தல் எனும் கருத்தாக்கம் கிறித்துவர்களுக்கு மட்டும் சொந்தமானதல்ல. ஆரம்பகட்ட குவெட்சல்கோட் மரபில், தனது மக்களின் பாவங்களைத் தீர்க்க இளைஞன் தன்னைத் தானே தியாகம் செய்வது காணப்படுகிறது.”

அந்தப் பெண் உறுத்துப் பார்த்தாள். “அப்ப, கிறித்துவத்தில் அசலாக ஏதும் இருக்கிறதா?”

"எந்த ஒரு அமைப்புசார் மதத்திலும் உண்மையிலே அசலான விஷயங்கள் மிகக் குறைவாகவே இருக்கும். மதங்கள் அந்தரத்திலிருந்து பிறப்பதில்லை. அவை ஒன்றிலிருந்து மற்றொன்றாக வளர்ச்சியடைகின்றன. நவீன மதம் ஒரு கொலாஜ்... தெய்வீகத்தைப் புரிந்துகொள்வதற்கான மனிதனின் தேடல்பற்றிய ஒருங்கிணைந்த ஒரு வரலாற்று ஆவணம்."

"உம்... ஒரு நிமிஷம்," ஹிட்ஸ்ரோட் துணிவாகக் குரல்கொடுத்தான், தற்போது அவன் விழித்துக்கொண்டதுபோல் தெரிந்தது. "கிறித்துவம் குறித்த அசலான ஒரு விஷயம் எனக்குத் தெரியும். நமது கடவுள் தோற்றம் குறித்து என்ன நினைக்கிறீர்கள்? கிறித்துவ ஓவியக் கலை ஒருபோதும் அந்நியக் கடவுள்களான சூரியக் கடவுள், அஸ்டெக் அல்லது விநோதமான வேறுகடவுள்கள் எதையும் கடவுளாகத் தீட்டாது. அது எப்போதும் வெள்ளைத் தாடியுடனான வயோதிக மனிதனைக் கடவுளாகக் காட்டுகிறது. ஆக, நமது கடவுள் குறித்த *பிம்பம் அசலானது. சரியா?*"

லேங்டன் புன்னகைத்தார். "ஆரம்பகட்டத்தில் தங்கள் முந்தைய தெய்வங்களை கைவிட்டு கிறித்துவத்துக்கு மாறியவர்கள் - பேகன் கடவுள்கள், ரோமன் கடவுள்கள், கிரேக்க, சூரியன், மித்ரெயிக், எதுவானபோதும்- தங்களது புதிய கிறித்துவக் கடவுள் எப்படியிருப்பார் என தேவாலயத்திடம் கேட்டனர். புத்திசாலித்தனமாக, தேவாலயம் மிகவும் அச்சத்திற்குரிய, சக்திவாய்ந்த... பதிவுசெய்யப்பட்ட வரலாறனைத்திலும் பழக்கமான முகத்தைத் தேர்வுசெய்தது."

ஹிட்ஸ்ரோட் நம்பிக்கையற்றவனாகத் தோன்றினான். "வெண்ணிற, மிதக்கும் தாடியுடனான ஒரு வயோதிக மனிதன்?"

லேங்டன் சுவரில் காணப்பட்ட பழங்கால கடவுள்களின் படிநிலைவரிசையைச் சுட்டிக்காண்பித்தார். அதில் உச்சியில் ஒரு வயோதிக மனிதர் வெண்ணிற மிதக்கும் தாடியுடன் காணப்பட்டார். "ஜீயஸ் பரீட்சயமானவராகத் தெரிகிறாரா?"

அத்துடன் வகுப்பு நிறைவுபெற்றது.

"குட் ஈவினிங்," ஒரு மனிதரின் குரல் கேட்டது.

லேங்டன் அதிர்ச்சியடைந்தார். அவர் பாந்தியனுக்கு மீண்டார். மார்பில் செந்நிறச் சிலுவையும், நீலநிறத் தொப்பியும் அணிந்த

மூத்த மனிதர் பக்கம் முகத்தைத் திருப்பினார். அந்த மனிதர் அவருடைய சாம்பல்நிறப் பற்கள் தெரிய புன்னகைத்தார்.

“நீங்கள் ஆங்கிலேயர், சரியா?” அந்த மனிதரின் தொனி பெரிதும் டஸ்கன் எனக் காட்டியது.

லேங்டன் குழம்பி, கண்ணிமைத்தார். “இல்லை. உண்மையில் நான் அமெரிக்கன்.”

அந்த மனிதர் தடுமாற்றத்துடன் காணப்பட்டார். “அடக் கடவுளே, என்னை மன்னியுங்கள். நீங்கள் மிகச் சிறப்பாக உடையணிந்திருந்தீர்கள், நான் தவறாக எண்ணிவிட்டேன்... எனது வருத்தத்தைத் தெரிவித்துக்கொள்கிறேன்.”

“நான் உங்களுக்கு உதவமுடியுமா?” அவரது இதயம் பலமாகத் துடிக்க, லேங்டன் கேட்டார்.

“உண்மையில் நான் உங்களுக்கு உதவமுடியுமென நினைத்தேன். நான் இங்கே வழிகாட்டி.” அந்த மனிதர் வாடிகனால் வழங்கப்பட்ட அடையாள அட்டையைக் காண்பித்தார். “ரோமுக்கான உங்கள் வருகையை மிகவும் சுவாரசியமானதாக மாற்றுவதுதான் என் வேலை.”

மிகவும் சுவாரசியமானதாகவா? ரோமுக்கான இந்த வருகை மிகவும் சுவாரசியமானது என்பதில் லேங்டன் உறுதியாக இருந்தார்.

“நீங்கள் கற்றறிந்த மனிதராகத் தெரிகிறீர்கள்,” வழிகாட்டி புகழ்ந்துதள்ளினார், “வேறெதைக் காட்டிலும் கலாச்சாரத்தில் மிகுந்த ஆர்வமுடையவர் என்பதில் சந்தேகமில்லை. ஒருவேளை, இந்த ஆர்வமூட்டும் கட்டடம்குறித்து நான் உங்களுக்கு கொஞ்சம் வரலாற்றுத் தகவல்களைத் தரலாம்.”

லேங்டன் அடக்கமாகச் சிரித்தார். “உங்கள் அன்புக்கு நன்றி, ஆனால், உண்மையில் நானே ஒரு கலை வரலாற்றாசிரியன், தவிரவும்-”

“அட்டகாசம்” அந்த மனிதனின் கண்கள் அதிர்ஷ்டம் அடித்ததுபோல் ஒளிர்ந்தன. “இது இனிதானது என்பதில் உங்களுக்கு எந்தச் சந்தேகமும் இருக்காது.”

“நான் எதை விரும்புவேனென நினைக்கிறேனென்றால்-”

“இந்த பாந்தியன்,” அந்த மனிதன் உறுதிபடச் சொன்னார், தனது மனனம் செய்யப்பபட்ட சொற்பெருக்கைத் தொடங்கினார், “மார்க்கஸ் அக்ரிப்பாவால் கி.மு. 27-ல் கட்டப்பட்டது.”

“ஆமாம்,” லேங்டன் இடையிட்டு, “கி.பி. 119-ல் ஹட்ரியனால் மறுகட்டுமானம் செய்யப்பட்டது.”

“இது உலகின் மிகப்பெரிய தாங்குமானமற்ற குவிமாடமாக 1960 வரை இருந்தது. பின் நியூ ஆர்லியன்ஸில் உருவாக்கப்பட்ட அதிகுவிமாடத்தால் பின்தள்ளப்பட்டது.”

லேங்டன் உறுமினார். அந்த மனிதன் தடுக்கமுடியாதவராக இருந்தார்.

“ஐந்தாம் நூற்றாண்டைச்சேர்ந்த இறையியலாளர் ஒருசமயம் இந்தப் பாந்தியனைத் *தீயசக்தியின் இல்லமெ*ன அழைத்தார், கூரையிலுள்ள துளை தீயசக்திகளுக்கான நுழைவுவாயில் என எச்சரித்தார்”

லேங்டன் அவரைத் தடுத்தார். அவரது கண்கள் மேலே வட்டவடிவ திறப்பை நோக்கித் தாவ, நினைவு விட்டோரியா பரிந்துரைத்த சதித்திட்டத்தின் எலும்பை உறையச் செய்யும் நினைவு.... முத்திரையிடப்பட்ட கார்டினல் துளையின் வழியாக விழுந்து பளிங்குத் தரையில் மோதுவது நினைவுக்கு வந்தது. *இப்போது அது ஊடக நிகழ்வாக இருக்கும்.* லேங்டன் பாந்தியனைச் சுற்றி செய்தியாளர்கள் தட்டுப்படுகிறார்களா என ஆராய்ந்தார். யாருமில்லை. அவர் ஆழ்ந்து மூச்சுவிட்டார். அது பைத்தியக்காரத்தனமான எண்ணம். அத்தகையதொரு அபாயகரமான ஒன்றை மேற்கொள்வது பைத்தியக்காரத்தனமாக இருக்கும்.

லேங்டன் தனது தேடலைத் தொடர நகர, அந்த ஆர்வமிக்க வழிகாட்டி அன்புக்கு அலைகிற நாய்க்குட்டிபோல, பின்தொடர்ந்தார். லேங்டன் தனக்குள் நினைத்துக்கொண்டார், *ஆர்வம் மிகுந்தலைகிற வரலாற்றாசிரியரைப் போல மோசமானது எதுவுமில்லை என எனக்கு நினைவூட்டுகிறார்.*

அந்த அறையின் எதிர்ப்பக்கம், விட்டோரியா தனது சொந்தத் தேடலில் ஆழ்ந்திருந்தாள். தனது தந்தைகுறித்த செய்தியைக் கேள்விப்பட்டதிலிருந்து முதல் முறையாக முற்றிலும் தனியாக இருந்ததால், கடந்த எட்டு மணி நேரத்தின்

கடுமையான யதார்த்தம் அவளைச் சுற்றிச் சூழ்வதை அவள் உணர்ந்தாள்.. அவளது தந்தை கொடுமையாக, திடீரென கொல்லப்பட்டிருந்தார். அவளது தந்தையின் கண்டுபிடிப்பு-தற்போது தீவிரவாதிகளுக்கான கருவியாக மாற்றப்பட்டது அதேயளவுக்கு வலிமிகுந்தது. அவளது குறுக்கீடுதான் எதிர்க்கருவை எடுத்துச்செல்லத்தக்கதாக... மாற்றியது என நினைக்கையில் குற்றவுணர்ச்சி கொண்டாள்... அவளது குப்பிதான் தற்போது வாடிகனுக்குள் நொடி நொடியாய் தீர்ந்துகொண்டிருக்க வெடிக்கக் காத்திருக்கிறது. தந்தையுடைய உண்மையின் எளிமைகுறித்த தேடலில் உதவிசெய்யும் முயற்சியில்... அவள் குழப்பங்களுக்கான சதிகாரியாக மாறியிருந்தாள்.

விநோதமாக, அந்தக் கணத்தில் அவளது வாழ்வில் சரியாகப் பட்ட ஒரே விஷயம், முற்றிலும் அந்நியரான ராபர்ட் லேங்டனின் இருப்பு. அன்று காலையில் அவள் விட்டுவந்த பெருங்கடலின் ஒத்திசைவைப்போல, அவள் அவரது கண்களில், வார்த்தைகளில் விளக்கவியலாத அடைக்கலத்தை உணர்ந்தாள்.... அவர் அங்கிருப்பதில் அவள் மகிழ்ந்தாள். அவளுக்கான நம்பிக்கையாகவும் பலமாகவும் மட்டும் அவர் இருக்கவில்லை, லேங்டன் தனது துரிதமான அறிவால் அவளது தந்தையைக் கொன்ற கொலையாளியைப் பிடிப்பதற்கான வாய்ப்பை உருவாக்கவும் பயன்பட்டார்.

சுற்றுச்சுவரை வலம்வந்தபடியே, தனது தேடலைத் தொடர்ந்தபடி ஆழ்ந்து மூச்சுவிட்டாள் விட்டோரியா. நாளெல்லாம் அவளது நினைவுகளை ஆக்கிரமித்திருந்த தனிப்பட்ட பழிவாங்கும் எதிர்பாராத நினைவுகளால் அவள் நிறைந்திருந்தாள். அனைத்து உயிர்களையும் அவள் நேசிப்பவளாக இருந்தபோதும்... அந்தக் கொலைகாரன் கொல்லப்படவேண்டுமென விரும்பினாள். அவளது நற்செயல்கள்கூட இன்று அவளை வேறு முடிவெடுக்கத் தூண்டாது. எச்சரிக்கையும் உத்வேகமுமாக... தனது இத்தாலிய ரத்தத்தினூடாக, அவள் முன்பெப்போதும் உணர்ந்திராத... மிருக நீதியால் குடும்ப கௌரவத்தைத் தக்கவைக்கும் சிசிலியன் முன்னோர்களின் கிசுகிசுப்பை உணர்ந்தாள். விட்டோரியா, அவளது வாழ்க்கையிலே முதல்முறையாகப் பழிக்குப் பழி உணர்வைப் புரிந்துகொண்டிருப்பதாக நினைத்தாள்.

பழிவாங்கும் எண்ணங்கள் அவளைத் தூண்டின. ரஃபேல் ஷாண்டி கல்லறையை அவள் அணுகினாள். தூரத்திலிருந்தே கூட அவளால் இந்த நபர் சிறப்பானவர் எனச் சொல்லமுடியும். அவரை வைத்திருந்த அலங்காரப் பெட்டி, மற்றவர்களுடையதைப் போலன்றி, உள்ளிருப்பது தெரியும்படியான பிளெக்ஸிகிளாஸ் உறையால் பாதுகாக்கப்பட்டு சுவரில் பதிக்கப்பட்டிருந்தது. தடுப்பின்வழியாகக் கல்லாலான சவப்பெட்டியின் முன்பக்கத்தை அவளால் பார்க்கமுடிந்தது.

ரஃபேல் ஷாண்டி, 1483-1520

விட்டோரியா, ரஃபேல் கல்லறையின் அருகே விளக்கத் தகடாகச் செதுக்கப்பட்டிருந்த ஒரு வாக்கியத்தை அவள் படித்தாள்.

அவள் அதை மறுபடியும் படித்தாள்.

பின்... அவள் அதை மறுபடியும் படித்தாள்.

ஒரு கணத்துக்குப்பின், அவள் எதிர்ப்புறமாக அச்சத்தோடு விரைந்தாள். "ராபர்ட்! ராபர்ட்!"

62

பாந்தியனில் லேங்டனின் பக்கமிருந்த சுவர்களைச் சோதனையிடும் முயற்சி வழிகாட்டியால் தடைப்பட்டது, லேங்டன் கடைசி மாடத்தைச் சோதனையிட தயாராகிக் கொண்டிருந்தபோது, அவர் தனது விவரணையைக் களைப்பின்றித் தொடர்ந்துகொண்டிருந்தார்.

"நீங்கள் அந்தச் சுவர்மாடங்களை நிச்சயமாக அனுபவித்து ரசிப்பதுபோலத் தெரிகிறது" என்ற வழிகாட்டி மகிழ்ச்சியாகக் காணப்பட்டார்.

"சுவர்களின் தடிமன் மெலிந்தபடியே செல்வதுதான் இந்தக் குவிமாடம் எடையற்றதாகத் தோன்றக் காரணம் என்பது உங்களுக்குத் தெரியுமா?

ஒரு வார்த்தையையும் கேட்காதபோதும் ஆமோதித்தபடியே, அடுத்த மாடத்தைச் சோதிக்க ஆயத்தமானார். திடீரென

அவரை யாரோ பின்னிருந்து பிடித்தார். அது விட்டோரியா. அவள் மூச்சுவிட மறந்தவளாக அவரது கையைப் பிடித்து இழுத்துக்கொண்டிருந்தாள். அவளது முகத்திலிருந்த பீதியைக் கண்டு, லேங்டனால் ஒரே ஒரு விஷயத்தையே கற்பனை செய்யமுடிந்தது. அவள் ஒரு உடலைக் கண்டிருக்கிறாள். அவர் அச்சம் பேருருக் கொள்வதை உணர்ந்தார்.

"ஹ, உங்களது மனைவி!" அந்த வழிகாட்டி வியந்தார், மற்றொரு விருந்தினர் வந்ததைக் கண்டு வெளிப்படையாகவே ஆர்வமானார். அவர், அவளது ஷார்ட் பேண்ட்ஸ் மற்றும் ஹைகிங் பூட்ஸை நோக்கி நகர்ந்தார். "நீங்கள் ஒரு அமெரிக்கர் என என்னால் சொல்லமுடியும்."

விட்டோரியாவின் கண்கள் குறுகின. "நான் இத்தாலியைச் சேர்ந்தவள்."

வழிகாட்டியின் புன்னகை மங்கியது. "நிஜமாகவா."

"ராபர்ட்," விட்டோரியா வழிகாட்டியைப் பொருட்படுத்தாமலிருக்க முயற்சித்தபடி கிசுகிசுத்தாள். "கலீலியோவின் *டயாகிராமா*. நான் அதைப் பார்க்கவேண்டும்."

"*டயாகிராமாவா?*" வழிகாட்டி மீண்டும் அவர்களுக்கிடையே நுழைந்தபடி கேட்டார். "நீங்கள் இருவரும் நிச்சயமாக வரலாற்றை அறிவீர்கள். துரதிர்ஷ்டவசமாக அந்த ஆவணத்தைப் பார்க்கமுடியாது. அது ரகசியப் பாதுகாப்பின்கீழ் வாடிகனின் ஆர்க்-"

"நீங்கள் எங்களைப் பொறுத்துக்கொள்வீர்களா?" லேங்டன் சொன்னார். அவர் விட்டோரியாவின் அச்சத்தால் குழம்பிப்போயிருந்தார். அவளை ஓரமாக இழுத்து, தனது பையிலிருந்த தாளைக் கவனமாகப் பிரித்தார். "என்ன நடந்துகொண்டிருக்கிறது?"

அந்தக் காகிதத்தை ஆராய்ந்தபடி, விட்டோரியா கேட்டாள், "இதில் என்ன தேதி உள்ளது?"

வழிகாட்டி மீண்டும் அவர்களுக்கிடையே வந்தபடி, அந்தத் தாளைப் பார்த்து வாய் பிளந்தார். "அது... உண்மையில்..."

"சுற்றுலாவாசிகளுக்கான நகல்," லேங்டன் சாதுர்யமாகச் சமாளித்தார். "உங்கள் உதவிக்கு நன்றி. நானும் என்

மனைவியும் கொஞ்ச நேரம் தனியாக இருக்கவிரும்புகிறோம். தயவுசெய்வீர்களா."

கண்கள் அந்தக் காகிதத்திலிருந்து விலகாமலே, அந்த வழிகாட்டி பின்வாங்கினார்.

"தேதி," விட்டோரியா மீண்டும் லேங்டனிடம் சொன்னாள். "கலீலியோ எப்போது இதைப் பதிப்பித்தார்..."

கீழ்வரிசையில் ரோமன் எண்ணில் காணப்பட்டதை லேங்டன் சுட்டினார். "அதுதான் பதிப்புத் தேதி. என்ன நடந்துகொண்டிருக்கிறது?"

விட்டோரியா அந்த எண்ணை அறிய முயன்றாள். "1639?"

"ஆமாம். என்ன பிரச்சனை?"

விட்டோரியாவின் கண்கள் கவலையால் நிரம்பியிருந்தன. "நாம் இக்கட்டில் இருக்கிறோம், ராபர்ட். பெரிய பிரச்சனை. தேதிகள் பொருந்தவில்லை."

"எந்தத் தேதிகள் பொருந்தவில்லை?"

"ரஃபேல் கல்லறையினுடையவை. அவர் 1759 வரை இங்கே புதைக்கப்படவில்லை. *வரைபடம் பதிக்கப்பட்டு ஒரு நூற்றாண்டுக்குப் பின்னர்.*"

அந்த வார்த்தைகளின் அர்த்தத்தை உணர முயன்றபடி, லேங்டன் அவளையே உற்றுப்பார்த்தார். "இல்லை," அவர் பதிலளித்தார். "ரஃபேல் அந்த *வரைபடத்துக்கு வெகுகாலம் முன்பே*, 1520-லே மரணமடைந்துவிட்டார்."

"ஆமாம், ஆனால் அவர் வெகுகாலம் வரை இங்கு புதைக்கப்படவில்லை."

லேங்டன் தன்னை மறந்தார். "நீ என்ன பேசிக்கொண்டிருக்கிறாய்?"

"நான் அதை இப்போதுதான் வாசித்தேன். ரஃபேலின் உடல் 1758-ல்தான் மறுபடி பாந்தியனுக்குக் கொண்டுவரப்பட்டது. புகழ்பெற்ற இத்தாலியர்களுக்கு வரலாற்றுப்பூர்வமான அஞ்சலி செலுத்துவதின் ஒரு பகுதியாக அது நடைபெற்றது."

வார்த்தைகள் அடங்கியதும், லேங்டன் தன் காலுக்குக் கீழிருந்த கம்பளம் உருவப்பட்டதுபோல உணர்ந்தார்.

“அந்தக் கவிதை எழுதப்பட்டபோது,” விட்டோரியா தீர்மானகரமாகச் சொன்னாள், “ரஃபேல் கல்லறை வேறெங்காவது இருந்திருக்கவேண்டும். தவிரவும், இந்தப் பாந்தியனுக்கு ரஃபேலுடன் எந்தத் தொடர்பும் இல்லை!”

லேங்டனால் சுவாசிக்கவே முடியவில்லை. “அப்படியெனில் அதன் பொருள்...”

“ஆமாம்! அதன் பொருள் நாம் தவறான இடத்தில் இருக்கிறோம்!”

லேங்டன் தனக்குள் ஊசலாட்டமாக உணர்ந்தார். *சாத்தியமில்லை... நான் உறுதியாய் இருந்தேன்...*

விட்டோரியா ஓடிச்சென்று அந்த வழிகாட்டியை மீண்டும் இழுத்துவந்தாள். “ஐயா, எங்களை மன்னியுங்கள். 1600-களில் ரஃபேலின் உடல் எங்கிருந்தது?”

“உர்ப்... உர்பினோ,” திகைப்படைந்தவராகக் காணப்பட்ட அவர் தடுமாறினார். “அவரது பிறந்த இடத்தில்.”

“சாத்தியமில்லை!” லேங்டன் தன்னைத்தானே சபித்துக் கொண்டார். “இல்லுமினாட்டியின் அறிவியல் பலிபீடங்கள் இங்கே ரோமில்தான் இருந்தன. அதில் நான் உறுதியாய் இருக்கிறேன்.”

“இல்லுமினாட்டி” அந்த வழிகாட்டி லேங்டனின் கையிலிருந்த ஆவணத்தை மீண்டும் பார்த்தபடி திணறினார்.

“நீங்கள் யார்?”

விட்டோரியா பதிலளித்தாள். “நாங்கள் ஷாண்டியின் பூமியைச் சார்ந்த கல்லறை என்றழைக்கப்படும் ஒன்றை ரோமில் தேடிக்கொண்டிருக்கிறோம். நீங்கள் அது எதுவென எங்களுக்குச் சொல்லமுடியுமா?”

வழிகாட்டி இன்னும் இயல்புநிலைக்குத் திரும்பியிருக்காதவராகவே தெரிந்தார். “ரோமில் ரஃபேலின் ஒரேயொரு கல்லறை இதுதான்.”

லேங்டன் சிந்திக்க முயற்சித்தார், ஆனால் அவரது மனது அதில் ஈடுபட மறுத்தது. ரஃபேலின் கல்லறை 1655-ல் ரோமில் இல்லையென்றால், பின் அந்தக் கவிதை குறிப்பிடுவது எதை? *சாத்தானின் துளையுடனான, ஷாண்டியினுடைய நிலவுலகக் கல்லறை? அது என்ன இழவாக இருக்கும்? சிந்தி!*

“ஷாண்டி என்றழைக்கப்பட்ட மற்றொரு கலைஞர் இருந்தாரா?” விட்டோரியா கேட்டாள்.

வழிகாட்டி தோளைக் குலுக்கினார். “எனக்குத் தெரிந்தவரை இல்லை.”

“அந்தப் பெயரில் பிரபலமான *யாராவது?* ஒருவேளை அறிவியலாளராக, கவிஞராக, வானியலாளராக யாராவது ஷாண்டி எனும் பெயரில் இருந்தனரா?”

வழிகாட்டி தற்போது கிளம்பவிரும்புகிறவரைப் போல் காணப்பட்டார். “இல்லை மேடம். நான் கேள்விப்பட்ட ஒரே ஷாண்டி கட்டடக் கலைஞர் ரஃபேல்தான்.

“கட்டடக் கலைஞரா?” விட்டோரியா கேட்டாள். “நான் அவர் ஒரு ஓவியர் என்றல்லவா நினைத்தேன்.”

“நிச்சயமாக அவர் இரண்டும்தான். மைக்கேல் ஏஞ்சலோ; டாவின்சி, ரஃபேல் அவர்கள் எல்லோரும்தான்..”

அந்த வழிகாட்டியின் வார்த்தைகளா அல்லது அவர்களைச் சுற்றியிருந்த அலங்கரிக்கப்பட்ட கல்லறைகளா எது மனதில் அந்த வெளிப்பாட்டைக் கொண்டுவந்தது என லேங்டனுக்குத் தெரியவில்லை, ஆனால் அது விஷயமில்லை. அந்த எண்ணம் உதித்தது. *ஷாண்டி ஒரு கட்டடக் கலைஞர்.* அதிலிருந்து எண்ணங்களின் முன்னேற்றம் டாமினோஸ் போல வீழ்ந்தன. மறுமலர்ச்சிக் கால கட்டடக் கலைஞர்கள் இரண்டே காரணங்களுக்காகவே வாழ்ந்தனர். - பெரிய தேவாலயங்களை எழுப்பி கடவுளை மகிமைப்படுத்த, பிரமுகர்களைப் பகட்டான கல்லறைகளைக் கட்டி மகிமைப்படுத்த. *ஷாண்டியினுடைய கல்லறை. அப்படியிருக்குமோ?* இப்போது பிம்பங்கள் வேகமாக வரத்தொடங்கின...

டாவின்சியின் *மோனலிசா.*

மோனட்டின் *நீர் அல்லிப் பூக்கள்.*

மைக்கலேஞ்சலோவின் *டேவிட்.*

ஷாண்டியினுடைய *நிலவுலகக் கல்லறை...*

ஷாண்டி அந்தக் கல்லறைகளை *வடிவமைத்திருக்கவேண்டும்,”* லேங்டன் சொன்னார்.

விட்டோரியா திரும்பினாள். “என்ன?”

"அது ரஃபேல் எங்கே புதைக்கப்பட்டார் என்பதற்கான குறிப்பல்ல, அது அவர் வடிவமைத்த கல்லறை பற்றிய குறிப்பு."

"நீங்கள் பேசிக்கொண்டிருப்பது என்ன?"

"நான் துப்பை தவறாகப் புரிந்துகொண்டேன். நாம் தேடிக்கொண்டிருப்பது ரஃபேலினைப் புதைத்த இடமல்ல, ரஃபேல் வேறு யாருக்காகவோ வடிவமைத்த கல்லறை. நான் அதைத் தவறவிட்டேன் என்பதை என்னால் நம்பமுடியவில்லை. மறுமலர்ச்சி மற்றும் பரோக் காலத்தில் ரோமில் பாதி சிற்ப வேலைகள் இறுதிச் சடங்குகளுக்காகத்தான் நடைபெற்றன." அந்தக் கண்டுபிடிப்பின் காரணமாக லேங்டன் புன்னகைத்தார். "ரஃபேல் நிச்சயம் நூற்றுக்கணக்கான கல்லறைகளை உருவாக்கியிருக்க வேண்டும்"

விட்டோரியா மகிழ்ச்சியாகக் காணப்படவில்லை. "நூற்றுக்கணக்கில்?"

லேங்டன் புன்னகை மங்கியது. "ஓ."

"அவற்றில் ஏதாவது பூமியோடு தொடர்புடையதா, பேராசிரியரே?"

லேங்டன் திடீரென போதாமையை உணர்ந்தார். வருத்தப்படும்விதமாக, ரஃபேலின் படைப்புகள் குறித்து கொஞ்சமாகவே அவர் அறிந்திருந்தார். மைக்கலேஞ்சலோ எனில் அவர் சமாளித்திருக்கமுடியும், ரஃபேலின் படைப்புகள் அவரை ஒருபோதும் வசீகரித்ததில்லை. ரஃபேலின் மிகப் பிரபலமான கல்லறைகளில் சிலவற்றைப் பற்றி மட்டுமே அவரால் குறிப்பிட முடிந்திருக்கும். ஆனால், அவை எப்படி காட்சியளிக்குமென அவரால் நிச்சயமாகச் சொல்லமுடியாது.

ஆனால், லேங்டனின் தடுமாற்றத்தை வெளிப்படையாகவே உணர்ந்த விட்டோரியா, தற்போது மெதுவாக விலகிக்கொண்டிருந்த வழிகாட்டியிடம் திரும்பினாள். அவரது கையைப் பற்றி, தங்களை நோக்கி இழுத்தாள். "எனக்கு ஒரு கல்லறை பற்றித் தெரியவேண்டும். ரஃபேல் வடிவமைத்தது. பூமியுடன் தொடர்புடையது என கருதத்தக்க கல்லறை."

அந்த வழிகாட்டி தற்போது தொந்தரவடைந்தவராய்க் காணப்பட்டார். "ரஃபேல் உருவாக்கிய கல்லறை? எனக்குத் தெரியாது. அவர் பலவற்றை வடிவமைத்தார். நீங்கள் அநேகமாக திருக்கோட்டத்தைக் குறிப்பிடுகிறீர்கள் என நினைக்கிறேன்,

கல்லறையை அல்ல. கலைஞர்கள் எப்போதும் கல்லறையுடன் இணைப்பாக திருக்கோட்டத்தை வடிவமைத்தார்கள்."

அந்த மனிதர் சொல்வது சரியென லேங்டன் உணர்ந்தார்.

"*பூமியுடன் தொடர்புடையது* என கருதத்தக்க ரஃபேலின் கல்லறைகள் அல்லது திருக்கோட்டங்கள் ஏதாவது இருக்கின்றனவா?"

அந்த மனிதர் தோளைக் குலுக்கினார். "வருந்துகிறேன். நீங்கள் சொல்லவருவதை நான் அறிந்திருக்கவில்லை. நான் அறிந்தவற்றுள் *நிலவுலகம் தொடர்பானது* என எதையும் விவரிக்கமுடியாது. நான் போகவேண்டும்."

விட்டோரியா அவரது கைகளைப் பற்றி அந்தக் காகிதத்தின் முதல் வரியைப் படித்தாள். "சாத்தானின் துளையுடன் ஷாண்டியின் மண்ணுலகக் கல்லறையிலிருந்து". அது உங்களுக்கு எதையாவது உணர்த்துகிறதா?"

"எதையும் உணர்த்தவில்லை."

லேங்டன் திடீரென நிமிர்ந்துபார்த்தார். அவர் தற்காலிகமாக அந்த வரியின் இரண்டாவது பகுதியை மறந்துபோயிருந்தார். *சாத்தானின் துளை?* "ஆமாம்!", அவர் அந்த வழிகாட்டியிடம் சொன்னார். "அதேதான்! ரஃபேலின் திருக்கோட்டங்கள் ஏதாவது துளையுடனான குவிமாடத்தைக் கொண்டிருக்கிறதா"

அந்த வழிகாட்டி தலையை அசைத்தார். "நானறிந்த வரையில் பாந்தியன் தனித்துவமானது." அவர் நிறுத்தினார். "ஆனால்.."

"ஆனால் என்ன!" விட்டோரியாவும் லேங்டனும் ஒரே குரலில் கேட்டனர்.

தற்போது அந்த வழிகாட்டி தனது தலையை ஆட்டியபடி, அவர்களை நோக்கி மீண்டும் வந்தார். "சாத்தானின் துளை" அவர் தனக்குத்தானே முணுமுணுத்தபடி, தீவிரமாக யோசனைசெய்தார். "சாத்தானின் துளை... அதாவது *புகோ டியோவோலோ?"*

விட்டோரியா ஆமோதித்தாள். "நேர்ப்பொருளில், ஆமாம்."

அந்த வழிகாட்டி லேசாகச் சிரித்தார். "சமீபகாலமாக நான் கேள்விப்பட்டிராத சொற்பிரயோகம். நான் சொல்வது தவறில்லையெனில், *புகோ டியோவோலா* என்பது நிலத்தடி அறையைக் குறிப்பிடுவது"

“நிலத்தடி அறை” லேங்டன் கேட்டார் “நிலவறையில் இருப்பதுபோல”

“ஆமாம், ஆனால் ஒரு குறிப்பிட்டவிதமான நிலவறை. திருக்கோட்டத்தில் அமைந்துள்ள ஒரு கல்லறைக்கு கீழான மாபெரும் புதைகுழிக்கான பழங்கால வார்த்தைதான் சாத்தானின் துளையென நான் நம்புகிறேன்....

“ஒரு எலும்புக்கல இணைப்பா?” லேங்டன் உடனடியாக அந்த மனிதர் விவரிப்பதை அடையாளம் தெரிந்துகொண்டு கேட்டார்.

அந்த வழிகாட்டி கவரப்பட்டவராகத் தெரிந்தார். “ஆமாம்! அந்த வார்த்தையைத் தான் நான் தேடிக்கொண்டிருந்தேன்.”

லேங்டன் அதைக் கருத்திலெடுத்துக்கொண்டார். எலும்புக்கல இணைப்புகள், சிக்கலான மதகுரு சம்பந்தமான பிரச்சனைக்கான மலிவான தீர்வு. தேவாலயங்கள் தங்களது மிகவும் புகழ்பெற்ற உறுப்பினர்களுக்கு அங்கே அலங்கரிக்கப்பட்ட கல்லறைகளை எழுப்பியபோது, பலசமயங்களில் அக்குடும்பத்தின் உறுப்பினர்களும் ஒன்றாகப் புதைக்கப்படவேண்டுமன கோரினர்... அவர்களுக்கும் தேவாலயத்துக்குள் விரும்பத்தக்க புதைவிடம் கிடைப்பதை உறுதிப்படுத்த நினைத்தனர். எனினும், தேவாலயம் மொத்தக் குடும்பத்துக்கும் கல்லறைகளை உருவாக்க இடமோ நிதியோ இல்லையெனில் சமயங்களில் எலும்புக்கல இணைப்பைத் தோண்டினர்- கல்லறையின் அருகே குறைந்த முக்கியத்துவமுடைய குடும்ப உறுப்பினர்களுக்காக தரையில் ஒரு குழியைத் தோண்டினர். பின் மறுமலர்ச்சிக்கால சமகாலத்திய கலைஞர்களால் அந்தத் துளை மூடப்பட்டது. எலும்புக் கல இணைப்பு வசதியாக இருந்தபோதும், அதிலிருந்து தேவாலயத்தை வந்தடைந்த துர்நாற்றத்தால் அந்தப் பாணி விரைவாக மறைந்துபோனது. சாத்தானின் துளை, லேங்டன் நினைத்தார். அவர் ஒருபோதும் அந்தச் சொற்பிரயோகத்தைக் கேட்டதில்லை. அது விநோதமாகப் பொருந்துவதாகத் தோன்றியது.

லேங்டனின் இதயம் இப்போது தீவிரமாகத் துடிக்கத் தொடங்கியது. ஷாண்டியின் சாத்தானின் துளையுடனான நிலவுலகக் கல்லறையிலிருந்து. இன்னும் ஒரேயொரு கேள்விதான் கேட்க மிச்சமிருந்ததாகப் பட்டது. “இத்தகைய

சாத்தானின் துளைகளுடன் ஏதாவது கல்லறைகளை ரஃபேல் வடிவமைத்தாரா?"

வழிகாட்டி தனது தலையைச் சொறிந்தார். "உண்மையில். வருந்துகிறேன்... என்னால் ஒன்றே ஒன்றைதான் நினைக்கமுடிகிறது."

ஒன்றே ஒன்றா? லேங்டன் அதைவிடச் சிறந்த பதிலை நினைத்துப் பார்த்திருக்கமாட்டார்.

"எங்கே!" விட்டோரியா கிட்டத்தட்ட கத்தியே விட்டாள்.

வழிகாட்டி அவர்களை விநோதமாகப் பார்த்தார். "அது சிக்கி சாப்பல் எனப்படுகிறது. அகஸ்டினோ சிக்கி மற்றும் அவரது சகோதரருக்கான கல்லறை, கலை மற்றும் அறிவியலுக்கான வளமான புரவலர்கள்."

"அறிவியல்" லேங்டன் விட்டோரியாவுடன் பார்வையைப் பரிமாறியபடியே கேட்டார்.

"எங்கே?" விட்டோரியா மீண்டும் கேட்டாள்.

வழிகாட்டி கேள்வியைப் புறக்கணித்து, மறுபடியும் சேவையாளராக ஆன உற்சாகத்துடன் காணப்பட்டார். "அந்த கல்லறை நிலவுலகத்துடன் சம்பந்தப்பட்டதா இல்லையா என எனக்குத் தெரியாது. ஆனால் நிச்சயமாக அதை... நாம் *வித்தியாசமானது* எனச் சொல்லலாம்."

"வித்தியாசமானதா?" லேங்டன் கேட்டார். "எப்படி?"

"கட்டடக் கலையுடன் பொருத்தமற்றது. ரஃபேல் கட்டடக் கலைஞர் மட்டுமே. வேறு சில சிற்பிகள் உள்ளலங்கார வேலைகளைச் செய்தனர். அவர்கள் யாரென்று என்னால் நினைவுகூரமுடியவில்லை."

லேங்டன் தற்போது உடலே காதாகக் கேட்டார். ஒருவேளை அந்தப் பெயர்தெரியாத இல்லுமினாட்டி தலைவராக இருப்பாரோ?

"அந்த உட்புற நினைவுச்சின்னத்தை உருவாக்கியது யாராயிருந்தபோதும் கலையுணர்வு குறைந்தவரே," அந்த வழிகாட்டி சொன்னான். "கடவுளே! அட்டூழியம்! பிரமிடுகளின்கீழ் புதைக்கப்படுவதை யார் விரும்புவார்?"

லேங்டனால் தன் காதுகளைக் கொஞ்சமும் நம்பமுடியவில்லை. "பிரமிடுகள்? திருக்கோட்டத்தில் பிரமிடுகளா?"

"எனக்குத் தெரியும்," அந்த வழிகாட்டி பரிகாசமாகச் சொன்னார். "பயங்கரம், இல்லையா?"

விட்டோரியா அந்த வழிகாட்டியின் கைகளைப் பற்றினாள். "ஐயா, இந்தக் சிக்கி சாப்பல் எங்கிருக்கிறது?"

"சுமாராக வடக்கே ஒரு மைல் தொலைவில். சாந்தா மரியா டெல் போப்போலோ தேவாலயத்தில்."

விட்டோரியா பெருமூச்சுவிட்டாள். "நன்றி. நாங்கள்–"

"ஹேய்," அந்த வழிகாட்டி சொன்னார். "இப்போதுதான் ஒன்று என் நினைவுக்கு வந்தது. என்னவொரு முட்டாள் நான்."

விட்டோரியா உடனே நிறுத்தினாள். "தயவுசெய்து நீங்கள் ஒரு தவறுசெய்துவிட்டேன் என என்னிடம் சொல்லிவிடாதீர்கள்."

அவர் தலையை அசைத்தார். "இல்லை, ஆனால் இது முன்பே எனக்குத் தோன்றியிருக்கவேண்டும். சிக்கி சாப்பல் எப்போதும் சிக்கி என அறியப்படுவதில்லை. அது வழக்கமாகக் கபெல்லா டெல்லா டெர்ரா எனத்தான் அழைக்கப்படும்."

"நிலத்தின் திருக்கோட்டம்" லேங்டன் கேட்டார்.

"இல்லை," விட்டோரியா, கதவைநோக்கி விரைந்தபடியே சொன்னாள். "பூமிக்கான திருக்கோட்டம்."

விட்டோரியா வெத்ரா தனது செல்போனைத் தட்டியபடியே பியாஸ்ஸா டெல்லா ரோடுண்டாவுக்குள் விரைந்தாள்.

"கமாண்டர் ஆலிவெட்டி, இது தவறான இடம்" அவள் சொன்னாள்.

ஆலிவெட்டி திகைப்படைந்தவராகத் தெரிந்தார்.

"தவறா? என்ன சொல்லவருகிறாய்?"

"அறிவியலுக்கான முதல் பலிபீடம் சிக்கி சாப்பலில் உள்ளது."

"எங்கே?" தற்போது ஆலிவெட்டி கோபமாகத் தென்பட்டார். "ஆனால் திரு லேங்டன் –'

“சாந்தா மரியா டெல் போப்போலோ! வடக்கே ஒரு மைல் தொலைவில். உங்களது ஆட்களை அங்கே வரவழையுங்கள். நமக்கு நான்கு நிமிடங்கள் இருக்கின்றன.”

“ஆனால் என் ஆட்கள் ஆயத்தநிலையில் இருக்கின்றனர். என்னால் சாத்தியமில்லை.”

“கிளம்புங்கள்!” விட்டோரியா போனை மூடினாள்.

அவளுக்குப் பின்னால், லேங்டன் பாந்தியனிலிருந்து திகைப்புடன் வெளிப்பட்டார்.

அவள் அவர் கையைப் பற்றி இழுத்துக்கொண்டு, நடைபாதையில் ஓட்டுநரில்லாததுபோல் தோன்றிய காத்துக்கொண்டிருந்த கார்களின் வரிசையை நோக்கி விரைந்தாள். வரிசையில் முதலில் காணப்பட்ட காரின் முகப்பில் தட்டினாள். உறங்கிக்கொண்டிருந்த ஓட்டுநர் திடுக்கிடலை வெளிப்படுத்தும் சத்தத்துடன் நிமிர்ந்து அமர்ந்தான். விட்டோரியா பின் கதவை இழுத்துத் திறந்து லேங்டனை உள்ளே தள்ளினாள். பின் அவள் அவருக்குப் பின்னால் உள்ளே தாவினாள்.

“சாந்தா மரியா டெல் போப்போலோ” அவள் உத்தரவிட்டாள். “வேகமாக.”

பிரமை பிடித்ததுபோல், பாதி பீதியிலிருந்த அந்த ஓட்டுநர், ஆக்ஸிலேட்டரை மிதித்து, தெருவைப் பின்னுக்குத் தள்ளி விரைந்தான்.

63

குந்தர் க்ளிக் சிந்தியா மாக்ரியிடமிருந்து கணினிக் கட்டுப்பாட்டை வாங்கிக்கொள்ள, சிந்தியா அடைசலான பிபிசி வேனின் பின்பகுதியில் குனிந்து நின்றபடி க்ளிக்கின் தோள் வழியாகக் குழப்பமாக உற்றுநோக்கினாள்.

“நான் உன்னிடம் சொன்னேன்,” என்றபடி க்ளிக் இன்னும் சில பட்டன்களைத் தட்டினான். “இந்த நபர்களைப் பற்றிய

கதைகளை வெளியிடுவது பிரிட்டிஷ் டாட்லர் பத்திரிகை மட்டுமல்ல."

மாக்ரி நெருக்கமாக எட்டிப்பார்த்தாள். க்ளிக் சொன்னது சரிதான். பிபிசி தரவுத் தளம், தங்களது சிறப்பான நெட்வொர்க்கில் கடந்த பத்து ஆண்டுகளில் இல்லுமினாட்டி எனும் சகோதரத்துவம் குறித்து சிறப்பான ஆறு கட்டுரைகளை வெளியிட்டிருந்தது. நல்லது, *என் தவறுதான்,* அவள் நினைத்தாள். "அந்தக் கட்டுரைகளை எழுதிய அந்த பத்திரிகையாளர்கள் யார்" மேக்ரி கேட்டாள். "ஸ்க்லாக் ஜாக்ஸ்?"

"பிபிசி, ஸ்க்லாக் ஜாக்ஸை வேலைக்கமர்த்துவதில்லை."

"அவர்கள் *உன்னை* வேலைக்கமர்த்தியிருக்கிறார்களே."

க்ளிக் கத்தினான். "நீ ஏன் இப்படியொரு சந்தேகப் பேர்வழியாய் இருக்கிறாயென எனக்குத் தெரியவில்லை. இல்லுமினாட்டிகள் வரலாறு முழுவதும் சிறப்பாகவே ஆவணப்படுத்தப்பட்டுள்ளனர்."

"அதேபோல சூனியக்காரிகள், பறக்கும் தட்டுகள், நீண்ட கழுத்துள்ள ஜந்துகளைப் பற்றியும் ஆவணப்படுத்தப்பட்டுள்ளது."

க்ளிக் கட்டுரைகளின் பட்டியலை வாசித்தான். "வின்ஸ்டன் சர்ச்சில் என்றழைக்க[illegible] ந[illegible]ரைக் குறித்து நீ எப்போதாவது கேள்விப்பட்டிருக்கிறாயா?"

"கேள்விப்பட்டதுபோல் தோன்றுகிறது."

"பிபிசி சில மாதங்களுக்கு முன் சர்ச்சிலின் வாழ்க்கை வரலாற்று நிகழ்வுகள் குறித்து செய்தியொன்றைத் தயாரித்தது. அவர் ஒருவிதத்தில் தீவிர கத்தோலிக்கரும்கூட. 1920-ல் சர்ச்சில் இல்லுமினாட்டியைக் கண்டித்தும், அறநெறிக்கு எதிராக உலகளாவிய சதி நடைபெறுவதாகப் பிரிட்டிஷ் மக்களை எச்சரித்தும் ஒரு அறிக்கையைப் பிரசுரித்தார் என்பது உனக்குத் தெரியுமா?"

மாக்ரி சந்தேகப்பட்டாள். "எங்கே அந்தச் செய்தி வெளியானது? பிரிட்டிஷ் டாட்லரிலா?"

க்ளிக் புன்னகைத்தான். "*லண்டன் ஹெரால்ட்.* பிப்ரவரி 8, 1920."
"வாய்ப்பே இல்லை."

“உன் கண்களுக்கு விருந்து.”

மாக்ரி அந்தக் க்ளிப்பை நெருக்கமாகப் பார்த்தாள். லண்டன் ஹெரால்ட். பிப்ரவரி 8, 1920. எனக்குத் தெரிந்திருக்கவில்லை. “நல்லது, சர்ச்சில் சித்தப்பிரமை பிடித்தவராயிருந்திருக்கிறார்.”

“அவர் மட்டுமல்ல,” என்றபடி க்ளிக் மேலும் வாசித்தான். “1921-ல் அமெரிக்க வங்கி அமைப்பின்மீது இல்லுமினாட்டியின் கட்டுப்பாடு அதிகமாவதாக எச்சரித்து வுட்ரோ வில்சன் மூன்று வானொலி ஒலிபரப்பை மேற்கொண்டிருக்கிறார். அந்த வானொலிப் படியிலிருந்து நேரடி மேற்கோள் கேட்க விரும்புகிறாயா?”

“உண்மையாகவே விரும்பவில்லை.”

எனினும் க்ளிக் ஒரு மேற்கோளை அவளுக்கு அளித்தான். “மிகவும் ஒழுங்கமைக்கப்பட்டு, மிக நுட்பமாக, முழுமையாக, மிகப் பரவலாக ஒரு சக்தி இருக்கிறது. அதைக் கண்டித்துப் பேசும்போது, எவரும் கிசுகிசுப்பாகவன்றி வேறெப்படியும் பேசுவதில்லையென,” அவர் சொன்னார்.”

“நான் ஒருபோதும் இவை எதுபற்றியும் கேள்விப்பட்டதில்லை.”

“1921-ல் நீங்கள் சிறுமியாய் இருந்திருப்பீர்கள் என்பதால் இருக்கலாம்.”

“பிரமாதம்.” மாக்ரி அந்தப் பரிகாசத்தைத் தீவிரமானதாக எடுத்துக்கொண்டாள். அவள் தனது வயது தெரியத் தொடங்கிவிட்டது என்பதை அறிவாள். நாற்பத்து மூன்றில், அவளது அடர்ந்த கறுப்பு சுருள்முடிகளில் சாம்பல்நிறம் வெளிப்படத் தொடங்கியது. அவள் கறுப்புச் சாயத்தை அதிகபட்சமானதாகக் கருதினாள். தென்பகுதி பாப்டிஸ்ட்டான அவளது அம்மா, சிந்தியாவிற்கு மனநிறைவையும் சுயமரியாதையையும் கற்றுத் தந்திருந்தாள். கறுப்பினப் பெண்மணியாக இருக்கும்போது, நீங்கள் யார் என்பதை மறைக்கக்கூடாது என அவளது அம்மா கற்றுத் தந்திருந்தாள். என்றைக்கு அப்படி மறைக்க முயல்கிறாயோ, அதுவே நீ இறக்கும் நாள். நிமிர்ந்து நில், பிரகாசமாகச் சிரி, எது உன்னைச் சிரிக்கவைக்கிறதென அவர்களை ஆச்சரியத்தில் ஆழ்த்து.

“எப்போதாவது செசில் ரோட்ஸ் பற்றிக் கேள்விப்பட்டிருக்கிறாயா?” க்ளிக் கேட்டான்.

மாக்ரி ஏறிட்டுப் பார்த்தாள். "பிரிட்டிஷ் நிதியாளரா?"

"ஆமாம், ரோட்ஸ் ஸ்காலர்ஷிப்ஸை நிறுவியவர்."

"தயவுசெய்து என்னிடம் சொல்லாதே-"

"இல்லுமினாட்டி."

"பிரிட்டிஷ் ஸ்டாண்டர்ஸ்."

"உண்மையில் பிபிசி, நவம்பர் 16, 1984."

"நாம் செசில் ரோட்ஸ் ஒரு இல்லுமினாட்டியென எழுதினோமா?"

"நிச்சயமாக எழுதினோம். நமது நெட்வொர்க்கின் தகவல்படி, நூற்றாண்டுகளுக்கு முன்னாலே இல்லுமினாட்டிக்கு உலகின் புத்திக்கூர்மைமிக்க இளம் மனங்களை வேலைக்கமர்த்த ரோட்ஸ் ஸ்காலர்ஷிப், நிதியை உருவாக்கியது."

"அது பைத்தியக்காரத்தனம். எனது சித்தப்பா ஒருவர் ரோட்ஸ் ஸ்காலர்!"

க்ளிக் கண்ணடித்தான். "பில் கிளின்டனும் அதேதான்."

மாக்ரிக்கு இப்போது பைத்தியமே பிடித்திருந்தது. அவள் ஒருபோதும் தரமில்லாத, அச்சுறுத்தும்விதமான செய்தியளிப்பதில் சகிப்புத்தன்மையுடன் இருந்ததில்லை. இருந்தும், பிபிசி அவர்கள் வெளியிடும் ஒவ்வொரு செய்தியையும கவனமாக ஆராய்ந்து, உறுதிசெய்தே வெளியிடுவர் என அறிந்திருந்தாள்.

"நீங்கள் நினைவுகூரக்கூடிய ஒன்று இதோ," க்ளிக் சொன்னான். "பிபிசி, மார்ச் 5, 1998. பாராளுமன்ற குழுத் தலைவர், கிறிஸ் முல்லின், மேசன்களாக இருந்த பிரிட்டிஷ் பாராளுமன்ற உறுப்பினர்கள் அனைவரும் தங்கள் தொடர்பை அறிவிக்கவேண்டுமெனக் கோரினார்."

மாக்ரி அதனை ஞாபகம் வைத்திருந்தாள். அந்த ஆணை அதேயளவில் காவலர்களுக்கும் நீதிபதிகளுக்கும் விரிவுபடுத்தப்பட்டது. "அதை ஏன் இப்போது மீண்டும்?"

க்ளிக் வாசித்தான். "...மேசன்களுக்குள் உள்ள இரகசியப் பிரிவுகள் அரசியல் மற்றும் நிதி அமைப்புகளின் மீது குறிப்பிடத்தக்க கட்டுப்பாட்டைக் கொண்டிருந்தன எனும் கவலை."

"அது சரி."

"சலசலப்புக்குக் காரணமாகியது. பாராளுமன்றத்திலிருந்த மேசன்கள் ஆத்திரமடைந்தனர். மேசன்களுடன் இணைந்த பெரும்பாலோர் நெட்வொர்க்கிங் மற்றும் சமூக சேவைக் காரணங்களுக்காக இணைந்த அப்பாவிகளாக இருந்தனர் என்பது வெளிப்பட்டது. அவர்களுக்குச் சகோதரத்துவ அமைப்பின் கடந்தகால தொடர்புகள் குறித்து எதுவும் தெரிந்திருக்கவில்லை."

"இருப்பதாகச் சொல்லப்பட்ட தொடர்புகள்."

"ஏதோவொன்று." க்ளிக் அந்தக் கட்டுரைகளை ஆராய்ந்தான். "இந்த விஷயங்களைப் பார். கலீலியோ, பிரான்ஸின் *கியூரெனட்ஸ்,* ஸ்பெயினின் *அலும்பிராடோஸ்* வரை இல்லுமினாட்டியுடன் தொடர்புபடுத்தும் கணக்குகள் நீண்டன. ரஷ்யப் புரட்சிக்குக் காரணமான கார்ல் மார்க்ஸ்கூட."

"வரலாறு, தன்னைத் திரும்ப எழுதிக்கொள்ளும் வழிமுறையைக் கொண்டிருக்கிறது."

"நல்லது, உங்களுக்குத் தற்காலம் தொடர்புடைய ஒன்று தேவையா? இதைப் பாருங்கள். சமீபத்திய *வால் ஸ்ட்ரீட் ஜர்னலிலிருந்து* ஒரு இல்லுமினாட்டி மேற்கோள்."

இது மாக்ரியின் செவியை ஈர்த்தது. *"ஜர்னல்?"*

அமெரிக்காவின் மிகப்பிரபலமான இணைய கணினி விளையாட்டு தற்போது எதுவென யூகம்செய்யுங்கள்?"

"பின் த டெய்ல் ஆன் பமீலா ஆண்டர்சன்."

"நெருக்கமானது. அது, *இல்லுமினாட்டி: புதிய உலக ஒழுங்கு."*

மாக்ரி, அவனது தோளின் மேல் ஏறிட்டு அந்த விளம்பர வாசகத்தைப் பார்த்தாள். *"ஸ்டீவ் ஜாக்சனின் கேம்கள் அதிரடி வெற்றி... பவேரியாவின் பழங்கால சாத்தானிய சகோதரத்துவ அமைப்பு உலகைக் கைப்பற்றக் கிளம்பும் அரை வரலாற்று சாகச விளையாட்டு.. நீங்கள் அவற்றை ஆன்லைனில் கண்டறியலாம்..."* மாக்ரி அதைப் பார்த்து, மோசமாக உணர்ந்தாள். "எதற்காக இல்லுமினாட்டி நபர்கள் கிறித்துவத்துக்கு எதிராக இருக்கிறார்கள்?"

"கிறித்துவத்துக்கு எதிராக மட்டுமல்ல," க்ளிக் சொன்னான். "பொதுவாகவே மதத்துக்கு எதிரானவர்கள்." க்ளிக் தனது தலையைச் சாய்த்து கேலியாகச் சிரித்தான். "நமக்கு இப்போது

வந்த அழைப்பிலும்கூட, அவர்கள் இதயத்தில் வாடிகனுக்குச் சிறப்பான இடம் இருப்பதுபோல் தோன்றுகிறது."

"ஓ, அழைத்தவன் தன்னை யாரென்று சொல்லிக்கொள்கிறானோ, அதைச் சார்ந்தவன்தானென உண்மையிலேயே நினைக்கிறாயா நீ?"

"இல்லுமினாட்டியின் தூதுவன்? நான்கு கார்டினல்களைக் கொல்ல ஆயத்தமாகிறவன்?" க்ளிக் புன்னகைத்தான். "நான் அப்படித்தான் உறுதியாக நம்புகிறேன்."

64

லேங்டன் மற்றும் விட்டோரியாவின் டாக்ஸி ஒரு மைல் தூரத்தை அகன்ற டெல்லா ஸ்க்ரோபா வழியாக ஒரு நிமிடத்தில் கடந்தது. அவர்கள் எட்டு மணிக்கு முன்பாக டெல் போப்போலா சதுக்கத்தின் தென்புறம் வந்தடைந்தனர். இத்தாலியப் பணம் இல்லாததால், லேங்டன் அந்த ஓட்டுநருக்கு அமெரிக்க டாலரில் அதிகமாகவே கொடுத்தார். அவரும் விட்டோரியாவும் காரிலிருந்து குதித்து இறங்கினர். இத்தாலிய இலக்கிய ஆர்வலர்களுக்கான புகழ்பெற்ற இடமான பிரபல ரோசாட்டி கஃபேவுக்கு வெளியே அமர்ந்திருந்த சிலரிடையே எழுந்த சிரிப்பைத் தவிர சதுக்கம் அமைதியாகவே காணப்பட்டது. காற்றில் எஸ்பிரஸ்ஸோ மற்றும் பேஸ்ட்ரியின் வாசம் எழுந்தது.

லேங்டன், பாந்தியனில் செய்த தனது தவறு குறித்த அதிர்ச்சியிலேயே இன்னும் இருந்தார். அந்தச் சதுக்கத்தை துரிதப் பார்வை பார்த்தார், எனினும் அவரது ஆறாவது அறிவு ஏற்கனவே உள்ளூர உணர்ந்திருந்தது. அந்தச் சதுக்கம் நுட்பமான விதத்தில் இல்லுமினாட்டி முக்கியத்துவத்தைக் கொண்டிருந்தது. அது மிகத்துல்லியமாக நீள்வட்ட வடிவத்தில் இருந்தது மட்டுமின்றி- அதன் நட்ட நடு மையத்தில் உயரமான எகிப்திய சதுரத் தூபி- தனித்துவமான பிரமிடிய முனையுடன்கூடிய சதுரக் கல்தூண் காணப்பட்டது. ரோமின் ஏகாதிபத்திய முயற்சிகளின்போது, சதுரத் தூபிகள் ரோம்

முழுவதும் பரவின - புனித பிரமிடிய வடிவிலான வானாளவிய நீட்டிப்புகள்- சின்னவியலாளர்களால் வீறார்ந்த பிரமிடுகள்" என அழைக்கப்பட்டன.

லேங்டனின் கண்கள் ஒற்றைக் கல்லின் உச்சிக்கு நகர்ந்தபோதும், அவரது பார்வை திடீரென அதன் பின்னணியிலிருந்த இன்னும் அதிகம் குறிப்பிடத்தகுந்த ஒன்றைநோக்கி ஈர்க்கப்பட்டது.

"நாம் சரியான இடத்தில் இருக்கிறோம்," அவர் அமைதியாகச் சொன்னார், திடீர் எச்சரிக்கையுணர்வுக்கு ஆளானார். "அதை ஒரு பார்வை பார்." - சதுக்கத்தின் கடைசியிலிருந்து நெடிய கல்லாலான வளைவை- போர்டா டெல் போபோலோவை லேங்டன் சுட்டிக்காட்டிச் சொன்னார். அந்தக் கவிகைமாட அமைப்பு நூற்றாண்டுகளாகச் சதுக்கத்தைப் பார்த்துக்கொண்டிருந்தது. வளைவின் நட்ட நடு மையம் குறியீட்டு ரீதியான செதுக்கு வேலைப்பாடாக இருந்தது. "அறிமுகமான ஒன்றாகத் தெரிகிறதா?"

விட்டோரியா அந்தப் பிரமாண்ட செதுக்குவேலையை ஏறிட்டுப் பார்த்தாள். "முக்கோண கல்குவியலின் மேல் பிரகாசிக்கும் நட்சத்திரத்தையா?"

லேங்டன் தனது தலையை அசைத்தார். "பிரமிடின் மீது வெளிச்சத்தின் ஆதாரம்."

விட்டோரியா திரும்பினாள், அவள் கண்கள் திடீரென விரிந்தன. "யுனைட்டெட் ஸ்டேட்ஸின் மகா முத்திரை போன்றா..."

"ரொம்பச் சரி. ஒரு டாலர் கரன்ஸியின் மீதான மேஸானிய சின்னம்."

விட்டோரியா ஒருமுறை ஆழ்ந்து மூச்சிழுத்துவிட்டு சதுக்கத்தை ஆராய்ந்தாள். "இந்தப் பாழாய்ப்போன தேவாலயம் எங்கிருக்கிறது?"

சாந்தா மரியா டெல் போப்போலோ தேவாலயம் தவறான இடத்தில் நிறுத்தப்பட்ட போர்க்கப்பல் போல சதுக்கத்தின் தென்கிழக்கு முனையில் குன்றொன்றின் அடிவாரத்தில் ஒருச்சாய்ந்து காணப்பட்டது. முகப்பை மறைத்துக் காணப்பட்ட சாரக்கட்டு கோபுரத்தால், பதினொன்றாம் நூற்றாண்டு கல்லாலான பருந்து இன்னும் அதிக விகாரமாகத் தோன்றியது.

அவர்கள் அந்தப் பிரமாண்ட கட்டடத்தை நெருங்குகையில், லேங்டனின் எண்ணங்கள் தெளிவின்றிக் காணப்பட்டன. இந்த இடத்தில் உண்மையில் உள்ளே ஒரு கொலை நிகழமுடியுமா? ஆலிவெட்டி உடனே வரவேண்டுமென அவர் விரும்பினார். அவரது பையிலிருந்த துப்பாக்கி குழப்பமாக உணரச்செய்தது.

தேவாலயத்தின் முன்புறப் படிகள் வளைந்த மடிப்பு விசிறிபோல்- வரவேற்பதாக இருக்க- சாரக்கட்டு, கட்டுமான சாதனங்கள், கட்டட வேலை நடக்கிறது. **அனுமதி இல்லை** என எச்சரிக்கும் சுட்டியால் தடுக்கப்பட்டிருப்பது- முரணாகத் தெரிந்தது.

தேவாலயம் மறுசீரமைப்புக்காக மூடப்பட்டிருப்பது, கொலையாளிக்கு முழுக்க தனிமையைத் தருவது என உணர்ந்தார் லேங்டன். பாந்தியனைப் போல் அல்ல. கவர்ச்சியான யுக்திகள் இங்கே தேவையில்லை. உள்ளே நுழைவதற்கு வழி கண்டுபிடித்தால் போதும்.

விட்டோரியா தயக்கமின்றி இழைப்புவேலைகளுக்கான ஷாஹார்ஷஸ்களுக்கிடையே நுழைந்து படிக்கட்டை நோக்கி நடந்தாள்.

“விட்டோரியா,” லேங்டன் எச்சரித்தார். “அவன் இன்னும் அங்கிருந்தால்...”

விட்டோரியா அதைக் கேட்டதுபோல் தெரியவில்லை. அவள் தேவாலயத்தின் பிரதான போர்டிகோவுக்குச் செல்லும் ஒற்றை மரக்கதவை நோக்கி ஏறினாள். அவளுக்குப் பின்னால் லேங்டன் படிக்கட்டில் விரைந்தார். அவர் எதுவும் சொல்வதற்குமுன் கைப்பிடியைப் பிடித்து இழுத்தாள். லேங்டன் மூச்சைக்கூட வெளியிடவில்லை. கதவு நகரவில்லை.

“இங்கே நிச்சயம் மற்றொரு நுழைவுவாயில் இருக்கவேண்டும்,” விட்டோரியா சொன்னாள்.

“சாத்தியம்தான்,” லேங்டன் மூச்சைவெளியிட்டபடி சொன்னார், “ஆனால் ஆலிவெட்டி இங்கே ஒரு நிமிடத்தில் வந்துவிடுவார். உள்ளே செல்வது மிக அபாயகரமானது. நாம் தேவாலயத்தை வெளியிலிருந்து அதுவரைக்கும் காவல்காப்போம்-”

விட்டோரியா திரும்பினாள், அவளது கண்கள் கோபத்தில் மின்னின. “உள்ளே வர இன்னொரு வழியிருந்தால்,

வெளியே செல்லவும் இன்னொரு வழியிருக்கும். அந்த நபர் மறைந்துவிட்டால், நாம் பூஞ்சைகளாகிவிடுவோம்."

அவள் சொல்வது சரிதான் என்று தெரிந்துகொள்ளுமளவுக்கு லேங்டனுக்கு இத்தாலி தெரியும்.

தேவாலயத்தின் வலப்பக்கமிருந்த சந்து, இருபக்கமும் உயரமான சுவர்களுடன் குறுகலாகவும் இருளாகவுமிருந்தது. அது- பொதுமக்களுக்கான கழிவறைகளைவிட அதிகமாக, இருபது நபருக்கு ஒன்று என பார்கள் காணப்படும் நகரில் எழும் பொதுவான மணமான- மூத்திர வாசனையடித்தது-

லேங்டனும் விட்டோரியாவும் விரும்பத்தகாத இருளினுள் விரைந்தனர். அவர்கள் பதினைந்தடி போயிருப்பார்கள், விட்டோரியா லேங்டனின் கையைப் பிடித்திழுத்து சுட்டிக்காட்டினாள்.

லேங்டனும் அதைப் பார்த்திருந்தார். அவர்களுக்கு முன்னால் கனமான கீல்களுடன் எதிர்பாராத மரக் கதவொன்று தெரிந்தது. லேங்டன் அதனை மதகுருக்களுக்கான *தனிப்பட்ட நுழைவிடம்* என அடையாளம் கண்டுகொண்டார். பெரும்பாலான இத்தகைய நுழைவிடங்கள், பல வருடங்களுக்கு முன்பே கட்டடங்களின் ஆக்ரமிப்பு மற்றும் வரம்புக்குட்பட்ட நிலம் ஆகியவற்றால் வசதியற்ற சந்துகளினூடான பக்கவாட்டு நுழைவுகளைப் புறக்கணிக்க காரணமாயிருந்தன.

விட்டோரியா அவசரமாகக் கதவுக்கு விரைந்தாள். வந்துசேர்ந்ததும் கதவின் கைப்பிடியைப் பார்த்து அவள் வெளிப்படையாகவே திகைப்படைந்தாள். லேங்டன் அவளுக்குப் பின்னால் வந்து, கைப்பிடி இருக்கவேண்டிய இடத்தில் விநோதமான டோனட் வடிவ வளையம் தொங்கிக்கொண்டிருப்பதைக் கண்ணுற்றார்.

"ஒரு வளையம்," அவர் முணுமுணுத்தார். லேங்டன் அதைப் பற்றி மெதுவாக தன் கையில் தூக்கினார். அந்த வளையத்தைத் தன்னை நோக்கி இழுத்தார். அந்தப் பொருத்து கிளிக்கென சத்தமெழுப்பியது. விட்டோரியா திடீரென பதற்றமாகி, நகர்ந்தாள். அமைதியாக, லேங்டன் அந்த வளையத்தைக் கடிகாரச் சுற்றுப்படி திருப்பினார். அது தளர்வாக 360 டிகிரி சுழன்றது. எதுவும் நடக்கவில்லை. லேங்டன் முகம்சுளித்து எதிர்த்திசையில் அதேபோல் சுழற்றினார்.

விட்டோரியா மிச்சமிருந்த சந்துப் பகுதியை நோக்கினாள். "இன்னொரு நுழைவுவாயில் இருக்குமென நீங்கள் நினைக்கிறீர்களா?"

லேங்டன் சந்தேகப்பட்டார். பெரும்பாலான மறுமலர்ச்சிக்கால திருக்கோயில்கள், நகரம் தாக்கப்பட்டால் தற்காலிக கோட்டைகளாகப் பயன்படும்படி வடிவமைக்கப்பட்டிருந்தன. அவை சாத்தியமான அளவுக்குச் சில நுழைவுவாயில்களையே கொண்டிருந்தன.

"உள்ளே செல்ல மற்றொரு வழியிருந்தால், அது அநேகமாக பின்புறத்தில் ஒதுக்குப்புறமாக - நுழைவு என்பதைவிட பெரிதும் தப்பிச்செல்லும் வழியாகத்தான் இருக்கும்."

விட்டோரியா ஏற்கனவே நகரத் தொடங்கியிருந்தாள்.

லேங்டன் சந்தில் அவளை நெருக்கமாகத் தொடர்ந்தார். அவரது இருபுறமும் சுவர்கள் ஆகாயம்நோக்கி நீண்டிருந்தன. எங்கோ எட்டு மணியைக் குறிக்கும் மணிச் சத்தம் ஒலிக்கத் தொடங்கியது...

விட்டோரியா அவரை முதன்முறையாக அழைத்தபோது ராபர்ட் லேங்டன் அதைக் கேட்கவில்லை. அவர் கம்பிகளால் மறைக்கப்பட்டிருந்த வண்ணப்பூச்சு சாளரக் கண்ணாடியைக் கண்டு, தேவாலயத்தினுள் எட்டிப் பார்ப்பதற்காக வேகத்தைக் குறைத்தார்.

"ராபர்ட்!" அவளது குரல் சத்தமான முணுமுணுப்பாக இருந்தது.

லேங்டன் ஏறிட்டுப் பார்த்தார். விட்டோரியா சந்தின் முனையில் இருந்தாள். அவள் தேவாலயத்தின் பின்பகுதியை நோக்கி கைநீட்டி அவரை அழைத்தாள். லேங்டன் தயக்கமாக அவளை நோக்கி மெல்லோட்டம் ஓடினார். பின்சுவரின் அடித்தளத்தில், கல்லாலான அரண்சுவர் குறுகலான குடைவுக்குகையை மறைத்தபடி தெரிந்தது- ஒருவிதமான குறுகலான பாதை தேவாலயத்தின் அடித்தளத்தில் நேரடியாக வெட்டிக்கொண்டு சென்றது.

"நுழைவுப்பாதையா?" விட்டோரியா கேட்டாள்.

லேங்டன் ஆமோதித்தார். *உண்மையில் வெளியேறும் இடம், ஆனால் நாம் நுட்பமாகப் போகக்கூடாது.*

விட்டோரியா மண்டியிட்டு அந்தக் குடைவினுள் உற்றுப்பார்த்தாள். “நாம் கதவைச் சோதிப்போம். திறந்திருக்கிறதா என பார்க்கலாம்.”

அதை மறுக்க லேங்டன் தனது வாயைத் திறக்கப்போனார், ஆனால் விட்டோரியா அவரது கையைப் பற்றிக்கொண்டு அந்தத் திறப்புக்குள் இழுத்தாள்.

“பொறு,” லேங்டன் சொன்னார்.

அவள் பொறுமையிழந்து அவரை நோக்கித் திரும்பினாள்.

லேங்டன் பெருமூச்சுவிட்டார். “நான் முதலில் போவேன்.”

விட்டோரியா ஆச்சர்யகரமாகப் பார்த்தாள். “நாகரிகமா?”

“அழகைவிட வயதுக்கு முன்னுரிமை.”

“ஒரு பாராட்டென அதை எடுத்துக்கொள்ளலாமா?”

லேங்டன் புன்னகைத்தபடி அவளை முந்திக்கொண்டு இருட்டினுள் நுழைந்தார்.

“படிக்கட்டுகளில் கவனமாக இரு,” சுவரில் ஒரு கைவைத்தபடி, இருளில் மெல்ல மெல்ல முன்னேறினார். அவரது விரல்நுனியில் பாறை கூர்மையாகத் தட்டுப்பட்டது. ஒரு கணம் லேங்டன் பழங்கால புராணமான டாட்லியஸில், அந்தப் பையன் எப்படிச் சுவரில் ஒரு கை வைத்தபடியே மினோட்டாரின் புதிர் வட்டப் பாதையினூடாகச் சென்றான், சுவருடனான தொடர்பை முறித்துக்கொள்ளாதவரை முடிவைக் கண்டுபிடிப்பது உறுதியென அவன் அறிந்திருந்தான் என்பதை நினைத்துப்பார்த்தார். லேங்டன், முடிவைக் கண்டுபிடிக்க விரும்பினாரா என முழுக்க உறுதியாக அறிந்திருக்கவில்லை.

குடைவு சற்றே குறுகியது, லேங்டன் தன் வேகத்தைக் குறைத்தார். விட்டோரியா அவருக்குப் பின்னால் மிகநெருக்கமாக இருந்ததை அவர் உணர்ந்தார். சுவர் இடதுபுறமாகத் திரும்பியபோது குடைவு அரைவட்ட கவிகைமாடமாகத் திறந்தது. விநோதமாக, அங்கே மெல்லிய வெளிச்சமே இருந்தது. அந்த மங்கலான வெளிச்சத்தில் லேங்டன் கனமான மரக் கதவின் கோட்டுச்சித்திரத்தைக் கண்டார்.

“அடடா,” அவர் சொன்னார்.

"பூட்டியிருக்கிறதா?"

"பூட்டியிருந்தது."

"இருந்ததா?" விட்டோரியா அவரது பக்கம் வந்தாள்.

லேங்டன் சுட்டிக்காட்டினார். கதவு லேசாகத் திறந்திருக்க, உட்புறமாக ஒளிக்கற்றை வந்திருந்தது... அதன் கீல்கள் வலுவான கம்பியால் சிதைக்கப்பட்டு இன்னும் கதவிலேயே காணப்பட்டது.

அவர்கள் ஒரு கணம் மௌனமாக இருந்தனர். பின் இருளில், விட்டோரியாவின் கைகள் தனது மார்பில், அவரது ஜாக்கெட்டின் உள்புறம் நுழைந்து, எதையோ பற்றமுயல்வதை லேங்டன் உணர்ந்தார்.

"நிதானம், பேராசிரியரே, நான் துப்பாக்கியை எடுக்கிறேன் அவ்வளவுதான்" அவள் சொன்னாள்.

அந்தக் கணத்தில், வாடிகன் அருங்காட்சியகத்தின் உள்ளே, ஸ்விஸ் காவல் பணிக் குழு எல்லா திசைகளிலும் பரவியது. அருங்காட்சியகம் இருளாகக் காணப்பட, காவலர்கள் அமெரிக்க கடற்படை விநியோகிக்கும் அகச்சிவப்புக் கதிர் கண்ணாடிகள் அணிந்திருந்தனர். அந்தக் கண்ணாடி, அனைத்தையும் அச்சமூட்டும் பச்சை நிறத்தில் தோன்றச்செய்தது. ஒவ்வொரு காவலரும் ஆன்டெனாபோன்ற டிடெக்டர் இணைக்கப்பட்ட ஹெட்போன் அணிந்திருந்தனர், அணிந்திருந்தவரின் முன் சீராக அந்த ஆன்டெனா அசைந்தது - வாடிகனுள் மின்னணு உளவு சாதனங்கள் இருக்கிறதா என வாரத்துக்கு இரு முறை சோதனையிடுகையில் அவர்கள் பயன்படுத்தும் அதே சாதனம். அவர்கள் ஒரு முறைப்படி நகர்ந்தனர், சிலைகளுக்குப்பின், மாடங்கள், மறைவிடம், உபயோக சாதனங்களின் பின்னே. அந்த ஆண்டெனா மீச்சிறு காந்தப் புலத்தை உணர்ந்தாலும் சத்தமெழுப்பும்.

எப்படியிருந்தபோதும் அன்றிரவு, அவர்கள் எந்தச் சத்தத்தையும் பெறவில்லை.

65

சாந்தா மரியா டெல் போப்போலோவின் உட்புறம், மங்கிய ஒளியுடன் இருண்ட குகைபோல் காணப்பட்டது. அது தேவாலயம் என்பதைவிட பாதி பூர்த்தியடைந்த சுரங்க ரயில் நிலையம்போல்தான் பெரிதும் காணப்பட்டது. பிரதான தேவ இல்லம் சிதைந்த தரை, செங்கல் அடுக்குகள், மணல் குவியல்கள், சக்கரவண்டிகள், துருப்பிடித்த மண்வாரி எந்திரங்களுடன் இடைஞ்சலாகக் காணப்பட்டன. தரையிலிருந்து பிரமாண்டமான தூண்கள் எழுந்துநின்று மாடக்கூரையைத் தாங்கின. வண்ணம்பூசப்பட்ட கண்ணாடி வழியாக வந்த மந்தமான வெளிச்சத்தில் தூசுகள் காற்றில் பறந்துகொண்டிருந்தன. பிரமாண்டமான புதிய பின்டுரிச்சியோ ஓவியத்தின்கீழ், விட்டோரியாவுடன் நின்றபடி, அந்த சிதைவடைந்த ஆலயத்தினை ஆராய்ந்தார் லேங்டன்.

எதுவும் அசையவில்லை. பயங்கர அமைதி.

விட்டோரியா தன் இரு கைகளிலும் துப்பாக்கியை முன்னோக்கிப் பிடித்தபடி காணப்பட்டாள். லேங்டன் தன் கடிகாரத்தைச் சரிபார்த்தார்: இரவு 8:04. *இங்கே இருக்க நாம் பைத்தியக்காரர்களாக இருக்கவேண்டும்,* அவர் நினைத்தார். *இது மிக அபாயகரமானது.* இருந்தும், கொலைகாரன் உள்ளே இருந்தால், விரும்பும் எந்தக் கதவு வழியாகவும் அவன் வெளியேறலாம், இருக்கும் ஒரு துப்பாக்கியை வைத்துக்கொண்டு வெளியே நிற்பது முற்றிலும் பலனற்றதாகும். அவனை உள்ளே வைத்துப் பிடிப்பதுதான் ஒரே வழி... அதாவது, அவன் இன்னும் இங்கிருக்கும் பட்சத்தில். லேங்டன் பாந்தியனில் இருந்த ஒவ்வொருவரின் வாய்ப்பையும் பாழாக்கிய தனது தவறால் குற்றவுணர்ச்சி அடைந்திருந்தார். தற்போது முன்னெச்சரிக்கையாக இருக்க வலியுறுத்தும் நிலையில் அவர் இல்லை. அவர்தான் அவர்களை இந்த நிலையில் கொண்டுவந்து நிறுத்தியவர்.

தேவாலயத்தை ஆராய்ந்தபடி இருந்த விட்டோரியோ வேதனையுடன் காணப்பட்டாள். “சரி,” அவள் கிசுகிசுத்தாள். “இந்தச் சிக்கி சாப்பல் எங்கே இருக்கிறது?”

லேங்டன் மங்கலான அமானுடத்தன்மையுடன் காணப்பட்ட தேவாலயத்தின் பின்புறத்தைப் பார்வையிட்டபடி, வெளிச்சுவரை ஆராய்ந்தார். பொதுவான கருத்துக்கு மாறாக, மறுமலர்ச்சிக்கால தேவாலயங்கள் எப்போதும் *பல்வேறு சாப்பல்களைக் கொண்டிருந்தன*, நோட்ரே டேம் போன்ற மகா சாப்பல்கள் டஜன்கணக்கில் சாப்பல்களைக் கொண்டிருந்தன. தேவாலயத்தின் சுற்றுச்சுவரையொட்டி - அரைவட்ட மாடங்களுடனான கல்லறைகளுடன், சாப்பல்கள் காலியாகக் காணப்படாமல் குறைவான இடவசதியைக் கொண்டிருந்தன.

ஒவ்வொரு பக்கச் சுவரிலும் நான்கு ஒதுக்கிடங்களைக் கண்ட லேங்டன், நினைத்தார், *மோசமான செய்தி*. அங்கே மொத்தம் எட்டு சாப்பல்கள் காணப்பட்டன. எட்டு என்பது மிகப்பெரிய எண்ணாக இல்லாதபோதும், அந்த எட்டுத் திறப்புகளும் கட்டடவேலை காரணமாகப் பாலியூரித்தின் தாள்களால் மறைக்கப்பட்டிருந்தன. அந்த ஒளி ஊடுருவும் திரைகள் வெளிப்படையாகவே மாடக்குழிக்குள்ளிருந்த கல்லறையில் தூசி படிவதைத் தடுப்பதற்காக வைக்கப்பட்டிருந்தன.

"அது அந்த மறைக்கப்பட்ட ஒதுக்கிடங்களில் எதுவொன்றாகவும் இருக்கலாம்," லேங்டன் சொன்னார். "அவை ஒவ்வொன்றையும் உள்ளே சென்று பார்க்காமல் எது சிக்கியுனுடையது என அறிய வழியில்லை. ஆலிவெட்டிக்காகக் காத்திருக்க நல்ல காரணம்-"

"இரண்டாம்நிலை இடப்புற கவிகை எது?" அவள் கேட்டாள்

அவளது கட்டடக்கலை சொற்பிரயோகத் திறன்கண்டு ஆச்சரியமடைந்து லேங்டன் அவளைச் சிந்தனையுடன் நோக்கினார். "இரண்டாம்நிலை இடப்புற கவிகை?"

விட்டோரியா அவருக்குப் பின்னாலுள்ள சுவரைச் சுட்டிக்காட்டினாள். அலங்கார ஓடு அந்தக் கல்லில் பதிக்கப்பட்டிருந்தது. அவர்கள் வெளிப்புறம் பார்த்த அதே ஒளிரும் நட்சத்திரத்தின்கீழ் ஒரு பிரமிடு சின்னம் அதில் பொறிக்கப்பட்டிருந்தது. அதனருகிலிருந்த தூசு மூடிய தகட்டில்:

விருதுச் சின்னங்கள் பல பெற்ற அலெக்ஸாண்டர் சிக்கியின் கல்லறை,
தேவாலயத்தின் இரண்டாம்நிலை இடப்புற கவிகையில் அமைந்துள்ளது

லேங்டன் ஆமோதித்தார். *சிக்கியின் சின்னங்கள் பிரமிடும் நட்சத்திரமுமா?* அவர் திடீரென, வளமான புரவலரான சிக்கி ஒரு இல்லுமினாட்டியாக இருந்திருந்தால்... என்ற ஆச்சரியத்துக்கு உள்ளானார். அவர் விட்டோரியாவைப் பாராட்டினார், “அருமையான வேலை, நான்சி ட்ரூ.”

“என்ன”

“பொருட்படுத்தாதே. நான்–”

சில அடிகள் தள்ளி ஒரு உலோகத் துண்டு தரையில் சப்தமெழுப்பியது. அந்தச் சப்தம் தேவாலயம் முழுவதும் எதிரொலித்தது. சத்தம் வந்த திசை நோக்கி துப்பாக்கியை நீட்டியபடி பாயப்போக, லேங்டன் விட்டோரியாவை ஒரு தூணுக்குப் பின்னால் இழுத்தார். மௌனம். அவர்கள் காத்திருந்தனர். மறுபடியும் சத்தமெழுந்தது, இம்முறை ஒரு சலசலப்பு. லேங்டன் மூச்சை இழுத்துப்பிடித்தார். *நாங்கள் இங்கே வந்திருக்க நான் சம்மதித்திருக்கக்கூடாது.* அந்த சப்தம் நெருங்கிவந்தது, ஒரு மனிதன் நொண்டி நடப்பதைப்போல விட்டுவிட்டு சத்தமெழுந்தது. திடீரென தூணின் அடிப்பாகத்தில், ஒரு பொருள் பார்வைக்குத் தட்டுப்பட்டது.

“பெட்டை நாய்க்குப் பிறந்தவன்” விட்டோரியா வாய்க்குள் சபித்தபடி, பின்னால் துள்ளிக்குதித்தாள். லேங்டன் அவளுடன் பின்னால் நகர்ந்தார்.

தூணின் அருகே, காகிதத்திலிருந்த பாதி தின்ற சாண்ட்விச்சை, ஒரு பெருச்சாளி இழுத்துக்கொண்டிருந்து. அவர்களைக் கண்டதும் அந்த ஜந்து நின்றது, விட்டோரியாவின் ஆயுதத்தை சற்று நேரம் உற்றுப்பார்த்துவிட்டு, அதிர்ச்சியடையாமல், தன் பரிசை தொடர்ந்து இழுத்தபடி தேவாலயத்தின் மறைவிடம் நோக்கிச் சென்றது.

“.... பொறந்தது” லேங்டன் பெருமூச்சுவிட்டார், அவரது இதயம் வேகமாகத் துடித்துக்கொண்டிருந்தது.

விட்டோரியா துப்பாக்கியைக் கீழிறக்கியபடி, விரைவாகத் தனது சமநிலைக்குத் திரும்பினாள். லேங்டன் தூணைச் சுற்றி, வேலைசெய்பவர்களின் மதிய உணவுப் பாத்திரங்கள் தரையில் பரவிக்கிடக்கிறதா எனப் பார்வையிட்டவர், ஷா ஹார்ஸ்

ஒன்றை கொறித்துண்ணி சேதம் செய்திருப்பதைக் கண்டு வெளிப்படையாகவே அதிர்ச்சியடைந்தார்.

நகர்வதற்காக லேங்டன் தேவாலய மண்டபத்தை ஆராய்ந்தபடி முணுமுணுத்தார், "அந்த ஆள் இங்கிருந்தால், கேள்விப்பட்டபடி நரகமாகவே இருப்பான். நீ ஆலிவெட்டி வரும்வரை காத்திருக்க வேண்டாமென நிச்சயமாக இருக்கிறாயா?"

"இரண்டாம்நிலை இடப்புற கவிகை," விட்டோரியா திரும்பச் சொன்னாள். "அது எங்கிருக்கிறது?"

தயக்கத்துடன் லேங்டன் திரும்பி சமநிலைக்கு வரமுயன்றார். தேவாலயச் சொற்பதங்கள் அரங்க வழிகாட்டுதல்கள் போல- முழுக்க இயல்புநிலைக்கு எதிரானவை. அவர் பிரதான பலிபீடத்தைநோக்கினார். மையத்தில் நின்றார். பின் அவர் தன் தோளுக்கு மேலாகக் கட்டைவிரலால் பின்நோக்கி சுட்டிக்காட்டினார்.

அவர்கள் இருவரும் திரும்பி, அவர் சுட்டிக்காட்டிய திசையை நோக்கினர்.

சிக்கி சாப்பல் அவர்களுக்கு வலப்புறமிருந்த நான்கு மாடங்களில் மூன்றாவதாக அமைந்திருந்ததாகத் தோன்றியது. நல்ல செய்தி என்னவெனில், லேங்டனும் விட்டோரியாவும் தேவாலயத்தின் சரியான பக்கத்தில் இருந்தனர். மோசமான செய்தி, அவர்கள் தவறான முனையில் இருந்தனர். அவர்கள் கதீட்ரலின் நீளத்தைக் கடந்து, சிக்கி சாப்பல் அளவில் காணப்பட்ட, ஒளி ஊடுருவும் ப்ளாஸ்டிக் கவசத்தால் மூடப்பட்ட மற்ற மூன்று சாப்பல்களைத் தாண்டிச் செல்லவேண்டும்.

"பொறு," லேங்டன் சொன்னார். "நான் முதலில் போவேன்."

"அதை மறந்துவிடுங்கள்."

"பாந்தியனில் ஏமாந்துபோனவன் நான்."

அவள் திரும்பினாள். "ஆனால் துப்பாக்கியுடன் இருப்பவள் நான்."

அவளது விழிகளில் அவள் உண்மையில் சிந்திப்பதென்ன என்பதை லேங்டனால் காணமுடிந்தது... *தந்தையை இழந்தவள் நான்தான். பேரழிவுக்கான ஆயுதத்தை உருவாக்க உதவியவள் நான். இந்த நபரின் முழங்கால் மூட்டுகள் என்னுடையவை...*

லேங்டன் இந்த விவாதத்தின் பலனின்மையை உணர்ந்து அவளைப் போகவிட்டார். அவர் அவளுக்கு அருகில், கவனமாகப் பேராலயத்தின் கிழக்குப் பக்கம் நோக்கி நகர்ந்தார். அவர்கள் முதல் திரையிடப்பட்ட மாடத்தைத் தாண்டியபோது, லேங்டன், சில சர்ரியல் கேம் ஷோக்களில் போட்டியாளர் காணப்படுவதுபோல் இறுக்கமாக உணர்ந்தார். *நான் மூன்றாவது திரையைத் தேர்வுசெய்வேன்,* அவர் நினைத்தார்.

தேவாலயம் அமைதியாக இருந்தது, கனமான கற்சுவர்கள் புற உலகிலிருந்து வரும் அனைத்துக் குறிப்புகளையும் தடுத்தது. அவர்கள் ஒரு சாப்பலிலிருந்து அடுத்த சாப்பலுக்கு விரைகையில், சலசலக்கும் பிளாஸ்டிக் திரைக்குப் பின்னால் மனித வடிவிலான உருக்கள் பேயுருக்களைப் போல் அசைந்தன. அவர் நம்புவது சரியெனில், *பளிங்கில் செதுக்கப்பட்டது,* லேங்டன் தனக்குள் சொல்லிக்கொண்டார். அப்போது இரவு 8.06. கொலைகாரன் சரியான நேரத்துக்கு வந்து, லேங்டன், விட்டோரியா நுழைவதற்குமுன் நழுவியிருப்பானோ? லேங்டன், எந்தக் காட்சியை எதிர்பார்ப்பதென நிச்சயமில்லாமல் காணப்பட்டார்.

மெதுவாக இருண்டுவரும் அச்சுறுத்தும் தேவாலயத்தில், அவர்கள் இரண்டாவது கவியத்தைத் தாண்டினர். வண்ணம்பூசப்பட்ட கண்ணாடி ஜன்னலில் படிந்த பனிப்பூச்சின் மூலம், தற்போது இரவு விரைவாகக் கவிவதுபோல் தோன்றியது. அவர்கள் பிளாஸ்டிக் திரையைத் தள்ளுகையில், அவர்களுக்கருகே காற்றின் இழுப்பில் சிக்கியதுபோல் திடீரென உப்பியது. லேங்டன், யாரோ, எங்கோ கதவைத் திறந்திருக்கவேண்டுமென வியந்தார்.

மூன்றாவது குவிமாடம் அவர்கள்முன் வெளிப்பட விட்டோரியோ வேகத்தைக் குறைத்தாள். கவியத்தின் அருகிலிருந்த நடுகல்லை நோக்கி அவளது தலையைத் திருப்பியபடி, துப்பாக்கியை அவளுக்கு முன்னால் பிடித்திருந்தாள். கிரானைட்டாலான பாளத்தில் இரண்டு வார்த்தைகள் செதுக்கப்பட்டிருந்தன:

கேப்பல்லா சிக்கி

லேங்டன் ஆமோதித்தார். சிறிதும் சத்தமின்றி நுழைவிடத்தின் ஓரத்தை நோக்கி நகர்ந்து, அகலமான தூணொன்றின் பின்னால் தங்களை மறைத்துக்கொண்டனர். விட்டோரியா துப்பாக்கியைப்

பிளாஸ்டிக்கின் முனையை நோக்கிப் பிடித்துக்கொண்டாள். பின் லேங்டனுக்கு அந்த மறைப்பை இழுக்கும்படி சைகைசெய்தாள்.

பிரார்த்தனையைத் தொடங்குவதற்குச் சரியான நேரம், அவர் நினைத்தார். தயக்கமாக, அவர் அவளது தோளைத் தாண்டிவந்தார். சாத்தியமானவரை கவனமாக, அவர் அந்தப் பிளாஸ்டிக்கை ஒருபக்கமாக இழுக்கத் தொடங்கினார். அது ஒரு இஞ்ச் வரைக்கும் நகர்ந்து சத்தத்துடன் சுருங்கியது. அவர்கள் இருவரும் உறைந்துநின்றனர். மௌனம். ஒரு கணத்துக்குப் பின், மெதுவாக உள்ளே நகர்ந்தனர், விட்டோரியா முன்னே சாய்ந்து, குறுகிய பிளவின்வழி உள்ளே பார்த்தாள். லேங்டன் அவள் தோளுக்கு மேலாகப் பார்த்தார்.

ஒரு கணத்துக்கு, அவர்கள் இருவரும் மூச்சுவிடவில்லை.

“காலி,” என்ற விட்டோரியா கடைசியில் துப்பாக்கியைத் தாழ்த்தினாள். “நாம் ரொம்பவே தாமதித்துவிட்டோம்.”

லேங்டனுக்கு அது கேட்கவில்லை. ஒரு கணம் அவர் வேறொரு உலகத்துக்கு வந்துவிட்ட பிரமையில் காணப்பட்டார். ஒரு சாப்பல் இப்படிக் காட்சியளிக்குமென, அவரது வாழ்வில் ஒருபோதும் கற்பனை செய்ததில்லை. முழுக்க செஸ்ட்நெட் பளிங்கில் வடிவமைக்கப்பட்டு, சிக்கி சாப்பல் மூச்சடைக்கும்படி காணப்பட்டது. லேங்டனின் பழகிய கண்கள் அதனை ஒரே வீச்சில் விழுங்கியது. லேங்டனால் முழுதும் புரிந்துகொள்ளமுடியாதபடி, சாப்பல் முழுக்க பூமிக்குரியதாக, கிட்டத்தட்ட கலீலியோவும் இலுமினாட்டியும் தாங்கேளே வடிவமைத்ததுபோல காணப்பட்டது.

தலைக்குமேல், குவிமாட கப்போலோ ஒளிசிந்தும் நட்சத்திரங்களாலும் ஏழு வானியல் கோள்களோடும் மின்னியது. கீழே பன்னிரண்டு ராசியின் பாகன் சின்னங்கள்-, வானியலில் வேரூன்றிய பூமியின் சின்னங்கள். மேலும் ராசிகள் நேரடியாக சக்தி, அறிவுக்கூர்மை, தீவிரம், உணர்வைப் பிரதிநிதித்துவப்படுத்தும் பூமி, காற்று, நெருப்பு, நீர் ஆகிய கால்வட்டங்களுடன் பிணைக்கப்பட்டிருந்தன. பூமிசக்திக்குரியது என்பதை லேங்டன் நினைவுகூர்ந்தார்.

அதற்கும் கீழே சுவரில், லேங்டன் பூமியின் நான்கு தற்காலிகப் பருவங்களான- வசந்தம், கோடை, இலையுதிர்காலம், குளிர்காலத்துக்கான பங்களிப்புகளைக் கண்டார். ஆனால்,

இவையனைத்தையும்விட பெரிதும் வியப்பானதாக, அந்த அறையைச் செல்வாக்கு செலுத்திக்கொண்டிருந்தது இரண்டு பிரமாண்டமான அமைப்புகள். லேங்டன் அவற்றை மௌனமும் ஆச்சர்யமாகப் பார்த்துக்கொண்டிருந்தார். *இருக்கமுடியாது,* அவர் நினைத்தார். *இது சாத்தியமில்லை.* ஆனால் அது இருந்தது. சாப்பலின் இருபுறமும், சரியான சமச்சீர்நிலையில் இரண்டு பத்தடி உயர மார்பிள் பிரமிடுகள் காணப்பட்டன.

“நான் கார்டினலைக் காணவில்லை,” விட்டோரியா கிசுகிசுத்தாள். “கொலைகாரனையும்.” அவள் பிளாஸ்டிக்கை ஓரமாக இழுத்துவிட்டு உள்ளே நுழைந்தாள்.

லேங்டனின் கண்கள் பிரமிடுகளின்மேல் உறைந்திருந்தன. *கிறிஸ்துவ தேவாலயத்தில் பிரமிடுகள் என்ன செய்துகொண்டிருக்கின்றன?* வியப்பதற்கு, அங்கே நிறைய இருந்தன. ஒவ்வொரு பிரமிடின் நடுமையத்தில், முன்புற முகப்புகளாகப் பதிக்கப்பட்டிருந்தவை, தங்கப் பதக்கங்கள். துல்லியமான *நீள்வட்டத்தில்* பதக்கங்கள் பதிக்கப்பட்டு, லேங்டன் வெகுசிலவற்றையே கண்டிருக்கிறார். அஸ்தமன சூரியன் கப்போலாவின் ஊடாக நகர்ந்தபோது, மெருகேறிய வட்டங்கள் பளபளத்தன. *கலீலியோவின் நீள்வட்டங்கள்? பிரமிடுகள்?, நட்சத்திரங்களின் குவிமாடம்?* லேங்டன் தன் மனதில் கற்பனைசெய்திருந்த எந்த ஒரு அறையைக்காட்டிலும் அந்த அறை பெரிதும் இல்லுமினாட்டி முக்கியத்துவத்தைக் கொண்டிருந்தது.

“ராபர்ட்,” விட்டோரியா பிதற்றினாள், அவளது குரல் உடைந்திருந்தது. “கவனி!”

லேங்டன் யதார்த்தத்துக்குத் திரும்ப அவரது கண்கள், அவள் காட்டிய திசையில் திரும்பின. “அடக் கொடுமையே” கத்தியபடி அவர் பின்னால் குதித்தார்.

அவர்களைப் பரிகசிப்பதுபோல் தரையிலிருந்து உயரே எலும்புக்கூட்டின் பிம்பம் ஒன்று- நுட்பமான விவரங்களுடன் காணப்பட்டது, மார்பிள் மொசைக்கில் “அந்தர மரணம்” என்ற வாசகம் காணப்பட்டது. அந்த எலும்புக்கூடு அவர்கள் வெளியே பார்த்த அதே பிரமிடு நட்சத்திர வரைபடத்துனான கற்பலகையைச் சுமந்தபடி காணப்பட்டது. எனினும், லேங்டனின் இரத்தத்தை உறையச் செய்தது அந்த ஓவியமல்ல. அந்த மொசைக், குப்பர்மன்டோ எனும் வட்டவடிவ கல்லின்மீது-

தரையிலிருந்து உயரமாகக் காணப்படும் சாக்கடைத் துவார மூடியைப் போல், தரையில் காணப்பட்ட இருண்ட திறப்பின் ஒருபக்கமாக அமைந்திருந்தது.

"சாத்தானின் துளை", லேங்டன் பெருமூச்சுவிட்டார். அவர் இதுவரை பார்க்காத கூரையால் ஈர்க்கப்பட்டார். நிதானமாக அவர் அந்தப் பள்ளத்தை நோக்கி நகர்ந்தார். மேலே வந்த துர்நாற்றம் தடுமாறச் செய்வதாக இருந்தது.

விட்டோரியா ஒரு கையை வாயில் வைத்தாள். *"என்ன நாற்றம்."*

"அருவருப்பூட்டுவது," லேங்டன் சொன்னார். "எலும்புகள் அழிவுபட்டு எழும் ஆவியிலிருந்து வருவது." அவர் சட்டையின் கைப்பகுதியால் மறைத்துக்கொண்டு சுவாசித்தபடி, துளையின் பக்கம் சாய்ந்து, எட்டிப்பார்த்தார். கருமை. "என்னால் ஒன்றையும் பார்க்கமுடியவில்லை."

"கீழே யாரும் இருப்பதாக நீங்கள் நினைக்கிறீர்களா?"

"தெரிந்துகொள்ள எந்த வழியுமில்லை."

விட்டோரியா துளையில் சற்று தள்ளி, ஆழத்துக்குள் இறங்கிச்சென்ற வலுவிழந்த, மர ஏணியின் பக்கம் நகர்ந்தாள். லேங்டன் தலையை அசைத்தார். "நரகத்தைப் போலிருக்கிறது."

"ஒருவேளை வெளியேயுள்ள அந்தச் சாதனங்களுள் ஒரு ப்ளாஷ்லைட் இருக்கலாம்." அந்த நாற்றத்திலிருந்து தப்ப ஒரு சாக்காக ஆர்வத்துடன் அவள் குரல் ஒலித்தது. "நான் தேடுவேன்."

"கவனம்!" லேங்டன் எச்சரித்தார். "அந்தக் கொலைகாரன்... நமக்கு நிச்சயமாகத் தெரியாது"

ஆனால் விட்டோரியா ஏற்கனவே போயிருந்தாள்.

உறுதியான மனம் படைத்த ஒரு பெண், லேங்டன் நினைத்தார்.

பள்ளத்தை நோக்கி திரும்பியபோது, நாற்றத்தின் காரணமாக அவர் தலைசுற்றுவதுபோல் உணர்ந்தார். மூச்சைப் பிடித்துக்கொண்டு, அவர் தனது தலையை விளிம்புக்குக் கீழே நீட்டி இருளுக்குள் ஆழமாக எட்டிப்பார்த்தார். மெதுவாக, அவரது கண்கள் பழகியவுடன், கீழே தெளிவில்லாத உருவங்களைக் காண ஆரம்பித்தார் அவர். அந்தக் குழி கீழே ஒரு

சிறிய அறையில் சென்றிணைவதாகத் தோன்றியது. சிக்கியின் எத்தனை தலைமுறைகள் உரிய சடங்குகளின்றி உள்ளே தள்ளப்பட்டிருக்கும் என வியந்தார் அவர். *சாத்தானின் துளை.* லேங்டன் தனது கண்களை மூடி, தனது கருவிழிகள் விரிவடைய நெருக்குதலளித்து, இருளில் தெளிவாகக் காண்பதற்காகக் காத்திருந்தார், திரும்பவும் தன் கண்களை அவர் திறந்தபோது, வெளிறிய மந்தமான உருவம் கீழே இருளில் ஊசலாடியபடி தெரிந்தது. லேங்டன் நடுங்கினாலும் அங்கிருந்து விலகிச் செல்லத் தூண்டும் உள்ளுணர்வுக்கு எதிராகப் போராடினார். *நான் விஷயங்களைக் காண்கிறேனா? இது ஒரு உடலா?* அந்த உருவம் மங்கியது. லேங்டன் இம்முறை சற்று நீண்டநேரம், மெல்லிய வெளிச்சத்தையும் அவரது கண்கள் ஈர்த்துக்கொள்ளும்படி மீண்டும் கண்களை மூடிக் காத்திருந்தார்.

தலைசுற்றல் நிலைகொள்ளத் தொடங்க, அவரது எண்ணங்கள் கருமைக்குள் திரிந்தன. *இன்னும் சில நொடிகள் கூடுதலாக.* அந்த நெடியைச் சுவாசித்ததா அல்லது தலையைக் குனிந்தபடியே வைத்துக்கொண்டிருந்ததா என அவருக்கு உறுதியாகத் தெரியவில்லை, ஆனால் லேங்டன் நிச்சயமாக நோய்க்கூறாக உணரத் தொடங்கினார். கடைசியில் அவர் கண்ணை மீண்டும் திறந்ததும், அவருக்கு முன்னாலிருந்த பிம்பம் விளக்கமுடியாததாக இருந்தது.

அவர் தற்போது அச்சமூட்டும் நீல ஒளியில் நனைந்த நிலவறையை உற்றுப்பார்த்துக்கொண்டிருந்தார். ஒரு மெல்லிய ஹிஸ் சத்தம் அவர் காதுகளில் எதிரொலித்தது. ஒளி செங்குத்தான சுவரின்மீது மின்னிக்கொண்டிருந்தது. திடீரென, ஒரு நீண்ட நிழல் அவர் மீது கவிழ்ந்தது. திகைத்த லேங்டன் மேல்நோக்கி நிமிர்ந்தார்.

"கவனம்" யாரோ அவருக்குப் பின்னால் வியப்பை வெளிப்படுத்தினார்கள்.

லேங்டன் திரும்பும்முன், அவர் தன் கழுத்தின் பின்புறத்தில் கூரிய வலியை உணர்ந்தார். அவர் விட்டோரியாவைப் பார்க்க திரும்ப ஒரு ஜுவாலை விளக்கை அவரிடமிருந்து விலக்கினாள், ஹிஸ் என்ற சத்தத்துடன் ஜுவாலை, சாப்பலைச் சுற்றி நீல வெளிச்சத்தை வீசியது.

லேங்டன் தன் கழுத்தைப் பிடித்தார். "நீ என்ன இழவைச் செய்துகொண்டிருக்கிறாய்?"

"நான் உங்களுக்குக் கொஞ்சம் வெளிச்சம் தந்துகொண்டிருந்தேன்," என்றாள் அவள். "நீங்கள் சரியாக எனக்கு நேராகத் திரும்பினீர்கள்."

லேங்டன் அவள் கையிலிருந்த எடுத்துச் செல்லக்கூடிய ஜூவாலை விளக்கை உற்றுப்பார்த்தார்.

"நான் செய்யமுடிந்ததிலே சிறப்பானது," அவள் சொன்னாள். "ப்ளாஷ்லைட்டுகள் இல்லை."

லேங்டன் தனது கழுத்தைத் தேய்த்தார். "நீ வரும் சத்தம் எனக்குக் கேட்கவேயில்லை."

விட்டோரியா அந்த டார்ச்சை அவரிடம் கொடுத்துவிட்டு, அந்த நிலவறையிலிருந்து வரும் துர்நாற்றத்தால் திரும்பவும் முகம்சுளித்தாள். "அந்தக் கெடுவாடையுடான ஆவி தீப்பற்றக்கூடியதென நினைக்கிறாயா?"

"தீப்பற்றாதென நாம் நம்புவோம்."

அவர் டார்ச்சை எடுத்துக்கொண்டு மெதுவாக அந்தத் துளையை நோக்கி நகர்ந்தார். கவனமாக, அவர் அதன் விளிம்பை நோக்கி முன்னேறி, ஜூவாலையைத் துளையின் அடிப்புறமாகக் காட்டி, பக்கச் சுவரை ஒளியூட்டினார். அவர் வெளிச்சத்தை நகர்த்த, அவரது கண்கள் சுவரின் விளிம்பை கீழ்நோக்கி ஆராய்ந்தன. அந்த நிலவறை வட்டமானதாக, இருபதடி அகலமும், முப்பதடி ஆழமும் உடையதாக இருந்தது, வெளிச்சம் தரையைக் காட்டியது. தரை இருளாக, கரடுமுரடாக பூச்சு இல்லாமல் காணப்பட்டது. மண்ணாலானதாக. பின் லேங்டன் அந்த உடலைக் கண்டார்.

அவரது உள்ளுணர்வு பின்வாங்கியது. "அவர் இங்கிருக்கிறார்," லேங்டன் பின்வாங்காமல் தன்னைக் கட்டுப்படுத்திக்கொண்டு சொன்னார். அந்த உருவம் மண்ணாலான தரைக்கு நேர்மாறாக வெளிறிய புறக்கோடாகத் தெரிந்தது. "அவர் ஆடை களையப்பட்டு நிர்வாணமாக இருக்கவேண்டுமென நினைக்கிறேன்." லேங்டனுக்கு லியனார்டோ வெத்ராவின் நிர்வாண பிணம் நினைவில் வந்துபோனது.

“அது கார்டினல்களில் ஒருவரா?”

லேங்டனுக்குத் தெரியவில்லை, ஆனால் அது வேறொருவராய் இருக்கமுடியுமென அவரால் கற்பனை செய்யமுடியவில்லை. அவர் கீழே அந்த வெளிறிய உருண்ட வடிவத்தை வெறித்தார். அசையாமல், உயிரற்றதாக. *இருந்தும்*... லேங்டன் தயங்கினார். அந்த உருவம் காணப்பட்ட நிலையில் ஏதோ ஒன்று வெகு விநோதமாயிருந்தது. அவர்....

லேங்டன் கத்தினார். “ஹலோ?”

“அவர் உயிருடனிருப்பார் என நீங்கள் நினைக்கிறீர்களா?” கீழிருந்து எந்தப் பதிலும் வரவில்லை.

“அவர் அசையவில்லை,” லேங்டன் சொன்னார். “ஆனால் அவர் தோன்றுகிறார்...” *இல்லை, சாத்தியமில்லை.*

“அவர் எப்படித் தோன்றுகிறார்?” விட்டோரியா தற்போதும்கூட விளிம்பிலிருந்தபடியே எட்டிப் பார்த்தபடி கேட்டாள்

லேங்டன் இருளினுள் ஓரக்கண்ணால் பார்த்தார். “அவர் நின்றுகொண்டிருப்பதுபோலத் தோன்றுகிறார்.”

விட்டோரியா மூச்சை இழுத்துப் பிடித்தபடி, விளிம்பில் முகத்தைத் தாழ்த்திப் பார்த்தாள். ஒரு கணத்துக்குப்பின், அவள் முகத்தைத் திரும்பினாள். “நீங்கள் சொல்வது சரி. அவர் நின்றுகொண்டிருக்கிறார். ஒருவேளை அவர் உயிரோடிருக்கலாம், உதவி தேவைப்படலாம்!” அவள் துளையினுள் கூவினாள் “ஹலோ, *என் குரல் கேட்கிறதா?*”

பாசி படர்ந்த உட்புறம் காரணமாக எதிரொலி கேட்கவில்லை. மௌனம் மட்டுமே.

விட்டோரியா அந்தப் பலவீனமான ஏணியைநோக்கி நடந்தாள்.

“நான் கீழே போகப் போகிறேன்.”

லேங்டன் அவளது கையைப் பற்றினார். “இல்லை. இது அபாயகரமானது. நான் போவேன்.”

இம்முறை விட்டோரியா விவாதிக்கவில்லை.

66

சினிதா மாக்ரி பித்துப்பிடித்ததுபோல் காணப்பட்டாள். டோமாசெல்லி வழியாகச் சென்றுகொண்டிருந்த பிபிசி வேனின் மூலையில் பயணிகள் இருக்கையில் சும்மா அமர்ந்திருந்தாள். குந்தர் க்ளிக் தனது ரோம் வரைபடத்தைத் தன்னைமறந்து சோதனையிட்டபடி காணப்பட்டான். அவள் பயந்ததுபோலவே, அவனது ரகசிய அழைப்பாளன் திரும்பவும் அழைத்தான். இம்முறை தகவலுடன்.

“பியாஸா டெல் போப்போலா,” க்ளிக் வலியுறுத்தினான். “அதைத்தான் நாம் தேடிக்கொண்டிருக்கிறோம். அங்கே ஒரு தேவாலயம் இருக்கிறது. உள்ளே ஆதாரம் இருக்கிறது.”

“ஆதாரம்.” சினிதா தன் கையிலிருந்த லென்ஸை மெருகிடுவதை நிறுத்தி, அவன் பக்கம் திரும்பினாள். “ஒரு கார்டினல் கொலைசெய்யப்பட்டதற்கான ஆதாரமா?”

“அதுதான் அவன் சொன்னது.”

“நீ கேள்விப்படும் அனைத்தையும் நம்புவாயா?” சினிதா பல சமயங்களில் செய்ததுபோல, அவளே பொறுப்பினில் இருப்பவளாக இருக்க விரும்பினாள். எனினும், வீடியோகிராஃபர்கள், பைத்தியக்காரச் செய்தியாளர்கள் ஆட்டுவிப்பதற்கு ஏற்ப காட்சிகளை ஒளிப்பதிவு செய்பவர்களாக இருந்தார்கள். குந்தர் க்ளிக் அற்பமான தொலைபேசி அழைப்பு தந்த துப்பைப் பின்தொடர விரும்பினால், மாக்ரி அவனது வாரால் பிணைக்கப்பட்ட நாயாக இருந்தாள்.

அவள் அவனைப் பார்த்தாள், ஓட்டுநர் இருக்கையில் அமர்ந்தபடி, அவனது தாடை சிந்தனையில் இறுகியிருந்தது. இவனின் பெற்றோர் நிச்சயம் தோல்வியடைந்த நகைச்சுவை நடிகர்களாக இருந்ததாலேயே, இவனுக்குக் குந்தர் க்ளிக் என பெயரிட்டிருக்கவேண்டுமென அவள் நினைத்தாள். தான் நிரூபிப்பதற்குத் தன்னிடம் ஏதோ இருக்கிறதென இவன் உணர்வதில் ஆச்சர்யம் ஏதுமில்லை. அவனது துரதிர்ஷ்டவசமான பொதுப்பெயர் மற்றும் சாதிப்பதற்கான தொந்தரவூட்டும் ஆர்வம் மட்டும் இல்லையெனில், வெளிறிய,

பிரிட்டிஷ்தனமான, எளிதில் கோபம் கொள்ளாத விதத்தில், க்ளிக் இனிமையானவன்... வசீகரமானவன். லித்தியம் படத்தில் நடித்த ஹக் கிராண்ட் போல.

நாம் செய்ண்ட் பீட்டருக்குத் திரும்பக்கூடாதா?" முடிந்தவரை பொறுமையுடன் கேட்டாள். "நாம் இந்த மர்ம தேவாலயத்தைப் பிறகு தேடலாம். ஒரு மணி நேரத்துக்கு முன்பே பாதிரிகள் சந்திப்பு தொடங்கியிருக்கும். நாம் இல்லாதபோது கார்டினல்கள் ஒரு முடிவுக்கு வந்தால் என்னாகும்?"

க்ளிக் கேட்டதுபோலவே தெரியவில்லை. "இங்கே, நாம் வலப்பக்கம் போகவேண்டுமென நான் நினைக்கிறேன்." அவன் வரைபடத்தைச் சாய்த்து மீண்டும் ஆராய்ந்தான். "ஆமாம், வலப்பக்கம் திரும்பியதும்... உடனே இடப்பக்கம் திரும்பவேண்டும்."

"கவனி!" மாக்ரி கத்தினாள். அவள் வீடியோ டெக்னீசியன் என்பதால், அவளது கண்கள் கூர்மையானவை. அதிர்ஷ்டவசமாக, க்ளிக்கும் மிகவும் வேகமாகச் செயல்பட்டான். அவன் வேகத்தடையை மிதித்து, வரிசையாக எங்கிருந்தோ வெளிப்பட்டு அசுரவேகத்தில் கடந்த நான்கு ஆல்ஃபா ரோமியோக்கள் மீது மோதவிருந்ததைத் தவிர்த்தான். கார்கள் சறுக்கி, கடந்துசென்றதும், வேகத்தைக் குறைத்து ஒரு வளாகத்துக்கு முன்பாக சரியாக இடப்புறம் திருப்பி, க்ளிக் செல்ல நினைத்த மிகச் சரியான பாதையில் ஓட்டிச்சென்றான்.

"வெறிபிடித்தவர்கள்!" மாக்ரி கத்தினாள்.

க்ளிக் ஆட்டம்கண்டவனாகத் தோன்றினான். "நீ அதைப் பார்த்தாயா?"

"ஆம், நான் பார்த்தேன். அவர்கள் கிட்டத்தட்ட நம்மைக் கொன்றேவிட்டார்கள்"

"இல்லை, நான் கார்களைச் சொன்னேன்," க்ளிக் அவனது குரலில் திடீரென பரவசம் வெளிப்படச் சொன்னான். "அவை எல்லாமே ஒரேமாதிரியானவை."

"ஆக, அவர்கள் கற்பனையில்லாத வெறியர்கள்."

"கார்களும்கூட நிரம்பியிருந்தன."

"அதனாலென்ன?"

“நான்கும் ஒரே மாதிரி கார்கள், *அனைத்தும்* நான்கு பயணிகளுடன்”

“நீ எப்போதாவது கார்பூலிங் பற்றி கேள்விப்பட்டிருக்கிறாயா?”

“இத்தாலியிலா?” க்ளிக் நடுவே மறித்தான்.

“அவர்கள் லீட் கலப்பில்லாத கேஸ் என்பதைக்கூட கேள்விப்பட்டிருக்க மாட்டார்கள்.” அவன் வேகமுடுக்கியை மிதித்து கார்களுக்குப் பின்னால் சென்றான்.

மாக்ரி அவளது சீட்டில் மீண்டும் வீசப்பட்டாள். “நீ என்ன இழவு பண்ணிக்கிட்டிருக்க?”

க்ளிக் தெருவெங்கும் விரட்டிச்சென்று ஆல்ஃபா ரோமியோஸுக்குப் பின்பாக இடதுபுறம் திரும்பினான். “நீயும் நானும் மட்டுமே தற்போது இந்தத் தேவாலயத்துக்குச் சென்றுகொண்டிருக்கவில்லையென ஏதோ ஒன்று எனக்குச் சொல்கிறது.”

67

இறங்குவது மெதுவாக நடந்தது.

லேங்டன் கிறீச்சிடும் ஏணியில் ஒவ்வொரு படியாக இறங்கி... சிக்கி சாப்பலின் தரைத்தளத்துக்குக் கீழ் வெகு ஆழத்துக்குச் சென்றார்... *சாத்தானின் துளைக்குள்,* அவர் நினைத்தார். அவரது முதுகு அறையைப் பார்த்தபடியிருக்க, பக்கச் சுவரைப் பார்த்தபடி, ஒருநாள் எத்தனை இருண்ட, நெரிசலான இடங்களை வழங்கமுடியும் என வியந்தபடி இறங்கினார். ஒவ்வொரு அடிவைப்புக்கும் ஏணி முனகியது, அழுகும் சதையினுடைய கடுமையான நெடி மற்றும் ஈரப்பதம் கிட்டத்தட்ட மூச்சுத்திணறடித்தது. பாழாய்ப்போன ஆலிவெட்டி எங்கேயென லேங்டன் வியந்தார்.

துளையின் உள்பக்கமாக ஜூவாலை விளக்கைப் பிடித்தபடி, லேங்டனுக்கான வழியை ஒளியூட்டும் விட்டோரியாவின் கோட்டுருவம் இன்னும் மேலே பார்வைக்குத் தட்டுப்பட்டது.

அவர் இன்னும் ஆழமாக இருளினுள் இறங்கியபடியிருக்க, மேலிருந்து வரும் நீல வெளிச்சம் மங்கியபடியே சென்றது. அதிகரித்துக்கொண்டே சென்ற ஒரே விஷயம் நாற்றம்தான்.

பன்னிரண்டு படிகள் கீழே, அது நிகழ்ந்தது. லேங்டனுடைய கால்கள் உளுத்து வழுக்கும்தன்மையுடைய இடத்தில் பட, அவர் தடுமாறினார். முன்னேறிச் சென்று, அவர் ஏணியை தன் முன்னங்கைகளால் பற்றிக்கொண்டு அடியில்சென்று விழுவதைத் தவிர்த்தார். அவரது கைகளில் ஏற்பட்ட காயங்களைச் சபித்தபடி, தனது உடலை இழுத்தபடி ஏணிக்குத் திரும்பி, மறுபடியும் இறங்கத் தொடங்கினார்.

மூன்று படிகள் இறங்கியதும், அவர் மறுபடியும் கிட்டத்தட்ட விழப்பார்த்தார், ஆனால் இம்முறை இந்த விபத்துக்குக் காரணம் படி அல்ல. அது அச்சத்தின் பிடியால். சுவரில் அவருக்கு முன்பிருந்த வெறுமையான மாடக்குழியைக் கடந்து இறங்குகையில், திடீரென நேருக்கு நேராக மண்டை ஓடுகளின் சேகரிப்பைக் கண்டார். மூச்சுத் திரும்பியதும், தன்னைச் சுற்றிப் பார்க்க, அந்த மட்டத்தில் சுவரில் தேன்கூடு வடிவிலான அலமாரித் திறப்புகளாகக் காணப்பட்டது- புதைமாடக்குழி- அனைத்தும் மண்டை ஓடுகளால் நிரம்பியிருந்தன. அந்த மினுக்குகிற ஒளியில், அவரைச் சுற்றிலும் காலியான எலும்புக் கூடுகள், விலா எலும்புகளின் திகிலூட்டும் கொலாஜை உண்டுபண்ணியிருந்தன.

நெருப்புவெளிச்சத்தில் மண்டையோடுகளைக் கண்டு முகம்சுளித்தபடி, பெரிதும் தற்செயலாகக் கடந்த மாதம் மாலை இதேபோன்ற நிகழ்வை எதிர்கொண்டதை உணரவந்தார். *எலும்புகள் மற்றும் ஜுவாலைகளுடான ஒரு மாலை.* நியூயார்க்கின் தொல்லியல் அருங்காட்சியகத்தில் மெழுகுதிரி வெளிச்சத்தில் *இரவுணவு*- ப்ராண்டோசரஸ் எலும்பின் நிழலில் சால்மன் ஃப்ளாம்பி. ஒருகாலத்திய பேஷன் மாடலும் தற்போது டைம்ஸின் கலைவிமர்சகருமான ரெபேக்கா ஸ்ட்ராஸின் அழைப்பின் பேரில் கலந்துகொண்டார், ப்ளாக் வெல்வெட், சிகரெட்டுகள், அவ்வளவு நுட்பமாக நிமிர்த்தப்படாத மார்பகங்களின் சூறாவளியாக அவள் காணப்பட்டாள். அதன்பிறகு அவள் அவரை இரண்டுமுறை அழைத்திருந்தாள். லேங்டன் அவளது அழைப்புகளுக்குப் பதில் தரவில்லை. *பெரிதும் கனவானாக இன்றி,* அவர் கடிந்துகொண்டிருந்தார்.

இதுபோன்ற நாற்றக்குழியில் ரெபெக்கா ஸ்ட்ராஸால் எத்தனை தூரம் தாக்குப்பிடிக்கமுடியுமென ஆச்சரியப்பட்டார்.

கடைசிப் படி பஞ்சுபோன்ற அடிப்பகுதிக்கு இட்டுச்சென்றதில் லேங்டன் நிம்மதியடைந்தார். அவரது ஷூவுக்குக் கீழான நிலம் ஈரமாகக் காணப்பட்டது. சுவர் அவர் மேல் சரியப்போவதில்லை என உறுதிசெய்துகொண்டு, அவர் அந்த நிலவறைக்குள் நுழைந்தார். அது வட்டமாக, இருபதடி அகலத்துடன் காணப்பட்டது. தனது சட்டையின் கைப்பக்கத்தால் மறைத்துக்கொண்டு சுவாசித்தபடி, லேங்டன் தனது கண்களை அந்த உடல்பக்கமாகத் திருப்பினார். இருட்டில், பிம்பம் மங்கலாகத் தெரிந்தது. வெண்ணிற, சதையாலான கோட்டுவடிவம். மறுபக்கத்தைப் பார்த்தபடி. அசைவின்றி. மௌனமாக.

நிலவறையின் இருளினூடாக முன்னேறியபடி, அவர் எதைப் பார்த்தபடியிருக்கிறார் எனப் புரிந்துகொள்ள லேங்டன் முயன்றார். அந்த மனிதர் தன் முதுகுப்புறத்தை லேங்டனுக்குக் காட்டியபடியிருக்க, லேங்டனால் அவர் முகத்தைப் பார்க்கமுடியவில்லை, ஆனால் அவர் உண்மையிலே நின்றுகொண்டிருப்பதுபோல் தோன்றினார்.

“ஹலோ” லேங்டன் தனது ஸ்லீவின் ஊடாக அடைத்த குரலில் அழைத்தார். பதிலெதுவுமில்லை. அவர் நெருங்கியபோது, அந்த மனிதர் மிகவும் குள்ளமானவர் என உணரவந்தார். *மிகவும் குள்ளம்...*

“என்ன நடக்கிறது?” விட்டோரியா விளக்கை அசைத்தபடி, மேலிருந்து கேட்டாள்.

லேங்டன் பதிலளிக்கவில்லை. அவர் இப்போது அனைத்தையும் பார்க்குமளவுக்கு நெருக்கமாக வந்திருந்தார். அருவருப்போடான நடுக்கத்துடன், அவர் புரிந்துகொண்டார். அந்த அறை அவரைச் சுற்றி இறுக்குவதுபோல் தோன்றியது. மண்ணாலான தரையிலிருந்து வெளிப்படும் சாத்தானைப்போல் காணப்பட்டது ஒரு வயதான மனிதர்... அல்லது குறைந்தபட்சம் அவரில் பாதி. அவரது இடை வரை மண்ணில் புதைக்கப்பட்டிருந்தார். நேராக நின்றபடியிருந்த அவரின் பாதியுடல் கீழே மண்ணில் புதைக்கப்பட்டிருந்தது. ஆடை களையப்பட்டு நிர்வாணமாக. கார்டினல்களுக்கான செந்நிற அலங்கார அரைக்கச்சையால்

அவரது கைகள் முதுகுப்புறமாக கட்டப்பட்டிருந்தன. ஒருவிதமான மறைவான குத்துச்சண்டை பொதிபோல, முதுகெலும்பு பின்னோக்கி வளைந்திருக்க, அவர் மேல்நோக்கி பார்க்கும்படி முட்டுக்கொடுக்கப்பட்டிருந்தார். அந்த மனிதரின் தலை பின்புறமாகச் சாய்ந்திருக்க, கடவுளிடமிருந்து உதவிவேண்டுவதுபோல் கண்கள் சொர்க்கத்தை நோக்கிக் காணப்பட்டன.

"அவர் இறந்துவிட்டாரா?" விட்டோரியா கேட்டாள்.

லேங்டன் உடலைநோக்கி நகர்ந்தார். *அவர் நிமித்தம், நான் அப்படித்தான் நம்புகிறேன்.* அவர் அதனுள் இன்னும் சில அடி நகர, அவர் அந்த மேல்நோக்கிய கண்களைக் கண்டார். அவை வெளிநோக்கி உப்பியிருந்தன. அவை வெளிநோக்கி வீங்கி, நீல மற்றும் இரத்தச் சிவப்பில் காணப்பட்டன. மூச்சுவருகிறதா எனப் பார்க்க லேங்டன் குனிந்தார், ஆனால் உடனே பின்வாங்கினார். "கிறிஸ்துவே!"

"என்ன!"

லேங்டன் கிட்டத்தட்ட வாயடைத்துப்போனார். "அவர் ஏற்கனவே இறந்துவிட்டார். நான் இப்போதுதான் அவரது மரணத்துக்கான காரணத்தைக் கண்டேன்." அவர் கண்டது குரூரமாக இருந்தது. அந்த மனிதரின் வாய் திறந்தநிலையிலே காணப்பட, உள்ளே சேறு இறுக்கமாகத் திணிக்கப்பட்டிருந்தது. "யாரோ கீழேயுள்ள கைப்பிடி சேறை அவரது தொண்டைக்குள் திணித்திருக்கிறார்கள். அவர் மூச்சுத்திணறி இறந்திருக்கிறார்."

"சேறு?" விட்டோரியா சொன்னாள். "அதாவது... *மண்ணா?*"

லேங்டன் இந்த எதிர்பாராத கேள்வியால் திணறிப்போனார். *மண்.* அவர் கிட்டத்தட்ட மறந்துபோயிருந்தார். *சின்னங்கள். பூமி, காற்று, தீ, நெருப்பு.* அறிவியலின் பழங்கால மூலங்களில் ஒன்றால் ஒவ்வொரு பலியையும் சின்னமிடப்போவதாக அந்தக் கொலையாளி அச்சுறுத்தியிருந்தான். முதல் மூலம் பூமி. ஷாண்டியின் பூமிக்குரிய கல்லறையிலிருந்து. நாற்றத்தால் வந்த தலைசுற்றலோடு, லேங்டன் உடலின் முன்பக்கத்துக்குச் சுற்றிவந்தார். அப்படிச் செய்தபோது, அவருள் இருந்த சின்னவியலாளர் புராண ஆம்பிகிராமை உருவாக்கும் கலைப்பூர்வமான சவாலை மீண்டும் வலியுறுத்தினார். *நிலம்? எப்படி?* இருந்தும், ஒருகணத்துக்குப் பின், அது அவர் முன்

காணப்பட்டது. நூற்றாண்டுகால இல்லுமினாட்டி மேதைமை அவரது மனதில் வட்டமிட்டது. கார்டினலின் நெஞ்சிலிருந்த சின்னம் பொசுங்கியும் கசிந்தபடியும் காணப்பட்டது. சருமம் கருப்பு நிறத்தில் பொசுங்கியிருந்தது. தூய மொழி...

லேங்டன் அந்தச் சின்னத்தைப் பார்த்துக்கொண்டிருக்கையில் அந்த அறை சுழலத் தொடங்கியது.

"எர்த்," அவர் முணுமுணுத்தார், அந்தச் சின்னத்தைத் தலைகீழாகப் பார்க்க தலையைச் சாய்த்தார். "எர்த்."

பின், அச்சத்தின் அலையொன்று அவருள் ஓட, அவர் ஒரேயொரு கடைசி புலனுணர்வைக் கொண்டிருந்தார். *இன்னும் மூன்று இருக்கின்றன.*

68

சிஸ்டைன் சாப்பலில் மென்மையான மெழுகுதிரி வெளிச்சமே இருந்தபோதும், கார்டினல் மோர்ட்டாடி படபடப்பாகக் காணப்பட்டார். தேர்தல் அதிகாரப்பூர்வமாகத் தொடங்கியிருந்தது. அது மிகவும் அமங்கலமாகத் தொடங்கியிருந்தது.

அரைமணி நேரத்துக்கு முன்பாக, குறிக்கப்பட்ட நேரத்தில் கேமர்லெக்னோ கார்லோ வென்ட்ரேஸ்கா சாப்பலில் நுழைந்திருந்தார். அவர் முன்பக்க பலிபீடத்துக்கு வந்து ஆரம்பகட்ட பிரார்த்தனையை மேற்கொண்டார். பின், அவர் கைகளைத் தொங்கவிட்டபடி, சிஸ்டைன் பலிபீடத்திலிருந்து மோர்ட்டாடி எப்போதும் அறிந்திராதபடி நேரடியான தொனியில் அவர்களிடம் பேசினார்.

"நீங்கள் நன்கு அறிவீர்கள்," கேமர்லெக்னோ சொன்னார், "நம் தேர்வுக்குரிய நான்கு முதன்மையானவர்களும் இந்தக்

கணம் இக்கூட்டத்தில் இல்லையென்பதை. மறைந்த புனிதரின் பெயரால் நான் உங்களைக் கேட்டுக்கொள்கிறேன்... நம்பிக்கையுடனும் குறிக்கோளுடனும் நீங்கள் தொடர்ந்து செயல்படுவது அவசியம். உங்களது கண்களின் முன்பாகக் கடவுள் மட்டுமே இருப்பாராக." பின் அவர் செல்வதற்குத் திரும்பினார்.

"ஆனால்," ஒரு கார்டினல் குழறினார், "அவர்கள் எங்கே?"

கேமர்லெக்னோ நின்றார். "நேர்மையாகச் சொன்னால், அதனை என்னால் சொல்லமுடியாது."

"எப்போது அவர்கள் திரும்புவார்கள்?"

"நேர்மையாகச் சொன்னால், அதனை என்னால் சொல்லமுடியாது."

"அவர்களுக்கு எதுவுமில்லையே?"

"நேர்மையாகச் சொன்னால், அதனை என்னால் சொல்லமுடியாது."

"அவர்கள் திரும்புவார்களா?"

ஒரு நீண்ட மௌனம்.

"நம்பிக்கையுடனிருங்கள்," கேமர்லெக்னோ சொன்னார். பின் அந்த அறையிலிருந்து வெளியேறினார.

வழமை முறைப்படி, சிஸ்டைன் சாப்பலின் கதவுகள் மூடி, வெளியிலிருந்து இரு கனமான சங்கிலிகளால் பிணைக்கப்பட்டன. நான்கு ஸ்விஸ் காவலர்கள் தள்ளியிருந்த அரங்கப்பாதையில் கண்காணிப்புக்காக நிறுத்தப்பட்டிருந்தனர். இப்போது போப்பைத் தேர்வுசெய்வதற்கு முன்பாகக் கதவுகளைத் திறக்க ஒரே வழி, உள்ளே யாராவது மரணமடையுமளவுக்கு உடல்நலக்குறைவடைவதோ அல்லது தேர்ந்தெடுக்கப்பட்ட கார்டினல்கள் வருவதோதான் என மோர்ட்டாடி அறிவார். அவர் அத்தனை நிச்சயமாக இல்லாதபோதும், பயத்தின் காரணமாக, இரண்டாவதாக நினைத்தது நடக்கவேண்டுமென மோர்ட்டாடி பிரார்த்தித்தார்.

கேமர்லெக்னோவின் குரலிலிருந்த உறுதித்தன்மையை வழிகாட்டுதலாகக் கொண்டு செயல்படுவது அவசியமென

மோர்ட்டாடி தீர்மானித்தார். எனவே அவர் வாக்கெடுப்புக்கு அழைப்புவிடுத்தார். அவரால் வேறென்ன செய்யமுடியும்?

முதல் வாக்கெடுப்புக்கான ஆயத்தச் சடங்குகளை நிறைவுசெய்யவே முப்பது நிமிடங்கள் பிடித்தது. ஒவ்வொரு கார்டினலும், மூப்பு வரிசையினடிப்படையில், தனித்தன்மைவாய்ந்த வாக்களிக்கும் நடைமுறையை நிகழ்த்தும்வரை மோர்ட்டாடி பிரதானப் பலிபீடத்தில் பொறுமையுடன் காத்திருந்தார்.

கடைசியில், இறுதி கார்டினலும் பலிபீடத்துக்கு வந்து அவர் முன்பு மண்டியிட்டார்.

அந்தக் கார்டினல் அவருக்கு முன்பு வந்தவர்களைப் போலவே அறிவித்தார், "நான் என் சாட்சியாக, எனது நீதிபதியாகத் திகழும் தேவன் இயேசுவை அழைக்கிறேன், கடவுளுக்கு முன்பாக நான் தேர்ந்தெடுக்கப்படவேண்டுமென நினைக்கும் ஒருவருக்கு என் வாக்கு அளிக்கப்பட்டது."

கார்டினல் எழுந்துநின்றார். அவர் தனது வாக்குச் சீட்டை தனது தலைக்குமேலாக எல்லோரும் பார்க்கும்படி உயர்த்திப்பிடித்தார். பின் அவர் அந்த வாக்குச்சீட்டை, மிகப்பெரும் கிண்ணமும் அதன் மேலாகத் தட்டும் காணப்படும் பலிபீடத்துக்குத் தாழ்த்தினார். அவர் வாக்குச் சீட்டை அந்தத் தட்டில் வைத்தார். பின் அந்தத் தட்டையெடுத்து, அதிலிருந்த வாக்குச்சீட்டை கிண்ணத்துக்குள் விழும்படிச் செய்தார். அந்தத் தட்டு ரகசியமாக ஒன்றுக்கு மேற்பட்ட வாக்குச்சீட்டை யாரும் அதில் போட்டுவிடாமலிருப்பதை உறுதி செய்வதாக இருந்தது.

அவர் தனது வாக்கை அளித்தபின், அந்தத் தட்டை கிண்ணத்தின் மேல் வைத்துவிட்டு, சிலுவையின் முன் மண்டியிட்டு, தனது இருக்கைக்குத் திரும்பினார்.

கடைசி வாக்கும் செலுத்தப்பட்டாகிவிட்டது.

இப்போது மோர்ட்டாடி செயல்படவேண்டிய நேரம்.

கிண்ணத்தின் மேலிருந்த தட்டுடன், மோர்ட்டாடி அந்த வாக்குச்சீட்டுகளைக் குலுக்கி நன்கு கலந்தார். பின் அந்தத் தட்டையெடுத்துவிட்டு, கைக்குவந்தவாக்கில் வாக்குச்சீட்டு ஒன்றை எடுத்தார். அவர் அதைப் பிரித்தார். அந்த வாக்குச்சீட்டு

மிகச் சரியாக இரண்டு இஞ்ச் அகலத்தில் இருந்தது. அதனை எல்லோருக்கும் கேட்கும்படி சத்தமாக வாசித்தார் அவர்.

“நான் தலைமை போப்பாண்டவராக...” அவர் ஒவ்வொரு வாக்குச்சீட்டின் மேற்புறமும் புடைப்பாகத் தெரிந்த செய்தியை வாசித்து, அறிவிப்புச் செய்தார். *நான் தலைமைப் போப்பாண்டவராக...* பின் அதன்கீழ் எழுதப்பட்டிருந்த நியமனப் பெயரை அவர் அறிவித்தார். அவர் அந்தப் பெயரை வாசித்ததும், *தேர்ந்தெடுக்கப்பட்டவர்* என்ற வார்த்தையோடு இருந்த நூல் கோர்க்கப்பட்ட ஊசியொன்றில் கவனமாக கோர்த்தார். பின் அந்தக் குறிப்பேட்டில் அந்த வாக்கைப் பற்றி குறித்துக்கொண்டார்.

அடுத்ததாக, அவர் மொத்தச் செயல்முறையையும் திரும்பச் செய்தார். கிண்ணத்திலிருந்து ஒரு வாக்குச்சீட்டை எடுத்து, சத்தமாக வாசித்து, அதனை வரிசையில் கோத்து, தனது நோட்டுப்புத்தகத்தில் குறித்துக்கொண்டார். உடனடியாக, மோர்ட்டாடி இந்த முதல் வாக்கெடுப்பு அநேகமாகத் தோல்வியடையும் என உணர்ந்தார். ஒருமித்த கருத்து இல்லை. ஏழு வாக்குச் சீட்டுகளுக்குப் பின்பே, ஏற்கனவே ஏழு கார்டினல்களின் பெயர் எழுதப்பட்டிருந்தது தெரியவந்தது. இயல்பானதைப் போலவே, ஒவ்வொரு வாக்குச்சீட்டின் மீதான கையெழுத்து அச்செழுத்து போலவோ, பகட்டான எழுத்துப் போலவோ மாற்றியெழுதப்பட்டிருந்தன. இதில் முரணென்னவெனில், கார்டினல்கள் வெளிப்படையாகத் தமக்கே வாக்களித்திருந்தனர். இந்த வெளிப்படையான ஆணவத்துக்கும், தன்மைய லட்சியத்துக்கும் சம்பந்தமில்லையென மோர்ட்டாடி அறிந்திருந்தார். இது தாமதப்படுத்துவதற்கான முறை, ஒரு தற்காப்பு சூழ்ச்சி. கார்டினல் தேர்தலில் வெற்றிபெற போதுமான வாக்குகளைப் பெறவில்லை என்பதை உறுதிப்படுத்தும் ஒரு முட்டுக்கட்டை உத்தி... மற்றும் மற்றொரு வாக்கெடுப்புக்குக் கட்டாயப்படுத்துவது.

கார்டினல்கள் தங்களில் *முதன்மையானவர்களுக்காகக்* காத்திருந்தனர்.

கடைசி வாக்குச்சீட்டுகளும் சரிபார்க்கப்பட்டபின், மோர்ட்டாடி வாக்கெடுப்புத் தோல்வியுற்றதாக அறிவித்தார்.

அவர் அனைத்து வாக்குச்சீட்டுகளும் கோர்க்கப்பட்ட நூலை எடுத்து, முனையை ஒன்றாக முடிச்சிட்டு ஒரு வளையத்தை உருவாக்கினார். பின் அவர் அந்த வாக்குச்சீட்டாலான வளையத்தை வெள்ளித் தட்டொன்றில் வைத்தார். முறையான வேதிப்பொருள்களைச் சேர்த்து அந்தத் தட்டை அவருக்குப் பின்னிருந்த சிறிய புகைப்போக்கிக்கு அவர் கொண்டுசென்றார். அங்கே அவர் அந்த வாக்குச்சீட்டுகளை எரித்தார். வாக்குச்சீட்டுகள் பற்றிக்கொண்டதும், அவர் சேர்த்த வேதிப்பொருள் ஒரு கருநிறப் புகையை உண்டுபண்ணியது. அந்தப் புகை குழாயிலிருந்த துளை வழியாகக் கூரைக்குச் சென்று சாப்பலுக்கு மேலாக எல்லோரும் காணும்படித் தெரிந்தது. கார்டினல் மோர்ட்டாடி புற உலகுக்குத் தனது முதல் தகவல் தொடர்பை செய்துமுடித்திருந்தார்.

ஒரு வாக்கெடுப்பு. யாரும் போப் இல்லை.

69

துர்நாற்றக்கால் கிட்டத்தட்ட மூச்சுத்திணறி, பள்ளத்தின் மேலிருந்து வந்த வெளிச்சத்தில் ஏணியை நோக்கி வருவதற்கே போராடினார் லேங்டன். தனக்கு மேலே அவர் குரல்களைக் கேட்டார், ஆனால் எதுவும் அர்த்தமாகவில்லை. அவரது தலை முத்திரையிடப்பட்ட கார்டினலின் உருவங்களால் சுழலத் தொடங்கியது.

பூமி... பூமி...

அவர் தன்னைத்தானே மேல்நோக்கி உந்தியபோது, அவரது பார்வை மங்க, நினைவு நழுவிவிடுமோ எனப் பயந்தார். மேலே எட்டுவதற்கு இரண்டு படிகள் இருக்கும்போது, அவரது சமநிலை தவறியது. துளையின் விளிம்பைப் பிடிக்க மேல்நோக்கி உந்தினார், ஆனால் அது வெகுதொலைவில் இருந்தது. அவர் ஏணியின் மீதான தன் பிடிப்பைக் கிட்டத்தட்ட இழந்து, பின்னோக்கி இருளில் விழுந்தார். அவரது கைகளுக்குக் கீழே கடுமையான வலியை உணர்ந்தார், திடீரென லேங்டன் அந்தரத்தில் மிதக்க, கால்கள் பயங்கரமாக ஊசலாடின.

இரண்டு ஸ்விஸ் காவலர்களின் வலுவான கரங்கள், அவரது கையிடுக்கில் கோத்து அவரை மேல்நோக்கி இழுத்தன. ஒரு கணத்துக்குப் பின் லேங்டனின் தலை சாத்தானின் துளையிலிருந்து மூச்சுத்திணறலோடும், மூச்சுக்காகப் பரிதவித்தபடியும் வெளிப்பட்டது. காவலர்கள் துளையின் விளிம்புக்கு மேலாக இழுத்து, குளிர்ந்த பளிங்குத் தரையில் குறுக்காகப் படுக்கவைத்தனர்.

ஒரு கணம், லேங்டன் தான் எங்கிருக்கிறோமென நிச்சயமின்றிக் காணப்பட்டார். தலைக்குமேல் அவர் நட்சத்திரங்களையும்... வலம்வரும் கோள்களையும் கண்டார். மங்கலான உருவங்கள் அவருக்குமுன் விரைந்தோடின. ஆட்கள் கத்திக்கொண்டிருந்தனர். அவர் அமர்வதற்கு முயன்றார். கல்லாலான பிரமிடின் அடித்தளத்தில் படுத்தபடி காணப்பட்டார் அவர். சாப்பலுக்குள் அவரறிந்த கோபக்குரலின் எதிரொலிப்புக் கேட்டது, பின்பே லேங்டன் அறியவந்தார்.

ஆலிவெட்டி விட்டோரியாவைக் கடிந்துகொண்டிருந்தார். "என்ன இழவுக்கு நீங்கள் அதனை முதலிலேயே கண்டறியவில்லை!"

விட்டோரியா சூழலை விளக்க முயன்றுகொண்டிருந்தாள்.

ஆலிவெட்டி அவளை வாக்கியத்தினிடையே மறித்து, தனது ஆட்களிடம் உத்தரவுகளைக் கோபமாகப் பிறப்பித்தார். "அந்த உடலை அங்கிருந்து வெளியே எடுங்கள்! கட்டடத்தின் மற்ற பகுதிகளில் தேடுங்கள்!"

லேங்டன் உட்கார முயன்றார். சிக்கி சாப்பல் ஸ்விஸ் காவலர்களால் நிறைந்திருந்தது. சாப்பல் மீதான பிளாஸ்டிக் திரை, நுழைவுப்பகுதியில் கிழித்தெடுக்கப்பட்டிருக்க, புதிய காற்று லேங்டனின் நுரையீரல்களை நிறைத்தது. அவரது உணர்வுகள் மெதுவாகத் திரும்பியிருக்க, விட்டோரியா தன்னை நோக்கி வருவதை லேங்டன் கண்டார். அவள் மண்டியிட்டபோது, அவளது முகம் தேவதையினைப் போல காணப்பட்டது.

"இப்போது பரவாயில்லையா?" விட்டோரியா அவரது கையை எடுத்து, அவரது நாடித்துடிப்பைப் பார்த்தாள். அவளது கைகள் அவரது சருமத்தில் பட்டபோது மென்மையை உணரமுடிந்தது.

“நன்றி.” லேங்டன் முழுவதுமாக நிமிர்ந்தமர்ந்தார். “ஆலிவெட்டி கோபமாக இருக்கிறார்.”

விட்டோரியா ஆமோதித்தாள். “கோபமாக இருப்பதற்கு அவருக்கு உரிமையிருக்கிறது. நாம் அதனைத் தூண்டிவிட்டோம்.”

“நான் அதைத் தூண்டிவிட்டேன் எனச் சொல்லவருகிறாய்.”

“ஆக, பழியை நீங்கள் ஏற்றுக்கொள்கிறீர்கள். அடுத்த முறை கணக்குத் தீர்த்துக்கொள்ளுங்கள்.”

அடுத்த முறை? லேங்டன் அது கொடூரமான கருத்து என நினைத்தார். *அடுத்த முறையென ஒன்று இல்லை. நாம் குறி தப்ப விட்டுவிட்டோம்!*

விட்டோரியா லேங்டனின் கடிகாரத்தைச் சோதித்தாள். “மிக்கி, நமக்கு நாற்பது நிமிடங்கள் இருக்கிறதெனச் சொல்கிறது. உங்களது அறிவை ஒருங்குதிரட்டி, அடுத்த சுட்டி எங்கிருக்கிறதென கண்டுபிடிக்க எனக்கு உதவுங்கள்.”

“நான் உன்னிடம் கூறினேனே விட்டோரியா, அந்தச் சிற்பங்கள் போய்விட்டன. அறிவொளியின் பாதை-” லேங்டன் நிறுத்தினார்.

விட்டோரியா மென்மையாகப் புன்னகைத்தாள்.

திடீரென லேங்டன் திகைப்பில் எழுந்துநின்றார். அவர் தன்னைச்சுற்றி காணப்பட்ட கலைவேலைப்பாடுகளாலான மங்கலான வட்டங்களின்பக்கம் திரும்பி உற்றுநோக்கினார். *பிரமிடுகள், நட்சத்திரங்கள், கோள்கள், நீள்வட்டங்கள்.* திடீரென அனைத்தும் நினைவுக்கு வந்தது. *இதுதான் அறிவியலின் முதல் பலிபீடம். பாந்தியன் அல்ல.* உலகப் பிரபலமான பாந்தியனைவிடவும் பெரிதும் நுட்பமானதும் தேர்வுக்குரியதுமாக இல்லுமினாட்டியின் சாத்தியங்களுடன் சாப்பல் இருந்தது, என்பது அவருக்குப் புலப்பட்டது. வழியிலிருந்து விலகிய மாடக்குழியாக, சுவரில் ஒரு துளையாக, அறிவியலின் பெரும் புரவலருக்கு நினைவுச்சின்னமாக, பூமிக்குரிய சின்னங்களால் அலங்கரிக்கப்பட்டுக் காணப்பட்டது சிக்கி. *மிகத்துல்லியமாக.*

லேங்டன் தன்னைச் சுவர்மீது சாய்ந்து நிலைப்படுத்திக்கொண்டு, பிரமாண்டமான பிரமிட் சிற்பங்களை ஏறிட்டுநோக்கினார். விட்டோரியா சொன்னது மிகச்சரி. இந்தச் சாப்பல் அறிவியலின் முதல் பலிபீடமெனில், முதல் சுட்டியாகத் திகழும் இல்லுமினாட்டி

சிலையை இது நிச்சயம் கொண்டிருக்கும். இன்னும் வாய்ப்பிருக்கிறது என்பதற்கான சுரீர் நம்பிக்கையை உணரவந்தார் லேங்டன். அந்த சுட்டி உண்மையிலேயே இங்கிருந்தால், அவர்கள் அதனைத் தொடர்ந்து அறிவியலின் அடுத்த பலிபீடத்துக்குச் செல்லமுடியும். அவர்கள் கொலையாளியைப் பிடிப்பதற்கு நிச்சயம் இன்னொரு வாய்ப்பு இருக்கிறது.

விட்டோரியா இன்னும் நெருங்கிவந்தாள். "அறியப்படாத இல்லுமினாட்டி சிற்பி யார் என்பதை நான் கண்டுபிடித்து விட்டேன்."

லேங்டனின் தலை வேகமாகத் திரும்பியது. "என்ன சொன்னாய் நீ?"

"இப்போது நாம் இங்குள்ள எந்தச் சிற்பம் என கண்டுபிடிப்பது தான் தேவை-"

"ஒரு நிமிடம் பொறு! அந்த இல்லுமினாட்டி சிற்பி யாரென உனக்குத் தெரியுமா?" அவர் அந்தத் தகவலைக் கண்டுபிடிக்க வருடங்களைச் செலவிட்டிருந்தார்.

விட்டோரியா புன்னகைத்தாள். "அது பெர்னினி." என்று சொல்லி நிறுத்தினாள்.

"பெர்னினி." லேங்டன் உடனடியாக அவள் சொல்வது தவறென அறிந்தார். பெர்னினியாயிருக்கச் சாத்தியமேயில்லை. கியான்லாறென்சோ பெர்னினி அனைத்துக் காலகட்டத்துக்குமாக இரண்டாவது மிகப்பிரபலமான சிற்பி, அவரது புகழை மைக்கலேஞ்சலோவால் மட்டுமே மறைக்கமுடிந்தது. 1600-களில் பெர்னினி வேறெந்த கலைஞனைவிடவும் அதிக சிற்பங்களை உருவாக்கினார். துரதிர்ஷ்டவசமாக, அவர்கள் தேடுவது ஒரு அறியப்படாதவர், யாருமற்றவர்."

விட்டோரியா முகம் சுளித்தாள். "நீங்கள் ஆச்சரியமடைந்தவராகத் தெரியவில்லை."

"பெர்னினியாக இருக்கச் சாத்தியமாயில்லை."

"ஏன்? பெர்னினி கலீலியோவின் சமகாலத்தவர். அவர் ஒரு அற்புதமான சிற்பி."

"அவர் மிகப்பிரபலமான மனிதர், அத்தோடு அவர் கத்தோலிக்கர்."

“ஆமாம்,” விட்டோரியா சொன்னாள். “மிகச்சரியாக கலீலியோவைப் போன்றவர்”

“இல்லை,” லேங்டன் மறுத்தார். “கலீலியோவைப் போல் எந்தவிதத்திலும் இல்லை. வாடிகனின் தரப்பில் கலீலியோ முள்ளைப் போன்றவர். பெர்னினி வாடிகனின் ஆச்சரியத்துக்குரிய கலைஞன். தேவாலயம் பெர்னினியை நேசித்தது. அவர் வாடிகனின் ஒட்டுமொத்த கலைப்பூர்வமான பிரதிநிதித்துவமுடையவராகத் தேர்ந்தெடுக்கப்பட்டார். நடைமுறையில் அவர் தன் வாழ்வு முழுவதும் வாடிகன் நகரத்துக்குள்ளேயே வாழ்ந்தார்.”

“துல்லியமான மறைப்பு. இல்லுமினாட்டி ஊடுருவல்.”

லேங்டன் படபடப்பாக உணர்ந்தார். “விட்டோரியா, இல்லுமினாட்டி உறுப்பினர்கள் தங்கள் கலைஞரை ஒரு *அறியப்படாத தலைவன்* என்கிறார்கள்.”

“ஆமாம், *அவர்களுக்குத்* தெரியாதவர். மேஸன்களின் ரகசியம் பற்றி சிந்தியுங்கள்- மேல்மட்ட உறுப்பினர்கள் மட்டுமே மொத்த உண்மையை அறிந்திருப்பார்கள். கலீலியோ பெர்னினியின் உண்மை அடையாளத்தைப் பெரும்பாலான உறுப்பினர்களிடமிருந்து மறைத்திருப்பார்... பெர்னினியின் பாதுகாப்புக்காக. இதனால், வாடிகன் ஒருபோதும் கண்டுபிடிக்காது.”

லேங்டன் திருப்தியடையாதபோதும், விட்டோரியாவின் தர்க்கம் விநோதமாக அர்த்தப்பூர்வமாக இருந்ததை ஒத்துக்கொள்ளத்தான் செய்யவேண்டும். இல்லுமினாட்டி ரகசியத் தகவல்களை அடுக்குவாரியாகப் பாதுகாத்ததற்குப் பேர்போனது, மேல்மட்ட உறுப்பினர்களுக்கு மட்டுமே உண்மை தெரிந்திருந்தது. அதுதான் அவ்வமைப்பு ரகசியமாகவே நீடித்ததற்கான அடித்தளம்... வெகுசிலர் மட்டுமே முழுக் கதையையும் தெரிந்தவர்கள்.

“பெர்னினி இல்லுமினாட்டியுடன் இணைந்திருந்தார் என்பது,” விட்டோரியா புன்னகையுடன் சொன்னாள், “அவர் இந்த இரண்டு பிரமிடுகளை வடிவமைத்தார் என்பதே விளக்கும்.”

லேங்டன் பெரிதாகச் செதுக்கப்பட்ட பிரமிடுகளின் பக்கம் திரும்பி, தலையை மறுப்பாக அசைத்தார். “பெர்னினி

மதரீதியான சிற்பியாக இருந்தார். அவர் இந்தப் பிரமிடுகளைச் செதுக்கியிருக்க வழியே இல்லை."

விட்டோரியா தோள்களைக் குலுக்கினாள். "உங்களுக்குப் பின்னிருக்கும் அறிவிப்புப் பலகையிடம் இதைச் சொல்லுங்கள்."

லேங்டன் அந்தப் பலகையிடம் திரும்பினார்:

சிக்கி சேப்பல் கலைக்கூடம்
கட்டட வடிவமைப்பு ரஃபேல்
உட்புற அலங்காரங்கள் அனைத்தும் கியான்லோரென்ஸோ
பெர்னினியுடையவை.

லேங்டன் அந்தப் பலகையை இருமுறை வாசித்தார், இருந்தும் அவர் திருப்தியடையவில்லை. கியான்லோரென்ஸோ பெர்னினி அவரது நுட்பமான, கன்னி மேரி, தேவதைகள், தீர்க்கதரிசிகள், போப்புகள், புனித சிற்பங்களுக்காகக் கொண்டாடப்படுபவர். பிரமிடுகளைச் செதுக்குவதன்மூலம் அவர் என்ன செய்துகொண்டிருந்தார்?

லேங்டன் நினைவுச்சின்னத்தின் சிகரத்தைப் பார்த்தபடி, முற்றிலும் குழம்பியவராகக் காணப்பட்டார். இரண்டு பிரமிடுகள், இரண்டும் மின்னும் நீள்வட்டப் பதக்கங்களுடன். அவை இரண்டும் சிற்பங்களிலேயே மிகவும் கிறித்துவம் சாராதவை. பிரமிடுகள், மேலே நட்சத்திரங்கள், ராசிச் சின்னங்கள். *அனைத்து உட்புற அலங்காரங்களும் கியான்லோரென்ஸோ பெர்னினியுடையவை.* அது உண்மையெனில், அதன் பொருள் விட்டோரியா சொல்வது சரியென லேங்டன் உணரவந்தார். இயல்பாகவே, பெர்னினி இல்லுமினாட்டியின் முகம்தெரியாத தலைவர். இந்தச் சாப்பலுக்கு வேறு எவர் இந்தக் கலைச்சின்னத்தை பங்களித்திருக்கமுடியும். லேங்டன் கிட்டத்தட்ட இந்த முடிவுக்கு மிகவேகமாக வந்தடைந்தார்.

பெர்னினி ஒரு இல்லுமினாட்டி.
இல்லுமினாட்டி ஆம்பிகிராம்களை வடிவமைத்தவர் பெர்னினி.
அறிவொளியின் பாதையைச் சமைத்தவர் பெர்னினி.

லேங்டனால் பேசவே இயலவில்லை. இந்தச் சிறிய சிக்கி சாப்பலில், உலகப் புகழ்பெற்ற பெர்னினி, ரோமை நோக்கியிருக்கும் அறிவியலின் அடுத்த பலிபீடத்தைச் சுட்டிக்காட்டும் சிற்பத்தை அமைத்திருப்பாரோ?

“பெர்னினி, நான் ஒருபோதும் யூகித்திருக்கமாட்டேன்.” அவர் சொன்னார்.

“அவரைத் தவிர வேறெந்த வாடிகன் கலைஞருக்கு, ரோமைச் சுற்றியுள்ள குறிப்பிடத்தக்க கத்தோலிக்க சாப்பல்களில் தனது கலைப்படைப்புகள் மூலம் அறிவொளியின் பாதையை உருவாக்கும் துணிச்சலிருந்திருக்கும்? நிச்சயமாக ஒரு முகமறியாத கலைஞருக்கிருக்காது.”

லேங்டன் அதைக் கருத்திலெடுத்துக்கொண்டார். அவர் பிரமிடுகளைப் பார்த்து, அவற்றில் ஒன்று ஏதோ ஒருவகையில் சுட்டியாக இருக்குமோ என வியந்தார். *ஒருவேளை இரண்டுமே இருக்குமோ?* “பிரமிடுகள் எதிரெதிர் திசையை நோக்குகின்றன,” அதிலிருந்து முடிவுக்கு வரவியலாமல் லேங்டன் சொன்னார். “அவை இரண்டும் ஒன்றுபோலவே இருக்கின்றன, ஆக எனக்குத் தெரியவில்லை எது....”

“இந்தப் பிரமிடுகளில்தான் நாம் தேடுவது இருக்கிறதென நான் நினைக்கவில்லை.”

“ஆனால், இங்கேயிருக்கும் ஒரே சிற்பங்கள் இவைதான்.”

விட்டோரியா அவரை இடைமறித்து சாத்தானின் துளையருகே ஆலிவெட்டியும் அவரது காவலர்கள் சிலரும் கூடியிருந்த இடத்தைநோக்கி சுட்டிக்காட்டினாள்.

லேங்டன் தொலைதூர சுவரையொட்டி அவள் கைகாட்டும் திசையைப் பின்தொடர்ந்தார். முதலில் அவர் எதையும் பார்க்கவில்லை. பின் ஒருவர் விலக, அவர் கண்ணில் காட்சி பட்டது. வெள்ளைப் பளிங்கு. ஒரு கை. ஒரு உடற்பகுதி. பின் செதுக்கப்பட்ட முகம். சிலையின் ஒரு பகுதி அதற்கான மாடத்தில் மறைந்திருந்தது. சரியான அளவிலான இரண்டு மனித உடல்கள் பிணைந்திருந்தன. லேங்டனின் நாடித்துடிப்பு வேகமெடுத்தது. பிரமிடு, சாத்தானின் துளையில் மிகவும் ஆழ்ந்து போனதால், அவர் அந்தச் சிற்பத்தைப் பார்த்திருக்கக்கூட செய்யவில்லை. அவர் கூட்டத்தினூடாக, அந்த அறையினுள் நடந்தார். அவர் அருகில் நெருங்கவுமே, லேங்டன் அந்தப் படைப்பு கலப்பில்லாத பெர்னினியின் படைப்பென அடையாளம் கண்டார்- கலை இசைவுத்தன்மையின் தீவிரம், நுட்பமான முகங்கள், ஆடையின் நெகிழ்வுத்தன்மை, வாடிகன் பணத்தால் மட்டுமே வாங்கவியலும் தூய வெள்ளைப்

பளிங்கில் இவையனைத்தும் ஒருங்குகூடியிருந்தன. அவர் அந்தச் சிற்பங்களுக்குமுன் கிட்டத்தட்ட நேரடியாக வந்துநிற்கும் வரை, லேங்டன் அதனை அடையாளம் காணவே இல்லை. அந்த இரு முகங்களை உற்றுப்பார்த்தபடி பெருமூச்சு விட்டார் அவர்.

"அவர்கள் யார்?" விட்டோரியா அவரின் பின்னால் வந்தபடி கேட்டாள்.

லேங்டன் வியப்பிலாழ்ந்தபடி காணப்பட்டார். "*ஹப்பாகுக்கும் தேவதூதரும்,*" அவர் சொன்னார், அவரது குரல் கிட்டத்தட்ட ஒலிக்காததுபோல் தோன்றியது. அந்தப் படைப்பு, சில கலைவரலாற்றுப் பாடங்களில் சேர்த்துக்கொள்ளப்பட்ட, பெரிதும் நன்கறியப்பட்ட பெர்னினியின் படைப்பு. அது இங்கிருக்கிறது என்பதையே லேங்டன் மறந்திருந்தார்.

"ஹப்பாகுக்?"

"ஆமாம். பூமியின் அழிவை முன்னுரைத்த தீர்க்கதரிசி."

விட்டோரியா அமைதியின்றிக் காணப்பட்டாள். "இதுதான் சுட்டியென நீங்கள் நினைக்கிறீர்களா?"

லேங்டன் ஆச்சரியத்துடன் ஆமோதித்தார். அவரது வாழ்வில் அவர் எதுகுறித்தும் இத்தனை நிச்சயத்துடன் இருந்ததில்லை. இதுதான் முதல் இல்லுமினாட்டி சுட்டி. சந்தேகம் இல்லை. இந்தச் சிற்பம் ஏதோவகையில் அறிவியலின் அடுத்த பலிபீடம் குறித்து சுட்டுமென எதிர்பார்த்தபோதும், அது வெளிப்படையாக இருக்குமென லேங்டன் எதிர்பார்த்திருக்கவில்லை. தேவதையும் ஹப்பாகுக்கும் தங்களது கைகளை நீட்டி தொலைவில் எதையோ சுட்டினர்.

லேங்டன் திடீரென தான் சிரித்துக்கொண்டிருப்பதை உணர்ந்தார். "அத்தனை நுட்பமாயில்லை, இல்லையா?"

விட்டோரியோ திகைப்பும் குழப்பமும் அடைந்தவளாய்த் தோன்றினாள். "நான் அவர்கள் சுட்டுவதைப் பார்க்கிறேன், ஆனால், அவர்கள் ஒருவருக்கொருவர் மாறுபட்ட திசையைச் சுட்டுகின்றனர். தேவதை ஒரு பக்கமாகச் சுட்டுகிறது, அந்த தீர்க்கதரிசி மறுபக்கமாகச் சுட்டுகிறார்."

லேங்டன் உள்ளூர சிரித்துக்கொண்டார். அது உண்மை. இரு உருவங்களும் தொலைதூரத்தைச் சுட்டியபோதும், அவர்கள்

முற்றிலும் எதிர்த்திசையைச் சுட்டினர். எனினும், லேங்டன் ஏற்கனவே அந்தப் பிரச்சனைக்குத் தீர்வு அறிந்திருந்தார். சக்தி பீறிட்டுக்கிளம்ப அவர் கதவை நோக்கி விரைந்தார்.

"எங்கே நீங்கள் போகிறீர்கள்?" விட்டோரியா கேட்டாள்.

"கட்டடத்துக்கு வெளியே!" லேங்டன் கதவை நோக்கி ஓடியபோது, அவரது கால்கள் மறுபடியும் இலேசாக இருப்பதை உணர்ந்தார். "அந்தச் சிற்பங்கள் எந்தத் திசையைச் சுட்டுகின்றன என நான் பார்க்கவேண்டும்"

"பொறுங்கள்! எந்த விரலைப் பின்பற்றுவதென எப்படி நீங்கள் அறிவீர்கள்?"

"அந்தக் கவிதை," அவர் தனது தோளுக்கு மேலாகப் பதிலளித்தார். "கடைசி வரி!"

"உங்களது உயர்ந்த தேடலில் தேவதைகள் வழிகாட்டட்டும்?" தேவதையின் வெளிநோக்கி நீட்டிய விரலின் மேற்பக்கமாக அவள் பார்த்தாள். அவளது கண்கள் எதிர்பாராதவிதமாகப் பனித்தன. "நல்லது, நான் நரகத்துக்குப் போவேன்!"

70

குந்தர் க்ளிக்கும் சினிதா மாக்ரியும் பியாஸா டெல் போப்போலோவின் தூரத்து முனையில் மறைவாக நிறுத்தப்பட்டிருந்த பிபிசி வேனில் அமர்ந்திருந்தனர். நான்கு ஆல்ஃபா ரோமியோஸ் கார்கள் வந்தடைந்த சிறிதுநேரத்துக்கெல்லாம், கற்பனைக்கெட்டாத சங்கிலித்தொடர் நிகழ்வுகளைக் காண்பதற்கு உரிய நேரத்தில் வந்துசேர்ந்திருந்தனர். சினிதாவுக்கு, இதற்கெல்லாம் என்ன அர்த்தமென யோசனையெதுவும் இல்லாதபோதும், அவள் கேமரா இயக்கத்தில் இருக்கவேண்டும் என்பதை மட்டும் உறுதிசெய்துகொண்டாள்.

சினிதாவும் க்ளிக்கும் வந்தடைந்ததும், ஆல்ஃபா ரோமியோஸிலிருந்து இளம் வயதினர் அடங்கிய குழுவொன்று வெளிப்பட்டு தேவாலயத்தைச் சூழ்ந்துகொண்டதைக் கண்டனர்.

சிலர் ஆயுதங்களையும் கொண்டிருந்தனர். அவர்களில், விறைப்பான வயதான மனிதர், குழுவை தேவாலயத்தின் முன்புற படிக்கட்டுகளில் வழிநடத்தினார். வீரர்கள் துப்பாக்கிகளை எடுத்து முன்புறக் கதவின் பூட்டுகளை அகற்றினர். சத்தம் எதுவும் கேட்காததால் அவர்கள் நிச்சயம் சைலன்ஸர் பயன்படுத்தியிருக்கவேண்டுமென மாக்ரி யூகித்தாள். பின் வீரர்கள் நுழைந்தனர்.

சினிதா மறைவான இடத்தில் அமர்ந்தபடியே படம்பிடிக்கலாமென பரிந்துரைத்தாள். அனைத்துக்கும் மேலாக, துப்பாக்கிகள் துப்பாக்கிகள்தான், அவர்கள் வேனிலிருந்தே அவர்களின் செயல்பாட்டைத் தெளிவாகக் காணமுடிந்தது. க்ளிக் விவாதிக்கவில்லை. இப்போது, பியாஸாவில், தேவாலயத்தினுள் ஆட்கள் நுழைவதும் வெளியேறுவதுமாகக் காணப்பட்டனர். அவர்கள் ஒருவருக்கொருவர் கத்திப் பேசினர். அவர்கள் சுற்றுப்புறத்தில் தேடலை ஆரம்பித்ததும், அந்தக் குழுவை தனது கேமராவால் தொடர்வதற்குச் சினிதா ஆயத்தப்படுத்தினாள். அனைவரும் சாதாரண உடை அணிந்திருந்தாலும், அவர்கள் ராணுவக் கச்சிதத்தோடு நகர்வதாகத் தோன்றியது. "அவர்கள் யாரென நீ நினைக்கிறாய்?" அவள் கேட்டாள்.

"எனக்குத் தெரிந்திருந்தால் நரகம்தான்." க்ளிக் தீவிர கவனத்துடன் காணப்பட்டான். "நீ இதையெல்லாம் படம்பிடிக்கிறாயா?"

"ஒவ்வொரு காட்சியையும்."

க்ளிக் சுயதம்பட்டமடிக்கும் குரலில் கேட்டான். "இப்போதும், நாம் போப் - தேர்தலைக் கவனிக்க திரும்பிச்செல்ல வேண்டுமென நினைக்கிறாயா?"

சினிதா, என்ன சொல்வதென நிச்சயமின்றிக் காணப்பட்டாள். வெளிப்படையாகவே ஏதோவொன்று இங்கே நடந்துகொண்டிருந்தது, ஆனால் சுவாரசியமான நிகழ்வுகளுக்குப் பலசமயங்களில் மிகவும் அலுப்பூட்டும் விளக்கமிருக்கும் எனத் தெரிந்துகொள்ளுமளவுக்குப் பத்திரிகைத்துறையில் நீண்ட காலம் இருந்துவந்திருக்கிறாள். "இது ஒன்றுமில்லாமலிருக்கலாம்," அவள் சொன்னாள். "இவர்கள் உனக்குக் கிடைத்த அதே துப்புக் கிடைத்து வெறுமனே சோதனையிட்டுக் கொண்டிருக்கிறார்கள். தவறான எச்சரிக்கையாக இருக்கப்போகிறது."

க்ளிக் அவளது கையைப் பற்றினான். "அங்கே! கேமராவைத் திருப்பு." அவன் தேவாலயத்தின் பின்புறம் சுட்டிக்காட்டினான்.

சினிதா படிக்கட்டின் உச்சியைநோக்கி கேமராவைத் திருப்பினாள். தேவாலயத்திலிருந்து வெளிப்பட்ட மனிதனின் மீது கேமராவைத் திருப்பியபடி சொன்னாள்.

"ஹலோ, அந்த நேர்த்தியான ஆள் யார்?"

சினிதா நெருக்கமாகப் படம்பிடிப்பதற்கேற்ப கேமராவை நகர்த்தினாள். "அவனை முன்பு பார்த்ததில்லை." அவள் அந்த மனிதனின் முகத்தைக் கேமராவுக்குள் கொண்டுவந்து சிரித்தாள். "ஆனால், அவனைத் திருப்பவும் பார்ப்பதில் எனக்கு ஆட்சேபணையில்லை."

ராபர்ட் லேங்டன் தேவாலயத்துக்கு வெளியிலிருந்த படிகளில் விரைந்திறங்கி பியாஸாவின் மையத்துக்கு வந்தார். அப்போது இருண்டுகொண்டிருந்தது, வசந்தகால சூரியன், ரோமின் தென்பகுதியில் தாமதமாக அஸ்தமனமாகும். சூரியன் சுற்றுப்புற கட்டடங்களுக்கும் கீழாக இறங்கியிருந்தது, நிழல்கள் சதுக்கத்தை ஆக்கிரமித்திருந்தன.

"சரி, பெர்னினி, உங்களது தேவதை எந்த நரகத்தைநோக்கி கைகாட்டுகிறது?" அவர் தனக்குத்தானே சத்தமாகச் சொல்லிக்கொண்டார்.

அவர், சற்றுமுன்பு வெளிவந்த தேவாலயத்தை நோக்கித் திரும்பி அது காணப்பட்ட நிலையை ஆய்வுசெய்தார். அவர் உள்ளே சிக்கி சாப்பலை, அதனுள்ளே இருந்த தேவதை சிற்பத்தை மனக்கண்ணில் கொண்டுவந்தார். தயக்கமேதுமின்றி அவர் நிறைவுறாதிருக்கும் அஸ்தமன சூரியனின் வெளிச்சத்தில் மேற்குப் பக்கமாகத் திரும்பினார். நேரம் தீர்ந்துகொண்டிருந்தது.

"தென்மேற்கு," அவரது பார்வையை மறைத்துக்கொண்டிருக்கும் கடைகள் குடியிருப்புகளைக் கடிந்தபடி சொன்னார். "அடுத்த சுட்டி அங்கே இருக்கிறது."

மூளையைக் கசக்கியபடி, இத்தாலிய கலை வரலாற்றின் பக்கங்கள் ஒவ்வொன்றாக நினைவுபடுத்திப் பார்த்தார். பெர்னினியின் படைப்புகளில் மிகுந்த அறிமுகம் இருந்தபோதும், பெர்னினியின் கலைப்படைப்புகளில் நிபுணத்துவம் இல்லாத

ஒருவர், அறிந்திருக்கமுடியாத அளவு ஏராளமானவை என அறிந்திருந்தார். இருந்தும் முதல் சுட்டியான *ஹப்பாகுக் மற்றும் தேவதூதரின்* பிரபலத்தைக் கணக்கிலெடுத்துக்கொண்டு- இரண்டாவது சுட்டி நினைவிலிருந்து மீட்டெடுக்கக்கூடிய படைப்பாகத்தான் இருக்குமென லேங்டன் நம்பினார்.

பூமி, காற்று, நெருப்பு, நீர், அவர் நினைத்தார். *பூமியை அவர்கள் கண்டடைந்துவிட்டனர்- பூமியின் அழிவை முன்னுரைத்த தீர்க்கதரிசி- ஹப்பாகுக்கை, பூமிக்கான சாப்பலினுள்ளே அவர்கள் கண்டடைந்துவிட்டனர்.*

அடுத்தது *காற்று.* லேங்டன் தன்னை சிந்திக்க நெருக்கினார். *காற்றுடன் தொடர்புடைய ஒரு பெர்னினியின் சிற்பம்.* அவர் முழுக்க வெறுமையையே அடைந்தார். இருந்தும் அவர் சக்திமிக்கவராகவே உணர்ந்தார். ***நான் அறிவொளியின் பாதையின்மேல் உள்ளேன். அது இன்னும் அப்படியே உள்ளது.***

தென்மேற்கே பார்த்து, உயரமாகத் தென்படும் சிகரம் அல்லது தேவாலயக் கோபுரம் மறைப்பையும் தாண்டி தெரிகிறதா என பார்க்க முயன்றார். அவர் எதனையும் காணவில்லை. அவருக்கு ஒரு வரைபடம் தேவை. இங்கிருந்து தென்மேற்காக எந்தெந்த தேவாலயங்கள் இருக்கிறதெனத் தெரிந்தால், அவற்றில் ஒன்று லேங்டனின் நினைவைத் தூண்ட உதவலாம். காற்று, அவர் வலியுறுத்தினார். *காற்று. பெர்னினி. சிற்பம். காற்று. சிந்தி!*

லேங்டன் திரும்பி தேவாலயப் படிக்கட்டுகளின் மேல் ஏறச்சென்றார். அவர் சாரக்கட்டின் கீழ் வெட்டோரியாவையும் ஆலிவெட்டியையும் சந்தித்தார்.

“தென்மேற்கு,” மூச்சிரைத்தபடி லேங்டன் சொன்னார். “அடுத்த தேவாலயம் இங்கிருந்து தென்மேற்கில் உள்ளது.”

ஆலிவெட்டி உறைந்த குரலில் முணுமுணுத்தார். “இம்முறை நீங்கள் நிச்சயமாக இருக்கிறீர்களா?”

லேங்டன் ஆத்திரப்படவில்லை. “நமக்கு ஒரு வரைபடம் தேவை. ரோமிலுள்ள அனைத்து தேவாலயங்களையும் காட்டும் வரைபடம்.”

தளபதி அவரை ஒரு கணம் ஆராய்ந்தார். அவரது முகவெளிப்பாடு ஒருபோதும் மாறவில்லை.

லேங்டன் தனது கடிகாரத்தைச் சோதித்தார். "நமக்கு அரைமணி நேரம் மட்டுமே இருக்கிறது."

ஆலிவெட்டி வேகமாக லேங்டனைக் கடந்து படியிறங்கி, தேவாலயத்தின் முன்புறமாக நிறுத்தப்பட்டிருந்த தனது காரை நோக்கி நேராகச் சென்றார். லேங்டன் அவர் வரைபடத்துக்காகச் சென்றுகொண்டிருந்ததாக நம்பினார்.

விட்டோரியா ஆர்வம்மிகுந்தவளாகத் தோன்றினாள். "ஆக, தேவதை சுட்டுவது தென்மேற்கு? எந்தெந்த தேவாலயங்கள் தென்மேற்காக இருக்கின்றன என்று தெரியவில்லை?"

"என்னால், இந்தப் பாழாய்ப்போன கட்டடங்களைத் தாண்டிப் பார்க்கமுடியவில்லை." லேங்டன் மறுபடியும் திரும்பி அந்தச் சதுக்கத்தைப் பார்த்தார். "நான் ரோமின் தேவாலயங்களை நன்கு அறிந்தவனும் இல்-" அவர் நிறுத்தினார்.

விட்டோரியா திகைத்தவளாகத் தோன்றினாள். "என்ன?"

லேங்டன் சதுக்கத்தை மீண்டும் நோக்கினார். தேவாலயப் படிக்கட்டுகளில் ஏறிநிற்க, அவர் இப்போது உயரத்தில் இருந்தார், அவரது காட்சிக்கோணமும் சிறப்பாக இருந்தது. இப்போதும் அவரால் எதையும் காணமுடியவில்லை, ஆனால், அவர் தான் சரியான திசையில் நகர்வதை உணர்ந்தார். அவரது கண்கள் அவருக்குமேல் உயர்ந்து காணபபட்ட பலவீனமான சாரக்கட்டுக் கோபுரத்தின் மேல் தாவின. அது ஆறு தளங்களுக்கு, கிட்டத்தட்ட தேவாலயத்தின் உயரமான சாளரம் வரை போனது, அந்தச் சதுக்கத்திலுள்ள பிற கட்டடங்களைவிடவும் உயர்ந்துகாணப்பட்டது. அடுத்த கணம் தான் எங்கே சென்றுகொண்டிருந்தார் என்பதை அவர் அறிந்திருந்தார்.

சதுக்கத்துக்கு எதிரே, சினிதா மாக்ரியும் குந்தர் க்ளிக்கும் பிபிசி வேனின் கண்ணாடியோடு ஒட்டிக்கொண்டு அமர்ந்திருந்தனர்.

"நீங்கள் இதைப் படம்பிடிக்கிறீர்களா?" குந்தர் கேட்டான்.

மாக்ரி, ஒரு நபர் தற்போது சாரக்கட்டில் ஏறுவதை படம்பிடித்தாள். "என்னைக் கேட்டால் ஸ்பைடர்மேனாக நடந்துகொள்வதற்கு, அவர் இத்தனை நன்கு ஆடையணியத் தேவையில்லை எனச் சொல்வேன்."

"அந்த மிஸ் ஸ்பைடி யார்?"

சினிதா சாரக்கட்டுக்குக்கீழ் நின்ற வசீகரமான பெண்ணைப் பார்வையிட்டாள். "அவள் யாரென கண்டுபிடிப்பதற்கு விரும்புவாயென நிச்சயம் பந்தயமே கட்டுவேன்."

"நான் ஆசிரியர் குழுவுக்கு அழைக்கலாமென நினைக்கிறேன்?"

"இப்போது வேண்டாம். நாம் கவனிப்போம். நாம் கார்டினல்கள் கூடுகையைக் கைவிட்டுவிட்டோம் என ஒப்புக்கொள்ளும்முன் சிறப்பாக ஏதாவது கையிலிருப்பது நல்லது."

"அங்குள்ள வயதான நபர்களில் ஒருவரை யாராவது உண்மையிலே கொன்றிருக்கக்கூடுமென நீ நினைக்கிறாயா?"

சினிதா பொறுமையின்றிக் கேட்டாள். "நீ நிச்சயமாக நரகத்துக்குப் போகப்போகிறாய்."

"நான் என்னுடன் புலிட்சர் விருதையும் எடுத்துச் செல்வேன்."

71

லேங்டன் ஏற ஏற சாரக்கட்டின் நிலைத்தன்மை குறைந்தபடியே செல்வதைக் கண்டார். எனினும், ஒவ்வொரு படிக்கும் ரோமின் காட்சித் தெளிவாகியபடியே வந்தது. அவர் தொடர்ந்து மேலேறினார்.

அவர் மேலடுக்கை எட்டியபோது, எதிர்பார்த்ததைவிடவும் அதிகமாகவே மூச்சிரைத்துக்கொண்டிருந்தார். கடைசி மேடையில் ஏறி, சுண்ணாம்பைப் தட்டிவிட்டு, அதன்மேல் நின்றார் அவர். உயரம் அவரைச் சிறிதும் கவலையடையச் செய்யவில்லை. உண்மையில், அது அவருக்குப் புத்துணர்ச்சியளித்தது.

காட்சி, தலைசுற்றச் செய்வதாய் இருந்தது. கடலில் தீப்பிடித்ததுபோன்று, ரோமின் செவ்வோடுகளாலான கூரையுச்சிகள் அவர்முன் பரந்து, அஸ்தமன சூரியனால் கருஞ்சிவப்பில் மின்னின. அந்த இடத்திலிருந்து, கடவுள்களின் நகரான ரோமை அதன் பழமையான மூலங்களுடன், போக்குவரத்து நெருக்கடியோ, மாசுபாடோ இன்றி தனது வாழ்விலே முதன்முறையாகப் பார்த்தார் லேங்டன்.

கண்களைக் குவித்து சூரிய அஸ்தமனத்தின் ஊடாக, கூரான கோபுரம் அல்லது மணிக்கூண்டுடனான தேவலாயத்தின் கூரைகளை லேங்டன் ஆராய்ந்தார். ஆனால் தூர தூரத்துக்கும் அவர் பார்த்துக்கொண்டே செல்ல, அடிவானம்வரை அவர் எதையும் காணவில்லை. அவர் நினைத்தார், ரோமில் நூற்றுக்கணக்கான தேவாலயங்கள் இருக்கின்றன. இங்கிருந்து தென்மேற்கில் ஒன்று நிச்சயம் இருக்கவேண்டும். தேவாலயம் மட்டும் இங்கிருந்து கண்ணுக்குப் புலப்படுவதாயிருந்தால்... அவர் தனக்குத் தானே நினைவூட்டிக்கொண்டார். *பாழாய்ப்போக, அந்தத் தேவாலயம் இன்னும் நிலைத்திருக்கவேண்டும்!*

மெதுவாக அந்தத் திசைநோக்கி உற்றுநோக்க, தனது கண்களை வலியுறுத்தியபடி மறுபடியும் தேடலை அவர் மேற்கொண்டார். நிச்சயமாக, எல்லா தேவாலயங்களும் கண்ணுக்குப் புலப்படும்படியான கோபுரங்களைக் கொண்டிருப்பதில்லை, குறிப்பாகச் சிறிய, பிரதான வழியிலிருந்து விலகிக் காணப்படும் தேவாலயங்கள் என்பதை அவர் அறிவார். 1600- முதல் சட்டப்பூர்வமாக உயரமான கட்டடங்கள் அனுமதிக்கப்பட்டபின் ரோம் தீவிரமாக மாற்றமடைந்துள்ளது என்பதைச் சொல்லவும் தேவையில்லை. லேங்டன் பார்வையிட்டபோது, அவர் குடியிருப்பு கட்டடங்கள், உயரமான கட்டடங்கள், தொலைக்காட்சி கோபுரங்கள் ஆகியவற்றையே கண்டார்.

இரண்டாவது முறையாக, எதையுமே காணாமல் அடிவானத்தை எட்டியது லேங்டனின் கண்கள். ஒரேயொரு கோபுரம்கூட தட்டுப்படவில்லை. தொலைவில், ரோமின் விளிம்பில், மைக்கேல் ஏஞ்சலோவின் மாபெரும் குவிமாடம் அஸ்தமன சூரியனின் வெளிச்சத்தை ஈர்த்துக்கொண்டிருந்தது. புனித பீட்டர் பேராலயம். வாடிகன் நகரம். ஸ்விஸ் காவலர்கள் எதிர்க்கருவைக் தேடுதலிலேயே மும்முரமாகியிருந்தால், கார்டினல்கள் காணாமல்போன விஷயம் என்னவாகியிருக்கும் என லேங்டன் தனக்குத்தானே வியந்துகொண்டார். ஏதோவொன்று அது நடக்கவில்லை... நடக்காதென அவருக்குச் சொன்னது.

அந்தக் கவிதை அவரது தலைக்குள் மீண்டும் ஒலித்தது. அவர் அதனை கவனமாக, வரி வரியாக ஆராய்ந்தார். *சாத்தானின் துளையுடன் ஷாண்டியின் மண்ணுலகக் கல்லறையிலிருந்து.* அவர்கள் ஷாண்டியின் கல்லறையைக் கண்டுபிடித்தனர்.

'ரோமை கடக்கையில் மாய சக்திகள் விடுபடும்.' மாய சக்திகள் பூமி, காற்று, நெருப்பு, நீர். 'ஒளியின் பாதை அமைக்கப்பட்டது, புனித பரிசோதனை.' பெர்னினியின் சிற்பங்களால் அறிவொளியின் பாதை உருவாக்கப்பட்டது. 'தேவதைகள் உங்களுடைய உயர்வான தேடலுக்கு வழிகாட்டுவர்.'

தேவதை தென்மேற்காகச் சுட்டிக்கொண்டிருந்தது...

"முன்பக்க படிகளில்!" பிபிசி வேனின் விண்ட்ஷீல்டின் வழியாக வேகமாகச் சுட்டிக்காட்டியபடி க்ளிக் வியந்தான், "ஏதோ நடந்துகொண்டிருக்கிறது."

மாக்ரி தான் படம்பிடிக்கும் கோணத்தைப் பிரதான நுழைவுவாயிலை நோக்கித் திரும்பினாள். நிச்சயமாக ஏதோவொன்று நடந்துகொண்டிருந்தது. படிகளின் கீழே, ராணுவத் தோரணையுடைய ஆட்கள் அந்த ஆல்ஃபா ரோமியாக்களில் ஒன்றை படிக்கட்டுக்கு நெருக்கமாகக் கொண்டுவந்து பின்பகுதியைத் திறந்தனர். இப்போது யாராவது கவனிக்கிறார்களா என்பதுபோல் அவன் சதுக்கத்தை ஆராய்ந்தான். ஒரு கணம், மாக்ரி அவர்களைக் கண்டுகொண்டான் என நினைத்தாள். ஆனால், அவனது கண்கள் நகர்ந்தபடியே இருந்தது. வெளிப்படையாகவே திருப்தியடைந்தபடி, அவன் ஒரு வாக்கிடாக்கியை எடுத்துப் பேசினான்.

கிட்டத்தட்ட உடனடியாகத் தேவாலயத்திலிருந்து ஒரு ராணுவம் வெளிப்பட்டது. தழுவிக்கூடியிருந்த அமெரிக்கக் கால்பந்துக் குழுவொன்று பிரிந்துசெல்வதுபோல, மேல் படிக்கட்டில் வீரர்கள் நேரான வரிசையை அமைத்தனர். மனிதர்களாலான சுவரொன்று நகர்வதுபோல, அவர்கள் இறங்கத் தொடங்கினர். அவர்களுக்குப் பின்னால், கிட்டத்தட்ட அந்த மனித சுவரால் முழுவதுமாக மறைக்கப்பட்டு, நான்கு வீரர்கள் எதையோ சுமந்துவருவதுபோல் தோன்றியது. கனமான ஏதோவொன்று. இடர்ப்பாடானது.

க்ளிக், டாஷ்போர்டின் மீது சாய்ந்தபடி பார்த்தான். "அவர்கள் தேவாலயத்திலிருந்து எதையாவது திருடுகிறார்களா?"

சினிதா தனது படம்பிடிக்கும் இலக்கை இன்னும் இறுக்கியபடி, டெலிபோட்டோவைப் பயன்படுத்தி, மனிதர்களின் வரிசையை ஆராய்வதற்காக, ஏதாவது திறப்பு

தட்டுப்படுகிறதா என நோக்கினாள். நொடியில் ஒரு கணத்தை, அவள் எதிர்நோக்கியிருந்தாள். ஓரேயொரு காட்சி சட்டகம். அதுபோதும் எனக்கு. ஆனால், அவர்கள் ஒன்றாகவே நகர்ந்தனர். சீக்கிரம்! மாக்ரி கேமிராவை வேறெங்கும் நகர்த்தவில்லை, அது பலனளித்தது. அந்த வீரர்கள் காரின் பின்பகுதியில் அந்தப் பொருளை இறக்கமுயன்றபோது, மாக்ரி அவளுக்கான திறப்பைக் கண்டுகொண்டாள். முரண்நகையாக, தடுமாறியது அந்த வயதான மனிதர். ஓரேயொரு கணத்துக்குத்தான், அதுவே தேவைக்கும் அதிகம். மாக்ரி, அவளுக்கான காட்சி சட்டகத்தைப் படம்பிடித்துக்கொண்டாள். உண்மையில், அது கிட்டத்தட்ட பத்துக் காட்சி சட்டகத்தைப் போன்றது.

“எடிட்டோரியலுக்கு அழை,” சினிதா சொன்னாள். “நமக்கு ஒரு இறந்த உடல் கிடைத்திருக்கிறது.”

வெகுதொலைவில், செர்னில், மேக்ஸிமிலியன் கோஹ்லர், லியனோர்டா வெத்ராவின் படிப்பறைக்குள் தனது சக்கர நாற்காலியைச் செலுத்தினார். இயந்திர சாதனங்களின் உதவியுடன், அவர் வெத்ராவின் கோப்புகளுக்குள் நுழைந்துகொண்டிருந்தார். அவர் தேடிவந்ததைக் கண்டறியமுடியாமல், கோஹ்லர் வெத்ராவின் படுக்கையறைக்குள் நுழைந்தார். படுக்கையறை மேஜையின் மேல் இழுப்பறை பூட்டப்பட்டிருந்தது சமையலறையிலிருந்த கத்தியின் உதவியுடன் அதனை கோஹ்லர் வலுவில் திறந்தார்.

உள்ளே கோஹ்லர் எதைத் தேடிவந்தாரோ, மிகச்சரியாக அதைக் கண்டறிந்தார்.

72

லேங்டன் சாரக்கட்டிலிருந்து இறங்கி மீண்டும் நிலத்துக்குத் திரும்பினார். அவர் தனது ஆடையிலிருந்து, சுண்ணாம்புத் தூசியைத் தட்டினார். விட்டோரியா அவரை வாழ்த்துவதற்காக அங்கிருந்தாள்.

“அதிர்ஷ்டம் இல்லையா?” அவள் கேட்டாள்.

அவர் இல்லையென தலையசைத்தார்.

"அவர்கள் கார்டினலை காரின் பின்பகுதியில் வைத்திருக்கின்றனர்."

ஆலிவெட்டியும் சில வீரர்களும் நிறுத்தப்பட்டிருந்த காரின் முன்பக்கத்தின்மேல், ஒரு வரைபடத்தை வைத்து அதை பார்வையிட்டுக்கொண்டிருக்க, லேங்டன் எட்டிப் பார்த்தார். "அவர்கள் தென்மேற்காகத் தேடிக்கொண்டிருக்கின்றனரா?"

அவள் ஆமோதித்தாள். "தேவாலயங்களே இல்லை. இங்கிருந்து நீங்கள் காணும் முதல் தேவாலயம் புனித பீட்டர் தேவாலயம்."

லேங்டன் முணுமுணுத்தார். குறைந்தபட்சம் அவர்கள் உடன்படிக்கையில் இருந்தனர். அவர் ஆலிவெட்டியை நோக்கிச் சென்றார். வீரர்கள் அவர் நுழைய இடமளித்தனர்.

ஆலிவெட்டி ஏறிட்டுப் பார்த்தார். "ஒன்றுமில்லை. ஆனால் இந்த வரைபடம் கடைசித் தேவாலயம் வரை காட்டாது. பெரிய தேவாலயங்களை மட்டும்தான் காட்டும். கிட்டத்தட்ட அப்படி ஐம்பது தேவாலயங்கள் இருக்கின்றன."

"நாம் எங்கிருக்கிறோம்?" லேங்டன் கேட்டார்.

ஆலிவெட்டி பியாஸா டெல் போப்போலோவிலிருந்து, மிகச்சரியாகத் தென்மேற்காக நேர்க்கோடு இழுத்திருந்தார். அந்தக் கோடு கணிசமான இடைவெளியில், ரோமின் பிரதான தேவாலயங்களைக் குறிப்பிடும் கருப்புச் சதுக்கங்களின் திரள்களைத் தவறவிட்டிருந்தது. துரதிர்ஷ்டவசமாக, ரோமின் பிரதான தேவாலயங்கள் ரோமின் பழமையான தேவாலயங்களாக இருந்தன.... அவை 1600-ஐ ஒட்டிய காலகட்டங்களிலிருந்து இருந்துவருகின்றன.

"நான் சில முடிவுகளை எடுக்கவேண்டும்," ஆலிவெட்டி சொன்னார். "எந்தத் திசை என்பதில் நீங்கள் உறுதியாய் இருக்கிறீர்கள்தானே?"

லேங்டன் தேவதையின் வெளிநோக்கி நீட்டப்பட்ட விரலை மனதில் கொண்டுவந்தார், அவருள் மீண்டும் அவசரம் எழுந்தது. "ஆமாம், சார். உறுதியாக."

ஆலிவெட்டி தோளைக்குலுக்கியபடி மீண்டும் அந்த நேர்க்கோட்டில் தேடினார். அந்தப் பாதை மார்கரிட்டா

பாலத்தை இடைவெட்டி, கோலாடி டி ரியிஸோ வழியாக, பியாஸா டெல் ரிசோர்கிமெண்டோ வழியாகப் புனித பீட்டர் சதுக்கத்தின் மையத்தை எட்டியது. இடையில் வேறெந்த தேவாலயமும் இல்லை.

"புனித பீட்டர் தேவாலயத்துக்கு என்ன?" வீரர்களுள் ஒருவன் கேட்டான். அவனது இடது கண்ணின்கீழ் ஆழமான வடு காணப்பட்டது. "அது ஒரு தேவாலயம்தானே."

லேங்டன் தனது தலையை மறுப்பாய் அசைத்தார். "பொது இடமாக இருக்கவேண்டும். அதேசமயம் அரிதாகவே மக்கள் காணப்படவேண்டும்."

"ஆனால் கோடு, புனித பீட்டர் *சதுக்கத்தின் வழியாகச்* செல்கிறது," விட்டோரியா லேங்டனின் தோள்களின் மேலாகப் பார்த்தபடியே சொன்னாள். "சதுக்கம் பொதுமக்களுக்குரியது."

லேங்டன் அதை ஏற்கனவே கருத்தில் கொண்டிருந்தார். "இருந்தாலும், சிற்பங்கள் கிடையாது."

"அங்கே நடுவில் ஒரு ஒற்றைக்கல் தூண் இல்லை?"

அவள் சொன்னது சரிதான். புனித பீட்டர் சதுக்கத்தில் எகிப்திய ஒற்றைக்கல் தூணொன்று இருந்தது. லேங்டன் அவர்களுக்கு முன்னாலிருந்த *சதுக்கத்தில் ஒற்றைக்கல் தூணைத் தேடினார். உயர்ந்த பிரமிடு.* ஒரு விநோதமான தற்செயல், அவர் நினைத்தார். அவர் அதனை மறுத்தார். "வாடிகனுடைய ஒற்றைக்கல் தூண் பெர்னினியால் உருவாக்கப்பட்டதல்ல. அது காலிகுலாவால் கொண்டுவரப்பட்டது. அதோடு அதற்கும் காற்றுக்கும் சம்பந்தம் இல்லை." அத்துடன் மற்றொரு பிரச்சினையும் இருந்தது. "தவிரவும், அந்தக் கவிதை, மூலகங்கள் *ரோமெங்கும் பரந்துகிடப்பதாகக்* கூறுகிறது. புனித பீட்டர் சதுக்கம் வாடிகன் நகரத்தில் இருக்கிறது. ரோமில் அல்ல."

"அது யாரை நீங்கள் கேட்கிறீர்கள் என்பதைப் பொறுத்தது," ஒரு காவலன் இடையிட்டான்.

லேங்டன் ஏறிட்டுப் பார்த்தார். "என்ன?"

"எப்போதும் தீர்க்கமுடியாத விவகாரம். பெரும்பாலான வரைபடங்கள் புனித பீட்டர் சதுக்கத்தை வாடிகன் நகரத்தின் பகுதியாகக் குறிப்பிடுகின்றன, ஆனால் நகரத்தின் சுவருக்கு

வெளியே உள்ளதால், ரோம் அதிகாரிகள் நூற்றாண்டுகளாக அது ரோமின் பகுதியாக உரிமைகொண்டாடி வருகிறார்கள்.”

“நீங்கள் விளையாடவில்லையே,” லேங்டன் கேட்டார். அவர் அதை ஒருபோதும் அறிந்ததில்லை.

அந்தக் காவலன் தொடர்ந்தான், “ஏனெனில் தளபதி ஆலிவெட்டியும் மிஸ். வெத்ராவும் காற்றுடன் தொடர்புடைய சிற்பம் குறித்துக் கேட்டுக்கொண்டிருந்ததால் மட்டுமே அதைக் குறிப்பிட்டேன்.”

லேங்டனின் கண்கள் விரிந்தன. “உங்களுக்குப் புனித பீட்டர் சதுக்கத்திலிருக்கும் அத்தகைய ஒன்றைத் தெரியுமா?”

“மிகக் குறிப்பாகத் தெரியாது. அது உண்மையில் சிற்பமே அல்ல. அநேகமாகப் பொருத்தமில்லாததாகவும் இருக்கலாம்.”

“எங்களுக்காக அதைச் சொல்,” ஆலிவெட்டி வலியுறுத்தினார்.

அந்தக் காவலன் தோளைக் குலுக்கினான். “எனக்கு அதைப்பற்றி தெரிய ஒரே காரணம் வழக்கமாக எனக்குச் சதுக்கத்தில்தான் பணி. புனித பீட்டர் சதுக்கத்தின் ஒவ்வொரு மூலையும் எனக்குத் தெரியும்.”

“அந்தச் சிற்பம் எதைப் போல் காணப்படும்?” லேங்டன் விடாமல் கேட்டார். உண்மையில் இல்லுமினாட்டி தங்களது இரண்டாவது சுட்டியைப் புனித பீட்டர் தேவாலயத்துக்கு வெளியிலேயே அமைக்கும் தைரியமுடையதாக இருக்குமா என வியப்படையத் தொடங்கினார் லேங்டன்.

“நான் அதைக் கடந்து தினமும் ரோந்து செல்கிறேன்,” அந்தக் காவலன் சொன்னான். “நேரடியாக அந்தக் கோடு சுட்டிக்காட்டும் மையத்தில் அது உள்ளது. அதுதான் அதைப் பற்றி எண்ணச் செய்தது. நான் சொன்னதுபோல அது உண்மையில் சிற்பமல்ல. அது பெரிதும்... பாளம்.”

ஆலிவெட்டி எரிச்சலடைந்தவராகத் தோன்றினார். “ஒரு பாளமா?”

“ஆமாம், சார். அந்தச் சதுக்கத்தில் ஒரு பளிங்குப் பாளம் பதிக்கப்பட்டிருக்கிறது. ஒற்றைக்கல்லின் அடித்தளத்தில். ஆனால் அந்தப் பாளம் செவ்வக வடிவிலானதல்ல. அது ஒரு நீள்வட்டம். அந்தப் பாளத்தில் வாயு அலையலையாகப்

பீறிடுவதுபோன்ற உருவம் செதுக்கப்பட்டிருக்கிறது." அவன் நிறுத்தினான். "நீங்கள் அதுகுறித்து அறிவியல்பூர்வமாக நான் குறிப்பிடவேண்டும் விரும்பினால் நான் காற்று எனச் சொல்வேன்."

லேங்டன் அந்த இளம் வீரனை ஆச்சரியத்துடன் பார்த்தார். "புடைப்புச் சிற்பம்!" அவர் திடீரென வியப்படைந்தார்.

அனைவரும் அவரைப் பார்த்தனர்.

"புடைப்புரு," லேங்டன் சொன்னார், "சிற்பத்தின் மற்றொரு பாதி!" சிற்பம் என்பது வட்டமாக மற்றும் நீள்வட்ட வடிவத்தில் உருவங்களை வடிவமைக்கும் கலை. அவர் வருடக்கணக்கில் கரும்பலகையில் இந்த விளக்கத்தை எழுதிவந்துள்ளார். புடைப்புருக்கள், குறிப்பாக இரு பரிமாணச் சிற்பங்கள், பென்னியில் காணப்படும் ஆபிரகாம் லிங்கனின் பக்கத் தோற்றம்போல. பெர்னினியின் சிக்கி சாப்பல் பதக்கங்கள் மற்றொரு சரியான உதாரணம்.

"பாசூரேலியவோ?" அந்தக் காவலன் இத்தாலியக் கலைச் சொல்லைக் குறிப்பிட்டுக் கேட்டான்,

"ஆமாம், புடைப்புச்சிற்பம்!" தனது கைமுட்டிகளை வண்டியின் முன்பக்கத்தில் மெதுவாக இடித்தபடி லேங்டன் கூறினார். "நான் அந்த வார்த்தையை யோசிக்கவில்லை. புனித பீட்டர் சதுக்கத்திலுள்ள, நீங்கள் பேசிக்கொண்டிருக்கும் அந்த ஓடு வெஸ்ட் போனென்டே- மேற்குக் காற்று எனப்படுகிறது. அது ரெசிபிரோ டி டியோ எனவும் அறியப்படுகிறது.

"கடவுளின் மூச்சுக்காற்று?"

"ஆமாம்! காற்று! அது அசலான கட்டடக் கலைஞரால் செதுக்கப்பட்டு அங்கு வைக்கப்பட்டது!"

விட்டோரியா குழம்பியவளாகத் தோன்றினாள். "ஆனால், நான் மைக்கேல் ஏஞ்சலோதான் புனித பீட்டர் தேவாலயத்தை வடிவமைத்ததாக நான் நினைத்தேன்."

"ஆமாம், பேராலயத்தை!" லேங்டன் வியப்பும், வெற்றியும் தன் குரலில் வெளிப்பட கூறினார். "ஆனால், புனித பீட்டர் சதுக்கம் பெர்னினியால் வடிவமைக்கப்பட்டது."

ஆல்பா ரோமியோஸ் வண்டிகள் பியாஸா டெல் போப்போலோவிலிருந்து காற்றைக் கிழித்துக்கொண்டு கிளம்பின.

அவர்களுக்குப் பின்னால் பிபிசி வேன் வெளிக்கிளம்பிவந்ததை கவனிக்கமுடியாத அளவுக்கு அனைவரும் அத்தனை அவசரத்திலிருந்தனர்.

73

குந்தர் க்ளிக், பிபிசி வேனின் ஆக்ஸிலேட்டரை அழுந்தமிதித்து, போண்டே மார்கெரிட்டாவிலுள்ள டைபர் நதியின் குறுக்காக விரைந்துகொண்டிருந்த நான்கு ஆல்ஃபா ரோமியோக்களையும் போக்குவரத்தினூடாக பின்தொடர்ந்து சென்றான். இயல்பாக க்ளிக் சந்தேகத்துக்கு இடமில்லாத இடைவெளியைப் பேண முயல்வான், ஆனால், இன்று அவனுக்கு அது சாத்தியப்படவில்லை. இந்த நபர்கள் பறந்துகொண்டிருந்தார்கள்.

வேனின் பின்புறம் மாக்ரி தனது வேலையிடத்தில் அமர்ந்து, லண்டனுடனான ஒரு தொலைபேசி அழைப்பை முடித்திருந்தாள். அவள் போனை வைத்துவிட்டு போக்குவரத்துச் சத்தத்தினூடே க்ளிக்கிடம் இரைந்தாள். "நல்ல செய்தி அல்லது கெட்ட செய்தி எதைக் கேட்க விரும்புகிறாய்?"

க்ளிக் முகம்சுளித்தான். தலைமை அலுவலகத்தைக் கையாளும்போது எதுவுமே அத்தனை எளிதாக இருந்ததில்லை. "கெட்ட செய்தி."

"நமக்களிக்கப்பட்ட வேலையைக் கைவிட்டதற்காக, ஆசிரியர் குழு நம் மீது எரிந்துவிழுகிறது."

"ஆச்சர்யம்."

"மேலும், அவர்கள் உனக்குத் துப்புத்தருபவர் ஒரு ஏமாற்றுக்காரனென நம்புகிறார்கள்."

"நிச்சயமாக."

"மேலும், நீ அத்தனை திறமையானவன் அல்ல என பாஸ் என்னை எச்சரித்தார்."

க்ளிக் கோபமாகக் கத்தினான். "அட்டகாசம். அந்த நல்ல செய்தி?"

“நாம் இப்போது படம்பிடித்த காட்சியைப் பார்வையிட அவர்கள் சம்மதித்திருக்கின்றனர்.”

க்ளிக் தனது கோபப்பார்வை தற்போது ஏளனப் புன்னகையாக மாறுவதை உணர்ந்தான். *யார் அத்தனை திறமையற்றவன் என்பதை நாம் பார்க்கத்தான் போகிறோம் என அவன் நினைத்தான்.* “பிறகென்ன அதை அனுப்புங்கள்.”

“நாம் வண்டியை நிறுத்தி, நிலையான நெட்வொர்க் அமையும் வரையில் நம்மால் அனுப்பவியலாது.”

க்ளிக், கோலா டி ரியன்ஸோ வழியாக வேனைச் செலுத்தினான். “இப்போது நிறுத்தமுடியாது.” பியாஸா ரிசோர்கிமென்டோவின் அருகில் சிரமமான இடப்புற திருப்பத்தில் திரும்பி, அவன் ஆல்ஃபா ரோமியோக்களைப் பின்தொடர்ந்தான்.

பின்புறத்தில் அனைத்தும் சரிந்ததால், மாக்ரி தனது கணினி கியரைப் பிடித்தபடி அமர்ந்திருந்தாள். “என் ட்ரான்ஸ்மீட்டர் உடைந்து போனால், நாம் வீடியோ காட்சியுடன் லண்டனுக்கு நடந்தே போகவேண்டியிருக்கும்” அவள் எச்சரித்தாள்.

“அன்பே, நன்றாக உட்கார்ந்துகொள். ஏதோவொன்று நாம் கிட்டத்தட்ட வந்துசேர்ந்துவிட்டோம் என்கிறது.”

மாக்ரி ஏறிட்டுப் பார்த்தாள். “எங்கே?”

அவர்களுக்கு முன்னால் தற்போது காட்சியளிக்கும் பழகிய குவிமாடத்தை க்ளிக் உறுத்துப்பார்த்தான். அவன் புன்னகைத்தான். “எங்கே தொடங்கினோமோ அங்கேயே திரும்பிவிட்டோம்.”

நான்கு ஆல்ஃபா ரோமியோக்களும் புனித பீட்டர் சதுக்கத்தின் சுற்றுப்புற போக்குவரத்துக்குள் நேர்த்தியாக நழுவின. சதுக்கத்தின் சுற்றுப்புறத்தில் அவை பிரிந்து பரவிநின்று, குறிப்பிட்ட இடங்களில் ஆட்களை இறக்கின. இறங்கிய காவலர்கள் சதுக்கத்தின் முனையில் காணப்பட்ட ஊடக வேன்கள், சுற்றுலா பயணிகளிடையே நகர்ந்து உடனடியாகக் கண்களுக்குப் புலப்படாமலாகினர். சில காவலர்கள் வரிசையாகக் காணப்பட்ட தூண்களின் வரிசைகளுக்குள் நுழைந்தனர். அவர்களும் சுற்றுப்புறங்களில் மறைந்து மாயமாகினர். லேங்டன்

விண்ட்ஷீல்டின் வழியாகப் பார்த்தபோது, புனித பீட்டர் ஆலயத்தைச் சுற்றி இறுக்கமானதொரு சுருக்கை உணரமுடிந்தது.

தற்போது அனுப்பியிருக்கும் ஆட்களோடு, கூடுதல் திரைமறைவு காவலர்களைப் பெர்னினியின் *மேற்கு பொனென்ட்* அமைந்துள்ள இடத்தின் மையத்துக்கு அனுப்பச்சொல்லி வாடிகனுக்குத் தகவல் அனுப்பியிருந்தார் ஆலிவெட்டி. லேங்டன், புனித பீட்டர் சதுக்கத்தின் பரந்தகன்ற வெளியைப் பார்த்தபோது, ஒரு பரிச்சயமான கேள்வி தொடர்ந்து இம்சித்தது. *இல்லுமினாட்டி கொலைகாரன் இங்கிருந்து எப்படி வெளியேறத் திட்டமிட்டிருப்பான்? அவன் இத்தனை ஆட்கள் நடுவே கார்டினலை எப்படி கொண்டுவருவான், இத்தனை வெளிப்படையான இடத்தில் எப்படி கொலை செய்வான்?* லேங்டன் தனது மிக்கி மவுஸ் கடிகாரத்தைச் சோதனையிட்டார். அது இரவு 8:54. ஆறு நிமிடங்கள்.

முன்சீட்டிலிருந்த ஆலிவெட்டி திரும்பி லேங்டன், விட்டோரியா இருவரையும் நோக்கித்திரும்பினார். "நீங்கள் இருவரும் இந்தப் பெர்னினியின் பாளமோ செங்கல்லோ அல்லது என்ன இழவோ அதனருகில் முதன்மையாக இருக்கவேண்டுமென விரும்புகிறேன். அதே நடைமுறை. நீங்கள் சுற்றுலாவாசிகள். எதையாவது கண்டால் போனைப் பயன்படுத்துங்கள்."

லேங்டன் பதிலளிக்கும்முன்னே, விட்டோரியா அவரது கையைப் பிடித்து காரிலிருந்து வெளியே இழுத்தாள்.

வசந்தகால சூரியன் புனித பீட்டர் தேவாலயத்துக்குப் பின் மறைந்துகொண்டிருக்க, மாபெரும் நிழல் விழுந்து சதுக்கத்தை விழுங்கியிருந்தது. அந்தக் குளிர்ந்த, கறுப்பு நிழல்விரிப்பினுள் விட்டோரியாவும் அவரும் நகர்ந்தபோது, லேங்டன் ஒருவித அச்சுறுத்தும் ஜில்லிப்பை உணர்ந்தார். கூட்டத்தினூடாக ஊடுருவியபடி, அவர்களுள் கொலைகாரன் இருப்பானா என வியந்தபடி கடந்துசென்ற ஒவ்வொரு முகத்திலும் தான் தேடிக்கொண்டிருப்பதை லேங்டன் உணர்ந்தார். பற்றியிருந்த விட்டோரியாவின் கை இதமாகக் காணப்பட்டது.

திறந்துவிரிந்து கிடந்த புனித பீட்டர் சதுக்கத்தினை அவர்கள் கடந்தபோது, லேங்டன், "நுழைந்த அனைவரையும் அற்பமாக உணரச்செய்யும்" ஒன்றை உருவாக்க அமர்த்தப்பட்ட கலைஞனின் அதே விளைவைப் பெர்னினியின் பரந்த

சதுக்கமும் கொண்டிருப்பதை உணர்ந்தார். நிச்சயமாக அவர் அந்தக் கணத்தில் எளியவனாய் உணர்ந்தார். அடக்கமாயும் பசியாகவும், இதுபோன்றதொரு கணத்தில் தனது தலைக்குள் இத்தகையதொரு அற்ப எண்ணம் நுழைந்ததை ஆச்சர்யத்துடன் உணர்ந்தார்.

"கல் ஸ்தூபிக்கா?" விட்டோரியா கேட்டாள்.

சதுக்கத்தின் நடுவே இடப்புறம் திரும்பியபடியே, லேங்டன் ஆமோதித்தார்.

"நேரம்?" விட்டோரியா சுறுசுறுப்பாகவும் அதேசமயம் இயல்பாகவும் நடந்தபடியே கேட்டாள்.

"ஐந்து நிமிடமிருக்கிறது."

விட்டோரியா எதுவும் சொல்லவில்லை, ஆனாலும் லேங்டன் அவளது பிடி இறுகுவதை உணர்ந்தார். அவர் இன்னும் துப்பாக்கியை வைத்திருந்தார். விட்டோரியா, அது தேவையென தீர்மானிக்கமாட்டாள் என நம்பினார். உலக ஊடகங்களே பார்த்திருக்கையில், அவள் ஆயுதத்தை வெளியே எடுத்து, புனித பீட்டர் சதுக்கத்தில் வைத்து, ஒரு கொலைகாரனின் கால்முட்டைப் பெயர்ப்பதை அவரால் கற்பனைசெய்ய முடியவில்லை. பின் மறுபடியும், இங்கே கார்டினலைக் கொலைசெய்து முத்திரையிடுவதுடன் ஒப்பிட இதுபோன்ற நிகழ்வு ஒன்றுமேயில்லை என நினைத்தார்.

காற்று, லேங்டன் நினைத்தார். *அறிவியலின் இரண்டாவது மூலகம்.* அவர் அந்த முத்திரையின் உருவத்தை மனதில் கொண்டுவர முயன்றார். கொலைக்கான வழிமுறையை. தன் காலுக்குக் கீழ் பரந்து கிடந்த கிரானைட்டின் விரிவை- புனித பீட்டர் சதுக்கம்- எனும் ஸ்விஸ் காவலர்களால் சூழப்பட்ட திறந்த பாலையை அவர் மீண்டும் ஆராய்ந்தார். கொலையாளி உண்மையில் இதை முயல்வான் எனில், அவன் எப்படித் தப்பிக்கமுடியும் என லேங்டனால் கற்பனைசெய்ய முடியவில்லை.

சதுக்கத்தின் மையத்தில் காலிகுலாவின் 350 டன் எகிப்திய கல் ஸ்தூபி எழுந்துநின்றது. அது எண்பத்தொரு அடிக்கு வானோக்கி பிரமிடுக் கோபுரம்போல் நீண்டிருக்க, அதன்மேல் உள்ளீடற்ற இரும்புச் சிலுவை பொருத்தப்பட்டடிருந்தது. மாலை சூரியனின் கடைசி வெளிச்சத்தையும் பிடிக்கப்

போதுமான உயரத்திலிருந்த, அதன் சிலுவை அற்புதமென ஜொலித்தது... கிறிஸ்துவைத் தூக்கிலிட்ட சிலுவையின் நினைவுச்சின்னங்களை அது திட்டமிட்டே கொண்டிருந்தது.

கல் ஸ்தூபியின் பக்கவாட்டில் இருபுறமும் இரு நீரூற்றுகள் சமச்சீரான இடைவெளியில் காணப்பட்டன. பெர்னினியின் நீள்வட்ட சதுக்கத்தின் மிகச்சரியான வடிவியல் குவியப் புள்ளிகள் நீரூற்றுகள் என்பதை கலை வரலாற்றாசிரியர்கள் அறிவார்கள். ஆனால், இன்றுவரை இது ஒரு கட்டடக்கலை விநோதம் என உண்மையில் லேங்டன் ஒருபோதும் கருதியதில்லை. ரோம் திடீரென நீள்வட்டங்கள், பிரமிடுகள், திகைப்பூட்டும் வடிவியல் கணக்குகளால் நிறைந்ததுபோல் தோன்றியது.

அவர்கள் கல் ஸ்தூபியை நெருங்கியதும், விட்டோரியா வேகத்தைக் குறைத்தாள். தன்னுடன் லேங்டனும் ரிலாக்ஸ் செய்துகொள்ள இணங்கச்செய்வதற்காக, அவள் பலமாக மூச்சை வெளியேற்றினாள். தனது தோள்களைத் தாழ்த்தி, இறுக்கமான தனது தாடையைத் தளர்த்தி, லேங்டனும் அதற்கான முயற்சிகள் செய்தார்.

உலகின் மிகப்பெரிய தேவாலயத்துக்கு வெளியே, பிரமாண்டமாக அமைந்துள்ள, கற்தூபிக்கு அருகில், அறிவியலின் இரண்டாவது பலிபீடம் - பெர்னினியின் *வெஸ்ட் பொனென்ட்டில்* - புனித பீட்டர் சதுக்கத்தில் நீள்வட்டப் பாளம் அமைந்துள்ளது.

குந்தர் க்ளிக், சூழ்ந்துள்ள தூண்களின் நிழல்களினூடே புனித பீட்டர் சதுக்கத்தைப் பார்த்தான். வேறெந்த நாளிலாவதாயிருந்தால், ட்வீட் ஜாக்கெட்டிலிருந்த ஆணும் காக்கி ஷார்ட்ஸ் அணிந்திருந்த பெண்ணும் அவனைச் சிறிதும் ஈர்த்திருக்கமாட்டார்கள். அவர்கள் சதுக்கத்தை அனுபவித்து ரசிக்கும் சுற்றுலாவாசிகளாயின்றி வேறெதுவாகவும் தெரிந்திருக்கமாட்டார்கள். இன்றைய நாள் மற்ற எந்த நாளைதையும் போலல்ல. தொலைபேசித் துப்புகள், பிணங்கள், ரோமினூடாகப் பறந்துசெல்லும் இலக்கமிடப்படாத கார்கள், சாரக்கட்டில் ஏறி எதையோ தேடும் ட்வீட் ஜாக்கெட் அணிந்த ஆண்களின் நாளாக இருந்தது இன்று. அவன் எதைத் தேடினானென கடவுள் மட்டுமே அறிவார். க்ளிக் அவர்களுடன் இருந்தாகவேண்டும்.

அவன் சதுக்கத்தினுள் தேடி மாக்ரியைக் கண்டான். அவளிடம் எங்கே செல்லவேண்டுமென அவன் சொல்லியிருந்தானோ, மிகச் சரியாக அங்கே, அந்த ஜோடியிடமிருந்து சற்றே தொலைவாக, பக்கவாட்டில் நடமாடிக்கொண்டிருந்தாள். மாக்ரி அவளது வீடியோ கேமராவுடன், இயல்பாக, ஆனால் பத்திரிகையின் அலுப்படைந்த உறுப்பினர் போன்ற நடிப்புடன், க்ளிக் விரும்பியதைவிடவும் அவள் இயல்பாகத் தெரிந்தாள். சதுக்கத்தின் தூர மூலையில் வேறந்தப் பத்திரிகையாளரும் காணப்படாதிருக்க, அவள் பிபிசி முத்திரையுடனான தனது கேமராவுடன் காணப்பட்டது சுற்றுலாவாசிகள் சிலரின் கவனத்தை ஈர்த்தது.

மாக்ரி முன்பு படம்பிடித்திருந்த காரின் பின்புறத்தில் திணிக்கப்படும் நிர்வாண உடல் காட்சி, வேனின் பின்புறத்திலுள்ள விசிஆர் ட்ரான்ஸ்மிட்டரில் அந்தக் கணத்தில் ஓடிக்கொண்டிருந்தது. க்ளிக், தற்சமயம் தனது தலைக்குள் ஓடும் பிம்பங்கள் லண்டனுக்குச் சென்றுகொண்டிருக்குமென அறிந்திருந்தான். ஆசிரியர் குழு என்ன சொல்லுமென அவன் ஆச்சரியப்பட்டான்.

அவனும் மாக்ரியும், சாதாரண உடையணிந்த ராணுவ வீரர்கள் இடையிடும்முன்பே அந்த உடலிருந்த இடத்தை எட்டியிருக்கவேண்டுமென விரும்பினான். அதே ராணுவம் தற்போது சதுக்கமெங்கும் பரந்து சூழ்ந்திருக்கின்றனர் என்பதையும் அவன் அறிந்திருந்தான். ஏதோ பெரிதாக ஒன்று நிகழப்போகிறது.

ஊடகங்கள் அராஜகத்தின் வலது கரமென, கொலையாளி சொல்லியிருந்தான். பெரியதொரு தனிச்செய்திக்கான தனது வாய்ப்பை தான் இழந்துவிட்டோமோ என க்ளிக் கவலைப்பட்டான். அவன் இதர ஊடக வேன்கள் தொலைவிலிருப்பதையும், மாக்ரி அந்த மர்மமான தம்பதியினரை சதுக்கத்தினுள் தொடர்வதையும் கவனித்தான். ஏதோவொன்று, தான் இன்னும் ஆட்டத்தில்தான் இருக்கிறோமென க்ளிக்குக்கு உணர்த்தியது.

74

லேங்டன் எதை எதிர்பார்த்தாரோ, அதனை அடைவதற்கு பத்தடி இருக்கும்போதே அதை அவர் கண்டார். ஆங்காங்கே தென்பட்ட சுற்றுலாவாசிகளின் இடையே, சதுக்கத்தின் மற்ற பகுதிகள் சாம்பல் நிற கிரானைட்டால் அமைந்திருக்க, வெள்ளைப் பளிங்காலான நீள்வட்ட வடிவ பெர்னினியின் *வெஸ்ட் பொனன்ட்* காணப்பட்டது. விட்டோரியாவும் அதைப் பார்த்துவிட்டாள். அவளது கை பதற்றமானது.

“பதட்டமாகாதே,” லேங்டன் முணுமுணுத்தார். “உன்னுடைய பிரன்காவை மேற்கொள்.”

விட்டோரியா தனது பிடிப்பைத் தளர்த்தினாள்.

அவர்கள் அருகே நெருங்க, அனைத்தும் அசாதாரண இயல்புடன் காணப்பட்டது. சுற்றுலாவாசிகள் திரிந்துகொண்டிருக்க, சதுக்கத்தின் சுவரோரமாக கன்னியாஸ்திரிகள் உரையாடிக் கொண்டிருக்க, ஒரு பெண் கற்தூணின் அடிவாரத்தில் புறாக்களுக்கு உணவிட்டுக் கொண்டிருந்தாள்.

லேங்டன் தனது கடிகாரத்தைச் சரிபார்க்கவேண்டுமென்ற உணர்வைக் கட்டுப்படுத்திக்கொண்டார். கிட்டத்தட்ட இதுதான் அந்த நேரமென அவர் அறிந்திருந்தார்.

அந்த நீள்வட்டக் கல் அவர்களது காலுக்கடியில் வந்ததும், லேங்டனும் விட்டோரியாவும் அதீத ஆர்வத்துடன் அல்லாமல்- வெறுமனே இரு சுற்றுலாவாசிகள் மிதமான ஆர்வத்துடன் கடமைப்பூர்வமாக நிறுத்தத்துக்கு வருவதுபோல நிறுத்தத்துக்கு வந்தனர்.

“*வெஸ்ட் பொனென்ட்,*” விட்டோரியா கல்லின் மீது பொறிக்கப்பட்டிருந்ததை வாசித்தாள்.

லேங்டன் அந்தப் பளிங்கு புடைப்புருவை உற்றுப்பார்த்தவர், திடீரென அதன் முக்கியத்துவத்தை உணர்ந்தார். அவரது கலைப்புத்தகங்களில் உணர வாய்க்கவில்லை, அவரது எண்ணற்ற ரோம் பயணங்களில் நடக்கவில்லை, வேறெப்போதும் வெஸ்ட் பொனென்ட் முக்கியத்துவம் அவர்முன் வெளிப்பட்டதில்லை.

இப்போது வரை இல்லை.

அந்தப் புடைப்புரு நீள்வட்டமாகக், கிட்டத்தட்ட மூன்றடி நீளமாக, - மேற்குக் காற்றின் வடிவமாகத் தேவதூதர்போன்ற முகத்துடன் செதுக்கப்பட்டிருந்தது. தேவதூதரின் வாயிலிருந்து, வாடிகனிலிருந்து வெளிப்புறமாகக் காற்றை ஊதுவதுபோன்று பெர்னினி வரைந்திருந்தார்... கடவுளின் மூச்சு. இது இரண்டாவது மூலகமான... காற்றுக்கான பெர்னினியின் காணிக்கை. தேவதூதரின் உதடுகளிலிருந்து கட்புலனாகாத மெல்லிய காற்று வீசிக்கொண்டிருந்தது. லேங்டன் உற்றுநோக்கையில், அந்த புடைப்புருவின் முக்கியத்துவம் ஆழமாகிக் கொண்டபடியே சென்றதை அறியவந்தார். பெர்னினி காற்றை ஐந்து தனித்தனி கற்றைகளாகச் செதுக்கியிருந்தார்... ஐந்து! அதனினும் மேலாக பதக்கத்தின் பக்கவாட்டில் இரண்டு ஒளிரும் நட்சத்திரங்கள் காணப்பட்டன. லேங்டன் கலீலியோவை நினைத்தார். *இரண்டு நட்சத்திரங்கள், ஐந்து கற்றைகள், நீள்வட்டங்கள், சமச்சீர்தன்மை...* அவர் வெறுமையாக உணர்ந்தார். அவரது தலை வலிக்கத் தொடங்கியது.

விட்டோரியா கிட்டத்தட்ட உடனடியாக லேங்டனை அழைத்துக்கொண்டு புடைப்புருவைத் தாண்டி நடக்கத் தொடங்கினாள். "நம்மை யாரோ பின்தொடர்கிறார்கள் என நினைக்கிறேன்," அவள் சொன்னாள்.

லேங்டன் ஏறிட்டு நோக்கினார். "எங்கே?"

விட்டோரியா பேசுவதற்கு முன் குறைந்தது முப்பதடி நகர்ந்திருந்தாள். அவள் வாடிகனை நோக்கி, குவிமாடத்திலுள்ள ஏதோவொன்றைப் பற்றி லேங்டனுக்குக் காட்டுவதுபோல் கைகாட்டினாள். "சதுக்கம் முழுவதும் ஒரே நபர் நம் பின்னே வந்துகொண்டிருந்தார்." தற்செயல்போல், விட்டோரியா தன் தோளுக்கு மேலாகப் பார்த்தபடி, "இப்போதும் நம்மைத் தொடர்கிறார். தொடர்ந்து நகருங்கள்."

"அது கொலையாளியாக இருக்குமென நீ நினைக்கிறாயா?"

விட்டோரியா தலையசைத்து மறுத்தாள். "இல்லுமினாட்டி பிபிசி கேமராவுடன் பெண்களை வேலைக்கு அமர்த்தினால் தவிர."

புனித பீட்டர் ஆலயத்தின் மணியோசை செவிகிழிக்கும் ஓசையையெழுப்ப லேங்டனும் விட்டோரியாவும்

துள்ளிக்குதித்தனர். இதுதான் நேரம். அவர்கள் அந்தப் பத்திரிகையாளரிடமிருந்து விடுபட்டு, அந்தப் புடைப்புரு பக்கம் மீண்டும் செல்ல விலகி சுற்றிக்கொண்டு சென்றனர்.

மணியோசையைத் தவிர்த்து, அந்தப் பகுதி துல்லிய அமைதியுடன் காணப்பட்டது. சுற்றுலாவாசிகள் சுற்றிக்கொண்டு திரிந்தனர். வீடற்ற குடிகாரன் ஒருவன் கற்தூபியின் அடியில் அலங்கோலமாகத் தூங்கியபடி காணப்பட்டான். ஒரு சிறிய பெண் புறாக்களுக்கு உணவிட்டுக் கொண்டிருந்தாள். அந்தப் பத்திரிகையாளர் கொலைகாரனை அச்சுறுத்தியிருக்கக்கூடுமோ என வியந்தார். *சந்தேகத்தில், அந்தக் கொலையாளியின் உறுதிமொழியை நினைவுபடுத்திப்பார்த்தார். நான் உங்களது கார்டினல்களை ஊடக வெளிச்சத்துக்குள்ளாக்குவேன்.*

ஒன்பதாவது மணியின் ஓசை தேய்ந்து மறைய, அமைதியான மௌனம் சதுக்கமெங்கும் வந்து நிறைந்தது.

பின்... அந்த குட்டிப்பெண் ஓலமிடத் தொடங்கினாள்.

75

ஓலமிடத் தொடங்கிய அந்தப் பெண்ணை லேங்டன்தான் முதலில் நெருங்கினார்.

திகிலடைந்திருந்த அந்த இளம்பெண் கல் ஸ்தூபியின் அடித்தளத்தைச் சுட்டிக்காட்டியபடி உறைந்துபோய் நின்றிருக்க, அங்கே அசிங்கமான, உடல்தளர்ந்த குடிகாரன் படிகளில் சரிந்த நிலையில் அமர்ந்தபடிக் காணப்பட்டான். பரிதாபத்துக்குரிய தோற்றத்திலிருந்த அந்த மனிதன்... வெளிப்படையாகவே தங்குவதற்குப் புகலிடமற்ற ரோமைச் சேர்ந்த ஒருவனாகத் தெரிந்தான். நரைத்த முடிகள், அவனது முகத்துக்கு முன் பிசுக்குப்பிடித்துத் தொங்கின, அவனது உடல் முழுமையும் ஒருவித அழுக்கடைந்த உடையால் போர்த்தப்பட்டிருந்தது. அந்தப் பெண் தொடர்ந்து கத்தியபடியே கூட்டத்தை விட்டு வெளியேறிக் கொண்டிருந்தாள்.

லேங்டன் செயலற்றுக் காணப்பட்ட அந்த மனிதனை நோக்கி விரைந்தபோது ஒரு அச்சத்தின் எழுச்சியை உணர்ந்தார். அந்த மனிதனின் கந்தலான உடைகளில் இருண்ட, அகன்றபடியே செல்லும் கறையைக் காணமுடிந்தது. புதிய, ஒழுகும் ரத்தம்.

பின், அனைத்தும் ஒரேசமயத்தில் நடந்ததுபோல அது இருந்தது.

அந்த வயதான மனிதர், இடையிலேயே தளர்ந்து வீழ்ந்து, முன்னோக்கிச் சரிந்ததுபோல் தோன்றியது. லேங்டன் பாய்ந்து பிடிக்கமுயன்றார், ஆனால் மிகவும் தாமதமாகியிருந்தது. அந்த மனிதர் முன்னோக்கிச் சரிந்து, படிகளிலிருந்து உருண்டு, நடைபாதையில் முகம்படும்படிச் சென்று மோதினார். அசைவற்றுக் கிடந்தார்.

லேங்டன் மண்டியிட்டு அமர்ந்தார். விட்டோரியா அவருக்கருகில் வந்தாள். கூட்டமொன்று சேரத்தொடங்கியது.

விட்டோரியா பின்னாலிருந்து தனது விரல்களை அந்த மனிதரின் தொண்டைப்பக்கமாக நுழைத்துப் பார்த்தாள். “துடிப்பு இருக்கிறது,” அவள் அறிவித்தாள். “அவரைப் புரட்டுங்கள்.”

லேங்டன் ஏற்கனவே செயலில் இருந்தார். அந்த மனிதரின் தோளைப் பற்றி, அவரின் உடலைப் புரட்டினார். அப்படிச் செய்தபோது, அந்த மனிதரின் தளர்வான கந்தலாடை, உயிரற்ற சதையைப் போல கழன்று வந்தது. அந்த மனிதர் முதுகுப்புறம் கீழிருக்குமாறு புரட்டப்பட்டார். அவரது வெற்று மார்பின் மையத்தில் பரந்த பகுதியின் சதை தீய்ந்துபோயிருந்தது.

விட்டோரியா வாய்பிளந்தபடி பின்னுக்கு நகர்ந்தாள்.

லேங்டன், குமட்டலுக்கும் பீதிக்கும் இடையில் சிக்கிச் செயலற்றவராகக் காணப்பட்டார். அந்த முத்திரை அச்சுறுத்தும் எளிமையைக் கொண்டிருந்தது.

“காற்று,” விட்டோரியா குரலடைத்தவளாகச் சொன்னாள். “இது... அவர்.”

எங்கிருந்தெனத் தெரியாமல் ஸ்விஸ் காவலர்கள் வெளிப்பட்டு, உத்தரவுகளைப் பிறப்பித்தபடி, பார்க்கப்படாத கொலையாளிக்குப் பின் விரைந்தோடினர்.

அருகில், ஒரு சுற்றுலாவாசி சில நிமிடங்களுக்கு முன்னால், சதுக்கத்தினூடாக நடந்துவர மூச்சுத்திணறிய, புகலிடமற்ற இந்த ஏழை மனிதனுக்குக் கறுநிற மனிதனொருவன் உதவியதையும்... கூட்டத்தில் மறைந்துபோவதற்குமுன் படிகளில் முதியவருடன் சில கணம் உட்கார்ந்திருந்ததையும், விவரித்துக்கொண்டிருந்தான்.

விட்டோரியா அந்த மனிதரின் வயிற்றுப்பகுதியில் மிச்சமிருந்த கந்தலாடைகளைக் கிழித்தகற்றினாள். அவர் முத்திரையின் இருபக்கமும் விலா எலும்பின் சற்று கீழே ஆழமான காயங்களைக் கொண்டிருந்தார். அவள் அந்த மனிதரின் தலையை சாய்த்துப்பிடித்து, வாயுடன் வாய்வைத்து முதலுதவி செய்யத் தொடங்கினாள். அடுத்து நிகழ்ந்ததற்கு லேங்டன் ஆயத்தமாக இருந்திருக்கவில்லை. விட்டோரியா ஊதியதும், அந்த மனிதரின் உடலின் மையப்பகுதியின் இருபக்கமும் காணப்பட்ட காயங்கள், திமிங்கலத்தின் மூச்சுக்குழாயிலிருந்து நீர் வெளிப்படுவதுபோல, ஒலியுடன் ரத்தத்தைத் காற்றில் சிந்தின. அந்த உப்புத்தன்மையுள்ள திரவம் லேங்டனின் முகத்தில் தெறித்தது.

விட்டோரியா உடனே நிறுத்திவிட்டு, திகிலுடன் நோக்கினாள். “அவரது நுரையீரல்கள்...” அவள் தடுமாற்றமாகச் சொன்னாள். “அவை... துளையிடப்பட்டுள்ளன.”

லேங்டன் அந்த இரு துளைகளை நோக்கியபடியே தனது கண்களைத் துடைத்தார். துளைகள் களகளவெனச் சத்தமிட்டன. கார்டினலின் நுரையீரல் சேதப்படுத்தப்பட்டிருந்தது. அவர் இறந்திருந்தார்.

விட்டோரியா, ஸ்விஸ் காவலர்கள் நுழைந்ததும் அந்த உடலை மூடினாள்.

லேங்டன் என்ன செய்வதென்று அறியாமல் எழுந்துநின்றார். அப்போது, அவர் அவளைக் கண்டார். அவர்களை முன்பு பின்தொடர்ந்த அந்தப் பெண் அருகில் குனிந்தபடி காணப்பட்டாள். அவளது பிபிசி வீடியோ தோளில், இலக்கைக் குறிவைத்து இயங்கிக்கொண்டிருந்தது. இருவரது கண்களும் சந்திக்க, அவள் அனைத்தையும் படம்பிடித்துவிட்டதை அவர் அறிந்துகொண்டார். பின், ஒரு பூனையைப்போல அவள் நழுவினாள்.

76

சினிதா மாக்ரி ஓடிக்கொண்டிருந்தாள். அவளது வாழ்க்கையையே தீர்மானிக்கப் போகும் கதை அவளிடம் இருந்தது.

புனித பீட்டர் சதுக்கத்தினுள், கூடியிருந்த கூட்டத்தினரிடையே புகுந்து ஓடுகையில் அவளது வீடியோ கேமரா ஒரு நங்கூரத்தைப் போல கனத்தது. அனைவரும் அவளுக்கு எதிர்த்திசையில் நகர்வதுபோல்... சந்தடியை நோக்கி நகர்வதைப்போல் தோன்றியது. மாக்ரி சாத்தியமான அளவுக்குத் தூரமாகச் சென்றுவிட முயன்றுகொண்டிருந்தாள். ட்வீட் ஜாக்கெட் அணிந்திருந்தவன் அவளைப் பார்த்திருந்தான், தற்போது வேறு சிலரும், அவள் பார்க்காத ஆண்களும், அனைத்துப் பக்கங்களிருந்தும் அவளை முற்றுகையிடுவதுபோல் துரத்துவதை உணர்ந்திருந்தாள்.

மாக்ரி, அவள் சற்றுமுன் பதிவுசெய்த பிம்பங்களின் திகில் அகலாமலே இன்னமும் காணப்பட்டாள். இறந்த மனிதர் உண்மையிலே அவள் பயந்ததுபோல அவர்தானா என வியந்துகொண்டிருந்தாள். க்ளிக்கின் மர்மகரமான போன் தொடர்பு திடீரென சற்று குறைந்த மடத்தனமுடையதாய்த் தோன்றியது.

பிபிசி வேன் இருந்த திசைநோக்கி அவள் விரைந்தபோது, ராணுவத் தோரணையுடையவன் என சொல்லத்தக்க இளைஞன் கூட்டத்திலிருந்து அவள் முன் வெளிப்பட்டான். அவர்கள் கண்கள் சந்திக்க, இருவருமே நின்றுவிட்டனர். மின்னலைப் போல், அவன் ஒரு வாக்கிடாக்கியை உயர்த்தி அதில் பேசத்தொடங்கினான். பின் அவன் அவளை நோக்கி விரைந்தான். மாக்ரி சுழன்று கூட்டத்துக்குள் திரும்பினாள், அவளது இதயம் படபடக்கத் தொடங்கியது.

அவள் கூட்டத்தினரின் கை கால்களுக்குள் தடுமாறியபடியே, அவளது கேமராவிலிருந்த பயன்படுத்தப்பட்ட வீடியோ கேசட்டை அகற்றினாள். செல்லுலோஸ் தங்கம், அவள் நினைத்தாள். முதுகுப்பக்கமாக அவளது இடைவாரின் கீழ் செருகி, அவளது கோட்டின் முனை அதை மறைக்கும்படி

விட்டாள். சற்று கூடுதலாக எடையுடனிருந்ததற்காக, அவள் அப்போது சந்தோஷப்பட்டாள். *க்ளிக், நீ எந்த நரகத்தில் இருக்கிறாய்!*

மற்றொரு வீரன் அவளது இடப்புறம் தோன்றி, அவளை நெருங்கிக்கொண்டிருந்தான். தன்னிடம் கொஞ்சமே நேரம் இருந்ததை மாக்ரி அறிந்திருந்தாள். அவள் மீண்டும் கூட்டத்துக்குள் பதுங்கினாள். தனது உறையிலிருந்து வெற்று கேசட் ஒன்றை எடுத்து, அவள் அதனை கேமராவினுள் திணித்தாள். பின் அவள் பிரார்த்திக்கத் தொடங்கினாள்.

அவள் பிபிசி வேனிலிருந்து முப்பதடி தொலைவிலிருந்தபோது, கைகளைக் கட்டிக்கொண்டு, இரண்டு ஆண்கள் அவள் முன் எதிர்ப்பட்டனர். அவள் எங்கும் செல்லவில்லை.

"ஃபிலிம்," ஒருவன் சொடுக்கினான். "இப்போதே."

மாக்ரி பின்வாங்கி, தனது கைககளைக் கேமராவைச் சுற்றி பாதுகாப்பாக மறித்துக்கொண்டு, "வாய்ப்பே இல்லை" என்றாள்.

ஆண்களில் ஒருவன் தனது ஜாக்கெட்டை விலக்கி, பக்கவாட்டிலிருந்து துப்பாக்கியை வெளியிலெடுத்தான்.

"சரி, என்னைச் சுடு," மாக்ரி சொல்லியபடியே, அவளது குரலின் துணிவைக் கண்டு வியந்துகொண்டிருந்தாள்.

"ஃபிலிம்," முதல் ஆண் திரும்பவும் கேட்டான்.

சாத்தான் க்ளிக் எங்கே போனான்? மாக்ரி தனது காலை உதைத்து, சாத்தியமானவரை உரத்த குரலில், "நான் பிபிசியின் புரோபஷனல் வீடியோகிராபர்! பத்திரிகை சுதந்திர சட்டத்தின், 12-வது பிரிவின்படி, இந்தப் படச்சுருள் பிரிட்டிஷ் பிராட்காஸ்ட் கார்ப்பரேஷனின் சொத்து" என கத்தினாள்.

அந்த ஆண்கள் சற்றும் அசரவில்லை. துப்பாக்கியுடன் காணப்பட்டவன் அவளை நோக்கி ஓரடி எடுத்துவைத்தான். "நான் ஸ்விஸ் காவல் படையின் உயரதிகாரி, இப்போது நீ நிற்கும் இடத்தைப் புனித சித்தாந்தம் நிர்வாகிக்கிறது. நீங்கள் தேடுதலுக்கும் கைப்பற்றுதலுக்கும் உரியவர்."

தற்போது அவர்களைச் சுற்றி ஒரு கூட்டம் சேரத்தொடங்கியது.

மாக்ரி கத்தினாள், "லண்டனிலிருக்கும் எனது எடிட்டரிடம் பேசாமல், இந்தக் கேமராவிலிருக்கும் படச்சுருளை எந்தச்

சூழ்நிலையிலும் நான் உங்களிடம் தரமாட்டேன். நான் உங்களுக்குச் சொல்வதென்னவென்றால்-"

காவலர்கள் அதை மறித்தனர். ஒருவர் அவளது கையிலிருந்து அந்தக் கேமராவைப் பறித்தார். மற்றவர் வலுக்கட்டாயமாக அவளது கையைப் பிடித்து, அவளை வாடிகன் இருக்கும் திசைநோக்கி திருப்பினார். "நன்றி," முண்டியடிக்கும் கூட்டத்தினூடாக அவளை நடத்தியபடி அவர் சொன்னார்.

அவளைச் சோதனையிட்டு அந்த நாடாவைக் கண்டுபிடிக்கக் கூடாதென மாக்ரி பிரார்த்தித்தாள். அவள் மட்டும் அந்தப் படச்சுருளை எப்படியாவது கொஞ்ச நேரத்துக்குக் காப்பாற்றமுடிந்தால்-

திடீரென அவள் நினைத்தே பார்த்திராதது நடந்தது. கூட்டத்தில் யாரோ அவளது கோட்டுக்குக் கீழே தேடிப் பார்த்தனர். மாக்ரி அந்த வீடியோ அவளிடமிருந்து உருவப்பட்டதை உணர்ந்தாள். அவள் சரேலெனத் திரும்பி கத்த முயன்றவள், தனது வார்த்தைகளை விழுங்கினாள். அவளுக்குப் பின்னால், குந்தர் க்ளிக் அவளைப் பார்த்து கண்ணடித்தபடி, கூட்டத்தினுள் சென்று மறைந்தான்.

77

ராபர்ட் லேங்டன், போப்பின் அலுவலகத்தை ஒட்டியிருந்த தனித்த குளியலறக்குள் நுழைந்தார். அவர் தனது முகத்திலும் உதட்டிலுமிருந்த ரத்தத்தைக் கழுவினார். அந்த ரத்தம் அவருடையதல்ல. அது சற்றுமுன்பு, வாடிகனுக்கு வெளியிலிருந்த கூட்டம்மிகுந்த சதுக்கத்தில் கொடூரமாகக் கொல்லப்பட்ட கார்டினல் லமாஸியுடையது. அறிவியலின் பலிபீடங்களில் மேற்கொள்ளப்பட்ட முதல் பலிகள். இதுவரை, கொலையாளி தனது அச்சுறுத்தலில் சிறப்பாகவே செயல்பட்டுவந்திருக்கிறான்.

கண்ணாடியில் பார்த்தபோது லேங்டன் சக்தியவற்றவராக உணர்ந்தார். அவரது கண்கள் புதைந்து, ரோமங்கள் அவரது தாடையைக் கறுக்கச் செய்திருந்தன. அவரைச்

சூழ்ந்து காணப்பட்ட அறை மாசற்றதாகவும் செல்வச் செழிப்புமிக்கதாகவும்- கறுப்பு பளிங்காலும் பொன்னிறச் சாதனங்களாலும் அமைக்கப்பட்டு, பருத்தித் துவாலைகளுடனும், வாசனைமிக்க கைகழுவும் சோப்புடனும் காணப்பட்டது.

லேங்டன், சற்று முன்பு பார்த்திருந்த கொடூரமான இலச்சினையை மனதிலிருந்து அகற்ற முயன்றார். அந்தப் பிம்பம் அகலமறுத்தது. காலையில் எழுந்ததிலிருந்து அவர் மூன்று ஆம்பிகிராம்களைப் பார்வையிட்டிருந்தார்.... இன்னும் இரண்டைப் பார்க்கவேண்டியிருக்கும் என்பதையும் அவர் அறிந்திருந்தார்.

கதவுக்கு வெளியே, ஆலிவெட்டி, கேமர்லினோ, கேப்டன் ரோச்சர் அடுத்தென்ன செய்வதென விவாதித்துக் கொண்டிருப்பதுபோல் பட்டது. வெளிப்படையாக, எதிர்க்கரு தேடல் இதுவரை சற்றும் பலனளிக்கவில்லை. ஒன்று, காவலர்கள் அந்த உறையைத் தவறவிட்டிருக்கவேண்டும், அல்லது படைத்தலைவர் ஆலிவெட்டி நம்பியதைவிடவும் வாட்டிகனுக்குள் எதிரி ஆழமாக ஊடுருவியிருக்கவேண்டும்.

லேங்டன் தனது கைகளையும் முகத்தையும் துடைத்தார். பின் அவர் திரும்பி சிறுநீர் கழிப்பதற்கான இடத்தைத் தேடினார். சிறுநீர்ப் பிறை காணப்படவில்லை. வெறும் ஒரு கிண்ணம் மட்டுமே காணப்பட்டது. அவர் அதன் மூடியைத் தூக்கினார்.

அங்கிருந்தபோது, இறுக்கம் அவரது உடலிலிருந்து பின்வாங்க, சோர்வின் அலையொன்று அவரது உடலெங்கும் வந்து பரவியது. அவரது இதயத்தில் ஏகப்பட்ட முரணான உணர்வுகள், ஒன்றுக்கொன்று பின்னிக்கொண்டு காணப்பட்டன. லேங்டன் சோர்ந்துபோய், உணவோ உறக்கமோ இன்றி, அறிவொளியின் பாதையில் நடந்தபடி, இரு கொடூரமான கொலைகளால் அதிர்ச்சியடைந்தவராகக் காணப்பட்டார். இந்த நாடகத்தின் சாத்தியமான விளைவையெண்ணியபோது, ஆழமான அச்சத்தை உணர்ந்தார் லேங்டன்.

யோசி, அவர் தனக்குத்தானே சொல்லிக்கொண்டார். அவரது மனமோ வெறுமையாகக் காணப்பட்டது.

அவர் நீரைத் திறந்துவிட்டதும், எதிர்பாராதவொரு அறிதல் அவரைத் தாக்கியது. இது போப்பினுடைய குளியலறையாக இருக்கவேண்டும், அவர் நினைத்தார். ***நான் போப்பின்***

குளியலறையில் சிறுநீர் கழித்திருக்கிறேன், அவர் உள்ளூர சிரித்துக்கொண்டார். புனித சிம்மாசனம்.

78

லண்டனில், பிபிசியின் தொழில்நுட்ப பணியாளரொருவர் செயற்கைக்கோள் ரிசீவர் யூனிட்டிலிருந்து காணொலிப் பேழையொன்றை வெளியேற்றி, கட்டுப்பாட்டு அறையின் தரைத் தளத்தினூடே விரைந்தாள். அவள் தலைமைச் செய்தி ஆசிரியரின் அலுவலகத்துள் புயலென நுழைந்து, அவரது வி.சி. ஆரில் அந்தக் காணொலியைத் திணித்து, ப்ளே பட்டனை அழுத்தினாள்.

அந்தப் பேழை சுழலத் தொடங்கியதும், அவரிடம் வாடிகன் நகரத்திலிருந்த குந்தர் க்ளிக்கிடம் அவள் மேற்கொண்ட உரையாடல் குறித்துத் தெரிவித்தாள். கூடுதலாக, பிபிசி புகைப்பட காப்பகம், புனித பீட்டர் சதுக்கத்தில் பலியானவரின் விவரங்களையும் அவளுக்குத் தந்திருந்தது.

தலைமை செய்தி ஆசிரியர் தனது அலுவலகத்திலிருந்து வெளிவந்து, ஒரு மணியொன்றை ஒலிக்கச் செய்தார். அங்கு நடந்துகொண்டிருந்த பணிகள் அனைத்தும் நிறுத்தப்பட்டன.

“பரபரப்புச் செய்தி!” அவர் முழங்கினார். “ஒளிபரப்புக்கு ஆயத்தமாகுக! ஊடக ஒருங்கிணைப்பாளர்களே, தொடர்புக்கு வரும்படி விழைகிறேன்! நம்மிடம் ஒரு செய்தி இருக்கிறது. அதனை விற்கவிருக்கிறோம்! எங்களிடம் அதன் காணொலிக் காட்சி இருக்கிறது!”

சந்தை ஒருங்கிணைப்பாளர்கள் தங்களது ரோலோடெக்ஸ்களைக் கையிலெடுத்துக்கொண்டனர்.

“காணொலியின் நீளம்!” அவர்களில் ஒருவர் இரைந்தார்.

“முற்பது நொடிகள்,” தலைமை ஆசிரியர் பதிலளித்தார்.

“எதைப் பற்றியது?”

“மனிதக் கொலையின் நேரடிப் பதிவு.”

ஒருங்கிணைப்பாளர்கள் உற்சாகமாகத் தென்பட்டனர். “பயன்பாட்டு மற்றும் உரிம விலை என்ன?”

“ஒருவருக்கு பத்து லட்சம் அமெரிக்க டாலர்கள்.”

தலைகள் நிமிர்ந்தன. “என்ன!”

“நீங்கள் கேட்டது சரிதான்! நான் உணவுச் சங்கிலியின் மேல்மட்ட புள்ளிகளை விரும்புகிறேன். சி.என்.என்., எம்.எஸ். என்.பி.சி., பிறகுள்ள பெரிய மூன்று நிறுவனங்கள். டயல் இன் ப்ரிவ்யு வசதியளியுங்கள். பிபிசி அதை ஒளிபரப்புவதற்கு முன் அவர்களுக்கு ஐந்து நிமிடங்கள் கொடுங்கள்.”

“என்ன இழவு நடந்துவிட்டது?” ஒருவர் விளக்கம் கேட்டார். “பிரதமருக்கு ஏதும் பிரச்சினையா?”

தலைமைச் செய்தியாசிரியர் மறுப்பாகத் தலையசைத்தார். “இன்னும் சிறப்பாக.”

மிகச்சரியாக அதே கணம், ரோமில் ஓரிடத்தில் கொலையாளி ஒரு வசதியான நாற்காலியில் சில கணங்கள் இளைப்பாறிக் கொண்டிருந்தான். அவன் தன்னைச் சூழ்ந்திருந்த தனிச்சிறப்பான அறையை வியந்தான். *நான் அறிவொளியின் தேவாலயத்தில் அமர்ந்திருக்கிறேன்,* அவன் நினைத்தான். *அறிவொளியின் மறைவிடம்.* இத்தனை நூற்றாண்டுகளுக்குப் பின்னும் இது இன்னும் இங்கிருப்பதை அவனால் நம்ப இயலவில்லை.

கடமையுணர்ச்சியுடன், முன்பு அவன் பேசிய அந்த பிபிசி நிருபருக்குப் போன் செய்தான். இதுதான் நேரம். உலகம் இனிதான் அனைத்துச் செய்திகளிலும் மிக அதிர்ச்சி தரும் செய்தியைக் கேட்கப்போகிறது.

79

விட்டோரியா வெத்ரா ஒரு குவளை நீரை பருகியபடி, ஸ்விஸ் காவலர்களில் ஒருவரால் ஏற்பாடு செய்யப்பட்ட தேநீர்ப் பலகார வகையொன்றை மெதுவாகக் கொறித்தாள்.

சாப்பிடவேண்டும் என்றறிந்திருந்தபோதும், அவள் பசியெதையும் உணரவில்லை. போப்பின் அலுவலகம் உணர்ச்சிமிக்க உரையாடல்களால் சலசலத்துக்கொண்டிருந்தது. கேப்டன் ரோச்சர், கமாண்டர் ஆலிவெட்டி, மற்றும் அரை டஜன் காவலர்கள் இதுவரையிலான பாதிப்பை மதிப்பிட்டபடி, அடுத்த நகர்வு குறித்து விவாதித்துக்கொண்டிருந்தனர்.

ராபர்ட் லேங்டன் புனித பீட்டர் சதுக்கத்தை உற்றுப் பார்த்தபடி, அருகில் நின்றுகொண்டிருந்தார். அவர் சோர்வாகத் தென்பட்டார். விட்டோரியா அவரருகே வந்தாள். "யோசனை ஏதாவது?"

அவர் தலையை அசைத்தார்.

"பலகாரம்?"

அவரது மனநிலை உணவைக் கண்டதும் மேம்பட்டதாகத் தோன்றியது. "நிச்சயமாக வேண்டும். நன்றி." அவர் ஆர்வமாகச் சாப்பிட்டார்.

இரு ஸ்விஸ் காவலர்கள் துணைவர கேமர்லெக்னோ வென்ட்ரோஸ்கா கதவினூடாக நுழைந்ததும், அவர்களுக்குப் பின்னால் போய்க்கொண்டிருந்த உரையாடல் சத்தமின்றி ஆனது. முன்பு வாடிகனுக்கான காரியஸ்தர் சுரத்தின்றிக் காணப்பட்டார் எனக் கொண்டால், இப்போதோ வெறுமையாகவே தென்பட்டதாக விட்டோரியா நினைத்தாள்.

"என்ன நடந்தது?" கேமர்லெக்னோ, ஆலிவெட்டியிடம் கேட்டார். கேமர்லெக்னோவின் முகத் தோற்றம், ஏற்கனவே மோசமான செய்தியைச் சொல்லப்பட்டவர்போல் காணப்பட்டது.

ஆலிவெட்டியின் அதிகாரப்பூர்வ நிலவர விவரிப்பு, போர்க்களத்தில் காயம்பட்டவர்களின் அறிக்கை போலிருந்தது. அவர் உண்மைகளை அப்பட்டமாகத் தந்துகொண்டிருந்தார். "கார்டினல் எப்னர், சான்டா மரியா டெல் போப்போலோ தேவாலயத்தில் எட்டு மணிக்குப் பின் இறந்த நிலையில் கண்டெடுக்கப்பட்டார். அவர் மூச்சுத் திணறடிக்கப்பட்டு எர்த் என்னும் ஆம்பிகிராம் வார்த்தை அடையாளமிடப்பட்டுக் காணப்பட்டார். பத்து நிமிடங்களுக்கு முன்பாக கார்டினல் லமாஸி புனித பீட்டர் சதுக்கத்தில் கொலைசெய்யப்பட்டிருந்தார். மார்பில் துளையிடப்பட்டதன்

காரணமாக அவர் இறந்திருந்தார். அவர் மீது ஏர் எனும் ஆம்பிகிராம் வார்த்தை அடையாளமிடப்பட்டிருந்தது. இரண்டு சம்பவங்களிலும் கொலையாளி தப்பிவிட்டான்."

கேமர்லெக்னோ அறையைக் கடந்து போப்பின் மேஜைக்குப் பின் தொய்வாக அமர்ந்தார். அவர் தலையைக் குனிந்துகொண்டார்.

"எனினும் கார்டினல்கள் கிடெரோ, பக்கியா இன்னும் உயிருடன் இருக்கிறார்கள்."

கேமர்லெக்னோவின் தலை நிமிர்ந்தது, அவரது முகம் வலியுடன் காணப்பட்டது. "இதுதான் நமது ஆறுதலா? இரண்டு கார்டினல்கள் கொல்லப்பட்டிருக்கின்றனர், கமாண்டர். நீங்கள் கண்டுபிடிக்காவிட்டால் மற்ற இருவரும் அதிக நேரம் இருக்கப்போவதில்லை என்பது வெளிப்படை."

"நாங்கள் அவர்களைக் கண்டுபிடிப்போம்," ஆலிவெட்டி உறுதியாகச் சொன்னார். "நான் ஊக்கத்துடன் இருக்கிறேன்."

"ஊக்கத்துடனா? நம்மிடம் தோல்வியைத் தவிர ஏதுமில்லை."

"உண்மையில்லை. ஐயா, நாம் இரண்டு களங்களைத் தோற்றுவிட்டோம், ஆனால் போரை வென்றுகொண்டிருக்கிறோம். இல்லுமினாட்டி இன்றைய மாலைப்பொழுதை ஊடக சர்க்கஸாக மாற்ற எண்ணம்கொண்டிருந்தது. இதுவரை அவர்களது திட்டத்தை நாம் தடுத்திருக்கிறோம். இரு கார்டினல்களின் உடல்களைச் சம்பவம் ஏதும் வெளித்தெரியாமல் மீட்டிருக்கிறோம். தவிரவும்," ஆலிவெட்டி தொடர்ந்தார், "கேப்டன் ரோச்சர் ஆன்டிமீட்டர் குறித்த தேடலில் சிறந்த முன்னேற்றத்தை அடைந்திருப்பதாக என்னிடம் கூறினார்."

கேப்டன் ரோச்சர் தனது சிவப்புத் தொப்பியுடன் முன்னால் வந்தார். ரோச்சர், கண்டிப்பான ஆனால் பெரிதும் பிடிவாதமுடையவராக அல்லாமல்- அவர் மற்ற காவலர்களைவிடவும் ஓரளவு பெரிதும் மனிதத்தன்மையுடன் தெரிவதாக விட்டோரியா நினைத்தாள். ரோச்சரின் குரல் உணர்ச்சிமிக்கதாக, தெளிவாக, ஒரு வயலின்போல காணப்பட்டது. "ஐயா, இன்னும் ஒரு மணி நேரத்துக்குள் அந்த உறையை நாங்கள் உங்களிடம் கொண்டுவந்துவிடுவோம் என நான் நம்பிக்கையுடன் இருக்கிறேன்."

“கேப்டன்,” கேமர்லெக்னோ சொன்னார், “நம்பிக்கையற்றவராகத் தெரிவதற்காக என்னை மன்னியுங்கள். ஆனால் வாடிகன் சிட்டியையே முழுக்கத் தேடுவதற்கு, நம்மிடமிருக்கும் நேரம் போதாது என்ற எண்ணத்தில் நான் இருந்தேன்.”

“முழுமையான தேடலுக்கு, ஆகத்தான் செய்யும். எனினும் சூழலை மதிப்பிட்டபின், எதிர்க்கரு உறை நமது வெண்மண்டலங்களில்-பொதுமக்கள் அணுகக்கூடிய வாடிகனின் பகுதிகள்-உதாரணமாக அருங்காட்சியகங்கள், புனித பீட்டர் பசிலிகா, ஒன்றில்தான் இருக்குமென நான் நம்பிக்கையுடன் இருக்கிறேன்-நாங்கள் அந்தப் பகுதிகளில் மின்சாரத்தை நிறுத்திவிட்டு எங்களது தேடலைத் தொடர்ந்துகொண்டிருக்கிறோம்.”

“நீங்கள் வாடிகன் நகரத்தின் மிகச் சிறு அளவிலான பகுதியில் மட்டும் தேடுவதென்ற எண்ணத்தில் இருக்கிறீர்களா?”

“ஆமாம் ஐயா. வாடிகன் நகரத்தின் உட்புற பகுதிகளுக்கு அந்நியர் ஊடுருவுவது சிறிதும் சாத்தியமில்லை. மேலும் காணாமல்போன பாதுகாப்பு கேமரா, பொதுமக்கள் நடமாடும் பகுதியிலிருந்தே - அருங்காட்சியகமொன்றின் மாடிப்படிகளிலிருந்து - காணாமல் போயிருப்பது தெளிவாகத் தெரிவிப்பது, ஊடுருவியவன் வரையறைக்குட்பட்ட அளவே ஊடுருவியிருக்கிறான். இந்தப் பகுதிகளில்தான் நாங்கள் தற்போது கவனம் செலுத்தித் தேடுகிறோம்.”

“ஆனால், ஊடுருவியவன் நான்கு கார்டினல்களைக் கடத்தியிருக்கிறான். அது நிச்சயம் நாம் நினைப்பதைவிடவும் ஆழமாக ஊடுருவல் நடந்திருப்பதைச் சுட்டுகிறது.”

“அவசியமில்லை. நாம் அந்தக் கார்டினல்கள் இன்று பெரும்பாலான நேரத்தை வாடிகன் அருங்காட்சியகத்திலும் புனித பீட்டரின் பசிலிக்காவிலும் செலவிட்டதை நினைவுகூரவேண்டும். இந்த இடங்களில் ஒன்றிலிருந்து காணாமல்போன கார்டினல்கள் கடத்தப்பட்டிருக்கச் சாத்தியமுண்டு.”

“ஆனால், அவர்கள் நமது பாதுகாப்பைத் தாண்டி எப்படி அகற்றப்பட்டார்கள்?”

“நாங்கள் அதை இன்னும் யோசித்துக்கொண்டிருக்கிறோம்.”

“அப்படியா.” கேமர்லெக்னோ பெருமூச்சுவிட்டபடி எழுந்து நின்றார். அவர் ஆலிவெட்டியருகே நடந்துசென்றார்.

“கமாண்டர், நான் ஆட்களை அப்புறப்படுத்துவதற்கான உங்களது திட்டத்தைக் கேட்பதற்கு விரும்புகிறேன்.”

“ஐயா, நாங்கள் அதை இன்னும் முறைப்படுத்திக் கொண்டிருக்கிறோம். அதேநேரம், கேப்டன் ரோச்சர் அந்த உறையைக் கண்டுபிடிப்பார் என நான் நம்பிக்கையுடன் இருக்கிறேன்.” ரோச்சர், நம்பிக்கை வாக்கெடுப்பில் பாராட்டைத் தெரிவிப்பதுபோல தனது காலணிகளை அழுத்தி சப்தமெழுப்பினார்.

“எனது ஆட்கள் வெண்ணிறப் பகுதிகளில் மூன்றில் இரு பகுதிகளை ஏற்கனவே சோதனையிட்டுவிட்டனர். நம்பிக்கை மிகுந்திருக்கிறது.”

கேமர்லெக்னோ அந்த நம்பிக்கையைப் பகிர்ந்துகொண்டதுபோல் தோன்றவில்லை. அந்தக் கணத்தில் கண் ஒன்றுக்குக் கீழே தழும்புடைய காவலர் கதவினூடாகக் கிளிப் போர்டும் ஒரு வரைபடமுமாக வந்தார். அவர் லேங்டனை நோக்கி நடையிட்டார்.

“திரு. லேங்டன்? *மேற்கு பொனென்டே* பற்றி நீங்கள் கேட்ட தகவல் என்னிடம் இருக்கிறது.” லேங்டன் தனது பலகாரத்தை விழுங்கினார். “நல்லது. நாம் அதைப் பார்வையிடுவோம்.”

மற்றவர்கள் தொடர்ந்து பேசிக்கொண்டிருக்க, காவலனும் ராபர்ட்டும் போப்பின் மேஜையில் வரைபடத்தை விரித்துக்கொண்டிருக்க, அவர்களுடன் விட்டோரியா சேர்ந்துகொண்டாள். அந்த வீரன் புனித பீட்டர் சதுக்கத்தைச் சுட்டினான்.

“இதுதான் நாம் இருக்கும் இடம். *மேற்கு பொனென்டே*யின் மூச்சுக் காற்று கிழக்கை நோக்கி நேரடியாக வாடிகன் நகருக்கு வெளியே சுட்டுகிறது.” அந்தக் காவலாளி, புனித பீட்டர் சதுக்கத்திற்குக் குறுக்கே திபெர் நதியிலிருந்து பழைய ரோமின் மையத்துக்கு தனது விரலால் ஒரு கோட்டைக் கண்டு சொன்னான். “இந்தக் கோடு கிட்டத்தட்ட ரோம் முழுக்க கடந்து செல்வதை நீங்கள் காணலாம். இந்தக் கோட்டுக்கு அருகாக கிட்டத்தட்ட இருபது கத்தோலிக்க தேவாலயங்கள் இருக்கின்றன.”

லேங்டன் திடுக்கிட்டார். *“இருபதா?”*

“ஒருவேளை அதிகம் இருக்கலாம்.”

"இதில் எந்த தேவாலயமாவது நேரடியாக இந்தக் கோட்டின்மீதே அமைந்திருக்கிறதா?"

"சில தேவாலயங்கள் மற்ற தேவாலயங்களைவிட நெருக்கமாக இருக்கின்றன," அந்தக் காவலன் சொன்னான், "ஆனால் மேற்கு பொனென்டேயிலிருந்து வரும் கோட்டில் என துல்லியமாகக் கணக்கிலெடுத்தால் தவறுக்கு இடம்கொடுக்க நேரிடலாம்."

லேங்டன் வெளியே புனித பீட்டர் சதுக்கத்தை ஒரு கணம் நோக்கினார். பின் தனது தாடையைத் தேய்த்தபடி, முகம்சுளித்தார். "நெருப்பைப் பற்றி எப்படி? பெர்னினியின் நெருப்பு தொடர்பான கலைப் படைப்புகள் ஏதாவது அவற்றில் இருக்கிறதா?"

அமைதி நிலவியது.

"சதுர கல் ஸ்தூபி ஏதாவது?" அவர் கேட்டார். "சதுர கல் ஸ்தூபிக்கு நெருக்கமாக ஏதாவது தேவாலயங்கள் இருக்கிறதா?"

காவலன் வரைபடத்தில் சோதனையிடத் தொடங்கினான். விட்டோரியா, லேங்டனின் கண்களில் நம்பிக்கையின் சுடர்வைக் கண்டு, அவர் என்ன நினைக்கிறார் என்பதை அறியவந்தாள். அவர் நினைப்பது சரிதான்! முதல் இரண்டு சின்னங்கள் சதுக்கத்திலோ அதற்கருகிலோ, அமைந்திருந்ததோடு சதுரத் தூபிகளைக் கொண்டிருந்தன. ஒருவேளை சதுரத் தூபிகள் கருப்பொருளா? மிக உயர்ந்த பிரமிடுகள் அறிவொளியின் பாதையைக் குறிப்பனவா? விட்டோரியா எவ்வளவு அதிகம் யோசித்தாளோ... அவ்வளவு சரியாக அது தோன்றியது... அறிவியலின் பலிபீடங்களைக் குறிக்க ரோமின் மீது உயர்ந்துநிற்கும் நான்கு சிகர அடையாளக்குறிகள்,

"இது ஒரு முயற்சிதான்," லேங்டன் சொன்னார், "ஆனால், பெர்னினியின் காலகட்டத்தில்தான் ரோமின் சதுரத் தூபிகள் பல நிறுவவோ, இடம்பெயர்க்கவோ பட்டன என்பதை நான் அறிவேன். அவற்றின் இடத்தைத் தீர்மானிப்பதில் அவர் தொடர்புடையவராயிருந்தார் என்பதில் சந்தேகம் இல்லை."

"அல்லது," விட்டோரியா கூறினாள், "ஏற்கனவே இருந்த சதுரத் ஸ்தூபிகளுக்கு அருகே தனது சின்னங்களைப் பெர்னினி அமைத்திருக்க வேண்டும்."

லேங்டன் ஆமோதித்தார். "உண்மைதான்."

“மோசமான செய்தி,” அந்தக் காவலன் சொன்னான். “இந்தக் கோட்டில் சதுரத் தூபிகளே இல்லை.” அந்த வரைபடத்தில் அவனது விரல்களை ஓட்டினான். “அந்தக் கோட்டுக்கு நெருக்கமாகக்கூட எதுவும் இல்லை. ஒன்றுகூட இல்லை.”

லேங்டன் பெருமூச்சுவிட்டார்.

விட்டோரியாவின் தோள்கள் தளர்ந்தன. அது ஒரு நம்பகமான யோசனை என அவள் நினைத்திருந்தாள். வெளிப்படையாக, அவர்கள் நினைத்திருந்ததுபோல், இது அத்தனை எளிதாக இருக்கப்போவதில்லை. அவள் நம்பிக்கையுடன் இருக்க முயற்சித்தாள். “ராபர்ட், யோசியுங்கள். நெருப்புடன் தொடர்புடைய பெர்னினியின் சிலை உங்களுக்கு நிச்சயம் தெரிந்திருக்கும். எதுவாக இருந்தபோதும்.”

“என்னை நம்பு, நான் யோசித்துக்கொண்டுதான் இருக்கிறேன். பெர்னினியின் படைப்புகள் நம்பமுடியாத அளவுக்கு அதிகம். நூற்றுக்கணக்கான படைப்புகள். நான் வெஸ்ட் போனென்டே ஒரேயொரு தேவாலயத்தைக் காட்டுமென நம்பிக்கொண்டிருந்தேன். குறைந்தபட்சம் எதையாவது நினைவூட்டுமென நம்பினேன்.”

“நெருப்பு,” அவள் அழுத்தமாகச் சொன்னாள். “நெருப்பு. பெர்னினியின் தலைப்புகள் எதுவும் நினைவுக்கு வரவில்லை?”

லேங்டன் தோளைக் குலுக்கினார். “நெருப்புகுறித்த அவரது பிரபலமான வரைபடங்கள் இருக்கின்றன, ஆனால், அவை சிற்பங்கள் அல்ல. மேலும் அவை ஜெர்மனியின் லெய்ப்ஸிக்கில் இருக்கின்றன.”

விட்டோரியா முகம்சுளித்தாள். “திசையைச் சுட்டுவது காற்றுதான் என நீங்கள் நிச்சயமாக இருக்கிறீர்களா?”

“நீயும் புடைப்புச் சிற்பத்தைப் பார்த்தாய், விட்டோரியா. அந்த வடிவம் முழுக்க சமச்சீர் தன்மையுடையது. அதில் ஒரேயொரு சுட்டல் அந்தக் காற்றுதான்.”

விட்டோரியா, அவர் சொல்வது சரிதானென அறிந்திருந்தாள்.

“மேற்கு பொனென்டே காற்றைப் பிரதிநிதித்துவம் செய்வது என குறிப்பிடத் தேவையில்லை, காற்றைப் பின்தொடர்வது குறியீட்டு ரீதியில் பொருத்தமானது.”

விட்டோரியா ஆமோதித்தாள். ஆக, நாம் காற்றைப் பின்தொடர்கிறோம். ஆனால் எங்கே?

ஆலிவெட்டி முட்டிக்கொண்டார் "உங்களுக்கு என்ன தெரிந்தது?"

"ஒன்றுக்கு மேற்பட்ட தேவாலயங்கள்," அந்த வீரன் சொன்னான். "இரண்டு டஜனுக்கும் அதிகமானவை, நாம் ஒவ்வொரு தேவாலயத்துக்கும் நான்கு பேரை அனுப்பலாம் என நான் சொல்வேன்."

"அதை மறந்துவிடுங்கள்," ஆலிவெட்டி சொன்னார். "எங்குபோகிறான் என மிகச்சரியாகத் தெரிந்தபோதே, இரண்டுமுறை அவனைத் தவறவிட்டோம். பெரிய அளவில் தேடுதல் என்பது வாடிகன் நகரைப் பாதுகாப்பின்றி விடுவதும், தேடுதலைக் கைவிடுவதும்தான்."

"நமக்குத் தேவை ஒரு குறிப்புப் புத்தகம்," விட்டோரியா சொன்னாள். "பெர்னினியின் படைப்புகள் குறித்த நிரல்வரிசை புத்தகம். நாம் தலைப்புகளைப் பார்வையிட்டால், ஒருவேளை ஏதாவது நினைவுக்கு வரலாம்."

"எனக்குத் தெரியவில்லை," லேங்டன் சொன்னார். "குறிப்பாக இல்லுமினாட்டிக்காகப் பெர்னினி ஒரு படைப்பைச் செய்திருந்தால், அது ஒருவேளை பெரிதும் ரகசியமானதாக இருக்கலாம். அது ஒருவேளை புத்தகத்தில் பட்டியலிடப்படாமல்கூட இருக்கலாம்."

விட்டோரியா அதை நம்பமறுத்தாள். "மற்ற இரு சிற்பங்களும் பெரிதும் நன்கறியப்பட்டவையாக இருந்தன. நீங்கள் அவை இரண்டையும் கேள்விப்பட்டிருந்தீர்கள்."

லேங்டன் தோள்களைக் குலுக்கினார். "ஆமாம்."

"நாம் தீக்குத் தொடர்புடைய தலைப்புகளில் தேடிப்பார்க்கலாம், சரியான திசையில் இருப்பதாகப் பட்டியலிடப்பட்டிருக்கும் சிலையை ஒருவேளை நாம் கண்டறியலாம்."

லேங்டன் அது முயற்சி செய்வதற்கு உரியதுதான் என ஏற்றுக்கொண்டதாகத் தோன்றியது. அவர் ஆலிவெட்டியிடம் திரும்பினார். "பெர்னினியின் அனைத்துப் படைப்புகளையும் கொண்ட ஒரு பட்டியல் எனக்குத் தேவை. நீங்கள் அநேகமாக இங்கு பெர்னினியின் படைப்புகளடங்கிய காபி-டேபிள் புத்தகத்தை வைத்திருக்கலாம், உங்களிடம் இருக்கிறதா?"

“காபி-டேபிள் புத்தகமா?” ஆலிவெட்டி அந்த வார்த்தையை அறியாததுபோல் தோன்றியது.

“அதை விடுங்கள், ஏதாவது ஒரு பட்டியல். வாட்டிகன் அருங்காட்சியத்தில், நிச்சயம் பெர்னினியின் படைப்புகள் குறித்த புத்தகங்கள் நிச்சயம் இருக்கும்.”

தழும்புடனான காவலன் முகம்சுளித்தான். “அருங்காட்சியகத்தில் மின்சாரம் இல்லை. தவிரவும் ஆவண அறை மிகப் பிரமாண்டமானது. அங்கே உதவிக்கு ஆட்கள் இன்றி-”

“பெர்னினியின் படைப்புகள் குறித்து கேள்வியெழுந்திருக்கிறது,” ஆலிவெட்டி இடையிட்டார். “பெர்னினி இங்கு வாடிகனில் பணியாற்றியபோது அது உருவாக்கப்பட்டிருக்குமா?”

“கிட்டத்தட்ட நிச்சயமாக,” லேங்டன் சொன்னார். “தனது பணிக்காலம் முழுவதும் அவர் இங்கிருந்திருக்கிறார். கலீலியோவுடனான முரண் எழுந்த காலகட்டத்தில் நிச்சயமாக இருந்திருக்கிறார்.”

ஆலிவெட்டி ஆமோதித்தார். “அப்படியெனில் அங்கே மற்றொரு குறிப்பு புத்தகம் இருக்கிறது.”

விட்டோரியா சற்றே நம்பிக்கையாக உணர்ந்தாள். “எங்கே?”

கமாண்டர் பதிலளிக்கவில்லை. அவர் தனது காவலனைத் தனியே இட்டுச்சென்று கிசுகிசுத்த குரலில் பேசினார். அந்தக் காவலன் நிச்சயமின்றிக் காணப்பட்டாலும் கீழ்ப்படிவாகத் தலையசைத்தான். ஆலிவெட்டி பேசிமுடித்ததும், அந்தக் காவலன் லேங்டனிடம் திரும்பினான்.

“தயவுசெய்து இந்த வழியாக வாருங்கள், திரு லேங்டன். இப்போது ஒன்பது மணி பதினைந்து நிமிடம். நாம் அவசரமாகச் செல்லவேண்டும்.”

லேங்டனும் காவலனும் கதவை நோக்கிச் சென்றனர்.

விட்டோரியாவும் அவர்களை நோக்கிக் கிளம்பினாள். “நான் உதவுவேன்.”

ஆலிவெட்டி அவளை கையைப் பிடித்து நிறுத்தினார். “இல்லை. மிஸ். வெத்ரா. நான் உங்களுடன் சில வார்த்தை பேசவேண்டியிருக்கிறது.” அவரது பிடி ஆணையிடுவதாக இருந்தது.

லேங்டனும் காவலனும் அகன்றனர். விட்டோரியாவை தனியாக ஓரங்கட்டியபோது, ஆலிவெட்டியின் முகம் இறுக்கமாக இருந்தது. ஆனால், அவளிடம் ஆலிவெட்டி சொல்ல நினைத்தது எதுவாக இருந்தபோதும், அவருக்கு அந்த வாய்ப்பு ஒருபோதும் அமையவில்லை. அவரது வாக்கி-டாக்கி சத்தமாக ஓசையெழுப்பியது. *"கமாண்டர்?"*

அந்த அறையிலிருந்த அனைவரும் திரும்பினர்.

அந்த ட்ரான்ஸ்மிட்டரில் வந்த குரல் கடுகடுப்பானதாக இருந்தது. "நீங்கள் தொலைக்காட்சியை இயக்குவது சிறப்பானது என நான் நினைக்கிறேன்."

80

வாடிகன் ரகசிய காப்பகத்திலிருந்து இரண்டு மணி நேரத்துக்கு முன்பு கிளம்பியபோது, அவற்றைத் திரும்பவும் பார்ப்போம் என அவர் கற்பனைகூட செய்திருக்கவில்லை. தற்போது, தனது ஸ்விஸ் காவலர் துணைவர வழியெல்லாம் மெல்லோட்டமாக சென்றபடி, லேங்டன் மீண்டும் ஒருமுறை காப்பகத்தை வந்தடைந்திருந்தார்.

அவரது துணையாக வந்த தழும்புடனான காவலன், லேங்டனை ஒளி ஊடுருவும் க்யூபிகல்ஸ் வரிசையினூடாக நடத்திவந்தான். காப்பகத்தின் அமைதி தற்போது அதனைப் பெரிதும் தடுக்கப்பட்ட இடமாக உணரச்செய்ய, காவலன் பேசியபோது நன்றிமிக்கவராக உணர்ந்தார்.

"இங்கேதானென, நான் நினைக்கிறேன்," லேங்டனுக்குத் துணையாய் வந்தபடி, அறையின் பின்பகுதியில் சுவரையொட்டி வரிசையாய் பெட்டகங்கள் காணப்பட்ட இடத்துக்கு அழைத்துவந்தார். அந்தக் காவலர் பெட்டகங்களின் மீதான தலைப்புகளை ஆராய்ந்து, அவற்றுள் ஒன்றை நோக்கி நகர்ந்தார். "ஆமாம், இங்கே இருக்கிறது. வலப்புறம் அது இருக்குமென தளபதி சொன்னார்."

லேங்டன் தலைப்பை வாசித்தார். அட்டிவி வாடிகனி என இத்தாலியில் காணப்பட்டது. வாடிகன் உடைமைகள்? அவர் உள்ளடக்கப்பட்டியலை ஆராய்ந்தார். ரியல் எஸ்டேட்.... பணம்... வாடிகன் வங்கி... தொல்பொருட்கள்... பட்டியல் சென்றபடியே இருந்தது.

"வாடிகனின் அனைத்துவிதமான சொத்துக்களின் காகிதப்பதிவுகள்," காவலன் சொன்னான்.

லேங்டன் அந்த க்யூபிக்கிளில் பார்த்தார். இயேசுவே. இருளிலும் கூட அது பேக் செய்யப்பட்டது என அவரால் சொல்லமுடிந்தது.

"வாடிகன் ஆதரவின்கீழ் உருவாக்கப்பட்டது எதுவானபோதும், இங்கு ஒரு சொத்தாகப் பதிவிடப்பட்டிருக்கும் என எனது கமாண்டர் சொன்னார்."

லேங்டன் ஆமோதித்தார், கமாண்டரின் உள்ளுணர்வுகள் நிச்சயம் பலனளிக்கும் என உணர்ந்தார். பெர்னினியின் நாட்களில், திருச்சபைத் தலைவரின் ஆதரவால் ஒரு கலைஞன் உருவாக்கிய அனைத்தும், சட்டத்தால், வாடிகனின் சொத்தாக மாறியிருக்கும். அது ஆதரவு என்பதைவிட நிலப்பிரபுத்துவம்போன்றது, ஆனால் செல்வாக்கான கலைஞர்கள் குறையேதும் கூறாமல் நன்றாக வாழ்ந்திருப்பார்கள். "வாடிகன் நகருக்கு *வெளியேயுள்ள* தேவாலயங்களிலுள்ள கலைப்படைப்புகளும் *இதிலடங்கும்தானே?*"

அந்தக் காவலன் அவரை விநோதமாகப் பார்த்தான். "நிச்சயமாக. ரோமிலுள்ள அனைத்துக் கத்தோலிக்க தேவாலயங்களும் வாடிகனின் உடைமைகள்தான்."

லேங்டன் தன் கையிலுள்ள பட்டியலைப் பார்த்தார். அது *மேற்கு பொனென்டேயின் மூச்சு சுட்டும் நேரடிக் கோட்டில்* அமைந்துள்ள இருபதோ அதற்கு மேற்பட்ட தேவாலயங்களின் பெயரைக் கொண்டிருந்தது. அறிவியலின் மூன்றாவது பலிபீடம் அவற்றில் ஒன்றாக இருக்கவேண்டும், அந்தத் தேவாலயம் எதுவெனக் கண்டறிவதற்கான நேரம் தனக்கிருந்ததென லேங்டன் நம்பியிருந்தார். வேறு சமயத்திலென்றால், ஒவ்வொரு தேவாலயத்தையும் சந்தோஷமாக அவராகவே நேரில் சென்று ஆராய்ந்திருப்பார். எனினும் இன்று அவர் தேடிய - பெர்னினியின் நெருப்புக்கான சமர்ப்பணச் சின்னம் உடைய

தேவாலயத்தைக் - கண்டறிய அவருக்கு இருபது நிமிடங்களே இருந்தன.

லேங்டன் பெட்டகத்தின் மின்னணு சுழல் கதவுநோக்கி நடந்தார். அந்தக் காவலன் அவரைத் தொடரவில்லை. லேங்டன் நிச்சயமில்லாத ஒரு தயக்கத்தை உணர்ந்தார். அவர் புன்னகைத்தார். "காற்று நன்றாக இருக்கிறது. குறைவாக இருக்கிறது, ஆனால் சுவாசிக்கத் தகுந்ததுதான்."

"எனக்கான உத்தரவு உங்களுடன் இங்கே துணையாக வந்துவிட்டு உடனடியாகப் பாதுகாப்பு மையத்துக்குத் திரும்புவது."

"நீ கிளம்புகிறாயா?"

"ஆமாம். ஸ்விஸ் காவலன் காப்பகங்களுக்குள் அனுமதிக்கப்படுவதில்லை. உங்களுடன் இதுவரை துணை வந்ததே விதிமுறைகளை மீறியதுதான். தளபதி அதை நினைவூட்டியிருந்தார்."

"விதிமுறைகளை மீறியிருக்கிறாயா? **இன்றிரவு என்ன நடக்கப்போகிறதென உனக்கு ஏதாவது தெரியுமா?** உங்களது பாழாய்ப்போன தளபதி யார் பக்கம் இருக்கிறார்"

அந்தக் காவலனின் முகத்திலிருந்து அனைத்து நட்பார்ந்த தன்மையும் மறைந்தது. அவனது கண்களுக்குக் கீழிருந்த தழும்பு துடித்தது. காவலன் உறுத்துப்பார்த்தான், திடீரென பெரிதும் ஆலிவெட்டியைப் போலவே தோன்றினான்.

"என்னை மன்னியுங்கள்," லேங்டன் அந்தக் கருத்துக்கு வருத்தம் தெரிவித்தார். "அது... நான் கொஞ்சம் உதவியைப் பெறலாமெனத்தான்."

காவலன் இமைக்கக்கூட இல்லை. "நான் உத்தரவுகளைப் பின்பற்ற பழக்கப்பட்டவன். விவாதிப்பதில்லை. நீங்கள் எதைத் தேடிவந்தீர்களோ அதைக் கண்டதும், உடனடியாகத் தளபதிக்கு அழைக்கவும்."

லேங்டன் முகம் சிவந்தார். "ஆனால் அவர் எங்கே இருப்பார்?"

காவலன் தனது வாக்கி டாக்கியை எடுத்து அதை அருகிலிருந்த மேஜையில் வைத்தான். "சானல் ஒன்." பின் அவன் இருளுள் சென்று மறைந்தான்.

81

போப்பின் அலுவலகத்திலிருந்த அளவில் பெரிய ஹிட்டாச்சி தொலைக்காட்சி, அவரது மேஜைக்கு எதிரே மறைவான தனியான ஒதுக்கிடமொன்றில் பதிக்கப்பட்டிருந்தது. அந்தத் தடுப்பின் கதவுகள் தற்போது திறந்திருக்க, அனைவரும் அதைச் சுற்றிக் கூடியிருந்தனர். விட்டோரியா நெருக்கமாக வந்துநின்றாள். திரையில் படம்தெரிந்ததும், ஒரு இளம் பெண் செய்தியாளர் காட்சிக்கு வந்தாள். அகன்ற விழிகளைக் கொண்ட மாநிறத்தவள்.

"எம்.எஸ்.என்.பி.சி. செய்திகளுக்காக கெல்லி ஹோரான்-ஜோன்ஸ், வாடிகன் நகரிலிருந்து நேரலை." என அவள் அறிவித்தாள். அவளுக்குப் பின்னால், அனைத்து விளக்குகள் ஜொலிக்கும் புனித பீட்டர் பேராலயத்தின் இரவு நேர ஒளிப்படக் காட்சி தெரிந்தது.

"நீங்கள் வழங்குவது **நேரலையல்ல**," ரோச்சர் இடையிட்டார். "அது பழைய காட்சிகள்! இப்போது பேராலயத்தின் விளக்குகள் அணைக்கப்பட்டுள்ளன."

ஆலிவெட்டி அவரை "உஸ்" என்ற சத்தத்தால் அமைதியாக்கினார்.

அந்தச் செய்தியாளர் பரபரப்பான தொனியுடன் தொடர்ந்தாள். "இன்று மாலை, வாடிகன் தேர்தலில் அதிர்ச்சிகரமான நிகழ்வுகள் தெரியவந்துள்ளன. கார்டினல்கள் சபையின் இரு உறுப்பினர்கள் ரோமில் கொடூரமான முறையில் கொல்லப்பட்டுள்ளதாக எங்களுக்குச் செய்திகள் வந்துள்ளன."

ஆலிவெட்டி தாழ்ந்த குரலில் வசைபாடினார்.

செய்தியாளர் பேசியபடியே போக, கதவருகே ஒரு காவலன் வந்து, சத்தமின்றி நின்றான். "கமாண்டர், மத்திய ஸ்விட்ச்போர்டு ஒவ்வொரு இணைப்பும் எரியவிடப்படவேண்டுமென அறிக்கையிடுகிறது. அவர்கள் நமது அதிகாரப்பூர்வ நிலவரம் குறித்து கேட்கிறார்கள்-"

"அதன் தொடர்பைத் துண்டி," தொலைக்காட்சியிலிருந்து கண்களை எடுக்காமலே ஆலிவெட்டி பதிலளித்தார்.

காவலன் என்ன செய்வதென நிச்சயமின்றித் தெரிந்தான். "ஆனால், கமாண்டர்-"

"போ!"

காவலன் ஓடி மறைந்தான்.

கேமர்லெக்னோ ஏதாவொன்றைச் சொல்ல விரும்புவதையும் ஆனால், சொல்லாமல் தவிர்ப்பதையும் உணர்ந்தாள் விட்டோரியா. பதிலாக, தொலைக்காட்சி பக்கம் திரும்பும்முன் அவர் ஆலிவெட்டியை நீண்ட நேரம் தீவிரமாகப் பார்த்தார்.

எம்.எஸ்.என்.பி.சி. தற்போது காட்சியொன்றை ஒளிபரப்பியது. ஸ்விஸ் காவலர்கள் கார்டினல் எப்னரின் உடலைச் சுமந்தபடி சாந்தா மரியா டெல் போப்பலோவின் படிகளில் இறங்கி, ஆல்பா ரோமியாவுக்கு அவரைச் சுமந்துசென்றார்கள். கார்டினலின் வெற்று உடல் காரின் பின்பக்கம் வைப்பதற்குச் சற்று முன்பு தெளிவாகத் தெரியுமிடத்தில் அந்தக் காட்சி உறைய, அதை நெருக்கமாகக் காண்பித்தார்கள்.

"எந்த வீணாய்ப் போனவன் இந்தக் காட்சியைப் படம்பிடித்தது?" ஆலிவெட்டி கேள்வியெழுப்பினார்.

எம்.எஸ்.என்.பி.சி. செய்தியாளர் தொடர்ந்து பேசியபடியிருந்தார். "இது ஜெர்மனியின், ஃப்ராங்பர்ட்டைச் சேர்ந்த கார்டினல் எப்னரின் உடலென நம்பப்படுகிறது. தேவாலயத்திலிருந்து அவரது உடலை தூக்கிவருபவர்கள் வாடிகனின் ஸ்விஸ் காவலர்கள் என நம்புகிறோம்." அந்தச் செய்தியாளர் பெரிதும் துயரம்மிக்கவளாகத் தோன்ற அனைத்து முயற்சிகளையும் எடுப்பதாகத் தோன்றியது. அவர்கள் அவளது முகத்தை நெருக்கமாகக் காட்ட, அவள் இன்னும் துயரம் மிக்கவளாகக் காட்டிக்கொண்டாள். "இந்நேரத்தில், என்.எஸ்.என்.பி.சி. நமது பார்வையாளர்களுக்குத் தன்விருப்பத்தின் அடிப்படையிலான எச்சரிக்கை அறிவிப்பை வெளியிட விரும்புகிறது. நாங்கள் காட்டவிருக்கும் காட்சிகள் மிகவும் பாதிப்பை ஏற்படுத்தவல்லது, அனைத்துப் பார்வையாளர்களுக்கும் பொருத்தமானதல்ல."

பார்வையாளரின் உணர்வுகுறித்த நிலையத்தின் பாசாங்கான கவலையை, அந்த எச்சரிக்கையை விட்டோரியா மிகச்சிறந்த ஊடக, விளம்பர வாசகமாக அடையாளம்கண்டு உறுமினாள்.

எவரும், அத்தகைய உறுதிமொழிக்குப்பின் சானல்களை மாற்றியதில்லை.

செய்தியாளர் அதனை மீண்டும் வலியுறுத்தினாள். "மீண்டும் சொல்கிறோம், இந்தக் காணொலி சிலருக்கு அதிர்ச்சி தரக்கூடியதாக இருக்கலாம்."

"எந்தக் காணொலி?" ஆலிவெட்டி கேள்வியெழுப்பினார்.

"நீங்கள் இப்போது பார்த்தது" புனித பீட்டர் சதுக்கத்தின் கூட்டத்தினூடாகக் கடந்துசெல்லும் ஒரு ஜோடி திரையை நிறைத்தது. விட்டோரியா உடனடியாக அந்த இருவர் ராபர்ட்டும் தானுமென அடையாளம் கண்டுகொண்டாள். திரையின் ஒரு மூலையில்: காட்சியுரிமை பிபிசி என்ற வாசகம் ஓடியது. ஒரு மணிச் சத்தம் ஒலிக்கிறது.

"ஐயோ," விட்டோரியா சத்தமாகக் கத்தினாள். "இல்லை... கூடாது."

கேமர்லெக்னோ குழப்பமாகத் தெரிந்தார். அவர் ஆலிவெட்டி பக்கமாகத் திரும்பினார். "நீங்கள் அந்த ஒளிப்பேழையைப் பறிமுதல் செய்ததாகச் சொல்லியதாக நான் நினைத்தேன்."

திடீரென தொலைக்காட்சியில், ஒரு சிறுமி கத்திக் கொண்டிருந்தாள். அந்தப் படம் தேய்ந்து மறைய, ஒரு சிறு பெண்குழந்தை, இரத்தம்தோய்ந்த புகலிடமற்ற மனிதனை சுட்டிக்காட்டியதை நோக்கி நகர்ந்தது. ராபர்ட் லேங்டன் திடீரென அந்தச் சட்டகத்துள் நுழைந்து அந்தச் சிறு பெண்ணுக்கு உதவமுயன்றார். அந்தக் காட்சி நெருக்கமாகக் காட்டப்பட்டது.

போப்பின் அலுவலகத்திலிருந்த அனைவரும் அந்தச் சம்பவம் அவர்கள் முன் கட்டவிழ்ந்ததில் அதிர்ச்சிகரமான அமைதியில் உறைந்துபோய் நின்றனர். கார்டினலின் உடல், முகம் தரைநோக்கி நடைபாதையில் விழுந்தது. விட்டோரியோ தோன்றி கட்டளைகளைப் பிறப்பித்தாள். அங்கே இரத்தம் காணப்பட்டது. ஒரு முத்திரை. இதய புத்துயிர்ப்பை நேர்செய்ய மேற்கொள்ளப்பட்ட, அதிர்ச்சியூட்டும், தோல்வியடைந்த முயற்சி.

"இந்த அதிர்ச்சியூட்டும் காணொலி," செய்தியாளர் பேசிக்கொண்டே போனாள், "சில நிமிடங்களுக்கு முன் வாடிகனுக்கு வெளியே படம்பிடிக்கப்பட்டது. எங்களது

தகவல் ஆதாரங்கள் இது ஃபிரான்ஸின் கார்டினல் லமாஸியுடையது எனத் தெரிவிக்கின்றன. அவர் எப்படி இத்தகைய உடையணிவிக்கப்பட்டார், அவர் ஏன் சபையில் இல்லை என்பது புதிராக நீடிக்கிறது. தற்போதுவரை, வாடிகன் இதுகுறித்து கருத்துத் தெரிவிக்க மறுத்துவிட்டது." அந்த ஒளிப்பேழை திரும்பவும் ஒளிபரப்பாகத் தொடங்கியது.

"கருத்துத் தெரிவிக்க மறுத்ததா?" ரோச்சர் கேட்டார். "எங்களுக்கு ஒரு நிமிடம் கொடுங்கள்!"

அந்தச் செய்தியாளர் இன்னும் பேசிக்கொண்டிருக்க, அவளது புருவங்கள் தீவிரத்தால் நெறிந்தன. "எம்.எஸ்.என். பி.சி. இந்தத் தாக்குதலுக்கான காரணத்தை இனிமேல்தான் உறுதிசெய்யவேண்டுமென்றபோதும், இந்தக் கொலைகளுக்கான பொறுப்பை இல்லுமினாட்டி எனச் சொல்லிக் கொள்ளும் குழு ஏற்றுக்கொண்டதாகத் தெரியவந்துள்ளதாக நமக்குக் கிடைத்த தகவல்கள் தெரிவிக்கின்றன."

ஆலிவெட்டி வெடித்தார். *"என்ன!"*

"...இல்லுமினாட்டி பற்றி மேலுமறிய எங்களது வலைத்தளத்துக்கு வருகைதாருங்கள்-"

"இது சாத்தியமில்லை!" ஆலிவெட்டி தீர்மானமாக அறிவித்தார். அவர் சானல்களை மாற்றியபடி போனார்.

இந்தத் தொலைக்காட்சி நிலையத்தில் லத்தீன் அமெரிக்க ஆண் செய்தியாளர் பேசிக்கொண்டிருந்தார். "சில வரலாற்றிஞர்கள்-சாத்தானிய வழிபாட்டுக் குழுவே இல்லுமினாட்டியென நம்புகிறார்கள்."

ஆலிவெட்டி ரிமோட்டை முரட்டுத்தனமாக மாற்றிக்கொண்டேயிருந்தார். ஒவ்வொரு சானலும் நேரலை புதுப்பிப்புக்கு இடையில் இருந்தன. பெரும்பாலானவை ஆங்கிலத்தில் இருந்தன.

"- இன்று அதிகாலை ஸ்விஸ் காவலர்கள் தேவாலயம் ஒன்றிலிருந்து உடலொன்றை அகற்றினர். இது கார்டினலின் உடலென நம்பப்படுகிறது-"

"-பஸிலிகா மற்றும் அருங்காட்சியகங்களில் விளக்குகள் அணைக்கப்பட்டுள்ளது யூகத்துக்குக் காரணமாகியுள்ளது-"

"இந்த அதிர்ச்சிகரமான மீளெழுச்சி பற்றி, சதிக் கோட்பாட்டாளர் டைலர் டிங்லியுடன் பேசவிருக்கிறோம்-"

"-இன்று மாலை மேலும் இரு படுகொலைகள் நடத்தத் திட்டமிடப்பட்டிருப்பதாக யூகங்கள் கிளம்பியுள்ளன-"

"- போப்பாண்டவர் பதவிக்குப் போட்டியிடும் கார்டினல் பக்கியா, காணாமல் போனவர்களில் இடம்பெற்றுள்ளாரா என விசாரித்துக்கொண்டிருக்கிறோம்-"

விட்டோரியா வேறு பக்கம் திரும்பினாள். அனைத்தும் மிகவேகமாக நடந்துகொண்டிருந்தன. ஜன்னலுக்கு வெளியே, தீவிரமடைந்துவரும் இருளில், மனித துயரத்தின் ஈர்ப்பு, மக்களை வாடிகன் நகரை நோக்கி இழுப்பதாகத் தோன்றியது. கிட்டத்தட்ட அப்போதே சதுக்கத்தில் கூட்டம் அதிகரித்திருப்பதாகத் தோன்றியது. புதிய ஊடகக் குழுவினர் காலி வேன்களோடும் புனித பீட்டர் சதுக்கத்தின் மீதான செய்தி சேகரிக்கும் முனைப்போடும் வருகையில் பாதசாரிகள் அவர்களை நோக்கி குவிந்தனர்.

ஆலிவெட்டி ரிமோட்டை வைத்துவிட்டு கேமர்லெக்னோ பக்கம் திரும்பினார். "ஐயா, இப்படி நிகழுமென நான் கற்பனையும் செய்திருக்கவில்லை. நாங்கள் அந்தக் கேமராவிலிருந்து பேழையை எடுத்துவிட்டோம்."

கேமர்லெக்னோ சில கணங்களுக்குப் பேச ஏதுமற்று உறைந்தவராகத் தோன்றினார்.

யாரும் ஒரு வார்த்தை பேசவில்லை. ஸ்விஸ் காவலர்கள் பிடிவாதமாக விறைப்பான நிலையிலேயே நின்றனர்.

கடைசியில், மிகவும் கோபத்துடன் இருப்பது போன்ற தொனிக்க கேமர்லெக்னோ சொன்னார், "நான் நம்பவைக்கப்பட்டதுபோல நாம் இந்தப் பிரச்சனையை சரிவர கட்டுக்குள் வைக்கவில்லை." அவர் சாளரம்வழியாகக் கூடியிருந்த மக்கள்திரளைப் பார்வையிட்டார். "நான் உரையொன்று ஆற்றவேண்டும்."

ஆலிவெட்டி மறுப்பாகத் தலையசைத்தார். "இல்லை, ஐயா. இல்லுமினாட்டி மிகச்சரியாக நீங்கள் செய்யவேண்டும் என நினைப்பதும் இதைத்தான்- நீங்கள் அவர்களை உறுதிப்படுத்த, அதிகாரமளிக்க வேண்டுமென நினைக்கிறார்கள். நாம் அவசியம் அமைதியாக இருந்தாகவேண்டும்."

"அப்போது இந்த மக்கள்?" கேமர்லெக்னோ சாளரத்துக்கு வெளியே சுட்டிக்காட்டினார். "அங்கே சீக்கிரமே ஆயிரக்கணக்கானோர் குவிந்துவிடுவர். பின் லட்சக்கணக்கில். இந்த யூக விளையாட்டு அவர்களை அபாயத்தில்தான் ஆழ்த்தும். அவர்களை நான் எச்சரிக்கவேண்டும். பிறகு நாம் கார்டினல் சபையை வெளியேற்றுவதும் அவசியம்."

"அதற்கு இன்னும் நேரமிருக்கிறது. கேப்டன் ரோச்சர் எதிர்க்கருவை தேடட்டும்."

கேமர்லெக்னோ திரும்பினார். "நீங்கள் எனக்கு உத்தரவிட முயற்சிக்கிறீர்களா?"

"இல்லை, நான் உங்களுக்கு யோசனை கூறுகிறேன். நீங்கள் வெளியே உள்ள மக்கள் குறித்துக் கவலைப்பட்டால், நாம் அந்தப் பகுதியில் வாயுக் கசிவு என அறிவித்து வெளியேற்றுவோம், ஆனால், நாம் பணயக் கைதியாக இருக்கிறோம் என ஒத்துக்கொள்வது அபாயகரமானது."

"கமாண்டர், நான் இது ஒன்றை மட்டும்தான் சொல்லமுடியும். உலகத்திடம் பொய் சொல்ல இந்த அலுவலகத்தை நான் பிரசங்க மேடையாகப் பயன்படுத்தமாட்டேன். நான் எதையாவது அறிவித்தால், அது உண்மையாகத்தான் இருக்கும்."

"உண்மையா? வாடிகன் நகரம் சாத்தானிய தீவிரவாதிகளால் அழிக்கப்படுமென அச்சுறுத்தப்பட்டுள்ளதெனவா? அது நமது நிலையைப் பலவீனப்படுத்தமட்டுமே செய்யும்."

கேமர்லெக்னோ கண்களைச் சுருக்கினார். "நமது நிலை எவ்வளவு பலவீனமாக இருந்துவிடக்கூடும்?"

ரோச்சர் திடீரென கத்தியபடி, ரிமோட்டை எடுத்து தொலைக்காட்சியின் ஒலியை அதிகரித்தார். அனைவரும் திரும்பினர்.

ஒளிபரப்பில், எம்.எஸ்.என்.பி.சி.யிலிருந்த பெண் உண்மையிலேயே அதிர்ச்சியுற்றவளாகத் தோன்றினாள். அவளுக்குப் பின்னணியில் மறைந்த போப்பாண்டவரின் புகைப்படம் தெரிந்தது. "...பரபரப்புச் செய்தி. தற்போதுதான் பிபிசியிலிருந்து இச்செய்தி கிடைத்தது..." அவள் உண்மையிலே இந்த அறிவிப்பை செய்யத்தான் வேண்டுமா என்பதைப்போல் கேமராவிலிருந்து பார்வையை விலக்கினாள். அறிவிப்புக்கான உறுதிகிடைத்ததும்,

அவள் துயரமான முகத்துடன் திரும்பி பார்வையாளர்களை நோக்கினாள். "இல்லுமினாட்டிகள் இப்போதுதான் பொறுப்பேற்றுக்கொண்டனர்..." அவள் தயங்கினாள். "பதினைந்து நாட்களுக்கு முன்னால் இறந்த போப்பாண்டவரின் மரணத்துக்கு அவர்கள் பொறுப்பேற்றிருக்கின்றனர்."

கேமர்லெக்னோவின் தாடை இறங்கியது.

ரோச்சர் ரிமோட் கண்ட்ரோலை நழுவவிட்டான்.

விட்டோரியாவால் தகவலைப் புரிந்துகொள்ளவே முடியவில்லை.

"வாடிகன் சட்டப்படி," அந்தப் பெண் தொடர்ந்தாள். "பிரேத பரிசோதனை போப்பாண்டவருக்குச் செய்யப்படுவது கிடையாது. எனவே இல்லுமினாட்டிகள் கொலை செய்ததாகக் கூறுவதை உறுதிப்படுத்த முடியாது. எனினும், வாடிகன் கூறுவதுபோல மறைந்த போப்பாண்டவரின் மரணத்துக்கான காரணம் ஸ்ட்ரோக் கிடையாது. விஷம் கொடுத்ததே ஆகும் என இல்லுமினாட்டிகள் தெரிவித்துள்ளனர்."

அந்த அறை மீண்டும் முழுக்க அமைதியாகியது.

ஆலிவெட்டி பொங்கியெழுந்தார். "பைத்தியக்காரத்தனம். தைரியமாகச் சொல்லப்பட்ட பொய்!"

ரோச்சர் மறுபடியும் சானல்களை மாற்றத் தொடங்கினார். அந்தச் செய்தி கொள்ளைநோய் போல ஒரு செய்தி நிறுவனத்திலிருந்து மற்றதற்குப் பரவத்தொடங்கியதாகத் தோன்றியது. அனைவரும் அதே கதையையே சொல்லினர். தலைப்புகள் அதிகபட்ச பரபரப்புக்காகப் போட்டியிடத் தொடங்கின.

வாடிகனில் கொலை
விஷம்வைக்கப்பட்ட போப்பாண்டவர்
கடவுளின் இல்லத்தைத் தீண்டிய சாத்தான்

கேமர்லெக்னோ வேறுபக்கமாகத் திரும்பினார். "கடவுளே எங்களுக்கு உதவிசெய்."

ரோசசர் சேனலை மாற்றியபடியே பிபிசியைக் கடந்தார். "-சாந்தா மரியா டி போப்போலோவில் நடந்த கொலை பற்றி எனக்குத் துப்புக்கொடுத்தது-"

"பொறு!" கேமர்லெக்னோ சொன்னார். "பின்னால் வா."

ரோச்சர் பழைய சேனலுக்குப் போனார். திரையில் சிறப்பான தோற்றமுடைய ஆண் ஒருவன் பிபிசி செய்தி மேஜையில் அமர்ந்திருந்தான். அவனது தோள்களுக்கு மேலே வினோதத் தோற்றமுடைய சிவப்புக் குறுந்தாடியுடையவனின் புகைப்படம் ஒன்று காட்டப்பட்டது. அந்தப் புகைப்படத்துக்குக் கீழ்: **குந்தர் க்ளிக்- வாடிகன் நகரில் நேரலை** என்ற வாசகம் ஓடியது. வெளிப்படையாகவே க்ளிக் போனில் செய்தியளித்துக்கொண்டிருந்தான், இணைப்பு கரகரப்பாக "... சிக்கி சாப்பலிலிருந்து அகற்றப்பட்ட கார்டினலின் காணொலி என் வீடியோகிராபரால் படம்பிடிக்கப்பட்டது."

"நமது பார்வையாளர்களுக்காக நான் மீண்டுமொருமுறை சொல்ல அனுமதியுங்கள்," லண்டனிலிருந்து தொகுப்பாளன் சொன்னான், "பிபிசி செய்தியாளர் குந்தர் க்ளிக்தான் இந்தச் செய்தியை முதலில் வெளிப்படுத்தியவர். தற்போது இல்லுமினாட்டி கொலையாளி எனச் சொல்லப்படுபவர், அவருடன் போனில் இருமுறை தொடர்புகொண்டார். குந்தர், நீங்கள் சில கணங்களுக்கு முன்னால் ஒரு செய்தியைச் சொல்ல இல்லுமினாட்டி போன் செய்ததாகச் சொன்னீர்கள்?"

"தொடர்புகொண்டார்."

"போப்பின் மரணத்துக்கு ஏதோ ஒருவகையில் இல்லுமினாட்டிகள்தான் பொறுப்பு என்பதுதான் அவர்களது தகவலா?" தொகுப்பாளர் நம்பமுடியாத தொனியில் கேட்டான்.

"சரிதான். அழைத்தவர், போப்பின் மரணம் வாடிகன் நினைப்பதுபோல ஸ்ட்ரோக்கால் *அல்ல*, மாறாக இல்லுமினாட்டிகள் போப்புக்கு விஷமளித்ததால் என என்னிடம் கூறினார்."

போப்பின் அலுவலகத்தில் அனைவரும் உறைந்தனர்.

"விஷம் கொடுக்கப்பட்டா?" தொகுப்பாளர் கேள்வியெழுப்பினார். "ஆனால்... ஆனால் *எப்படி!*"

"அவர்கள் எதையும் குறிப்பிட்டுச் சொல்லவில்லை," க்ளிக் பதிலளித்தான், "அவர்கள் அவரை ஒரு மருந்தைக் கொடுத்து கொன்றதாகச் சொன்னதைத் தவிர.." - இணைப்பில் காகிதங்களைப் புரட்டும் ஓசை கேட்டது- "ஹெப்பாரின் எனப்படும் மருந்தால்."

கேமர்லெக்னோ, ஆலிவெட்டி, ரோச்சர் அனைவரும் குழப்பமான பார்வையொன்றைப் பரிமாறிக்கொண்டனர்.

"ஹெப்பாரின்" என்றபடி ரோச்சர் திகைப்படைந்தவராக காணப்பட்டார். "ஆனால் அது..."

கேமர்லெக்னோ வெளிறிப்போனார். "போப்பாண்டவருக்கு வழங்கப்பட்ட மருந்து."

விட்டோரியா திகைத்துப்போனவளாகக் கேட்டாள். "போப்புக்கு ஹெப்பாரின் கொடுக்கப்பட்டதா?"

"அவருக்கு நாளங்களில் குருதி உறைவதில் பிரச்சனை இருந்தது," கேமர்லெக்னோ கூறினார். "அவர் நாளுக்கு ஒருமுறை மருந்து செலுத்திக்கொண்டார்."

ரோச்சர் திகைப்படைந்தவனாகத் தெரிந்தான். "ஆனால் ஹெப்பாரின் விஷமல்ல. இலுமினாட்டிகள் ஏன் அப்படிச் சொல்லவேண்டும்-"

"தவறான அளவில் கொடுக்கப்பட்டால் ஹெப்பாரின் அபாயகரமானது," விட்டோரியா பதிலளித்தாள். "அது இரத்த உறைவைத் தடுக்கும் சக்திவாய்ந்த மருந்து. அதிகமாக அளிக்கப்பட்டால் பெருமளவில் உள்ளுக்குள் குருதியொழுக்கு மற்றும் மூளை ரத்தக்கசிவுக்குக் காரணமாகும்."

ஆலிவெட்டி அவளைச் சந்தேகமாகப் பார்த்தார். "உங்களுககு எப்படித் தெரியும்?"

"கடல் உயிரியலாளர்கள், கடல் பாலூட்டிகளைப் பிடித்து வைத்திருக்கும்போது அதன் செயல்பாடுகள் குறைவதால், ரத்த உறைவைத் தடுக்க அதனைப் பயன்படுத்துவர். அந்த மருந்தை தவறான அளவில் கையாளும்போது இறந்திருக்கின்றன." அவள் நிறுத்தினாள். "மனிதருக்கு ஹெப்பாரினை அதிகளவில் கொடுக்கும்போது ஸ்ட்ரோக் என தவறாக கணிக்கும்படியான அறிகுறிகள் தென்படும்... முக்கியமாக முறையான பிரேதப் பரிசோதனைகள் நடைபெறாதபோது."

தற்போது கேமர்லெக்னோ மிகவும் தொந்தரவடைந்தவராகத் தெரிந்தார்.

"ஐயா," ஆலிவெட்டி தொடர்ந்தார், "இது வெளிப்படையாகப் பிரபலத்துக்காக இல்லுமினாட்டி மேற்கொள்ளும் சூழ்ச்சி.

போப்புக்கு அளவுமீறி ஒருவர் மருந்தளிப்பதென்பது சாத்தியமற்றது. யாரும் அவரை அணுகமுடியாது. நாம் அவர்களுக்குப் பதிலளிப்பதாக இருந்தால்கூட, நம்மால் அவர்கள் சொல்வதை எப்படி மறுக்கமுடியும்? போப்பாண்டவருக்கான விதிமுறைகள் பிரேதப் பரிசோதனையைத் தடைசெய்கின்றன. பிரேதப் பரிசோதனை செய்தாலும், நாம் எதையும் அறியப்போவதில்லை. நாம் அவரது உடலில், தினசரி செலுத்தும் ஊசிமருந்து ஹெப்பாரினின் தடயத்தையே காணமுடியும்."

"உண்மை," கேமர்லெக்னோவினுடைய குரல் கூர்மையானது. "இருந்தும் ஏதோ ஒன்று என்னைத் தொந்தரவு செய்கிறது. வெளியிலிருந்து யாரும் நமது மாண்புக்குரிய போப் இந்த மருந்தை எடுக்கிறார் என *அறியமாட்டார்கள்.*"

அங்கே மௌனம் நிலவியது.

"அவருக்கு அதிகளவில் ஹெப்பாரின் கொடுக்கப்பட்டிருந்தால்," விட்டோரியோ கூறினாள், "அவரது உடல் அறிகுறிகளைக் காட்டும்."

ஆலிவெட்டி அவளை நோக்கித் திரும்பினார். "மிஸ் வெத்ரா, ஒருவேளை நீங்கள் நான் சொன்னதைக் கேட்காமலிருந்திருக்கலாம், வாடிகன் சட்டப்படி போப்பாண்டவருக்குப் பிரேதப் பரிசோதனை தடைசெய்யப்பட்டுள்ளது. ஒரு எதிரி அபாண்டமாகப் பழிசொல்வதற்காக நாங்கள் புனிதரின் உடலைக் கூறுபோட்டு மாசுபடுத்தப்போவதில்லை!"

விட்டோரியா அவமானமாக உணர்ந்தாள். "நான் பண்ணும்படிச் சொல்லவில்லை…" அவமரியாதையாக எடுத்துக்கொள்வார்களென அவள் எண்ணியிருக்கவில்லை. "நான் போப்பாண்டவரைத் தோண்டியெடுக்க நிச்சயமாகப் பரிந்துரைக்கவில்லை…" எனினும் அவள் தயங்கினாள். சிக்கியில் வைத்து ராபர்ட் கூறியது ஒன்று அவளது மனதினூடாக ஆவியைப் போல சென்றது. தரைக்கு மேலாக அமைக்கப்பட்ட போப்புகளுடைய கல்லாலான சவப்பெட்டி ஒருபோதும் சிமெண்டால் மூடப்பட்டதில்லை. பரோகாக்களின் நாட்களில் ஒரு பெட்டியைப் புதைப்பது, நோய்வாய்ப்பட்டவரின் ஆத்மாவை உள்ளேயே சிறைவைத்துவிடுமென நம்பப்பட்டது. பலசமயம் சவப்பெட்டிகளின் மூடிகள் நூற்றுக்கணக்கான பவுண்டுகளுடன் இருந்ததால், புவியீர்ப்பு விசையே அந்த

மூடிகளுக்கான இயந்திர அமைப்பாக இருந்தது என ராபர்ட் குறிப்பிட்டிருந்தார். தொழில்நுட்பரீதியாக, அது சாத்தியம்தானென அவள் உணரவந்தாள்-

திடீரென கேமர்லெக்னோ கேட்டார், "என்னவிதமான அறிகுறிகள்?"

விட்டோரியோ தனது இதயம் பயத்தால் நடுங்கியதை உணர்ந்தாள். "அளவுக்கதிகமான மருந்து ஓரல் மியூகோஸாவுக்கு காரணமாகும்"

"ஓரல்...?"

"பாதிக்கப்பட்டவரின் ஈறுகளில் ரத்தம் கசியும். இரத்த உறைவையும், வாயின் உட்புறம் கறுப்பாக மாறுவதையும் பிரேதப் பரிசோதனை காட்டும்." லண்டனிலுள்ள நீர்வாழ் அருங்காட்சியகத்தில், பயிற்சியாளரால் தவறுதலாக அளவுக்கதிமாக மருந்தளிக்கப்பட்ட கொல்லும் சுறாக்கள் ஜோடியொன்றின் புகைப்படமொன்றை விட்டோரியா பார்த்திருந்தாள். அந்தச் சுறாக்கள் தொட்டியில் உயிரின்றி மிதந்தன, அவற்றின் வாய்கள் திறந்திருக்க, நாக்குகள் கரிபோன்று கருத்திருந்தன.

கேமர்லெக்னோ பதிலெதுவும் சொல்லவில்லை. அவர் திரும்பி சாளரத்துக்கு வெளியே பார்த்தார்.

ரோச்சரின் குரல் அதன் நேர்மறைத்தன்மையை இழந்திருந்தது. "ஐயா, விஷம்வைக்கப்பட்டார் என்ற இந்த கருத்து உண்மையென்றால்...."

"அது உண்மையில்லை," ஆலிவெட்டி உறுதியாக மறுத்தார். "போப்பாண்டவரை வெளியாட்கள் அணுகுவது சற்றும் சாத்தியமில்லை."

"அந்தக் கூற்று உண்மையாயிருக்கும்பட்சத்தில்," ரோச்சர் திரும்பவும் பேசினார், "நமது புனித தந்தை விஷமளிக்கப்பட்டிருந்தால், நமது எதிர்க்கரு தேடல் ஆழ்ந்த முக்கியத்துவமுடையதாகிறது. நடந்த படுகொலைகள், நாம் நினைத்ததைவிடவும் வாடிகனில் பெரிதும் ஆழ்ந்து ஊடுருவல் நிகழ்ந்ததைச் சுட்டுகிறது. வெண்மண்டலங்களில் மட்டும் தேடுவது ஒருவேளை போதுமானதாயிருக்காது. ஆழ்ந்து தேடுவதென நாம் சமரசம் செய்துகொண்டால், அந்த

உறையை நாம் சரியான நேரத்துக்குள் கண்டுபிடிக்கமுடியாமல் போகலாம்."

ஆலிவெட்டி தனது கேப்டனை ஒரு உறைந்த பார்வையால் எதிர்கொண்டான். "கேப்டன், என்ன நடக்கப்போகிறதென நான் உங்களுக்குச் சொல்வேன்."

"இல்லை," கேமர்லெக்னோ திடீரெனத் திரும்பிச் சொன்னார். "என்ன நடக்கப்போகிறதென நான் **உங்களுக்குச்** சொல்வேன்." அவர் நேரடியாக ஆலிவெட்டியைப் பார்த்தார். "இது ஏற்கனவே வெகுதூரம் போய்விட்டது. தேர்தலை நடத்துவதா வேண்டாமா, வாடிகன் நகரைக் காலிசெய்வதா இல்லையா என்பது பற்றி நான் இருபது நிமிடங்களில் ஒரு முடிவெடுக்கப்போகிறேன். என் முடிவே இறுதியானது. புரிந்ததா?"

ஆலிவெட்டி இமைக்கவோ... பதிலளிக்கவோ இல்லை.

கேமர்லெக்னோ தற்போது தன்னுள் மறைந்திருந்த சக்தியின் சேகரம் வெளிப்பட்டதுபோல் ஆற்றலுடன் பேசினார். "கேப்டன் ரோச்சர், வெண்மண்டலங்களில் உங்கள் தேடல் நிறைவுற்றதும், நேரடியாக என்னிடம் அறிக்கையிடுங்கள்."

ரோச்சர், ஆலிவெட்டியைச் சங்கடமாகப் பார்த்தபடியே ஆமோதித்தார்.

பின் கேமர்லெக்னோ அந்த இரு காவலர்களை அழைத்தார். "அந்த பிபிசி செய்தியாளர் திரு. க்ளிக் இந்த அலுவலகத்தில் உடனடியாக இருக்கவேண்டுமென நான் விரும்புகிறேன். அந்த இல்லுமினாட்டி அவனுடன் தொடர்பில் இருந்துகொண்டிருந்தால், அவனால் நமக்கு உதவமுடியும். போ."

அந்த இரு வீரர்களும் மறைந்தனர்.

தற்போது கேமர்லெக்னோ திரும்பி மிச்சமிருந்த காவலர்களிடம் உரையாற்றினார். "கனவான்களே, இந்த மாலையில் இனியும் எந்த உயிரும் போவதை நான் அனுமதிக்கப்போவதில்லை. பத்து மணிக்குள் நீங்கள் மிச்சமிருக்கும் இரு கார்டினல்களையும் கண்டறிந்து, இந்தக் கொலைகளுக்குக் காரணமான அந்த அரக்கனைப் பிடிக்கிறீர்கள். நான் சொல்லவருவதைப் புரிந்துகொண்டீர்களா?"

"ஆனால், ஐயா," ஆலிவெட்டி வாதிட்டார், "எங்கே என எங்களுக்கு எந்த யோசனையும் இல்லை-"

"திரு. லேங்டன் அதுகுறித்து செயலாற்றிக்கொண்டிருக்கிறார். அவரால் முடியுமென தோன்றுகிறது. எனக்கு நம்பிக்கை இருக்கிறது."

கேமர்லெக்னோ கதவை நோக்கி நடந்தார், அவரது நடையில் புதிய தீர்மானம் தெரிந்தது. வெளியேறும்போது, அவர் மூன்று காவலர்களை நோக்கிக் கைகாட்டினார். "நீங்கள் மூவரும், என்னுடன் வாருங்கள். இப்போதே."

அந்தக் காவலர்கள் அவரைத் தொடர்ந்தனர்.

கதவருகே கேமர்லெக்னோ நின்றார். அவர் விட்டோரியாவை நோக்கித் திரும்பினார். "மிஸ். வெத்ரா. நீங்களும், தயவுசெய்து என்னுடன் வரவேண்டும்."

விட்டோரியா தயங்கினாள். "நாம் எங்கே போய்க் கொண்டிருக்கிறோம்?"

அவர் கதவைத் தாண்டிச் சென்றார். "ஒரு பழைய நண்பனைக் காண."

82

செர்னில், செயலாளர் சில்வி பௌடெலோக் பசியுடன், வீட்டுக்குப் போகவேண்டுமென்ற விருப்பத்துடன் காணப்பட்டாள். அதிருப்தி தரும்விதமாக, கோஹ்லர் தனது சிகிச்சையறைக்குச் சென்றிருந்தார். இன்று மாலை சில்வி கொஞ்சம் கூடுதல் நேரம் தங்கியிருக்கவேண்டுமென அவர் போன் செய்து உத்தரவிட்டிருந்தார்- கேட்டுக்கொள்ளவில்லை, *உத்தரவிட்டிருந்தார்.* விளக்கமெதுவும் அளிக்கவில்லை.

இத்தனை வருடங்களில், சில்வி தன்னை- அவரது மௌனமான நடத்தைகள், சக்கர நாற்காலியுடனான வீடியோ பதிவுசெய்யும் கருவியின் மூலமாகச் சந்திப்புகளை ரகசியமாகப் படம்பிடிக்கும் அவரது தன்னம்பிக்கைமிக்க குணம்- கோஹ்லரின் வினோதமான

மனநிலை மாற்றங்கள், விசித்திரமான நடத்தைகளுக்குத் தன்னைத் தகவமைத்திருந்தாள். சென்னில் தனது வாராந்திர பொழுதுபோக்கு பிஸ்டல் பயிற்சிக்கான வருகையின்போது ஒருநாள், தன்னையே சுட்டுக்கொள்வார் என உள்ளுக்குள் நம்பியிருந்தாள், ஆனால் வெளிப்படையாக அவர் பெரிதும் நல்ல மனிதர்.

தற்போது, தனது மேஜையில் தனியாக அமர்ந்தபடி, தனது வயிறு முனகுவதைக் கேட்டுக்கொண்டிருந்தாள். கோஹ்லர் இன்னும் திரும்பியிருக்கவோ அல்லது மாலைநேரத்தில் செய்வதற்கான கூடுதல் பணிகள் எதையும் தந்திருக்கவோ இல்லை. அங்கு சலித்து, பசித்துப் போய் அமர்ந்திருந்ததில் வெறுத்துப் போய், அவள் ஒரு முடிவெடுத்தாள். கோஹ்லருக்கு ஒரு குறிப்பு ஒன்றை எழுதிவிட்டு, பணியாளருக்கான உணவகத்துக்குச் சென்று விரைவாக எதையாவது சாப்பிட்டுத் திரும்ப அவள் கிளம்பினாள்.

அவள் அதைச் செய்யவே இல்லை.

அவள்- தொலைக்காட்சிகளுடன் கூடிய ஓய்வறைகளைக் கொண்ட நீண்ட அரங்கப்பாதையுடைய- சென்னின் மனமகிழ் மன்ற ஓய்வறைகளைக் கடந்தபோது- தங்களது இரவுணவையும் கைவிட்டு செய்திகளைப் பார்க்க பணியாளர்கள் நிரம்பிவழிவதைக் கவனித்தாள். ஏதோ பெரிய ஒனறு நடந்துகொண்டிருந்தது. சில்வி முதல் அறைக்குள் நுழைந்தாள். அது- துடிப்பான இளம் கணினி நிரலெழுதுபவர்களால் நிறைந்திருந்தது. தொலைக்காட்சியில் தலைப்புச் செய்திகளைப் பார்த்தபோது, அவள் மூச்சுத்திணறுவதுபோல் உணர்ந்தாள்.

வாடிகனில் பயங்கரவாதம்

சில்வி தன் காதுகளை நம்பமுடியாமல் செய்தியறிக்கையைக் கேட்டாள். ஏதோவொரு பழமையான சகோதரத்துவ அமைப்பு கார்டினல்களைக் கொல்கிறார்களா? அது நிரூபிப்பது என்ன? அவர்களது வெறுப்பையா? அவர்களது ஆதிக்கத்தையா? அவர்களது அறியாமையையா?

இருந்தும், நம்பமுடியாதவகையில் அந்த அறையில் துயரமான மனநிலையைத் தவிர்த்த இதர மனநிலையே காணப்பட்டது

இரு இளவயது தொழில்நுட்ப வல்லுநர்கள், பில்கேட்ஸ் படம்பொறித்து கற்றுக்குட்டிகள் இந்த உலகை உடைமைகொள்வார்கள் என்ற வாசகத்துடனான டி-ஷர்ட்டுடன் ஓடிக்கொண்டிருந்தனர்.

“இல்லுமினாட்டி!” ஒருவன் கத்தினான். “இந்த நபர்கள் உண்மையானவர்கள் என நான் உன்னிடம் சொன்னேன் இல்லையா!”

“நம்பமுடியவில்லை! நான் அது வெறும் விளையாட்டு என்றுதான் நினைத்தேன்!”

“அவர்கள் போப்பைக் கொன்றுவிட்டார்கள், பையா! போப்பை!”

“இயேசுவே! அதற்கு உனக்கு எத்தனை புள்ளிகள் கிடைத்தது என ஆச்சரியப்படுகிறேன்?”

அவர்கள் விழுந்து விழுந்து சிரித்தனர்.

சில்வி திகைப்பில் உறைந்துநின்றாள். ஒரு கத்தோலிக்கராக, அறிவியலாளர்கள் நடுவே பணிபுரிகையில், அவள் சமயங்களில் மதத்துக்கு எதிரான முணுமுணுப்புகளை சகித்துக்கொண்டிருக்கிறாள், ஆனால், இந்தக் குழுவிலுள்ள சிறுவர்கள் தேவாலயத்தின் இழப்புகுறித்து முழுக்க பரவசமடைவதுபோல் தோன்றியது. எப்படி அவர்கள் இத்தனை இதயம் உறைந்தவர்களாக இருக்கின்றனர்? ஏன் இந்த வெறுப்பு?

சில்வியைப் பொறுத்தளவில், தேவாலயம் எப்போதும் ஒரு தீங்கற்ற நிறுவனமாக இருந்துவந்திருக்கிறது... கூட்டுறவு மற்றும் தற்சோதனைக்கான இடமாக... சிலசமயங்களில் பிறர் தன்னை உற்றுப்பார்க்காமல் சத்தமாகப் பாடும் இடமாக இருந்திருக்கிறது. இறுதிச்சடங்குகள், திருமணங்கள், ஞானஸ்நானம், விடுமுறைகள்-போன்றவற்றில் அவளது வாழ்க்கையின் வரையறைகளை முடிவுசெய்வதாகப், பதிலுக்கு எதையும் கேட்காததாக தேவாலயம் இருந்துவந்திருக்கிறது. அவளது குழந்தைகள் ஒவ்வொரு வாரமும் ஞாயிற்றுக்கிழமை வகுப்பிலிருந்து மற்றவர்களுக்கு உதவுதல், கருணையுடன் இருத்தல் போன்ற எண்ணங்கள் விதைக்கப்பட்டு மேம்பட்டவர்களாக வந்தனர். அதில் என்ன தவறு இருந்துவிடமுடியும்?

செர்னின் புத்திக்கூர்மைமிக்க மூளைகள் என்றழைக்கப் படுபவர்கள் பலர் தேவாலயத்தின் முக்கியத்துவத்தைப்

புரிந்துகொள்வதில் தோல்வியடைவது ஒவ்வொருமுறையும் அவளை திகைப்பிலாழ்த்தத் தவறுவதில்லை. சாதாரண மனிதர்களைக் குவார்க்குகளும் மீசன்களும் உண்மையிலே ஈர்க்கிறதென இவர்கள் நம்புகிறார்களா? அல்லது அந்தச் சமன்பாடுகள், தெய்வீகத்தில் நம்பிக்கை கொள்ளும் ஒருவரின் தேவைக்கு மாற்றாக அமையுமா?

திகைப்புடன், சில்வி அந்த நடைபாதையில் மற்ற அறைகளைக் கடந்தாள். தொலைக்காட்சி இருந்த அறைகளனைத்தும் ஆட்களால் நிரம்பியிருந்தன. அவள் கொஞ்சம் முன்பாக வாடிகனிலிருந்து கோஹ்லருக்கு வந்த அழைப்பைப் பற்றி வியந்துகொண்டிருந்தாள். ஒருவேளை, தற்செயல் நிகழ்வா? வாடிகன், ஒவ்வொரு முறை செர்னின் ஆராய்ச்சியைக் கண்டித்து புண்படுத்தும் அறிக்கைகள் வெளிவிடும்போதெல்லாம், மரியாதைக்காக அழைப்பதுண்டு- தேவாலயம் கண்டனம் செய்யும் ஒரு துறையான, நானோதொழில்நுட்பத்தில் முக்கியமான கண்டுபிடிப்பு ஒன்றுக்காக, மரபணு பொறியியலில் அது ஏற்படுத்தும் தாக்கங்கள் காரணமாக அழைத்திருந்தது. செர்ன் ஒருபோதும் அதுகுறித்து அக்கறை காட்டியதில்லை. வாடிகனின் கண்டனம்வந்த சில நிமிடங்களில், தவறாமல், தொழில்நுட்பத்தில் முதலீடுசெய்யும் நிறுவனங்கள் அந்தப் புதிய கண்டுபிடிப்புக்கு உரிமம் கோரி கோஹ்லரின் போனுக்கு அழைத்தன. “விமர்சனத்துக்கு இணையாக எதுவும் இல்லை,” என கோஹ்லர் எப்போதும் சொல்வார்.

கோஹ்லர் எங்கிருந்தபோதும், அவருக்குப் பேஜரில் தகவல் அனுப்பமுடிந்தால், செய்தியைப் பார்க்கச்சொல்ல வேண்டுமென சில்வி நினைத்தாள். அவர் அதில் அக்கறைகொள்வாரா? அவர் அறிந்திருப்பாரா? நிச்சயமாக அவர் அறிந்திருப்பார். அநேகமாக அவர் அந்த முழு செய்தியையும் அந்த வினோதமான சிறிய வீடியோ பதிவு எந்திரத்தில் வருடத்தில் முதல் முறையாகப் புன்னகைத்தபடி பதிவுசெய்திருப்பார்.

சில்வி தொடர்ந்து அந்த அரங்கில் நடந்தபடி, கடைசியாக தேவாலயத்துக்கெதிரான மனநிலை குறைந்து காணப்பட்ட, கிட்டத்தட்ட துயரமாகத் தெரிந்த அறையொன்றைக் கண்டாள். இங்கே செய்தியறிக்கையைப் பார்த்துக்கொண்டிருந்த விஞ்ஞானிகள் வயதானவர்களாகவும் மிகவும் மதிக்கப்பட்டவர்களாகவும் இருந்தனர். அங்கே சில்வி

நுழைந்ததையும் ஒரு இருக்கையில் அமர்ந்ததையும் அவர்கள் ஏறிட்டுக்கூட பார்க்கவில்லை.

செர்னின் மறுபுறம், லியானார்டோ வெத்ராவின் கடுங்குளிரான குடியிருப்பில் மேக்ஸிமிலியன் கோஹ்லர், வெத்ராவின் படுக்கையறை பக்கமிருந்த மேஜையிலிருந்து எடுத்த தோலுறையிடப்பட்ட ஆராய்ச்சி ஆய்விதழைப் படித்துமுடித்திருந்தார். தற்போது அவர் தொலைக்காட்சி செய்திகளைப் பார்த்துக்கொண்டிருந்தார். சில நிமிடங்களுக்குப் பின், அவர் வெத்ராவின் ஆய்விதழை வைத்துவிட்டு, தொலைக்காட்சியை அணைத்துவிட்டு குடியிருப்பைவிட்டுக் கிளம்பினார்.

வெகுதொலைவில், வாடிகன் நகரில், கார்டினல் மோர்ட்டாடி மற்றொரு தட்டு வாக்குச்சீட்டுகளைச் சிஸ்டைன் சாப்பல் புகைப்போக்கிக்கு எடுத்துச்சென்றார். அவர் அவற்றை எரித்து, கரும்புகையைக் கிளப்பினார்.

இரு வாக்குப் பதிவுகள். போப் தேர்ந்தெடுக்கப்படவில்லை.

83

புனித பீட்டர் பேராலயத்தின் பிரமாண்டமான இருளுக்கு ஒளிவிளக்குகள் இணையானவை அல்ல. தலைக்கு மேலே காணப்பட்ட வெறுமை, நட்சத்திரமில்லாத இரவைப் போல அழுத்தியது, விட்டோரியா தன்னைச் சுற்றி ஆளரவமற்ற கடலைப்போல விரிந்துகிடந்த வெறுமையை உணர்ந்தாள். கேமர்லெக்னோவும் ஸ்விஸ் காவலர்களும் முன்னே செல்ல, அவள் அவர்களுக்கு நெருக்கமாகவே தொடர்ந்தாள். வெகு உயரத்தில் புறா ஒன்று குனுகியபடி சிறகடித்துப் பறந்தது.

அவளது அசௌகர்யத்தை உணர்ந்ததுபோல், கேமர்லெக்னோ பின்னுக்கு வந்து அவளது தோளில் தனது கையை வைத்தார். அவர்கள் செய்யவிருந்த வேலைக்கு அவளுக்குத் தேவைப்பட்ட அந்த அமைதியை மாயமாக அவளுக்குள் செலுத்தியதுபோல,

அவரின் அந்தத் தொடுகையால் ஐயத்திற்கிடமற்ற சக்தியொன்று இடமாறியது.

*நாம் என்ன செய்யவிருக்கிறோம்? அவள் சிந்தித்தாள். **இது பைத்தியக்காரத்தனம்!***

விட்டோரியா, கையிலிருக்கும் வேலை தப்பவியலாதது எனவும் அதன் இறைப்பற்றற்ற தன்மை, தவிர்க்கமுடியாத திகில் அனைத்தையும் அறிந்திருந்தாள். கேமர்லெக்னோ எதிர்கொள்ளும் முக்கியமான முடிவுகளுக்குத் தகவல்கள் தேவை... வாடிகன் மண்டபமொன்றிலுள்ள கல்லாலான சவப்பெட்டியில் அடக்கமாகியிருப்பவர் குறித்த தகவல்கள். அவர்கள் என்ன கண்டுபிடிக்கப் போகிறார்களென ஆச்சரியப்பட்டாள். ***இல்லுமினாட்டி கொலையாளி போப்பாண்டவரைக் கொலைசெய்தாரா எனவா? அவர்களது சக்தி உண்மையிலே அவ்வளவுதூரம் எட்டுமா? நான் உண்மையில் முதல்முறையாகப் போப்புக்கு பிரேதப்பரிசோதனை செய்யப்போகிறேனா?***

விட்டோரியா, இரவில் பராகுடா மீனுடன் நீந்துவதைவிடவும், விளக்கெரியாத இந்தத் தேவாலயத்தில் பெரிதும் தயக்கமாக உணர்ந்தாள். அது அவளுக்கு முரணாகத் தெரிந்தது. இயற்கையே அவளுக்கு புகலிடமாக இருந்தது. அவள் இயற்கையைப் புரிந்துகொண்டாள். ஆனால மனிதன, ஆத்மா குறித்த விஷயங்கள் அவளை குழப்பத்தில் ஆழ்த்தின. வெளியே கூடியுள்ள பத்திரிகையாளர் கூட்டம் மனக்கண்ணில், இருளில் மறைந்திருக்கும் கொலைகார மீன் கூட்டத்தைக் கொண்டுவந்தது. முத்திரையிடப்பட்ட உடல்களின் தொலைக்காட்சி காட்சிகள், அவளுக்குத் தன் தந்தையின் உடலை நினைவூட்டின... கொலையாளியின் மிரட்டலான சிரிப்பையும். கொலையாளி வெளியே எங்கோதான் இருக்கிறான். விட்டோரியா, தனது பயத்தை மீறி, கோபம் எழுவதை உணர்ந்தாள்.

அவர்கள் ஒரு தூணை வளைந்து கடந்ததும் விட்டோரியா தனக்கு முன்னால் ஆரஞ்சு நிற வெளிச்சத்தைக் கண்டாள் - அந்தத் தூண் அவள் கற்பனைசெய்யக்கூடிய எந்தவொரு ரெட்வுட்டையும்விட பெரிய சுற்றளவைக் கொண்டதாய் இருந்தது. அந்த வெளிச்சம் பேராலயத்தின் மையத் தரைக்குக் கீழிருந்து வெளிப்பட்டதாகத் தெரிந்தது. அவர்கள் நெருங்கி வந்ததும், தான் பார்ப்பது என்னவென அவள் உணரவந்தாள்.

அது பிரதான பலிபீடத்தின் கீழிருந்த பள்ளத்தில் அமைந்திருந்த பிரபல வழிபாட்டிடம்- கம்பீரமான நிலத்தடி அறை வாடிகனின் மிகவும் புனிதமான நினைவுச் சின்னங்களைக் கொண்டிருந்தது. அவர்கள் வாயிற்கதவு சுற்றுப்புறத்தைத் தாண்டி நெருங்கிவந்தபோது, விட்டோரியா எண்ணற்ற ஒளிரும் எண்ணெய் விளக்குகளால் சூழப்பட்ட பொன்னிறப் பெட்டிகளைக் கீழே கண்டாள்.

முழுக்க நன்றாக அறிந்திருந்தும், "புனித. பீட்டரின் எலும்புகளா?" அவள் கேட்டாள். புனித பீட்டர் ஆலயத்துக்கு வரும் அனைவரும் அந்த பொன்னிற உறையில் என்ன இருக்கிறது என அறிவர்.

"உண்மையில், இல்லை," கேமர்லெக்னோ சொன்னார். "பொதுவானதொரு தவறான எண்ணம். அது நினைவுச் சின்னங்களை வைக்கும் பேழை இல்லை. அந்தப் பெட்டி பால்லியம்களை - புதிதாகத் தேர்ந்தெடுக்கப்பட்ட கார்டினல்களுக்கு போப்பாண்டவர் கொடுக்கும் நெய்யப்பட்ட நீளங்கிகளைக் கொண்டிருக்கிறது."

"ஆனால் நான் நினைத்தேன்_"

"எல்லோரும் நினைப்பதுதான். வழிகாட்டிப் புத்தகங்கள் இதனை புனித பீட்டரின் கல்லறை என சுட்டுகின்றன, ஆனால் அவரது உண்மையான கல்லறை நமக்கு இரு அடுக்கு கீழே அமைந்துள்ள நிலத்தில் புதைக்கப்பட்டுள்ளது. வாடிகன் அதனை நாற்பதுகளில் இடம்மாற்றிவிட்டது. அங்கே கீழே யாரும் அனுமதிக்கப்படுவதில்லை."

விட்டோரியா அதிர்ந்துபோனாள். அந்த ஒளிரும் பகுதியைக் கடந்து மறுபடியும் இருளுக்குள் சென்றனர், ஆயிரக்கணக்கான மைல்கள் கடந்து அந்த பொன்னிறப் பெட்டியைக் காண வந்து, புனித பீட்டரின் முன் நிற்பதாக எண்ணும் புனிதப் பயணிகள் குறித்து அவள் கேள்விப்பட்டிருந்த கதைகளை நினைத்தாள். "வாடிகன், மக்களிடம் அதை சொல்லக்கூடாதா?"

"தெய்வீகத்துடன் தொடர்பிலிருப்பதாக நினைப்பதாலேயே நாம் பலனடைகிறோம்... அது கற்பனையாக இருந்தால்கூட."

ஒரு விஞ்ஞானியாக, அவள் அந்த வாதத்தை மறுக்கமுடியாது. தங்களுக்கு அற்புத மருந்து கொடுக்கப்பட்டதாக **நம்பியிருக்க,**

ஆஸ்ப்ரின் கொடுக்கப்பட்டு ப்ளாஸிபோ விளைவால் புற்றுநோய் குணமான மக்கள் குறித்த எண்ணற்ற கதைகளை அவள் வாசித்துள்ளாள். அனைத்துக்கும்மேல், நம்பிக்கை என்பது என்ன?

கேமர்லெக்னோ சொன்னார், "மாற்றம் என்பது வாடிகன் நகரத்துக்குள் மட்டும் நாம் சிறப்பாக மேற்கொள்ளும் ஒன்றல்ல. நமது கடந்தகாலத் தவறுகளை ஒத்துக்கொள்வது, நவீனமயமாக்கம் இவையெல்லாம் வரலாற்றுப்பூர்வமாக நாம் தவிர்ப்பது. போப்பாண்டவர் அதை மாற்ற முயற்சி செய்தார்." கேமர்லெக்னோ நிறுத்தினார். "நவீன உலகை எட்டுவதற்கு. கடவுளுக்கான புதிய பாதைகளைத் தேடுவதற்கு."

இருளுக்குள் விட்டோரியா ஆமோதித்தாள். "அறிவியல் போலவா?"

"உண்மையாகச் சொன்னால், அறிவியல் பொருத்தமற்றதாகத் தோன்றுகிறது."

"பொருத்தமற்றதாகவா?" விட்டோரியாவால் அறிவியலை விவரிக்க நிறைய வார்த்தைகளைச் சொல்லமுடியும், ஆனால் நவீன உலகில் "பொருத்தமற்றது" என்பது அவற்றில் ஒன்றாகத் தெரியவில்லை.

"அறிவியல் குணப்படுத்த முடியும், அல்லது அறிவியல் அழிக்கமுடியும். அது அறிவியலைப் பயன்படுத்தும் மனிதனின் ஆன்மாவைப் பொருத்தது. அந்த ஆன்மாதான் என்னை ஈர்க்கிறது."

"உங்களுக்கான அழைப்பை எப்போது கேட்டீர்கள்?"

"நான் பிறப்பதற்கு முன்பாகவே."

விட்டோரியா அவரை நோக்கினாள்.

"மன்னிக்கவேண்டும், அது எப்போதும் விநோதமான கேள்வியாகவே படுகிறது. நான் சொல்லவருவது நான் கடவுள் சேவையாற்றுவேன் என எப்போதுமே அறிந்திருந்தேன். நான் சிந்திக்க ஆரம்பித்த முதல் கணத்திலிருந்தே. எனினும் நான் இளைஞனாக, ராணுவத்தில் சேர்ந்தபிறகே உண்மையில் என் வாழ்வின் நோக்கத்தை அறிந்துகொண்டேன்."

விட்டோரியா ஆச்சரியமடைந்தாள். "நீங்கள் ராணுவத்தில் இருந்தீர்களா?"

"இரண்டு வருடங்கள். நான் ஆயுதங்களால் சுட மறுத்துவிட்டேன், எனவே அதற்குப் பதிலாக என்னை விமானியாக மாற்றினார்கள். மெட்வாக் ஹெலிகாப்டர்ஸ். உண்மையில், நான் இப்போதும் அவ்வப்போது பறந்துகொண்டிருக்கிறேன்."

விட்டோரியா, அந்த இளம் மதகுரு ஹெலிகாப்டரை இயக்குவதை மனக்கண்ணில் பார்க்கமுயற்சித்தாள். விநோதமாக, கட்டுப்பாட்டுக் கருவிகளுக்குப் பின்னால் அவர் பொருத்தமாகத் தெரிந்ததை அவளால் பார்க்கமுடிந்தது. "நீங்கள் எப்போதாவது போப்பாண்டவருக்கு விமானம் ஓட்டியிருக்கிறீர்களா?"

"இல்லவே இல்லை. நாங்கள் அந்த விலைமதிப்பற்ற சரக்கை விமானிகளிடம் விட்டுவிட்டோம். போப்பாண்டவர் சமயங்களில் காண்டால்போவில் சமய நோன்புக்குச் செல்கையில் என்னை ஹெலிகாப்டரை எடுக்கச் சொல்லியிருக்கிறார்." அவர் நிறுத்தி அவளைப் பார்த்தார். "மிஸ். வெத்ரா, இன்று இங்கே நீங்கள் செய்யும் உதவிக்கு நன்றி. உங்களது தந்தை குறித்து நான் மிகுந்த வருத்தமடைகிறேன். உண்மையாகவே."

"நன்றி."

"நான் ஒருபோதும் என் தந்தையைப் பார்த்ததில்லை. நான் பிறக்கும்முன்பே அவர் இறந்துவிட்டார். எனக்குப் பத்து வயதிருக்கும்போது நான் என் தாயை இழந்தேன்."

விட்டோரியா நிமிர்ந்து பார்த்தாள். "நீங்கள் அநாதையாக இருந்தீர்களா?" திடீரென அவரை நெருக்கமாக உணர்ந்தாள்.

"நான் விபத்தொன்றில் உயிர்ப்பிழைத்தேன். அந்த விபத்து என் அம்மாவை எடுத்துக்கொண்டது."

"யார் உங்களைப் பார்த்துக்கொண்டது?"

"கடவுள்," கேமர்லெக்னோ சொன்னார். "முழுக்கவே அவர் எனக்கு இன்னொரு தந்தையை அனுப்பினார். பாலர்மோவைச் சேர்ந்த பாதிரியார் மருத்துமனைக்கு வந்து என்னைத் தத்தெடுத்துக்கொண்டார். அந்த நேரம் நான் ஆச்சரியப்படவில்லை. நான் சிறு பையனாக இருந்தபோதே கடவுளின் அக்கறைமிக்க கையை எனக்கு மேலே

உணர்ந்தேன். கடவுள் அவருக்குச் சேவைசெய்ய என்னைத் தேர்ந்தெடுத்திருக்கிறார் என ஏற்கனவே சந்தேகித்ததை, பாதிரியாரின் வருகை உறுதிசெய்தது.

"கடவுள் உங்களைத் தேர்ந்தெடுத்ததாக நீங்கள் நம்பியிருந்தீர்களா?"

"நம்பியிருந்தேன். நம்புகிறேன்." கேமர்லெக்னோவின் குரலில் அகந்தையின் தடயமெதுவும் தென்படவில்லை, நன்றியுணர்வு மட்டுமே தெரிந்தது.

"நான் பாதிரியாரின் பாதுகாப்பின்கீழ் பல வருடங்கள் பணிபுரிந்தேன். பின் அவர் கார்டினலாக ஆனார். இருந்தும், அவர் ஒருபோதும் என்னை மறக்கவில்லை. நான் நினைவுகூரும் தந்தை அவரே." கேமர்லெக்னோவின் முகத்தில் ஒளிவிளக்கின் கற்றையொன்று பட்டது, விட்டோரியா அவரது கண்களில் ஒரு தனிமையை உணர்ந்தாள்.

அந்தக் குழு உயரமான தூணொன்றின்கீழ் வந்தடைந்தது, அவர்களது விளக்கு வெளிச்சம் தரையிலிருந்த திறப்பின்மேல் பாய்ச்சப்பட்டது. விட்டோரியா கீழே வெறுமையில் படிகள் இறங்கிச் செல்வதைக் கண்டதும் திரும்பிச் செல்ல விரும்பினாள். காவலர்கள், ஏற்கனவே கேமர்லெக்னோ படியிறங்க உதவ ஆரம்பித்திருந்தனர். பின் அவள் படியிறங்க உதவினர்.

"அவருக்கு என்ன ஆனது?" இறங்கியபடியே, தனது குரலை உறுதியானதாகக் காட்டமுயற்சித்தபடி அவள் கேட்டாள். "உங்களை எடுத்துவளர்த்த கார்டினலுக்கு?"

"அவர் கார்டினல் சபையைவிட்டு அடுத்த நிலைக்கு உயர்ந்தார்."

விட்டோரியா ஆச்சரியமடைந்தாள்.

"பின், சொல்வதற்கு வருந்துகிறேன், அவர் காலமானார்."

"என்னுடைய அனுதாபங்கள்," விட்டோரியா சொன்னாள். *"சமீபமாகவா?"*

கேமர்லெக்னோ திரும்ப, நிழல்கள் அவரது முகத்திலிருக்கும் வலியை அழுத்தமாய்க் காட்டின. "மிகச்சரியாகப் பதினைந்து நாட்கள் முன். நாம் தற்போது அவரைத்தான் பார்க்கப் போகிறோம்."

84

காப்பகப் பெட்டகத்தினுள், அடர்விளக்குகள் சூடாக மின்னின. இந்தப் பெட்டகம், லேங்டன் முன்னால் சென்றிருந்த பெட்டகத்தைவிடவும் மிகச் சிறிதாக இருந்தது. *காற்றும் குறைவு. நேரமும் குறைவாகவே இருந்தது.* தான் ஆலிவெட்டியைக் காற்றுக்கான மறுசுழற்சி விசிறிகளை ஓடவிடச் சொல்லி கேட்டிருக்கவேண்டும் என நினைத்தார் அவர்.

லேங்டன், சொத்துக்கள் பிரிவில், நுண்கலைகள் என்ற தலைப்பிலான பேரேடுகள் அடங்கிய இடத்தை உடனடியாக அடையாளம் கண்டார். அந்தப் பிரிவைத் தவறவிடுவது சாத்தியமில்லாதது. அது கிட்டத்தட்ட எட்டு முழு அடுக்குகளை ஆக்ரமித்திருந்தது. கத்தோலிக்க திருச்சபை, உலகம் முழுக்க மில்லியன்கணக்கான தனிப்பட்ட நுண்கலை படைப்புகளை உடைமையாகக் கொண்டிருந்தது.

லேங்டன், அடுக்குகளில் ஜியான்லோரன்ஸோ பெர்னினி என்ற பெயரைத் தேடினார். முதல் அடுக்கில் நடுவரிசையில், பி தொடங்குமென அவர் நினைத்த இடத்தில் தேடத்தொடங்கினார். அந்தப் பேரேடு காணவில்லையோ என ஒரு கணம் திகிலடைந்து, பின் அந்த பேரேடுகள் அகரவரிசையில் அடுக்கப்படவில்லையெனத் தெரிந்து அதிருப்தியடைந்தார். *நான் ஏன் ஆச்சரியமடையவில்லை?*

சேகரிப்பின் தொடக்கத்துக்குச் செல்லத் திரும்பியவர், அலமாரியின் மேல்வரிசைக்கு நகரும் ஏணியில் ஏறி, பெட்டகத்தின் அமைப்பைப் புரிந்துகொள்ள முயன்றார். மேலடுக்கில் அவர் ஜாக்கிரதையாக நின்றபடி, மறுமலர்ச்சிக்கால கலைஞர்களான- மைக்கேல் ஏஞ்சலோ, ராஃபேல், டா வின்சி, போடிசெல்லி- இவர்களின் படைப்புகளைப் பற்றிய, இருப்பதிலேயே தடிமனான பேரேடை அவர் கண்டுகொண்டார். வாடிகனின் சொத்துக்கள் என அந்தப் பெட்டகம் பெயர்வைக்கப்பட்டது ஏனென்று லேங்டன் தற்போது, மிகச்சரியாகப் புரிந்துகொண்டார். அந்தப் பேரேடுகள் ஒவ்வொரு கலைஞர்கள் உருவாக்கிய கலைத்தொகுப்பின் ஒட்டுமொத்த பணமதிப்பீட்டின் அடிப்படையில் அடுக்கப்பட்டிருந்தது.

ராஃபேலுக்கும் மைக்கேலேஞ்சலாவுக்கும் நடுவில் சாண்ட்விட்ச் போல், பெர்னினியின் பேரேடு இருப்பதைக் கண்டுகொண்டார். அது ஐந்து இஞ்சுக்கும் அதிகமான தடிமனில் காணப்பட்டது.

ஏற்கனவே மூச்சுவிட வசதியற்று மிகப் பிரமாண்டமான தொகுதியோடு போராடியதால், லேங்டன் ஏணியிலிருந்து இறங்கினார். பின், காமிக் புத்தகத்தை வைத்திருக்கும் சிறுவன்போல, அதனை தரையில் சாய்ந்தபடி, அதன் முகப்பட்டையைத் திறந்தார்.

அந்தப் புத்தகம் துணியால் பைண்ட் செய்யப்பட்டு மிகத் திடமானதாகக் காணப்பட்டது. பேரேடு, இத்தாலியில் கையால் எழுதப்பட்டிருந்தது. ஒவ்வொரு பக்கமும் ஒரு படைப்பு, சிறிய விவரணை, தேதி, இடம், உபகரணங்களுக்கான செலவு, சமயங்களில் அந்தப் படைப்பின் தோராயமான படம் உள்பட அட்டவணையிடப்பட்டிருந்தது. லேங்டன் பக்கங்களை விசிறிப் புரட்டிப் பார்த்தார்.. மொத்தமாக எண்ணூறுக்கும் மேலிருந்தது. பெர்னினி பரபரப்பான மனிதராக இருந்திருக்கிறார்.

இளம் கலை மாணாக்கராக, தனி ஆளாக கலைஞர்கள் எப்படி தங்கள் வாழ்க்கையில் எண்ணற்ற படைப்புகளை உருவாக்கியிருக்கிறார்கள் என லேங்டன் வியந்திருக்கிறார். பின்புதான், பிரபல கலைஞர்கள் சொந்தமாக, உண்மையில் மிகக் குறைவான படைப்புகளையே உருவாக்கியிருக்கிறார்கள் என்றறிந்து அதிருப்தி அடைந்தார். அவர்கள் கலைக்கூடங்களைத் தொடங்கி, இளம் கலைஞர்களுக்குப் பயிற்சியளித்து தங்களது வடிவமைப்புகளை உருவாக்கினர். பெர்னினி போன்ற சிற்பிகள் களிமண்ணில் நுண்பதிப்புகளை உருவாக்கி, அவற்றை பளிங்கில் பெரிதாக வடிவமைக்க பிறரை வேலைக்கு வைத்துக்கொண்டனர். பெர்னினி, அவரது படைப்புகள் அனைத்தையும் தானே உருவாக்கவேண்டுமென்றால், அவர் இன்றும் வேலைசெய்துகொண்டிருக்க வேண்டும் என லேங்டன் அறிந்திருந்தார்.

“உள்ளடக்கம்,” அவர் மனதில் ஓடும் எண்ணங்களின் வலையை அறுக்க முயன்று, சத்தமாகச் சொன்னார். அவர் புத்தகத்தின் கடைசிப் பக்கம் வரை திருப்பி, எஃப் வரிசையின் கீழ்ப் பார்க்க எண்ணி நெருப்பு என்ற வார்த்தை அடங்கிய பக்கத்தைத் தேடினார்- ஆனால் எஃப் என்ற வார்த்தை முற்றிலுமாக இல்லை. லேங்டன் தனக்குள் திட்டிக்கொண்டார். இந்த

பாழாய்ப்போனவர்கள் அகரவரிசைக்குப் பதில் என்ன செய்து வைத்திருக்கிறார்கள்?

வெளிப்படையாகவே பெர்னினி ஒவ்வொரு புதிய படைப்பையும் உருவாக்க உருவாக்க, அந்தக் காலவரிசைப்படி பதியப்பட்டிருந்தது. அனைத்தும் தேதிப்படி பதியப்பட்டிருந்து. எந்த உதவியும் கிடைக்கவில்லை.

பட்டியலை நோக்கியபோது, மற்றொரு அதைரியமூட்டும் எண்ணம் லேங்டனுக்குள் எழுந்தது. அவர் தேடும் அந்தச் சிற்பத்தின் தலைப்பு நிச்சயம் நெருப்பு என்னும் வார்த்தையைக்கூட கொண்டிருக்காது. முந்தைய இரு படைப்புகள்- *ஹப்பாகுக், வெஸ்ட் பொனென்டே தேவதை- நிலம், காற்று* என்பதற்கான குறிப்பான சுட்டுச்சொல் எதையும் கொண்டிருக்கவில்லை.

அவர் ஏதாவது ஒரு படம் தன் கண்ணில் படுமென்ற நம்பிக்கையில் இரண்டொரு நிமிடம் அந்தப் பேரேட்டின் பக்கங்களைக் கைபோன போக்கில் புரட்டினார். எதுவும் நடக்கவில்லை. அவர் கேள்விப்பட்டிராத டஜன்கணக்கிலான புகழ்பெறாத படைப்புகள் காணப்பட்டன, ஆனால் அவரால் அடையாளம் காணக்கூடிய நிறைய படைப்புகள்... *டேனியலும் சிங்கமும், அப்பல்லோவும் டாப்னேயும்,* அதேயளவில் அரைடஜன் நீரூற்றுகளைப் பார்த்தார். நீர். அவர், அறிவியலின் நான்காவது பலிபீடம் ஊற்றாக இருக்குமோவென வியந்தார். ஒரு நீரூற்று, நீருக்கான மிகச்சரியான சமர்ப்பணமாகத் தோன்றியது. நீருக்கான பலிபீடத்தைக் கணக்கிலெடுத்துக்கொண்டால் அவர்கள் கொலையாளியைப் பிடிக்கமுடியுமென லேங்டன் நம்பினார்- பெர்னினி, ரோமில் டஜன் கணக்கிலான நீரூற்றுகளைச் செதுக்கியிருந்தார், பெரும்பாலானவை தேவாலயங்களுக்கு முன்னால் காணப்பட்டன.

லேங்டன், கையிலிருக்கும் விஷயத்தின் பக்கம், நெருப்புக்குத் திரும்பினார். அவர் புத்தகத்தினூடாகப் புரட்டும்போது, விட்டோரியாவின் வார்த்தைகள் அவரை உற்சாகப்படுத்தின. *நீங்கள் முதல் இரண்டு சிற்பங்களை அறிந்திருந்தீர்கள்... அநேகமாக இந்த ஒன்றையும் அறிந்திருப்பீர்கள்.* அவர் மறுபடியும் உள்ளடக்கப் பக்கத்துக்குத் திரும்பி, அவர் அறிந்த தலைப்புகளைத் தேடினார். சில அறிந்தவையாயிருந்தன, ஆனால் எதுவும் ஞாபகத்துக்கு வரவில்லை. லேங்டன் தற்போது, இங்கிருந்து வெளிக்கிளம்பும்

முன் ஒருபோதும் தனது தேடலை முடிக்கப்போவதில்லை என உணரவந்தார், எனவே தனது முடிவுக்கு எதிராக, அந்தப் புத்தகத்தைப் பெட்டகத்துக்கு வெளியே எடுத்துச்செல்வதென அவர் தீர்மானித்தார். *இது, ஒரு அசல் கலீலியோ கைப்பிரதியிலிருந்து பக்கங்களை அகற்றுவது போலல்ல. வெறும் பேரேடு மட்டும்தான்,* தனக்குத்தானே சொல்லிக்கொண்டார். அந்தக் கைப்பிரதியின் பக்கம் தனது மார்பகப் பையில் இருப்பதை நினைவுகூர்ந்து, அதை கிளம்பும் முன் திரும்ப அளிக்கவேண்டும் என லேங்டன் தனக்குதானே ஞாபகமூட்டிக்கொண்டார்.

தற்போது அவசரமாக, அந்தத் தொகுதியைத் தூக்குவதற்காக முயன்றார், ஆனால் அப்படிச் செய்தபோது, ஏதோ ஒன்று அவரைத் தடுத்தது. எண்ணற்ற குறிப்புகள் அந்த உள்ளடக்கம் முழுக்க இருந்தாலும், அவர் கண்ணில் சற்றுமுன் பட்ட ஒன்று விநோதமாகப் பட்டது.

அந்தக் குறிப்பு புகழ்பெற்ற பெர்னினியின் சிற்பமான, *புனிதர் தெரஸாவின் பரவசம்,* திறந்துவைக்கப்பட்டதும் விரைவாகவே, அதன் அசல் இடத்திலிருந்து வாடிகனுக்கு உட்புறமாக மாற்றப்பட்டதென தெரிவித்தது. இது மட்டுமல்ல லேங்டனின் கண்ணில் பட்டது. அவர் ஏற்கனவே சிற்பிகளின் கடந்தகால சரிபார்ப்பு மூலம் அதை அறிந்திருந்தார். அது தலைசிறைந்த படைப்பு என சிலர் எண்ணியபோதும், போப் எட்டாம் உர்பான், *புனிதர் தெரஸாவின் பரவசம்,* வாடிகனுக்கு உகந்ததல்ல எனக்கூறி நிராகரித்தார். அவர் நகரிலுள்ள அதிகம் அறியப்படாத சாப்பலுக்கு வெளியேற்றினார். அந்தப் படைப்பு வெளிப்படையாகவே, லேங்டனின் பட்டியலிலிருந்த ஐந்து தேவாலயங்களில் ஒன்றுக்கு மாற்றப்பட்டதுதான் லேங்டனை சிந்திக்கவைத்தது. *கலைஞனின் ஆலோசனையின் பேரில்* அங்கே மாற்றப்பட்டது என்னும் குறிப்பு இன்னும் அதிகமாகக் கவனத்தை ஈர்த்தது.

கலைஞனின் யோசனையின் பேரிலா? லேங்டன் குழப்பமானார். பெர்னினி தனது முதன்மைப் படைப்பு, ஏதோவொரு அறியப்படாத இடத்தில் மறைந்துகிடக்க யோசனை சொல்லியிருக்கமாட்டார். அனைத்துக் கலைஞர்களுமே தங்களது படைப்பு முதன்மையாகக் காட்சிப்படுத்த வேண்டுமென விரும்புவரே தவிர, ஏதோவொரு ஒதுங்கிய இடத்திலல்ல-

லேங்டன் தயங்கினார். *இல்லையெனில்...*

அவர் அந்த எண்ணம் குறித்து உற்சாகப்படத் தயங்கினார். அது சாத்தியம்தானா? பெர்னினி வேண்டுமென்றே ஒரு படைப்பை, வாடிகன் வழியிலிருந்து ஒதுங்கிய இடத்தில் வைக்க வலியுறுத்தும்விதமாக உருவாக்கியிருப்பாரா? ஒருவேளை பெர்னினியே அந்த இடத்தைப் பரிந்துரைத்திருப்பாரா? ஒருவேளை ஒதுக்குப்புறமான ஆனால், மேற்கு பொனென்டேயின் மூச்சுக்காற்றின் திசையின் நேர்க்கோடாக அமையும் தேவாலயமாக அது இருக்குமோ?

லேங்டனின் உற்சாகம் அதிகரிக்க, அவரது அந்தச் சிலையுடனான நிச்சயமற்ற பரிச்சயம் இடையிட்டு, அந்தப் படைப்பு நெருப்புடன் எந்தத் தொடர்புமற்றதென வலியுறுத்தியது. அந்தச் சிற்பம், அதனைப் பார்த்த எவரொருவரும் எதுவாக வேண்டுமென்றாலும் சான்றளிப்பார்களே தவிர, அறிவியல்பூர்வமானது என்றல்ல-ஒருவேளை பாலுணர்வைத் தூண்டுவதாய் வேண்டுமானால், ஆனால் நிச்சயமாக அறிவியல்பூர்வமானது என்றல்ல. ஒரு ஆங்கில விமர்சகர் *புனிதர் தெரஸாவின் பரவசம்* சிலையை, கிறித்துவ தேவாலயத்தில் ஒருபோதும் வைக்க சற்றும் பொருத்தமில்லாத அலங்காரம் என கண்டனம் செய்தார். லேங்டன் நிச்சயமாக அந்த வாதத்தைப் புரிந்துகொண்டார். சிலை அற்புதமாகச் செதுக்கப்பட்டிருந்தாலும், முதுகுப்புறம் தரைநோக்கிச் சாய்ந்திருக்க புனித தெரஸா பாலியல் உணர்ச்சியின் பரவசத்தில் இருப்பதாகச் சித்தரிக்கப்பட்டிருக்கும். அரிதாகவே வாடிகனில் நிகழ்வது.

லேங்டன் அவசரமாகப் பேரேட்டில் அந்தப் படைப்பின் விவரணையைப் பார்க்க புரட்டினார். அந்த படத்தைப் பார்த்தபோது, அவர் உடனடியான எதிர்பாராத நம்பிக்கையின் அதிர்வை உணர்ந்தார். அந்தப் படத்தில், புனிதர் தெரஸா உண்மையில் தன்னில் ஆழ்ந்து மகிழ்வதுபோல் தோன்றவில்லை, ஆனால், அங்கே அந்தச் சிலையில் இன்னொரு உருவமும் இருப்பதை லேங்டன் மறந்திருந்தார்.

ஒரு தேவதூதர்.

தூய்மையற்ற அந்தப் பழங்கதை திடீரென ஞாபகம்வந்தது...

புனிதர் தெரசா ஒரு கன்னியாஸ்திரி. அவரது உறக்கத்தில் ஒரு தேவதூதர் பரவசமானதொரு வருகை தந்தார் என அவர் கோரியபின் புனிதராக்கப்பட்டார். விமர்சகர்கள்

அவரது அந்தக் கனவு ஆன்மிகமானது என்பதைவிடவும் பெரிதும் பாலியல் ரீதியானதென பின்னால் தீர்மானித்தனர். அந்தப் பேரேட்டின் அடிப்பகுதியில் விரல்களையோட்டிய லேங்டன் அறிமுகமானதொரு மேற்கோளைக் கண்டார். புனிதர் தெரஸாவின் வார்த்தைகள், கற்பனைக்குப் பெரிதும் இடமளிக்கவில்லை...

> நெருப்பால் நிறைந்த... அவரது மகத்தான பொன்னிற ஈட்டி... என் மீது சிலமுறை பாய்ந்தது... என் குடல்களுக்குள் ஊடுருவியது... போதுமென ஒருவர் சொல்ல விரும்பாதபடிக்கு மிக அதிகப்படியான இனிமையுடையதாக இருந்தது அது.

லேங்டன் புன்னகைத்தார். சிலருக்கு இது உருவகமாக இல்லாமல் தீவிர பாலியல் ஆர்வமாகப் படலாம். அது என்னவென எனக்குத் தெரியாது. அவர் பேரேட்டின் அந்தக் கலைப்படைப்பு குறித்த விவரணைக்காகவும்கூட புன்னகைத்தார். அந்தப் பத்தி இத்தாலியன் மொழியில் இருந்தும், நெருப்பு என்பதற்கான வார்த்தை அரை டஜன் முறை காணப்பட்டது:

... தேவதூதரின் ஈட்டி *நெருப்பின்* முனையில் தோய்க்கப்பட்டிருந்தது...

...தேவதூதரின் தலை *நெருப்புக்* கதிர்களை வெளிப்படுத்தியது...

... பெண் உணர்ச்சியின் *நெருப்பில்* கொழுந்துவிட்டெரிந்தாள்...

அவர் அந்த உரு வரைபடத்தை மறுபடியும் ஒரு பார்வை பார்ப்பது வரை முழுக்க சமாதானமடைந்தவராக இருக்கவில்லை. தேவதூதரின் நெருப்பாலான அம்பு வழிகாட்டி விளக்கென உயர்த்தப்பட்டு, வழியைச் சுட்டிக்காட்டியது. *உங்களது உயர்ந்த தேடலில் தேவதூதர் வழிகாட்டட்டும்.* பெர்னினி தேர்வுசெய்திருந்த தேவதூதரின் வகைப்பாடுகூட குறிப்பிடத்தக்கதாகத் தோன்றியது. *அது ஒரு உச்சநிலை தேவதூதர்*, என லேங்டன் உணரவந்தார். *செராபிம் என்பதற்கு "நெருப்பாலான ஒன்று" எனப் பொருள்.*

ராபர்ட் லேங்டன் எப்போதும் மேலிருந்து உறுதிப்படுத்தவேண்டுமென எதிர்பார்க்கும் நபராக இருந்ததில்லை, ஆனால் ஆனால் அந்தச் சிற்பம் தற்போது எங்கு வைக்கப்பட்டிருந்தது என திருச்சபையின் பெயரை வாசித்தபோது, தான் ஒரு விசுவாசியாக மாறக்கூடுமென அவர் தீர்மானித்தார்.

சாந்தா மரியா டெல்லா விட்டோரியா.

விட்டோரியா, பரிகாசச் சிரிப்பு சிரிப்பதாக அவர் நினைத்தார். கச்சிதம்.

அவரது கால்கள் தடுமாற, லேங்டன் ஒருவித தலைசுற்றலை உணர்ந்தார். அவர் ஏணியை ஏறிட்டுப் பார்த்தபடி, அந்தப் புத்தகத்தைத் திரும்பவும் அவ்விடத்தில் வைக்க அவரால் முடியுமா என ஆச்சரியப்பட்டார். *பாழாய்ப்போக,* அவர் நினைத்தார். *பாதர் ஜாக்வி வேண்டுமானால் வைக்கமுடியும்.* அவர் அந்தப் புத்தகத்தை மூடி, அதனை அடுக்கின் கீழே நேர்த்தியாக விட்டுவந்தார்.

பெட்டகத்தின் மின்னணு வெளியேறும்பாதையின் ஒளிரும் பொத்தானை நோக்கி நடந்தபடி, அவர் மேலோட்டமாக மூச்சுவிட்டுக் கொண்டிருந்தார். எனினும், அவர் தனது நல் அதிர்ஷ்டத்தால் புத்துயிர்ப் பெற்றதுபோல உணர்ந்தார்.

எப்பயிடிருந்தபோதும், அவரது நல் அதிர்ஷ்டம், அவர் வெளியேறும் வாசலை அடையும்முன் தீர்ந்துபோனது.

எச்சரிக்கையின்றி, பெட்டகம் வலிமிகுந்த பெருமூச்சை எழுப்பியது. விளக்குகள் மங்கலாகி, வெளியேறுவதற்கான பொத்தான் உயிரைவிட்டது. பின், மிகப்பெரிய உயிர்விடும் மிருகம்போல அந்தப் பெட்டக வளாகம் முற்றிலும் இருளாக ஆனது. யாரோ, சற்றுமுன் மின்சாரத்தை நிறுத்தியிருக்கவேண்டும்.

85

வாடிகன் புனித குகைமண்டபங்கள், புனித பீட்டர் பேராலயத்தின் பிரதான தளத்தின்கீழ் அமைந்திருந்தன. அவை நோயுற்று இறந்த போப்புகளின் புதைவிடங்கள்.

விட்டோரியா சுழல் படிக்கட்டின் அடிப்பகுதியை அடைந்து, குகைமண்டபத்துக்குள் நுழைந்தாள். இருளடைந்த குடைவுப்பாதை அவளுக்குச் செர்னின் மிகப்பெரிய கரியதும் குளிர்ந்ததுமான ஹேட்ரோன் கோலிடரை நினைவுபடுத்தியது. ஸ்விஸ் காவலர்களின் ஒளிர்விளக்குகளால் மட்டுமே வெளிச்சமூட்டப்பட்ட அந்தக்

குடைவுப் பாதை, குறிப்பிடத்தக்கவிதத்தில் மாய உணர்வை தோற்றுவித்தது. இருபக்கமும் சுவரில் வெற்று மாடக்குழிகள் காணப்பட்டன. அவர்களை விளக்குகள் பார்க்க அனுமதித்த தூரம்வரை, மாடக்குழிகளின் ஒதுக்கிடங்களில், கல்லாலான சவப்பெட்டிகளின் பிரமாண்ட நிழல்கள் தெரிந்தன.

ஒருவித குளிர்ச்சி அவளது தசையை உலுக்கியது. அவளறியும் இந்தக் குளிர், பகுதியளவில் மட்டுமே உண்மை என அவள் தனக்குத்தானே சொல்லிக்கொண்டாள். உயிருள்ளவர்களால் அன்றி இருளில் மறைந்துள்ள ஆவிகளால், அவர்கள் கண்காணிக்கப்படுவதான உணர்வை அவள் கொண்டிருந்தாள். ஒவ்வொரு கல்லறையின் மேலும், முழுமையான போப்பாண்டவருக்கான உடையுடன், மார்புக்குக் குறுக்கே கைகளைக் கட்டியபடி, மரணத்தின்போது காணப்பட்ட விதத்தில், ஒவ்வொரு போப்பின் ஆளுயரத் தோற்றங்கள் காணப்பட்டன. தங்களது மரணத்தின் வரம்புகளிலிருந்து தப்பி, பளிங்காலான மூடிகளுக்கு எதிராக, கல்லறைக்குள்ளிருந்து அவர்களது வலுவிழந்த உடல்கள் மேல்நோக்கி எழுவதுபோல் அது தோன்றியது. ஒளிர்விளக்குகளான அவர்களது ஊர்வலம் தொடர்ந்துகொண்டிருக்க, போப்புகளின் நிழல்கள் சுவரின்மீது எழுவதும் விழுவதுமாக, நீண்டும் மறைந்தும் அச்சம்தரும் நிழல்நடனம் நடந்தது.

அவர்களிடையே ஒரு மௌனம் கவிழ்ந்தது, அது மரியாதையாலா தயக்கத்தாலா என விட்டோரியாவால் சொல்லமுடியவில்லை. அவள் இரண்டையும் உணர்ந்தாள். கேமர்லெக்னோ, ஒவ்வோர் அடியையும் இதயத்தால் உணர்ந்தவர்போல கண்களை மூடியபடி நடந்தார். போப் மரணமடைந்ததிலிருந்து, ஒருவேளை வழிகாட்டுதல் வேண்டி பிரார்த்திப்பதற்காய் அவர் இந்த வினோதமான ஊர்வலத்தைப் பலமுறை மேற்கொண்டிருக்க வேண்டுமென விட்டோரியா சந்தேகித்தாள்.

கார்டினலின் வழிகாட்டுதலின்கீழ் நான் பல ஆண்டுகள் பணிபுரிந்தேன். அவர் எனக்குத் தந்தையைப் போன்றவர் என அவரை ராணுவப் பணியிலிருந்து காப்பாற்றிய கார்டினல் குறித்து கேமர்லெக்னோ கூறியதை வெட்டோரியா நினைவுகூர்ந்தாள். தற்போது விட்டோரியா மிச்சமுள்ள கதையைப் புரிந்துகொண்டாள். கேமர்லெக்னோவை தனது சிறகின்கீழ் வைத்துப் பாதுகாத்த அதே கார்டினல்தான், பின் போப்பாண்டவராக உயர்ந்து, இளம்

மாணாக்கரான கேமர்லெக்னோவைப் போப்பாண்டவருக்கான முக்கிய காரியஸ்தராக நியமித்துக்கொண்டார்.

அது நிறைய விஷயங்களை விளக்கியதென, விட்டோரியா நினைத்தாள். அவள், மற்றவர்களின் உள்ளுணர்வுகளை, நாளெல்லாம் கேமர்லெக்னோ குறித்து அவளைத் தொந்தரவு செய்த ஒன்றைக்குறித்து சிறப்பாக அறிந்துகொள்ளும் திறன்கொண்டிருந்தாள். அவரைச் சந்தித்ததிலிருந்து, அவர் இப்போது எதிர்கொள்ளும் பெரும் நெருக்கடியைவிடவும் மிகவும் அந்தரங்கமானதும், பெரிதும் ஆத்மரீதியிலான வேதனையை அவர் கொண்டிருப்பதை விட்டோரியா உணர்ந்திருந்தாள். அவரது புனிதமான அமைதிக்குப் பின்னால், அவரது தனிப்பட்ட அலைக்கழிப்புகளால் துயறுரும் மனிதனைக் கண்டிருந்தாள். அவர் வாடிகன் வரலாற்றிலேயே மிகவும் அழிவுதரும் அச்சுறுத்தலை எதிர்கொள்வது மட்டுமின்றி, அவரது நண்பரும் வழிகாட்டியும் இல்லாமல் அதை தன்னந்தனியாக எதிர்கொண்டார்.

தற்போது இருளில் காவலர்கள், மிகச் சமீபத்திய போப்பாண்டவர் மிகச்சரியாக எங்கு புதைக்கப்பட்டார் எனத் தெரியாமல் வேகம் குறைந்தனர். கேமர்லெக்னோ நிச்சயத்தன்மையுடன் தொடர்ந்து நடந்து பளிங்காலான, மற்றவற்றைவிடவும் பிரகாசமாகப் பளபளக்கும் கல்லறை ஒன்றின் முன் நின்றார். மறைந்த போப்பாண்டவரின் செதுக்கப்பட்ட உருவம் அதன்மேல் காணப்பட்டது. விட்டோரியா தொலைக்காட்சியில் பார்த்ததனால் அவரது முகத்தை அடையாளம் கண்டுகொண்டாள், அவளை ஒருவித பயம் தொற்றிக்கொண்டது. *நாம் என்ன செய்துகொண்டிருக்கிறோம்?*

“நமக்கு அதிக நேரமில்லை என நான் அறிவேன்,” கேமர்லெக்னோ சொன்னார். “இருந்தும் பிரார்த்தனை செய்ய நாம் ஒரு கணம் எடுத்துக்கொள்ளவேண்டுமென கேட்டுக்கொள்கிறேன்.”

ஸ்விஸ் காவலர்கள் அனைவரும் தங்கள் நின்ற இடத்திலே தலைதாழ்த்தி நின்றனர். விட்டோரியாவும் அதனைப் பின்பற்றினாள், அவளது இதயம் மௌனத்தில் அதிரத் தொடங்கியது. கேமர்லெக்னோ கல்லறை முன் மண்டியிட்டு இத்தாலியில் பிரார்த்தித்தார். விட்டோரியா அவரது வார்த்தைகளைக் கேட்டபோது, எதிர்பாராது அந்தத் துயரம் கண்ணீரென வெளிப்பட்டது... அவளது சொந்த

வழிகாட்டிக்கான கண்ணீர்... அவளது சொந்தப் புனித தந்தை. கேமர்லெக்னோ, போப்புக்காகப் பிரார்த்தித்த வார்த்தைகள், அவளது தந்தைக்கும் பொருத்தமானதாகத் தோன்றியது.

"மகத்தான தந்தையும், ஆலோசகரும், நண்பருமானவரே." கேமர்லெக்னோவின் குரல் மந்தமாகச் சுற்றிலும் எதிரொலித்தது. "நான் இளையவனாக இருக்கும்போது என் இதயத்தில் எழும் குரலே கடவுளின் குரல் என சொன்னீர்கள். வேதனைதரும் எந்த இடத்துக்கு அது இட்டுச்சென்றாலும் பொருட்டில்லை, அதை நான் அவசியம் தொடரவேண்டுமென நீங்கள் எனக்குச் சொன்னீர்கள். சாத்தியமில்லாத பணிகளை செய்யக் கோரும் அந்தக் குரலை நான் இப்போது கேட்கிறேன். எனக்கு சக்தி கொடுங்கள். எனக்கு மன்னிப்பை அருளுங்கள். நான் எது செய்தபோதும்... நீங்கள் அனைத்திலும் மேலாக நம்பும் ஒன்றின் பெயரால் செய்கிறேன். ஆமென்."

"ஆமென்," காவலர்கள் முணுமுணுத்தனர்.

ஆமென், தந்தையே. விட்டோரியா தனது கண்களைத் துடைத்துக்கொண்டாள்.

கேமர்லெக்னோ மெதுவாக எழுந்து, கல்லறையிலிருந்து விலகிநின்றார். "மூடியைத் திறங்கள்." என்றார்.

ஸ்விஸ் காவலர்கள் தயங்கினர்.

"ஐயா," ஒருவன் சொன்னான், "விதிமுறைப்படி நாங்கள் உங்கள் கட்டளைக்குக் கீழ்ப்படிந்தவர்கள்." அவன் தயங்கினான். "நீங்கள் என்ன சொல்கிறீர்களோ அதை நாங்கள் செய்வோம்..."

கேமர்லெக்னோ அந்த இளம் காவலரின் மனதை வாசித்ததுபோல் தோன்றியது. "ஒருநாள் உங்களை இந்த நிலையில் வைத்ததற்காக உங்களது மன்னிப்பை நான் கோருவேன். இன்று நான் உங்களைக் கீழ்ப்படியும்படி கேட்டுக்கொள்கிறேன். வாடிகன் சட்டங்கள் இந்தத் தேவாலயத்தைப் பாதுகாக்கத்தான் உருவாக்கப்பட்டன. அந்த நோக்கத்துக்காகத்தான், அந்த விதிகளை மீறும்படி நான் உங்களுக்குக் கட்டளையிடுகிறேன்."

ஒரு கணத்துக்கு மௌனம் நிலவியது, பின் முன்னணிக் காவலன் உத்தரவு வழங்கினான். மூன்று நபர்கள் தங்களது ஒளிரும் விளக்குகளைத் தரையில் வைத்தனர், அவர்களது நிழல்கள் தலைக்குமேல் தாவின. வெளிச்சம் தற்போது கீழிருந்து

வர, அவர்கள் கல்லறை நோக்கி முன்னேறினர். கல்லறையின் மேற்பகுதியை மூடியிருந்த பளிங்கு மூடியின் மேல் தங்கள் கைகளை வைத்து, தங்கள் கால்களை ஊன்றிக்கொண்டு தள்ள ஆயத்தமாயினர். சைகை கிடைத்ததும், அவர்கள் எல்லோரும் உந்தி, அந்த மிகப்பெரிய பலகைக்கு எதிராகச் சிரமப்பட்டுத் தள்ளினர். அந்த மூடி சற்றும் நகராதிருக்க, விட்டோரியா அது மிகவும் கனமானது என கண்டுகொண்டாள். அதனுள் அவர்கள் என்ன காணப்போகிறார்கள் என திடீரென நினைத்து அவள் பயந்தாள்.

காவலர்கள் கடினமாகத் தள்ளியும், அந்தக் கல் நகரவில்லை.

"இன்னொரு முறை," என்ற கேமர்லெக்னோ, தனது அங்கியின் கைப்பகுதியை மடித்துக்கொண்டு அவர்களுடன் சேர்ந்துகொண்டு தள்ளத் தயாரானார். "மறுபடியும்!" எல்லோரும் தள்ளினர்.

விட்டோரியா தனது உதவியையும் வழங்கப்போகும் நேரத்தில், மூடி நகரத் தொடங்கியது. காவலர்கள் மறுபடியும் தள்ளினர், கிட்டத்தட்ட கல் கல்லுடன் உரசும் உறுமலுடன், மூடி கல்லறையின் மேலிருந்து விலகி, ஒரு கோணத்தில் ஓய்வுக்கு வந்தது - போப்பினுடைய செதுக்கப்பட்ட தலை தற்போது மாடக்குழிக்குள் செல்ல, அவரது கால்கள் அந்த பாதையில் நீட்டிக்கொண்டிருந்தது.

அனைவரும் பின்னால் வந்தனர்.

ஒரு காவலன் குனிந்து தனது ஒளி விளக்கைக் கையிலெடுத்தான். பின் அவன் அதை கல்லறையை நோக்கிக் காட்டினான். ஒளிக்கற்றை ஒரு கணம் நடுங்குவதுபோல் தோன்ற, அந்தக் காவலன் விளக்கை உறுதியாகப் பிடித்தான். பிற காவலர்கள் ஒருவர் பின் ஒருவராக குழுமத் தொடங்கினர். அந்த இருளிலும் அவர்கள் தயங்குவதை விட்டோரியாவால் உணரமுடிந்தது. முடிவில், அவர்கள் தங்கள் மீது சிலுவைக் குறி இட்டுக்கொண்டனர்.

கல்லறைக்குள் பார்க்கும்போது நடுங்கினார் கேமர்லெக்னோ, அவரது தோள்கள் எடையால் அழுத்தப்பட்டதுபோல தாழ்ந்தன. அவர் விலகும் முன் நீண்ட கணங்களுக்கு நின்றுகொண்டிருந்தார்.

பிணத்தின் வாய் விறைப்புக் காரணமாக இறுக மூடியிருக்கும், நாக்கைப் பார்ப்பதற்காகத் தாடையை உடைக்கும்படி யோசனை சொல்லவேண்டியிருக்குமோ என விட்டோரியா பயந்தாள். தற்போது அது தேவையற்றது என்பதை அவள் கண்டாள். கன்னங்கள் உள்விழுந்து, போப்பின் வாய் அகலத் திறந்து காணப்பட்டது.

அவரது நாக்கு மரணத்தைப் போல கறுத்துக் காணப்பட்டது.

86

ஒளி இல்லை. சத்தம் இல்லை.

ரகசியப் பெட்டகங்கள் இருளாகக் காணப்பட்டன.

லேங்டன் தற்போது, பயம் ஒரு தீவிர ஊக்கியென உணரவந்தார். மூச்சுவிடத் திணறியபடி, அவர் இருளுக்குள் தட்டுத்தடுமாறியபடி சுழலும் கதவைநோக்கி வந்தார். சுவரிலுள்ள பொத்தானைக் கண்டறிந்து அதன்மீது தனது உள்ளங்கையை வைத்து அழுத்தினார். எதுவும் நடக்கவில்லை. அவர் மறுபடியும் முயன்றார். கதவு அசைவில்லாமல் இருந்தது.

இலக்கில்லாமல் சுற்றிவந்தபடி, அவர் கத்தினார், ஆனால் அவரது குரல் பலவீனமாகவே வெளிப்பட்டது. தனது இக்கட்டான நிலையின் அபாயம் திடீரென அவரை உள்ளும் புறமுமாகச் சூழ்ந்துகொண்டது. அட்ரீனலின் சுரந்து அவரது இதயத் துடிப்பு இரட்டிப்பானதால், நுரையீரல்கள் ஆக்ஸிஜனுக்காகச் சிரமப்பட்டன. அவர், தன்னை யாரோ வயிற்றில் குத்தியதுபோல உணர்ந்தார். தனது எடை முழுவதையும் அவர் கதவின்மீது அழுத்தியபோது, ஒரு கணத்துக்கு, கதவு நகர்ந்ததுபோல் ஓர் உணர்வை அடைந்தார். அவர் மறுபடியும் அழுத்தியபோது, கண்ணில் நட்சத்திரங்கள் தட்டுப்பட்டன. தற்போது அவர், கதவு மட்டுமல்ல அந்த மொத்த அறையே நகர்ந்தது என்பதை உணரவந்தார். தடுமாறி நடந்த லேங்டன், சுழலேணி ஒன்றின் அடிப்பகுதியின் மீது கால்வைத்து மோசமாக கீழே விழுந்தார். புத்தக அடுக்கொன்றின் முனையின் மீது அவர் மூட்டை

இடித்துக்கொண்டார். சபித்தபடியே, எழுந்து அவர் ஏணியைத் தேடினார்.

அவர் அதனைக் கண்டுகொண்டார். அந்த ஏணி கனமான மரத்தால் அல்லது இரும்பாலானதாக இருக்குமென நம்பியிருந்தார், ஆனால் அது அலுமினியத்தால் ஆனதாக இருந்தது. ஏணியை, கோட்டைக் கதவுகளை உடைக்கப் பயன்படுத்தும் தகர்ப்புத் தடிபோல அவர் பிடித்துக்கொண்டார். பின் அவர் இருளினூடாகக் கண்ணாடிச் சுவரை நோக்கி ஓடினார். அது அவர் நினைத்ததைவிடவும் நெருக்கமாக இருந்தது. அந்த ஏணி கண்ணாடியில் மோதி, துள்ளியது. மோதலால் எழுந்த பலவீனமான சத்தத்திலிருந்து, லேங்டன் அந்தக் கண்ணாடியை உடைக்க அலுமினிய ஏணியைவிடவும் இன்னும் பெரிதான ஒன்று தேவையென்று அறியவந்தார்.

செமிஆட்டோமேட்டிக் துப்பாக்கி அவர் நினைவில் பளிச்சிட்டபோது, அவரது நம்பிக்கை அதிகரித்து உடனடியாகச் சரிந்தது. ஆயுதம் ஏற்கனவே கைவிட்டுப்போய்விட்டது. போப்பின் அலுவலகத்தில் அவரிடமிருந்து, கேமர்லெக்னோ அருகிலிருக்கையில் குண்டு நிரப்பப்பட்ட துப்பாக்கியை விரும்பமாட்டீர்கள்தானே எனக்கூறி அதனை ஆலிவெட்டி திரும்பப்பெற்றிருந்தார். அப்போது அது அறிவார்ந்த செயலாகப்பட்டது.

லேங்டன் திரும்பவும் கத்தினார், முந்தைய முறையைவிடவும் குறைந்த சத்தமே எழுந்தது.

அடுத்ததாக அவர் நினைவுக்கு வந்தது பெட்டகத்துக்கு வெளியே காவலர், மேஜையில் விட்டுச் சென்ற வாக்கி-டாக்கி. *நான் ஏன் அந்தப் பாழாய்ப்போன வாக்கி–டாக்கியை உள்ளே எடுத்துவராமல் போனேன்.* ஊதாநிற நட்சத்திரங்கள் மீண்டும் அவர் கண்முன் நடனமாட, லேங்டன் வலுவில் சிந்திக்கமுயன்றார். *முன்பும் ஒரு முறை நீ சிக்கிக்கொண்டாய்,* அவர் தனக்குத்தானே கூறிக்கொண்டார். *மிக மோசமாகத் தப்பிப் பிழைத்தாய். சிறுவனாயிருந்தும், அப்போது அதிலிருந்து வெளியேற வழி கண்டுபிடித்தாய்.* அழுத்தும் இருள் உள்ளே வெள்ளமென பாய்ந்துவந்தது. *சிந்தி!*

லேங்டன் தரையில் அமர்ந்தார். அவர் மல்லாந்து படுத்து தனது கைகளை இரு ஓரங்களிலும் வைத்துக்கொண்டார். முதல் அடிவைப்பு, தன்மீது கட்டுப்பாட்டைப் பெறுவதுதான்.

தளர்வாக இரு. வீணாக்காதே.

ஈர்ப்பு விசைக்கு எதிராக, ரத்தத்தைப் பாய்ச்சத் தேவையில்லாததால், லேங்டனின் இதயம் மெதுவாகத் துடிக்கத் தொடங்கியது. நேரவிரயம் ஆகாமல் போட்டியிடவேண்டிய பந்தயங்களில் தங்களது இரத்தத்தை மறு ஆக்ஸிஜனேற்றம் செய்ய நீச்சல் வீரர்கள் கடைப்பிடிக்கும் யுக்தி இது.

இங்கே நிறைய காற்று இருக்கிறது, அவர் தனக்குத்தானே சொல்லிக்கொண்டார். *நிறைய. இப்போது யோசி.* எந்தக் கணத்திலும் மீண்டும் விளக்குகள் எரிவதற்காகச் சற்றே எதிர்பார்ப்புடன் அவர் காத்திருந்தார். அவை எரியவில்லை. அவர் படுத்தபடியே இருக்க, தற்போது நன்கு சுவாசிக்க முடிந்தது, ஒரு வினோதமான அமைதி அவருக்குள் ஏற்பட்டது. அவர் அமைதியாக உணர்ந்தார். அவர் அதனுடன் போராடினார்.

நீ நகரலாம், பாழாய்ப்போக! ஆனால் எங்கே...

லேங்டனின் மணிக்கட்டில், மிக்கி மவுஸ் இருளை அனுபவிப்பதுபோல் மகிழ்ச்சியாக மினுங்கியது. இரவு 9.33. நெருப்பின் பலிபீடத்துக்கு அரை மணி நேரம் இருக்கிறது. லேங்டன் பின்பு அது தாராளம் என உணர்ந்தார். அவரது மனம், தப்பிப்பதற்கான திட்டத்துடன் வருவதற்குப் பதிலாக, திடீரென ஒரு விளக்கத்தைக் கோரியது. *யார் மின்சாரத்தை அணைத்தது? ரோச்சர் தேடுதலை விரிவுபடுத்தியிருக்கிறாரா? ரோச்சரை நான் இங்கிருக்கிறேன் என ஆலிவெட்டி எச்சரித்திருக்கமாட்டாரா!* இந்த நிலையில், அது எந்த வித்தியாசத்தையும் ஏற்படுத்தப்போவதில்லை என அறிந்திருந்தார் லேங்டன்.

தனது தலையை சரித்துக்கொண்டு வாயை அகலத் திறந்து, தன்னால் முடிந்த மட்டும் ஆழ காற்றை உள்ளிழுத்தார். ஒவ்வொரு மூச்சும் முந்தையதைவிட சற்று குறைவாக அமைந்தது. அவரது தலை தெளிவானது. அவர் தனது எண்ணங்களைத் தொகுத்து, சிந்தனையின் வேகத்தை அதிகரித்தார்.

கண்ணாடிச்சுவர்கள், அவர் தனக்குத்தானே சொல்லிக்கொண்டார். *ஆனால் மிகவும் தடிமனான கண்ணாடிச் சுவர்கள்.*

அவர் இங்குள்ள புத்தகங்கள் எவையாவது கனமான, இரும்பாலான, நெருப்புப் பற்றாத கோப்புப் பெட்டிகளில் அடுக்கப்பட்டிருக்குமா என யோசித்தார். பலசமயங்களில் இதர

காப்பகங்களில் அவற்றை லேங்டன் பார்த்திருந்தார், ஆனால் இங்கே எதையும் பார்க்கவில்லை. தவிரவும், அத்தகைய ஒன்றை இருளில் தேடுவதற்கு நேரம்பிடிக்கும். குறிப்பாக அவரது தற்போதைய நிலையில், அத்தகைய ஒன்றைத் தூக்குவதும் இயலாது.

புத்தகத்தை வைத்துப் படிக்கும் மேஜைகள் எப்படி? லேங்டன் பிற பெட்டக மாடங்களைப் போலவே இங்கும் அடுக்குகளின் மையத்தில் புத்தகத்தை வைத்துப் படிப்பதற்கான மேஜை இருப்பதை அறிந்திருந்தார். *அதனாலென்ன!* அவர் அதைத் தூக்க இயலாதென அறிந்திருந்தார். அதனை இழுக்க முடிந்தாலும் அத்தனைதூரம் இழுக்கமுடியாதென சொல்லவேண்டியதில்லை, புத்தக அடுக்குகள் நெருக்கமாக அமைந்திருந்தன, அவற்றுக்கிடையிலான இடைகழிகளும்கூட மிகக் குறுகலானவை..

இடைகழிகள் மிகவும் குறுகலானவை...

திடீரென, லேங்டன் அறியவந்தார்.

நம்பிக்கை பெருக்கெடுக்க, அவர் மிகவும் வேகமாக துள்ளியெழுந்தார். மசமசப்புக்கு நடுவே தலைக்குள் ஒரு சுறுசுறுப்பு பரவ, இருளுள் அவர் ஆதாரத்துக்காக ஒன்றைத் தேடினார். அவர் கை ஒரு புத்தக அடுக்கைக் கண்டது. ஒரு கணம் பொறுத்திருந்து, அவர் தன்னைத் திரட்டிக்கொண்டார். இதனைச் செய்வதற்கு அவரது சக்தியனைத்தும் தேவை.

ஒரு கால்பந்து வீரர் பயிற்சி சறுக்குக்கு எதிரே நிற்பதுபோல, புத்தக அடுக்குக்கு மீது காலை ஊன்றியபடி தள்ளினார். *என்னால் மட்டும் எப்படியாவது அலமாரியை சரிக்கமுடிந்தால்.* ஆனால் அது அசையக்கூட இல்லை. அவர் ஒருநிலைப்படுத்திக்கொண்டு மீண்டும் தள்ளினார். அவரது கால் பின்னால் தரையில் சறுக்கியது. அடுக்கு கிறீச்சிட்டது ஆனால் நகரவில்லை.

அவ்ருக்குக் துணைவலு தேவையாயிருந்தது.

மீண்டும் கண்ணாடிச் சுவரைக் கண்டுபிடித்து, அதன் மீது ஒரு கையை வைத்துப் பெட்டகத்தின் கடைசிக்கு வேகமாகச் சென்றார். சுவர் திடீரென எதிர்ப்பட, அவர் அதன் மீது மோதி தனது தோளை காயப்படுத்திக்கொண்டார். சாபமிட்டபடி, லேங்டன் அலமாரியை வட்டமிட்டபடி, கண் மட்டத்துக்குத்

தெரிந்த அடுக்கைப் பற்றிக் கொண்டார். பின், ஒரு காலை தனக்குப் பின்னாலுள்ள கண்ணாடியில் ஆதாரமாகவும், மற்ற காலை கீழ் அடுக்கிலும் வைத்துக்கொண்டு, அவர் மேலேறத் தொடங்கினார். புத்தகங்கள் அவரைச் சுற்றி கீழே விழுந்து, இருளில் சப்தமெழுப்பின. அவர் அதைக் குறித்துக் கவலைப்படவில்லை. உயிர்ப்பிழைப்பதற்கான உள்ளுணர்வு காப்பகத்தின் ஒழுங்குத்தன்மையை மீறத் தலைப்பட்டது. அவர் முழு இருளால் தனது சமநிலை குலைவதை உணர்ந்து கண்களை மூடிக்கொண்டு, தனது மூளையைக் காட்சி உள்ளீட்டை புறக்கணிக்க தாஜாசெய்தார். அவர் இப்போது வேகமாக நகர்ந்தார். அவர் எத்தனை உயரம் சென்றாரோ, அவ்வளவு காற்றின் அடர்த்தி குறையத் தொடங்கியது. அவர் புத்தகங்களின் மேல் கால்வைத்து, அலமாரியின் மேலடுக்குக்குத் தொற்றி, ஆதாயமடைய முயற்சித்தபடி தன்னை மேல்நோக்கிச் செலுத்தினார். பின், மலையேறுபவர், ஒரு பாறையின் உச்சியை வெற்றிகொள்வதுபோல, லேங்டன் மேலடுக்கை வந்தடைந்தார். தனக்குப் பின்னால் அவரது கால்களை நீட்டி, கண்ணாடிச் சுவரின்மேல் பரப்பி, அவர் கிடைமட்டமாகப் வரும்வரை ஏறினார்.

ராபர்ட், இப்போது இல்லையென்றால் எப்போதுமில்லை, அவருள் ஒரு குரல் வலியுறுத்தியது. *ஹார்வர்டு ஜிம்மில் கால்களால் அழுததுவதுபோல அழுத்தினார்.*

தலையைக் கிறுகிறுக்கச் செய்யும்படியான சிரமத்துடன், அவர் தனது கால்களைத் தனக்குப் பின்னாலுள்ள சுவரில் ஊன்றி, தனது கைகளாலும் மார்பாலும் புத்தக அடுக்கைத் தழுவிக்கொண்டு, தள்ளினார். எதுவும் நடக்கவில்லை.

மூச்சுக்காற்றுக்காகப் போராடியபடி, அவர் மறுபடியும் அதேபோல தன்னை அமைத்துக்கொண்டு தனது கால்களை நீட்டிக்கொண்டு முயற்சித்தார். மிகக் கொஞ்சமாக அடுக்கு நகர்ந்தது. அவர் மறுபடியும் அழுத்தினார், அந்த அலமாரி முன்னால் ஒரு இஞ்சோ அல்லது அதிகமாக முன்னால் நகர்ந்து பின்னோக்கி வந்தது. லேங்டன் அந்த அசைவை சாதகமாக எடுத்துக்கொண்டு, ஆக்ஸிஜன் குறைந்த காற்றை உள்ளிழுத்தபடி, மீண்டும் தள்ளினார். அந்த அலமாரி மேலும் ஆட்டம் கண்டது.

ஊஞ்சலைப் போல, அவர் தனக்குத்தானே சொல்லிக்கொண்டார். *இதே லயத்தைத் தொடர். இன்னும் கொஞ்சம்.*

லேங்டன் ஒவ்வொரு அழுத்துதலின்போதும் மேலும் கொஞ்சம் தனது கால்களை நீட்டி செல்பை அசைத்தார். அவரது தொடைச்சதை அப்போது எரிந்தது, அவர் வலியைப் பொறுத்துக்கொண்டார். அந்தப் பெண்டுலம் அசைவில் இருந்தது. *இன்னும் மூன்றே உந்துதல்கள்,* அவர் தனக்குத்தானே வலியுறுத்திக்கொண்டார்.

அதற்கு இரண்டு உந்துதல்களே ஆனது.

எடையில்லாததுபோல நிச்சயமற்ற தருணம் ஒன்று அமைந்தது. பின், பலத்த ஓசையுடன் புத்தகங்கள் அடுக்குகளைவிட்டு சரிந்தன, லேங்டனும் அலமாரியும் முன்னோக்கிச் சரிந்தனர்.

தரையை நோக்கிச் செல்லும்வழியில் நடுவே, அந்த அலமாரி அதற்கு அடுத்திருந்த அடுக்கின்மேல் மோதியது. லேங்டன் அதன் மீது தொற்றி, தனது எடையை முன்னோக்கிச் சரித்து, இரண்டாவது அலமாரியையும் சரிக்க முயற்சிசெய்தார். அசைவற்ற பீதிபோன்ற ஒரு கணம் இருந்தது, பின், எடையால் கிறீச்சிட்டபடி இரண்டாவது அடுக்கு சரியத் தொடங்கியது. லேங்டன் மீண்டும் விழுந்துகொண்டிருந்தார்.

மிகப்பெரிய டோமினோ காய்களைப் போல, அடுக்குகள் ஒன்றையடுத்து ஒன்றாய் சரியத் தொடங்கின. உலோகத்தின் மீது உலோகம் மோத, புத்தகங்கள் எங்கும் சிதறின. ஜாக்கியிலுள்ள பற்சக்கர அமைப்பைப் போல, தரைநோக்கி பாய்ந்த தனது அடுக்கை லேங்டன் பற்றிக்கொண்டார். அங்கே மொத்தமாக எத்தனை அடுக்குகள் இருந்தன என வியந்தார். அவை எவ்வளவு எடையிருக்கும்? தொலைவாகக் கடைசியில் இருக்கும் கண்ணாடி தடிமனானது...

லேங்டனின் அடுக்குக் கிட்டத்தட்ட கிடைமட்டமாகச் சரிய, அவர் எதிர்பார்த்திருந்த- ஒரு புதுவிதமான மோதல் சத்தத்தை கேட்டார். வெகு தொலைவில். பெட்டகத்தின் கடைசியில். கண்ணாடியின் மீது கூரான மோதல் சத்தம். அவரைச் சுற்றியிருந்த பெட்டகம் அதிர்ந்தது, கடைசி அடுக்கு, மற்ற அடுக்குகளால் மோதிச் சரிக்கப்பட்டு, கண்ணாடியைக் கடினமாக மோதியதை அறிந்தார் லேங்டன். அதைத்

தொடர்ந்துவந்த சத்தம், லேங்டன் கேட்டதிலேயே மிகவும் வரவேற்கப்படாத சத்தம்.

மௌனம்.

அங்கே கண்ணாடி நொறுங்கும் ஒலி எழவில்லை, அடுக்குகளின் எடை அதற்கெதிராக மோதியதை சுவர் ஏற்றுக்கொண்டு எதிரொலிக்கும் தட் சப்தம் மட்டுமே கேட்டது. அவர் புத்தகக் குவியல் மேல் திறந்த கண்களுடன் கிடந்தார். தொலைவில் எங்கோ கீறலிடும் ஒலி கேட்டது. லேங்டன் உற்றுக் கவனிப்பதற்காக மூச்சை இழுத்துப்பிடித்திருக்கலாம், ஆனால் இழுத்துப்பிடிப்பதற்கு மூச்சுக் காற்றே இல்லை.

ஒரு நொடி. இரண்டு...

பின், அவர் நினைவின்மையின் விளிம்பில் தடுமாறுகையில், தொலைதூரத்தில்... வெளிப்புறமிருந்து கண்ணாடியில் சிற்றலைபோல விரிசலிடும் ஒலியைக் கேட்டார். திடீரென, பீரங்கிவெடித்ததுபோல, கண்ணாடி வெடித்துச் சிதறியது. லேங்டனுக்கு கீழிருந்த அடுக்கு தரையுடன் மோதியது.

பாலையில் வரவேற்கப்படும் மழையைப் போல, கண்ணாடித் துணுக்குகள் இருளில் கீழ்நோக்கிச் சிதறி ஒலியெலிப்பின. ஹிஸ் என்ற பெருஞ்சத்ததுடன், காற்று உள்ளே பீறிட்டது.

முப்பது நிமிடங்களுக்குப் பின், வாடிகன் குகை மண்டபத்தில், விட்டோரியா ஒரு சடலத்தின் முன் நிற்கையில் வாக்கி-டாக்கியின் மின்னணு கிறீச்சொலி மௌனத்தைத் தகர்த்தது. அதிலிருந்து வெளிப்பட்ட குரல் மூச்சுத்திணறலுடையதுபோல ஒலித்தது. "ராபர்ட் லேங்டன் பேசுகிறேன். யாராவது என் குரலைக் கேட்கிறீர்களா?"

விட்டோரியா ஏறிட்டுப் பார்த்தாள். ராபர்ட். திடீரென அவர் இங்கிருக்கக்கூடாதாவென அவள் அவ்வளவு விரும்பினாள்.

காவலர்கள் புதிரான பார்வையைப் பரிமாறிக்கொண்டனர். ஒருவன் தனது இடைவாரிலிருந்து அதைக் கையிலெடுத்தான். "திரு. லேங்டன் நீங்கள் சானல் மூன்றில் பேசுகிறீர்கள். கமாண்டர் உங்களிடமிருந்து பதிலை எதிர்பார்த்து சானல் ஒன்றில் காத்திருக்கிறார்."

“அவர் சானல் ஒன்றில் இருக்கிறார் என எனக்குத் தெரியும், பாழாய்ப் போக! நான் அவருடன் பேச விரும்பவில்லை. நான் கேமர்லெக்னோவிடம் பேச விரும்புகிறேன். இப்போது! யாராவது அவரை எனக்காகக் கண்டுபிடியுங்கள்.”

ரகசியக் காப்பகங்களின் இருண்ட சூழலில், லேங்டன் சிதறிய கண்ணாடிகளிடையே நின்றபடி தனது சுவாசம் இயல்பு நிலைக்குத் திரும்ப முயன்றுகொண்டிருந்தார். அவர் தனது இடது கையில் கதகதப்பான திரவத்தை உணர்ந்தார், ரத்தம் வந்துகொண்டிருப்பதை அவர் அறிந்திருந்தார். உடனடியாகக் கேட்ட கேமர்லெக்னோவின் குரல், லேங்டனைத் திகைக்கச் செய்தது.

“நான் கேமர்லெக்னோ வென்ட்ரேஸ்கா. என்ன நடந்து கொண்டிருக்கிறது?”

லேங்டன் பொத்தானை அழுத்தினார், அவரது இதயம் இன்னும் படபடப்பாகத் துடித்துக்கொண்டிருந்தது. “யாரோ என்னை சற்றுமுன் கொல்ல முயற்சித்தார்கள் என நினைக்கிறேன்!”

இணைப்பில் ஒரு மௌனம் நிலவியது.

லேங்டன் தன்னை அமைதிப்படுத்திக்கொள்ள முயன்றார். “அடுத்த கொலை எங்கு நடக்கப்போகிறது என்பதும் எனக்குத் தெரியும்.”

பதிலுக்கு வந்தது கேமர்லெக்னோவின் குரலல்ல. அது கமாண்டர் ஆலிவெட்டியின் குரல்: “திரு. லேங்டன். இன்னொரு வார்த்தை பேசாதீர்கள்.”

87

வேனில் மாடத்தின் முற்றத்தினூடே ஓடி, ஸ்விஸ் காவலர் மையத்தின் வெளியே இருந்த ஊற்றை லேங்டன் அணுகியபோது ரத்தக் கறையுடனிருந்த லேங்டனின் கடிகாரம், இரவு 9:41 எனக் காட்டியது. அவரது கை ரத்தம் சிந்துவது நின்றிருந்தது, அது வெளித்தெரிந்ததைவிடவும் மோசமாக இருந்ததாகப்

பட்டது. அவர் வந்துசேர்ந்தபோது, அனைவரும் ஒரேநேரத்தில் கூடியிருந்ததுபோல பட்டது- ஆலிவெட்டி, ரோச்சர், கேமர்லெக்னோ, விட்டோரியா மற்றும் கொஞ்சம் காவலர்கள்.

விட்டோரியா அவரை நோக்கி விரைந்தாள். "ராபர்ட், நீங்கள் காயம்பட்டிருக்கிறீர்கள்."

லேங்டன் பதிலளிக்கும் முன், ஆலிவெட்டி அவர் முன் வந்தார். "திரு. லேங்டன், நீங்கள் நன்றாக இருக்கிறீர்கள் என்பதில் எனக்கு நிம்மதி. காப்பகத்தில் வேறு பகுதியைச் சேர்ந்த சிக்னல்களும் கலந்து காணப்பட்டதற்கு நான் வருந்துகிறேன்."

"சிக்னல்கள் கலந்து காணப்பட்டதா?" லேங்டன் கேட்டார். "உங்களுக்கு நன்றாகவே தெரியும்-"

"அது என்னுடைய தவறு," முன்னால் வந்தபடி வருத்தம் தொனிக்கும் குரலில் ரோச்சர் சொன்னார். "நீங்கள் காப்பகத்தில் இருக்கிறீர்கள் என்பது எனக்குச் சற்றும் தெரியாது. வெண்மண்டலங்களில் வரும் பகுதிகளில் சில அந்தக் கட்டடத்தின் இணைப்புகளுடன் இடையிட்டிருக்கிறது. நாங்கள் எங்களது தேடலை நீட்டித்திருந்தோம். மின்சாரத்தை நிறுத்தியது நான்தான். தெரிந்திருந்தால் நான்..."

"ராபர்ட்," விட்டோரியா அவனது காயம்பட்ட கையை தன் கையில் எடுத்து, அதைப் பார்வையிட்டபடி, "போப் விஷம் கொடுக்கப்பட்டார். இல்லுமினாட்டி அவரைக் கொன்றிருக்கிறார்கள்" என்றாள்.

லேங்டன் அந்த வார்த்தைகளைக் கேட்டாலும், அவர் மனதில் பதியவேயில்லை. அவர் மனம்நிறைந்து காணப்பட்டார், அவர் உணர்ந்ததெல்லாம் விட்டோரியாவின் கைகளின் கதகதப்பைத்தான்.

கேமர்லெக்னோ தனது அங்கியிலிருந்து ஒரு பட்டு கைக்குட்டையை உருவி, லேங்டன் தன்னைச் சுத்தம் செய்துகொள்வதற்காக அவரிடம் கொடுத்தார். அந்த மனிதர் எதுவும் சொல்லவில்லை. அவரது பச்சைநிறக் கண்கள் புதுவித நெருப்பால் நிரம்பியிருந்ததாகத் தோன்றியது.

"ராபர்ட்," விட்டோரியா அழுத்திக் கேட்டாள், "நீங்கள், அடுத்த கார்டினல் எங்கு கொல்லப்படப்போகிறார் என கண்டுபிடித்துவிட்டதாகச் சொன்னீர்களே?"

லேங்டன் சொல்லமறந்ததை உணர்ந்தார். "தெரிந்துகொண்டேன். அது-"

"இல்லை," ஆலிவெட்டி இடையிட்டார். "திரு. லேங்டன், வாக்கிடாக்கியில் பேசும்போது இன்னொரு வார்த்தை பேசாதீர்கள் என நான் கேட்டுக்கொண்டது ஒரு காரணமாகத்தான்." அவர் அங்கே கூடிநின்ற ஸ்விஸ் காவலர்கள் பக்கம் திரும்பினார். "என்னை மன்னியுங்கள், கனவான்களே."

வீரர்கள் பாதுகாப்புக்கு மையத்துக்குள் சென்று மறைந்தனர். அவமதிப்பாக எண்ணவில்லை. இணக்கம் மட்டுமே வெளிப்பட்டது.

ஆலிவெட்டி மிச்சமிருந்த குழுவினர் பக்கம் திரும்பினார். "இதைச் சொல்வதற்கு நான் மிகுந்த வேதனைப்படுகிறேன், நமது போப்பின் கொலைச்செயல், இந்தச் சுவர்களுக்குள் உள்ளவர்களின் உதவியில்லாமல் நிறைவேறியிருக்காது. அனைவரின் நலனுக்காகவும், நாம் எவரையும் நம்பக்கூடாது. நமது காவலர்கள் உட்பட.." அந்த வார்த்தைகளைப் பேசியதில் வருந்தமடைந்தவராகத் தோன்றினார்.

ரோச்சர் கவலையடைந்தவராகத் தென்பட்டார். "உள்ளுக்குள் கூட்டுச் சதியென்பது சுட்டுவது-"

"ஆமாம்," ஆலிவெட்டி சொன்னார். "உங்களது தேடலின் நேர்மை சமரசத்திற்குட்பட்டிருக்கலாம். இருந்தும் இந்தச் சூதாட்டத்தை நாம் அவசியம் ஆடித்தானாக வேண்டும். தொடர்ந்து தேடுங்கள்."

ரோச்சர் ஏதோ சொல்லவருவதுபோல் தெரிந்தது, நன்கு யோசித்துவிட்டு சொல்லாமல் விட்டார்.

கேமர்லெக்னோ ஆழமாக மூச்சிழுத்தார். அவர் இன்னும் ஒரு வார்த்தையும் சொல்லவில்லை, லேங்டன் ஒரு திருப்புமுனையை எட்டிவிட்டதுபோல் அந்த மனிதரில் புதிய கடுமையை உணர்ந்தார்.

"கமாண்டர்" கேமர்லெக்னோவின் குரல் மறுப்புக்கு இடந்தராததாக இருந்தது. "நான் தேர்தலை நிறுத்தப்போகிறேன்."

ஆலிவெட்டி உதடுகள் அதிருப்தியாய்ப் பிரிய, தீவிரமாவனராகத் தோன்றினார். "நான் அதற்கு எதிராகவே யோசனை சொல்வேன்.

நமக்கு இன்னும் இரண்டு மணி நேரம் இருபது நிமிடங்கள் இருக்கின்றன."

"மிகக் குறைவான நேரம்."

ஆலிவெட்டியின் குரல் தற்போது சவால்விடுப்பதாக இருந்தது. "நீங்கள் என்ன செய்ய எண்ணியுள்ளீர்கள்? ஒரே மூச்சில் கார்டினல்களை அப்புறப்படுத்தப் போகிறீர்களா?"

"கடவுள் எனக்களித்திருக்கும் சக்தியையெல்லாம் பயன்படுத்தி இந்தத் தேவாலயத்தைக் காப்பாற்ற நினைத்திருக்கிறேன். இனி நான் எப்படிச் செயல்படப்போகிறேன் என்பது உங்கள் கவலையில்லை."

ஆலிவெட்டி நிமிர்ந்து நின்றார். "நீங்கள் என்ன செய்வதாக உத்தேசித்திருந்தபோதும்..." அவர் நிறுத்தினார். "உங்களைக் கட்டுப்படுத்தும் அதிகாரம் எனக்கில்லை. குறிப்பாகப் பாதுகாப்புத் தலைமை அதிகாரியாக எனது வெளிப்படையான தோல்வி அப்பட்டமாகியிருக்கும் நிலையில். நான் உங்களைப் பொறுத்திருங்கள் என்று மட்டுமே கேட்கிறேன். இருபது நிமிடங்கள் காத்திருங்கள்.... பத்து மணி தாண்டுவது வரையிலாவதும். திரு லேங்டனின் தகவல் சரியாக இருந்து, இந்தக் கொலையாளியைப் பிடிக்க எனக்கு இன்னும் வாய்ப்பிருக்கக்கூடும். விதிமுறைகள் மற்றும் மாபு ஒழுங்கைப் பாதுகாக்க இன்னும் வாய்ப்பிருக்கிறது."

"மரபு ஒழுங்கு?" கேமர்லெக்னோ உள்ளடங்கிய சிரிப்பொன்றை வெளிப்படுத்தினார். "கமாண்டர், நாம் மரபு ஒழுங்கை இழந்து வெகுநேரமாகிறது. ஒருவேளை நீங்கள் கவனிக்காமல் இருந்திருக்கலாம்., இது போர்."

பாதுகாப்பு மையத்திலிருந்து ஒரு காவலன் வெளிப்பட்டு கேமர்லெக்னோவை அழைத்து, "ஐயா, பிபிசி செய்தியாளர், திரு க்ளிக்கை தடுத்துவைத்திருப்பதாக எனக்குத் தகவல் வந்தது."

கேமர்லெக்னோ ஆமோதித்தார். "அவரையும் அவரது கேமரா பணியாளர் பெண்ணையும் சிஸ்டின் சாப்பலுக்கு வெளியே என்னைச் சந்திக்க அழைத்துவாருங்கள்."

ஆலிவெட்டியின் கண்கள் விரிந்தன. "நீங்கள் என்ன செய்கிறீர்கள்?"

"இருபது நிமிடங்கள், கமாண்டர். நான் உங்களுக்குத் தருவது அவ்வளவுதான்." பின் அவர் போய்விட்டார்.

ஆலிவெட்டியின் ஆல்பா ரோமியோ வாட்டிகன் நகரை கிழித்துக்கொண்டு பறந்தபோது, இம்முறை அவரை அடையாளமில்லாத கார்களின் வரிசை எதுவும் தொடரவில்லை. பின்னிருக்கையில், விட்டோரியா காரின் க்ளோவ் பாக்ஸில் அவள் கண்டெடுத்த முதலுதவி சாதனத்தால் லேங்டனின் கையில் கட்டுப்போட்டாள்.

ஆலிவெட்டி நேராக முன்னோக்கிப் பார்த்தபடி காணப்பட்டார். "சரி, திரு. லேங்டன். நாம் எங்கே போகிறோம்?"

88

பழைய ரோமின் மையப் பகுதியில் பாலத்தின் குறுக்காக, ஆலிவெட்டியின் ஆல்பா ரோமியோ சைரன் பொருத்தப்பட்டு முழங்கியபடி ராக்கெட் வேகத்தில் சென்றும்கூட யாராலும் கவனிக்கப்படாததுபோல் தோன்றியது. திடீரென ரோமின் பரபரப்பான பொழுதுபோக்கு மையமாக வாடிகன் மாறியதுபோல், வாகனங்கள் அனைத்தும் எதிர்த்திசையில் வாடிகனை நோக்கிச் சென்றுகொண்டிருந்தன.

பின்னிருக்கையில் லேங்டன் அமர்ந்திருக்க, மனதில் கேள்விகள் சுறுசுறுப்பாக எழுந்துகொண்டிருந்தன. அவர் கொலைகாரனைக் குறித்து வியந்துகொண்டிருந்தார், இம்முறை அவர்கள் அவனைப் பிடித்தாலும், அவன் அவர்கள் அறிந்துகொள்ள வேண்டிய விஷயங்களைச் சொல்வானா, சொன்னாலும் ஏற்கனவே வெகுதாமதமாகி விட்டிருந்தால் என்னாகும். புனித பீட்டர் சதுக்கத்திலுள்ள மக்களிடம் அவர்கள் ஆபத்தில் இருப்பதைக் கேமர்லெக்னோ எவ்வளவு நேரத்துக்கு முன் சொல்வார்? பெட்டகத்தில் நடந்த சம்பவம் இன்னும் உறுத்திக்கொண்டிருந்தது. ஒரு தவறு.

ஆலிவெட்டி, சாந்தா மரியா டெல்லா விட்டோரியா தேவாலயத்தை நோக்கி ஆல்பா ரோமியோவை அலறவிட்டபடி

செலுத்திக்கொண்டிருந்தபோது, ஒருபோதும் ப்ரேக்கைத் தொடவேயில்லை. வேறெந்த நாளாயிருந்தால் லேங்டன் பயந்துபோயிருப்பார். எனினும் அந்தக் கணத்தில், அவர் மயக்கத்திலிருப்பவர்போல் உணர்ந்தார். அவரது கையின் துடிப்பு மட்டுமே, அவர் எங்கிருந்தார் என்பதை நினைவூட்டியது.

தலைக்குமேலே, சைரன் முழங்கியது. நாங்கள் வந்துகொண்டிருக்கிறோம் எனச் சொல்வதுபோல என லேங்டன் நினைத்தார். இருந்தும் அவர்கள் நம்பமுடியாத அளவுக்கு நேரத்தை மிச்சம்பிடித்துக்கொண்டிருந்தனர். அவர்கள் அருகில் நெருங்கும்போது, ஆலிவெட்டி சைரனை அணைப்பாரென அவர் யூகித்தார்.

தற்போது ஒரு கணம் அமர்ந்து சிந்தனைசெய்ததும், போப்பின் மரணச் செய்தி கடைசியில் அவரது மனதில் பதிந்துவிட்டது என்பதை ஆச்சரியத்துடன் உணர்ந்தார் லேங்டன். அந்த எண்ணம் நினைத்துப் பார்க்கவே முடியாததாகவும், இருந்தும் பெரிதும் தர்க்கப்பூர்வமான நிகழ்வாகவும் பட்டது. எப்போதும் இலுமினாட்டியின் ஆதாரத் தளமாக இருந்தது ஊடுருவல்தான்- உள்ளிருந்தபடி அதிகாரத்தை மாற்றியமைக்க முயற்சிசெய்தல். போப்புகள் ஒருபோதும் கொலைசெய்யப்பட்டிருக்கவில்லை என்பதல்ல. துரோகம் பற்றிய எண்ணற்ற வதந்திகள் இருந்தும், பிரேதப் பரிசோதனை மேற்கொள்ளாததால், எதுவொன்றும் எப்போதும் உறுதிசெய்யப்பட்டதில்லை. சமீபகாலம் வரை. அடுத்த போப்பாக வரவிருந்த எட்டாம் போனிபோஸின் கைகளில் இறந்ததாகச் சொல்லப்பட்ட போப் ஐந்தாம் செலஸ்டைனின் கல்லறையை எக்ஸ்-ரே எடுப்பதற்கான அனுமதியைக் கல்வியாளர்கள் பெற்றிருந்தனர். ஒரு உடைந்த எலும்புபோல், எக்ஸ்-ரே நிச்சயம் சதியின் சிறு குறிப்பையாவது- வெளிப்படுத்தும் என நம்பியிருந்தனர் ஆராய்ச்சியாளர்கள். நம்பமுடியாத வகையில், போப்பின் மண்டையோட்டில் எட்டு அங்குலம் நீளமுள்ள ஆணி அறையப்பட்டிருந்ததை வெளிப்படுத்தியது எக்ஸ்ரே.

தற்போது லேங்டன், இதுபோன்ற இல்லுமினாட்டி சதித்திட்டங்கள் பற்றி அவருக்குப் பல ஆண்டுகளுக்கு முன்பு அனுப்பப்பட்ட செய்திக் குறிப்புகளின் வரிசையை நினைவுபடுத்திப் பார்த்தார். முதலில் அவர் அந்தக் குறிப்புகளைக் குறும்புச் செயலென நினைத்தார், எனவே

அந்த கட்டுரைகள் நம்பகமானவையா என உறுதிசெய்ய அவர் ஹார்வர்டு மைக்ரோஃபிச் சேகரிப்பிடத்துக்குச் சென்றார். ஆச்சரியப்படத்தக்கவகையில், அவை உண்மையானவையாக இருந்தன. அவர் தற்போது அவற்றை தனது அறிக்கைப் பலகையில், மதிக்கத்தக்க செய்தி அமைப்புகள்கூட சமயங்களில் இல்லுமினாட்டி அறிவுப்பிறழ்ச்சியால் அடித்துச் செல்லப்படுகின்றன என்பதற்கான உதாரணமாக வைத்திருக்கிறார். திடீரென, ஊடக சந்தேகப் பேர்வழிகள் பெருமளவு அறிவுப்பிறழ்ச்சி குறைந்தவர்களாகிவிட்டார்கள். லேங்டனால் அந்தக் கட்டுரைகளை மனதிலேயே பார்க்கமுடிந்தது.

தி பிரிட்டிஷ் பிராட்காஸ்டிங் கார்ப்பரேஷன்
ஜூன் 14, 1998

1978-ல் இறந்த போப் ஜான் பால் I, பி 2 மேசானிக் லாட்ஜின் சதிக்குப் பலியாடாய் ஆனார்... ரகசிய அமைப்பான பி 2, வாடிகன் வங்கியின் தலைவர் பதவியிலிருந்து அமெரிக்க ஆர்க்கிபிஷப் பால் மார்சிங்கஸை ஜான் பால் I பதவி விலகச் சொல்ல தீர்மானித்தபோது அவரைக் கொலைசெய்ய முடிவுசெய்தது. அந்த வங்கி, மேசானிக் லாட்ஜுடன் சந்தேகத்துக்குரிய நிதி ஒப்பந்தங்களில் ஈடுபட்டிருந்தது.

தி நியூயார்க் டைம்ஸ்
ஆகஸ்ட் 24, 1998

ஜான் பால் I, அவரது படுக்கையில் தனது பகல் நேர சட்டையை ஏன் அணியவேண்டும்? அது ஏன் கிழிந்திருக்கவேண்டும்? கேள்விகள் அத்துடன் நிற்கவில்லை. மருத்துவச் சோதனைகள் நடைபெறவில்லை. கார்டினல் வில்லட், எந்த ஒரு போப்புக்கும் எப்போதும் பிரேதப் பரிசோதனை நடைபெற்றதில்லை என்ற வாதத்தின்கீழ் பிரேதப் பரிசோதனையைத் தடுத்துவிட்டார். ஜான் பாலின் குவளைகள், காலணிகள், அவரது கடைசி விருப்பம் மற்றும் சாட்சிகள் போலவே மருந்துகளும் மர்மமான முறையில் அவருக்குப் பக்கத்திலிருந்து மறைந்துவிட்டன.

லண்டன் டெய்லி மெயில்
ஆகஸ்ட் 27, 1998...

சக்திவாய்ந்த, இரக்கமற்ற சட்டப்பூர்வமற்ற மேசானிக் லாட்ஜை உள்ளடக்கி வாடிகன் வரை பரவும் சதியொன்று.

விட்டோரியாவின் பையிலிருந்து ஒலித்த செல்போன் நன்றிகூறும் விதமாக லேங்டனின் மனதிலிருந்த நினைவுகளை அழித்தது.

யார் தன்னை அழைத்திருக்கக்கூடும் என்ற குழப்பத்துடன் விட்டோரியா பதிலளித்தாள். சில அடி தொலைவிலிருந்தும்கூட, லேங்டன் போனில் ஒலித்த லேசர் போன்ற குரலை அடையாளம் தெரிந்துகொண்டார்.

"விட்டோரியா? மேக்ஸிமிலியன் கோஹ்லர் பேசுகிறேன். நீ இன்னும் எதிர்க்கருவைக் கண்டுபிடிக்கவில்லையா?"

"மேக்ஸ்? உங்களுக்கு ஒன்றும் பிரச்சினையில்லையே?"

"நான் செய்திகளைப் பார்த்தேன். அதில் செர்ன் அல்லது எதிர்க்கரு பற்றி எதுவும் குறிப்பிடப்படவில்லை. இது நல்ல விஷயம். என்ன நடந்துகொண்டிருக்கிறது?"

"நாங்கள் அந்தக் குப்பியை இன்னும் கண்டுபிடிக்கவில்லை. நிலவரம் சிக்கலாக இருக்கிறது. ராபர்ட் லேங்டன் மதிப்புமிக்க சொத்தாக விளங்கிவருகிறார். கார்டினல்களை கொலைசெய்யும் மனிதனைப் பிடிக்க எங்களுக்கு ஒரு துப்பு கிடைத்திருக்கிறது. நாங்கள் இப்போது-"

"மிஸ். வெத்ரா," ஆலிவெட்டி இடையிட்டார். "நீங்கள் நிறையவே சொல்லிவிட்டீர்கள்."

நிச்சயமாகவே கோபமடைந்து, அவள் ரிசீவரை மூடிக்கொண்டாள். "கமாண்டர், இது செர்னின் தலைவர். நிச்சயமாக அவருக்கு உரிமை இருக்கிறது-"

ஆலிவெட்டி இடையிட்டார், "அவருக்கு இங்கிருக்கவும் இந்தச் சூழலைக் கையாளவும் உரிமை இருக்கிறது. நீ வெளிப்படையான செல்லுலார் இணைப்பில் பேசுகிறாய். போதுமான அளவு சொல்லிவிட்டாய்."

விட்டோரியா ஆழ ஒருமுறை மூச்சுவிட்டாள். "மேக்ஸ்?"

"நான் உனக்குச் சில தகவல்களைச் சொல்லமுடியும்," என்றார் மேக்ஸ். "உனது தந்தையைக் குறித்து... எதிர்க்கரு குறித்து அவர் யாரிடம் தெரிவித்தாரென எனக்குத் தெரியவரலாம்."

விட்டோரியாவின் முகவெளிப்பாடு குழப்பமானது. "மேக்ஸ், எனது தந்தை, அவர் யாரிடமும் சொல்லவில்லையென சொன்னார்."

"விட்டோரியா, நான் பயப்படுகிறேன், உனது தந்தை ஒருவரிடம் சொல்லியுள்ளார். நான் சில பாதுகாப்பு ஆவணங்களைச் சரிபார்க்கவேண்டியிருக்கிறது. விரைவில் நான் உன்னுடன் தொடர்பில் வருவேன்."

இணைப்பு அறுந்தது.

விட்டோரியா, அவளது போனை தனது பாக்கெட்டில் திரும்ப வைத்தபோது உறைந்துபோனவளாகத் தோன்றினாள்.

"உனக்கு ஒன்றுமில்லையே?" லேங்டன் கேட்டார்.

விட்டோரியா ஆமோதித்தாள், அவளது நடுங்கும் விரல்கள் அவள் பொய்சொல்வதை வெளிப்படுத்தின.

"தேவாலயம் பார்பெரினி சதுக்கத்தில் இருக்கிறது," ஆலிவெட்டி சைரனை அணைத்து, தனது வாட்சை சரிபார்த்தபடியே சொன்னார். "நமக்கு ஒன்பது நிமிடங்கள் இருக்கின்றன."

லேங்டன் மூன்றாவது சுட்டியின் இடத்தை முதல்முறையாக அறியவந்தபோது, அந்தத் திருச்சபையின் அமைப்பு அவருள் தூரத்து மணியோசையை எழுப்பியது. பார்பெரினி சதுக்கம். அந்தப் பெயர் ஏதோ விதத்தில் அறிமுகமானது... அவரால் அடையாளம் காணமுடியாத ஒன்று. தற்போது லேங்டன் அது என்னவென உணரவந்தார். சர்ச்சைக்குரிய சுரங்கப்பாதை நிறுத்தத்திலிருந்து பார்வையில் படும்படி அந்தச் சதுக்கம் இருந்தது. இருபது வருடங்களுக்கு முன், அந்தச் சுரங்கப்பாதை முனையத்தைக் கட்டும்போது கலை வரலாற்றாய்வாளர்களிடையே ஒரு சலசலப்பை ஏற்படுத்தியது. பார்பெரினி சதுக்கத்தின்கீழ் தோண்டுவது, அதன் மையத்தில் அமைந்துள்ள பல டன் எடையுள்ள சதுர ஸ்தூபியின் சரிவுக்குக் காரணமாகுமென அவர்கள் பயந்தனர். நகர வடிவமைப்பாளர்கள் அந்த ஸ்தூபியை அகற்றிவிட்டு அதற்குப் பதில் டிரிட்டன் எனும் சிறிய ஊற்றை அங்கே நிறுவினர்.

பெர்னினியின் நாட்களில், அந்தப் பார்பெரினி சதுக்கம் ஒரு சதுர ஸ்தூபியைக் கொண்டிருந்திருக்கும் என்பதை லேங்டன் தற்போது உணரவந்தார். இதுதான் மூன்றாவது சுட்டியா என்பது குறித்து லேங்டன் கொண்டிருந்த சந்தேகமெல்லாம் தற்போது மொத்தமாகத் தீர்ந்துபோனது.

சதுக்கத்துக்குச் சற்று முன்பு, ஆலிவெட்டி ஒரு சந்தில் திரும்பி, நடுவழியில் நிறுத்தத்திற்குக் கொண்டுவந்தார். அவர் தனது மேற்கோட்டைக் கழற்றிவிட்டு, சட்டையின் கைவிளிம்புகளை மடித்துவிட்டுக்கொண்டு, தனது துப்பாக்கியில் குண்டை நிரப்பினார்.

"நீங்கள் அடையாளம் காணப்படும் அபாயத்தை நாங்கள் அனுமதிக்கமுடியாது," அவர் சொன்னார். "நீங்கள் இருவரும் தொலைக்காட்சியில் காட்டப்பட்டீர்கள். நீங்கள் பியாஸாவைத் தாண்டி, பார்வையில் படாமல் முன்வாசலைக் கவனித்தபடி இருக்கவேண்டுமென நான் விரும்புகிறேன். நான் பின்வாசலுக்குப் போகிறேன்." அவர் பழக்கமான பிஸ்டல் ஒன்றை லேங்டனிடம் தந்தார். "தேவைப்படும் பட்சத்தில்."

லேங்டன் முகம்சுளித்தார். இன்று அவரிடம் துப்பாக்கி கையளிக்கப்படுவது இரண்டாவது முறை. அவர் அதை தனது மார்புப் பையில் போட்டுக்கொண்டார். அப்படிச் செய்யும்போது, அவர் இன்னும் புத்தகத்தின் பக்கங்களை வைத்திருப்பதை உணரவந்தார். அவர் அதனை விட்டுவர மறந்துவிட்டார் என்பதை அவரால் நம்பமுடியவில்லை. வாடிகன் அருங்காட்சியக மேற்பார்வையாளர், விலைமதிப்பற்ற கலைப்பொருள், ஏதோவொரு சுற்றுலா வரைபடம்போல மடித்தெடுக்கப்பட்டு ரோம் முழுவதும் சுற்றிவருவதை நினைத்துக் கோபத்தில் கொந்தளித்துச் சரிவதை அவர் மனக்கண்ணில் கண்டார். பின் லேங்டன், உடைந்த கண்ணாடி, சிதறடிக்கப்பட்ட ஆவணங்கள் என அந்தக் காப்பகத்தில் அவர் ஏற்படுத்தி வந்த குழப்பங்களைப் பற்றி நினைத்தார். அந்தக் காப்பகங்கள் இந்த இரவுக்குத் தப்பினால்... மேற்பார்வையாளருக்கு வேறு பிரச்சினைகளும் இருந்தன.

ஆலிவெட்டி காரிலிருந்து வெளிவந்து சந்தினுள் நகர்ந்துசென்றார். "சதுக்கம் அந்த வழியில் இருக்கிறது. உங்கள் கண்களைத் திறந்து வைத்துக்கொள்ளுங்கள், உங்களை அடையாளம் காண அனுமதித்துவிடாதீர்கள்." அவர் தனது இடைவாரிலிருந்த போனை எடுத்தார். "மிஸ். வெத்ரா, நாம் நமது ஆட்டோ டயல் மோடை திரும்பப் பரிசோதித்துக்கொள்வோம்."

விட்டோரியா தனது போனை எடுத்து, பாந்தியனில் அவளுக்கு ஆலிவெட்டி குறித்துத்தந்த ஆட்டோ டயல் எண்ணை

தட்டினாள். ஆலிவெட்டியின் போன், அவரது பெல்டில் சத்தமில்லாமல் அதிர்ந்தது.

கமாண்டர் ஆமோதித்தார். "நல்லது. நீங்கள் எதையாவது கண்டால், அதை நான் அறிய விரும்புகிறேன்." அவர் தனது ஆயுதத்தை ஒருபக்கமாகச் சரித்துப் பிடித்தார். "நான் உட்புறம் காத்திருப்பேன். இந்தக் காட்டுமிராண்டி எனக்குரியவன்."

அதே கணத்தில், மிகவும் அருகில், மற்றொரு செல்போன் ஒலித்தது.

கொலையாளி பதிலளித்தான். "சொல்லுங்கள்."

"இது நான்," அந்தக் குரல் சொன்னது. "ஜானஸ்."

கொலையாளி சிரித்தான். "ஹலோ, மாஸ்டர்."

"உனது இடம் ஒருவேளை தெரிந்திருக்கலாம். உன்னைத் தடுத்துநிறுத்த ஒருவர் வந்துகொண்டிருக்கிறார்."

"அவர்கள் ரொம்ப தாமதம் செய்துவிட்டார்கள். நான் ஏற்கனவே இங்கே ஏற்பாடுகளைச் செய்துவிட்டேன்."

"நல்லது. நீ உயிருடன் தப்புவதை உறுதிப்படுத்திக்கொள். நீ இன்னும் செய்யவேண்டிய வேலைகள் இருக்கிறது."

"என் வழியில் குறுக்கிடுபவர்கள் இறந்துபோவார்கள்."

"உன் வழியில் குறுக்கிடுபவர்கள் அறிவுடையவர்கள்."

"நீங்கள் அந்த அமெரிக்கக் கல்வியாளரைப் பற்றிப் பேசுகிறீர்களா?"

"நீ, அவரைப் பற்றி அறிவாயா?"

கொலையாளி ஏளனமாகச் சிரித்தான்.

"நிதானமானவர் ஆனால் அப்பாவி. அவர் முன்பு என்னுடன் போனில் பேசினார். அவருக்கு நேரெதிரான இயல்புகொண்ட ஒரு பெண்ணுடன் இருக்கிறார்."

லியோனார்டோ வெத்ராவின் மகளது நெருப்புமிழும் இயல்பை நினைவுகூர்ந்த கொலைகாரன் கிளர்ச்சியை உணர்ந்தான்.

இணைப்பில் ஒரு கணம் மௌனம் நிலவ, தனது இலுமினாட்டி தலைவரிடமிருந்து முதல்முறையாகத் தயக்கத்தைக் கண்டான் கொலையாளி.

கடைசியில், ஜானஸ் பேசினார். "தேவைப்பட்டால் அவர்களை அழித்துவிடு."

கொலைகாரன் புன்னகைத்தான். "அது நடந்ததாகவே நினைத்துக்கொள்ளுங்கள்." அவன் அவனது உடல் முழுதும் கதகதப்பான எதிர்பார்ப்புப் பரவுவதை உணர்ந்தான். *அந்தப் பெண்ணை நான் பரிசாக வைத்துக்கொள்வேன்.*

89

புனித பீட்டர் சதுக்கத்தில் போர் தொடங்கியிருந்தது.

சதுக்கம், ஒரு வெறித்தனமான ஆக்கிரமிப்புக்கு உட்பட்டிருந்தது. போரைத் தொடங்க வரும் தாக்குதல் வாகனங்கள் போர் முனையில் இடம்பிடிப்பதுபோல, ஊடக வாகனங்கள் அங்கு விரைந்தன. போருக்கு வீரர்கள் ஆயுதங்களுடன் வருவதுபோல், செய்தியாளர்கள் அதிதொழில்நுட்பம் வாய்ந்த எலெக்ட்ரானிக் சாதனங்களுடன் வெளிப்பட்டனர். சதுக்கத்தின் சுற்றுப்புறமெங்கும், ஊடகப் போர்களின் புதிய ஆயுதமான- ப்ளாட் ஸ்க்ரீன் டிஸ்ப்ளேக்களை நிறுவ இடத்துக்காக அவர்கள் முண்டியடித்தபடியிருந்தனர்.

ப்ளாட்-ஸ்க்ரீன் டிஸ்ப்ளேக்கள், வண்டிகளின் மேலேயோ அல்லது எடுத்துச்செல்லும்படியான சாரக்கட்டு உடையதாகவோ இருக்கும் மிகப்பெரிய காட்சித் திரைகளாகும். இந்தத் திரைகள் அந்தச் செய்தி நிறுவனத்துக்கான ஒருவிதப் பலகை விளம்பரமாக செயல்பட்டு, அந்த நிறுவனத்தின் செய்தியையும் கார்ப்பரேட் முத்திரையையும் ஒளிபரப்பும் நகரும் திரைப்படமாக அமைந்தன. ஒரு நிகழ்வு நடைபெறுமிடத்தில் முன்பக்கம்- திரை நல்லவிதமாக அமைந்துவிட்டால்- தங்களது போட்டி நிறுவனத்துக்கு ஒரு விளம்பரத்தைச் சேர்க்காமல் அந்தக் நிகழ்வைப் படம்பிடிக்க இயலாது.

அந்த சதுக்கம் விரைவாகப் பல்லூடகக் களியாட்டமாக மட்டுமின்றி, வெறிபிடித்த பொதுமக்கள் உற்றுநோக்குமிடமாகவும் மாறியது. பார்வையாளர்கள் எல்லா திசைகளிலிருந்தும்

வந்துகுவிந்தனர். வழக்கமாக எல்லையற்ற சதுக்கமான அதன் திறந்தவெளி, மிகவிரைவாக விலைமதிக்கத்தக்கப் பொருளாக ஆகியிருந்தது. மக்கள் ப்ளாட்-ஸ்க்ரீன் காட்சியிடல்கள் முன் திரண்டு, ஆச்சரியத்தில் திகைத்து நின்றபடி நேரடிச் செய்திகளைக் கேட்டுக்கொண்டிருந்தனர்.

அங்கிருந்து நூறே கஜம் தொலைவில், புனித பீட்டர் பேராலயத்தின் கனத்த சுவருக்குள் உலகம் அமைதியாகக் காணப்பட்டது. லெப்டினன்ட் சார்ட்ராண்ட் மற்றும் மூன்று காவலர்கள் இருளினூடாக நகர்ந்துகொண்டிருந்தனர். அகச்சிவப்புக் கதிர் ஊடுருவும் கண்ணாடிகளை அணிந்து, அகன்று பரவிச் சென்றபடி, தங்களது டிடெக்டர்களை முன்னால் ஆட்டியபடி நகர்ந்துகொண்டிருந்தனர். வாடிகன் நகரத்தின் பொதுமக்கள் புழங்கும் பகுதிக்குள்ளான இதுவரையிலான தேடல் பலனெதையும் தரவில்லை.

"உங்களது கண்ணாடிகளை இங்கு கழற்றிவிடுவது நல்லது," மூத்த காவலர் சொன்னார்.

சார்ட்ராண்ட் ஏற்கனவே அதைச் செய்திருந்தார். அவர்கள் பேராலயத்தின் மையத்திலிருந்த தாழ்வான பகுதியான- பாலியம்களுக்கான மாடக் குழியை நெருங்கியிருந்தனர். அது தொன்னூற்று ஒன்பது எண்ணெய் விளக்குகளால் ஒளியூட்டப்பட்டிருக்க, அகச்சிவப்புக்கதிர் கண்ணாடி அதனைப் பெருகச்செய்து அவர்களது கண்களைக் கூசச்செய்தது.

கனமான கண்ணாடியின்றி இருப்பதை அனுபவித்தபடி, அவர்கள் தாழ்வான மாடப் பகுதியில் இறங்கியதால் அவர் தனது கழுத்தை நீட்டியபடி அந்தப் பகுதியை ஆராய்ந்தார் சார்ட்ராண்ட். அந்த அறை அழகானதாக... பொன்னிறமாக மின்னுவதாக இருந்தது. அவர் இதுவரை இங்கே வந்ததில்லை.

வாடிகன் நகரத்துக்கு வந்ததுமுதல், சார்ட்ராண்ட் தினமும் சில புதிய வாடிகன் மர்மங்களை அறியவந்ததாகத் தோன்றியது. இந்த எண்ணெய் விளக்குகள் அவற்றில் ஒன்று. அங்கே மிகச்சரியாகத் தொன்னூற்றொன்பது எண்ணெய் விளக்குகள் எப்போதும் எரிந்தன. அது ஒரு மரபு. மதகுருமார் விழிப்பாக, எந்த ஒரு விளக்கும் அணைந்துவிடாதபடி விளக்குகளைப் புனித எண்ணெயால் நிரப்பினர். அவை இரவெல்லாம் எரியும் எனச் சொல்லப்பட்டது.

சார்ட்ராண்ட் நினைத்தார், *அல்லது குறைந்தபட்சம் நடு இரவு வரைக்குமாவது.* மறுபடியும் தனது வாய் வறண்டுபோவதாக உணர்ந்தார்.

சார்ட்ராண்ட் எண்ணெய் விளக்குகளுக்கு மேலாக தனது டிடெக்டரை ஆட்டினார். இங்கே எதுவும் மறைந்திருக்கவில்லை. அவர் ஆச்சரியப்படவில்லை. வீடியோ காட்சிப் படி, அந்த உறை இருண்ட பகுதியில் மறைத்துவைக்கப்பட்டிருந்தது.

அவர் அந்த மாடத்தின் குறுக்கே நகர்ந்தபோது, அவர் தரையிலிருந்த துளையை மறைக்கும் தடுப்புத் தட்டியைக் கண்டார். அந்தத் துளை செங்குத்தானதும் குறுகியதுமான படிக்கட்டுக்கு இட்டுச்சென்றது. அவர் அங்கே என்ன இருக்கிறது என்பது பற்றி கதைகளைக் கேள்விப்பட்டிருந்தார். அதிர்ஷ்டவசமாக, அவர்கள் இறங்கவேண்டியிருக்கவில்லை. ரோச்சரின் உத்தரவுகள் தெளிவாக இருந்தன. *பொதுமக்கள் புழங்கும் பகுதிகளில் மட்டும் தேடுங்கள். வெண்மண்டலங்களைத் தவிருங்கள்.*

“அது என்ன வாசனை?” அந்தத் தடுப்பிலிருந்து திரும்பியபடி அவர் கேட்டார். அந்த மாடம் மயக்கும் இனிய வாசனை வீசியது.

“விளக்குகளிலிருந்து வரும் புகை,” அவர்களில் ஒருவன் பதிலளித்தான்.

சார்ட்ராண்ட் ஆச்சரியமடைந்தான். “மண்ணெண்ணெய் மாதிரியில்லாமல் கொலோன் வாசனையைப்போல் இருக்கிறது.”

“அது மண்ணெண்ணெய் அல்ல. இந்த விளக்குகள் பேப்பல் பலிபீடத்துக்கு நெருக்கமானவை, எனவே அவர்கள் சிறப்பான, சுற்றுச்சூழலுக்கேற்ற- எத்தனால், சர்க்கரை, ப்யூட்டேன், வாசனையூட்டி கலவையைப் பயன்படுத்துகின்றனர்.”

“ப்யூட்டேன்?” என்றபடி சார்ட்ராண்ட் அந்த விளக்குகளை அசௌகரியமாகப் பார்த்தார்.

காவலன் ஆமோதித்தான். “சிந்திவிடாதீர்கள். நன்றாக வாசம் வீசினாலும், மோசமாக எரிச்சல் தரக்கூடியது.”

காவலர்கள் பாலியம்களின் மாடத்தில் தேடலை நிறைவுசெய்துவிட்டு, தங்களது வாக்கி-டாக்கிகளை அணைத்துவிட்டு மீண்டும் பேராலயத்தின் ஊடாகத் திரும்பினர்

அது ஒரு புதுச்செய்தி. காவலர்கள் அதிர்ச்சியுடன் கேட்டனர்.

வெளிப்படையாக அங்கே வெளியில் பகிரக்கூடாத தொந்தரவூட்டும் புதிய மாற்றங்கள் காணப்பட்டன, ஆனால், கேமர்லெக்னோ மரபைத் தகர்த்து போப்பைத் தேர்வுசெய்வதற்கான கூடுகையில் நுழைந்து, கார்டினல்களிடம் பேசுவதெனத் தீர்மானித்தார். வரலாற்றில் முன்பெப்போதும் இது நடந்ததில்லை. வரலாற்றில் முன்பெப்போதும் வாடிகன் ஒருவகையான நவீன அணு ஆயுதம் என சொல்லத்தக்க ஒன்றின்மேல் அமர்ந்திருந்ததில்லையென மறுபடி சார்ட்ராண்ட் உணரவந்தார்.

கேமர்லெக்னோ கட்டுப்பாட்டை எடுத்துக்கொண்டதை அறிந்து, ஆறுதலாக உணர்ந்தார் சார்ட்ராண்ட். வாடிகன் நகருக்குள், சார்ட்ராண்ட் மிகவும் மரியாதை வைத்திருந்த நபராக கேமர்லெக்னோ இருந்தார். சில காவலர்கள் கேமர்லெக்னோவை ஆசிர்வதிக்கப்பட்டவராக - கடவுள் மீதான அன்பு மிதமிஞ்சிய மத ஆர்வலராகக் கருதினர்- ஆனால், அவர்களும்கூட கடவுளின் எதிரிகளுடன் மோதுகையில், எந்தவிதமான கடினமான ஆட்டத்தையும் தாக்குப்பிடிப்பவராய் கேமர்லெக்னோவை மட்டுமே நினைத்தனர்.

ஸ்விஸ் காவலர்கள், இந்த வாரம் போப்பாண்டவரைத் தேர்வுசெய்வதற்கான கூடுகைக்கு கேமர்லெக்னோ ஆயத்தமாவதைக் கண்டிருந்தனர். அனைவரும், அவரது கபடற்ற கண்கள் வழக்கத்தைவிட சற்றே தீவிரமாகத் தெரிந்ததாகத் தெரிவித்திருந்தனர். அவர்கள் அனைவரும், அந்தப் புனிதமான போப்பைத் தேர்வுசெய்யும் கூடுகையைத் திட்டமிடுவதோடு மட்டுமின்றி, அவரது வழிகாட்டியான போப்பாண்டவரின் இழப்பினையொட்டி உடனடியாகவும் அவர் அதனைச் செய்தாகவேண்டுமென கருத்துத் தெரிவித்திருந்தனர்.

சார்ட்ராண்ட், வாடிகனுக்கு வந்து சில மாதங்களே ஆயிருந்தபோது, சிறுவயது கேமர்லெக்னோவின் கண்களுக்கு எதிரே அவரது தாய், குண்டுவெடித்து இறந்த கதையைக் கேட்டிருந்தார். *திருச்சபையில் ஒரு குண்டு... தற்போது அவையெல்லாம் திரும்பவும் ஒரு முறை நிகழ்ந்துகொண்டிருக்கின்றன.* வருத்தம்தரும்விதமாக, அதிகாரிகள் அந்தக் குண்டை வைத்த கொடியவர்களை ஒருபோதும் பிடிக்கவில்லை... அநேகமாக சில கிறித்துவத்துக்கு எதிரான

வெறுப்புக்குழுவினர் என அவர்கள் கூறினர், பின் அந்த வழக்கு மறைந்துபோனது. கேமர்லெக்னோ அக்கறையற்ற தன்மையை வெறுப்பதில் ஆச்சரியமில்லை.

சில மாதங்களுக்கு முன், வாடிகன் நகரினுள் அமைதியானதொரு மதிய வேளையில் சார்ட்ராண்ட் மைதானத்தைக் கடக்கும்போது கேமர்லெக்னோ எதிரே வந்தார். கேமர்லெக்னோ வெளிப்படையாகவே சார்ட்ராண்ட் ஒரு புதிய காவலரென கண்டுகொண்டு அவரைத் தன்னுடன் துணையாகச் சற்றுதூரம் நடக்கும்படி அழைத்தார். அவர்கள் குறிப்பாக எதைப்பற்றியும் பேசவில்லையெனினும், கேமர்லெக்னோ சார்ட்ராண்டை உடனடியாக வீட்டிலிருப்பதுபோல் உணரவைத்தார்.

“ஐயா,” சார்ட்ராண்ட் கேட்டான், “நான் உங்களை ஒரு வினோதமான கேள்வி கேட்கலாமா?”

கேமர்லெக்னோ புன்னகைத்தார். “நான் உங்களுக்கு வினோதமான பதிலளிக்க முடியுமானால் மட்டும்.”

சார்ட்ராண்ட் சிரித்தான். “எனக்குத் தெரிந்த ஒவ்வொரு மதகுருவையும் கேட்டிருக்கிறேன், இருந்தும் நான் புரிந்துகொள்ளவில்லை.”

“உன்னைத் தொந்தரவு செய்வது எது?” கேமர்லெக்னோ சிறிய, விரைவான அடிவைப்புகளை எடுத்துவைத்தபடி, நடந்தபோது அவரது மேலங்கி முன்புறமாக அலைபாய நடந்தபடி கேட்டார். அவரது கறுப்பு, ரப்பராலான அடிப்பகுதிகொண்ட காலணிகள், மனிதனுடைய சாராம்சத்தின் பிரதிபலிப்பாக... நவீனமாக ஆனால் எளிமையாக, தேய்வின் அடையாளங்களைக் காட்டியபடி பொருத்தமாகத் தெரிவதாகச் சார்ட்ராண்ட் நினைத்தார்.

சார்ட்ராண்ட் ஆழமாக ஒருமுறை மூச்சிழுத்தார். “கடவுளின் சர்வ வல்லமையும்– இரக்கமும் கொண்ட இயல்பு எனக்குப் புரியவில்லை.”

கேமர்லெக்னோ புன்னகைத்தார். “நீங்கள் வேதங்களைப் படித்துவருகிறீர்களோ.”

“நான் முயற்சிசெய்கிறேன்.”

“பைபிள் கடவுளை சர்வவல்லமையும், இரக்கமுமுள்ள தேவதை என விவரிப்பதால் நீங்கள் குழப்பமடைந்திருக்கிறீர்கள்.”

"மிகச் சரியாக."

"சர்வவல்லமையுள்ள- இரக்கமுள்ள என்பதற்குப் பொருள், கடவுள் அனைத்திலும் வலிமையுள்ளவர் மற்றும் கருணையுடையவர்."

"நான் அந்தக் கருத்தாக்கத்தைப் புரிந்துகொள்கிறேன். அது... அங்கே ஒரு முரண் இருப்பதைக் காண்கிறேன்."

"ஆமாம். முரண் ஒரு வலி. மனிதனின் பட்டினி, போர், நோய்..."

"மிகச்சரியாக!" சார்ட்ராண்ட் கேமர்லெக்னோ புரிந்துகொள்வார் என அறிந்திருந்தான். "உலகில் பயங்கரமான விஷயங்கள் நடக்கின்றன. மனித துயரங்கள், கடவுள் வலிமையுள்ளவராகவும், கருணையாளராகவும் இருக்கமுடியாது என்பதற்கான சான்றாகத் தோன்றுகிறது. அவர் நம்மை நேசித்தால், நமது நிலைமையை மாற்றுவதற்கான ஆற்றலைக் கொண்டிருந்தால், அவர் நமது வலியைத் தடுக்கலாம், இல்லையா?"

கேமர்லெக்னோ முகம்சுளித்தார். "அவர் தடுக்கவேண்டுமா?"

சார்ட்ராண்ட் தடுமாற்றமாக உணர்ந்தான். அவன் தன் எல்லைமீறிவிட்டானா? நீங்கள் கேட்கக்கூடாத மதக் கேள்விகளில் இது ஒன்றா? "நல்லது... கடவுள் நம்மை நேசித்தால், அவர் நம்மைப் பாதுகாக்க முடிந்தால், அவர் அதைச் செய்தாகவேண்டும். ஒன்றாக அவர் சர்வவல்லமையும் நம் மீது அக்கறையற்றவராகவும் இருக்கவேண்டும், அல்லது இரக்கமுடையவராகவும் உதவ ஆற்றலற்றவராகவும் இருக்கவேண்டுமெனத் தோன்றுகிறது."

"உங்களுக்குக் குழந்தைகள் இருக்கிறதா, லெப்டினன்ட்?"

சார்ட்ராண்ட் முகம் சிவந்தான். "இல்லை, ஐயா."

"உங்களுக்கு எட்டுவயது மகன் இருப்பதாகக் கற்பனை செய்துகொள்ளுங்கள். நீங்கள் அவனை நேசிப்பீர்களா?"

"நிச்சயமாக."

"அவனது வாழ்வில் வரும் வலியைத் தடுக்க நீங்கள் அனைத்தையும் செய்வீர்களல்லவா?"

நிச்சயமாக."

"நீங்கள் அவனை ஸ்கேட்போர்டு விளையாட அனுமதிப்பீர்களா?"

சார்ட்ராண்ட் பதில் சொல்ல தாமதித்தான். விநோதமாக, கேமர்லெக்னோ எப்போதும் ஒரு மதகுருவின் அன்றைய நாள் வரையிலான புதுப்பிப்புடன் இருப்பதாகத் தோன்றியது.

“ஆம், நான் அப்படித்தான் நினைக்கிறேன்,” சார்ட்ராண்ட் சொன்னான். “நிச்சயமாக, நான் அவனை ஸ்கேட்போர்டு விளையாட அனுமதிப்பேன், ஆனால் நான் அவனை கவனமாக இருக்கும்படிக் கேட்டுக்கொள்வேன்.”

“ஆக, குழந்தையின் தந்தையாக, நீங்கள் அவனுக்கு அடிப்படையாக, நல்ல அறிவுரை தந்து பின்பு அவனை வெளியே செல்ல அனுமதித்து அவனது தவறுகளை இயற்ற அனுமதிப்பீர்கள்?”

“நான் அவனுக்குப் பின்னால் ஓடி, அவனை அளவுக்கதிகமாகப் பாதுகாக்கமாட்டேனா என்றுதானே கேட்கவருகிறீர்கள்.”

“ஆனால், அவன் விழுந்து முட்டியில் காயம்பட்டால் என்னாவது?”

“அவன் இன்னும் அதிக கவனமாக இருக்கக் கற்றுக்கொள்வான்.”

கேமர்லெக்னோ புன்னகைத்தார். “உங்களது குழந்தையின் வலியில் தடையிடவும் தடுக்கவும் உங்களுக்கு ஆற்றல் இருந்தாலும், நீங்கள் அவனது சொந்தப் பாடங்களைக் கற்க அனுமதித்து, அன்பைக் காட்டுவதையே நீங்கள் தேர்ந்தெடுப்பீர்கள் இல்லையா?”

“நிச்சயமாக. வலி, வளர்ச்சியின் ஒரு அங்கம். அப்படித்தான் நாம் கற்கிறோம்.”

கேமர்லெக்னோ ஆமோதித்தார். “மிகச் சரியாக.”

90

லேங்டனும் விட்டோரியாவும் பார்பெரினி சதுக்கத்தை, மேற்கு மூலையிலிருந்த சிறிய சந்தின் நிழல் மறைப்பிலிருந்து கண்காணித்தனர். தேவாலயம் அவர்களுக்கு எதிரில், ஓரளவு கட்டடங்கள் நிறைந்த இடத்தில் சதுக்கத்துக்கு எதிரே மங்கலான குவிமாடமாகத் தெரிந்தது. இரவு தன்னுடன்

வரவேற்கத்தக்க குளிர்ச்சியைக் கொண்டுவந்திருக்க, அந்தச் சதுக்கம் ஆட்களின்றிக் காணப்பட்டதைக் கண்டு லேங்டன் ஆச்சரியமடைந்திருந்தார். அவர்களுக்கு மேலே, திறந்த சாளரங்களின் வழியாக, முழங்கிய தொலைக்காட்சிகள் அனைவரும் எங்கே மறைந்திருப்பார்களென நினைவூட்டியது.

"...வாடிகனிடமிருந்து இன்னும் கருத்தெதுவும் வரவில்லை... இரண்டு கார்டினல்களைக் கொன்ற இல்லுமினாட்டிகள்... ரோமில் சாத்தானின் இருப்பு... மேலும் ஊடுருவல்கள் குறித்த ஊகங்கள்..."

செய்திகள் நீரோவின் நெருப்பைப்போல பரவின. உலகின் மற்ற பகுதிகளைப் போலவே ரோமும் அசையாமல் அமர்ந்திருந்தது. லேங்டன், அவர்களால் உண்மையாகவே ஓடத்தொடங்கிவிட்ட இந்த ரயிலை நிறுத்தமுடியுமா என வியந்தார். அவர் சதுக்கத்தை ஆராய்ந்தபடி காத்திருக்க, நவீன கட்டடங்களின் ஆக்கிரமிப்பைத் தாண்டியும் இன்னும் குறிப்பிடத்தக்கவகையில் சதுக்கம் நீள்வட்டமாகத் தோன்றுவதை உணரவந்தார். காலத்தால் முந்தைய நாயகன் ஒருவிதமான நவீன தலத்தில் நின்றிருப்பதுபோல், வெகு உயரத்தில் ஒரு மிகப்பெரிய நியோன் விளம்பரப் பலகை சொகுசு ஹோட்டலொன்றின் கூரைமீது கண்சிமிட்டிக்கொண்டிருந்தது. அந்த விளம்பரப் பலகை மிகவும் பொருத்தமாகத் தோன்றியது.

ஹோட்டல் பெர்னினி

"பத்து மணிக்கு ஐந்து நிமிடம்," பூனைக் கண்கள் சதுக்கத்தைச் சுற்றிவர விட்டோரியா சொன்னாள். அந்த வார்த்தைகளைச் சொன்னவேகத்தில், அவள் லேங்டனின் கைகளைப் பற்றிக்கொண்டு அவரை நிழலுக்குள் இழுத்துக்கொண்டாள். அவள் சதுக்கத்தின் மையத்தை நோக்கி நகர்ந்தாள்.

லேங்டன் அவளது பார்வை செல்லும் திசையைத் தொடர்ந்தார். அதைக் கண்டதும், அவர் விறைப்பானார்.

அவர்களுக்கு முன்னால், தெருவிளக்கொன்றின்கீழ் அவர்களைக் கடந்துசெல்லும், இரு இருண்ட உருவங்கள் தோன்றின. இருவரும் மேலங்கி அணிந்திருக்க, அவர்களது தலைகள் கத்தோலிக்க விதவைகள் மரபாக அணியும் கறுநிற மறைப்பான, மூடாக்கால் போர்த்தப்பட்டிருந்தது. லேங்டன் அவர்கள்

பெண்கள் என யூகித்திருந்தார், ஆனால் இருளில் நிச்சயமாகச் சொல்லமுடியவில்லை. ஒருவர் வயதில் மூத்தவராகத் தெரிந்தார், வலியில் இருப்பவர்போல் கூனலுடன் நகர்ந்தார். பருமனாகவும் வலிமையாகவும் இருந்த மற்றவர், உதவிக்கொண்டிருந்தார்.

“அந்தத் துப்பாக்கியை என்னிடம் கொடுங்கள்,” விட்டோரியா சொன்னாள்.

“உன் இஷ்டத்துக்கு –”

பூனையைப் போல் லகுவாய், விட்டோரியா அவரது பையில் உள்ளும் புறமும் கைவிட்டு, மீண்டுமொரு முறை தேடினாள். துப்பாக்கி அவளது கையில் பளிச்சிட்டது. பின், அவளது பாதங்கள் ஒருபோதும் பாதையைத் தொடாததைப்போல சற்றும் ஓசையின்றி, இருளுக்குள் இடப்புறமாகச் சுழன்று, சதுக்கத்துக்கு எதிராகத் திரும்பி பின்னாலிருந்து அந்த ஜோடியை அணுகினாள். விட்டோரியா மறைந்ததும், லேங்டன் திகைத்து நின்றார். பின், தன்னையே சபித்துக்கொண்டு, அவள் பின் விரைந்தார் அவர்.

அந்த ஜோடி மெதுவாக நகர்ந்துகொண்டிருக்க, அரைநிமிட வித்தியாசத்தில் லேங்டனும் விட்டோரியாவும், பின்னாலிருந்து அவர்களைப் பின்தொடர்ந்து நெருங்கினர். விட்டோரியா இயல்பாகத் தனக்குமுன்னால் கைகளை மடித்து அதன்பின்னால் துப்பாக்கியை வெளிப்பார்வைக்குத் தெரியாதபடி, அதேசமயம் துரிதமாகப் பயன்படுத்தும்வண்ணம் மறைத்திருந்தாள். அவள் வேகவேகமாக அணுகிச் செல்ல, இடைவெளி குறைந்துகொண்டுவந்தது. லேங்டனும் அவளுக்குச் சமமாக தொடர போராடிக்கொண்டிருந்தார். அவரது ஷூ கல்லில் மோதி, அதை சறுக்கியோட வைக்க, விட்டோரியா ஓரப்பார்வையால் அவரை நோக்கினாள். ஆனால், அந்த ஜோடி அதைக் கேட்டதுபோல் தெரியவில்லை. அவர்கள் பேசிக்கொண்டிருந்தனர்.

முப்பதடி தொலைவில், லேங்டன் குரல்களைக் கேட்கத்தொடங்கினார். வார்த்தைகள் கேட்கவில்லை. வெறும் மெல்லிய முணுமுணுப்புகள். அவரருகே, விட்டோரியா ஒவ்வொரு அடியிலும் வேகமாக நடந்தாள். அவளது கைகள், அவளுக்கு முன் தளர்வாகத் தொங்க, துப்பாக்கி முன்னோக்கி உற்றுப்பார்த்தபடியிருந்தது. இருபது அடிகள். குரல்கள்

தெளிவாக- ஒன்று மற்றதைவிட சத்தமாகக் கேட்டது. கோபம். குறைகூறுதல். லேங்டன் அது வயதான பெண்மணியின் குரலென அறியவந்தார். சிடுசிடுப்பு. இருபால் தன்மை. அவர் அந்தப் பெண் என்ன சொல்லிக்கொண்டிருக்கிறாள் எனக் கேட்க முயற்சிசெய்தார், ஆனால் மற்றொரு குரல் அந்த இரவில் இடையிட்டது.

"மன்னிக்கவும்!" விட்டோரியாவின் நட்பான குரல் அந்தச் சதுக்கத்தை விளக்கைப்போல் வெளிச்சமூட்டியது.

லேங்டன், அந்த மூடாக்கிட்ட ஜோடி நின்று உடனே திரும்பத் தொடங்கியதும் பரபரப்பானார். விட்டோரியா இப்போது இன்னும் வேகமாய், மோதப்போவது போன்ற வேகத்தில் அவர்களை நோக்கி நடந்துவந்தாள். அவர்கள் பிரதிவினை செய்ய நேரமிருக்கவில்லை. லேங்டன், தனது கால்கள் நடப்பதை நிறுத்திவிட்டதை உணரவந்தார். பின்னாலிருந்து, லேங்டன் விட்டோரியாவின் கைகள் தளர்வதையும், அவளது கை சுதந்திரமாவதையும், அந்தத் துப்பாக்கி முன்னோக்கி நகர்வதையும் கண்டார். பின், அவளது தோளுக்கு மேலே, ஒரு முகம், தெருவிளக்கின் வெளிச்சத்தில் பளிச்சிடுவதை அவர் கண்டார். பீதி அவரது கால்களுக்கு உயர்ந்தது, அவர் முன்னோக்கிப் பாய்ந்தார். "விட்டோரியா, வேண்டாம்!"

எனினும் விட்டோரியா, நொடியில் பத்திலொரு கணம் அவரைவிட முன்னாலிருந்ததுபோல் தோன்றியது. இயல்பானது போன்றதோர் துரிதமானதோர் அசைவில் விட்டோரியாவின் கை மீண்டும் உயர, ஜில்லிடும் இரவொன்றில் ஒரு பெண்ணைப் போல, தன்னைத்தானே அவள் கட்டுப்படுத்திக்கொள்ள துப்பாக்கி மறைந்துபோனது. லேங்டன் அவளது பக்கவாட்டில், கிட்டத்தட்ட அவர்களுக்கு முன் காணப்பட்ட மூடாக்கிட்ட ஜோடி மேல் மோதுவதுபோல வந்துநின்றார்.

"மாலை வணக்கம்," விட்டோரியா உளறினாள், அவளது குரல் பின்வாங்கியதால் தடுமாறியது.

லேங்டன் ஆறுதலில் பெருமூச்சுவிட்டார். இரு வயதான பெண்கள் அவர்கள் முன் தங்களது மூடாக்குத் துணியின்கீழே முகச்சுளிப்புடன் காணப்பட்டனர். ஒருத்தி நிற்கவே முடியாத அளவுக்கு மிகவும் வயதானவளாகக் காணப்பட்டாள். மற்றவள் அவளுக்கு உதவிக்கொண்டிருந்தாள். இருவரும்

ஜெபமாலைகளைப் பற்றிக்கொண்டிருந்தனர். இந்தத் திடீர் இடையீட்டால் அவர்கள் குழம்பியவர்களாகத் தோன்றினர்.

விட்டோரியா ஆடிப்போனவளாகத் தெரிந்தாலும் புன்னகைத்தாள். "சாந்தா மரியா டெல்லா விட்டோரியா தேவாலயம் எங்கே இருக்கிறது?" இத்தாலியிலும் ஆங்கிலத்திலும் கேட்டாள்.

அந்த இரு பெண்களும் ஒன்றாக, அவர்கள் வந்த திசையில் சரிவாக அமைந்த தெருவிலிருந்த பெரிதான நிழலுடனான கட்டடத்தை நோக்கித் திரும்பினர். "அங்கே.."

"நன்றி," என்றபடி, லேங்டன் தனது கைகளை விட்டோரியாவின் தோளில் போட்டு அவளை நாசூக்காகப் பின்னால் இழுத்தபடி கேட்டார். அவர்கள் கிட்டத்தட்ட ஒரு வயதான ஜோடியைத் தாக்கவிருந்தனர் என்பதை அவரால் நம்பவே முடியவில்லை.

"நீங்கள் உள்ளே போகமுடியாது," ஒரு பெண் எச்சரித்தாள். "சீக்கிரமே மூடப்பட்டுவிட்டது."

"சீக்கிரமே மூடப்பட்டதா?" விட்டோரியா ஆச்சரியமாகக் கேட்டாள். "ஏன்?"

இரு பெண்களும் ஒன்றாக விளக்கினர். அவர்கள் கோபமாக இருப்பதுபோல் தெரிந்தது. லேங்டன், இத்தாலிய முணுமுணுப்புகளில் சில பகுதிகளை மட்டுமே புரிந்துகொண்டார். வெளிப்படையாக, பதினைந்து நிமிடங்களுக்கு முன்னால் அவர்கள் திருச்சபைக்குள், வாடிகனின் தற்போதைய இக்கட்டுக்காகப் பிரார்த்தித்துக் கொண்டிருந்திருக்கின்றனர், அப்போது ஒருவன் எதிர்ப்பட்டு அவர்களிடம் தேவாலயம் முன்னதாகவே மூடப்படுவதாகக் கூறியிருக்கிறான்.

"உங்களுக்கு அந்த மனிதனைத் தெரியுமா?" விட்டோரியா படபடப்பாகக் கேட்டாள். "நீங்கள் அந்த மனிதனை அறிவீர்களா?"

அந்தப் பெண்கள் மறுப்பாகத் தங்கள் தலையசைத்தனர். அந்த மனிதன் *முற்றிலும் அந்நியன்*, அவர்கள் விளக்கினர். அவன் அங்கு உள்ளிருந்த அனைவரையும் வலுக்கட்டாயமாக வெளியேற்றினான், தாங்கள் போலீஸை அழைக்கப்போவதாகக் கூறிய இளம் மதகுரு, வாயிற்காவலரையும் சேர்த்தே. மேலும் அவன் அவர்களிடம் காவல்துறையினரை புகைப்படக்

கருவிகளை அவசியம் கொண்டுவரச் சொல்லுங்கள் என்றபடி சிரிக்கவேறு செய்தான்.

"புகைப்படக் கருவிகள்?" லேங்டன் வியந்தார்.

அந்தப் பெண் கோபத்தில் கொக்கரித்து அந்த மனிதனை பார்-அராபோ என்றாள். பின், சிடுசிடுத்தபடி, தங்கள் வழியில் தொடர்ந்துசென்றனர்.

"பார்-அராபோ" லேங்டன் விட்டோரியாவைக் கேட்டார். "காட்டுமிராண்டியா?"

விட்டோரியா திடீரென இறுக்கமானாள். "இல்லை. பார்-அராபோ இழிவுபடுத்தும் சொல். அதன் பொருள் *அரபோ... அரேபியன்*."

லேங்டன் ஒரு நடுக்கத்தை உணர்ந்தார், தேவாலயத்தின் கோட்டுச்சித்திரத்தை நோக்கித் திரும்பினார். அப்படித் திரும்பியபோது, அவரது கண்கள் தேவாலயத்தின் வண்ணம்பூசப்பட்ட சாளரக் கண்ணாடியில் ஏதோவொன்றைக் கண்டது. அந்தப் பிம்பம் அவரது உடலெங்கும் அச்சத்தை உண்டுபண்ணியது.

கவனமின்றியே, விட்டோரியா தனது செல்போனை எடுத்து, ஆட்டோ டயல் பட்டனை அழுத்தினாள். "நான் ஆலிவெட்டியை எச்சரிக்கிறேன்."

பேச்சின்றி, லேங்டன் அவளை எட்டி அவளது கையைத் தொட்டார். நடுங்கும் கையுடன், அவர் தேவாலயத்தைச் சுட்டிக்காட்டினார்.

விட்டோரியா பெருமூச்சொன்றை வெளியிட்டாள்.

கட்டடத்துக்குள், வண்ணம்பூசப்பட்ட சாளரக் கண்ணாடியில் தீமையின் கண்களைப் போல மிளிரும்... வளர்ந்துவரும் தீப்பிழம்புகள் பிரகாசித்தன.

91

லேங்டனும் விட்டோரியாவும் சாந்தா மரியா டெல்லா விட்டோரியா தேவாலயத்தின் பிரதான வாயிலுக்குப் பாய்ந்தோடினர். அந்த மரக்கதவு பூட்டியிருப்பதைக் கண்டனர். ஆலிவெட்டியின் செமி-ஆட்டோமேட்டிக் துப்பாக்கியால் விட்டோரியா அந்தப் பழங்கால தாழ்ப்பாளில் மூன்று குண்டுகளைச் சுட, அது சிதறியது.

அந்த தேவாலயம் வரவேற்பறையைக் கொண்டிருக்கவில்லை, எனவே லேங்டனும் விட்டோரியாவும் பிரதானக் கதவைத் திறந்ததும் வழிபாட்டிடம் முழுவதும் ஒரே பரப்பாக விரிந்துகிடந்தது. அவர்கள் முன்னிருந்த காட்சி சற்றும் எதிர்பாராதது, பெரிதும் வினோதமானது, லேங்டன் அதனை முழுக்க உள்வாங்கும் முன் தனது கண்களை ஒருமுறை மூடித் திறந்தார்.

தேவாலயம் வளமான பரோக் கலைப்பாணியில்... மின்னும் சுவர்கள் மற்றும் பலிபீடங்களுடன் காணப்பட்டது. வழிபாட்டிடத்தின் நடு மையம், பிரதான குவிமாடத்தின் கீழ், மாத்தாலான இருக்கைகள் உயாமாகக் குவிக்கப்பட்டிருக்க, அவை ஒருவகையான காவிய இறுதிச் சடங்குபோல் பற்றியெரிந்தன. மூட்டப்பட்ட தீ உயரமாகக் மாடத்தை நோக்கி எழுந்தது. லேங்டனின் கண்கள் மேல்நோக்கி எரிந்த அந்த நரகத் தீயை பின்தொடர, அந்தக் காட்சியின் உண்மையான திகில் இரையை நோக்கி பாயும் பறவைபோல இறங்கியது.

தலைக்குமேல் உயரத்தில், மேற்கூரையின் இடது மற்றும் வலப்பகுதியிலிருந்து, நறுமணக்கலனைப் பிணைக்கும் இரண்டு வடக்கம்பிகள் தொங்க- இவை சபைக்கு மேலே நறுமணக்கலம் தொங்க விடுவதற்காகப் பயன்படுத்தப்பட்டன. எனினும் இந்தக் கம்பிகள், தற்போது நறுமணக் கலம் எதையும் தாங்கியிருக்கவில்லை. அல்லது அவை ஆடிக்கொண்டிருக்கவும் இல்லை. அவை வேறொன்றுக்காகப் பயன்படுத்தப்பட்டிருந்தன...

அந்தக் கம்பிகளில் பிணைத்து தொங்கவிடப்பட்டிருந்தது ஒரு மனித உயிர். ஒரு நிர்வாண மனிதர். மணிக்கட்டு ஒவ்வொன்றும் எதிர்ப்புற கம்பியில் இணைக்கப்பட்டு, கிட்டத்தட்ட அவர்

கிழிந்துபோகும் அளவுக்கு உயரத் தூக்கப்பட்டிருந்தார். அவரது கைகள் வெளிநீட்டப்பட்டு, ஒருவித கண்ணுக்குத் தெரியாத சிலுவையில் அறையப்பட்டதுபோல் கடவுளின் இல்லத்துக்குள் தாழப்பறக்கும் நிலையில் காணப்பட்டார்.

லேங்டன் மேல்நோக்கிப் பார்த்ததும் செயலிழந்துபோனதுபோல உணர்ந்தார். ஒரு கணத்துக்குப் பின், இறுதி அருவருப்பை அவர் கண்டார். அந்த வயதான மனிதர் உயிருடன் காணப்பட்டார், தனது தலையை உயர்த்திப் பார்த்தார். அச்சத்தில் உறைந்த ஒரு ஜோடி கண்கள் உதவிக்கான மௌன விண்ணப்பத்துடன் கீழ்நோக்கிப் பார்த்துக்கொண்டிருந்தன. அந்த மனிதரின் மார்பில் பொசுக்கிய முத்திரை அடையாளம் காணப்பட்டது. அவர் முத்திரையிடப்பட்டிருந்தார். லேங்டன் அதனை தெளிவாகக் காணமுடியவில்லை, ஆனால் அவர் அந்த முத்திரை என்ன சொன்னது என்பதில் கொஞ்சம் சந்தேகம் கொண்டிருந்தார். தீயின் நாக்கு உயரமாக எழுந்து, அந்த மனிதனின் காலடியில் பட, பாதிக்கப்பட்டவர் வேதனை அலறலை வெளிப்படுத்தினார், அவரது உடல் நடுங்கிக்கொண்டிருந்தது.

கண்காணாத விசையொன்றால் தூண்டப்பட்டதுபோல், லேங்டன் தனது உடல் திடீரென்று அசைவிலிருப்பதை உணர்ந்து, பிரதான இடைகழி வழியாக பெருந்தீயை நோக்கி விரைந்தார். அவர் நெருங்கத் தொடங்கியதும், அவரது நுரையீரல் புகையால் நிறைந்தது. அந்தப் பெருநெருப்புக்குப் பத்தடி தொலைவு இருந்தபோது, முழுவேகத்தில், லேங்டன் வெப்பத்தின் சுவரொன்றால் தடுக்கப்பட்டார். அவரது முகத்தின் தோல் கருக, அவர் பின்னடைந்தார், தனது கண்களை மறைத்தபடி பளிங்குத்தரையில் பலமாக மோதியபடி கீழே சரிந்தார். நிமிர்ந்து எழுந்தபடி, கைகளைப் பாதுகாப்பாக வைத்துக்கொண்டு, அவர் மீண்டும் முன்னோக்கி நகரமுயன்றார்.

உடனடியாக அவர் அறிந்தார். நெருப்பு மிகச் சூடாக இருந்தது.

மீண்டும் பின்னால் வந்தபடி, அவர் தேவாலய சுவர்களை ஆராய்ந்தார். ஒரு கனமான திரைச்சீலை, அவர் யோசித்தார். *எப்படியாவது என்னால் தீயைக் கட்டுப்படுத்த முடிந்தால்...* ஆனால், திரைச்சீலையைக் கண்டுபிடிக்க முடியாதென அறிந்திருந்தார். *ராபர்ட், இது பரோக் பாணியிலான தேவாலயம், பாழாய்ப்போன ஜெர்மன் கோட்டையல்ல! யோசி!* அவர் தனது கண்களைத் திரும்பவும் அந்தரத்திலிருந்த மனிதர்மேல் வலுவில் நாட்டினார்.

வெகுமேலே, புகையும் தழலும் மாடத்தில் சுழன்றது. அந்த மனிதனின் மணிக்கட்டிலிருந்து வெளிநோக்கி இழுக்கப்பட்டிருந்த நறுமணக் கல வடக்கம்பி, மேற்கூரைக்கு உயர்ந்து, ஒரு கப்பியினூடாக வந்து, தேவாலயத்தின் இருபக்கம் காணப்பட்ட உலோக முளைக்கு இறங்கியது. லேங்டன் அந்த உலோக முளைகளில் ஒன்றை உற்றுநோக்கினார். அது சுவரில் வெகு உயரத்தில் இருந்தது, ஆனால் அவர் மட்டும் அதை அடைந்து, அந்த இணைப்பில் ஒன்றைத் தளர்த்தினால், இறுக்கம் தளர்வுற்று, அந்த மனிதரை நெருப்புக்கு மேல் நெடுந்தூரம் ஊசலாட வைக்குமென அறிந்திருந்தார்.

திடீரென தழல் சடசடத்து உயர, லேங்டன் மேலிருந்து நெஞ்சைத் துளைக்கும் கூச்சலைக் கேட்டார். அந்த மனிதனின் காலின் தோல் கொப்பளிக்கத் தொடங்கியது. அந்த கார்டினல் உயிருடன் வறுக்கப்பட்டார். லேங்டன் தனது பார்வையை அந்த முளையின் மீது வைத்து அதை நோக்கி ஓடினார்.

தேவாலயத்தின் பின்பக்கம், விட்டோரியா தேவாலய இருக்கையொன்றின் பின்பக்கத்தைப் பற்றிக்கொண்டு, தனது உணர்வுகளைத் திரட்டிக்கொள்ள முயற்சித்தாள். தலைக்குமேலே காணப்பட்ட பிம்பம் கொடூரமானதாயிருந்தது. அவள் தனது கண்களை வலுவில் வேறுபக்கம் திருப்பினாள். *ஏதாவது செய்!* ஆலிவெட்டி எங்கு போனார்- அவள் வியந்தாள். அவர் கொலைகாரனைப் பார்த்தாரா? அவர் அவனைப் பிடித்தாரா? அவர்கள் இப்போது எங்கே போனார்கள்? விட்டோரியா லேங்டனுக்கு உதவ முன்னோக்கி நகர்ந்தாள், அப்போது, ஒரு சத்தம் அவளை நிறுத்தியது.

தழலின் சடசடப்பு அதிகரித்த அதேகணம், இரண்டாவது சத்தமொன்றும் அங்கு கேட்டது. உலோக அதிர்வுச் சத்தம். அருகில். திரும்பத் திரும்ப கேட்கும் அதிர்வு, அவளது இடப்புறமிருந்த இருக்கைகளின் கடைசியிலிருந்து வெளிப்படுவதுபோல் தோன்றியது. அது போன் ஒன்றின் அழைப்புபோன்ற ஒரு தீவிரமான ஆரவாரமாயிருந்தது, ஆனால் கல்தன்மையுடையதாகவும் கடினமாகவும் இருந்தது. அவள் துப்பாக்கியை உறுதியாகப் பிடித்தபடி இருக்கைகளின் வரிசைகளைத் தாண்டி முன்னேறினாள். அந்தச் சத்தம் பலமாகிக் கொண்டே சென்றது. ஒலித்தது. நின்றது. திரும்பத் திரும்ப ஒலிக்கும் அதிர்வு.

அவள் நடைபாதையின் கடைசியை அணுகியபோது, அந்தச் சப்தம் இருக்கைகளின் கடைசியில் ஓரத்திலிருந்த தரைப்பகுதியிலிருந்து வந்ததுபோல் அவளுக்குத் தோன்றியது. தனது வலக்கையில் துப்பாக்கியை நீட்டியபடி அவள் முன்னோக்கி நகர்ந்தபோது, தனது இடக்கையிலும் எதையோ பிடித்திருப்பதை உணரவந்தாள்- அவளது செல்போன். அச்சத்தில், வெளியே இருந்தபோது அவள் கமாண்டரை அழைக்கப் பயன்படுத்தியதை மறந்துவிட்டிருந்தாள்... எச்சரிக்கையாக அவரது போன் ஓசையின்றி அதிரும் வசதியைப் அமைத்திருந்தாள். விட்டோரியா போனை தனது காதுக்குக் கொண்டு சென்றாள். அது இன்னும் ஒலித்துக்கொண்டிருந்தது. கமாண்டர் அதற்குப் பதிலளித்திருக்கவில்லை. திடீரென, அதிகரிக்கும் பயத்துடன், விட்டோரியா அந்தச் சப்தத்தை ஏற்படுத்துவது எதுவென உணர்ந்தாள். அவள் நடுங்கியபடியே, முன்னோக்கி அடிவைத்தாள்.

தரையில் கிடந்த அந்த உயிரற்ற வடிவத்தை அவள் கண்கள் கண்டதும், அந்த தேவாலயம் முழுவதும் அவளது பாதத்துக்குக் கீழ் மூழ்கியதுபோல் தோன்றியது. அந்த உடலிலிருந்து எவ்வித திரவமும் பெருகியிருக்கவில்லை. தசையில் வன்முறைக்கான எந்த அடையாளமும் தெரியவில்லை. கமாண்டரின் தலை இருந்த கோணம் மட்டுமே பயமுறுத்துவதாக இருந்தது... 180 டிகிரி கோணத்தில் தவறான திசையில், திருகி பின்பக்கமாக முறுக்கப்பட்டிருந்தது. விட்டோரியா, தனது சொந்தத் தந்தையின் உருச்சிதைக்கப்பட்ட உடலின் பிம்பங்களுடன் போராடினாள்.

கமாண்டரின் இடைவாரில் இருந்த போன் தரையின் மீது, குளிர்ந்த பளிங்குத் தரையில் திரும்பத் திரும்ப அதிர்ந்தபடி கிடந்தது. விட்டோரியா தனது போனில் அழைப்பைத் துண்டிக்க, ஒலிப்பது நின்றது. அந்த மௌனத்தில், விட்டோரியா புதிய சத்தமொன்றைக் கேட்டாள். அவளுக்குப் நேர் பின்னால் இருளில் சுவாசச் சத்தமொன்று கேட்டது.

அவள் சுழன்று, துப்பாக்கியை உயர்த்திபடி திரும்பத் தொடங்கினாள், ஆனால் அது வெகு தாமதமென அவள் அறிந்திருந்தாள். கொலைகாரனின் முழங்கை அவளது கழுத்தின் பின்புறம் தாக்கியபோது, அவளது மண்டையோட்டின் உச்சியிலிருந்து பாதங்களின் அடிப்புறம் வரை ஒரு லேசர் கற்றையின் வெப்பம் சீறியது.

"இப்போது நீ எனக்குரியவள்," ஒரு குரல் சொன்னது.

பின், அனைத்தும் இருளானது.

வழிபாட்டிடத்தின் ஊடே, இடது பக்கவாட்டுச் சுவரின்மீது, லேங்டன் ஒரு இருக்கையொன்றின் மேல் கால்வைத்து சுவரில் தேய்த்தபடி அந்த முளையை எட்டிப்பிடிக்க முயன்றார். அந்தக் கம்பிவடம் இப்போதும் அவரது தலைக்குமேல் ஆறடி உயரத்துக்குமேல் இருந்தது. இதுபோன்ற முளைகள் திருச்சபைகளில் வழக்கமானவை. மேலும் இவை சேதமடைவதைத் தடுக்க உயரமாகவே அமைக்கப்படுகின்றன. மதகுருக்கள் இந்த முளைகளைப் பயன்படுத்த *பியோலி* எனப்படும் மர ஏணிகளைப் பயன்படுத்துவர் என அறிந்திருந்தார். நிச்சயமாகக் கொலையாளி, பலியாடாகக் கொண்டுவரப்பட்டவரை உயரத்தில் பிணைக்க தேவாலயத்தின் ஏணியைத் தான் பயன்படுத்தியிருக்கவேண்டும். *தற்போது அந்த பாழாய்ப்போன ஏணி எங்கே!* லேங்டன் கீழே, தரையெங்கும் அந்த ஏணியைத் தேடினார். அவர் இங்கே எங்கோ அந்த ஏணியைப் பார்த்த மெலிதான ஞாபகம் அவருக்கு இருந்தது. *ஆனால் எங்கே?* ஒரு கணத்துக்குப் பின் அவரது இதயம் நொறுங்கியது. அவர் அதனை எங்கோ பார்த்தோமென உணரவந்தார். அவர் கொந்தளிக்கும் நெருப்பை நோக்கித் திரும்பினார். நிச்சயமாக, அந்த ஏணி தழலின் உச்சியில் காணப்பட்டதுடன், நெருப்பால விழுங்கப்பட்டிருந்தது.

தற்போது விரக்தியால் நிரம்பி, லேங்டன் அந்த தேவாலயம் முழுவதையும் தனது உயரமான இடத்திலிருந்து, அந்த முளையை அவர் எட்ட உதவும் எதுவொன்றாவது கிடைக்குமா எனப் பார்த்தார். அவரது கண்கள் தேவாலயத்தைத் துழாவ, அவர் திடீரென அந்த அறிதலுக்கு வந்தார்.

விட்டோரியோ எங்கே போனாள்? அவள் காணாமலாகியிருந்தாள். *அவள் உதவி தேடிப் போயிருப்பாளோ?* லேங்டன் அவளது பெயரை சத்தமாகக் கூவினார், ஆனால் அதற்குப் பதில் இல்லை. *தவிரவும் ஆலிவெட்டி எங்கே!*

மேலிருந்து வலியால் ஏற்படும் அலறல் எழுந்தது, லேங்டன் தான் ஏற்கனவே மிகத் தாமதம் செய்துவிட்டதை உணர்ந்தார். அவரது கண்கள் மீண்டும் மேல்நோக்கிச் சென்று மெதுவாக பொசுக்கப்படும் பலியாளைக் கண்டதும், லேங்டன் ஒரே

ஒரு விஷயத்தை மட்டும் நினைத்தார். *தண்ணீர். நிறைய தண்ணீர். நெருப்பை அணைக்கவேண்டும். குறைந்தபட்சம் தழலைக் குறைக்கவேண்டும்.* "எனக்குத் தண்ணீர் தேவை, நாசமாய்ப்போக!" அவர் சத்தமாகக் கத்தினார்.

"அது அப்புறம்," தேவாலயத்தின் பின்புறமிருந்து ஒரு குரல் உறுமியது.

லேங்டன் கிட்டத்தட்ட அந்த இருக்கையிலிருந்து விழப்போவதுபோல் சுழன்று திரும்பினார்.

நேரடியாகப் பக்கவாட்டு நடைபாதையிலிருந்து அடியெடுத்து வைத்தபடி அவரை நோக்கி ஒரு கறுப்பு அரக்கனைப் போன்ற மனிதன் வந்துகொண்டிருந்தான். நெருப்பின் ஜொலிப்பிலும், அவனது கண்கள் கறுப்பாக மின்னின. அவனது கையிலிருந்த துப்பாக்கி, அவரது சொந்த மேற்கோட்டுப் பையில் வைத்திருந்தது- அவர்கள் உள்ளே வந்தபோது விட்டோரியா வைத்திருந்தது- என லேங்டன் அடையாளம் கண்டுகொண்டார்...

லேங்டனில் எழுந்த திடீர் பீதி அலை தொடர்பில்லாத பயங்களின் கொந்தளிப்பாக இருந்தது. அவரது முதல் எண்ணமே விட்டோரியாவைக் குறித்ததாக இருந்தது. இந்த மிருகம் அவளை என்ன செய்தது? அவள் புண்பட்டாளா? *அல்லது இன்னும் மோசமானதா?* அதே கணம், லேங்டன் தலைக்கு மேலேயிருந்த மனிதர் சத்தமாக அலறியதை உணர்ந்தார். கார்டினல் இறந்துபோவார். அவருக்கு உதவுவது சாத்தியமில்லாதது. பின், அந்தக் கொலையாளி துப்பாக்கியை லேங்டனின் மார்புக்கு நேராகப் பிடிக்க, லேங்டனின் பீதி தன்னைநோக்கி திரும்ப, அவரது புலன்கள் தடுமாறின. துப்பாக்கி சுடப்பட்டதும் அவர் உள்ளுணர்வின் அடிப்படையில் பிரதிவினை செய்தார். அந்த இருக்கையிலிருந்து குதித்து, தேவாலயத்தில் கடல்போல் காணப்பட்ட இருக்கைகளின் ஊடாக ஊடுருவினார்.

அவர் இருக்கைகளில் மோதியபோது, அவர் கற்பனை செய்திருந்ததைவிடவும் பலமாக மோதியிருந்தார். உடனடியாகத் தரைக்கு உருண்டார். உறைந்த இரும்பின் கருணையோடு பளிங்குத் தரை அவரது வீழ்ச்சியைத் தாங்கிக்கொண்டது. லேங்டன் தனது உடலை தேவாலயத்தின் முன்பக்கம் நோக்கித்

திருப்பி, தனது உயிரைக் காக்க இருக்கைகளின் கீழாகத் தொற்றி முன்னேறினார்.

தேவாலயம் தரையின் மேலாக வெகு உயரத்தில், கார்டினல் குய்டேரா தனது பிரக்ஞையின் கடைசி சித்ரவதைக் கணங்களைச் சகித்துக்கொண்டிருந்தார். அவர் தனது நிர்வாண உடல் மொத்தத்தையும் குனிந்து பார்த்தபோது, அவரது கால்களின் தோல் கொப்பளித்து உரிய ஆரம்பித்ததைக் கண்டார். நான் நரகத்தில் இருக்கிறேன், அவர் தீர்மானித்தார். ***கடவுளே, ஏன் நீ என்னைக் கைவிட்டாய்?*** அவர் நிச்சயம் இது நரகம்தானென அறிந்திருந்தார், ஏனெனில் தனது மார்பிலிருந்த தலைகீழாய்த் தெரிந்த முத்திரையை பார்த்துக்கொண்டிருந்தார்... இருந்தும், சாத்தானில் மாயத்தால், அந்த வார்த்தை மிகுந்த அர்த்தபூர்வமானதாக இருந்தது.

92

மூன்று வாக்குப்பதிவுகள். யாரும் போப்பாண்டவர் இல்லை.

சிஸ்டைன் சாப்பலினுள், கார்டினல் மோர்ட்டாடி ஒரு அற்புதத்துக்காகப் பிரார்த்திக்கத் தொடங்கியிருந்தார். ***எங்களிடம் வேட்பாளர்களை அனுப்பும்!*** ஏற்கனவே அதிகத் தாமதமாகிவிட்டது. வேட்பாளர்களில் ஒருவர் காணாமல் போவதென்பதை, மோர்ட்டாடியால் புரிந்துகொள்ளமுடியும். ஆனால் நான்குபேரும்? அது எந்த வாய்ப்புகளையும் விட்டுவைக்கவில்லை. இந்தச் சூழ்நிலையின்கீழ், மூன்றில் இரு பங்கு பெரும்பான்மை பெறுவதென்பது, அவரளவில் கடவுள் செயல்.

வெளிப்புற கதவின் தாழ்ப்பாள் சத்தமெழ திறக்கத் தொடங்கவும், மோர்ட்டாடியும் கார்டினல் சபையினரும் வாயிலை நோக்கி

ஒன்றாகச் சுழன்று திரும்பினர். இப்படித் திறப்பதன் பொருள் ஒன்றே ஒன்றென மோர்ட்டாடி அறிவார். விதிப்படி, சேப்பலின் கதவு இரு காரணங்களுக்காக மட்டுமே திறக்கமுடியும்- மிகவும் மோசமான உடல்நிலையிருப்பவரை வெளியேற்ற, அல்லது தாமதமான கார்டினல்களை அனுமதிக்க

முதன்மைபெற்ற கார்டினல்கள் வருகிறார்கள்!

மோர்ட்டாடியின் இதயம் உயரப் பறந்தது. தேர்தல் காப்பாற்றப்பட்டது.

ஆனால் கதவு திறக்கப்பட்டபோது, சாப்பல் முழுவதும் எதிரொலித்த பெருமூச்சு மகிழ்ச்சியால் அல்ல. உள்ளே நுழைந்த நபரை அதிர்ச்சியுடன்கூடிய அவநம்பிக்கையில் உற்றுப்பார்த்தார் மோர்ட்டாடி. வாடிகன் வரலாற்றில் முதன்முறையாக, *கேமர்லெக்னோ* கதவுகளை மூடிச் சீல்வைத்த பிறகு மாநாட்டின் புனித முற்றத்தைக் கடந்திருக்கிறார்.

அவர் என்ன நினைத்துக்கொண்டிருக்கிறார்!

கேமர்லெக்னோ பலிபீடத்துக்கு நடையிட்டு அதிர்ச்சியில் உறைந்துநின்றவர்கள் முன் பேசத் திரும்பினார். “கனவான்களே,” அவர் தொடங்கினார். “என்னால் இயலும்மட்டும் நான் காத்திருந்தேன். நீங்கள் அறிந்துகொள்ள வேண்டிய ஒரு விஷயமிருக்கிறது.”

93

லேங்டன், தான் எங்கே போய்க்கொண்டிருந்தாரென அறிந்திருக்கவில்லை. தன்னிச்சைச் செயலே அவரது ஒரே திசைகாட்டியாக, அபாயத்திலிருந்து அவரை விலகியோட வைத்தது. இருக்கைகளின் கீழாக மண்டியிட்டு ஊர்ந்தபோது அவரது முழங்கால்களும் முழங்கைகளும் எரிந்தன. இன்னும் அவர் மண்டியிட்ட நிலையிலேயே இருந்தார். எங்கோ ஒரு குரல் அவரிடம் இடப்பக்கம் திரும்பச் சொன்னது. *பிரதான நடைவழியை எட்டினால், வெளிவாசலுக்கு விரையலாம்.* அது சாத்தியமில்லாததென அவர் அறிந்திருந்தார். *பிரதான*

நடைவழியைத் தழலாலான சுவர் மறைத்துக்கொண்டிருந்தது. அவரது மனம் சாத்தியங்களைத் தேடிக்கொண்டிருக்க, லேங்டன் இலக்கின்றி ஊர்ந்தோடிக்கொண்டிருந்தார். அவரது வலப்பக்கம் காலடிகள் அணுகிக்கொண்டிருந்தன.

அது நிகழ்ந்தபோது, லேங்டன் ஆயத்தமில்லாமல் இருந்தார். திருச்சபையின் முன்பக்கத்தை அடைய இருக்கைகளின் கீழேயே இன்னும் பத்தடி செல்லவேண்டியிருக்கும் என அவர் யூகித்திருந்தார். ஆனால், தவறாக யூகித்திருந்தார். எச்சரிக்கை எதுவுமின்றி, அவருக்கு மேல்பக்கம் மறைத்திருந்த இருக்கைகள் முடிவுக்கு வந்திருந்தன. திருச்சபையின் முன்பக்கம் பாதி தன்னை வெளிப்படுத்திய அவர், ஒரு கணம் உறைந்துபோய்விட்டார். இடப்புறமாய் அமைந்த ஒதுங்கிடம், அவரது இடத்திலிருந்து நோக்குகையில் பிரமாண்டமாய்க் காணப்பட்டது ஒன்றே அவரை முக்கியமாய் இங்கு இட்டுவந்திருந்தது. அவர் முற்றிலும் மறந்துபோயிருந்தார். பெர்னினியின், *புனித தெரசாவின் பரவசம் சிலை* ஒருவித ஆளுயர பாலியல் புகைப்படம்போல எழுந்துநிற்க... முதுகு தரையில் படிந்திருக்க, முனகுவதுபோல் வாய்திறந்து புனிதர் காணப்பட, அவளுக்கு மேலே, தேவதூதர் அவரது நெருப்பு ஈட்டியை நீட்டியபடி காணப்பட்டார்.

லேங்டனின் தலைக்கு மேலாக வந்து, இருக்கையொன்றில் குண்டொன்று வெடித்தது. தொடக்கப்புள்ளியிலிருந்து கிளம்பும் தடகள வீரரைப் போல் அவர் தனது உடல் எழுந்ததை உணர்ந்தார். தனது செயல்கள் குறித்த தன்னுணர்வின்றி அட்ரீனலினால் மட்டுமே உந்தப்பட்டு, திடீரென அவர் குனிந்தநிலையில், தலையைத் தாழ்த்தியபடி, அவருக்கு வலப்பக்கமாகத் திருச்சபையின் முன்புறத்தைக் கடந்து ஓடினார். அவருக்குப் பின்னால் தோட்டாக்கள் பாய்ந்துவர, லேங்டன் மறுபடியும் துள்ளிப்பாய்ந்து, பளிங்குத் தரையில் பிடிகிடைக்காமல் வழுக்கியபடி, அவரது வலப்பக்கச் சுவரில் மாடத்துக்கான தடுப்புகளை ஒட்டியிருந்த குவியலொன்றின் மீது மோதினார்.

பிறகுதான் அவர் அவளைக் கண்டார். திருச்சபையின் பின்பகுதிக்கு அருகே கசங்கிய குவியலொன்று காணப்பட்டது. *விட்டோரியா!* அவளது வெறுங்கால்கள் அவளுக்குக்கீழே மடித்து வைக்கப்பட்டிருந்தன, ஆனால் லேங்டன் எப்படியோ

அவள் சுவாசிப்பதை உணர்ந்துகொண்டார். அவளுக்கு உதவ அவருக்கு நேரமில்லை.

உடனடியாக, கொலையாளி திருச்சபையின் இடப்புறக் கடைசியிலிருந்த இருக்கைகளைச் சுற்றிக்கொண்டு மிகவிரைவாக நெருங்கிவந்தான். சீக்கிரமே இது முடிந்துவிடும் என லேங்டன் அறிந்திருந்தார். கொலையாளி துப்பாக்கியை உயர்த்த, தன்னால் ஆகக்கூடிய ஒரே விஷயத்தைச் செய்தார், அவர் தனது உடலை வேலிக்கு மேலே கொண்டுவந்து மாடத்துக்குள் குதித்தார். மறுபுறமிருந்த தரையில் அவர் மோதியதும், பளிங்காலான கைப்பிடித் தூண் வரிசைகளில் குண்டுகளின் புயல் வெடித்தது.

லேங்டன் மூலையில் மறிக்கப்பட்ட விலங்கைப் போல தன்னை உணர்ந்து, அரைவட்ட வடிவிலிருந்த மாடத்தின் மறைவான பகுதிக்கு ஊர்ந்தோடினார். அவருக்கு முன்னால் முரண்பொருத்தமாக, மாடத்தின் ஒரே உள்ளடக்கமான- கல்லாலான ஒற்றைச் சவப்பெட்டி- காணப்பட்டது. ஒருவேளை *எனக்காக இருக்கலாம்*, லேங்டன் நினைத்தார். அந்தப் பெட்டிகூட சரியான அளவில் காணப்பட்டது. அது ஒரு *ஸ்கேட்டாலா*- ஒரு சிறிய, அலங்கரிக்கப்படாத, பளிங்காலான பெட்டி. குறைந்த செலவில் புதைசடங்கு. தரையில் இரண்டு பளிங்குப் பாளங்களின் மேல் கல்லறைப் பெட்டி ஏற்றிவைக்கப்பட்டிருக்க, லேங்டன் அதன் அடியில் காணப்பட்ட இடைவெளியில் கண் பதித்து, இதனுள் நுழையமுடியுமா என அவர் யோசித்தார்.

பின்னால் காலடிகள் எதிரொலித்தன.

கண்ணெதிரே வேறெந்த வாய்ப்பும் தட்டுப்படாததால், லேங்டன் தன்னைத் தரையுடன் பதித்துக்கொண்டு, பெட்டியை நோக்கி சறுக்கிச் சென்றார். பளிங்காலான இரு பாளங்களையும் கைக்கொன்றாய் ஆதரவாகப் பற்றி, நீந்துகையில் ப்ரெஸ்ட்ஸ்ட்ரோக்கில் செய்வதுபோல, கல்லறையின் அடிப்பகுதியில் காணப்பட்ட திறப்புக்குள் தனது உடல் பகுதியை இழுத்தார். துப்பாக்கி வெடித்தது.

துப்பாக்கியின் முழக்கத்துடன், லேங்டன் தன் வாழ்வில் முன்னெப்போதும் அனுபவப்பட்டிராத ஒன்றை உணர்ந்தார்... ஒரு குண்டு தசையை உரசிச்செல்வதை உணர்ந்தார். சவுக்கை வீசும்போது எதிரொலிப்பதுபோல காற்றின் ஹிஸ் சப்தம் எழ, குண்டு மயிரிழையில் அவரைத் தவறவிட்டு, பளிங்கில் மோதி

தூசுப்படலம் கிளம்பியது. ரத்தம் தலைக்கேற, பெட்டிக்கு அடியில் மிச்சமிருந்த இடத்தில் லேங்டன் தன் உடலை உந்தியிழுத்தார். அவர் தன்னைப் பெட்டியின் அடியிலிருந்து உருவிக்கொண்டு மறுபக்கத்துக்குப் பளிங்குத் தரையெங்கும் ஊர்ந்தேறிச் சென்றார்.

முட்டுச் சந்து.

லேங்டன் தற்போது மாடத்தின் பின்பகுதிச் சுவரை நேருக்கு நேர் எதிர்கொண்டார். கல்லறைக்குப் பின்னிருந்த அந்தச் சிறிய இடம் அவரது சமாதியாகப் போகிறது என்பதில் அவருக்கு எந்தச் சந்தேகமும் இருக்கவில்லை. விரைவிலேயே, கல் சவப்பெட்டியின் அடியிலிருந்த திறப்பில் துப்பாக்கியின் குழல் தோன்றுவதைக் கண்டவுடன் அவர் உணர்ந்தார்... கொலையாளி, துப்பாக்கியைத் தரைக்குக் கிடைமட்டமாக, நேரடியாக லேங்டனின் நடுஉடலுக்குக் குறிவைத்திருந்தான்.

தப்புவது சாத்தியமில்லாதது.

லேங்டன், அவரது அடிமனதில் தற்பாதுகாப்புணர்ச்சியின் தடமொன்றை உணர்ந்தார். அவர் பெட்டிக்கு இணையாக, தனது உடலை வயிற்றுப் பகுதி கீழிருக்குமாறு திருப்பினார். முகம் கீழ்நோக்கியிருக்க, அவர் தனது கைகளை தரையில் அழுந்தப் பதித்தபோது, வாடிகன் பெட்டகத்தில் கண்ணாடியால் வெட்டுப்பட்ட இடம் கத்திக்குத்து காயம்போல திறந்திருந்தது. வலியைப் புறக்கணித்து, அவர் உந்தினார். துப்பாக்கி சுடப்பட்டதும், தனது உடலை மேல்நோக்கி அசௌகரியமாக உந்தி லேங்டன் வயிறை வில்போல் வளைத்தார். குண்டுகள் அவருக்குக் கீழ் கடந்துசென்று பின்னாலிருந்த போரஸ் படிகக் கல்லைத் தூளாக்கியதன் அதிர்வை அவரால் உணரமுடிந்தது. தன் கண்களை மூடி களைப்புக்கு எதிராகப் போராடியபடி, லேங்டன் அந்த குண்டு முழக்கம் நிற்பதற்குப் பிரார்த்தனை செய்தார்.

பின் அது நின்றது.

துப்பாக்கிச் சூட்டின் முழக்கத்துக்குப் பதில், குண்டு நிரப்புமிடம் காலியாக இருப்பதை உணர்த்தும் க்ளிக் சத்தம் கேட்டது.

தனது கண்ணிமைகள் சத்தமெழுப்பிவிடுமோ என கிட்டத்தட்ட பயந்துபோய், கண்களை மெதுவாகத் திறந்தார் லேங்டன்.

நடுக்கும் வலியுடன் போராடியபடி, பூனையைப் போல வளைந்த நிலையில் அவர் தொடர்ந்து காணப்பட்டார். மூச்சு விடக்கூட அவர் துணியவில்லை. அவரது செவிப்பறைகள் துப்பாக்கிச் சத்தத்தால் மரத்துப்போயிருக்க, கொலையாளி கிளம்பிச்செல்லும் ஏதாவதொரு குறிப்பு கேட்கிறதாவென கூர்ந்தபடி இருந்தார் லேங்டன். மௌனம். அவர் விட்டோரியாவை நினைத்து, அவளுக்கு உதவுவதற்காக ஏங்கினார்.

அதைத் தொடர்ந்துவந்த சத்தம் காதைச் செவிடாக்குவதாய் இருந்தது. வெளிப்படையாக மனிதத்தன்மையுடன் இருந்தது. கடும் முயற்சி மேற்கொள்ளும் ஒருவனின் முனகல் ஒலி.

லேங்டனின் தலைக்கு மேலிருந்த கல்லாலான சவப்பெட்டி அதன் இடத்திலிருந்து உயர்ந்ததுபோலிருந்தது. நூற்றுக்கணக்கான பவுண்டிலான அது தன்னை நோக்கி சரிந்ததில் லேங்டன் தரையில் தடுமாறிவிழுந்தார். உராய்வு விசையைப் புவிஈர்ப்பு விசை வெற்றிகொள்ள, கல்லறையிலிருந்து அதன் மூடி முதலில் நழுவி, அவரருகில் தரையில் விழுந்தது. அடுத்து அந்தப் பேழை, அதன் தாங்கிகளிலிருந்து நகர்ந்து தலைகீழாகக் கவிழ்ந்து லேங்டனை நோக்கி வந்தது.

அந்தப் பெட்டி உருண்டுவர, ஒன்று அதன் அடியிலுள்ள வெற்றிடத்தில் சிக்கிக்கொள்ளவேண்டும் அல்லது அதன் விளிம்புகளில் ஒன்றில் நசுங்கிப்போகவேண்டுமென அறிந்திருந்தார் லேங்டன். தனது உடலை குறுக்கி, தனது கைகளைப் பக்கவாட்டில் ஒடுக்கி, தலையையும் காலையும் உள்ளிழுத்துக்கொண்டார். பின் அவர் தன் கண்களை மூடிக்கொண்டு, அந்த அருவருப்பூட்டும் நசுங்கலுக்குக் காத்திருந்தார்.

அது உருண்டு வந்தபோது, அவருக்குக் கீழிருந்த ஒட்டுமொத்த தரையே அதிர்ந்தது. அதன் மேல்விளிம்பு அவரது தலையின் மேற்புறத்திலிருந்து மில்லிமீட்டர் இடைவெளியில் வந்திறங்க, அவரது பற்கள் ஈறுகளில் அதிர்ந்தடங்கின. நிச்சயமாக நசுங்கிவிடுமென நம்பியிருந்த, அவரது வலக் கை, அதிசயமாகச் சிறிதும் பாதிப்பின்றிக் காணப்பட்டது. அவர் ஒளிக்கற்றையைக் காண தனது கண்களைத் திறந்தார். பெட்டியின் வலப்புற விளிம்பு, ஒட்டுமொத்தமாகத் தரையில் விழுந்திருக்கவில்லை, பகுதியளவு இன்னும் மேலிருக்க, அதன் ஆதரவில் தொங்கிக்கொண்டிருந்தது.

தலைக்கு நேர்மேலே, லேங்டன் தான் மரணத்தின் முகத்தை உண்மையிலே உற்றுநோக்கிக்கொண்டிருப்பதைக் கண்டார்.

கல்லறையின் அசல் ஆக்கிரமிப்பாளர் அவருக்குமேல் விசிறப்பட, பல சமயங்களில் நடப்பதுபோல் உடலின் சிதைந்த பகுதிகள் பெட்டியின் அடிப்பகுதியில் ஒட்டிக்கொண்டது. தற்காலிக காதலனைப்போல், எலும்புக்கூடானது ஒரு கணம் அந்தரத்தில் வட்டமிட்டது, பின் ஒட்டும்தன்மையான சடசடப்புடன், புவிஈர்ப்பு விசையால் ஈர்க்கப்பட்டு விழுந்தது. பிணத்தின் எச்சங்கள் அவரைத் தழுவ விரைந்து கீழ்வர, சிதைந்த எலும்புகளும் தூசும் லேங்டனின் கண்ணிலும் வாயிலும் மழைபோல் கொட்டின.

லேங்டன் பிரதிவினை செய்யும் முன்பாக, பெட்டியின் அடிப்பக்கமுள்ள திறப்பினூடாக உள்ளிருப்பதை அறியாத கையொன்று நுழைந்து, பசித்த மலைப்பாம்புபோல, சடலத்தினூடாகத் தேடிப்பார்த்தது. அது லேங்டனின் கழுத்துத் தட்டுப்படும் வரை தடவிப்பார்த்து, பின் இறுகப் பற்றிக்கொண்டது. லேங்டன் தற்போது தன் குரல்வளையை நெறிக்கும் இரும்புபோன்ற முஷ்டிக்கெதிராகப் போராட முயன்றார், ஆனால் அவரது சட்டையின் இடக் கை துணி சவப்பெட்டியின் முனைக்குக் கீழே சிக்கிக்கொண்டது. அவரது ஒரு கை மட்டுமே சுதந்திரமாக இருந்தது. எனவே அது தோல்வியடையும் போராட்டமாக இருந்தது.

லேங்டன் அங்கிருந்த ஒரே இடைவெளியில் கால்களை வளைத்து வைத்திருக்க, அவரது கால்கள் அவருக்குமேல் காணப்பட்ட பெட்டியின் பரப்பைத் தேடியது. அவர் அதனைக் கண்டுகொண்டார். குறுக்கிக்கொண்டு, அவர் தனது கால்களை அதன்மீது வைத்தார். பின், அவரது கழுத்தைச் சுற்றியுள்ள கை இறுக நெறிக்க, லேங்டன் தனது கண்களை மூடி, தனது கால்களைத் தடியைப் போல நீட்டினார். அந்தப் பெட்டி மிகச் சிறிது நகர்ந்தது, எனினும் அது போதுமானதாயிருந்தது.

தீவிர உராயும் சப்தத்துடன், தாங்கிகளை விட்டு கல் சவப்பெட்டி நழுவி, தரையின்மீது மோதியது. பேழையின் விளிம்பு கொலைகாரனின் கைகளை நசுக்க, அங்கே வலியை அடக்கிக்கொள்ளும் ஓசை கேட்டது. அந்தக் கை லேங்டனின் கழுத்தை விட்டுவிட்டு, திரும்பி இருளுக்குள் சென்று மறைந்தது. கடைசியாகக் கொலைகாரன் தனது கையை

உருவிக் கொண்டதும், அந்தப் பெட்டி முடிவான சத்தத்துடன் சமதளமான பளிங்குத் தரையில் மோதியது.

முழுமையான இருள். மறுபடியும்.

மௌனமும்கூட.

புரண்ட கல்லாலான சவப்பெட்டியின் வெளியே விரக்தியின் வெளிப்பாடு எதுவும் இல்லை. உள்ளே என்னவென்ற துருவித் தேடல்கள் இல்லை. எதுவுமில்லை. லேங்டன், எலும்புக் குவியல்களுக்கிடையே இருளில் இருக்க, அவர் தன்மேல் கவிழ்ந்திருந்த இருளுக்கு எதிராகத் தன் சிந்தனையை அவளை நோக்கித் திரும்பினார்.

விட்டோரியா. நீ உயிருடன் இருக்கிறாயா?

விட்டோரியாவுக்கு விரைவில் ஏற்படப்போகும் திகில் பற்றிய - உண்மையை மட்டும் லேங்டன் அறிந்திருந்தால் - அவள் இறந்திருக்கலாம் என்றே அவர் விரும்பியிருப்பார்.

94

கார்டினல் மோர்ட்டாடி, சிஸ்டைன் சாப்பலில் திகைப்பில் உறைந்துபோயிருந்த அவரது சகாக்களுடன் அமர்ந்து, கேட்டுக்கொண்டிருந்த வார்த்தைகளைப் புரிந்துகொள்ள முயன்றுகொண்டிருந்தார். அவருக்கு முன்பாக, மெழுகுவர்த்தி வெளிச்சம் மட்டுமே சூழ்ந்திருக்க, கேமர்லெக்னோ அப்போதுதான் அத்தகையதொரு வெறுக்கத்தக்க துரோகக் கதையைச் சொல்லியிருக்க, மோர்ட்டாடி தான் நடுங்கிக்கொண்டிருப்பதைக் கண்டார். கடத்தப்பட்ட கார்டினல்கள், முத்திரையிடப்பட்ட கார்டினல்கள், *கொலைசெய்யப்பட்ட கார்டினல்களைப் பற்றிப் பேசியிருந்தார் கேமர்லெக்னோ. அவர் - மறந்த பயங்களையெல்லாம் வெளிக்கொண்டு வரும் ஒரு பெயரான- பழங்கால இல்லுமினாட்டி, அவர்களுடைய மறு எழுச்சியைத் தேவாலயத்துக்கு எதிராகப் பழிவாங்குவதாக அவர்கள் எடுத்துக்கொண்டிருந்த சபதத்தைப் பேசிக்கொண்டிருந்தார். தனது குரலில் வேதனை வெளிப்பட,

இல்லுமினாட்டியின் விஷத்துக்குப் பலியான மறைந்த போப்பைக் குறித்து பேசிக்கொண்டிருந்தார் கேமர்லெக்னோ. இறுதியாக, கிட்டத்தட்ட அவரது வார்த்தைகள் கிசுகிசுப்பாக வெளிப்பட, மொத்த வாடிகன் நகரையே இரண்டு மணி நேரத்துக்குள் அழித்துவிடவிருக்கிற எதிர்க்கரு, என்னும் புதிய தொழில்நுட்பத்தைப் பற்றிப் பேசினார்.

அவர் பேசி முடித்தபோது, அந்த அறையிலிருந்த காற்றையெல்லாம் சாத்தான் உறிஞ்சியெடுத்ததுபோல் காணப்பட்டது. யாரும் அசையவில்லை. கேமர்லெக்னோவின் வார்த்தைகள் இருளில் மிதந்துகொண்டிருந்தன.

- கார்டினல்கள் சபையின் வரலாற்றில் மின்னணுப் பொருளின் இருப்பு எப்போதும் அனுமதிக்கப்பட்டதில்லை- ஆனால், இம்முறை கேமர்லெக்னோவோல் கோரப்பட்ட தொலைக்காட்சி கேமராவின் ஹம் என்ற ஒழுங்கற்ற சத்தத்தை மட்டுமே அப்போது மோர்ட்டாடி பின்னணியில், கேட்டுக்கொண்டிருந்தார். கார்டினல்களின் முழுமுற்றான திகைப்புக்கு நடுவில், கேமர்லெக்னோ சிஸ்டைன் சாப்பலுக்குள் இரண்டு பிபிசி செய்தியாளர்களுடன் - ஒரு ஆண் மற்றும் பெண் - நுழைந்து, அவரது முறைமைசார் அறிக்கையை அவர்கள் உலகுக்கு நேரடியாக ஒளிபரப்பப்போவதாக அறிவித்தார்.

தற்போது, நேரடியாக கேமராவை நோக்கிப் பேசுவதற்கு, கேமர்லெக்னோ முன்னே வந்தார். “இல்லுமினாட்டிக்கும்,” அவரது குரல் ஆழமடைந்தது, “அறிவியல் சார்பாளர்களுக்கும் இதைச் சொல்ல என்னை அனுமதியுங்கள்.” அவர் நிறுத்தினார். “நீங்கள் இந்தப் போரில் வென்றுவிட்டீர்கள்.”

சாப்பலின் தொலைவான மூலைகளுக்கும் இப்போது அமைதி பரவியது. மோர்ட்டாடி அவரது சொந்த இதயத்தின் அவநம்பிக்கையான துடிப்பைக் கூட கேட்கமுடிந்தது.

“நீண்ட காலமாகச் சக்கரங்கள் இயக்கத்தில் இருக்கின்றன,” கேமர்லெக்னோ தொடங்கினார். “உங்களது வெற்றி தவிர்க்கமுடியாதது. இந்தக் கணத்தைப் போல எப்போதும் அது இத்தனை வெளிப்படையாக இருந்ததில்லை. அறிவியலே இப்போது புதிய கடவுள்.”

என்ன சொல்கிறார் இவர்! மோர்ட்டாடி நினைத்தார். இவர் பைத்தியமாகிவிட்டாரா? ஒட்டுமொத்த உலகமே இதைக் கேட்டுக்கொண்டிருக்கிறது.

"மருத்துவம், மின்னணு தொடர்பு சாதனங்கள், விண்வெளிப் பயணங்கள், மரபணு செல்வாக்கு... இவையே தற்போது நமது குழந்தைகளிடம் நாம் பேசும் அற்புதங்கள். அறிவியல் நமக்கு விடைகளைக் கொடுக்கும் என்பதற்கான சான்றுகளாக நாம் கூறும் அற்புதங்கள் இவை. புதர்களை எரித்து, கடலை வழிவிடச் செய்த மாசற்ற கருத்துகள் கொண்ட பழங்கதைகளெல்லாம் இனியும் பொருத்தமுடையதல்ல. கடவுள் வழக்கற்றுப் போய்விட்டார். போரில் அறிவியல் வென்றுவிட்டது. நாங்கள் ஒப்புக்கொள்கிறோம்."

குழப்பமும் கலக்கமும் கலந்த சலசலப்பு சாப்பலின் ஊடாகப் பரவியது.

"ஆனால், அறிவியலின் வெற்றி," கேமர்லெக்னோ தனது குரலில் தீவிரத்தை அதிகரித்தபடி, "நம்மில் ஒவ்வொருவரையும் விலைதர வைத்திருக்கிறது. அது நமக்கு ஆழமான இழப்பை ஏற்படுத்தியுள்ளது."

மௌனம்.

நோய் மற்றும் கடும் உழைப்பால் உண்டாகும் துயரங்களை அறிவியல் விலக்கி, நமது வசதிக்காகவும் பொழுதுபொக்குக்காகவும் ஏகப்பட்ட சாதனங்களை வழங்கியிருக்கலாம், ஆனால் அது நம்மை ஆச்சரியங்கள் ஏதுமற்ற உலகில் விட்டுச்சென்றிருக்கிறது. நமது சூர்ய அஸ்தமனங்கள் அலைநீளங்களாகவும் அதிர்வெண்களாகவும் சுருங்கிவிட்டன. பிரபஞ்சத்தின் சிக்கல்கள் கணிதச் சமன்பாடுகளாக எஞ்சிவிட்டன. மனித உயிர்களாக நமது தன்மதிப்பும்கூட அழிக்கப்பட்டிருக்கிறது. பூமி கோளையும் அதன் உயிர்களையும் மாபெரும் திட்டத்தின் அர்த்தமற்ற புள்ளிகளாகப் பிரகடனம் செய்கிறது அறிவியல். ஒரு பிரபஞ்ச விபத்தாக." அவர் நிறுத்தினார். "ஒன்றிணைப்பதாக வாக்களித்த தொழில்நுட்பமும்கூட, நம்மைப் பிரிக்கின்றன. நம்மில் ஒவ்வொருவரும் தற்போது மின்னணுரீதியாக இந்த உலகத்துடன் பிணைக்கப்பட்டிருக்கிறோம், இருந்தும் நாம் முழுக்கத் தனிமையானவர்களாக உணர்கிறோம். நாம் வன்முறை, பிரிவு,

முறிவு, துரோகத்தால் தொடர்ந்து தாக்குதலுக்குள்ளாகிறோம். அவநம்பிக்கையே ஒழுக்கமாகியுள்ளது. வெறுப்பு மனப்பான்மையும் ஆதாரம் கோருவதும் அறிவொளிச் சிந்தனைகளாகிவிட்டன. மனித வரலாற்றில் எப்போதையும்விட தற்போது மனிதர்கள் பெரிதும் மன அழுத்தமுடையவர்களாகவும் தோல்வியடைந்தவர்களாகவும் உணர்வதில் ஆச்சர்யம் ஏதுமிருக்கிறதா? அறிவியல் புனிதமானது எதையாவது தன்னிடம் கொண்டிருக்கிறதா? பிறக்காத நமது கருக்களைக்கூட விடைகளுக்காக ஆராய்ச்சி செய்கிறது. நமது சொந்த டி.என்.ஏ.க்களைக் கூட மாற்றியமைக்கத் திட்டமிடுகிறது. அர்த்தத்தைத் தேடித் தேடி கடவுளின் உலகை சின்னச் சின்ன துகள்களாகச் சிதறடித்துக்கொண்டிருக்கிறது... இருந்தும் அது மேலும் மேலும் வினாக்களையே கண்டடைந்துகொண்டிருக்கிறது."

மோர்ட்டாடி பிரமிப்புடன் கவனித்துக்கொண்டிருந்தார். கேமர்லெக்னோ தற்போது கிட்டத்தட்ட வசியம் செய்பவராக மாறியிருந்தார். வாடிகன் பலிபீடத்தில் மோர்ட்டாடி ஒருபோதும் கண்டிராத வலிமையை அவர் தன் குரலிலும் அசைவுகளிலும் கொண்டிருந்தார், அந்த மனிதனின் குரல், நிந்தனையும் சோகமும் தொனித்துக் காணப்பட்டது.

"மதத்துக்கும் அறிவியலுக்குமான பழமையான போர் முடிந்துவிட்டது" கேமர்லெக்னோ தொடர்ந்தார். "நீங்கள் வென்றிருக்கிறீர்கள். ஆனால், நீங்கள் நியாயமாக வெல்லவில்லை. பதில்களை வழங்கி நீங்கள் வெற்றிபெறவில்லை. ஒருகாலத்தில் நமக்குத் திசைகாட்டிகளாகத் திகழ்ந்து தற்போது பொருத்தமற்றதாகத் திகழும் உண்மைகளை நமது சமூகத்திடம் மிகத் தீவிரமாக எடுத்துச்சொல்லி அதனை மாற்றியமைத்ததன் மூலம் நீங்கள் வென்றிருக்கிறீர்கள். அறிவியல் வளர்ச்சி அதிவேகமானதாக இருக்கிறது. அதனை மதத்தால் தொடரமுடியாது. அது தன்னை வைரஸைப் போல ஊட்டிவளர்க்கிறது. ஒவ்வொரு புதிய கண்டுபிடிப்பும், மற்றொரு புதிய கண்டுபிடிப்புக்கு வாசல் திறக்கிறது. சக்கரத்திலிருந்து காரைக் கண்டுபிடிக்க மனித இனத்துக்கு ஆயிரக்கணக்கான ஆண்டுகள் தேவைப்பட்டன. ஆனால், காரிலிருந்து விண்ணில் பறக்க பத்தாண்டுகளே போதுமானதாயிருந்தது. தற்போது அறிவியல் வளர்ச்சியை வாரங்களில் அளவிடுகிறோம். நாம் கட்டுப்பாட்டை

மீறிச் சென்றுகொண்டிருக்கிறோம். நமக்கு இடையிலான பிளவு மேலும் மேலும் ஆழமாகிக்கொண்டிருக்கிறது, மதம் பின்தங்கிவிட, மக்கள் தாங்கள் ஆன்மிக வறுமையிலிருப்பதைக் கண்டுகொண்டிருக்கின்றனர். அர்த்தத்துக்காக நாம் கதறுகிறோம். என்னை நம்புங்கள், நாம் உண்மையிலே கதறுகிறோம். நாம் பறக்கும் தட்டுகளைக் காண்கிறோம், தியானத்தில் ஈடுபடுகிறோம், ஆவியுடன் தொடர்புகொள்கிறோம், உடலுக்கு அப்பாலான அனுபவங்கள், மனநிலைகள்- இந்த அனைத்து விசித்திரமான கருத்துகளும் அறிவியல் பூச்சைக் கொண்டுள்ளபோதும், வெட்கமின்றிச் சொன்னால் அவை பகுத்தறிவற்றவை. அவை தனிமையும் வேதனையும் கொண்ட, தன் சொந்த ஞானத்தால் முடமாக்கப்பட்ட, தொழில்நுட்பத்திலிருந்து நீக்கப்பட்ட எதுவொன்றிலும் அர்த்தத்தைக் காணவியலாத தன்மையுடைய நவீன மனதின் அவநம்பிக்கையான அலறல்கள் அவை."

மோர்ட்டாடி, தனது இருக்கையின் விளிம்புக்கு வந்திருப்பதை உணரமுடிந்தது. அவரும் இதர கார்டினல்களும் உலகெங்கும் உள்ள மக்களும் இந்த மதகுருவின் ஒவ்வொரு சொல்லையும் எதிர்பார்த்திருந்தனர். கேமர்லெக்னோ அடுக்கலங்காரச் சொற்களிலோ விமர்சித்தோ பேசவில்லை. இயேசு கிறிஸ்துவின் சொற்களையோ அல்லது வேதநூல்களிலிருந்தோ மேற்கோள் காட்டிப் பேசவில்லை. அவர் அலங்காரமின்றி, கலப்பில்லாத தூய நவீன சொற்களில் பேசி... புராதன செய்தியொன்றை வழங்கினார். மறைந்த போப் இந்த இளம் மனிதனை அத்தனை அன்புக்குரியவராக நடத்தியதன் காரணங்களுள் ஒன்றை அந்தக் கணத்தில் கண்டார் மோர்ட்டாடி. அக்கறையின்மை, வெறுப்பு மற்றும் தொழில்நுட்ப வழிபாடு நிறைந்த உலகில், கேமர்லெக்னோ போன்ற நமது ஆன்மாவுடன் பேசக்கூடிய யதார்த்தமானவர்கள்தான் தற்போது தேவாலயத்தின் ஒரே நம்பிக்கை.

கேமர்லெக்னோ மிகவும் உத்வேகத்துடன் பேசிக்கொண்டிருந்தார். "நீங்கள் சொல்லக்கூடும், அறிவியல், நம்மைக் காப்பாற்றும். நான் சொல்கிறேன், அறிவியல் நம்மை அழித்துவருகிறது. கலீலியோவின் நாள் முதல், தேவாலயம் அறிவியலின் அணிவகுப்பின் வேகத்தைக் குறைக்க முயன்றுவருகிறது, சிலசமயங்களில் தவறான வழிகளில், ஆனால் எப்போதும் நல்ல நோக்கத்துடன். இருந்தும், மனிதன் தவிர்க்கமுடியாத அளவுக்கு ஈர்ப்புகள் மிகப்பெரியவை. நான் உங்களை எச்சரிக்கிறேன்,

உங்களைச் சுற்றிலும் பாருங்கள். அறிவியலின் வாக்குறுதிகள் நிறைவேற்றப்படவில்லை. செயல்திறன் மற்றும் எளிமை பற்றிய வாக்குறுதிகள் மாசுபடுதலையும் குழப்பங்களையும் தவிர எதையும் உருவாக்கவில்லை. அழிவுப் பாதையில் முன்னேறும்... உடைவுபட்ட, வெறிபிடித்த இனமாக நாம் இருக்கிறோம்..."

கேமர்லெக்னோ நீண்ட கணங்களுக்கு நிறுத்தி, பின் கேமராவின் மீதான பார்வையைக் கூர்மைப்படுத்தினார்.

"யார் இந்த அறிவியல் கடவுள்? தன் மக்களுக்கு ஆற்றலைத் தருகிற ஆனால், அந்த ஆற்றலை எப்படிப் பயன்படுத்தவேண்டுமென்ற ஒழுக்க வரம்புகளைத் தராத இந்தக் கடவுள் யார்? குழந்தைக்கு நெருப்பைத் தருகின்ற, ஆனால் அதன் அபாயங்களைப் பற்றி எச்சரிக்காத கடவுள் எத்தகையவர்? அறிவியலின் மொழி நல்லவை கெட்டவை குறித்த வழிகாட்டிச் சின்னங்களுடன் வருவதில்லை. அறிவியல் பாடப்புத்தகங்கள் அணுப்பிளவை எப்படி உருவாக்குவதென நமக்குச் சொல்கின்றன, இருந்தும் அந்தப் புத்தகத்தில் அது நல்ல யோசனையா அல்லது மோசமான யோசனையா என நம்மைக் கேட்கும் அத்தியாயம் எதுவும் இடம்பெறுவதில்லை.

அறிவியலுக்கு, நான் இதைச் சொல்கிறேன். தேவாலயம் சோர்ந்துவிட்டது. உங்களது எச்சரிக்கும் வழிகாட்டிகளாக இருக்க முயற்சித்து நாங்கள் களைத்துவிட்டோம். நீங்கள் கண்மூடித்தனமாகச் சிறிய முதலீடு பெரிய லாபம் என்ற தேடலில் தொடர்ந்து ஈடுபட்டிருக்க, சமநிலைக்கான குரலாகப் பிரச்சாரத்தில் ஈடுபட்டு எங்களது ஆதாரங்கள் வறண்டுவிட்டன. உங்களை நீங்களே ஏன் நிர்வகித்துக்கொள்ளக்கூடாது, ஆனால் உங்களால் எப்படி முடியும்? நீங்கள் ஒரு கணம் உங்களது செயலின் விளைவுகளைக் கருத்தில் கொள்வதற்காக நிறுத்தினால்கூட, கணப்பொழுதில் உங்களை ஒருவர் விஞ்சிச் செல்லுமளவுக்கு உங்களது உலகம் மிக வேகமாகச் சுழல்கிறது. ஆகவே, நீங்கள் செயல்பட்டுக்கொண்டே இருக்கிறீர்கள். நீங்கள் பேரழிவு ஆயுதங்களைப் பெருக்குகிறீர்கள், ஆனால் அந்த ஆயுதங்களைப் பயன்படுத்துவதைக் கட்டுப்படுத்தும்படி கோர, போப்தான் உலகமெல்லாம் பயணிக்க வேண்டியிருக்கிறது. உயிருள்ள பிராணிகளை நீங்கள் குளோன் செய்கிறீர்கள், ஆனால் உங்களது செயலின் தார்மீக தாக்கங்கள் குறித்துக் கவனத்தில் கொள்ளும்படி நமக்குத் தேவாலயம்தான் நினைவுபடுத்த வேண்டியிருக்கிறது.

நீங்கள் மக்களைப் போனில், காட்சித் திரையில், கணினிகளில் தொடர்புகொள்ளும்படி உற்சாகப்படுத்துகிறீர்கள். ஆனால் தேவாலயம்தான் அதன் கதவுகளைத் திறந்து, நாம் ஆட்களுடன் நேரடித் தொடர்புகொள்ள வேண்டும், நாம் அதற்கெனப் பிறந்தவர்கள் என நினைவூட்டுகிறது. உயிர் காக்கும் ஆராய்ச்சியின் பெயரில், பிறக்காத குழந்தைகளைக்கூட கொலைசெய்கிறீர்கள். மறுபடியும், தேவாலயம்தான் இது பகுத்தறிவின் வீழ்ச்சி என்பதைச் சுட்டிக்காட்டுகிறது.

"இதற்கிடையில், நீங்கள் தேவாலயம் அறியாமையில் இருப்பதாகப் பிரகடனம் செய்கிறீர்கள். ஆனால், மிகுந்த அறியாமையில் இருப்பது யார்? மின்னலை வரையறுக்க இயலாத மனிதனா அல்லது அதன் வியக்கத்தக்க ஆற்றலை மதிக்காத மனிதனா? இந்தத் தேவாலயம் உங்களைத் தேடிவருகிறது. அனைவரையும் தேடிவருகிறது. எவ்வளவுதூரம் தேடிவருகிறோமோ அத்தனை எங்களை விலக்குகிறீர்கள். கடவுள் இருக்கிறார் என்பதற்கு எனக்கு ஆதாரம் காட்டு என்கிறீர்கள் நீங்கள். நான் சொல்கிறேன், உங்கள் தொலைநோக்கியை, சொர்க்கங்களை நோக்கி திருப்புங்கள், அங்கே எப்படி கடவுளில்லாமல் போவார் என எனக்குச் சொல்லுங்கள்." இப்போது கேமர்லெக்னோவின் கண்களில் கண்ணீர் தெரிந்தது. "நீங்கள் கேட்கிறீர்கள் கடவுள் எப்படி இருப்பார். நான் சொல்கிறேன், அந்தக் கேள்வி எங்கிருந்து வருகிறது? பதில்கள் எல்லாம் ஒன்றுதான். நீங்கள் உங்களது அறிவியலில் கடவுளைக் காணவில்லையா? எப்படி நீங்கள் அவரைத் தவறவிடமுடியும்! நமது பிரமாண்ட விண்கோள்களைவிடவும், புவிஈர்ப்பு விசையில் அல்லது அணுவின் எடையில் ஏற்படும் மீச்சிறு மாற்றமும் இந்த உலகை உயிரற்ற வெளியாக ஆக்கும் என பிரகடனம் செய்கிறீர்கள், இருந்தும் நீங்கள் இவற்றில் கடவுளின் கையை காணத் தவறுகிறீர்கள். கோடிக்கணக்கான சீட்டுகளில் இருந்து சரியான அட்டையைத் தேர்வுசெய்கிறோம் என நம்புவது உண்மையிலே இன்னும் எளிதாக இருக்குமோ! நம்மைவிட பெரிய சக்தியை நம்பாத நாம், கணிதரீதியான சாத்தியமின்மையை நம்புமளவுக்கு ஆன்மிகரீதியில் வறுமையடைந்துவிட்டோமா?

"நீங்கள் கடவுளை நம்பினாலும் நம்பாவிட்டாலும்," கேமர்லெக்னோ, தீர்க்கமாக ஆழ்ந்த குரலில் பேசினார், "நீங்கள் அவசியம் இதனை நம்புவீர்கள். ஒரு உயிரினமாக நாம் நம்மைவிட பெரிய ஆற்றல்மீது நம்பிக்கையைக் கைவிடும்போது

நமது பொறுப்புணர்வையும் கைவிட்டுவிடுகிறோம். நம்பிக்கை... அனைத்து நம்பிக்கைகளும்... நாம் புரிந்துகொள்ள முடியாத ஒன்றிருக்கிறது, ஏதோ ஒன்றிற்குக் கட்டுப்பட்டவர்கள் என்று நல்லறிவு புகட்டுபவை. நம்பிக்கையுடன் இருக்கும்போது நாம் ஒருவருக்கொருவர் பொறுப்பானவர்கள், நாம், நம்மைவிட மேம்பட்ட உண்மைக்குப் பொறுப்பானவர்கள். மதம் குறைகளுடையது, ஆனால் அது மனிதன் குறைகளுடையவன் என்பதனால்தான். நான் காண்பதைப்போலவே, வெளியுலகம் இந்தத் தேவாலயத்தைக் காணுமானால்... இந்தச் சுவர்களுக்கப்பாலுள்ள சடங்குகளுக்கு அப்பால் பார்க்குமானால்... அவர்கள் ஒரு நவீன அற்புதத்தைக் காணுவார்கள்... பூரணமில்லாத சகோதரத்துவம் ஒன்றைக் காண்பார்கள். எளிய ஆத்மாக்கள், கட்டுமீறிச் சுழலும் உலகில் கருணையின் குரலொன்றையே விரும்புகின்றன."

கேமர்லெக்னோ கார்டினல்களை நோக்கி நகர, பிபிசி ஒளிப்பதிவுப் பெண் உள்ளுணர்வில் அதைப் புரிந்துகொண்டு, அவர்களைப் படம்பிடித்தாள்.

"நாம் வழக்கற்றுப்போய்விட்டோமா?" கேமர்லெக்னோ கேட்டார். "இந்த மனிதர்களெல்லாம் டைனோசரஸ்களா? நான் டைனோசரஸா? இந்த உலகத்தில் ஏழைகளுக்காக, ஒடுக்கப்பட்டவர்களுக்காக, பிறக்காத குழந்தைகளுக்காக ஒரு குரல் உண்மையிலே தேவையா? பூரணமற்றவர்களாக இருந்தபோதும், நாம் வழிதவறாதிருக்க, ஒழுக்கத்தின் வழிகாட்டிச் சின்னங்களை வாசிக்கவேண்டுமென நம்மில் ஒவ்வொருவரின் வாழ்க்கைப் பற்றி சிந்திப்பதிலே நேரம் செலவிடும் ஆன்மாக்கள் நமக்குத் தேவையா?

விழிப்புணர்வுடனோ அல்லாமலோ அதிபுத்திசாலித்தனமான நகர்வை கேமர்லெக்னோ மேற்கொண்டிருக்கிறார் என தற்போது மோர்ட்டாடி உணரவந்தார். கார்டினல்களைக் காட்டியதன் மூலம், அவர் தேவாலயத்தைப் பிரத்யேகமானதாக மாற்றியிருந்தார். வாடிகன் நகரம் இனி ஒரு கட்டடமல்ல, அது நபர்கள்- நன்மைக்காக, கேமர்லெக்னோ போன்ற தங்கள் வாழ்வைச் செலவிட்ட நபர்கள்.

"இன்றிரவு நாம் செங்குத்துப் பாதையில் அமர்ந்திருக்கிறோம்." கேமர்லெக்னோ சொன்னார். "நம்மில் எவரும் அக்கறையற்றிருக்க இயலாது. நீங்கள் தீமையைச் சாத்தான் என பார்த்தாலும்,

ஊழல், அல்லது ஒழுக்கமின்மை என உணர்ந்தாலும்... இருள் சக்திகள் உயிர்ப்புடனும் நாளும் வளர்ந்துகொண்டும் இருக்கின்றன. அதனைப் புறக்கணிக்காதீர்கள்." கேமர்லெக்னோ தனது குரலை கிசுகிசுப்பெனுமளவுக்குக் குறைத்தார், கேமராவும் நெருங்கிவந்தது. "அந்த ஆற்றல், பலம்வாய்ந்ததாக இருப்பினும், வெல்லமுடியாததல்ல. நன்மையே வெல்லும். உங்களது இதயங்களுக்குச் செவிகொடுங்கள். கடவுளுக்குச் செவிகொடுங்கள். இந்தச் சரிவிலிருந்து ஒன்றாக நாம் மீள்வோம்."

தற்போது மோர்ட்டாடி புரிந்துகொண்டார். இதுதான் காரணம். மாநாடு மீறப்பட்டிருக்கலாம், ஆனால் இது ஒன்றுதான் வழி. இது ஒரு நாடகீய மற்றும் துணிச்சலான உதவிகோரும் வேண்டுகோள். கேமர்லெக்னோ, தனது எதிரி மற்றும் நண்பர்களிடம் பேசிக்கொண்டிருந்தார். நண்பரோ எதிரியோ, அவர் யாராயிருந்தாலும், வெளிச்சத்தைப் பார்க்கவும், இந்த மடத்தனத்தை நிறுத்தவும் கெஞ்சிக் கேட்டார். நிச்சயமாக, இந்தச் சதியின் பைத்தியக்காரத்தன்மையை உணர்ந்து யாராவது முன்வரவேண்டும்.

கேமர்லெக்னோ பலிபீடத்தில் மண்டியிட்டார். "என்னுடன் பிரார்த்தியுங்கள்."

கார்டினல்களின் சபை அவருடன் சேர்ந்து பிரார்த்திக்க மண்டியிட்டது. வெளியே புனித பீட்டர் சதுக்கத்திலும், உலகமெங்கும்... திகைப்பில் உறைந்த உலகம் அவர்களுடன் மண்டியிட்டது.

95

கொலையாளி, தனது நினைவிழந்த பரிசுப்பொருளை வேனின் பின்பக்கம் வைத்து, பரவிக் கிடந்த அவளது உடலின் அழகை ரசிக்க ஒரு கணம் எடுத்துக்கொண்டான். அவன் விலைகொடுத்து வாங்கியவளைப் போல் அவள் அத்தனை அழகாக இருக்கவில்லை, இருந்தும் அவளிடமிருந்த விலங்கின் உறுதித்தன்மை அவனைப் பரவசமடைய வைத்தது. அவளது

உடல் ஒளிமிக்கதாக, வியர்வை பனித்துக் காணப்பட்டது. அவள் மேல் கஸ்தூரி வாசனையெழுந்தது.

கொலையாளி தனது பரிசினை ரசித்தபடி நின்று கொண்டிருக்கையில், அவனது கையில் எழுந்த வலியைப் புறக்கணித்தான். கல் சவப்பெட்டி விழுந்து உண்டான சிராய்ப்பு வலிமிக்கதாக இருந்தாலும், அதற்கு ஈடாகக் கிடைத்த அவன் முன்னால் கிடந்த பரிசுப்பொருளின் மதிப்பை ஒப்பிட முக்கியமற்றதாக இருந்தது. இதற்குக் காரணமான அமெரிக்கன் அநேகமாக இந்நேரம் இறந்திருப்பான் என ஆறுதல் கொண்டான் அவன்.

சிறைபிடிக்கப்பட்ட தனது திறமையற்ற கைதியைப் பார்த்தபடி, கொலையாளி தான் செய்யவேண்டியதென்னவென மனக்கண்ணில் பார்த்தான். அவன் தன் உள்ளங்கையை, அவளது சட்டையின்கீழ் நுழைத்தான். பிராவின் கீழ் அவளது மார்புகளை அவன் நன்கு உணர முடிந்தது. அவன் புன்னகைத்தான். ஆமாம், நீ சராசரிக்கும் மேலான அழகி. அங்கேயே அவளை அடையவேண்டுமென்ற தூண்டுதலைப் புறந்தள்ளி, அவன் வண்டியின் கதவை மூடி இரவுக்குள் சென்று மறைந்தான்.

இந்தக் கொலையைக் குறித்துப் பத்திரிகைக்கு எச்சரிக்கை செய்யத் தேவையில்லை... அவனுக்காக, கொழுந்துவிட்டெரியும் தழல்கள் அதைச் செய்யும்.

* * *

செர்னில், கேமர்லெக்னோவின் உரையால் திகைத்துப் போய் அமர்ந்திருந்தாள் சில்வி. இதற்கு முன்னெப்போதும் கத்தோலிக்கத்தைச் சேர்ந்தவளாக இருந்ததற்கு இத்தனைப் பெருமிதப்பட்டதுமில்லை, செர்னில் பணிபுரிந்ததற்காக இத்தனை வெட்கப்பட்டதுமில்லை. அவள் மனமகிழ் மன்றத்திலிருந்து கிளம்பியபோது, ஒவ்வொரு தனி காட்சி அறையும் திகைப்பிலும் துயரம் நிறைந்தும் காணப்பட்டது. அவள் கோஹ்லரின் அலுவலகத்துக்குத் திரும்பியபோது ஏழு தொலைபேசி இணைப்புகளும் ஒலித்துக்கொண்டிருந்தன. ஊடக அழைப்புகள் ஒருபோதும் கோஹ்லரின் அலுவலகத்துக்கு இணைக்கப்படமாட்டாது, ஆக இந்த அழைப்புகள் ஒரே விஷயம் குறித்ததாகத்தான் இருக்கவேண்டும்.

பண அழைப்புகளாகத்தான் இருக்கவேண்டும்.

எதிர்க்கரு தொழில்நுட்பத்துக்கு ஏற்கனவே சில வாடிக்கையாளர்கள் இருந்தனர்.

வாடிகனின் உட்புறத்தில், சிஸ்டைன் சாப்பலிலிருந்து கிளம்பிய கேமர்லெக்னோவை மிகுந்த பரவசத்துடன் தொடர்ந்தான் குந்தர் க்ளிக். க்ளிக்கும் மாக்ரியும் அப்போதுதான் முன்னெப்போதும் நடக்காத நேரடி ஒளிபரப்பை நிகழ்த்தி முடித்திருந்தனர். அது எத்தகையதொரு ஒளிபரப்பாக இருந்தது. கேமர்லெக்னோ வசியத்தால் கட்டிப்போட்டிருந்தார்.

தற்போது அரங்கப் பாதையில், க்ளிக், மாக்ரியிடம் திரும்பினார் கேமர்லெக்னோ. "நான் ஸ்விஸ் காவலமைப்பை உங்களுக்காகப் புகைப்படங்களைச் சேகரிக்கச் சொல்லியிருக்கிறேன்-முத்திரையிடப்பட்ட கார்டினல்களின் புகைப்படங்கள், அதேபோல மறைந்த போப்பின் புகைப்படம் ஒன்று. நான் உங்களை எச்சரித்தாகவேண்டும், அவை அழகான புகைப்படங்களல்ல. கொடூரமான தீப்புண் காயங்கள், கறுத்துப் போன நாக்குகள். ஆனால் நீங்கள் அவற்றை ஒளிபரப்பவேண்டுமென நான் விரும்புகிறேன்."

க்ளிக் வாடிகன் நகரத்துக்குள் இருக்கும்வரை நிரந்தர கிறிஸ்துமஸ் கொண்டாட்டமாக இருக்கப்போகிறதென தீர்மானித்தான். *இறந்த போப்பின் பிரத்யேகமான புகைப்படத்தை நான் ஒளிபரப்பவேண்டுமன அவர் விரும்புகிறாரா?* "நீங்கள் உறுதியாக சொல்கிறீர்களா?" க்ளிக், தனது குரலிலிருந்த பரவசத்தை மறைக்க முயற்சித்தபடி கேட்டான்.

கேமர்லெக்னோ ஆமோதித்தார். "கவுண்ட் டவுன் தொடங்கிவிட்ட எதிர்க்கரு உறை வீடியோ காட்சியொன்றையும் ஸ்விஸ் காவலமைப்பு உங்களுக்குத் தரும்."

க்ளிக் விழித்தான். *கிறிஸ்துமஸ். கிறிஸ்துமஸ். கிறிஸ்துமஸ்!*

"இல்லுமினாட்டிகள், பெரிதும் அத்துமீறி கையை தாங்கள் வைக்கக்கூடாத இடத்தில் வைத்துவிட்டோம் என்று கண்டுகொள்ளத்தான் போகிறார்கள்," கேமர்லெக்னோ அறிவித்தார்.

96

சில சாத்தானிய சிம்பொனியில் மீள மீள வரும் கருப்பொருள் இசைபோல, மூச்சுத்திணறடிக்கும் இருள் திரும்பியிருந்தது.

வெளிச்சம் இல்லை. காற்று இல்லை. வழி இல்லை.

லேங்டன் புரட்டித்தள்ளப்பட்ட கல் சவப்பெட்டியின் கீழ் சிக்கிக்கொண்டு, தனது மனம் அபாயகரமாக விளிம்புவரை நிறைந்துவழிவதை உணர்ந்தார். தன்னைச் சுற்றி நெறித்துக்கொண்டிருக்கும் வெளியைத் தவிர வேறெந்தத் திசையிலாவது மனதைச் செலுத்த முயன்றபடி, லேங்டன் தனது மனதை கணிதம், இசை போன்ற ஏதாவதொரு தர்க்கச் செயல்பாட்டில்.... செலுத்த முயன்றுகொண்டிருந்தார். ஆனால் அமைதிப்படுத்தும் எண்ணங்களுக்கு அங்கே இடமிருக்கவில்லை. *என்னால் நகரமுடியாது! என்னால் மூச்சுவிடமுடியாது!*

அந்தப் பெட்டி விழும்போது, அதிர்ஷ்டவசமாகச் சிக்கியிருந்த அவரது மேற்சட்டையின் கைப்பகுதி விடுபட்டு, தற்போது லேங்டன் இரு கைகளையும் இயக்கமுடிந்தது. இருந்தும், அவர் இருந்த சிறிய அறையின் கூரைப்பகுதியை மேல்நோக்கி அழுத்தியபோது, அதை அசைக்க முடியாதென்பதை அவர் கண்டுகொண்டார். விநோதமாக, அவர் சட்டைப்பகுதி இன்னும் சிக்கியே இருந்திருக்கலாமென விரும்பினார். குறைந்தபட்சம் காற்று வருவதற்குக் கொஞ்சம் விரிசலையாவது அது விட்டிருந்திருக்கும்.

மேலே காணப்பட்ட கூரைக்கெதிராக லேங்டன் உந்தியபோது, அவரது சட்டைக் கைப்பகுதி கீழிறங்கி, அவரது பழைய நண்பன் மெல்லிய வெளிச்சத்தை வெளிப்படுத்தியது. மிக்கி. அந்தப் பச்சைநிறக் கார்ட்டூன் முகம் அவரை தற்போது பரிகசித்ததுபோல் தோன்றியது.

லேங்டன், ஒளிக்கான வேறெந்த அறிகுறியாவது இருக்கிறதா என இருளை ஆராய்ந்தார், ஆனால் பெட்டியின் விளிம்பு தரையோடு சேர்ந்து பொருந்தியிருந்தது. *பாழாய்ப்போன இத்தாலிய பரிபூரணவாதிகள்*, அவர் சபித்தார், *கலைச்சிறப்பை மதிக்கவேண்டும் என தன் மாணவர்களுக்குக் கற்றுத்தந்த*

கருத்தால் தற்போது ஆபத்துக்காளாகியிருந்தார்... குறையொன்றில்லாத விளிம்புகள், குறைபாடற்ற இணைகள், அத்துடன் நிச்சயமாகத் தடையற்ற இணக்கமான கராரா பளிங்கு மட்டுமே பயன்படுத்தப்பட்டிருந்தது.

துல்லியம் மூச்சுத் திணறடிப்பதாக இருக்கலாம்.

"பாழாய்ப் போனதைத் தூக்கு," எலும்புகளின் சிடுக்குகளுக்கிடையே கடினமாக அழுத்தியபடி, அவர் சத்தமாகச் சொன்னார். அந்தப் பெட்டி சற்றே நகர்ந்தது. தாடையை இறுக்கியபடி, அவர் மீண்டும் உந்தினார். அந்தப் பெட்டி பாறையைப் போலத் தெரிந்தது, ஆனால் இம்முறை அது ஒரு அங்குலத்தில் கால்பகுதி உயர்ந்தது. ஒளியின் மினுக்கம் சில கணம் அவரைச் சூழ்ந்தது, பின் அந்தப் பெட்டி தட்டென்ற சப்தத்துடன் கீழிறங்கியது. இருளில் லேங்டன் மூச்சிரைத்தபடி காணப்பட்டார். அவர் முன்பு செய்ததுபோல, தனது கால்களைப் பயன்படுத்தி தூக்கமுயன்றிருப்பார், ஆனால் தற்போது கல் சவப்பெட்டி கிடைமட்டமாக விழுந்திருந்ததால், அவரது முழங்காலை நிமிர்த்தக்கூட அங்கு இடமில்லை.

அடைப்பான இடங்களைக் குறித்த பீதி எழவே, கல் சவப்பெட்டி தன்னைச் சுற்றி சுருங்குவதுபோன்ற பிம்பங்கள் லேங்டனை ஆக்கிரமித்தன. பிரமையால் நெருக்கப்பட்டு, அவர் தனது அறிவுக்கூர்மையின் ஒவ்வொரு தர்க்கத் துணுக்காலும் அந்தப் பிரமைக்கெதிராகப் போராடினார்.

"கல் சவப்பெட்டி," அவர் முடிந்தவரை கல்விசார் படைப்பாற்றலைத் திரட்டியபடி சத்தமாகச் சொன்னார். ஆனால், இன்று புலமைகூட அவரது எதிரியாக இருக்கும்போல தெரிந்தது. *சாக்ரோபாகஸ் என்ற சொல் கிரேக்க வார்த்தையான தசை என பொருள் தரும் சார்க்ஸ், உண்பது என பொருள்படும் பேஜின் என்பதிலிருந்து உருவானது. நான் சதையை உண்பதற்கெனவே உருவாக்கப்பட்ட ஒரு பெட்டியில் மாட்டிக்கொண்டேன்.*

எலும்பிலிருந்து தசை உண்ணப்படும் பிம்பங்கள், மனித மிச்சங்கள் சூழ்ந்திருக்க அதன் மேல் லேங்டன் காணப்பட்டார் என்ற இருண்ட உண்மையை நினைவூட்டுவதாகவே செயல்பட்டன. அந்த எண்ணம் வாந்தியெடுக்கும் உணர்வையும் அச்சத்தையும் ஏற்படுத்தியது. ஆனால், அது ஒரு யோசனையையும் கொண்டுவந்தது.

லேங்டன் சவப்பெட்டிக்குள் குருட்டாம்போக்கில் தடவித் தடுமாறி, எலும்பின் ஒரு துண்டைக் கண்டடைந்தார். ஒருவேளை விலா எலும்பாக இருக்குமோ? அவர் பொருட்படுத்தவில்லை. அவர் விரும்பியதெல்லாம் ஒரு ஆப்பு. அவரால் அந்தப் பெட்டியை, சிறு விரிசல் அளவுக்காவது உயர்த்தமுடிந்தால், அந்த விளிம்பின்கீழ் எலும்புத் துண்டை நுழைத்தால், பின் போதுமான காற்று கிடைக்கலாம்....

எலும்பின் குறுகலான முனையை உடலுக்குக் குறுக்காகக் கொண்டுவந்து, தரைக்கும் சவப்பெட்டிக்குமான விரிசலில் நுழைக்கவேண்டும், லேங்டன் தன் இன்னொரு கையால் மேல்நோக்கி உந்தினார். அந்தப் பெட்டி அசையவில்லை. சிறிதளவுகூட. அவர் மீண்டும் முயன்றார். ஒரு கணத்துக்கு மெலிதாக நடுங்கியதாகத் தோன்றியது, ஆனால் அவ்வளவுதான்.

கடுமையான துர்நாற்றமும் ஆக்ஸிஜன் தட்டுப்பாடும் அவரது உடலிலிருந்து பலத்தைக் குறைக்க, லேங்டன் இன்னும் ஒரேயொரு முயற்சிக்குத்தான் நேரமிருக்கிறது என்பதை உணரவந்தார். மேலும் அவர் தன் இரு கைகளையும் பயன்படுத்தவேண்டுமென்பதையும் அறியவந்தார்.

மறுபடியும், அவர் அந்தப் பிளவுக்கெதிராக எலும்பின் குறுகிய முனையைச் செருகி, அவர் தன் உடலை நகர்த்தினார், அவர் அந்த எலும்பை தோளபகுதிக்கு எதிராக, ஓரிடத்தில் செருகினார். கவனமாக அது நகர்ந்துவிடாமல், அவர் இரு கைகளையும் தனக்கு மேலாக உயர்த்தினார். நகரவியலாது சிக்கிக்கொண்டது அவரை மூச்சுத் திணறவைக்க, அவர் ஒரு தீவிரமான பீதியை உணர்ந்தார். இன்று இரண்டாவது முறையாக அவர் காற்றில்லாத இடத்தில் சிக்கிக்கொண்டிருந்தார். சத்தமாக அலறியபடி, லேங்டன் வெடிப்புறும் அசைவுடன் மேல்நோக்கிப் பாய்ந்தார். ஒரு கணம் அந்தப் பெட்டி தரையிலிருந்து உயர்ந்தது. ஆனால், அதுவே தேவைக்கதிகமானது. தனது தோளுக்கெதிராக இணைத்திருந்த எலும்புத் துண்டு அகன்ற பிளவின்வழியாக வெளியே நீட்டியது. மீண்டும் பெட்டி விழுந்தபோது, அந்த எலும்பு சிதறிவிட்டது. ஆனால், இம்முறை லேங்டன் அந்தப் பெட்டி முட்டுக்கொடுக்கப்பட்டதைக் கண்டார். அந்தப் பெட்டியின் விளிம்புக்குக் கீழாக மிகச்சிறு ஒளிக்கீற்று தோன்றியது.

களைப்படைந்த, லேங்டன் தளர்ந்துபோனார். தொண்டையில் ஏற்படும் நெறிக்கும் உணர்வு விலகுமென்ற நம்பிக்கையில் அவர் காத்திருந்தார். ஆனால், அது நொடிகள் செல்லச் செல்ல மோசமடையவே செய்தது. அந்தப் பிளவின் வழியாகக் காற்று வந்தபோதும் அது நுண்ணியமானது. அது அவரை உயிர்ப்புடன் வைத்திருக்கப் போதுமானதா என லேங்டன் வியந்தார். போதுமெனில், எவ்வளவு நேரத்துக்கு? அவர் மயக்கமடைந்தால், அவர் அங்கிருந்தார் என யார் அறியக்கூடும்?

ஈயம் போன்ற கைகளால், லேங்டன் தனது கைக்கடிகாரத்தை மீண்டும் உயர்த்தினார். இரவு மணி 10.12. நடுங்கும் விரல்களுடன் போராடியபடி, அவர் கடிகாரத்துடன் தடுமாறியபடி, தனது கடைசி முயற்சியை மேற்கொண்டார். அவர் கடிகாரத்தின் மீச்சிறு டயல்களில் ஒன்றைத் திருப்பி, பட்டன் ஒன்றை அழுத்தினார்.

நினைவு மங்கியபடி செல்ல, சுவர்கள் நெருக்கமாக அழுத்த, லேங்டன் தனது பழைய பயங்கள் மேலெழுந்துவருவதுபோல் உணர்ந்தார். அவர் தான் பல சயமங்களில் செய்ததுபோல, ஒரு திறந்த வெளியில் இருப்பதுபோல கற்பனை செய்ய முயன்றார். எனினும் கற்பனை செய்த அந்தப் பிம்பத்தால், ஒரு பலனும் இருக்கவில்லை. அவரது இளம்வயது முதல் அவரை அச்சுறுத்திய அந்தக் கொடுங்கனவு உடைத்துக்கொண்டு மேலெழுந்தது…

* * *

இங்கிருக்கும் மலர்களெல்லாம் ஓவியங்களைப் போன்றிருக்கின்றன, என நினைத்தபடி அந்தச் சிறுவன் சிரித்தபடியே அந்தப் புல்வெளியின் ஊடாக ஓடினான். தனது பெற்றோரும் உடன் வந்திருக்கலாம் என அவன் விருப்பப்பட்டான். ஆனால், அவனது பெற்றோர் முகாமை அமைப்பதில் மும்முரமாயிருந்தனர்.

“வெகு தொலைவுக்குப் போய்விடாதே,” அவனது அம்மா சொன்னாள்.

அவன் அது காதில் விழாததுபோல் பாவனை செய்தபடி மரங்களுக்கிடையே துள்ளிக் குதித்தோடினான்.

தற்போது, அந்தச் சிறப்பான நிலத்தைக் கடந்து, அந்தப் பையன் எல்லைக் கற்கள் காணப்பட்ட இடத்தைக் கடந்துசென்றான். அது ஒரு பழைய பண்ணை வீட்டின் அடித்தளமாக இருக்குமென நினைத்தான்.

அவன் அதனருகில் செல்லமாட்டான். அவன் நன்றாக அறிந்திருந்தான். தவிரவும், அவனது கண்கள் வேறொன்றின் மீது– அழகான பெண்ணின் மிதியடியெனச் சொல்லப்படும்– நியூ ஹாம்ப்ஷைரின் அரிய, மிகவும் அழகிய மலரால் ஈர்க்கப்பட்டிருந்தது– அவன் அதனைப் புத்தகங்களில் மட்டுமே பார்த்திருந்தான்.

பரபரப்பால், அந்தப் பையன் மலரை நோக்கிச் சென்றான். அவன் மண்டியிட்டான். அவனுக்கு அடியிலிருந்த நிலம் தழைக்கூளம் மண்டியதாகவும் வெறுமையாகவும் காணப்பட்டது. அவன், தனது மலர் கூடுதல் வளமான பகுதியில் மலர்ந்திருப்பதை உணரவந்தான். அது மட்கிய செடிகொடிகளின் தொகுதிக்கு நடுவிலிருந்து வளர்ந்திருந்தது.

அந்தப் பரிசை வீட்டுக்கு எடுத்துச் செல்லும் எண்ணத்தால் சிலிர்ப்படைந்து, அந்தப் பையன் அதை நெருங்கி... அதன் காம்பை நோக்கி தனது விரல்களை நீட்டினான்.

அவன் அதை ஒருபொழுதும் சென்றடையவே இல்லை.

ஒரு நோய்க்கூறான விரிசலுடன், நிலம் உள்வாங்கியது.

அவன் வீழ்ந்தபோது தலைசுற்றலும் திகிலுமாக நீடித்த மூன்று நொடி அச்சத்தில், அந்தப் பையன் தான் இறந்துவிடுவோமென அறிந்திருந்தான். கீழ்நோக்கி வீழ்ந்தபடி, எலும்பு நொறுங்கும் மோதலுக்கு ஆயத்தமாக ஆனான். அது நடந்தபோது, அங்கே வலியிருக்கவில்லை. மென்மை மட்டுமே இருந்தது.

மற்றும் குளிர்.

அவன் ஆழமான நீர்ப்பரப்பில் முதலில் முகம் மோத விழுந்து, குறுகிய கறுமைப் பரப்புக்குள் மூழ்கினான். இலக்கின்றி அந்தர்பல்டிகள் அடித்து, தன்னை அனைத்துப் புறங்களிலும் சூழ்ந்திருந்த வெறும் சுவரை அவன் பற்றிக்கொண்டான். உள்ளுணர்வால் எப்படியோ, அவன் மேற்பரப்புக்கு உமிழப்பட்டான்.

ஒளி.

அவனுக்கு மேலே மெல்லியதாக, மைல்கணக்கில் மேலே ஒளி தென்பட்டது.

அவனது கரங்கள் நீரைப் பற்றியிருக்க, வெற்றுச்சுவரில் பற்றுவதற்கு எதையாவது தேடித் தவித்தன. மென்மையான கற்கள் மட்டுமே. அவன் கைவிடப்பட்ட சுற்றுச்சுவர் தாண்டி கிணற்றுக்குள் விழுந்திருந்தான். உதவி வேண்டி கத்தினான், ஆனால் அவனது கதறல்கள் அந்த

இறுக்கமான கிணற்றுச் சுவருக்குள்ளே எதிரொலித்தன. அவன் திரும்பத் திரும்ப கத்தினான். அவனுக்கு மேல், அந்தச் சிதைந்த துளை இருளடைந்தபடியே சென்றது.

இரவு வந்தது.

இருளில் நேரம் திரிபடைந்ததுபோல் தோன்றிற்று. துளையின் ஆழத்து நீரில் தத்தளித்தபடி கத்தியும் அழைத்தும் போராடியதில் கால் மரத்துப்போகத் தொடங்கியது.. சுவர் இடிந்துவிழுந்து உயிருடன் புதைவதுபோன்ற காட்சிகளால் அவன் துயரமடைந்தான். களைப்பால் அவனது கைகள் வலியெடுக்கத் தொடங்கின. சில முறை அவன் குரல்களைக் கேட்டான். அவன் வெளியே நோக்கி கத்தினான். ஆனால், அவனது சொந்தக் குரலே கனவைப் போன்று... ஓசையற்றதாக மாறியிருந்தது.

இரவு கவிழ, அந்தத் துளை ஆழமானதாக மாறியது. சுவர்கள் அமைதியாக நெருங்கியபடி வந்தன. அந்தப் பையன் சுற்றியிருக்கும் சுவரை வெளிநோக்கித் தள்ளினான். களைப்படைந்து, அவன் தோல்வியை ஒப்புக்கொள்ள விரும்பினான். இருந்தும் அந்த நீர் அவனுடைய எரியும் பயங்களை மரத்துப் போகச் செய்து, அவனை மிதக்கவைப்பது போல் உணர்ந்தான்.

மீட்புக் குழு வந்தபோது, அவர்கள் அந்தப் பையன் பெயரளவுக்கே நினைவுடன் இருப்பதைக் கண்டறிந்தனர். அவன் நீரில் ஐந்து மணி நேரம் தத்தளித்துக் கொண்டிருந்தான். இரண்டு நாட்களுக்குப் பின், போஸ்டன் க்ளோப், "வாழ்வை வென்ற சிறிய நீச்சல்காரன்" என முன்பக்கச் செய்தி வெளியிட்டிருந்தது.

97

கொலையாளி, டிபெர் நதியின் மேல்புறமாகப் பிரமாண்டமான கல் கட்டடத்திலான இடத்தில் வேனை நிறுத்தி புன்னகைத்தான். அவன் தனது பரிசைச் சுமந்தபடி சுழல் வடிவில் மேலேறிச் சென்ற கல்லாலான குகைப்பாதையில் மேலே மேலே ஏறிச் சென்றான், அவனது சுமை மெல்லியதாக இருந்ததில் நன்றியுடையவனாக உணர்ந்தான்.

அவன் கதவருகே வந்தான்.

அறிவொளி திருச்சபை, அவன் மகிழ்வாய்க் காணப்பட்டான். *பழங்கால இல்லுமினாட்டி சந்திப்பு அறை. அது இங்கிருக்குமென யார் கற்பனை செய்திருக்கமுடியும்?*

உள்ளே, பட்டாலான நீண்ட இருக்கையொன்றில் அவளைப் படுக்கவைத்தான். பின் அவன் நிபுணத்துவத்துடன் அவளது கைகளைப் பின்னால் வைத்துப் பிணைத்தும், கால்களைக் கட்டியும் வைத்தான். அவனது கடைசி வேலை முடியும் வரைக்கும் அவன் ஆசைப்பட்டது காத்துக்கொண்டிருக்கும் என அவன் அறிவான். நீர்.

இருந்தும், அனுபவிக்க தனக்குச் சில கணங்கள் இருப்பதாக அவன் நினைத்தான். அவளுக்கருகே மண்டியிட்டு, அவளது தொடைகளில் கைகளை ஓடவிட்டான். அது மென்மையாக இருந்தது. செழுமையாக. அவனது கறுநிற விரல்கள் அவளது ஷார்ட்ஸின் விளிம்பில் நெளிந்து சென்றது. மேலேறிச் சென்றது.

அவன் நிறுத்தினான். கிளர்ச்சியடைந்து, *பொறுமை,* என அவன் தனக்குத்தானே சொல்லிக்கொண்டான். *செய்துமுடிக்கவேண்டிய வேலை இருக்கிறது.*

அந்த அறையின் உயரமான கல்லாலான பால்கனிக்குச் சென்று ஒரு கணம் நின்றான அவன. மாலை நேரத தென்றல் மெதுவாக அவனது தீவிரத்தைத் தணியச் செய்தது. வெகு கீழே திபெர் சீறிப்பாய்ந்தது. அவன் தன் கண்களைப் புனித பீட்டர் மாடத்துக்கு உயர்த்தினான், ஒரு மைலில் மூன்றிலொரு பங்கு தூரத்தில், நூற்றுக்கணக்கான ஊடக வெளிச்சத்தின் கீழ் நிர்வாணமாகக் காணப்பட்டது.

"உங்களது இறுதி மணித்துளி," அவன் சத்தமாகச் சொன்னபடி, சிலுவைப் போரில் வெட்டிக்கொல்லப்பட்ட ஆயிரக்கணக்கான முஸ்லிம்களை மனதில் நினைத்துக் கொண்டான். "நள்ளிரவில் நீங்கள் உங்களது கடவுளைச் சந்திப்பீர்கள்."

அவனுக்குப் பின்னால், அந்தப் பெண் அசைந்தாள். கொலையாளி திரும்பினான். அவன் அவளை விழித்தபடியே விட்டுச்செல்வது பற்றி ஆலோசித்தான். ஒரு பெண்ணின் கண்களில் அச்சத்தைக் காண்பதே அவனது மிகச்சிறந்த சிற்றின்பத்தைத் தூண்டும் மருந்து.

விவேகமாகச் செயல்படத் தீர்மானித்தான் அவன். வெளியே போயிருக்கையில் அவள் தன்னுணர்வின்றி இருப்பதே சிறந்தது. கட்டப்பட்டிருப்பதால் அவள் தப்பமுடியாதென்றாலும், கொலையாளி தான் திரும்பவரும்போது அவள் போராடிக் களைத்துப் போயிருப்பதைக் காண விரும்பவில்லை. **உனது சக்தி... எனக்காகப் பாதுகாத்து வைக்கப்பட்டிருப்பதையே நான் விரும்புகிறேன்.**

அவளது தலையைச் சற்றே உயர்த்தி, அவன் தனது உள்ளங்கையை அவளது கழுத்துக்குக் கீழே வைத்து, அவளது மண்டையோட்டுக்கு நேர்கீழே காணப்படும் வெறுமையான இடத்தைக் கண்டடைந்தான். கிரீட/ மெரிடியன் அழுத்தப் புள்ளி, அவன் எண்ணற்ற முறை பயன்படுத்திய ஒன்று. நெரிக்கும் விசையுடன், அவன் தனது கட்டை விரலை அந்த மென்மையான குருத்தெலும்பில் செலுத்தி, அது அழுத்தத்துக்குள்ளாவதை உணர்ந்தான். அந்தப் பெண் உடனடியாகச் சரிந்தாள். **இருபது நிமிடங்கள்,** அவன் நினைத்தான். ஓர் அற்புதமான நாளின் ஏங்க வைக்கும் முடிவாக அவள் இருப்பாள். அவனுக்கு அவள் சேவையளித்த பின், இறந்துபோவாள், அவன் பால்கனியில் நின்றபடி நள்ளிரவு வாடிகன் வாணவேடிக்கையைப் பார்ப்பான்.

தனது பரிசை படுக்கையில் சுயநினைவின்றி விட்டுவிட்டு, படிக்கட்டில் இறங்கி, நெருப்பால் வெளிச்சமூட்டப்பட்ட நிலவறைக்குள் சென்றான் கொலையாளி. கடைசி வேலை. அவன் மேஜையொன்றுக்குச் சென்று, அதில் அவனுக்காக வைக்கப்பட்டிருந்த போற்றத்தக்க புனிதமான உலோக வடிவங்களைக் கண்டான்.

நீர், அதுதான் அவனது கடைசி.

சுவரிலிருந்து ஒரு பந்தத்தை எடுத்து அவன் ஏற்கனவே மூன்று முறை பண்ணியிருந்ததுபோல் அதன் முனையைச் சூடுபண்ணத் தொடங்கினான். அந்தப் பொருளின் முனை சூட்டில் வெண்ணிறமானதும், அவன் அதை கையிலெடுத்துக்கொண்டு அந்த அறைக்குச் சென்றான்.

உள்ளே, ஒரேயொரு மனிதர் மௌனமாக நின்றுகொண்டிருந்தார்.

முதுமையும் தனிமையுமாக.

“கார்டினல் பக்கியா,” கொலைகாரன் கிசுகிசுத்தான். “நீங்கள் இன்னும் பிரார்த்தனை செய்யவில்லையா?”

அந்த இத்தாலியனின் கண்கள் பயமற்றவையாகக் காணப்பட்டன. “உனது ஆத்மாவுக்காக மட்டும்.”

98

ஆறு தீயணைப்புப் பணியாளர்கள், சாந்தா மரியா டெல்லா விட்டோரியா திருச்சபையில் ஏற்படுத்தப்பட்ட நெருப்பை ஹாலோன் வாயுவைப் பீய்ச்சியடித்து அணைத்தனர். நீர் மலிவானது, ஆனால் அதனால் ஏற்படும் நீராவி சாப்பலில் உள்ள ஓவியங்களைப் பாழாக்கிவிடும். மேலும், வாடிகனுக்குச் சொந்தமான கட்டடங்களுக்கு விரைவான மற்றும் விவேகமான சேவை வழங்க ரோமன் தீயணைப்பு நிலையங்களுக்கு, வளமான உதவித் தொகை வழங்கிவந்தது வாடிகன்.

தீயணைப்பு வீரர்கள், தங்களின் வேலை இயல்பு காரணமாகத் தினமும் அசம்பாவிதங்களைக் கண்டு வந்தனர். ஆனால் இந்த திருச்சபையில் நெருப்பை அணைத்தபோது கண்டதை அவர்களில் ஒருவரும் எப்போதும் மறக்கமாட்டார்கள். பகுதி சிலுவைப்பாடு, பகுதி ஊசலாடவிடல், பகுதி நெருப்பிலெரித்தல் என, அந்தக் காட்சி ‘கோதிக்’ கொடுங்கனவிலிருந்து அகழ்ந்தெடுக்கப்பட்ட ஒன்றாக இருந்தது.

துரதிர்ஷ்டவசமாக, ஊடகங்கள் வழக்கம்போல் தீயணைப்புத் துறைக்கு முன்பே வந்திருந்தன. தீயணைப்புத் துறையினர் திருச்சபையை சரிசெய்யும்முன்பு அவர்கள் தாராளமாக வீடியோ காட்சிகளை எடுத்திருந்தனர். கடைசியாகத் தீயணைப்பு வீரர்கள், பாதிக்கப்பட்டவரைக் கம்பியிலிருந்து வெட்டியிறக்கி தரையில் கிடத்தியபோது, அந்த மனிதர் யார் என்ற சந்தேகம் இருக்கவில்லை.

“கார்டினல் கிடெரா,” ஒருவர் முணுமுணுத்தார். “பார்சிலோனாவைச் சேர்ந்தவர்.”

பாதிக்கப்பட்டவர் நிர்வாணமாகக் காணப்பட்டார். அவரது தொடையில் வெடித்த பிளவுகளில் ரத்தம் கசிந்து அவரது உடலின் கீழ்ப்பகுதி செங்கருமை நிறமாகக் காணப்பட்டது. அவரது மூட்டுக்குக் கீழுள்ள எலும்புகள் வெளித்தெரிந்தது. ஒரு தீயணைப்பு வீரர் வாந்தியெடுத்தார். மற்றொருவர் மூச்சுவாங்க வெளியே ஓடினார்.

எனினும், உண்மையான அச்சம் கார்டினலின் மார்புப் பகுதியில் பொசுங்கித் தெரிந்த முத்திரையைப் பார்த்தபோது எழுந்தது. தீயணைப்புப் படையின் தலைவர், அந்தப் பிணத்தை பெரும் திகிலுடன் வளைய வந்தார். *இது பிசாசின் வேலை,* அவர் தனக்குள் சொல்லிக்கொண்டார். *சாத்தான் மட்டுமே இதைச் செய்யும்.* முதல்முறையாக அவர் சிலுவைக் குறி இட்டுக்கொண்டார்.

"மற்றொரு உடல்!" யாரோ கத்தினார்கள். தீயணைப்பு வீரர்களில் ஒருவர் மற்றொரு உடலைக் கண்டுபிடித்திருந்தார்.

இரண்டாவதாக உயிரிழந்திருந்த மனிதனை தலைவர் உடனடியாக அடையாளம் கண்டுவிட்டார். பொது சட்ட அமலாக்க அதிகாரிகள் எவரொருவருக்கும், ஸ்விஸ் காவலமைப்பின் கண்டிப்பான தளபதியிடம் எந்த ஒரு ப்ரியமும் கிடையாது. தலைவர் வாடிகனை அழைத்தார், ஆனால், அனைத்து இணைப்புகளும் பிஸியாக இருந்தன. அது ஒரு விஷயமில்லை என அவர் அறிவார். இன்னும் சில நிமிடங்களில், ஸ்விஸ் காவலமைப்பு இதை தொலைக்காட்சியில் கேட்டறியும்.

தலைவர் பாதிப்பை ஆராய்ந்தபோது, இங்கே என்ன நடந்திருக்க சாத்தியமென யூகம் செய்ய முயல்கையில், அவர் மாடக்குழி ஒன்று தோட்டாத் துளைகளால் சல்லடையாக்கப்பட்டிருப்பதைப் புதிருடன் பார்த்தார். வெளிப்படையான போராட்டமொன்றில், சவப்பெட்டி ஒன்று அதன் தாங்கிகளில் இருந்து நகர்ந்து தலைகீழாக விழுந்திருந்தது. அது குழப்பமாகக் காணப்பட்டது. *காவலர்களும் புனிதர்களும் கண்டு நிர்வாகிக்கவேண்டியது* என நினைத்துத் திரும்பினார் தலைவர்.

எனினும் திரும்பியபோது, அவர் நின்றார். அந்தச் சவப்பெட்டியிலிருந்து அவர் ஒரு சத்தத்தைக் கேட்டார். அது எந்தவொரு தீயணைப்பு வீரனும் எப்போதும் கேட்க விரும்பும் சத்தமல்ல.

“குண்டு!” அவர் கத்தினார். “எல்லோரும் வெளியே செல்லுங்கள்!”

குண்டுகளைக் கண்டறியும் குழு வந்து அந்தச் சவப்பெட்டியை நிமிர்த்தியபோது, அவர்கள் அந்த எலெக்ட்ரானிக் பீப் சத்தத்தின் மூலத்தைக் கண்டறிந்தனர். அவர்கள் குழப்பமாகப் பார்த்தனர்.

“மருத்துவர்!” கடைசியில் ஒருவர் கத்தினார். “மருத்துவர்!”

99

“ஆலிவெட்டியிடமிருந்து ஏதாவது தகவல்?” சிஸ்டைன் சாப்பலிலிருந்து போப்பின் அலுவலகத்துக்குத் திரும்பியபோது சோர்ந்து காணப்பட்ட கேமர்லெக்னோ, பாதுகாப்பாய் வந்த ரோச்சரிடம் கேட்டார்.

“இல்லை, ஐயா. நான் மோசமான தகவல் வருமோ எனப் பயந்துகொண்டிருக்கிறேன்.”

அவர்கள் போப்பின் அலுவலகத்தை அடைந்தபோது, கேமர்லெக்னோவின் குரல் கனமாகக் காணப்பட்டது. “கேப்டன், இன்றிரவு நான் இதிலும் அதிகமாய்ச் செய்ய எதுவுமில்லை. நான் ஏற்கனவே அதிகமாய்ச் செய்துவிட்டேனோ என பயப்படுகிறேன். இந்த அலுவலகத்துக்குள் போய் நான் பிரார்த்திக்கப்போகிறேன். தொந்தரவு செய்யப்படுவதை நான் விரும்பவில்லை. மற்றவை இறைவன் கரங்களில்.”

“சரி, ஐயா.”

“கேப்டன் ஏற்கனவே தாமதமாகிவிட்டது. உறையைக் கண்டுபிடியுங்கள்.”

“நமது தேடல் தொடர்கிறது.” ரோச்சர் தயங்கினார். “அந்த ஆயுதம் நன்கு மறைத்துவைக்கப்பட்டிருக்கிறது என்பதை நிரூபிக்கிறது.”

கேமர்லெக்னோ, அதை எண்ணாதுபோனோமே என பதைபதைப்படைந்தார். “ஆமாம், மிகச் சரியாக 11.15 மணியின்போதும் திருச்சபை அபாயத்திலிருந்தால், நீங்கள்

கார்டினல்களை வெளியேற்றவேண்டுமென நான் விரும்புகிறேன். அவர்களது பாதுகாப்பை உங்களது கையில் ஒப்படைக்கிறேன். ஒரே ஒரு விஷயம் மட்டும் நான் கேட்டுக்கொள்கிறேன். இந்த நபர்கள் இந்த இடத்தைவிட்டு மரியாதையுடன் கிளம்பட்டும். அவர்கள் புனித பீட்டர் சதுக்கத்துக்குச் சென்று, மற்றவர்களுடன் அருகருகே நிற்கட்டும். இந்தத் திருச்சபையின் கடைசி பிம்பம், திகிலடைந்த வயோதிகர்கள் பின் கதவு வழியாக நழுவியோடினார்கள் என்றிருப்பதை நான் விரும்பவில்லை."

"மிக நன்று, ஐயா. நீங்கள்? உங்களை அழைத்துச்செல்லவும் 11.15-க்கு நான் வரவா?"

"அதற்கு அவசியமிருக்காது."

"ஐயா?"

"உயிர் என்னைவிட்டுப் பிரியும்போதே நான் கிளம்புவேன்."

கப்பலுடன் மூழ்குவதையே கேமர்லெக்னோ விரும்புகிறாரோ என ரோச்சர் வியந்தார்.

கேமர்லெக்னோ போப் அலுவலகத்தின் கதவைத் திறந்து உள்ளே நுழைந்தார். "உண்மையில்..." திரும்பியபடி அவர் சொன்னார் "ஒரு விஷயம் இருக்கிறது."

"ஐயா?"

"இன்றிரவு இந்த அலுவலகம் குளிராய்த் தெரிகிறது. நான் நடுங்கிக்கொண்டிருக்கிறேன்."

"மின்சார வெப்பம் தீர்ந்துவிட்டது. உங்களுக்காக நெருப்புப் பற்றவைக்க என்னை அனுமதியுங்கள்."

கேமர்லெக்னோ களைப்பாகப் புன்னகைத்தார். "நன்றி. உங்களுக்கு மிகவும் நன்றி."

ரோச்சர், கேமர்லெக்னோவை ஒரு சிறிய ஆசிர்வதிக்கும் மேரி சிலையருகே நெருப்பு வெளிச்சத்தில் பிரார்த்திக்க விட்டுவிட்டு, போப் அலுவலகத்தைவிட்டு வெளிவந்தார். அது ஒரு விசித்திரக் காட்சி. ஒரு கருநிழல் மின்னும் வெளிச்சத்தில் மண்டியிட்டபடி காணப்பட்டது. ரோச்சர் அந்த அரங்கில் திரும்பிக்கொண்டிருக்க, ஒரு காவலன் எதிர்ப்பட்டு அவனை

நோக்கி ஓடிவந்தான். மெழுகுவர்த்தி வெளிச்சத்திலும் அது லெப்டினன்ட் சார்ட்ராண்ட் என அடையாளம் கண்டுகொண்டார். இளமையாய், செழிப்பாய், ஆவலாய்.

“கேப்டன்,” சார்ட்ராண்ட் அழைத்தபடி, கையில் ஒரு செல்போனைப் பிடித்திருந்தான். “கேமர்லெக்னோவின் உரை வேலைசெய்ய ஆரம்பித்துவிட்டதென நான் நினைக்கிறேன். தன்னிடம் ஒரு தகவல் இருக்கிறதெனவும் அது நமக்கு உதவுமெனவும் ஒருவரிடமிருந்து நமக்கு அழைப்பு வந்தது. வாடிகனின் தனிப்பட்ட தொலைபேசிகளில் ஒன்றுக்கு அழைத்திருக்கிறார் அவர். அந்த எண் அவருக்கு எப்படிக் கிடைத்ததென எனக்குத் தெரியவில்லை.”

ரோச்சர் நின்றார். “என்ன?”

“அவர் மேல்மட்ட அலுவலரிடம் மட்டுமே பேசுவேன் என்கிறார்.”

“ஆலிவெட்டியிடமிருந்து ஏதாவது தகவல் வந்ததா?”

“இல்லை, ஐயா.” அவன் ரிசீவரை எடுத்தான்.

“நான் கேப்டன் ரோச்சர். இங்கே நான் உயர் அதிகாரி.”

“ரோச்சர்,” அந்தக் குரல் சொன்னது. “நான் யார் என்பதை நான் உங்களுக்குச் சொல்கிறேன். பின் அடுத்து நீங்கள் என்ன செய்யப்போகிறீர்கள் என்பதை நான் உங்களுக்குச் சொல்வேன்.” அழைத்தவர் பேசுவதை நிறுத்தி போனை வைக்க, ரோச்சர் திகைத்துப் போய் நின்றார். யாரிடமிருந்து அவர் உத்தரவுகளைப் பெறுகிறார் என்பதை அவன் அறிந்திருக்கிறான்.

சேர்னின் பின்புறத்தில், சில்வி பாட்லோக் கோஹ்லரின் வாய்ஸ் மெயிலுக்கு வந்த அனைத்து உரிம விசாரணை அழைப்புகளையும் குறித்துக்கொள்ள வெறிபிடித்தவளாக முயற்சிசெய்துகொண்டிருந்தாள். இயக்குநரின் மேஜைக்குப் பின்னிருந்த தனிப்பட்ட இணைப்பு ஒலிக்க ஆரம்பித்ததும், சில்வி துள்ளினாள். யாருக்கும் அந்த எண் தெரியாது. அவள் பதிலளித்தாள்.

“சொல்லுங்கள்?”

“மிஸ் பாட்லோக்? நான் இயக்குநர் கோஹ்லர். எனது விமான ஓட்டியைத் தொடர்புகொள்ளுங்கள். எனது ஜெட் ஐந்து நிமிடங்களில் தயாராக இருக்கவேண்டும்.”

100

ராபர்ட் லேங்டன் நினைவு திரும்பி, ஓவியங்கள் தீட்டப்பட்ட குவிமாடத்தின்கீழ் பரோக் பாணியிலான ஓவியமொன்றைப் பார்த்துக்கொண்டிருப்பதை உணர்ந்தபோது, எவ்வளவு நேரம் அவர் நினைவிழந்திருந்தார், எங்கே இருந்தார் என்ற எந்த யோசனையும் இல்லை. புகை தலைக்கு மேலே மிதந்துகொண்டிருந்தது. அவரது வாயை ஏதோ ஒன்று மூடியிருந்தது. ஒரு ஆக்ஸிஜன் முகக்கவசம். அவர் அதனைக் கீழிறக்கினார். அந்த அறையில்- எரியும் தசையைப் போன்ற ஒருவித மோசமான வாசனை இருந்தது.

லேங்டன் தன் தலையில் எழுந்த வலியால் வேதனையடைந்தார். அவர் எழுந்தமர முயற்சித்தார். வெள்ளுடையில் இருந்த ஒரு மனிதர், அவரருகே மண்டியிட்டிருந்தார்.

“ஓய்வெடுங்கள்!” என்று சொல்லியபடி, அந்த மனிதர் லேங்டனை தளர்வாகப் படுக்கவைத்தார். “நான் ஒரு துணை மருத்துவன்.”

லேங்டன் இணங்கினார், தலைக்கு மேல் காணப்பட்ட புகைபோல அவரது தலை சுழன்றது. *என்ன இழவு ஆனது?* மெல்லிய பீதி உணர்வு அவரது மனதுக்குள் அடியெடுத்துவைத்தது.

“எலி மீட்பராக வந்தது,” அந்தத் துணை மருத்துவர் சொன்னார். “எலி... மீட்பர்.”

லேங்டன் இன்னும் குழப்பமாக உணர்ந்தார். *எலி மீட்பரா?*

அந்த மனிதர் லேங்டனின் மணிக்கட்டிலிருந்த மிக்கி மவுஸ் கடிகாரத்தைச் சுட்டிக்காட்டினார். லேங்டனின் எண்ணங்கள் தெளியத் தொடங்கின. அவர் அந்த அலாரத்தை அமைத்தது நினைவுக்கு வந்தது. கடிகாரத்தின் முகத்தைத் தன்னுணர்வின்றி அவர் உற்றுப் பார்க்க, லேங்டனும் நேரத்தைக் கவனித்தார். இரவு *10:28.*

அவர் நேராக நிமிர்ந்தமர்ந்தார்.

பின், அனைத்தும் நினைவுக்கு வந்தன.

தீயணைப்புப் படை வீரர்களின் தலைவர் மற்றும் அவரது சில ஆட்களுடன் பிரதான பலிபீடத்தின் அருகே நின்றுகொண்டிருந்தார் லேங்டன். அவர்கள் அவரை கேள்விகளால் துளைத்தெடுத்தனர். லேங்டன் அதைக் கவனிக்கவில்லை. அவருக்கு, அவரது சொந்தக் கேள்விகள் இருந்தன. அவரது முழு உடலும் வலியிலிருந்தது, ஆனாலும் தான் உடனே செயலாற்றவேண்டுமென அவர் அறிந்திருந்தார்.

ஒரு தீயணைப்பு வீரர் தேவாலயத்தினூடே வந்து லேங்டனை அணுகினார். "நான் மறுபடியும் சோதித்தேன். நாங்கள் கண்டுபிடித்த உடல்கள் கார்டினல் கெய்டேரா மற்றும் ஸ்விஸ் காவலமைப்பின் தளபதியினுடையது மட்டுமே. இங்கே பெண் இருந்ததற்கான எந்த அறிகுறியும் இல்லை."

"நன்றி," லேங்டன் தான் ஆறுதலடைந்தாரா திகிலடைந்தாரா என்ற உறுதியின்றிச் சொன்னார். விட்டோரியா சுயநினைவின்றி தரையில் கிடந்ததைப் பார்த்ததை அவர் அறிவார். தற்போது அவள் காணாமல் போயிருந்தாள். அவர் வந்தடைந்த ஒரே விளக்கம் ஆறுதலளிக்கும் ஒன்றாக இருக்கவில்லை. *கொலையாளி போனில் பேசும்போது அத்தனை மெல்லியல்போடு பேசியிருக்கவில்லை. தைரியமான மனநிலை கொண்ட பெண். நான் தூண்டப்பட்டேன். ஒருவேளை இந்த இரவு முடியும்முன் நான் அவளைக் கண்டுபிடிக்கலாம். அப்படிக் கண்டுபிடிக்கும்போது...*"

லேங்டன் சுற்றிலும் பார்த்தார். "ஸ்விஸ் காவலமைப்பு எங்கே?"

"இன்னும் தொடர்பு கிடைக்கவில்லை. வாடிகன் இணைப்புகள் தடைப்பட்டுள்ளன."

லேங்டன் சோர்வாகவும் தனிமையாகவும் உணர்ந்தார். ஆலிவெட்டி இறந்துவிட்டார். கார்டினல் இறந்துவிட்டார். விட்டோரியாவைக் காணவில்லை. கண்ணிமைப்பில் அவரது அரைமணி நேர வாழ்க்கை மறைந்துவிட்டது.

வெளியே, லேங்டன் ஊடகங்கள் மொய்த்துக்கொண்டிருக்கும் சத்தத்தைக் கேட்டார். இதுவரை மூன்றாவது கார்டினலின் அச்சுறுத்தும் மரணத்தின் காட்சிகள் வெளியாகியிருக்காவிட்டால்,

விரைவிலேயே ஒளிபரப்பாகுமென அவர் சந்தேகப்பட்டார். கேமர்லெக்னோ வெகுநேரம் முன்பே மோசமானதை எதிர்பார்த்து செயலில் இறங்கியிருப்பார் என யூகித்தார் லேங்டன். *பாழாய்ப்போன வாடிகனைக் காலிசெய்யுங்கள்! போதும் விளையாட்டு! நாம் தோற்றுக்கொண்டிருக்கிறோம்!*

-வாடிகன் நகரைப் பாதுகாக்க உதவுவது, நான்கு கார்டினல்களை மீட்பது, அவர் ஆண்டுக்கணக்கில் படித்த சகோதரத்துவத்தை நேருக்கு நேர் சந்திப்பது- போன்ற, அவரை உந்திச் செலுத்திக்கொண்டிருந்த வினையூக்கிகள் அனைத்தும் மனதிலிருந்து திடீரென ஆவியாகிவிட்டிருந்ததை உணர்ந்தார் லேங்டன். போரில் தோற்றாகிவிட்டது. ஒரு புதிய நிர்ப்பந்தம் அவருக்குள் பற்றிக்கொண்டது. அது எளிமையானது. வலிமையானது. முதன்மையானது.

விட்டோரியாவைக் கண்டுபிடிப்பது.

அவர் எதிர்பாராதவொரு வெறுமையை உள்ளுக்குள் உணர்ந்தார். லேங்டன் பல பத்தாண்டுகள் இணைக்காத இருவரை, தீவிரமான சூழல்கள் இணைக்குமென அவர் பல சமயங்களில் கேள்விப்பட்டிருந்தார். அவர் அதனை இப்போது நம்பினார். விட்டோரியா இல்லாத நிலையில், ஆண்டுக்கணக்கில் உணராத ஒன்றை அவர் உணர்ந்தார். தனிமை. அந்த வலி அவருக்கு வலிமையை அளித்தது.

மற்றெல்லாவற்றையும் மனதிலிருந்து அகற்றி, லேங்டன் தனது கவனத்தை ஒன்று திரட்டினார். கொலையாளி சந்தோஷம் அனுபவிக்கும் முன்பாக, தனது வேலையில் கவனம் செலுத்தவேண்டுமென அவர் பிரார்த்தித்தார். இல்லாவிடில், லேங்டன் தான் ஏற்கனவே மிகவும் தாமதித்துவிட்டதை அறிந்திருந்தார். *இல்லை, உனக்கு நேரமிருக்கிறது.* அவர் தனக்குத்தானே சொல்லிக்கொண்டார். விட்டோரியாவைச் சிறையெடுத்தவன் செய்யவேண்டிய வேலை இன்னும் இருக்கிறது. அவன் எப்போதைக்குமாக மறையும்முன்பாக, கடைசியாக ஒருமுறை தலைகாட்டியாக வேண்டும்.

அறிவியலின் கடைசிப் பலிபீடம், லேங்டன் நினைத்தார். கொலையாளிக்கு கடைசி ஒரு வேலையிருக்கிறது. *பூமி, காற்று, நெருப்பு, நீர்.*

அவர் தனது கடிகாரத்தைப் பார்த்தார். முப்பது நிமிடங்கள். லேங்டன், பெர்னினியின் *புனிதர் தெரஸாவின் பரவச சிலையை* நோக்கியிருந்த தீயணைப்பு வீரனைக் கடந்துசென்றார். இம்முறை, அவர் பெர்னினியின் சுட்டியைப் பார்த்தபோது, லேங்டனுக்குத் தேவதூதர் எந்தப் பக்கம் நோக்கியிருக்கிறார் என்பதில் சந்தேகம் இருக்கவில்லை.

தேவதைகள் உங்களுடைய உயர்வான தேடலில் வழிகாட்டட்டும்...

சாய்ந்திருக்கிற புனிதருக்கு நேர் மேலாக, பொன்முலாமிட்ட சுவாலையின் பின்னணிக்கெதிராக, பெர்னினியின் தேவதூதர் காத்திருந்தார். தேவதூதரின் கை முனைகூர்மையான நெருப்பு ஈட்டியைப் பிடித்திருந்தது. லேங்டனின் கண்கள் திருச்சபையின் வலப்பக்கம் வளைந்து சென்ற அந்த ஈட்டித் தண்டின் முனையைப் பின்தொடர்ந்தது. அவரது கண்கள் சுவரில் சென்று மோதியது. அவர் ஈட்டி சுட்டிக்காட்டிய இடத்தை ஆராய்ந்தார். அங்கே எதுவுமில்லை. நிச்சயமாக, அந்த ஈட்டி சுவருக்கு வெகுதொலைவில், இரவினூடாக ரோமின் ஏதோ ஓரிடத்தைக் காட்டுகிறதென லேங்டன் அறிந்திருந்தார்.

"அது எந்தத் திசை?" லேங்டன், புதிதாய் வரவழைத்துக்கொண்ட தீர்மானத்தோடு, திரும்பி தீயணைப்பு வீரர்களின் தலைவரை அழைத்துக் கேட்டார்.

"திசையா?" தலைவர் லேங்டன் சுட்டிக்காட்டிய இடத்தை நோக்கினார். அவர் குழப்பமடைந்ததுபோல் தெரிந்தது. "எனக்குத் தெரியவில்லை... மேற்கு என நினைக்கிறேன்."

"அந்தத் திசையில் எந்தத் தேவாலயங்கள் இருக்கின்றன?"

தலைமை தீயணைப்பு வீரரின் திகைப்பு ஆழமானதுபோல் தெரிந்தது. "டஜன் கணக்கில். ஏன்?"

லேங்டன் புருவம் நெறித்தார். நிச்சயமாக அங்கே டஜன் கணக்கில் இருந்தன. "எனக்கு நகர வரைபடமொன்று தேவை. உடனே."

தலைவர் ஒருவரை தீயணைப்பு வண்டிக்கு ஓடிச்சென்று வரைபடம் எடுத்துவர அனுப்பினார். லேங்டன் அந்தச் சிலையை நோக்கித் திரும்பினார். *பூமி.... காற்று... நெருப்பு.... விட்டோரியா.*

கடைசிச் சுட்டி நீர், அவர் தனக்குத்தானே சொல்லிக்கொண்டார். *பெர்னினியின் நீர். அது எங்கோ ஒரு தேவாலயத்தில் இருக்கிறது. வைக்கோல் போரில் ஊசி போல.* தன்னால் நினைவுகூரமுடியும் அனைத்து பெர்னினியின் படைப்புகளையும் அவர் மனதில் கொண்டுவந்தார். *நீருக்குச் சமர்ப்பணம் செய்யப்பட்ட ஒன்று எனக்குத் தேவை.*

- கடலுக்கான கிரேக்க கடவுளான - ட்ரிட்டான், பெர்னினியின் சிலை லேங்டனுக்குள் ஒரு கணம் வந்துபோனது. பின் அவர் அது இதே தேவாலயத்தின் வெளிப்புற சதுக்கத்தில் முற்றிலும் தவறான திசையில் அமைந்திருக்கிறது என்பதை உணரவந்தார். அவர் தன்னைச் சிந்திப்பதற்கு நெருக்கினார். *நீரை சிறப்பு செய்வதற்காகப் பெர்னினி என்ன உருவத்தைச் செதுக்கியிருப்பார்? நெப்டியூன் மற்றும் அப்பல்லோவா?* துரதிர்ஷ்டவசமாக அந்தச் சிலை லண்டனின் விக்டோரியா அண்ட் ஆல்பர்ட் அருங்காட்சியகத்தில் இருந்தது.

"ஐயா?" ஒரு தீயணைப்பு வீரன் வரைபடத்துடன் ஓடிவந்தான்.

லேங்டன் அவனுக்கு நன்றி சொல்லிவிட்டு, பலிபீடத்தின் மீது அதனைப் பரப்பிவைத்தான். அவர் உடனடியாக, சரியான ஆட்களிடம் வரைபடம் கேட்டிருக்கிறோம் என்பதை உணர்ந்தார். தீயணைப்புத் துறையின் ரோம் வரைபடம் லேங்டன் இதுவரை கண்ட வரைபடங்களிலேயே நுணுக்கமான விவரங்கள் கொண்ட வரைபடமாக இருந்தது. "இப்போது நாம் எங்கிருக்கிறோம்?"

அந்த மனிதன் சுட்டிக்காட்டினான். "பார்பெரினி சதுக்கத்துக்கு அடுத்து."

லேங்டன் திசையை அறிந்துகொள்ள திரும்பவும் தேவதையின் ஈட்டியைப் பார்த்தார். தலைமை தீயணைப்பு வீரர் சரியாகவே கணித்திருந்தார். வரைபடத்தின்படி ஈட்டி மேற்குத் திசையையே சுட்டியிருந்தது. லேங்டன் தற்போதைய இடத்திலிருந்து மேற்காக ஒரு கோட்டை உருவகித்தார். கிட்டத்தட்ட உடனடியாகவே அவரது நம்பிக்கை உடையத் தொடங்கியது. அவரது விரல்கள் பயணித்த ஒவ்வொரு அங்குலத்துக்கும், அவர் சிறிய கறுப்புச் சிலுவைக் குறியிட்ட கட்டடங்களைக் கடந்துசெல்ல வேண்டியிருந்தது. தேவாலயங்கள். அந்த நகரம் அவற்றால் நிறைந்திருந்தது. கடைசியில் லேங்டனின் விரல்

தேவாலயங்கள் தீர்ந்து, ரோமின் புறநகர்ப் பகுதியில் சென்று நின்றது. அவர் பெருமூச்சு விட்டபடி வரைபடத்திலிருந்து ஓரடி விலகிநின்றார். *நாசமாய்ப்போக.*

ஒட்டுமொத்த ரோமையும் ஆராய்ந்தபடி, லேங்டனின் விழிகள் முதல் மூன்று கார்டினல்கள் கொல்லப்பட்ட மூன்று திருச்சபைகளின் மீது சென்றமர்ந்தது. *சிக்கி சாப்பல்... புனித பீட்டரினுடையது... தற்போதிருப்பது...*

லேங்டன் தற்போது அவையனைத்தையும் தன்முன் கண்டபோது, அவற்றின் அமைவிடங்களில் விநோதம் இருப்பதைக் கண்டார். இந்த தேவாலயங்கள் ரோம் முழுவதும் இலக்கின்றிப் பரவிக்கிடக்கும் என அவர் ஏனோ கற்பனை செய்திருந்தார். ஆனால், மிக நிச்சயமாக அவை அப்படியிருக்கவில்லை. நம்புதற்கரியவகையில், அந்த மூன்று தேவாலயங்கள், பிரமாண்டமான முக்கோணமாக அமையும் விதத்தில் முறையாகப் பிரிக்கப்பட்டிருந்தன. லேங்டன் ஒன்றுக்கு இருமுறை சோதித்து உறுதிசெய்தார். அவர் தானாக ஏதும் கற்பனை செய்யவில்லை. *"பேனா,"* திடீரென அவர் நிமிர்ந்துபார்க்காமலே கேட்டார்.

யாரோ அவரிடம் பால்பாய்ண்ட் பேனா ஒன்றைத் தந்தனர்.

லேங்டன் அந்த மூன்று தேவாலயங்களை வட்டமிட்டார். அவரது நாடித்துடிப்பு வேகமெடுத்தது. அவர் குறியிட்ட இடங்களை மூன்றாவது முறையாகச் சோதித்தறிந்தார். ஒரு *சமச்சீர் முக்கோணம்!*

ஒரு டாலர் நோட்டிலிருப்பது போல, அனைத்தையும் நோக்கும் கண்ணைக் கொண்டிருக்கும் முக்கோணமான மகா முத்திரை என்பதுதான் லேங்டனின் முதல் எண்ணமாயிருந்தது. ஆனால், அது அர்த்தமுள்ளதாகப் படவில்லை. அவர் மூன்று புள்ளிகளை மட்டுமே குறித்திருந்தார். மொத்தம் நான்கு இருக்கவேண்டும்.

ஆக, பாழாய்ப்போன நீர் எங்கே? நான்காவது புள்ளியை அவர் எங்கே வைத்தாலும், அந்த முக்கோணம் அழிந்துவிடும் என்பதை லேங்டன் அறிந்திருந்தார். அந்தச் சமச்சீர் முக்கோணத்தைத் தக்கவைக்க, முக்கோணத்தின் மையத்தில் நான்காவது சுட்டியை வைப்பதுதான் ஒரே வழி. அவர் வரைபடத்தில் அந்த இடத்தைப் பார்வையிட்டார். எதுவுமில்லை. எப்படியோ அந்த எண்ணம் அவரை கவலையடையச் செய்தது. அறிவியலின் நான்கு

மூலகங்கள் சமமாக எண்ணப்படவேண்டும். நீர் சிறப்பானது அல்ல. மற்ற மூன்றின் *மையத்தில்* நீர் இருக்கக்கூடாது.

இருந்தும், அவரது உள்ளுணர்வு அந்த முறைசார் ஏற்பாடு தற்செயலானதாக இருக்கவியலாதெனச் சொன்னது. நான் *முழுமையான சித்திரத்தைப் பார்த்துக்கொண்டிருக்கவில்லை*.அங்கே ஒரேயொரு மாற்றே இருந்தது. நான்கு புள்ளிகள் முக்கோணத்தை உருவாக்காது. அவை வேறு ஏதோ வடிவத்தை உருவாக்கும்.

லேங்டன் வரைபடத்தைப் பார்த்தார். *ஒருவேளை, சதுரமோ?* சதுரம் எந்த ஒரு குறியீட்டு அர்த்தத்தையும் தரவில்லையென்றபோதும், குறைந்தபட்சம் சதுரங்கள் சமச்சீர்த் தன்மையுடையவை. வரைபடத்தில், முக்கோணத்தைச் சதுரமாக மாற்றும் புள்ளிகளில் ஒன்றில் லேங்டன் தனது விரலை வைத்தார். அவர் உடனடியாக துல்லியமான சதுரம் சாத்தியமானதல்ல என்பதைக் கண்டார். அசல் முக்கோணத்தின் கோணங்கள் சாய்வாக இருக்க, அவை பெரிதும் சிதைந்த நாற்கரத்தையே உருவாக்கின.

அவர் முக்கோணத்தைச் சுற்றி இதர சாத்தியமான புள்ளிகளை ஆராய்ந்தபோது, எதிர்பாராத ஒன்று நிகழ்ந்தது. தேவதையின் ஈட்டியின் திசையைக் குறிக்க அவர் முன்பு வரைந்த கோடுகளில் ஒன்று, இப்போதைய சாத்தியங்களில் ஒன்றின் வழியாக மிகச் சரியாகச்சென்றது. திடுக்கிட்டவராக, லேங்டன் அந்தப் புள்ளியை வட்டமிட்டார். தற்போது வரைபடத்தில் நான்கு பேனாவால் குறியிடப்பட்ட புள்ளிகள் ஒழுங்கற்ற, பட்டம்போன்ற வைரத்தை ஏற்படுத்துவதை அவர் பார்த்துக்கொண்டிருந்தார்.

அவர் முகம் சுளித்தார். வைரங்கள் இல்லுமினாட்டியின் சின்னங்கள் அல்ல. அவர் தயங்கினார். *ஆனால் மறுபடியும்*...

ஒரு கணம், இல்லுமினாட்டியின் புகழ்பெற்ற வைரம் லேங்டனின் மனதில் வந்துபோனது. நிச்சயமாக, அந்த எண்ணம் பைத்தியக்காரத்தனமானது. அவர் அதனைக் கைவிட்டார். தவிரவும், இந்த வைரம் நீள்வட்டமாக- ஒரு பட்டம்போன்றிருந்தது- புகழ் பெற்ற இல்லுமினாமிட்டி வைரம் பிசிறற்ற சமச்சீர்மைக்கு அரியதொரு உதாரணம்.

அவர், தனது கடைசிப் புள்ளியை எங்கே வைத்தோமென ஆராய குனிந்தபோது, லேங்டன் நான்காவது புள்ளி ரோமின் நட்டு நடு மையமான புகழ்பெற்ற நவோனா சதுக்கத்தில் இருப்பதைக்

கண்டு ஆச்சரியமடைந்தார். அந்தச் சதுக்கம் பிரதான தேவாலயம் ஒன்றைக் கொண்டிருப்பதை அவர் அறிவார், ஆனால் அவர் ஏற்கனவே தன் விரலை அந்தச் சதுக்கத்தின் வழியாக ஓடவிட்டு அந்தத் தேவாலயம் அங்கிருப்பதை உறுதிசெய்திருந்தார். அவர் அறிவுக்கெட்டிய வரையில் அது பெர்னினியின் படைப்புகள் எதையும் கொண்டிருக்கவில்லை. அந்த தேவாலயம், உவகை உண்டாக்கக்கூடிய பதின் பருவத்துக் கன்னி இளம்பெண் ஒருத்தி தனது நம்பிக்கையைத் துறக்க மறுத்ததற்காகப் பாலியல் அடிமை வாழ்க்கை சுமத்தப்பட்டு தண்டிக்கப்பட்டதன் நினைவாகப் புனிதர் ஆக்னேஸ் பெயரில் மரணவேதனையில் புனிதர் ஆக்னேஸ் தேவாலயம் என அழைக்கப்பட்டது.

அந்தத் தேவாலயத்தில் ஏதோ ஒன்று இருக்கவேண்டும்! லேங்டன் தனது மூளையைக் கிளறி, அந்தத் தேவாலயத்தின் உட்புறத்தை மனக்கண்ணால் கண்டார். அவரால் உட்புறம் பெர்னினியின் படைப்புகள் எதுவொன்றையுமோ, நீருடன் தொடர்புடைய எதையுமோ சிந்தித்துப் பார்க்க முடியவில்லை. வரைபடத்தில் அதன் அமைப்பும் அவரைக் கவலையடையச் செய்தது. ஒரு வைரம். தற்செயலாக இருக்கமுடியாத அளவுக்கு மிகத் துல்லியமாக இருந்தது, ஆனால் அர்த்தம் எதனையும் உண்டாக்குமளவுக்கு அத்தனைத் துல்லியமாக இல்லை. *ஒரு பட்டமா?* லேங்டன், தான் தவறான இடத்தைத் தேர்ந்துவிட்டோமோ என கவலைப்பட்டார். *நான் எதைத் தவறவிடுகிறேன்!*

விடை அவருக்குப் பிடிபட இன்னொரு முப்பது நொடிகள் எடுத்துக்கொண்டது, ஆனால் புரிந்தபோது, லேங்டன் தன் கல்வி வாழ்க்கையில் எப்போதும் அனுபவப்படாததொரு பூரிப்பை உணர்ந்தார்.

இல்லுமினாட்டி மேதைமை ஒருபோதும் முடிவுக்கு வருவதில்லையெனத் தோன்றியது.

அவர் பார்த்துக்கொண்டிருந்த வடிவம், அவர் எண்ணியதுபோல ஒரு வைரத்தினுடையது அல்ல. அந்த நான்கு புள்ளிகள் வைரத்தை உருவாக்கியது அதன் அடுத்தடுத்தப் புள்ளிகளை இணைத்ததாலேயே. இல்லுமினாட்டி எதிரீடுகளில் நம்பிக்கை கொண்டிருந்தது. எதிர் விளிம்புகளைத் தன் பேனாவால் இணைத்தபோது, லேங்டனின் விரல்கள் நடுங்கிக்கொண்டிருந்தன.

அவர் முன் வரைபடத்தில் இருந்தது பிரமாண்டமான சிலுவை வடிவம். அது ஒரு சிலுவை! அறிவியலின் நான்கு மூலகங்கள் அவரது கண் முன்பு வெளிப்பட்டது... ரோம் முழுக்க பிரமாண்டமாக, பரவிக் கிடந்தது நகர் அளவிலான சிலுவை.

அவர் ஆச்சரியத்தில் உறுத்துப் பார்த்தபடியிருக்க, பழைய நண்பன் புதிய முகத்துடன் வந்ததுபோல்... கவிதையின் ஒரு வரி அவர் மனதில் ஒலித்தது.

ரோமைக் கட மாய சக்திகள் வெளிப்படும்...

ரோமைக் கட...

குழப்பம் தெளியத் தொடங்கியது. லேங்டன், இரவெல்லாம் விடை அவருக்கு முன் இருந்திருந்ததைக் கண்டார்! அந்த இல்லுமினாட்டி கவிதை, எப்படி பலிபீடங்கள் அமைக்கப்பட்டன என்பதை அவருக்குச் சொல்லிக்கொண்டிருந்தது. ஒரு சிலுவை!

ரோமைக் கட மாய சக்திகள் வெளிப்படும்...

அது ஒரு அறிவார்ந்த வார்த்தை விளையாட்டு. லேங்டன் உண்மையில் அக்ராஸ்(*Across*) என்பதன் சுருக்கமாகவே கிராஸ் என்ற வார்த்தையை வாசித்திருந்தார். கவிதையின் சந்தத்தைத் தக்கவைக்க நினைத்து, எடுத்துக்கொண்ட கவிதை சுதந்திரம் என அவர் நினைத்திருந்தார். ஆனால், அது அதைவிடவும் வெகு அதிகம்! மற்றொரு மறைக்கப்பட்ட துப்பு.

வரைபடத்தில் சிலுவை, என்பது உச்சபட்ட இல்லுமினாட்டி இருமை என லேங்டன் உணரவந்தார். அறிவியலின் மூலகங்களால் உருவாக்கப்பட்ட மதக் குறியீடு. கலீலியோவின் ஒளியின் பாதை, அறிவியலுக்கும் கடவுளுக்குமான ஒரு காணிக்கை.

புதிரின் மிச்சம் கிட்டத்தட்ட உடனடியாக அதன் இடத்தில் சென்று அமைந்தது.

நவோனா சதுக்கம்.

மரணவேதனையில் புனிதர் ஆக்னேஸ் திருச்சபைக்கு வெளியே, நவோனா சதுக்கத்தின் நடு மையத்தில் பெர்னினி தனது மிகவும் கொண்டாடப்பட்ட சிற்பங்களில் ஒன்றை அமைத்திருந்தார். ரோமுக்கு வரும் ஒவ்வொருவரும் அதனைக் காணச் செல்வர்.

நான்கு நதிகளின் ஊற்று!

நீருக்கான குறையற்ற காணிக்கை, பெர்னினியின் நான்கு *நதிகளின் ஊற்று*, பழைய உலகின் நான்கு பிரதான நதிகளான, நைல், கங்கை, தனுபே, ரியோ பிளாட்டாவை மகிமை செய்தது.

நீர், கடைசிச் சுட்டி, லேங்டன் நினைத்தார். அது மிகச் சரியானது.

இன்னும் மிகத் துல்லியமாக, கேக்கில் செர்ரியைப் போல, பெர்னினியின் ஊற்றின் மேலே உயரமாக ஒரு ஸ்தூபி நிற்கிறது என லேங்டன் உணரவந்தார்.

அவர் சுயநினைவுக்கு வந்ததும், தீயணைப்பு வீரர்களை குழப்பத்தில் ஆழ்த்திவிட்டு, திருச்சபையினூடாக ஆலிவெட்டியின் உயிரற்ற உடலிருந்த திசையில் ஓடினார் லேங்டன்.

இரவு 10.31. அவர் நினைத்தார். *நிறைய நேரமிருக்கிறது.* நாள் முழுதிலும் இப்போதுதான் முதல் முறையாக, லேங்டன் ஆட்டத்தில் தான் முந்தியிருப்பதாக உணர்ந்தார்.

சில இருக்கைகளின் பின்பாக பார்வையில் படாமல், ஆலிவெட்டி அருகே மண்டியிட்டு, லேங்டன் புத்திசாலித்தனமாகக் கமாண்டரின் செமிஆட்டோமேட்டிக் துப்பாக்கியையும் வாக்கி டாக்கியையும் எடுத்துக்கொண்டார். அவர் உதவி கேட்கவேண்டும் என்பதை லேங்டன் அறிவார், ஆனால் அதைச் செய்வதற்கான இடம் இதுவல்ல. தற்போதைக்கு அறிவியலின் கடைசி பலிபீடம் ரகசியமாக இருப்பது தேவை. சைரன் முழக்கங்களுடன் நவோனா சதுக்கத்துக்குப் போட்டியிட்டு விரையும் ஊடகங்களும் தீயணைப்புத் துறையும் எந்த விதத்திலும் உதவியாக இருக்காது.

ஒரு வார்த்தையும் சொல்லாமல், கூட்டமாகத் தேவாலயத்தினுள் நுழையும் ஊடகத்தினரைக் கடந்து லேங்டன் கதவின் வழியாக வெளியேறினார். அவர் பார்பெரினி சதுக்கத்தைக் கடந்தார். இருளினுள் அவர் வாக்கி-டாக்கியை ஆன் செய்தார். வாடிகன் நகருக்கு வாழ்த்துச் சொல்ல முயன்றார். ஆனால், நிலையான சத்தத்தைத் தவிர எதையும் கேட்கவில்லை. ஒன்று அது செயல்படும் எல்லைக்கு வெளியே அவர் இருக்கவேண்டும் அல்லது அதன் ட்ரான்ஸ்மிட்டர் ஏதாவது ஒரு அங்கீகாரக் குறியீட்டைக் கொண்டிருக்கவேண்டும். லேங்டன் ஒரு பயனுமின்றி அதன் சிக்கலான முகப்புகளையும்

பட்டன்களையும் அழுத்தினார். திடீரென, அவரது உதவிபெறும் திட்டம் செயல்படப்போவதில்லையென உணரவந்தார். அவர் பணம் செலுத்திப் பேசும் தொலைபேசியைத் தேடித் திரும்பினார். எதுவுமில்லை. அத்துடன் வாடிகன் தொலைபேசி இணைப்புகள் வேறு தடைப்பட்டிருந்தன.

அவர் தனியாகக் காணப்பட்டார்.

அவரது ஆரம்ப நம்பிக்கையெழுச்சி கரைவதை உணர்ந்தபடி, எலும்புத் துகள்களால் மூடப்பட்டு, கையில் வெட்டுக் காயத்துடன், அறிவுத் திறம் பாதிக்கப்படுமளவுக்குச் சோர்ந்து, லேங்டன் தனது இரங்கத்தக்க - பசியுடனிருந்த நிலையை எண்ணியபடி ஒரு கணம் நின்றார்.

லேங்டன் தேவாலயத்தைத் திரும்பிப் பார்த்தார். குவிமாடத்தின் மேலாக புகை வளையமிட, ஊடக வெளிச்சங்களால் சூழப்பட்டு, தீயணைப்பு வண்டிகளுடன் காணப்பட்டது அது. அவர், தான் திரும்பிச் சென்று உதவி கோரமுடியுமா என சிந்தனை செய்தார். எனினும் அவரது உள்ளுணர்வு அவரை அந்தக் கூடுதல் உதவி, குறிப்பாகப் பயிற்சியற்ற உதவி, சுமையாக அன்றி வேறெதாகவும் அமையாதென எச்சரித்தது. *கொலையாளி நாம் வருவதைப் பார்த்தால்*... அவர் விட்டோரியாவை நினைத்தார். அவளைச் சிறையெடுத்தவனை எதிர்கொள்ள அவரது கடைசி வாய்ப்பாக இதுவே அமையுமென அவர் அறிந்திருந்தார்.

நவோனா சதுக்கத்துக்குச் சென்றால், வெகுநேரம் அதனைக் கண்காணிக்கலாம் என அவர் நினைத்தார். அவர் ஒரு டாக்ஸிக்காக அந்தப் பகுதியை ஆராய்ந்தார், ஆனால், தெருக்கள் கிட்டத்தட்ட முழுக்க ஆளரவமற்றுக் காணப்பட்டது. டாக்ஸி டிரைவர்கள்கூட, அனைத்தையும் விட்டுவீட்டு ஒரு தொலைக்காட்சியைத் தேடிச் சென்றுவிட்டதாகத் தோன்றியது. நவோனா சதுக்கம் கிட்டத்தட்ட ஒரு மைல் தொலைவில்தான் இருக்கும், ஆனால் லேங்டன் மதிப்புமிக்க ஆற்றலை கால்நடையாகச் செலவிடும் எண்ணமில்லாதவராக இருந்தார். யாராவது ஒருவரிடமிருந்து வாகனம் ஒன்றை இரவல் வாங்கமுடியுமா என்ற எண்ணத்துடன், அவர் தேவாலயத்தைத் திரும்பவும் பார்வையிட்டார்,

ஒரு தீயணைப்பு வண்டி? ஒரு ஊடக வேன்? பொறுப்புடன் யோசி.

வாய்ப்புகளை யோசிப்பதில் நிமிடங்கள் நழுவியோட, லேங்டன் ஒரு முடிவுக்கு வந்தார். பையிலிருந்து துப்பாக்கியை எடுத்து, தன் இயல்புக்கு மாறானதொரு செயலில் ஈடுபட்டார். பின், தனது ஆத்மா யாரோலோ கைப்பற்றப்பட்டிருக்கவேண்டுமென சந்தேகித்தார். சிக்னலில் வேகம் குறைந்த சிட்ரோன் செடான் வண்டியினருகே ஓடி, லேங்டன் தனது ஆயுதத்தை வாகன ஓட்டியின் திறந்த ஜன்னல் வழியாக நுழைத்து, *"வெளியே வா"* என அவர் கத்தினார்.

நடுங்கிக்கொண்டிருந்த மனிதன் வெளியே வந்தான்.

லேங்டன் வண்டிக்குள் ஏறி, வேகமாக இயக்கினார்.

101

ஸ்விஸ் காவலமைப்பின் தடுத்துவைக்கும் அறையின் இருக்கையின் மீது குந்தர் க்ளிக் அமர்ந்திருந்தான். அவன் தன் நினைவுக்கு வரும் ஒவ்வொரு கடவுளிடமும் பிரார்த்தித்தான். *தயவுசெய்து இது கனவாய் இருக்கக்கூடாது.* அது அவனது வாழ்வின் பிரத்யேகச் செய்தி. யாருடைய வாழ்க்கையிலும் பிரத்யேகச் செய்தி. தற்சமயம் பூமியிலுள்ள ஒவ்வொரு செய்தியாளரும் தாங்கள் க்ளிக்காய் இருக்கக்கூடாதா என விரும்புவர். நீ விழித்துக்கொண்டுதான் இருக்கிறாய், அவன் தனக்குத்தானே சொல்லிக்கொண்டான். *நீ ஒரு நட்சத்திரம். தற்போது டான் ராதர் அழுதுகொண்டிருப்பார்.*

மாக்ரி அவனருகே, சற்றே திகைத்துப் போனவளாகக் காணப்பட்டாள். க்ளிக் அவளைக் குற்றம்சொல்லமாட்டான். கேமர்லெக்னோவின் உரையைப் பிரத்யேகமாக ஒளிபரப்பியதோடு கூடுதலாக, அவளுக்கும் க்ளிக்குக்கும் போப் மற்றும் *அவரது நாக்கு,* மற்றும் கார்டினல்களின் கோரமான புகைப்படங்கள் வழங்கப்பட்டிருந்தன. அதேபோல கவுண்டிங் டவுன் தொடங்கிவிட்ட எதிர்க்கரு உறையின் நேரடி காணொலிக் காட்சியும் வழங்கப்பட்டிருந்தன. *நம்பமுடியாதது!*

நிச்சயமாக, அவையனைத்தும் கேமர்லெக்னோவின் உத்தரவின் பேரில் நடந்தன, க்ளிக்கும் மாக்ரியும் ஸ்விஸ் காவலமைப்பின் தடுத்துவைக்கும் அறையில் தற்போது பூட்டப்பட்டிருப்பது அதற்காக அல்ல. தங்களது செய்திப் படப்பிடிப்புக்குத் துணிச்சலான பிற்சேர்க்கையாக க்ளிக் சொன்ன விஷயத்தைத்தான் காவலர்கள் ரசிக்கவில்லை. சற்று முன்பு செய்தியாக்கிய உரையாடல் அவனது காதுகளுக்காக பேசப்பட்டதல்ல. ஆனால், இது வெற்றியில் திளைப்பதற்கான அவனது தருணம். *க்ளிக்கின் மற்றொரு பிரத்யேகச் செய்தி!*

"கடைசிக் கண இடர்தீர்ப்பவர்?" மாக்ரி அவனருகே இருக்கையில் அமர்ந்தபடி உறுமினாள், தெளிவாகவே அவள் அதை ரசிக்கவில்லையெனத் தெரிந்தது.

க்ளிக் புன்னகைத்தான். "அற்புதம், இல்லையா?"

"அற்புதமான மடத்தனம்."

அவள் பொறாமையிலிருக்கிறாள், க்ளிக் அறிவான். கேமர்லெக்னோவின் உரைக்குப் பின் சற்றுநேரத்தில் க்ளிக் திரும்பவும், அதிர்ஷ்டவசமாகச் சரியான இடத்தில் சரியான நேரத்தில் இருந்தான். ரோச்சர் தனது ஆட்களுக்குப் புதிய உத்தரவுகளைக் கொடுப்பதைக் கேட்டிருந்தான் அவன். வெளிப்படையாகவே, ரோச்சர் தற்போதைய சிக்கல் தொடர்பான முக்கியமான தகவலைத் தரும் மர்மமான தனிநபரிடமிருந்து அழைப்பொன்றைப் பெற்றான். இந்த மனிதர் அவர்களுக்கு உதவ முடியுமெனவும், தனது காவலர்கள் இந்த விருந்தினரின் வருகைக்கு ஆயத்தமாயிருக்கும்படியும் அறிவுறுத்திப் பேசிக்கொண்டிருந்தான் ரோச்சர்.

அந்தத் தகவல் தெளிவாக அந்தரங்கமானது எனினும், க்ளிக், எந்தவொரு அர்ப்பணிப்புள்ள செய்தியாளர் செய்வதுபோதுபோலவே மதிப்பின்றி நடந்துகொண்டான். அவன் இருளான மூலையொன்றைக் கண்டு மாக்ரியை அவளது தொலைதூரப் படப்பிடிப்பு கேமராவை இயக்கி பதிவுசெய்யும்படி கூறி, அந்தச் செய்தியை ஒளிபரப்பும் செய்துவிட்டான்.

"கடவுளின் நகரில் அதிர்ச்சியளிக்கும் புதிய முன்னேற்றங்கள்," செய்திக்குத் தீவிரம் ஏற்படுத்துவதற்காகக் கண்களைச் சிமிட்டியபடி அறிவித்தான். பின் அவன், ஒரு மர்ம விருந்தாளி

வாடிகன் நகரைக் காப்பாற்ற அன்று வந்துகொண்டிருப்பதாகக் கூறினான். கடைசிக் கண இடர்தீர்ப்பவர், என அவரை க்ளிக் அழைத்தான்- கடைசிக் கணத்தில் நற்செயல் செய்ய வருபவருக்கு *லெவன்த் அவர் சமாரிட்டன்* என்பது பொருத்தமான பெயர்தான். மற்ற செய்தி நிறுவனங்களும் அந்தப் பொருத்தமான சொல்லோசைக்காக அதைப் பிடித்துக்கொள்ள, க்ளிக் மீண்டும் ஒருமுறை அழியாப்புகழ் பெற்றான்.

நான் அதிபுத்திசாலி, அவன் நினைத்துக்கொண்டான். *பீட்டர் ஜென்னிங்ஸ் பாலம் ஒன்றிலிருந்து துள்ளிக்குதித்தார்.*

நிச்சயமாக, க்ளிக் அத்துடன் நிறுத்தவில்லை. உலகின் கவனத்தைப் பெற்றுக்கொண்டிருக்கும்போதே, அவன் கணிசமான அளவு தனது சொந்த சதி கொள்கையைத் தன் பங்குக்கு கலந்தான்.

அற்புதம். முழுக்க அற்புதம்.

"நீ நம்மைத் தொல்லைக்காளாக்கிவிட்டாய்," மாக்ரி சொன்னாள். "நீ ஒட்டுமொத்தமாகத் தகர்த்துவிட்டாய்."

"நீ என்ன சொல்லவருகிறாய்? நான் சிறப்பாகச் செய்தேன் என்றா!"

மாக்ரி நம்பவியலாமல் அவனைப் பார்த்தாள். "முன்னாள் அதிபர் ஜார்ஜ் புஷ்... ஒரு இல்லுமினாட்டியா?"

க்ளிக் புன்னகைத்தான். இன்னும் எவ்வளவு தெளிவாக இருக்கமுடியும்? ஜார்ஜ் புஷ், ஒரு நன்கு ஆவணப்படுத்தப்பட்ட, 33 டிகிரி மேசன், சி.ஐ.ஏ. போதிய சான்றில்லையென இல்லுமினாட்டி குறித்த விசாரணையை முடித்தபோது அதன் தலைவராக இருந்தவர் அவர். தவிரவும், "ஒளியின் ஆயிரம் முனைகள்", "புதிய உலக வரிசை" பற்றி அந்தப் பேச்சுகள்... புஷ் வெளிப்படையான இல்லுமினாட்டி.

"செர்ன் பற்றிய அந்தத் தகவல்?" மாக்ரி சிடுசிடுத்தாள். "நாளை உன் வீட்டு வாசலில் வழக்கறிஞர்களின் பெரிய வரிசை நிற்பதைப் பார்க்கப்போகிறாய்."

"செர்ன்? ஓ, இங்கே பார்! அது மிகவும் வெளிப்படை! அதைப் பற்றி சிந்தி! 1950இல் இல்லுமினாட்டி உலகிலிருந்தே மறைந்துபோகிற, அதே நேரத்தில் செர்ன் நிறுவப்பட்டது.

செர்ன்தான் உலகிலேயே மிகவும் புத்திசாலியான மனிதர்களுக்கான அடைக்கலம். நூற்றுக்கணக்கான தனியார் நிதியுதவிகள். அவர்கள் திருச்சபையை அழிக்கும் ஒரு ஆயுதத்தை உருவாக்குகிறார்கள், ஐயகோ!... அவர்கள் அதைத் தொலைத்தும்விட்டனர்!"

"ஆக, நீ உலகுக்குச் செர்ன்தான் இல்லுமினாட்டியின் புதிய தளம் எனச் சொல்கிறாய்?"

"வெளிப்படையாக! சகோதரத்துவ அமைப்பு வெறுமனே மறைந்துவிடாது. இல்லுமினாட்டி எங்காவது சென்றாகவேண்டும். செர்ன், அவர்கள் மறைந்துகொள்வதற்கான பொருத்தமான இடம். நான் செர்னில் உள்ள ஒவ்வொருவரும் இல்லுமினாட்டி எனச் சொல்லவில்லை. அது அநேகமாகப் பெரிய மேசானிக் லாட்ஜ் போன்றது, அங்கே பெரும்பாலான நபர்கள் அப்பாவிகள், ஆனால் மேல்மட்டத்தைச் சேர்ந்தவர்கள்-"

"க்ளிக், நீ எப்போதாவது அபவாதம் என்பதை கேள்விப்பட்டிக்கிறாயா? பொறுப்புடைமை?"

"நீ எப்போதாவது அசல் இதழியல் என்பதைப் பற்றி கேள்விப்பட்டிருக்கிறாயா!"

"இதழியல்? நீ அந்தரத்திலிருந்து மடத்தனத்தை வரவழைத்துக் காட்டுகிறாய்! நான் கேமராவை அணைத்திருக்கவேண்டும்! செர்னின் கார்ப்பரேட் முத்திரை குறித்துச் சொன்ன முட்டாள்தனத்துக்கு என்ன சொல்கிறாய்? சாத்தானிய சின்னமா? உன் மறை கழண்டுவிட்டதா?"

க்ளிக் புன்னகைத்தான். மாக்ரியின் பொறாமை நிச்சயமாக வெளிப்பட்டது. செர்ன் முத்திரைதான், அனைத்திலும் புத்திசாலித்தனமான, வெற்றிகரமாகத் தரப்பட்ட விளக்கம். கேமர்லெக்னோவின் உரைக்குப் பின்பு, அனைத்துச் செய்தி நிறுவனங்களும் செர்ன் பற்றியும் எதிர்க்கரு பற்றியும் பேசிக்கொண்டிருந்தன. சில செய்தி நிறுவனங்கள் செர்னின் கார்ப்பரேட் முத்திரையைப் பின்னணியாகக் காட்டிக்கொண்டிருந்தன. அந்த முத்திரை- இரண்டு பிணைந்த வட்டங்கள் இரு துகள் முடுக்கிகளைப் பிரதிநிதித்துவம் செய்ய, ஐந்து தொடுகோடுகள் துகளைச் செலுத்தும் குழாய்களைப் பிரதிநிதித்துவம் செய்ததாக நம்பப்பட்டது. மொத்த உலகமுமே இந்த முத்திரையைப் பார்த்துக்கொண்டிருக்க, தன்னளவில்

ஓரளவுக்குச் சின்னவியலாளரான க்ளிக்தான் முதல்முதலாக, அதில் இல்லுமினாட்டி சின்னம் மறைந்திருப்பதைக் கண்டுபிடித்தான்.

“நீ சின்னவியலாளர் அல்ல,” மாக்ரி சிடுசிடுத்தாள். “நீ அதிர்ஷ்டமிக்க செய்தியாளன். அந்த ஹார்வர்டு நபரிடம் சின்னவியலை நீ விட்டிருக்கவேண்டும்.”

“அந்த ஹார்வர்டு நபர் அதைத் தவறவிட்டுவிட்டான்,” க்ளிக் சொன்னான்.

இந்த முத்திரையிலுள்ள இல்லுமினாட்டி முக்கியத்துவம் மிக வெளிப்படையானது.

அவன் உள்ளுக்குள் பிரகாசித்தான். செர்னில் நிறைய முடுக்கிகள் இருந்தாலும், அவர்களது முத்திரை இரண்டை மட்டுமே காட்டியது. *இரண்டு என்பது, இல்லுமினாட்டியின் இருமையைக் குறிக்கும் எண்.* பெரும்பாலான முடுக்கிகள் ஒரேயொரு செலுத்துக் குழாயைக் கொண்டிருந்தாலும், முத்திரை ஐந்தைக் காட்டியது. *ஐந்து என்பது இல்லுமினாட்டியின் பென்டாகிராமைக் குறிப்பிடும் எண்.* பின் அந்த மாஸ்டர் ஸ்ட்ரோக் நிகழ்ந்தது- அனைத்திலும் மிக புத்திசாலித்தமான கருத்து. க்ளிக் அந்த முத்திரை- தெளிவாக அதன் கோடுகளாலும் வட்டங்களாலும் மிகப்பெரிய இலக்கமான 6-ஐ கொண்டிருந்ததை சுட்டிக்காட்டியிருந்தான். அந்த முத்திரையை சுழற்றினால், இன்னொரு ஆறு தோன்றியது. பின் இன்னொன்று. அந்த முத்திரை மூன்று 6-ஐக் கொண்டிருந்தது. *666! சாத்தானின் எண். மிருகத்தின் சின்னம்!*

க்ளிக் ஒரு மேதை.

மாக்ரி அவனை விழுங்கத் தயார் என்பதுபோல் பார்த்தாள்.

பொறாமை கடந்துசெல்லும், க்ளிக் அறிந்திருந்தான், அவனது மனது இப்போது மற்றொரு எண்ணத்தில் இருந்தது. செர்ன், இல்லுமினாட்டியின் தலைமை நிலையம் என்றால், இல்லுமினாட்டிகள் செர்னில் தங்களது புகழ்பெற்ற வைரத்தை எங்கே வைத்திருப்பர்? க்ளிக் அதுபற்றி வலைத்தளத்தில் வாசித்திருந்தான்- *“பழங்கால மூலப்பொருள்களிலிருந்து பிறந்து அத்தகையதொரு துல்லியத்துடன், அதனைக் காணும் அனைவரையும் ஆச்சரியத்தில் ஆழ்த்தக்கூடியது அந்தக் குறையற்ற வைரம்...”*

க்ளிக், இன்றிரவு இல்லுமினாட்டி வைரத்தின் ரகசிய மறைவிடம் எங்கிருக்கிறது என்ற மற்றொரு புதிரை திரைவிலக்க முடியுமா என்று சிந்தித்தான்

102

நவோனா சதுக்கம். *நான்கு நதிகளின் நீரூற்று.*

பாலைவனங்களில் காணப்படுவதைப்போல், வெப்பமான நாளுக்குப்பின்னும் கூட ரோமில் இரவுகள் ஆச்சரியப்படத்தக்க வகையில் குளிர்ச்சியாய் இருக்கும். லேங்டன் நவோனா சதுக்கத்தின் விளிம்பில், தனது மேற்சட்டையைத் தன்னைச் சுற்றி நெருக்கமாய் அணிந்து, உடலைக் குறுக்கியபடி காணப்பட்டார். போக்குவரத்து நெருக்கடியின் தூரத்து இரைச்சல்போல, செய்தியறிக்கைகளின் குழப்பமான ஒலி நகரெங்கும் எதிரொலித்தது. அவர் தனது கடிகாரத்தைச் சரிபார்த்தார். பதினைந்து நிமிடங்கள். அவர் சில நிமிட ஓய்வுக்காக நன்றியுணர்வுடன் இருந்தார்.

சதுக்கம் ஆளரவமின்றி காணப்பட்டது. பெர்னினியின் நிபுணத்துவமிக்க ஊற்று அவர் முன் அச்சுறுத்தும் மாயத்தன்மையுடன் சலசலத்தபடி காணப்பட்டது. நீரடி ஒளிவிளக்குகள் மூலம், கீழிருந்து வெளிச்சமூட்டப்பட்டிருந்த நுரையெழும்பும் குளம் ஒரு மாயப் பனியை மேல்நோக்கி அனுப்பியது. லேங்டன் காற்றில் ஒருவித குளிர்ந்த மின்னாற்றலை உணர்ந்தார்.

ஊற்றின் மிகுந்த வசீகரத் தன்மை அதன் உயரம்தான். அதன் மைய அடுக்கு மட்டும் இருபதடி உயரமிருந்தது - சிறிய செயற்கை குகைகள் நிறைந்த முரட்டுத்தனமான சுண்ணாம்புப் பாறையினூடாக நீர் பீறிட்டது. மொத்தக் குன்றும் பேகன் உருவங்களால் அணி செய்யப்பட்டிருந்தன. இதன்மேல் ஒரு ஸ்தூபி இன்னொரு நாற்பதடி உயரத்துக்கு எழுந்து நின்றது. லேங்டன் தனது கண்களை அதில் பதித்தார். ஸ்தூபியின் முனையில், ஆகாயத்தில் படிந்த கறையைப்போல் மெலிதான நிழலாய், ஒரு தனித்த புறா அமைதியாக அமர்ந்திருந்தது.

ரோமின் ஊடாகச் சுட்டிகள் ஒரு *சிலுவையைப் போல்* அமைக்கப்பட்டிருந்த விதத்தை இன்னும் வியந்தபடியிருந்தார் லேங்டன். பெர்னினியின் *நான்கு நதிகளின் நீரூற்று, அறிவியலின் கடைசிப் பலிபீடம்.* சில மணி நேரங்களுக்கு முன்பு லேங்டன் பாந்தியனில் நின்றபடி அறிவொளியின் பாதை தகர்க்கப்பட்டிருக்கலாம் என நம்பியிருந்தால், அவர் இத்தனை தூரம் ஒருபோதும் வந்திருக்கமுடியாது. அது ஒரு முட்டாள்தனமான தவறாக இருந்திருக்கும். உண்மையில், முழுப்பாதையும் எந்தச் சேதமுமின்றி இருந்தது. *நிலம், காற்று, நெருப்பு, நீர்.* லேங்டன் அதைத் தொடக்கம் முதல் கடைசி வரை பின்தொடர்ந்திருந்தார்.

முழுக்க முடிவுவரை அல்ல, அவர் தனக்குத்தானே நினைவுபடுத்திக் கொண்டார். அந்தப் பாதை ஐந்து நிறுத்தங்களைக் கொண்டது, நான்கு அல்ல. இந்த நான்காவது சுட்டியான ஊற்று ஏதோ ஒருவிதத்தில் உச்ச இலக்கான - இல்லுமினாட்டியின் புனித உறைவிடமான- அறிவொளி திருச்சபையைச் சுட்டிக்காட்டும். லேங்டன், அந்த உறைவிடம் இன்னும் இருக்கிறதா என வியந்தார். அங்கேதான் கொலையாளி விட்டோரியாவை எடுத்துச் சென்றிருப்பானா என ஆச்சரியப்பட்டார்.

லேங்டன் தனது கண்கள் நீரூற்றிலுள்ள உருவங்களில், அந்த உறைவிடத்தின் திசையைக் காட்டும் துப்பைத் தேடி விசாரணை செய்வதைக் கண்டார். *தேவதைகள் உங்களது உயர்ந்த தேடலில் வழிகாட்டட்டும்.* எனினும் கிட்டத்தட்ட உடனடியாக, அவர் அமைதியற்ற விழிப்புணர்வொன்றால் வெல்லப்பட்டார். இந்த நீரூற்று தேவதூதர்கள் எதையும் கொண்டிருக்கவில்லை. லேங்டன் அவர் நின்றிருந்த இடத்திலிருந்து பார்க்கமுடியும்படி நிச்சயமாக எதுவும் கொண்டிருக்கவில்லை- முன்பும் அவர் எதையும் பார்த்திருக்கவில்லை. *நான்கு நதிகளின் நீரூற்று* ஒரு பேகன் படைப்பு. சிற்பங்கள் அனைத்தும் சமயச்சார்பற்றவையாக- மனிதர்கள், விலங்குகள், அசிங்கமான அழுங்கு எனப்படும் விலங்குகூட காணப்பட்டது. இங்கு ஒரு தேவதூதர் என்பது, காயம்பட்ட விரல்போல துருத்தலாகத் தோன்றும்.

இது தவறான இடமா? அவர் சிலுவை போன்று அமைந்த தேவாலயங்களின் நான்கு ஸ்தூபிகளைக் கருத்திலெடுத்துக்கொண்டார். தனது கைமுட்டிகளை இறுகப்பற்றினார். *இந்த நீரூற்று சரியானது.*

இரவு 10.46-க்குத்தான் சதுக்கத்தின் தூரமுனையிலுள்ள சந்திலிருந்து ஒரு கறுப்புநிற வேன் வெளிப்பட்டது. முன்புற விளக்குகள் எரியாமல் அந்த வேன் ஓட்டப்படாதிருந்தால் அதனை லேங்டன் இரண்டாம் முறையாகப் பார்த்திருக்கமாட்டார். நிலவொளி மிதக்கும் கடற்கரையில் சுறா ஊர்வலம் செல்வதுபோல், அந்த வாகனம் சதுக்கத்தின் புற எல்லையில் வட்டமிட்டது.

லேங்டன் தாழ்வாகக் குனிந்து, வேதனையில் புனிதர் அக்னீஸ் தேவாலயத்துக்கு இட்டுச்செல்லும் மிகப்பெரிய படிக்கட்டருகே இருந்த நிழலில் பதுங்கினார். அவர் சதுக்கத்துக்கு வெளியே நோக்கினார், அவரது நாடித்துடிப்பு உயர்ந்துகொண்டிருந்தது.

இரண்டு முறை முழுமையாக வட்டமடித்ததும், அந்த வேன் பெர்னினியின் நீரூற்றை நோக்கி உட்புறமாகச் சரிவாக இறங்கியது. அது நீரூற்றுக் கிண்ணத்துக்கு இணையாக, அதன் விளிம்புக்கு பக்கவாட்டாக, காரின் ஓரப்பகுதி நீரூற்றுக்கு இணையாக ஆவதுவரை நகர்ந்தது. பின், அதன் நெகிழ் கதவு, சுழலும் நீருக்கு சில அங்குலம் மேலே அமையும்படி நிறுத்தப்பட்டது.

பனி மூடியது.

லேங்டன் ஒரு சங்கடமான முன்னெச்சரிக்கை உணர்வை அடைந்தார். கொலையாளி முன்கூட்டியே வந்துவிட்டானா? அவன் ஒரு வேனில் வந்திருக்கிறானா? கொலையாளி, புனித பீட்டர் சதுக்கத்தில் லேங்டனுக்குக் காட்சியளித்ததுபோல, தனது கடைசிப் பலியாடை கால்நடையாகவே அழைத்துக்கொண்டு லேங்டன் திறந்தவெளியில் எதிர்க்கொள்ளும்படி சதுக்கத்துக்கு வருவானென கற்பனைசெய்திருந்தார். ஆனால், கொலையாளி வேனில் வந்திருந்ததால், விதிமுறைகள் அப்படியே மாறிவிட்டன.

திடீரென, வேனின் பக்கவாட்டுக் கதவு சறுக்கித் திறந்தது.

வேனின் தளத்தில், வேதனையில் தவித்தபடி ஒரு நிர்வாண மனிதர் கிடந்தார். அந்த மனிதர் உடலெங்கும் நீண்ட கனமான சங்கிலி சுற்றப்பட்டிருந்தது. அவர் இரும்பு வளையங்களிலிருந்து விடுபடப் போராடினார். ஆனால், சங்கிலி மிகக் கனமானதாக இருந்தது. வளையங்களில் ஒன்று, கூச்சலிட்டு உதவி கோரவிடாமல் குதிரையின் கடிவாளம்போல் அந்த மனிதரின் வாயை இரண்டாகப் பிரித்திருந்தது. அதன்பிறகே லேங்டன் சிறைபிடிக்கப்பட்டவனின் பின்னால் இருளில் நகர்ந்தபடி,

இறுதி ஏற்பாடுகளைச் செய்துகொண்டிருந்த இரண்டாவது உருவத்தைக் கண்டார்,

லேங்டன், தான் செயல்பட சில நொடிகளே இருப்பதை அறிந்திருந்தார்.

துப்பாக்கியை எடுத்துக்கொண்டு, அவர் தனது மேற்சட்டையைக் கழற்றி அதைத் தரையில் நழுவவிட்டார். அவர் ட்வீட் ஜாக்கெட்டைக் கூடுதலாகச் சுமக்க விரும்பவில்லை, தவிரவும் கலீலியோ டயாகிராமா பக்கத்தை நீரின் அருகே எங்கும் எடுத்துச்செல்லும் எண்ணமும் அவருக்கில்லை. அந்த ஆவணம் இங்கேயே பாதுகாப்பாகவும் உலர்வாகவும் இருக்கட்டும்.

லேங்டன் தன் வலப்பக்கமாக முன்னேறினார். நீரூற்றின் வட்டப் பகுதியை வலப்பக்கமாகச் சுற்றிக்கொண்டு, அவர் வேனுக்கு நேர் எதிர்த்திசையில் சென்றார். நீரூற்றின் பிரமாண்டமான நடுமையம் அவரது பார்வையை மறைத்தது. நிமிர்ந்து, அவர் நேரடியாக அந்த நீர் சிந்துமிடத்தை நோக்கி ஓடினார். நீரின் முழக்கம், தனது காலடிச் சத்தத்தை மறைத்துவிடுமென அவர் நம்பினார். நீரூற்றை அடைந்ததும், அவர் விளிம்பின் மீது தொற்றி ஏறி, நுரைக்கும் குளத்தினுள் இறங்கினார்.

நீர் இடுப்பளவு ஆழத்துக்குப் பனிக்கட்டியைப்போல குளிர்ந்திருந்தது. லேங்டன் பற்களைக் கடித்துக்கொண்டு நீரினுள் கால்களை இழுத்தபடி நடந்தார். அடித்தளம் வழுக்கும் தன்மையுடன், நல் அதிர்ஷ்டத்துக்காக வீசப்பட்ட நாணயங்களின் பெருக்குடன் இருமடங்கு சறுக்கக்கூடியதாக இருந்தது. நல் அதிர்ஷ்டம் என்பதைவிடவும் அதிகமான ஒன்று தனக்குத் தேவையென லேங்டன் உணர்ந்தார். பனிமூட்டம் அவரைச் சுற்றி எழுந்துகாணப்பட, தன் கையிலிருக்கும் துப்பாக்கி நடுங்குவது, பனியாலா அல்லது பயத்தாலா என அவர் வியந்தார்.

அவர் நீரூற்றின் உட்பகுதியை அடைந்து, தனது இடப்பக்கம் வட்டமடித்துத் திரும்பினார். பளிங்கினாலான உருவங்களைப் பற்றிக்கொண்டு சிரமப்பட்டு நடந்தார். தன்னை மிகப்பெரிய குதிரைச் சிற்பத்தின் பின்னால் மறைத்துக்கொண்டு எட்டிப்பார்த்தார். வேன் பதினைந்தடி தொலைவில் மட்டுமே காணப்பட்டது. கொலையாளி வேனின் தரையில் குனிந்தபடி, கார்டினலின் சங்கிலியால் பிணைக்கப்பட்ட உடலில் கைகள்

இருக்க, திறந்த கதவின் வழியாக நீரூற்றுக்குள் உருட்டிவிட ஆயத்தமாகிக் கொண்டிருந்தான்.

இடுப்பளவு தண்ணீரில், ராபர்ட் லேங்டன் தனது துப்பாக்கியை உயர்த்தியபடி பனிமூட்டத்திலிருந்து வெளிப்பட்டது, ஒருவித நீர்வாழ் கௌபாய் இறுதிநிலைப்பாட்டை எடுப்பதைப் போன்ற உணர்வை அளித்தது. "அசையாதே." அவரது குரல் துப்பாக்கியை விடவும் உறுதியாக இருந்தது.

கொலையாளி நிமிர்ந்துபார்த்தான். ஒரு கணம் அவன் பேயைக் கண்டதுபோல குழம்பிப்போனவனாகத் தோன்றினான். பின் அவனது இதழ்கள், ஒருவித குறும்புப் புன்னகையால் வளைந்தன. அவன் கீழ்ப்படிவதன் அடையாளமாகக் கைகளை உயர்த்தினான். "ஆக, அப்படிப் போகிறது."

"வேனை விட்டு வெளியே வா."

"நீ ஈரமாகத் தெரிகிறாய்."

"நீ சீக்கிரமே வந்துவிட்டாய்."

"நான் என் பரிசிடம் திரும்பச் செல்ல ஆவலாய் இருக்கிறேன்."

லேங்டன் துப்பாக்கியை நேராகப் பிடித்தார். "நான் சுடத் தயங்கமாட்டேன்."

"நீ ஏற்கனவே தயங்கிவிட்டாய்."

லேங்டன் தனது விரல் ட்ரிக்கரின் மேல் இறுக்கமாவதை உணர்ந்தார். கார்டினல் இப்போது அசைவின்றிக் கிடந்தார். அவர் களைத்துப்போனவராய், சாக்களை படிந்து தெரிந்தார். "அவரது கட்டை அவிழ்."

"அவரை மறந்துவிடு. நீ அந்தப் பெண்ணுக்காக வந்திருக்கிறாய். வேறு வேஷம் போடாதே."

லேங்டன் அதை அங்கேயே முடித்துவிடும் உந்துதலுக்கெதிராகப் போராடினார். "அவள் எங்கே இருக்கிறாள்?"

"ஓரிடத்தில் பத்திரமாக. என்னுடைய வருகைக்காகக் காத்திருக்கிறாள்."

அவள் உயிருடன் இருக்கிறாள். லேங்டன் நம்பிக்கையின் கீற்றொன்றை உணர்ந்தார்.

“அறிவொளியின் திருச்சபையிலா?”

கொலையாளி புன்னகைத்தான். “நீ அதன் இருப்பிடத்தை ஒருபோதும் கண்டுபிடிக்கப்போவதில்லை.”

லேங்டன் நம்பமுடியாமல் திகைத்தார். *அந்த இடம் இன்னும் இருக்கிறது.* அவர் துப்பாக்கியைக் குறிவைத்தார். “எங்கே?”

“நூற்றாண்டுகளாக அந்த இடம் ரகசியமாகவே நீடித்துவருகிறது. எனக்கே அது சமீபத்தில்தான் வெளிப்படுத்தப்பட்டது. அந்த நம்பிக்கையைச் சிதைப்பதற்குப் பதில் இறந்துபோவதையே விரும்புவேன்.”

“அதனை நீயில்லாமலே என்னால் கண்டுபிடிக்கமுடியும்.”

“ஆணவமான எண்ணம்.”

லேங்டன் ஊற்றை நோக்கி அசைந்தார்.

“நான் இத்தனை தூரம் வந்திருக்கிறேன்.”

“அதுபோல பலர் வந்திருக்கிறார்கள். கடைசி அடியெடுப்புதான் கடினமானது.”

லேங்டன், நீருக்கடியில் முறையாகக் காலடியெடுத்து வைத்து, நெருங்கி வந்தார். கொலையாளி குறிப்பிடத்தக்க வகையில் அமைதியாகத் தெரிந்தான், வேனின் பின்பகுதியில் குந்தவைத்த நிலையில், அவனது கைகள் அவனது தலைக்குமேலாக உயர்ந்திருந்தன. லேங்டன் அவனது நெஞ்சுக்குக் குறிவைத்தபடி, சுட்டு எளிதாக அந்த விவகாரத்தை முடித்துவிடலாமா என்று யோசித்தபடிக் காணப்பட்டார். *இல்லை. விட்டோரியா எங்கிருக்கிறாள் என அவன் அறிவான். எதிர்க்கரு எங்கிருக்கிறதென்பதை அவன் அறிவான். எனக்கு விவரங்கள் தேவை!*

வேனின் இருளிலிருந்த கொலையாளி வெளியிலிருந்த ஆக்கிரமிப்பாளரை, ஒரு வகையான வேடிக்கையான இரக்கத்துடன் பார்ப்பதை அவனால் தவிர்க்கமுடியவில்லை. அமெரிக்கன் தைரியமானவன் என்பதை நிரூபித்துவிட்டான். ஆனால், அத்துடன் அவன் பயிற்சியற்றவன். அதனையும் நிரூபித்துவிட்டான். நிபுணத்துவம் இல்லாத வீரம் தற்கொலைக்குச் சமமானது. உயிர் தப்பிப் பிழைப்பதற்கான

விதிகள் இருக்கின்றன. பழமையான விதிகள். அமெரிக்கன் அவையனைத்தையும் உடைத்துக்கொண்டிருந்தான்.

ஆச்சர்யத்திலாழ்த்தும் சாதகம் உனக்கு இருந்தது– நீ அதனை வீணடித்துவிட்டாய்.

பெரிதும் உதவியை எதிர்பார்த்து... அல்லது முக்கியமான தகவலை வெளிப்படுத்தும் வாய்தவறும் கணத்தை எதிர்பார்த்து... அமெரிக்கன் முடிவெடுக்க முடியாதவனாக இருந்தான்.

நீ உனது இரையைச் செயலிழக்கச்செய்யும் முன்பு, ஒருபோதும் விசாரணை செய்யாதே. மூலையில் நெருக்கப்பட்ட எதிரி அபாயகரமான எதிரி.

அமெரிக்கன் மீண்டும் பேசிக்கொண்டிருந்தான். விசாரித்துக் கொண்டிருந்தான். சூழ்ச்சி செய்துகொண்டிருந்தான்.

கொலையாளி கிட்டத்தட்ட சத்தமாகச் சிரித்திருப்பான். ***இதுவொன்றும் உன்னுடைய ஹாலிவுட் திரைப்படங்களல்ல... கடைசித் துப்பாக்கிச் சூடுக்குமுன் துப்பாக்கி முனையில் நீண்ட விவாதங்களெல்லாம் கிடையாது. இதுதான் முடிவு. இப்போது.***

கண்ணுடனான தொடர்பை அறுத்துக்கொள்ளாமலே, அவன் எதிர்பார்த்துக்கொண்டிருந்ததைக் கண்டுபிடிக்கும்வரை, கொலையாளி தனது கைகளை வேனின் மேற்கூரைக்கு சற்றே உயர்த்தினான். நேரே பார்த்தபடியே, அவன் அதைப் பற்றினான்.

பின் அவன் தனது ஆட்டத்தை மேற்கொண்டான்.

அந்த அசைவு முற்றிலும் எதிர்பார்க்காததாக இருந்தது. ஒரு கணம், இயற்பியல் விதிகள் இல்லாமல் போய்விட்டதா என லேங்டன் நினைத்தார். கொலையாளி காற்றில் எடையற்றவனாகத் தொங்கியபடியிருக்க, அவனது கால் அவனுக்கடியிலிருந்து வெளிப்பட்டு, அவனது காலணிகள் கார்டினலின் பக்கவாட்டில் மோதி, சங்கிலியில் பிணைத்திருந்த உடலை கதவுக்கு வெளியே தள்ளின. கார்டினல் கீழே விழுந்து, நீர்த்தெறிப்பை மேலே அனுப்பினார்.

நீர் அவரது முகத்தில் அடிக்க, லேங்டன் மிகத் தாமதமாகவே என்ன நடந்தென உணர வந்தார். கொலையாளி வேனின் மேற்பகுதியில் காணப்படும் உருளையான கம்பியைப் பற்றியபடி,

வெளிநோக்கி ஊசலாடியிருந்தான். தற்போது கொலையாளி அவரை நோக்கி பயணப்பட்டான், கால் நீர்த்திரையினூடே வந்து மோதியது.

லேங்டன் ட்ரிக்கரை இழுக்க, சைலன்ஸரிலிருந்து குண்டு வெளிப்பட்டது. வெடித்த குண்டு கொலையாளியின் இடது காலணியின் பெருவிரலினூடாகச் சென்றது. உடனடியாகக் கொலையாளியின் காலணிக்குள்ளிருந்த கால்கள் தனது மார்பில் பட்டதையும், வலுவான உதையால் தான் பின்னுக்குத் தள்ளப்பட்டதையும் உணர்ந்தார்.

இரண்டு நபர்கள் இரத்தமும், நீரும் தெறிக்க கீழே விழுந்தார்கள்.

குளிர்ச்சியான திரவம் லேங்டனின் உடலை விழுங்க, அவரது முதல் உணர்வு வலியாக இருந்தது. தப்பிப்பிழைக்கும் எண்ணம் அடுத்தே வந்தது. அவர், இப்போது தான் ஆயுதத்தைக் கொண்டிருக்கவில்லை என்பதை உணரவந்தார். அது தட்டி விலக்கப்பட்டிருந்தது. அவர் ஆழமாக நீந்தி, சறுக்கும் அடிப்பகுதியில் தேடித்துழாவினார். அவரது கை உலோகத்தைப் பற்றியது. கை நிறைய நாணயங்கள். அவர் அவற்றை நழுவவிட்டார். தன் கண்களைத் திறந்து, லேங்டன் மின்னும் அடிப்பகுதியை ஆராய்ந்தார். நீர் அவரைச் சுற்றி, குளிர்ந்த ஜாக்குஸி மஜாஜ் வசதி வழங்கும் தொட்டியைப் போல சுழன்றது.

சுவாசிக்கவேண்டுமென்ற உள்ளுணர்வு இருந்தபோதும், பயம் அவரை அடிப்பரப்பிலேயே வைத்திருந்தது. எப்போதும் நகர்ந்தபடி இருந்தார். அவர் அடுத்த தாக்குதல் எங்கிருந்து வருமென அறிந்திருக்கவில்லை. அவர் துப்பாக்கியைக் கண்டறிவது அவசியம். அவரது கைகள் பரபரப்பாக அவருக்கு முன்பக்கத்தில் துழாவின.

அவர் தனக்குள் சொல்லிக்கொண்டார், *உனக்குச் சாதகம் இருக்கிறது. நீ உனக்கான இயல்புச் சூழலில் இருக்கிறாய்.* நனைந்த டர்டில்நெக்கில் இருந்தபோதும், லேங்டன் ஒரு சுறுசுறுப்பான நீச்சல் வீரர். *நீர், உனக்கான இயல்புச் சூழல்களில் ஒன்று.*

இரண்டாவது முறையாக லேங்டனின் விரல்கள் ஒரு உலோகப் பொருளைக் கண்டறிந்தபோது, அவர் தனது அதிர்ஷ்டம் மாறிவிட்டதாக உறுதியாக நம்பினார். அவர் கையிலிருந்த பொருள், கைநிறைந்த நாணயங்கள் அல்ல. அவர் அதனைப் பற்றி

தன்னை நோக்கி இழுக்கமுயன்றபோது, அவர் தண்ணீரினுள் சறுக்குவதைக் கண்டார். அந்தப் பொருள் நிலையாக இருந்தது.

லேங்டன், கார்டினலின் துடிக்கும் உடலை இழுக்கும் முன்னே, அவர் தன் எடையால் கார்டினலைக் கீழே இழுக்கும் உலோகச் சங்கிலியின் பகுதியை தான் பற்றியிருப்பதை உணரவந்தார். லேங்டன், நீரூற்றின் தரைப்பகுதியிலிருந்து அவரை உற்றுநோக்கும் அச்சம் சூழ்ந்த முகத்தைக் கண்டு அசைவிழந்து, ஒரு கணம் அங்கேயே வட்டமிட்டார்.

அந்த மனிதரின் கண்களில் இருந்த உயிர்ப்பால் உலுக்கப்பட்ட, லேங்டன் அடிப்பகுதியை எட்டி சங்கிலியைப் பற்றி அவரை மேற்பகுதியை நோக்கி உந்தித்தள்ளினார். அந்த உடல், ஒரு நங்கூரம்போல மெதுவாக வந்தது. லேங்டன் வலுவாக இழுத்தார். கார்டினலின் தலை மேற்புறத்தை எட்டியதும், அந்த வயதான மனிதர் சிலமுறை பெருமூச்சு விட்டு, மூச்சுக்காக ஏங்கினார். பின், வழுக்கும் சங்கிலி மீதான லேங்டனின் பிடி தளர்ந்ததால் அவரது உடல், தீவிரமாகச் சுழன்றிறங்கியது. பாறையைப் போன்று, பக்கியா மீண்டும் ஆழம்சென்று நுரைக்கும் நீரின் அடியில் மறைந்தார்.

லேங்டன், கண்களை அகலத்திறந்தபடி திரவ இருளுக்குள் ஆழப் பாய்ந்தார். அவர் கார்டினலைக் கண்டார். இந்த முறை பக்கியாவின் நெஞ்சுக்குக் குறுக்காகக் கிடந்த சங்கிலியை லேங்டன் பற்றியபோது... மார்புப் பகுதியிலிருந்து சங்கிலி விலகி மேலுமொரு அக்கிரமத்தை வெளிப்படுத்தியது... எரிந்த சதையில் வார்த்தையொன்று முத்திரையிடப்பட்டிருந்தது.

WATER

ஒரு கணத்துக்குப் பின், இரண்டு காலணிகள் பார்வைக்கு வந்தன. ஒன்றில் இரத்தம் பீறிட்டது.

103

ஒரு வாட்டர்போலோ ஆட்டக்காரராக, ராபர்ட் லேங்டன் அதிகமாகவே நீருக்கடியிலான போர்களைச் சகித்துக்கொண்டிருந்திருந்தார். வாட்டர்போலோ குளத்தின் நீருக்கடியில், நடுவர்களின் கண்களில் படாமல், மோசமான மல்யுத்த போட்டியில்கூட காணமுடியாத, காட்டுமிராண்டித்தனம் சீறி வெளிப்படும். லேங்டன் உதைக்கவும், பிராண்டவும், தடுத்துவைக்கவும் பட்டிருக்கிறார். ஒருமுறை லேங்டன் தொடர்ந்து சிக்காமல் நழுவியதால், ஏமாற்றமடைந்த தற்காப்பு ஆட்டக்காரரால் கடித்துவைக்கவும் பட்டிருக்கிறார்

எனினும், தற்போது பெர்னினியின் நீரூற்றின் குளிர்ந்த நீரால் அறையப்பட்ட, லேங்டன் தான் ஹார்வர்டு குளத்திலிருந்து வெகுதொலைவில் இருக்கிறார் என்பதை அறிந்திருந்தார். அவர் ஒரு ஆட்டத்துக்காக அன்றி, அவரது உயிருக்காக சண்டையிட்டுக்கொண்டிருந்தார். அவர்கள் சண்டையிடுவது இது இரண்டாவது முறை. இங்கே நடுவர் கிடையாது. மறு போட்டிகள் கிடையாது. அவரது முகத்தை நீரூற்றின் அடிப்பகுதியை நோக்கி அழுத்தும் கைகள், கொல்வதற்கான விசையுடன் உந்தியது என்பதில் சந்தேகம் இல்லை.

லேங்டன் உள்ளுணர்வால் டார்பிடோ மீனைப் போல சுழன்றார். பிடியிலிருந்து நழுவினார். ஆனால் அவரைத் தாக்குபவன் இரண்டு கால்களும் திடமாக ஊன்றியிருக்க, எந்த ஒரு வாட்டர்போலோ தற்காப்பு ஆட்டக்காரரும் கொண்டிராத சாதகத்தை அனுபவித்தபடி, திரும்பவும் தனது பிடியால் அவரை வளைத்துப் பிடித்தான். லேங்டன், நம்பிக்கையுடன் அவனிடமிருந்து விடுபட முயன்றபடி சுழன்றார். கொலையாளி ஒரு கைக்கு ஆதரவாக இருப்பதுபோலத் தோன்றியது.... எனினும், அவனது பிடி உறுதியாக இருந்தது.

அதன்பிறகே லேங்டன் தான் மேலே வரப்போவதில்லை என்பதை அறிந்தார். தான் செய்யமுடியும் என நினைத்த விஷயத்தை மட்டுமே செய்தார். அவர் மேலே வர முயற்சிப்பதை நிறுத்தினார். **உன்னால் வடக்கே போகமுடியாதென்றால், கிழக்கே போ.** அவரது இறுதிப் பலத்தையும் திரட்டி, லேங்டன்

அவரது கால்களை டால்பின் கிக் செய்து, தன் கைகளை அலங்கோலமாகப் பட்டர்ப்ளை ஸ்ட்ரோக்கில் அவனிடமிருந்து உருவினார். அவரது உடல் முன்னோக்கிச் சென்றது.

இந்தத் திடீர் திசைமாற்றம் கொலையாளியின் தடுமாற்றத்துக்குக் காரணமானதுபோல் தோன்றியது. லேங்டனின் பக்கவாட்டு இயக்கம், அவரைப் பிடித்திருந்தவன் கைகளைப் பக்கவாட்டில் இழுக்க, அவனது சமநிலைத் தவறியது. அவனின் பிடி தடுமாற, லேங்டன் மீண்டும் உதைத்தார். அது டௌலைன் அறுந்ததுபோன்ற உணர்வைத் தோற்றுவித்தது. திடீரென லேங்டன் சுதந்திரமாக இருந்தார். தனது நுரையீரலிலிருந்த பழைய காற்றை வெளியேற்ற, லேங்டன் மேற்புறத்துக்கு வந்தார். அவர் செய்ததெல்லாம் ஒரேயொரு மூச்சு உள்ளிழுத்ததுதான். நொறுக்கும் விசையுடன் கொலையாளி மீண்டும் அவருக்குமேல் வந்து, அவரது தோளில் தனது உள்ளங்கையை வைத்து, தனது மொத்த எடையாலும் அழுத்தினான். லேங்டன் தனது காலை அவனது கால்களுக்கிடையே வைக்கமுயல, கொலையாளி காலை விலக்கிக்கொள்ள, லேங்டன் கீழே விழுந்தார்.

அவர் மீண்டும் அடியில் சென்றார்.

நீருக்கு அடியில் சுழன்றதால், லேங்டனின் தசைகள் எரிந்தன. இம்முறை அவரது தந்திரம் வீணாய்ப்போனது. குமிழிடும் நீரின் ஊடே, லேங்டன் துப்பாக்கியை எதிர்பார்த்து அடிப்பகுதியை ஆராய்ந்தார். அனைத்தும் மங்கலாகக் காணப்பட்டது. அங்கே குமிழிகள் அடர்த்தியாகக் காணப்பட்டன. நீரூற்றின் தரைப்பகுதியோடு இணைக்கப்பட்டிருந்த மேடைவிளக்கை நோக்கி, கொலையாளி அவரை ஆழமாக மல்லுக்கட்டி அழுத்த, கண் கூசவைக்கும் வெளிச்சம் அவரது முகத்தில் அடித்தது. லேங்டன் எட்டி, அதன் உறையைப் பற்ற முயன்றார். அது சூடாக இருந்தது. லேங்டன் தன்னை உருவி விடுவித்துக்கொள்ள முயன்றார்.

கொலையாளி இன்னும் ஆழமாக அவரைச் செலுத்தினான்.

பின்பே லேங்டன் அதனைக் கண்டார். நாணயங்களுக்கு அடிப்பகுதியிலிருந்து நேரடியாக அவரது முகத்துக்குக் கீழே நீட்டிக்கொண்டிருந்தது. ஒரு குறுகிய, கறுப்பு உருளை. *ஆலிவெட்டியினுடைய துப்பாக்கியின் சைலன்ஸர்.* லேங்டன் அதனை எட்டி, அவரது விரல்களால் அந்த

உருளையைப் பற்றியபோது, அவர் உலோகத்தை உணரவில்லை, பிளாஸ்டிக்கையே உணர்ந்தார். அவர் அதை இழுத்தபோது, அந்த நெகிழும் ரப்பர்க் குழாய் அருவருப்பான பாம்பைப் போல அவரை நோக்கி வந்தது. அது கிட்டத்தட்ட இரண்டடி நீளத்திலிருக்க, அதன் முனையிலிருந்து நீர்த்தாரையின் குமிழ்கள் வெளிப்பட்டன. லேங்டன் துப்பாக்கியைச் சற்றும் கண்டடையவில்லை. அது நீரூற்றின் ஆபத்தில்லாத ஸ்புமந்தி என்றறியப்பட்ட பல்வேறு குமிழ் உருவாக்கிகளுள் ஒன்று.

சில அடிகள் மட்டுமே தள்ளி, கார்டினல் பாகியா, தனது ஆன்மா உடலைவிட்டுக் கிளம்ப சிரமப்படுவதை உணர்ந்துகொண்டிருந்தார். தனது முழு வாழ்விலும் இந்தக் கணத்துக்கு அவர் தன்னைத் தயார் செய்து வைத்திருந்தும், தனது முடிவு இப்படியிருக்குமென அவர் ஒருபோதும் கற்பனை செய்திருக்கவில்லை. அவரது உடலெனும் கூடு வேதனையில் இருந்தது... சூடுபோடப்பட்டு, காயப்பட்டு, அசையவியலாத எடையால் நீருக்கடியில் தடுக்கப்பட்டிருந்தது. இயேசுவின் துயரங்களை ஒப்பிட, தான் அனுபவிப்பது ஒன்றுமில்லாதது என அவர் தனக்குத்தானே நினைவூட்டிக் கொண்டார்.

அவர் எனது பாவங்களுக்காக மரணித்தார்...

பாகியாவால், அருகில் தொடர்ந்த சண்டையின் மோதல்களைக் கேட்கமுடிந்தது. அதைப் பற்றி நினைப்பதையே அவரால் தாங்கமுடியவில்லை. அவரைச் சிறைபிடித்தவன் மற்றொரு உயிரையும் அழிக்கப்போகிறான்... கருணைமிக்க கண்களைக் கொண்ட, உதவ முயன்ற மனிதனை.

வலி பெருக, பாகியா மல்லாந்து நீரினுள் மேல்நோக்கிப் பார்த்துக் கிடந்தபடி தனக்குமேல் தெரிந்த கறுப்பு வானத்தை நோக்கிக்கொண்டிருந்தார். ஒரு கணம் நட்சத்திரங்களைக் கண்டதாக நினைத்தார் அவர்.

இதுதான் தருணம்.

அனைத்துப் பயங்களையும் சந்தேகங்களையும் விடுவித்து, பாகியா தனது கடைசி மூச்சென அவரறிந்திருந்த மூச்சை தனது வாயைத் திறந்து வெளியேற்றினார். தனது ஆத்மா சொர்க்கத்தைநோக்கி கொப்பளித்தபடி ஒளியூடுருவும் குமிழ்களாக வெடித்துக்கிளம்புவதை அவர் பார்த்துக்கொண்டிருந்தார். பின்,

இயல்பாக, அவர் மூச்சுத்திணற ஆரம்பித்தார். நீர் அவரது பக்கவாட்டில் பனிக்கத்திபோல கொட்டிக்கொண்டிருந்தது. வலி சில நொடிகள் மட்டுமே நீடித்தது.

பின்... அமைதி.

கொலையாளி தனது காலில் தெரிந்த எரிச்சலைப் புறக்கணித்து, நீரில் மூழ்கடிக்கப்பட்ட, தற்போது சுழலும் நீரில் அவன் அழுத்திப் பிடித்திருந்த அமெரிக்கனில் கவனம் செலுத்தினான். *இதனை முழுதாக முடி.* இம்முறை ராபர்ட் லேங்டன் தப்பமாட்டாரென அறிந்திருந்தான். அவன் யூகித்ததுபோல, அவனது பலியாளின் போராட்டம் வலுக்குறைந்தபடியே சென்றது.

திடீரென லேங்டனின் உடல் திமிறியது. அவர் முரட்டுத்தனமாக உதறத் தொடங்கினார்.

ஆம், கொலையாளி அதிலேயே ஆழ்ந்திருந்தான். *நடுக்கங்கள். நீர் முதலில் நுரையீரலைத் தாக்கும்.* அந்த நடுக்கம் ஐந்து நொடிகள் வரை நீடிக்குமென அவன் அறிவான்.

அவை ஆறு நொடிகளுக்கு நீடித்தன.

பின், கொலையாளி எதிர்பார்த்ததுபோல் மிகச்சரியாக, அவனது பலியாள் திடீரென தளர்வானார். பிரமாண்டமான காற்றுப்போன பலூன்போல, ராபர்ட் லேங்டன் அசைவிழந்தார். அது முடிந்தது. கொலையாளி இன்னொரு முப்பது நொடிகளுக்கு, நீர் அவரது நுரையீரல் திசுக்களுக்குள் செல்வதற்காக அவரை அழுத்திப் பிடித்திருந்தான். மெதுவாக, அவன் லேங்டனின் உடல் தன்னிச்சையாகவே அடிப்பகுதிக்கு மூழ்குவதை, உணர்ந்தான். கடைசியில், கொலையாளி அவரை விட்டான். *நான்கு நதிகளின் நீரூற்றில்* ஊடகம் இரட்டை ஆச்சரியத்தைக் கண்டுகொள்ளும்.

"செத்தொழி!" கொலையாளி சாபமிட்டபடி, நீரூற்றிலிருந்து வெளிவந்து தனது ரத்தம் கசியும் பெருவிரலை நோக்கினான். அவனது காலணியின் முனை துண்டாகியிருந்தது, பெருவிரலின் முனைப்பகுதி துளைக்கப்பட்டிருந்தது. தனது கவனக்குறைவையெண்ணி கோபமடைந்து, அவனது பேண்டின் விளிம்பைக் கிழித்து, கால் பெருவிரலில் துணியை அழுத்தினான். அவனது காலில் வலி அதிகரித்தது. *"நாய்க்குப் பிறந்தவன்!"* அவன்

தனது கையை முஷ்டி பிடித்தபடி துணியை இன்னும் ஆழமாக அழுத்தினான். ரத்தப் பெருக்கு குறைந்து கசிய ஆரம்பித்தது.

தனது சிந்தனையை வலியிலிருந்து இன்பத்துக்குத் திருப்பி, கொலையாளி தனது வேனுக்குள் ஏறினான். ரோமில் அவனது வேலை முடிந்தது. அவன் தனது அசௌகரியத்தை எது தணிக்குமென மிகச் சரியாக அறிவான். விட்டோரிய வெத்ரா கட்டப்பட்டு காத்திருக்கிறாள். கொலையாளி ஈரமாகவும் குளிர்ந்தும் இருந்தபோதும், தனக்குள் விறைப்பை உணர்ந்தான்.

நான் எனக்கான வெகுமதியைச் சம்பாதித்திருக்கிறேன்.

நகரின் ஊடாக விட்டோரியா வலியுடன் விழித்தாள். அவள் மல்லாந்து படுத்திருந்தாள். அவளது தசையெல்லாம் கல்லைப் போல இருந்தன. இறுக்கமாக. நொறுங்கத்தக்கதாக. அவளது கைகள் வலித்தன. அவள் நகர முயற்சித்தபோது, தனது தோளில் பிடிப்பை உணர்ந்தாள். அவளது கைகள் பின்னாலிருந்து கட்டப்பட்டிருந்தது என்பதை உணர அவளுக்கு ஒரு கணம் எடுத்தது. அவளது ஆரம்ப எதிர்வினை குழப்பமாகவே இருந்தது. *நான் கனவு கண்டுகொண்டிருக்கிறேனா?* ஆனால், அவள் தனது தலையைத் தூக்கமுயன்றபோது, அவளது மண்டையோட்டின் அடித்தளத்தில் ஏற்பட்ட வலி, விழிப்புணர்வை அவளுக்கு அறிவித்தது.

குழப்பம் பயமாக மாற, அவள் தனது சுற்றுப்புறத்தை ஆராய்ந்தாள். ஒரு ஒழுங்கற்ற, கல்லாலான அறையில்- பெரிய நன்கு பராமரிக்கப்பட்ட, தீப்பந்தத்தால் வெளிச்சமூட்டப்பட்ட அறையில் இருந்தாள் அவள். ஒருவிதமான பழங்கால சந்திப்பு அறை. பழம்பாணியிலான இருக்கைகள் அருகில் வட்டமாகப் போடப்பட்டிருந்தன.

விட்டோரியா, தனது சருமத்தில் தென்றலின் குளிர்ச்சியைத் தற்போது உணர்ந்தாள். அருகில், ஒரு ஜோடி இரட்டைக் கதவுகள் திறந்திருக்க, அவற்றுக்கப்பால் மாடிமுகப்பு இருந்தது. மாடிமுகப்பின் சிறுதூண் வரிசைகளின் இடைவெளியூடே, விட்டோரியா வாடிகனைக் கண்டதாகச் சத்தியம் செய்வாள்.

104

ராபர்ட் லேங்டன், நான்கு நதிகளின் நீரூற்றின் அடிப்புறத்தில் நாணயங்களின் அடுக்கின்மீது கிடந்தார். அவரது வாய் இன்னும் பிளாஸ்டிக் குழாயின் முனையின் மீதிருந்தது. நீரூற்றை நுரைக்கச் செய்ய, ஸ்புமந்தியினூடாகச் செலுத்தப்பட்ட காற்று குழாயால் மாசுபட்டிருந்ததால், அவரது தொண்டை எரிந்தது. எனினும் அவர் புகார் செய்யவில்லை. அவர் உயிருடனிருந்தார்.

நீருள் மூழ்கியிறந்த மனிதனாக அவர் செய்த பாவனை எத்தனை துல்லியமாக இருந்தது என அவருக்கு நிச்சயமாகத் தெரியவில்லை. ஆனால், லேங்டன் தன் வாழ்க்கை முழுதும் நீரின் அருகில் இருந்திருந்தார், அவர் இதுபோன்ற கதைகளை நிச்சயமாகக் கேட்டிருந்தார். அவர் தன்னால் முடிந்தவரை சிறப்பாகச் செய்திருந்தார். குழாய் முனையின் அருகே, அவர் தன் நுரையீரலின் அனைத்துக் காற்றையும் வெளியேற்றிவிட்டு, மூச்சுவிடுவதை நிறுத்தி, அவரது தசையின் எடை அவரது உடலை அடித்தளத்துக்கு இட்டுச்செல்லும்படி விட்டிருந்தார்.

அதிர்ஷ்டவசமாக, கொலையாளி அதை நம்பிக் கிளம்பிச் சென்றுவிட்டான்.

தற்போது, நீரூற்றின் அடிப்பகுதியில் ஓய்வாக, லேங்டன் தன்னால் எத்தனை முடியுமோ அவ்வளவு நேரம் காத்திருந்தார். அவர் மூச்சுத் திணற ஆரம்பித்திருந்தார். கொலையாளி இன்னும் அங்கே வெளியே இருப்பானோ என ஆச்சரியப்பட்டார். குழாயிலிருந்து கசப்பூட்டும் மூச்சொன்றை இழுத்தபடி, நீரூற்றின் மையப் பகுதியின் மென்மையான புடைப்பைக் கண்டுகொள்ளும்வரை அடிப்பகுதியில் நீந்தித் திரிந்தார். அமைதியாக, அதனையொட்டி அவர் மேல்நோக்கிவந்து, பிரமாண்டமான பளிங்கு உருவங்களின் நிழலுக்குக் கீழாக, பார்வையில் படாமல் வெளிவந்தார்.

வேன் போயிருந்தது.

லேங்டன் பார்க்கவேண்டியிருந்ததும் அதைத்தான். தனது நுரையீரலுக்குள் திரும்பவும் சுத்தமான காற்றை ஆழமாக உள்ளிழுத்து, கார்டினல் பக்கியா மூழ்கியிருந்த பகுதிக்கு

மறுபடியும் முன்னேறிச் சென்றார். அந்த மனிதர் தற்போது நினைவிழந்திருக்கலாம், உயிர் பிழைப்பதற்கான வாய்ப்புகள் குறைவு, இருந்தாலும் முயற்சிசெய்யவேண்டுமென லேங்டன் அறிந்திருந்தார். உடலைக் கண்டறிந்தபோது, லேங்டன் அதன் இருபுறமும் கால்களை ஊன்றி, கீழே குனிந்து, கார்டினலின் உடலைச் சுற்றியிருந்த சங்கிலியைப் பற்றினார். பின் இழுத்தார். கார்டினல் நீருக்கு மேலே வந்தபோது, கண்கள் ஏற்கனவே வீங்கி மேல்நோக்கி ஏறியிருந்ததை லேங்டனால் காணமுடிந்தது. அது நல்ல அறிகுறி அல்ல. அவரில் மூச்சோ, நாடித்துடிப்போ இல்லை.

நீரூற்றின் விளிம்புக்கு மேலாக, ஒருபோதும் உடலை ஏற்றமுடியாதென அவர் அறிந்திருந்ததால், நீரினூடாக கார்டினல் பக்கியாவைப் பளிங்காலான மைய மேட்டுக்குக் கீழான வெற்றிடத்துக்கு இழுத்துச் சென்றார். இங்கே நீர் ஆழமற்றதாக இருந்ததோடு, ஒரு சரிவான விளிம்பு இருந்தது. லேங்டன் அந்த நிர்வாண உடலை அந்த விளிம்பில் தன்னால் முடிந்தவரை ஏற்றினார். வெகுதொலைவு அல்ல.

பின் அவர் செயலாற்றத் தொடங்கினார். கார்டினலின் சங்கிலி சுற்றப்பட்ட மார்பை அழுத்தி, லேங்டன் அவரது நுரையீரலிலிருந்து நீரை வெளியேற்றினார். பின் அவர் இருதய நுரையீரலைப் புத்துயிர்ப்புக் கொள்ளவைக்கத் தொடங்கினார். கவனமாக எண்ணியபடி. நன்கு சிந்தித்து. மிகவேகமாகவும், மிக கடினமாகவும் ஊதவேண்டுமென்ற உணர்வைத் தவிர்த்து. மூன்று நிமிடங்களுக்கு லேங்டன் அந்த வயதான மனிதனை புத்துயிர்ப்புக் கொள்ளவைக்க முயன்றார். ஐந்து நிமிடங்களுக்குப் பின், லேங்டன் விஷயம் முடிந்ததென அறிந்திருந்தார்.

முதன்மையானவர். போப்பாக இருந்திருக்கவேண்டிய மனிதர். அவர் முன் இறந்துகிடந்தார்.

எப்படியோ, இப்போதும், பாதி நீரில் மூழ்கியிருந்த விளிம்பின் நிழலில் முற்றிலும் வலுவிழந்துகிடந்த கார்டினல் பக்கியா பெரிதும் கண்ணியமான முடிவை அடைந்திருந்தார். அவரது மரணத்துக்குக் காரணமான கொலையாளியாக இருந்ததற்காக மன்னிப்புக் கேட்பதுபோல்... தன் பெயரைச் சுமந்திருக்கிற சுடுபுண்ணைச் சுத்தம் செய்ய முயற்சிப்பதுபோல்... நீர் அவரது மார்பின் குறுக்காக மென்மையாக விழுந்தது... பெரிதும் இரங்கத்தக்கதாகத் தெரிந்தது.

கனிவாக, லேங்டன் அந்த மனிதரின் முகத்தில் கையைச் செலுத்தி, அவரது மேலேறியிருந்த விழிகளை மூடினார். மூடியதும், அவர் தனக்குள்ளிருந்து நடுக்கத்துடன் கண்ணீர் வெளியேறியதை உணர்ந்தார். அது அவரைத் திகைக்கவைத்தது. பின், இத்தனை ஆண்டுகளில் முதல்முறையாக, லேங்டன் அழுதார்.

105

இறந்த கார்டினலின் உடலிலிருந்து விலகி, திரும்பவும் ஆழமான நீரில் லேங்டன் இறங்கியபோது, மெதுவாக சோர்வுணர்ச்சியின் படலம் அகன்றது. ஆற்றலிழந்து தனிமையாக நீரூற்றில் காணப்பட்ட லேங்டன், நினைவிழக்கக்கூடுமென ஓரளவு எதிர்பார்த்தார். ஆனால் பதிலாக, தனக்குள்ளிருந்து புதிய நெருக்குதல் எழுவதை அவர் உணர்ந்தார். மறுக்கமுடியாதது. வெறித்தனமானது. எதிர்பாராத மன உறுதியொன்றால், அவர் தனது தசைகள் இறுகுவதை உணர்ந்தார். அவரது மனம், தன் இதயத்திலிருந்த வலியைப் புறக்கணிப்பதுபோல, பழையதைப் புறக்கணித்து, தன் முன்னிருந்த, தவிர்க்கமுடியாத ஒற்றை வேலையில் கவனம் குவித்தது.

இல்லுமினாட்டி அமைவிடத்தைக் கண்டுபிடி. விட்டோரியாவுக்கு உதவு.

மலைபோன்று உயர்ந்துகாணப்பட்ட பெர்னினியின் நீரூற்றின் பக்கம் திரும்பி, நம்பிக்கையைத் திரட்டிக்கொண்டு கடைசி இல்லுமினாட்டி சுட்டிக்கான தேடலில் தன்னை ஈடுபடுத்திக்கொண்டார் லேங்டன். அவர் இந்த உருவங்களின் புடைப்புகளுக்குள் எங்கோ, அந்த மறைவிடத்தைச் சுட்டிக்காட்டும் துப்பு இருக்கிறதென அறிந்திருந்தார். அந்த நீரூற்றை ஆராய்ந்தபோது, லேங்டனின் நம்பிக்கை விரைவாக உதிர்ந்தது. அவரைச் சுற்றி எங்கும் அடையாளத்தைச் சுட்டும் வார்த்தைகள் பரிகாசமாகக் குரலெழுப்பின. *தேவதைகள் உங்களது உயர்ந்த தேடலில் வழிகாட்டட்டும்.* லேங்டன் தன் முன் காணப்பட்ட செதுக்கப்பட்ட உருவங்களைப் பார்த்தார்.

இந்த நீரூற்று பாகன் பாணியிலானது. அது எந்தவொரு இடத்திலும் பாழாய்ப்போன தேவதூதர்களைக் கொண்டிருக்கவில்லை!

அந்தப் பயனற்றத் தேடலை லேங்டன் நிறைவுசெய்தபோது, உள்ளுணர்வால் அவரது கண்கள் உயர்ந்த கல் ஸ்தூபியின் மீது தொற்றியது. *நான்கு சுட்டிகள், ரோமின் ஊடாகப் பிரமாண்ட சிலுவையாகப் பரவிக்கிடக்கிறது* அவர் நினைத்தார்.

கல் ஸ்தூபியை மறைத்திருந்த மறைபொருள் குறியீடுகளை ஆராய்ந்தபடி, அந்த எகிப்திய சின்னவியலில் ஒருவேளை துப்பு மறைந்திருக்குமோ என யோசித்தார். உடனடியாக அவர் அந்த யோசனையைக் கைவிட்டார். மறைபொருட் குறியீடுகள் பெர்னினியைவிடவும் நூற்றாண்டுகள் முந்தையவை, ரோசட்டா பாறையைக் கண்டுபிடிப்பது வரையிலும் மறைபொருட் குறியீடுகள் புரிந்துகொள்ளக்கூடியதாக இருக்கவில்லை. இருந்தும், ஒருவேளை பெர்னினி கூடுதலாக ஒரு சின்னத்தைச் செதுக்கியிருப்பாரோ என லேங்டன் துணிந்து சிந்தனை செய்தார். அந்த அனைத்து மறைபொருட் குறியீடுகளில் ஒன்று கவனிக்கப்படாமல் போயிருக்குமோ?

நம்பிக்கை பளிச்சிடும் உணர்வுடன், லேங்டன் அந்த நீரூற்றை இன்னும் ஒருமுறை சுற்றிவந்து கல் ஸ்தூபியின் நான்கு முகப்புகளையும் ஆராய்ந்தார். அது அவருக்கு இரண்டு நிமிடம் எடுத்தது, கடைசி முகப்பின் முனையை அவர் அடைந்தபோது, அவரது நம்பிக்கை மூழ்கிப்போனது. மறைபொருள் குறியீடுகளில், எந்தவிதமான கூடுதல் அடையாளங்களும் இருக்கவில்லை. நிச்சயமாகத் தேவதூதர்கள் இல்லை.

லேங்டன் தனது கடிகாரத்தைச் சரிபார்த்தார். மணி மிகச்சரியாகப் பதினொன்று. நேரம் பறந்துகொண்டிருந்ததா... தவழ்ந்துகொண்டிருந்ததா என அவரால் சொல்லமுடியவில்லை. லேங்டன் நீரூற்றைச் சுற்றி வந்தபோது விட்டோரியா மற்றும் கொலையாளியின் உருவங்கள் அச்சுறுத்தும்விதமாக சுழல ஆரம்பித்தன, ஏமாற்றம் பெருக அவர் வெறித்தனமாக இன்னொரு பயனில்லாத சுற்றை நிறைவுசெய்தார். சோர்ந்தும் மனம் வெறுத்தும், லேங்டன் வீழ்வதற்குத் தயாராக இருந்தார். இரவை நோக்கிக் கூச்சலிடுவதற்கு அவர் தனது தலையைப் பின் சரித்தார்.

சத்தம் அவரது தொண்டைக்குள்ளேயே சிக்கிக்கொண்டது.

லேங்டன் நேராகக் கல்ஸ்தூபியையே வெறித்தார். முன்பு அவர் கண்டு அலட்சியம் செய்த ஒரு பொருள் அதன் உச்சியில் அமர்ந்திருந்தது. இருந்தும், இப்போது அவரை அது சற்றே நிறுத்தியது. அது தேவதூதர் அல்ல. அதோடு தொடர்பில்லாதது. உண்மையில், அவர் அதனை பெர்னினியின் நீரூற்றின் பகுதியாகக்கூட கருதியிருக்கவில்லை. அவர் அதனை உயிருள்ள ஜீவராசியாக, உயரமான கோபுரத்தின் மீது அமர்ந்திருக்கும் நகரைத் தூய்மைசெய்யும் மற்றொரு பறவையாக எண்ணியிருந்தார்.

ஒரு புறா.

லேங்டன் அந்தப் பொருளை ஒருபக்கமாகச் சாய்ந்து வான்நோக்கிப் பார்த்தார். அவரது பார்வை, அவரைச் சுற்றியிருந்த ஒளிமிக்க பனியால் மங்கியது. அது ஒரு புறா, இல்லையா? அவரால் நட்சத்திரத் திரள்களுக்கெதிராகத் தலையையும் அலகையும் தெளிவாக அன்றி நிழலுருவமாகவே பார்க்கமுடிந்தது. இருந்தும் லேங்டன் வந்ததிலிருந்து அந்தப் பறவை அசைந்திருக்கவில்லை, கீழே சண்டை நடந்திருந்தும்கூட. அந்தப் பறவை லேங்டன் அந்தச் சதுக்கத்துக்கு வந்தபோது எப்படியிருந்ததோ, மிகச் சரியாக அதேபோலவே இப்போதும் இருந்தது. அது கல் ஸ்தூபியின் உச்சியில் அமர்ந்து, அமைதியாக மேற்குநோக்கி பார்த்தது.

லேங்டன் அதனை ஒரு கணம் உற்றுநோக்கியிருந்துவிட்டு, பின் தனது கையை நீரூற்றினுள் விட்டு கைநிறைய நாணயங்களை அள்ளினார். அவர் அந்த நாணயங்களை வான்நோக்கி வீசினார். அவை கிரானைட்டாலான கற்ஸ்தூபியின் மேல் மட்டத்தில் சென்று மோதி ஒலியெழுப்பின. பறவை அசையவில்லை. அவர் மறுபடியும் முயன்றார். இம்முறை, நாணயங்களில் ஒன்று அந்த இலக்கைச் சென்று மோதியது.

அந்த பாழாய்ப்போன புறா வெண்கலத்தாலானது.

நீ ஒரு தேவதூதரைத் தேடிக்கொண்டிருக்கிறாய், புறாவையல்ல, ஒரு குரல் அவருக்கு நினைவூட்டியது. ஆனால், அது மிகத் தாமதம். லேங்டன் தொடர்பைப் புரிந்துகொண்டார். அவர் அந்தப் பறவை புறாவேயல்ல என உணரவந்தார்.

அது ஒரு மாடப்புறா.

தனது செயல்கள் குறித்து பிரக்ஞையின்றி, லேங்டன் நீரூற்றின் மையத்தை நோக்கி நீர்த்தெறிக்க நடந்து, சுண்ணகப் பாறை மலைமீது ஏறி, பிரமாண்டமான தலைகள் மற்றும் கைகளின் மீது தொற்றி ஏறி, உயரத்துக்குச் சென்றார். கல் ஸ்தூபியின் அடித்தளத்துக்குப் பாதிதூரம் இருக்கையில், பனியைத் தாண்டிச் சென்று அவரால் பறவையின் தலையை மிகத் தெளிவாகப் பார்க்கமுடிந்தது.

சந்தேகம் எதுவும் இல்லை. அது மாடப்புறாதான். அசல் வெண்கலத்தின் மீது ரோமின் மாசுக்கள் படிந்து, அதன் ஒளிகுன்றியதால் விளைந்ததே, அந்தப் பறவையின் ஏமாற்றும் அடர் நிறம். பின் அதன் முக்கியத்துவம் அவரை எட்டியது. அவர் அன்று சற்று முன்பு ஒரு ஜோடி மாடப்புறாக்களை பாந்தியனில் கண்டிருந்தார். ஒரு ஜோடி மாடப்புறாவுக்கு எந்த அர்த்தமுமில்லை. எனினும் இந்த மாடப்புறா தனித்தது.

தனித்த மாடப்புறா, அமைதியின் தேவதூதருக்கான பாகன் குறியீடு.

அந்த உண்மை கிட்டத்தட்ட லேங்டனைக் கல்ஸ்தூபியின் மிச்ச தூரத்தைக் கடந்து உயரே கொண்டுசேர்த்தது. பெர்னினி தேவதூதருக்கான *பாகன்* சின்னத்தைத் தேர்ந்தெடுத்திருந்தார், எனவே அவர் அதை பாகன் நீரூற்றில் மறைத்துவைக்கவேண்டியதானது. *தேவதைகள் உனது உயர்ந்த தேடலில் வழிகாட்டட்டும். அந்த மாடப்புறா ஒரு தேவதூதர்!* இல்லுமினாட்டியின் கடைசிச் சுட்டிக்கு இந்த கல்ஸ்தூபியைவிட உயரமான இடம் எதையும் லேங்டனால் சிந்திக்கமுடியவில்லை.

அந்தப் பறவை மேற்கு நோக்கிப் பார்த்துக்கொண்டிருந்தது. லேங்டன் அதன் பார்வைசெல்லும் திசையைத் தொடரமுயன்றார், ஆனால் அவரால் கட்டடங்களைத் தாண்டிப் பார்க்கமுடியவில்லை. அவர் இன்னும் உயரமாக ஏறினார். சற்றும் எதிர்பாராமல் நைஸாவைச் சேர்ந்த புனிதர் கிரிகோரியின் மேற்கோள் அவரது நினைவிலிருந்து வெளிப்பட்டது. *ஆன்மா ஞானம் வாய்ந்ததாக ஆகும்போது... அது மாடப்புறாவின் அழகிய வடிவை எடுக்கிறது.*

லேங்டன் மேல்நோக்கி ஏறிச்சென்றார். மாடப்புறாவை நோக்கி. தற்போது அவர் கிட்டத்தட்ட பறந்துகொண்டிருந்தார். கல்ஸ்தூபி எழுந்துநின்ற மேடையை அவர் எட்டினார்,

அதற்குமேல் ஏறமுடியாது. வேண்டியதில்லை எனத் தெரிந்தும், அவர் சுற்றிலும் ஒருமுறை பார்த்தார். முழு ரோமும் அவர் முன்னால் விரிந்துகிடந்தது. அந்தக் காட்சி பிரமிக்கவைப்பதாய் இருந்தது.

அவருக்கு இடப்பக்கம், புனித பீட்டர் திருச்சபையைக் குழப்பமான ஊடக வெளிச்சங்கள் சூழ்ந்திருந்தன. அவரது வலப்பக்கம் சாந்தா மரியா டெல்லா விட்டோரியாவின் குவிமாடம் புகைசூழத் தெரிந்தது. அவருக்கு முன்னால் தொலைவில், பியாஸா டெல் போப்போலா. அவருக்குக் கீழே, நான்காவதும் கடைசியுமான முனை. கல்ஸ்தூபியாலான பிரமாண்ட சிலுவை.

நடுங்கியபடி, லேங்டன் தலைக்குமேலிருந்த மாடப்புறாவை நோக்கினார். அவர் திரும்பி சரியான திசையில் நோக்கினார், பின் வானவிளிம்பிலிருந்து தனது கண்களைத் தாழ்த்தினார்.

ஒரு கணத்தில் அவர் அதைக் கண்டார்.

மிக வெளிப்படையாக. மிகத் தெளிவாக. மிக எளிமையாக.

அதைப் பார்த்துக்கொண்டிருக்கையில், இல்லுமினாட்டி அமைவிடம் இத்தனை வருடங்களாக மறைவாகத் திகழ்ந்திருக்கிறது என்பதை லேங்டனால் நம்பமுடியவில்லை. அவருக்கு முன்னால் நதிக்கு எதிராக அமைந்திருந்த பிரமாண்ட கல் கட்டடத்தை அவர் நோக்கியபோது மொத்த நகரமும் மறையத்தொடங்கியது. ரோமிலுள்ள எந்த ஒரு கட்டடத்தைப் போலவும் அந்தக் கட்டடம் பிரபலமானது. அது திபெர் நதிக்கரைக்குக் குறுக்காக, வாடிகனுக்கு அருகில் அமைந்திருந்தது. அந்தக் கட்டடத்தின் வடிவமைப்பு முற்றிலும் எளிமையானது- ஒரு சதுர காப்பரணுக்குள் வட்ட வடிவ கோட்டை இருந்தது, அதன் சுவர்களுக்கு வெளியே மொத்த வடிவமைப்பையும் சூழ்ந்து *ஐந்து மூலைகொண்ட நட்சத்திர வடிவில்* ஒரு பூங்கா இருந்தது.

அவர் முன்பாக இருந்த அந்தப் பழைமையான கல் அரண், மென்மையான செயற்கை விளக்குகளால் நாடகியமாக வெளிச்சமூட்டப்பட்டிருந்தது. அந்தக் கோட்டையின் உச்சியில் பிரமாண்டமான வெண்கலத்தாலான தேவதூதர் சிலை காணப்பட்டது. அந்தத் தேவதூதர் தனது வாளை, மிகச் சரியாகக் கோட்டையின் மையத்தின் கீழ்ப்புறம் நோக்கி

பிடித்துக்கொண்டிருந்தார். அதுபோதாது என்பதுபோல், கோட்டையின் பிரதான நுழைவாயிலில் தனியாகவும், நேரடியாகவும் பிரபலமான தேவதூதர்களின் பாலம்... பெர்னினியாலே செதுக்கப்பட்ட, பன்னிரண்டு மாபெரும் தேவதூதர்களால் அணிசெய்யப்பட்ட நாடகியமான அணுகுபாதையொன்று இருந்தது.

திக்பிரமை கொள்ளச்செய்யும் இறுதி வெளிப்பாடாக, பெர்னினியின் நகரளவுக்கே விரிந்த கல்ஸ்தூபியின் சிலுவை கோட்டையை மிகத்துல்லியமான இல்லுமினாட்டி பாணியில் குறிப்பதை உணர்ந்தார், லேங்டன். சிலுவையின் மத்திய பகுதி, கோட்டைப் பாலத்தின் நடுப்பகுதியினூடாக நேரடியாகக் கடந்ததோடு, அதை இரு சம பாதியாகப் பிரித்தது.

லேங்டன் தனது ட்வீட் மேற்சட்டையை எடுத்து, அதனை நீர் சொட்டும் தனது உடலிலிருந்து விலக்கிப்பிடித்துக்கொண்டார். பின் அவர் அந்தத் திருடப்பட்ட செடான் வண்டியில் தாவி, தனது நனைந்த ஷூவால் வேகமூட்டியை மிதித்து, வேகமெடுத்து இரவுக்குள் மறைந்தார்.

106

அப்போது இரவு மணி 11:07. ரோமின் இரவினூடாக லேங்டனின் கார் விரைந்தது. ஆற்றுக்கு இணையாகவிருந்த லுங்கோடெவெர் டோர் டி நோனாவில் வேகத்தைக் குறைத்த லேங்டனால், தற்போது இலக்கு அவரது வலப்பக்கம் மலையைப் போல் உயர்வதைக் காணமுடிந்தது.

தேவதூதரின் கோட்டை.

முன்னெச்சரிக்கையின்றி, திடீரென குறுகலான தேவதூதர்களின் பாலம் கிளைபிரிந்து தோன்றியது. லேங்டன் வேகத்தடைகளின் மீது மிதித்து வழியை மாற்றினார். அவர் சரியான நேரத்தில் திரும்பினாலும், பாலம் தடுக்கப்பட்டிருந்தது. பத்தடி தூரம் சறுக்கிச் சென்று அவரது வழியை மறித்துக்கொண்டிருந்த வரிசையான சிறிய சிமெண்ட் தூண்களின் மீது மோதினார்.

வண்டி தடுமாறி, சீறியும் நடுங்கியும் கொண்டிருக்கும்போதே லேங்டன் முன்னோக்கிச் சென்றார். தேவதூதர்களின் பாலம், அதனைப் பாதுகாப்பதற்காகப் பாதசாரிகளுக்கு மட்டுமேயான பகுதியாக மாற்றப்பட்டிருந்ததை அவர் மறந்திருந்தார்.

அதிர்ச்சியடைந்து, நொறுங்கிய காரிலிருந்து தடுமாறிய லேங்டன், மற்ற பாதைகளில் ஒன்றைத் தேர்ந்தெடுத்திருக்கலாமென தற்போது விரும்பினார். அவர் நீரூற்றிலிருந்து நடுங்கிக்கொண்டே வந்திருந்ததால் குளிராக உணர்ந்தார். தனது ஈரமான சட்டையின் மேலே ஹாரிஸ் ட்வீட்டை அணிந்தார், ஹாரிஸின் தனித்துவச் சின்னமான அதன் உட்புற ஈரடுக்குத் துணிக்காக நன்றியுணர்வுடனிருந்தார். அந்த டயாகிராமாபக்கங்கள் உலர்வாக நீடிக்கும். அவர் முன்பு, பாலத்துக்கப்பால், கல்லாலான கோட்டை மலைபோல எழுந்து நின்றது. வலியும் சோர்வுமாய், லேங்டன் பாய்ந்து ஓடத் தொடங்கினார்.

இப்போது அவரின் இருபுறமும், அணிவரிசைப் பாதுகாவலர்கள்போல, பெர்னினியின் தேவதூதர்கள் அவரது கடைசி இலக்கை நோக்கி வேகமாய்க் கடந்துசெல்ல வழிகாட்டினர். தேவதூதர்கள் உனது உயர்ந்த தேடலில் வழிகாட்டட்டும். அவர் முன்னேறிச் செல்கையில் செயின்ட் பீட்டர்ஸ் தேவாலயத்தைவிடவும், அளவிடமுடியாத சிகரம்போன்று உயர்ந்து அவரை அச்சுறுத்தியது. பிரமாண்டமாக வாளேந்திய தேவதூதருடன், வான்நோக்கிச் சுடுவதுபோல, மேல்நோக்கிப் பார்த்தபடியிருந்த, கோட்டையின் வட்ட மையத்தை நோக்கி, மூச்சுவாங்கியபடி அவர் விரைந்தார்.

கோட்டை ஆளரவமற்றுத் தெரிந்தது.

நூற்றாண்டுகாலமாக இந்தக் கட்டடம் வாடிகனால், ஒரு கல்லறையாக, ஒரு கோட்டை அரணாக, போப்புகளின் மறைவிடமாக, திருச்சபை எதிரிகளின் சிறைச்சாலையாக, அருங்காட்சியமாக விளங்கிவந்திருந்தது என்பதை லேங்டன் அறிவார். வெளிப்படையாகவே, இந்தக் கோட்டை இல்லுமினாட்டியைப் போன்ற இதர குடியிருப்பாளர்களையும் கண்டிருந்தது. எப்படியோ அது விநோத உணர்வை ஏற்படுத்தியது. அந்தக் கோட்டை வாடிகனின் உடைமை என்றபோதும், அது அவ்வப்போது மட்டுமே பயன்படுத்தப்பட்டது, பெர்னினி அதில், ஆண்டுகளினூடாக எண்ணற்ற சீரமைப்புகளை மேற்கொண்டிருந்தார். இந்தக் கட்டடம் தேன்கூடுபோல ரகசிய

பாதைகள், இடைகழிகள், மறைவான அறைகள் ஆகியவற்றைக் கொண்டிருந்ததென வதந்திகள் எழுந்தன. அந்தத் தேவதூதரும் அதைச் சூழ்ந்த நட்சத்திர வடிவிலான பூங்காவும் பெர்னினியின் படைப்புதானா என லேங்டனுக்குச் சிறிது சந்தேகம் உண்டு.

கோட்டையின் பிரமாண்டமான இரட்டைக் கதவுகளை வந்தடைந்த லேங்டன், அவற்றைப் பலமாக மோதினார். அவை அசையாமல் இருந்ததில் ஆச்சரியமில்லை. இரண்டு இரும்பாலான கதவைத் தட்டும் சாதனங்கள் கண்மட்டத்தில் தொங்கிக்கொண்டிருந்தன. லேங்டன் கவலைப்படவில்லை. அவர் பின்னால் வந்தார், அவரது கண்கள் வெளிப்புறச் சுவரின்மீது படிந்தன. இந்த அரண்கள் பெர்பர்கள், ஹீத்தன்கள், மூர்களின் படைகளைத் தடுத்தன. எப்படியிருந்தபோதும், கதவை மோதித்தகர்த்து உள்நுழையும் வாய்ப்புக்குறைவு என்பதை அவர் உணர்ந்தார்.

விட்டோரியா, நீ உள்ளே இருக்கிறாயா? லேங்டன் நினைத்தார்.

லேங்டன் வெளிச்சுவரைச் சுற்றி விரைந்தார். *நிச்சயம் மற்றொரு நுழைவு இருக்கவேண்டும்.*

மேற்காக இரண்டாவது அரணைச் சுற்றிக்கொண்டு, லேங்டன் லுங்கோடெர் ஏஞ்சலோ எனும் சிறிய வாகன நிறுத்தப் பகுதியை மூச்சுவாங்கியபடி வந்தடைந்தார். இந்தச் சுவரில் அவர் இழுபால வகையிலான கோட்டையின் இரண்டாவது நுழைவு, உயர்த்தி மூடப்பட்டிருந்ததைக் கண்டறிந்தார். லேங்டன் திரும்பவும் மேல்நோக்கிப் பார்வையிட்டார்.

கோட்டையில் எரிந்த சில விளக்குகள், அதன் முகப்பிலிருந்த வெளிப்புற ஒளி வெள்ள விளக்குகள்தான். உள்ளிருந்த அனைத்து சிறிய சாளரங்களும் கருமையாகத் தெரிந்தன. லேங்டனின் விழிகள் இன்னும் மேலேறின. நூறு அடிக்கு மேலாக, மையக் கட்டடத்தின் மிகவும் உயரமான பகுதியில், தேவதூதரின் வாளுக்கு நேர்கீழாக, ஒரு ஒற்றை மாடிமுகப்பு நீண்டிருந்தது. அந்த அறைக்கப்பால் தீப்பந்தம் பிரகாசிப்பதுபோல், பளிங்காலான மதில்சுவர் மெலிதாக மின்னியது. லேங்டன் நின்றார், அவரது நனைந்த உடல் திடீரென நடுங்கியது. ஒரு நிழலா? அவர் சிரமப்பட்டுக் காத்திருந்தார். பின் அவர் அதனை மீண்டும் கண்டார். அவரது முதுகெலும்பு உறுத்தியது. *யாரோ மேலே இருக்கிறார்!*

அவர் தன்னைக் கட்டுப்படுத்த இயலாமல் "விட்டோரியா!" எனக் கத்தினார். ஆனால், அவரது குரல் அவருக்குப் பின்னால் கொந்தளித்தோடும் டிபெர் நதியால் விழுங்கப்பட்டது. அவர் வட்டமாகச் சுற்றிச்சுற்றி வந்தார். இந்தப் பாழாய்ப்போன ஸ்விஸ் காவலமைப்பு எங்கே போனது என வியந்தார். அவர்கள் அவரது அழைப்பைக் கேட்டிருக்கவாவது செய்வார்களா?

எதிரே, பெரியதொரு ஊடக வண்டி நிறுத்தப்பட்டிருந்தது. லேங்டன் அதை நோக்கி ஓடினார். ஹெட்போன் அணிந்திருந்த ஒரு கனத்த மனிதர், தடுப்பொன்றில் அமர்ந்து லீவர்களைச் சரிசெய்துகொண்டிருந்தார். லேங்டன் வண்டியின் பக்கவாட்டில் தட்டினார். லேங்டனின் நீர் சொட்டும் ஆடைகளைக் கண்டு, அந்த மனிதர் ஹெட்செட்டைக் கழற்றிவைத்துவிட்டு துள்ளிக்குதித்தார்.

"என்ன பிரச்சினை, நண்பா" அவரது உச்சரிப்பு ஆஸ்திரேலிய தொனியில் இருந்தது.

"எனக்கு உங்களது போன் தேவை." லேங்டன் இரைந்தார்.

அந்த மனிதர் தோள்களைக் குலுக்கினார். "டயல் டோனே இல்லை. இரவெல்லாம் முயற்சித்துக்கொண்டிருக்கிறேன். தொலைபேசி சேவையில் பிரச்சினை."

லேங்டன் சத்தமாக வசைபாடினார். "யாராவது உள்ளே சென்றதை நீங்கள் பார்த்தீர்களா?" அவர் இழுபாலத்தைக் காட்டிக் கேட்டார்.

"உண்மையில், பார்த்தேன். ஒரு கறுப்பு வேன் இரவெல்லாம் உள்ளேயும் வெளியேயும் போய்க்கொண்டிருந்தது."

லேங்டன் தனது அடிவயிற்றில் செங்கல் தாக்கியதுபோல உணர்ந்தார்.

"அதிர்ஷ்டக்கார முட்டாள்," அந்த ஆஸ்திரேலியன் அந்தக் கோபுரத்தை மேல்நோக்கிப் பார்த்து, அது வாடிகனை மறைப்பதை எண்ணி முகம்சுளித்தார். "அங்கே மேலிருந்து பார்வைக் கோணம் சிறப்பாக இருக்குமென நான் பந்தயம் கட்டுகிறேன். போக்குவரத்து நெருக்கடியில் செயிண்ட் பீட்டர் திருச்சபைக்கான சாலையில் என்னால் நுழையமுடியவில்லை. அதனால் நான் இங்கிருந்தே ஒளிப்பதிவு செய்துகொண்டிருக்கிறேன்" என்றார்

லேங்டன் அதைக் கவனிக்கவில்லை. அவர் ஏதாவது வழியிருக்கிறதா எனத் தேடிக்கொண்டிருந்தார்.

“இந்த 11-வது மணி நேரச் சமாரிட்டன் உண்மைதானா, நீங்கள் என்ன சொல்கிறீர்கள்?” அந்த ஆஸ்திரேலியன் கேட்டான்.

லேங்டன் திரும்பினார். “என்ன?”

“நீங்கள் கேள்விப்படவில்லையா? ஸ்விஸ் காவலமைப்பின் கேப்டன், முக்கிய தகவலொன்று இருப்பதாகக் கூறும் ஒருவனிடமிருந்து அழைப்பைப் பெற்றிருக்கிறார். அந்த நபர் தற்போது பறந்து வந்துகொண்டிருக்கிறார். எனக்குத் தெரிந்ததெல்லாம் அவர் இந்த நாளின் பிரச்சினையிலிருந்து காப்பாற்றினால்தான்... அதிலே இருக்கிறது ரேட்டிங்ஸ்!” அந்த மனிதர் சிரித்தார்.

லேங்டன் திடீரென குழம்பினார். ஆபத்பாந்தவன் உதவ பறந்து வந்துகொண்டிருக்கிறானா? அந்த நபர் எப்படியோ எதிர்க்கரு எங்கிருக்கிறது என அறிந்திருக்கிறாரா? பின் அவர் ஏன் ஸ்விஸ் காவலமைப்பிடம் அது எங்கிருக்கிறதெனச் சொல்லக்கூடாது? ஏன் நேரில் வரவேண்டும்? ஏதோ விநோதமாயிருந்தது, ஆனால் அது என்னவெனக் கண்டறிய லேங்டனுக்கு நேரமில்லை.

“ஹேய்,” அந்த ஆஸி லேங்டனை மிக நெருக்கமாக ஆராய்ந்துவிட்டு அழைத்தார். “நீ, நான் தொலைக்காட்சியில் பார்த்த நபர்தானே? புனித பீட்டர் சதுக்கத்தில் கார்டினலைக் காப்பாற்ற முயன்றவன்தானே?”

லேங்டன் பதிலளிக்கவில்லை. அவரது கண்கள் திடீரென அந்த வண்டியின் உச்சியில் இணைக்கப்பட்டிருந்த விநோத கருவியில் போய் நின்றது- மடக்கக்கூடிய இணைப்புடனான செயற்கைக்கோள் தட்டு. லேங்டன் திரும்பவும் கோட்டையை நோக்கினார். வெளிப்புற அரண் பதினைந்தடி உயரமிருந்தது. உட்புற கோட்டைச்சுவர் இன்னும் உயரமாயிருந்தது. ஒரு கூடுபோன்ற பாதுகாப்பு. உச்சி, இங்கிருந்து சாத்தியமில்லாத உயரத்தில் இருந்தது, ஆனால், அவரால் முதல் சுவரை எட்டமுடிந்தால் ஒருவேளை...

லேங்டன் அந்தச் செய்தியாளரிடம் திரும்பி, அந்த செயற்கைக்கோள் ஆன்டெனாவைச் சுட்டிக்காட்டினார். “அது எவ்வளவு உயரத்துக்குப் போகும்?”

“ஹ?” அந்த மனிதர் குழப்பமடைந்தவராகத் தோன்றினார். “பதினைந்து மீட்டர்கள்... ஏன்?”

“வண்டியை நகர்த்துங்கள். சுவருக்கு அருகில் நிறுத்துங்கள். எனக்கு உதவி தேவை.”

“நீங்கள் என்ன பேசிக்கொண்டிருக்கிறீர்கள்?”

லேங்டன் விளக்கினார். அந்த ஆஸ்திரேலியரின் கண்கள் அகல விரிந்தன. “நீங்கள் பைத்தியமா? அது ஏணியல்ல... இருநூறாயிரம் டாலர் மதிப்புள்ள தொலைநோக்கி நீட்டிப்பு.”

“உங்களுக்கு ரேட்டிங்குகள் தேவைதானே? இந்த நாளை மதிப்புள்ளதாக்கும் தகவல் என்னிடமிருக்கிறது.” லேங்டன் தவிப்பிலிருந்தார்.

“இரண்டு லட்சம் டாலருக்கு மதிப்பான தகவலா?”

லேங்டன் இந்த உதவிக்கு மாறாக என்ன தகவலைச் சொல்லமுடியும் என்பதை அவனிடம் கூறினார்.

90 நொடிகளுக்குப் பின், ராபர்ட் லேங்டன் தரையிலிருந்து ஐம்பதடி உயரத்தில், தென்றல் காற்றில், அந்தச் செயற்கைக்கோள் நீட்டிப்பின் முனையைப் பற்றிக்கொண்டு நடுங்கியபடி காணப்பட்டார். சாய்ந்து, முதல் அரணின் உச்சியைப் பற்றிக்கொண்டு, கோட்டையின் தாழ்முகப்பில் சென்று இறங்கினார் அவர்.

“இப்போது உனது பேரத்தைக் காப்பாற்று!” அந்த ஆஸி கத்தினான். “அவர் எங்கிருக்கிறார்?”

லேங்டன் இந்தத் தகவலை வெளிப்படுத்துவதற்காகக் குற்ற உணர்ச்சி கொண்டார், ஆனால் ஒரு ஒப்பந்தம் ஒப்பந்தம்தான். தவிரவும், கொலையாளி அநேகமாக எப்படியும் ஊடகத்தை அழைக்கக்கூடும். “நவோனா சதுக்கம்,” லேங்டன் கத்தினார். “அவர் நீரூற்றில் இருக்கிறார்.”

அந்த ஆஸ்திரேலியன் தனது செயற்கைக்கோள் தட்டைக் கீழிறக்கி, தனது வாழ்க்கையின் பிரதான செய்தியைக் கொடுப்பதற்கு விரைந்தார்.

* * *

நகரத்துக்கு மேல் கல்லாலான அறையொன்றில், கொலையாளி தனது நீரில் நனைந்த காலணிகளைக் கழற்றி காயம்பட்ட பெருவிரலுக்குக் கட்டிட்டான். அங்கே வலியிருந்தது, ஆனால், அவன் தன்னைத்தானே அனுபவித்து மகிழ முடியாத அளவுக்கு அதிகமாக இல்லை.

அவன் தனது பரிசை நோக்கித் திரும்பினான்.

அவள் முதுகில்லாத இருக்கையில் முதுகுப்புறம் கீழிருக்கும்படி, கைகள் பின்னால் கட்டப்பட்டு, வாய் அடைக்கப்பட்டு மூலையிருந்த அறையில் காணப்பட்டாள். கொலையாளி அவளை நோக்கி வந்தான். அவள் தற்போது விழித்திருந்தாள். அது அவனை மகிழ்ச்சியடைய வைத்தது. ஆச்சர்யப்படும்வகையில், அவளது கண்களில் பயத்துக்குப் பதிலாக அவன் நெருப்பைக் கண்டான்.

பயம் வரும்.

107

கோட்டையின் வெளிப்புற அரணைச் சுற்றிச் சென்ற ராபர்ட் லேங்டன், பிரமாண்ட விளக்குகளின் வெளிச்சத்துக்காக நன்றியுடனிருந்தார். அவர் அந்தச் சுவரைச் சுற்றிவந்தபோது, அவருக்குக் கீழிருந்த முற்றம் பழங்கால போர் நடவடிக்கைக்கான அருங்காட்சியகம்போல, கவண்கள், பளிங்கு பீரங்கிக் குண்டுகளின் குவியல்கள், அச்சமூட்டும் விநோதப் பொறிகளின் ஆயுதக் கிடங்காய்த் தோற்றமளித்தது. கோட்டையின் சில பகுதிகள் பகலில் சுற்றுலாவாசிகளுக்குத் திறந்துவிடப்பட்டிருந்தன, முற்றத்தின் ஒரு பகுதி அதன் அசலான நிலைக்கு மீட்டெடுக்கப்பட்டிருந்தது.

லேங்டனின் கண்கள் முற்றத்தைத் தாண்டி கோட்டையின் மையப்பகுதிக்குச் சென்றது. அதன் மேலிருந்த வெண்கல தேவதூதர் சிலையுடன், வட்ட வடிவக் கோட்டை வான்நோக்கி 107 அடிக்கு மேலாக எழுந்துநின்றது. உயரத்திலிருந்த அந்த மேல்மாடி முகப்பு இன்னும் உள்ளிருந்து மின்னியது. லேங்டன்

கூவியழைக்க விரும்பினார். அவர் அதனுள் செல்வதற்கு ஒரு வழியைக் கண்டுபிடிக்கவேண்டும்.

அவர் தனது கடிகாரத்தைச் சோதித்தார்.

இரவு மணி 11.12

சுவரின் உட்பக்கத்தை ஒட்டியிருந்த கல்லாலான சரிவுப் பாதையில், சறுக்கி முற்றத்துக்கு வந்தார் லேங்டன். மீண்டும் தரைமட்டத்துக்கு வந்ததும், அவர் நிழல்களினூடாக கோட்டையைச் சுற்றி கடிகாரச் சுற்றில் ஓடினார். மூன்று முகப்பு மண்டபங்களைத் தாண்டினார், ஆனால் அவையனைத்தும் நிரந்தரமாக மூடப்பட்டிருந்தன. *கொலையாளி எப்படி உள்ளே நுழைந்திருப்பான்?* லேங்டன் அவற்றைத் தள்ளிப்பார்த்தார். இரு நவீன நுழைவுப்பாதைகளைக் கடந்தார், ஆனால் அவை வெளிப்புறமிருந்து பூட்டப்பட்டிருந்தன. *இங்கே இல்லை.* அவர் தொடர்ந்து ஓடிக்கொண்டிருந்தார்.

லேங்டன் அந்த மொத்தக் கட்டடத்தையும் கிட்டத்தட்ட வட்டமடித்திருந்தபோது, அவருக்கு முன்னால் முற்றத்தின் எதிரே சரளைப் பாதையொன்றைக் கண்டார். கோட்டையின் வெளிச்சுவரின் ஒரு முனையில், அவர் மூடப்பட்ட இழுபாலத்தின் பின்பகுதி, திரும்பவும் வெளியே இட்டுச்செல்வதைப் பார்த்தார். மறுமுனையில், அந்தப் பாதை கோட்டைக்குள் சென்று மறைந்தது. அந்தப் பாதை ஒருவகையான குடைவுக்குள்- மையப் பகுதியிலுள்ள இடைவெளி நுழைவுக்குள் நுழைந்ததாகத் தோன்றியது. *சுரங்கப் பாதை!* குதிரைமேல் வரும் தளபதிகள் மேலிருந்து கீழே விரைவாக வர, ஒரு பிரமாண்டமான சுழல் சரிவுப்பாதை, கோட்டையின் உட்பக்கமாகச் சுழன்று மேலேறும் என கோட்டையின் சுரங்கப்பாதை குறித்து வாசித்திருந்தார் லேங்டன். *கொலையாளி மேலே ஓட்டிச்சென்றிருக்க வேண்டும்!* சுரங்கப் பாதையை மறைத்திருந்த கதவு உயர்த்தப்பட்டிருக்க, லேங்டன் உள்நுழைந்தார். அவர் சுரங்கப் பாதையை நோக்கி ஓடிவந்தபோது, கிட்டத்தட்ட உற்சாகமாக உணர்ந்தார். ஆனால் அதன் வாயிலை அணுகியதும், அவரது உற்சாகம் மறைந்தது.

அந்தச் சுரங்கப் பாதை சுழன்று *கீழிறங்கியது.*

தவறான வழி. சுரங்கப் பாதையின் இந்தப்பகுதி வெளிப்படையாக நிலவறைகளுக்கு இறங்கியது, மேலே செல்லவில்லை.

முடிவில்லாமல் சுழன்று பூமியின் ஆழத்துக்குள் இறங்குவதுபோன்று தோன்றிய இருண்ட துளையின் வாயிலில் நின்றபடி, லேங்டன் தயங்கி, திரும்பவும் மேலே மாடிமுகப்பைப் பார்த்தார். மேலே அசைவைக் கண்டால் அவர் மறுபடியும் சாபமிடக்கூடும். *தீர்மானி!* வேறு வாய்ப்பெதுவும் இல்லாததால், அவர் அந்தச் சுரங்கப் பாதைக்குள் விரைந்து இறங்கினார்.

மேலே உயரத்தில், கொலையாளி தனது இரையின் அருகில் நின்றுகொண்டிருந்தான். அவன் அவளது கரத்தின் மேலே தனது கையை ஓடவிட்டான். அவளது சருமம் பாலேடு போல இருந்தது. அவளது உடலெனும் பொக்கிஷத்தை ஆராயும் எதிர்பார்ப்பு கிளர்ச்சியைத் தோற்றுவித்தது. எத்தனை வழியில் அவன் அவளை அத்துமீறமுடியும்?

கொலையாளி, தான் இந்தப் பெண்ணுக்குத் தகுதியானவன் என அறிந்திருந்தான். அவன் ஜானஸுக்கு சிறப்பாகப் பணியாற்றியிருந்தான். அவள் போரில் கொள்ளையடிக்கப்பட்டவள், அவன் அவளை அடைந்ததும், அவளை இருக்கையிலிருந்து இழுத்து முட்டியிட்டு நிற்கும்படி கட்டாயப்படுத்துவான். அவள் மறுபடியும் அவனுக்கு சேவைசெய்வாள். *உச்சபட்ச சமர்ப்பணம்.* பின், அவன் தனது உச்சகட்ட கணத்தில் அவளது கழுத்தை அறுப்பான்.

காயத் அஸ்ஸாதா, உச்சக்கட்ட பேரின்பமென, அவர்கள் அதை அழைக்கின்றனர்.

பின்பு, தனது பெருமிதத்தில் மூழ்கியபடி, அவன் மாடிமுகப்பில் நின்று இல்லுமினாட்டி வெற்றியின் உச்சத்தை அனுபவிப்பான்... வெகுநீண்ட காலமாகப் பெரிதும் விரும்பிய ஒரு பழிவாங்கல்.

அந்த சுரங்கப் பாதை இருளடைந்தபடியே வந்தது. லேங்டன் இறங்கிச் சென்றார்.

ஒரு முழுமையான திருப்பத்துக்குப்பின், வெளிச்சமனைத்தும் மறைந்துவிட்டது. சுரங்கப் பாதை சமநிலைக்கு வந்தது, லேங்டன் வேகம்குறைந்து, தனது கால்நடைச் சத்தத்தின் எதிரொலியை வைத்து, அவர் ஒரு பெரிய அறைக்குள் நுழைந்திருப்பதை உணர்ந்தார். அவர் முன் இருந்த இருளில், அவர் ஒளியின் மினுக்கத்தைக் கண்டதாக நினைத்தார்...

சுற்றுப்புற பிரகாசத்தின் தெளிவற்ற பிரதிபலிப்புகள். அவர் கையை நீட்டியபடியே முன்னோக்கிச் சென்றார். அவர் மென்மையான புறப்பரப்பொன்றைக் கண்டடைந்தார். குரோம் மற்றும் கண்ணாடி. அது ஒரு வாகனம். அவர் அந்தப் பரப்பை பற்றிப்பிடிக்க முயன்று, ஒரு கதவைக் கண்டுகொண்டு திறந்தார்.

அந்த வாகனத்தின் உட்புற குவிமாட விளக்கு ஒளிர்ந்தது. அவர் பின்வந்து அந்தக் கறுப்பு வேனை உடனடியாக அடையாளம் கண்டார். வெறுப்பின் எழுச்சியை உணர்ந்தபடி, அவர் ஒரு கணம் உற்றுநோக்கினார், பின் அவர் பாய்ந்து அவர் நீரூற்றில் இழந்த ஆயுதத்துக்கு மாற்றாக ஓர் ஆயுதத்தைக் கண்டுபிடிக்கும் நம்பிக்கையில் சுற்றிலும் தேடினார். எதையும் அவர் கண்டுபிடிக்கவில்லை. எனினும், அவர் விட்டோரியாவின் செல்போனைக் கண்டறிந்தார். அது சிதைந்து பயனற்றதாகியிருந்தது. அதனைக் கண்டது லேங்டனை பயத்தால் நிறைத்தது. அவர், தான் வெகுதாமதமாக வந்திருக்கக் கூடாதென பிரார்த்தித்தார்.

மேலேறி வேனின் முகப்புவிளக்கை எரியவிட்டார். அவரைச் சுற்றியிருந்த அந்த அறை இருப்புக்கு வந்தது, எளிய அறையில் செறிவான நிழல்கள். லேங்டன் அந்த அறை ஒரு காலகட்டத்தில் குதிரைகளுக்கும் வெடிபொருட்களுக்கும் பயன்படுத்தப்பட்டிருக்குமென யூகித்தார். மேலும், அது முட்டுச் சந்தும்கூட.

வெளியேறும் வழியில்லை. ***நான் தவறான வழியில் வந்திருக்கிறேன்!***

முடிவில், லேங்டன் அந்த வேனிலிருந்து குதித்து தன்னைச் சுற்றியுள்ள சுவர்களை ஆராய்ந்தார். கதவுவழிகள் எதுவுமில்லை. வாசல்கள் இல்லை. அவர் சுரங்கப் பாதையின் நுழைவின் மேலிருந்த தேவதூதர் பற்றி நினைத்து, அது தற்செயலாய் இருக்குமோ என நினைத்தார். இல்லை! நீரூற்றில் கொலையாளியின் வார்த்தைகளை நினைத்துப் பார்த்தார். ***அவள் அறிவொளிதிருச்சபையில்... எனது வருகையை எதிர்பார்த்திருக்கிறாள்.*** லேங்டன் இப்போது தோல்வியடையும் நிலைக்கு வந்துவிட்டார். அவரது இதயம் துடித்துக்கொண்டிருந்தது. ஏமாற்றமும் வெறுப்பும் அவரது அறிவை முடமாக்கும் நிலையில் இருந்தன.

தரையில் அவர் ரத்தத்தைப் பார்த்ததும், லேங்டனின் முதல் எண்ணம் விட்டோரியாவாகத்தான் இருந்தது. ஆனால் அவரது

கண்கள் அந்தக் கறைகளைத் தொடர்ந்ததும், அவர் அவை ரத்தத்தாலான காலடித் தடங்களென உணரவந்தார். தடங்கள் நீளமாக இருந்தன. இரத்தப் பூச்சு இடது காலில் மட்டுமே இருந்தது. *கொலையாளியுடையது!*

லேங்டன் காலடித் தடங்களை அந்த அறையின் மூலை வரை தொடர்ந்துசென்றார், அவரது பரந்த நிழல் மெலிதாகத் தொடங்கியது. ஒவ்வொரு அடியிலும் மேலும் மேலும் புதிர் கூடிக்கொண்டே செல்வதாக உணர்ந்தார் அவர். அந்த ரத்தச் சுவடுகள் நேராக அந்த அறையின் மூலைக்குச் சென்று பின் மறைந்திருந்தது.

லேங்டன் மூலைக்கு வந்தபோது, அவரால் அவரது கண்களை நம்பமுடியவில்லை. இங்கே தரையிலுள்ள க்ரானைட் பாளம் மற்றவற்றைப் போல் சதுரமாக இருக்கவில்லை. அவர் மற்றொரு வழிகாட்டியைப் பார்த்துக்கொண்டிருந்தார். அந்தப் பாளம் துல்லியமான ஐந்துமுனை நட்சத்திரமாகச் செதுக்கப்பட்டிருக்க, அதன் முனை மூலையைச் சுட்டியபடியிருந்தது. புத்திசாலித்தனமாக ஒன்றுடன் ஒன்று வெட்டும் சுவர்களால் மறைக்கப்பட்டு, கல்லில் ஒரு குறுகிய பிளவு, வெளியேறும் வழியாய் அமைந்திருந்தது. லேங்டன் அதனூடாக ஊடுருவினார். அவர் ஒரு இடைகழியில் இருந்தார். அவருக்கு முன்னால், இந்தச் சுரங்கப்பாதையை மறைத்திருந்த மரத்தாலான தடுப்பின் மிச்சங்கள் காணப்பட்டன.

அதைக் கடந்து ஒரு விளக்கு இருந்தது.

லேங்டன் இப்போது ஓடிக்கொண்டிருந்தார். அவர் மரத்தடுப்பின் மீதேறி விளக்கை நோக்கி விரைந்தார், அந்த இடைகழி உடனடியாக மற்றொரு பெரிய அறைக்குள் திறந்துகொண்டது. இங்கே ஒரேயொரு ஒற்றைத் தீப்பந்தம் சுவரில் தடுமாறி எரிந்துகொண்டிருந்தது. லேங்டன் எந்த ஒரு சுற்றுலாவாசியும் ஒருபோதும் கண்டிராத, கோட்டையின் மின்சாரமில்லாத பகுதியில் இருந்தார்... பகல் வெளிச்சத்தில் அந்த அறை அச்சுறுத்துவதாக இருந்திருக்கும். ஆனால், தீப்பந்த வெளிச்சம் அதனை இன்னுமதிக கொடூரமாக மாற்றியது

சிறைச்சாலை.

அங்கே ஒரு டஜன் சிறிய சிறையறைகள் காணப்பட்டன, பெரும்பாலானவற்றில் இரும்புக் கம்பிகள் துருப்பிடித்து

அரித்துக் காணப்பட்டன. எனினும் பெரிய சிறையறைகளில் ஒன்று, பெரிதும் பாதிக்கப்படாமல் இருந்தது, தரையில் லேங்டன் கண்டது கிட்டத்தட்ட அவரது இதயத்தையே ஒரு கணம் நிறுத்தியது. கறுப்பு அங்கிகளும் சிவப்பு அரைப்பட்டிகைகளும் தரையின்மீது காணப்பட்டன. *அவன் கார்டினல்களைச் சிறைவைத்திருந்த இடம்தான் இது.*

சிறைக்கு அருகில் ஒரு இரும்புக் கதவு சுவரில் காணப்பட்டது. கதவு திறந்திருக்க, லேங்டன் அதற்கப்பால் ஒருவித இடைகழியைக் காணமுடிந்தது. அவர் அதைநோக்கி ஓடினார். ஆனால், லேங்டன் அங்கே சென்றடைவதற்கு முன்பே நின்றார். ரத்தத் தடம் அந்த இடைகழியில் நுழையவில்லை. லேங்டன் வளைவின் மேலே செதுக்கப்பட்டிருந்த வார்த்தைகளைக் கண்டபோது, ஏன் என்பதை அறிந்துகொண்டார்.

தி பாஸெட்டோ.

அவர் திகைத்துப் போனார். மிகச்சரியாக இதன் நுழைவு எங்கிருக்கிறது எனத் தெரியாமலே, இந்தச் சுரங்கப் பாதைகுறித்து பல முறை கேள்விப்பட்டிருந்தார் அவர். *தி பாஸெட்டோ* - சிறு இடைகழி- ஒரு மைலில் மூன்றிலொரு பங்கு நீளமுள்ள, ஒடுங்கிய சுரங்கப் பாதை புனிதர் ஏஞ்சலோ கோட்டைக்கும் வாடிகனுக்கும் இடையில் கட்டப்பட்டது. அது வாடிகன் கைப்பற்றப்பட்டபோது பல்வேறு போப்புகளால் பயன்படுத்தப்பட்டிருக்கிறது... அதேபோல் அத்தனை தேவவிசுவாசமில்லாத போப்புகள் ரகசியமாகத் தங்கள் எஜமானிகளைப் பார்வையிட அல்லது தங்களது எதிரிகளின் சித்ரவதைகளைக் கண்காணிக்க பயன்பட்டிருக்கிறது. தற்போது சுரங்கத்தின் இரு முனைகளும் திறக்கமுடியாத பூட்டுகளின் மூலம் பூட்டப்பட்டு, சாவிகள் ஏதோவொரு வாட்டிகன் பெட்டகத்தில் வைக்கப்பட்டிருக்கவேண்டும். திடீரென வாடிகனின் உள்ளும் புறமும் எப்படிப் புகுந்தார்களென தனக்குத் தெரியவந்ததாக லேங்டன் பயந்தார். திருச்சபையினுள் யார் துரோகியாக மாறி, சாவிகளை வெளியே கொடுத்திருக்கக்கூடுமென லேங்டன் வியந்தார். *ஆலிவெட்டி? ஸ்விஸ் காவலர்களில் ஒருவர்?* இனி எதுவும் ஒரு பொருட்டில்லை.

தரையிலிருந்த இரத்தம் சிறையின் எதிர்முனைக்குக் கொண்டுசென்றது. லேங்டன் பின்தொடர்ந்தார். இங்கே, ஒரு துருப்பிடித்த வாயிற்கதவு சங்கிலியால் பிணைக்கப்பட்டிருந்தது.

பூட்டு அகற்றப்பட்டிருக்க கதவு, இலேசாகத் திறந்துகிடந்தது, கதவுக்கப்பால் சுழல் படிக்கட்டுகளின் செங்குத்தான ஏற்றம். இங்குள்ள தரையும்கூட ஐந்துமுனை நட்சத்திரக் குறியுள்ள பாளங்கள் இடப்பட்டிருந்தது. லேங்டன் அந்தப் பாளத்தையே உற்றுநோக்கியபடி, நடுங்கியபடி, பெர்னினியே உளிபிடித்து இந்த குறிகளைப் போட்டிருப்பாரோ என வியந்தார். தலைக்குமேலே, வளைவு சின்னஞ்சிறு குழந்தை வடிவிலான தேவதூத உருவச் செதுக்குகளால் அலங்கரிக்கப்பட்டிருந்தது. இதுதான்.

ரத்தச் சுவடு படியில் வளைந்தேறியது.

ஏறுவதற்குமுன், லேங்டன் ஏதாவதொரு ஆயுதம், தனக்குத் தேவையென அறிந்திருந்தார். அவர் சிறையறைகள் ஒன்றின் அருகில் நான்கடி இரும்புக் கம்பியை கண்டறிந்தார். அது கூர்மையான, பிளவுடன் கூடிய முனையுடனிருந்தது. மிகவும் கனமாக இருந்தபோதிலும், அவர் செய்யமுடிவதிலே சிறந்தது அது. எதிர்பாராமல் நுழைந்து ஆச்சரியப்படுத்துவது, கொலையாளியின் காயத்துடன் சேர்த்து, அவனது சாதகத்தைக் குறைக்க இது போதுமானதாக இருக்கும் என்று அவர் நம்பினார். எனினும், அனைத்திலும் மேலாக, அவர் மிகத் தாமதமாக வந்திருக்கவில்லை என நம்பினார்.

படிக்கட்டின் சுழல் பாதைகள் வலுவிழந்தும் செங்குத்தாகச் சுழன்று மேல்நோக்கிச் செல்பவையுமாக இருந்தன. லேங்டன் ஏறியபடியே, சத்தமெதுவும் கேட்கிறதா எனக் கூர்ந்தபடி சென்றார். எதுவுமில்லை. அவர் ஏறியபோது, சிறைப் பகுதியிலிருந்து வந்த வெளிச்சம் மங்கியபடியே சென்றது. அவர் முழு இருட்டினுள் ஏறியபோது, ஒரு கையைச் சுவரில் வைத்தபடியே ஏறினார். உயரமாக. இருட்டினுள், லேங்டன் கலீலியோவின் ஆவியை உணர்ந்தார், இதே படிகளில் ஏறியபடி, அறிவியல் மற்றும் நம்பிக்கையுள்ள இதர மனிதர்களுடன் சொர்க்கத்தைக் குறித்த தனது தரிசனத்தைப் பகிர்ந்துகொள்ள ஆர்வமாக இருந்தார்.

லேங்டன் இன்னும் அந்த மறைவிடத்தின் அமைவிடம் குறித்த அதிர்ச்சி மனநிலையிலேயே இருந்தார். இல்லுமினாட்டி சந்திப்பு அரங்கு வாடிகனுக்குச் சொந்தமான கட்டடத்தில் இருந்தது. வாடிகன் காவலர்கள், நன்கறியப்பட்ட அறிவியலாளர்களின் வீட்டிலும் நிலவறையிலும் தேடிக்கொண்டிருக்க, இல்லுமினாட்டிகள் *இங்கே*... வாடிகன்

மூக்குக்குக் கீழேயே சந்தித்திருந்திருக்கிறார்கள். திடீரென அது மிகப் பொருத்தமெனப் பட்டது. இங்கே மறுசீரமைப்புக்கான தலைமைக் கட்டடக் கலைஞர் பெர்னினி என்பதால், இந்த அமைப்பின்மீது வரம்பற்ற அணுகுரிமை கொண்டவர்... எந்தக் கேள்வியுமின்றி, தன் சொந்த எதிர்பார்ப்புகளுக்கேற்ப மறுவடிவமைப்புகளை மேற்கொண்டார். பெர்னினி எத்தனை ரகசிய வழிகளைச் அமைத்திருக்கமுடியும்? இந்த வழியைச் சுட்டிக்காட்டி எத்தனை நுட்பமான அழகுபடுத்தல்களைச் செய்திருக்கமுடியும்?

அறிவொளி திருச்சபை. லேங்டன், தான் நெருங்கிவிட்டாரென அறிந்திருந்தார்.

படிகள் குறுகிக்கொண்டே போக, இடைகழி அவரை நெருக்கியபடியே வந்தது. வரலாற்றின் நிழல்கள் இருளில் முணுமுணுத்துக்கொண்டிருக்க, அவர் நகர்ந்தபடியிருந்தார். அவர் கிடைமட்டமாக ஒளியின் அச்சைப் பார்த்தபோது, அவர் அடையவேண்டிய இடத்துக்குச் சில அடிகள் கீழே இருக்கிறோமென உணரவந்தார். அங்கே அவருக்கு முன்னாலிருந்த கதவின் வாசலின் கீழே தீப்பந்த வெளிச்சம் சிந்திக்கொண்டிருந்தது. அவர் அமைதியாக மேலேறினார்.

லேங்டன், கோட்டையில் அவன் தற்போது எங்கிருக்கிறான் என அறியாதபோதும், அதன் உச்சியை நெருங்குமளவுக்கு ஏறிவிட்டார் என அறிந்திருந்தார். கோட்டையின் உச்சியிலிருந்த பிரமாண்டமான தேவதூதரை மனக்கண்ணில் கொண்டுவந்து, அது நேரே தலைக்குமேலே இருக்குமோவென சந்தேகப்பட்டார்.

தேவதூதரே என்னைக் கவனித்துக்கொள்ளும் என நினைத்தபடி, அவர் அந்தக் கம்பியை இறுகப் பற்றிக்கொண்டார். பின், மௌனமாக, அவர் கதவை நெருங்கினார்.

முதுகில்லாத இருக்கையில், விட்டோரியாவின் கைகள் வலியெடுத்தன. முதலில் கைகள் அவளுக்குப் பின்னால் வைத்து கட்டப்பட்டிருப்பதை அறிந்ததும், அவள் தன்னை அமைதிப்படுத்திக்கொண்டு, தனது கைகளை அவிழ்த்துவிட முடியுமென நினைத்தாள். ஆனால் நேரம் ஓடிக்கொண்டிருந்தது. அந்த மிருகம் திரும்பியிருந்தது. இப்போது அவன் அவளருகே நின்றுகெண்டிருந்தான், அவனது மார்பு நிர்வாணமாக ஆற்றல்மிக்கவையாக, அவன் எதிர்கொண்ட போராட்டங்களில்

சகித்துக்கொண்ட தளும்புகளை உடையவையாக இருந்தது. அவன் அவளது உடலைப் பார்த்தபோது, அவனது கண்கள் இரு கருப்புப் பிளவுகள் போலத் தெரிந்தன. விட்டோரியா, அவன் நிகழ்த்தப்போகும் செயல்களையே கற்பனை செய்துகொண்டிருக்கிறான் என உணரவந்தாள். மெதுவாக, அவளை இழிவுசெய்வதுபோல், கொலையாளி அவனது நீரில் நனைந்த இடைவாரை நீக்கி அதனை தரையின்மீது போட்டான்.

விட்டோரியா அச்சத்துடன் கூடிய வெறுப்பை உணர்ந்தாள். அவள் தனது கண்களை மூடினாள். அவள் மீண்டும் கண்களைத் திறந்தபோது, கொலையாளி அழுத்தினால் வெளிப்படக்கூடிய கத்தியை எடுத்தான். அவன் அதை அவள் முகத்துக்கு நேராக அழுத்தித் திறந்தான்.

விட்டோரியா தனது திகிலடைந்த பிம்பத்தை அதன் எஃகுப் பரப்பில் கண்டாள்.

கொலையாளி கத்தியின் கூர்முனையைத் திருப்பி, அதன் பின்பக்கத்தை அவளது இடையினூடாக ஓடவிட்டான். குளிர்ந்த உலோகம் அவளை நடுக்கத்துக்குள்ளாக்கியது. நிந்திக்கும் பார்வையுடன், அவன் கத்தியின் கூர்முனையை அவளது ஷார்ட்ஸின் இடுப்புப்பட்டியின் கீழாக நுழைத்தான். அவள் பெருமூச்சுவிட்டாள. அவன் முன்னும் பின்னும், மெதுவாகவும், அபாயகரமாகவும்... தாழ்வாகவும் அதை நகர்த்தினான். பின் அவன் அவனது சூடான மூச்சு அவளது காதில் முணுமுணுப்பதுபோல் குனிந்தான்.

“இந்தக் கத்திதான் உனது தந்தையின் கண்களை அகழ்ந்தெடுத்தது.”

விட்டோரியா அந்தக் கணத்தில், அவள் கொல்லும் திறன் கொண்டவள் என்பதை அறிந்தாள்.

கொலையாளி மீண்டும் கூர்முனையைத் திருப்பி, அவளது காக்கி ஷார்ட்ஸின் துணியினூடாக மேல்நோக்கி அறுக்கத் தொடங்கினான்.

திடீரென, அவன் நிறுத்தி, மேலே பார்த்தான். அந்த அறையில் யாரோ இருந்தார்.

“அவளிடமிருந்து விலகு,” ஒரு கனத்த குரல் கதவருகேயிருந்து உறுமியது.

விட்டோரியா யார் அதைச் சொன்னதென பார்க்கமுடியவில்லை, ஆனால் அந்தக் குரலை அவளால் அடையாளம் காணமுடிந்தது. *ராபர்ட்! அவர் உயிரோடிருக்கிறார்!*

கொலையாளி, தான் ஒரு பேயைப் பார்த்ததுபோலத் தோன்றினான். “திரு. லேங்டன், ஒரு பாதுகாவல் தேவதூதர் நிச்சயம் உங்களுக்குத் துணையிருக்கிறார்.”

108

தனது சுற்றுச்சூழலைக் கருத்திலெடுத்துக்கொள்ள லேங்டனுக்கு, நொடியிலொரு பங்கு நேரமே ஆனது. தான் ஒரு புனிதமான இடத்தில் இருப்பதை அவர் உணரவந்தார். அந்த நீள்சதுர அறையிலிருந்த அலங்காரப் பொருட்கள், பழையவையாகவும் மங்கியவையாகவும் இருந்தபோதும், அவை பழக்கமான குறியீடுகளால் நிறைந்திருந்தன. ஐந்துமுனை நட்சத்திர ஓடுகள். கோள்களின் ஓவியங்கள், மாடப்புறாக்கள், பிரமிடுகள்.

அறிவொளி திருச்சபை. எளிதாகவும் தூயதாகவும் இருந்தது. அவர் வந்துசேர்ந்திருந்தார்.

மாடிமுகப்பின் திறப்பில் நின்றுகொண்டிருந்த கொலையாளிக்கு நேராக முன்னால்சென்று நின்றார். அவன் திறந்த மார்புடன், பெரிதும் உயிர்ப்புடன் பிணைக்கப்பட்டு கிடத்தப்பட்டிருந்த விட்டோரியாவுக்கு அருகே நின்றுகொண்டிருந்தான். லேங்டன், அவளைக் கண்டு ஆறுதலாக உணர்ந்தார். ஒரு கணம், அவர்களது விழிகள் சந்தித்துக்கொள்ள, -நன்றி, தவிப்பு, வருத்தம் என உணர்ச்சிகளின் பெருவெள்ளம் பாய்ந்தது.

“ஆக, நாம் மீண்டும் சந்தித்திருக்கிறோம்,” கொலையாளி சொன்னான். அவன் லேங்டனின் கையிலிருந்த கம்பியைக் கண்டு சத்தமாகச் சிரித்தான். “இந்த முறை நீ *இதனுடன்* என்னிடம் வந்திருக்கிறாய்?”

“அவளது கட்டை அவிழ்த்துவிடு.”

கொலையாளி விட்டோரியாவின் கழுத்தில் கத்தியை வைத்தான். “நான் அவளைக் கொல்வேன்.”

கொலையாளி அத்தகைய செயலைச் செய்யக்கூடும் என்பதில் லேங்டனுக்குச் சந்தேகமில்லை. அவர் வலிந்து தனது குரலில் அமைதியை வரவழைத்துக்கொண்டார். “அவள் அதை வரவேற்கவே செய்வாளென நினைக்கிறேன்... வேறெதையாவது யோசி.”

கொலையாளி அந்த அவமதிப்புக்கெதிராகச் சிரித்தான். “நீ சொல்வது சரி. அவள் அளிப்பதற்கு நிறைய இருக்கிறது. அப்படிச் செய்வது வீணடிப்பதாகிவிடும்.”

லேங்டன் முன்னால் வந்தார், துருப்பிடித்த இரும்புக் கம்பியைப் பற்றிக்கொண்டு, பிளவுபட்ட முனையை நேராக கொலையாளிக்கு எதிராகப் பிடித்தார். அவரது கையிலிருந்த வெட்டுக்காயம் கடுமையாக வலித்தது. “அவளைப் போகவிடு.”

கொலையாளி அதைப் பற்றிச் சிந்திக்க ஒரு கணம் எடுத்ததுபோல் தோன்றியது. மூச்சை வெளியேற்றியபடியே, அவன் தன் தோள்களைத் தளரவிட்டான். அது சரணடைதலின் தெளிவான அசைவு, இருந்தும் மிகச்சரியாக அதேகணம் கொலையாளியின் கை எதிர்பாராதவிதமாக வேகமெடுத்ததுபோல் தோன்றியது. அங்கே இருண்ட தரையின் மங்கலான அசைவுதெரிய, ஒரு கத்தி திடீரென காற்றைக் கிழித்துக்கொண்டு லேங்டனின் மார்பைநோக்கிப் பாய்ந்தது.

உள்ளுணர்வா அல்லது களைப்பா எது லேங்டனின் முழங்கால்களை அந்தக் கணத்தில் தளைத்ததெனத் அவருக்குத் தெரியவில்லை, ஆனால் கத்தி அவரது இடக்காதை தாண்டி விரைந்து அவருக்குப் பின்னிருந்த தரையைச் சென்று மோதியது. கொலையாளி சோர்வடையாதவனாகத் தோன்றினான். தற்போது மண்டியிட்டு உலோகக் கம்பியைப் பிடித்திருந்த லேங்டனை நோக்கி அவன் புன்னகைத்தான். கொலையாளி விட்டோரியாவிடமிருந்து விலகி, லேங்டனை நோக்கி ஒரு சிங்கத்தைப் போல பாய்ந்துவந்தான்.

லேங்டன் எழுந்துநின்று, மீண்டும் அந்தக் கம்பியைத் தூக்க, அவரது ஈரமான டர்டில்நெக் மேற்கோட்டும் பேண்டும் திடீரென பெரிதும் அவருக்கு இடைஞ்சலாய்த் தோன்றின. கொலையாளி, பாதி உடலுக்கு மட்டுமே உடையணிந்து,

மிகவேகமாக நகர்வதாகத் தெரிந்தது, அவனது காலிலிருந்த காயம் வெளிப்படையாகவே அவனைச் சிறிதும் வேகம் குறைத்ததாகத் தெரியவில்லை. லேங்டன், அவன் வலிக்குப் பழக்கப்பட்ட மனிதன் என்பதை உணர்ந்தார். அவரது வாழ்வில் முதன்முறையாக, அவர் தான் ஒரு பெரிய துப்பாக்கியைப் பிடித்திருக்கக்கூடாதா என ஏங்கினார்.

அனுபவித்துச் செயல்படுவதுபோல் கொலையாளி மெதுவாக வட்டமிட்டு, எப்போதும் லேங்டனுக்கு எட்டாதவகையில், தரையில் கிடந்த கத்தியை நோக்கி நகர்ந்தான். லேங்டன் அவனை மறித்தார். பின் கொலையாளி விட்டோரியாவை நோக்கி பின்னடைந்தான். மீண்டும் அவனைநோக்கி கம்பியை வீசினார்.

"இன்னும் நேரமிருக்கிறது," லேங்டன் துணிந்துபேசினார். "அந்தக் குப்பி எங்கிருக்கிறது என எனக்குச் சொல். இல்லுமினாட்டி உனக்குத் தரமுடிவதையெல்லாம்விட வாடிகன் கூடுதலாகப் பணம்கொடுக்கும்."

"நீ ஒரு அப்பாவி."

லேங்டன் கம்பியால் குத்தினார். கொலையாளி அதைத் தவிர்த்தான். அவர் ஆயுதத்தை தனக்கு முன்னால் பிடித்தபடி, ஒரு இருக்கையைச் சுற்றிவந்தபடி, அந்த நீள்வட்ட அறையில் கொலையாளியை நகரவிடமுடியாதவாறு ஒரு மூலைக்கு நகர்த்தமுயன்றார். *அந்தப் பாழாய்ப்போன அறையில் மூலையே இல்லை!* விநோதமாகக் கொலையாளி தாக்குவதிலோ தப்பியோடுவதிலோ ஆர்வமுடன் இருப்பதாகத் தெரியவில்லை. எளிமையாக அவன் லேங்டனின் ஆட்டுவிப்புக்கேற்ப ஆடினான். பரபரப்பின்றிக் காத்திருந்தான்.

எதற்காகக் காத்திருக்கிறான்? தொடர்ந்து வட்டமடித்து, தன்னை சரியான இடத்தில் நிலைநிறுத்திக்கொள்வதில் வல்லவனாயிருந்தான் கொலையாளி. அது சதுரங்கத்தின் முடிவில்லாத ஆட்டம் போலிருந்தது. லேங்டனின் கையிலிருந்த ஆயுதம் கனம்கூடியபடியே சென்றது, திடீரென அவர் கொலையாளி எதற்காகக் காத்திருக்கிறான் என்பதை அறியவந்தார். *அவன் என்னைக் களைப்படைய வைத்துக்கொண்டிருக்கிறான்.* அது வேலைசெய்யவும் ஆரம்பித்துவிட்டது. லேங்டன் சோர்வின் அலையால் மோதப்பட்டார், வெறும் அட்ரீனலின் மட்டும்

அவரை இனியும் விழிப்பாய் வைத்திருக்கப் போதாது. அவர், ஏதாவது ஒரு நகர்வை மேற்கொள்ளவேண்டுமென அறிந்திருந்தார்.

லேங்டனின் மனதை வாசித்தவன்போல் கொலையாளி தோன்றினான், திரும்பவும் அறையின் நடுவிலிருந்த மேஜையை நோக்கி வேண்டுமென்றே அவரை நகரவைத்தான். அந்த மேஜையில் ஏதோ இருக்கிறதென லேங்டனால் சொல்லமுடியும். தீப்பந்த ஒளியில் ஏதோ மின்னியது. ஆயுதமா? லேங்டன் தனது கண்களைக் கொலையாளி மீது குவித்தபடியே தன்னை மேஜைக்கு நெருக்கமாக நகர்த்தினார். கொலையாளி நீண்ட, கபடமற்ற பார்வையை மேஜையின்மீது செலுத்தியதும், லேங்டன் அந்த வெளிப்படையான தூண்டில் முள்ளைக் கவ்வத் தூண்டும் எண்ணத்துக்கு எதிராகப் போராடினார். ஆனால், உள்ளுணர்வே வென்றது. அவர் திருட்டுத்தனமாக பார்வையிட்டார். சேதம் நிகழ்ந்தேவிட்டது.

அது மொத்தத்தில் ஆயுதமே அல்ல. அந்தப் பார்வை தற்காலிகமாக அவரைப் பிணைத்தது.

மேஜையின்மேல், நாட்பட்ட, களிம்புபடிந்த செம்பாலான பேழையொன்று இருந்தது, அந்தப் பேழை ஐங்கர வடிவிலிருந்தது. அதன் மூடி திறந்து காணப்பட்டது. அதனுள் ஐந்து முத்திரைகளுக்கான, ஐந்து தடுப்புகள் விடப்பட்டிருந்தன. அந்த முத்திரைகள் இரும்பில் உருவாக்கப்பட்டிருக்க - உறுதியான மரக் கைப்பிடிகொண்ட பெரிய புடைப்புக் கருவிகளாக இருந்தன. லேங்டன் அவை என்ன சொல்லின என்பதில் சந்தேகம் கொண்டிருக்கவில்லை.

இல்லுமினாட்டி, பூமி, காற்று, நெருப்பு, நீர்.

கொலையாளி தாக்கக்கூடுமென பயந்து, லேங்டன் தனது தலையைப் பின்னுக்கிழுத்தார். அவன் பாய்ந்துவரவில்லை. இந்த ஆட்டத்தால் கிட்டத்தட்ட புத்துணர்ச்சியடைந்ததுபோல, கொலையாளி காத்துக்கொண்டிருந்தான். லேங்டன் தனது கவனத்தை மீளப்பெற போராடியபடி, தனது கண்களை மீண்டும் தன் இரையின்மீது திருப்பி, கம்பியால் நெட்டினார். ஆனால் அந்தப் பெட்டியின் பிம்பம் அவரது மனதிலேயே இருந்தது. - சில இல்லுமினாட்டி அறிஞர்கள் இருந்ததாக நம்பிய கலைப்பொருட்களான - அந்த முத்திரைகள் தம்மளவில்

வசீகரிப்பவையாக இருந்தாலும், லேங்டன் திடீரென அந்தப் பெட்டி குறித்த வேறெதோ ஒன்று தனக்குள் பயத்தைப் தோற்றுவித்ததை உணரவந்தார். கொலையாளி திரும்பவும் பின்வாங்கியதும், லேங்டன் மற்றொரு முறை கீழ்நோக்கிப் பார்வையிட்டார்.

கடவுளே!

அந்தப் பேழையில், வெளிவிளிம்பைச் சுற்றி ஐந்து முத்திரைகள் அதற்கான இடத்தில் அமைந்திருந்தன. ஆனால் மையத்தில், மற்றொரு முத்திரைக்கான இடமிருந்தது. இந்தப் பகுதி காலியாக இருந்தது, ஆனால் அது தெளிவாக இன்னொரு முத்திரை வைப்பதற்காக விடப்பட்டிருந்தது.... மற்றெல்லாவற்றையும்விட மிகப் பெரிய முத்திரை, மற்றும் மிகத்துல்லியமாகச் சதுரமானது.

தாக்குதல் துல்லியமின்றி இருந்தது.

கொலையாளி இரையைக் கைப்பற்றும் பறவையைப்போல் அவரை நோக்கி திடீரெனப் பாய்ந்தான். தனது கவனம் திறமையாகத் திசைதிருப்பப்பட்டிருந்தாலும் லேங்டன், எதிர்த்தாக்குதல் செய்ய முயன்றார், ஆனால் அவரது கையில் அந்தக் கம்பி மரத்தின் கிளைபோல கனத்தது. அவரது தாக்குதல் மிக மெதுவானதாக இருந்தது. கொலையாளி விலகினான். லேங்டன் அந்தக் கம்பியைப் பின்னிழுக்க முயன்றபோது, கொலையாளியின் கைகள் நீண்டு அதைப் பற்றிக்கொண்டன. அவனின் பிடி வலிமையாக இருந்தது, அவரது காயம்பட்ட கரம் இனியும் அவனிடம் பாதிப்பை ஏற்படுத்துமெனத் தோன்றவில்லை. உக்கிரமாக, இருவரும் போராடினர். அந்தக் கம்பி பிடுங்கியுருவப்பட, லேங்டனின் உள்ளங்கையெங்கும் வலி தகித்தது. ஒரு கணத்துக்குப்பின், லேங்டன் அந்த ஆயுத்தின் பிளந்த முனையை உற்றுப் பார்த்தபடியிருந்தார். வேட்டைக்காரனே வேட்டைப் பொருளாகியிருந்தான்.

லேங்டன் சூறாவளியால் தாக்கப்பட்டதுபோல் உணர்ந்தார். கொலையாளி சுழன்று, சிரித்தபடி, லேங்டனை சுவருக்கெதிராகப் பின்னடையச் செய்தான். "அமெரிக்கர்கள் ஏன் இவ்வளவு மெதுவாகச் செயல்படுகின்றீர்கள். பூனையொன்று ஆர்வமாக இருப்பதை போல்." அவன் கடுமையாகப் பேசினான்.

லேங்டனால் கவனம்குவிக்க முடியவில்லை. கொலையாளி முன்னேறி வந்தபோது தனது கவனமின்மையை சபித்தார்.

எதுவும் அர்த்தமுள்ளதாகப் படவில்லை. *ஆறாவது இல்லுமினாட்டி முத்திரையா?* ஏமாற்றத்தில் பிதற்றினார், "நான் ஒருபோதும் ஆறாவது இல்லுமினாட்டி முத்திரை குறித்து எதுவும் வாசித்ததில்லை!"

"நீங்கள் அநேகமாக வாசித்திருக்கக்கூடுமென்றே நான் நினைக்கிறேன்." கொலையாளி லேங்டனை நீள்வட்ட சுவரைச் சுற்றி நெருக்கியபடியே ஏளனமாய் நகைத்தான்.

லேங்டன் தன்னை மறந்தார். அவர் மிக நிச்சயமாக வாசித்திருக்கவில்லை. அங்கே ஐந்து இல்லுமினாட்டி முத்திரைகள் இருந்தன. பின்னடைந்தபடி, அந்த அறையில் ஏதாவது ஒரு ஆயுதம் இருக்குமாவென அவர் தேடினார்.

"பழங்கால இயற்கை மூலகங்களின் மிகச்சரியானதோர் ஒருங்கிணைவு" கொலையாளி சொன்னான். கடைசி முத்திரைதான் அனைத்திலும் மிகச் சிறப்புவாய்ந்தது. இருந்தாலும், நீ அதைக் காணவே போவதில்லையோ என நான் பயப்படுகிறேன்."

லேங்டன் ஒரு கணத்தில் அவர் எதையும் கண்டடையப் போவதில்லையென உணர்ந்தார். அவர் தொடர்ந்து பின்னடைந்தபடி, அந்த அறையில் ஏதாவது ஒரு வாய்ப்பிருக்கிறதா எனத் தேடிக்கொண்டிருந்தார், "நீ இந்த இறுதி முத்திரையைப் பார்த்திருக்கிறாயா?" நேரத்தைக் கடத்துவதற்காக லேங்டன் கேட்டார்.

"என்றோ ஒருநாள் அவர்கள் என்னைக் கௌரவிக்கலாம். நான் என்னை நிரூபித்தால்." ஒரு விளையாட்டை அனுபவித்து ரசிப்பதுபோல, அவன் லேங்டனைக் குத்தமுயன்றான்.

லேங்டன் திரும்பவும் பின்னோக்கி நழுவினார். கொலையாளி அவரை சுவரையொட்டி ஏதோவொரு காணாத இலக்கினைநோக்கி நகர்த்துகிறான் என்ற உணர்வை அடைந்தார். *எங்கே?* லேங்டன் பின்னால் திரும்பி ஒரு பார்வை பார்க்க இயலாதவராக இருந்தார். "அந்த முத்திரை எங்கே இருக்கிறது?" அவர் கேள்வியெழுப்பினார்.

"இங்கில்லை. வெளிப்படையாக ஜானஸ் மட்டுமே அதை வைத்திருக்கமுடியும்."

"ஜானஸ்?" லேங்டன் அந்தப் பெயரை அறிந்திருக்கவில்லை.

"இல்லுமினாட்டி தலைவர். அவர் விரைவில் வந்துசேர்கிறார்."

"இல்லுமினாட்டி தலைவர் இங்கே வருகிறாரா?"

"கடைசி முத்திரையைப் பதிக்க."

லேங்டன், விட்டோரியாவை நோக்கி திகிலடைந்த பார்வையொன்றைச் செலுத்தினார். அவள் வினோத அமைதியுடன் தென்பட்டாள், அவளது கண்கள் அவளைச் சுற்றியுள்ள உலகைக் காணாமல் மூடியிருந்தன, அவளது நுரையீரல் காற்றை மெதுவாக... ஆழமாக இழுத்தது. கடைசிப் பலிகடா அவளா? அவரா?

லேங்டனின் கண்களைக் கவனித்தபடி, கொலையாளி ஏளனம் செய்தான், "என்னவொரு அகந்தை, நீங்கள் இருவரும் ஒன்றுமேயில்லை. நீங்கள் சாவீர்கள், அது நிச்சயம். ஆனால் நான் பேசும் கடைசிப் பலியாடு, உண்மையிலே அபாயகரமான எதிரி."

லேங்டன் கொலையாளியின் வார்த்தைகளைப் புரிந்துகொள்ள முயன்றார். ஒரு அபாயகரமான எதிரி? மேல்மட்ட கார்டினல்கள் அனைவரும் இறந்துவிட்டனர். போப்பும் இறந்துவிட்டார். இல்லுமினாட்டி அவர்கள் அனைவரையும் துடைத்தழித்துவிட்டது. லேங்டன் கொலையாளியின் கண்களில் தெரிந்த வெற்றிடத்தில் விடையைக் கண்டறிந்தார்.

கேமர்லெக்னோ.

கேமர்லெக்னோ வென்ட்ரேஸ்கா ஒருவர்தான் ஒட்டுமொத்த இன்னலிலும் உலகுக்கு நம்பிக்கையின் கலங்கரை விளக்கமாகத் திகழ்ந்துவருகிறார். ஆண்டுக்கணக்காகச் சதிக்கோட்பாட்டாளர்கள் இல்லுமினாட்டியை நிந்தித்து வந்ததைவிடவும், இன்றிரவு கேமர்லெக்னோ அதிகமாக நிந்தனை செய்திருக்கிறார். வெளிப்படையாகவே அவர் அதற்கான விலைதந்தாக வேண்டும். அவர்தான் இல்லுமினாட்டியின் இறுதி இலக்கு.

"நீ ஒருபோதும் அவரை நெருங்கமுடியாது," லேங்டன் சவால்விட்டார்.

"நானல்ல, அந்தப் பெருமை ஜானஸுக்கே ஒதுக்கப்பட்டுள்ளது," கொலையாளி பதிலளித்தபடி லேங்டனைச் சுவரையொட்டி மேலும் பின்னடைய வைத்தான்.

“இல்லுமினாட்டி தலைவர் *தானே* கேமர்லெக்னோவுக்கு முத்திரை பதிக்க நினைத்திருக்கிறாரா?”

“அதிகாரம் அதற்கான சிறப்புரிமைகளைக் கொண்டுள்ளது.”

“ஆனால், தற்போது எவரொருவரும் வாடிகனுக்குள் நுழைய முடியாது!”

கொலையாளி ஆரவாரமாகத் தெரிந்தான். “அவருக்கு ஒரு சந்திப்புக்கான அழைப்பு இல்லாவிட்டால்தானே.”

லேங்டன் குழம்பினார். ஊடகங்கள் 11-வது மணிநேர சமாரிட்டன் என அழைக்கும் ஒரே நபரைத்தான் தற்போது வாடிகன் எதிர்பார்க்கிறது, - ரோச்சர் சொன்ன அந்த நபர் இடர்தீர்க்கும் தகவலைக் கொண்டிருக்கிறார்-

லேங்டன் உடனடியாக நின்றார். *அடக் கடவுளே!*

தெளிவாகவே லேங்டன் புரிந்துகொண்டதை உய்த்துணர்ந்து அனுபவித்தபடி, கொலையாளி புன்னகைத்தான். “நானும்கூட ஜானஸ் எப்படி அனுமதியைப் பெறப்போகிறாரென வியந்தேன். பின் வேனில் வைத்து, ரேடியோவில்- 11வது மணி நேர சமாரிட்டன் பற்றிய அறிவிப்பைக் கேட்டேன்” அவன் சிரித்தான். “வாடிகன் ஜானஸைத் திறந்த கைகளுடன் வரவேற்கும்.”

லேங்டன் கிட்டத்தட்ட பின்னால் தடுமாறி விழுந்தார். *ஜானஸ்தான் சமாரிட்டன்!* இது யோசிக்கவே முடியாத ஏமாற்று. இல்லுமினாட்டி தலைவர், ராஜ பாதுகாப்புடன் கேமர்லெக்னோவின் அறைக்கு அழைத்துச்செல்லப்படுவார். *ஆனால் ஜானஸ் எப்படி ரோச்சரை முட்டாளாக்கினார்? அல்லது ரோச்சர் ஏதோ ஒருவிதத்தில் சம்பந்தப்பட்டிருக்கிறாரா?* லேங்டன் ஒருவித திகிலை உணர்ந்தார். ரகசிய காப்பகத்தில் மூச்சுத்திணறியது முதல், லேங்டன் முழுமையாக ரோச்சரை நம்பவில்லை.

திடீரென கொலையாளி கம்பியை வீசி, லேங்டனை ஓரமாக வெட்டினான்.

லேங்டன் பின்னால் துள்ளிக்குதித்து, கோபத்தில் கொந்தளித்தார். “ஜானஸ் ஒருபோதும் உயிருடன் வெளியேறமாட்டார்!”

கொலையாளி தோளைக்குலுக்கினான். “சில காரணங்கள் சாவதற்கு உகந்தவை.”

லேங்டன், கொலையாளி தீவிரமாக இருப்பதை உணர்ந்தார். ஜானஸ், வாடிகன் நகருக்குத் தற்கொலை இலக்கோடுதான் வருகிறாரா? கௌரவம் குறித்த கேள்வியா? ஒருகணத்தில், லேங்டனின் மனது ஒட்டுமொத்த அச்சுறுத்தும் வட்டத்தையும் புரிந்துகொண்டது. இல்லுமினாட்டி சதித்திட்டம் முழுவட்டத்தை நிறைவுசெய்தது. போப்பைக் கொன்று இல்லுமினாட்டிகள் தங்களையறியாமலே அதிகாரத்துக்குக் கொண்டுவந்த மதகுரு, மதிப்புக்குரிய எதிரியாக உருவெடுத்தார். அறைகூவலின் கடைசிச் செயல்பாடாக, இல்லுமினாட்டி தலைவர் அவரை அழிக்கப்போகிறார்.

திடீரென, லேங்டன் தனக்குப் பின்னாலுள்ள சுவர் மறைந்ததை உணரவந்தார். அங்கே குளிர்ந்த காற்று வேகமாக வீச, அவர் தடுமாறியபடி இரவுக்குள் பின்னடைந்தார். மாடிமுகப்பு! கொலையாளி மனதில் நினைத்திருந்தது என்னவென தற்போது உணரவந்தார்.

உடனடியாக லேங்டன் அவருக்குப் பின்னாலிருந்த பேராபத்தை உணர்ந்தார்- கீழிருந்த முற்றம் நூறடி ஆழத்தில் இருந்தது. அவர் அதனை உள்ளே வந்தபோது கண்டிருந்தார். கொலையாளி நேரத்தை வீணடிக்கவில்லை. மிகுந்த வேகத்துடன், அவன் கம்பியை வீசினான். அந்தப் பிளவு லேங்டனின் நடுப்பகுதியை நோக்கி வந்தது. லேங்டன் பின்னோக்கிச் சறுக்கினார், அதன் முனை நெருக்கமாக வந்து, அவரது சட்டையை மட்டும் பிடித்தது. திரும்பவும் அந்த முனை அவரை நோக்கி வந்தது. லேங்டன் மேலும் பின்னடைய, அவருக்கு நேர் பின்னால் மாடிமுகப்பின் கைப்பிடி இருந்தது. நிச்சயமாக அடுத்த வீச்சு அவரைக் கொல்லும். லேங்டன் பைத்தியக்காரத்தனமான முயற்சியொன்றைச் செய்தார். ஒரு பக்கமாகச் சுழன்று, அவர் எட்டி அந்தத் கம்பியைப் பிடிக்க, அது அவரது உள்ளங்கையில் வலியின் விசையைச் செலுத்தியது. லேங்டன் அதைப் பற்றிக்கொண்டார்.

கொலையாளி திகைப்படைந்தவனாகத் தெரியவில்லை. அவர்கள் ஒரு கணம் ஒருவருக்கொருவர், முகத்தோடு முகம் நோக்கி மல்லுக்கட்டினர், கொலையாளியின் மூச்சுக்காற்றின் நாற்றம் லேங்டனின் மூக்குத்துளைகளில் ஏறியது. அந்த இரும்புக் கம்பி நழுவத் தொடங்கியது. கொலையாளி மிகவும் வலுவானவனாக இருந்தான். லேங்டன் விரக்தியில்

கடைசிச் செயல்பாடாக, தனது காலை நீட்டி, அபாயகரமாகச் சமநிலையின்றி கொலையாளியின் காயம்பட்ட பெருவிரலை நசுக்க முயன்றார். ஆனால் அவன் தொழில்முறையில் தேர்ந்தவனென்பதால், பலவீனத்திலிருந்து பாதுகாக்கத் தன்னைச் சரிசெய்துகொண்டான்.

லேங்டன் தனது கடைசித் துருப்புச்சீட்டை ஆடினார். அவர் தனது கை தாழ்ந்துவிட்டது என்பதை அறிந்திருந்தார்.

கொலையாளியின் கைகள் மேல்நோக்கி வெடித்து, லேங்டனை கைப்பிடிக்கு அப்பால் தள்ளியது. கைப்பிடி முகப்பு அவரது பின்புறத்துக்குக் கீழே முட்ட, அதற்குப் பின்னால் வெற்று வெளியையே உணர்ந்தார் லேங்டன். கொலையாளி கம்பியைக் குறுக்குவசமாகப் பிடித்து அதை, லேங்டனின் மார்பை நோக்கி வீசினான். லேங்டனின் முதுகு பள்ளத்துக்கு மேலாக வளைந்தது.

"பத்திரமாகப் போய் வா," கொலையாளி கேலி செய்தான். "குட் பை."

இரக்கமற்ற பார்வையுடன், கொலையாளி கடைசித் தள்ளலை மேற்கொண்டான். லேங்டனின் புவி ஈர்ப்பு மையம் மாற, அவரது கால் தரையிலிருந்து விலகியது. உயிராசை குறித்த ஒரேயொரு நம்பிக்கையுடன், லேங்டன் மாடிமுகப்பின் கைப்பிடிச் சுவரைப் பிடித்தபடி ஊசலாடிக்கொண்டிருந்தார். அவரது இடக்கை நழுவ, வலக்கை பற்றியிருந்தது. பிடித்துக்கொள்வதற்குச் சிரமப்பட்டபடி... அவர் கால்களாலும் ஒற்றைக் கையாலும் பற்றிக்கொண்டு தலைகீழாகத் தொங்குவதில் சென்றுமுடிந்தார்....

அவருக்கு மேலே நின்றபடி, கொலையாளி அந்தக் கம்பியைத் தலைக்குமேலே ஓங்கி, அதனைக் கீழிறக்குவதற்குத் தயாராகிக் கொண்டிருந்தான்.

அந்தக் கம்பி வேகம்பெறுவதற்குள், லேங்டன் ஒரு காட்சியைக் கண்டார். ஒருவேளை அது மரணத்தின் அருகாமை அல்லது குருட்டுத்தனமான பயத்தால்கூட இருக்கலாம். ஆனால் அந்தக் கணத்தில், அவர் கொலையாளியைச் சுற்றி திடீர் ஒளிவட்டத்தைக் கண்டார். வந்தணுகும் தீயுருண்டைபோல.... வெறுமையிலிருந்து அவனுக்குப் பின்னால் ஒளிரும் பிரகாசமொன்று பெரிதாகியபடி வரக்கண்டார்...

கம்பியை வீசவந்த கொலையாளி நடுவிலேயே, அந்தக் கம்பியை நழுவவிட்டு வேதனையில் கதறினான்.

அந்த இரும்புக்கம்பி லேங்டனைத் தாண்டி இரவினுள் சென்று மறைந்தது. கொலையாளி அவரிடமிருந்து சுழன்று விலக, லேங்டன் கொழுந்துவிட்டெரியும் ஒரு தீப்பந்தம் கொலையாளியின் பின்புறத்தை எரிப்பதைப் பார்த்தார். விட்டோரியோவைப் பார்ப்பதற்காக, லேங்டன் உந்தி மேலேற, கண்கள் மின்ன, கொலையாளியை நோக்கி நின்றாள்.

விட்டோரியா தனக்கு முன்னால் ஒரு தீப்பந்தத்தை ஆட்டியபடி, சுவாலை வெளிச்சத்தில் பழிதீர்க்கும் எண்ணம் முகத்தில் பிரகாசிக்க காணப்பட்டாள். எப்படி அவள் தப்பினாள், லேங்டன் அறிந்திருக்கவில்லை அல்லது கவலைப்படவில்லை. அவர் மீண்டும் கைப்பிடிச்சுவர்மீது தொற்றியேறத் தொடங்கினார்.

அந்தச் சண்டை சுருக்கமாக அமைந்தது. கொலையாளி ஒரு கொடிய போட்டியாக இருந்தான். ஆத்திரத்தில் கத்தியபடி, அவளைநோக்கிப் பாய்ந்தான். அவள் தவிர்க்க முயன்றாள், ஆனால், அவன் அவள் மீது பாய்ந்து, தீப்பந்தத்தைப் பற்றியபடி அவளிடமிருந்து பிடுங்கப் போராடினான். லேங்டன் காத்திருக்கவில்லை. கைப்பிடிச் சுவரைத் தாண்டிவந்து, தனது இறுகப்பற்றிய முஷ்டியால் கொலையாளியின் முதுகிலிருந்த கொப்பளித்த தீக்காயத்தில் குத்தினார்.

கதறல் வாடிகனுக்கான வழியெங்கும் எதிரொலித்ததுபோல் தோன்றியது.

கொலையாளி ஒரு கணம் உறைந்தான், அவனது முதுகு வேதனையில் நெளிந்தது. அவன் அந்தத் தீப்பந்தத்தை விட்டுவிட, விட்டோரியா அதனை அவனது முகத்தில் வேகமாகச் செலுத்தினாள். அவனது இடது கண் சிமிட்டியபோது சதையெரியும் சத்தம் கேட்டது. அவன் மறுபடியும் கதறியபடி, தனது கைகளை முகத்துக்கு உயர்த்தினான்.

“கண்ணுக்குக் கண்,” விட்டோரியா கிசுகிசுத்தாள். இம்முறை தீப்பந்தத்தை அவள் ஒரு மட்டையைப் போல் வீச, அது மோதியதும், கொலையாளி பின்னால் கைப்பிடிச்சுவரில் மோதினான். ஒரே கணத்தில் லேங்டனும் விட்டோரியோவும் சேர்ந்து சென்று அவனைத் தூக்கி வீசினர். கொலையாளியின் உடல் கைப்பிடிச் சுவரைத் தாண்டி பின்னோக்கிப் பாய்ந்து

இரவுக்குள் மறைந்தது. அங்கே கதறல் எதுவுமில்லை. வெகுகீழே பீரங்கிக் குண்டுகளின் குவியல்மேல் சிறகுவிரித்த கழுகைப்போல, அவனது முதுகு மோதிய சப்தம் மட்டுமே வந்தது.

லேங்டன் திரும்பி விட்டோரியோவை அதிர்ச்சியுடன் பார்த்தார். தளர்ந்த கயிறுகள் அவளது உடலின் நடுவிலும் தோள்களிலும் தொங்கின. அவளது கண்கள் ஒரு நரகத்தைப்போல் எரிந்தன.

"கௌடினிக்கு யோகா தெரியும்."

109

அதேவேளையில், புனித பீட்டர் சதுக்கத்தில், ஸ்விஸ் காவல் வீரர்களின் அரண், இரைந்து உத்தரவுகளை இட்டபடியும் வெளிநோக்கி விரிந்துபரவியும், கூட்டத்தைப் பின்னோக்கி பாதுகாப்பான தொலைவுக்கு நெருக்கமுயற்சித்தபடி காணப்பட்டது. அதனால் பயனேதும் இல்லை. கூட்டம் மிக அடர்த்தியாகவும், தங்களது சொந்தப் பாதுகாப்பைவிட வாடிகனுக்கு வரவிருக்கும் அழிவைக் குறித்து பெரிதும் ஆர்வமாகக் காணப்பட்டது. சதுக்கத்திலிருந்த உயரமான ஊடகத் திரைகள்- கேமர்லெக்னோவின் அன்பளிப்பான, ஸ்விஸ் பாதுகாப்புக் கண்காணிப்புக் காவலமைப்பிடமிருந்து நேரடியாக வழங்கப்பெற்ற- எதிர்க்கரு குப்பியின் நேரடி கவுன்ட் டவுனை தற்போது ஒளிபரப்பிக்கொண்டிருந்தன. துரதிர்ஷ்டவசமாக, அந்தக் குப்பியின் கவுன்ட் டவுன் பிம்பம் கூட்டத்தை விரட்ட எதுவும் செய்யவில்லை. சதுக்கத்திலிருந்த மக்கள், அந்தக் குப்பியில் மிதந்துகொண்டிருந்த துளித் திரவத்தைக் கண்டு, அவர்கள் நினைப்பதுபோல அது அத்தனை அச்சுறுவதல்ல என தீர்மானித்தனர். மேலும் அவர்கள் - வெடிப்பதற்கு நாற்பத்தைந்து நிமிடத்துக்குச் சற்றே குறைவாக இருந்த கவுண்ட் டவுன் கடிகாரத்தைப் பார்த்தனர். இருந்து கவனிப்பதற்கு நிறைய நேரமிருந்தது.

உலகத்துக்கு உண்மையைச் சொல்லும் கேமர்லெக்னோவின் முடிவும், பின் இல்லுமினாட்டி சூழ்ச்சி குறித்த உண்மையான காட்சிகளை ஊடகங்களுக்கு வழங்கிய தைரியமான முடிவும்

அறிவுக்கூர்மைமிக்க சூழ்ச்சி என ஸ்விஸ் காவலமைப்பு ஒருமனதாக ஏற்றுக்கொண்டது. துயரத்தை எதிர்கொள்ளும்போது, வாடிகன் தங்களது வழக்கமான பேச்சைத் தவிர்க்கும் இயல்பையே இல்லுமினாட்டி எதிர்பார்த்திருக்கும் என்பதில் சந்தேகம் ஏதுமில்லை. கேமர்லெக்னோ கார்லோ வென்ட்ரேஸ்கா தன்னை முனைப்பான எதிரியாக நிறுவியிருந்தார்.

சிஸ்டைன் சாப்பலினுள், கார்டினல் மோர்ட்டாடி அமைதியிழந்தவராக மாறிக்கொண்டிருந்தார். அப்போது இரவு 11:15 மணி. எண்ணற்ற கார்டினல்கள் தொடர்ந்து பிரார்த்தித்துக்கொண்டிருக்க, மற்றவர்கள் வெளியேறும் வழியைச் சுற்றித் திரண்டு, நேரத்தை நினைத்து தெளிவாகவே அமைதியிழந்துபோயினர். கார்டினல்களில் சிலர் தங்களது முஷ்டியால் கதவின்மேல் மோதினர்.

கதவுக்கு வெளியே லெப்டினன்ட் சார்ட்ராண்ட் கதவு தட்டப்படுவதைக் கேட்டாலும் என்ன செய்வதென அறியாதவராக இருந்தார். அவர் தனது கடிகாரத்தைச் சரிபார்த்தார். இதுதான் நேரம். கேப்டன் ரோச்சர், தான் சொல்லும்வரை கார்டினல்களை வெளியேவிடக்கூடாதென கண்டிப்பான உத்தரவு பிறப்பித்திருந்தார். கதவின் மீதான மோதல்கள் மிகத் தீவிரமாக, சார்ட்ராண்ட் அமைதியிழந்தவராக உணர்ந்தார். கேப்டன் மொத்தத்தில் இந்த விஷயத்தையே மறந்துவிட்டாரோ என வியந்தார். மர்மமான போன் அழைப்பு வந்ததுமுதல் கேப்டன் மிகவும் தவறாகவே செயலாற்றிக்கொண்டிருந்தார்.

சார்ட்ராண்ட் தனது வாக்கிடாக்கியை எடுத்தார். "கேப்டன்? இது சார்ட்ராண்ட். "நேரம் கடந்துவிட்டது. நான் சிஸ்டைனைத் திறந்துவிடலாமா?"

"அந்தக் கதவு மூடியே இருக்கட்டும். அந்த உத்தரவை நான் உனக்கு ஏற்கனவே அளித்துவிட்டேனென நம்புகிறேன்."

"ஆமாம், சார், நான்-"

"நமது விருந்தினர் விரைவில் வந்துவிடுவார். மாடிக்கு சில ஆட்களை அழைத்துவாருங்கள், போப் அலுவலகத்தின் கதவுக்குக் காவல் நிறுத்துங்கள். கேமர்லெக்னோ எங்கும் போகப்போவதில்லை."

"மன்னிக்கவும், சார்?"

“நீங்கள் புரிந்துகொள்ளாதது எதுவும் இருக்கிறதா, லெப்டினன்ட்?”

“எதுவுமில்லை, சார். நான் வந்துகொண்டிருக்கிறேன்.”

மாடியில் போப்பின் அலுவலகத்தில், கேமர்லெக்னோ நெருப்பை நோக்கியபடி அமைதியாகத் தியானத்தில் இருந்தார். *கடவுளே, எனக்கு வலிமை கொடு. எங்களிடையே அற்புதம் நிகழ்த்து.* இந்த இரவைத் தாண்டி தாக்குப்பிடிப்போமா என வியந்தபடி, அவர் கரியைக் கிளறிவிட்டார்.

110

இரவு, பதினொன்று இருபத்து மூன்று.

விட்டோரியா புனித ஏஞ்சலோ கோட்டை மாடிமுகப்பின்மீது நடுங்கியபடியே நின்றபடி, ரோமினைப் பார்த்தபடியிருக்க, அவள் கண்கள் கண்ணீரால் ஈரமாகியிருந்தது. அவள் ராபர்ட் லேங்டனைத் தழுவிக்கொள்ள பெரிதும் விரும்பினாள், ஆனால் அவளால் முடியவில்லை. அவளது உடல் உறைந்துபோனதுபோல உணர்ந்தது மறுசீரமைத்துக்கொண்டிருந்தது. சக்தியைத் திரட்டிக்கொண்டிருந்தது. அவளது தந்தையைக் கொன்றவன் வெகு கீழே, இறந்துகிடந்தான். அவளும் கிட்டத்தட்ட அதேயளவு அவனது பலியாடாக ஆகவிருந்தாள்.

லேங்டனின் கை அவளது தோளைத் தொட்டதும், ஊடுருவிய கதகதப்பு, மாயமாக அந்தப் பனியைக் கலையச் செய்ததுபோல் தோன்றியது. அவளது உடல் அதிர்ந்து உயிர்ப்புக்குத் திரும்பியிது. பனி விலகியதும் அவள் திரும்பினாள். ராபர்ட் - ஈரமாகச் சிக்குப்பிடித்து - நரகத்தைப் போலத் தோன்றினார்- அவர் வெளிப்படையாகவே அவளைக் காப்பாற்றுவதற்காக நரகத்தினூடாகச் சென்று மீண்டிருந்தார்.

“நன்றி...” அவள் முணுமுணுத்தாள்.

லேங்டன் அவளுக்கு ஒரு சோர்ந்த புன்னகையை வெளிப்படுத்தி, அவள்தான் நன்றிக்குரியவள் எனவும்- தோளைக் குறுக்கி, கட்டுக்களிலிருந்து விடுபடும் அவளது திறன்

நடைமுறையில் அவர்கள் இருவரையும் காப்பாற்றியது என அவளுக்கு ஞாபகமூட்டினார். விட்டோரியா தனது கண்களைத் துடைத்தாள். அவள் அவருடன் அங்கே எப்போதைக்குமாக நின்றிருப்பாள், ஆனால் அந்த ஓய்வு சற்றுநேரமே நீடித்தது.

"நாம் இங்கிருந்து வெளியேறியாகவேண்டும்," லேங்டன் கூறினார்.

விட்டோரியாவின் மனம் வேறெங்கோ இருந்தது. அவள் வாடிகனை நோக்கி வெளியே பார்த்தாள். உலகின் மிகச் சிறு நாடு திகைக்க வைக்குமளவுக்கு அருகில், அளவில்லாத ஊடக வெளிச்சத்தின்கீழ் வெண்ணிறமாக மின்னியது. அவள் அதிர்ச்சியடையும்விதமாக, புனித பீட்டர் சதுக்கத்தின் பெரும்பகுதி இன்னும் மக்கள் நிறைந்து காணப்பட்டனர்! ஸ்விஸ் காவலமைப்பு- வெளிப்படையாகவே பேராலயத்தின் முன்பக்கமிருந்து நூற்று ஐம்பதடி தொலைவுக்கு மட்டுமே அவர்களை அகற்ற முடிந்திருந்தது. பாதுகாப்பான தொலைவிலிருந்தவர்கள் நெருக்கமாகப் பார்ப்பதற்காக முண்டியடிக்க, சதுக்கத்தை உள்ளடக்கிய நெரிசலின் கூடு, மற்றவர்களை உள்ளுக்குள் கொண்டுவந்து சிக்கச்செய்தது. *அவர்கள் மிகநெருக்கமாக இருந்ததாக விட்டோரியா நினைத்தாள். பெரிதும் நெருக்கமாக!*

"நான் மறுபடியும் உள்ளே செல்லப்போகிறேன்," லேங்டன் திடீரெனச் சொன்னார்.

விட்டோரியா நம்பமுடியாமல் திரும்பினாள். *"வாடிகனுக்குள்ளா?"*

லேங்டன் அவளிடம் சமாரிட்டன் குறித்தும், அது எத்தகைய ஒரு சூழ்ச்சியென்றும் கூறினார். இல்லுமினாட்டி தலைவன், ஜானஸ் என்பவன், உண்மையில் கேமர்லெக்னோவுக்கு முத்திரை பதிக்க வந்துகொண்டிருக்கிறான். செல்வாக்குச் செலுத்தும் இறுதி இல்லுமினாட்டி நடவடிக்கையாக.

"வாடிகன் நகரினுள் யாருக்கும் தெரியாது," லேங்டன் சொன்னார். "நான் அவர்களைத் தொடர்புகொள்ள எந்த வழியுமில்லை. இந்த நபர் எந்த நிமிடத்திலும் வரலாம். காவலர்கள் அவனை உள்ளே விடும்முன் நான் அவர்களை எச்சரிக்கவேண்டும்."

"ஆனால், நீங்கள் ஒருபோதும் கூட்டத்தினூடாகச் சென்றடைய முடியாது!"

லேங்டன் குரல் நம்பிக்கையுடனிருந்தது. "ஒரு பாதை இருக்கிறது. என்னை நம்பு."

விட்டோரியா மீண்டும் ஒரு முறை அந்த வரலாற்றறிஞர் அவளறியாத ஒன்றை அறிந்திருக்கிறார் என்பதை உணர்ந்தாள். "நானும் வருகிறேன்."

"இல்லை. ஏன் இருவரும் அபாயத்தை எதிர்கொள்ளவேண்டும்..."

"நான் அந்த மக்களை அங்கிருந்து அகற்ற ஒரு வழியைக் கண்டறியவேண்டும். அவர்கள் மிகப்பெரிய ஆபத்தில்-"

அப்போது, அவர்கள் நின்றிருந்த மாடிமுகப்பு ஆடத்தொடங்கியது. காதைச் செவிடாக்கும் உறுமல் அந்த மொத்தக் கோட்டையையே நடுங்கவைத்தது. புனித பீட்டர் கோட்டை இருந்த பக்கம்நோக்கி வெண்ணிற ஒளியொன்று வெளிப்பட்டு அவர்களைக் குருடாக்கியது. விட்டோரியாவுக்கு ஒரேயொரு எண்ணம்தான். ஓ! கடவுளே! எதிர்க்கரு சீக்கிரமாகவே வெடித்துவிட்டது!

ஆனால், வெடிப்புக்குப் பதிலாக, கூட்டத்திடமிருந்து மிகப்பெரும் மகிழ்ச்சி ஆரவாரம் எழுந்தது. விட்டோரியா வெளிச்சத்திற்குள் பார்த்தாள். சதுக்கத்திலிருந்து எழுந்த ஊடக வெளிச்சத்தின் சரமாரி வெளிச்சம்தான் அவர்கள் மீது பட்டது, எனத் தோன்றியது. இப்போது அது பழகியதுபோல தெரிந்தது. அனைவரும் தாங்கள் நின்ற இடத்திலிருந்து திரும்பி சுட்டிக்காட்டி ஊளையிட்டனர். இரைச்சல் பெரிதாகிக் கொண்டே போனது. சதுக்கத்திலிருந்தவர்களின் மனநிலை திடீரென குதூகலமானதாகத் தோன்றியது.

லேங்டன் குழம்பியவராகத் தோன்றினார். "என்ன இழவு-"

தலைக்குமேலே ஆகாயத்தில் இரைச்சலெழுந்தது.

எச்சரிக்கை எதுவுமின்றி கட்டடத்துக்குப் பின்னிருந்து போப்பினுடைய ஹெலிகாப்டர் வெளிப்பட்டது. அவர்களுக்கு மேல் ஐம்பதடிக்கு உயரத்தில், வாடிகன் நகரத்துக்கான பாதையில் முழங்கியது. அது தலைக்குமேலே, ஊடக விளக்குகளின் வெளிச்சதில் மின்னியபடி கடந்துசெல்ல,

கோட்டை நடுங்கியது. ஹெலிகாப்டரைப் பின்தொடர்ந்த விளக்குகள் கடந்துசென்றதும், லேங்டனும் விட்டோரியாவும் திடீரென மீண்டும் இருளில் நின்றிருந்தனர்.

புனித பீட்டர் சதுக்கத்தில் இறங்குவதற்காக அந்தப் பிரமாண்ட இயந்திரம் வேகம் குறைவதை அவர்கள் பார்த்தபடியிருக்க, தாங்கள் மிகவும் தாமதமாகிவிட்டோம் என்ற உணர்வை விட்டோரியா அடைந்தாள். பெரும் தூசுப்படலத்தை எழுப்பியபடி ஹெலிகாப்டர், சதுக்கத்தின் முகப்புப் பகுதியில் கூட்டத்துக்கும் பஸிலிகாவுக்கும் நடுவில் இறங்கி, பஸிலிகாவின் படிகளின் கீழ்ப்பகுதியைத் தொட்டபடி நின்றது.

"நுழைவுப் பாதையொன்றைப் பற்றி பேசினீர்கள்," விட்டோரியா சொன்னாள். வெண்ணிறப் பளிங்குக்கு எதிராக, வாடிகனிலிருந்து சிறு புள்ளியாக ஒரு நபர் வெளிப்பட்டு ஹெலிகாப்டரை நோக்கி நகர்வதை அவளால் பார்க்கமுடிந்தது. தலையிலிருந்த அந்த பளிச்சிடும் சிவப்புத் தொப்பி மட்டும் இல்லாமல் போயிருந்தால் அவளால் அந்த உருவம் யாரென அடையாளம் காணமுடியாது போயிருக்கும். "சிவப்புக் கம்பள வரவேற்பு. அது ரோச்சர்."

லேங்டன் தனது முஷ்டியைக் கைப்பிடிச் சுவரில் குத்தினார். "யாராவது அவர்களை எச்சரிக்கவேண்டும்!" அவர் செல்வதற்குத் திரும்பினார்.

விட்டோரியா அவரது கையைப் பற்றினாள். "பொறுங்கள்!" அவள் அப்போதுதான், அவளது விழிகள் நம்ப மறுக்கும் வேறெதையோ பார்த்திருந்தாள். விரல்கள் நடுங்க, அவள் ஹெலிகாப்டரை நோக்கிச் சுட்டிக்காட்டினாள். தொலைவிலிருந்துகூட, அங்கே தவறு இருக்கவில்லை. சரிவுப்பலகையில் மற்றொரு உருவம் இறங்கியது... தனித்துவமாக நகர்ந்த அந்த உருவம், ஒரேயொரு நபராகத்தான் இருக்கமுடியும். அந்த உருவம் அமர்ந்திருந்தபோதும், அவர் திறந்த சதுக்கத்தின் ஊடாகத் திகைக்கவைக்கும் வேகத்திலும், அதேசமயம் சிரமமின்றியும் அதைச் செலுத்தினார்.

மின்னணு சிம்மாசனத்தில் ஒரு அரசன்.

அது மேக்ஸிமிலியன் கோஹ்லர்.

111

கோஹ்லர், வேனில் மாட பாதையின் செல்வச் செழிப்பைக் கண்டு அருவருத்தார். மேற்கூரையிலிருந்த தங்க இலை மட்டுமே, புற்றுநோய் ஆராய்ச்சிக்கான ஒரு வருட நிதியை அளித்திருக்கும். ரோச்சர், திருத்தூதர் அரண்மனைக்கான வட்டப் பாதையில், மாற்றுத்திறனாளிகளுக்கான சரிவுப் பாதையில் கோஹ்லரை வழிநடத்தினார்.

"மின்னுயர்த்தி இல்லையா?" கோஹ்லர் கேட்டார்.

"மின்சாரம் இல்லை." ரோச்சர் அவர்களைச் சுற்றியிருந்த இருளடைந்த கட்டடத்தில் எரிந்துகொண்டிருந்த மெழுகுவத்திகளை நோக்கி நகர்ந்தார். "எங்களது தேடுதல் யுக்தியின் பகுதியாக."

"சந்தேகமின்றித் தோல்வியடைந்த யுக்திகள்."

ரோச்சர் ஆமோதித்தார்.

கோஹ்லர் மற்றொரு தொடர் இருமலுக்கு ஆட்பட்டார், இது அவருடைய கடைசி ஒன்றாக இருக்கக்கூடுமென அறிந்திருந்தார். இது முழுக்க விரும்பத்தகாத எண்ணமல்ல.

அவர்கள் மேல்தளத்தை அடைந்து போப்பின் அலுவலகம் இருந்த அரங்கை நோக்கி செல்லத் தொடங்க, தொந்தரவடைந்ததுபோல் தெரிந்த நான்கு ஸ்விஸ் காவலர்கள் அவர்களை நோக்கி ஓடிவந்தனர்.

"அவர் கேமர்லெக்னோவிடம் மட்டுமே பேசுவார்."

காவலர்கள் பின்னடைந்து, சந்தேகத்துடன் நோக்கினர்.

ரோச்சர் உத்தரவிடுவதுபோல் கூறினார், "கேமர்லெக்னோவிடம் கூறுங்கள், செர்ன் இயக்குநர், மேக்ஸிமிலியன் கோஹ்லர் அவரைப் பார்ப்பதற்காக இங்கு வந்திருக்கிறார். உடனடியாக."

"ஆகட்டும், சார்!" காவலர்களில் ஒருவர் கேமர்லெக்னோவின் அலுவலக அறையிருந்த திசையில் ஓடினார். மற்றவர் தங்களது இடத்தில் நின்றனர். அவர்கள் அமைதியின்றித் தெரிந்ததுடன்,

ரோச்சரை ஆராய்ந்தனர். "ஒருநிமிஷம் கேப்டன். நாங்கள் உங்களது விருந்தினர் வருகையைத் தெரிவித்துவிடுவோம்."

எனினும், கோஹ்லர் நிற்கவில்லை. அவர் தனது நாற்காலியை காவலர்களைச் சுற்றிச் செல்ல திருப்பினார்.

காவலர்கள் திரும்பி அவரருகே ஓடிவந்தனர். "சார்! நிறுத்துங்கள்!"

கோஹ்லர் அவர்களிடம் வெறுப்பு கொண்டார். உலகின் மிக உயர்ந்த பாதுகாப்புப் படையடுக்குகூட, ஊனமுற்றோர் மீது உணர்ந்த பரிதாபத்திலிருந்து விடுபடவில்லை. கோஹ்லர் ஒரு ஆரோக்கியமான நபராக இருந்திருந்தால், காவலர்கள் அவரை சமாளித்திருக்கக்கூடும். *ஊனமுற்றோர் ஆற்றலற்றவர்கள்,* கோஹ்லர் நினைத்தார். *அல்லது உலகம் அப்படி நம்புகிறது.*

கோஹ்லர், தான் எதற்காக வந்திருக்கிறாரோ அதைச் செய்துமுடிக்க மிகக் குறைவான நேரமே இருக்கிறது என்பதை அறிந்திருந்தார். மேலும், அவர் இன்றிரவு இங்கே இறக்கக்கூடுமெனவும் அறிந்திருந்தார். அதுகுறித்து எத்தனை குறைவாக அக்கறையுடனிருந்தார் என ஆச்சரியப்பட்டார். மரணத்தை விலையாகத் தர அவர் ஆயத்தமாக இருந்தார். கேமர்லெக்னோ வென்ட்ரேஸ்கா போன்ற ஒருவரால், அவரது பணி அழிக்கப்படுவதை, அவரது வாழ்வில் அவர் அதிகமாகவே சகித்துக்கொண்டிருந்துவிட்டார்.

"ஐயா!" காவலர்கள் அவருக்கு முன்பாக ஓடியபடி, பாதையின் குறுக்காக ஒரு வரிசையை அமைத்தபடி கத்தினர். அவர்களில் ஒருவர் பக்கவாட்டிலிருந்து ஆயுதத்தை உருவி கோஹ்லரைக் குறிபார்த்தபடி, *"நீங்கள் அவசியம் நிற்கவேண்டும்!"* என்றார்.

கோஹ்லர் நின்றார்.

ரோச்சர் வருத்தம்தொனிக்கிற விதத்தில், இடையிட்டார். "திரு. கோஹ்லர், தயவுசெய்யுங்கள். இது சில கணங்களுக்குத்தான். போப்பின் அலுவலகத்துக்குள் அறிவிக்கப்படாமல் யாரும் நுழையமுடியாது."

கோஹ்லர், காத்திருப்பதைத் தவிர வேறு தேர்வு கிடையாதென்பதை ரோச்சரின் கண்களில் கண்டார். *நல்லது. நாம் காத்திருப்போம்,* கோஹ்லர் நினைத்தார்.

காவலர்கள், முழுநீள பொன்முலாம் பூசப்பட்ட கண்ணாடியருகே கோஹ்லரை நிறுத்த, அது குரூரமாகத் தோன்றியது. தனது

திருகிய உடலின் தோற்றம், கோஹ்லலரைக் கோபம்கொள்ளச் செய்தது. பழைய கோபம் மீண்டும் பெருகி விளிம்பைத் தொட்டது. அதுதான் அவரை சக்திமிக்கவராக ஆக்கியது. அவர் தற்போது எதிரிகளின் நடுவில் இருந்தார். இந்த மனிதர்கள்தான் அவரது கௌரவத்தைச் சூறையாடியது. இந்த மனிதர்கள்தாம். இவர்களால்தான் அவர் ஒருபோதும் பெண்களின் தொடுகையை உணரமுடியாமல்போனது... ஒரு விருதை வாங்க எழுந்துநிற்க முடியாமல் ஆனது. இந்த *மனிதர்களிடம் எந்த உண்மை இருக்கிறது? என்ன ஆதாரம் இருக்கிறது, பாழாய்ப் போக! பழைய கட்டுக்கதைகளின் புத்தகம்? வரவிருக்கும் அற்புதங்களின் உறுதிமொழிகள்? அறிவியல் தினமும் அற்புதங்களைப் படைக்கிறது!*

கோஹ்லர் தன் சொந்த உணர்ச்சியற்ற கண்களை ஒரு கணம் உறுத்துப்பார்த்தார். *இன்றிரவு ஒருவேளை மதத்தின் கைகளில் நான் இறந்துபோகலாம்,* அவர் நினைத்தார். *ஆனால், அது முதல்முறையாக இருக்கப்போவதில்லை.*

ஒரு கணத்தில், அவர் மீண்டும் பதினொரு வயதுடையவராக ஆகி, அவரது பெற்றோரின் ஃப்ராங்பர்ட் இல்லத்தில் படுக்கையில் கிடந்தார். அவருக்குக் கீழ் ஐரோப்பாவின் அருமையான லினன் விரிப்புகள் இருந்தன, ஆனால் ஆவை வியர்வையில் நனைந்திருந்தன. இளம் மேக்ஸ், அவர் நெருப்பில் கிடந்ததுபோல் உணர்ந்தார், வலி அவரது உடலை கற்பனை செய்யவியலாதபடி அழிவுக்குள்ளாக்கியது. அவரது படுக்கையினருகில் மண்டியிட்டபடி அவனது தாயும் தந்தையும் இரண்டு நாட்களாக இருந்தனர். அவர்கள் பிரார்த்தித்துக்கொண்டிருந்தனர்.

ஓரமாக ஃப்ராங்பர்ட்டின் சிறந்த மருத்துவர்கள் மூவர் நின்றுகொண்டிருந்தனர்.

“மீண்டுமொரு முறை சிந்தனைசெய்ய நான் வலியுறுத்துகிறேன்!” மருத்துவர்களில் ஒருவர் சொன்னார். “அந்தப் பையனைப் பாருங்கள்! அவனது காய்ச்சல் அதிகரிக்கிறது. அவன் பயங்கர வேதனையில் இருக்கிறான். அபாயத்திலும்.”

ஆனால் மேக்ஸ், தனது தாய் சொல்லும்முன்பே அவள் என்ன பதில் சொல்வாளென அறிந்திருந்தான். “கடவுள் அவனைப் பாதுகாப்பார்.”

ஆமாம், மேக்ஸ் நினைத்தான். *கடவுள் என்னைப் பாதுகாப்பார்.* அம்மாவின் குரலிலிருந்த நம்பிக்கை அவனுக்கு வலிமையை அளித்தது. *கடவுள் என்னைப் பாதுகாப்பார்.*

ஒரு மணி நேரத்துக்குப் பின், மேக்ஸ் தனது முழு உடலும் காருக்குக் கீழ் நசுக்கப்படுவதுபோல் உணர்ந்தான். அவனால் அழக்கூட முடியவில்லை.

"உங்களது மகன் பெரும் வேதனையில் இருக்கிறான்," மற்றொரு மருத்துவர் சொன்னார். "என்னை அவனது வேதனையைக் குறைக்கவாவது அனுமதியுங்கள். எனது பையினுள் ஓர் எளிய ஊசிமருந்து வைத்திருக்கிறேன்-"

"தயவுசெய்து அமைதிகாக்கவும்!" மேக்ஸின் தந்தை மருத்துவரை தனது கண்களைக்கூட திறக்காமல் மௌனமாக்கினார். அவர் தொடர்ந்து பிரார்த்தித்துக்கொண்டிருந்தார்.

"அப்பா, தயவுசெய்யுங்கள்!" மேக்ஸ் கத்த விரும்பினான். *"அவர்களை வலியை நிறுத்த அனுமதியுங்கள்!"* ஆனால் அவனது வார்த்தைகள் இருமலின் பீடிப்பில் மறைந்தன.

ஒரு மணி நேரத்துக்குப் பின், அந்த வலி இன்னும் மோசமானது.

"உங்களது மகன் முடமாகலாம்," மருத்துவர்களில் ஒருவர் கண்டித்தார். "அல்லது இறந்துகூட போகலாம். நாங்கள் இதைத் தவிர்க்கக்கூடிய மருந்துகளை வைத்திருக்கிறோம்"

திருமதி மற்றும் திரு கோஹ்லர் அதை அனுமதிக்கவில்லை. அவர்கள் மருத்துவத்தில் நம்பிக்கை கொண்டிருக்கவில்லை. கடவுளின் பிரதான திட்டத்தில் இடையிட அவர்கள் யார்? அவர்கள் கடினமாகப் பிரார்த்தித்தனர். அனைத்துக்கும் மேலாக, கடவுள் இந்தப் பையனை அவர்களுக்கு அளித்து ஆசிர்வதித்திருந்தால், அவர் ஏன் இந்தச் சிறுவனை எடுத்துக்கொள்ளப் போகிறார்? அவனது தாய் மேக்ஸிடம் வலிமையுடன் இருக்கும்படி முணுமுணுத்தாள். அவள், விவிலியத்தின் ஆப்ரகாம் கதையில் வருவதுபோல்... கடவுள் அவனைச் சோதிப்பதாக விளக்கமளித்தாள்... அவனது நம்பிக்கை குறித்த சோதனை.

மேக்ஸ் நம்பிக்கையுடன் இருக்க முயற்சித்தான், ஆனால் வலியோ மிகத் துன்புறுத்துவதாக இருந்தது.

"என்னால் இதைப் பார்க்கமுடியாது!" கடைசியாக மருத்துவர்களில் ஒருவர் கூறியபடி, அந்த அறையிலிருந்து விலகியோடினார்.

உதயத்தின்போது, மேக்ஸ் சற்றும் நினைவில்லாமல் ஆகியிருந்தான். அவனது உடலின் ஒவ்வொரு தசையும் வேதனையில் துடித்தது. இயேசு எங்கே? அவன் ஆச்சரியப்பட்டான். அவர் என்னை நேசிக்கவில்லையா? மேக்ஸ், தனது உடலிலிருந்து உயிர் நழுவுவதாக உணர்ந்தான்.

அவனது தாய் படுக்கையோரமாகத் தூக்கத்தில் விழ, அவளது கைகள் அவனை இப்போதும் பற்றிக்கொண்டிருந்தது. மேக்ஸின் தந்தை அறையில் சாளரத்தின் ஓரமாக, வெளியே உதயத்தைப் பார்த்தபடி இருந்தார். அவர் தன்னைச் சுற்றி நடப்பதையறியாத ஒருவித மயக்கத்தில் இருப்பதுபோல இருந்தது. மேக்ஸ், கருணை வேண்டி அவர் முணுமுணுத்த முடிவில்லாத பிரார்த்தனைகளைக் கேட்டுக்கொண்டிருந்தான்.

அதன்பின்தான் மேக்ஸ் அவனுக்கு மேலாக வளையவந்த உருவத்தை உணர்ந்தான். தேவதூதரா? மேக்ஸால் பார்க்கவே முடியவில்லை. அவனது கண்கள் வீங்கி மூடியிருந்தன. அந்த உருவம் அவனது காதில் முணுமுணுத்தது, ஆனால் அது தேவதூதரின் குரலாக இருக்கவில்லை. மேக்ஸ் அதனை மருத்துவர்களில் ஒருவரின் குரலொன்றாக அடையாளம் கண்டான்.... மூலையில் இரண்டு நாட்களாக அமர்ந்திருந்த மருத்துவர்களில் ஒருவரின் குரல், ஒருபோதும் அகலாமல், மேக்ஸின் பெற்றோரை இங்கிலாந்திலிருந்து வந்த ஒரு புதிய மருந்தொன்றைப் பயன்படுத்த அனுமதிகோரி இரந்தபடியிருந்த குரல்.

"இதைச் செய்யாதிருந்தால், நான் ஒருபோதும் என்னை மன்னித்திருக்கமாட்டேன்," அந்த மருத்துவர் முணுமுணுத்தார். பின் மேக்ஸின் மெலிந்த கரங்களை மெதுவாகக் கையிலெடுத்தார். "நான் இதனை முன்பே செய்திருக்கவேண்டும் என ஆசைப்பட்டேன்."

மேக்ஸ் தனது கையில் - வலியினூடாக நுணுகிக் காணமுடியாத, சிறிய வலியொன்றை உணர்ந்தான்.

பின் மருத்துவர் தனது பொருட்களை அமைதியாகப் பேக் செய்தார். அவர் கிளம்பும் முன்பாக, அவர் ஒரு கையை மேக்ஸின் முன்நெற்றியில் வைத்தார். "இது உனது உயிரைக்

காப்பாற்றும். நான் மருத்துவத்தின் ஆற்றலில் பெரும் நம்பிக்கை வைத்திருக்கிறேன்."

சில நிமிடங்களுக்குள், மேக்ஸ், அவரது நரம்புகளின் மூலமாக ஏதோ ஒருவித மாய சக்தி சென்றதுபோல் உணர்ந்தான். அந்த கதகதப்பு அவனது உடலினூடாகப் பரவி, அவனது வலியை மரத்துப்போகச் செய்தது. இறுதியாக, இத்தனை நாட்களில் முதல்முறையாக, மேக்ஸ் தூங்கினான்.

காய்ச்சல் நின்றதும், அவனது தாயும் தந்தையும் கடவுளின் அற்புதம் எனக் கூறினர். ஆனால், அவனது மகன் முடமானது வெளிப்படையாகத் தெரிந்ததும், அவர்கள் விரக்தியடைந்தனர். அவர்கள் தங்களது மகனை வண்டியில் வைத்து திருச்சபைக்குத் தள்ளிச்சென்று மதகுருவிடம் ஆலோசனைக்கு இரந்துநின்றனர்.

"கடவுளின் கருணையால் மட்டுமே இந்தப் பையன் உயிர்ப்பிழைத்தான்," என அந்த மதகுரு அவர்களிடம் கூறினார்.

மேக்ஸ் எதுவும் கூறாமல் கேட்டுக்கொண்டிருந்தார்.

"ஆனால், எங்களது மகனால் நடக்கமுடியாதே!" திருமதி கோஹ்லர் அழுதுகொண்டிருந்தாள்.

மதகுரு வருத்தமாக ஆமோதித்தார். "ஆமாம். கடவுள்மீது போதுமான நம்பிக்கை கொண்டிருக்காததற்காக அவனை தண்டித்திருக்கிறார்போல தெரிகிறது."

"திரு.கோஹ்லர்?" அது அவருக்கு முன்னால் ஓடிய ஸ்விஸ் காவலர். "கேமர்லெக்னோ, உங்களைச் சந்திக்க அனுமதி தந்திருப்பதாகச் சொல்கிறார்."

கோஹ்லர் உறுமியபடி, மறுபடியும் அந்த அரங்கில் வேகமாக தன் வண்டியை முடுக்கினார்.

"உங்களது வருகையால் அவர் ஆச்சர்யமடைந்திருக்கிறார்," காவலர் சொன்னார்.

"நிச்சயமாக ஆச்சர்யமாகியிருப்பார் என நான் நினைக்கிறேன்." கோஹ்லர் நகர்ந்தபடியிருந்தார். "நான் அவரைத் தனியே சந்திப்பதை விரும்புகிறேன்."

"சாத்தியமேயில்லை," காவலன் சொன்னான்.

"எவரொருவரும்-"

"லெப்டினன்ட்," ரோச்சர் கத்தினான். "இந்தச் சந்திப்பு திரு கோஹ்‌லரின் விருப்பப்படி நடைபெறும்."

காவலன் வெளிப்படையாகவே அவநம்பிக்கையுடன் நோக்கினான்.

போப்பின் அலுவலகக் கதவின் வெளிப்புறம், ரோச்சர் கோஹ்‌லரை உள்ளே அனுமதிக்கும்முன் வழக்கமான முன்னெச்சரிக்கை நடவடிக்கைகளைக் காவலர்கள் மேற்கொள்ள அனுமதித்தான். அவர்களது கையிலிருந்த மெட்டல் டிடெக்டர் கருவி, கோஹ்‌லரின் சக்கரநாற்காலியிலிருந்த மின்னணு சாதனத் தொகுப்பால் பயனற்றதாயிருந்தது. காவலர்கள் அவரைச் சோதனையிட்டனர், ஆனால் அவரது இயலாமை அதை முறையாகச் செய்யவிடாமல் பெரிதும் நாணமுறச் செய்தது. அவரது இருக்கையின் கீழ் பொருத்தப்பட்டிருந்த ரிவால்வரை அவர்கள் ஒருபோதும் கண்டுபிடிக்கவில்லை. அன்றைய மாலைநேர சங்கிலித் தொடர் நிகழ்வுகளின் மறக்கவியலாத முடிவாகக் கோஹ்‌லர் கொண்டுவந்திருந்த ஒன்றைக் கண்டுபிடித்து... அவர்கள் அதை அவரிடமிருந்து அகற்றவும் இல்லை.

கோஹ்‌லர் போப்பின் அலுவலகத்துள் நுழைந்தபோது, கேமர்லெக்னோ வென்ட்ரேஸ்கா மட்டுமே, மங்கிக்கொண்டிருந்த நெருப்பினருகில் மண்டியிட்டுப் பிரார்த்தித்துக்கொண்டிருந்தார். அவர் தனது கண்களைத் திறந்திருக்கவில்லை.

"திரு.கோஹ்‌லர்," கேமர்லெக்னோ அழைத்தார். "நீங்கள் என்னை தியாகியாக்க வந்தீர்களா?"

112

அதேவேளையில், தங்களுக்கு முன் நீண்டிருந்த தி பாஸெட்டோ எனப்பட்ட குறுகிய சுரங்கப்பாதையில் நுழைந்து, லேங்டனும் விட்டோரியாவும் வாடிகன் நகரை நோக்கி விரைந்துகொண்டிருந்தனர். லேங்டனின் கையிலிருந்த தீப்பந்தம், அவர்களுக்கு முன் சில அடி தூரம் பார்க்க மட்டுமே

வெளிச்சம்தந்தது. இரு பக்கமும் சுவர் நெருக்கமாகவும், மேற்கூரை தாழ்வாகவும் இருந்தது. காற்று ஈரவாடை அடித்தது. லேங்டன் விரைந்தோட, விட்டோரியா அவரை மிக நெருக்கமாகத் தொடர்ந்து வந்துகொண்டிருந்தாள்.

புனித ஏஞ்சலோ கோட்டையை விட்டு விலகி, ரோமானிய நீர்த்தேக்கம்போல தெரிந்த கல் கோட்டையின் கீழே சுரங்கப்பாதை செங்குத்தாக ஏறிச்சென்றது. அதன்பின், சுரங்கப் பாதை கிடைமட்டத்துக்கு வந்து, அங்கிருந்து வாடிகன் நகரை நோக்கிச் சென்றது அந்த ரகசியப் பாதை.

லேங்டன் ஓடும்போது, அவரது எண்ணங்கள் திரும்பத் திரும்ப- கோஹ்லர், ஜானஸ், கொலையாளி, ரோச்சர் என குழப்பமான பிம்பங்களின் கலைடாஸ்கோப் சித்திரத்தைக் காட்டியது... ஆறாவது முத்திரை? *நீ இந்த ஆறாவது முத்திரை பற்றி கேள்விப்பட்டிருப்பாய் என நான் நிச்சயமாகச் சொல்வேன், அனைத்திலும் மிகச் சிறப்பானது* என கொலையாளி சொல்லியிருந்தான். லேங்டன் மிக நிச்சயமாகக் கேள்விப்பட்டிருக்கவில்லை. சதி கோட்பாட்டின் கதைகளில்கூட, எந்தவொரு ஆறாவது முத்திரை பற்றி கேட்டதாக லேங்டனுக்கு நினைவுக்கு வரவில்லை. உண்மையோ அல்லது கற்பனையோ. தங்கப் பாளங்கள் அல்லது குறையே இல்லாத இல்லுமினாட்டி வைரம் பற்றியெல்லாம்கூட வதந்திகள் இருக்கின்றன. ஆனால், ஆறாவது முத்திரை பற்றி எதையும் ஒருபோதும் கேள்விப்பட்டதில்லை.

"கோஹ்லர் ஜானஸாக இருக்கமுடியாது!" சுரங்கத்தின் உட்புறமாக அவர்கள் ஓடிக்கொண்டிருக்கையில் விட்டோரியா தீர்மானமாகச் சொன்னாள். "அது சாத்தியமில்லாதது."

அன்றிரவு லேங்டன் சாத்தியமில்லாதது என்ற வார்த்தையைப் பயன்படுத்துவதையே நிறுத்தியிருந்தார். "எனக்குத் தெரியவில்லை," லேங்டன் ஓடியபடியே கூறினார். "கோஹ்லரிடம் கடுமையான வெறுப்பு உள்ளது. மேலும் அவரிடம் ஏதோ ஒன்றின் தாக்கமும் தீவிரமாக உள்ளது."

"இந்தப் பிரச்சனை செர்னை இரக்கமற்றதாகக் காட்டும்! செர்னின் புகழைப் பாழாக்கும் எதனையும் மேக்ஸ் ஒருபோதும் செய்யமாட்டார்."

ஒரு கணிப்பில், இதனைப் பொதுமக்கள் காட்சியாக மாற்றத் துடிக்கும் இல்லுமினாட்டியின் பிடிவாதம் காரணமாக, இன்றிரவு செர்ன் மக்களின் வெறுப்புக்கு ஆளாகலாம் என லேங்டன் அறிந்திருந்தார். இருந்தும், *உண்மையில்* எத்தனை தூரம் செர்ன் பாதிப்படைந்திருந்தது என அவர் வியந்தார். திருச்சபையிடமிருந்து விமர்சனம் என்பது செர்னுக்குப் புதிதல்ல. உண்மையில், லேங்டன் அதைக்குறித்து அதிகம் சிந்தித்தபோது, இந்தப் பிரச்சினையால் செர்ன் உண்மையில் ஆதாயமடையும் எனத் தோன்றியது. பிரபலம்தான் இத்தனைக்கும் பின்புலமென்றால், பிறகு எதிர்க்கருதான் இன்றைய இரவின் பெரு வெற்றியாளர்! ஒட்டுமொத்த உலகும் அதைப் பற்றிப் பேசிக்கொண்டிருந்தது.

"விளம்பரதாரர் பி.டி. பர்னம் சொன்னதை நீ அறிந்திருக்கலாம்," லேங்டன் தன் தோளுக்கு மேலாகச் சொன்னார். "என்னைப் பற்றி நீ என்னவேண்டுமானாலும் சொல்லிக்கொள் கவலையில்லை. எனது பெயரைச் சரியாக உச்சரி. ஏற்கனவே எதிர்க்கரு தொழில்நுட்பத்துக்காக ஆட்கள் ரகசியமாக வரிசையில் நிற்க ஆரம்பித்திருப்பார்கள் என பந்தயம் கட்டுவேன். அவர்கள் அதன் உண்மையான சக்தியை இன்று நள்ளிரவு பார்ப்பார்கள்..."

"அர்த்தமில்லாதது," விட்டோரியா சொன்னாள். "அறிவியல் கண்டுபிடிப்புகளைப் பிரபலப்படுத்துவது என்பது அழிவுசக்தியைக் காட்சிப்படுத்துவதல்ல. இது எதிர்க்கரு விஷயத்தில் *மட்டுமீறியது*, என்னை நம்புங்கள்!"

லேங்டனின் ஒளி இப்போது மங்கத் தொடங்கியிருந்தது. "அப்படியென்றால் ஒருவேளை இவையெல்லாம் இன்னும் சாதாரணமானதாக இருக்கலாம். ஒருவேளை கோஹ்லர், -அந்த ஆயுதத்தின் இருப்பை உறுதிப்படுத்துவதன் மூலம் இல்லுமினாட்டியைச் செல்வாக்கடைய விடாமல் செய்வதற்காக, எதிர்க்கரு விஷயத்தை வாடிகன் ரகசியமாகவே வைத்திருக்கும் என நம்பி துணிந்திறங்கியிருக்கலாம். வாடிகன் இந்த அச்சுறுத்தல் குறித்து வழக்கம்போல் வாய் திறக்காமலிருக்குமென கோஹ்லர் எதிர்பார்த்திருக்கலாம், ஆனால் கேமர்லெக்னோ வேறுமாதிரி செயல்பட்டுவிட்டார்."

சுரங்கத்துக்குள் விரைந்துசென்றுகொண்டிருக்க, விட்டோரியா மௌனமாக இருந்தாள்.

திடீரென அந்த விவகாரம் லேங்டனுக்கு மிகவும் பொருளுடையதாகப் பட்டது. "ஆம்! கோஹ்லர் ஒருபோதும் கேமர்லெக்னோவின் எதிர்வினையைக் கணக்கிலெடுத்திருக்க மாட்டார். வாடிகனின் ரகசியமாக வைத்திருக்கும் மரபை கேமர்லெக்னோ உடைத்து, அந்தப் பிரச்சனையை அனைவருக்கும் தெரியப்படுத்திவிட்டார். அவர் மிகவும் நேர்மையானவர். அவர், எதிர்க்கருவைத் தொலைக்காட்சி வரை கொண்டுவந்துவிட்டார். அது புத்திசாலித்தனமான பதிலடி, கோஹ்லர் ஒருபோதும் அதை எதிர்பார்த்திருக்கமாட்டார். இல்லுமினாட்டி தாக்குதல் பின்னடைவாகிவிட்டதுதான் இந்த மொத்த விஷயத்தின் கேலிக்கூத்து. அது தவிர்க்கவியலாமல், கேமர்லெக்னோவில் புதிய திருச்சபைத் தலைவரை உருவாக்கிவிட்டது. இப்போது கோஹ்லர் அவரைக் கொல்ல வந்திருக்கிறார்."

"மேக்ஸ் வெறுக்கத்தக்கவராயிருக்கலாம்," விட்டோரியா அறிவித்தாள், "ஆனால், அவர் கொலைகாரர் அல்ல. அவர் ஒருபோதும் என் தந்தையின் கொலையில் சம்பந்தப்பட்டிருக்கமாட்டார்."

லேங்டனின் மனதில், பதிலளித்தது கோஹ்லரின் குரலாகவே இருந்தது. *செர்னிலுள்ள தூய்மைவாதக் கோட்பாட்டினர் பலரால் லியானார்டோ அபாயகரமானவர் எனக் கருதப்பட்டிருந்தார். அறிவியலையும் மதத்தையும் ஒருங்கிணைப்பது அதியுச்ச அறிவியல் அவதூறு.* "ஒருவேளை கோஹ்லர் சில வாரங்களுக்கு முன்னே எதிர்க்கரு திட்டத்தை அறிந்திருந்தாரோ... கண்டுபிடிப்பில் மதத் தாக்கங்களை விரும்பவில்லையோ."

"அதற்காக அவர் என் தந்தையைக் *கொன்றுவிட்டாரா*? பைத்தியக்காரத்தனம்! தவிரவும், மேக்ஸ் கோஹ்லர் ஒருபோதும் அந்தத் திட்டம் நிறைவுபெற்றதை அறிந்திருக்கவில்லை."

"நீ வெளியே இருந்தபோது, உனது தந்தை கோஹ்லரிடம் ஆலோசித்து, வழிகாட்டுதல் கோரியிருக்கலாம். நீயே உனது தந்தை இத்தகையதொரு அபாயகரமான தனிமத்தை உருவாக்குதன் தார்மீகத் தாக்கங்கள் குறித்து கவலைகொண்டிருந்தாரென சொல்லியிருந்தாய்."

"மேக்ஸிமிலியன் கோஹ்லரிடமிருந்து தார்மீகத் தாக்கங்கள் பற்றி கேட்பதா?" விட்டோரியா சீறினாள். "நான் அப்படி நினைக்கவில்லை."

சுரங்கம் சற்றே மேற்காக வளைந்தது. அவர்கள் எத்தனை வேகமாக ஓடினார்களோ, அத்தனை மங்கலாக லேங்டனின் தீப்பந்தம் மாறியது. அந்தப் பந்தம் அணைந்தால், அந்த இடம் எப்படியிருக்குமோ என அவர் பயப்பட ஆரம்பித்தார். இருளாக.

"தவிரவும்," விட்டோரியா வாதித்தாள், "கோஹ்லர் இந்த விஷயங்கள் அனைத்துக்கும் பின்னாலிருந்தால், இன்று காலையில் உங்களை ஏன் அழைத்து உதவி கேட்கவேண்டும்?"

லேங்டன் ஏற்கனவே அதை யோசித்திருந்தார். "என்னை அழைப்பதன் மூலம், கோஹ்லர் தனது தொடர்பை மறைக்கிறார். அவர் பிரச்சினையை எதிர்கொள்ளவேண்டி வரும்போது, அவர் செயல்படாமலில்லையென யாரும் குற்றம்சாட்டமுடியாதபடி உறுதிப்படுத்திக்கொண்டார். அவர் நாம் இத்தனை தூரம் வருவோமென அநேகமாக எதிர்பார்த்திருக்கமாட்டார்."

கோஹ்லரால் பயன்படுத்திக் கொள்ளப்பட்டதாக எழுந்த எண்ணம் அவரைக் கோபமடையச் செய்தது. லேங்டனின் ஈடுபாடு, இல்லுமினாட்டிக்கு ஓரளவு நம்பகத்தன்மையை அளித்திருந்தது. எத்தனை அபத்தமானதாக இருந்தபோதும், ஊடகங்களால் அவரது சான்றுரைகளும் வெளியீடுகளும் இரவெல்லாம் மேற்கோள் காட்டப்பட்டிருந்தன. வாடிகன் நகரில் ஹார்வர்டு பேராசிரியர் ஒருவரின் இருப்பு, இல்லுமினாட்டி சகோதர அமைப்பு வெறும் வரலாற்று உண்மை மட்டுமல்ல, வெறும் சித்தபிரமை என்ற சந்தேகத்தில் இருந்தவர்களையும், கணக்கில் கொள்ளவேண்டிய சக்தி என ஒட்டுமொத்த அவசரத்தை உலகெங்கும் ஓரளவுக்குப் புரியவைத்திருந்தது.

"அந்த பிபிசி செய்தியாளர், சேர்ன்தான் தற்போது இல்லுமினாட்டிகளின் மறைவிடம் என நினைப்பதாகச் சொன்னான்" என்றார் லேங்டன்.

"என்ன!" விட்டோரியா திகைத்துப் பின்னடைந்தாள். அவள் தன்னைத் திரட்டிக்கொண்டு ஓடத்தொடங்கினாள். "அவன் அதைச் சொன்னானா?"

"நேரலையில். அவன் சேர்னை மேசானிக் தங்குமிடங்களுடன் ஒப்பிட்டுச் சொன்னான்- ஒரு அப்பாவி அமைப்பு, அறியாமலே இல்லுமினாட்டி சகோதர அமைப்புக்குத் தனக்குள் அடைக்கலம் அளிப்பதாகச் சொன்னான்.

"கடவுளே, இது செர்னை அழிக்கப்போகிறது."

லேங்டனால் அத்தனை உறுதியாகச் சொல்லமுடியவில்லை. எப்படியானாலும், திடீரென அந்தக் கொள்கை ஓரளவே வலிந்துபெறப்பட்டதாகத் தோன்றியது. செர்ன் இறுதியான அறிவியல் புகலிடமாக இருந்தது. அது டஜன்கணக்கான நாடுகளைச் சேர்ந்த அறிவியலாளர்களுக்கு வீடெனத் திகழ்ந்தது. அவர்கள் முடிவில்லாத தனியார் நிதியைப் பெற்றனர். மேக்ஸிமிலியன் கோஹ்லர் அவர்களின் இயக்குநர்.

கோஹ்லர்தான் ஜானஸ்.

"கோஹ்லருக்குத் தொடர்பில்லா விட்டால்," லேங்டன் சவால்விடுவதுபோல் கேட்டார், "அவர் இங்கே என்ன செய்துகொண்டிருக்கிறார்?"

"அநேகமாக இந்தப் பைத்தியக்காரத்தனத்தை நிறுத்துவதற்கு முயன்றுகொண்டிருக்கலாம். ஆதரவைத் தெரிவிக்கலாம். ஒருவேளை, அவர் உண்மையிலே ஆபத்பாந்தவனாக செயல்பட்டுக்கொண்டிருக்கலாம். அவர் எதிர்க்கரு திட்டத்தை யார் அறிந்திருக்கலாமென கண்டுபிடித்திருக்கலாம், அந்தத் தகவலைப் பகிர்ந்துகொள்ள வந்திருக்கலாம்."

"கொலையாளி, அவர் கேமர்லெக்னோவிற்கு முத்திரையிட வருவதாகச் சொன்னான்."

"உங்களையே கேட்டுக்கொள்ளுங்கள்! அது தற்கொலை முயற்சியாக இருக்கும். மேக்ஸ் ஒருபோதும் உயிருடன் வெளிவரமாட்டார்."

லேங்டன் அதை யோசித்தார். *ஒருவேளை, அதுதான் விஷயமாயிருக்கலாம்.*

சுரங்கத்தில் அவர்களது வழியை மறித்தபடி, இரும்புக் கதவின் கோட்டுத் தோற்றம் முன்னால் தெரிந்தது. லேங்டனின் இதயம் கிட்டத்தட்ட நின்றே போனது. எனினும் அவர்கள் அணுகியதும், அதன் பழமையான பூட்டு திறந்துகிடப்பதைக் கண்டுகொண்டனர். வாசற்கதவு எளிதில் திறந்தது.

லேங்டன் ஆறுதல் பெருமூச்சுவிட்டு, அவர் சந்தேகப்பட்டதுபோல் அந்தப் பழமையான சுரங்கம் பயன்படுத்தப்பட்டிருக்கிறது என்பதை உணரவந்தார். சமீபத்தில். இன்றுபோலவே. அவர்

தற்போது கொடூரமாகக் கொல்லப்பட்ட கார்டினல்கள் நால்வரும் இதன் வழியாக ரகசியமாகக் கடத்தப்பட்டிருக்கலாம் என்ற சிறிய சந்தேகத்தை அடைந்தார்.

அவர்கள் ஓடிக்கொண்டிருந்தனர். லேங்டன் அவரது இடப்புறம் குழப்பமான சத்தங்களைக் கேட்டார். அது புனித பீட்டர் சதுக்கம். அவர்கள் நெருங்கிக்கொண்டிருந்தனர்.

அவர்கள் மற்றொரு கதவை எதிர்கொண்டனர், இது கனமானதாக இருந்தது. இதுவும் பூட்டப்படாமலிருந்தது. புனித பீட்டர் சதுக்கத்தின் சத்தம் இப்போது பின்னால் மறைந்திருந்தது. லேங்டன், அவர்கள் வாடிகன் நகரின் வெளிச்சுவரினூடாகக் கடந்துகொண்டிருப்பதை உணர்ந்தார். அவர், வாடிகனுள் இந்தப் பழங்காலப் பாதை எங்கு சென்று முடியும் என ஆச்சரியப்பட்டார். தோட்டத்திலா? பஸிலிகாவிலா? போப்பின் வசிப்பிடத்திலா?

பின், எந்த முன்னறிவிப்புமின்றி, சுரங்கம் முடிவுக்கு வந்திருந்தது.

அவர்களது வழியை மறித்திருந்த, எளிதில் கையாளவியலாத அந்தக் கதவு, உறுதியான தடித்த இரும்புச் சுவராலானதாக இருந்தது. அவரது தீப்பந்தத்தின் கடைசி மினுக்கலிலிருந்துகூட, லேங்டனால் அந்த முன்வாயில் குறைபாடற்று மிகவும் சீராக- கைப்பிடிகளோ, திருகுகளோ, சாவித்துவாரங்களோ, கீல்களோ, நுழைவுப்பாதைகளோ இல்லாமலிருந்தது.

அவர் பீதி அதிகரிப்பதை உணர்ந்தார். கட்டடக்கலை வழக்கில், இந்த அரிதான வகையான கதவு சாவியில்லாக் கதவு எனப்பட்டது- ஒருவழிப்பாதை நுழைவுவாயில், பாதுகாப்புக்காகப் பயன்படுத்தப்பட்டது, ஒரே பக்கத்திலிருந்து மட்டும் பயன்படுத்தவல்லது- லேங்டனின் நம்பிக்கை மங்கிக் கறுக்கத் தொடங்கியது... அதனுடன் சேர்ந்து அவர் கையிலிருந்த தீப்பந்தமும்.

அவர் தனது கடிகாரத்தைப் பார்த்தார். மிக்கி மின்னியது.

இரவு 11. 29.

ஏமாற்றக் கூச்சலோடு, லேங்டன் தீப்பந்தத்தை வீசிவிட்டு கதவின் மீது தட்டத் தொடங்கினார்.

113

ஏதோ தவறு நடந்துள்ளது.

லெப்டினன்ட் சார்ட்ராண்ட் போப்பின் அலுவலகத்துக்கு வெளியில் நின்றபடி, அவரைப் போலவே அதே கவலையுடன், அவருடன் நின்ற காவலரின் தர்மசங்கடமான நிலையை உணர்ந்தபடி காணப்பட்டார். அவர்கள் பாதுகாப்பளித்தபடி இருந்த தனிப்பட்ட சந்திப்பு, வாடிகனை அழிவிலிருந்து பாதுகாக்குமென ரோச்சர் கூறியிருந்தார். ஆனால், சார்ட்ராண்ட், தனது பாதுகாப்பு உள்ளுணர்வு ஏன் உறுத்துகிறதென வியந்தார். ரோச்சர் ஏன் இத்தனை விநோதமாக நடந்துகொள்கிறார்?

நிச்சயமாக ஏதோ தவறாக இருந்தது.

கேப்டன் ரோச்சர், சார்ட்ராண்டுக்கு வலப்புறமாக நின்றபடி, நேர்முன்னாகப் பார்த்தபடியிருக்க, அவரது கூரிய பார்வை இயல்பற்றவிதத்தில் விலகலாகக் காணப்பட்டது. சார்ட்ராண்ட், கேப்டனை அரிதாகவே அடையாளம் கண்டார். கடைசி ஒருமணி நேரமாக ரோச்சர், அவராகவே நடந்துகொள்ளவில்லை. அவரது முடிவுகள் அர்த்தபூர்வமாக இல்லை.

இந்தச் சந்திப்பில் யாராவது உடனிருக்கவேண்டும்! சாரட்ராண்ட் நினைத்தார். மேக்ஸிமிலியன் கோஹ்லர் நுழைந்ததும் தாழ்ப்பாளைப் பூட்டிய சத்தத்தை அவர் கேட்டிருந்தார். ரோச்சர் ஏன் இதனை அனுமதிக்கவேண்டும்?

ஆனால், சார்ட்ராண்ட் கவலைப்படுவதற்கு இன்னும் நிறைய விஷயங்கள் இருந்தன. *கார்டினல்கள்.* கார்டினல்கள் இப்போதும் சிஸ்டைன் சாப்பலில் அடைத்துவைக்கப்பட்டிருந்தனர். இது முழுக்கப் பைத்தியக்காரத்தனம் பதினைந்து நிமிடங்களுக்கு முன்பே அவர்கள் காலிசெய்யப்பட்டிருக்க வேண்டுமென கேமர்லெக்னோ விரும்பியிருந்தார். ரோச்சர், அந்த முடிவை மீறியதுடன் கேமர்லெக்னோவுக்குத் தெரிவிக்கவும் இல்லை. சார்ட்ராண்ட் இதுகுறித்து கவலைதெரிவித்தும், ரோச்சர் கிட்டத்தட்ட அதைக் கண்டுகொள்ளவேயில்லை. ஸ்விஸ் காவலமைப்பில், மேலிருந்து வரும் கட்டளைகள் ஒருபோதும்

கேள்விக்குள்ளாக்கப்பட்டதே இல்லை, ரோச்சர் இப்போது கட்டளையிடும் இடத்தில் இருந்தார்.

அரங்கின் கொத்து விளக்கின் மங்கிய வெளிச்சத்தில் தனது ஸ்விஸ் குரோனாமீட்டரைக் கவனமாகச் சோதித்தபடி ரோச்சர் நினைத்தார், *அரைமணி நேரம். தயவுசெய்து சீக்கிரம்.*

கதவுகளின் மறுபக்கம் என்ன நிகழ்கிறதென கேட்க சார்ட்ராண்ட் விரும்பினார். இருந்தும், கேமர்லெக்னோவைவிட வேறு யாரும் இந்தப் பிரச்சினையைக் கையாள முடியாதென அவர் அறிந்திருந்தார். இன்றிரவு, அந்த மனிதர் காரணமின்றிச் சோதிக்கப்படுகிறார், இருந்தும் அவர் சளைக்கவில்லை. அவர் பிரச்சனையை நேருக்குநேர்... உண்மையாக, தெளிவாக, அனைவருக்கும் உதாரணமாக எதிர்கொண்டு பளிச்சிடுகிறார். அந்தச் சமயத்தில் கத்தோலிக்கனாக இருப்பதை சார்ட்ராண்ட் பெருமிதமாக உணர்ந்தார். கேமர்லெக்னோ வென்ட்ரேஸ்காவைச் சவாலுக்கழைத்ததன்மூலம், இல்லுமினாட்டி தவறிழைத்துவிட்டது.

எனினும், அந்தக் கணத்தில் சார்ட்ராண்டின் எண்ணங்கள் எதிர்பாராதவொரு சத்தத்தால் தடைப்பட்டது. தட்டும் சப்தம். அது அரங்கின் கீழ்ப்பகுதியிலிருந்து வந்தது. அந்தத் தட்டும் ஓசை தூரமாகவும் அடக்கமாகவும் அதேசமயம் விடாமலும் கேட்டது. ரோச்சர் ஏறிட்டுப் பார்த்தார். கேப்டன் சார்ட்ராண்ட் பக்கம் திரும்பி அரங்கினை நோக்கி நகர்ந்தார். சார்ட்ராண்ட் புரிந்துகொண்டார். அவர் தனது ஃப்ளாஷ்லைட்டை எரியவிட்டு, அது என்னவெனப் பார்க்கக் கிளம்பினார்.

இப்போது தட்டும் சத்தம் பெரிதும் தவிப்புடன் இருந்தது. சார்ட்ராண்ட் நடைபாதையில் முப்பது கெஜங்கள் ஓடி குறுக்குச் சந்திப்பொன்றை அடைந்திருந்தார். அந்தச் சப்தம் சாலா க்ளெமெண்டினாவுக்கு அப்பால் மூலைப்பகுதியிலிருந்து வருவதுபோல் தோன்றியது. அவர் திகைப்பாக உணர்ந்தார். அங்கே பின்னால் ஒரேயொரு அறைதான் இருந்தது- போப்பின் அந்தரங்க நூலகம். போப் இறந்ததுமுதல் அவரது தனிப்பட்ட நூலகம் பூட்டப்பட்டிருந்தது. அதனுள் யாரும் இருக்கமுடியாது!

சார்ட்ராண்ட் இரண்டாவது நடைபாதையில் இறங்கி, மற்றொரு மூலையைச் சென்றடைந்து நூலகத்தின் கதவுக்கு விரைந்தார். மரத்தாலான முகப்பு சிறியதாக இருந்தது, ஆனால் அது

பிடிவாதமான காவலனைப் போல் இருளில் நின்றிருந்தது. தட்டும் ஓசை அதன் உட்பக்கம் எங்கிருந்தோ வந்தது. அவர் தயங்கினார். அந்தத் தனிப்பட்ட நூலகத்துள் அவர் ஒருபோதும் சென்றது கிடையாது. வெகுசிலரே போயிருக்கின்றனர். போப்பே கூட மெய்க்காவலர் இல்லாமல், அதனுள் அனுமதிக்கப்பட்டது கிடையாது.

தயக்கமாக, சார்ட்ராண்ட் கதவுக்கான குமிழைப்பிடித்துத் திருப்பினார். அவர் நினைத்திருந்ததுபோலவே, கதவு பூட்டப்பட்டிருந்தது. அவர் தனது காதை கதவில் வைத்தார். தட்டும் சத்தம் பலமாகக் கேட்டது. பின் அவர் வேறேதோ ஒன்றைக் கேட்டார். *குரல்கள்! யாரோ அழைத்துக்கொண்டிருந்தார்.*

என்ன வார்த்தையென புரிந்துகொள்ளமுடியாவிட்டாலும், அந்தக் கத்தலில் உள்ள பீதியை அவரால் கேட்கமுடிந்தது. யாரோ ஒருவர் நூலகத்தில் மாட்டிக்கொண்டாரா? ஸ்விஸ் காவலமைப்பு அந்தக் கட்டடத்தை முறையாகக் காலிசெய்யவில்லையா? சார்ட்ராண்ட் தயங்கினார், அவர் ரோச்சரிடம் சென்று ஆலோசிக்கவேண்டுமா என யோசித்தார். நாசமாய்ப் போக. சார்ட்ராண்ட் முடிவுகள் எடுக்கப் பயிற்சியளிக்கப்பட்டிருந்தார், அவர் இப்போதொரு முடிவெடுக்கவேண்டும். அவர் தனது பக்கவாட்டிலிருந்து துப்பாக்கியை எடுத்துக் கதவின் தாழ்ப்பாளில் ஒரு குண்டைச் சுட்டார். அந்தத் தாழ் வெடித்து, கதவு அகலத் திறந்தது.

நுழைவாயிலுக்கப்பால் சார்ட்ராண்ட் இருளைத்தவிர எதையும் பார்க்கவில்லை. அவர் தனது ப்ளாஷ்லைட்டை அங்கே அடித்தார். அந்த அறை செவ்வகமாக - கிழக்கத்திய தரைவிரிப்புகள், உயர்ந்த ஓக் மரத்திலான அலமாரிகளில் புத்தகங்களுடன், தோலால் தைக்கப்பட்ட படுக்கை, பளிங்காலான கணப்படுப்புடன் காணப்பட்டது. அருகருகே அடுக்கப்பட்ட மூன்றாயிரம் பழங்கால நூல் தொகுதிகள், நூற்றுக்கணக்கான தற்போதைய பத்திரிகைகள், பருவ இதழ்கள், போப் கேட்கும் எதுவானாலும் கிடைக்குமென சார்ட்ராண்ட் இந்த இடத்தைப் பற்றிய கதைகளைக் கேட்டிருக்கிறார். காப்பி மேஜையில், அறிவியல், அரசியல் இதழ்கள் அடுக்கப்பட்டுக் காணப்பட்டன.

இப்போது தட்டும் சத்தம் தெளிவாகக் கேட்டது. சார்ட்ராண்ட் தனது விளக்கை அறையில் சத்தம் வந்த திசையில் காட்டினார்.

அமரும் இடத்தையெல்லாம் கடந்து தொலைதூரச் சுவரில், இரும்பாலான பிரமாண்டமான கதவு காணப்பட்டது. அது ஊடுருவ இயலாத பெட்டகம்போலத் தோற்றமளித்தது. அதற்கு நான்கு பிரமாண்டமான பூட்டுகள் காணப்பட்டன. அதன் நடு மையத்தில் காணப்பட்ட பொறித்த சிறிய எழுத்துகள் சார்ட்ராண்டைப் பெருமூச்சுவிட வைத்தன.

இல் பாஸெட்டோ

சார்ட்ராண்ட் உறுத்துப் பார்த்தார். *போப்பின் ரகசிய வெளியேறும் வழி!* அவர் நிச்சயமாக இந்தச் சுரங்கத்தைப் பற்றிக் கேள்விப்பட்டிருந்தார், ஒருமுறை இங்குள்ள நூலகத்தில் இதற்கான நுழைவுவாயில் இருக்கிறது, ஆனால் அந்தச் சுரங்கம் பல காலமாகப் பயன்படுத்தப்பட்டிருக்கவில்லை என்றொரு வதந்தியைக்கூட அவர் கேள்விப்பட்டிருந்தார். *மறுபக்கம் தட்டிக்கொண்டிருப்பது யாராக இருக்கக்கூடும்?*

சார்ட்ராண்ட் தனது ப்ளாஷ்லைட்டை எடுத்து கதவின் மீது அடித்தார். மறுபக்கத்திலிருந்து குழப்பமான மகிழ்ச்சி தெரிந்தது. தட்டும் சப்தம் நின்று, பலமாகக் குரல்கள் இரைந்தன. சார்ட்ராண்ட் தடுப்பினூடாக அவர்களது வார்த்தைகளை ஓரளவுக்கே புரிந்துகொள்ள முடிந்தது.

"...கோஹ்லர்... பொய்... கேமர்லெக்னோ..."

"யார் அது" சார்ட்ராண்ட் கத்தினார்.

"...பார்ட் லேங்டன்... விட்டோரியா..."

குழம்பிப்போகுமளவுக்கு சார்ட்ராண்ட் புரிந்துகொண்டார். *நீங்கள் இறந்துபோய்விட்டீர்களென நான் நினைத்தேன்.*

"... கதவு," குரல்கள் இரைந்தன.

"திறங்கள்...!"

சார்ட்ராண்ட் அந்த இரும்பாலான தடுப்பைப் பார்த்தார், கதவைப் பிளக்க டைனமைட் தேவையென அவர் அறிந்திருந்தார். "சாத்தியமேயில்லை!" அவர் இரைந்தார்.

"மிக கனமாக இருக்கிறது!"

"... சந்திப்பு... நிறுத்தவேண்டும்.... கேமர்லெக்னோ.... அபாயத்தில்..."

பீதியின் தீங்குகள் குறித்து பயிற்சியளிக்கப்பட்டிருந்த போதும், சார்ட்ராண்ட் கடைசி சில வார்த்தைகளைக் கேட்டதும் திடீர் பய உணர்வை அடைந்தார். அவர் சரியாகத்தான் புரிந்துகொண்டாரா? இதயம் துடிக்க, அவர் அலுவலகத்துக்கு ஓடத் திரும்பினார். திரும்பியபோதும், அவர் நின்றார். கதவுக்கு அப்பாலிருந்து வந்த சேதியைவிடவும் இன்னுமதிக அதிர்ச்சி தரும் ஒன்றின் மீது... அவரது பார்வை விழுந்திருந்தது... கதவின் பிரமாண்டமான பூட்டுகளின் மீதிருந்த ஒவ்வொரு சாவித்துவாரத்தின் மீதும் சாவிகள் காணப்பட்டன. சார்ட்ராண்ட் உறுத்துப் பார்த்தார். சாவிகள் இங்கிருக்கின்றன? அவர் அவநம்பிக்கையில் கண்ணிமைத்தார். இந்தக் கதவுகளுக்கான திறவுகோல்கள் வேறொரு இடத்திலுள்ள பெட்டகத்தில் இருக்கவேண்டும்! இந்தப் பாதைகள் ஒருபோதும் பயன்படுத்தப்பட்டதில்லை - சில நூற்றாண்டுகளுக்காவது!

சார்ட்ராண்ட் தனது ப்ளாஷ்லைட்டை தரையில் நழுவவிட்டார். அவர் முதல் திறவுகோலைப் பற்றித் திருப்பினார். பொறியமைப்பு துருப்பிடித்து கடினமாக இருந்தது, ஆனாலும் அது வேலைசெய்தது. யாரோ அதை சமீபத்தில் திறந்திருக்கவேண்டும். சார்ட்ராண்ட் அடுத்ததைத் திறந்தார். பின் அடுத்ததை. கடைசித் தாழ்ப்பாளைத் திறந்துமுடித்ததும் இழுத்தார். இரும்புக் கதவு கிறீச்சிட்டபடி திறந்தது. அவர் தனது விளக்கை எடுத்துப் பாதையினுள் காட்டினார்.

ராபர்ட் லேங்டனும் விட்டோரியா வெத்ராவும் நூலகத்தினுள் தள்ளாடியபடி நுழைந்தபோது பிசாசுபோல தோற்றமளித்தனர். இருவரின் ஆடைகள் கந்தலாகத்தெரிய களைத்துக் காணப்பட்டனர், ஆனால் அவர்கள் பெரிதும் உயிர்ப்புடன் இருந்தனர்.

"என்ன இது!" சார்ட்ராண்ட் வினவினார். "என்ன நடந்து கொண்டிருக்கிறது! நீங்கள் எங்கிருந்து வருகிறீர்கள்?"

"மேக்ஸ் கோஹ்லர் எங்கே?" லேங்டன் வினவினார்.

சார்ட்ராண்ட் சுட்டிக்காட்டினார். "தனிப்பட்ட சந்திப்பில், கேமர் -,"

லேங்டனும் விட்டோரியாவும் அவரை வேகமாகத் தள்ளியபடி அந்த இருண்ட அரங்கை நோக்கி ஓடினர். சார்ட்ராண்ட் திரும்பி, உள்ளுணர்வால் தனது துப்பாக்கியை

உயர்த்திக்கொண்டு அவர்கள் பின்னால் ஓடினார். விரைவாக அதைத் தாழ்த்திக்கொண்டு, அவர்களுக்குப் பின்னால் ஓடிவந்தார். ரோச்சர் வெளிப்படையாகவே அவர்கள் வருவதைக் கேட்டுவிட்டான், அவர்கள் போப்பின் அலுவலகத்துக்கு வெளியே வந்ததும், ரோச்சர் தனது கால்களைப் பரப்பி பாதுகாப்பான நிலையில் தனது துப்பாக்கியை அவர்களுக்கு எதிரே பிடித்தபடி. *"நில்லுங்கள்!"* என்றான்.

"கேமர்லெக்னோ அபாயத்தில் இருக்கிறார்!" லேங்டன் இரைந்தபடி, தனது கைகளை சரண் என்பதாக உயர்த்தியபடி, அவர் நிறுத்தத்துக்கு வந்தார். "கதவைத் திறங்கள்! மேக்ஸ் கோஹ்லர் கேமர்லெக்னோவைக் கொல்லப் போகிறார்!"

ரோச்சர் கோபமாகத் தெரிந்தான்.

"கதவைத் திறங்கள்!" விட்டோரியா சொன்னாள். "சீக்கிரம்."

ஆனால் மிகத் தாமதமாகியிருந்தது. போப்பின் அலுவலகத்தின் உள்ளிருந்து திகிலூட்டும் கூச்சல் வந்தது.

அது கேமர்லெக்னோ.

114

மோதல் சில விநாடிகள் மட்டுமே நீடித்தது.

கேமர்லெக்னோ வென்ட்ரேஸ்கா இன்னும் கூச்சலிட்டுக் கொண்டிருக்க, சார்ட்ராண்ட், ரோச்சரைத் தாண்டி போப்பின் அலுவலகக் கதவைத் திறந்தார். காவலர்கள் உள்ளே பாய்ந்தனர். லேங்டனும் விட்டோரியாவும் அவர்களுக்குப்பின் ஓடினர்.

அவர்களுக்கு முன் தெரிந்த காட்சி தடுமாறச் செய்வதாய் இருந்தது.

அந்த அறை மெழுகுவர்த்தியாலும் அணைந்துகொண்டிருந்த கணப்பின் நெருப்பாலும் மட்டுமே வெளிச்சமூட்டப்பட்டு இருந்தது. கோஹ்லர் கணப்பின் அருகே, தனது சக்கரநாற்காலியின் முன் அலங்கோலமாகத் தென்பட்டார். அவர் ஒரு துப்பாக்கியை, கேமர்லெக்னோவுக்கு முன்

நீட்டிக் குறிபார்த்தபடியிருக்க, தரையில் அவரது காலடியில் வேதனையில் துடித்தபடி கிடந்தார் கேமர்லெக்னோ. கேமர்லெக்னோவின் அங்கி கிழிந்து திறந்துகிடக்க, அவரது திறந்த மார்பு கறுப்பாகப் பொசுங்கியிருந்தது. லேங்டன் அறையில் தூரத்தில் நின்றபடி அந்தச் சின்னம் என்னவென புரிந்துகொள்ளமுடியவில்லை, ஆனால், பெரிய, சதுர முத்திரை கோஹ்லரின் அருகே தரையில் கிடந்ததது. அந்த உலோகம் இன்னும் சிவப்பாக மின்னிக்கொண்டிருந்தது.

ஸ்விஸ் காவலர்களில் இருவர் தயக்கமின்றிச் செயல்பட்டனர். அவர்கள் துப்பாக்கியால் சுட்டனர். குண்டுகள் கோஹ்லரின் நெஞ்சில் துளைத்து, அவரைப் பின்னோக்கித் தள்ளின. கோஹ்லர் தனது சக்கரநாற்காலியில் தடுமாறி விழ, அவரது மார்பில் ரத்தம் பொங்கத் துவங்கியது. அவரது துப்பாக்கி தரையில் சறுக்கிச் சென்றது.

லேங்டன் கதவருகே திகைத்து நின்றுவிட்டார்.

விட்டோரியா உறைந்துபோனவளாகத் தெரிந்தாள். "மேக்ஸ்..." அவள் முணுமுணுத்தாள்.

கேமர்லெக்னோ, இன்னும் தரையில் நெளிந்தபடி, ரோச்சரை நோக்கித் திரும்பி, ஆரம்பகால சூனியக்காரிகள் வேட்டையைப் போன்று தனைமறந்த திகிலில், தனது சுட்டுவிரலை ரோச்சரை நோக்கி நீட்டி ஒரேயொரு வார்த்தையை இரைந்தார். "இல்லுமினாட்டி!"

"இழிஜென்மமே," என்றபடி ரோச்சர் அவரை நோக்கி ஓடினார். "புனித வேடமிடும் இழிஜெ..."

இம்முறை சார்ட்ராண்ட் உள்ளுணர்வின் உந்தலால் ரோச்சரின் முதுகில் மூன்று குண்டுகளைப் பாய்ச்சினார். முகம் முதலில் தரையில் பட விழுந்து, தனது சொந்த ரத்தத்தில் உயிரில்லாமல் சறுக்கினார் கேப்டன். சார்ட்ராண்டும் காவலர்களும் உடனடியாக வலியில் தன்னைத்தானே பிடித்தபடி, துடித்துக்கொண்டிருந்த கேமர்லெக்னோவை நோக்கிப் பாய்ந்தனர்.

இரு காவலர்களும் கேமர்லெக்னோவின் மார்பைப் பொசுக்கியிருந்த முத்திரையைக் கண்டதும் அச்சம்கலந்த வியப்பை வெளிப்படுத்தினர். இரண்டாவது காவலன் முத்திரையைத் தலைகீழாகக் கண்டதும் உடனடியாகத்

தன் கண்களில் பயத்துடன் திகைத்துப் பின்னடைந்தான். சார்ட்ராண்ட்டும், அதேயளவில் அந்த முத்திரையைக் கண்டு பயத்தில் மூழ்கி, கேமர்லெக்னோவின் கிழிந்த அங்கியை தீக்காயத்துக்கு மேலே இழுத்துவிட்டு, பார்வையில் படுவதிலிருந்து தடுத்தார்.

லேங்டன், அறையின் ஊடே நகர்ந்தபோது குழப்பமாக உணர்ந்தார். பைத்தியக்காரத்தனமும் வன்முறையும் திரையாகச் சூழ்ந்திருந்தபோதும், அவர் அங்கே பார்த்துக்கொண்டிருந்ததைப் புரிந்துகொள்ள முயன்றார். ஊனமான விஞ்ஞானி ஒருவர், குறியீட்டு ரீதியான ஆதிக்கத்தின் கடைசிச் செய்கையாக, வாடிகன் நகருக்குப் பறந்துவந்து திருச்சபையின் உயர்ந்த அலுவலருக்கு முத்திரை குத்தியிருந்தார். *சில விஷயங்கள் மரணிக்கத் தகுதியானவை* என கொலையாளி சொல்லியிருந்தான். கேமர்லெக்னோவை, ஊனமுற்ற மனிதர் ஒருவர் எப்படி வெற்றிகொண்டிருக்க முடியுமென லேங்டன் வியந்தார். அத்துடன், கோஹ்லரிடம் ஒரு துப்பாக்கிவேறு இருந்தது. *அவர் எப்படிச் செய்தார் என்பது ஒரு விஷயமேயில்லை. கோஹ்லர் தனது இலக்கை முடித்திருந்தார்.*

லேங்டன் அந்தக் கொடூர காட்சியை நோக்கி நகர்ந்தார். கேமர்லெக்னோவைக் காவலர்கள் கவனித்துக்கொள்ள, லேங்டன், கோஹ்லரின் சக்கரநாற்காலியருகே தரையில் கிடந்த புகையும் முத்திரை தன்னை ஈர்ப்பதை உணர்ந்தார். ஆறாவது முத்திரை? லேங்டன் அருகில் நெருங்க நெருங்க, அது மேலும் மேலும் குழப்பமாக ஆனது. அந்த முத்திரை மிகத்துல்லியமான சதுரமாக, மிகப் பெரிதாக, வெளிப்படையாகவே இல்லுமினாட்டி மறைவிடத்திலிருந்த பேழையின் புனித நடுப்பகுதியிலிருந்த தடுப்பிலிருந்து வந்ததாகத் தெரிந்தது. *ஆறாவதும் கடைசியுமான முத்திரையென, கொலையாளி சொல்லியிருந்தான். அனைத்திலும் மிகச்சிறப்பானது.*

லேங்டன் கோஹ்லரின் அருகில் மண்டியிட்டு, அந்தப் பொருளை நெருங்கினார். அந்த உலோகம் இன்னும் வெப்பத்தை வெளிவிட்டுக்கொண்டிருந்து. அதன் மரக் கைப்பிடியைப் பற்றி, லேங்டன் அதைக் கையிலெடுத்தார். அவர் என்ன பார்ப்போமென எதிர்பார்த்திருந்தாரெனத் தெரியவில்லை, ஆனால், மிக நிச்சயமாக இதை எதிர்பார்த்திருக்கவில்லை.

லேங்டன் நீண்ட கணங்களுக்கு அதை குழப்பமாக உற்றுப்பார்த்தார். எதுவும் புரியவில்லை. காவலர்கள் இதைக் கண்டபோது ஏன் திகிலில் கத்தினர்? அது அர்த்தமில்லாத வளைகோடுகளாலான சதுரமாக இருந்தது. ***இதுதான் அனைத்திலும் சிறந்ததா?*** லேங்டன் அதைக் கையில்பிடித்துத் திருப்பியபடி, அது சமச்சீர் தன்மையுடையதெனச் சொல்லக்கூடும். ஆனால், அது அர்த்தமில்லாததாக இருந்தது.

அவர் தன் தோளில் கையொன்றை உணர்ந்தபோது, விட்டோரியாவை எதிர்பார்த்து லேங்டன் நிமிர்ந்தார். எனினும், அந்தக் கை இரத்தத்தால் நனைந்திருந்தது. அது தனது சக்கரநாற்காலியிருந்து அணுகிய மேக்ஸிமிலியன் கோஹ்லருடையது.

லேங்டன் அந்த முத்திரையை நழுவவிட்டு கால்கள் தடுமாற நின்றார். ***கோஹ்லர் இன்னும் உயிருடனிருந்தார்.***

சக்கரநாற்காலியில் சரிந்துகிடந்து, இறந்துகொண்டிருந்த இயக்குநர் சத்தமெழ காற்றை இழுத்தபடி இன்னும் மூச்சுவிட்டுக்கொண்டிருந்தார். கோஹ்லரின் கண் லேங்டனின் கண்களைச் சந்தித்தன, அது அன்று முன்பு செர்னில் லேங்டனுக்கு வாழ்த்துச்சொன்ன அதே உறைந்த பார்வையைக் கொண்டிருந்தது. அந்தக் கண்கள் இறப்பில் வெறுப்பும் பகைமையும் மேற்பரப்புக்கு வந்து இன்னும் கடுமையானதாக இருந்தன.

விஞ்ஞானியின் உடல் உதற, லேங்டன் அவர் நகர முயற்சிக்கிறார் என்பதை உணர்ந்தார். அறையிலிருந்த மற்றெல்லோரும் கேமர்லெக்னோவில் கவனம்குவிந்திருக்க, லேங்டன் அவர்களை அழைக்கவிரும்பினார். ஆனால், அவரால் எதிர்வினை செய்யமுடியவில்லை. கோஹ்லரின் வாழ்வின் கடைசிக் கணங்களில் அவரிடமிருந்து வெளிப்பட்ட தீவிரத்தால் லேங்டன் பிணிக்கப்பட்டிருந்தார். இயக்குநர், பிரயத்தன முயற்சியுடன், தனது கையை உயர்த்தி, தனது சக்கரநாற்காலியின்

கைப்பகுதியிலிருந்து ஒரு சிறிய சாதனமொன்றை உருவினார். அது ஒரு தீப்பெட்டியின் அளவிலிருந்தது. நடுங்கியபடி அதனை நீட்டினார். லேங்டன் ஒரு கணம், கோஹ்லர் ஆயுதம் ஏதும் வைத்திருக்கிறாரோ எனப் பயந்தார். ஆனால், அது வேறேதோ ஒன்று.

"கொடுங்க..." கோஹ்லரின் இறுதி வார்த்தைகள் கிசுகிசுப்பொலியாக இருந்தன. "இதை ஊடகத்தினரிடம் கொடுங்கள்." கோஹ்லர் அசைவின்றிச் சரிந்தார், அந்தச் சாதனம் அவரது மடியில் விழுந்தது.

அதிர்ச்சியடைந்து, லேங்டன் அந்தச் சாதனத்தை உற்றுப்பார்த்தார். அது ஒரு மின்னணு சாதனம். சோனி ருவி என்ற வார்த்தைகள் அதன் முன்பக்கத்தில் குறுக்காக அச்சிடப்பட்டிருந்தன. லேங்டன் அது புதிதாக வந்திருக்கும், மிகச்சிறு அளவிலான கையடக்கக் காட்சிப்பதிவு எந்திரம் என அடையாளம் கண்டுகொண்டார். *இந்த நபரின் துணிகரமுயற்சி!* அவர் நினைத்தார். வெளிப்படையாகவே கோஹ்லர் கடைசித் தற்கொலைச் செய்தியைப் பதிவுசெய்து, ஊடகங்கள் ஒளிபரப்பவேண்டுமென விரும்பியிருக்கிறார்... அறிவியலின் முக்கியத்துவம் மதத்தின் தீங்குகள் குறித்த ஏதோ ஒரு பிரசங்கம் என்பதில் சந்தேகமில்லை. லேங்டன், இந்த மனிதருக்காக இன்றிரவு போதுமான அளவுக்குச் செயலாற்றிவிட்டதாகத் தீர்மானித்தார். சார்ட்ராண்ட், கோஹ்லரின் கேம்கார்டரைப் பார்ப்பதற்கு முன், லேங்டன் அதனை தனது ஆழமான மேற்கோட்டுப் பைக்குள் நழுவவிட்டார். *கோஹ்லரின் கடைசிச் செய்தி நரகத்தில் கெட்டழுகட்டும்!*

கேமர்லெக்னோவின் குரல்தான் அங்கு மௌனத்தை உடைத்தது. அவர் எழுந்தமர முயற்சித்தார். "கார்டினல்கள்," அவர் சார்ட்ராண்டிடம் முனகினார்.

"இன்னும் சிஸ்டைன் சேப்பலில் இருக்கிறார்கள்!" சார்ட்ராண்ட் வியந்தார். "கேப்டன் ரோச்சர் உத்தரவிட்டிருந்தார்–"

"இப்போதே காலிசெய்யுங்கள். எல்லோரையும்."

சார்ட்ராண்ட் பிற காவலர்களில் ஒருவரைக் கார்டினல்களை வெளியேற்ற, விரைந்தோடச் செய்தார்.

கேமர்லெக்னோ வலியில் முகம்சுளித்தார். "ஹெலிகாப்டர்... வெளிமுகப்பில்.. என்னை மருத்துவமனைக்குக் கொண்டுசெல்லுங்கள்."

115

புனித பீட்டர் சதுக்கத்தில், நிறுத்தப்பட்டிருந்த வாடிகன் ஹெலிகாப்டரின் காக்பிட்டில் அமர்ந்தபடி தனது நெற்றியைத் தேய்த்துக்கொண்டிருந்தார் ஸ்விஸ் காவலமைப்பைச் சேர்ந்த விமான ஓட்டி. அவரைச் சுற்றி சதுக்கத்தில் காணப்பட்ட ஒழுங்கின்மையின் இரைச்சல், மெதுவான சுழற்சியிலிருந்த அவருடைய ஹெலிகாப்டர் விசிறியின் சத்தத்தை மூழ்கடிக்குமளவுக்குச் சத்தமாக இருந்தது. இது புனித மெழுகுவத்தி ஏந்தல் நிகழ்ச்சியல்ல. இதுவரை கலகம் ஏதும் வெடிக்காததில் அவர் ஆச்சரியமடைந்திருந்தார்.

நள்ளிரவுக்கு இருபத்தைந்து நிமிடங்களுக்கும் குறைவாகவே இருக்க, மக்கள் இன்னும் ஒன்றுகூடியபடி இருந்தனர், சிலர் பிரார்த்தித்துக்கொண்டு, சிலர் திருச்சபையை எண்ணி அழுதுகொண்டு, மற்றவர்கள் ஆபாசமாகக் கத்திக்கொண்டும் திருச்சபைக்கு இது தேவைதான் எனக் கூறியபடியும் இருக்க, இன்னும் சிலர் உலக அழிவுபற்றி பைபிளில் குறிப்பிட்டுள்ள வசனங்களை ஓதியபடி காணப்பட்டனர்.

ஊடக விளக்குகள் அவரது ஹெலிகாப்டரின் விண்ட்ஷீல்டில் மின்ன, பைலட்டின் தலை வலிக்கத்தொடங்கியது. அவர் ஆரவாரம் செய்த பெருங்கூட்டத்தினரைப் பார்த்தார். கூட்டத்தின் மேலே பதாகைகள் அசைந்தன.

எதிர்க்கரு என்பது எதிர்க்கிறிஸ்துதான்!
விஞ்ஞானிகள்= சைத்தான்கள்
இப்போது உங்கள் கடவுள் எங்கே போனார்?

பைலட்டின் தலைவலி மோசமாக மாற, அவர் முனகினார். விண்ட்ஷீல்டை மறைத்திருக்கும் வினைல் திரையைப் பிடித்திழுத்து மூடி வெளியே நடப்பதைப்

பார்க்காதவாறு செய்யலாமா என தயக்கமாக யோசித்தார், ஆனால் சில நிமிடங்களில் அவர் கிளம்பவேண்டியிருக்கும் என்பதை அறிந்திருந்தார். லெப்டினன்ட் சார்ட்ராண்ட் அப்போதுதான் பயங்கரமான செய்திகளைச் சொல்லியிருந்தார். மேக்ஸிமிலியன் கோஹ்லரால் கேமர்லெக்னோ தாக்கப்பட்டு மோசமாகக் காயமடைந்திருக்கிறார். சார்ட்ராண்ட்டும், அந்த அமெரிக்கரும், பெண்ணும் இப்போது கேமர்லெக்னோவைத் தூக்கிக்கொண்டுவருகிறார்கள். எனவே அவர் மருத்துவமனைக்குச் செல்லவேண்டியிருக்கும்.

அந்தத் தாக்குதலுக்குத் தனிப்பட்டவிதத்தில் தானே பொறுப்பென உணர்ந்தார் பைலட். அவர், தான் நினைத்தபடி நடந்துகொள்ளாததற்காகக் தன்னையே கடிந்துகொண்டார். முன்பு, அவர் கோஹ்லரை விமான நிலையத்துக்கு ஏற்றிவரச் சென்றிருந்தபோது, அந்த விஞ்ஞானியின் உயிரில்லாத விழிகளில் எதையோ உணர்ந்திருந்தார். அவரால் அதை விவரிக்கமுடியாவிட்டாலும், அதை அவர் விரும்பவில்லை. அது முக்கியமல்ல. ரோச்சர்தான் அனைத்தையும் நடத்திக்கொண்டிருந்தான், ரோச்சர் இவர்தான் அந்த நபரென வலியுறுத்தினான். வெளிப்படையாகவே அவன் தவறாகச் செயல்பட்டான்.

கூட்டத்திடமிருந்து புதியதொரு ஆரவாரம் கிளம்பியது, அது என்னவென பைலட் பார்க்க, கார்டினல்களின் வரிசையொன்று ஒழுங்குடன் வாடிகனிலிருந்து புனித பீட்டர் சதுக்கத்தை நோக்கி வந்தது. அனுகுண்டு ஆபத்துள்ள இடத்திலிருந்து வெளியேறிய கார்டினல்களின் ஆறுதல், திருச்சபைக்கு வெளியே இப்போது நடக்கும் காட்சிகளைக் கண்ட திகைப்பால் இல்லாமலாகியது.

மீண்டும் கூட்டத்தின் சப்தம் தீவிரமானது. பைலட்டின் தலைவேதனை அதிகரித்தது. அவருக்கு ஒரு ஆஸ்ப்ரின் தேவை. ஒருவேளை, மூன்றாகக்கூட இருக்கலாம். அவர் ஹெலிகாப்டரை இயக்குகையில் மருந்தெடுப்பதை விரும்புவதில்லை, ஆனால் சில ஆஸ்ப்ரின் மாத்திரைகள் நிச்சயம் கொந்தளிக்கும் தலைவலியைவிட குறைந்தளவு பலவீனப்படுத்துவதாகவே இருக்கும். இரு முன்வரிசை சீட்டுகளுக்கிடையே, பல்வேறு வரைபடங்கள், கையேடுகள் அடங்கிய கார்கோ பெட்டிகளுடன் இருந்த, முதலுதவிப் பெட்டியை அவர் அணுகினார், அவர் அந்தப் பெட்டியைத்

திறக்கமுயற்சித்தபோது, அது பூட்டப்பட்டிருப்பதைக் கண்டார். சுற்றிலும் சாவிக்காக அவர் பார்த்துவிட்டு, கடைசியாக அம்முயற்சியைக் கைவிட்டார். இன்றிரவு தெளிவாக அவரது அதிர்ஷ்ட இரவுகளில் ஒன்றல்ல. அவர் திரும்பவும் தனது நெற்றியைத் தேய்த்துவிடத் தொடங்கினார்.

இருளடைந்த பேராலயத்தினுள், லேங்டன், விட்டோரியா, இன்னும் இரு காவலர்கள் மூச்சுவிடக்கூட முடியாமல் சிரமப்பட்டபடி பிரதான வாயிலை நோக்கி வந்துகொண்டிருந்தனர். மிகப் பொருத்தமான எதையும் கண்டறியமுடியாமல், குறுகிய மேஜையொன்றில் காயம்பட்ட கேமர்லெக்னோவை வைத்து, அதனை ஸ்ட்ரெச்சர்போல பாவித்து, அவர்களுக்கு நடுவே அந்த அசையமுடியாத உடலை வைத்து சமநிலை பேணியபடி அவர்கள் நாலுபேர் எடுத்துவந்தனர். கதவுகளுக்கு வெளியே, மனிதத் திரளின் மெல்லிய முழக்கம் தற்போது கேட்கத் தொடங்கியது. கேமர்லெக்னோ நினைவிழப்பின் விளிம்பில் அலைபாய்ந்து கொண்டிருந்தார்.

நேரமோ ஓடிக்கொண்டிருந்தது.

116

லேங்டன் மற்றவர்களுடன் புனித பீட்டர் பேராலயத்திலிருந்து இறங்கியபோது நேரம் இரவு *11.39*. அவரது கண்களைத் தாக்கிய ஒளி கண்கூச வைப்பதாயிருந்தது. பனிப்பிரதேச வெற்று வெளியில் பட்டுத்தெறிக்கும் சூரியக்கதிர்களைப்போல், ஊடக விளக்குகள் பளிங்கில் பட்டு எதிரொளித்தன. லேங்டன் கண்களைச் சுருக்கியபடி, பிரமாண்டமான முகப்புத் தூண்களின் பின்னால் அடைக்கலம் தேடினார். ஆனால், வெளிச்சமோ அனைத்துத் திசையிலிருந்தும் வந்துகொண்டிருந்தது. அவரின் முன்னால், கூட்டத்துக்கு மேலாக மாபெரும் காணொலித் திரைகளின் கொலாஜ் எழுந்துகாணப்பட்டது.

சதுக்கத்தின் கீழ்மட்டம் வரை இறங்கிச்சென்ற பிரமாண்ட படிக்கட்டுகளின் மேல்படியில் நின்றபடி, லேங்டன் உலகின்

மாபெரும் மேடையில் தயக்கத்துடன் நிற்கும் நடிகனைப்போல உணர்ந்தார். கண் கூசச்செய்யும் விளக்குகளுக்கு அப்பால் எங்கோ, லேங்டன் பறக்கத்தொடங்காத ஹெலிகாப்டரின் சத்தத்தையும் ஆயிரக்கணக்கான குரல்களின் முழக்கத்தையும் கேட்டார். அவர்களுக்கு இடப்பக்கம், கார்டினல்களின் வரிசையொன்று சதுக்கத்தைவிட்டுக் கிளம்பிக்கொண்டிருந்தது. அவர்கள் அனைவரும் படிக்கட்டில் வெளிப்பட்ட இந்தக் காட்சியைக் கண்டு வெளிப்படையான துயரத்துடன் நின்றனர்.

அந்தக் குழுவினர் படிக்கட்டுகளில் இறங்கி ஹெலிகாப்டரை நோக்கிச் செல்லத் தொடங்கியதும், சார்ட்ராண்ட் "இப்போது கவனமாகச் செல்லுங்கள்," என வலியுறுத்தினார்.

லேங்டன், அவர்கள் நீருக்கடியில் நகர்வதுபோல் சிரமமாக உணர்ந்தார். அவரது கை கேமர்லெக்னோ மற்றும் மேஜையின் எடையால் வலியெடுத்தது. இந்தத் தருணம் அத்தனை முக்கியத்துவம் பெறாதது எப்படி என ஆச்சரியப்பட்டார் அவர். பின் அதற்கான விடையைக் கண்டார். அந்த இரு பிபிசி செய்தியாளர்கள் வெளிப்படையாகவே திறந்த சதுக்கத்தைத் தாண்டி ஊடகப் பகுதிக்குத் திரும்பிக்கொண்டிருந்தனர். ஆனால் இப்போது, கூட்டத்தின் முழக்கத்தால், அவர்கள் திரும்பினர். க்ளிக்கும் மாக்ரியும் அவர்களை நோக்கி ஓடிவந்தனர். மேக்ரியின் கேமரா உயர்ந்து சுழலத் தொடங்கியது. *இதோ வருகின்றன பருந்துகள்*, லேங்டன் நினைத்தார்.

"நில்லுங்கள்!" சார்ட்ராண்ட் இரைந்தார். "பின்னே செல்லுங்கள்!"

ஆனால், செய்தியாளர்கள் தொடர்ந்து வந்துகொண்டிருந்தனர். மற்ற செய்திச் சேனல்கள், பி.பி.சி.யின் இந்த நேரடிச் செய்தியைப் பதிவு பண்ண வர ஆறு நொடிகள் எடுத்துக்கொள்ளுமென லேங்டன் யூகித்தார். அவர் நினைத்தது தவறு. அவர்கள் இரண்டு நொடிகளே எடுத்துக்கொண்டனர். அவர்கள் ஒருவித பிரபஞ்ச விழிப்புணர்வுநிலையால் இணைக்கப்பட்டதுபோல், சதுக்கத்திலிருந்த அனைத்து ஊடகத் திரையும் கவுண்ட் டவுன் கடிகாரத்திலிருந்தும் வாடிகன் நிபுணர்களிடமிருந்தும் துண்டித்துக்கொண்டு- வாடிகன் படிக்கட்டுகளில் கேமர்லெக்னோவை எடுத்துவரும் பரபரப்பான காட்சியை ஒளிபரப்பத் தொடங்கின. இப்போது லேங்டன் பார்க்குமிடங்களிலெல்லாம், கேமர்லெக்னோவின்

செயலற்ற உடல் வண்ணமயமான க்ளோஸ்-அப் காட்சியாகத் தெரிவதைக் கண்டார்.

இது தவறு! லேங்டன் நினைத்தார். அவர் படிக்கட்டில் இறங்கியோடிச் சென்று தலையிட விரும்பினார், ஆனால் அவரால் அது முடியாது. அது எந்தவிதத்திலும் உதவப்போவதில்லை. கூட்டத்தின் முழக்கத்தாலா அல்லது இரவின் குளிர்ந்த காற்றாலா என லேங்டன் ஒருபோதும் அறியவில்லை, ஆனால் அந்தக் கணத்தில் நினைத்தே பார்த்திராத ஒன்று நிகழ்ந்தது.

கொடுங்கனவிலிருந்து ஒரு மனிதன் விழிப்பதுபோல், கேமர்லெக்னோவின் விழிகள் திறந்துகொள்ள அவர் நேராக நிமிர்ந்தமர்ந்தார். முழுக்க ஆச்சர்யத்திலாழ்ந்து, லேங்டனும் மற்றவர்களும் எடையின் மையம் மாறியதால் தடுமாறினர். மேஜையின் முன்பகுதி சரிந்தது. கேமர்லெக்னோ சரியத் தொடங்கினார். அவர்கள் மேஜையைக் கீழே வைப்பதன் மூலம் சரிப்படுத்த முனைந்தனர், ஆனால் மிகத் தாமதமாகியிருந்தது. கேமர்லெக்னோ முன்னால் சறுக்கினார். ஆச்சரியப்படத்தக்கவகையில், அவர் விழவில்லை. அவரது கால் பளிங்குத் தரையில் மோத, நேராக நிமிர்ந்தார். ஒருகணம் திசைதெரியாமல் நின்றவர், பின் யாரும் அவரை நிறுத்தும்முன் முன்னோக்கிச் சென்றபடி, மாக்ரியை நோக்கிப் படிகளில் இறங்கினார்.

“வேண்டாம்!” லேங்டன் கூச்சலிட்டார்.

சார்ட்ராண்ட் விரைவாக முன்னால் பாய்ந்து, கேமர்லெக்னோவைத் தன்வசப்படுத்த முயற்சித்தார். ஆனால், கேமர்லெக்னோ அவர்பக்கம் திரும்பி, கோபத்துடன் உறுத்துப் பார்த்தபடி. “என்னை விடு!” என்றார்.

சார்ட்ராண்ட் பின்னால் துள்ளிக்குதித்தார்.

நிலைமை மோசம் என்பதிலிருந்து படுமோசமாக மாறியது. சார்ட்ராண்டால் அவரது மார்பின்மேல் இழுத்துவிடப்பட்ட கேமர்லெக்னோவின் கிழிந்த அங்கி, தாழ்வாகத் தொங்கத் தொடங்கியது. ஒரு கணம், லேங்டன் அந்தத் துணியைப் பிடித்துக்கொள்ளலாம் என நினைத்தார், ஆனால் அந்தக் கணம் கடந்துவிட்டது. அங்கியின் கிழிசல் தோள்பகுதியிலிருந்து நழுவி அவரது இடுப்பருகே தொங்கியபடி தெரிந்தது.

கூட்டத்திலிருந்து எழுந்த அதிர்ச்சி, உலகமெங்கும் பயணம் செய்து, அடுத்த கணம் அங்கேயே திரும்பியதாகத் தோன்றியது. கேமராக்கள் சுழல, ஒளியுமிழ் விளக்குகள் பளிச்சிட்டன. எங்கும் ஊடகத் திரைகளில், கேமர்லெக்னோவின் முத்திரையிடப்பட்ட மார்பே நெருக்கமாகவும் நுணுகியும் காட்டப்பட்டது. சில திரைகளில் அந்தப் பிம்பத்தை உறையச் செய்து, 180 டிகிரி கோணத்தில் சுழலச் செய்தும் காட்டினர்.

உச்சபட்ச இல்லுமினாட்டி வெற்றி.

லேங்டன் திரையில் தெரிந்த முத்திரையை உற்றுநோக்கினார். அது, அவர் முன்பு கையிலெடுத்துப் பார்த்த சதுர முத்திரையின் அச்சுதான் என்றபோதும், இப்போது அந்த முத்திரையின் பொருள் விளங்கியது. அந்தச் சின்னத்தின் அற்புத சக்தி லேங்டனை ஒரு புகைவண்டியைப் போல வந்து மோதியது.

நோக்குநிலை. லேங்டன் சின்னவியலின் முதல் விதியை மறந்திருந்தார். *எப்போது ஒரு சதுரம் சதுரமல்லாமல் ஆகிறது?* இரப்பர் முத்திரைகளைப் போலத்தான் அந்த இரும்பு முத்திரைகள், அவை ஒருபோதும் அவற்றின் அச்சைப் போலத் தெரியாது என்பதை அவர் மறந்துவிட்டிருந்தார். அவை தலைகீழாக இருந்திருந்தன. லேங்டன், முத்திரையின் எதிர்மறை தோற்றத்தைப் பார்த்திருந்தார்.

குழப்பம் அதிகரிக்க, ஒரு பழைய இல்லுமினாட்டி மேற்கோள் புதிய அர்த்தத்துடன் எதிரொலித்தது: "பழங்கால மூலகங்களால் கச்சிதமாக உருவான ஒரு குறையற்ற வைரம், அதைக் காணும் அனைவரையும் ஆச்சர்யத்தில் நோக்கவைக்கும்."

லேங்டன் அந்தப் பழங்கதை தற்போது உண்மையென அறியவந்தார்.

பூமி, காற்று, நெருப்பு, நீர்.

இல்லுமினாட்டி வைரம்.

117

புனித பீட்டர் சதுக்கத்தில் இந்தக் கணத்தில் எழுந்த குழப்பமும் வெறியும், வாடிகன் குன்று இதுவரை கண்டதிலே தலையாயது என்பதில் அவருக்குப் பெரிய ஐயமிருக்கவில்லை. போரில்லை, சிலுவையேற்றம் இல்லை, புனித யாத்திரை இல்லை, மறைஞான தரிசனமில்லை... இந்தக் கணத்தின் நோக்கம் மற்றும் நாடகத்துடன் இணையாகச் சொல்லும்படி, இந்தப் புனித தலத்தின் 2000 வருட வரலாற்றில் எதுவுமில்லை.

இந்த அவலம் நிகழ்ந்தபோது, படிக்கட்டுகளின் உச்சியில் விட்டோரியா அருகிலிருந்தபோதும், லேங்டன் வினோத தனிமையை உணர்ந்தார். கால எந்திரத்தில் இருப்பதுபோல், அனைத்துப் பைத்தியக்காரத்தனமும் மெதுவாக ஊர்ந்துசெல்ல... அந்தச் செயல் நீண்டுகொண்டே செல்வதுபோல் தோன்றியது.

முத்திரையிடப்பட்ட கேமர்லெக்னோ... உலகம் பார்க்கப் பிதற்றியபடி...

இல்லுமினாட்டி வைரம்... அதன் துஷ்டத்தனமான மேதைமையை வெளிப்படுத்த...

கவுண்ட் டவுன் கடிகாரம், வாடிகன் வரலாற்றின் கடைசி இருபது நிமிடங்களைப் பதிவுசெய்துகொண்டிருந்தது...

எப்படியிருந்தபோதும், இந்த நாடகம் தொடங்க மட்டுமே செய்திருந்தது.

கேமர்லெக்னோ, அதிர்ச்சிக்கு பிந்தைய மயக்க நிலையிருப்பதுபோல் இருந்தவர், திடீரென துர்தேவதைகளால் பீடிக்கப்பட்டுப் பெரும் வலிமை கொண்டவர்போல் தோன்றினார். அவர் பிதற்றத் தொடங்கினார், வானைப் பார்த்தபடி, தனது கைகளை கடவுளை நோக்கி உயர்த்தியபடி கண்ணுக்குத் தெரியாத ஆவிகளிடம் கிசுகிசுத்தார்,

"பேசுங்கள்!" கேமர்லெக்னோ சொர்க்கத்தை நோக்கி இரைந்தார். "ஆமாம், நீங்கள் சொல்வதை நான் கேட்கிறேன்!"

அந்தக் கணத்தில், லேங்டன் புரிந்துகொண்டார். அவரது இதயம் பாறைபோல வீழ்ந்தது.

விட்டோரியோவும் வெளிப்படையாகப் புரிந்துகொண்டாள். அவள் வெளிறிப்போனாள். “அவர் அதிர்ச்சியில் இருக்கிறார்,” அவள் சொன்னாள். “அவர் மாயக்காட்சிகளைக் காண்கிறார். அவர் கடவுளுடன் பேசுவதாக நினைக்கிறார்.”

யாராவது இதைத் தடுக்கவேண்டும், என லேங்டன் நினைத்தார். இது இழிந்த தர்மசங்கடமான முடிவு. *இந்த மனிதரை மருத்துவமனைக்குக் கொண்டுசெல்லவேண்டும்.*

அவர்களுக்குக் கீழே படிக்கட்டில், சினிதா மாக்ரி வெளிப்படையாகவே அவளுக்கு வசதியான இடத்தைக் கண்டுகொண்டு படம்பிடித்துக் கொண்டிருந்தாள். அவள் படமாக்கிய பிம்பங்கள் உடனடியாக, சதுக்கத்தில் அவளுக்குப் பின்னாலிருந்த ஊடகத் திரைகளில் தோன்றின... முடிவற்ற ட்ரைவ்-இன் படங்கள் அனைத்தும் ஒரேவிதமாகப் பேரச்சம்தரும் துயரக் கதையையே காட்டுவதுபோல்...

மொத்தக் காட்சியும் காவியம்போலத் தோன்றியது. கேமர்லெக்னோ, தனது கிழிந்த அங்கியில், மார்பில் பொசுங்கிய முத்திரையுடன் இருக்க, ஒரு கணத் தோற்றத்தில் அவர் நரக வளையங்களை வெற்றிகொண்ட, ஒருவித உருச்சிதைந்த வெற்றியாளர்போல் தெரிந்தார். அவர் சொர்க்கத்தை நோக்கி முழக்கமிட்டார்.

“கடவுளே! நீ சொல்வது எனக்குக் கேட்கிறது.”

சார்ட்ராண்ட் பின்னடைந்தார், அவரது முகத்தில் பிரமிப்பு தெரிந்தது.

கூட்டத்தின் நடுவே எழுந்த நிசப்தம் உடனடியாகவும் முழுமையானதாகவும் இருந்தது. ஒரு கணம், மொத்த பிரபஞ்சத்தின் மீது அந்த மௌனம் கவிழ்ந்ததுபோல் இருந்தது... தங்களது தொலைக்காட்சியின் முன் இருந்த ஒவ்வொருவரும், இறுக்கமாகவும், ஒட்டுமொத்தமாக மூச்சைப் பிடித்தபடியும் இருந்தனர்.

படிக்கட்டுகளின் மேல் நின்ற கேமர்லெக்னோ, உலகத்தின் முன்பாக, தனது கைகளை நீட்டினார். வெற்றுடம்பும் காயமுமாக உலகத்தின் முன்பாக, அவர் பெரிதும் கிறிஸ்துவைப் போலத் தோன்றினார். அவர் தனது கைகளை சொர்க்கத்தை நோக்கி உயர்த்தி, வியந்தபடி, *“நன்றி! கடவுளே நன்றி!”* என்றார்.

கூட்டத்தின் மௌனம் கலையவே இல்லை.

"நன்றி, கடவுளே!" மறுபடியும் கேமர்லெக்னோ கத்தினார். மேகம் மறைத்த வானத்தில் சூரியன் தோன்றுவதுபோல், ஒரு ஆனந்தம் அவரது முகத்தினூடாகப் பரவியது. "நன்றி, கடவுளே!"

நன்றி கடவுளே? லேங்டன் ஆச்சரியத்தில் விழித்தார்.

கேமர்லெக்னோ இப்போது பிரகாசமாகக் காணப்பட்டார், அவரது வினோத உருமாற்றம் முழுமையாக இருந்தது. அவர் வானத்தைப் பார்த்து, இன்னும் ஆக்ரோஷமாக ஆமோதித்துக்கொண்டிருந்தார். அவர் வானத்தை நோக்கிக் கத்தினார், "இந்தப் பாறையின் மீது நான் என் திருச்சபையைக் கட்டியெழுப்புவேன்!"

லேங்டன் அந்த வார்த்தைகளை அறிவார், ஆனால் கேமர்லெக்னோ அதனைக் கத்துவது எதனால் என அவருக்கு ஒரு யோசனையும் இல்லை.

கேமர்லெக்னோ கூட்டத்தின் பக்கம் மீண்டும் திரும்பி, இரவினுள் முழக்கமிட்டார். "இந்தப் பாறையின் மீது நான் என் திருச்சபையைக் கட்டியெழுப்புவேன்!" பின் அவர் தனது கைகளை வானத்தை நோக்கி உயர்த்தி சத்தமாகச் சிரித்தார். "நன்றி, கடவுளே! நன்றி!"

தெளிவாகவே இந்த மனிதர் பைத்தியமாகிவிட்டார்.

திகைத்துப் போய் உலகம் கவனித்துக்கொண்டிருந்தது.

எனினும் அதன் முடிவு, எவரும் எதிர்பார்க்காத ஒன்றாயிருந்தது.

இறுதி வெற்றிக் களிப்புடன், கேமர்லெக்னோ திரும்பி புனித பீட்டர் பேராலயத்தினுள் விரைந்தார்.

118

இரவு பதினொன்று நாற்பத்தியிரண்டு.

கேமர்லெக்னோவை மீட்டெடுக்கப் பேராலயத்தினுள் புகுந்த தீவிரம் மிகுந்த பாதுகாப்புப் படையினருடன் லேங்டனும்

ஒருவராக, அதுவும் முன்னணியில் இருப்பாரென ஒருபோதும் அவர் நினைத்ததில்லை... ஆனால், அவர் கதவுக்கு நெருக்கமாக இருந்ததால், உள்ளுணர்வின்படி செயல்பட்டார்.

வாசலைக் கடந்து இருண்ட வெற்றிடத்துக்கு ஓடினால், **அவர் இங்கே இறக்கக்கூடும்**, என லேங்டன் நினைத்தார். "கேமர்லெக்னோ! நில்லுங்கள்!"

இருளின் சுவர் லேங்டனை முழுமையாகத் தாக்கியது. அவரது கருவிழிகள் வெளிப்பக்கமிருந்த உறுத்தும் வெளிச்சத்துக்கு எதிராகக் குறுகியிருந்தன, அவரது முகத்துக்கு எதிரே சில அடிகள் தாண்டி அவரது பார்வைப்புலம் செல்லவில்லை. அவர் நிறுத்தத்துக்கு வந்தார். முன்னால் எங்கோ ஓரிடத்தில், அவர் கேமர்லெக்னோவின் அங்கி, அந்த மதகுரு குருட்டுத்தனமாக இருளுக்குள் ஓடும்போது உரசுவதைக் கேட்டார்.

விட்டோரியாவும் காவலர்களும் உடனடியாக வந்துசேர்ந்தனர். ப்ளாஷ்லைட்டுகள் எரியவிடப்பட்டன, அவர்கள் முன்னிருந்த பேராலயத்தின் ஆழத்தில் தேடத் தொடுங்குவதற்கு முன்பே அந்த விளக்குகள் கிட்டத்தட்ட உயிரிழந்திருந்தன. ஒளிக்கற்றைகள் முன்னும் பின்னும் அசைய, அவை வெறும்தரையையும் தூண்களையும் மட்டுமே காட்டின. கேமர்லெக்னோ எங்கும் தென்படவில்லை.

"கேமர்லெக்னோ!" தன் குரலில் பயம் வெளிப்பட சார்ட்ராண்ட் இரைந்தான். "பொறுங்கள்! ஐயா!"

அவர்களுக்குப் பின்னால் கதவருகே கிளர்ச்சி தெரிய, அனைவரும் திரும்பிப்பார்த்தனர். சினிதா மாக்ரியின் பெரிய உடல் நுழைவுப்பாதையினூடாகச் சிரமப்பட்டு நுழைந்தது. அவளது கேமரா தோளில் அமர்ந்திருக்க, அதன் உச்சியில் காணப்பட்ட மின்னும் சிவப்பு விளக்கு, இன்னும் செய்தியை ஒளிபரப்பிக்கொண்டிருப்பதை வெளிப்படுத்தியது. க்ளிக் அவளுக்குப் பின்னால், கையில் மைக்ரோபோனுடன், அவளை மெதுவாகப் போகச் சொல்லி கத்தியபடி ஓடிவந்துகொண்டிருந்தான்,

லேங்டன் அந்த இருவரையும் நம்பவியலாமல் பார்த்தார். **இது அதற்கான நேரமல்ல!**

“வெளியே போங்கள்!” சார்ட்ராண்ட் சத்தமிட்டார். “இது உங்கள் கண்களுக்கானது அல்ல!”

ஆனால், மாக்ரியும் க்ளிக்கும் தொடர்ந்து வந்துகொண்டிருந்தனர்.

“சினிதா!” க்ளிக் தற்போது பயத்துடன் குரல்கொடுத்தான். “இது தற்கொலைக்கு ஒப்பானது! நான் வரப்போவதில்லை!”

மாக்ரி அவனைப் புறக்கணித்தாள். அவள் கேமராவில் ஸ்விட்ச் ஒன்றை இயக்கினாள். அதன் மேற்பக்கமிருந்த ஸ்பாட்லைட் ஒளிர்ந்து, அனைவரையும் குருடாக்கியது.

லேங்டன் தனது முகத்தை மறைத்தபடி, வேதனையில் வேறுபக்கமாகத் திரும்பினார். *பாழாய்ப்போக!* எனினும் அவர் ஏறிட்டுப் பார்த்தபோது, அவர்களைச் சுற்றியிருந்த திருச்சபை முப்பது கெஜத்துக்கு ஒளியால் நிறைந்திருந்தது.

அந்தக் கணத்தில் கேமர்லெக்னோவின் குரல் தூரத்தில் எங்கோ எதிரொலித்தது. “இந்தப் பாறையின் மீது நான் என் திருச்சபையைக் கட்டியெழுப்புவேன்!”

மாக்ரி தனது கேமராவைச் சத்தம் வந்த திசைக்குத் திருப்பினாள். தொலைவில், ஸ்பாட்லைட் எட்டும் தொலைவின் முடிவில் இருளில், கறுப்பு ஆடை அசைய, பேராலயத்தின் பிரதான முகப்பை நோக்கி நன்கு அறிமுகமான உருவமொன்று ஓடியது.

அனைவரின் விழிகளிலும் அந்த விநோதமான உருவத்தைக் கண்டதும் ஒரு கணத் தயக்கம் வந்துபோனது. பின் அணை உடைந்தது. சார்ட்ராண்ட் லேங்டனைத் தள்ளிக்கடந்தபடி கேமர்லெக்னோவின் பின்னால் விரைந்தோடினார். லேங்டன் அடுத்ததாக ஓடினார். பின் விட்டோரியாவும் காவலர்களும் ஓடிவந்தனர்.

மாக்ரி பின்னால், அனைவருக்கும் பாதையை வெளிச்சப்படுத்தியபடி, அந்தத் துயரார்ந்த துரத்தலை உலகுக்கு ஒளிபரப்பியபடி வந்தாள். விருப்பமில்லாத க்ளிக், சத்தமாகச் சாபமிட்டபடி, பின்னால் சேர்ந்துகொண்டு முட்டிமோதியபடி, அச்சுறுத்தும் நுட்பமான வர்ணனையை அளித்துக்கொண்டிருந்தான்.

புனித பீட்டர் பேராலயத்தின் பிரதான நடைபாதை, ஒலிம்பிக் சாஸர் களத்தைவிடப் பெரிது என லெப்டினன்ட்

சார்ட்ராண்ட் முன்பொரு முறை கணித்திருந்தார். எனினும், இன்றிரவு அது இருமடங்கு பெரிதுபோலப் பட்டது. காவலர்கள் கேமர்லெக்னோவின் பின்னே ஓட, அவர் இந்த மனிதர் எங்கோ போகிறார் என வியந்தார். கேமர்லெக்னோ தெளிவாகவே அதிர்ச்சியிலிருந்தார், அவரது உடல்ரீதியான காயத்தாலும், போப்பின் அலுவலகத்தில் நடந்த கொடூரமான படுகொலையாலும் சந்தேகத்துக்கு இடமின்றி மனத்தடுமாற்றத்துக்கு ஆட்பட்டிருந்தார்.

முன்னால் எங்கோ, பிபிசியின் ஸ்பாட்லைட்டுக்கு எட்டாத இடத்தில், கேமர்லெக்னோவின் குரல் மகிழ்ச்சியாக ஒலித்தது. "இந்தப் பாறையின் மீது நான் என் திருச்சபையைக் கட்டியெழுப்புவேன்!"

சார்ட்ராண்ட், தான் நினைவுகூர்வது சரியாக இருந்தால், இந்த மனிதர் வேதத்தில் - மாத்யூ 16:18-ஐக் கத்துகிறார் என அறிந்திருந்தார். *இந்தப் பாறையின் மீது நான் என் திருச்சபையைக் கட்டியெழுப்புவேன்.* தேவாலயம் அழிக்கப்படவிருந்தது- இது கிட்டத்தட்ட கொடூரமான, பொருத்தமற்ற உத்வேகம். நிச்சயமாகக் கேமர்லெக்னோ பைத்தியமாகியிருந்தார்.

அல்லது அவர்?

ஒருசில கணங்களுக்கு, சார்ட்ராண்டின் ஆன்மா படபடக்கது. புனித தரிசனங்களும் தெய்வீகச் செய்திகளும் எப்போதும் ஆசையால் ஏற்படும் மாயைபோலவே அவருக்குத் தெரிந்திருக்கிறது. - அதீத ஆர்வமுள்ள மனங்கள் அவை கேட்கவிரும்புவதைக் கேட்கின்றன - கடவுள் நேரடியாகத் தொடர்புகொள்வதில்லை.

எனினும், ஒரு கணத்துக்குப் பின், புனித ஆவியே சார்ட்ராண்டுக்குத் தனது சக்தியைத் தெரியப்படுத்த இறங்கிவந்ததுபோல், சார்ட்ராண்ட் ஒரு தரிசனத்தைக் கண்டார்.

ஐம்பது கெஜம் முன்னால், திருச்சபையின் மையத்தில், ஒரு பேயுரு தோன்றியது... ஒளி ஊடுருவக்கூடிய, மின்னும் கோட்டுச்சித்திரமாக. அந்த வெளிறிய அரைநிர்வாண வடிவம், கேமர்லெக்னோவுடையது. அந்த ஆவி ஒளியூடுருவக் கூடியதாகவும், மின்னும் ஒளியாலானதாகவும் தோன்றியது. சார்ட்ராண்ட் தன் மார்பில் ஒரு முடிச்சு இறுகியதுபோல உணர்ந்து, தடுமாறி நின்றார். கேமர்லெக்னோ ஒளிர்ந்து

கொண்டிருக்கிறார். உடல் இப்போது இன்னும் பளிச்சென மின்னியதாகப்பட்டது. பின், ஆழமாக இன்னும் ஆழமாக, தரையின் இருளுக்குள் அது மாயமென மூழ்கத் தொடங்கியது...

லேங்டனும் அந்த ஆவியுருவைக் கண்டிருந்தார். ஒரு கணம், அவரும் தான் ஒரு மாய தரிசனத்தைக் கண்டதாக நினைத்தார். ஆனால், அவர் திகைத்து நின்றிருந்த சார்ட்ராண்டைக் கடந்து, கேமர்லெக்னோ மறைந்த இடத்தை நோக்கி ஓடியதும், என்ன நிகழ்ந்ததென உணரவந்தார். கேமர்லெக்னோ, தாழ்வாக அமைந்திருந்த தொன்னூற்றொன்பது எண்ணெய் விளக்குகளால் வெளிச்சமூட்டப்பட்டிருந்த, கிறித்தவ தலைவர்களின் நீளங்கிகளுக்கான (பாலியம்) மாடக்குழியை வந்தடைந்திருந்தார். மாடக்குழியிலுள்ள விளக்குகள் கீழிருந்து மின்னி, அவரை பேயுரு போல் ஒளிரச் செய்திருக்கிறது. பின், கேமர்லெக்னோ படிகளில் இறங்கி விளக்குகளை நோக்கிச்செல்ல, அவர் தரையின் கீழாக மறைந்ததுபோல் தோன்றியிருக்கிறார்.

லேங்டன் பேச்சின்றி விளிம்புக்கு வந்து, அந்த தாழ்வான அறையை எட்டிப் பார்த்தார். அவர் இறங்கிச்சென்ற படிக்கட்டுகளைப் பார்த்தார். கீழே, எண்ணெய் விளக்குகளின் பொன்னிற வெளிச்சத்தால் சூழ்ந்திருக்க, கேமர்லெக்னோ பளிங்காலான அறையைத் தாண்டி, பிரபலமான பொன்னிறப் பெட்டி வைக்கப்பட்டிருந்த அறைக்குச் செல்ல கண்ணாடிக் கதவுகளை நோக்கி விரைந்தார்.

அவர் என்ன செய்துகொண்டிருக்கிறார்? லேங்டன் வியந்தார். *நிச்சயமாக அவர் அந்த பொன்னிறப் பெட்டியை நினைத்திருக்கவில்லை-*

கேமர்லெக்னோ அந்தக் கதவுகளை வேகமாக இழுத்து உள்ளே ஓடினார். இருந்தும் வினோதமாக, அவர் அந்தப் பொன்னிறப் பெட்டியை முழுக்கப் புறக்கணித்து, அதனை வேகமாகக் கடந்தார். அந்தப் பெட்டியைக் கடந்து ஐந்தடி எடுத்துவைத்து, மண்டியிட்டு அந்தத் தரையில் பதிக்கப்பட்டிருந்த இரும்புத் தட்டை உயர்த்தப் போராடிக்கொண்டிருந்தார்.

கேமர்லெக்னோ எங்கே சென்றுகொண்டிருக்கிறார் என உணர்ந்து, லேங்டன் திகிலுடன் பார்த்தார். *அடக்கடவுளே,*

இல்லை! அவர் அவருக்குப் பின்னால் படிக்கட்டுகளில் விரைந்தார். "ஃபாதர்! வேண்டாம்"

லேங்டன் கண்ணாடிக் கதவுகளைத் திறந்து கேமர்லெக்னோவை நோக்கி ஓட, கேமர்லெக்னோ அந்தத் தட்டை இழுத்துக்கொண்டிருப்பதைக் கண்டார். காதைச் செவிடாக்கும் ஒலியுடன், கீல்களுடனான, அந்த இரும்பாலான தடுப்பறை திறந்துகொள்ள, குறுகிய சுரங்கவழியும், வெறுமைக்குள் இறங்கிச்சென்ற செங்குத்தான படிகளும் வெளிப்பட்டன. கேமர்லெக்னோ குழியை நோக்கி நகர்ந்தபோது, லேங்டன் அவரது வெறும் தோள்களைப் பிடித்து அவரைப் பின்னால் இழுத்தார். அந்த மனிதரின் சருமம் வியர்வையால் வழுக்கியது, இருந்தும் லேங்டன் பற்றிக்கொண்டார்.

கேமர்லெக்னோ திரும்பி திகைப்பாகப் பார்த்தார். "என்ன பண்ணிக்கொண்டிருக்கிறீர்கள்!"

அவர்களது விழிகள் சந்தித்துக்கொண்டபோது, லேங்டன் ஆச்சர்யமடைந்தார். கேமர்லெக்னோ, மனத்தடுமாற்றத்தில் இருக்கும் உணர்வற்ற பார்வையைக் கொண்டிருக்கவில்லை. *அவரது விழிகள் கூர்மையாக, தெளிவான இலக்குடன் பளபளத்தன. அவரது மார்பில் இருந்த முத்திரை துன்புறுத்துவதாகத் தெரிந்தது.*

"ஃபாதர்," லேங்டன் சாத்தியமான வரை அமைதியாக, "நீங்கள் கீழே போகக்கூடாது. நாம் காலிசெய்யவேண்டும்."

"மகனே," குரல் வினோத தெளிவுடன் இருக்க கேமர்லெக்னோ பேசினார். "இப்போதுதான் எனக்கு ஒரு சேதி கிடைத்தது. எனக்குத் தெரியும்-"

"கேமர்லெக்னோ!" சார்ட்ராண்டும் மற்றவர்களும் அழைத்தபடி நுழைந்தனர். மாக்ரியின் கேமராவால் வெளிச்சமிடப்பட்ட அந்த அறையினுள், அவர்கள் படிக்கட்டில் விரைந்திறங்கி வந்தனர்.

சார்ட்ராண்ட் தரையில் திறந்திருந்த தட்டைக் கண்டதும், அவனது கண்கள் அச்சத்தால் நிறைந்தன. சிலுவைக் குறியிட்டுக்கொண்டு, கேமர்லெக்னோவைத் தடுத்துநிறுத்தியதற்காக நன்றியுணர்வு நிறைந்த பார்வையை அளித்தார் அவர். லேங்டன் புரிந்துகொண்டார். அந்தத் தட்டுக்குக் கீழாக என்ன இருக்கிறது

எனத் தெரியுமளவுக்கு அவர் வாடிகன் கட்டடக் கலை குறித்து வாசித்திருந்தார். அனைத்துக் கிறித்துவத் தலங்களிலும் அது மிகப் புனிதமான இடம். புனித நிலம். சிலர் அதனை இடுகாடு என்றழைத்தனர். சிலர் நிலத்தடி புதைவறை என்றழைத்தனர். பல வருடங்களாகத் தேர்ந்தெடுக்கப்பட்டு வழிவழியாக வந்த சில மதகுருக்களின் கூற்றுப்படி, நெக்ரோபோலிஸ் என்பது நிலத்தடி பிணவறைகளின் இருண்ட புதிர்ப் பாதை, அங்கு வருகை தருபவர்களை, அவர்கள் வழிதவறும் பட்சத்தில் முழுதாக விழுங்கிவிடக்கூடியது. அவர்கள் கேமர்லெக்னோவை அந்த இடத்தின் வழியாகத் துரத்திச்செல்ல விரும்பியிருக்கவில்லை.

"ஐயா," சார்ட்ராண்ட் இறைஞ்சினான். "நீங்கள் அதிர்ச்சியில் இருக்கிறீர்கள். நாம் இந்த இடத்தைக் காலிசெய்யவேண்டும். நீங்கள் அங்கே கீழே போகக்கூடாது. அது தற்கொலைமுயற்சி."

கேமர்லெக்னோ திடீரென ஞானியானதுபோல் தோன்றியது. அவர் வெளியேவந்து, சார்ட்ராண்டின் தோளில் அமைதியாகக் கைபோட்டார். "உன்னுடைய அக்கறைக்கும் சேவைக்கும் நன்றி. எப்படியென நான் உனக்குச் சொல்லமுடியாது. நான் புரிந்துகொள்கிறேன் என உன்னிடம் சொல்லப்போவதில்லை. ஆனால், எனக்கு ஒரு வெளிப்பாடு நடந்தது. எதிர்க்கரு எங்கிருக்கிறதென எனக்குத் தெரியும்."

அனைவரும் திகைப்பாக நோக்கினர்.

கேமர்லெக்னோ அந்தக் குழுவினரை நோக்கித் திரும்பினார். "இந்தப் பாறையின் மீது நான் என் திருச்சபையைக் கட்டியெழுப்புவேன். அதுதான் அந்தச் செய்தி. அர்த்தம் தெளிவாகவே இருக்கிறது."

கடவுளிடம் பேசினார் என்ற கேமர்லெக்னோவின் நம்பிக்கையை லேங்டனால் இன்னும் புரிந்துகொள்ள இயலவில்லை, அந்த செய்தியைப் புரிந்துகொண்டதாகக் கூறியதை இன்னும் குறைவாகவே புரிந்துகொள்ள முடிந்தது. *இந்தப் பாறையின் மீது நான் என் திருச்சபையைக் கட்டியெழுப்புவேன்?* இயேசு, தனது முதன்மைச் சீடராக பீட்டரைத் தேர்வுசெய்தபோது பேசிய வார்த்தைகள் அவை. அதை வைத்து என்ன செய்யமுடியும்?

மாக்ரி நெருக்கமான ஷாட்டுக்கு நகர்ந்தாள். குண்டுவெடித்து அதிர்ச்சிக்குள்ளானதுபோல, க்ளிக் மௌனமாக இருந்தான்

கேமர்லெக்னோ இப்போது விரைவாகப் பேசினார். "இல்லுமினாட்டிகள் தங்களது அழிவு சாதனத்தை இந்தத் திருச்சபையின் அடிப்படையான மூலைக்கல்லின் மீது வைத்திருக்கிறார்கள். அடித்தளத்தில்." அவர் படிக்கட்டுகளில் இறங்க ஆரம்பித்தார். "எந்தப் பாறையின் மீது இந்தத் தேவாலயம் எழுப்பப்பட்டுள்ளதோ அதன் மீது. அந்தப் பாறை எங்கிருக்கிறதென நான் அறிவேன்."

லேங்டன், கேமர்லெக்னோவை வலிந்து இங்கிருந்து அகற்ற நேரம் வந்துவிட்டதென நிச்சயமானார். தெளிவாகத் தெரிந்தபோதும், மதகுரு மடத்தனமாகப் பேசிக்கொண்டிருந்தார். *ஒரு பாறை? அடித்தளத்திலிருக்கும் ஆதாரக்கல்?* அவர்கள் முன்பிருந்த படிக்கட்டுகள் அடித்தளத்துக்கு இட்டுச்செல்லாது, அது இடுகாடுக்குத்தான் இட்டுசெல்லும். "அந்த மேற்கோள் ஒரு உருவகம், ஃபாதர்! அங்கே நிஜமான பாறையெதுவும் கிடையாது!"

கேமர்லெக்னோ வினோதமான துயரத்துடன் தெரிந்தார். "அங்கே ஒரு பாறையிருக்கிறது, மகனே." அவர் குழியினுள் சுட்டிக்காட்டினார். *"பீட்டரின் கல்."*

லேங்டன் உறைந்துபோனார். ஒரு கணத்தில் அனைத்தும் தெளிவானது.

அதன் கச்சிதமான எளிமை அவருக்குப் பீதியை அளித்தது. லேங்டன் மற்றவர்களுடன் நின்றுகொண்டு, இறங்கிச்சென்ற நீண்ட படிக்கட்டுகளைப் பார்த்துக்கொண்டிருந்தார், அவர் இந்தத் திருச்சபையின் அடியில் இருளில் உண்மையிலே ஒரு பாறை புதைக்கப்பட்டுள்ளது என உணர வந்தார்.

பீட்டரின் கல். பீட்டர்தான் பாறை.

பீட்டரின் கடவுள் மீதான நம்பிக்கை மிக உறுதியானது, எனவேதான் இயேசு பீட்டரை, பாறையென அழைத்தார்- தடுமாற்றமில்லாத சீடரின் தோள்களில் இயேசு தனது தேவாலயத்தைக் கட்டியெழுப்பினார். வாடிகன் மலையில்- இதே இடத்தில்தான், பீட்டர் சிலுவையிலறையப்பட்டு புதைக்கப்பட்டார் என்பதை லேங்டன் உணரவந்தார். ஆரம்பகால கிறித்துவர்கள், அவரது கல்லறையின் மீது ஒரு சிறிய ஆலயத்தைக் கட்டினர். கிறித்துவம் பரவியபோது, அந்தத் தலம் பெரிதானது, அடுக்கின் மேல் அடுக்காக வளர்ந்து இந்த

பிரமாண்டமான பேராலயமாக வளர்ச்சியடைந்தது. மொத்த கத்தோலிக்க நம்பிக்கையும் பாறை என்றழைக்கப்பட்ட புனித பீட்டர் மீது கட்டியெழுப்பட்டடது.

"எதிர்க்கரு புனித பீட்டரின் கல்லறையில் உள்ளது," கேமர்லெக்னோ, அவரது குரல் படிகத் தெளிவுடன் வெளிப்படச் சொன்னார்.

அந்தத் தகவலின் இயற்கைக்கு அப்பாற்பட்ட தோற்றம் ஒருபுறமிருக்க, அதிலிருந்த ஆழமான தர்க்கத்தை லேங்டன் உணர்ந்தார். எதிர்க்கருவைப் புனித பீட்டர் கல்லறையில் வைப்பது, வலிதருமளவுக்கு வெளிப்படையானது இப்போது. இல்லுமினாட்டி, எதிர்க்கருவை கிறித்தவத் தலங்களிலேயே மையமான இடத்தில் வைத்து, அடையாளப்பூர்வமாகவும் குறியீட்டுரீதியாகவும் அறைகூவல் விடுத்திருந்தனர். *உச்சபட்ச ஊடுருவல்.*

"உங்கள் அனைவருக்கும் உலகாயதமான ஆதாரம் தேவைப்பட்டால்," கேமர்லெக்னோ சொன்னார் "நான் சற்றுமுன் இரும்புத் தட்டு பூட்டப்படாமலிருப்பதைக் கண்டேன்." அவர் திறந்த இரும்புத் தடுப்பைச் சுட்டிக்காட்டினார். "அது, ஒருபோதும் பூட்டப்படாமல் இருக்காது. *சமீபத்தில்...* யாரோ அங்கே போயிருந்திருக்கவேண்டும்."

அனைவரும் அந்தத் துளையினுள் உற்றுநோக்கினர்.

ஒரு கணத்துக்குப் பின்னால், ஏய்க்கும் சுறுசுறுப்புடன், கேமர்லெக்னோ, சுழன்று, ஒரு எண்ணெய் விளக்கை எடுத்துக்கொண்டு திறப்பை நோக்கி விரைந்தார்.

119

கற்படிகள் செங்குத்தாக கீழிறங்கிச் சென்றன.

மற்றவர்களுக்குப் பின்னால் குறுகலான பாதையில் கனமான கயிற்றுக் கைப்பிடியைப் பிடித்தபடி இறங்கியபோது விட்டோரியா நினைத்தாள், *நான் இங்கே கீழேயே இறக்கப்போகிறேன்.* லேங்டன் கேமர்லெக்னோவை

சுரங்கத்தில் நுழையாமல் தடுக்கமுயன்றபோதும், சார்ட்ராண்ட் தலையிட்டு, லேங்டனைப் பற்றிப் பிடித்துக்கொண்டார். வெளிப்படையாகவே, அந்த இளம் காவலர், கேமர்லெக்னோ தான் என்ன செய்கிறாரென அறிந்திருக்கிறார் என இப்போது நம்பிக்கை கொண்டார்.

சிறு போராட்டத்திற்குப் பின், லேங்டன் தன்னை விடுவித்துக்கொண்டு, கேமர்லெக்னோவையும் சார்ட்ராண்டையும் நெருக்கமாகத் தொடர்ந்துசென்றார். இயல்பாகவே, விட்டோரியா அவர்களின் பின்னால் விரைந்தாள்.

இப்போது அவள், மேலிருந்துகீழாக இறங்கும் செங்குத்தான படிகளில் விரைந்துகொண்டிருந்தாள், ஒரு தவறான அடிவைப்பு இறப்புக்கொப்பான வீழ்ச்சிக்குக் காரணமாகிவிடக்கூடும். வெகுகீழே, அவளால் கேமர்லெக்னோவின் எண்ணெய் விளக்கின் பொன்னிற வெளிச்சத்தைக் காணமுடிந்தது. அவளுக்குப் பின்னால், பிபிசி செய்தியாளர்கள் விரைந்து தொடர்ந்து வருவதை விட்டோரியாவால் கேட்கமுடிந்தது. கேமராவின் ஸ்பாட்லைட், நெளியும் நிழல்களை அவளுக்குக் கீழே சுரங்கப்பாதையில் வீழ்த்தியதோடு, சார்ட்ராண்ட் மற்றும் லேங்டனை ஒளிரச்செய்தது. விட்டோரியாவால், உலகம் இந்தப் பைத்தியக்காரத்தனத்தைப் பார்த்துக்கொண்டிருப்பதை நம்பவே முடியவில்லை. *அந்தப் பாழாய்ப்போன கேமராவை நிறுத்துங்கள்!* அவர்கள் எங்கே போய்க்கொண்டிருந்தார்கள் என்பதை எவரொருவரும் காண்பதற்கு, அந்த வெளிச்சமே காரணம் என அவள் அறிந்திருந்தாள்.

அந்தப் பைத்தியக்காரத்தனமான துரத்தல் தொடர்ந்து கொண்டிருக்க, விட்டோரியாவின் எண்ணங்கள் புயல்போல் சுழன்றடித்துக் கொண்டிருந்தன. கீழே கேமர்லெக்னோவால் என்ன செய்துவிடமுடியும்? அவரால் எதிர்க்கருவைக் கண்டுபிடிக்க முடிந்தால்கூட? நேரம் இல்லை!

கேமர்லெக்னா சொல்வது அநேகமாகச் சரியாக இருக்கலாம் என விட்டோரியாவின் உள்ளுணர்வு சொல்வதைக் கண்டு அவள் ஆச்சரியமடைந்தாள். எதிர்க்கருவை தரையிலிருந்து மூன்றடுக்குக் கீழே வைப்பதென்பது கிட்டத்தட்ட உன்னதமான மற்றும் கருணைமிக்கத் தேர்வு. - பெரிதும் இசட் - ஆய்வகம்போன்றே - ஆழமான நிலத்தடியில் எதிர்க்கரு வெடிக்கும்போது ஓரளவு பாதிப்பு குறைவாயிருக்கும். வெப்ப

வெடிப்பு நிகழாது, பார்வையாளர்கள் மேல் கூரான பொருட்கள் தாக்கி காயமேற்படாது, வெறுமனே நிலம் வெடித்துப் பிளந்து, பேராலயம் நொறுங்கி பள்ளத்துள் விழும்.

இது, கோஹ்லரின் நாகரிகச் செயல்பாடுகளில் ஒன்றா? உயிரைக் காப்பாற்றுவதா? விட்டோரியாவால் இன்னும் இயக்குநரின் ஈடுபாடைப் புரிந்துகொள்ள இயலவில்லை. அவளால் மதத்தின்மேலான அவரது வெறுப்பை ஏற்றுக்கொள்ளமுடிந்தது... ஆனால், இந்தப் பயங்கரமான சதி, அவருக்கு அப்பாற்பட்டதாகத் தோன்றியது. கோஹ்லரின் வெறுப்பு உண்மையிலே இத்தனை ஆழமானதா? வாடிகனின் அழிவா? கொலையாளி ஒருவனை வாடகைக்கு அமர்த்தும் அளவுக்கானதா? அவளது தந்தை, போப், நான்கு கார்டினல்களின் கொலைகள்? அது சிந்திக்கவியலாததாகப் பட்டது கோஹ்லர், வாடிகனின் எல்லைக்குள் இந்த துரோகச் செயல்பாடுகள் அனைத்தையும் எப்படிச் சமாளித்திருப்பார்? ரோச்சர், கோஹ்லரின் கையாள், விட்டோரியா தனக்குத்தானே சொல்லிக்கொண்டாள். ரோச்சர் ஒரு இல்லுமினாட்டி. சந்தேகமின்றிக் கேப்டன் ரோச்சர்தான் அனைத்துக்குமான சாவிகளை வைத்திருந்தவன் - போப்பின் அறைகளுக்கு, சுரங்கப் பாதைக்கு, நிலத்தடி புதைவிடத்துக்கு, புனித பீட்டர் கல்லறை அனைத்துக்கும். மிகவும் தடைசெய்யப்பட்ட இடமான - புனித பீட்டர் கல்லறையில் அவன் எதிர்க்கருவைப் பொருத்தியிருக்கமுடியும்-பின் தனது காவலர்களிடம் வாடிகனின் தடைசெய்யப்பட்ட இடங்களில் தேடி நேரத்தை வீண்செய்யவேண்டாமென உத்தரவிட்டிருக்கமுடியும். யாராலும் ஒருபோதும் உறையைக் கண்டுபிடிக்கமுடியாதென ரோச்சர் அறிந்திருந்தான்.

ஆனால் ரோச்சர், கேமர்லெக்னோவுக்கு மேலிருந்து செய்திவருமென சிந்தித்திருக்கமுடியாது.

செய்தி. இதுதான் விட்டோரியா இன்னும் ஒத்துக்கொள்ளத் தடுமாறிக்கொண்டிருக்கும் நம்பிக்கையின் பாய்ச்சல். கடவுள் உண்மையிலே கேமர்லெக்னோவோடு *தொடர்புகொண்டாரா?* விட்டோரியாவின் உள்ளுணர்வு இல்லையென்றது, இருந்தும் அவள் பிணைப்பு இயற்பியல் குறித்த அறிவியலில்- பரஸ்பரப் பிணைப்பு குறித்த ஆய்வை அவள் மேற்கொண்டிருந்தாள். தினமும் அவள் அற்புதமான தகவல்தொடர்புகளைப் பார்த்துவந்தாள் - இரட்டைக் கடல் ஆமையின் முட்டைகள்

பிரிக்கப்பட்டு, ஆயிரக்கணக்கான மைல் தொலைவான ஆய்வகங்களில் வைக்கப்பட்டபோதும் ஒரே சமயத்தில் குஞ்சுபொறித்ததை... ஏக்கர்கணக்கான ஜெல்லிமீன்கள் ஒரே மனம் கொண்டவைபோல் துல்லியமான தாளகதியில் துடித்ததைப் பார்த்திருந்தாள். *தொடர்புகொள்வதற்கான கண்ணுக்குத் தெரியாத வழிகள் எங்கெங்கும் இருக்கின்றன,* என அவள் நினைத்தாள்.

ஆனால், கடவுளுக்கும் மனிதனுக்கும் நடுவில்?

விட்டோரியா, அவளுக்கு நம்பிக்கை தர அவளது தந்தை இருந்திருக்கக்கூடாதா என ஏங்கினாள். அவர் ஒருசமயம் தெய்வீக தொடர்புகொள்ளலை, அறிவியல் மொழியில் விளக்கி, அவளை நம்பவும் வைத்தார். அவர் பிரார்த்தித்துக்கொண்டிருப்பதைக் கண்டு, "அப்பா, நீங்கள் ஏன் பிரார்த்தனைக் குறித்தெல்லாம் கவலைப்படுகிறீர்கள்? கடவுள் உங்களுக்குப் பதிலளிக்கப்போவதில்லை" என்று சொன்ன நாள் இன்னும் அவளுக்கு நினைவிருக்கிறது.

லியானார்டோ வெத்ரா தனது தியானத்திலிருந்து நிமிர்ந்து, தந்தைக்கேயான புன்னகையுடன் ஏறிட்டார். "சந்தேகம் பிடித்த மகளே. ஆக, கடவுள் மனிதனிடம் பேசுகிறார் என்பதில் உனக்கு நம்பிக்கை இல்லையல்லவா? உனது மொழியில் அதனை விளக்க என்னை அனுமதி." அவர் அலமாரியிலிருந்து மனித மூளையின் மாதிரியொன்றை எடுத்து அவள் முன் வைத்தார். "விட்டோரியா, மனிதர்கள் இயல்பாகத் தங்களின் மூளையின் ஆற்றலில் மிகவும் சிறு பகுதியை மட்டுமே பயன்படுத்துகின்றனர் என்பது அநேகமாக உனக்குத் தெரிந்திருக்கும்.,. இருந்தாலும், - உடல்ரீதியான அதிர்ச்சிகள், அளவுக்கதிகமான மகிழ்ச்சி, அல்லது பயம், ஆழ்ந்த தியானம் - போன்ற உணர்ச்சிகரமான சூழல்களுக்கு அவர்களை உட்படுத்தும்போது, திடீரென அவர்களது நியூரான்கள் வெறிபிடித்ததுபோல் செயல்படத்தொடங்கி, மாபெரும் அளவுக்கு அவர்களுக்கு மனத்தெளிவை ஏற்படுத்துகின்றன."

"அதனால்?" விட்டோரியா கேட்டாள். "நீங்கள் தெளிவாகச் சிந்திப்பதென்பது, கடவுளுடன் பேசுவதாக அர்த்தமாகிவிடாது."

"ஆஹா!" வெத்ரா வியந்தார். "பல சமயங்களில் மனத்தெளிவின் கணங்களில், தீர்வேயில்லாத பிரச்சினைகள் எனத் தெரிபவற்றுக்கு

சிறப்பான தீர்வுகள் கிடைத்திருக்கின்றன. இதனையே ஞானிகள் அதிவிழிப்புணர்வுநிலை என்கின்றனர். உயிரியல் அறிஞர்கள் இதனை நனவு நிலை என்கின்றனர். உளவியல் அறிஞர்கள் இதனை அதி உணர்வுநிலை என்கின்றனர்." ஒரு கணம் நிறுத்தி, "கிறித்துவர்கள் இதனைப் பதிலளிக்கப்பட்ட பிரார்த்தனை என்கின்றனர்." பரந்த புன்னகையுடன், அவர் மேலும் சொன்னார், "சில சமயங்களில், தெய்வீக வெளிப்பாடென்பது, உங்களது இதயம் ஏற்கனவே அறிந்த ஒன்றை உங்களது மூளை கேட்கும்படி சரிசெய்து கொள்வதே."

இப்போது, இருளுக்குள் விரைந்திறங்கிச் சென்றபடியிருந்த விட்டோரியா, ஒருவேளை தனது தந்தை சொன்னது சரிதான் என உணரவந்தாள். கேமர்லெக்னோவின் காயம் அவரது மனதை எதிர்க்கருவின் இடத்தை உணரவைத்தது என்பதை நம்ப மிகக் கடினமாக இருந்தது.

புத்தர் சொல்லியிருக்கிறார், *நாம் அனைவருமே கடவுள். நாம் அனைவருமே அனைத்தையும் அறிவோம். நமது சொந்த ஞானத்தைக் கேட்பதற்கு நமது மனங்களைத் திறக்கவேண்டியது மட்டுமே தேவை.*

விட்டோரியா தன்னுள் ஆழமாகச்சென்று, அவளது மனதை உணரும்போது... அந்த மனத்தெளிவின் கணங்களில், அவளது சொந்த ஞானம் வெளிப்படும். கேமர்லெக்னோவின் நோக்கங்கள் என்னவென அவள் இப்போது சந்தேகம ஏதுமின்றி உணரவந்தாள். அவளது விழிப்புணர்வு, அவள் இதுவரை அறியாத ஒரு பயத்தைக் கொண்டுவந்தது.

"கேமர்லெக்னோ, வேண்டாம்!" அவள் பாதையில் கத்தியபடி இறங்கினாள். "நீங்கள் புரிந்துகொள்ளவில்லை" விட்டோரியா வாடிகன் நகரைச் சூழ்ந்துள்ள மக்கள் திரளை மனதில் நினைத்தாள், அவளது ரத்தம் உறைந்துபோனது. "நீங்கள் எதிர்க்கருவை மேலே கொண்டுவந்தால் அனைவரும் அழிந்துபோவர்."

லேங்டன் ஒரு நேரத்துக்கு மூன்று படிகளைத் தாவி, முன்னேறினார். பாதை குறுகலாக இருந்தது, ஆனால் இப்போது மூடிய இடம் குறித்த பயம் எதையும் உணரவில்லை அவர். ஒருசமயத்தில் அவரை பலவீனப்படுத்திய பயம், அதனைவிட அச்சம் தரும் ஒன்றால் பின்னுக்குத் தள்ளப்பட்டது.

“கேமர்லெக்னோ!” லாந்தர் விளக்கின் வெளிச்சத்துக்கும் தனக்குமான இடைவெளி நெருங்குவதை லேங்டன் உணர்ந்தார். “நீங்கள் அவசியம் எதிர்க்கருவை அதிருக்கும் இடத்திலே விட்டுவிடவேண்டும். வேறு வாய்ப்பெதுவும் இல்லை.”

லேங்டன் அப்படிக் கூறியபோதும், அவர் அந்த வார்த்தைகளை நம்பவில்லை. அவர் கேமர்லெக்னோவின் எதிர்க்கருவின் இடம்குறித்த தெய்வீக வெளிப்பாட்டை ஏற்றுக்கொண்டிருந்ததோடு, பூமியிலுள்ள கட்டடக் கலை சாதனைகளுள் ஒன்றும்... அதேபோல அதிலுள்ள கலைப்படைப்புகள் அனைத்துடனும்- அவர் புனித பீட்டர் பேராலயத்தின் அழிவுக்காகப் பிரச்சாரம் செய்துகொண்டிருந்தார்-

ஆனால், வெளிப்பக்கமுள்ள மக்கள்... அது ஒன்றே வழி.

இப்போது மக்களைக்காக்க ஒரே வழி, தேவாலயத்தை அழியவிடுவதுதான் என்பது குரூரமான முரணாய்த் தோன்றியது. லேங்டன் இந்தக் குறியீட்டால் இல்லுமினாட்டிகள் மகிழ்வார்கள் என்பதை உய்த்திருந்தார்.

சுரங்கத்தின் அடியிலிருந்து வந்த காற்று, குளிர்ந்ததாகவும் ஈரந்தோய்ந்தும் இருந்தது. இங்கு எங்கோ கீழே புனித பீட்டரின் மற்றும் எண்ணற்ற இதர ஆரம்பகால கிறித்துவர்களின் புனித புதைவிடங்கள் இருக்கின்றன.... லேங்டன், இது ஒரு தற்கொலைச் செயல்பாடு அல்ல என நம்பியபோதும், ஒருவித அச்சத்தை உணர்ந்தார்.

திடீரென, கேமர்லெக்னோவின் லாந்தர்ன் நிறுத்தத்துக்கு வந்ததுபோல் தோன்றியது. லேங்டன் அவரை வேகமாக நெருங்கினார்.

படிக்கட்டுகளின் முடிவானது இருளுக்குப் பின்னிருந்து திடீரெனத் வெளிப்பட்டது. படிக்கட்டுகளின் அடிப்பகுதியை மறைத்து, மூன்று மண்டை ஓடுகளைப் பதித்துச் செய்யப்பட்ட இரும்புக் கதவொன்று காணப்பட்டது. கேமர்லெக்னோ அங்கு நின்று, கதவை இழுத்துத் திறந்தார். லேங்டன் தாவி, கதவை அழுத்தி மூடி, கேமர்லெக்னோவின் பாதையை மறித்தார். மற்றவர்கள் சத்தமெழ படிக்கட்டுகளில் இறங்கிவந்தனர், பிபிசி ஸ்பாட்லைட்டில் அனைவரும் அச்சுறுத்தும் வெண்மையில்

தெரிய... குறிப்பாக க்ளிக், ஒவ்வொரு படியிலும் மேலும் மேலும் வெளிறித் தெரிந்தான்.

சார்ட்ராண்ட் லேங்டனைப் பிடித்துக்கொண்டார். "கேமர்லெக்னோவைப் போகவிடுங்கள்!"

"இல்லை!" விட்டோரியா, அதிர்ச்சியுடன் மேலிருந்து சொன்னாள். "நாம் அவசியம் இப்போதே காலிசெய்தாக வேண்டும். நீங்கள் எதிர்க்கருவை இங்கிருந்து எடுக்கக்கூடாது. நீங்கள் அதனை மேலேகொண்டுவந்தால், வெளியே உள்ள அனைவரும் இறந்துபோவார்கள்."

கேமர்லெக்னோவின் குரல் குறிப்பிடத்தக்க நிதானத்துடன் இருந்தது. "நீங்கள் அனைவரும்... அவசியம் நம்பவேண்டும். நமக்குக் கொஞ்சம் நேரமிருக்கிறது."

"நீங்கள் புரிந்துகொள்ளவில்லை," விட்டோரியா சொன்னாள். "இங்கே நிகழ்வதைவிட தரைமட்டத்தில் வெடிப்பு நிகழ்ந்தால் மிக மோசமாக இருக்கும்."

கேமர்லெக்னோ அவளை நோக்கினார். அவரது பச்சைநிற விழிகள் புத்திசாலித்தனத்தில் ஜொலித்தன. "தரைமட்டத்தில் வெடிக்கப்போகிறதென யார் சொன்னார்கள்?"

விட்டோரியா திகைத்தாள். "நீங்கள் அதனை இங்கே விட்டுவிடப் போகிறீர்களா?"

கேமர்லெக்னோவின் உறுதிப்பாடு வசியப்படுத்துவதாக இருந்தது. "இன்றிரவு இன்னுமதிக மரணம் நிகழாது."

"ஆனால், ஃபாதர்-"

"தயவுசெய்து... கொஞ்சம் நம்புங்கள்." கேமர்லெக்னோவின் குரல் வலியுறுத்தும் அமைதிக்குள் தோய்ந்தது. "நான் யாரையும் என்னுடன் சேர்ந்துகொள்ளும்படி கேட்கவில்லை. நீங்கள் போக நினைத்தால் போகலாம். நான் கேட்பதெல்லாம் அவனது உத்தரவில் இடையிடாதீர்கள். நான் எதற்காக அழைக்கப்பட்டேனோ, அதனைச் செய்யவிடுங்கள்." கேமர்லெக்னோவின் பார்வையின் தீவிரம் அதிகரித்தது. "நான் இந்தத் தேவாலயத்தைக் காப்பதற்காக இருக்கிறேன். என்னால் முடியும். என் உயிரின்மீது ஆணையாகச் சொல்கிறேன்."

அதனைத் தொடர்ந்துவந்த மௌனம் இடிமுழக்கமாக இருந்திருக்கலாம்.

120

இரவு பதினொன்று ஐம்பத்தி ஒன்று.

நெக்ரோபொலிஸ் என்பதற்கு நேரடியான பொருள் *இறந்தவர்களின் நகரம்.*

ராபர்ட் லேங்டன் இந்த இடத்தைப் பற்றிப் படித்த எதுவும், அதனைப் பார்ப்பதற்கு அவரை ஆயத்தம் செய்திருக்கவில்லை. நிலத்தடியிலுள்ள பிரமாண்டமான அந்த வெற்றிடம், ஒரு குகையின் தரையில் காணப்படும் சிறிய வீடுகள்போல, இடிந்துவிழும் கல்லறைகளால் நிறைந்திருந்தது. அங்கிருந்த காற்று உயிர்ப்பின்மையின் மணம்கொண்டிருந்தது. சிதைந்த நினைவுச் சின்னங்களுக்கு இடையே, குறுகலான பாதைகளின் அலங்கோலமான கட்டமைப்பு இருக்க, பெரும்பாலானவை உடைந்த செங்கல்லும் பளிங்குப் பூச்சும் கொண்டிருந்தன.

கல்விசார் வியப்புக்கும் கலப்பில்லாத பயத்துக்கும் நடுவில் மாட்டிக்கொண்டதுபோல் லேங்டன் நினைத்தார், *இறந்தவர்களின் நகரம்.* அவரும் மற்றவர்களும் சுழன்றுசென்ற பாதைகளில் விரைந்து சென்றனர். *நான் தவறான தேர்வை மேற்கொள்கிறேனோ?*

கேமர்லெக்னோவின் வசியத்தில் முதலில் வீழ்ந்த சார்ட்ராண்ட், கதவை அகலத் திறந்து கேமர்லெக்னோவின் மீதான நம்பிக்கையை அறிவித்தார். க்ளிக்கும் மாக்ரியும் அவர்கள் இங்கிருந்து உயிருடன் வெளியேறினால், அவர்களுக்கு என்னவிதமான மரியாதை காத்திருக்கிறது என்பதைக் கருத்தில்கொண்டும், கேமர்லெக்னோவின் ஆலோசனைப்படியும், தேடலுக்கு வெளிச்சம் தர ஒத்துக்கொண்டனர், எனினும் அவர்களது நோக்கங்கள் நிச்சயம் சந்தேகத்துக்குரியவை. அனைவரிலும் குறைந்த ஆர்வத்துடனிருந்தது விட்டோரியாதான், லேங்டன் அவளது கண்களில் பெரிதும் பெண்ணின் உள்ளுணர்வு போன்ற தொந்தரவளிக்கும் எச்சரிக்கையுணர்வைக் கண்டிருந்தார்.

இப்போது மிகத் தாமதமாகிவிட்டது, அவர் நினைத்தார், அவரும் விட்டோரியாவும் மற்றவர்களுக்குப்பின் விரைந்துவந்தனர். *நாம் ஒப்புக்கொண்டாகிவிட்டது.*

விட்டோரியா மௌனமாக இருந்தாள், ஆனால் அவர்கள் ஒரே விஷயத்தையே சிந்தித்துக்கொண்டிருந்தனர் என்பதை லேங்டன் அறிந்திருந்தார். *கேமர்லெக்னோ சொல்வது தவறாக இருந்தால், ஒன்பது நிமிடங்கள் என்பது அந்தப் பாழாய்ப்போன வாடிகன் நகரத்தைவிட்டு வெளியேற போதுமான நேரமல்ல.*

கல்லறைகளினூடே அவர்கள் ஓடிக்கொண்டிருக்க, லேங்டன் தன் கால்கள் களைப்படைந்ததுபோல் உணர்ந்தார், குழுவினர் ஒரு செங்குத்தான ஏற்றத்தில் ஏறிக்கொண்டிருந்ததைக் கண்டு ஆச்சரியமடைந்தார். அந்த விளக்கம் நினைவுக்குவந்ததும், அவர் உடலெங்கும் ஒரு நடுக்கத்தை ஏற்படுத்தியது. அவர் காலடியிலுள்ள நிலம் கிறிஸ்துவின் காலத்தைச் சேர்ந்தது. அவர், அசல் வாடிகன் குன்றின் மேல் ஏறிக்கொண்டிருந்தார். லேங்டன், வாடிகனைப் பற்றி அறிந்த அறிஞர்கள் புனித பீட்டரின் கல்லறை, வாடிகன் மலைக்கு அருகில் இருப்பதாகச் சொல்லிக் கேள்விப்பட்டிருந்தார். எப்போதும் அவர்கள் எப்படி அறிந்திருக்கிறார்களென ஆச்சரியப்பட்டார். இப்போது அவர் புரிந்துகொண்டார். *அந்தப் பாழாய்ப்போன குன்று இன்னும் இங்கிருக்கிறது.*

லேங்டன், தான் வரலாற்றின் பக்கங்களின் ஊடே ஓடிக்கொண்டிருப்பதாக உணர்ந்தார். சற்று முன்னால் கிறிஸ்தவ நினைவுச் சின்னமான புனித பீட்டரின் கல்லறை இருந்தது. அசல் கல்லறை, எளிமையான ஆலயத்துடன் அமைந்திருந்தது என்பதை கற்பனைசெய்வது கடினமாக இருந்தது. இனிமேல் இது இருக்கப்போவதில்லை. பீட்டரின் புகழ் பரவியபோது, பழைய ஆலயத்தின்மீது புதிய ஆலயம் எழுப்பப்பட்டது. தற்போது நினைவுச்சின்னம் 440 அடி உயரத்துக்கு நீட்டப்பட்டு, மைக்கேல் ஏஞ்சலோ குவிமாடத்துக்கும் மேலாக உச்சிக் கோபுரமாக, அசல் கல்லறையின் நேர்மேலாக ஓரங்குல வித்தியாசத்தில் அமைந்துள்ளது.

அவர்கள் மேலேறிச் செல்லும் வளைந்த பாதையில் தொடர்ந்தோடினர். லேங்டன் தனது கடிகாரத்தைச் சோதித்தார். எட்டு நிமிடங்கள். தானும் விட்டோரியாவும் இங்கே

இறந்தவர்களுடன் நிரந்தரமாகச் சேர்ந்துகொள்ளப்போகிறோமா என அவர் ஆச்சரியப்படத் தொடங்கினார்.

"கவனியுங்கள்!" க்ளிக் பின்னாலிருந்து அவர்களை நோக்கிக் கத்தினான். "பாம்புப் பொந்துகள்!"

லேங்டன் சரியான நேரத்தில் அதைக் கவனித்தார். வரிசையான சிறிய பொந்துகள் அவர்களது பாதையின் முன்பாகக் காணப்பட்டன. அவற்றை அவர் தாவிக் கடந்தார்.

விட்டோரியாவும் அந்த குறுகிய பொந்துகளைத் தவிர்க்க தாவினாள். அவள் ஓடியபடியே அமைதியின்றி அவற்றைப் பார்த்தாள். "பாம்புப் பொந்துகளா?"

"உண்மையில் *சிற்றுண்டித் துளைகள்*" லேங்டன் திருத்தினார். "என்னை நம்பு, நீ தெரிந்துகொள்ள விரும்பாதிருக்கலாம்." அந்தத் துளைகள் *விடுவிப்புக் குழாய்கள்* என அப்போதுதான் உணரவந்தார். ஆரம்பகால கிறித்துவர்கள் உடலின் உயிர்த்தெழுதலில் நம்பிக்கைகொண்டிருந்தனர், அவர்கள் அந்தத் துளைகளை இறந்தவர்களுக்கு உணவளிக்க, தரைக்கு அடியிலிருந்த நிலவறைக்கு, துளையில் பாலையும் தேனையும் ஊற்ற பயன்படுத்தினர்.

கேமர்லெக்னோ சோர்வாக உணர்ந்தார்.

அவர் மேல்நோக்கி ஓடியபடியிருக்க, கடவுளுக்கும் மனிதனுக்குமான கடமையை எண்ணி, அவர் கால்கள் வலிமையை அடைந்தன. *கிட்டத்தட்ட நெருங்கிவிட்டேன்.* அவர் பெரும் வேதனையில் இருந்தார். *உடலைவிடவும் உள்ளம் பெருமளவு வலியைக் கொண்டுவரமுடியும்.* இருந்தும் அவர் சோர்வாக உணர்ந்தார். விலைமதிக்கமுடியாத மிகச்சிறு நேரமே இருந்தது என அவர் அறிந்திருந்தார்.

"தந்தையே, நான் உங்களது திருச்சபையைக் காப்பாற்றுவேன், நான் உறுதி கூறுகிறேன்."

அவருக்குப் பின்னாலிருந்து ஒளிதந்த பிபிசி விளக்குக்கு அவர் நன்றியுடனிருந்தபோதும், கேமர்லெக்னோ தனது எண்ணெய் விளக்கையும் அவர் உயரப்பிடித்திருந்தார். *நான் இருளில் கலங்கரை விளக்கமாக இருப்பேன். நானே ஒளி.* அவர் ஓடியபோது தீபம் அலைபாய்ந்தது, ஒரு கணம் தீப்பற்றக்கூடிய எண்ணெய்

சிந்தி அவரைச் சுட்டுவிடுமோ என பயந்தார். அவர் ஒரு மாலையிலேயே போதுமான அளவுக்குச் சதை தீய்ந்து அனுபவப்பட்டிருந்தார்.

மலையின் உச்சியை அடைந்தபோது, அவர் வியர்வையில் ஊறிப்போய், மூச்சுவிடக்கூட முடியாதவராக இருந்தார். ஆனால், அவர் முகட்டின்மீது தோன்றியபோது, மீண்டும் பிறப்பெடுத்ததுபோல் உணர்ந்தார். அவர் பலமுறை நின்றிருந்த அந்த துண்டு நிலத்தின்மீது தத்தளித்தார். இங்கே பாதை முடிவடைந்திருந்தது. நெக்ரோபொலிஸ் மண் சுவருடன் திடீர் நிறுத்தத்துக்கு வந்திருந்தது. ஒரு சிறிய அறிவிப்புப் பலகை: கல்லறைகள் என காட்டியது.

புனித பீட்டரின் கல்லறை.

அவருக்கு முன்னால், இடுப்பு மட்டத்தில் சுவரில் ஒரு திறப்பு காணப்பட்டது. அங்கே பொன்முலாம் பூசப்பட்ட தகடு இல்லை. ஆரவாரம் இல்லை. வெறுமனே சுவரில் ஒரு துளை காணப்பட்டது, அப்பால் ஒரு சிறிய செயற்கைக் குகையும், அற்பமான, நொறுங்கும் கல்லாலான சவப்பெட்டியும் காணப்பட்டது. கேமர்லெக்னோ அந்தத் துளைக்குள் உற்றுப்பார்த்துவிட்டு, களைப்புடன் சிரித்தார். அவருக்குப் பின்னால் மற்றவர்கள் மலையேறி வருவதை அவரால் கேட்கமுடிந்தது. அவர் தனது எண்ணெய் விளக்கை ஓரமாய் வைத்துவிட்டு பிரார்த்தனைக்காக மண்டியிட்டார்.

நன்றி கடவுளே! இது கிட்டத்தட்ட முடிந்துவிட்டது.

சதுக்கத்துக்கு வெளியே, திகைப்பிலாழ்ந்த கார்டினல்கள் சூழ்ந்திருக்க, கார்டினல் மோர்ட்டாடி ஊடகத் திரையை ஏறிட்டுப் பார்த்தபடி, கீழிருந்த நிலவறையில் நடந்துகொண்டிருந்த நாடகத்தைக் கவனித்துக்கொண்டிருந்தார். இனியும் எதை நம்புவதென அவருக்குத் தெரியவில்லை. அவர் கண்டதை, மொத்த உலகமும் பார்த்ததா? உண்மையிலே கடவுள் கேமர்லெக்னோவிடம் பேசினாரா? எதிர்க்கரு உண்மையிலே புனித பீட்டர் கல்லறையில் இருக்கப்போகிறதா-

"கவனி!" கூட்டத்திலிருந்து கிசுகிசுப்பு ஒன்று எழுந்தது.

"அங்கே!" அனைவரும் திடீரென திரையைச் சுட்டிக்காட்டினர். "இது ஒரு அற்புதம்!"

மோர்ட்டாடி ஏறிட்டார். கேமரா கோணம் நிலையில்லாமலிருந்த போதும், அது போதுமான அளவுக்குத் தெளிவாகவேயிருந்தது. அந்தப் பிம்பம் மறக்கவியலாதது.

பின்னாலிருந்து படமாக்கப்பட்டிருக்க, கேமர்லெக்னோ மண்தரையில் மண்டியிட்டு பிரார்த்தனை செய்துகொண்டிருந்தார். அவருக்கு முன்னால் சுவரில் ஒரு கரடுமுரடான துளை காணப்பட்டது. துளையின் வெற்றிடத்துக்குள், பழங்கால கல்லின் இடிபாடுகளுக்கு மத்தியில், ஒரு டெரகோட்டா குப்பி காணப்பட்டது. மோர்ட்டாடி அந்தச் சவப்பெட்டியைத் தன் வாழ்வில் ஒரு முறையே கண்டிருந்தபோதும், அதில் என்ன இருந்தது என்பது அவருக்குச் சந்தேகத்துக்கு அப்பாற்பட்டு தெரியும்.

புனித பீட்டர்.

கூட்டத்தினரிடமிருந்து இடிமுழக்கமென எழுந்த உத்வேகமிக்க மகிழ்ச்சிக் கூச்சல்கள், வியப்புகள் எல்லாம் கிறித்துவத்தின் மிகவும் புனிதமான நினைவுச்சின்னத்தில் சாட்சியாக இருக்கிறோம் என்பதிலிருந்து எழுந்தது என நினைக்குமளவு மோர்ட்டாடி அப்பாவி இல்லை. மக்கள் மண்டியிட்டு உடனடியாகப் பிரார்த்தனையும் நன்றியறிவித்தலையும் தெரிவிப்பது புனித பீட்டர் கல்லறைக்காக அல்ல. அந்தக் கல்லறையின மேலிருந்த பொருளுக்காக.

எதிர்க்கரு குப்பி. அது அங்கிருந்தது.... நாளெல்லாம் நெக்ரோபொலிஸின் இருளுக்குள் மறைந்தபடி. நேர்த்தியாக. இரக்கமற்று. அபாயகரமாக. கேமர்லெக்னோவின் வெளிப்பாடு சரி.

மோர்ட்டாடி, அந்த ஒளி ஊடுருவும் உருளையைக் கண்டு ஆச்சரியத்தில் நோக்கினார். திரவத் துளி இன்னும் அதன் மையப்பகுதியில் இருந்தது. உறையைச் சுற்றியிருந்த செயற்கைக் குகையில், அதன் ஆயுளான கடைசி ஐந்து நிமிட ஒளியுமிழும் டையோடிலான கவுண்ட் டவுன் சிவப்பாகக் கண்சிமிட்டிக்கொண்டிருந்தது.

மேலும், உறையிலிருந்து சில அங்குலம் தள்ளி கல்லறையில், கம்பியில்லா ஸ்விஸ் காவலமைப்பின் பாதுகாப்புக் கேமரா உறையை நோக்கியமர்ந்து, அதனை ஒளிபரப்பிக்கொண்டிருந்தது.

மோர்ட்டாடி தனக்குத்தானே சிலுவைக் குறியிட்டபடி, அவர் தன் வாழ்வில் கண்ட பிம்பங்களிலே மிகவும் அச்சுறுத்தும் பிம்பம் இதுதானென நிச்சயித்துக்கொண்டார். ஒரு கணத்துக்குப் பின், எப்படியிருந்தபோதும் இது இன்னும் மோசமாகத்தான் போகிறதென உணரவந்தார் அவர்.

கேமர்லெக்னோ திடீரென எழுந்துநின்றார். அவர் எதிர்க்கருவை கையிலெடுத்துக்கொண்டு, பிறரை நோக்கித் திரும்பினார். அவரது முகத்தில் முழுக் கவனம் தெரிந்தது. அவர் மற்றவர்களைத் தள்ளிவிட்டு நெக்ரோபொலிஸிலிருந்து அவர் வந்தவழியில் இறங்கி ஓடினார்.

கேமரா அதிர்ச்சியில் உறைந்த விட்டோரியா வெத்ராவைக் காட்டியது. "எங்கே போகிறீர்கள்! கேமர்லெக்னா! நீங்கள் இங்கேயே விடப்போவதாக நான் நினைத்தேன்-"

"நம்பிக்கை வையுங்கள்!" அவர் ஓடியபடியே வியப்பைக் காட்டினார்.

விட்டோரியா லேங்டனை நோக்கித் திரும்பினாள். "நாம் என்ன செய்வது?"

ராபர்ட் லேங்டன், கேமர்லெக்னோவை நிறுத்தமுயன்றார், ஆனால் வெளிப்படையாகவே கேமர்லெக்னோவை நம்பத் தொடங்கியிருந்த சார்ட்ராண்ட், இப்போது இடைஞ்சலாக வந்தார்.

பிபிசி கேமராவிலிருந்து வந்த காட்சி, இப்போது ரோலர்கோஸ்டர் சவாரிபோல சுழல்வதும் திரும்புவதுமாயிருந்தது. திரும்பவும் நெக்ரோபோலிஸ் நுழைவுவாயிலை நோக்கி குழப்பமாகத் திரும்பியவர்கள் முட்டிமோதிக்கொள்ள, அச்சமும் குழப்பமுமாய் உறைந்த சட்டகங்கள் வந்தன.

வெளியே சதுக்கத்தில், மோர்ட்டாடி பயம்கலந்த பெருமூச்சை வெளியிட்டார். "அவர் அதை இங்கே கொண்டுவருகிறாரா?"

உலகமெங்கும் தொலைக்காட்சியில் சிறப்புக் கவனத்துக்குள்ளாகி, கேமர்லெக்னோ அவருக்கு முன்னால் எதிர்க்கருவைப் பிடித்தபடி நெக்ரோபொலிஸிலிருந்து மேல்நோக்கி வந்துகொண்டிருந்தார். "இன்றிரவு இனிமேல் இறப்புகள் இருக்காது!"

ஆனால், கேமர்லெக்னோ நினைத்தது தவறு.

121

கேமர்லெக்னோ புனித பீட்டர் பேராலயத்தின் கதவுகளின் ஊடாக வெளிப்பட்டபோது, மிகச்சரியாக இரவு *11:56* மணி. ஏதோ ஒருவித தெய்வீகப் பிரசாதம்போல தனக்குமுன்னால் எதிர்க்கருவை ஏந்தியபடி, உலகத்தின் கவனத்தை ஈர்க்கும் கண்கூசும் வெளிச்சத்தினுள் நுழைந்து அவர் தடுமாறினார். எரியும் கண்களுடன், சதுக்கத்தைச் சுற்றியுள்ள ஊடகத் திரைகளில் அவரால் தனது சொந்த உருவை அரைநிர்வாணமும் காயமுமாக, ராட்சதனென காணமுடிந்தது. வழிபாட்டுணர்வு மற்றும் அச்சத்தின் கலவையாக, அழுதபடியும், கத்திக்கொண்டும், துதித்தபடியும், பிரார்த்தித்துக்கொண்டும்.... புனித பீட்டர் சதுக்கத்தில் எழுந்த முழக்கம், இதுவரை கேமர்லெக்னோ கேட்டிராதது-

தீமையிலிருந்து எங்களை விடுவியுங்கள், அவர் முணுமுணுத்தார்.

நெக்ரோபொலிஸிலிருந்து போட்டிபோட்டுக் கொண்டு வெளியேறியதில் அவர் முற்றிலும் சக்தியிழந்தவராக உணர்ந்தார். அது கிட்டத்தட்ட பேரழிவில் முடிந்திருந்தது. ராபர்ட் லேங்டனும் விட்டோரியா வெத்ராவும் அவரை இடைமறித்து, உறையைத் திரும்பவும் அந்த நிலத்தடி மறைவுப் பகுதியில் வீசிவிட்டு, வெளியே ஓடி மறைந்துகொள்ள விரும்பினர். *குருட்டு முட்டாள்கள்!*

கேமர்லெக்னோ தற்போது, பயம்நிறைந்த தெளிவுடன், வெறெந்த இரவாயிருந்தாலும், அவர் ஒருபோதும் இந்தப் பந்தயத்தில் ஜெயித்திருக்கமாட்டார் என உணரவந்தார். எனினும் இன்றிரவு, கடவுள் அவருடன் இருந்திருந்தார். ராபர்ட் லேங்டன், கேமர்லெக்னோவை முந்தவிருந்த கணத்தில், என்றும் கேமர்லெக்னோவின் நம்பிக்கைக்குரிய கடமையுணர்வு நிறைந்த சார்ட்ராண்டால் பற்றிப்பிடிக்கப்பட்டார். பிரம்மித்துப்போயிருந்த செய்தியாளர்கள் அதிகபட்ச சாதனங்களுடன் குறுக்கிட நெருங்கிவந்தனர்.

கடவுள் புதிரான வழிகளில் இயங்குகிறார்.

கேமர்லெக்னோ, அவருக்குப் பின்னாலுள்ள மற்றவர்களின் குரலைக் கேட்கமுடிந்தது... அவர்களைத் திரையில் காணமுடிந்தது, நெருங்கமுடிந்தது. தனது கடைசிக்கட்ட உடல் ஆற்றலைத் திரட்டிக்கொண்டு, அவர் எதிர்க்கருவை தனது தலைக்குமேல் தூக்கிப்பிடித்தபடி ஓடினார். பின், அவரது மார்பிலிருந்த இல்லுமினாட்டி முத்திரைக்கு அறைகூவலாக, தனது வெறும் தோள்களைப் பின்னுக்குச் சாய்த்தபடி, அவர் படிகளில் விரைந்திறங்கினார்.

இன்னும் ஒரேயொரு கடைசிச் செயல்பாடு இருந்தது.

கடவுள் வேகத்தில், அவர் நினைத்தார். கடவுள் வேகத்தில்.

நான்கு நிமிடங்கள்...

லேங்டன் பேராலயத்திலிருந்து வெளிவந்தபோது, அவரால் பார்க்கவே முடியவில்லை. மறுபடியும் கடலணைய ஊடக விளக்குகளின் வெளிச்சம் அவரது கருவிழியை உறுத்தின. அவரால் பார்க்கமுடிந்ததெல்லாம் நேராக அவரை முந்தி, படிகளில் விரைந்தோடிக்கொண்டிருந்த கேமர்லெக்னோவின் இருண்ட கோட்டுச்சித்திரத்தைத்தான். ஒரு கணம், ஊடக விளக்குகளின் ஒளிவட்டத்தில் மின்னியபடி கேமர்லெக்னோ விண்ணகத்துக்குரியவராக, ஒருவித நவீன தெய்வம்போல தெரிந்தார். அவரது அங்கி அவரது இடையில் கவசம்போல தெரிந்தது. அவரது உடல், அவரது எதிரியின் கைகளால் வடுப்பட்டு, காயம் அடைந்திருந்தபோதும், அவர் சகித்துக்கொண்டார். கேமர்லெக்னோ, அழிவின் ஆயுதத்தை கையில் ஏந்தியபடி கூட்டத்தை நோக்கி ஓடியபடி, உலகத்தை நம்பிக்கை கொள்ளும்படி அழைப்புவிடுத்தபடி, நிமிர்வுடன் ஓடிக்கொண்டிருந்தார்.

லேங்டன் படிக்கட்டில் அவருக்குப் பின்னால் ஓடிவந்து கொண்டிருந்தார். என்ன செய்துகொண்டிருக்கிறார் இவர்? இங்கிருக்கும் அனைவரையும் இவர் அழிக்கப்போகிறார்.

"சாத்தானின் வேலைக்கு, கடவுளின் இல்லத்தில் இடம் கிடையாது," கேமர்லெக்னோ கூவினார். அவர் இப்போது பயந்துபோயிருந்த கூட்டத்தை நோக்கி ஓடினார்.

"ஃபாதர்!" லேங்டன் அவருக்குப் பின்னால் கத்தினார். "அங்கே போக இடமில்லை!"

“சொர்க்கத்தைப் பார்! நாம் சொர்க்கத்தைப் பார்க்கத் தவறுகிறோம்!”

அந்தக் கணத்தில், லேங்டன் கேமர்லெக்னோ எங்குநோக்கிச் செல்கிறாரென கண்டார், அந்த மகத்தான உண்மை அவரை வெள்ளமெனச் சூழ்ந்துகொண்டது. விளக்குகளின் காரணமாக லேங்டன் அதனைக் காணமுடியாவிட்டாலும், தங்களுக்கான தீர்வு நேரே தலைக்குமேலே இருந்ததென அவர் அறிந்திருந்தார்.

நட்சத்திரங்கள் நிறைந்த இத்தாலிய வானம். *தப்பிக்கும் வழி.*

கேமர்லெக்னோ தன்னை மருத்துவமனைக்கு அழைத்துச்செல்ல வரச்சொல்லியிருந்த ஹெலிகாப்டர், பைலட் காக்பிட்டிலிருக்க, கிளம்ப ஆயத்தமாக அதன் இறக்கைகள் சுழல, முன்னால் நின்றிருந்தது. கேமர்லெக்னோ அதனை நோக்கி ஓட, லேங்டன் திடீரென மிகுந்த உற்சாகத்தை உணர்ந்தார்.

லேங்டனின் மனதினூடாக எண்ணங்கள் ஆரவாரமாகப் பாய்ந்துவந்தன...

முதலில் மத்திய தரைக்கடலின் பரந்த விரிவை அவர் மனதில் கண்டார். அது எவ்வளவு தொலைவிருக்கும்? ஐந்து மைல்கள்? பத்து? ஃப்யூமிசினோ கடற்கரை, புகைவண்டியில் ஏழு நிமிடத் தொலைவிலே இருந்ததென அவர் அறிந்திருந்தார். ஆனால் மணிக்கு 200 மைல்கள் பறக்கக்கூடிய ஹெலிகாப்டரில், நிறுத்தங்கள் ஏதுமின்றி... அவர்கள் கடலில் கணிசமான தூரம் சென்று போடமுடிந்தால்... வேறுசில தேர்வுகளும் உள்ளன, என அவர் உணர்ந்ததும், கிட்டத்தட்ட எடையற்றவராக உணர்ந்தபடி அவர் ஓடிவந்தார். *லா காவா ரோமனா!* நகரத்தின் வடக்கேயுள்ள பளிங்கு குவாரிகள் மூன்று மைல்களுக்கும் குறைவான தொலைவில் உள்ளன. அவை எத்தனை பெரிதாக இருக்கும்? இரண்டு சதுர மைல்கள்? நிச்சயமாக அவை இந்த நேரத்தில் ஆளரவமற்று இருக்கும். குப்பியை அங்கேபோடுவது....

“எல்லோரும் பின்னே செல்லுங்கள்!” கேமர்லெக்னோ இரைந்தார். ஓடியபோது அவரது மார்பு வலித்தது. “விலகுங்கள்! இப்போது!”

ஹெலிகாப்டரைச் சுற்றி நின்றிருந்த ஸ்விஸ் காவலர்கள் ஆச்சரியத்தில் வாய்திறந்தபடித் தெரிய, கேமர்லெக்னோ அவர்களை அணுகினார்.

"பின்னால் செல்லுங்கள்!" மதகுரு கத்தினார்.

காவலர்கள் பின்னால் விலகினர். ஒட்டுமொத்த உலகமும் ஆச்சரியத்தில் பார்த்துக்கொண்டிருக்க, கேமர்லெக்னோ ஹெலிகாப்டரைச் சுற்றி ஓடி பைலட்டின் கதவருகே சென்று அதை அகலத் திறந்தார். "மகனே, வெளியே வா! இப்போதே!"

காவலர் துள்ளிக்குதித்தார்.

கேமர்லெக்னோ, உயரமான காக்பிட் சீட்டைக் கண்டதும், தனது சோர்வான நிலைமையில், தான் மேலேற இரண்டு கைகளும் தேவையென அறிந்திருந்தார். அவர் தன்னருகே நடுங்கிக்கொண்டிருந்த பைலட்டிடம் திரும்பி, குப்பியை அவரது கையில் திணித்தார். "இதைப் பிடித்திரு. நான் ஏறியதும் திரும்பக் கொடு."

கேமர்லெக்னோ மேலேறியதும், அவர் ராபர்ட் லேங்டன் மகிழ்ச்சியுடன் கத்தியபடி, அந்த விமானத்தை நோக்கி வருவதைக் கண்டார். *இப்போது நீ புரிந்துகொண்டிருப்பாய்*, கேமர்லெக்னோ நினைத்தார். *இப்போது நீ நம்பிக்கை கொண்டிருப்பாய்!*

கேமர்லெக்னோ காக்பிட்டினுள் ஏறிக்கொண்டு, பழக்கமான லீவர்கள் சிலவற்றை அட்ஜஸ்ட் செய்து, பின் உறையை வாங்க ஜன்னல்பக்கமாகத் திரும்பினார்.

ஆனால், அவர் உறையைத் தந்த அந்தக் காவலர் வெறும் கையுடன் இருந்தார். "அவர் பெற்றுக்கொண்டார்!" என காவலர் இரைந்தார்.

கேமர்லெக்னோ தனது இதயம் நின்றுபோனதுபோல் உணர்ந்தார். "யார்!"

காவலர் சுட்டிக்காட்டினார். "அவர்!"

ராபர்ட் லேங்டன், அந்த குப்பி எத்தனை கனமாக இருந்ததென ஆச்சரியப்பட்டார். அவர் ஹெலிகாப்டரின் மறுபக்கமாக வந்து, சில மணி நேரங்களுக்கு முன்பாக விட்டோரியாவும் அவரும் அமர்ந்திருந்த பின்னிருக்கையில் தொற்றியேறினார். அவர் கதவைத் திறந்த நிலையிலேயே விட்டு தன்னை இருக்கையுடன் பிணைத்துக்கொண்டார். பின் அவர் முன்னிருக்கையில் இருந்த கேமர்லெக்னோவிடம் கத்தினார்.

"பறக்கலாம், ஃபாதர்!"

லேங்டனைத் திரும்பிநோக்கினார் கேமர்லெக்னோ, அவரது முகம் இரத்தமின்றி துயரத்தில் இருந்தது. "நீ என்ன செய்துகொண்டிருக்கிறாய்!"

"நீங்கள் ஓட்டுங்கள்! நான் வீசியெறிகிறேன்." லேங்டன் கத்தினார். "நேரமே இல்லை! ஆசிர்வாதமாய் அமைந்த ஹெலிகாப்டரைப் பறக்கவிடுங்கள்!"

காக்பிட்டின் ஊடாக மின்னிய ஊடக விளக்குகளின் கண்கூசவைக்கும் வெளிச்சம், அவரது முகத்திலிருந்த சுருக்கங்களை இருளச் செய்து தற்காலிகமாக கேமர்லெக்னோவை முடமாக்கியது. "நான் இதனைத் தனியாகச் செய்யமுடியும்," அவர் முணுமுணுத்தார். "நான் இதனைத் தனியாகத்தான் செய்யவேண்டும்."

லேங்டன் அதைக் கேட்கவில்லை. *பறங்கள்!* அவர் கத்திக்கொண்டிருப்பதையே கேட்டார். *இப்போது நான் இங்கே உங்களுக்கு உதவுவதற்காக இருக்கிறேன்.* லேங்டன் குப்பியைக் குனிந்துபார்த்தார், அவர் அதில் தெரிந்த எண்களைக் கண்டதும், மூச்சு தொண்டையிலே சிக்கிக்கொண்டதுபோல் உணர்ந்தார். "*மூன்று நிமிடங்கள் ஃபாதர்! மூன்று!*"

அந்த எண்கள் நிதானத்திலிருந்த கேமர்லெக்னோவைத் திகைக்கவைத்தது. தயக்கமின்றி, அவர் ஹெலிகாப்டரைக் கட்டுப்படுத்தும் பொறிகளுக்குத் திரும்பினார். அரைக்கும் முழக்கத்துடன், ஹெலிகாப்டர் மேலெழுந்தது.

தூசிகளின் சுழற்சியூடாக, விட்டோரியா ஹெலிகாப்டரை நோக்கி வருவதை லேங்டன் கண்டார். அவர்கள் கண்கள் சந்தித்துக்கொள்ள, பின் அவள் மூழ்கும் கல்லென விலகி மறைந்தாள்.

122

ஹெலிகாப்டரினுள் எந்திரங்களின் முனகலும் திறந்த கதவுகளின் வழியாக வீசிய காற்றும் லேங்டனின் புலன்களைச் செவிடாக்கும் இரைச்சலுடன் தாக்கின. கேமர்லெக்னோ விமானத்தை நேர்மேலாக உயர்த்தியபோது, பிரமாண்டமான புவியீர்ப்பு விசைக்கு எதிராக அவர் தன்னை நிலைப்படுத்திக்கொண்டார். புனித பீட்டர் சதுக்கத்தின் பிரகாசம் அவர்களுக்குக் கீழ் சுருங்கியபடி செல்ல, அது கடல்போன்ற நகர விளக்குகளினூடே ஒளிரும் ஒழுங்கற்ற நீள்வட்டமாக ஆனது.

எதிர்க்கரு குப்பி, லேங்டனின் கைகளில் பயங்கரமாகக் கனத்தது. அவரது உள்ளங்கை வியர்வையாலும் ரத்தத்தாலும் வழுக்க, அவர் அதனை இறுகப் பிடித்துக்கொண்டார். பொறியமைவுக்குள் எதிர்க்கரு துளி அமைதியாக வளையவந்தபடியிருக்க, ஒளியுமிழும் டையோடாலான கவுன்ட் டவுன் கடிகாரம் சிவப்பாக மின்னியபடியிருந்தது.

"இரண்டு நிமிடங்கள்!" கேமர்லெக்னோ எங்கே உறையைப் போட நினைத்திருக்கிறாரோ என்ற வியப்புடன் லேங்டன் கத்தினார்.

அவர்களுக்குக் கீழே நகர விளக்குகள் எல்லா திசைகளிலும் பரந்திருந்தன. மேற்கே தொலைவில், லேங்டனால் மத்தியத் தரைக்கடல் கடற்கரையை மின்னும் ஈரத்துடன் காணமுடிந்தது-ஒளிரும் ஒழுங்கற்ற எல்லைக்கப்பால் வெறுமையின் முடிவில்லாத இருள்வெளி பரந்துகிடந்தது. லேங்டன் கற்பனை செய்திருந்ததைவிடவும் கடல் மேலும் தொலைவில் தெரிந்தது. மேலும், கடற்கரையில் தெரிந்த விளக்குகளின் செறிவு, கடலில் தூரமாகச் சென்று வெடிப்பு நிகழ்ந்தாலும் அதன் அழிவுபயக்கும் விளைவுகளின் அப்பட்டமான நினைவூட்டியாகத் தெரிந்தன. லேங்டன், பத்துக் கிலோ டன் கடல் அலை சீற்றம் கடற்கரையைத் தாக்கினால் ஆகும் விளைவுகளைக்கூட நினைத்துப் பார்த்திருக்கவில்லை.

லேங்டன் திரும்பி காக்பிட் சாளரத்தினூடாக நேராகப் பார்த்து, அவர் மிகுந்த உதவிப்பூர்வமாக இருப்பதாக நினைத்தார்.

அவர்களுக்கு நேர்முன்னால், ரோமன் மலையடிவாரத்தின் நகரும் நிழல்கள் இரவினூடாக எதிர்ப்பட்டன. மலைகள் விளக்குகளுடன் காணப்பட்டன- பெரும் பணக்காரர்களின் மாளிகைகள்- ஒரு மைல் அல்லது அதற்கும் கூடுதல் தொலைவில் வடக்கே செல்ல, மலை இருளடைந்து காணப்பட்டது. அங்கே விளக்குகளே தெரியவில்லை- வெறுமனே மாபெரும் இருள்வெளி. வெறுமை.

கல் சுரங்கங்கள்! லேங்டன் நினைத்தார். *லா காவா ரோமனா!*

தரிசு நிலத்தின் விரிவை லேங்டன் உற்றுநோக்கி, அது போதுமான அளவுக்குப் பெரிது என உணரவந்தார். அது அருகிலும்கூட தெரிந்தது. கடலைவிடவும் பெரிதும் அருகில். அவருள் உற்சாகம் உயர்ந்தபடியே சென்றது. வெளிப்படையாகவே இதுதான் கேமர்லெக்னோ எதிர்க்கருவை எடுத்துச்செல்ல நினைத்திருக்கிற இடம்! ஹெலிகாப்டர் அதை நோக்கி நேராகச் சென்றது! கல் சுரங்கங்கள்! எனினும், வினோதமாக ஹெலிகாப்டரின் எந்திரங்கள் பெரிதும் சத்தமிட்டும் ஹெலிகாப்டர் அதிவிரைவாகச் சென்றபோதும், கல் சுரங்கங்கள் நெருங்கவே செய்யாததைக் கண்டார் லேங்டன். திகைப்படைந்து, நிலவரத்தை அறிய பக்கக் கதவு வழியாக அவர் வெளியே பார்த்தார். அவர் கண்டது அவரது உற்சாகத்தை அணைந்து பீதியை உண்டுபண்ணியது. நேரடியாக அவர்களுக்குக் கீழே, ஆயிரக்கணக்கான அடி நேர்கீழே, புனித பீட்டர் சதுக்கத்தின் ஊடக விளக்குகள் மின்னின.

நாம் இன்னும் வாடிகனுக்கு மேலேதான் இருக்கிறோம்!

“கேமர்லெக்னோ!” லேங்டன் குரல்கம்ம அழைத்தார். “முன்னோக்கிச் செல்லுங்கள்! நாம் போதுமான அளவு உயரத்தில் இருக்கிறோம். நீங்கள் முன்னோக்கிச் செல்ல ஆரம்பிக்கவேண்டும்! நாம் குப்பியை வாடிகன் நகருக்கு மேலாகப் போடமுடியாது!”

கேமர்லெக்னோ பதிலளிக்கவில்லை. அவர் ஹெலிகாப்டரை இயக்குவதில் கவனமாக இருப்பதுபோல் தெரிந்தார்.

“நமக்கு இரண்டு நிமிடங்களுக்கும் குறைவான நேரமே இருக்கிறது!” லேங்டன் குப்பியைப் பிடித்துக்கொண்டு கத்தினார். “என்னால் அவற்றைப் பார்க்கமுடிகிறது! *லா காவா ரோமனா!* வடக்கில் சில மைல் தொலைவில் இருக்கிறது. நாம்-”

“இல்லை,” கேமர்லெக்னோ சொன்னார். “அது மிகவும் அபாயகரமானது. நான் வருந்துகிறேன்.” ஹெலிகாப்டர் தொடர்ந்து மேல்நோக்கிச் செல்ல, கேமர்லெக்னோ திரும்பி லேங்டனை நோக்கி துயரகரமான புன்னகையைச் சிந்தினார். “நண்பனே, நீ வந்திருக்கக்கூடாது என்பதே என் விருப்பம். நீ அதியுச்ச தியாகத்தைச் செய்துவிட்டாய்.”

லேங்டன் கேமர்லெக்னோவின் களைப்படைந்த விழிகளைக்கண்டு திடீரென புரிந்துகொண்டார். அவரது ரத்தம் குளிரத் தொடங்கியது. “ஆனால்... அங்கே *எங்காவது* நாம் அவசியம் போயாகவேண்டும்.”

“மேலே,” கேமர்லெக்னோ பதிலளிக்க, அவரது குரல் விலகலாக ஒலித்தது. “அது ஒன்று மட்டுமே உத்தரவாதமான பலனளிக்கும்.”

லேங்டனால் சிந்திக்கவே முடியவில்லை. அவர் கேமர்லெக்னோவின் திட்டத்தை முழுக்கவே தவறாகப் புரிந்துகொண்டார். *சொர்க்கத்தைப் பார்!*

சொர்க்கம், லேங்டன் தற்போது உணரவந்தார், அதைநோக்கியே அவர் பறந்தார். கேமர்லெக்னோ ஒருபோதும் எதிர்க்கருவை கீழேபோட நினைத்திருக்கவேயில்லை. அவர் மனிதனால் சாத்தியமாகும் வரையில் அதை எடுத்துக்கொண்டு வாடிகன் நகரத்திலிருந்து வெகு தொலைவே செல்லவே நினைத்திருந்தார்.

அது ஒருவழிப் பயணமாக இருந்தது.

123

புனித பீட்டர் சதுக்கத்தில், விட்டோரியா வெத்ரா மேல்நோக்கிப் பார்த்துக்கொண்டிருந்தாள். ஹெலிகாப்டர் இப்போது புள்ளியாக மாறியிருந்தது, ஊடக விளக்குகளால்கூட அதை எட்டமுடியவில்லை. ஹெலிகாப்டர் விசிறியின் சத்தம்கூட தொலைதூர ரீங்காரமாய் மங்கியிருந்தது. அந்தக் கணத்தில், மொத்த உலகமும் மேல்நோக்கிக் கவனம்குவித்து, எதிர்பார்ப்பில் மௌனமாகி, கழுத்துக்கள் சொர்க்கத்தை நோக்கி ஏறிட்டிருக்க... அனைத்து மக்களும், அனைத்து

நம்பிக்கையைச் சேர்ந்தவர்களும்... அனைத்து இதயங்களும் ஒன்றாகத் துடித்துக்கொண்டிருந்ததாகத் தோன்றியது.

பின்னிப் பிணைந்த வேதனைகளின் சூறாவளியென விட்டோரியாவின் உணர்வுகள் திகழ்ந்தன. ஹெலிகாப்டர் பார்வையிலிருந்து மறைந்ததும், அவளுக்கு மேலாக உயர்ந்துசென்ற ராபர்ட்டின் முகத்தை நினைத்துப்பார்த்தாள். *அவர் என்ன யோசித்துக்கொண்டிருந்தார்? அவருக்குப் புரியவில்லையா?*

சதுக்கத்தைச் சுற்றி, தொலைக்காட்சி கேமராக்கள் இருளை ஆராய்ந்தபடி காத்துக்கொண்டிருந்தன. முகங்களால் ஆன கடலொன்று, மேல்நோக்கிப் பார்த்தவாறு, ஒருங்கிணைந்து மௌனமாக கவுண்ட் டவுன் நிறைவுக்குவரக் காத்திருந்தன. பிரகாசமான நட்சத்திரங்களுடன் மின்னும் ரோமானிய வானத்தின்- அமைதியான காட்சியொன்றையே அனைத்து ஊடகத் திரைகளும் ஒளிபரப்பிக்கொண்டிருந்தன. விட்டோரியா கண்ணீர்த் துளிகள் உதிரத் தொடங்கியதை உணர்ந்தாள்.

அவளுக்குப் பின்னால் பளிங்காலான சரிவொன்றில், 161 கார்டினல்கள் மௌனமான வேதனையுடன் ஏறிட்டுப் பார்த்துக்கொண்டிருந்தனர். சிலர் கைகளைக் கட்டி பிரார்த்தனையில் ஈடுபட்டிருந்தனர். பெரும்பாலோர் உறைந்து, அசைவின்றி நின்றுகொண்டிருந்தனர். சிலர் அழுதுகொண்டிருந்தனர். நொடிகள் வேகமாகக் கடந்தன.

உலகெங்குமுள்ள வீடுகளில், மதுக்கூடங்களில், விற்பனையகங்களில், விமான நிலையங்களில், மருத்துவமனைகளில், உயிர்கள் பிரபஞ்ச சாட்சியாக இணைந்திருந்தன. ஆண்களும் பெண்களும் கைகோத்திருந்தனர். பிறர் தங்களது குழந்தைகளைப் பிடித்துக்கொண்டிருந்தனர். நேரம் நீண்டுகொண்டே செல்வதுபோல் தோன்ற, உயிர்கள் ஒற்றுமையுடன் காத்திருந்தன.

பின், கொடூரமாக, புனித பீட்டர் சதுக்கத்தின் மணியோசை ஒலிக்கத் தொடங்கியது.

விட்டோரியா கண்ணீரை அனுமதித்தாள்.

முழு உலகமும் கவனித்துக்கொண்டிருக்க... நேரம் தீர்ந்துகொண்டிருந்தது.

அந்நிகழ்வின் முழுமுற்றான மௌனமே அனைத்திலும் அச்சுறுத்துவதாக இருந்தது.

வாடிகன் நகருக்கு வெகுமேலே, ஒரு ஊசிமுனை வெளிச்சம் வானில் தோன்றியது. ஒருகணப் பொழுதில்... புதிய நட்சத்திரம் பிறந்ததுபோல்... எவரும் கண்டிராத தூய, வெண்மையான வெளிச்சப் புள்ளி தெரிந்தது.

பின் அது நிகழ்ந்தது.

ஒரு ஒளிவெள்ளம். தனக்குத் தானே சக்தியூட்டப்பட்டதுபோல் அந்தப் புள்ளி விரிவடைந்து, வானத்தின் குறுக்காக மாபெரும் சுற்றளவுக்கு கண்ணைக் குருடாக்கும் வெண்ணொளியுடன் ஒளிர்ந்தது. அது விவரிக்க இயலாத வேகத்தில், எல்லா திசைகளிலும் விரிவடைந்து, இருட்டை விழுங்கியது. ஒட்டுமொத்த வானத்தையும் விழுங்க ஆயத்தமாகும் பிசாசைப் போல ஒளிக்கோளம் தீவிரமாக விரிவடைந்துகொண்டே சென்றது. அது கீழே அவர்களை நோக்கி வேகத்துடன் விரைந்துவந்தது.

தீவிரமான வெளிச்சத்தால் தாக்கப்பட்ட மனிதத் திரள் ஒன்றாகப் பெருமூச்சுவிட்டபடி, தங்கள் கண்களை மறைத்துக்கொண்டு, கண் குருடாகிவிட்டதோ என பயத்தால் நெருக்கப்பட்டு, சத்தமாக அலறினர்.

எல்லாத் திசைகளிலும் வெளிச்சம் சீறியடிக்க, கற்பனையே செய்யவியலாத ஒன்று நிகழ்ந்தது. கடவுளின் விருப்பத்தால் கட்டுண்டதுபோல, விரிந்துகொண்டே சென்ற ஒளியின் ஆரம் சுவரொன்றில் சென்று மோதியதுபோல் தோன்றியது. அது வெடிப்பை, பிரமாண்ட கண்ணாடிக் கோளமொன்றுக்குள் கட்டுப்படுத்தப்பட்டதுபோல தோன்றச்செய்தது. அந்த ஒளி உள்நோக்கித் திரும்பி, கூர்மையாகி அதன்மீதே சிற்றலையாகப் பரவியது. அலை அதன் முன்தீர்மானிக்கப்பட்ட விட்டத்தை எட்டியதுபோல, அங்கேயே அலைவுற்றது. அந்தக் கணத்தில், துல்லியமான, மௌனமான ஒளிக் கோளம் ரோமின் மீதாக பிரகாசித்தது. இரவு, பகலைப்போல மாறியது.

பின் அது மோதியது.

மேலிருந்து இடிபோன்ற ஒரு அதிர்ச்சி அலை எழ - அதன் அதிர்ச்சி ஆழமானதாகவும் உள்ளீடற்றதாகவும் இருந்தது. அது

நரகத்தின் கோபம்போல அவர்கள்மேல் இறங்கி, வாடிகன் நகரத்தின் கிரானைட் அடித்தளத்தை அசைத்து, மக்களின் நுரையீரலிலிருந்து மூச்சை அகற்றிக் காலிசெய்து, சிலரை பின்னோக்கித் தள்ளி தடுமாறவைத்தது. திடீரென சூடான சுழல்காற்றைத் தொடர்ந்து, பெருந்தூண்களின் வரிசையை ஒலியதிர்வு வட்டமிட்டது. பக்கச் சுவர்களுக்கும் தூண்களுக்கும் ஊடே மோதி காற்று ஒலியெழுப்புவதுபோல, சதுக்கத்தை ஊடுருவிச் சென்ற காற்று, கவலையான முனகலொன்றை வெளியிட்டது. தலைக்குமேலே புழுதி சுழன்றடிக்க மக்கள் ஒருவரையொருவர் தழுவிக்கொண்டு... நன்மைக்கும் தீமைக்குமான மோதலைப் பார்வையிட்டனர்.

பின், அந்தக் கோளம் எத்தனை வேகமாகத் தோன்றியதோ, அத்தனை வேகமாக வெடித்து அது வெளிவந்த மிகச்சிறு ஒளிப்புள்ளிக்குள்ளேயே, உள்நோக்கி நசுக்கப்பட்டு உறிஞ்சப்பட்டது.

124

இதற்கு முன் இத்தனை பேர் இவ்வளவு மௌனமாய் இருந்ததில்லை.

புனித பீட்டர் சதுக்கத்தில் தென்பட்ட முகங்கள் ஒவ்வொன்றாய், இருண்ட வானிலிருந்து தங்கள் கண்களை விலக்கி கீழ்நோக்கித் திரும்பி, ஒவ்வொருவரும் தமது சொந்த வியப்பின் கணத்துக்குள் திரும்பினர். அதைத் தொடர்ந்து ஊடக விளக்குகள், அவர்கள் மீது படிந்திருந்த இருளுக்கு மரியாதை செய்வதுபோல், பூமியை நோக்கி ஒளிக்கற்றைகளைப் பாய்ச்சின. அது, ஒரு கணம் ஒட்டுமொத்த உலகும் ஒற்றுமையாய் தலைவணங்கியதுபோல் தோன்றியது.

கார்டினல் மோர்ட்டாடி பிரார்த்தனை செய்ய மண்டியிட, மற்ற கார்டினல்களும் அவருடன் இணைந்துகொண்டனர். ஸ்விஸ் காவலர்கள் தங்களது நீண்ட கத்திகளைத் தாழ்த்தியபடி, உறைந்துநின்றனர். எவரும் பேசவில்லை. யாரும் அசையவில்லை. எங்கும் இதயங்கள் உள்ளார்ந்த உணர்வால் நடுங்கின.

இழப்பு. பயம். வியப்பு. நம்பிக்கை. அவர்கள் அப்போதுதான் கண்டிருந்த அச்சுறுத்தும் புதிய ஆற்றலையெண்ணி அச்சம் கலந்த மரியாதையை வெளிப்படுத்தினர்.

விட்டோரியா வெத்ரா, பேராலயத்தின் படிகளின் அடியில் நடுங்கியபடி நின்றுகொண்டிருந்தாள். அவள் தனது கண்களை மூடியிருந்தாள். அவளது ரத்தத்தினூடாக உணர்ச்சிகளின் பெருக்கு சென்றுகொண்டிருக்க, ஒரு ஒற்றைச் சொல் தூரத்து மணியோசைபோல முழங்கியது. மாசுபடாதது. கொடூரமானது. அவள் அதைத் தூர விலக்கினாள். இருந்தும் அந்த வார்த்தை எதிரொலித்தது. மறுபடியும் அவள் அதை பின்தள்ளினாள். வேதனை மிகவும் பெரிதாக இருந்தது. அவள் மற்றவர்களின் மனதில் ஒளிர்ந்த பிம்பங்களினூடே தன்னை மறக்க முயன்றாள்... எதிர்க்கருவின் மனதை மயக்கும் சக்தி... வாடிகனின் மீட்பு... கேமர்லெக்னோ... துணிச்சலின் சாதனைகள்... அற்புதங்கள்... சுயநலமின்மை. அதன்பின்னும் அந்த வார்த்தை எதிரொலித்தது... குழப்பங்களின் ஊடே துளைக்கும் தனிமையுடன் முழங்கியது.

ராபர்ட்.

அவர், அவளுக்காகப் புனித ஏஞ்சலோ கோட்டைவரை தேடிவந்திருந்தார்.

அவர் அவளைக் காப்பாற்றியிருந்தார்.

இப்போதோ *அவளது* கண்டுபிடிப்பால் அழிக்கப்பட்டிருந்தார்.

கார்டினல் மோர்ட்டாடி பிரார்த்தித்தபடி, கேமர்லெக்னோவைப் போல் தானும் கடவுளின் குரலைக் கேட்கமுடியுமாவென ஆச்சரியப்பட்டார். *அற்புதத்தை அனுபவப்பட, ஒருவர் அதில் நம்பிக்கைகொள்ள வேண்டுமா?* மோர்ட்டாடி பழமையில் நம்பிக்கைகொண்ட நவீன மனிதர். அவரது நம்பிக்கையில் அற்புதங்களுக்கு இடமே கிடையாது. நிச்சயமாக அவரது மதம் அற்புதங்களைப் பற்றிப் பேசுகிறது.... ரத்தம்சிந்தும் உள்ளங்கைகள், இறந்தவர் உயிர்த்தெழுதல், சவச்சீலைகளில் முத்திரைகள்... இருந்தும், மோர்ட்டாடியின் பகுத்தறிவு மனம் எப்போதும் இவற்றையெல்லாம் கதைகளின் ஒரு பகுதியாகவே எண்ணியது. அவையெல்லாம் மனிதனின் மகத்தான பலவீனத்தின் விளைவு- ஆதாரத்துக்கான மனிதனது தேவை.

அற்புதங்கள் என்பவை வேறொன்றுமல்ல கதைகள், அவை உண்மையாக இருக்கவேண்டுமென விரும்பி, நாமெல்லாம் அவற்றை இறுகப் பற்றிக்கொள்கிறோம்.

இருந்தும்...

என் கண்கள் சற்றுமுன் கண்டதை ஏற்றுக்கொள்ள இயலாத அளவுக்கு நான் மிக நவீனமாக இருக்கிறேனா? அது ஒரு அதிசயம் இல்லையா? ஆம்! கடவுள், கேமர்லெக்னோவின் காதில் சில வார்த்தைகளை முணுமுணுத்து, இடையிட்டு இந்த தேவாலயத்தைக் காப்பாற்றியிருக்கிறார். இது ஏன் நம்ப கடினமாயிருக்கிறது? கடவுள் எதுவும் பண்ணாமல் போயிருந்தால் கடவுளைப் பற்றி அது என்ன சொல்லும்? எல்லாம் வல்லவன் அக்கறை காட்டவில்லையென்றா? அவர் அதை தடுத்து நிறுத்த சக்தியற்றவரென்றா? அற்புதம் ஒன்றே சாத்தியமான ஒரே பதில்!

மோர்ட்டாடி ஆச்சரியத்தில் மண்டியிட்டு, கேமர்லெக்னோவின் ஆன்மாவுக்காகப் பிரார்த்தித்தார். இன்னும் தன் இளமையின் வருடங்களில் இருக்கும் போப்பின் இளவயது காரியஸ்தர், ஒரு வயோதிகனின் கண்களைத் திறந்து, கேள்விகேட்காத நம்பிக்கையின் அற்புதங்களைக் காணவைத்ததற்காக அவர் நன்றிகள் கூறினார்.

ஆச்சரியப்படும்வகையில், மோர்ட்டாடி தனது நம்பிக்கை எந்த அளவுக்குச் சோதிக்கப்படுமென ஒருபோதும் சந்தேகப்படவே இல்லை.

புனித பீட்டர் சதுக்கத்தின் மௌனம் முதலில் ஒரு சிற்றலையால் கலைந்தது. அது முணுமுணுப்பாக வளர்ந்தது. பின் திடீரென ஒரு முழக்கமாக உயர்ந்தது. அறிவிப்பேதுமின்றி, திரள் ஒன்றாகக் கூவியது.

"பாருங்கள்! பாருங்கள்!"

மோர்ட்டாடி தனது கண்களைத் திறந்து கூட்டத்தை நோக்கி திரும்பினார். அனைவரும் அவருக்குப் பின்னால், புனித பீட்டர் பேராலயத்தின் முன்பக்கத்தைச் சுட்டிக்காட்டினர். அவர்களது முகங்கள் வெளிறிப்போயிருந்தன. சிலர் மண்டியிட்டனர். சிலர் மயங்கினர். சிலர் கட்டுப்படுத்தவியலாமல் தேம்பியழுதனர்.

"பாருங்கள்! பாருங்கள்!"

மோர்ட்டாடி திரும்பி, திகைத்து, அவர்களது நீட்டப்பட்ட கைகளின் திசையில் பார்த்தார். அவர்கள் கிறிஸ்து மற்றும் அவரது சீடர்கள், கூட்டத்தை நோக்கும் பிரமாண்ட சிலைகள் காணப்பட்ட, பேராலயத்தின் உச்சிப் பகுதியான மாடிக் கூரையைச் சுட்டினர்.

அங்கே, இயேசுவுக்கு வலப்பக்கம், கைகளை உலகத்தை நோக்கி நீட்டியபடி... கேமர்லெக்னோ கார்லோ வென்ட்ரேஸ்கா நின்றுகொண்டிருந்தார்.

125

ராபர்ட் லேங்டன் அப்போது விழுந்துகொண்டிருக்கவில்லை. அங்கே இனி பயம் எதுவுமில்லை. வலி இல்லை. காற்றைக் கிழித்துக்கொண்டு செல்லும் சத்தம்கூட இல்லை. அவர் சௌகர்யமாகக் கடற்கரையில் துயிலில் இருப்பதுபோல், நீரலையின் மென்மையான சத்தம் மட்டுமே அங்கே இருந்தது.

தன்னுணர்வில் எழுந்த முரண்காரணமாக, லேங்டன் இதனை மரணமென உணர்ந்தார். அதற்காக அவர் மகிழ்வாக உணர்ந்தார். உணர்வின்மை அவரை ஒட்டுமொத்தமாக ஆக்கிரமிக்க அனுமதித்தார். அது அவரை எங்குவேண்டுமானாலும் அழைத்துச்செல்ல அனுமதித்தார். அவரது வலியும் பயமும் உணர்விழப்புக்கு ஆளாகியிருக்க, எந்த விலைகொடுத்தாவது அதனைத் திரும்ப அனுமதிக்கக்கூடாதென விரும்பினார். அவரது கடைசி ஞாபகம், நரகத்தை மட்டுமே அவர் மனதின்முன் கொண்டுவந்தது.

என்னை எடுத்துக்கொள். தயவுசெய்து...

ஆனால் நீரலையின் சத்தம், அவருள் தொலைதூர அமைதியுணர்வை ஏற்படுத்தி அவரைப் பின்னுக்கிழுத்தது. அது ஒரு கனவின்மூலம் அவரை எழுப்ப முயற்சி செய்துகொண்டிருந்தது. *இல்லை என்னை இப்படியே விடு!* அவர் விழித்துக்கொள்ள விரும்பவில்லை. அவரது பரவசத்தின் சுற்றுவிளிம்பில் பேய்த்தெய்வங்கள் கூடிநிற்பதையும்,

ஆனந்தத்தை அடித்துச் சிதைக்க முயற்சிப்பதையும் அவர் அறிந்திருந்தார். குழப்பமான பிம்பங்கள் சுழன்றடித்தன. குரல்கள் இரைந்தன. காற்று சுழன்றடித்தது. *தயவுசெய்து, வேண்டாம்!* எத்தனை அதிகமாக அவர் போராடினாரோ அத்தனை அந்தச் சீற்றம் தணிந்தது.

பின், தீவிரமாக, அவர் அவையனைத்தையும் மறுபடியும் வாழ ஆரம்பித்தார்...

ஹெலிகாப்டர் தலை கிறுகிறுக்கும் அபாயகரமான உயரத்துக்கு ஏறிக்கொண்டிருந்தது. அவர் உள்ளுக்குள் அகப்பட்டிருந்தார். திறந்த கதவுக்கு அப்பால், ஒவ்வொரு நொடிக்கும் ரோமின் விளக்குகள் தூரமாகிக் கொண்டே சென்றன. அவரது உயிர்பிழைக்கும் உணர்வு, அவரிடம் அந்தக் குப்பியை அப்போதே வீசச் சொல்லியது. குப்பி அரை மைல் தொலைவுக்கு விழ இருபது நொடிகளுக்கும் குறைவாகவே ஆகுமென அறிந்திருந்தார் லேங்டன். ஆனால், அது நகரத்து மக்களை நோக்கி விழுந்துகொண்டிருக்கும்.

மேலே! மேலே!

லேங்டன், தற்போது அவர்கள் எவ்வளவு உயரமாகச் சென்றிருந்தனர் என ஆச்சரியப்பட்டார். சிறிய இறக்கைகளைக் கொண்ட விமானங்கள், கிட்டத்தட்ட நான்கு மைல்கள் உயரத்துக்குப் பறக்குமென அவர் அறிந்திருந்தார். இந்த ஹெலிகாப்டர் இப்போதைக்கு நல்ல உயரத்தில் இருக்கவேண்டும். இரண்டு மைல்கள் உயரத்தில்? மூன்று? இன்னும் வாய்ப்பிருந்தது. அவர்கள் அதை மிகச்சரியான கணத்தில் வீசினால், உறை பூமியைநோக்கிச் செல்லும் பாதிவழியில் பாதுகாப்பான தூரத்தில், பூமிக்கும் ஹெலிகாப்டருக்கும் இடைவழியில் வெடிக்கக்கூடும். லேங்டன் அவர்களுக்குக் கீழே தெரிந்த பரந்துவிரிந்த பூமியை எட்டிநோக்கினார்.

"ஒருவேளை நீங்கள் மிகத்தவறாகக் கணக்கிட்டால்?" கேமர்லெக்னோ கேட்டார்.

லேங்டன் திகைப்பாய்த் திரும்பிப் பார்த்தார். கேமர்லெக்னோ அவரைப் பார்க்கக்கூட செய்யாமல், விண்ட்ஷீல்டில் தெரிந்த பேயுரு போன்ற பிரதிபலிப்பைப் பார்த்தே லேங்டனின் எண்ணங்களை அறிந்திருந்தார். விநோதமாக, கேமர்லெக்னோ

அப்போது ஹெலிகாப்டரின் கட்டுப்பாட்டுக் கருவிகளில் கவனம் செலுத்தவில்லை. அவரது கைகள் த்ரோட்டிலின்மீதுகூட இல்லை. ஹெலிகாப்டர் உயரே செல்லும்வகையில், தற்போது ஒருவகை தானியங்கிச் செயல்பாட்டில் இருந்தது. கேமர்லெக்னோ தனது தலைக்கு மேலே, காக்பிட்டின் மேற்கூரையை அணுகி, தடுப்புக்குப் பின்னால் தேடி, பார்வைக்குத் தெரியாமல் ஒட்டிவைக்கப்பட்டிருந்த ஒரு திறவுகோலை எடுத்தார்.

கேமர்லெக்னோ இருக்கைகளுக்கு நடுவில் அமைக்கப்பட்டிருந்த உலோகத்தாலான கார்கோ பெட்டியைத் திறப்பதை லேங்டன் திகைப்புடன் கவனித்துக்கொண்டிருந்தார். அவர் ஒருவித பெரிய, கறுப்பு, நைலான் பொதியொன்றை வெளியிலெடுத்தார். அதை அவருக்கருகேயிருந்த இருக்கையில் வைத்தார். லேங்டனின் எண்ணங்கள் கிளர்ந்தன. கேமர்லெக்னோவின் அசைவுகள், அவரிடம் தீர்வு இருப்பதுபோல் நிதானமாக இருந்தன.

"அந்தக் குப்பியை என்னிடம் கொடுங்கள்," கேமர்லெக்னோ, அமைதியான தொனியில் கேட்டார்.

லேங்டன், இனிமேல் என்ன யோசிப்பதென அறியாமலிருந்தார். அவர் குப்பியை கேமர்லெக்னோவிடம் விரைந்தளித்தார். "தொன்னூறு நொடிகள்!"

எதிர்க்கருவை கேமர்லெக்னோ என்ன செய்தார் என்பது லேங்டனை முழுக்க ஆச்சரியத்துக்குள்ளாக்கியது. குப்பியைக் கவனமாகத் தன் கையில் பிடித்துக்கொண்டு, கேமர்லெக்னோ அதை கவனமாக அந்தக் கார்கோ பெட்டியில் வைத்தார். பின் அவர் அதன் கனமான மூடியை மூடி, திறவுகோலால் இறுக்கமாகப் பூட்டினார்.

"நீங்கள் என்ன செய்கிறீர்கள்!" லேங்டன் வினவினார்.

"தூண்டுதலுக்கு ஆட்படுவதிலிருந்து நம்மை விலக்குகிறேன்." கேமர்லெக்னோ அந்தத் திறவுகோலை திறந்த சாளரம் வழியாக வீசினார்.

அந்தத் திறவுகோல் இரவுக்குள் குட்டிக்கரணமடித்தபடி செல்ல, லேங்டன் தனது உயிரும் அதனுடன் சேர்ந்து வீழ்வதாக உணர்ந்தார்.

பின் கேமர்லெக்னோ அந்த நைலான் பொதியை எடுத்து, தனது கைகளை அதிலிருந்த நாடாவுக்குள் நுழைத்தார். அவரது

வயிற்றுப்பக்கமிருந்த இடுப்புப் பகுதியின் பிடிப்பை மாட்டினார், முதுகில் சுமக்கும் பேக்கைப் போல அவையனைத்தையும் எளிதாகச் செய்துமுடித்தார். திகைத்துநிற்கும் ராபர்ட் லேங்டனின் பக்கம் திரும்பினார் அவர்.

“நான் வருந்துகிறேன்,” கேமர்லெக்னோ சொன்னார். “இது இப்படி நடந்திருக்கக்கூடாது.” பின் அவர் கதவைத் திறந்து இரவுக்குள் குதித்தார்.

லேங்டனின் நினைவிலி மனத்திலிருந்து அந்தப் பிம்பம் வெளிவர, அதனுடன் வலியெழுந்தது. உண்மையான வலி. உடல்சார்ந்த வலி. வலி. தீவிரமானது. அவர் தன்னை எடுத்துக்கொண்டு, அதனை முடிவுக்குக் கொண்டுவர இறைஞ்சினார், ஆனால் அவரது காதுகளில் நீரின் ஒலி சத்தமாக ஒலிக்க, புதிய பிம்பங்கள் வரத் தொடங்கின. அவரது நரகம் அப்போதுதான் தொடங்கியிருந்தது. அவர் துண்டு துணுக்குகளையே காணத்தொடங்கியிருந்தார். கலப்பில்லாத பீதியின் கலைந்த சட்டகங்கள். அவர் மரணத்துக்கும் கொடுங்கனவுக்கும் இடையே கிடந்தபடி, விடுதலைக்காக இறைஞ்சிக்கொண்டிருந்தார். ஆனால், அவரது மனதில் சித்திரங்கள் மிகவும் பிரகாசமாக வளரத் தொடங்கின.

எதிர்க்கரு எட்டாதபடிக்குப் பூட்டப்பட்டிருந்தது. ஹெலிகாப்டர் மேலநோக்கி எழுந்துகொண்டிருக்க, கவுண்ட் டவுன் கடிகாரமோ கீழ்நோக்கி எண்ணிக்கை குறைந்தபடியே இருந்தது. *ஐம்பது நொடிகள்.* மேலே. மேலே. லேங்டன் அந்த அறையில் வேகமாகச் சுழன்றபடி, அவர் சற்றுமுன் பார்த்ததைப் புரிந்துகொள்ள முயன்றார். *நாற்பைத்தந்து நொடிகள்.* அவர் இருக்கைகளின் கீழே மற்றொரு பாராசூட்டுக்காகத் தேடினார். *நாற்பது நொடிகள்.* அங்கே எதுவுமில்லை. அங்கே ஒரேயொரு வாய்ப்பு இருந்தது. *முப்பத்தைந்து நொடிகள்.* அவர் ஹெலிகாப்டரின் திறந்த கதவை எட்டி சீற்றத்துடன் வீசும் காற்றில் நின்றபடி, கீழே தெரிந்த ரோமின் விளக்குகளை உற்றுநோக்கினார். *முப்பத்தி இரண்டு நொடிகள்.*

பின் அவர் அந்த வாய்ப்பைத் தேர்ந்தெடுத்தார்.

நம்பவியலாத வாய்ப்பு...

பாராசூட் இல்லாமல், ராபர்ட் லேங்டன் கதவுக்கு வெளியே குதித்தார். அவரது துள்ளிவிழுந்த உடலை இரவு விழுங்க, ஹெலிகாப்டர் அவருக்குமேல் ராக்கெட்டென சீறிச்செல்ல, காதைச் செவிடாக்கும் அவரது வீழ்ச்சியின் வேகத்தால் ஹெலிகாப்டரின் இறக்கையின் சத்தம் ஆவியாவதுபோல் தோன்றியது.

அவர் பூமியை நோக்கி வீழ்ந்துகொண்டிருந்தபோது, ராபர்ட் லேங்டன் இத்தனை வருடங்களில் உயரத்திலிருந்து குதிக்கும்போது அனுபவப்படாத ஒன்றை உணர்ந்துகொண்டிருந்தார் - மரண வீழ்ச்சியின்போதான புவிஈர்ப்பின் விவரிக்க இயலாத ஈர்ப்பை. எத்தனை வேகமாக அவர் வீழ்ந்தாரோ, அத்தனை தீவிரமாகப் பூமி அவரைக் கீழ்நோக்கி இழுத்ததுபோல தெரிந்தது. எனினும், இம்முறை ஐம்பதடிக்குக் கீழ் குளத்தினுள் சென்று இறங்கப்போவதில்லை. ஆயிரக்கணக்கான அடி கீழே நடைபாதை, கான்கிரீட் என முடிவில்லாது விரிந்துகிடக்கும் நகரத்தினுள்

- விழப்போகிறார்.

அவரது அவநம்பிக்கைக்கும் சுழன்றடிக்கும் காற்றுக்குமிடையே எங்கோ, கோஹ்லரின் குரல் கல்லறையிலிருந்து... இன்று காலையில் செர்னில் ஃபரீ பால் ட்யூப் அருகே நின்றுகொண்டிருந்தபோது அவர் பேசிய வார்த்தைகள்- ஒலித்தன. *ஒரு சதுர கஜம் பரப்பு, விழும் உடலின் வீழ்ச்சியை இருபது சதவிகிதம் குறைக்கும்.* இருபது சதவிகிதம், இதுபோன்ற வீழ்ச்சியில் ஒருவர் உயிர்தப்பிப் பிழைப்பதற்கு நெருக்கமாகக்கூட அது வராதென லேங்டன் உணர்ந்திருந்தார். எனினும், செயலிழந்து நிற்பதைவிட மிகவும் நம்பிக்கையாய், கதவுக்கு வருகையில் அவர் ஹெலிகாப்டரிலிருந்து ஒரேயொரு பொருளைப் பற்றி இழுத்துவந்திருந்தார். அது ஒரு விநோதமான நிகழ்வு, ஆனால் அது ஒன்றுதான் சில கணங்களுக்கேனும் அவருக்கு நம்பிக்கையைக் கொடுத்தது.

விண்ட்ஷீல்டை மூடுவதற்கான தார்ப்பாய் உறை ஹெலிகாப்டரின் பின்பகுதியில் கிடந்தது. அது குழிவான செவ்வக வடிவில்- கிட்டத்தட்ட நான்கு கஜம் நீளமும் இரண்டு கஜம் அகலத்துடன்- தோராயமாகப் பாராசூட்டாகக் கற்பனைசெய்யக்கூடிய- பெரிய தார்ப்பாய் விரிப்பு. அது சேணம் போன்ற எதையும் கொண்டிருக்கவில்லை,

விண்ட்ஷீல்டின் வளைந்த முனையில் மாட்டுவதற்காக, அதன் இரு முனைகளிலும் நெகிழ்வுத்தன்மையுடனான வளையங்களைக் கொண்டிருந்தது. லேங்டன் அதைப் பிடித்து, தனது கைகளை அந்த வளையத்தினூடாக விட்டு பற்றிக்கொண்டு, வெளிக்குள் குதித்திருந்தார்.

இளமை அறைகூவலின் அவரது கடைசி மகத்தான செயல்.

இந்தக் கணத்துக்குப் பின் வாழ்க்கை குறித்த எந்த மாயையும் இல்லை.

லேங்டன் ஒரு பாறையைப் போல வீழ்ந்தார். கால்கள் முதலில். கைகள் உயர்ந்திருந்தன. அவரது கைகள் வளையத்தைப் பற்றியிருந்தது. அந்தத் தார்ப்பாய் உறை தலைக்கு மேலே காளான்போல உப்பியிருந்தது. காற்று வேகமாக அவரைக் கடந்துசென்றது.

அவர் பூமியைநோக்கி வீழ்ந்துகொண்டிருக்க, அவருக்கு மேல் எங்கோ ஆழ்ந்த வெடிப்பு நிகழ்ந்தது. அவர் எதிர்பார்த்ததைவிடவும் தொலைவில் நடந்ததாகத் தெரிந்தது. கிட்டத்தட்ட உடனேயே அதிர்வலை வந்து அவரைத் தாக்கியது. மூச்சு நுரையீரலுக்குள்ளே தடைப்பட்டதுபோல் அவர் உணர்ந்தார். அவரைச் சுற்றியுள்ள காற்றில் திடீரென வெம்மை அதிகரித்தது. தொடர்ந்து பிடித்துக்கொள்ள அவர் போராடினார். வெப்ப அலையொன்று மேலிருந்து கீழே இறங்கியது. அந்தத் தார்ப்பாய் உறையின் மேற்பகுதி புகையத் தொடங்கியது... ஆனாலும் பிடித்திருந்தார்.

ஆயிரம் அடிக்கு உயரும் அலையைத் தாண்டிக்குதிக்க அலைச்சறுக்கு ஆடுபவர் முயல்வதுபோல், விரிந்துசெல்லும் ஒளித்திரையின் விளிம்புக்கு அப்பால், லேங்டன் கீழ்நோக்கி வேகமாக வீழ்ந்துகொண்டிருந்தார். பின் திடீரென வெப்பம் குறையத் தொடங்கியது.

அவர் மீண்டும் இருண்ட குளுமையின் ஊடே விழத் தொடங்கினார்.

ஒரு கணம் லேங்டன் நம்பிக்கையாக உணர்ந்தார். எனினும் ஒரு கணத்துக்குப் பின், வெப்பம் மேலேறிச் சென்று மறைந்ததுபோல நம்பிக்கையும் மங்கியது. அவரது கைகளுக்குச் சிரமம் இருந்தபோதும், அந்தத் தார்ப்பாய் உத்தரவாதமாய்

அவரது வீழ்ச்சியை வேகம்குறையச் செய்தது, காற்று இன்னும் அவரது உடலை காதைச் செவிடாக்கும் வேகத்துடன் கடந்து சென்றுகொண்டிருந்தது. லேங்டன், இந்த வீழ்ச்சியிலிருந்து தப்பிப்பிழைக்காத அளவுக்குத் தான் வேகமாக விழுகிறோம் என்பதில் அவருக்குச் சந்தேகம் இருக்கவில்லை. நிலத்தைத் தொட்டதும் நொறுங்கிப்போய்விடுவார் அவர்.

அவரது மூளைக்குள் கணிதக் கணக்கீடுகள் குட்டிக்கரணமடித்தன, ஆனால், அவற்றை உணரமுடியாத அளவுக்கு அவர் மிகவும் உணர்ச்சியற்றுப் போயிருந்தார்... ஒரு சதுர கஜம் பரப்பு... வேகத்தில் இருபது சதவிகிதம் குறைக்கும். அவரது தலைக்குமேலிருந்த தார்ப்பாய் அவரது வீழ்ச்சியை இருபது சதவிகிதத்துக்கும் அதிகமாகக் குறைக்கக்கூடிய அளவு பெரிது என்பதை மட்டுமே கணக்கிடமுடிந்தது. துரதிர்ஷ்டவசமாக, காற்று அவரைக் கடந்துசென்ற வேகம், அந்த தார்ப்பாய் செய்யும் நன்மையைப் போதுமானதாக ஆக்காது என்பதை மட்டும் அவரால் சொல்லமுடியும். அவர் இப்போதும் வேகமாக வீழ்ந்துகொண்டிருந்தார்.... காத்திருக்கும் கடல்போன்ற கான்க்ரீட்டின் விளைவாக உயிர்பிழைப்பதென்பதே இருக்கப்போவதில்லை.

அவருக்குக் கீழ், ரோமின் விளக்குகள் நான்கு திசைகளிலும் பரந்து கிடந்தன. லேங்டன் வீழ்ந்துகொண்டிருந்த நகரம், நட்சத்திரங்களால் ஒளியூட்டப்பட்ட பிரமாண்ட வானைப் போல தோற்றமளித்தது. கச்சிதமான நட்சத்திரங்களின் விரிவு, இருண்ட கீற்றொன்று மட்டுமே நகரை இரண்டாகப் பிரித்தது- அகன்ற, வெளிச்சப் புள்ளிகளுடன் வளைந்துசென்ற கொழுத்த பாம்பு போன்ற வெளிச்சமில்லாத துண்டொன்று. லேங்டன் கீழே வளைந்துசென்ற கறுநிற நிலத்துண்டைப் பார்வையிட்டார்.

திடீரென, எதிர்பாராத அலையின் எழுச்சி முகடென, மறுபடியும் அவரில் நம்பிக்கை நிறைந்தது.

கிட்டத்தட்ட உத்வேகமிக்க ஆற்றலுடன், லேங்டன் தார்ப்பாயினை வலக்கையால் கடுமையாகக் கீழ்நோக்கி இழுத்தார். தார்ப்பாய் திடீரென பலமாகக் குலுங்கி, வீங்கியபடி, குறைந்த எதிர்ப்புள்ள பாதையைக் கண்டறிந்து வலப்புறமாகத் திரும்பியது. லேங்டன் தான் பக்கவாட்டில் இழுக்கப்படுவதாக உணர்ந்தார். அவரது உள்ளங்கையில் எழுந்த வலியைப்

புறக்கணித்து, அவர் மறுபடியும் வலுவாக இழுத்தார். தார்ப்பாய் பரந்துவிரிய, லேங்டன் தனது உடல் பக்கவாட்டில் சரிவதை உணர்ந்தார். பெரிய அளவுக்கில்லை. ஆனால் ஓரளவுக்கு. அவர் மறுபடியும் அவருக்குக் கீழே வளைந்த கருநிற பாம்பைப் பார்த்தார். அது வலப்புறம் இருந்தது, ஆனால் அவர் இன்னும் வெகு உயரத்தில் இருந்தார். அவர் வெகுநேரம் காத்திருந்தாரோ? அவர் தன் முழு ஆற்றலாலும் பிடித்து இழுத்தபடி, இனி இது கடவுளின் கைகளில் என ஒப்புக்கொண்டார். பாம்பெனத் தெரிந்த அகன்ற பகுதியில் தீவிரமாகக் கவனம் செலுத்தினார்... அவரது வாழ்வில் முதல்முறையாக, ஒரு அதிசயத்துக்காகப் பிரார்த்தித்தார்.

அதன்பிறகு நடந்தவை தெளிவாக நினைவில்லை.

அவருக்குக் கீழ் இருள் விரைந்து நெருங்கிவர... துள்ளிப் பாயும் உள்ளுணர்வு திரும்பவந்தது... அவரது முதுகெலும்பு மற்றும் பெருவிரல்களின் நுனிகள் அனிச்சையாக ஆயத்தமாகின... அவரது உயிர்ச்சக்திமிகு உள்ளுறுப்புகளைப் பாதுகாக்க, அவரது நுரையீரல் விரிந்து ஆயத்தமாகியது... மோதலை எதிர்கொள்ள கால்கள் நெகிழ்வாகின.... கடைசியாக... சீறி வளைந்துசெல்லும் திபெர் நதிக்கு.... நுரையெழும்புவதும் காற்று நிரம்பியதுமான அதன் நீருக்கு... நிலையான நீரைவிட மூன்று மடங்கு மென்மையானதாக இருந்ததற்கு நன்றியறிதலை உணர்ந்தார்.

பின் அங்கொரு தாக்கம் நிகழ்ந்தது... மற்றும் இருள்.

வானில் எழுந்த நெருப்புப் பந்திலிருந்து, நீரில் விழுந்த தார்ப்பாயின் பேரொலி அங்கிருந்த ஒரு குழுவினரின் கண்களை ஈர்த்தது. ரோமின் வானம் இன்றிரவு காட்சிகளால் நிரம்பித் ததும்பியது... மேலே மேலே உயரச் சென்ற ஹெலிகாப்டர், ஒரு பிரமாண்ட வெடிப்பு, இப்போது நதிக்கரையிலிருந்து சற்று தள்ளியிருந்த சிறிய தீவான ஐசோலா திபெர்நியாவின் சுழன்று செல்லும் திபெர் நதி நீரில் மூழ்கிய இந்த விநோதப் பொருள்.

கி.பி. 1656இல் ரோமானிய ப்ளேக் நோய்த்தொற்றின்போது, நோய்க்குள்ளானவர்களை விலக்கிவைக்க இந்தத் தீவு பயன்படுத்தப்பட்டுவந்தது, இந்தத் தீவு மர்மமான குணப்படுத்தும் அம்சங்களைக் கொண்டிருந்தது. இந்தக் காரணத்துக்காகவே, இத்தீவு பின்னால் ரோமின் டிபெர்னியா மருத்துவமனைக்கான தலமாக ஆனது.

அவர்கள் உடலைக் கரைக்குக் கொண்டுவந்தபோது, உடல் நன்கு அடிபட்டிருந்தது. அந்த மனிதனின் உடலில் இன்னும் மெலிதான துடிப்பிருந்தது அவர்களை ஆச்சரியப்படுத்தியது. குணப்படுத்துவதற்கான ஐசோலா திபெர்னியாவின் புராண நற்பெயர்தான் ஓரளவுக்கு அவரது இதயத்தைத் துடிக்கவைத்ததா என அவர்கள் வியந்தனர். சில நிமிடங்களுக்குப்பின், அந்த மனிதர் இருமியபடி மெதுவாக விழிப்புணர்வை அடைந்தார், அந்தக் குழு உண்மையிலே இந்தத் தீவு அற்புத சக்தியைக் கொண்டிருப்பதாகத் தீர்மானித்தனர்.

126

இந்தக் கணத்தின் மர்மத்தை விளக்க எந்த மொழியிலும் வார்த்தைகள் இல்லையென கார்டினல் மோர்ட்டாடி அறிந்திருந்தார். தேவதூதர்களின் எந்தவொரு சேர்ந்திசையை விடவும், புனித பீட்டர் சதுக்கத்தின் மீது கண்ட தரிசனத்தின் மௌனம் பலமாக ஒலித்தது.

கேமர்லெக்னோ வென்ட்ரேஸ்காவை அவர் ஏறிட்டுப் பார்த்தபோது, மோர்ட்டாடி தனது இதயம் மற்றும் மனம் செயலிழந்து மோதிக்கொள்வதை உணர்ந்தார். அந்தக் காட்சி உண்மையென, தெளிவானதென தோன்றியது. இருந்தும்... அது எப்படி சாத்தியம்? அனைவரும் கேமர்லெக்னோ ஹெலிகாப்டரினுள் ஏறியதைப் பார்த்திருந்தனர். அவர்கள் அனைவரும் ஆகாயத்தில் ஒளிக் கோளத்தைக் கண்டிருந்தனர். ஆனால், இப்போது எப்படியோ, கேமர்லெக்னோ மேல்தளத்தின் கூரைமீது நின்றுகொண்டிருந்தார். தேவதூதர்களால் இட்டுவரப்பட்டாரா? கடவுளின் கையால் மறு அவதாரம் எடுத்துவந்தாரா?

இது சாத்தியமில்லாதது...

மோர்ட்டாடியின் இதயத்துக்கு நம்பிக்கையே போதுமானதாயிருந்தது, ஆனால் அவரது மனம் காரணத்திற்காகக் கூச்சலிட்டது. இருந்தும் அவரைச் சுற்றியிருந்த அனைத்துக்

கார்டினல்களும், அவரைப் போலவே ஏறிட்டுப் பார்த்தபடியே ஆச்சரியத்தில் திகைத்துநின்றனர்.

அது கேமர்லெக்னோ. அதில் சந்தேகமில்லை. ஆனால், அவர் சற்றே வித்தியாசமாகத் தெரிந்தார். தெய்வீகமாக. சுத்திகரிக்கப்பட்டதைப் போல. ஆவியா? மனிதனா? விளக்குகளின் ஒளியில் தெரிந்த அவரது வெண்ணிற சருமம் உடலற்றதுபோல் எடையேயின்றி மின்னியது.

சதுக்கத்தில் அழுகையும், உற்சாகமும், தன்னிச்சையான கைதட்டலும் காணப்பட்டது. கன்னியாஸ்திரி குழுவொன்று மண்டியிட்டு *சைதா (saetas)* துயரப் பாடல்களைப் பாடினர். கூட்டத்திலிருந்து ஒரு துடிப்பு வளர்ந்தது. திடீரென, மொத்த சதுக்கமுமே கேமர்லெக்னோவின் பெயரை உச்சரித்தது. கார்டினல்களில் சிலர், தங்களது முகமெங்கும் கண்ணீர் வழிய, அதில் இணைந்துகொண்டனர். மோர்ட்டாடி சுற்றிலும் பார்த்து நடப்பதைப் புரிந்துகொள்ள முயற்சித்தார். *உண்மையில் இதுவே நிகழ்கிறதா?*

கேமர்லெக்னோ கார்லோ வென்ட்ரேஸ்கா புனித பீட்டர் பேராலயத்தின் மேற்தள கூரையில் நின்றபடி, அவரை ஏறிட்டுப் பார்த்துக்கொண்டிருந்த பெருந்திரளைக் குனிந்துநோக்கினார். அவர் விழிப்புடனிருக்கிறாரா அல்லது கனவு கண்டுகொண்டிருக்கிறாரா? அவர் வேற்றுலகத்தைச் சேர்ந்தவராக மாற்றமடைந்திருப்பதாக உணர்ந்தார். அது அவரது உடலா அல்லது வெறிச்சோடிய புல்வெளிகளில் அமைதியான தேவதூதர் வந்திறங்குவதுபோல, மென்மையான, வாடிகன் நகரத் தோட்டத்தின் இருண்ட விரிவில்... சொர்க்கத்திலிருந்து அவரது ஆவி மிதந்துவந்திருக்கிறதா என ஆச்சரியப்பட்டார். புனித பீட்டர் பேராலயத்தின் உயரமான நிழலால் அவரது கறுப்பு பாராசூட் மறைக்கப்பட்டது. அவர் இப்போது நின்ற பழமையான நீள்வட்ட பதக்கம்போன்ற படிக்கட்டுகளிலிருந்து, மேற்தள கூரைக்கு ஏறுவதற்கு வலிமையைத் தந்தது அவரது ஆவியா உடலா என அவர் வியந்தார்.

அவர் ஒரு ஆவியுருவைப் போன்று அத்தனை எடையின்றித் தெரிந்தார்.

ஏற்கனவே கீழேயிருந்த மக்கள் அவரது பெயரை உச்சரித்தபோதும், அவர்கள் உற்சாகமடைவது அவருக்காக அல்ல என அவர்

அறிந்திருந்தார். அவர் தினமும் இறைவனை எண்ணும்போது உணரும் அதேவிதமான துடிப்பான மகிழ்ச்சியுடனே அவர்களும் ஆரவாரம் செய்தனர். அவர்கள் ஒவ்வொருவரும் எப்போதும் ஏங்கிக்கொண்டிருந்த... அப்பாலிருந்து வரும் உறுதிப்பாட்டை... படைத்தவனின் ஆற்றல் எனும் சாராம்சத்தை அனுபவப்பட்டுக் கொண்டிருந்தனர்.

கேமர்லெக்னோ வென்ட்ரேஸ்கா தனது வாழ்நாள் முழுக்க இந்தக் கணத்துக்காகத்தான் பிரார்த்தித்திருந்தார். இருந்தும், அதை வெளிப்படுத்த கடவுள் ஒரு வழியைக் கண்டுபிடித்தார் என்பதை அவர் உணரவில்லை. அவர் அவர்களிடம் கத்திக்கூற விரும்பினார். உங்களது கடவுள் உயிர்ப்புள்ள கடவுள்! உங்களைச் சுற்றியுள்ள அற்புதங்களைப் பற்றிப்பிடித்துக்கொள்ளுங்கள்!

அவர் அங்கே சற்று நேரம் உணர்வற்றும், அதேசமயம் அவர் எப்போதும் உணர்வதைவிடவும் அதிகமாக உணர்ந்தபடியும் நின்றார். கடைசியில், அந்த உத்வேகம் அவரைவிட்டு விலக, அவர் தலையைத் தாழ்த்தி அந்த விளிம்பிலிருந்து பின்னடைந்தார்.

இப்போது தனியாக, அவர் கூரையில் மண்டியிட்டு, பிரார்த்தித்தார்.

127

அவரைச் சூழ இருந்த பிம்பங்கள் மங்குவதும் தெளிவதுமாக இருந்தன. லேங்டனின் கண்கள் மெதுவாகக் கவனம் குவிக்கத் தொடங்கின. அவரது கால்கள் வலித்தன. அவரது உடல் சுமையுந்து ஏறியிறங்கியதுபோல் உணர்ந்தது. அவர் பக்கவாட்டில் படுத்திருந்தார். பித்தநீர் போல ஏதோ துர்நாற்றம் அடித்தது. அவர் இன்னும் அலையொலியின் தொடர்ந்த சத்தத்தைக் கேட்டுக்கொண்டிருந்தார். இப்போது அது அவருக்கு அமைதியானதாகத் தெரியவில்லை. வேறுசில சத்தங்களும் அங்கே இருந்தன- அவரைச் சுற்றி நெருக்கமாக நின்று பேசிக்கொண்டிருக்கும் சத்தம். அவர் தெளிவில்லாத வெள்ளை உருவங்களைப் பார்வையிட்டார். அவர்கள்

எல்லாரும் வெள்ளுடுப்பு அணிந்திருக்கிறார்களா? ஒன்று, தான் மருத்துவமனையில் இருக்கவேண்டும் அல்லது சொர்க்கத்தில் இருக்கவேண்டுமென லேங்டன் தீர்மானித்தார். அவரது தொண்டையில் உணர்ந்த எரிச்சலிலிருந்து, லேங்டன் அது சொர்க்கமாக இருக்காதெனத் தீர்மானித்தார்.

"*அவர் வாந்தியெடுத்து முடித்துவிட்டார்,*" ஒரு மனிதர் இத்தாலியில் சொன்னார். "*அவரைத் திருப்புங்கள்.*" அந்தக் குரல் உறுதியானதாகவும் தொழில்முறை சார்ந்ததாகவும் இருந்தது.

கைகள் அவரை மெதுவாக முதுகு கீழிருக்கும்படி புரட்டுவதை உணர்ந்தார் லேங்டன். அவரது தலை சுழன்றது. அவர் அமர முயன்றார், ஆனால் கைகள் அவரை நாசூக்காகப் படுப்பதற்கு வலியுறுத்தின. அவரது உடல் இணங்கியது. பின் லேங்டன் யாரோ தனது பாக்கெட்டுகளில் கைவிட்டு பொருட்களை அகற்றுவதை உணர்ந்தார்.

பின் அவர் நினைவிழந்துவிட்டார்.

மருத்துவர் ஜேக்கப்ஸ் ஒரு மதவாதி அல்ல. வெகுகாலம் முன்பே மருத்துவ அறிவியல் அம்மனநிலையை அவரில் உருவாக்கியது. இருந்தும், அன்றிரவு வாடிகன் நகரில் நடந்த நிகழ்வுகள் அவரது முறைசார் தர்க்க அறிவை சோதனைக்கு உட்படுத்தியிருந்தன. இப்போது உடல்கள் வானிலிருந்து விழுகிறதா?

மருத்துவர் ஜேக்கப்ஸ், சற்று முன்பு திபெர் நதியிலிருந்து இழுத்துவந்து படுக்கையில் வைத்திருந்த மனிதனின் நாடித்துடிப்பைச் சோதித்தார். கடவுளே இவரைப் பாதுகாக்கச் சொல்லி ஒப்படைத்ததாய்த் தீர்மானித்தார் மருத்துவர். நீரில் மோதியதன் அதிர்ச்சி அந்த நபரை நினைவிழக்கச் செய்திருந்தது, கரையில் நின்று வானில் நடப்பதைப் பார்த்துக்கொண்டிருந்த ஜேக்கப்பும் அவரது குழுவினரும் இந்த நபர் விழுவதைக் கவனிக்காமல் போயிருந்தால், நிச்சயமாக அவர் கவனிக்கப்படாமலே மூழ்கிப்போயிருப்பார்.

"*இது அமெரிக்கன்,*" அவரை உலர்ந்த நிலத்துக்குக் கொண்டுவந்ததும் ஒரு செவிலி அவரது பர்ஸைத் திறந்துபார்த்துவிட்டுச் சொன்னாள்.

அமெரிக்கனா? ரோமில் அமெரிக்கர்களின் எண்ணிக்கை அதிகரிக்கும்போது, ஹாம்பர்கர் அதிகாரப்பூர்வ இத்தாலிய

உணவாக மாறிவிடும் என ரோமானியர்கள் அடிக்கடி ஜோக்கடிப்பதுண்டு. *ஆனால் வானிலிருந்து அமெரிக்கர்கள் விழுவதென்பது?* ஜேக்கப்ஸ் பேனா அளவிலான டார்ச் லைட்டை அந்த மனிதரின் கண்களில் அடித்து, கண் விரிவடைகிறதா என சோதித்தார். “சார்? நான் பேசுவது கேட்கிறதா? நீங்கள் எங்கே இருக்கிறீர்கள் என அறிவீர்களா?”

அந்த மனிதர் மறுபடியும் நினைவிழந்தார். ஜேக்கப்ஸ் ஆச்சரியப்படவில்லை. ஜேக்கப்ஸ் இருதய நுரையீரல் புத்துயிர்ப்பு முயற்சியை மேற்கொண்டதும், அந்த மனிதர் நிறைய நீரை வாந்தியெடுத்தார்.

“அவர் பெயர் ராபர்ட் லேங்டன்,” செவிலி, அந்த மனிதரின் ஓட்டுநர் உரிமத்தை வாசித்துச் சொன்னாள்.

அங்கே கூடியிருந்த குழுவினர் ஒரு கணம் உறைந்தனர்.

“சாத்தியமில்லை!” ஜேக்கப்ஸ் அறிவித்தார். தொலைக்காட்சி மூலம், ராபர்ட் லேங்டன்- வாடிகனுக்கு உதவிக்கொண்டிருந்த அமெரிக்கப் பேராசிரியர் என அறிந்திருந்தனர். திரு. லேங்டன், சில நிமிடங்களுக்கு முன்புதான், புனித பீட்டர் சதுக்கத்தில் ஹெலிகாப்டரில் ஏறி, அந்தரத்தில் சில மைல் உயரத்துக்குச் சென்றதைக் கண்டிருந்தார் ஜேக்கப்ஸ். ஜேக்கப்ஸும் பிறரும் எதிர்க்கரு வெடிப்பதைக் காண வெளியே தளத்துக்குச் சென்றிருந்தனர் - அவர்களில் எவரொருவரும் இதற்குமுன்பு கண்டிராத பிரமாண்டமான ஒளிக்கோளத்தைக் கண்டனர். *இவர் அதே மனிதராய் எப்படி இருக்கமுடியும்!*

“அது அவர்தான்!” நர்ஸ் வியந்தாள், அவரது நனைந்த முடியை ஒதுக்கியபடி. “அவரது ட்வீட் கோட்டை என்னால் அடையாளம் காணமுடிகிறது.”

திடீரென யாரோ மருத்துவமனை நுழைவுப்பாதையில் கத்தினார். அது நோயாளிகளில் ஒருவர். அவள் வெறிபிடித்ததுபோல் கத்தியபடி, தனது எடுத்துச் செல்லக்கூடிய வானொலியை வானை நோக்கிப்பிடித்தபடி கடவுளை வாழ்த்தினாள். வெளிப்படையாகவே கேமர்லெக்னோ வென்ட்ரேஸ்கா சற்றுமுன்தான் மர்மமான முறையில் வாடிகனின் மேற்கூரையில் தோன்றியிருந்தார்.

மருத்துவர் ஜேக்கப்ஸ், காலையில் எட்டு மணிக்கு அவரது பணிநேரம் முடிந்ததும், நேராக தேவாலயத்துக்குச் செல்வதெனத் தீர்மானித்தார்.

லேங்டனின் தலைக்கு மேலிருந்த விளக்குகள் இப்போது பிரகாசமாகவும் கிருமிநீக்கம் செய்யப்பட்டதாகவும் இருந்தன. அவர் ஒருவித பரிசோதனை மேஜையில் கிடத்தப்பட்டிருந்தார். விநோத வேதிப்பொருட்களின், கசப்பான வாசனையுடன் காணப்பட்டார். யாரோ சற்றுமுன்பு அவருக்கு ஒரு ஊசி செலுத்தியிருந்தனர், அவர்கள் அவரது ஆடைகளை நீக்கியிருந்தனர்.

நிச்சயமாக ஜிப்ஸிகள் அல்ல, அவர் தனது அரைமயக்க பித்தநிலையில் தீர்மானித்தார். *ஒருவேளை, அயல்கிரகத்தைச் சேர்ந்தவர்களோ?* ஆம், அவர் இதுபோன்ற விஷயங்களைப் பற்றி கேள்விப்பட்டிருந்தார். அதிர்ஷ்டவசமாக இத்தகைய உயிர்கள் அவருக்குத் தீங்கு செய்யாது. அவர்கள் அனைவருக்கும் தேவை அவரது-

"அது நடக்காது!" லேங்டன் நேராக நிமிர்ந்தமர்ந்து, கண்களை அகலத்திறந்தார்.

"கவனியுங்கள்!" ஜீவராசிகளில் ஒன்று அவரைக் கவனித்துக் கத்தியது. அவரது அடையாள வில்லை மருத்துவர் ஜேக்கப்ஸ் என்றது. அவர் பெரிதும் மனிதனைப்போலவே தெரிந்தார்.

லேங்டன் தடுமாறினார், "நான்... நினைத்தேன்..."

"பதட்டப்படாதீர்கள், திருவாளர் லேங்டன். நீங்கள் மருத்துவமனையில் இருக்கிறீர்கள்."

குழப்பம் அகலத் தொடங்கியது. லேங்டன் சற்றே ஆறுதலாக உணர்ந்தார். அவர் மருத்துவமனைகளை வெறுத்தார், ஆனால், அவரது விதைப்பைகளை எடுத்துக்கொள்ளும் வேற்றுக்கிரகவாசிகளுக்கு மருத்துவர்கள் எவ்வளவோ மேல்.

"நான் மருத்துவர் ஜேக்கப்ஸ்," அந்த மனிதர் சொன்னார். அவர் சற்று முன்பு என்ன நடந்ததென விவரித்தார். "மிகவும் அதிர்ஷ்டக்காரர் என்பதால் நீங்கள் உயிருடன் இருக்கிறீர்கள்."

லேங்டன் அதிர்ஷ்டமுள்ளவராக உணரவில்லை. அவரது சொந்த நினைவுகளையே ஓரளவுக்குத்தான் புரிந்துகொள்ள

முடிந்தது... ஹெலிகாப்டர்... கேமர்லெக்னோ. அவரது உடல் எங்கெங்கும் வலித்தது. அவர்கள் அவருக்கு கொஞ்சம் நீர் தந்தனர், அவர் தனது வாயைக் கொப்பளித்தார். அவரது உள்ளங்கையில் அவர்கள் புதிய துணியைச் சுற்றினர்.

“என் துணிகள் எங்கே?” லேங்டன் கேட்டார். அவர் அப்போது காகிதத்திலான ஆடைகளை அணிந்திருந்தார்.

செவிலிகளில் ஒருத்தி கவுண்டரில் இருந்த நீர் சொட்டும் கந்தலான கால் டவுசர் மற்றும் ட்வீட் பக்கம் கைகாட்டினாள். “அவை நீரில் நனைந்துவிட்டன. நாங்கள் அதனை உங்களிடமிருந்து வெட்டி அகற்றினோம்.”

லேங்டன் தனது கந்தலான ஹாரிஸ் ட்வீட்டைப் பார்த்துவிட்டு புருவமுயர்த்தினார்.

“உங்களது பையில் நீருள் ஊறிய காகிதமொன்று இருந்தது,” செவிலி சொன்னாள்

அதன்பின்பே லேங்டன் அவரது மேற்கோட்டின் லைனிங் எங்கும் காகிதத்தின் சிதைந்த துண்டுதுணுக்குகள் ஒட்டியிருந்ததைக் கவனித்தார். கலீலியோவின் டயாகிராமா பக்கம். பூமியிலிருந்த கடைசிப் பிரதியும் மறைந்திருந்தது. அதற்கு எப்படி எதிர்வினையாற்றுவதென தெரியாமல், அவர் மிகவும் உணர்ச்சியற்றுக் காணப்பட்டார். அவர் வெறுமனே உற்றுநோக்கினார்.

“நாங்கள் உங்களது தனிப்பட்ட பொருட்களைப் பாதுகாத்து விட்டோம்.” அவள் ஒரு பிளாஸ்டிக் பெட்டியை உயர்த்திக்காட்டினாள். “பணப் பை, காம்கார்டர், பேனா. நான் என்னால் முடிந்தமட்டும் சிறப்பாகk காம்கார்டரை உலரவைத்துவிட்டேன்.”

“என்னிடம் காம்கார்டர் கிடையாது.”

அந்தச் செவிலி புருவமுயர்த்தியபடி, அந்தப் பெட்டியை நீட்டினாள். லேங்டன் அதிலிருந்த பொருட்களைப் பார்த்தார். அவரது பணப்பையுடன் பேனாவும், சிறிய சோனி ருவி காம்கார்டரும். அவரால் இப்போது நினைவுகூர முடிந்தது. கோஹ்லர் அவரிடம் இதையளித்து, இதனை ஊடகங்களிடம் கொடுக்கச் சொல்லி கொடுத்திருந்தார்.

"நாங்கள் இதனை உங்கள் பையில் கண்டுபிடித்தோம். இருந்தாலும், நீங்கள் புதிதாக ஒன்றை வாங்கவேண்டியிருக்குமென நினைக்கிறேன்."

செவிலி அதன் பின்புறமிருந்த இரண்டு அங்குல திரையை விரித்துத் திறந்தாள். "உங்களது படம்காட்டும் பகுதி விரிசலிட்டிருக்கிறது.." பின் அவள் முகம்மலர்ந்தாள். "ஓரளவுக்குச் சத்தம் இன்னும் வேலைசெய்கிறது." அவள் அந்தக் கருவியைக் காதருகே உயர்த்தினாள். "ஏதோ ஒன்று திரும்பத் திரும்ப ஓடிக்கொண்டிருக்கிறது. அவள் சில கணம் கேட்டுவிட்டு, லேங்டனிடம் அதைத் தந்து கத்தினாள். "இரண்டு பேர் வாதிடுகிறார்களென நான் நினைக்கிறேன்."

குழம்பிய, லேங்டன் அந்தக் காம்கார்டரை காதோடு சேர்த்துப் பிடித்தார். குரல்கள் இறுக்கமாகவும், உலோகத் தன்மையோடும் இருந்தன, ஆனால் அவை தெளிவாக இருந்தன. ஒன்று நெருக்கத்திலும் ஒன்று தொலைவிலுமாகக் கேட்டது. லேங்டன் இருவரையும் அடையாளம் கண்டார்.

அங்கே தனது காகித அங்கியுடன் அமர்ந்தபடி, லேங்டன் அந்த உரையாடலைத் திகைப்புடன் கவனித்தார். என்ன நடக்கிறது என அவரால் பார்க்கமுடியாவிட்டாலும், அவர் அந்த உரையாடலின் அதிர்ச்சியூட்டும் கடைசிப் பகுதியைக் கேட்டபோது, அவருக்குக் காட்சிகள் தெரியாமல் போனதற்காக அவர் நன்றியுடன் இருந்தார்.

கடவுளே!

மறுபடியும் முதலிலிருந்து உரையாடல் ஓடத் தொடங்கியபோது, லேங்டன் காம்கார்டரை தனது காதிலிருந்து தாழ்த்தி, திகைப்புடன் அமர்ந்தபடி கேட்டார். எதிர்க்கரு.... ஹெலிகாப்டர்... லேங்டனின் மனது தற்போது வேகமெடுத்தது.

ஆனால், அதன் பொருள்...

அவர் மீண்டும் வாந்தியெடுக்க விரும்பினார். திசைதிருப்பல் மற்றும் கடும்கோபத்தால் பெருகும் சீற்றத்துடன், மேஜையை விட்டிறங்கி நடுங்கும் கால்களுடன் நின்றார்.

"திரு. லேங்டன்!" மருத்துவர் அவரைத் தடுத்துநிறுத்த முயன்றார்.

"எனக்குக் கொஞ்சம் உடைகள் தேவை," பின்பக்கமில்லாத அங்கியின் வெறுமையை உணர்ந்து கேட்டார் லேங்டன்.

"ஆனால், நீங்கள் அவசியம் ஓய்வெடுக்கவேண்டும்."

"நான் காலிசெய்கிறேன். இப்போதே. எனக்குக் கொஞ்சம் உடைகள் தேவை."

"ஆனால், நீங்கள்-"

"இப்போதே!"

அனைவரும் திகைப்பான பார்வையைப் பரிமாறிக்கொண்டனர். "எங்களிடம் ஆடைகள் இல்லை," மருத்துவர் சொன்னார். "ஒருவேளை நாளை நண்பரொருவர் உங்களுக்கு ஆடைகள் கொண்டுவரக் கூடும்." லேங்டன் மெதுவாக நிதானமாய் மூச்சை இழுத்துவிட்டபடி, மருத்துவரின் கண்களுடன் கண்களைக் கோர்த்தார்.

"டாக்டர் ஜேக்கப்ஸ், நான் இப்போதே வெளியே செல்கிறேன். எனக்கு ஆடைகள் தேவை. நான் வாடிகன் நகருக்குச் செல்லவிருக்கிறேன். ஒருவர் தனது பின்புறம் வெளித்தெரிய வாடிகன் நகருக்குப் போகமுடியாது. நான் சொல்லவருவதை தெளிவாகச் சொன்னேனா?"

மருத்துவர் ஜேக்கப்ஸ் சிரமப்பட்டு எச்சில் விழுங்கினார். "இந்த மனிதர் அணிய ஏதாவது கொண்டுவாருங்கள்."

லேங்டன் மருத்துவமனை திபெரினாவிலிருந்து வெளியே வரும்போது, அவர் அளவுக்குமீறி வளர்ந்த குட்டி சாரணர்போல் உணர்ந்தார். அவர் துணை மருத்துவ அலுவலரின், பாதுகாப்பு உடைகளை அணிந்திருந்தார். அவரது ஆடையில் அதற்குரியவரின் எண்ணற்ற தகுதிகளைக் காட்டும் துணியாலான அடையாள வில்லைகள் அணிசெய்திருந்தன.

அவருக்குத் துணையாய் வந்த பெண்ணும் அதேபோல உடையணிந்திருந்த கனத்த பெண்மணி. லேங்டனிடம், அவள் அவரை வாடிகனுக்கு மிகக் குறுகிய நேரத்தில் கொண்டுசெல்வாளென மருத்துவர் உறுதியளித்தார்.

"நிறைய போக்குவரத்து இருக்கும்," லேங்டன் வாடிகனைச் சுற்றி கார்களும் ஆட்களும் நிறைந்திருந்ததை நினைத்து அவளிடம் சொன்னார்.

அந்தப் பெண்மணி கவலையற்றவளாகத் தெரிந்தாள். அவள் தனது அடையாள வில்லைகளில் ஒன்றை பெருமையுடன் சுட்டிக்காட்டினாள். *“நான் ஒரு ஆம்புலன்ஸ் டிரைவர்.”*

“ஆம்புலன்ஸ்?” அது விளக்கியது. லேங்டன் தான் ஒரு ஆம்புலன்ஸ் சவாரி செல்லுமளவுக்கே இருப்பதாக உணர்ந்தார்.

அந்தப் பெண் அவரை அந்தக் கட்டடத்தின் பக்கவாட்டுப் பகுதியைச் சுற்றி அழைத்துச் சென்றாள். நீரின் மீது காணப்பட்ட சிமெண்ட் தளத்தின் மீது அவளது வாகனம் காத்திருந்தது. லேங்டன் அந்த வாகனத்தைக் கண்டதும் பாதையிலே நின்றுவிட்டார். அது மருத்துவ உதவி வழங்கும் பழைய ஹெலிகாப்டர். அதன் முன்பகுதியில் *ஏர் ஆம்புலன்ஸ்* என எழுதப்பட்டிருந்தது.

அவர் தனது தலையைத் தொங்கவிட்டார்.

அந்தப் பெண் புன்னகைத்தாள். “வாடிகன் நகருக்குப் பறக்கலாம். மிக வேகமாக.”

128

கார்டினல் சபையினர், உற்சாகம் மற்றும் மின்சாரம் துணைவர சிஸ்டைன் சாப்பலினுள் மீண்டும் சென்றனர். அதற்குமாறாக, மோர்ட்டாடி தனக்குள் குழப்பம் பெருகுவதையும், தரையிலிருந்து தன்னைப் பிடுங்கி எடுத்துத்தான் செல்லவேண்டுமோ என நினைத்தார். அவர் வேதாகமத்தின் பழமையான அற்புதங்களில் நம்பிக்கை கொண்டிருந்தார், இருந்தும் அவரே நேரில் கண்ட அற்புதம் அவரால் விளங்கிக்கொள்ள முடியாத ஒன்றாக இருந்தது. எழுபத்தாறு வருட வாழ்க்கை முழுமைக்குமான அர்ப்பணிப்புக்குப் பின், மோர்ட்டாடி இந்த நிகழ்வுகள் அவருள் உற்சாகமிக்க பக்தியையும் உயிர்ப்புள்ள தீவிர நம்பிக்கையையும் எழுப்பவேண்டும் என அறிந்திருந்தார். இருந்தும் அவர் உணர்ந்ததெல்லாம், வளர்ந்துவரும் அசௌகரியம். ஏதோ ஒன்று சரியாக இல்லையென உணர்ந்தார்.

"மோர்ட்டாடி ஐயா!" ஒரு ஸ்விஸ் காவலர் இரைந்தபடி, அரங்கினுள் ஓடிவந்தார்.

"நீங்கள் கேட்டுக்கொண்டபடி நாங்கள் மேற்தளத்துக்குச் சென்றோம். கேமர்லெக்னோ உடல்கொண்ட அசல் மனிதர். அவர் ஆவி அல்ல! அவர் நாம் அறிந்ததைப்போலவே இருக்கிறார்!"

"அவர் உன்னிடம் பேசினாரா?"

"அவர் மண்டியிட்டு மௌனமாகப் பிரார்த்தனையில் இருந்தார். நாங்கள் அவரைத் தொட பயந்தோம்!"

மோர்ட்டாடி சோர்வாய் இருந்தார். "அவரிடம் சொல்... அவரது கார்டினல்கள் காத்திருக்கிறார்கள்."

"ஐயா, அவர் மனிதர் என்பதால்..." காவலர் தயங்கினார்.

"என்ன விஷயம்?"

"அவரது மார்பு... அவர் தீப்புண் பட்டிருக்கிறார். நாம் அவரது காயங்களைக் கட்டலாமா? அவர் நிச்சயம் வேதனையில் இருப்பார்."

மோர்ட்டாடி அதைக் கருத்திலெடுத்துக்கொண்டார். அவரது திருச்சபை சேவை வாழ்க்கையில், இத்தகைய சூழலுக்கு ஒருபோதும் அவர் ஆயத்தமாக இருந்ததில்லை. "அவர் ஒரு மனிதர், எனவே ஒரு மனிதரைப் போலவே அவருக்குச் சேவையளியுங்கள். அவரைக் குளிப்பாட்டுங்கள். காயத்துக்குக் கட்டுப்போடுங்கள். அவருக்குப் புதிய ஆடைகளை அணிவியுங்கள். அவர் வருவதற்காகச் சிஸ்டைன் சாப்பலில் நாம் காத்திருப்போம்.

காவலன் விலகியோடினான்.

மோர்ட்டாடி சாப்பலுக்கு விரைந்தார். மற்ற கார்டினல்கள் இப்போது அதனுள் இருந்தனர். அவர் அரங்கினுள் நுழைந்தபோது, விட்டோரியா வெத்ரா தேவாலய படிக்கட்டின் அடிப்பகுதியிலிருந்த இருக்கையில் தனியே தளர்வாக அமர்ந்திருந்ததைக் கண்டார். அவளது இழப்பு மற்றும் தனிமையின் வேதனையை அவரால் காணமுடிந்தது, அவளிடம் செல்ல விரும்பினார், ஆனால் அதற்குக் காத்திருக்கவேண்டுமென அவர் அறிவார். அவர் செய்யவேண்டிய வேலைகள் இருந்தன...

எனினும் அந்த வேலைகள் என்ன என அவருக்கு எந்த யோசனையும் இல்லை.

மோர்ட்டாடி சாப்பலினுள் நுழைந்தார். அங்கே பெரும் பரபரப்பு காணப்பட்டது. அவர் கதவை மூடினார். *கடவுளே எனக்கு உதவு.*

திபெரினா மருத்துவமனையின் இரட்டைக் காற்றாடி ஏர் ஆம்புலன்ஸ் வாடிகன் நகருக்குப் பின்பாக வட்டமடிக்க, லேங்டன் தனது பற்களைக் கடித்தபடி, இதுவே அவரது வாழ்வின் மிகக் கடைசியான ஹெலிகாப்டர் சவாரியாக இருக்குமென கடவுளிடம் சத்தியம் செய்துகொண்டிருந்தார்.

வாடிகன் ஆகாயவெளியை நிர்வகிக்கும் விதிகள், தற்போது வாடிகனின் குறைந்தபட்ச கவலைக்குரியவை என விமான ஓட்டியைச் சமாதானம் செய்தபின், அவளுக்கு வழிகாட்டி, யாரும் காணாமல் பின்பக்கச் சுவர் மேலாக வந்து வாடிகனின் ஹெலிகாப்டர் நிறுத்துமிடத்தின்மீது கொண்டுவந்து இறங்கச் செய்தார்.

"நன்றி," அவர் வலியுடன் தரையிலிறங்கியபடி சொன்னார். அவள் அவருக்கு ஒரு முத்தத்தைப் பறக்கவிட்டு உடனடியாக கிளம்பி, சுவருக்குமேலாக மீண்டும் எழுந்து இரவினுள் மறைந்தாள்.

லேங்டன், தான் என்ன செய்யப்போகிறார் என்பதை விளங்கிக்கொள்ள, தனது தலையை காலிசெய்ய முயன்றபடி பெருமூச்சை வெளிவிட்டார். கையில் காம்கார்டருடன், அவர் அன்று முன்பு பயணம் செய்த அதே கோல்ஃப் வண்டியில் பயணித்தார். அது மின்னேற்றம் செய்யப்படாமல், பேட்டரியின் மீட்டர் காலி என்பதற்கு நெருக்கமாகக் காட்டியது. லேங்டன் ஆற்றலை மிச்சம்பிடிப்பதற்காக, முன்புற விளக்குகளைப் போடாமல் ஓட்டினார்.

மேலும், தான் வருவதை யாரும் பார்க்காமலிருக்கும்படி பார்த்துக்கொண்டார் அவர்.

சிஸ்டைன் சாப்பலின் பின்புறம், கார்டினல் மோர்ட்டாடி அவர் முன் தெரிந்த பரபரப்பைக் கண்டு திகைப்புடன் நின்றார்.

“அது ஒரு அதிசயம்!” கார்டினல்களில் ஒருவர் கூவினார். “கடவுளின் வேலை!”

“ஆமாம்!” மற்றவர்கள் வியந்தார்கள். “கடவுள் தனது விருப்பத்தை வெளிப்படுத்தினார்!”

“கேமர்லெக்னோ நமது போப்பாக இருப்பார்!” மற்றொருவர் கத்தினார். “அவர் கார்டினல் அல்ல, ஆனால் கடவுள் ஒரு அற்புத அடையாளத்தை அனுப்பியுள்ளார்.”

“ஆமாம்!” யாரோ ஆமோதித்தார். “கார்டினல்கள் சபைக்கான விதிகள் மனிதனுடையவை. கடவுளின் விருப்பமே நம் முன் இருக்கிறது! நான் உடனடியாக வாக்கெடுப்பு நடத்தக் கோருகிறேன்!”

“வாக்கெடுப்பா?” மோர்ட்டாடி அவர்களை நோக்கி நகர்ந்தபடி கேட்டார். “அது எனது வேலையென நான் நம்புகிறேன்.”

அனைவரும் திரும்பினர்.

கார்டினல்கள் அவரது எண்ணங்களை ஆராய்வதை மோர்ட்டாடியால் உணரமுடிந்தது. அவரது நிதானத்தால் புண்பட்டிருந்தனர், அவரிடமிருந்து விலகியும் திகைப்புடனும் தெரிந்தனர். மோர்ட்டாடி தன்னைச் சுற்றியிருந்தவர்களின் முகத்தில் தெரிந்த அதிசயத்தின் களிப்பில் தனது இதயம் அடித்துச்செல்லாதா என ஏங்கினார். ஆனால் அவருக்கு அப்படி நேரவில்லை. அவர் தனது ஆன்மாவில் விவரிக்க இயலாத வேதனையை.... அவரால் விளக்க இயலாத வேதனைதரும் துயரத்தை உணர்ந்தார். அவர் இந்த நிகழ்வுகளைத் தூய ஆன்மாவுடன், வழிநடத்துவதாக உறுதியெடுத்திருந்தார், இந்தத் தயக்கம் அவரால் மாற்றவியலாதது.

“நண்பர்களே,” மோர்ட்டாடி பலிபீடத்தில் ஏறியபடி அழைத்தார். அவரது குரல் அவருடையதெனவே தோன்றவில்லை. “எனது மிச்சமுள்ள நாட்களெல்லாம் இன்றிரவு நான் கண்டதன் பொருளென்ன என நான் போராடப்போகிறேனென சந்தேகிக்கிறேன். இருந்தும், கேமர்லெக்னோ தொடர்பாக நீங்கள் பரிந்துரைப்பது... கடவுளின் விருப்பமாக இருக்கமுடியாது.”

அந்த அறை அமைதியானது.

“நீங்கள் எப்படி அதைச் சொல்லலாம்?” கார்டினல்களில் ஒருவர் கடைசியில் கேள்வியெழுப்பினார். “கேமர்லெக்னோ திருச்சபையைக் காப்பாற்றினார். கடவுள் நேரடியாக கேமர்லெக்னோவிடம் பேசினார். அந்த மனிதர் சாவிலிருந்தும் தப்பிவந்தார். வேறென்ன அறிகுறி நமக்குத் தேவை!”

“கேமர்லெக்னோ இப்போது நம்மிடம் வந்துகொண்டிருக்கிறார்,” மோர்ட்டாடி சொன்னார். “நாம் காத்திருப்போம். நாம் வாக்கெடுப்பு நடத்தும் முன் அவரைப் பேசச் சொல்லிக் கேட்போம். ஒரு விளக்கம் இருக்கக்கூடும்.”

“விளக்கமா?””

“உங்களது மாபெரும் தேர்வராக, கார்டினல் சபைக்கான விதிகளைக் கடைப்பிடிப்பேன் என நான் உறுதியெடுத்திருக்கிறேன். புனித விதிப்படி கேமர்லெக்னோ போப் தேர்வுக்குத் தகுதியானவரல்ல என்பதை சந்தேகமின்றி நீங்கள் அறிவீர்கள். அவர் கார்டினல் அல்ல. அவர் ஒரு மதகுரு... போப்பின் உதவியாளர். மேலும் அவரது வயதுக்குறைபாடு குறித்த கேள்வியும் இருக்கிறது.” மோர்ட்டாடி பார்வைகள் வெறுப்படைவதை உணர்ந்தார். “வாக்கெடுப்பை அனுமதிப்பதன் மூலம், வாடிகன் விதிகள் தகுதியற்றவர் என்றுகூறும் ஒரு மனிதரை நீங்கள் தேர்ந்தெடுக்க நான் கேட்டுக்கொள்ளவேண்டும். உங்கள் ஒவ்வொருவரையும் புனிதப் பிரமாணத்தை மீறும்படி நான் கேட்பேன்.”

“ஆனால் இன்றிரவு நடந்தது,” யாரோ தடுமாறினார்கள், “அது நிச்சயம் நமது விதிகளையெல்லாம் கடந்ததல்லவா!”

“அப்படியா?” அவரது வார்த்தைகள் எங்கிருந்து வருகிறது என்றுகூட அறியாமல் மோர்ட்டாடியின் குரல் உரத்தது. “நாம் திருச்சபையின் விதிகளைப் புறக்கணிக்கவேண்டுமென்பது கடவுளின் விருப்பமா? நாம் பகுத்தறிவைக் கைவிட்டு வெறிக்கு ஆளாகவேண்டுமென்பது கடவுளின் விருப்பமா?”

“ஆனால், நாங்கள் கண்டதை நீங்கள் பார்க்கவில்லையா?” மற்றொருவர் கோபமாகச் சவால் விடுக்கும் தொனியில் கேட்டார். “அப்படியொரு சக்தியை நீங்கள் கேள்விக்குள்ளாக்குவது எப்படி!”

மோர்ட்டாடியின் குரல் ஒருபோதும் அறியாத முழக்கத்துடன் இப்போது எதிரொலித்தது. “நான் கடவுளின் ஆற்றலைக்

கேள்விகேட்கவில்லை! பகுத்தறிவையும் விழிப்புணர்வையும் நமக்குக் கொடுத்தது கடவுள்! விவேகத்தைக் கடைப்பிடிப்பதன் மூலம் நாம் கடவுளுக்குச் சேவைசெய்கிறோம்!

129

சிஸ்டைன் சாப்பல் அரங்குக்கு வெளியே, விட்டோரியா வெத்ரா தேவாலயப் படிக்கட்டின் அடியிலிருந்த இருக்கையில் உணர்வற்றவளாக அமர்ந்திருந்தாள். பின்கதவின் வழியாக வந்துகொண்டிருந்த உருவத்தைக் கண்டதும், தான் மற்றொரு ஆவியைப் பார்த்துக்கொண்டிருக்கிறோமா என அவள் ஆச்சரியமடைந்தாள். அவர் கட்டுகள் போட்டு, நொண்டியபடி, ஒருவித மருத்துவ ஆடையை அணிந்து வந்துகொண்டிருந்தார்.

அவள் எழுந்து... தான் காண்பதை நம்பமுடியாமல் திகைத்தாள். "ராப...ர்ட்?"

அவர் பதிலளிக்கவில்லை. நேரடியாக அவளை நோக்கி வந்து தனது கைகளுக்குள் அணைத்துக்கொண்டார். தனது உதடுகளை அவளது உதடுகளுடன் அவர் அழுத்தியபோது, அது உணர்வெழுச்சிமிக்கதாக, நன்றியுணர்வு நிறைந்த ஏக்கமிக்க முத்தமாக இருந்தது.

விட்டோரியா கண்ணீர் வழிவதை உணர்ந்தாள். "ஓ, கடவுளே... நன்றி கடவுளே..."

அவர் அவளை மறுபடியும், பேரார்வத்துடன் முத்தமிட, அவள் அவருடன் இழைந்தபடி, தழுவலில் தன்னை இழந்தாள். ஆண்டுக்கணக்கில் அறிந்தவர்கள்போல் அவர்களது உடல்கள் தழுவிக்கொண்டிருந்தன. பயத்தையும் வலியையும் அவள் மறந்தாள். அந்தக் கணத்தின் எடையற்ற தன்மையில் அவள் தன் கண்களை மூடிக்கொண்டாள்.

"இது கடவுளின் விருப்பம்!" யாரோ கத்திக்கொண்டிருக்க, அவரது குரல் சிஸ்டைன் சாப்பலில் எதிரொலித்துக்கொண்டிருந்தது.

“தேர்ந்தெடுக்கப்பட்ட ஒருவரைத் தவிர வேறு யார் அந்த தீமை நிறைந்த வெடிப்பிலிருந்து தப்பித்திருக்க முடியும்?”

“நான்,” சாப்பலின் பின்னாலிருந்து ஒரு குரல் எதிரொலித்தது.

மோர்ட்டாடியும் மற்றவர்களும் மையநடைபாதையில் வந்த, படுக்கையிலிருந்து எழுந்துவந்ததுபோன்ற தோற்றத்தை நோக்கி ஆச்சரியத்தில் திரும்பினர். “திருவாளர்... *லேங்டன்?”*

வார்த்தை எதுவுமின்றி, லேங்டன் சாப்பலின் முன்பகுதிக்கு மெதுவாக நடந்துசென்றார். விட்டோரியா வெத்ராவும் உடன் நுழைந்தாள். பின் இரண்டு காவலர்கள் விரைந்துவந்து, பெரிய தொலைக்காட்சியுள்ள வண்டியொன்றை தள்ளிக்கொண்டுவந்தனர். லேங்டன், அந்தத் தொலைக்காட்சியை கார்டினல்களை நோக்கி பொருத்தும்வரை காத்திருந்தார். பின் லேங்டன் காவலர்களை விலகச் சொல்லி கைகாட்டினார். அவர்கள் வெளியேறியதும், கதவு சாத்தப்பட்டது.

இப்போது அங்கே லேங்டன், விட்டோரியா, கார்டினல்கள் மட்டுமேயிருந்தனர். லேங்டன் *சோனி ருவியின்* வெளியீட்டுப் பகுதியைத் தொலைக்காட்சியுடன் இணைத்தார். பின் அவர் ப்ளே பட்டனை அழுத்தினார்.

தொலைக்காட்சி சத்தமிட்டபடி உயிர்ப்புக்கு வந்தது.

காாடினல்களின் முன்பு காட்டப்பட்ட காட்சி போப்பின் அலுவலகத்தைக் காட்டியது. அந்தக் காணொலி மறைத்துவைத்த கேமராவால் படம்பிடிக்கப்பட்டதுபோல், ஒழுங்கின்றிக் காணப்பட்டது. திரையின் மையத்தில் கேமர்லெக்னோ கணப்புக்கு முன்பாக மங்கிய வெளிச்சத்தில் நின்றுகொண்டிருந்தார். அவர் நேராக் கேமராவை நோக்கிப் பேசியதுபோலத் தோன்றினாலும், இந்தக் காணொலியைப் படம்பிடித்த யாரோ ஒருவருடன் அவர் பேசுகிறார் என்பது விரைவாகவே தெளிவாகியது. லேங்டன் அவர்களிடம், இந்தக் காணொலி செர்ன் இயக்குநர் மேக்ஸிமிலியன் கோஹ்லரால் படம்பிடிக்கப்பட்டதென கூறினார். ஒரு மணி நேரத்துக்கு முன்பு, கோஹ்லர் கேமர்லெக்னோவுடனான சந்திப்பின்போது, தனது சக்கர நாற்காலியின் கைப்பகுதியின் கீழாக வெளித்தெரியாதபடி பொருத்தப்பட்ட சிறிய கேம்கார்டரைப் பயன்படுத்தி ரகசியமாகப் படம்பிடித்திருந்தார்.

மோர்ட்டாடியும் கார்டினல்களும் திகைப்புடன் பார்த்துக் கொண்டிருந்தனர். ஏற்கனவே உரையாடல் போயிருந்தபோதும், லேங்டன் அதனை முதலிலிருந்து இயக்குவதுபற்றி கவலைப்படவில்லை. வெளிப்படையாகவே, கார்டினல்கள் எதைக் காணவேண்டுமென லேங்டன் நினைத்தாரோ அது வந்துகொண்டிருந்தது...

“லியனார்டோ வெத்ரா நாட்குறிப்புகளை வைத்திருந்தாரா?” கேமர்லெக்னோ கேட்டார். “இது செர்னுக்கு நல்ல செய்தியென நினைக்கிறேன். எதிர்க்கருவை உருவாக்கும் செயல்முறைகள் நாட்குறிப்பில் இருக்கும்பட்சத்தில்–”

“அவை இல்லை,” கோஹ்லர் சொன்னார். “அந்தச் செயல்முறைகள் லியானார்டோவுடன் இறந்துவிட்டன என்பது தெரிந்தால் நீங்கள் ஆறுதலடையக்கூடும். எனினும், அவரது நாட்குறிப்புகள் வேறொன்றைப் பற்றிச் சொல்கின்றன. **உங்களைப்** பற்றி.”

கேமர்லெக்னோ தொந்தரவடைந்தவராகத் தெரிந்தார். “எனக்குப் புரியவில்லை.”

“நாட்குறிப்புகள் லியனார்டோவின் கடந்த மாத சந்திப்பு பற்றி கூறுகின்றன. **உங்களுடன்** நடந்தது.”

கேமர்லெக்னோ தயங்கினார், பின் கதவை நோக்கிப் பார்த்தார். “ரோச்சர் என்னை ஆலோசிக்காமல் உங்களுக்கு அனுமதி வழங்கியிருக்கக்கூடாது. நீங்கள் எப்படி இங்கே நுழைந்தீர்கள்?”

“ரோச்சருக்கு உண்மை தெரியும். நான் முன்பே அழைத்து நீங்கள் என்ன செய்தீர்களென அவரிடம் சொல்லிவிட்டேன்.”

“நான் என்ன செய்தேன்? நீங்கள் அவரிடம் என்ன கதை சொல்லியிருந்தாலும், ரோச்சர் ஒரு ஸ்விஸ் காவலன். மேலும் இந்தத் திருச்சபைக்கு மிகவும் உண்மையானவன், தனது கேமர்லெக்னோவைக் குறித்து ஒரு மோசமான விஞ்ஞானி சொல்வதை நம்பமாட்டான்.”

“உண்மையில், அவர் நம்பமுடியாத அளவுக்கு மிகவும் உண்மையானவர். திருச்சபைக்கு அதன் உண்மையான காவலர்களுள் ஒருவர் துரோகம் செய்துவிட்டார் என ஆதாரம் இருந்தபோதும், அவர் அதை நம்ப மறுக்குமளவுக்கு மிகவும்

உண்மையானவர். பகலெல்லாம் மற்றொரு விளக்கத்துக்காகத் தேடிக்கொண்டிருந்தவர்."

"அதனால் நீங்கள் அந்த விளக்கத்தை அளித்திருக்கிறீர்கள்."

"உண்மையை. அது அதிர்ச்சிகரமானதாக இருந்தபோதும்."

"ரோச்சர் நீங்கள் சொன்னதை நம்பியிருந்தால், என்னைக் கைதுசெய்திருப்பார்."

"இல்லை. நான் அவரை அப்படிச்செய்ய அனுமதிக்கமாட்டேன். இந்தச் சந்திப்புக்கு கைம்மாறாக நான் அவருக்கு எனது மௌனத்தைப் பரிசளித்தேன்."

கேமர்லெக்னோ ஒரு விநோதமான சிரிப்பை வெளியிட்டார். "யாருமே நம்பாத ஒரு கதையைச் சொல்லி நீங்கள் திருச்சபையை மிரட்டத் திட்டமிட்டிருக்கிறீர்களா?"

"நான் மிரட்டுவதற்கு எந்த அவசியமுமில்லை. உங்கள் வாயிலிருந்து உண்மையைக் கேட்பதையே நான் விரும்புகிறேன். லியானார்டோ வெத்ரா எனது நண்பர்."

கேமர்லெக்னோ எதுவும் சொல்லவில்லை. அவர் வெறுமனே கோஹ்லரை உற்றுநோக்கிக்கொண்டிருந்தார்.

"இதை முயற்சித்துப்பாருங்கள்," கோஹ்லர் விரலைச் சொடுக்கினார். "ஒரு மாதத்துக்கு முன், லியானார்டோ வெத்ரா போப்புடன் அவசர சந்திப்புக்காக வேண்டுகோள் வைத்து உங்களைத் தொடர்புகொண்டிருக்கிறார்- போப் லியானோர்டாவைப் பாராட்டுபவர் என்பதாலும், லியோனோர்டா இது அவசரம் எனக் கூறியதாலும் நீங்கள் அனுமதி வழங்கினீர்கள்."

கேமர்லெக்னோ நெருப்பின் பக்கம் திரும்பினார். அவர் எதுவும் சொல்லவில்லை.

"லியானார்டோ வாட்டிகனுக்கு மிகவும் ரகசியமாக வருகிறார். அவர் இங்கே வந்ததன்மூலம் தனது மகளின் நம்பிக்கைக்கு துரோகம் செய்கிறார். அவரை ஆழமாகத் தொந்தரவு செய்யும் ஒரு உண்மை காரணமாக, அவருக்கும் வேறு தேர்வு இருக்கவில்லை. அவரது ஆராய்ச்சி அவரை ஆழமான முரணில் தள்ளிவிட, தேவாலயத்திலிருந்து ஆன்மிக வழிகாட்டுதல் அவருக்குத் தேவைப்பட்டது. தனிப்பட்ட சந்திப்பில், அவர்

உங்களிடமும் போப்பிடமும் ஆழ்ந்த மதத்தாக்கமுடைய ஒரு அறிவியல் கண்டுபிடிப்பை நிகழ்த்தியிருப்பதாகக் கூறுகிறார். அவர் படைப்பின் தொடக்க கணத்தை இயற்பியல் ரீதியாக நிரூபிப்பது சாத்தியம், வெத்ரா கடவுளென அழைத்த - அந்த தீவிர ஆற்றலின் மூலம் - படைப்பின் கணத்தைத் திரும்ப நகல் செய்ய இயலும் என சொல்கிறார்.

மௌனம்.

"போப் திகைப்படைந்தார்," கோஹ்லர் தொடர்ந்தார். "அவர் லியானார்டோ அதைப் பொதுமக்களிடம் கொண்டுசெல்ல விரும்பினார். மாட்சிமிகும் போப், இந்தக் கண்டுபிடிப்பு அவரது வாழ்க்கையின் லட்சியக் கனவுகளில் ஒன்றான அறிவியலுக்கும் மதத்துக்குமான இடைவெளியை நிரப்பும் தொடக்கமாக இருக்கும் என நினைத்தார்- பின் லியோனோர்டோ அதன் தீயவிளைவுகளை உங்களிடம் விவரித்தார்- அதில் திருச்சபையின் வழிகாட்டுதல் அவருக்குத் தேவைப்பட்டதே காரணம். அவரது படைப்புச் சோதனை, மிகச்சரியாக, உங்களது பைபிளில் சொன்னதுபோலவே அனைத்தும் இணை இணையாகவே படைக்கப்பட்டிருந்தது. எதிரீடுகள். ஒளியும் இருளும்போல. வெத்ரா, கருவை உருவாக்குவதுபோல எதிர்க்கருவை உருவாக்க முடியுமென கண்டுகொண்டார். தொடர்ந்து சொல்லட்டுமா?"

கேமர்லெக்னோ மௌனமாகக் காணப்பட்டார். அவர் குனிந்து கரியைக் கிளறினார்.

கோஹ்லர் தொடர்ந்தார், "இங்கே லியானார்டோ வெத்ரா வந்துசென்றபின், நீங்கள் செர்னுக்கு அவரது படைப்பைக் காண வந்திருந்தீர்கள். லியானோர்டாவின் நாட்குறிப்பு நீங்கள் அவரது ஆய்வகத்துக்குத் தனிப்பட்ட முறையில் வந்துசென்றதைச் சொல்கிறது."

கேமர்லெக்னோ ஏறிட்டுப் பார்த்தார்.

கோஹ்லர் தொடர்ந்து பேசினார். "போப்பால் ஊடக கவனத்தை ஈர்க்காமல் பயணிக்கமுடியாது. ஆகவே அவர் உங்களை அனுப்பினார். லியானார்டோ அவரது ஆய்வகத்துக்கு ரகசியமாக உங்களை அனுப்பிவைத்தார். அவர் எதிர்க்கரு அழிவை- பெருவெடிப்பை- படைப்பின் ஆற்றலை உங்களுக்குக் காட்டினார். மேலும் அவரது புதிய செயல்முறையால் எதிர்க்கருவை பெருமளவில் தயாரிக்கமுடியும் என்பதற்கு

ஆதாரமாக அவர் பூட்டிவைத்திருந்த பெரிய அளவிலான மாதிரியையும் உங்களுக்குக் காட்டினார். நீங்கள் பிரமிப்பில் இருந்தீர்கள். நீங்கள் வாடிகன் நகருக்குத் திரும்பி போப்பிடம் நீங்கள் கண்டதைப் பற்றி விளக்கினீர்கள்."

கேமர்லெக்னோ பெருமூச்சுவிட்டார். "உங்களை எது தொந்தரவு செய்கிறது? லியானோர்டோவின் நட்பை மதித்து, உலகின் முன்பாக எதிர்க்கரு குறித்து நான் எதுவுமே தெரியாததுபோல் பாவனைசெய்ததா?"

"இல்லை! லியானார்டோ வெத்ரா உங்களது கடவுளின் இருப்பை நிரூபித்துவிட்டார், பதிலாக நீங்கள் அவரை கொலைசெய்ததுதான் என்னைத் தொந்தரவு செய்கிறது."

கேமர்லெக்னோ இப்போது திரும்பினார், அவரது முகம் எதையும் வெளிப்படுத்தவில்லை.

நெருப்பு வெடிக்கும் சத்தம் மட்டுமே எழுந்தது.

திடீரென, கேமரா நெளிந்தாட, கோஹ்லரின் கை சட்டகத்துக்குள் தோன்றியது. அவர் முன்னோக்கிச் சரிந்தபடி, தனது சக்கர நாற்காலியின் அடிப்பகுதியில் பொருத்தியிருந்த ஏதோ ஒன்றுடன் போராடுவதுபோலத் தோன்றியது. அவர் மறுபடியும் அமர்ந்தபோது, தனக்கு முன்பாக கைத்துப்பாக்கி ஒன்றைப் பிடித்திருந்தார். பின்னாலிருந்து பார்க்கும்போது கேமரா கோணம்... நேராக கேமர்லெக்னோவை நோக்கி துப்பாக்கி நீட்டப்பட்டு அச்சுறுத்துவதாக இருந்தது.

கோஹ்லர், "உங்களது பாவங்களை ஒப்புக்கொள்ளுங்கள், ஃபாதர். இப்போதே."

கேமர்லெக்னோ திகைப்பாகத் தெரிந்தார். "நீங்கள் இங்கிருந்து ஒருபோதும் உயிருடன் வெளியேறமுடியாது."

"சிறுபையனாக இருந்தபோதிலிருந்தே உங்கள் நம்பிக்கை காரணமாக நான் அனுபவப்பட்டுவரும் துயரங்களிலிருந்து மரணம் ஒரு வரவேற்கத்தகுந்த ஆறுதலாக இருக்கும்." கோஹ்லர் துப்பாக்கியை இரு கைகளாலும் பிடித்தபடி கூறினார். "நான் உங்களுக்கு ஒரு வாய்ப்புத் தருகிறேன். உங்களது குற்றங்களை ஒப்புக்கொள்ளுங்கள்... அல்லது இப்போதே சாவுங்கள்."

கேமர்லெக்னோ கதவை நோக்கிப் பார்த்தார். "ரோச்சர் வெளியே இருக்கிறார்."

கோஹ்லர் சவாலாகச் சொன்னார். "அவரும் உங்களைக் கொல்ல ஆயத்தமாக இருக்கிறார்."

"ரோச்சர் சத்தியபிரமாணம் செய்த பாதுகாவலர்-"

"ரோச்சர் என்னை இங்கே உள்ளே அனுமதித்தார். துப்பாக்கியுடன். அவர் உங்களது பொய்களால் கோபமடைந்துள்ளார். உங்களுக்கு ஒரேயொரு வாய்ப்புதான் இருக்கிறது. என்னிடம் குற்றத்தை ஒப்புக்கொள்ளுங்கள். நான் அதை உங்களது உதடுகளாலே சொல்லக் கேட்கவேண்டும்."

கேமர்லெக்னோ தயங்கினார்.

கோஹ்லர் துப்பாக்கியைச் சுடுவதற்கு ஆயத்தம்செய்தார். "உண்மையிலே நான் உங்களைக் கொல்வேனா என சந்தேகப்படுகிறீர்களா?"

"நான் என்ன சொன்னாலும், உங்களைப் போன்ற ஒரு மனிதர் ஒருபோதும் புரிந்துகொள்ளப்போவதில்லை," கேமர்லெக்னோ கூறினார்.

"சொல்லிப் பாருங்கள்."

நெருப்பின் மங்கிய ஒளியில் ஆதிக்கமிக்க ஒரு நிழல்போல கேமர்லெக்னோ ஒரு கணம் அசையாமல் நின்றார். அவர் பேசியபோது, அவரது வார்த்தைகள் அது குற்றத்தை ஒப்புக்கொள்வது போலில்லாமல் போற்றத்தக்க பொதுநலக்கொள்கையை நினைவுகூர்வதைப் போல் எதிரொலித்தது.

"ஆரம்பம் முதலே தேவாலயம் கடவுளின் எதிரிகளுடன் போராடி வந்தது. சிலசமயங்களில் வார்த்தைகளால். சிலசமயங்களில் வாளால். நாங்கள் எப்போதும் தப்பிப் பிழைத்துவந்தோம்."

கேமர்லெக்னோ நம்பிக்கை பிரகாசிக்கப் பேசினார்.

அவர் தொடர்ந்தார், "ஆனால், கடந்த காலப் பேய்கள் நெருப்பு மற்றும் அருவருப்பின் பேய்கள்- அவர்கள் நாங்கள் போராடக்கூடிய எதிரிகள்- பயத்தைத் தூண்டிய எதிரிகள். இருந்தும் சாத்தான் விவேகமுள்ளவன். காலங்கள் கடந்தபோது... அவன் தனது கலக முகத்தைத் தூக்கியெறிந்து

புதிய முகத்தை அணிந்தான்... தூய தர்க்க அறிவின் முகம். வெளிப்படையான மற்றும் நயவஞ்சகமான, ஆனால் ஆன்மா இல்லாத முகம்." கேமர்லெக்னோவின் குரலில் திடீரென ஆத்திரம் சுடர்ந்தது- கிட்டத்தட்ட வெறித்தனமிக்க மாற்றம் "திருவாளர் கோஹ்லர் அவர்களே சொல்லுங்கள், நமது மனதுக்குத் தர்க்கபூர்வமாகப் படும் ஒன்றை தேவாலயம் எப்படி கண்டிக்கமுடியும்! இப்போது நமது சமூகத்தின் அடித்தளமாக இருப்பதை எப்படி நாம் குறைசொல்லமுடியும்! ஒவ்வொரு முறை தேவாலயம் எச்சரிக்க அதன் குரலை உயர்த்தும்போதும், நீங்கள் பதிலுக்குக் கத்தி, எங்களை அறியாதவர்கள் என்றீர்கள். சித்தப்பிரமை என்றீர்கள். கட்டுப்படுத்துவதாகச் சொன்னீர்கள்! இப்படியாக உங்களது தீமை வளர்ந்தது. தன்னொழுக்கத்துடனான புத்திசாலித்தனம் எனும் திரைக்குப் பின் மறைந்துகொண்டீர்கள். அது புற்றென வளர்ந்தது. அதன் சொந்த தொழில்நுட்ப அற்புதங்களால் புனிதமாக்கப்பட்டது. தன்னைத்தானே தெய்வமாக்கிக்கொண்டது. நீங்கள் தூய்மையான நன்மையைத் தவிர வேறில்லை என நாங்கள் சந்தேகப்படாத வரை. அறிவியல் நம்மை நமது நோய், பசி வலியிலிருந்து காக்க வந்திருக்கிறது! அறிவியலைப் பற்றிக்கொள்ளுங்கள்- முடிவேயில்லாத அற்புதங்களின் புதிய கடவுள், எங்கும் நிறைந்தவர் அன்புமயமானவர்! ஆயுதங்களையும் குழப்பங்களையும் புறக்கணியுங்கள். குறுக்கிடும் தனிமையையும் முடிவேயில்லாத தீமைகளையும் மறங்கள். அறிவியல் இங்கிருக்கிறது!" கேமர்லெக்னோ துப்பாக்கியை நோக்கி அடியெடுத்துவைத்தார். "ஆனால், பதுங்கிய சாத்தானின் முகத்தை நான் பார்த்தேன்... ஆபத்தை நான் பார்த்தேன்."

"நீங்கள் பேசிக்கொண்டிருப்பதென்ன! வெத்ராவின் அறிவியல், நடைமுறையில் உங்களது கடவுளின் இருப்பை நிரூபித்துவிட்டிருக்கிறது! அவர் உங்களது கூட்டாளி!"

"கூட்டாளியா? அறிவியலும் மதமும் இதில் ஒன்றாக இல்லை! நாம் ஒரே கடவுளைத் தேடிக்கொண்டிருக்கவில்லை, நீங்களும் நானும்! உங்களது கடவுள் யார்? புரோட்டான், நிறை, மின்னேற்றம் பெற்ற துகள்களில் ஒன்றா? உங்களது கடவுள் எப்படி ஊக்கமளிக்கமுடியும்? உங்களது கடவுள் மனிதனின் இதயத்தை எட்டி அவனிடம் உன்னைவிட பெரும் சக்திக்குப் பதில்சொல்லக் கடமைப்பட்டவன் என நினைவூட்டமுடியும்! சக மனிதனுக்குப் பதில்சொல்லக் கடமைப்பட்டவன்

அவன் என எப்படி நினைவூட்டமுடியும். வெத்ரா தவறாக வழிநடத்தப்பட்டவர். அவரது பணி மதரீதியானது அல்ல, அது *மதநிந்தனையானது!* மனிதன் கடவுளின் படைப்பை சோதனைக்குழாயில் வைத்து, உலகம் பார்ப்பதற்காக ஆட்டிக்காட்ட முடியாது" கேமர்லெக்னோ இப்போது தனது உடலை இறுகப் பற்றிக்கொண்டு வெறிமிகுந்த குரலில் பேசினார்.

"அதனால் நீங்கள் லியானார்டோ வெத்ராவைக் கொன்றுவிட்டீர்கள்!"

"தேவாலயத்துக்காக! மனித இனத்துக்காக! அதன் பைத்தியக்காரத்தனத்துக்காக! படைப்பு சக்தியை தன் கைகளில் ஏந்தும் அளவுக்கு மனிதன் இன்னும் ஆயத்தமாகவில்லை. கடவுள் சோதனைக்குழாயிலா? ஒரு துளி திரவம் ஒரு முழு நகரத்தையே ஆவியாகப் போகச்செய்துவிடுமா? அவர் தடுக்கப்படவேண்டும்!" கேமர்லெக்னோ திடீரென அமைதியில் ஆழ்ந்தார். அவர் தொலைவாக, நெருப்புக்குப் பின்னால் பார்த்தார். அவர் தனது வாய்ப்புகளைப் பற்றி யோசிப்பதுபோல் தோன்றியது.

கோஹ்லரின் கைகள் துப்பாக்கியை நேராகப் பிடித்தது. "நீங்கள் உண்மையை ஒப்புக்கொண்டாகிவிட்டது. தப்பிக்கமுடியாது."

கேமர்லெகனோ துயரம்தெரிய சிரித்தார். "உங்களுக்குத் தெரியவில்லையா. உங்களது குற்றங்களை ஒப்புக்கொள்வதே அதிலிருந்து தப்பிப்பதாகும்." அவர் கதவை நோக்கிப் பார்த்தார். "கடவுள் உங்கள் பக்கம் இருக்கையில், நிறைய வாய்ப்புகள் இருக்கின்றன. அதனை உங்களைப் போன்ற மனிதர் ஒருபோதும் புரிந்துகொள்ளமுடியாது." அவரது வார்த்தைகள் இன்னும் அந்தரத்திலிருக்க, கேமர்லெக்னோ தனது அங்கியின் கழுத்தைப் பிடித்து, அதை முரட்டுத்தனமாகக் கிழித்து, தனது வெறும் மார்பை வெளிப்படுத்தினார்.

கோஹ்லர் குலுங்கி, வெளிப்படையாகவே திடுக்கிட்டார். "நீங்கள் என்ன பண்ணிக்கொண்டிருக்கிறீர்கள்!"

கேமர்லெக்னோ பதிலளிக்கவில்லை. அவர் கணப்பருகே பின்னோக்கி நடையிட்டு, மின்னும் நெருப்பிலிருந்து ஒரு பொருளை வெளியே எடுத்தார்.

"நிறுத்துங்கள்!" கோஹ்லர் இன்னும் தன் துப்பாக்கி நீட்டியபடியிருக்கக் கோரினார். "நீங்கள் என்ன செய்துகொண்டிருக்கிறீர்கள்!"

கேமர்லெக்னோ திரும்பும்போது, அவர் ஒரு சூடான செந்நிற முத்திரையொன்றைப் பிடித்திருந்தார். இல்லுமினாட்டி வைரம். அந்த மனிதரின் கண்கள் திடீரென கொந்தளிப்பாகத் தெரிந்தது. "இதனை நான் மட்டும் தனியாகச் செய்ய நினைத்திருந்தேன்." அவரது குரல் இயற்கையான தீவிரத்துடன் கொப்பளித்தது. "ஆனால் இப்போது... கடவுள் நீங்கள் இங்கே இருக்கவேண்டுமென நினைத்தார் என்பதைப் புரிந்துகொள்கிறேன். நீங்கள் என் கதிமோட்சம்."

கோஹ்லர் பிரதிவினை செய்யும்முன், கேமர்லெக்னோ தனது கண்களை மூடி, தனது முதுகை வளைத்து, தனது சொந்த மார்பின் நடுவில் அந்தச் சூடான செந்நிற முத்திரையை பதித்துக்கொண்டார். அவரது சருமம் பொசுங்கியது. "அன்னை மேரியே! ஆசீர்வதிக்கப்பட்ட அன்னையே... உனது மகனை பொறுத்தருள்!" அவர் வேதனையில் கூச்சலிட்டார்.

கோஹ்லர் இப்போது அந்தக் காட்சி சட்டகத்துள் எதிர்ப்பட்டார்... அவர் தடுமாற்றமாக எழுந்து நின்றபடியிருக்க, துப்பாக்கி அவர் முன்னால் மோசமாக நடுங்கியபடி இருந்தது.

கேமர்லெக்னோ அதிர்ச்சியில் தத்தளித்து பலமாகக் கத்தினார், அவர் அந்த முத்திரையை கோஹ்லரின் காலடியில் வீசினார். பின் அந்த மதகுரு தரையில் தடுமாறி விழுந்து வேதனையில் துடித்தார்.

அடுத்து என்ன நடந்தது என்பது தெளிவின்றிக் காணப்பட்டது.

அந்த அறையினுள் ஸ்விஸ் காவலமைப்பு வேகமாக நுழைந்தபோது திரையில் பெரும் சலசலப்பு. துப்பாக்கிச் சத்தமொன்று வெடித்தது. கோஹ்லர் தனது மார்பைப் பிடித்தபடி பின்னோக்கிச் சரிந்து, இரத்தம் சிந்தியபடி, தனது சககர நாற்காலியில் சரிந்தார்.

கோஹ்லரைச் சுடுவதிலிருந்து தனது காவலர்களைத் தடுக்க, "வேண்டாம்" என்றபடி ரோச்சர் பாய்ந்தார்.

கேமர்லெக்னோ இன்னும் தரையில் துடித்துக்கொண்டும், புரண்டுகொண்டும் ரோச்சரை நோக்கிக் கைகாட்டினார். "இல்லுமினாட்டி!"

"இழிஜென்மமே," ரோச்சர் கத்தியபடி அவரை நோக்கி ஓடிவந்தார். "புனித வேடமிடும் இழிஜென்மமே..."

சார்ட்ராண்ட் அவரை மூன்று குண்டுகளால் வீழ்த்தினார். ரோச்சர் தரையில் இறந்துவிழுந்தார்.

பின் காவலர்கள் காயம்பட்ட கேமர்லெக்னோவை நோக்கி ஓடி, அவரைச் சுற்றி கூடினார்கள். அவர்கள் சூழ்ந்ததும், காணொலி சக்கர நாற்காலியருகே மண்டியிட்டு, அந்த முத்திரையை நோக்கிக் கொண்டிருந்த ராபர்ட் லேங்டனின் முகத்தைப் படம்பிடித்தது. பின், அந்த மொத்த சட்டகமும் தாறுமாறாக ஓடத் தொடங்கியது. கோஹ்லர் விழிப்புணர்வைத் திரட்டிக்கொண்டு, சக்கர நாற்காலியின் கைப்பகுதியின் பிடிப்புப் பகுதியில் மாட்டப்பட்டிருந்த சிறிய கேம்கார்டரைக் கழற்றினார். பின் அவர் அந்த கேம்கார்டரை லேங்டனின் ஒப்படைக்க அவர் முயன்றார்.

"கொ-கொடு..." கோஹ்லர் மூச்சுத்திணறினார். "ஊடகத்திடம் இதைக் கொடு."

பின் திரை வெறுமையாகியது.

130

அட்ரீனலின் மற்றும் அற்புதத்தின் மூடுபனி வடியத் தொடங்குவதை உணரத் தொடங்கினார் கேமர்லெக்னோ. ஸ்விஸ் காவலர்கள் சிஸ்டைன் சாப்பலை நோக்கியிருந்த ராஜரீகப் படிக்கட்டில் இறங்க அவருக்கு உதவினர். கேமர்லெக்னோ புனித பீட்டர் சதுக்கத்தில் எழுந்த பாட்டுச் சத்தத்தைக் கேட்டார், மேலும் சாத்தியமில்லாதது சாத்தியமாகியிருப்பதையும் அவர் அறிந்திருந்தார்.

கடவுளுக்கு நன்றி.

அவர் வலிமைதரச் சொல்லி பிரார்த்தனை பண்ணியிருந்தார், கடவுள் அவருக்கு அதை அளித்திருந்தார். அவர் சந்தேகப்பட்ட தருணங்களில், கடவுள் பேசியிருந்தார். **உன்னுடையது புனிதமான பணி, நான் உனக்கு வலிமை அளிப்பேன்** என கடவுள் சொல்லியிருந்தார். கடவுள் வலிமை தந்தபின்னும், அவர் பயத்தை உணர்ந்தார், அவரது பாதையின் நேர்மை குறித்து கேள்வியெழுப்பினார்.

கடவுள் சவால் விட்டார், நீ இல்லையென்றால் பிறகு யார்?

இப்போதில்லையென்றால், பின் எப்போது?

இந்த வழியில் இல்லையென்றால், பின் எப்படி?

இயேசு அனைவரையும் அவர்களது சொந்த அக்கறையின்மையிலிருந்து காப்பாற்றியதை.... கடவுள் அவருக்கு நினைவூட்டினார். இரண்டு செயல்களின் மூலம், இயேசு அவர்களின் கண்களைத் திறந்தார். பீதி மற்றும் நம்பிக்கை. சிலுவைப்பாடு மற்றும் உயிர்த்தெழுதல். அவர் உலகத்தையே மாற்றியிருந்தார்.

ஆனால், அது இரண்டாயிரம் வருடங்களுக்கு முன்பு. காலம் அந்த அற்புதத்தை கரைத்திருந்தது. மக்கள் மறந்துபோயிருந்தனர். அவர்கள் தவறான வழிபாட்டின்பக்கம் திரும்பிவிட்டனர்- தொழில்நுட்ப தெய்வங்கள் மற்றும் மனதின் அற்புதங்கள். *இதயத்தின் அற்புதங்களை என்ன சொல்வது!*

பலசமயங்களில் மக்களை மறுபடியும் எப்படி நம்பச்செய்வதென காட்டுமாறு கேமர்லெக்னோ கடவுளிடம் பிரார்த்தித்திருந்தார். ஆனால் கடவுள் மௌனமாகவே இருந்தார். கேமர்லெக்னோவின் ஆழ்ந்த இருட்தருணம் வரை கடவுள் அவரிடம் வரவில்லை. *ஓ, அந்த இரவின் திகில்!*

அப்போது தானறிந்த அச்சுறுத்தும் உண்மையால், தனது ஆன்மாவின் வேதனையைச் சுத்திகரிக்க முயன்றபடி தனது சொந்த சருமத்தை இறுகப் பற்றியபடி, சிதைந்த இரவுடையுடன் தரையில் படுத்தபடிக் கிடந்ததை கேமர்லெக்னோவால் இப்போதும் நினைவுகொள்ள முடியும். *அது அப்படியிருக்காது* அவர் கதறினார். இருந்தும் அவர் அறிவார். அது அப்படித்தான். ஏமாற்றம் நரகத் தீயென அவரைக் கிழித்தது. பிஷப், அவரை அழைத்துவந்தவர், அவருக்குத் தந்தையைப் போன்றவர்,

அவரை மதகுருவாக்கியவர், போப்பின் பீடத்தில் அவர் எழுந்து நிற்கையில்... அவர் ஒரு ஏமாற்றுக்காரர். எல்லோரையும் போன்ற பாவி. மிகவும் துரோகமிக்க செயலைச் செய்துவிட்டு உலகத்துக்குப் பொய் சொன்னவர், கடவுள்கூட அவரை மன்னிப்பாரா என கேமர்லெக்னோ சந்தேகப்பட்டார். "உங்களது *உறுதிமொழி!*" போப்பை நோக்கி கேமர்லெக்னோ கூச்சலிட்டார். "கடவுளுக்குச் செய்துகொடுத்த உறுதிமொழியை நீங்கள் மீறிவிட்டீர்கள்."

போப் தன்னைக் குறித்து விளக்கமுயன்றார், ஆனால் கேமர்லெக்னோ அதைக் கேட்கவில்லை. அரங்கவழிகளில் தடுமாறியபடி குருட்டுத்தனமாக அவர் வெளியே ஓடி, வாந்தியெடுத்துக்கொண்டும் தனது சொந்த சருமத்தைக் கிழித்துக்கொண்டும், புனித பீட்டர் கல்லறையின் குளிர்ந்த மண் தரையின் முன்பாக விழுந்து, தனியாகவும் ரத்தத்துடனும் அவர் தன்னைக் காணும்வரை ஓடிக்கொண்டிருந்தார். *அன்னை மேரியே, நான் என்ன செய்வேன்?* கல்லறை பூமியில் கேமர்லெக்னோ ஆற்றலின்றிக் கிடந்த, அந்த வலி மற்றும் துரோகத்தின் தருணங்களில், இந்த நம்பிக்கையற்ற பூமியிலிருந்து தன்னை எடுத்துக்கொள்ளும்படி கடவுளிடம் பிரார்த்தித்தபோதுதான் கடவுள் வந்தார்.

அவரது தலைக்குள் ஒரு குரல் இடிமுழக்கமென எதிரொலித்தது. *"நீ உனது கடவுளுக்குச் சேவை செய்வதாக உறுதிமொழி ஏற்றாயா?"*

"ஆமாம்!" கேமர்லெக்னோ கூவினார்.

"உனது கடவுளுக்காக நீ இறப்பாயா?"

"ஆமாம்! என்னை இப்போதே எடுத்துக்கொள்!"

"நீ உனது தேவாலயத்துக்காக இறப்பாயா?"

"ஆமாம்! தயவுசெய்து என்னை மீட்டெடுங்கள்!"

"ஆனால் நீ மனித இனத்துக்காக இறப்பாயா?"

அதைத்தொடர்ந்த மௌனத்தில் கேமர்லெக்னோ தான் அடிதெரியாத ஆழத்தில் விழுவதாய் உணர்ந்தார். அவர் இன்னும் ஆழமாக, வேகமாக, கட்டுப்பாடின்றி விழுந்தார். இருந்தும் அவர் விடையை அறிந்திருந்தார். அவர் எப்போதுமே அறிந்திருந்தார்.

“ஆமாம்!” அவர் வெறியெழக் கத்தினார். “நான் மனிதர்களுக்காக இறப்பேன்! உனது மகனைப் போலவே, நான் அவர்களுக்காக இறப்பேன்!”

சில மணி நேரங்களுக்குப்பின், கேமர்லெக்னோ இன்னும் தரையில் நடுங்கியபடி கிடந்தார். அவர் தனது தாயின் முகத்தைக் கண்டார். *கடவுள் உனக்காகத் திட்டங்கள் வைத்திருக்கிறார்,* என்றாள் அவள். கேமர்லெக்னோ மேலும் ஆழமாக பைத்தியக்காரத்தனத்துக்குள் பாய்ந்தார். அதன்பின்பே மறுபடி கடவுள் பேசினார். அவர்களது நம்பிக்கையை மீளச்செய்ய வேண்டும். இம்முறை மௌனத்தின் மூலம். ஆனால் கேமர்லெக்னோ புரிந்துகொண்டார்.

நானில்லையெனில்... பின் யார்?

இப்போதில்லையெனில்... பின் எப்போது?

காவலர்கள் சிஸ்டைன் சாப்பலின் கதவைத் தாள்நீக்கியபோது, கேமர்லெக்னோ கார்லோ வென்ட்ரேஸ்கா தனது நரம்புகளுள் ஆற்றலின் நகர்வை உணர்ந்தார்... மிகச்சரியாக அவர் பையனாக இருந்தபோதிருந்த, அதேபோன்ற ஆற்றலை. கடவுள் அவரைத் தேர்ந்தெடுத்திருக்கிறார். வெகுமுன்பே.

அவரது விருப்பம் நிறைவேறட்டும்.

மறுபிறவியெடுத்ததுபோல கேமர்லெக்னோ உணர்ந்தார். ஸ்விஸ் காவலர் அவரது மார்புக்குக் கட்டுக்கள் இட்டு, அவரைக் குளிக்கவைத்து, புத்தம்புதிய வெண்ணிறப் பருத்தி ஆடையணிவித்தனர். அவர்கள் தீக்காயத்துக்காக அவருக்கு மார்பைன் ஊசியும் செலுத்தினர். கேமர்லெக்னோ அவர்கள் அவருக்கு வலிநீக்கிகள் கொடுத்திருக்கக்கூடாதென விரும்பினார். *இயேசு சிலுவையில் மூன்றுநாட்கள் வலியைப் பொறுத்துக்கொண்டார்.* ஏற்கனவே மருந்து அவரது அறிவை வேரறுப்பதை அவரால் உணரமுடிந்தது... சோர்வான தலைசுற்றலாக.

சாப்பலினுள் நடந்தபோது, கார்டினல்கள் அவரை திகைப்பில் உற்றுநோக்கிக்கொண்டிருப்பதைக் கண்டு அவர் முழுக்க ஆச்சரியமடையவில்லை. *அவர்கள் கடவுளைக் குறித்த ஆச்சரியத்தில் இருக்கிறார்கள்,* அவர் தனக்குத்தானே நினைவூட்டிக்கொண்டார். *என்னால் அல்ல, ஆனால் கடவுள் எப்படி என் மூலமாக செயல்படுகிறார் என.* அவர் நடுப்பாதைக்கு

நகர்ந்தபோது, ஒவ்வொரு முகத்திலும் திகைப்பிருப்பதைக் கண்டார் அவர். இருந்தும், அவர் கடந்த ஒவ்வொரு புதிய முகத்திலும், அவர்களது கண்களில் வேறேதோ ஒன்றிருப்பதை உணர்ந்தார். அது என்னவாக இருக்கும்? கேமர்லெக்னோ, இன்றிரவு அவரை அவர்கள் எப்படி வரவேற்கப்போகிறார்கள் என கற்பனைசெய்ய முயன்றிருந்தார். குதூகலமாகவா? பணிவுடனா? அவர் அவர்களது கண்களைப் படித்தறிய முயன்றபோது அதில் எந்த உணர்ச்சியையும் காணவில்லை.

அதன்பின்பே கேமர்லெக்னோ பலிபீடத்தைப் பார்த்தார், அங்கே ராபர்ட் லேங்டனைக் கண்டார்.

131

கேமர்லெக்னோ கார்லோ வென்ட்ரேஸ்கா சிஸ்டைன் சாப்பலின் நடைபாதையில் நின்றிருந்தார். கார்டினல்கள் அனைவரும் திருச்சபையின் முன்பக்கத்துக்கருகே, திரும்பி, அவரை உறுத்துப் பார்த்தபடி நின்றிருந்தனர். ராபர்ட் லேங்டன் பலிபீடத்தில் ஒரு தொலைக்காட்சியின் அருகே, காட்சியொன்றை ஓடவிட்டுக்கொண்டிருக்க, கேமர்லெக்னோ அதை அடையாளம் கண்டார். ஆனால், அது எப்படி அங்குவந்ததென அவரால் கற்பனைசெய்யமுடியவில்லை. விட்டோரியா வெத்ரா அவரருகே நின்றிருக்க, அவளது முகம் இறுக்கமாகக் காணப்பட்டது.

கேமர்லெக்னோ ஒரு கணம் கண்களை மூடினார், மார்பைன்தான் அவரை மாயக்காட்சிகளைக் காணவைக்கிறது, மறுபடி கண்ணைத் திறக்கும்போது காட்சி வேறாயிருக்கும் என நம்பினார். ஆனால் அப்படி இருக்கவில்லை.

அவர்களுக்குத் தெரிந்துவிட்டது.

விநோதமாக, அவர் பயமெதையும் உணரவில்லை. ***தந்தையே, வழியைக் காட்டும். உமது தரிசனத்தை அவர்களைக் காணச் செய்யும் வார்த்தைகளை எனக்கு அருள்வீர்.***

ஆனால், கேமர்லெக்னோ எந்தப் பதிலையும் கேட்கவில்லை.

தந்தையே, நாம் இத்தனை தூரம் ஒன்றாக வந்தது இப்போது தோல்வியடையவா?

மௌனம்.

நாம் என்ன செய்திருக்கிறோமென அவர்கள் புரிந்துகொள்ள மாட்டார்கள்.

கேமர்லெக்னோ தனது சொந்த மனதில் கேட்ட குரல் யாருடையது என அறிந்திருக்கவில்லை, ஆனால் செய்தி கடுமையானதாக இருந்தது.

மேலும் உண்மையே உன்னை விடுவிக்கும்...

எனவே கேமர்லெக்னோ கார்லோ வென்ட்ரேஸ்கா, சிஸ்டைன் சாப்பலின் முன்பக்கத்தை நோக்கி தலையுயர்த்தியபடி நடந்தார். அவர் கார்டினல்களை நோக்கி நகர்ந்தபோது, மெழுகுவர்த்திகளின் மங்கிய வெளிச்சம்கூட அவரைத் துளைத்துப் பார்த்த கண்களை மென்மையானதாக ஆக்கமுடியவில்லை. உன் தரப்பை விளக்கு, அந்த முகங்கள் சொல்லின. இந்த மடத்தனத்தை விளக்கு. எங்களது பயங்கள் தவறானவை என எங்களுக்குச் சொல்!

உண்மை, கேமர்லெக்னோ தனக்குத்தானே சொல்லிக் கொண்டார். உண்மை மட்டுமே. அந்தச் சுவர்களில் எண்ணற்ற ரகசியங்கள் இருந்தன... மிக இருண்டதொரு ரகசியம் அவரைப் பைத்தியக்காரத்தனத்துக்கு இட்டுச்சென்றது. ஆனால், பைத்தியக்காரத்தனத்திலிருந்தே ஒளி கிளம்பிவந்தது.

கேமர்லெக்னோ நடைபாதையில் முன்னேறியபடியே, "லட்சக்கணக்கானவர்களைக் காப்பாற்ற உங்களது உயிரை நீங்கள் கொடுக்கவேண்டிவந்தால், நீங்கள் கொடுப்பீர்களா?" கேட்டார்

சாப்பலில் இருந்த முகங்கள் வெறுமனே உறுத்துப்பார்த்தபடி இருந்தன. யாரும் கிளர்ச்சியடைந்ததாகத் தெரியவில்லை. யாரும் பேசவில்லை. சுவர்களுக்கப்பால், சதுக்கத்திலிருந்து குதூகலமான பாட்டின் சத்தத்தைக் கேட்கமுடிந்தது.

கேமர்லெக்னோ அவர்களை நோக்கி வந்தார். "எது பெரிய பாவம்? ஒருவருடைய எதிரியைக் கொல்வதா? அல்லது உங்களது உண்மையான நேசம் நெறிக்கப்படுவதைப் பார்த்தும்

அசைவின்றி நிற்பதா?" புனித பீட்டர் சதுக்கத்தில் அவர்கள் பாடிக்கொண்டிருக்கின்றனர்! கேமர்லெக்னோ ஒரு கணம் நின்று, சிஸ்டைனின் கூரையை நிமிர்ந்துபார்த்தார். மைக்கேல் ஏஞ்சலோவின் கடவுள் இருண்ட மாடத்திலிருந்து கீழே பார்த்துக்கொண்டிருந்தார்... அவர் பரவசமடைந்தவராகத் தோன்றினார்.

"என்னால் இனியும் நிற்க இயலாது," கேமர்லெக்னோ சொன்னார். இருந்தும், அவர் அருகில் நெருங்கியதும், எவரொருவரின் விழிகளிலும் புரிந்துகொண்டதன் கண்ணசைவைக் காணவில்லை. அவர்கள் அவரது செயல்களின் ஒளிரும் எளிமையைக் காணவில்லையா? அதன் தவிர்க்கவியலா அவசியத்தை அவர்கள் காணவில்லையா!

அது மிகவும் தூய்மையாக இருந்தது.

இல்லுமினாட்டி. அறிவியலும் சாத்தானும் ஒன்றாக.

பழமையான பயத்தை உயிர்த்தெழச் செய். பின் அதனை நசுக்கு.

பீதியும் நம்பிக்கையும். மறுபடியும் அவர்களை நம்பச் செய்.

இன்றிரவு, இல்லுமினாட்டியின் ஆற்றல் அதன் மகத்துவமான விளைவுகளுடன் புதிதாகக் கட்டவிழ்த்துவிடப்பட்டது... அக்கறையின்மை மறைந்தது. உலகெங்கும் மின்னலைப்போல பயம் பாய்ந்துசென்று மக்களை ஒன்றிணைத்தது. பின் கடவுளின் மாட்சிமை இருளை மறையச் செய்தது.

நான் சும்மா நிற்கக்கூடாது!

கேமர்லெக்னோவின் வேதனையின் இரவில் கலங்கரை விளக்கம்போல தோற்றமளித்த உத்வேகம் கடவுளுக்குச் சொந்தமானது. ஓ, நம்பிக்கையில்லாத உலகம் இது! யாராவது ஒருவர் அவசியம் அவர்களுக்கு நம்பிக்கை வழங்கவேண்டும். நீ. நீயில்லையெனில், யார்? நீ ஒரு காரணத்துக்காகவே காப்பாற்றப்பட்டாய். அவர்களுக்குப் பழைய பேய்களைக் காட்டு. அவர்களுக்கு அவர்களது பழைய பயங்களை ஞாபகமூட்டு. அக்கறையின்மை மரணத்துக்குச் சமமானது. இருளின்றி ஒளியில்லை. தீமையின்றி நன்மையில்லை. இருளா அல்லது ஒளியா, அவர்களைத் தேர்ந்தெடுக்க வை. பயம் எங்கே? நாயகர்கள் எங்கே? இப்போதில்லையெனில் எப்போது?

கேமர்லெக்னோ, கூட்டமாக நின்றுகொண்டிருந்த கார்டினல்களை நோக்கி நேராக மையப் பாதையில் நடந்துகொண்டிருந்தார். செந்நிற இடுப்புக் கவசம் மற்றும் தொப்பிகளின் கடல் அவருக்குமுன் விலகி வழிவிட, அவர் மோசஸைப்போல் உணர்ந்தார். ராபர்ட் லேங்டன் தொலைக்காட்சியை அணைத்து, விட்டோரியாவின் கையைப்பிடித்தபடி, பலிபீடத்தைவிட்டு விலகிநின்றார். ராபர்ட் லேங்டன் உயிர்பிழைத்தது கடவுளின் விருப்பமாக மட்டுமே இருக்கமுடியும் என அறிந்திருந்தார் கேமர்லெக்னோ. கடவுள் ராபர்ட் லேங்டனைக் காப்பாற்றியிருக்கிறார். ஏனென வியந்தார்.

மௌனத்தை உடைத்த குரல், சிஸ்டைன் சாப்பலிலிருந்த ஒரே பெண்ணின் குரலாயிருந்தது. “நீங்கள் என் தந்தையைக் கொன்றீர்களா?” ஓரடி முன்னால் வந்து கேட்டாள்.

கேமர்லெக்னோ, விட்டோரியா வெத்ரா பக்கம் திரும்பியபோது, அவளது முகத்திலிருந்த பார்வை அவரால் புரிந்துகொள்ள முடியாத ஒன்றாயிருந்தது- வலி ஆமாம், ஆனால் கோபமுமா? நிச்சயமாக அவள் புரிந்துகொள்வாள். அவரது தந்தையின் புத்திசாலித்தனம் அழிவுபயப்பது. அவர் தடுத்துநிறுத்தப்படவேண்டும். மனித குலத்தின் நன்மைக்காக.

“அவர் கடவுளின் வேலையைச் செயதுகொண்டிருந்தார்,” விட்டோரியா சொன்னாள்.

“கடவுளின் வேலை ஆய்வகத்தில் செய்யப்பட இயலாதது. அது இதயத்தில் செய்யப்படவேண்டும்.”

“என் தந்தையின் இதயம் தூய்மையானது! அவரது ஆராய்ச்சி அதை நிரூபித்தது–”

“அவரது ஆராய்ச்சி மனிதனின் மனம் அவனது ஆன்மாவைவிடவும் வேகமாக முன்னேற்றமடைந்துவருகிறதென திரும்பவும் நிறுவியது!” கேமர்லெக்னோவின் குரல் அவர் எதிர்பார்த்ததைவிடவும் கூரியதாய் இருந்தது. அவர் தனது சப்தத்தைக் குறைத்தார். “உன் தந்தையைப் போன்ற ஆன்மிகமான ஒரு மனிதர் நாம் இன்றிரவு கண்டதைப்போல் ஓர் ஆயுதத்தை உருவாக்கினால், சாதாரண மனிதன் அந்தத் தொழில்நுட்பத்தை வைத்து என்ன செய்வான் என கற்பனை செய்யுங்கள்.”

"உங்களைப் போன்ற ஒரு மனிதரா?"

கேமர்லெக்னோ ஆழமாக ஒரு முறை மூச்சிழுத்தார். அவளுக்குப் புரியவில்லையா? மனிதனின் அறிவியலைப்போல் அவனது நீதியுணர்வு முன்னேற்றமடையவில்லை. மனித இனம் அடைந்திருக்கும் ஆற்றலுக்கு இணையாக அவனது ஆன்மிகம் பரிணமிக்கவில்லை. நமக்கு அறிமுகமிலாத ஆயுதத்தை நாம் ஒருபோதும் உருவாக்கியதில்லை! இருந்தும் எதிர்க்கரு ஒன்றுமேயில்லை என அவர் அறிவார்- ஏற்கனவே பெருகிவரும் மனிதனின் ஆயுதக் களஞ்சியத்தில் மற்றொரு ஆயுதம். மனிதன் ஏற்கனவே அழிக்கப்பட்டுவிட்டான். மனிதனால் முன்பே அழிக்கமுடியும். மனிதன் வெகுகாலத்துக்கு முன்பே அழிக்கக் கற்றுவிட்டான். *அவரது தாயின் ரத்தம் மழையெனப் பொழிந்தது.* லியானார்டோ வெத்ராவின் மேதைமை மற்றொரு காரணத்தாலும் அபாயகரமானது.

"நூற்றாண்டுகளாக," கேமர்லெக்னோ தொடங்கினார், "தேவாலயம் தேங்கிநிற்க, அறிவியல் கொஞ்சம் கொஞ்சமாக மதத்தைப் பின்னடையச் செய்தது. அற்புதங்களை அழித்தது. இதயத்தை வெல்ல மனதுக்குப் பயிற்சியளித்தது. பெருந்திரளின் போதைப் பழக்கமென மதத்தை நிந்தித்தது. அவர்கள் கடவுளை மாயையென நிராகரித்தனர்- வாழ்க்கை அர்த்தமற்றதென ஒப்புக்கொள்ள இயலாத மிகவும் பலவீனர்களுக்கான மாயையான ஊன்றுகோல் என்றனர். கடவுளின் ஆற்றலையும் அறிவியல் பயன்படுத்திக்கொள்வதை என்னால் தாங்கிக்கொள்ள முடியவில்லை! ஆதாரம், நீங்கள் கேட்பீர்கள்? ஆமாம், அறிவியலின் அறியாமையின் ஆதாரம்! நமது புரிதலுக்கு அப்பாற்பட்டு ஏதோ இருக்கிறதென ஒப்புக்கொள்வதில் என்ன தவறு? ஆய்வகத்தில் கடவுளை அறிவியல் நிரூபிக்கும் நாள், மக்கள் நம்பிக்கை கொள்வதையும் நிறுத்தும் நாளாக அமையும்!"

"அன்றைக்கு அவர்களுக்குத் தேவாலயம் தேவைப்படுவது முடிவுக்குவரும் என நீங்கள் சொல்லவருகிறீர்களா" விட்டோரியா அவரை நோக்கி நகர்ந்தபடி சவாலாகக் கேட்டாள். "சந்தேகமே உங்களது கட்டுப்பாட்டின் கடைசி இழை. சந்தேகமே உங்களிடம் ஆன்மாவைக் கொண்டுவந்தது. அறிந்துகொள்வதற்கான நமது தேவையாலேயே, வாழ்க்கை அர்த்தபூர்வமாகிறது. மனிதனின் பாதுகாப்பின்மை உணர்வும்

ஞானம்பெற்ற ஆன்மாவுக்குமான தேவையுமே, விதியின்படியே அனைத்தும் நடக்கிறது என அவனுக்கு உத்திரவாதமளிக்கிறது. ஆனால், இந்தப் பூமியில் தேவாலயம் மட்டுமே ஞானம்பெற்ற ஆத்மா அல்ல. நாம் அனைவரும் கடவுளை வெவ்வேறு வழிகளில் தேடுகிறோம். நீங்கள் எதைக்குறித்து பயப்படுகிறீர்கள்? இந்தச் சுவருக்கு வெளியே எங்காவது கடவுள் தன்னைக் காட்டிக்கொள்வார் என்றா? மக்கள் தங்கள் சொந்த வாழ்க்கையில் கடவுளைக் கண்டுகொண்டால் உங்களது பழங்காலச் சடங்குகளைக் கைவிட்டுவிடுவார்கள் என்றா? மதங்கள் பரிணாம வளர்ச்சியடையும்! மனம் விடைகளைக் காணும், இதயம் புதிய உண்மைகளை பற்றிப்பிடித்துக்கொள்ளும். என் தந்தையும் உங்களைப் போன்றே தேடலில் இருந்தார். ஒரு இணையான பாதை! ஏன் உங்களால் அதைக் காணமுடியவில்லை? கடவுள் என்பது மேலிருந்து கண்காணித்து, நாம் கீழ்ப்படியவில்லையென்றால் நெருப்புக் குழியில் நம்மைத் தூக்கியெறியும் சர்வவல்லமையுள்ள அதிகாரமல்ல. கடவுள் என்பது நமது நரம்பு மண்டலங்களிலும் இதய அறைகளிலும் ஒத்திசைந்து மிதக்கும் சக்தி! கடவுள் அனைத்துப் பொருட்களிலும் இருப்பவர்!

"அறிவியலைத் தவிர," கேமர்லெக்னோ திரும்பவும் வெடித்தார், அவரது கண்கள் பரிதாபத்தை மட்டுமே காட்டின. "வரையறையின்படி அறிவியல் ஆன்மா இல்லாதது. இதயத்திலிருந்து துண்டித்துக்கொண்டது. எதிர்க்கரு போன்ற அறிவுசார் அற்புதங்கள் இவ்வுலகுக்கு எந்த அறம்சார் விதிமுறைகளும் இல்லாது வருகின்றன. இது அதனளவிலேயே தீமை பயப்பது! ஆனால், அறிவியல் அதன் கடவுள் நாட்டமின்மையை, ஞானப்பாதையாக அறிவிக்கும்போது? கேள்விகளுக்கு உத்தரவாதமான பதில்கள் சொல்லவேண்டிய இடத்தில், அவர்களிடம் பதில் இல்லையெனில் அது யாருக்கு அழகு?" அவர் தலையை மறுப்பாய் அசைத்தார். "இல்லை."

அங்கே ஒரு கணம் மௌனம் நிலவியது. விட்டோரியாவின் உறுதியான பார்வையை மீண்டும் எதிர்கொண்டதும், கேமர்லெக்னோ திடீரென சோர்வாக உணர்ந்தார். இது இப்படியிருந்திருக்கக்கூடாது. இதுதான் கடவுளின் கடைசி *சோதனையா?*

மோர்ட்டாடிதான் அந்த மௌனத்தைக் கலைத்தார். *"முதன்மையானவர்கள்,"* அவர் அதிர்ச்சியுடனான முணுமுணுப்பாகச் சொன்னார். "பாஜியா மற்றும் மற்றவர்கள். தயவுசெய்து நீங்கள் செய்யவில்லையென சொல்லுங்கள்..."

கேமர்லெக்னோ அவரது குரலிலிருந்த வேதனையால் ஆச்சரியமடைந்து, அவரை நோக்கித் திரும்பினார், நிச்சயமாக *மோர்ட்டாடி* புரிந்துகொள்ள முடியும். தலைப்புச் செய்திகள் தினமும் அறிவியலின் அற்புதங்களைச் சுமந்துவருகின்றன. மதச்செய்திகள் தலைப்புச் செய்தியாக வந்து எவ்வளவு காலமிருக்கும்? நூற்றாண்டுகள்? மதத்துக்கு ஒரு அற்புதம் தேவை! தூங்கும் உலகை எழுப்பும் ஒன்று. அவர்களை நேர்மையின் பாதைக்குக் கொண்டுவரவேண்டும். நம்பிக்கையை மீளச்செய்யவேண்டும். எப்படியானாலும் *முதன்மையானவர்கள்* தலைவர்கள் இல்லை, அவர்கள் மாற்றம்செய்பவர்கள்- தாராளவாதிகள், புதிய உலகைத் தழுவவும் பழைய வழிமுறைகளைக் கைவிடவும் ஆயத்தமாக இருக்கவேண்டும்! இது ஒன்றே வழி. ஒரு புதிய தலைவர். இளமையானவர். சக்திமிக்கவர். துடிப்பானவர். அற்புதங்கள் நிரம்பியவர். முதன்மையானவர்கள், உயிருடன் இருந்த காலகட்டத்தைவிடவும், சாவின்போதே பெரிதும் திறனுடன் தேவாலயத்துக்குச் சேவை செய்திருந்தனர். பீதி மற்றும் நம்பிக்கை. *லட்சக்கணக்கான உயிர்களைக் காப்பாற்ற நான்கு உயிர்களைப்பலிகொடு.* உலகம் அவர்களை என்றென்றைக்குமாகத் தியாகிகளாக நினைவுகூரும். தேவாலயம் அவர்களின் பெயருக்கு புகழஞ்சலி செலுத்தும். *கடவுளின் மகிமைக்காக எத்தனை ஆயிரம் பேர் இறந்துபோயிருக்கிறார்கள்? அவர்கள் நான்கு பேர் மட்டும்தானே* *"முதன்மையானவர்கள்,"* மோர்ட்டாடி திரும்பவும் கேட்டார்.

"நான் அவர்களது வேதனையைப் பகிர்ந்துகொள்கிறேன்," தனது மார்புப் பகுதியை நோக்கிக் கையசைத்து, கேமர்லெக்னோ தன்னை நியாயப்படுத்தினார். "நானும்கூட கடவுளுக்காக உயிர்கொடுப்பேன், ஆனால் என் பணி இப்போதுதான் தொடங்கியிருக்கிறது. அவர்கள் புனித பீட்டர் சதுக்கத்தில் பாடிக்கொண்டிருக்கிறார்கள்.

கேமர்லெக்னோ, மோர்ட்டாடியின் கண்களில் வந்த பீதியைக் கண்டு, திரும்பவும் குழப்பமாக உணர்ந்தார். அது மார்பினின் தாக்கமா? அவர்களைக் கேமர்லெக்னோ தன்

வெறும் கைகளால் கொன்றதுபோல அவரை மோர்ட்டாடி பார்த்துக்கொண்டிருந்தார். கேமர்லெக்னோ நினைத்தார், *கடவுளுக்காக நான் அதனையும் செய்வேன்* இருந்தும் அவர் செய்திருக்கவில்லை. அந்தச் செயல்கள்- இல்லுமினாட்டிக்காக வேலைசெய்வதாகத் தந்திரமாகச் சிந்திக்க வைக்கப்பட்ட புறசமயத்தைச் சேர்ந்த கொலையாளியால் செய்யப்பட்டது. *நான் ஜானஸ்,* கேமர்லெக்னோ அவனிடம் அப்படிக் கூறியிருந்தார். *நான் எனது ஆற்றலை நிறுவுவேன்.* அவன் நிரூபித்தான். கொலையாளியின் வெறுப்பு, அவனைக் கடவுளின் கையாளாக்கியது.

“பாடலைக் கேளுங்கள்,” கேமர்லெக்னோ, அவரது சொந்த இதயம் குதூகலிக்க, புன்னகைத்தபடி சொன்னார். “தீமையின் இருப்பைப்போல இதயங்களை எதுவும் இணைப்பதில்லை. ஒரு தேவாலயத்தை எரியுங்கள், சமூகமே எழுந்துவந்து, கைகளைக் கோர்த்துக்கொண்டு, போருக்கான கீர்த்தனைகளைப் பாடியபடி அவர்கள் அதனைத் திரும்பக் கட்டியெழுப்புவர். இன்றிரவு அவர்கள் எப்படி ஒன்றுதிரண்டனரெனப் பாருங்கள். பயம் அவர்களை வீட்டிலிருந்து அழைத்துவந்தது. நவீன மனிதனுக்கு நவீன பேய்களை உருவாக்குங்கள். அக்கறையின்மை இறந்துவிட்டது. அவர்களுக்குத் தீமையின் முகத்தைக் காட்டுங்கள்- நமது அரசாங்கங்களை, வங்கிகளை, பள்ளிகளை நடத்திக்கொண்டு சாத்தானியர்கள் நம்மிடையே பதுங்கியுள்ளனர்- கடவுளின் அடிப்படை இல்லங்களை அழிக்கப்போவதாக மிரட்டிக்கொண்டு, தங்களுடைய தவறான வழிகாட்டும் அறிவியலுடன். சீரழிவு ஆழமாகச் சென்றிருக்கிறது. மனிதன் அவசியம் விழிப்புடன் இருக்கவேண்டும். நன்மையைத் தேடுங்கள். நற்குணமாக *ஆகுங்கள்.*”

மௌனத்தின் காரணமாக, கேமர்லெக்னோ அவர்கள் இப்போது புரிந்துகொண்டதாக நம்பினார். இல்லுமினாட்டி முன்பே அழிந்துவிட்டது. அவர்களைக் குறித்த கதை மட்டுமே உயிர்ப்புடன் இருந்தது. கேமர்லெக்னோ இல்லுமினாட்டியை ஒரு நினைவூட்டலாக உயிர்த்தெழவைத்தார். இல்லுமினாட்டி வரலாறை அறிந்தவர்கள் தங்களது தீமையைப் புதுப்பித்தனர். அறியாதவர்கள், அதைப் பற்றி படித்தறிந்தவர்கள் அவர்கள் எத்தனை குருட்டுத்தனமாக இருந்திருக்கிறோம் என வியந்தார்கள். ஒரு அலட்சியமான உலகை விழித்தெழச் செய்ய, பழங்கால பேய்கள் உயிர்த்தெழச் செய்யப்பட்டன.

“ஆனால்... அந்த முத்திரைகள்” மோர்ட்டாடியின் குரல் இறுக்கமாகவும் கோபத்துடனும் இருந்தது.

கேமர்லெக்னோ பதிலளிக்கவில்லை. அந்த முத்திரைகள் ஒரு நூற்றாண்டுக்கு முன்பே வாடிகனால் பறிமுதல் செய்யப்பட்டிருந்தது, மோர்ட்டாடிக்குத் தெரிந்திருக்கவில்லை. அவை போப்பாண்டவருக்கான போர்ஜியா குடியிருப்புகளுக்குள், போப்புக்கான தனிப்பட்ட நினைவுச்சின்னங்களுக்கான பெட்டகத்தில், பூட்டிவைக்கப்பட்டு, மறக்கப்பட்டு தூசடைந்திருந்தன. போப்பாண்டவருக்கான பெட்டகத்தில் வைக்கப்பட்டிருந்த பொருட்கள், போப்பைத் தவிர பிறரின் கண்களுக்குப் படுவது மிகவும் அபாயகரமானது என தேவாலயம் கருதியிருந்தது.

அவர்கள் ஏன் பயத்தை உண்டாக்கும் ஒன்றை மறைத்து வைத்திருந்தனர் பயம் மக்களை கடவுளிடம் கொண்டுசேர்த்தது.

பெட்டகத்தின் திறவுகோல் ஒரு போப்பாண்டவரிடமிருந்து அடுத்தவருக்கு என மாற்றித்தரப்பட்டு வந்தது. கேமர்லெக்னோ கார்லோ வென்ட்ரேஸ்கா அந்தச் சாவியை எடுத்து துணிந்து உள்ளே நுழைந்தார். அந்தப் பெட்டகம் என்னென்ன கொண்டிருக்கிறது என்கிற கதை வசீகரமானது-அதிகாரபூர்வமற்ற திருமறை ஏடுகள் எனப்படும் பதினான்கு பதிப்பிக்கப்படாத பைபிள் புத்தகங்களின் அசல் கையெழுத்துப் பிரதிகள், பாத்திமாவின் மூன்றாவது தீர்க்கதரிசனம், முதல் இரண்டும் உண்மையாக ஆக, மூன்றாது தரிசனம் மிகவும் திகிலூட்டுவதாக இருந்ததால் தேவாலயம் அதை ஒருபோதும் வெளிப்படுத்தவில்லை. இவற்றோடு கேமர்லெக்னோ, இல்லுமினாட்டி தொகுப்பையும் கண்டறிந்தார்- இல்லுமினாட்டி குழு ரோமிலிருந்து வெளியேற்றப்பட்டபின் தேவாலயம் கண்டறிந்த அனைத்து ரகசியங்கள்... அவர்களது நிந்திக்கத்தக்க அறிவொளியின் பாதை... வாடிகனின் தலைமைக் கலைஞரான, பெர்னினியின் தந்திரமிக்க வஞ்சம்... வாடிகனின் சொந்தக் கோட்டையான புனித ஏஞ்சலோவில் கூடி, ஐரோப்பாவின் முன்னணி அறிவியலாளர்கள் மதத்தைப் பரிகசித்தது... அந்தத் தொகுப்பு ஐங்கர வடிவிலான இரும்பாலான முத்திரைகளைக் கொண்ட பெட்டியையும் கொண்டிருந்தது. வாடிகன் வரலாற்றின் இந்தப் பகுதியை மறப்பதே சிறந்தது என

முன்னோர் நினைத்தனர். எனினும், கேமர்லெக்னோ அதில் முரண்பட்டார்.

"ஆனால் எதிர்க்கரு..." விட்டோரியா கேள்வியெழுப்பினாள். "நீங்கள் வாடிகனையே அழிக்குமளவுக்குத் துணிந்திருக்கிறீர்கள்."

"கடவுள் உங்கள் பக்கமிருக்கும்போது அபாயம் என்று எதுவுமில்லை, அவருக்காக நடந்தது இது." கேமர்லெக்னோ பதிலளித்தார்.

"நீங்கள் பைத்தியக்காரர்!" அவள் கொந்தளித்தாள்.

"லட்சக்கணக்கானோர் காப்பாற்றப்பட்டனர்."

"ஆட்கள் கொல்லப்பட்டிருக்கின்றனர்!"

"ஆன்மாக்கள் காப்பாற்றப்பட்டன."

"அதனை என் அப்பாவிடமும் மேக்ஸ் கோஹ்லரிடமும் சொல்லுங்கள்!"

"செர்னின் ஆணவம் வெளிப்படுத்தப்படவேண்டியது அவசியம். ஒரு துளி திரவம் அரை மைல் சுற்றளவை அழிக்குமா? நீங்கள் என்னைப் பைத்தியக்காரர் என்கிறீர்களா?" கேமர்லெக்னோ தனக்குள் கோபம் கொந்தளிப்பதை உணர்ந்தார். அவர்கள் அவரது குற்றச்சாட்டு எளிமையானது என நினைக்கிறார்களா? "நம்புகிறவர்கள் கடவுளின் மகத்தான சோதனைகளுக்கு ஆளாகிறார்கள்! கடவுள் ஆபிரகாமை அவனது குழந்தையைத் தியாகம் செய்யச் சொன்னார். கடவுள் இயேசுவை சிலுவைப்பாடை சகித்துக்கொள்ளக் கட்டளையிட்டார்! தீமையின் ஆற்றலை நமக்கு நினைவுபடுத்துவற்காகத்தான் - ரத்தம்தோய்ந்த, வலிநிறைந்த, வேதனைதரும்- சிலுவைப்பாட்டின் அடையாளத்தை நம் கண்முன்னால் தொங்கவிடுகிறோம். நமது இதயங்களை விழிப்புணர்வுடன் வைப்பதற்காக! இயேசுவின் உடலில் உள்ள தழும்புகள் இருள் சக்திகளின் உயிர்ப்புள்ள நினைவூட்டி! எனது தழும்புகள் உயிர்ப்புள்ள நினைவூட்டி! தீமை வாழ்கிறது, ஆனால் கடவுளின் ஆற்றல் அதனை வெல்லும்!"

அவரது கூச்சல் சிஸ்டைன் சாப்பலின் பின்சுவர் வரை எதிரொலித்தது. பின் நீடித்த மௌனம் கவிழ்ந்தது. காலம் உறைந்ததுபோல் தோன்றியது. இயேசு பாவிகளை நரகத்தில்

தள்ளும்- மைக்கேல் ஏஞ்சலோவின் *கடைசித் தீர்ப்பு* ஓவியம், அவருக்குப் பின்னால் அச்சுறுத்தும்படி எழுந்துநின்றது.... மோர்ட்டாடியின் கண்களில் கண்ணீர் வழிந்தது.

“நீங்கள் என்ன செய்தீர்கள் கார்லோ?” மோர்ட்டாடி கிசுகிசுப்பாகக் கேட்டார். அவர் கண்களை மூடியிருக்க, கண்ணீர் வழிந்தது. “நமது போப்பாண்டவரை?”

அந்த அறையிலிருந்த ஒவ்வொருவரும் அந்தக் கணம் வரை அதை மறந்துபோயிருந்ததுபோல், ஒட்டுமொத்தமாக வேதனைப் பெருமூச்சு எழுப்பினர். போப், விஷமளிக்கப்பட்டிருந்தார்.

“ஒரு மோசமான பொய்யர்,” கேமர்லெக்னோ சொன்னார்.

மோர்ட்டாடி ஆடிப்போனவராகத் தெரிந்தார். “நீங்கள் என்ன சொல்லவருகிறீர்கள்? அவர் நேர்மையானவர்! அவர்... உங்களை நேசித்தார்.”

“நானும் அவரை நேசித்தேன்.” *ஓ, நான் அவரை எவ்வளவு நேசித்தேன்! ஆனால் அந்த ஆணவம்! கடவுளுக்குச் செய்த சத்தியங்களை மீறியது!*

இப்போது அவர்கள் புரிந்துகொள்ளமாட்டார்கள், ஆனால், அவர்கள் எப்போதாவது புரிந்துகொள்வார்கள் என அறிந்திருந்தார் கேமர்லெக்னோ. அவர் அவர்களிடம் கூறும்போது, புரிந்துகொள்வார்கள்! போப்தான், தேவாலயம் இதுவரை கண்டதிலே மிகவும் மோசமான ஏமாற்றுக்காரர். கேமர்லெக்னோ அந்தப் பயங்கர இரவை இப்பவும் ஞாபகம் வைத்திருந்தார். அவர் செர்னிலிருந்து, வெத்ராவின் உலகத் தோற்றம் மற்றும் எதிர்க்கருவின் அச்சுறுத்தும் ஆற்றல் பற்றிய செய்திகளுடன் திரும்பியிருந்தார். கேமர்லெக்னோ, அந்த ஆய்வின் தீமைகளை நிச்சயம் போப் உணர்ந்துகொள்வாரென எண்ணியிருந்தார், ஆனால் புனித தந்தையோ வெத்ராவின் புதிய கண்டுபிடிப்பை நம்பிக்கையாக மட்டுமே பார்த்தார். மேலும் அவர், வெத்ராவின் பணியை ஆன்மிக அடிப்படையிலான அறிவியல் ஆராய்ச்சிக்கான நல்லெண்ண அடையாளமாகக் கண்டு, வாடிகனின் நிதிக்கும் பரிந்துரைத்தார்.

பைத்தியக்காரத்தனம்! தேவாலயத்தை அழிவுக்குள்ளாக்குவதாக அச்சுறுத்தக்கூடிய ஆராய்ச்சிக்கு, தேவாலயமே மூலதனமளிப்பதா?

பேரழிவு ஆயுதங்களை உருவாக்கும் பணிக்கு நிதியளிப்பதா? ஒரு வெடிகுண்டுதான் அவரது தாயைக் கொன்றது...

“ஆனால்... நீங்கள் தரக்கூடாது!” கேமர்லெக்னோ வியப்பை வெளியிட்டார்.

“நான் அறிவியலுக்கு ஆழமாகக் கடன்பட்டுள்ளேன்,” போப் பதிலளித்தார். “என் வாழ்க்கை முழுவதும் ஒரு விஷயத்தை நான் மறைத்துவந்துள்ளேன். நான் இளம் மனிதனாக இருக்கும்போது அறிவியல் எனக்கு ஒரு பரிசை அளித்தது. நான் ஒருபோதும் மறக்காத பரிசு.”

“எனக்குப் புரியவில்லை. கடவுளின் மனிதனுக்கு அறிவியல் என்ன கொடுத்துவிடமுடியும்?”

“அது சிக்கலானது,” போப் சொன்னார். “அதை உனக்குப் புரியவைக்க எனக்கு நேரம் தேவை. ஆனால் முதலில், என்னைப் பற்றிய ஒரு எளிய உண்மையை நீ அவசியம் அறிந்துகொள்ளவேண்டும். நான் இத்தனை வருடங்களாக அதை மறைத்தே வந்துள்ளேன். அதை உனக்குக் கூற இதுதான் நேரம் என நான் நம்புகிறேன்.”

பின் போப் அவரிடம் அந்தத் திகைக்கவைக்கும் உண்மையைக் கூறினார்.

132

கேமர்லெக்னோ புனித பீட்டர் கல்லறையின் புழுதித் தரையில் பந்தென சுருண்டு கிடந்தார். கல்லறை குளிர்ந்து கிடந்தது, ஆனால் அது அவரது சொந்த சருமத்தைப் பிறாண்டிக்கொண்டதால் வந்த ரத்தம் உறைய உதவியது. போப்பாண்டவர் அவர் இங்கிருப்பதை அறியமாட்டார். யாரும் அவர் இங்கிருப்பதைக் கண்டறியமாட்டார்கள்...

“அது சிக்கலானது,” போப்பின் குரல் அவரது மனதில் எதிரொலித்தது. “உனக்குப் புரியவைக்க எனக்கு நேரம் தேவை...”

ஆனால், கேமர்லெக்னோ எந்த அளவு நேரமும் அவரைப் புரிந்துகொள்ளும்படிச் செய்யமுடியாதென அறிந்திருந்தார்.

பொய்யர்! நான் உங்களை நம்பினேன்! கடவுள் உங்களை நம்பினார்!

ஒற்றை வாக்கியத்தில், போப் கேமர்லெக்னோவைச் சுற்றியிருந்த உலகை தரையில் மோதித் தகர்த்துவிட்டாரே. தனது பாதுகாவலரைப் பற்றி கேமர்லெக்னோ நம்பியிருந்த அனைத்தும் அவரது கண்முன்னாலே சிதைந்துபோனதே. அந்த உண்மை கேமர்லெக்னோவின் இதயத்தில் ஊடுருவிச் சென்ற விசையில், அவர் போப்பின் அலுவலகத்திலிருந்து வெளியே வந்து அரங்கப் பாதையில் வாந்தியெடுத்தார்.

"பொறு!" அவருக்குப் பின்னாலே வந்து போப் கத்தினார். "தயவுசெய்து என்னை விளக்க விடு!"

ஆனால், கேமர்லெக்னோ ஓடிமறைந்தார். இனியும் அவர் பொறுக்கும்படி போப்பாண்டவர் எப்படி எதிர்பார்க்கலாம்? ஓ, என்னவொரு மோசமான சீரழிவு! யாருக்காவது தெரிந்தால் என்னாகும்? திருச்சபைக்கு ஏற்படும் அவமதிப்பை கற்பனை செய்துபார்! போப்பாண்டவரின் புனிதப் பிரமாணங்களுக்கு அர்த்தம் எதுவுமில்லையா?

அவர் புனித பீட்டர் கல்லறையின் முன்பாக விழித்தெழுவது வரை, ஒருவித வெறி உடனடியாக வந்து, அவரது காதுகளில் கூச்சலிட்டது. அதன்பின்பே கடவுள் அவரிடம் வியக்கவைக்கும் தீவிரத்துடன் வந்தார்.

உனது கடவுள் பழிவாங்குபவர்!

அவர்கள், ஒன்றுசேர்ந்து தங்கள் திட்டங்களை உருவாக்கினர். அவர்கள் ஒன்றுசேர்ந்து தேவாலயத்தைப் பாதுகாப்பர். அவர்கள் ஒன்றுசேர்ந்து இந்த நம்பிக்கையில்லாத உலகிடமிருந்து நம்பிக்கையை மீட்டெடுப்பர். தீமை எங்குமிருக்கிறது. இருந்தும் இந்த உலகம் பாதிக்கப்படவில்லை! அவர்கள் ஒன்றுசேர்ந்து உலகின் இருளை அகற்றி, பார்ப்பதற்கு வழிசெய்வர்... கடவுள் வெல்லுவார். பீதி மற்றும் நம்பிக்கை. பின் இந்த உலகம் நம்பும்!

கடவுளின் முதல் சோதனை கேமர்லெக்னோ கற்பனை செய்திருந்ததை விடவும் குறைவான பீதியுடையதாகவே இருந்தது. போப்பின் படுக்கை அறைக்குள் ரகசியமாக

நுழைந்து... அவரது ஊசியை நிரப்பி... அவரது உடல் வலிப்பில் இழுத்துக்கொண்டபோது அந்த ஏமாற்றுக்காரனின் வாயைப் பொத்தி மரணமடையச் செய்தார். நிலவொளியில், கேமர்லெக்னோ போப்பின் பீதிமிக்க கண்களில், அவர் ஏதோவொன்றைச் சொல்லவிரும்பியதைக் கண்டார்.

ஆனால் அப்போது மிகத் தாமதமாகியிருந்தது.

போப் போதுமான அளவுக்கு சொல்லிமுடித்திருந்தார்.

133

"போப் ஒரு குழந்தைக்குத் தந்தையானவர்."

சிஸ்டைன் சாப்பலின் உள்ளே, கேமர்லெக்னோ பேசும்போது நடுக்கமின்றிக் காணப்பட்டார். வியக்கவைக்கும் வெளிப்பாட்டின் நான்கு தனிப்பட்ட வார்த்தைகள். மொத்த சபையுமே ஒருங்கிணைந்து பின்னடைந்ததுபோல் தோன்றியது. கார்டினல்களின் குற்றம்சாட்டும் தொனி மறைந்து கோபப் பார்வைகளாக மாறின, அறையிலிருந்த அனைத்து ஆன்மாக்களும் கேமர்லெக்னோ சொல்வது தவறாக இருக்கவேண்டுமென பிரார்த்திப்பதுபோல் பட்டது.

"போப் ஒரு குழந்தைக்குத் தந்தையானவர்."

லேங்டன் அந்த அதிர்ச்சி அலை தன்னையும் தாக்கியதை உணர்ந்தார். அவரது கைக்குள் இறுகப்பற்றப்பட்டிருந்த, விட்டோரியாவின் கை அதிர்ச்சியில் குலுங்க, லேங்டனின் மனம், நிகழ்வுகளின் காரணத்தை அறிய போராடி, பதிலில்லாத கேள்விகளால் ஏற்கனவே மரத்துப்போயிருந்தது.

கேமர்லெக்னோவின் உச்சரிப்பு, அவர்களுக்கு மேலே அந்தரத்தில் எப்போதைக்குமே நீடிக்கும்போலத் தோன்றியது. கேமர்லெக்னோவின் பித்தேறிய கண்களில்கூட, கலப்பில்லாத குற்றம் சுமத்தலை லேங்டனால் காணமுடிந்தது. லேங்டன் விலகிச்செல்ல விரும்பினார். அவர் ஏதோவொரு பயங்கரக் கனவில் தொலைந்துபோய்விட்டாரெனவும், விரைவில்

விழித்துக்கொண்டு அர்த்தமுள்ள உலகில் எழுந்துகொள்வார் எனவும் தனக்குத்தானே சொல்லிக்கொண்டார்.

"இது நிச்சயம் பொய்!" கார்டினல்களில் ஒருவர் இரைந்தார்.

"நான் இதை நம்பமாட்டேன்!" மற்றொருவர் எதிர்ப்புத் தெரிவித்தார். "நமது போப்பாண்டவர் இதுவரை வாழ்ந்ததிலே பக்திமிகுந்த மனிதர்!"

அடுத்துப் பேசியது மோர்ட்டாடி, அவரது குரல் நலிந்து வலுவற்றதாக இருந்தது. "என் நண்பர்களே. கேமர்லெக்னோ சொல்வது உண்மை." சாப்பலில் இருந்த ஒவ்வொரு கார்டினலும், மோர்ட்டாடி ஆபாசமாக ஏதோ கூறியதுபோல் திரும்பிப்பார்த்தனர். "போப் உண்மையிலே ஒரு குழந்தைக்கு தந்தைதான்."

கார்டினல்கள் அச்சத்தால் வெளிறிப்போயினர்.

கேமர்லெக்னோ திகைத்துப்போனவராகத் தெரிந்தார். "உங்களுக்குத் *தெரியுமா?* ஆனால்... உங்களுக்கு எப்படி இது தெரியும்?"

மோர்ட்டாடி பெருமூச்சுவிட்டார். "போப்பாண்டவர் தேர்வு செய்யப்பட்டபோது... நான்தான் சாத்தானின் வழக்குரைஞர்."

அங்கே ஒட்டுமொத்தமாகப் பெருமூச்சு எழுந்தது.

லேங்டன் புரிந்துகொண்டார். இதன் பொருள் அந்தத் தகவல் அனேகமாக உண்மை. வாடிகனுக்குள் உள்ளவர்களைப் பற்றி அவதூறான தகவல்கள் வரும்போது, அதை விசாரிப்பவரே சாத்தானின் வழக்குரைஞர். போப்பின் உடைக்குள் இருக்கும் தீமைகள் அபாயகரமானவை, எனவே தேர்தலுக்கு முன்பாகவே, போப்புக்குப் போட்டியிடுபவர்களின் பின்னணி பற்றி சாத்தான் வழக்குரைஞராகச் சேவையாற்றும் தனி கார்டினலால் ரகசிய விசாரணைகள் மேற்கொள்ளப்படும்- தகுதியுள்ள கார்டினல்கள் ஏன் போப்பாக வரக்கூடாது என்பதற்கான காரணங்களை வெளிக்கொண்டுவருவதற்குப் பொறுப்பானவர். பொறுப்பிலிருக்கும் போப்பாண்டவர், தனது மரணத்துக்கு முன் சாத்தானின் வழக்குரைஞரை நியமிப்பார். சாத்தானின் வழக்குரைஞர் ஒருபோதும் தனது அடையாளத்தை வெளிப்படுத்தக்கூடாது. எப்போதும்.

“நான்தான் சாத்தானின் வழக்குரைஞராக இருந்தேன்,” மோர்ட்டாடி திரும்பவும் சொன்னார். “அப்படித்தான் நான் கண்டுபிடித்தேன்.”

வாய்கள் மூடின. வெளிப்படையாகவே இன்றிரவு, அனைத்து விதிகளும் மறக்கப்படவேண்டிய இரவு.

கேமர்லெக்னோ தனது இதயம் கோபத்தால் நிரம்புவதை உணர்ந்தார். “நீங்கள்... யாரிடமும் சொல்லவில்லையா?”

“நான் போப்பாண்டவரிடம் பேசினேன்,” மோர்ட்டாடி சொன்னார். “அவர் ஒப்புக்கொண்டார். அவர் மொத்தக் கதையையும் விவரித்தார். அவரது ரகசியத்தை வெளிப்படுத்துவதா வேண்டாமா என தீர்மானிக்க எனது இதயத்தை முடிவெடுக்க உதவும்படி மட்டுமே கேட்டுக்கொண்டேன்.”

“உங்களது இதயம் உங்களிடம் அந்தத் தகவலை *மறைக்கும்படி* சொன்னதா?”

“அவர் போப்பாண்டவர் பதவிக்குப் போட்டியிட்டவர்களில் பெரும்பாலானவர்களின் விருப்பத்துக்கு உகந்தவராயிருந்தார். மக்கள் அவரை நேசித்தார்கள். அந்த அவதூறு திருச்சபையை ஆழமாகக் காயப்படுத்தியிருக்கும்.”

“ஆனால், அவர் ஒரு குழநதைக்குத் தந்தையானவர்! அவர் புனித பிரம்மச்சரிய பிரமாணத்தை மீறியவர்” கேமர்லெக்னோ இப்போது கூச்சலிட்டார். அவரால் அவரது தாயின் குரலைக் கேட்கமுடிந்தது. *அனைத்து உறுதிமொழிகளிலும் கடவுளுக்குச் செய்யும் உறுதிமொழியே மிக முக்கியமானது. ஒருபொழுதும் கடவுளுக்குச் செய்யும் உறுதிமொழியை மீறாதே.* “போப் தனது உறுதிமொழியை மீறியவர்!”

மோர்ட்டாடி கவலையும் பதற்றமுமாகத் தெரிந்தார். “கார்லோ, போப்... *ஒழுக்கமானவர்.* அவர் எந்த உறுதிமொழியையும் மீறவில்லை. அதை அவர் உன்னிடம் விளக்கவில்லையா?”

“என்ன விளக்கம்?” கேமர்லெக்னோ, போப் அவரை அழைக்க தான் போப்பின் அலுவலகத்தைவிட்டு வெளியே ஓடியதை நினைவுகூர்ந்தார். *என்னை விளக்கிச்சொல்ல அனுமதி!*

மெதுவாக, வருத்தமாக, மோர்ட்டாடி அந்தக் கதையை விவரித்தார். பல வருடங்களுக்கு முன்பு, போப் அவர் வெறுமனே

மதகுருவாக இருந்தபோது, இளம் கன்னியாஸ்திரியாக இருந்த ஒரு பெண் மீது காதல் கொண்டார். இருவரும் கடவுளிடம் பிரம்மச்சர்ய உறுதிமொழி எடுத்திருந்தனர். ஒருபோதும் இருவரும் கடவுளுக்குச் செய்திருந்த உறுதிமொழியை மீற நினைத்திருக்கவில்லை. இருந்தும், அவர்கள் காதல் ஆழமானபோது, தசையின் தூண்டுதல்களை அவர்களால் தாக்குப்பிடிக்க முடிந்தாலும், அவர்கள் இருவரும் ஒருபோதும் எதிர்பார்த்திராத ஒன்றிற்காக- கடவுளின் உச்சபட்ச படைப்பு விந்தையான- குழந்தைக்கு ஏங்குவதை உணர்ந்தனர். அவர்களது குழந்தைக்கு. குறிப்பாக அவளிடம் ஏக்கம் அதிகமானது. இருந்தும் கடவுளையே முதலாவதாகக் கருதினர். ஒரு வருடத்துக்குப் பின், ஏமாற்றம் கிட்டத்தட்ட தாங்கமுடியாத அளவை எட்டியபோது, அவள் உற்சாகம் சுழற்றியடிக்க அவரிடம் வந்தாள். அறிவியலின் புதிய அதிசயம் பற்றி கட்டுரையொன்றை- இரண்டு நபர்கள் பாலுறவுத் தொடர்பு கொள்ளாமலே குழந்தை பெற்றுக்கொள்ளும் செயல்முறையை அவள் வாசித்திருந்தாள். அவள் இது கடவுளின் அறிகுறி என உணர்ந்தாள். மதகுரு அவளது கண்களில் தெரிந்த மகிழ்ச்சியைக் கண்டு அதற்குச் சம்மதித்தார். ஒரு வருடத்துக்குப் பின் அவள் செயற்கை கருத்தரிப்பு முறையில் ஒரு குழந்தையைப் பெற்றாள்...

"இது உண்மையாயிருக்க முடியாது," கேமர்லெக்னோ பீதியடைந்து, மார்பைன் தனது புலன்களை மழுங்கச் செய்கிறதென நம்பியபடி சொன்னார். நிச்சயமாக, அவர் சொல்லப்படாத விஷயங்களைக் கேட்பதாக நினைத்தார்.

மோர்ட்டாடியின் கண்களில் அப்போது நீர் வழிந்தது. "கார்லோ, இதனால்தான் போப் எப்போதும் அறிவியலின் மீது நெருக்கம் காட்டினார். அவர் அறிவியலுக்குக் கடன்பட்டிருப்பதாக நினைத்தார். அறிவியல் அவரது பிரம்மச்சர்ய உறுதிமொழியை மீறாமலே தந்தைமையின் மகிழ்ச்சியை அனுபவப்பட அவரை அனுமதித்தது. போப் என்னிடம், திருச்சபையில் அவரது வளர்ச்சி, அவர் நேசித்த பெண் மற்றும் அவரது வளரும் குழந்தையைப் பார்ப்பதைத் தடுப்பதைத் தவிர்த்து, அவருக்கு எந்த வருத்தமும் இல்லை என்றார்.

கேமர்லெக்னோ கார்லோ வென்ட்ரேஸ்கா மறுபடியும் அந்த வெறித்தனம் தன்னுள் எழுவதை உணர்ந்தார். அவர் தனது

சருமத்தைப் பிறாண்டிக்கொள்ள விழைந்தார். எனக்கு எப்படித் தெரியும்?

"போப் எந்தப் பாவமும் செய்யவில்லை, கார்லோ. அவர் பிரம்மச்சாரி."

"ஆனால்..." கேமர்லெக்னோ தனது வேதனைப்பட்ட மனதில் ஏதாவது தர்க்க வினா எழுமா எனத் தேடினார். "அவரது செயல்களின் ஆபத்தை நினைத்துப் பாருங்கள்." அவரது குரல் பலவீனமாகத் தெரிந்தது. "அவரது காதலி வெளிப்பட்டிருந்தால் என்னாகும் அல்லது சொர்க்கத்தால் தடுக்கப்பட்ட, அவரது குழந்தை பற்றி தெரியவந்தால் திருச்சபைக்கு ஏற்படும் அவமானத்தைக் கற்பனை செய்துபாருங்கள்."

மோர்ட்டாடியின் குரல் நடுங்கியது. "அந்தக் குழந்தை ஏற்கனவே வெளிப்பட்டுவிட்டது."

அனைத்தும் உறைந்தது.

"கார்லோ...?" மோர்ட்டாடி நொறுங்கிய குரலில் சொன்னார். "போப்பாண்டவரின் குழந்தை... நீதான்."

அந்தக் கணத்தில், கேமர்லெக்னோ தனது இதயத்தில் நம்பிக்கையின் நெருப்பொளி மங்குவதை உணர்ந்தார். அவர் பலிபீடத்தில், மைக்கேல் ஏஞ்சலோவின் பிரமாண்டமான கடைசித் தீர்ப்பைப் பார்த்தபடி நடுங்கிக்கொண்டு நின்றார். நரகத்தைப் பார்த்ததை அவர் அறிந்திருந்தார். அவர் பேசுவதற்கு வாயைத் திறந்தார், ஆனால் அவரது உதடுகள் ஒலியின்றி நடுங்கின.

"உனக்குப் புரியவில்லையா?" மோர்ட்டாடியின் குரல் அடைத்தது. "அதனால்தான் நீ சிறுவனாயிருக்கும்போது பாலர்மோ மருத்துவமனைக்கு உன்னைக் காண போப்பாண்டவர் வந்தார். அதனால்தான் அவர் உன்னை எடுத்துவந்து வளர்த்தார். அவர் நேசித்த கன்னியாஸ்திரி மரியா... உனது தாயார். அவர் உன்னை வளர்ப்பதற்காகத்தான் கன்னியாஸ்திரி மடத்தைவிட்டு வெளியேறினார், ஆனால் அவர் ஒருபோதும் கடவுள் மீதான உறுதியான பக்தியைக் கைவிடவில்லை. வெடிவிபத்தில் அவள் இறந்ததையும், அதிசயமாக நீ தப்பிப் பிழைத்ததைப் பற்றியும் கேட்டபோது... அவர் உன்னை மறுபடியும் தனியே விடமாட்டேன் என கடவுளிடம் உறுதிகூறினார். கார்லோ,

உனது பெற்றோர் இருவருமே பிரம்மசாரிகள். அவர்கள் கடவுளுக்குச் செய்த சத்தியத்தைக் காப்பாற்றினர். இருந்தும் அவர்கள் உன்னை இந்த உலகுக்குக் கொண்டுவருவதற்கு வழி கண்டுபிடித்தனர். நீ அவர்களது அற்புதக் குழந்தை."

கேமர்லெக்னோ தனது காதுகளைப் பொத்திக்கொண்டு, அந்த வார்த்தைகளைத் தடுக்க முயற்சித்தார். அவர் பலிபீடத்தில் செயலற்றதுபோல நின்றுகொண்டிருந்தார். பின் அவரது உலகம் அவரது கால்களுக்குக் கீழே ஆட்டம்காண, அவர் விசையுடன் மண்டியிட்டு வேதனை அழுகையை வெளிப்படுத்தினார்.

நொடிகள். நிமிடங்கள். மணிகள்.

சாப்பலின் நான்கு சுவர்களுக்குள் காலம் தனது அனைத்து அர்த்தங்களையும் இழந்ததுபோல தெரிந்தது. அவர்கள் அனைவரையும் பீடித்திருந்த செயலிழப்பிலிருந்து, விட்டோரியா மெதுவாகத் தான் விடுபடுவதுபோல் உணர்ந்தாள். அவள் லேங்டனின் கையை விட்டுவிட்டு கார்டினல்கள் கூட்டத்தினூடே நுழைந்து முன்னேறினாள். சேப்பலின் கதவு மைல்கணக்கான தொலைவில் இருப்பதாகத் தோன்ற, அவள் நீருக்குள் மெதுவாக நகர்ந்துசெல்வதுபோல் உணர்ந்தாள்.

அவள் அவர்களின் அங்கிகளூடே முன்னேறியபோது, அவளது அசைவு மற்றவர்களை அவர்களது செயலற்ற நிலையிலிருந்து மீட்பதுபோலத் தோன்றியது. கார்டினல்களில் சிலர் பிரார்த்திக்கத் தொடங்கினர். சிலர் தேம்பினர். சிலர் அவள் செல்வதைப் பார்க்கத் திரும்ப, அவர்களது வெறுமையான வெளிப்பாடு மெதுவாகக் கதவை நோக்கி அவள் நகர்ந்தபோது தயக்கமான தடுப்புணர்வாக மாறியது. அவள் கிட்டத்தட்ட கூட்டத்தின் பின்பகுதியை எட்டியபோது, ஒரு கை அவளது முன்கையைப் பற்றியது. அந்தத் தொடுகை பலமற்றதாக இருந்தபோதும், தீர்மானகரமாக இருந்தது. அவள் திரும்பி, மெலிந்த கார்டினலின் முகத்தோடு முகம் நோக்கினாள். அவரது முகபாவம் பயத்தால் நிறைந்திருந்தது.

"வேண்டாம்," அந்த மனிதர் கிசுகிசுத்தார். "நீ செய்யக்கூடாது."

விட்டோரியா நம்பவியலாமல் உறுத்துப்பார்த்தாள்.

அவளருகிலிருந்த மற்றொரு கார்டினல் இப்போது பேசினார். "செயல்படும் முன் நாம் அவசியம் சிந்திக்கவேண்டும்."

மற்றொருவர். "இதனால் ஏற்படக்கூடிய வலி..."

விட்டோரியா சூழப்பட்டாள். அவள் அவர்களனைவரையும் பார்த்து, திகைத்தாள். "ஆனால் இந்தச் செயல்கள் இன்று, இன்றிரவு நடந்தவை... நிச்சயமாக இந்த உலகம் உண்மையை அறியவேண்டும்."

"என் இதயம் ஆமோதிக்கிறது," மெலிந்த கார்டினல் சொன்னபடி, இன்னும் அவளது கையைப் பற்றியிருந்தார், "இருந்தும் இந்தப் பாதை திரும்பிவர இயலாதது. நாம் அவசியம் குலையப்போகும் நம்பிக்கையையும் கருத்திலெடுக்கவேண்டும். அவநம்பிக்கை. அதன்பிறகு, மக்கள் மீண்டும் எப்படி நம்பிக்கை கொள்வர்?"

திடீரென, நிறைய கார்டினல்கள் அவளது பாதையை மறித்ததுபோல் தோன்றியது. அவள் முன்னால் அங்கிகள் அணிந்தவர்களின் தடுப்புச் சுவர் எழுந்தது. "சதுக்கத்தில் இருக்கும் மக்களுக்குச் செவிகொடு," ஒருவர் சொன்னார். "இது அவர்களது இதயங்களை என்ன செய்யும்? நாம் விவேகத்தைக் கடைப்பிடிக்கவேண்டும்."

"சிந்திக்கவும் பிரார்த்திக்கவும் நமக்கு நேரம் தேவை," மற்றொருவர் சொன்னார். "நாம் அவசியம் தொலைநோக்குடன் செயல்படவேண்டும். இதன் பின்விளைவுகள்..."

"அவர் என் தந்தையைக் கொன்றார்!" விட்டோரியா சொன்னாள். "அவர் தனது சொந்தத் தந்தையைக் கொன்றார்."

"அவர் நிச்சயம் தனது பாவங்களுக்கு விலைதருவார் என நான் உறுதிகூறுகிறேன்," அவளது கையைப் பற்றியிருந்த கார்டினல் வருத்தத்துடன் சொன்னார்.

விட்டோரியாவும் நிச்சயமாக நம்பினாள், அவர் தனது பாவங்களுக்கு விலைதருவதை நிச்சயம் செய்துகொள்ள விரும்பினாள். அவள் மீண்டும் கதவை நோக்கிச் செல்ல விரும்பினாள், ஆனால் கார்டினல்கள் அவளை நெருக்கமாகச் சூழ்ந்துகொண்டனர், அவர்களது முகங்கள் அச்சம் கொண்டிருந்தன.

"நீங்கள் என்ன செய்யப்போகிறீர்கள்?" அவள் வியந்தாள். "என்னைக் கொல்லப்போகிறீர்களா?"

அந்த முதியவர்கள் வெளிறிப்போக, விட்டோரியா உடனடியாக தனது வார்த்தைகளுக்காக வருந்தினாள். அவர்கள் எளிய

ஆத்மாக்கள் என்பதை அவளால் காணமுடிந்தது. அவர்கள் இன்றிரவு போதுமான வன்முறையைக் கண்டுவிட்டனர். அவர்கள் அச்சுறுத்த நினைக்கவில்லை. அவர்கள் வெறுமனே சிக்கிக்கொண்டிருந்தனர். பயந்துபோயிருந்தனர். அவர்கள் சூழலைப் புரிந்துகொள்ள முயன்றனர்.

"நான், எது சரியானதோ அது செய்யப்படவேண்டுமென விரும்புகிறேன்" என்றார் வயதான கார்டினல்.

"அப்படியெனில் நீங்கள் அவளை வெளியே விடவேண்டும்," ஒரு ஆழ்ந்த குரல் அவளுக்குப் பின்னாலிருந்து கூறியது. அந்த வார்த்தைகள் அமைதியாக, ஆனால் தீர்க்கமாக இருந்தன. ராபர்ட் லேங்டன் அவளது பக்கம் வந்து நின்றார், அவள், அவரது கை அவளது கையைப் பற்றிக்கொண்டதை உணர்ந்தாள். "மிஸ். வெத்ராவும் நானும் இந்த சாப்பலைவிட்டுக் கிளம்புகிறோம். இப்போதே."

தடுமாறியபடி, தயக்கமாக, கார்டினல்கள் ஒதுங்கிநிற்கத் தொடங்கினர்.

"பொறுங்கள்!" என்றார் மோர்ட்டாடி. அவர் இப்போது தோல்வியடைந்திருந்த கேமர்லெக்னோவைத் தனியாக பலிபீடத்தில் விட்டுவிட்டு, அவர்களை நோக்கி மைய நடைபாதையில் வந்தார். திடீரென மோர்ட்டாடி வயதானவராக, தன் வயதையும் மீறி சோர்வடைந்தவராகத் தோற்றமளித்தார். அவரது நடை அவமானத்தின் சுமையுடனிருந்தது. அவர் நெருங்கி, லேங்டனின் தோளில் ஒன்றும், விட்டோரியாவின் தோளில் ஒன்றுமாக தன் கைகளைப் போட்டார். விட்டோரியா அவரது தொடுகையின் நேர்மையை உணர்ந்தாள். அந்த மனிதரின் கண்கள் பெரிதும் கண்ணீர் நிறைந்ததாக இருந்தது இப்போது.

"நிச்சயமாக உங்களுக்குப் போவதற்கான சுதந்திரம் உண்டு," மோர்ட்டாடி கூறினார். "நிச்சயமாக." அந்த மனிதர் நிறுத்த, அவரது துயரம் தெளிவாகத் தெரிந்தது. "நான் இதை மட்டுமே கேட்கிறேன்..." அவர் தனது காலடிகளையே நீண்ட கணத்துக்குப் பார்த்திருந்துவிட்டு பின் விட்டோரியாவையும் லேங்டனையும் நோக்கினார். "அதனை என்னைச் செய்யவிடுங்கள். நான் இப்போது சதுக்கத்துக்குச் சென்று ஒரு வழியைக் கண்டுபிடிப்பேன். நான் அவர்களிடம் சொல்வேன்.

எப்படியென எனக்குத் தெரியவில்லை... ஆனால், நான் ஒரு வழியைக் கண்டுபிடிப்பேன். திருச்சபையின் பாவமன்னிப்பு உள்ளுக்குள்ளிருந்து வெளிப்படும். எங்களது தோல்விகளை நாங்கள்தான் வெளிப்படுத்தவேண்டும்."

மோர்ட்டாடி வருத்தமாகப் பலிபீடத்தை நோக்கித் திரும்பினார். "கார்லோ, நீங்கள் இந்த தேவாலயத்தை இந்தப் பேரழிவின் தருணத்துக்குக் கொண்டுவந்துவிட்டீர்கள்." அவர் நிறுத்திவிட்டு, சுற்றிலும் பார்த்தார். பலிபீடம் வெறுமையாக இருந்தது.

அங்கே பக்கவாட்டு நடைபாதையில் உடையின் சலசலப்பு கேட்க, கதவு மூடும்சத்தம் கேட்டது.

கேமர்லெக்னோ போயிருந்தார்.

134

சிஸ்டைன் சாப்பலிலிருந்து, கேமர்லெக்னோ வென்ட்ரேஸ்கா அரங்கப் பாதையில் கிளம்பிச்சென்றபோது, அவரது வெள்ளுடை உப்பியது. சாப்பலிலிருந்து அவர் மட்டும் தனியாக வெளிப்பட்டபோது ஸ்விஸ் காவலர்கள் திகைக்க, அவர்களிடம் தனக்குச் சற்றுநேர தனிமை தேவையென அவர் கூறினார். அவர்கள் அதையேற்றுக்கொண்டு, அவரைப் போக அனுமதித்தனர்.

முனை திரும்பி அவர்களது பார்வையிலிருந்து விலகியதும், கேமர்லெக்னோ மனித அனுபவத்தில் சாத்தியமில்லை என நினைக்குமளவுக்கான உணர்ச்சிகளின் புயலை அவர் உணர்ந்தார். "புனித தந்தை" என்று அவர் அழைத்த, அவரை "மகனே" என்றழைத்த மனிதருக்கு அவர் விஷம் கொடுத்திருந்தார். கேமர்லெக்னோ எப்போதும் "தந்தை", "மகன்" என்ற வார்த்தைகள் எல்லாம் மத பாரம்பரியத்தைச் சேர்ந்தவை என நம்பியிருந்தார், ஆனால் இப்போது- அந்த வார்த்தைகள் நேரடி அர்த்தத்திலும் இருந்திருக்கிறது- என்ற கொடூரமான உண்மையை அறியவந்தார்.

சில வாரங்களுக்கு முன்பான துரதிர்ஷ்டவசமான இரவைப்போலவே, கேமர்லெக்னோ தற்போதும் தான் இருளின் ஊடாக தடுமாற்றத்துடன் கடந்துசெல்வதாக உணர்ந்தார்.

மழைபெய்துகொண்டிருந்த காலையொன்றில், வாடிகன் ஊழியர்கள் கேமர்லெக்னோவின் கதவைத் தட்டி, அவரது ஆழ்ந்த தூக்கத்திலிருந்து எழுப்பினர். போப், அழைப்புகளுக்கோ, கதவைத் தட்டினாலோ பதிலளிக்கவில்லை என அவர்கள் கூறினர். மதகுருக்கள் பயந்துபோயிருந்தனர். கேமர்லெக்னோ மட்டுமே போப்பின் அறைக்குள் அறிவிப்பின்றிச் செல்லக்கூடியவர்.

கேமர்லெக்னோ முந்தைய இரவைப் போலவே, தனியாக போப்பைக் காண நுழைந்தபோது, அவர் உடல்வளைந்து தனது படுக்கையில் இறந்துகிடந்தார். போப்பின் முகம் சாத்தானின் முகம்போல இருந்தது. அவரது நாக்கு சாவைப் போல கருத்திருந்தது. போப்பின் படுக்கையில் பிசாசு தூங்கிக்கொண்டிருந்ததைப்போல.

கேமர்லெக்னோ துயரமாக உணரவில்லை. கடவுள் பதிலளித்திருந்தார்.

யாரும் துரோகத்தைப் பார்த்திருக்கவில்லை... இன்னும். அது பின்னால் வரும்.

அவர் அந்தப் பயங்கரமான செய்தியை- போப்பாண்டவர் ஸ்ட்ரோக்கால் இறந்ததை அறிவித்தார். பின் கேமர்லெக்னோ கார்டினல்கள் கூடுவதற்காக ஆயத்தம் செய்தார்.

தாய் மரியாவின் குரல் அவரது காதில் கிசுகிசுத்தது. "கடவுளுக்குச் செய்யும் சத்தியத்தை ஒருபோதும் மீறாதே."

"அம்மா, நீ பேசுவதைக் கேட்கிறேன்." அவர் பதிலளித்தார். "இது நம்பிக்கையில்லாத உலகம். அவர்கள் நேர்மையின் பாதைக்குத் திரும்ப கொண்டுவரப்படவேண்டும். பீதி மற்றும் நம்பிக்கை. அது ஒன்றுமட்டுமே வழி."

"ஆமாம்," அவள் சொன்னாள். "நீயில்லையெனில்... பிறகு யார்? யார் திருச்சபையை இருளிலிருந்து வழிநடத்தி வெளிக்கொண்டுவருவார்?"

நிச்சயமாகத் தேர்ந்தெடுக்கப்பட்ட கார்டினல்களுள் ஒருவர் அல்ல. அவர்கள் வயதானவர்கள்... நடைபோடும் மரணம்... பழமையான வழிகளைக் கைவிட்டு நவீன பக்தர்களைத் தேடும், நினைவில் அறிவியலை அங்கீகரிக்கும், போப்பைப் பின்பற்றும் தாராளவாதிகள். காலத்துக்குப் பின்னால் தவிப்புடன் ஓடும், அப்படி ஓடுபவர்கள் அல்ல என பரிதாபமாக நடிக்கும் வயதான மனிதர்கள். நிச்சயமாக, அவர்கள் தோல்வியடைவார்கள். திருச்சபையின் பலம் அதன் பாரம்பரியம், மாறும் தன்மையல்ல. இந்த மொத்த உலகமும் மாறும் தன்மையுடையது. திருச்சபை மாறத்தேவையில்லை, உலகுக்கு அதுவே பொருத்தமானது என நினைவூட்டினால் மட்டும் போதுமானது. தீமை வாழ்கிறது! கடவுள் அதனை வெல்வார்!

திருச்சபைக்குத் தேவை ஒரு தலைவர். வயதான மனிதர்கள் வசீகரிப்பதில்லை! இயேசு வசீகரித்தார்! இளமையான, துடிப்பான, ஆற்றல்மிக்க... **அற்புத தன்மையுள்ளவர்.**

கார்டினல்கள் சபை கூடுவதற்கு முன் போப்பின் தனி நூலகத்தில், "உங்களது தேனீரை அனுபவியுங்கள்," கேமர்லெக்னோ நான்கு முதன்மை கார்டினல்களிடம் கூறினார். "உங்கள் வழிகாட்டி விரைவில் இங்கே இருப்பார்."

முதன்மையானவர்கள் அவருக்கு நன்றிகூறினர், அனைவரும் புகழ்பெற்ற சுரங்கப்பாதையில் நுழைவதற்கான வாய்ப்பு வழங்கப்பட்டதில் பரபரப்படைந்தனர். பெரிதும் வழக்கமில்லாதது! கேமர்லெக்னோ, தான் கிளம்புவதற்குமுன், சுரங்கப் பாதையின் கதவைத் திறந்துவைத்திருந்தார், திட்டமிட்டபடி மிகச் சரியாக, அந்தக் கதவு திறந்து, அந்நியத் தோற்றமுடைய மதகுரு ஒரு தீப்பந்தத்துடன் பரபரப்பில் இருந்த முதன்மைகார்டினல்களை உள்ளே அழைத்துச்சென்றார்.

அவர்கள் பின் ஒருபோதும் திரும்பவரவேயில்லை.

அவர்கள் பீதியாய் இருப்பார்கள். நான் நம்பிக்கையாய் இருப்பேன்.

இல்லை... நான் தான் பீதி.

கேமர்லெக்னோ தற்போது புனித பீட்டர் பேராலயத்தின் இருளினுள் தடுமாறியபடி காணப்பட்டார். ஓரளவுக்கு, பைத்தியக்காரத்தனம் மற்றும் குற்ற உணர்வின் மூலம், தனது தந்தையின் பிம்பங்களின் மூலம், வலி மற்றும் வெளிப்பாட்டின் மூலம், மார்பைனின் வீச்சின் மூலம்... அவர் ஒரு புத்திசாலித்தனமான முடிவுக்கு வந்திருந்தார். ஊழின் அறிதல். அறிதலின் பிரகாசத்தினை எண்ணி வியந்தபடி, *எனது நோக்கத்தை நான் அறிவேன்,* என அவர் நினைத்தார்.

ஆரம்பம் முதலே, அன்றிரவு அவர் திட்டமிட்டபடி எதுவும் நடக்கவில்லை. எதிர்பாராத இடையூறுகள் தம்மை வெளிப்படுத்திக்கொண்டன, ஆனால் கேமர்லெக்னோ அதற்கேற்ப, வலுவான சரிப்படுத்திக்கொள்ளல்களைச் செய்திருந்தார். இருந்தும், அவர் ஒருபோதும் இந்த இரவு இப்படி முடியுமென கற்பனைசெய்திருக்கவில்லை, இருந்தும் அவர் அதன் முன்தீர்மானிக்கப்பட்ட கம்பீரத்தைக் கண்டார்

இது வேறெந்த வழியிலும் முடியாது.

ஓ, கடவுள் மட்டும் அவரைக் கைவிட்டிருந்தால், சிஸ்டைன் சாப்பலில் அவர் என்ன ஒரு திகிலை உணர்ந்திருப்பார். *என்னவிதமான செயல்களை அவர் உத்தரவிட்டிருப்பார்!* சந்தேகங்களால் சூழப்பட்டு, அவர் மண்டியிட்டார், அவரது காதுகள் கடவுளின் குரலுக்காகக் கூர்ந்தன, ஆனால் மௌனத்தை மட்டுமே கேட்டார். அவர் ஒரு அடையாளத்துக்காக இறைஞ்சினார். வழிகாட்டுதல், திசைகாட்டல். இதுதான் கடவுளின் விருப்பமோ? திருச்சபை ஊழல் மற்றும் வெறுப்பால் அழிக்கப்பட்டதா? இல்லை! கேமர்லெக்னோ செயல்படவேண்டுமென விரும்பியது கடவுள்! *அவரில்லையா?*

பின் அவர் அதைக் கண்டார். பலிபீடத்தில் அமர்ந்தபடி. ஒரு அடையாளம். தெய்வீகத் தொடர்பு- சாதாரணமான ஒன்றை அதிசிறப்புவாய்ந்த ஒளியில் கண்டார். சிலுவைப்பாடு. எளிமையானது. மரத்தாலானது. இயேசு சிலுவையில். அந்தக் கணத்தில், அனைத்தும் தெளிவானது... கேமர்லெக்னோ தனிமையில் இல்லை. அவர் ஒருபோதும் தனிமையில் இருக்கமாட்டார்.

இதுவே அவரது விருப்பம்... அவரது அர்த்தம்.

கடவுள், அவர் அதிகம் நேசித்தவர்களிடம் மகத்தான தியாகத்தைக் கோருகிறார். கேமர்லெக்னோ ஏன் இத்தனை மெதுவாகப் புரிந்துகொள்கிறார்? அவர் மிகவும் பயந்த சுபாவமுடையவரா? மிக எளியவரா? அது எந்த வித்தியாசத்தையும் ஏற்படுத்தப் போவதில்லை. கடவுள் ஒரு வழியைக் கண்டறிந்துவிட்டார். ராபர்ட் லேங்டன் ஏன் காப்பாற்றப்பட்டாரென என்பதைக்கூட தற்போது கேமர்லெக்னோ புரிந்துகொண்டார். லேங்டன் காப்பாற்றப்பட்டார். அது உண்மையைக் கொண்டுவர. இந்த முடிவை வலியுறுத்த.

திருச்சபையின் இரட்சிப்புக்கு இதுவொன்றே ஒரே பாதை!

கேமர்லெக்னோ, போப்பின் அங்கிகளுக்கான மாடத்தினூடாக இறங்கியபோது, அவர் மிதந்துசெல்வதுபோல் உணர்ந்தார். மார்பினின் தாக்கம் இப்போது கடுமையாக இருந்தது, ஆனால் கடவுள் அவரை வழிநடத்துவதை அறிந்திருந்தார்.

தூரத்தில், சாப்பலிலிருந்து வெளிவந்து குழப்பத்தில் கார்டினல்கள் ஸ்விஸ் காவலர்களுக்குச் சத்தமாகக் கட்டளைகள் பிறப்பித்து ஆரவாரம் செய்வதை அவரால் கேட்கமுடிந்தது.

ஆனால், அவர்கள் ஒருபோதும் அவரைக் கண்டுபிடிக்கப் போவதில்லை. சரியான சமயத்தில்.

கேமர்லெக்னோ, அவர் தொன்னூற்றொன்பது எண்ணெய் விளக்குகள் பிரகாசமாக மின்னும் தாழ்வான பகுதிக்குப் படிக்கட்டுகளினூடாக... விரைந்து இறங்குவதை உணர்ந்தார். கடவுள் அவரைப் புனித மைதானத்திற்குத் திரும்ப அனுப்பினார். கேமர்லெக்னோ கல்லறைகளுக்கு இட்டுச்சென்ற துளையை மூடியிருந்த தட்டை நோக்கி நகர்ந்தார். இந்த இரவு கல்லறையினுள்தான் முடியப்போகிறது. அதன் கீழே காணப்படும் புனித இருளினுள். அவர் ஒரு எண்ணெய் விளக்கை எடுத்துக்கொண்டு, இறங்குவதற்கு ஆயத்தமானார்.

ஆனால், அவர் மாடத்தைத் தாண்டி நகரும்போது, கேமர்லெக்னோ நின்றார். அதில் ஏதோ தவறிருப்பதாக உணர்ந்தார். இது எப்படி கடவுளுக்குச் சேவைசெய்ததாகும்? உறுதியான மற்றும் மௌனமான முடிவாகும்? இயேசு ஒட்டுமொத்த உலகத்தின் கண்களுக்கு முன்பாகத் துயரப்பட்டார். நிச்சயமாக இது கடவுளின் விருப்பமாக இருக்காது! கேமர்லெக்னோ தனது கடவுளின் குரலுக்காகச்

செவிகூர்ந்தார், ஆனால் அவர் கேட்டது மருந்துகளின் தாக்கமேற்படுத்திய தெளிவில்லாத ஒலி.

"கார்லோ." அது அவனது தாய். *"கடவுள் உனக்காகத் திட்டங்கள் வைத்திருக்கிறார்."*

திகைப்படைந்தபடி, கேமர்லெக்னோ தொடர்ந்து நகர்ந்துகொண்டிருந்தார்.

பின், எச்சரிக்கை எதுவுமின்றி, கடவுள் எதிர்ப்பட்டார்.

கேமர்லெக்னோ சற்றே நின்று, உற்றுநோக்கினார். தொன்னூற்றொன்பது எண்ணெய் விளக்குகளின் ஒளி, கேமர்லெக்னோவின் நிழலைப் பளிங்குச் சுவரில் அவருக்கருகே விழச்செய்தன. ராட்சச அளவிலான பயமுறுத்தும் நிழல். பொன்னொளியால் சூழப்பட்ட தெளிவில்லாத வடிவம். அவரைச் சூழ்ந்து சுவாலைகள் பற்றியெரிய, கேமர்லெக்னோ சொர்க்கத்துக்கு ஏறும் தேவதூதர் போன்றிருந்தார். அவர் ஒரு கணம் நின்று, தனது கைகளைப் பக்கவாட்டில் உயர்த்தி, தனது சொந்த நிழலைக் கவனித்தார். பின் அவர் திரும்பி, மேலேறிச் செல்லும் படிகளைப் பார்த்தார்.

கடவுளின் நோக்கம் தெளிவாக இருந்தது.

சிஸ்டைன் சாப்பலுக்கு வெளியே குழப்பமான அரங்கப் பாதையில் மூன்று நிமிடங்கள் கடந்திருந்தது, இன்னும் கேமர்லெக்னோ எங்கேயென யாரும் கண்டறிந்திருக்கவில்லை. இரவால் அந்த மனிதர் விழுங்கப்பட்டதுபோல இருந்தது. வாடிகன் நகரில் முழு அளவிலான தேடலுக்கு மோர்ட்டாடி உத்தரவிடவிருந்தபோது, புனித பீட்டர் சதுக்கத்தில் மகிழ்ச்சிக் கூச்சல் எழுந்ததைக் கேட்டார். கூட்டத்தின் தன்னிச்சையான கொண்டாட்டம் கோலாகலமாக இருந்தது. கார்டினல்கள் அனைவரும் திகைப்பான பார்வையைப் பரிமாறிக்கொண்டனர்.

மோர்ட்டாடி தன் கண்களை மூடினார். "கடவுளே எங்களுக்கு உதவு."

அந்த மாலையில் இரண்டாவது முறையாக, கார்டினல்கள் புனித பீட்டர் சதுக்கத்துக்குள் நுழைந்தனர். லேங்டனும் விட்டோரியாவும் நெருக்கியடிக்கும் கார்டினல்கள் கூட்டத்தினூடாக அடித்துச் செல்லப்பட்டனர். இரவினூடாக

அனைத்து ஊடக விளக்குகளும் கேமராக்களும் பேராலயத்தை நோக்கி நகர்ந்தன. அங்கே, உயர்ந்துசெல்லும் முகப்பின் சரியான மையத்தில் அமைந்துள்ள புனித போப் அலுவலகத்தின் மாடிமுகப்பில் காலடி எடுத்துவைத்து, கேமர்லெக்னோ கார்லோ வென்ட்ரேஸ்கா கைகளைச் சொர்க்கத்தை நோக்கி உயர்த்தியபடி நின்றார். தொலைவிலிருந்தும்கூட, அவர் தூய அவதாரம்போலத் தோன்றினார். ஒரு சிலை. வெள்ளுடை உடுத்தது. வெளிச்சம் சூழ்ந்தது.

சதுக்கத்தில் முண்டியடித்த ஆற்றல்கள் உயர்ந்துவரும் அலைபோல கூடிக்கொண்டே போவதுபோலத் தோன்றியது, ஒரு கட்டத்தில் ஸ்விஸ் காவலர்களின் அரண் உடைந்து வழியேற்படுத்தியது. மக்கள் கூட்டம் பேராலயத்தை நோக்கி மகிழ்ச்சிமிக்க மனித வெள்ளமாகப் பாய்ந்தனர். நெருக்கியடித்து முன்னோக்கிப் பாய்ந்த- மக்கள் அழுதபடியும், பாடியபடியும் இருக்க, ஊடக கேமராக்கள் மின்னின. முழக்கம் எழுந்தது. பேராலயத்தைச் சுற்றியும் முன்பக்கமும் வெள்ளமென மக்கள் சூழ, எதுவும் அதனைத் தடுக்கமுடியாது எனத் தோன்றும்வரை குழப்பம் தீவிரமடைந்தது,

பின் ஒன்று நிகழ்ந்தது.

மேலே உயரத்தில், கேமர்லெக்னோ மிகச்சிறியதொரு சைகையை நிகழ்த்தினார். அவர் தனது கையை முன்புறமாகக் கட்டினார். பின் தனது தலையைத் தாழ்த்தி மௌனப் பிரார்த்தனையை மேற்கொண்டார். ஒருவர் பின் ஒருவராக, பின் டஜன் கணக்கிலாக, பின் நூறு நூறாக, மக்கள் அவருடன் தங்கள் தலையைத் தாழ்த்தினர்.

சதுக்கம் அதன்மீது மந்திரம் போடப்பட்டதுபோல்... மௌனத்தில் மூழ்கியது.

அவரது மனது, இப்போது தொலைவில் சுழன்றடித்துக் கொண்டிருந்தது, கேமர்லெக்னோவின் பிரார்த்தனைகள் நம்பிக்கை மற்றும் வருத்தத்தின் சுழலாக இருந்தது... என்னை மன்னியுங்கள், தந்தையை... தாயே... கருணையே... நீயே திருச்சபை... உங்களது ஒரே மகனின் தியாகத்தை நீங்கள் புரிந்துகொள்வீர்களாக.

ஓ, என் இயேசுவே... எங்களை நரக நெருப்பிலிருந்து காப்பாற்றுவாய்... அனைத்து ஆன்மாக்களையும் சொர்க்கத்துக்கு இட்டுச்செல்வாய்... முக்கியமாக கருணை பெரிதும் தேவைப்படுபவர்களை...

கேமர்லெக்னோ முழு உலகமும் கவனித்துக்கொண்டிப்பதையும், தொலைக்காட்சி கேமராக்களையும், தனக்குக் கீழுள்ள கூட்டத்தையும் காண தன் கண்களைத் திறக்கவில்லை. அவர் அதனை தனது ஆன்மாவுக்குள் உணரமுடிந்தது. அவரது வேதனையிலும்கூட, அந்தக் கணத்தின் ஒற்றுமை போதையேற்றுவதாக இருந்தது. அது பூமியின் அனைத்துத் திசையிலும் இணைக்கும் சரடை வீசியதுபோல் இருந்தது. வீட்டில், கார்களில், தொலைக்காட்சிகளின் முன் உலகம் ஒன்றாகப் பிரார்த்தித்தது. ஒரு மாபெரும் இதயத்தின் ஒத்திசைவைப் போல, மக்கள் டஜன்கணக்கான மொழிகளில், நூற்றுக்கணக்கான நாடுகளில் கடவுளை அடைந்தனர். அவர்கள் முணுமுணுத்த வார்த்தைகள் புதிதாகப் பிறந்தவையாகவும், இருந்தும் அவர்களது சொந்தக் குரலைப்போல் அவர்களுக்கு பழக்கமானவையாகவும்... பழங்கால உண்மைகளாகவும்... ஆன்மாவில் பொறிக்கப்பட்டதாகவும் இருந்தது.

அந்த இணக்கம் நித்தியமாகப் பட்டது.

மௌனம் அகன்றபோது, மகிழ்ச்சியான இசைப் பாடல்கள் திரும்பவும் எழத் தொடங்கின.

அவர் அந்தக் கணம் வந்துவிட்டதென அறிந்தார்.

பெரிதும் பரிசுத்தமான திரித்துவமே... சீற்றங்கள், அவச்செயல்கள், அலட்சியங்களுக்குப் பதிலாக... நான் மிகவும் மதிப்புமிக்க உடல், ரத்தம், ஆன்மாவை உனக்கு அளிக்கிறேன்...

கேமர்லெக்னோ ஏற்கனவே உடல்ரீதியான வலி எழுவதை உணர்ந்துவிட்டார். அது அவரது சருமத்தின் ஊடாக கொள்ளைநோயெனப் பரவ ஆரம்பிக்க, சில வாரங்களுக்கு முன் கடவுள் முதல்முறையாக அவரில் எழுந்தபோது எப்படி தனது தசையைப் பற்றினாரோ அதைப் போல பற்றிப்பிடிக்க விரும்பினார். ***இயேசு எத்தனை வலியைத் தாங்கிக்கொண்டார் என்பதை மறக்காதே.*** அவரால் இப்போது தீப்பொறிகளைக்கூட சுவைக்கமுடியும். மார்பைன்கூட அந்தக் கடியின் வலியை மங்கச் செய்யாது.

என் வேலை இங்கே முடிந்துவிட்டது.

பீதி அவருடையது. நம்பிக்கை அவர்களுடையது.

அங்கிகளுக்கான மாடக்குழியில், கேமர்லெக்னோ கடவுளின் விருப்பத்தைப் பின்பற்றி, அவரது உடலுக்குப் பூசிக்கொண்டார். அவரது முடி, அவரது முகம், அவரது பருத்தி ஆடை, அவரது தசை. அவர் அந்த விளக்கிலிருந்த புனித, படிகம் போன்ற எண்ணெயில் ஊறிப்போயிருந்தார். அவை அவரது தாயைப் போல இனிமையான மணத்துடன் இருந்தன. ஆனால், எரிச்சலை ஏற்படுத்தின. அவரது பயணம் இரக்கமுள்ள ஏற்றமாக இருக்கும். அற்புதமானதும் விரைவானதாகவும் இருக்கும். அவர் தனக்குப் பின்னால் அவதூறை விட்டுப் போகமாட்டார்... புதிய வலிமையையும் வியப்பையும் விட்டுச் செல்வார்.

அவர் தனது கையை அவரது அங்கியிலிருந்த பைக்குள் நுழைத்து, பேலியம் இன்சென்டியோரியாவிலிருந்து தன்னுடன் எடுத்துவந்த சிறிய பொன்னிறப் பற்ற வைப்பானை எடுத்தார்.

அவர் வேதாகமத்திலிருந்து வசனமொன்றை முணுமுணுத்தார். *சுவாலை சொர்க்கத்தை நோக்கி எழுந்தபோது, இறைவனின் தூதர் சுவாலையில் எழுந்தார்.*

அவர் தனது கட்டைவிரலை உயர்த்திக்காட்டினார்.

அவர்கள் புனித பீட்டர் சதுக்கத்தில் பாடிக்கொண்டிருந்தனர்...

உலகம் கண்ட இந்தத் தரிசனத்தை, எவரும் ஒருபோதும் மறக்கப்போவதில்லை.

மாடி முகப்பின் மேலே உயரத்தில், ஒரு ஆத்மா அதன் உடல் தளைகளிலிருந்து விடுபடுவதுபோல், கேமர்லெக்னோவின் மையத்திலிருந்து பற்றிக்கொண்டு ஒளிரும் சுடர் ஒன்று எழும்பியது. நெருப்பு மேல்நோக்கி எழுந்து, அவரது முழு உடலையும் உடனடியாக விழுங்கியது. அவர் கத்திக் கூச்சலிடவில்லை. அவர் தனது கைகளைத் தலைக்கு மேலே உயர்த்தி சொர்க்கத்தை நோக்கிப் பார்வையிட்டார். அவரது உடலை முழுமையாக மறைத்து ஒளித்தூண் போன்று, அவரைச் சுற்றிப் பெருந்தீ சீற்றத்துடன் எரிந்தது. நித்தியத்துவம் போலத் தெரிந்த அது, முழு உலகமும் சாட்சியமாக இருக்க பற்றியெரிந்தது. வெளிச்சம் மேலும் மேலும் பளிச்சிட்டது.

பின், படிப்படியாக, சுவாலை வடிந்தது. கேமர்லெக்னோ மறைந்துவிட்டார். அவர் கிராதிகளுக்குப் பின் விழுந்துவிட்டாரா அல்லது காற்றில் கரைந்துவிட்டாரா என்பது சொல்வதற்கு இயலாததானது. எஞ்சியதெல்லாம் வாடிகன் நகரின் வான்நோக்கிச் சுழன்றுசென்ற புகைத் திரட்சிதான்.

135

ரோமுக்கு விடியல் தாமதமாக வந்தது.

அதிகாலை புயல் மழை, புனித பீட்டர் சதுக்கத்திலிருந்த கூட்டத்தை அகற்றியிருந்தது. ஊடகத்தினர் குடைகளுக்குக் கீழும் வேன்களுக்கு உள்ளும் அமர்ந்தபடி, மாலை நேர நிகழ்வுகளைப் பற்றி பேசியபடி காத்திருந்தனர். உலகமெங்கும், திருச்சபைகளில் கூட்டம் நிரம்பிவழிந்தது. அனைத்து மதங்களிலும் அது சிந்தனை மற்றும் விவாதத்துக்கான நேரமாக இருந்தது. கேள்விகள் மிகுந்திருந்தன.... எனினும் பதில்கள் இன்னும் ஆழமான கேள்விகளை மட்டுமே கொண்டுவந்ததாகத் தோன்றியது. அதுவரை, வாடிகன் மௌனமாகவே நீடித்தது, எந்தவிதமான அறிக்கையையும் வெளியிடவில்லை.

வாடிகனின் செயற்கைக் குகைகளின் உள்ளே, கார்டினல் மோர்ட்டாடி திறந்த கல் சவப்பெட்டியின் முன்பாக, தனியாக மண்டியிட்டுக் காணப்பட்டார். அவர் அந்த வயதான மனிதரின் கறுத்துப்போயிருந்த வாயை அணுகி மூடினார். போப்பாண்டவர் இப்போது சாந்தமானவராகத் தெரிந்தார். நித்தியமாக அவர் அமைதியாக ஓய்வெடுக்கலாம்.

மோர்ட்டாடியின் காலடியில் சாம்பல்களால் நிறைந்த பொன்னாலான கலசமொன்று இருந்தது. மோர்ட்டாடி அவரே சாம்பலைச் சேகரித்து அவற்றை இங்கே கொண்டுவந்திருந்தார். "மன்னிப்புக்கான ஒரு வாய்ப்பு," என்றபடி அவர் அந்தக் கலசத்தை போப்பின் பக்கவாட்டில் சவப்பெட்டியில் வைத்தபடி கூறினார். "ஒரு தந்தை தன் மகன் மீது கொண்டிருக்கும் அன்பைவிட எந்த அன்பும் மகத்தானதில்லை."

மோர்ட்டாடி போப்பாண்டவரின் ஆடைக்குக் கீழ் கலசத்தை வைத்து பார்வையிலிருந்து மறைத்தார். அவர் இந்தப் புனித குகை பிரத்யேகமாகப் போப்பாண்டவர்களின் நினைவுச்சின்னங்களுக்காக ஒதுக்கப்பட்டிருந்தது என்பதை அறிவார், ஆனால் ஒருவிதத்தில் இது முறையானதுதான் என போப்பாண்டவர் உணர்ந்தார்.

"ஐயா?" யாரோ குகைகளுக்குள் நுழைந்து அழைத்தனர். அது லெப்டினன்ட் சார்ட்ராண்ட். அவர் மூன்று ஸ்விஸ் காவலர்கள் துணையுடன் வந்திருந்தார். "அவர்கள் சபையில் ஆயத்தமாக இருக்கின்றனர்."

மோர்ட்டாடி ஆமோதித்தார். "இன்னும் சில நிமிடங்களில்." அவர் தனக்கு முன்னாலிருந்த கல் சவப்பெட்டியை கடைசியாக ஒரு முறை பார்த்தார். பின் எழுந்துநின்றார். அவர் காவலர்களிடம் திரும்பினார். "போப், அவர் ஈட்டிய சமாதானத்தை அனுபவிப்பதற்கான நேரம் இது."

காவலர்கள் முன்னால் வந்து, பெரும் முயற்சியுடன் போப்பின் கல் சவப்பெட்டியின் மூடியை அதன் இடத்திற்குக் கொண்டுவந்தனர். கடைசியில் அது சத்தத்துடன் மூடிக்கொண்டது.

மோர்ட்டாடி தனியாகச் சிஸ்டைன் சாப்பலை நோக்கிய போர்ஜியா முற்றத்தைக் கடந்தார். ஈரம் செறிந்த தென்றல் காற்று அவரது அங்கியை அசைத்தது. சக கார்டினல் ஒருவர் திருத்தூதர் அரண்மனையிலிருந்து எதிர்ப்பட்டு அவரருகில் நடையிட்டார்.

"உங்களைச் சபைக்குப் பாதுகாப்புடன் அழைத்துச்செல்லும் மரியாதை எனக்குக் கிடைக்குமா, ஐயா?"

"இதில் மரியாதை எனக்குத்தான்."

"ஐயா," கார்டினல் தொந்தரவடைந்தவராய் அழைத்தார். "சபை கடந்த இரவு நடந்ததற்கு உங்களிடம் மன்னிப்புக் கோருகிறது. நாங்கள் அறியாமல்-"

"தயவுசெய்யுங்கள்," மோர்ட்டாடி பதிலளித்தார். "நமது மனங்கள் சிலசமயம் நமது இதயம் விரும்புவதையே உண்மையெனக் காட்டும்."

கார்டினல் நீண்ட நேரம் மௌனமாக இருந்தார். கடைசியாக அவர் பேசினார். "உங்களுக்குச் சொன்னார்களா? நீங்கள் இனியும் எங்கள் மகத்தான தேர்வர் இல்லை."

மோர்ட்டாடி புன்னகைத்தார். "ஆமாம். சிறிய ஆசீர்வாதத்துக்கு நான் கடவுளுக்கு நன்றி சொல்கிறேன்."

"சபை உங்களைத் தகுதியானவரென வலியுறுத்துகிறது."

"திருச்சபையில் கருணை இன்னும் அழிந்துவிடவில்லையெனத் தோன்றுகிறது."

"நீங்கள் புத்திசாலி. நீங்கள் எங்களைச் சிறப்பாக வழிநடத்தலாம்."

"நான் வயதானவன். நான் உங்களை ஓரளவுக்கே வழிநடத்தமுடியும்."

அவர்கள் இருவரும் சிரித்தனர்.

அவர்கள் போர்ஜியா முற்றத்தின் கடைசியை அடைந்ததும், கார்டினல் தயங்கினார். அவர் மோர்ட்டாடி பக்கம், முந்தைய இரவின் அபாயகரமான பிரமிப்பு நினைவுவந்ததுபோல், தொந்தரவூட்டும் மர்மத்துடன் திரும்பினார்.

"நீங்கள் அறிவீர்களா," கார்டினல் கிசுகிசுத்தார், "மாடிமுகப்பில் நாங்கள் எந்த மிச்சத்தையும் காணவில்லை?"

மோர்ட்டாடி புன்னகைத்தார். "ஒருவேளை, மழை அவற்றை அடித்துப்போயிருக்கலாம்."

அந்த மனிதர் புயலடித்த வானத்தை நோக்கினார். "ஆமாம், இருக்கலாம் ..."

136

சிஸ்டைன் சாப்பலின் புகைப்போக்கி, மெலிதாக அதன் முதல் வெண்ணிறப் புகையை வெளிவிட்டபோது, நடுப்பகல் வானம் இன்னும் மேகங்கள் நிறைந்து காணப்பட்டது. வெண்முத்துப் போன்ற புகைத்திரள் மேலே வான்நோக்கிச் சுருண்டு மெதுவாக மறைந்தது.

வெகுகீழே, புனித பீட்டர் சதுக்கத்தில், செய்தியாளர் குந்தர் க்ளிக் சிந்தனைமிக்க மௌனத்துடன் கவனித்துக்கொண்டிருந்தான். இறுதி அத்தியாயம்...

சினிதா மாக்ரி தோளில் கேமராவை ஏந்தியபடி, அவனை பின்னாலிருந்து அணுகினாள். "இதுதான் தருணம்," அவள் சொன்னாள்.

க்ளிக் துயரமாகத் தலையாட்டினான். அவன் அவளை நோக்கித் திரும்பி, தனது தலைமுடியைக் கோதியபடி, ஆழமான மூச்சொன்றை இழுத்தான். *எனது கடைசி ஒளிபரப்பு,* அவன் நினைத்தான். ஒரு சிறிய கூட்டம் அவர்களைச் சுற்றி கவனிப்பதற்குக் கூடியிருந்தது.

"அறுபது நொடிகளில் நேரடி ஒளிபரப்பு," மாக்ரி அறிவித்தாள்.

க்ளிக், பின்னால் தனது தோளுக்குமேல் சிஸ்டைன் சேப்பலின் கூரையைப் பார்த்தான். "புகையைப் படம்பிடித்தீர்களா?"

மாக்ரி அமைதியாக ஆமோதித்தாள். "குந்தர், ஒரு காட்சியை எப்படிப் படம்பிடிப்பதென எனக்குத் தெரியும்."

க்ளிக் வாயடைத்துப்போனான். நிச்சயமாக அவள் அறிவாள். கடந்த இரவு கேமராவைக் கையாண்ட மாக்ரியின் திறமை அநேகமாக அவளுக்குப் புலிட்சர் வென்றுதரலாம். மாறாக, அவனது திறமையோ... அவன் அதைப்பற்றி சிந்திக்க விரும்பவில்லை. நிச்சயமாக பிபிசி அவனை சும்மா விடப்போவதில்லை. எண்ணற்ற அதிகாரமிக்க நபர்களிடமிருந்து அவர்கள் சட்டத் தொந்தரவுகளை எதிர்கொள்வார்கள் என்பதில் சந்தேகம் ஏதுமில்லை... சேர்னும் ஜார்ஜ் புஷ்ஷும் அவர்களுள் அடக்கம்.

"நீ அழகாகத் தெரிகிறாய்," சினிதா தனது கேமராவின் பின்பகுதியிலிருந்து பார்த்து அக்கறை தொனிக்க ஆதரவாகப் பேசினாள். "நான் உன்னிடம் ஒன்று சொல்லலாமா என யோசிக்கிறேன்" அவள் நாவைக் கட்டுப்படுத்தியபடி தயங்கினாள்.

"அறிவுரையா?"

மாக்ரி பெருமூச்சுவிட்டாள். "ஆர்ப்பாட்டத்துடன் முடித்து வெளிக்கிளம்பத் தேவையில்லை என்பதை மட்டுமே நான் சொல்ல நினைத்தேன்."

“எனக்குத் தெரியும்” அவன் சொன்னான். “நீ நேரடியாக விஷயத்தை முடிக்க விரும்புகிறாய்.”

“வரலாற்றிலேயே நேரடியானது. நான் உன்னை நம்புகிறேன்.”

க்ளிக் புன்னகைத்தான். **நேரடியாக முடிப்பதா? இவள் பைத்தியக்காரியா?** நேற்றைய இரவைப் போன்ற செய்தி மேலதிக தகுதியுடையது. ஒரு திருப்பம். ஒரு கடைசி குண்டு. எதிர்பாராத அதிர்ச்சியளிக்கும் ஒரு உண்மை.

அதிர்ஷ்டவசமாக, க்ளிக் எதிர்பார்த்திருந்த வாய்ப்புக்கான நுழைவுச்சீட்டைக் கொண்டிருந்தான்....

“நீங்கள் ஆரம்பிக்க இருக்கிறீர்கள்... ஐந்து... நான்கு... மூன்று...”

சினிதா மாக்ரி தனது கேமராவினூடாகப் பார்த்தபோது, க்ளிக்கின் கண்களில் தந்திரமொன்றின் பளபளப்பை உணர்ந்தாள். **அவனை இதைச் செய்ய அனுமதித்தால் நான் பைத்தியமாக இருக்கவேண்டும். நான் என்ன நினைத்துக்கொண்டிருந்தேன்?**

ஆனால், இரண்டாவது எண்ணத்திற்கான கணம் கடந்திருந்தது. அவர்கள் ஆயத்தமாயிருந்தனர்.

“வாடிகன் நகரிலிருந்து நேரடி ஒளிபரப்பு,” க்ளிக் அறிவித்தான், “செய்திகள் வாசிப்பது குந்தர் க்ளிக்.” சிஸ்டைன் சாப்பலிலிருந்து அவனுக்குப் பின்னால் வெண்ணிறப் புகை எழுந்தபோது, அவன் கேமராவை நோக்கி கம்பீரமான பார்வையொன்றை வெளிப்படுத்தினான். “கனவான்களே, சீமாட்டிகளே, இது இப்போது அதிகாரப்பூர்வமானது. எழுபத்தொன்பது வயது கார்டினல் சேவரியோ மோர்ட்டாடி, சற்று முன் வாடிகன் நகரின் அடுத்த போப்பாகத் தேர்ந்தெடுக்கப்பட்டார். வேட்பாளராகச் சாத்தியமில்லாதவர் என்றபோதும், மோர்ட்டாடி முன்னெப்போதுமில்லாத அளவுக்கு ஒருமனதாக கார்டினல் சபையினரின் வாக்குகளைப் பெற்று போப்பாகத் தேர்ந்தெடுக்கப்பட்டார்.”

மாக்ரி அவனைக் கவனித்தபடி, நிம்மதிப் பெருமூச்சுவிடத் தொடங்கினாள். க்ளிக் இன்று ஆச்சர்யப்படத்தக்க விதத்தில் சிறப்பாகப் பேசினான். விலகலாகவும் தெரிந்தான். வாழ்வில் முதல்முறையாக, க்ளிக் உண்மையிலே ஓரளவுக்கு ஒரு செய்தியாளர்போல் தெரிந்தான்.

“மேலும் நாம் முன்பு தெரிவித்ததுபோல,” க்ளிக் தனது குரலை நேர்த்தியாகத் தீவிரப்படுத்தி, “வாடிகன் இன்னும் கடந்த இரவின் அற்புத நிகழ்வுகள் குறித்து அறிக்கை எதையும் அளிக்கவில்லை.”

சிறப்பு. சினிதாவின் படபடப்பு இன்னும் கொஞ்சம் குறைந்தது. இதுவரை மிகச்சிறப்பு.

க்ளிக்கின் முகபாவம் இப்போது வருத்தம் நிறைந்ததாக மாறியது. “நேற்றைய இரவு அற்புத இரவாக இருந்தபோதும், அது துயரத்தின் இரவும்கூட. நேற்றைய மோதல்களில், நான்கு கார்டினல்கள், கூடவே கமாண்டர் ஆலிவெட்டி, ஸ்விஸ் காவலமைப்பைச் சேர்ந்த கேப்டன் ரோச்சர் தங்கள் பணியின்போது பலியாகியிருக்கிறார்கள். செர்னின் புகழ்பெற்ற இயற்பியலாளரும் எதிர்க்கரு தொழில்நுட்பத்தின் முன்னோடியுமான லியானார்டோ வெத்ரா, உதவுவதற்காக வந்த செர்னின் இயக்குநரான மேக்ஸிமிலியன் கோஹ்லர் ஆகியோரும் உயிரிழந்தனர். திரு. கோஹ்லர் மரணம் குறித்து அதிகாரப்பூர்வ அறிக்கை ஏதும் விடுக்கப்படவில்லை, ஆனால், நீண்ட கால உடல்நலக்குறைவு காரணமாக ஏற்பட்ட சிரமங்களால் அவர் இறந்ததாக யூகிக்கப்படுகிறது.”

மாக்ரி ஆமோதித்தாள். அறிக்கை நேர்த்தியாகப் போய்க்கொண்டிருந்தது. அவர்கள் விவாதித்தபடி.

“வாடிகனில் நேற்று இரவு ஏற்பட்ட வெடிப்பு காரணமாக, செர்னின் எதிர்க்கரு தொழில்நுட்பம் அறிவியலாளர்களிடையே சூடான விவாதப் பொருளாகியிருப்பதுடன், பரபரப்பையும் சர்ச்சையையும் எழுப்பியிருக்கிறது. ஜெனீவாவில் திரு கோஹ்லரின் உதவியாளர், சில்வி பாட்லோக்கால் வாசிக்கப்பட்ட அறிக்கையில், இன்று காலை செர்னின் இயக்குநர்கள் எதிர்க்கருவின் ஆற்றல் குறித்து உற்சாகம் கொண்டிருந்தாலும், அதன் பாதுகாப்புக் குறித்து ஆய்வதற்காக அதன் உரிமம் குறித்த கூடுதல் விசாரணைகளும் அனைத்து ஆராய்ச்சிகளும் கைவிடப்படுவதாகத் தெரிவித்தார்.”

அற்புதம், மாக்ரி நினைத்தாள். *கடைசிப் பகுதி.*

க்ளிக் மேலும் பேசினான், “இன்றிரவு நமது திரையில், நேற்று இல்லுமினாட்டி விவகாரத்தில் தனது நிபுணத்துவத்தால் ஆலோசனை வழங்க வந்த ஹார்வர்டு பேராசிரியர் ராபர்ட்

லேங்டன் தட்டுப்படவில்லை என்பது குறிப்பிடத்தக்கது, உண்மையில் எதிர்க்கரு வெடிப்பில் அவர் அழிந்துவிட்டதாக நினைக்கப்பட்டாலும், வெடிப்புக்குப் பின் லேங்டன் புனித பீட்டர் சதுக்கத்தில் தென்பட்டதாக நமக்கு இப்போது அறிக்கைகள் வந்திருக்கின்றன. அவர் எப்படி அங்கே சென்றடைந்தார் என்பது இன்னும் யூகமாகவே இருந்தபோதும், நள்ளிரவு எழுந்த சற்று நேரத்தில் திரு. லேங்டன் திபெர் நதிக்கரையோரம் விழுந்துகிடந்ததாகவும், அவர் அங்கிருந்து சிகிச்சையளிக்கப்பட்டு அனுப்பப்பட்டதாகவும் திபெரினா மருத்துவமனையிலிருந்து செய்தித் தொடர்பாளர் ஒருவர் கூறினார்" க்ளிக் கேமராவை நோக்கி தனது புருவங்களை வளைத்தான். "அது உண்மையெனில்... உண்மையிலே அது அற்புதங்களின் இரவுதான்."

அற்புதமான முடிவு! மாக்ரி முகம் மலர புன்னகைப்பதை உணர்ந்தாள். *பிழையில்லாத முடிப்பு! இப்போது விலக வேண்டியதுதான்!*

ஆனால் க்ளிக் விலகவில்லை. பதிலாக, அவன் ஒரு கணம் நிறுத்தி பின் கேமராவை நோக்கி நடையிட்டான். அவனிடம் மர்மமான ஒரு புன்னகை வெளிப்பட்டது. "ஆனால் முடிப்பதற்கு முன்பாக..."

இல்லை!

"...ஒரு விருந்தினரை என்னுடன் சேர்ந்துகொள்ளும்படி அழைக்க நான் விரும்புகிறேன்."

சினிதாவின் கைகள் கேமராவின் மேல் உறைந்தன. ஒரு *விருந்தினரா? அவன் என்ன செய்யப்போகிறான்? எந்த விருந்தினர்! முடித்து வை!* ஆனால் அதற்கு மிகவும் தாமதமாகிவிட்டது என அவள் அறிந்திருந்தாள். க்ளிக் அறிவித்துவிட்டான்.

"நான் அறிமுகம் செய்யப்போகும் நபர்," க்ளிக் சொன்னான், "ஒரு அமெரிக்கர்... புகழ்பெற்ற அறிஞர்."

சினிதா தயங்கினாள். க்ளிக் அவர்களைச் சுற்றியிருந்த கூட்டத்தை நோக்கி, விருந்தினர் அவர்களை நோக்கி வருவதற்காக சைகைசெய்ய, அவள் தனது மூச்சை இழுத்துப்பிடித்தாள். மாக்ரி அமைதியாகப் பிரார்த்தனை செய்தாள். *தயை செய்து நான் எப்படியோ ராபர்ட் லேங்டனைக்*

கண்டுபிடித்து விட்டேனென்று சொல்... அவரைத்தவிர்த்து இல்லுமினாட்டிகளின் சதித்திட்டம் என்று வாதிடுகிற கிறுக்கர்களைப் பிடித்துவராதே.

ஆனால் க்ளிக்கின் விருந்தினர் வெளிவந்தபோது, மாக்ரியின் இதயம் நொறுங்கியது. அது ராபர்ட் லேங்டனே அல்ல. அது ப்ளூ ஜீன்ஸும் பருத்திச் சட்டையும் அணிந்த வழுக்கை மனிதர். அவர் கையில் ஒரு கைத்தடியும் கனமான கண்ணாடியும் அணிந்திருந்தார். மேக்ரி திகிலாக உணர்ந்தாள். *பைத்தியக்காரர்!*

க்ளிக் அறிவித்தான், "சிகாகோவிலுள் டி பால் பல்கலைக்கழகத்தின் புகழ்பெற்ற வாடிகன் அறிஞரை நான் அறிமுகப்படுத்த அனுமதியுங்கள், முனைவர் ஜோசப் வானெக்."

அந்த மனிதர் தற்போது க்ளிக்குடன் கேமராவில் இணைந்துகொள்ள, மாக்ரி தயங்கினாள். இது எந்த சதி விவகாரமும் இல்லை. மாக்ரி உண்மையில் இந்த நபர் குறித்துக் கேள்விப்பட்டிருந்தாள்.

"முனைவர். வானெக், கடந்த இரவின் கார்டினல் சபை குறித்து எங்களுடன் பகிர்ந்துகொள்ள, ஆச்சரியமான தகவல் உங்களிடம் இருக்கிறது அல்லவா."

"உண்மையிலே என்னிடம் ஒரு தகவல் இருக்கிறது." வானெக் சொன்னார். "அத்தகைய ஆச்சரியங்கள் நிறைந்த இரவுக்குப் பின்னர், இனியும் ஆச்சரியங்கள் உண்டு என கற்பனை செய்வதே கடினமானது... இருந்தும்..." அவர் நிறுத்தினார்.

க்ளிக் புன்னகைத்தான். "இருந்தும், இவையனைத்துக்கும் ஒரு வினோத திருப்பம் இருக்கிறது."

வானெக் ஆமோதித்தார். "ஆமாம், இது திகைக்கவைப்பதாய்த் தெரியலாம், கார்டினல்கள் சபை இந்த வாரக் கடைசியில் அறியாமல் *இரண்டு போப்பாண்டவர்களைத்* தேர்வுசெய்திருக்கிறதென நான் நம்புகிறேன்."

மாக்ரி கிட்டத்தட்ட கேமராவை நழுவவிடப் பார்த்தாள்.

க்ளிக் ஒரு சூட்சுமமான புன்னகையை வெளியிட்டான். "இரண்டு போப்புகள் என்றா நீங்கள் சொல்கிறீர்கள்?"

அந்த அறிஞர் ஆமோதித்தார். "ஆமாம். நான் போப்பாண்டவர் தேர்வு குறித்த விதிகளைப் படிப்பதில் என் வாழ்க்கையைச்

செலவிட்டேன் என்பதை முதலில் சொல்லியாகவேண்டும். கூடுகை விதிமுறைகள் மிகவும் சிக்கலானவை, அவற்றில் பெரும்பாலானவை மறக்கப்பட்டும், காலாவதியானது என தவிர்க்கப்பட்டும் விட்டன. மாபெரும் தேர்வாளர் கூட அநேகமாக நான் வெளிப்படுத்தவிருப்பதைப் பற்றி அறிந்திருக்கமாட்டார்கள். எனினும்... மறக்கப்பட்ட பண்டைய விதிகளின்படி *ரோமானிய போப் தேர்ந்தெடுப்பு, எண் 63–இன்படி*... போப் தேர்ந்தெடுக்கப்படும் முறை வாக்களிப்பு மட்டுமே அல்ல என்கிறது. பெரிதும் தெய்வீகமான மற்றொரு முறையும் இருக்கிறது. அது ஆராதிக்கத்தக்க ஒப்புதல் எனப்படுகிறது.” அவர் நிறுத்தினார். “அது நேற்றிரவு நடந்தது.”

க்ளிக் தனது விருந்தினருக்கு உறுதியான பார்வையை வழங்கினார். “தயவுசெய்து, தொடருங்கள்.”

“நீங்கள் நினைவுபடுத்திப் பார்த்தால்,” அறிஞர் தொடர்ந்தார், “கடந்த இரவு, கேமர்லெக்னோ கார்லோ வென்ட்ரேஸ்கா பேராலயத்தின் கூரையின் மீது நிற்கும்போது, கீழேயிருந்த அனைத்துக் கார்டினல்களும் அவரது பெயரை ஒருங்கிணைந்து அழைத்தனர்.”

“ஆமாம், என்னால் நினைவுபடுத்தமுடிகிறது.”

“அந்தப் பிம்பத்தை மனதில் வைத்துக்கொண்டு, என்னைப் பண்டைய தேர்வு விதிகளை வார்த்தைக்கு வார்த்தை வாசிக்க அனுமதியுங்கள்.” அந்த மனிதர் தன் பையிலிருந்து சில காகிதங்களை எடுத்து, தனது தொண்டையைச் சரிசெய்து வாசிக்க ஆரம்பித்தார். “ஆராதித்தல் மூலம் தேர்தல்... அனைத்துக் கார்டினல்களும், புனித ஆவியின் தூண்டுதல் போல, சுதந்திரமாக, தன்னிச்சையாக, ஒருமனதாக, சத்தமாக, ஒரு தனிநபரின் பெயரை அறிவிக்கும்போது நிகழ்கிறது.”

க்ளிக் புன்னகைத்தான். “ஆக நேற்றிரவு, கார்டினல்கள் கார்லோ வென்ட்ரேஸ்கா பெயரை ஒன்றாக உச்சரித்தபோது, அவர்கள் உண்மையில் அவரைப் போப்பாகத் தேர்ந்தெடுத்ததாகக் கூறுகிறீர்கள்?”

“அவர்கள் உண்மையிலே தேர்ந்தெடுத்தனர். அதற்கும்மேலாக, ஆராதனை மூலம் தேர்ந்தெடுக்கும்போது, கார்டினலாக இருக்கவேண்டிய தகுதித் தேவை கட்டாயமல்ல, எந்த ஒரு மதகுருவாக இருந்தாலும்- நியமிக்கப்பட்ட மதகுரு, பிஷப்

அல்லது கார்டினலாக இருந்தாலும்- தேர்ந்தெடுக்கப்படலாம் என விதிகள் குறிப்பிடுகின்றன. ஆக, கேமர்லெக்னோ இந்த முறையில் போப்பாகப் பெரிதும் தகுதியானவர் என்பதை நீங்கள் காணலாம்." முனைவர் வானெக் நேரிடையாகக் கேமராவைப் பார்த்தபடி சொன்னார். "இவையே உண்மைகள்... கார்லோ வென்ட்ரேஸ்கா கடந்த இரவு போப்பாகத் தேர்ந்தெடுக்கப்பட்டார். அவர் வெறுமனே பதினேழு நிமிடங்களே போப்பாக நீடித்தார். அவர் நெருப்புத் தூணாக மாறி மறையும் அற்புதம் நிகழவில்லையெனில், அவர் வாடிகன் குகைகளில் மற்ற போப்புகளுடன் புதைக்கப்பட்டிருப்பார்."

"நன்றி, முனைவரே." க்ளிக், மேக்ரி பக்கம் திரும்பி குறும்புத்தனமாகக் கண்ணடித்தான்.

137

ரோமானிய அரங்கின் படிகளின் உச்சியில், விட்டோரியா சிரித்தபடி கீழே நோக்கி அவரை அழைத்தாள். "ராபர்ட், சீக்கிரம் மேலே வா! எனக்குத் தெரியும், நான் இளமையான ஆணைத் திருமணம் செய்திருக்கவேண்டும்!" அவளது புன்னகை மாயமெனத் திகழ்ந்தது.

அவர் அவளுடன் சேர்ந்துகொள்ளப் போராடினார், ஆனால் அவரது கால் கல்லைப்போல கனத்தது. "பொறு," அவர் கெஞ்சினார். "ப்ளீஸ்..."

அவரது தலையில் ஒரு துடிப்பு எழுந்தது.

ராபர்ட் லேங்டன் கனவின் தொடக்கத்திலேயே விழித்துக்கொண்டார்.

இருள்.

அவர் தான் எங்கிருக்கிறோம் என்றறிய முடியாமல், நெடுநேரமாகப் படுக்கையின் அயலான மென்மையில் அசையாமல் கிடந்தார். தலையணைகள் மென்மையாக, அளவில் பெரியவையாக அற்புதமாக இருந்தன. அறை நறுமணத்துடன் இருந்தது. அறைக்கு எதிரே, இரு கண்ணாடிக்

கதவுகள் ஆடம்பரமான மாடிமுகப்பை நோக்கி திறந்து காணப்பட, மேகங்களுக்கு நடுவே நிலவு ஒளிர்ந்துகொண்டிருக்க, கீழே இளம்தென்றல் விளையாடியது. லேங்டன் தான் எங்கிருந்தோம்... இங்கு எப்படி வந்தோமென நினைவுபடுத்த முயன்றார்

கனவுத் துணுக்குகள் போன்ற நினைவுகள் அவரது ஞாபகத்துக்குத் வந்தன...

மாய நெருப்பின் சிதையொன்று... கூட்டத்திலிருந்து வெளியே இழுத்துவந்த ஒரு தேவதை... அவளது மென்மையான கை அவரது கையைப் பற்றிக்கொண்டு இந்த இரவுக்கு இட்டுவந்தது... அவரது களைத்த, அடிபட்ட உடலை தெருவினூடாக வழிநடத்தி... இங்கே... இந்த அறைக்கு இட்டுவந்து... அரைத் தூக்கத்தினூடே அவரை சூடான குளியல் மேற்கொள்ள வைத்து... படுக்கைக்கு இட்டுவந்து... அவர் இறந்தவர்போல தூக்கத்தில் விழுந்ததைக் கவனித்துக்கொண்டிருந்தது.

இப்போது மங்கலான வெளிச்சத்தில், லேங்டன் இரண்டாவது படுக்கையைப் பார்க்கமுடிந்தது. விரிப்புகள் ஒழுங்கற்றிருக்க, படுக்கை காலியாக இருந்தது. அதனுடன் இணைந்த அறைகள் ஒன்றிலிருந்து, அவர் மெல்லிய, உறுதியான நீர்த்தாரையின் ஒழுக்கைக் கேட்கமுடிந்தது.

அவர் விட்டோரியாவின் படுக்கையை உற்றுநோக்க, அவளது தலையணை உறையில் பெரிதாக எம்ப்ராய்டரி முத்திரை ஒன்றைக் கண்டார்: அது: ஹோட்டல் பெர்னினி என்றது. லேங்டன் புன்னகைத்தார். விட்டோரியா நன்றாகத் தேர்வுசெய்திருந்தாள். பழைய உலகின் ஆடம்பரமான... பெர்னினியின் ட்ரைடன் நீரூற்றைப் பார்க்க ரோம் முழுக்கவும் இதைவிடவும் பொருத்தமான ஹோட்டல் இருக்காது.

லேங்டன் படுத்திருக்கும்போது, ஒரு இடிக்கும் சத்தத்தைக் கேட்டு அவரை எழுப்பியது எதுவென உணரவந்தார். யாரோ கதவைத் தட்டிக்கொண்டிருந்தனர். அது பலமாக ஆனது.

குழப்பமடைந்து, லேங்டன் எழுந்துகொண்டார். *நாங்கள் இங்கிருப்பதை யாரும் அறியமாட்டார்களே* என அவர் நினைத்து, அமைதியின்மையின் தடத்தை உணர்ந்தார். ஹோட்டல் பெர்னினியின் சொகுசான ஆடையை அணிந்து படுக்கையறையிலிருந்து அறையின் நடைபாதைக்கு வந்தார்.

அவர் ஒரு கணம் கனமான ஓக் கதவருகே நின்று, பின் அதைத் திறந்தார்.

ஒரு சக்திவாய்ந்த தாராளமான கருநீலம் மற்றும் ரெஜாலியா மஞ்சள் உடையணிந்த மனிதர் அவரை நோக்கிக்கொண்டு நின்றிருந்தார். "நான் லெப்டினன் சார்ட்ராண்ட், வாடிகனின் ஸ்விஸ் காவலமைப்பைச் சேர்ந்தவன்" என்றார் அந்த மனிதர்.

லேங்டன், அவர் யாரென நன்றாகவே அறிவார். "எப்படி... எப்படி நீங்கள் எங்களைக் கண்டுபிடித்தீர்கள்?"

"நான் நேற்றிரவு சதுக்கத்தைவிட்டு நீங்கள் கிளம்புவதைப் பார்த்தேன். உங்களைத் தொடர்ந்தேன். நீங்கள் இன்னும் இங்கிருப்பதில் நிம்மதியடைகிறேன்."

கார்டினல்கள் விட்டோரியா, லேங்டனை வாடிகன் நகரில் பாதுகாப்பதற்கு சார்ட்ராண்டை அனுப்பியிருப்பார்களோ என ஆச்சரியப்பட்டு, திடீரென கவலையும் கொண்டார் லேங்டன். அனைத்துக்கும் மேலாக, கார்டினல் சபைக்கு அப்பால் **உண்மையை** அறிந்த இருவர் அவர்கள் மட்டுமே. அவர்கள் ஒரு கடப்பாடு.

"போப்பாண்டவர் இதை உங்களிடம் கொடுக்கச் சொன்னார்," என்றபடியே சார்ட்ராண்ட் வாடிகன் முத்திரையுடன் கூடிய ஒட்டப்பட்ட உறையொன்றை அளித்தார். லேங்டன் அந்த உறையைப் பிரித்து கையால் எழுதப்பட்ட குறிப்பை வாசித்தார்.

திரு. லேங்டன் மற்றும் செல்வி. வெத்ரா,

கடந்த 24 மணி நேரங்களில் நீங்கள் வெளிப்படுத்திய உங்களது புத்திக்கூர்மையைக் கேட்டறிய வேண்டுமென்பது எனது ஆழ்ந்த விருப்பம் என்றபோதும், நீங்கள் ஏற்கனவே செலவிட்டதைவிட கூடுதல் நேரத்தை நான் கேட்க இயலாது. எனவே நான் இந்த விவகாரத்தில் நீங்கள் உங்களது இதயப்படி நடப்பீர்கள் என்று நம்பி பணிவுடன் கேட்டுக்கொள்கிறேன். இன்று உலகம் சிறப்பான இடமாகப் படுகிறது... ஒருவேளை கேள்விகள் பதில்களைவிடவும் மிகுந்த சக்திவாய்ந்தவையாக இருக்கலாம்.

என் கதவுகள் எப்போதும் திறந்திருக்கும்,

போப்பாண்டவர், சேவரியோ மோர்ட்டாடி.

லேங்டன் அந்தச் செய்தியை இருமுறை படித்தார். கார்டினல் சபை வெளிப்படையாகவே உன்னதமான மற்றும் அற்புதமான தலைவரைத் தேர்வுசெய்திருந்தது.

லேங்டன் எதுவும் சொல்வதற்கு முன், சார்ட்ராண்ட் ஒரு சிறு பொதியை அளித்தார். "போப்பாண்டவரிடமிருந்து நன்றியின் சின்னமாக."

லேங்டன் அந்தப் பொதியை வாங்கிக்கொண்டார். அது கனமாக, பழுப்புநிற காகிதத்தால் பொதியப்பட்டிருந்தது.

"அவரது ஆணைப்படி," சார்ட்ராண்ட் சொன்னார், "இந்தக் கலைப்பொருள் புனித போப்பாண்டவருக்கான பெட்டகத்திலிருந்து உங்களுக்குக் காலவரையற்ற கடனாக அளிக்கப்படுகிறது. போப்பாண்டவர் உங்களது கடைசி விருப்பத்திலும் சாட்சியத்திலும் நீங்கள் அது வீடு திரும்புவதை உறுதிசெய்கிறீர்களா என்பதை மட்டும் கேட்கச் சொன்னார்."

லேங்டன் அந்தப் பொதியைத் திறந்துபார்த்து ஆச்சரியத்தில் பேச்சவற்றவரானார். அது அந்த முத்திரை. இல்லுமினாட்டி வைரம்.

சார்ட்ராண்ட் புன்னகைத்தார். "உங்களுடன் அமைதி நிலவட்டும்." அவர் போவதற்குத் திரும்பினார்.

லேங்டனின் கைகள் விலைமதிப்புமிக்க பரிசைப் பற்றியபடி நடுங்கிக்கொண்டிருக்க, சமாளித்தபடி சொன்னார், "நன்றி,"

காவலர் தயங்கியபடி காணப்பட்டார். "திருவாளர். லேங்டன், நான் உங்களை ஒன்று கேட்கலாமா?"

"நிச்சயமாக."

"எனது சக காவலர்களும் நானும் ஆர்வமாக இருக்கிறோம். அந்த கடைசி சில நிமிடங்கள்... ஹெலிகாப்டரில் மேலே என்ன *நடந்தது?*"

லேங்டன் திடீர் கவலையை உணர்ந்தார். இந்தக் கணம் வருமென அவர் உணர்ந்திருந்தார்- உண்மையின் கணம். அவரும் வெட்டோரியாவும் அதைப்பற்றி முந்தைய இரவு புனித பீட்டர் சதுக்கத்திலிருந்து திரும்பும்போது பேசியிருந்தனர். அவர்கள் தங்களது முடிவை எடுத்திருந்தனர். போப்பின் குறிப்பு வருவதற்கு முன்பாகவே.

விட்டோரியாவின் தந்தை தனது எதிர்க்கரு கண்டுபிடிப்பு ஆன்மிக விழிப்பைக் கொண்டுவருமென கனவு கண்டிருந்தார். முந்தைய இரவு நிகழ்வுகள் அவர் விரும்பியவை அல்ல என்பதில் சந்தேகமில்லை, ஆனால் அந்த மறுக்கவியலாத உண்மை அப்படியே இருந்தது... அந்தக் கணத்தில், உலகமெங்கும், மக்கள் அவர்கள் முன்பு ஒருபோதும் அறிந்திராத விதத்தில் கடவுளைச் சிந்தித்திருந்தனர். அந்த அற்புதம் எத்தனை நேரம் நீடித்ததென, விட்டோரியாவும் லேங்டனும் அறியாவிட்டாலும், சந்தேகத்தாலும் அவதூறாலும் அந்த வியப்பை ஒருபோதும் கலைக்கப்போவதில்லையென முடிவுசெய்தனர். *இறைவன் விநோதமான வழிகளில் செயல்புரிகிறான்* என லேங்டன் தனக்குத்தானே சொல்லிக்கொண்டார், கேலியாக வியந்தபடி ஒருவேளை... ஒருவேளை... அனைத்துக்கும் மேலாக நேற்றைய நிகழ்வுகள் கடவுளின் விருப்பமாக இருந்திருக்கலாம்.

"திருவாளர். லேங்டன்?" சார்ட்ராண்ட் மறுபடியும் அழைத்தார். "நான் ஹெலிகாப்டரில் நடந்ததுபற்றிக் கேட்டேன்?"

லேங்டன் சோகமான புன்னகையொன்றை வெளிப்படுத்தினார். "ஆமாம் நான் அறிவேன்..." அவர் வார்த்தைகள் மனதிலிருந்து அல்லாமல் இதயத்திலிருந்து வருவதை உணர்ந்தார். "ஒருவேளை அந்த வீழ்ச்சியின் அதிர்ச்சியால் இருக்கலாம்... எனது நினைவானது... அத்தனை தெளிவில்லாமல் இருக்கிறது..."

சார்ட்ராண்ட் சோர்வடைந்தார். "உங்களுக்கு எதுவுமே *நினைவில்லையா?*"

லேங்டன் பெருமூச்சுவிட்டார். "எப்போதைக்குமாக அது ஒரு மர்மமாக நீடிக்குமோ என நான் பயப்படுகிறேன்."

ராபர்ட் லேங்டன் படுக்கைக்குத் திரும்பியபோது, அவருக்காகக் காத்திருந்த காட்சி அவரைப் பாதையிலேயே நிறுத்தியது. விட்டோரியா மாடிமுகப்பில், தனது பின்புறத்தை மாடிமுகப்புக் கிராதியில் சாய்த்தபடியிருக்க, அவளது விழிகள் ஆழமாக அவரை உற்றுநோக்கியபடி இருந்தன. அவள் விண்ணுலகிலிருந்து இறங்கிவந்ததுபோல்... நிலவு பின்னாலிருக்க ஒளிமிக்க நிழலுடன் காணப்பட்டாள். வெண்ணிற டெரிகுளோத் உடையில், இடைமுடிச்சு இறுகக் கட்டப்பட்டு, அவளது மெலிந்த வளைவுகளைக் எடுத்துக்காட்டியபடி, ரோமானிய பெண்கடவுள்போல தெரிந்தாள். பொர்னினியின் ட்ரைடன்

நீரூற்றுக்கு மேலே ஒளிவட்டம்போன்று, அவளுக்குப் பின்னால், வெளிறிய மூடுபனி காணப்பட்டது.

லேங்டன், அவரது வாழ்வில் எந்த ஒரு பெண்ணைவிடவும் அதிகமாக, தீவிரத்துடன் அவளை நோக்கி ஈர்க்கப்பட்டதாக உணர்ந்தார்... அமைதியாக, அவர் அந்த இல்லுமினாட்டி வைரத்தையும் போப்பின் கடிதத்தையும் அவருக்கு அருகிலிருந்த மேஜையில் வைத்தார். அவையனைத்தையும் விளக்க பின்னால் நேரமிருக்கும். அவர் மாடிமுகப்பில் அவளிடம் சென்றார்.

விட்டோரியா அவரைப் பார்த்ததில் மகிழ்ச்சியாகத் தெரிந்தாள். "நீங்கள் விழித்திருக்கிறீர்கள்," அவள் மெல்லிய கிசுகிசுப்பாகச் சொன்னாள். *"இறுதியாக."*

லேங்டன் புன்னகைத்தார். "நீண்ட நாள்."

அவள் தனது அபரிமிதமான கூந்தலின் ஊடாக கைகளைச் செலுத்தினாள், அவளது ஆடையின் கழுத்துப் பகுதி சற்றே திறந்திருந்தது. "இப்போது... நீங்கள் உங்களுக்கான வெகுமதியை விரும்பக்கூடுமென நான் எதிர்பார்க்கிறேன்."

அந்த வாசகம் லேங்டனுக்குத் தைரியமூட்டியது. "என்ன... சொன்னீர்கள்?"

"ராபர்ட், நாம் வயதுவந்தவர்கள். நீங்கள் அதனை ஒப்புக்கொள்வீர்கள். நீங்கள் ஒரு ஏக்கத்தை உணர்கிறீர்கள். அதனை உங்கள் கண்களில் நான் பார்க்கிறேன். ஆழ்ந்த, உடல்ரீதியானதொரு பசி." அவள் புன்னகைத்தாள். "நானும்கூட அதை உணர்கிறேன். அந்த விருப்பம் திருப்திப்படுத்தப்பட வேண்டும்."

"அப்படியா?" அவர் தைரியமாக அவளை நோக்கி ஓரடி எடுத்துவைத்தார்.

"முழுமையாக." அவள் அறை-சேவை மெனு ஒன்றை உயர்த்திப் பிடித்தாள். "அவர்களிடமிருக்கும் அனைத்தையும் நான் உத்தரவிட்டிருக்கிறேன்."

அந்த விருந்து ஆடம்பரமாக இருந்தது. அவர்கள் ஒன்றாக நிலவு வெளிச்சத்தில்... பால்கனியில் அமர்ந்து பரிமாறி... ஃப்ரைஸி, ட்ருஃப்பிஸ், ரிசாட்டோவைச் சுவைத்தனர். அவர்கள்

டால்செட்டோ ஒயினைச் சுவைத்தபடி இரவு வெகுநேரம் வரை பேசிக்கொண்டிருந்தனர்.

விட்டோரியா, லேங்டனுக்கு அனுப்பிக்கொண்டிருந்த சைகைகளை வாசிக்க, அவர் சின்னவியலாளராக இருக்கத் தேவையில்லை. நிறைவாக இனிப்பாக, பாய்ஸன்பெர்ரி கிரிமுடனான *சவையார்டியையும்* ஆவிபறக்கும் ரோமானிய காபியையும் அருந்திக்கொண்டிருந்தபோது, சூடான பார்வையுடன் விட்டோரியா மேஜைக்குக் கீழ் தனது வெறும் கால்களை அவரது கால்களுடன் உரசினாள். அவர் தனது முட்கரண்டியைக் கீழே வைத்துவிட்டு அவளை தனது கைகளில் தூக்கிச்செல்லவேண்டும் என அவள் விரும்புவதாகத் தோன்றியது.

ஆனால், லேங்டன் எதுவும் செய்யவில்லை. அவர் முழுமையான கனவானாகவே தொடர்ந்தார். அவர் போக்கிரித்தனமான புன்னகையை மறைத்தபடி, *இந்த ஆட்டத்தை இருவரும் தொடரலாம்* என நினைத்தார்.

அனைத்து உணவுகளும் சாப்பிட்டு முடிக்கப்பட்டதும், லேங்டன் தனது படுக்கையின் விளிம்புக்குச் சென்று தனியாக அமர்ந்து, தனது கைகளில் அந்த இல்லுமினாட்டி வைரத்தை திரும்பத் திரும்ப திருப்பிப்பார்த்தபடி, அதன் சமச்சீர் தன்மை அற்புதம் குறித்து மறுபடி மறுபடி கருத்துச் சொன்னபடி காணப்பட்டார். விட்டோரியா அவரை உற்றுப்பார்த்தபடி இருந்தாள், அவளது குழப்பம் வெளிப்படையான ஏமாற்றமாக வளர்ந்தது.

"அந்த ஆம்பிகிராம் உங்களுக்குப் பயங்கர சுவாரசியமானதாகத் தோன்றுகிறது, இல்லையா?" அவள் கேட்டாள்.

லேங்டன் ஆமோதித்தார். "பிரமிக்கச் செய்வதாய் இருக்கிறது."

"இந்த அறையில் மிகுந்த ஆர்வமூட்டுவது அதுதான் என நீங்கள் சொல்வீர்கள் அல்லவா?"

லேங்டன், அதைப்பற்றி சிந்திப்பதுபோல் தனது தலையைச் சற்றே கீறினார். "நல்லது, ஒரு விஷயம் என்னை இன்னும் அதிகமாகச் சுவாரசியப்படுத்துகிறது."

அவள் புன்னகைத்தபடி அவரை நோக்கி ஓரடி எடுத்துவைத்தாள். "அது?"

“துனா மீனை வைத்து நீ எப்படி ஐன்ஸ்டின் கொள்கையை மறுத்தாய்.”

விட்டோரியா தனது கைகளை மேலே வீசினாள். “அடக்கடவுளே! துனா மீன் விவகாரம் போதும்! என்னுடன் விளையாடாதீர்கள், நான் உங்களை எச்சரிக்கிறேன்.”

லேங்டன் இளித்தார். “ஒருவேளை உனது அடுத்த ஆய்வு, ஃப்ளவுண்டர் மீனைப் பற்றி ஆராய்ந்து, இந்த உலகம் தட்டையானது என்பதை நிறுவுவதாக இருக்குமோ.”

விட்டோரியோ இப்போது கொதிப்படைந்தாள், ஆனால், அவளது உதடுகளில் உற்சாகப் புன்னகையின் மெலிதான குறிப்புகள் தோன்றின. “பேராசிரியரே, உங்களது தகவலுக்காக, எனது அடுத்த ஆய்வு அறிவியல்பூர்வ வரலாற்றைப் பற்றி இருக்கும். நியூட்ரினோக்களுக்கு எடை உண்டு நிரூபிக்க திட்டம் வைத்திருக்கிறேன் நான்.”

“நியூட்ரினோக்களுக்கு எடை உண்டா?” லேங்டன் அவளைத் திகைப்பாகப் பார்த்தார். “அவை கத்தோலிக்கத்தைச் சேர்ந்தவையா என்பதுகூட எனக்குத் தெரியாதே.”

ஒரே தாவலில், அவள் அவர்மீது பாய்ந்து, அவரைக் கீழே சாய்த்தாள். “ராபர்ட் லேங்டன், மரணத்துக்குப் பின்பான வாழ்வில் உங்களுக்கு நம்பிக்கையிருக்குமென நான் நினைக்கிறேன்.” விட்டோரியா அவரை அழுத்திக்கொண்டு சிரித்தபடியிருக்க, அவள் கைகள் அவரை கீழே அழுத்தியபடியிருக்க, அவளது கண்கள் குறும்புத்தனமான நெருப்போடு பிரகாசித்தன.

“உண்மையில்,” இப்போது தீவிரமாகச் சிரித்தபடி, அவர் திணறிக்கொண்டிருந்தார். “இந்த உலகத்துக்கு அப்பாலான எதையும் காட்சியாக்கிக்கொள்வதில் எப்போதும் எனக்கு சிக்கல்தான்.”

“உண்மையாகவா? ஆக உங்களுக்கு ஒருபோதும் மதரீதியான அனுபவங்கள் நேர்ந்ததில்லை? மேன்மைவாய்ந்த பரவசத்தின் ஒரு கச்சிதமான தருணம்?”

லேங்டன் தனது தலையை அசைத்தார். “இல்லை, ஒருபோதும் மதரீதியான அனுபவம் சாத்தியமில்லாத வகை மனிதனோ நான் என சந்தேகப்படுகிறேன்.”

விட்டோரியா தனது உடையை நழுவவிட்டாள். "நீங்கள் ஒருபோதும் ஒரு யோகா நிபுணியுடன் படுக்கைக்குச் சென்றதில்லை, இல்லையா?"

●●●